D1772355

நள்ளிரவின் குழந்தைகள்

நள்ளிரவின் குழந்தைகள்

சல்மான் ருஷ்தீ

தமிழில்:
க. பூரணச்சந்திரன்

எதிர் வெளியீடு

நள்ளிரவின் குழந்தைகள் (நாவல்)
ஆசிரியர்: சல்மான் ருஷ்தீ
தமிழில்: க. பூரணச்சந்திரன்

முதல் பதிப்பு: ஆகஸ்டு 2013

எதிர் வெளியீடு,
96, நியூ ஸ்கீம் ரோடு, பொள்ளாச்சி - 642 002
தொலைபேசி: 04259 - 226012, 99425 11302

விலை: ரூ.800

Nalliravin Kuzanthaigal (A Novel)
Author: Salman Rushdie
MIDNIGHT'S CHILDREN
Copyright © 1981, Salman Rushdie
All rights reserved

Tamil Translation © Ethir Veliyeedu
This book is Published in an agreement with
The Candide Corporation
The Wylie Agency (UK) LTD
England

Translated by: G. Poornachandran
First Edition: August 2013

Layout: Jeevamani

Published by
Ethir Veliyeedu, 96, New Scheme Road, Pollachi - 2
email: ethirveliyedu@gmail.com
www.ethirveliyeedu.com

All rights reserved. No part of this book may be reprinted or reproduced or utilised in any form or by any electronic, mechanical or other means, now known or hereafter invented, including photocopying and recording, or in any information storage or retrieval system, without permission in writing from the Publisher.

சல்மான் ருஷ்தீ பத்துநாவல்களின் ஆசிரியர். கிரைமஸ், நள்ளிரவின் குழந்தைகள், அவமானம், சாத்தானியச் செய்யுள்கள், ஹாரூனும் கதைக்கடலும், மூரின் கடைசிப் பெருமூச்சு, அவள் காலடிக்குக்கீழுள்ள தரை, சீற்றம், ஷாலிமார் என்னும் கோமாளி, லூக்காவும் வாழ்வின் நெருப்பும் என்பவை அவை. இவற்றுடன் கிழக்கு, மேற்கு எனத் தலைப்பிட்ட ஒரு சிறுகதைத் தொகுதியும் எழுதியுள்ளார். புனைவறு எழுத்தாக, ஜாகுவார் சிரிப்பு, கற்பனைத் தாயகங்கள், இந்தக்கோட்டின் குறுக்கே வா ஆகியவை வந்துள்ளன. தி விண்டேஜ் புக் ஆஃப் இந்தியன் ரைட்டிங் என்பதன் இணைத் தொகுப்பாசிரியர்.

எழுத்துக்காக ஐரோப்பிய யூனியன் அளிக்கும் இலக்கியத்திற்கான அரிஸ்டேயான் பரிசு உட்படப் பல பரிசுகளை வென்றவர். ராயல் சொசைட்டி ஆஃப் லிடரேச்சரின் மதிப்புறு உறுப்பினர், கமாண்டியர் டெஸ் ஆர்ட்ஸ் எட் டெஸ் லெத்ரஸ் ஆகிய பதவிகளையும் வகிக்கிறார். 1993இல் நள்ளிரவின் குழந்தைகள் 'புக்கர்களின் புக்கர்' என்ற விருதை – அதாவது தனது இருபத்தைந்து ஆண்டுகளில் புக்கர் பரிசு வென்ற நாவல்களில் மிகச் சிறந்தது என்ற தகுதியைப் பெற்றது.

சல்மான் ருஷ்தீ எழுதிய பிற நூல்கள்

புனைகதைகள்

கிரைமஸ்

ஷேம்

தி சேடனிக் வெர்சஸ்

ஹாரூன் அண் தி ஸீ ஆஃப் ஸ்டோரீஸ்

ஈஸ்ட், வெஸ்ட்

தி மூர்ஸ் லாஸ்ட் ஸை

தி கிரவுண்ட் பினீத் ஹர் ஃபீட்

ஃப்யூரி

ஷாலிமார் தி க்ளவுன்

லூகா அண் தி ஃபயர் ஆஃப் லைஃப்

புனைவற்ற எழுத்து

தி ஜாகுவார் ஸ்மைல்

இமேஜினரி ஹோம்லேண்ட்ஸ்

ஸ்டெப் அக்ராஸ் திஸ் லைன்

நாடகங்கள்

ஹாரூன் அண் தி ஸீ ஆஃப் ஸ்டோரீஸ்
(டிம் சப்பிள், டேவிட் டுஷிங்காம் ஆகியோருடன் இணைந்து)

மிட்நைட்ஸ் சில்ட்ரன்
(டிம் சப்பிள், சைமன் ரீட் ஆகியோருடன் இணைந்து)

தொகுப்பு

தி விண்டேஜ் புக் ஆஃப் இண்டியன் ரைட்டிங்
(இணைத் தொகுப்பாசிரியர்)

எல்லா எதிர்ப்புகளுக்கும் மாறாக,
பிற்பகலில் பிறந்த
ஜாஃபர் ருஷ்தீக்காக

நள்ளிரவின் குழந்தைகள்

உள்ளடக்கம்

- அறிமுகம் 11

முதல் புத்தகம்
01. ஓட்டையிட்ட படுதா 25
02. மெர்க்குரோகுரோம் 51
03. எச்சில் கலத்தைக் குறிவை 74
04. கம்பளத்துக்கடியில் 98
05. ஒரு பொது அறிவிப்பு 120
06. பலதலை மிருகங்கள் 143
07. மெத்வோல்டு 164
08. டிக்-டாக் 188

இரண்டாம் புத்தகம்
10. மீனவனின் சுட்டுவிரல் 213
11. பாம்புகளும் ஏணிகளும் 239
12. சலவைப்பெட்டியில் விபத்து 260
13. அகில இந்திய வானொலி 286
14. பம்பாயில் காதல் 309
15. எனது பத்தாவது பிறந்த நாள் 329
16. பயனியர் கஃபேயில் 352
17. ஆல்ஃபாவும் ஒமேகாவும் 376
18. கோலினோஸ் சிறுவன் 398
19. கமாண்டர் சாபர்மதியின் தடி 421
20. வெளிச்சங்கள் 445

21. மிளகுச்சிமிழ்கள் நிகழ்த்திய நகர்வுகள் 468
22. வற்றுநீர்க்கால்களும் பாலைவனமும் 488
23. பாடகி ஜமீலா 507
24. சலீம் எவ்விதம் தூய்மை அடைந்தான் 539

மூன்றாம் புத்தகம்

25. புத்தக் கிழவன் 569
26. சுந்தரவனங்களில் 593
27. சாமும் டைகரும் 614
28. மசூதியின் நிழல் 629
29. ஒரு திருமணம் 661
30. நள்ளிரவு 687
31. மந்திரச் சொல் 720

நள்ளிரவின் குழந்தைகள்

அறிமுகம்

1975இல் நான் என் முதல் நாவல் கிரைமஸை வெளியிட்டேன். அதற்கு முன்பணமாகக் கிடைத்த எழுநூறு பவுண்டை மிகச் சிக்கனமாக இருந்து, எவ்வளவு நாட்கள் முடியுமோ அவ்வளவு நாட்கள் பயன்படுத்தி, இந்தியாவைச் சுற்றிப்பார்க்க மலிவாகச் செலவிடத் திட்டமிட்டேன். பதினைந்து மணிநேர பஸ்பயணங்களிலும் மிக எளிய தங்குமிடங்களிலும் 'நள்ளிரவின் குழந்தைகள்' பிறந்தது. இந்தியா ஓர் அணுவல்லரசாகிய, மார்கரெட் தாட்சர் கான்சர்வேடிவ் கட்சியின் சார்பாக முதல்வராகத் தேர்ந்தெடுக்கப்பட்ட, வங்காள தேசத்திற்கு அடித்தளம் அமைத்த ஷேக் முஜீப் கொல்லப்பட்ட ஆண்டு அது; அப்போதுதான் பாதெர் மெயின்ஹோஃப் கும்பல் ஸ்டுட்கார்ட்டில் விசாரணைக்கு வந்தது; பில் கிளிண்டன் ஹிலாரி ரோதாமை மணந்து கொண்டார்; சைகோனிலிருந்து கடைசி அமெரிக்கர்கள் வெளியேற்றப்பட்டனர், படைத்தலைவர் ஃப்ராங்கோ இறந்தார். கம்போடியாவில் அந்த ஆண்டு க்மேர் ரூஜின் 'ப்ளடி யீயர் ஜீரோ'. ஈ.எல். டாக்டோரோ, 'ரேக்டைம்' நூலை வெளியிட்டார்; டேவிட் மாமெட் 'அமெரிக்கன் பஃபலோ' எழுதினார். யூஜினோ மோண்டேல் நோபல் பரிசினை வென்றார். நான் இந்தியாவிலிருந்து திரும்பியவுடன், திருமதி இந்திரா காந்தி தேர்தல் ஏய்ப்புக்காக குற்றவாளிக்கூண்டில் நிறுத்தப்பட்டார், எனது இருபத்தெட்டாம் பிறந்த நாளுக்கு ஒரு வாரம் பிறகு அவர் அவசரநிலையை அறிவித்துக் கொடுங்கோல் ஆட்சியை அமைத்தார். 1977வரை விடியாத ஒரு நீண்ட இருள் படர்ந்த பொழுது அது. இன்னும் முடிவுறாத என் இலக்கியத் திட்டங்களுக்கு திருமதி காந்தி எவ்வாறோ மையமாக அமைவார் என்பதை நான் உடனே உணர்ந்து கொண்டேன்.

பிள்ளைப்பருவத்தைப் பற்றிய ஒரு நாவல் எழுத - பம்பாயில் என் சொந்தப் பிள்ளைப் பிராய ஞாபகங்களை வைத்து அது எழவேண்டும் - எனக்குச் சிறிது அவகாசம் தேவைப்பட்டது. இப்போது இந்தியாவின் காற்றை ஆழமாக நுகர்ந்தபிறகு, இன்னும் தீவிரமாகத் திட்டம் தீட்டத்தொடங்கினேன். சலீம் சினாய் என்ற சிறுபாத்திரத்தை நான் நினைவு கூர்ந்தேன். அவன் இந்தியச் சுதந்திரத்தின் நள்ளிரவில் பிறந்தவன். 'தி ஆண்டகனிஸ்ட்' என்ற எழுதி முற்றுப்பெறாத, கைவிடப்பட்ட நாவலின் பிரதியில் தோன்றியவன். என் புதிய நூலின் மையத்தில் சலீமை வைத்ததனால், அவனுடைய பிறந்த நேரம், என் திரையை நான் மிகப் பெரிதாக விரிக்க வேண்டியிருக்கும் என்று புரியவைத்தது. அவனையும் இந்தியாவையும் பற்றி இணையாகச் சொல்ல வேண்டுமானால், இந்த இரட்டையர் இருவரின் கதையையும் சொல்லியாக வேண்டும். எப்போதும் அர்த்தத்தைத் தேடுபவனான சலீம், இந்தியாவின் சரித்திரம் அது நடந்த விதமாக நடப்பதற்குத் தானே காரணம் என்று தெரிவித்தான். அவனுடைய உடன் இரட்டைப் பிறப்பான தேசத்தின் வரலாறு நடந்தமுறை அவன் தவற்றினால்தானாம். நாவலின் சிறப்பான குரல் தொனிஅது எனத் தெரிவித்த அந்தத் திமிரான பேச்சினால், மகிழ்ச்சியான தன்னுறுதி, இடைவிடாத சளசளப்பு, இவற்றுடன், கதைசொல்லியின் மிக அதிகமான துன்பியலோடு கூடிய மீதூரும் உணர்ச்சிக் கனிவும் அதில் சேர்ந்துகொண்டன என்று நினைக்கிறேன். அந்தப் பையனையும் நாட்டையும் முற்றொருமை கொண்ட இரட்டையராக்கினேன். பிறரைத் துன்புறுத்துபவனான புவியியல் ஆசிரியன் எமில் ஜகாலோ, மானிடப் புவியியலில் ஒரு பாடத்தை நடத்தும்போது, சலீமின் மூக்கைத் தென்னிந்திய தீபகற்பத்திற்கு ஒப்பிடுகிறான். அந்தக் கொடிய நகைச்சுவையும், வெளிப்படையாகவே, என்னுடையதுதான்.

வழியில் பல பிரச்சினைகள். பெரும்பாலானவை இலக்கியம் சார்ந்தவை. சில அவசர நடைமுறைத் தேவைகள். நாங்கள் இந்தியாவிலிருந்து திரும்பியதும் பணமுடையால் ஒடிந்தவன் ஆனேன். என் மண்டையிலிருந்த நாவல், தெளிவாகவே மிக நீளமாகவும் புதியதாகவும் இருக்கும்; அதை எழுதக் காலம் செல்லும் என்பது தெரிந்தது. ஆனால் கையில் பணமில்லை. ஆகவே விளம்பர உலகினுள் மறுபடியும் தள்ளப்பட்டேன். செல்வதற்கு முன்னால் லண்டனில் ஓகில்வி மற்றும் மேதர் விளம்பர முகமையில் விளம்பரப் படி எழுதுபவனாகப் பணி செய்திருந்தேன். அதன் நிறுவனர், டேவிட் ஓகில்வி, "நுகர்பவர் ஒரு முட்டாள்

அல்ல, அவர் உங்கள் மனைவி'' என்று எங்களுக்கு என்றும் மறக்கமுடியாதவகையில் அறிவுறுத்தியிருந்தார். அதன் படைப்பாக்க இயக்குநர், எனது தலைவர், டான் எலரிங்டன். அவர் ருமேனிய வழிமுறையில் வந்தவர் என்று கேள்வி. அவருடைய ஆங்கிலப் பயன்பாடு விசித்திரமாக இருக்கும் என்று வைத்துக்கொள்வோமே - கம்பெனியில் நிலவிய ஒரு நகைச்சுவைக் கதையின்படி: பால் விற்பனைக் குழுமம் ஒன்றிற்கு 'ஒருநாளுக்கு ஒரு பைண்ட் பால் அருந்துங்கள்' என்ற விளம்பரத்தைத் தொடர்ந்து இன்னொன்று உருவாக்க அவர் அனுமதிக்கப்படவில்லை. அந்த விளம்பரத் தொடர், புகழ் பெற்ற, வியப்புக்குரிய, நேர்முக ருமேனியத் தொடரான "உப்பினைப்போல உள்ளே செல்கிறது பால்'' என்பதன் அடிப்படையில் அமைந்ததாம். அந்தக் கண்டிப்பான காலத்தில் ஓகில்வியின் நிறுவனம் படைப்பாற்றலுள்ள விசித்திரமான ஆட்களுக்கும் பகுதிநேர அடிப்படையில் வேலைதரத் தயாராக இருந்தது. அந்த மகிழ்ச்சியான குழுவில் என்னையும் மறுபடி வேலைக்குச் சேர்த்துக் கொள்ள அவர்களை நான் தூண்டினேன். இன்னொரு பகுதிநேரப் பணியாளரும் எழுத்தாளருமான ஜானதன் கேதார்ன் - ஹார்டி என்பவருடன் நான் வாரத்தில் இரண்டு மூன்று நாட்கள் வேலையைப் பகிர்ந்துகொள்ள வேண்டியிருந்தது. அவர் 'தி ரைஸ் அண் ஃபால் ஆஃப் பிரிட்டிஷ் நானி' என்ற நூலை எழுதியவர். வாடர்லூ பாலம் அருகிலிருந்த என் அலுவலகத்திலிருந்து வெள்ளிக்கிழமை இரவுகளில் கெண்டிஷ் டவுனிலிருந்த என் வீட்டுக்குத் திரும்புவேன். பிறகு நன்றாக வெந்நீரில் குளித்து அந்த வாரம் செய்த விளம்பர வேலையையெல்லாம் மனத்திலிருந்து கழுவிவிட்டு - அப்படி நான் எனக்குள் கருதிக்கொள்வேன் - ஒரு நாவலாசிரியனாகப் பிறப்பெடுப்பேன். இலக்கியத்தின் எதிரிகள் அளித்த பசப்புரைகளுக்கெல்லாம் மயங்காமல் தடுத்த என் இளம் சுயத்தின் இலக்கிய ஈடுபாட்டிற்கு நான் பெருமைப்படுகிறேன். விளம்பரத்துறை இனிமையாகவும் கவர்ச்சியுடனும் சைரன் கன்னியர்களைப்போல் என்னை ஈர்த்தது. ஆனால் சைரன்களின் பாட்டைக் கேட்டுக் கவரப்படாமலிருக்கத் தன்னைக் கப்பல் கம்பத்துடன் இறுகக் கட்டிக்கொண்டு எப்படியோ தன் வழியில் சென்ற யுலிசிஸை நான் நினைத்துக் கொண்டேன்.

இருந்தாலும் விளம்பரத்துறை எனக்கு ஒழுங்கைக் கற்றுத்தந்தது. எந்த வேலையைக் கொடுத்தாலும் எப்படிச் செய்வது என்று போதித்தது. அந்த நாட்கள் முதலாக நான், எனக்கெனக் கலைஞனுக்குரிய மனப்பான்மையின் சுகபோகங்களை (அவற்றில்

பெரும்பாலானவற்றை)த் தவிர்த்து நான் செய்யவேண்டிய ஒரு கடமையாகவே என் எழுத்தைக் கருதிவந்திருக்கிறேன். ஓகில்வியின் மேஜையில் அமர்ந்திருக்கும்போதுதான் என் புதிய நாவலை என்னவென்று அழைப்பது என்பது பற்றி முடிவுசெய்யவில்லை என்பதையும் உணர்ந்தேன். புதிய கிரீம்கேக்குகள் ("நாட்டி பட் நைஸ்"), ஏரோ சாக்கலேட் பார்கள் ("இர்ரெசிஸ்டிபிள்"), டெய்லி மிரர் செய்தித்தாள் ("நாளைக்கு மிரரைப் பாருங்கள் - பார்ப்பவற்றை நீங்கள் விரும்புவீர்கள்") போன்ற முக்கிய விளம்பர உருவாக்க வேலைகளிலிருந்து இந்தப் பிரச்சினையைத் தீர்க்கப் பலமணி நேரங்கள் எடுத்துக்கொண்டேன். இறுதியில் எனக்கு இரண்டு தலைப்புகள் கிடைத்தன - சில்ட்ரன் ஆஃப் மிட்நைட், மிட்நைட்'ஸ் சில்ட்ரன் - இவற்றில் ஒன்றைத் தேர்ந்தெடுக்க என்னால் முடியவில்லை. அவற்றைத் திரும்பத்திரும்ப ஒன்றின்பின் ஒன்றாகத் தட்டச்சு செய்து கொண்டேயிருந்தேன் - பிறகு திடீரென, சில்ட்ரன் ஆஃப் மிட்நைட் என்பது ஓர் அற்பமான தலைப்பு, மிட்நைட்ஸ் சில்ட்ரன் என்பதுதான் சரியானது என்று எனக்குப் புலப் பட்டது. தலைப்பைத் தெரிந்துகொள்வதே புத்தகத்தை நன்றாகப் புரிந்துகொள்ளும் செயல்தான்; அதற்குப் பிறகு எழுதுவது எளிதாக - சற்றே எளிதாக ஆகியது.

இந்தியாவின் வாய்மொழிக் கதை மரபுக்கு நான் கடன்பட்டுள்ளதைப் பற்றி வேறிடத்தில் நான் எழுதியும் பேசியும் இருக்கிறேன். அதேபோல மிகப்பெரும் நாவலாசிரியர்களான ஜேன் ஆஸ்டினுக்கும் சார்லஸ் டிக்கன்ஸுக்கும். தங்கள் காலத்தின் சமூக மரபுகளுக்குக் கட்டுப்பட்டுக் கூண்டில் அடைந்திருந்த நுண்ணறிவுமிக்க பெண்களைப் படைத்ததற்காக ஜேன் ஆஸ்டினுக்கு; அப்பெண்களுக்குச் சமமான இந்தியப் பெண்களை நான் நன்கு அறிவேன்; மிகப்பெரிய, அழுகிய, பம்பாய் போன்ற நகரத்தைப் படைத்ததற்காக டிக்கன்ஸுக்கு. கூர்மையாக நோக்கி உருவாக்கிய, ஏறத்தாழ மீயதார்த்தப் பின்னணியில் வாழ்க்கையைவிடப் பெரிதான, கதைமாந்தர்களை வேரூன்ற வைத்து சர்ரியலிசப் படிமங்களையும் உருவாக்கினார் அவர். அதிலிருந்து அவருடைய படைப்பின் நகைச்சுவையான மற்றும் அதீதப் புனைவான கூறுகள் தன்னியலாக எழுவதாகத் தோன்றின. அவை நிஜஉலகத்தை தீவிரப்படுத்திக்காட்டுவன வாக இருந்தனவே ஒழியத் தப்பித்தல்களாக இல்லை. இந்திய மொழிகளின் லயமும் சிந்தனைப் பாணிகளும் இடம்பெறுகின்ற, ஹிங்லீஷ் (ஹிந்தி+இங்லீஷ்) மற்றும் பம்பையாவின் (பம்பாயின்

பலமொழிக்கூட்டான தெருமொழி) தனித்துவங்களும் கலந்த ஒரு தனித்த இலக்கிய மொழிவகையை உருவாக்குவதில் எனக்குள்ள ஆர்வத்தைப் பற்றியும் நான் போதுமான அளவு பேசியிருக்கிறேன். ஞாபகத்தின் விடுபடல்கள், தடுமாற்றங்கள் பற்றி இந்த நாவலின் அக்கறையும் அநேகமாக வாசகருக்குப் புரியும். என் புனைகதை மாந்தர்கள் உருவாகக் காரணமாக இருந்த - என் குடும்பத்தினர், என் ஆயா மிஸ் மேரி மெனஜிஸ், எனது சிறுவயது நண்பர்கள் ஆகிய அசலான மனிதர்களுக்கு நன்றி தெரிவிக்கவும் இதுதான் சரியான தருணம் என்று நினைக்கிறேன்.

அகமது சினாய் பாத்திரத்தைப் பற்றி என் தந்தைக்கு ஏற்பட்ட அளவிறந்த கோபத்தினால் என்னிடம் பலமாதங்கள் பேசாமல் இருந்தார்; பிறகு என்னை 'மன்னித்துவிட' முடிவுசெய்தார். அந்த முடிவுகொடுத்த தொல்லையினால் நான் மேலும் பல மாதங்களுக்கு அவரிடம் பேச மறுத்துவிட்டேன். இந்தப் புத்தகத்திற்கு என் தாயின் எதிர் வினை பற்றி நான் அதிக கவலைப்பட்டேன், ஆனால் அவள் உடனே இது ஒரு கதைதான் என்பதைப் புரிந்துகொண்டாள். "சலீம் நீ அல்ல, ஆமினா நான் அல்ல, அவையெல்லாம் வெறும் பாத்திரங்கள்" என்று கூறி, என் தந்தையின் கேம்பிரிட்ஜ் பல்கலைக்கழக ஆங்கில இலக்கியப் படிப்பைவிட, அவளுடைய உலகியலறிவுசார்ந்த மூளையே மிகப்பெரிய பயனுள்ளது என்று காட்டிவிட்டாள். என் சகோதரி சமீனும் என் கச்சாப்பொருளைப் பயன்படுத்தியவிதம் பற்றி - அந்தக் கச்சாப்பொருளில் சிற்றளவு அவளும் உண்டு - சிறுபெண்ணாக நாவலில் பித்தளைக்குரங்கு என்று குறிப்பிடப்படுகிறாள் - மகிழ்ச்சியடைந்தாள். எனது இளம்பருவ நண்பர்கள், பள்ளித்தோழர்களின் - ஆரிஃப் தாயாபலி, தாரப், ஃபுட்லி தல்யார்கான், கீத் ஸ்டீவன்சன், பெர்சி கராஞ்சியா போன்றோரின் எதிர்வினை எனக்கு உறுதியாகத் தெரியவில்லை, ஆனால் அவர்களின் துண்டு துணுக்குகளை (அவற்றில் மிகச் சிறந்தவற்றை மட்டுமே அல்ல) நான் சன்னி இப்ராஹீம், ஐஸ்லைஸ், ஹேராயில், ஃபேட் பெர்ஸ், க்ளாண்டி கீத் ஆகியோரின் பாத்திரங்களில்) பயன்படுத்திக் கொள்ளத் தந்ததற்காக அவர்களுக்கு நன்றி சொல்லவேண்டும். நான் முதன்முதலில் முத்தம் கொடுத்த பெண்ணான பெவர்லி பர்ன்ஸிலிருந்து பிறந்த பாத்திரம் எவீ பர்ன்ஸ்: நிஜமான பெவர்லி சைக்கிள்ராணி அல்ல, அவள் ஆஸ்திரேலியாவுக்குத் திரும்பிய பிறகு அவளிடம் தொடர்பு விட்டுப் போய்விட்டது. நீச்சல் சாம்பியனான மாஷா மியோவிக் நிஜவாழ்க்கை அலெங்கா மியோவிக்கிற்குச் சற்றே கடன்பட்டவள்,

ஆனால் ஓரிரு வருஷங்களுக்கு முன்னால் மிட்நைட்ஸ் சில்ட்ரனைப் பற்றி செர்பியாவிலிருந்த அலெங்காவின் தந்தை எனக்குக் கடிதம் எழுதினார். அதில் அவர் தன் மகள் இளம்பருவத்தில் பம்பாயில் என்னைச் சந்தித்ததாகவே அவளுக்கு ஞாபகம் இல்லை என்று என்னை நொறுக்குகின்ற விதத்தில் எழுதியிருந்தார். இப்படித்தான் நடக்கிறது. நேசிக்கப்படுகின்றவர் களுக்கும் நேசிப்பவர்களுக்கும் இடையில் விழுகிறது நிழல்.

என் இரண்டாம் தாயான மேரி மெனஜிஸைப் பொறுத்தவரை, புரட்சிகர நர்சிங் ஹோம் பணியாளனை அவள் நேசிக்கவும் இல்லை, பிறக்கும்போது குழந்தைகளை மாற்றவும் இல்லை. அவள் நூறு வயதுவரை வாழ்ந்தாள், திருமணம் செய்துகொள்ளவில்லை, என்னைத் தன் மகனாகவே பாவித்தவள். ஏழெட்டு மொழிகள் பேசினாலும் அவள் படிப்பறிவற்றவள். எனவே அவள் இந்த நாவலைப் படிக்கவில்லை. ஆனால் பம்பாயில் 1982ஆம் ஆண்டு ஒரு நாள் மாலையில், இந்த நாவலின் வெற்றியைப் பற்றி அவள் எவ்வளவு பெருமிதம் கொண்டாள் என்பதைத் தெரிவித்தாள். அவளுடைய கதாபாத்திரத்தை நான் செய்ய வைத்தவற்றில் அவளுக்கு எதுவும் ஆட்சேபணை உண்டா என்பதை அவள் எனக்குத் தெரிவிக்கவில்லை.

1979இன் மத்தியில் நான் மிட்நைட்ஸ் சில்ட்ரன் நாவலின் இறுதிக்கு வந்தேன். அதை ஜானதன் கேப்பில் எனது நண்பரும் பதிப்பாளருமான லிஸ் கால்டருக்கு அனுப்பினேன். முதல் வாசகரின் கருத்தே சுருக்கமாகவும் தடுக்கும்முறையில் எதிர்மறையாகவும் இருந்ததாகப் பின்னால் தெரிந்துகொண்டேன். “ஆசிரியர் நாவல் வடிவத்தில் தேர்ச்சி பெறும்வரையில் சிறுகதைகளில் கவனம் செலுத்தவேண்டும்”. லிஸ் இரண்டாம் வாசகர் கருத்தைக் கேட்டார். இந்தச் சமயம் எனக்கு அதிர்ஷ்டம் வாய்த்தது. ஏனென்றால், இரண்டாம் வாசகரான சூசன்னா கிளாப், உற்சாகமிக்கவராக இருந்தார். அவருக்குப் பின்னால், மற்றொரு புகழ்பெற்ற வெளியீட்டாளர், பதிப்பாளர், கேதரின் கார்வரின் பாராட்டு. லிஸ் புத்தகத்தை வாங்கிக்கொண்டார், கொஞ்சம் பின்னர், ஆல்ஃபிரட் நாஃப்பைச் சேர்ந்த பாப் காட்லீப். நான் எனது பகுதிநேர விளம்பரப்படி எழுதும் வேலையை விட்டேன். (நான் ஓகில்வி மற்றும் மேதரிலிருந்து மற்றொரு முகமையான ஆயர் பார்க்கர் ஹெஜிமன்னுக்கு மாறிவிட்டிருந்தேன்.) நான் படைப்பாக்க இயக்குநரிடம் எனது இராஜிநாமாவை நீட்டியபோது, அவர், “ஓ! உங்களுக்குச் சம்பள உயர்வு வேண்டுமா?” என்றார். இல்லை

என்று, நிறுவனத்தைவிட்டுச் சென்று முழுநேர எழுத்தாளனாகப் போவதற்கு அறிவிப்புத் தர விரும்புவதாகக் கூறினேன். "அப்படியா" என்றார், "உங்களுக்கு மிகப்பெரிய உயர்வு தேவை". ஆனால் நள்ளிரவின் குழந்தைகள் புக்கர் பரிசை வென்ற இரவு, அவர் எனக்குப் பாராட்டுத் தந்தி ஒன்றை அனுப்பினார். "நமக்குள் ஒருவர் வென்றுவிட்டோம்" என்றது அது.

லிஸ் கால்டருடைய செம்மையாக்கம், குறைந்தபட்சம் நான் இரண்டு தவறுகளைச் செய்வதிலிருந்து காப்பாற்றியது. நான் முதலில் தந்த கையெழுத்துப் பிரதியில், இரண்டாவது 'கேட்பாளர்' பாத்திரம் ஒன்றும் இருந்தது. கதையில் நேரடியாக இடம்பெறாத பெண் இதழியலாளர் ஒருவருக்கு சலீம் தனது வாழ்க்கைக் கதை எழுதிய பக்கங்களை அனுப்புகிறான். அதேசமயம், அதை "வலிமைமிக்க ஊறுகாய்ப் பெண்" பத்மாவுக்கும் படித்துக் காட்டுகிறான். கேப்பில் இருந்த வாசகர்கள் எல்லாருமே முந்தைய பாத்திரம் மிகை என்று ஒப்புக்கொண்டார்கள். நான் அவர்களது அறிவுரையை ஏற்றுக்கொண்டதில் மிகவும் மகிழ்ச்சியடைகிறேன். காலம் கையாளுவதில் ஒரு முடிச்சை அவிழ்க்கவும் லிஸ் உதவி செய்தார். முதலில் தந்த கதையில் கதை 1965இன் இந்திய - பாகிஸ்தான் போரிலிருந்து பங்காள தேசப் போரின் இறுதிக்குத் தாவிவிட்டது. பிறகு அப்போரில் சலீமின் கதையைச் சொல்லும் விதமாகப் பின்னோக்கிச்சென்றது. பாகிஸ்தான் இராணுவம் வருமிடத்திற்குச் சென்று, பிறகு முன்னோக்கிச் சென்றது. இந்த இடத்தில் மிக அதிகமாகக் காலத் தாவல்கள் இருக்கின்றன என்று லிஸ் கருதினார். அதனால் வாசகர்களின் கவனம் சிதறும் வாய்ப்பு ஏற்பட்டது. நான் காலவரிசைப்படி கதையை அமைத்துத் தருவதாக ஒப்புக்கொண்டேன். பிறகு அவ்வாறு மாற்றியதில் மிகப்பெரும் ஆறுதலே அடைந்தேன். மிகப்பெரிய பதிப்பிக்கும் செம்மையாளர் ஒருவரின் பங்கு அவருடைய தன்னடக்கத்தினால் மறைந்துபோகிறது. லிஸ் கால்டர் இல்லாதிருந்தால் நள்ளிரவின் குழந்தைகள் நாவல், அது இப்போதிருப்பதைவிடச் சிறிது செம்மைக் குறைவாகத்தான் இருந்திருக்கும்.

நாவலின் வெளியீடு, தொடர்ந்த பல தொழில்சார் வேலைநிறுத்தங்களால் தாமதப்பட்டது. இறுதியில் அது லண்டனில் 1981 ஏப்ரல் தொடக்கத்தில் வெளியானது. அதைக் கொண்டாட, ஏப்ரல் 6ஆம்நாள் என் முதல் மனைவி கிளாரிஸ்ஸா லுவார்டும் நானும் கோவண்ட் கார்டன், லாங்லி கோர்ட்டில் உள்ள என் நண்பர் டோனி ஸ்டோக்கின் சிறிய கலைக்காட்சிக்கூடத்தில் ஒரு

விருந்து வைத்தோம். நான் முதலில் பெற்ற நாவலின் பிரதிக்குள் செருகிவைக்கப்பட்ட அந்த அழைப்பு இப்போதும் இருக்கிறது. அப்போது எல்லாவற்றிற்கும் மேலாக மிகப் பெரிய ஆறுதல் அடைந்தது நினை விருக்கிறது. புத்தகத்தை முடித்தபோது, ஏதோ நல்லதாக எழுதிவிட்டேன் என்ற நினைப்பும் ஆனால் அதை வேறெவரும் ஒப்புக்கொள்வார்களா என்ற சந்தேகமும் எனக்கிருந்தது. பொதுவாக இந்தப் புத்தகம் விரும்பப்படாவிட்டால், எனக்கு நல்ல புத்தகம் என்றால் என்ன என்று தெரியாது என்று அர்த்தப்படும் என்றும், அதன்பிறகு புத்தகம் எழுதுவதில் நேரத்தை வீணாக்கக்கூடாது என்றும் எனக்குள் சொல்லிக் கொண்டேன். இவ்வாறு நாவலின் ஏற்பு பற்றிப் பெரிய கவலை இருந்தது. அதிர்ஷ்ட வசமாக, இதைப்பற்றிய மதிப்புரைகள் நன்றாகவே இருந்தன; எனவேதான் அந்த வசந்த கால இரவில் கோவண்ட் கார்டனில் அந்த உற்சாகம்.

மேற்கில் நள்ளிரவின் பிள்ளைகளை மக்கள் ஒரு அதீதப் புனைவாக வாசித்தார்கள். ஆனால் இந்தியாவில் மக்கள் அதை யதார்த்தமாகவே - ஒரு வரலாறு போலக் கருதினார்கள். (1982இல் இந்தியாவில் நான் விரிவுரை ஆற்றிவந்தபோது, ஒரு வாசகர் என்னிடம், "உங்கள் புத்தகத்தை நான் எழுதியிருக்கக் கூடும்" என்றார். "எனக்கு இந்த விஷயங்கள் பூராவும் தெரியும்".) ஆனால் எல்லா இடங்களிலும் அது ஆச்சரியகரமாக நன்கு விரும்பப்பட்டது, அதன் ஆசிரியரின் வாழ்க்கையையும் மாற்றிவிட்டது. ஆனால் இதைப்பற்றிக் கவலைப்படாத ஒரு வாசகர் திருமதி இந்திரா காந்தி. 1984இல் - நாவல் வெளியாகி மூன்று ஆண்டுகள் கழித்து - இப்போது அவர் மறுபடியும் பிரதமராக இருந்தார் - இந்த நாவலில் ஒரு வாக்கியம் அவரை இழிவுபடுத்தியதாக இதற்கு எதிரான ஒரு நடவடிக்கையில் ஈடுபட்டார். அவ்வாக்கியம் 28ஆம் அத்தியாயமான 'ஒரு திருமணம்' என்பதில் கடைசிக்கு முந்திய பாராவில் இடம்பெறுகிறது. அந்தப் பாராவில் சலீம் திருமதி காந்தியின் வாழ்க்கையைச் சுருக்கமாகச் சொல்கிறான்: "திருமதி காந்தி தன்னுடைய புறக்கணிப்பினால் தன் தந்தையின் இறப்புக்குக் காரணமாக இருந்தார் என்று அவருடைய இளைய மகன் சஞ்சய் அவரைக் குற்றம் சாட்டினார் என்று அடிக்கடி சொல்லப்படுகிறது; இதனால் இந்திராவின்மீது உடைக்கமுடியாத ஒரு பிடிமானம் அவருக்கு இருந்தது; எனவே அவர் கேட்கும் எதையும் மறுக்கமுடியாத நிலையில் திருமதி காந்தி இருந்தார்". சாதாரண விஷயம்தான்; ஒரு தடித்த தோல்கொண்ட அரசியல்வாதி ஒரு

நாவலாசிரியர் மீது வழக்குத் தொடரும் தகுதிகொண்ட விஷயமல்ல இது என்று நீங்கள் நினைக்கலாம், அவசரநிலையின்போது நடந்த பல குற்றங்களுக்குக் காரணமாக இந்திராவைத் தோலுரித்துக்காட்டுகின்ற ஒரு புத்தகத்தில் இது தன் பக்கத்தை நியாயப்படுத்துவதற்கான ஒரு விசித்திரமான தேர்வு என்றுதான் சொல்லவேண்டும். அந்தக் காலத்தில் இந்தியாவில் மிகப்பலமுறை சொல்லப்பட்ட கூற்று இது. அச்சிலும் அடிக்கடி இந்தியச் செய்தித்தாள்களில் வெளிவந்தது. அவர் தன்னை இழிவுபடுத்துவதாக வழக்குத் தொடர்ந்தபிறகு ஒரு முதல்பக்கத் தலைப்புச் செய்தி, "திருமதி காந்தி பயப்படுகின்ற வாக்கியம்" என்றது. இருந்தாலும் அவர் பிற எவர்மீதும் வழக்குத் தொடரவில்லை.

புத்தகத்தை வெளியிடுவதற்கு முன்பு கேப்பின் வழக்கறிஞர்கள் இந்திரா காந்தியைப் பற்றிய எனது விமரிசனங்களைப் பற்றிக் கவலைப்பட்டனர். நான் கூறிய விஷயங்களுக்கு ஆதரவான சான்றுகளைக் கொண்ட ஒரு கடிதத்தை அவர்களுக்கு எழுதுமாறு கேட்டுக்கொண்டனர். அந்தக் கடிதத்தில் நான் எழுதிய பகுதிகளை - ஒரே ஒரு வாக்கியம் தவிர - அவர்களுக்குத் திருப்தி ஏற்படுமாறு நான் நியாயப்படுத்திவிட்டேன். அந்த வாக்கியத்தை நிரூபிப்பது கடினம் என்று கூறினேன். காரணம், "அது மூன்று பேரைப்பற்றியது; அதில் இருவர் இறந்துவிட்டார்கள், ஒருவர் நம்மீது வழக்குத் தொடுப்பவர்". மேலும் "அது தெளிவாகவே வதந்தி என்பதை நான் அந்த வாக்கியத்தில் சொல்லியிருக்கிறேன். அது ஏற்கெனவே அச்சில் வந்துவிட்டதால், நம்மீது தவறு இல்லை" என்றேன். வழக்கறிஞர்கள் ஒப்புக்கொண்டார்கள்; அப்புறம், மூன்று ஆண்டுகள் கழித்து அந்த ஒரு வாக்கியம் - நாவலின் அக்கிலீஸ் குதிகால் (பலவீனப்பகுதி) - அதைத்தான் திருமதி காந்தி தன் ஆயுதமாக எடுத்துக்கொண்டார். என் பார்வையில், இது ஒரு தற்செயல்நிகழ்வு அல்ல.

இந்த வழக்கு நீதிமன்றத்திற்கு வரவில்லை. இழிவுபடுத்தல் வழக்கு என்பது மிகவும் நுட்பமான ஒன்று. இழிவுபடுத்தும் வதந்தியை மறுபடியும் ஒருவர் எடுத்துரைப்பது, தானே இழிவுபடுத்துவதாகும். எனவே தொழில்நுட்பரீதியாக நாங்கள் தவறுசெய்தவர்கள் ஆனோம். திருமதி காந்தி நஷ்டஈடு எதையும் கேட்கவில்லை; புத்தகத்தின் எதிர்காலப் பதிப்புகளில் அந்த வாக்கியம் வரக்கூடாது என்று மட்டுமே கூறினார். எங்களுடைய ஒரே தற்காப்பு மிக அபாயமான ஒரு வழி - "அவசரநிலைக் காலத்தில் இந்திரா காந்தியின் செய்த செயல்கள் மிகக் கொடியவை, எனவே அவரைப் பண்புள்ள ஒரு மனிதராகக் கருதமுடியாது, எனவே அவரை இழிவுபடுத்த இயலாது"

என்று நாங்கள் வாதிடவேண்டும் - வேறு வார்த்தைகளில் கூறினால், அவருடைய தவறான செயல்களுக்காக நாங்கள் அவர்மீது விசாரணை நடத்தவேண்டும். ஆனால் இறுதியில், ஒரு வேளை, பிரிட்டிஷ் நீதிமன்றம் இந்தியாவின் பிரதமர் நன்னடத்தையுள்ள ஒரு பெண் அல்ல என்பதை ஏற்க மறுத்துவிட்டால், இதை இன்னும் விளக்கவே தேவையில்லை - நாங்கள்தான் அரசாங்கரீதியாக நெருக்கடிக்கு உள்ளாவோம். எனவே இந்த வழிமுறையை கேப் ஏற்க மறுத்ததில் ஆச்சரியமில்லை. இந்தப் புத்தகத்தில் இந்திரா காந்தியின் புகார் இந்த ஒரே வாக்கியம்தான் என்பதை அவரே விரும்பி ஒப்புக்கொண்டது தெளிவு என்பதால், நான் இந்த விஷயத்தை அவரை அமைதிப்படுத்த ஒப்புக்கொண்டேன். நள்ளிரவின் குழந்தைகள் நூலின் அவசரநிலைக்கால அத்தியாயங்கள் எடுத்துரைப்பதையெல்லாம் நோக்கினால், இந்திரா காந்தி செய்தது ஓர் ஆச்சரியகரமான ஒப்புக் கொள்ளல்தான். இப்படி ஒப்புக்கொள்ள அவர் தயாராயிருந்தது அவசரநிலைக்கால ஆண்டுகளைப் பற்றிய என் வருணனைக்கு ஓர் அசாதாரணமான மெய்ப்பித்தல் என்று நினைத்தேன். இந்தியாவில் இப்படி விஷயத்தை முடித்தது பிரதமருக்கு ஆதரவு அளிப்பதாக இல்லை. ஆச்சரியகரமாக, சில குறுகிய வாரங்களில் அவர் இறந்து போனார் - *1984* அக்டோபர் *31* அன்று அவருடைய சீக்கிய மெய்க்காப்பாளர்களால் கொலைசெய்யப்பட்டார். “இந்தியாவை நேசிக்கும் நாம் அனைவரும்,” நான் ஒரு செய்தித்தாள் கட்டுரையில் எழுதினேன், “இன்று துக்கத்தில் ஆழ்ந்திருக்கிறோம்.” எங்க ளிடையே கருத்துவேறுபாடுகள் இருக்கலாம், ஆனால் நான் எழுதிய ஒவ்வொரு வார்த்தையும் நிஜம்.

இது இப்போது பழங்கதை. அதை நான் மறுபடி இங்குச் சொல்ல ஒரு காரணம், சமகால அரசியலில் அந்தக் கணத்துச் சூடான விஷயங்களை நாவலில் சேர்ப்பது அபாயமானது என்று நான் தொடக்கத்திலிருந்தே கவலைப்பட்டேன்: அபாயம் என்னும் போது நான் குறிப்பிடுவது இலக்கிய அபாயத்தைத்தான், சட்ட அபாயத்தை அல்ல. திருமதி காந்தி மற்றும் அவசரநிலை பற்றிய விஷயம் ஒருநாள், சமகாலத்தன்மை இழந்துவிடும் என்பதையும், அது எவரையும் துன்புறுத்தாது என்பதையும் நான் அறிவேன். அந்தக் கணத்தில் - நான் எனக்குள் சொல்லிக்கொண்டேன் - என் நாவல் ஒன்று, தகுதியிழந்துபோகும் - ஏனென்றால் அப்போது அது விவாதத்தன்மையின் பலம் இழந்து போகும் - அல்லது அது மேலும் தகுதிபெறும் - ஏனென்றால், செய்தியின் முக்கியத்துவம் குறைந்தபிறகு இலக்கியத்தின் கட்டமைப்பு தனித்து நிற்கும்,

மேலும் ஒரு வேளை, அது பாராட்டப்படவும் கூடும். தெளிவாகவே, பின்னதுதான் நடக்கும் என்பதில் நான் நம்பிக்கையோடிருந்தேன் - என்றாலும் உறுதியாகச் சொல்ல வழியில்லை. வெளிவந்து இருபத்தைந்து ஆண்டுகள் கழித்தும் நள்ளிரவின் குழந்தைகள் ஆர்வமாகப் படிக்கப்படுகிறது என்பது, எனவே, ஆறுதல் தருகின்ற ஒன்று.

1981இல் மார்கரெட் தாட்சர் பிரிட்டிஷ் பிரதமராக இருந்தார். ஈரானிலிருந்த அமெரிக்கப் பிணையாளிகள் விடுவிக்கப்பட்டார்கள், குடியரசுத் தலைவர் ரீகன் சுடப்பட்டு காயமாக இருந்தார், பிக்காஸோவின் கெர்னிகா ஓவியம் மீண்டும் ஸ்பெயினுக்குச் சென்றது, எகிப்திய ஜனாதிபதி சாதாத் கொலை செய்யப்பட்டார். வி.எஸ். நாய்பால், 'அமங் தி பிலீவர்ஸ்', ராபர்ட் ஸ்டோன் 'எ ஃப்ளாக் ஃபார் சன்ரைஸ்', ஜான் அப்டைக் 'ரேபிட் இஸ் ரிச்' எழுதிய ஆண்டு அது. எல்லா நாவல்களையும் போலவே நள்ளிரவின் பிள்ளைகளும் வரலாற்றில் அந்தக் கட்டத்தின் விளைபொருள். அதன் ஆசிரியரே முற்றிலும் அறியமுடியாதபடி மேலும் காலத்தினால் சீராக்கி உருவாக்கப்படும் பொருளும் கூட. இத்தனை வேறுபட்ட காலத்திலும் இது படிக்கப்படத்தக்க ஒரு நூலாகத் தோன்றுகிறது என்பதில் நான் மகிழ்ச்சியடைகிறேன். இன்னும் ஓரிரு தலைமுறைகளின் சோதனைகளிலும் வெற்றிபெற்றால், இது நிலைத்துவிடும். அதைப் பார்க்க நான் இருக்கமாட்டேன். ஆனால் முதல் தடையை அது தாண்டியதைப் பார்த்ததில் மகிழ்ச்சியடைகிறேன்.

டிசம்பர் 25, 2005   சல்மான் ருஷ்தீ
லண்டன்.

நள்ளிரவின் குழந்தைகள்

முதல் புத்தகம்

ஓட்டையிட்ட படுதா

நான் பம்பாய் நகரத்தில் பிறந்தேன்... ஒரு காலத்தில். இல்லை இல்லை, தேதியைச் சொல்லாமல் விடமுடியாது: டாக்டர் நர்லீகரின் மருத்துவமனையில் 1947 ஆகஸ்டு பதினைந்தாம் தேதி பிறந்தேன். நேரம்? அதுவும் முக்கியம்தான். சரி, இரவில். இன்னும் துல்லியமாகச் சொல்வது முக்கியம்... சரியாக இரவு பன்னிரண்டு அடிக்கும் போது. நான் பிறந்தபோது என்னை வணங்குவதுபோல கடிகார முட்கள் ஒன்றாகச் சேர்ந்து கைகுவித்தன. அடச் சொல்லிவிடப்பா, சொல்லிவிடு. இந்தியாவுக்குச் சரியாகச் சுதந்திரம் வரும் வேளையில் நான் உலகத்தில் வந்து விழுந்தேன். சில மூச்சுத் திணறல்கள். ஜன்னலுக்கு வெளியே, வாணவேடிக்கையும் கும்பல்களும். சில கணங்களிலே என் தகப்பனார் கால்பெருவிரலை முறித்துக்கொண்டார். ஆனால் அந்த நள்ளிரவிலே எனக்கு நடந்ததோடு ஒப்பிட்டால் இந்த விபத்து ஒன்றும் பிரமாதமில்லை. முகஸ்துதியோடு என்னை வணங்கிய அந்த இரகசியக் கொடுங்கோன்மை கடிகாரங்களுக்கு நன்றி - நான் வரலாற்றுடன் மாயமான முறையில் விலங்கிடப்பட்டு விட்டேன், என் நாட்டு விதியுடன் என் விதி அழிக்கமுடியாதவிதத்தில் பிணைக்கப்பட்டு விட்டது. அடுத்த முப்பதாண்டுகளுக்கு இந்த விதியிலிருந்து தப்பித்தல் இல்லை. நிமித்திகர்கள் என்னைப் பற்றி முன்னறிவித்தார்கள், செய்தித்தாள்கள் என் வரவைக் கொண்டாடின, அரசியல்வாதிகள் நான் பிறந்த நேரத்தைச் சரிபார்த்துக்கொண்டனர். இந்த விஷயத்தில் சொல்வதற்கு ஒன்றுமில்லாமல் நான் விடப்பட்டேன். நான் சலீம் சினாய். பின்னால் என்னைச் சளிமூக்கன், கறைமூஞ்சி, வழுக்கை, மோப்பநாய், கிழவன், ஏன் - நிலாத்துண்டு என்று கூட அழைத்தார்கள். விதியில் ஆழமாகச் சிக்கிக் கொண்டவன் நான். நல்ல நாட்களில், மிக அபாயமானதொரு

ஒன்றிணைப்பு. என் மூக்கைத் துடைத்துக்கொள்ளக்கூட அப்போது முடியவில்லை.

இப்போது நேரம் (எனக்கு இனிமேல் அதனால் பயனில்லை) வேகமாகக் கழிந்து கொண்டிருக்கிறது. நொறுங்கிக்கொண்டிருக்கின்ற, அதிகமாகப் பயன்படுத்திய, என் உடல் ஒருவேளை அனுமதி அளித்தால் எனக்கு விரைவில் முப்பத்தொரு வயதாகிவிடும். ஆனால் என் உயிரைக் காப்பாற்றிக்கொள்ளும் நம்பிக்கை எனக்கில்லை. இன்னும் ஆயிரத்தொரு இரவு என்னால் இருக்கவும் முடியாது. அர்த்தபூர்வமாக - ஆமாம், அர்த்தத்தோடுதான் - ஏதாவதொன்றைச் சொல்லவேண்டுமானால், நான் ஷாராஜாதை விட வேகமாக வேலைசெய்தாக வேண்டும் என்று ஒப்புக்கொள்கிறேன் - எல்லாவற்றையும்விட, அபத்தத்திற்கு நான் பயப்படுகிறேன்.

ஆனால் சொல்வதற்கு நிறையக் கதைகள் இருக்கின்றன. மிகப்பல. அவ்வளவு ஒன்றாக இணைந்துவிட்ட வாழ்க்கைகள், சம்பவங்கள், அற்புதங்கள், இடங்கள், வதந்திகள், சாத்தியமற்றதும், மிகச்சாதாரணமானதும் அவ்வளவு அடர்த்தியாகக் கலந்துவிட்டன! நான் உயிர்களை விழுங்குபவனாக இருந்துவந்திருக்கிறேன். என்னை அறிந்துகொள்ள, என்னில் ஒன்றாக இருக்க, நீங்களும் அவற்றையெல்லாம் விழுங்கியாக வேண்டும். விழுங்கப்பட்டவை எல்லாம் என்னுள் நெருக்கியடித்துக்கொண்டு புறப்படுகின்றன. மத்தியில் சுமாராக ஒரு ஏழங்குல விட்டம்கொண்ட வட்டம் வெட்டப்பட்ட ஒரு பெரிய வெள்ளைப் படுதாவின் ஞாபகத்தினால் மட்டுமே வழிகாட்டப்பட்டவனாக, ஓட்டையுடைய, சிதைக்கப்பட்ட, அந்தச் சதுர லினன் படுதாவைப் பிடித்துக்கொண்டு - அதுதான் எனக்குக் "கதவைத்திற சீசேம்" - என் வாழ்க்கை நிஜமாகவே தொடங்கிய இடத்திலிருந்து - வெளிப்படையாகவே, இப்போதுபோலவே, எனது கடிகார வழிப்பட்ட, குற்றக் கறைபடிந்த பிறப்பிலிருந்து நான் என் வாழ்க்கையைப் புத்தாக்கம் செய்ய வேண்டும்.

(அந்த படுதாவும், பழைய மூன்று இரத்தத்துளிகளின் மங்கிய சிவப்பினால், கறைபட்டிருக்கிறதுதான். "உன்னைப் படைத்தவர் இரத்தக்கட்டிகளிலிருந்துதானே மனிதனை உருவாக்கினார், அந்தப் படைத்த இறைவனின் பெயரிலிருந்து சொல்வாயாக" என்று தானே குரான் நமக்குச் சொல்கிறது.)

1915இல் முன்இளவேனிற் காலத்தின் ஒரு காஷ்மீரக் காலையில் எனது தாத்தா ஆதம் அசீஸ், தொழுகைசெய்ய முற்பட்டபோது, உறைபனி மூடிய மண்மேட்டில், அவரது மூக்கு அடிபட்டது. இடது

மூக்குத் துளையிலிருந்து மூன்று துளி ரத்தம் வந்து, நொறுங்கக்கூடிய திடமான காற்றில் இறுகி, அவர் கண்முன் தொழுகை விரிப்பின்மீது பவளங்களாகமாறி விழுந்தது. ஒருபுறமாகத் தள்ளாடி, மறுபடியும் நேராகத் தலையை நிமிர்த்தியபோது, கண்ணில் வந்த நீரும் உறைந்துவிட்டதைக் கண்டார். தன் கண்ணீர் முத்துகளைப் புருவத்திலிருந்து துடைத்த அந்தக் கணத்தில், "இனிமேல் எந்தக் கடவுளுக்காகவும், மனிதனுக்காகவும் மண்ணை முத்தமிடுவதில்லை" என்று முடிவுசெய்தார். இந்த முடிவு, அவருக்குள் ஒரு ஓட்டையை - பெண்களுக்கும் வரலாற்றுக்கும் இடம் தரக்கூடிய ஒரு காலியிடத்தை உயிரான உள்ளறை ஒன்றில் - உருவாக்கிவிட்டது. சமீப காலத்தில்தான் அவர் மருத்துவப் பயிற்சியை முடித்திருந்தாலும் இதைப்பற்றி அவருக்கு ஒன்றும் தெரியவில்லை. அவர் எழுந்திருந்தார். தன் தொழுகை விரிப்பை ஒரு பெரிய சுருட்டுப்போல சுருட்டித் தன் வலது கக்கத்தில் வைத்துக்கொண்டு, அந்தச் சமவெளியைக் களங்கமற்ற கண்களால் பார்த்தார்.

உலகம் மறுபடியும் புதிதாகவே தோற்றமளித்தது. பனியின் ஓட்டிற்குள் தன் குளிர்கால உறக்கத்தை அது முடித்துக்கொண்டது. ஈரமாகவும் மஞ்சளாகவும் தன் அலகினால் அந்த ஓட்டை உடைத்துக்கொண்டு வெளியேவந்து பார்த்தது. பூமிக்குக் கீழாகவே இத்தனை நாள் காலத்தைத் தள்ளியிருந்தது புதிய புல். வருகின்ற கோடை காலத்திற்காக மலைகள் தங்கள் வாழிடங்களுக்கு விரட்டப்பட்டுவிட்டன. (குளிர் காலத்தில், சமவெளி முழுதும் பனிக்கட்டிக்குள் சுருங்கியபோது, ஏரிக்கரையிலிருந்த நகர்ப்புறத்தைச் சுற்றி மலைகள் கோபமுற்ற நாய்கள்போலச் சூழ்ந்துகொண்டு உறுமின.)

அந்தக்காலத்தில் வானொலிக்கோபுரம் கட்டப்படவில்லை. சங்கராச்சாரியரின் கோயில், காக்கிநிற மலைமீது சிறிய கருநிறப்புண் போலத் தெரிந்தது. ஸ்ரீநகரின் ஏரியின்மீதும் தெருக்களின்மீதும் இன்னமும் அதன் ஆதிக்கம் இருந்தது. அந்தக் காலத்தில் ஏரிக்கரையில் இராணுவ முகாம்கள் எதுவும் இல்லை. மறைப்பு வண்ணங்கள் கொண்ட நீண்ட இராணுவ ஜீப்புகளின், டிரக்குகளின் அணிவகுப்பு குறுகிய மலைப் பாதைகளை அடைத்துக்கொண்டிருக்கவில்லை. பாரமுல்லா, குல்மார்க் தாண்டி மலையுச்சிகளில் இராணுவ வீரர்கள் ஒளிந்துகொண்டிருக்கவில்லை. அந்தக் காலத்தில் பாலங்களைப் படம் எடுக்கின்ற பிரயாணிகளை உளவாளிகள் எனச் சந்தேகப்பட்டு யாரும் சுடவில்லை. அவ்வப்போதைய

வசந்தகாலப் புதுமைகள் இருந்தாலும், ஏரியில் ஆங்காங்கு தோற்றமளித்த ஆங்கிலேயர்களின் தனித்த படகுவீடுகளைத் தவிர, முகலாயர் காலத்திற்குப் பிறகு காஷ்மீர் சமவெளி பெரிய மாற்றம் எதையும் அடையவில்லை. ஆனால் என் தாத்தாவின் கண்கள் - அவருடைய மீதிஉடற்பகுதிகளைப் போல அவையும் இருபத்தைந்து வயதானவைதானே - வேறுவிதமாக விஷயங்களைப் பார்த்தன... அவருடைய மூக்கு அரிக்கத் தொடங்கியது.

என் தாத்தாவின் மாற்றம் கொண்ட பார்வையின் இரகசியத்தை வெளிப்படுத்தலாம்: அவர் ஐந்தாண்டுகள் - ஐந்து வசந்தகாலங்கள், வீட்டிற்கு வெளியே இருந்தவர். (தொழுகை விரிப்புக்குக் கீழிருந்த சிறு புல்தரை, அது தற்செயலாக அந்த விரிப்புக்குக் கீழே இருந்ததால் முக்கியத்துவம் பெற்றது என்றாலும், அடிப்படையில் அது ஒரு வினையூக்கிதான்.) பலநாடுகள் சுற்றிய கண்களால், இப்போது அவர் பார்த்தார். இராட்சஸப் பற்களால் சூழப்பட்ட சிறிய சமவெளியைக் காண்பதற்குப் பதிலாக அவர் அதன் குறுக்கத்தையும், தொட்டுவிடும் எல்லையில் அடிவானம் இருப்பதையும்தான் கண்டார். ஆகவே, வீட்டில் இருப்பதற்கும், இவ்வளவு நெருக்கமாகச் சூழப்பட்டிருப்பதற்கும் வருத்தம் கொண்டார். மேலும் அவருடைய படித்த, ஸ்டெதாஸ்கோப்புடன் கூடிய வருகைமீது அந்தப் பழைய இடம் விவரிக்க இயலாத வகையில் வெறுப்புக் கொண்டதாகவும் உணர்ந்தார். குளிர்காலப் பனிக்கட்டியின் கீழே, புறக்கணிப்புடன் கூடிய ஒதுங்கிச்செல்லல் இருப்பதாகப்பட்டது. இப்போது சந்தேகமேயில்லை. ஜெர்மனியில் அவர் வாழ்ந்த நாட்கள் அவரை ஒரு வெறுப்புமிக்க சூழலில் கொண்டுவந்து தள்ளிவிட்டன. பல ஆண்டுகள் கழித்து, அவருடைய இதயத்திலிருந்த ஓட்டை வெறுப்பால் அடைப்புற்றபோது, மலைக்கோயிலின் கருப்புக்கல் கடவுளுக்குத் தன்னை பலியிட்டுக்கொள்ள அவர் வந்தபோது, முயற்சிசெய்து, ‘சொர்க்கத்தில் தனது இளமைப் பருவத்தை’ நினைத்துப்பார்த்தார். பிரயாணத்திற்கு முன்பாக, புல்கற்றைகளுக்கு முன்பாக, இராணுவ டாங்கிகள் வந்து எல்லாவற்றையும் குழப்புவதற்கு முன்பாக, இருந்த நிலையை எண்ணிப்பார்த்தார்.

காலையில், சமவெளி, தொழுகைவிரிப்பென்னும் கையுறை அணிந்து அவர் மூக்கை உடைக்கும்வரை, அபத்தமான முறையில், எதுவும் மாறவில்லை என்பதாக நடித்துக்கொண்டிருந்தார். எனவே நாலேகால் மணியின் கடுங்குளிரில் அவர் எழுந்து, குறித்த நியதியின்படி குளித்துவிட்டு, உடையணிந்து, தன் தந்தையின் அஸ்ட்ரகான் குல்லாயையும் அணிந்துகொண்டார்; பிறகு தங்கள்

பழைய இருண்ட வீட்டின் முன்னால் இருந்த ஏரிக்கருகிலான தோட்டத்திற்குச் சுருட்டிய தொழுகைவிரிப்புடன் சென்றார். காத்திருந்த புல்கற்றையின் மீது அதனை விரித்தார். அவர் காலின்கீழ் ஏமாற்றுகின்ற முறையில் தரை மிக மென்மையாக இருப்பதுபோல் காட்டியது. அது அவருக்குள் ஒரே சமயத்தில் நிச்சயமற்ற தன்மையையும், ஏதோ ஆபத்து இருப்பதென்பதை அறியாதிருப்பதான நிலையையும் காட்டியது. "இரக்கமிக்க, கருணைமிக்க இறைவனின் பெயரால்..." முகப்புரையைப் புத்தகத்திலிருந்து படிப்பதுபோல, கூப்பிய கைகளுடன் தொடங்கினார். இது அவருள் ஒரு பகுதியின் கவலையைக் குறைத்தது; ஆனால் அவருள் மீதியிருந்த பெரும்பகுதியினை அமைதியற்றதாக்கியது - "எல்லாவற்றையும் படைத்த அல்லாவுக்கே எல்லாப்புகழும்..." - இப்போது ஹைடல் பெர்க் அவர் தலைக்குள் படையெடுத்தது. அங்குதான் இன்கிரிட்டின், அவருடைய இன்கிரிட்டின் முகம், மெக்காவை நோக்கிய அவருடைய இந்தக் கிளிப்பிள்ளைச் சொற்களுக்காகச் சுளித்தது: அங்குதான், அவருடைய நண்பர்கள் ஆஸ்கார், இல்சே லூபின் என்னும் அராஜகவாதிகள், தங்கள் எதிர்க் கருத்தியல்களால் அவருடைய தொழுகையைக் கேலிசெய்தார்கள்... - "இரக்கமிக்க, கருணைமிகுந்த கடைசித்தீர்ப்பின் அரசரே!..." - அவர் மருத்துவமும் அரசியலும் கற்றுக் கொண்ட ஹைடல்பெர்கில், ரேடியத்தைக் கண்டுபிடித்ததுபோல, இந்தியாவையும் ஐரோப்பியர்கள்தான் கண்டுபிடித்தார்கள் என்று அறிந்தார்; ஆஸ்காரும்கூட வாஸ்கோடகாமாவின் மீது பெரும் மரியாதையைக் கொண்டிருந்தான்: இதுதான் - 'தானும்கூட இந்த ஐரோப்பிய நண்பர்களின் முன்னோர்களின் ஒரு கண்டுபிடிப்பு' என்ற அவர்களது நம்பிக்கைதான் - கடைசியாக அவரையும் அவர் நண்பர்களையும் பிரித்தது... "உங்களை மட்டுமே நாங்கள் வணங்குகிறோம், உங்களை மட்டுமே உதவிக்காக நாடுகிறோம்..." - ஆக, அவர் நண்பர்கள் மண்டையில் ஏறி உட்கார்ந்திருந்தபோதும், அவர்கள் செல்வாக்கைப் புறந்தள்ளிப் பழைய சுயத்தோடு தன்னை மீண்டும்இணைப்புச் செய்துகொள்ள முயன்றார். அதற்கு வேண்டியது எல்லாம் அவருக்குத்தெரியும் - உதாரணமாகக் கீழ்ப்படிதல் - அதைத்தான் இப்போது அவர் செய்துகொண்டிருந்தார், பழைய ஞாபகங்களால் தன்னிச்சையாக அவர் கரங்கள் உயர்ந்தன - கட்டைவிரல்கள் காதுகளில் பதிந்தன, விரல்கள் விரிந்தன, முழந்தாளிட்டு அவர் படிந்தார் - "...எங்களை நேரான பாதையில் செலுத்துவீராக, உங்களுக்கு அன்பானவர்கள் சென்ற பாதையில்..."

சல்மான் ருஷ்தீ | 29

- ஆனால் இது பயன்படவில்லை, ஒரு இடைவழியில் அவர் அகப்பட்டுக்கொண்டார். நம்பிக்கைக்கும் அவநம்பிக்கைக்கும் இடையில். "..இது ஒரு சொல்விளையாட்டுதானே..." - உங்கள் கோபத்துக்கு ஆளானவர்களின் வழியில் செலுத்தாதீர்கள், பாதையிலிருந்து விலகிச் சென்றவர்களின் வழியிலும் செலுத்தாதீர்கள்..." - என் தாத்தா மண்ணைநோக்கி குனிந்தார். தொழுகை விரிப்பு மூடியிருந்த மண்ணும், அவரைநோக்கி வளைந்து எழும்பியது. இது அந்தப் புல்கற்றைக்கான நேரம். ஒரேசமயத்தில், ஒருபுறம் இல்சே - ஆஸ்கார் - இன்கிரிட் - ஹைடல் பெர்க்; இன்னொருபுறம், சமவெளியும் - இறைவனும்; ஆகிய எல்லாரும் அவர் மூக்கின் நுனியை உடைத்தார்கள். மூன்று இரத்தத்துளிகள் விழுந்தன. அவை பவழங்களாகவும் வைரங்களாகவும் மின்னின. உயர்ந்து எழுந்த என் தாத்தா, ஓர் உறுதியைக் கைக்கொண்டார். நின்றார். விரிப்பைச் சுருட்டிக்கொண்டார். ஏரியின் குறுக்காகப் பார்த்தார். என்றென்றைக்குமாக நடுத்தளத்தில் - முழுதுமாக இல்லை என்று நம்ப முடியாததோர் இறைவனை வணங்கமுடியாத நிலைக்குத் தள்ளப்பட்டார். நிரந்தரமாக ஏற்பட்டு விட்ட மாற்றம் - ஓர் ஓட்டை.

இளைஞனான, புதிதாக மருத்துவத் தகுதி பெற்ற, டாக்டர் ஆதம் அசீஸ், மாற்றத்தின் மென்காற்றை நுகர்ந்தவாறே, வசந்த கால ஏரியை நோக்கி நின்றார்; ஆனால் அவர் முதுகு (மிகவும் நிமிர்ந்தது) இன்னும் அதிக மாற்றங்களை நோக்கித் திரும்பியிருந்தது. அயல்நாட்டுக்கு அவர் சென்றிருந்தபோது அவர் தந்தைக்கு மூளையில் தாக்குதல் ஏற்பட்டிருந்தது. அதை அவர் தாய் மறைத்துவிட்டாள். அவர் தாயின் குரல், உறுதியோடு ஒலித்தது: "...உன் படிப்பு மிகவும் முக்கியம் மகனே". இந்தத் தாய், பர்தாவில் வீட்டிலேயே தன் வாழ்க்கையைக் கழித்தவள், தந்தை நடத்திய செயற்கை இரத்தினக் கற்கள் தொழிலை - அந்தத் தொழில்தான் ஆதம் அசீஸை ஒரு உதவித்தொகையுடன் மருத்துவக் கல்லூரிக்கு அனுப்பியது - அவர் தாய் நடத்தலானாள். ஆகவே அவர் திரும்பிவந்தபோது மாற்றம் ஏற்படவே முடியாத தன் குடும்பம் தலைகீழாக மாறியிருப்பதைக் கண்டார். வலிப்புநோய் தந்தையை ஓர் இருட்டறையின் மறைப்பில், ஒரு மர நாற்காலியில் உட்காரவைத்து விட்டிருந்ததையும் தாய் வெளியே வேலைக்குச் செல்வதையும். அவர் தந்தை பறவைகளைப்போல ஓசைகளை எழுப்பிக்கொண்டிருந்தார். முப்பது வெவ்வேறு இனத்தைச் சேர்ந்த பறவைகள் மூடியிட்டு மறைத்திருந்த அவரது ஜன்னல் கட்டைக்கு

வெளியே உட்கார்ந்து இதையும் அதையும் பற்றி அவரிடம் பேசிக் கொண்டிருந்தன. அவர் மகிழ்ச்சியாகவே இருந்தார்.

(...ஏற்கெனவே கூறியதுகூறல்கள் வரத்தொடங்கிவிட்டதைக் காண்கிறேன்; என் பாட்டியும் மிகுந்த கஷ்டங்களை... இந்த பக்கவாதநோய் மட்டுமல்ல... பித்தளைக் குரங்குக்கு அவள் பறவைகள் இருந்தன... ஏற்கெனவே சாபம் தொடங்கிவிட்டது, நாங்கள் இன்னும் அதன் மூக்குவரைகூட வரவில்லை!)

ஏரி இப்போது உறைந்திருக்கவில்லை. மாற்றம் வேகமாகவே வழக்கம்போல வந்துவிட்டது; சிறிய படகுகள் - சிகாராக்கள் - அதில் உறங்கிக்கொண்டிருந்தன. அதுவும் இயல்பானதுதான். ஆனால் இந்தத் தூங்குமூஞ்சிகள், தங்கள் சொந்தக்காரர்கள் பக்கத்தில், சந்தோஷமாகத் தரையில் குறட்டைவிட்டு உறங்கிக்கொண்டிருந்தபோது, தூக்கம் பிடிக்காத கிழவர்களைப் போல, பழைய படகு ஒன்று மட்டும் பனிவெடிப்புகளுக் கிடையே நின்றுகொண்டிருந்தது. உறைவு கலைந்த ஏரியில் சென்ற முதல் படகு அது தான். டாய் என்பவனின் சிகாரா அது...அதுவும் வழக்கம்போல்தான்.

அந்தக் கிழட்டுப் படகுக்காரன் டாய், தன் படகின் பின்புறமாகக் குனிந்து கொண்டு, புகைமூட்டமான நீரில் எப்படி நடத்துகிறான் பாருங்கள்! அவனுடைய துடுப்பு, மஞ்சள்நிறக் கழியின் முனையில் இதயம்போன்ற வடிவத்தில் அமைந்திருந்தது. ஏரியின் களைகளுக்கிடையே அது விட்டுவிட்டு இயங்கியது. இந்த ஊரில், அவன் ஒரு விசித்திரம். ஏனென்றால் - பிற காரணங்கள் இருக்கட்டும்; நின்றுகொண்டு துடுப்புத் தள்ளினான் அவன்...டாக்டர் அசீஸுக்கு ஒரு அழைப்பைக் கொண்டுவந்ததன் மூலம் வரலாற்றை இயங்கவிட்டவன் அவன்... அதேசமயம் அசீஸ், நீரில் குனிந்து, பல வருஷங்களுக்கு முன்னால் அவன் தனக்குக் கற்பித்ததை யோசித்துக்கொண்டிருந்தார். “உறை பனி தழுவிக்கொள்ளக் காத்திருக்கிறது... ஆதம் பாபா, நீரின் தோலுக்கு அடியில்”. ஆதமின் கண்கள் தெளிந்த நீலநிறம், மலையைச் சுற்றியுள்ள வானத்தின் நிறம்போன்ற ஆச்சரியகரமான நீலம். அந்த வானத்தின் நிறம்தான் காஷ்மீரி மக்களுடைய கண்களில் அவ்வப்போது இறங்கியதோ? எப்படிப் பார்ப்பது என்பதை அவர்கள்இன்னும் மறக்கவில்லை. அவர்கள் பார்க்கிறார்கள் - அதோ - டால் ஏரியின் அடியிலுள்ள எலும்புக்கூட்டுக்குரிய பிசாசைப்போல அவர்கள் பார்க்கிறார்கள். நுட்பமான சிற்ப அலங்காரம், நிறமற்ற கோடுகளின் குறுக்குமறுக்கான ஓட்டங்கள், எதிர்காலத்துக்காகக்

காத்திருக்கும் குளிர்ந்த நரம்புகள். பலவற்றைத் தெளிவின்றி ஆக்கிய அவருடைய ஜெர்மனி வருஷங்கள் - பார்க்கும் திறனை அவரிடம் இன்னும் அழிக்கவில்லை. படகுக்காரன் டாயின் கொடை. நிமிர்ந்து பார்க்கிறார். டாயின் படகுமுனை V போலத் தன்னை நோக்கி வருகிறது. வரவேற்புக்கு அடையாளமாகக் கையை வீசுகிறார். டாயின் கரமும் உயர்கிறது - ஆனால் ஒரு கட்டளையாக. "பொறு!" என் தாத்தா காத்திருக்கிறார்; அவர் வாழ்க்கையின் கடைசி அமைதியை - ஒரு கலக்கமான, தீயதை முன்னறிவிப்பதான ஓர் அமைதியை அனுபவித்துக் கொண்டிருந்தபோது, இந்த இடை வெளியில், நான் அவரை வருணித்துவிடலாம்.

அசாதாரணமான அழகுகொண்டவர்கள்மீது அழகற்றவர்களுக்கு ஏற்படும் இயற்கையான பொறாமையை ஒதுக்கிவைத்துவிட்டு, வருணிக்கிறேன் - டாக்டர் அசீஸ் ஓர் உயரமான மனிதர். அவருடைய குடும்ப இல்லத்தின் செங்கல்சுவரின் பின்னணியில் அவரை நிற்கவைத்தால், இருபத்தைந்து செங்கல் உயரம் - ஒரு வயதுக்கு ஒரு செங்கல் - உயரம் இருந்தார். ஏறத்தாழ ஆறடி இரண்டங்குலம். பலமான மனிதரும் கூட. அவருடைய தாடி அடர்த்தியாகவும் சிவந்தும் இருந்தது. அது அவர் தாயைத் தொல்லைக்குள்ளாக்கியது. மெக்காவுக்கு ஹஜ் யாத்திரை போய்வந்தவர்கள்தான் அப்படிச் சிவப்பான தாடி வைக்கவேண்டுமென்பது அவள் நினைப்பு. ஆனால் அவர் தலைமுடி கருப்பாகத்தான் இருந்தது. அவருடைய நீலநிறக்கண்கள் பற்றிச் சொல்லி விட்டேன். "உன் முகத்தைப் படைத்தவர்கள் பல வண்ணங்களால் கலக்கிவிட்டார்கள்" என்பாள் இன்கிரிட். ஆனால் என் தாத்தாவின் உடலமைப்பின் முக்கிய விஷயம், அவர் நிறமோ, உயரமோ, அவருடைய கைகளின் பலமோ, நிமிர்ந்த முதுகோ அல்ல - அதோ பார், அலைகளில் அசைந்தாடியபடி அவர் முகத்தின் மத்தியில் ஒரு பெரிய வாழைப்பழம்போல, அவரது மூக்கு... ஆதம் அசீஸ், டாய்க்காகக் காத்திருந்தபடி, நீரில் அலைகின்ற தன் மூக்கைப் பார்க்கிறார். அவருடைய முகத்தைவிட சாதாரணமான முகங்களை அது இன்னும் கூடுதலாகவே ஆக்கிரமித்திருக்கும்; அவருடைய முகத்தில் கூட, மற்றவர்கள் முதலில் கவனிக்கும் விஷயம் அதுதான். நீண்டகாலம் ஞாபகம் வைத்திருப்பதும் அதுதான். இல்சே லுபின் ஒரு சைரனோஸ் (சைரனோஸ் என்பவர் ஓரடி நீள மூக்குக் கொண்ட ஒரு கவிஞர்) என்றாள். ஆஸ்கார் அதனோடு, ஒரு புரோபோஸ்சிஸிமஸ் (தும்பிக்கை உடைய பிராணி) என்று சேர்த்துக்கொண்டான். (மூக்குத் துளைகளுக்கு இடையே உள்ள பகுதி விரிந்திருந்ததால்) இதை

வைத்து ஓர் ஆற்றையே கடந்து விடலாம் என்று அறிவித்தாள் இன்கிரிட்.

என் தாத்தாவின் மூக்கு: மூக்குத் துளைகள் நடனக்காரிகளின் உடைபோல வளைந்து கீழ்நோக்கிப் புடைத்திருக்கும். அவற்றிற்கிடையில் மூக்கின் பிரதானமான வளைவுப்பகுதி முதலில் மேல்நோக்கியும், வெளிப்புறமாகவும்; பிறகு கீழ்நோக்கியும், உட்புறமாகவும் பிறகு மேலுதட்டை நோக்கியும் அகன்று பரந்து அதைச் சிவப்பாகச் சுண்டியிழுப்பதுபோல வளைந்திருக்கும். ஒரு புல்கற்றையைப் போய் எளிதாக மோதக் கூடிய மூக்குதான். நான் இந்த அழகான உறுப்புக்கு என் நன்றியைத் தெரிவித்துக் கொள்ள விரும்புகிறேன். அது இல்லாவிட்டால் உண்மையிலேயே நான் என் தாய்க்குப் பிள்ளைதான், என் தாத்தாவுக்குப் பேரன்தான் என்று யார் நம்புவார்கள்? இந்தப் பேருருவம் படைத்த உறுப்பு, என் பிறப்பு அடையாளமாகவும் ஆகியது. டாக்டர் அசீஸின் மூக்கை கணேசப்பெருமானின் தும்பிக்கையோடுதான் ஒப்பிடமுடியும். தவிர்க்கமுடியாதபடி அது அவரை ஒரு குலத்தலைவராகவும் ஆக்கியது. அதைக் கற்பித்தவனும் டாய் தான். தன் பதின்பருவத்தைக் கடக்கின்ற நிலையில், அசீஸுக்குச் சீர்குலைந்துவந்த டாய் கூறினான் - “இந்த மூக்கு ஒரு குடும்பத்தைத் தோற்றுவிக்கப் போதுமானது, இளவரசரே! எந்த இனத்தைச் சேர்ந்தது என்று கண்டறிவது இலகுவானது. இந்த மாதிரி மூக்கை அடைய முகலாய அரசர்கள் தங்கள் வலக்கையையும் தியாகம் செய்வார்கள்”. பிறகு அடாவடியாகச் சொன்னான் - “இதற்குள் மூக்குச்சளி போலப் பல வமிசங்கள் காத்திருக்கின்றன”.

ஆக, ஆதம் அசீஸிடம் இந்த மூக்கு ஓர் இனத்தலைவருக்குரிய அம்சமாயிற்று; என் தாயாருக்கு அது மேன்மையாகவும், சற்றே நீண்ட துன்பத்தை அனுபவித்ததாகவும் தோன்றியது; எமரால்டு சித்திக்கு அது பகட்டானது என்று தோன்றியது; ஆலியா பெரியம்மாவுக்கு புத்திஜீவித்தனமானதாக; ஹனீஃப் மாமாவுக்கு ஒரு வெற்றிபெறாத மேதைமையின் அம்சமாக; முஸ்தபா மாமாவுக்கு இரண்டாந்தர மோப்பக்கருவியாக; பித்தளைக் குரங்கு அதைப் பற்றிக் கவலைப்படவேயில்லை; ஆனால் என்மீது - எனக்கு அது வேறுமாதிரியானது. உடனே என் ரகசியங்கள் அனைத்தையும் வெளிப்படுத்தி விடலாகாது.

(டாய் நெருங்கிவந்துகொண்டிருக்கிறான். என் தாத்தாவுக்கு மூக்கின் மதிப்பைத் தெரியப்படுத்தியவன், இப்போது அதிகாலை

சல்மான் ருஷ்தீ | 33

ஏரியில் தன் சிகாராவைச் செலுத்தியவாறே அவரை எதிர்காலத்தில் எங்கோ தூக்கிஎறியக் கூடிய ஒரு செய்தியைக் கொண்டுவருகிறான்.)

டாய் இளைஞனாக இருந்த காலம் ஒருவருக்கும் தெரியாது. டால் ஏரியிலும் நகீன் ஏரியிலும் இதேபோல எப்போதும் அவன் குனிந்த முதுகோடு தன் படகைச் செலுத்துவதைத்தான் பார்த்திருக்கிறார்கள். மரவீடுகளாலான சுகாதாரமற்ற வசிப்பிடப் பகுதி ஒன்றில் அவன் இருந்தான். அவன் மனைவி 'மிதக்கும் தோட்டம்' ஒன்றில் ஏரியின் வசந்தகால, கோடைகாலங்களில் தாமரைக் கிழங்கும், ஏதோ பிற காய்கறிகளும் வளர்த்துவந்தாள். தனக்கு என்ன வயது என்று தெரியாது என அவன் மகிழ்ச்சியோடு சொல்லுவான். அவன் மனைவிக்கும் தெரியாது. திருமணத்தின்போதே அவன் தோல் திரங்கியிருந்தது என்பாள். தோலின் திரைப்புகள், அலைபோலத் தோன்றும். காற்று, நீரில் செதுக்கிய சிற்பம் போலிருக்கும் அவன் முகம். இரண்டு தங்கப்பற்களைத் தவிர ஒருவரும் அவனுக்கு உறவு இல்லை. நகரத்தில் அவனுக்கு நண்பர்கள் மிகக்குறைவு. சிகாராக்கள் நிறுத்துமிடங்களைத் தாண்டிச் செல்லுகையிலோ, ஏரிக் கருகிலிருந்த பாழடைந்த மளிகை அல்லது தேநீர்க்கடைகளிலோ அவனுடன் சேர்ந்து ஹுக்காவைப் பகிர்ந்துகொள்பவர்கள் எவருமே இல்லை.

செயற்கை இரத்தினக்கற்கள் வியாபாரியான அசீஸின் தந்தை படகோட்டி டாயைப் பற்றிய பொதுவான அபிப்பிராயத்தை முன்பே சொல்லியிருந்தார் - "அவன் பற்களோடு சேர்ந்து மூளையும் விழுந்துவிட்டது". (ஆனால் மூத்த அசீஸ் சாகிபு இப்போது பறவைகளின் குரல்களில் தன்னை இழந்துவிட்டபோது, டாய் எளிமையாக, கம்பீரமாக, தொடர்ந்து தொழிலை நடத்திவந்தான்.) இந்த அபிப்பிராயம், அவன் தன் அரட்டையால் உருவாக்கியது. மிகையானதாகவும், பகட்டான மொழியிலும், நிறுத்தவே முடியாததாகவும் அவன் பேச்சு இருக்கும். பெரும்பாலும் தனக்குத்தானே பேசிக் கொள்வான். நீர்ப்பரப்பில் பேச்சு மிதந்துசெல்லும். ஏரிக்கரை ஆட்கள் அவன் தனிப் பேச்சைக் கேட்டுச் சிரிப்பார்கள். ஆனால் அதற்கடியில் ஒரு அதீதமும் பயமும்கூடக் கலந்திருக்கும். அவனைச் சிறுமைப்படுத்துபவர்களை விட அந்தப் பைத்தியக்காரன் அந்த ஏரிகளையும் மலைகளையும் நன்றாக அறிந்தவன் என்பதால் அதீத உணர்ச்சி. பயம் ஏற்படுவதற்குக் காரணம், அவன் தன் வமிசாவளியை விவரிக்கும் காலம் எண்ணிக்கைக்கு அப்பாற்பட்டது, அது அவன் மெல்லிய கழுத்தில் தொங்கியது. ஆனால் அவன் மிகவிரும்பக்கூடிய ஒரு மனைவியை அடைவதற்கும் அவள் மூலம் நான்கு பிள்ளைகளைப்

பெறுவதற்கும் அது தடையாக இல்லை... ஏரியின் அந்தக் கரையில் வேறுமனைவிகளிடம் இன்னும் பிள்ளைகள் இருப்பதாகவும் பேசிக் கொண்டார்கள். சிகாராக்கள் நிறுத்துமிடத்திலுள்ள இளைஞர்கள், அவன் நிறையப்பணத்தை எங்கோ மறைத்துவைத்திருப்பதாகப் பேசிக்கொண்டார்கள். ஒருவேளை அது ஒரு புதையலாக - விலைமதிப்பற்ற தங்கப்பற்கள் ஒரு சாக்குப்பையில் வால்நட் கொட்டைகள் போல கலகலத்துக்கொண்டிருப்பதாக - இருக்கலாம். பல ஆண்டுகள் பின்னர், பஃப்ஸ் மாமா தன் பெண்களின் பற்களைப் பிடுங்கிவிட்டுத் தங்கப் பற்களை வைத்து எனக்கு விற்க முயன்றபோது, நான் டாயின் மறக்கப்பட்ட புதையலை நினைத்துக் கொண்டேன்... ஆனால், ஒரு குழந்தையாக, ஆதம் அசீஸ் அவனை நேசித்தார்.

சொத்து பற்றிய வதந்திகள் பலவாறாக இருந்தாலும், ஒரு எளிய படகோட்டியாகத்தான் அவன் பிழைத்துவந்தான். வைக்கோல், ஆடுகள், காய்கறிகள், மரம் போன்றவற்றை ஏரிகளுக்குக் குறுக்காகக் கூலிக்கு ஏற்றிச் செல்வான்; மக்களையும் தான். தன் வாடகைச்சேவையை அவன் நடத்திவந்த காலத்தில், சிகாராவின் மத்தியில் ஓர் அலங்காரப் பந்தலை அமைத்திருந்தான். பூக்கள் வரையப்பட்ட திரைச்சீலைகள். பூத்துணியாலான மேற்கூரை. அதற்குள் வசதியாக அமர்ந்திருக்க குஷன்கள். நறுமணப் பொருள்களால் தன் கூடாரத்தை வாசனைப் படுத்தினான். திரைச்சீலைகள் பறக்க, டாயின் சிகாரா கரையை நோக்கி வருவது டாக்டர் அசீஸுக்கு வரப்போகும் வசந்தத்தின் முன்னறிகுறியாக இருந்தது. வசந்தத்தில் ஆங்கில சாகிபுகள் வருவார்கள். டாய் அவர்களை ஷாலிமார் தோட்டத்திற்கும், கிங் ஊற்றுக்கும் சவடாலடித்துக் கொண்டு, சுட்டிக்காட்டிக்கொண்டு, குனிந்துசெலுத்தி அழைத்துச் செல்வான். மாற்றத்தின் தவிர்க்கவியலாமை பற்றி ஆஸ்கார் - இல்சே - இன்கிரிட்டின் கொள்கைக்கு வாழும் எதிர்மறையாக இருந்தவன் டாய்... காஷ்மீர் சமவெளியின் சூழ்ச்சிமிக்க, நிரந்தரமான, யாவருமறிந்த ஆன்மா. காஷ்மீரி பிராந்தியை மிகவும் விரும்பிய ஒரு நீர்க் 'காலிபன்'.

எனது நீலப்படுக்கை அறைச்சுவரின் ஞாபகம்: அதில் பிரதமரின் கடிதத்துக்கு அருகில், சிறுவன் ராலே படமாகப் பல ஆண்டுகள் தொங்கினான். அவன் ஆனந்த பரவசத்தோடு ஒரு மீனவனைப் பார்த்துக்கொண்டிருந்தான். மீனவன் ஒரு சிவப்பு வேட்டியை அணிந்து கடலில் அடித்துக்கொண்டுவரப்பட்ட ஒரு பலகைமீது அமர்ந்து மீன்களைப் பற்றிய கதைகளைச் சொல்லும்போது

கடலைச் சுட்டிக்காட்டியவாறே இருந்தான்... என் தாத்தா ஆகப்போகிற பையனான ஆதம், மற்றவர்கள் பைத்தியக்காரத் தனமான உளறல் என்று நினைத்த அந்த விஷயத்துக்காகவே படகோட்டி டாய் மீது அபிமானம் கொண்டிருந்தான். அது ஒரு மந்திரப்பேச்சு...அவனுடைய இரண்டு தங்கப் பற்களைத் தாண்டி முட்டாள்களின் பணம் போல வார்த்தைகள் விழுந்துகொண்டே யிருக்கும்...இடையிடையே இருமல், கொஞ்சம் பிராந்தி - பழங்கால இமயமலை மீது உயரப் பறந்துகொண்டே யிருக்கும், திடீரென்று இன்றைய விவரம் ஒன்றிற்குச் சாதுரியமாகத் தாழ்ந்து பாயும்... உதாரணமாக, ஆதமின் மூக்கு - ஓர் எலியைப்போல அந்த விஷயத்தைக் கடித்துத் துப்பும். இந்த நட்பு ஆதத்தை மிகப்பெரிய ஒழுங்கோடு வெந்நீரில் அமிழ்த்தியது. (கொதிக்கும் நீர். நேர்ப்பொருளில். "அந்தப் படகுக்காரனின் மூட்டைப்பூச்சிகள் உன்னைக் கொல்லுமானால், அவனைக் கொன்றுவிடுவோம்" என்று ஆதத்தின் தாய் சொல்லுவாள்.) இருந்தாலும் அந்தப் பழைய சோம்பேறித் தனிப்பேச்சுக்காரன், தன் படகைத் தோட்டத்தின் மூலையில்விட்டுப் பேசும்போது ஆதம் அவன் காலடியில் உட்கார்ந்து தன்னைத் தாயின் குரல் அழைக்கும்வரை கேட்டுக் கொண்டே இருப்பான். அந்தக் குரல் உள்ளே அழைத்து டாயின் அழுக்குத்தனம், அவன் உபசரிக்கின்ற கோடிக்கணக்கான கிருமிகள் அந்தப் பழைய உடம்பிலிருந்து தனது மகனின் கஞ்சிபோட்ட தொளதொளவென்ற பைஜாமாவுக்குத் தாவிவிடக் கூடிய தன்மை ஆகியவற்றை முன்னுரைக்கும். இருந்தாலும், எப்போதும் ஆதம் நீரின் ஓரத்திற்குச் சென்று, அந்த ஒழுக்கங்கெட்டவனின் குனிந்துவளைந்த உடம்பு தன் மந்திரப்படகைக் காலைநேரத்தின் மயக்கும் நீரில் செலுத்தியவாறு வருகிறதா என்று பார்த்துக்கொண்டிருப்பான்.

"ஆனால் உனக்கு என்ன வயதாகிறது டாய்ஜீ?" (டாக்டர் அசீஸ், வயதுமுதிர்ந்தவர், செந்தாடிகொண்டவர், எதிர்காலத்தை நோக்கிச் சாய்ந்தவாறு, கேட்கக்கூடாத இந்தக் கேள்வியைக் கேட்ட அந்த நாளை ஞாபகப்படுத்திக்கொள்கிறார்.) ஒரு கணம், அமைதி; அருவியைவிட உரத்த சத்தத்தோடு. தனிப்பேச்சில் குறுக்கீடு நிகழ்ந்துவிட்டது. துடுப்பு நீரில் அடிக்கும் ஓசை. அசீஸ் அப்போது டாயின் படகில் ஆடுகளுக்கு இடையில் வைக்கோலின்மீது உட்கார்ந்திருந்தான். வீட்டில் பிரம்பும், குளியல்தொட்டியும் தனக்காகக் காத்திருக்கின்றன என்று அவனுக்கு நன்றாகத் தெரியும். கதைகளுக்காகத் தான் அவன் வந்தான் - ஆனால் இந்த ஒரு கேள்வி கதைசொல்லியை மௌனத்தில் ஆழ்த்தி விட்டது.

"இல்லை, சொல்லு டாய்ஜீ, எவ்வளவு வயசு, உண்மையில்?" இப்போது எங்கிருந்தோ ஒரு பிராந்தி பாட்டில். பெரிய வெதுவெதுப்பான சுகா கோட்டின் மடிப்பிலிருந்து மலிவான சரக்கு. பிறகு ஒரு நடுக்கம், ஒரு ஏப்பம், ஒரு முறைத்தல். தங்கப்பல்லின் ஒளிவீச்சு. அப்புறம் - கடைசியாக - பேச்சு. "எவ்வளவு வயசு? ஈரத் தலையா, மூக்கா, சின்னப்பையா, எவ்வளவு வயசுன்னா கேக்கறே?..." என் சுவரின்மீது உட்கார்ந்திருந்த மீனவனைப் போல, மலையைச் சுட்டிக் காட்டினான் - "அவ்வளவு வயசு, நாக்கூ!" (நாக்கூ என்றால் மூக்கன்). மூக்கனான ஆதம், அவன் விரலைத் தொடர்ந்து நோக்கினான். "நான் மலைகளெல்லாம் பிறப்பதைப் பார்த்திருக்கிறேன்; பேரரசர்கள் மடிவதைப் பார்த்திருக்கிறேன். கேள், கேள், நாக்கூ..." - மறுபடியும் பிராந்தி பாட்டில். பிறகு பிராந்திக்குரல். மதுமயக்கத்தை விட மயக்கம் தருகின்ற சொற்கள்... "நான் ஈசாவை - அந்தக் கிறிஸ்துவைக் காஷ்மீருக்கு வந்தபோது பார்த்திருக்கிறேன். சிரி, சிரி. இப்போது உன் வரலாற்றைத்தான் என் மண்டையில் வைத்துக் கொண்டிருக்கிறேன். பழைய மறைந்த புத்தகங்களில் ஒருகாலத்தில் அது எழுதப்பட்டிருந்தது. ஒரு காலத்தில் ஒரு சமாதிக் கல்லில் ஆணிகிழித்த கால்கள் செதுக்கப்பட்டிருப்பதைப் பார்த்திருக்கிறேன். அதிலிருந்து வருஷத்திற்கு ஒரு நாள் இரத்தம் கசியும். என் ஞாபகங்கள்கூடத் தேய்ந்துகொண்டிருக்கின்றன; ஆனால் படிக்காதவன் என்றாலும் எனக்குத் தெரியும்." படிப்பறிவின்மை, பகட்டில் புறந்தள்ளப்பட்டது; அவனுடைய கைவீச்சின் வேகத்தின்கீழ் படிப்பறிவு நொறுங்கியது. அந்தக் கை மறுபடியும் சுகா சட்டைப்பைக்கும் பிராந்தி பாட்டிலுக்கும் பனியில் வெடித்த உதடுகளுக்கும் போய்வருகிறது. டாய்க்குப் பெண்ணின் உதடுகள் அமைந்திருந்தன. "நாக்கூ, கேள், கேள். நான் பலதையும் பார்த்திருக்கிறேன். அட, அந்த ஈசா இங்கே வந்தபோது நீ பார்த்திருக்கவேணும். இடுப்புக்கீழே வரை தாடி. தலை சுத்தமாக முட்டைபோல வழுக்கை. வயதாகிக் கடும் உழைப்பில் தளர்ந்துபோனவன், ஆனால் மதிப்புத் தெரிந்தவன். "நீதான் முதலில் டாய்ஜீ" என்பான். "சந்தோஷமாக உட்கார்". எப்போதும் மரியாதையான பேச்சு. என்னை ஒருபோதும் பைத்தியம் என்று சொன்னதில்லை. என்னை 'தூ' (சிறுவர்களை, தாழ்ந்தவர்களை நீ என்று இந்தியில் அழைப்பது) என்று அழைத்ததில்லை. எப்போதும் 'ஆப்' (நீங்கள்) என்றுதான் விளிப்பான். பணிவு, பார்த்தாயா? அப்புறம், எவ்வளவு சாப்பாடு? அப்படிப்பட்ட பசி. நான் பயத்தில் காதைப் பிடித்துக் கொள்வேன். புனிதனோ, சாத்தானோ, அவன்

ஒருசமயத்தில் ஒரு ஆட்டைச் சாப்பிட்டுவிடுவான். அதனால் என்ன? "சாப்பிடு, உன் காலிப்பையை நிரப்பிக்கொள்," ஒருத்தன் காஷ்மீருக்கு எதற்கு வருகிறான்? சந்தோஷமாக இருக்க. அல்லது செத்துப்போக. அல்லது இரண்டுக்குமாக. அவன் வேலை முடிந்துவிட்டது. சும்மா, கொஞ்சகாலம் வாழ்வதற்கு இங்கே வந்தான்." இந்த வழுக்கைத்தலை, தீனிமேல் பேராசைகொண்ட கிறிஸ்துவைப் பற்றிக்கூறிய மது நிறைந்த சித்திரத்தில் அசீஸ் ஈர்க்கப்பட்டுக் கிடப்பான். கேட்டபிறகு, பீதிகொண்ட பெற்றோரிடம் அப்படியே ஒவ்வொரு வார்த்தையையும் விவரிப்பான். அவர்களுக்கு இந்த மாதிரிக் கதைகளை நம்புவதற்கு நேரம் இல்லை, திண்மை மிக்கவர்கள்.

"அட, நீ நம்பலையா?" உண்மைக்கு முற்றிலும் புறம்பானது என்று தெரிந்து கொண்டே, தன் உதடுகளை ஈரப்படுத்தியவாறு, சிரித்துக்கொண்டே கேட்பான்; "கவனம் ஒருபக்கமா இல்லையா?" இருந்தாலும், அவனுக்கு அசீஸ் தன் வார்த்தைகளை எவ்வளவு உன்னிப்பாகப் பிடித்துக் கொண்டிருக்கிறான் என்று நன்றாகத் தெரியும். "அட, வைக்கோல் பின்புறம் குத்துதா? பாவம், பாபாஜீ, உனக்குத் தங்கத்தில் வேலைப்பாடு செய்த பட்டுமெத்தைகளை - அந்தச் சக்ரவர்த்தி ஜஹாங்கீர் உட்கார்ந்த மாதிரியான திண்டுகளை என்னால் தரமுடியுமா? நீ, சந்தேகமில்லாமல் சக்ரவர்த்தி ஜஹாங்கீரை ஒரு தோட்டக்காரன் என்றுதானே நினைத்துக்கொண்டிருக்கிறாய்?" டாய் என் தாத்தாவைக் குற்றம் சாட்டினான். "அவன் ஷாலிமாரைக் கட்டினவன். முட்டாள்! உனக்கு என்ன தெரியும்? ஜஹாங்கீர் என்றால் 'உலகத்தையே வளைத்தவன்' என்று அர்த்தம். இது என்ன தோட்டக்காரன் பேரா? உங்களுக்கு என்னதான் கற்பிக்கிறார்கள் என்று கடவுளுக்குத்தான் தெரியும்... ஆனால் எனக்கு", கொஞ்சம் புகையை இழுத்துவிட்டுக் கொண்டு சொல்வான், "அவனுடைய எடையே தோலா அளவுக்குத் துல்லியமாகத் தெரியும். எத்தனை மணங்கு, எத்தனை சேர் என்று கேள்? அவனுக்குச் சந்தோஷ மானால் எடை கூடிவிடும். காஷ்மீரில்தான் அவன் எடை ரொம்ப அதிகம். அவன் குப்பைகளை அள்ளியவன் நான். அட பாரப்பா, நீ மறுபடியும் நம்பவில்லை. உன் முகத்திலுள்ள அந்தப் பெரிய வெள்ளரி மூக்கு உன் பைஜாமாவுக்குள்ளிருக்கும் விஷயத்தைப்போல ஆடிக்கொண்டிருக்கிறது. வா, வா, கேள்வி கேள்! பரீட்சை வை. அந்தக் குப்பைத் தொட்டியின் கைப்பிடியைத் தோல்வார் எத்தனைமுறை சுத்திக் கட்டியிருந்தது என்று கேள். முப்பத்தொரு தடவை. அந்தச் சக்ரவர்த்தி செத்துப் போகும்போது சொன்ன கடைசி

வார்த்தை என்ன தெரியுமா? 'காஷ்மீர்'. அவனுக்கு நல்ல வலுவும் நல்ல மனசும் இருந்தது. நான் யாருன்னு நினைச்சிகிட்டிருக்கே? ஏதோ அறிவுகெட்ட பொய்சொல்ற வாயாடி நாய் என்றா? போ, படகை விட்டு எறங்கு. உன் மூக்கின் பாரத்தில துடுப்புத்தள்ளவே முடியவில்லை. என் கதையை உன் உள்ளேயிருந்து இறக்கிவிட உன் அப்பாவும், உன் தோலை உரிக்க உங்கம்மாவும் வேறு காத்துக்கிட்டிருக்காங்க."

டாயின் பிராந்தி பாட்டிலில் என் தந்தை 'ஜின்களால் கவரப்படுவார், என்று முன்னறிவிக்கப்பட்டிருந்ததை நான் பார்க்கிறேன்... அப்புறம் இன்னொரு வழுக்கைத்தலை அயல்நாட்டான்... பிறகு டாயின் வாயுஜோசியம் வேறொரு வகை. அதுதான் என் பாட்டிக்கு வயதான காலத்தில் ஆறுதலாக இருந்தது. அவள் தனது கதைகளையும் கற்றுக் கொடுத்தாள்... அப்புறம், தெருநாய்கள் ரொம்ப தூரத்தில் இல்லை... போதும். என்னை நானே பயப்படுத்திக்கொள்கிறேன்.

அடித்தாலும் தோலை உரித்தாலும் ஆதம் அசீஸ் டாயின் சிகாராவில் மறுபடியும் மறுபடியும் டாயுடன் ஆடுகள் வைக்கோல் பூக்கள் மரச்சாமான்கள் தாமரைக் கிழங்குகள் இவற்றிற்கிடையே மிதந்துபோய்வந்துகொண்டிருந்தான். ஆனால் ஆங்கில சாகிபுகளுடன் போனதில்லை. மறுபடியும் மறுபடியும் "ஆனால் டாய்ஜீ, உண்மையாகவே உங்கள் வயதுதான் என்ன?" என்ற பயங்கரமான கேள்விக்கு ஓர் அற்புத விடையைத் தேடினான் அவன்.

டாயிடமிருந்து ஏரியின் இரகசியங்களை - எங்கே கொடிகளால் இழுபடாமல் நீந்த முடியும்; தண்ணீர்ப் பாம்புகளின் பதினொரு வகைகள்; தவளைகள் எங்கே முட்டையிடுகின்றன; தாமரைக் கிழங்கைச் சமைப்பது எப்படி; எந்த இடத்தில் மூன்று ஆங்கிலப் பெண்கள் சில வருஷங்களுக்கு முன்னால் முழுகிப்போனார்கள் என்பதையெல்லாம் ஆதம் கற்றுக்கொண்டான். "இந்தத் தண்ணீரால் ஈர்க்கப்பட்டு இங்கே வந்து முழுகிச் சாவதற்கு ஒரு பரங்கிப் பெண்குலம் இருக்கிறது" என்றான் டாய். "சிலசமயங்களில் அவங்களுக்கு அது தெரியும், சிலசமயம் தெரியாது. ஆனால் அவங்களைப் பார்த்ததுமே எனக்கு மூக்கில் வியர்த்துடும். அவங்க யாரோ எவரோ, கடவுளிடமிருந்து தப்பிக்கிறதுக்குத் தண்ணீரில ஒளிஞ்சிக்கிறாங்க, ஆனா எங்கிட்டேயிருந்து ஒளிய முடியாது, பாபா!" டாயின் சிரிப்பு - ஒரு பெரிய முழக்கம் போன்ற சிரிப்பு - அந்தக் கிழட்டு, திரங்கிய உடலிலிருந்து வெளிப்படும்போது கோரமாக இருக்கிறது, ஆதமைத் தொற்றிக் கொள்கிறது. ஆனால்

என் இராட்சஸத் தாத்தாவுக்கு அது இயல்பாக இருந்தது. ஆனால் பின்னாளில் அச்சிரிப்பு நிஜமாகவே அவருக்குரியதல்ல என்பது எவருக்கும் தெரியாது (என் சித்தப்பா ஹனீஃப் அந்தச் சிரிப்பைப் பெற்றுக்கொண்டவர்; எனவே அவர் பம்பாயில் அவர் இறக்கும்வரை டாயின் ஒரு பகுதி அவரிடம் உயிருடன் இருந்தது). பிறகு, டாயிடமிருந்து என் தாத்தா மூக்குகளைப் பற்றித் தெரிந்து கொண்டார்.

அவருடைய மூக்கின் இடப்புறத்தை டாய் தட்டினான். "இது என்ன, உனக்குத் தெரியுமா, நாக்கூ? இதுதான் உன் உள்உலகத்தோடு வெளியுலகம் சந்திக்கிற இடம். ரெண்டும் ஒத்துப்போகலேண்ணா, உனக்கு இங்கே அரிக்குது. அதுக்காக நீ திகைப்போட சொறிஞ்சிக்கிறே. இந்த மாதிரி மூக்கு, முட்டாள் பையா, ஒரு பெரிய வரப்பிரசாதம். நான் சொல்றேன் - நம்பு. அது உன்னை எச்சரித்தா கவனமாயிரு, இல்லாட்டி தீர்ந்தாய். உன் மூக்கைப் பின்பற்று - ரொம்பதூரம் போவாய்". கொஞ்சம் கனைத்துக்கொண்டான். அவன் கண்கள் முற்காலம் என்னும் மலைகளில் சுழலத் தொடங்கின. அசீஸ் நன்றாக வைக்கோலில் சாய்ந்துகொண்டான். "எனக்கு ஒரு காலத்தில ஒரு அதிகாரிய - அவன் அந்த மகா இஸ்கந்தரின் (அலெக்சாண்டர்) படையில் இருந்தவன் - எனக்குத்தெரியும். அவன் பேர் என்னன்னு கவலைப்படாதே. இப்படித் தான் உனக்கு இருக்கறதுபோல ரெண்டு கண்களுக்கும் மத்தியில் ஒரு பெரிய பழம் போல மூக்கு. காந்தாரத்துக்குப் பக்கத்தில படை டேரா போட்டபோது அங்கே உள்ளூரிலிருந்த ஒரு கெட்டுப்போன பொண்ணோட அவனுக்குத் தொடர்பு. உடனே அவனுக்கு ரொம்பவும் மூக்கு அரிச்சுது. சொறிஞ் சிக்கிட்டான், ஆனால் அரிப்பு நிக்கலை. யூகலிப்டஸ் தழைங்களைக் கசக்கிக் கொதிக்கவச்சி ஆவிபிடிச்சான்; கொஞ்சம்கூடக் கேக்கல்லை, பாபா! அந்த அரிப்பு அவனைப் பைத்தியக்காரன் ஆக்கிடுச்சி. ஆனா ராணுவம் அவங்க நாட்டுக்குப் போனபோது, அந்த முட்டாள் மட்டும் காலைத் தாங்கிக்கிட்டு அந்த சூனியக்காரியோடு தங்கிட்டான். அப்புறம் என்னவா? அவன் இதுவுமில்லாம அதுவுமில்லாம, எப்பவும் தொந்தரவு தர்ற மனைவியோட, மூக்கில் அரிப்போட பாதி அந்த நாட்டானாக, பாதி இந்த நாட்டானாக ஒண்ணுமில்லாம போய்ட்டான். கடைசியில் வயித்தில தன் வாளால குத்திக்கிட்டுச் செத்தான். என்ன பாபா, சொல்லு".

...*1915*இல் டாக்டர் அசீஸ் பவழங்களும் வைரங்களும் கைக்கு எட்டியவையாக மாறிய போது இந்தக் கதையை நினைவுகூர்கிறார். கூப்பிடு தூரத்தில் டாய் வருகிறான். அவர் மூக்கு இன்னும்

அரித்துக்கொண்டுதான் இருக்கிறது. சொறிந்துகொள்கிறார், தோளைக் குலுக்குகிறார், தலையை அசைக்கிறார், பிறகு டாய் சத்தம்போடுகிறான். "ஓ, டாக்டர் சாகிபு, மிராசுதார் கனி பொண்ணு சீக்கா இருக்கிறா".

ஆசானும் சிஷ்யனும் ஏறத்தாழ ஐந்தாண்டுகளுக்கு மேல் சந்திக்கவில்லை என்றாலும், இந்தச் செய்தி வெடுக்கென்று கொஞ்சமும் மரியாதையின்றி சத்தமிட்டுச் சொல்லப்பட்டது. வெகுநாள் - பார்க்காமல் - வாழ்த்தாக ஒரு பெண்ணின் சிரிக்காத உதடுகளிலிருந்து வெளிப்பட்ட இது காலத்தை வேகமாக ஒரு சுழலில், பரபரப்பாக வேகமாகக் கடந்து செல்லும் பாவனையில்...

"கொஞ்சம் நினச்சிப்பாரு, மகனே" புதிய எலுமிச்சம்பழச் சாற்றை உறிஞ்சிக்கொண்டே ஆதமின் தாய் ஒரு சாய்வுநாற்காலிமீது களைப்புற்ற பாவனையில் சாய்ந்துகொண்டே, "வாழ்க்கை எப்படி மாறுது பார். பலப்பல வருஷமா என் கணுக்கால்கூட இரகசியமா இருந்தது. இப்பவோ குடும்பத்தினர் அல்லாத புது ஆட்கள்கூட பலபேர் என்ன முறைச்சிப்பாக்கறாங்கோ" என்று சொல்லிக்கொண்டிருக்கிறாள்... அதேசமயம், மிராசுதார் கனி, வளைவுவளைவாக பொன்னால் சட்டமிடப்பட்ட வேட்டைக்காரி டயானாவின் எண்ணெய்ச் சித்திரத்தின் கீழ் நிற்கிறார். தடித்த கருப்புக் கண்ணாடியையும் அவரது வழக்கமான நச்சுச் சிரிப்பையும் அணிந்திருக்கிறார். கலையைப் பற்றி விவாதித்தார். "அதிர்ஷ்டத்தில் கீழ் இறங்கிக்கொண்டிருந்த ஓர் ஆங்கிலேயனிடமிருந்து இதை வாங்கினேன் டாக்டர் சாகிப். ஐநூறு ரூபாய்தான் - அவனை ரொம்ப அடித்துத் தள்ள முனையவில்லை. ஐநூறு ரூபாய்தான், என்ன? நான் கலாரசிகன்".

அவன் மகளைச் சோதிக்க முனையும்போது ஆதமின் தாய் சொல்கிறாள் "பார் மகனே, ஒரு தாய் தன் குழந்தைக்கு என்னதான் செய்யமாட்டாள்? நான் எப்படி கஷ்டப்படுறேன் பார். நீ ஒரு டாக்டர்... இந்தக் கட்டிகளை, இந்தக் கொப்புளங்களைப் பார். எனக்குக் காலை நடுப்பகல் ராத்திரி எப்பவும் தலை வலிக்குது, புரிஞ்சிக்கோ. என் டம்ளரை நிரப்பு, குழந்தை".

...ஆனால் அந்த இளம் டாக்டர், படகுக்காரனின் கூச்சலைக்கேட்டு மருத்துவனுக்கு ஒவ்வாத ஒரு மனஎழுச்சியின் வேதனையில் இருக்கிறார். கத்துகிறார் - "நான் இதோ வந்துவிட்டேன்! என் பொருள்களை மட்டும் எடுத்துக்கொண்டு விடுகிறேன்!" சிகாராவின் முனை தோட்டத்தின் விளிம்பைத் தொடுகிறது. ஆதம் திடீரென்று உள்ளே ஓடுகிறார், கக்கத்தில்

சுருட்டுபோல மடிக்கப்பட்ட தொழுகைவிரிப்பு, திடீரென உள் இருட்டில் விழிக்கும் நீலக்கண்கள். இந்த விரிப்புச் சுருட்டை அவர் ஒரு உயரமான அலமாரியின் மேலே வோர்வார்ட்ஸ், லெனின் எழுதிய 'என்ன செய்யவேண்டும்' மற்றும் பிற பிரசுரங்களின்மீது வைத்திருக்கிறார். பாதி மறைந்துபோன ஜெர்மன் வாழ்க்கையின் தூசுபடிந்த எதிரொலிகள்; தன் படுக்கைக்குக் கீழேயிருந்து இரண்டாங்கையாக வாங்கிய தோல்பையை எடுக்கிறார். அதை அவர் தாய் 'டாக்டர் கைப்பெட்டி' என்று சொல்வாள். தன்னையும் அதையும் உயர எறிந்தவாறு அறையிலிருந்து ஓடுகிறார். பையின் அடியில் பொறிக்கப்பட்ட ஹைடல்பர்க் என்ற வார்த்தை சுருக்காகத் தெரிகிறது. தன் வாழ்க்கையைத் தொடங்க இருக்கும் ஒரு டாக்டருக்கு நோயாளியாக இருந்தாலும், ஒரு மிராசுதாரின் மகள் வாய்த்தது ஒரு நற்செய்திதான். "இருந்தாலும்" அல்ல, "இருப்பதால்".

...பதிவு செய்ய வேண்டி 62 வருஷங்களுக்கு முன் என் தாத்தா பற்றிய இந்தக் காட்சி மனசில் வருகைதர, ஒரு மேஜை விளக்கின் கோண ஒளியில் நான் ஒரு காலி ஊறுகாய் ஜாடி போல உட்கார்ந்திருக்கிறேன். தாத்தாவின் தாய் தன் போலிக்கற்கள் கடைக்குத் திரும்பச் செல்லாதவாறு ஆதம் அசீஸ் தன் பணியை வெற்றிகரமாக ஸ்தாபித்துக் கொள்ளச் செய்யும் கடும் முயற்சியின் வலிமையுடன் முரண்படுகின்ற அவளுடைய இக்கட்டான நிலை அவளுக்குக் கொப்புளங்களாக உருவாகியிருக்கிறது - அதன் கசப்பான நாற்றம் என் மூக்கைத் துளைக்கிறது. இன்னொருபுறம், பெரிய நிழல்போன்ற வீட்டின் குருட்டுப் பழமையில் மனம் தளர்ந்து ஒரு சித்திரத்தின் முன்பாக நிற்கும் இந்த இளம் டாக்டர். அந்தச் சித்திரத்தில்: உயிர்த்துடிப்புள்ள கண்களைக் கொண்ட ஓர் எளிய பெண்(டயானா) - வான எல்லையில் அவளுக்குப் பின் நிலைத்திருக்கும் ஒரு கலைமான், அவள் கையிலிருந்து புறப்பட்ட அம்பால் துளைக்கப்பட்ட நிலையில். நம் வாழ்க்கையில் நமக்கு முக்கியமான விஷயங்கள் பல நாம் இல்லாத நேரத்தில் நடக்கின்றன. ஆனால் எப்படியோ என் அறிவிலுள்ள இடைவெளிகளை நிரப்புகின்ற தந்திரத்தை எங்கிருந்தோ கற்றுக்கொண்டேன். அதனால் புகைமூட்டப் பனி, காலை நேரத்துக்காற்றில் சாய்வது போல எல்லாமே - கடைசி விவரம் வரை என் மண்டைக்குள் இருக்கிறது... எல்லாமே, சிலந்திக்கூடுகள் படர்ந்து மூடியே கிடக்கவேண்டிய பழைய தகரப்பெட்டியை ஏதோ தடுமாறி ஒருவன் கண்டடைந்ததுபோலக் கண்டடைந்த சில குறிப்புகள் மட்டும் அல்ல.

...ஆதம் தன் தாயின் குவளையை நிரப்பிவிட்டு, கவலையோடு அவளைச் சோதித்தவாறு தொடர்கிறார். "இந்தக் கொப்புளங்கள், தடிப்புகள் மீது கொஞ்சம் கிரீம் தடவு அம்மா. தலைவலிக்கு மாத்திரைகள் இருக்கின்றன. கட்டிகளை அறுக்கவேண்டும். ஆனால் கடையில் நீ உட்கார்ந்திருந்தபோது பர்தா அணிந்திருக்கலாம்... அப்போது மரியாதை அற்ற கண்கள் உன்னை... இந்த மாதிரிப் புகார்கள் நம் மனசிலிருந்துதான் பெரும்பாலும் தோன்றுகின்றன..."

...துடுப்பு, நீரில் துழாவும் சத்தம். தண்ணீரில் எச்சில் விழும் சளக் ஓசை. டாய் தொண்டையை கனைத்துக் கொண்டு கோபமாக முணுமுணுக்கிறான். "ரொம்ப நல்ல விஷயம். ஒரு ஈரத்தலை நாக்கூப் பையன் ஒரு விஷயத்தைக் கத்துக்க முன்னால போனான். ஒரு பைநெறைய அயல்நாட்டு மிஷின்களை நிரப்பிக்கிட்டுப் பெரிய டாக்டர் சாகிபாத் திரும்பிவர்றான். ஆனா இன்னும் ஆந்தை மாதிரி முட்டாளாத்தான் இருக்கிறான். உறுதியாச் சொல்றேன் - ரொம்ப மோசமா".

...மிராசுதார் புன்சிரிப்பின் பாதிப்பில், டாக்டர் அசீஸ் அமைதியின்றிக் காலை மாற்றி மாற்றி அங்குமிங்குமாக அசைகிறார். அவர் இருக்கும்போது இவர் தளர்வாக இருக்க முடியாது; தனது சொந்த அசாதாரணத் தோற்றத்திற்கு ஏதோ ஒன்று எதிர்வினையாக நிகழும் எனக் காத்திருப்பவர்போல. அவருடைய சைஸில், அவருடைய பல வண்ண முகத்தில், அவருடைய மூக்கில்... இந்த மாதிரி அனிச்சையான சுண்டியிழுப்புகளுக்கு அவர் பழக்கப்பட்டுவிட்டார். ஆனால் கனியிடம் எந்த அறிகுறியும் இல்லை. பதிலாக, இளம் டாக்டர், தனது பதற்றத்தைக் காட்டலாகாது என்று முடிவு செய்துவிட்டார். தன் கால்களை மாற்றிப் போடுவதை நிறுத்தினார். ஒருவர் மற்றவரைப் பற்றிய அபிப்பிராயத்தைத் தனக்குள் அமுக்கிக்கொண்டு (அப்படித்தான் தோன்றுகிறது) தங்கள் எதிர்காலத் தொடர்புக்கான அடிப்படையை நிறுவிக்கொண்டு ஒருவரை ஒருவர் முகத்துக்கு நேராகப் பார்க்கிறார்கள். இப்போது கனி மாறுகிறார் - கலாரசிகத் தோற்றத்திலிருந்து ஒரு கடினமான ஆளாக. "இளைஞரே, இது உங்களுக்குப் பெரிய வாய்ப்பு" என்கிறார். அசீஸின் கண்கள் டயானாவின்மீது ஊர்கின்றன. அவளுடைய இளம் ரோஜாநிறத் தோலில் பெரிய அகலமான கறைகள் தென்படுகின்றன.

...அவர் தாய் தலையை ஆட்டிக்கொண்டே, முனகிக்கொண்டிருக்கிறாள். "இல்ல... உனக்கு என்ன தெரியுமப்பா குழந்தை, நீ பெரிய படிப்புப் படிச்ச டாக்டர் ஆயிட்ட... ஆனா

போலிக்கற்கள் வியாபாரம் வேறமாதிரி. கருப்பு முகத்திரை அணிந்த பொம்பளை கிட்டயிருந்து யார் ஒரு நீலக்கல்லை யார் வாங்குவாங்க? இது நம்பிக்கையை ஏற்படுத்தற பிரச்சினை. அதனால அவங்க என்னப் பாக்கணும்; எனக்கு வலியும் புண்ணும் வரணும். போ, போ... பாவம் உன் அம்மாவைப் பத்திக் கவலைப்படாதே".

..."பெரிய புள்ளி" டாய் ஏரியில் துப்புகிறான், "பெரிய பை, பெரிய புள்ளி, பா! எங்க வீடுங்கள்ல பை இல்லையா? நீ அங்கிருந்து அந்தப் பண்ணித்தோல்ல செய்ஞ்ச பையைத் தூக்கிட்டு வரணுமா? அதக் கண்ணாலே பாத்தாலே பாவம். உள்ள என்ன இருக்குதோ, அந்த ஆண்டவனுக்குத்தான் வெளிச்சம்". பூப்போட்ட திரைகளுக்கும், சாம்பிராணிப் புகைக்கும் இடையில் உட்கார்ந்திருக்கும் டாக்டர் அசீஸின் கவனம், ஏரிக்கு அக்கரையில் காத்திருக்கும் நோயாளியிலிருந்து இழுக்கப்படுகிறது. டாயின் கசப்பான தனிப்பேச்சு அவர் பிரக்ஞையை உடைத்துப் புகுகிறது. சாம்பிராணி வாசத்தை உடைத்துக்கொணடு ஒரு மந்தமான அதிர்ச்சியை, அவசரசிகிச்சை வார்டில் காணப்படும் நாற்றத்தைப் புகுத்துகிறது... இந்தக்கிழவனுக்கு எதன்மீதோ கடுங் கோபம்...

ஒரு புரியாத சினத்தில் அகப்பட்டு - அதைத் தன் முன்னாள் சீடன்மேல் - இன்னும் துல்லியமாக, விசித்திரமான அவன் பையின்மீது செலுத்துகிறான். டாக்டர் அசீஸ் நலம் விசாரிப்பதுபோல பாவனை செய்கிறார்... "உன் வீட்ல நல்லாருக்காங்களா? இன்னும் ஜனங்க உன் தங்கப்பல் பையைப் பத்திப் பேசிக்கிறாங்களா?" ஒரு பழைய நட்பைப் புதுப்பிக்க விரும்புகிறார்; ஆனால் டாய் முழு ஆர்ப்பாட்டத்தில் இருக்கிறான். அவனிடமிருந்து ஆறாக வசைகள் பெருகிவருகின்றன. அவன் வசைமாரியில் ஹைடல் பெர்க் பை நடுங்குகிறது. "வேத்துநாட்லருந்து அக்காளஓளிங்க பன்னித்தோல் பை அசலானுங்க தந்திரங்களோட. பெரிய புள்ளிங்க பை. இப்ப ஒருத்தன் கை முறிஞ்சிப் போச்சின்னா பச்சில வச்சிக்கட்ட இந்தப் பை விடாது. ஒருத்தன் பொண்டாட்டி பை பக்கத்திலபோய் படுத்துக்கினா அதலருந்து கத்திங்கவந்து அவளை அறுக்கும். என்னா விஷயத்தெல்லாம் அந்த அசல்நாட்டுக்காரங்க சின்னப்பசங்க தலையில ஏத்தி அனுப்புறானுங்க. சத்தியமாச் சொல்றேன், இது ரொம்ப மோசமான விஷயம். பாவிங்களுடைய வெதயோட சேந்து இந்தப் பையும் நரகத்தில எரியணும்".

...மிராசுதார் கனி, தன் கையில் சொடக்குப் போடுகிறார். "பெரிய வாய்ப்பு, இல்லையா, சொல்லுங்க. நகரத்தில உங்களைப் பத்தி நல்லா பேசிக்கிறாங்க. நல்ல மருத்துவப் பயிற்சி. நல்லது...

நல்ல குடும்பம். இப்ப எங்க லேடி டாக்டர் சீக்காருக்காங்க, அதனால உங்களுக்கு இந்த வாய்ப்பு. நான் நெனைக்கறேன் - அந்தம்மாவுக்கு ரொம்ப வயசாச்சு. அதனால எப்பவும் படுத்த படுக்கை. புதிசா வந்த வளர்ச்சி பத்தியும் ஒண்ணும் தெரியாது - என்ன - என்ன? நான் சொல்றேன்: டாக்டர் தன்ன முதல்ல குணப்படுத்திக்கணும். அப்புறம் உங்களுக்கு இதச் சொல்றேன். நான் என் தொழில் உறவுகள்ல ரொம்ப சரியா நடந்துக்குவேன். உணர்ச்சி, அன்பு இதெல்லாம் குடும்பத்துக்கு மட்டும். எனக்கு ஒருத்தர் சரியா வேலை செய்யலண்ணா, போவட்டும்! புரியுதா உங்களுக்கு? அதனால்: என் மகள் நசீம் உடம்பு நல்லாயில்ல. ரொம்ப நல்லா அவளுக்கு வைத்தியம் பாக்கணும். எனக்கும் நண்பர்கள் இருக்காங்க, ஞாபகம் வச்சிக்கங்க. மேலும், உயர்ந்தவங்க தாழ்ந்தவங்க எல்லாருக்கும்தான் நோய் வருது".

..."உனக்கு ஆண்மையை உண்டாக்க இன்னும் தண்ணீர்ப்பாம்புகளை பிராந்தியில் ஊறுகாய் போட்டுச் சாப்பிடுகிறாயா டாய்ஜீ? இன்னும் தாமரைக் கிழங்குகளை மசாலா எதுவுமில்லாமல் சாப்பிடுவதில் விருப்பமா?" தயக்கமான கேள்விகள், டாயின் சினவெள்ளத்தில் ஒதுக்கப்படுகின்றன. டாக்டர் அசீஸ் நோயறியத் தொடங்குகிறார். அந்தப் படகுக்காரனுக்கு மருந்துப்பை அயல்நாட்டைக் குறிக்கும் சின்னம். அது ஒரு அந்நியப்பொருள், ஆக்கிரமிப்பு, முன்னேற்றம். ஆமாம், இது இளம் டாக்டரின் மனத்தைப் பற்றிக் கொண்டுவி' டது. ஆமாம், அதில் கத்திகளும், காலரா, மலேரியா, பெரியம்மை ஆகியவற்றிற்கு மருந்துகளும் இருக்கின்றன. மேலும், ஆம், அது டாக்டருக்கும் படகுக்காரனுக்கும் குறுக்கே உட்கார்ந்திருக்கிறது, அவர்களை எதிரிகள் ஆக்கிவிட்டது. டாக்டர் அசீஸ், வருத்தத்திற்கு எதிராகவும், டாயின் கோபத்திற்கு எதிராகவும் போராடவேண்டியிருக்கிறது. அது அவரையும் தொற்றிக்கொள்ளத் தொடங்கிவிட்டது. அவரது ஆகவும் ஆகிவிட்டது. அபூர்வமாகத்தான் வெளியே புகைகிறது என்றாலும், வரும்போது எதிர்பாராதவாறு மிக அடியாழத்திலிருந்து ஒரு பூகம்பமாக வெளிவந்து, பார்வையில் படும் எல்லாவற்றையும் நாசமாக்கிவிடுகிறது. பிறகு மறைந்துவிடுகிறது... ஏன் எல்லோருமே நிலைகுலைந்திருக்கிறார்கள் என்று அவரைக் கவலைப்படவைக்கிறது... கனியின் வீட்டை அவர்கள் நெருங்கிக்கொண்டிருக்கிறார்கள். ஒரு பணியாள் ஒரு கரைப்பிடிமீது கைகளைப் பிடித்துக்கொண்டு நின்றவாறு சிகாராவுக்காகக் காத்திருக்கிறான். அசீஸ் கையிலிருக்கும் பைமீது கவனத்தைக்

குவிக்கிறார். ...“உங்கள் வழக்கமான டாக்டர் வருவதற்கு ஒத்துக்கொண்டாளா, கனி சாகிப்?” ...மறுபடியும் ஒரு தயக்கமான கேள்வி எளிதாகத் தள்ளப்பட்டுவிடுகிறது. மிராசுதார் சொல்கிறார் “ஓ, அவள் ஒப்புக்கொள்வாள். இப்போது தயவுசெய்து என்னைப் பின் தொடர்ந்து வாருங்கள்”.

பணியாள் கரைமீது காத்திருக்கிறான். ஆதம் அசீஸ், கையில் பையுடன் படகிலிருந்து வெளியே தாவும்போது கெட்டியாகப் படகைப் பிடித்துக் கொள்கிறான். இப்போது கடைசியாக டாய், நேரடியாக என் தாத்தாவுடன் பேசத் தொடங்குகிறான். முகத்தில் வெறுப்புடன் கேட்கிறான் - “இதைச் சொல்லு, டாக்டர் சாகிப்... செத்த பன்னிகளின் தோலால் செய்யப்பட்ட அந்தப் பையில, அசல்நாட்டு டாக்டர்கள் மோப்பம் பிடிக்க வச்சிருக்கிற மிஷின்கள்ல ஒண்ண வச்சிருக்கிறயா?” புரியாமல் ஆதம் தன் தலையை ஆட்டுகிறார். டாயின் வெறுப்பில் புதிய படிவுகள் கூடுகின்றன. “அட, உனக்குத் தெரியும் ஐயா, யானைத் தும்பிக்கை போல ஒண்ணு”. அசீஸுக்கு அவன் என்ன சொல்கிறான் என்பது புரிகிறது. “ஓ, ஸ்டெதாஸ்கோப்பா, கட்டாயம் இருக்கிறது”. டாய் தன் சிகாராவை படகுக்கரையிலிருந்து தள்ளுகிறான். துப்புகிறான். செலுத்திக் கொண்டு போகிறான். “எனக்குத் தெரியும் அது. உன் பெரிய சொந்த மூக்கைவிட அந்த மாதிரி மிஷினைத்தான் பயன்படுத்துவ”.

ஒரு ஸ்டெதாஸ்கோப் மூக்கைப் போன்றதல்ல, ஒரு ஜோடிக் காதுகளைப் போன்றது என்று விளக்க முயலவில்லை. வெறுத்து ஒதுக்கப்பட்ட ஒரு குழந்தையின் வெறுப்புக் கலந்த கோபத்தை - தனது எரிச்சலை அவர் அடக்கிக்கொள்கிறார். மேலும் நோயாளி காத்திருக்கிறாள். காலம் மனத்தை அமைதிப்படுத்தி, அந்தக் கணத்தின் முக்கியத்துவத்தின்மீது கவனத்தைக் குவிக்கிறது.

வீடு வளமாக இருக்கிறது, ஆனால் விளக்கொளி குறைவாக இருக்கிறது. கனி மனைவியில்லாதவர், வேலைக்காரர்கள் அதைத் தங்களுக்குச் சாதகமாக்கிக் கொண்டனர். மூலைகளில் ஒட்டடை. விளிம்புகளில் எல்லாம் தூசி படிந்திருக்கிறது. ஒரு நீண்ட தாழ்வாரத்தில் நடக்கிறார்கள். ஒரு கதவு பாதி திறந்திருக்கிறது - அதன் வழியாக மிகவும் ஒழுங்கற்ற நிலையில் இருக்கின்ற ஓர் அறையைப் பார்க்கிறார். இந்தக் காட்சி, கனியின் கருப்புக் கண்ணாடியில் தென்பட்ட ஓர் ஒளிக்கீற்றுடன் தொடர்புற்று, அசீஸுக்கு அந்த மிராசுதார் ஒரு குருடர் என்பதைத் தெரிவிக்கிறது. அது அவருடைய அமைதியின்மையை அதிகரிக்கிறது. ஐரோப்பிய

ஓவியங்களைப் பாராட்டுகின்றதாகச் சொல்பவர் ஒரு குருடரா? மேலும் கனி எதன் மீதும் மோதிக் கொள்ளவில்லை என்பது அவருக்கு வியப்பை அளிக்கிறது... அவர்கள் தேக்குமரக் கதவு ஒன்றின் வெளிப்புறம் நின்றார்கள். “இங்கே இரண்டு நிமிடம் காத்திருங்கள்” என்று கனி சொன்னார், கதவின் பின்னாலிருக்கும் அறைக்குள் மறைந்தார்.

பின்வந்த ஆண்டுகளில், மிராசுதாரின் மாளிகையின் இருண்ட ஒட்டடைபடிந்த தாழ்வாரத்தில் தனிமையில் காத்திருந்த இரண்டு கணங்களில் அவர் தனது கால்கள் எவ்வளவு விரைவாகக் கொண்டுபோகுமோ அந்த அளவு விரைவாக அங்கிருந்து ஓடிவிட வேண்டுமென்று கட்டுப்படுத்த முடியாத ஆசை அவரைப் பற்றிக் கொண்டதாக டாக்டர் அசீஸ் ஆணையிட்டுச் சொன்னார். அந்தக் குருட்டுக் கலாரசிகரின் புதிரின் பயத்தால் நரம்புதளர்ந்து, டாயின் நயவஞ்சகமான முணுமுணுப்புகளின் விஷத்தின் விளைவாக உற்பத்தியான, சுரண்டும் மிகச்சிறு பூச்சிகள் தனக்குள் நிரம்புவதாக உணர்ந்தார் அவர். டாயின் முணுமுணுப்புகளோடு, அவருடைய மூக்குத் துளைகளின் தினவு, அவன் எப்படியோ பாலியல் நோய்க்கு ஆட்பட்டவன் என்பதை அவருக்குச் சந்தேகமற உணர்த்தியது. அவருடைய பாதங்கள், ஈயத்தால் ஆன பூட்ஸுகளில் மாட்டிக்கொண்டதுபோல இருந்தன. மெதுவாகத் திரும்ப யத்தனித்தார். இரத்தம் காதுக்கு ஏறுவதை உணர்ந்தார். ஏதோ திரும்பமுடியாத முட்டுச்சந்துக்குச் சென்றுவிட்டது போன்ற வலுமிக்க உணர்வு அவருக்கு ஏற்பட, தன் ஜெர்மன் நாட்டுக் கம்பளிக் காற்சட்டைகளை நனைத்துக் கொள்ளும் நிலைக்குச் சென்றுவிட்டார். தான் அறியாமலே, மிகவும் கடுமையாக வெட்கப்படத் தொடங்கினார். ஆனால் இந்த நிலையில், ஒரு வேனிற்கட்டி வெட்கச்சிவப்பு போல அவள் முகத்தின் ஊடாக இருக்க, ஒரு பச்சைவண்ணக் கல்லை வெளிச்சத்துக்குக் காட்டியவாறு தாழ்வான மேசைமுன் தரையில் உட்கார்ந்து, அவருடைய அன்னை அவர் கண்முன்னால் தோன்றினாள். படகுக்காரன் டாயின் வெறுப்பெல்லாம் அவள் முகத்தில் ஏறிவிட்டதுபோல் தோன்றியது. டாயின் குரலில், “போ, போ, ஓடு” என்று அவள் சொன்னாள். “உன் வயதான ஏழைத் தாயைப் பற்றிக் கவலைப்படாதே.” “ஒரு பயனற்ற பிள்ளையைப் பெற்றிருக்கிறாயே அம்மா, எனக்கு மத்தியில் முலாம் பழ அளவுக்கு ஒரு பெரிய ஓட்டை தெரிவதைப் பார்க்கவில்லையா?” ஒரு வலிமிக்க சிரிப்பினை வெளிப்படுத்தினாள் அவர் தாய். “நீ எப்போதுமே ஓர் இரக்கமற்ற பையன்” என்று பெருமூச்சு விட்டாள்.

பிறகு அந்தத் தாழ்வாரத்தில் ஒரு பல்லியாக மாறித், தனது நாக்கை அவரை நோக்கி நீட்டினாள். டாக்டர் மயக்கநிலையிலிருந்து வெளிவந்தார். உரக்கப் பேசிவிட்டோமோ என்று சந்தேகப்பட்டார். அந்த ஓட்டை பற்றிய விஷயத்தினால் என்ன சொன்னோம் என்ற வியப்புக்கு ஆளானார். அவருடைய கால்கள் இப்போது தப்பிக்க முனையவில்லை என்பதையும் தான் கண்காணிக்கப்படுகிறோம் என்பதையும் உணர்ந்தார். மல்யுத்தக்கார உடல் அமைப்புள்ளவள் ஒருத்தி, அறைக்குள் தன்னைப் பின்தொடர்ந்து வருமாறு அவருக்குச் சைகை செய்தவாறு அவரை முறைத்துக்கொண்டிருந்தாள். அவள் புடவை அணிந்திருந்த முறை அவள் ஒரு பணிப்பெண் என்பதையும் ஆனால் அவள் அடிமைப் புத்தி கொண்டவள் அல்ல என்பதையும் சொல்லியது. "ஒரு மீனைப் போலப் பயந்திருக்கிறாய்" என்றாள் அவள். "இளம் டாக்டர்கள். ஒரு புதிய வீட்டுக்குள் வருகிறீர்கள், உங்கள் ஈரல் கூழாகி விடுகிறது. வாங்க டாக்டர் சாகிப், அவர்கள் உங்களுக்காகக் காத்திருக்கிறார்கள்". ஒரு கணம் தன் பையை இறுகப் பிடித்தவாறு, அவர் அந்தத் தேக்குக் கதவின் வழியாக அவளைப் பின்தொடர்ந்தார்.

...வீட்டின் பிறபகுதிகளைப் போலவே வெளிச்சம் குறைவாக உள்ள ஒரு பரந்த படுக்கை அறை. ஆனால் இதற்குள் தூசுபடிந்த வெயில் கற்றைகள் சுவரின் உயரத்தில் ஒரு ஃபேன்லைட் வழியாக உள்ளே வந்தன. இந்த மங்கிய ஒளிக்கற்றைகள் அவர் இதுவரை பார்த்திராத வித்தியாசமான குறிப்பிடத்தக்க காட்சி ஒன்றை வெளிப்படுத்தின. மிக வியப்பூட்டும் புதுமை கொண்ட அரங்கக் காட்சி. அதைக் கண்ட அவருடைய பாதங்கள் மீண்டும் வாயிற்படியை நோக்கித் திரும்பலாயின. தொழில் ரீதியான மல்யுத்தக்காரிகள் போலத் தோற்றமளித்த இன்னும் இரண்டு பெண்கள், அந்த வெளிச்சத்தில் அசையாமல் நின்றார்கள். ஒரு பெரிய படுக்கைவிரிப்பின் இரண்டு முனைகளை அவர்கள் பிடித்திருந்தார்கள். தங்கள் தலைக்குமேல் கைகளை உயர்த்திப் பிடித்திருந்ததால் அது ஒரு திரைச்சீலை போலக் காட்சிதந்தது. சூரிய வெளிச்சம் படிந்த அந்த விரிப்பினைச் சுற்றியிருந்த இருளிலிருந்து வெளிப்பட்ட திரு. கனி, அந்த விசித்திரமான காட்சியை ஆதம் முட்டாள்தனமாக அரைநிமிடம் முறைத்துப் பார்க்குமாறு அனுமதித்தார். அதன் இறுதியில், ஒரு வார்த்தையும் பேசப்படுவதற்கு முன்னால், டாக்டர் ஒரு விஷயத்தைக் கண்டுபிடித்தார்.

அந்த படுதாவின் நடுமையத்தில், ஓர் ஓட்டை போடப்பட்டிருந்தது. ஏறத்தாழ ஏழு அங்குல விட்டம் கொண்ட ஒரு வட்டமான ஓட்டை.

"கதவைச் சாத்து, ஆயா" என்று முதலில் வந்த மல்யுத்தக்காரிக்கு அறிவித்தார் கனி. பிறகு அசீஸை நோக்கித் திரும்பி, இரகசியமாகச் சொல்லலானார்: "இந்த நகரத்தில் ஒன்றுக்கும் உதவாத பலர் இருக்கிறார்கள். அவர்கள் சமயத்தில் என் மகளின் அறைக்குள் நுழைய முயற்சிசெய்திருக்கிறார்கள்". சுற்றியிருந்த மல்யுத்தக்காரிகளை நோக்கி, "அவளுக்குப் பாதுகாப்பு தேவைப்படுகிறது" என்றார்.

அசீஸ் அந்த ஓட்டையிட்ட விரிப்பை இன்னும் பார்த்துக்கொண்டிருந்தார். "சரிதான், வாங்க. என் நசீமை நீங்கள் இப்போதே சோதிக்கலாம், உடனடியாக".

என் தாத்தா அறையைச் சுற்றி நோக்கினார். "ஆனால், கனி சாகிப், எங்கிருக்கிறாள் அவள்?" என்று கடைசியாக உளறினார். மல்யுத்தக்காரிகள் அவமதிக்கும் பார்வை ஒன்றைப் பார்த்தனர். ஏதோ அவர் புதுமையான ஒன்றைச் செய்ய முனைவதுபோல வும் அதனால் ஒரு கணம் அவர்களுடைய தசைகள் இறுக்கம் பெற்றதுபோலவும் அசீஸுக்குத் தோன்றியது.

தனது விஷப் புன்னகை விரிய, "ஆ, உங்கள் குழப்பம் எனக்குத் தெரிகிறது" என்றார் கனி. "ஐரோப்பாவிலிருந்து திரும்பிய உங்களைப் போன்ற ஆட்கள் ஒன்றை மறந்து விடுகிறீர்கள். டாக்டர் சாகிப், என் மகள் ஒரு பண்புள்ள பெண் என்று சொல்லவே தேவையில்லை. புதிய ஆட்களின் பார்வையில் அவள் தன் உடம்பைக் காட்சிப் பொருளாக்க மாட்டாள். எந்தச் சூழ்நிலையிலும், அவளை நீங்கள் பார்க்க அனுமதி கிடையாது என்பதைப் புரிந்துகொள்ளுங்கள். அதற்கேற்றவாறு அந்த விரிப்பின் பின்னால் அவளை நான் இருத்திவைத்திருக்கிறேன். ஒரு நல்ல பெண்போல, அவள் அதற்குப் பின்னால் நின்றிருக்கிறாள்."

டாக்டர் அசீஸின் குரலில் ஓர் ஆவேசம் தொனித்தது. "கனி சாகிப், அவளைப் பார்க்காமல் எப்படி அவளைச் சோதிக்க முடியும் சொல்லுங்கள்?" கனி புன்னகைத்தார்.

"எனது மகளின் எந்தப்பகுதியைச் சோதிக்க வேண்டும் என்று நீங்கள் தயவுசெய்து குறிப்பிடுங்கள். நீங்கள் அதோ காணுகின்ற அந்தத் துளையின் எதிரே அவளுடைய அந்த உடற்பகுதியைக் காட்டச் சொல்கிறேன். இந்த முறையில் நீங்கள் சோதிக்க முடியும்."

"சரி, எப்படி ஆனாலும், அவளுடைய நோய் என்ன என்று அந்த அம்மையார் சொல்கிறார்?" துயரார்ந்தவாறு என் தாத்தா. அதற்கு திரு. கனி, தனது விழிகள் கண்ணில் மேல்நோக்கிச் செல்ல, அவரது புன்னகை சோகத்தினால் ஓர் சுளிப்பாக மாற, பதில் சொன்னார் - "பாவம் அந்தக் குழந்தை! அவளுக்கு பயங்கரமாக, மிகவும் பயமூட்டக் கூடிய வயிற்றுவலி."

"அப்படியானால்", என்றார் டாக்டர் அசீஸ் ஓரளவு தன்னைக் கட்டுப்படுத்தியபடி, "அவள் எனக்குத் தன் வயிற்றைக் காட்டுவாளா, தயவுகூர்ந்து?"

மெர்க்குரோகுரோம்

பத்மா - நம்ம குண்டு பத்மாதான் - கம்பீரமாகச் சிடுசிடுக்கிறாள். (அவளுக்குப் படிக்கத் தெரியாது, மீன்விரும்பிகள் எல்லோரையும் போலவே, அவளுக்குத் தெரியாதது மற்றவர்களுக்குத் தெரிந்தால் அவர்களை வெறுக்கிறாள். பத்மா: வலுவான, ஜாலியான, என் கடைசி நாட்களுக்கான ஆறுதல். ஆனால் நிச்சயமாகத் தானும் கெட்டுப் பிறரையும் கெடுப்பவள்.) என் மேஜையிலிருந்து பசப்ப முயற்சிசெய்கிறாள் "சாப்பிடு, இல்ல, சாப்பாடு வீணாகுது". நான் விடாப்பிடியாகத் தாளின்மீது கவிந்திருக்கிறேன். "இந்த எழுத்து கிழுத்துக்கெல்லாம்" என்று எரிச்சலோடு வலக்கையை உயர்த்தி, "என்ன அவ்வளோ பிரமாதமா வந்திட்டுது இப்போ" என மேலிருந்து கீழாகக் காற்றை வெட்டுகிறாள். நான் சொல்கிறேன்: "என் பிறப்பைப்பற்றிய தகவல்களை எல்லாம் நான் எழுதியாகிவிட்டது, மருத்துவருக்கும் நோயாளிக்கும் மத்தியில் ஓட்டையுள்ள படுதா போடப்பட்டு நிற்கிறது, இப்போது பின்னால்போக முடியாது". பத்மா செறுமுகிறாள். மணிக்கட்டு நெற்றியில் படுகிறது. "சரிசரி, பட்டினி கிட, பட்டினி. யார் கால்காசுக்கு கவலைப்படப் போறா?" மறுபடியும் உரத்த, முடிவான செறுமல்... ஆனால் அவள் மனநிலையை கவனிக்கும் விதமாக நான் இல்லை. பிழைப்புக்கு, அவள் நாள்முழுதும் கொதிக்கும் பானையைக் கலக்கிக்கொண்டிருக்க வேண்டும். கொதிக்கிற, வினிகர் போன்ற ஏதோ, இன்றைக்கு இரவு அவளை இப்படி குதிக்கவைத்திருக்கிறது. கனமான இடுப்பு. மயிரடர்ந்த முன்கை. பொறுமையிழந்து, தள்ளாடி, ஜாடை செய்தவாறே செல்கிறாள். பாவம் பத்மா. எல்லாம் அவளைத் தள்ளாட்டத்தில் விடுகின்றன. அவள் பெயரும்கூட. அவள் அம்மா சிறுவயதில் அவளுக்கு இட்டபெயர் பத்மா. அது லக்ஷ்மி என்ற

தெய்வத்தின் பெயர். ஆனால் ஊர் மக்களிடையே சாணிப் பொறுக்கி என்றுதான் அவள் அறிமுகம்.

மீட்டுக்கொண்ட நிசப்தத்தில், நான் தாள்களுக்குத் திரும்புகிறேன். அவற்றில் சற்றே மஞ்சள் வாசனை. நான் நடுக்காற்றில் நேற்று தொங்கவிட்டுப்போன கதையின் துயரத்தை வெளியிடத் தயாராக இருக்கின்றன. உயிர் பிழைத்திருப்பதற்காகவே ஷாராஜாத், அரசன் ஷாரியாரிடம் ஒவ்வொரு நாள் இரவும் மிச்சம் விட்டு வைத்த கதையைப் போல. “தாழ்வாரத்தில் என் தாத்தாவுக்குப் புலப்பட்ட தீங்கின் முன்னறிகுறிகள் அடிப்படை இல்லாதவை அல்ல” என்று இதோ உடனே கதையைத் தொடங்கி விடுகிறேன்: பின்வந்த மாதங்களிலும் வருஷங்களிலும், அந்த மிகப்பெரிய, ஆனால் கறைபடாத, ஓட்டையிட்ட படுதாவினால் யாரோ மந்திரவாதி செய்துவிட்ட சூனியத்தின் பிடியில் அவர் விழுந்துவிட்டார் என்றுதான் நான் சொல்வேன்.

“மறுபடியுமா?” ஆதமின் அம்மா கண்களை உருட்டியவாறு சொன்னாள். “நான் சொல்றேன், குழந்தே, ரொம்ப மென்மையா வாழ்ந்து ரொம்ப நோயாளியாயிட்டாள் அந்தப் பெண். அம்மாவின் கண்டிப்பு இல்லாம போனதால, அதிகமா ஸ்வீட் சாப்பிட்டு வளந்தவ. போ, போய் உன் கண்காணாத நோயாளியை கவனி. உன் அம்மாவுக்கு தலைவலிதானே, அது ஒண்ணுமில்ல, வேறொண்ணுமில்ல”.

அந்த வருஷத்தில், பாருங்களேன், வீட்டுக்காரரின் பெண் நசீம் கனியைச் சின்னச் சின்ன நோய்கள் ஏராளமாகப் பிடித்துக்கொண்டன. அதனால் அந்தச் சமவெளிப் பகுதியில் நல்லபேர் எடுத்துக்கொண்டிருந்த பெரியமூக்குள்ள உயரமான இளம் டாக்டரைக் கூப்பிடப் படகுக்காரனை அனுப்புவார்கள். சூரிய ஒளிக்கற்றைகளோடு ஆதம் அசீஸ் அந்த மூன்று மல்யுத்தக்காரிகளின் படுக்கையறைக்குச் செல்வது வாரந்தவறாத நிகழ்ச்சியாகிவிட்டது. ஒவ்வொரு சந்தர்ப்பத்திலும், அந்த படுதாவின் வட்டத் துளையில், அந்த இளம்பெண்ணின் உடலில் வேறு ஒரு ஏழங்குலப் பகுதி காட்டப்படும். முன்பிருந்த வயிற்றுவலி போய் மிகக் கொஞ் சமாகச் சுளுக்கிக் கொண்ட வலது கணுக்கால். பிறகு இடதுகாலின் பெருவிரல் நகத்தின்கீழ் வளரும் இன்னொரு நகம். பின் இடது குதிகாலில் ஒரு மிகச்சிறிய கீறல். (மிராசுதார், “டெடனஸால் சாவும் நேரலாம் டாக்டர் சாகிப்” என்றார். “ஒரு கீறலால் என் நசீம் இறந்துபோகக்கூடாது”.) அவள் வலது முழங்கால் விறைப்பாக இருந்தது. அதையும் விரிப்பின் துளை வழியாகவே டாக்டர் சோதிக்க

வேண்டியிருந்தது... கொஞ்சநாள் பின்னர் நோய் உயர உயரப் போயிற்று. சில சொல்லக்கூடாத இடங்களை விட்டு விட்டு, அது அவள் உடலின் மேற்பகுதி முழுதும் பரவலாயிற்று. ஏதோ மாயமான நோயினால் அவதிப்பட்டாள். விரல் அழுகல் என்றார் அவள் தந்தை. கையிலிருந்து தோல் உரிந்துகொண்டே இருந்தது. மணிக்கட்டு எலும்புகள் பலவீனம். அதற்கு கால்சியம் மாத்திரைகளைக் கொடுத்தார் ஆதம். அவ்வப்போது மலச்சிக்கல். எனிமா தருகின்ற வாய்ப்பு இல்லாததால், பலவிதமான மலமிளக்கிகளைச் சாப்பிடச் சொன்னார். காய்ச்சல் வந்துகொண்டே இருந்தது. இயல்பைவிடக் குறைவான உடல் வெப்பம். இம்மாதிரிச் சமயங்களில் அவருடைய வெப்பமானி அவளுடைய அக்குளில் வைக்கப்படும். இப்படி அளப்பது சரியில்லை என்று அவர் பேசிக்கொண்டிருப்பார். எதிர் அக்குளில் ஒருமுறை அவளுக்கு டினியாகுளோரிஸ் கொஞ் சமாக வந்தது. அவள் உடலில் மஞ்சள்நிற பவுடரைப் பூசினார் டாக்டர். அவர் மென்மையாகவும் ஆனால் திடமாகவும் அவள் உடலில் அந்தப் பவுடரைப் பூசவேண்டி இருந்தது. இந்த சிகிச்சையின்போது அவளுடைய மென்மையான இரகசிய உடம்பு அசையவும் நடுங்கவும் தொடங்கியது. சீலையின் வழியாக எதுவும் செய்யஇயலாத நிலையில் ஒரு சிரிப்பு வெளிவந்தது. நசீம் கனிக்கு உடல்கூச்சம் அதிகம். தினவு போய் விட்டது. ஆனால் அவளுக்கு வேறு பிரச்சினைகள் ஏற்பட்டன. கோடைகாலத்தில் அவளுக்கு இரத்தசோகை ஏற்பட்டது. குளிர்காலத்திலோ மூச்சு இளைப்பு. ("அவளுடைய சுவாசக்குழாய்கள் மிகவும் மென்மையானவை" என்றார் கனி. "அவை சின்னச் சின்ன புல்லாங்குழல்கள் போன்றவை".) தொலைவில் மிகப்பெரிய உலகப் போர் ஓர் உச்சகட்டத்திலிருந்து இன்னொன்றிற்குப் போய்க்கொண்டிருந்தது. ஒட்டடை படிந்த இந்த வீட்டிலோ டாக்டர் அசீஸ், படுதாவினால் மறைக்கப்பட்ட ஒரு நோயாளியின் எல்லையற்ற பிரச்சினைகளுக்கு எதிராகப் போர் தொடங்கியிருந்தார். அந்த உலகப்போர்க் காலத்தில், நசீம், ஒரு முறை கூறிய எந்த நோயையும் இன்னொருமுறை சொன்னதில்லை. "நீங்கள் ஒரு நல்ல மருத்துவர் என்பதைத்தான் இது காட்டுகிறது" என்றார் கனி. "அவளுக்கு நீங்கள் சிகிச்சை செய் தால் அந்த நோய் குணமாகிவிடுகிறது. ஆனால்" ...அவர் நெற்றியில் தட்டிக்கொண்டார். "அவள் தன் தாய்க்காக வருத்தப்படுகிறாள், பாவம். அது உடலில் நோயாக எதிரொலிக்கிறது. ரொம்பவும் பாசமான பெண் அவள்".

சல்மான் ருஷ்தீ | 53

இப்படியாக டாக்டர் அசீஸுக்கு, நசீம் பற்றிய ஒரு சித்திரம் மனத்தில் உருவாகியது. பலவேறு இடங்களைக் கண்டறிந்ததின் மோசமான ஒரு ஒட்டுப்படம் (கொலாஜ்) அது. படுதாவினால் மறைக்கப்பட்ட ஒரு பெண்ணின் பேயுருவம் - கனவில் மட்டுமல்ல - அவரைப் பீடிக்கத் தொடங்கியது. அவருடைய கற்பனையினால் ஒட்டப்பட்ட உருவம் பெற்றவள், அவரது சுற்றுகளில் எல்லாம் உடன் வரத்தொடங்கினாள். அவருடைய மனத்தின் முன்னறையைப் பிடித்துக்கொண்டாள். ஆகவே விழித்திருந்தாலும் உறங்கினாலும் அவளுடைய கூச்சமிக்க உடலின் பகுதியையோ, முழுமை பெற்ற சிறிய மணிக்கட்டுகளையோ, கணுக்கால்களின் அழகையோ அவருடைய விரல்களால் உணர முடிந்தது. அவள்மீதிருந்த நொச்சி, மல்லிகை மணத்தை அவரால் எப்போதும் முகர முடிந்தது. அவளுடைய குரலைக் கேட்கவும், கையற்ற நிலையிலான சிறு பெண்ணைப் போன்ற சிரிப்பையும் கேட்க முடிந்தது. ஆனால் அவளுக்குத் தலை மட்டும் கிடையாது. ஏனென்றால் அவள் முகத்தை அவர் பார்த்ததில்லை.

அவருடைய தாய் கவிழ்ந்துபடுத்துக் கொண்டிருந்தாள். "வா, கொஞ்சம் பிடிச்சிவிடு" என்றாள். "என் டாக்டர் மகனின் விரல்கள் வயசான தாயின் சதை வலியைத் தணிக்கட்டும். பிடிச்சிவிடப்பா, பிடிச்சிவிடு" என்றாள். மலச்சிக்கல்கொண்ட வாத்துபோல முகத்தை வைத்துக்கொண்டு, அவள் தோள்களைத் தடவிவிட்டார். சற்றே முனகினாள், உடல் வெட்டியிழுத்தது, பிறகு தளர்ச்சியடைந்தாள். "கொஞ்சம் கீழே இப்போ. அழுத்து", என்றாள். "இப்போ சற்றே உயரே. வலப்பக்கமா. நல்லாருக்கு. என் கூரறிவு படைச்ச மகனுக்கு அந்த மிராசுதார் கனி என்ன செய்றான்னு புரியலை. ரொம்ப சாமர்த்தியம் அவன், குழந்தே, ஆனால் அவனுக்கு அந்தப் பெண் தன் முட்டாள் தனமான ஒழுங்கீனத்தோடு ஏன் எப்பவும் நோயா இருக்கான்னு தெரியலை. கேள் மகனே, உன் முகத்திலுள்ள மூக்கை ஒரு முறை பார். அந்த கனி அவன் பெண்ணுக்கு நீதான் சரி என்று நினைக்கிறான். அயல்நாட்டுப் படிப்பு, மற்ற எல்லாம் இருக்கு. நான் கடைங்கள்ல வேலை செய்திருக்கறேன். வேத்து ஆண்கள் உரிப்பதுபோலப் பார்ப்பார்கள். அந்தப் பாடு பட்டதெல்லாம் நீ கடைசியா அந்த நசீமைக் கல்யாணம் பண்ணிக்கொள்றதுக்காக! மெய்யாப் பார், நான் சொல்றதெல்லாம் சரி. இல்லாவிட்டா நம் குடும்பத்தை அவன் இரண்டுதடவை ஏன் பார்க்கவேண்டும்?" அசீஸ் தாயை அழுத்திக் கொண்டிருந்தார். "கடவுளே, இப்ப நிறுத்து. நான் உண்மையைச் சொல்றதினால என்னைச் சாகடித்துவிடாதே!"

ஏறத்தாழ 1918 வாக்கில், ஆதம் அசீஸ் அவருடைய ஒழுங்கான சுற்றுகளுக்காக ஏரியின் மறுபக்கமாகக் குடிவந்து விட்டார். இப்போது அவருடைய ஆர்வம் இன்னும் அதிகமாகிவிட்டது. ஏனென்றால், மூன்றாண்டுகளுக்குப் பிறகு, அந்த நிலச்சுவான்தாரும், அவர் மகளும் சில குறிப்பிட்ட எல்லைகளைத் தளர்த்திக் கொள்ள முன்வந்தார்கள் என்பது தெரிந்தது. இப்போது முதல்தடவையாக, கனி சொன்னார், "வலது மார்பில் ஒரு கட்டி. அது மோசமானதா டாக்டர்? பாருங்க, நல்லாப் பாருங்க." அங்கே - ஓட்டையின் வழியாக, முழுமையாகச் செதுக்கப்பட்டது போல, கவிதை போன்ற அழகான... "நான் அதைத் தொட்டுப் பார்க்கவேண்டும்" என்று தன் குரலோடு போரிட்டவாறே அசீஸ் சொன்னார். "தொடுங்க, தொடுங்க" என்று கனி இரைந்தார். "குணப்படுத்துபவரின் கைகள்! குணமாக்கும் தொடுகை! இல்லையா டாக்டர்?" அசீஸ் ஒரு கையை நீட்டினார்... "கேட்பதற்கு மன்னியுங்கள், இது இந்தப் பெண்ணுக்கு மாதத்திற்குரிய நாளா?" ...மல்யுத்தக்காரிகளின் முகங்களில் சின்ன இரகசிய முறுவல்கள். கனி ஆதரவாகத் தலையசைத்துக்கொண்டே, "ஆமாம், பழைய நண்பரே, அதற்காக இவ்வளவு அவஸ்தை வேண்டாம். நாம் எல்லாரும் இப்போது குடும்பமாகி விட்டோம்." அசீஸ் "அப்படியானால் கவலைப்படவேண்டாம். காலப்பகுதி முடியும்போது இந்தக் கட்டிகள் போய்விடும்" ...அடுத்த முறை, அவள் தொடையின் பின்புறம், "சதை சுளுக்கிக்கொண்டது டாக்டர் சாகிப். அவ்வளவு வலி." அங்கே அந்த படுதாவினூடே, ஆதமின் கண்களை பலவீனப்படுத்திக் கொண்டு, மிகநன்றாக வட்டமாக அமைந்த தவிர்க்கஇயலாத பின்புறம் ஒன்று... இப்போது அசீஸ், "அனுமதி கிடைக்குமா"... அதன் பின் கனியிடமிருந்து ஒரு வார்த்தை; விரிப்புக்குப் பின்னாலிருந்து ஒரு பணிவான பதில். அப்புறம் ஒரு நாடா அவிழ்ப்பு, ஓட்டை வழியாக அற்புதமாக பெருத்துத் தென்பட்ட அந்த விண்ணுலகப் புட்டத்திலிருந்து பைஜாமா கீழேவிழுந்தது. ஆதம் அசீஸ் மருத்துவருக்கேற்ற அறிவுநிலைக்குத் தன்னைத் தயார் செய்துகொள்கிறார் ...கையை விடுகிறார், தொடுகிறார்... பெருவியப்பில் தனக்குள் சத்தியம்செய்து கொள்கிறார், அந்தப் பின்புறம், கூச்சத்தில், ஆனால் ஆதரவாகச் சிவந்து கொண்டிருக்கிறது,

அன்று மாலை, அந்த வெட்கச்சிவப்பை நினைத்துக் கொண்டிருக்கிறார். படுதாவின் மாயம் இரண்டு பக்கமும் வேலை செய்கிறதோ? உணர்ச்சிவசமாக, அவருடைய தலை யற்ற நசீம், அவருடைய ஆய்வுப்பார்வைக்கு, வெப்பமானிக்கு,

ஸ்டெதாஸ்கோப்புக்கு, அவருடைய விரல்களுக்கு நசீம் வெட்கப்படுவதையும், அவரது உருவத்தை அவள் மனத்தில் உருப்படுத்திக் கொண்டிருப்பதையும் பார்க்கிறார். ஆனால் அவளுக்கு ஒரு வசதியின்மை… அவர் விரல்களைத் தவிர வேறெதையும் பார்க்க முடியாத நிலை… அவர்கள் இருவரும் முகத்துக்கு முகம் பார்த்துக் கொள்ளும்படியாக நசீம் கனிக்கு ஒரு ஒற்றைத்தலைவலி, அல்லது அவளுடைய கண்காணாத முகவாய்க்கட்டையில் ஒரு கீறல் உண்டாகக்கூடாதா என்று ஒரு கள்ளத்தனமான ஆசை அவருக்கு ஏற்பட்டது. அவருடைய உணர்ச்சிகள் மருத்துவத்தொழிலுக்கு மாறானவை என்பது அவருக்குத் தெரியும், ஆனால் அவற்றை அழிக்க அவர் முயலவில்லை. அதில் அவ்வளவாக அவர் செய்யக்கூடியதும் ஒன்றுமில்லை. அவற்றிற்குத் தன்னால் ஓர் இருப்பு உருவாகி விட்டது. சுருங்கச் சொன்னால்: என் தாத்தா காதலில் விழுந்துவிட்டார். அந்த ஓட்டையிட்ட விரிப்பை ஏதோ புனிதமானது, மாய மந்திரத்தன்மை உடையது என்று நினைக்க ஆரம்பித்தார். ஏனென்றால் அந்த ஓட்டை வழியாக அவர் கண்ட விஷயங்கள், அவர் புல்கற்றையில் மோதியதனாலும், படகுக்காரன் டாயின் அவமதிப்பினாலும் உண்டான அவருக்குள்ளிருந்த ஓட்டையை அடைத்துவிட்டன.

உலகப்போர் முடிவுக்கு வந்த அன்று, அவர் நீண்டநாளாக எதிர்பார்த்த தலைவலி நசீமுக்கு வந்தது. உலகத்தில் என் குடும்பத்தின் இருப்பில் இம்மாதிரி வரலாற்று முக்கியத்துவம் வாய்ந்த இணைவுகள் ஆங்காங்கு பரவி - குப்பையாக்கிக் கொண்டிருக்கின்றன.

விரிப்பிலுள்ள ஓட்டையில் இப்போது தென்பட்ட காட்சியைக் காண தைரியம் வரவில்லை. ஒருவேளை மிகவும் விகாரமாக அவள் இருக்கலாம். இதுவரை நிகழ்ந்தவை எல்லாவற்றிற்கும் அது விளக்கம் அளிப்பதாக இருக்கும்… அவர் பார்த்தார். பார்த்த மிருதுவான முகம், நல்லவேளை, அழகற்றதாக இல்லை, அவளுடைய பளிச்சிடுகின்ற, மணிபோன்ற கண்களுக்கேற்ற பின்னணியாக அமைந்திருந்தது. அவற்றில் பொன்னிறப் புள்ளிகள் அமைந்து பழுப்பாக இருந்தன. புலியின் கண்கள். டாக்டர் அசீஸின் வீழ்ச்சி பூர்த்தியாகிவிட்டது. அப்போது நசீம் வெடித்தாள் - "ஆனால் டாக்டர், கடவுளே, என்ன மூக்கு!" கனி கோபமாக, "மகளே, உன் வார்த்தைகளை…" குறுக்கிட முயன்றார். ஆனால் நோயாளியும் டாக்டரும் சேர்ந்து சிரித்துக்கொண்டிருந்தனர். அசீஸ் சொல்லிக் கொண்டிருந்தார் - "ஆமாம், ஆமாம், அது ஒரு குறிப்பிடத்தக்க உதாரண மூக்கு தான்.

அதில் பெரிய அரச வமிசங்களே ஒட்டிக்கொண்டிருக்கின்றன என்கிறார்கள்"... என்று இழுத்தவர் - "சளி போல" என்று சொல்ல வந்திருந்தார், நாக்கைக் கடித்துக் கொண்டார்

மூன்று நீண்ட வருஷங்களாக படுதாவின் பின்னால் குருடராக நின்றிருந்த கனி, சிரித்தார், சிரித்தார், சிரித்துக்கொண்டேயிருந்தார்... மறுபடியும் தனது இரகசியச் சிரிப்பை. அது மல்யுத்தக்காரிகள் முகத்தில் எதிரொளித்தது.

இதற்கிடையில், படகுக்கார டாய் குளிப்பதைக் கைவிடும் தனது விளக்கமற்ற முடிவை எடுத்தான். சுத்தமான நீர்கொண்ட ஏரிகள் நிறைந்த பள்ளத்தாக்கில், அதுவும் மிக ஏழைமக்கள்கூடத் தங்கள் சுத்தத்தைப் பெருமையடித்துக் கொள்ளமுடிந்த ஓரிடத்தில், டாய் நாற்றமடிக்க முடிவெடுத்தான். மூன்றாண்டுகளாக அவன் குளிக்கவுமில்லை, இயற்கை உபாதைகளைக் கழித்தபின் கழுவவுமில்லை. ஆண்டுமுழுவதும் ஒரே உடையைத் துவைக்காமலே அணிந்திருந்தான். ஒரே விதிவிலக்கு, குளிர்காலத்தில் தனது சுகா கோட்டை நாற்றமெடுத்த தனது பைஜாமா மீது போட்டுக்கொண்டதுதான். கடுங்குளிரில் தன்னை வெப்பமாக வைத்துக் கொள்ள சுகாவுக்குள் அவன் காஷ்மீரிகளுக்கே உரிய பாணியில் தணல் அடங்கிய சிறுகூடையை வைத்திருந்தான், அவனது கெட்ட நாற்றங்களுக்கு அது மேலும் தூபம்போட்டு மிகைப்படுத்தியது. தனது உடலின் தீய நாற்றங்களை அசீஸின் வீட்டு முன்னிருந்த சிறு தோட்டத்திலும் வீட்டுக்குள்ளும் விட்டவாறு அவர் வீட்டைக் கடந்து முன்னும் பின்னுமாக மெதுவாக நடந்தான். பூக்கள் மடிந்தன; பறவைகள் அசீஸின் தந்தையின் ஜன்னல் விட்டத்திலிருந்து பறந்து போயின. டாயின் வேலை போய் விட்டதில் ஆச்சரியமில்லை. குறிப்பாக ஆங்கிலேயர்கள், ஒரு மனித ஊத்தைக்குழியினால் படகோட்டப்படுவதை விரும்பவில்லை. டாயின் கதை ஏரியைச் சுற்றிப் பரவியது. அவன் மனைவி, அவனுடைய இந்த திடீர் அழுக்கேற்றத்தால் மனம்கலங்கிப்போய், அதற்குக் காரணம் சொல்லுமாறு மன்றாடினாள். அவன் சொன்னான்: "நம்முடைய அயல்நாடு போய்வந்த டாக்டரை, அந்த நாக்கூவை, அந்த ஜெர்மானிய அசீஸைக் கேள்." அப்படியானால், டாக்டரின் அதி கூர்மையுள்ள மூக்குத் துளைகளை அவமதிக்கும் விதமான முயற்சியா அவன் செயல்? (அந்த மூக்கின் அபாய அறிப்புகள் எல்லாம், காதல் மயக்கச் சொட்டுகளில் கொஞ்சம் மயங்கிப் போய்விட்டன). அல்லது, ஹைடல்பெர்கிலிருந்து வந்த டாக்டர் தோல்பையின் படையெடுப்புக்குக் கட்டுப்படாத,

சல்மான் ருஷ்தீ | 57

மாறாமையின் ஓர் அடையாளமா? ஒருநாள் அந்தப் பழைய ஆளை, அசீஸ் நேராக "எதற்காக இதெல்லாம்?" என்று கேட்டே விட்டார். ஆனால் டாய் அவர்மீது ஊதிவிட்டு படகைச் செலுத்திக் கொண்டு போய்விட்டான். அந்த மூச்சு அசீஸை ஏறத்தாழ வீழ்த்திவிட்டது. ஒரு கோடரியைப் போலக் கூர்மையாக இருந்தது அது.

*1918*இல், அசீஸின் தந்தை, அவருடைய பறவைகள் இல்லாமற் போய்விட்டதால், தூக்கத்திலேயே இறந்துபோனார். அவருடைய தாய், அசீஸினுடைய தொழிலின் வெற்றியினால் இதுவரை போலிவைரக் கற்களை விற்றுவந்தவள், இப்போது தன் கணவனின் இறப்பைத் தன் பொறுப்புநிரம்பிய வாழ்க்கையிலிருந்து கருணைமிக்க விடுதலை என்று நோக்கினாலும், அவளும் படுக்கையில் விழுந்து, அவருடைய நாற்பதுநாள் துக்கத்திலேயே அவரைப் பின்தொடர்ந்து போய்விட்டாள். உலகப் போரின் இறுதியில் இந்தியப்படைகள் திரும்பிவந்த நேரத்தில், டாக்டர் அசீஸ் ஓர் அநாதை, அவருடைய இதயம் மட்டும் ஏழங்குல ஓட்டைக்குள் விழுந்துவிட்டது என்பதைத் தவிர, ஒரு சுதந்திர மனிதனாகிவிட்டார் அவர்.

டாயின் நடத்தையின் மோசமான விளைவாக, ஏரியின் படகுச் சமுதாயத்துடன் டாக்டர் அசீஸின் நல்லுறவு பாழ்பட்டுவிட்டது. குழந்தையாக இருக்கும்போது மீன்காரிகளுடனும் பூக்காரிகளுடனும் சுதந்திரமாக உரையாடி வளர்ந்த அவரை அவர்கள் சந்தேகத்துடன் நோக்கலானார்கள். "அந்த நாக்கூ... ஜெர்மானிய அசீஸைக் கேள்." டாய் அவரை ஒரு அந்நியனாக, எனவே - எளிதில் நம்பக்கூடாதவனாக முத்திரைகுத்தி விட்டான். அவர்களுக்கு அந்தப் படகுக்காரனைப் பிடிக்கவில்லை என்றாலும் டாக்டர் அவன்மீது ஏற்படுத்திவிட்ட மாற்றம் இன்னும் தொந்தரவளிப்பதாக இருந்தது. ஏழைகளின் சந்தேகத்திற்கு ஆளானவனாக, இன்னும் கேவலம், விலக்கி வைக்கப்பட்டவனைப் போலத் தன்னை உணர்ந்தார் அசீஸ். அது அவரை மோசமாக உறுத்தியது. டாய் என்ன செய்ய முனைந்திருக்கிறான் என்பதை அவர் இப்போது தெளிவாக உணர்ந்தார். அவரைப் பள்ளத்தாக்கிலிருந்து விரட்ட முயன்றுகொண்டிருந்தான்.

படுதாவும் ஓட்டையும் கதையும்கூட வெளித்தெரிந்துவிட்டது. தாங்கள் மேலுக்குத் தோன்றியதைப்போல அவ்வளவு எச்சரிக்கையாக அந்த மல்யுத்தக்காரிகள் இல்லை. தன்னைநோக்கிச் சுட்டுவிரல்கள் நீளுவதை அசீஸ் கவனித்தார். அவர்கள் உள்ளங்கைகளுக்குப் பின்னால் பெண்களின் கள்ளச் சிரிப்பு...

"டாய்க்கு வெற்றியைத் தந்துவிடுவது என்று தீர்மானித்துவிட்டேன்" என்றார் அவர். படுதாவைப் பிடித்திருந்த இரண்டு மல்யுத்தக்காரிகளும், கதவருகில் சுற்றிக்கொண்டிருந்த இன்னொருத்தியும் தங்கள் காதுஓட்டைகளை அடைத்திருந்த பஞ்சையும் தாண்டி அவர் என்ன சொல்கிறார் என்பதைக் கேட்க முயற்சி செய்தார்கள். ("எங்கப்பாவை இப்படிச் செய்யவைத்தேன்" என்றாள் நசீம்.) இந்த சாட்டர்ஜீக்கள் (வெற்றுப் பேச்சுக்காரர்கள்) இனிமேல் அவர்களுடைய கிளுகிளுப்பையும் பின்புறப்பேச்சையும் தவிர வேறொன்றும் இனிமேல் செய்யமுடியாது. நசீமின் கண்கள், படுதா ஓட்டைக்குள், முன் எப்போதையும் விட விசாலமாயின.

...தனது சொந்த ஊரைப்போல சில நாட்களுக்கு முன்னால் நகரத்தெருக்களில் சுற்றிக் கொண்டிருந்த அவர், வண்ணமயமான எழுத்துகளோடு, முன்புறம் சிவப்பு சூழ்ந்த பச்சை எழுத்துகளில் "இறைவனின் விருப்பம்" என்றும், பின்புறம் நீலம் சூழ்ந்த மஞ்சளில் "இறைவனுக்கு நன்றி" என்றும், மெரூன் நிறத்தில் துடுக்காக "சாரி - பை பை" என்றும் பொறிக்கப்பட்ட, குளிர்காலத்தின் கடைசி பஸ் வருவதைக் கண்டார். முகத்தில் புதிய வளையங்கள், வலைக்கோடுகள் வாயிலாக இல்சே லூபின் அதிலிருந்து இறங்குவதைக் கண்டார்...

இப்போதெல்லாம், நிலச்சுவான்தார் கனி காதடைத்த பாதுகாவலரோடு அவரைத் தனியே விட்டுவிட்டார். "கொஞ்சம் பேசட்டும்." "டாக்டர் - நோயாளி உறவு மிகவும் அந்தரங்கமான பேச்சில்தான் ஆழமாகும். இப்போதுதான் அதை உணர்கிறேன் அசீஸ் சாகிப் - எனது முந்திய குறுக்கீடுகளை மன்னியுங்கள்." இப்போதெல்லாம் நசீமின் நாக்கு சுதந்திரமாக இடைவிடாமல் ஆடத்தொடங்கிவிட்டது. "என்ன பேச்சு இதெல்லாம்? நீங்க என்ன - ஒரு மனுஷனா, எலியா? - நாத்தமெடுத்த ஒரு படகுக்காரனுக்காக வீட்டை விட்டுப் போவதாவது!"...

"ஆஸ்கர் இறந்துவிட்டான்" என்றாள் இல்சே. அவனுடைய தாயின் நாற்காலியில் உட்கார்ந்து எலுமிச்சை பானத்தை உறிஞ்சியவாறு. ஒரு கோமாளியைப் போல. இராணுவ வீரர்களிடம் சென்று "நீங்கள் வெறும் கைப்பாவைகளாக இருக்காதீர்கள்" என்று கூறுவதற்குச் சென்றான். அவர்கள் எல்லாரும் தங்கள் துப்பாக்கிகளைப் போட்டு விட்டு நடந்துவிடுவார்கள் என்று அந்த முட்டாள் எதிர்பார்த்தான். நாங்கள் ஒரு ஜன்னலிலிருந்து பார்த்தோம், அவர்கள் அவனை மிதித்துவிடக்கூடாது என்று நான் பிரார்த்தனை செய்தவாறு இருந்தேன். அப்போது அந்தப்

படைப்பிரிவினர் நன்கு நடைபோட்டுச் செல்லப் பழகிவிட்டார்கள். உங்களால் அவர்களைப் புரிந்து கொள்ள முடியாது. பயிற்சி மைதானத்திலிருந்து தெருமுனைக்குக் குறுக்காக வந்ததும், அவன் சொந்த ஷூ நாடாவை மிதித்துத் தடுக்கித் தெருவில் விழுந்தான். ஒரு பணியாளர் கார் அவன்மீது மோதி இறந்துபோனான். அந்த முட்டாள் ஒருபோதும் தன் ஷூ நாடாவை முடிபோடுவதில்லை." அவளுடைய கண்ணிமைகளிலிருந்து முத்துகள் உறைந்து கொண்டிருந்தன. "அராஜகவாதிகளுக்குக் கெட்டபெயர் வாங்கித் தருகின்ற வகை இவன்."

"மிகச் சரிதான்" என்று ஒத்துக்கொண்டாள் நசீம். "ஆக, உங்களுக்கு ஒரு நல்ல வேலையில்சேரும் வாய்ப்பு கிடைத்திருக்கிறது. ஆக்ரா பல்கலைக்கழகம், அது ஒரு புகழ்பெற்ற இடம், எனக்குத் தெரியாதென்று நினைக்கவேண்டாம். பல்கலைக்கழக டாக்டர்! கேட்க நன்றாகத்தான் இருக்கிறது. அதற்குப் போக விரும்புகிறேன் என்று சொல்லுங்கள், அது வேறு விஷயம்.." படுதா ஓட்டைக்குள் கண்ணிமைகள் மூடின. "நீங்கள் இல்லாமல் கஷ்டப்படுவேன், இயற்கைதானே..."

"நான் காதலிக்கிறேன்" ஆதம் அசீஸ் இல்சே லூபினுக்குச் சொன்னார். பிறகு... "ஆனால் அவளை படுதாவிலுள்ள ஓர் ஓட்டை வழியாக ஒருசமயத்திற்கு ஒரு உறுப்பு என்றுதான் பார்த்திருக்கிறேன்...அவள் பிருஷ்டம் வெட்கப்படுகிறது என்று ஆணையிட்டுச் சொல்லுவேன்."

"இங்கே காற்றில் ஏதோ கலந்திருக்கிறது போல இருக்கிறது" என்றாள் இல்சே.

ஆதம், உணர்ச்சி நிறைந்த குரலில் சொன்னார், "எனக்கு அந்த வேலை கிடைத்து விட்டது. கடிதம் இன்றுதான் வந்தது. 1919 ஏப்ரல் தொடங்கி. என் வீட்டையும் போலிக் கற்கள் கடையையும் வாங்குபவர்களைக் கண்டுபிடிப்பதாக உன் அப்பா சொன்னார்."

"ரொம்ப அழகு" என்று உதட்டைப்பிதுக்கினாள் நசீம். "ஆக, ஒரு புது டாக்டரை நான் கண்டுபிடிக்கணும். அல்லது முன்னால் வந்த, ஒரு விஷயமும் தெரியாக் கிழவியை மறுபடியும் வரவழைக்கணும்."

"நான் ஒரு அநாதை என்பதால்," என்றார் டாக்டர் அசீஸ், "என் குடும்ப உறுப்பினர்களுக்கு பதிலாக நானே வரவேண்டியிருக்கிறது. ஆனாலும் வந்துவிட்டேன், கனி சாகிப். முதல் தடவையாக நீங்கள் கூப்பிடாமலே. இது தொழில்ரீதியான வருகை அல்ல."

“நல்ல பையன்” என்று ஆதமின் முதுகைத் தட்டினார் கனி. “கண்டிப்பாக நீங்கள் அவளைக் கல்யாணம் செய்துகொள்ளத்தான் வேண்டும். ஒரு மிகச்சிறந்த வரதட்சிணையுடன். ஒரு செலவும் விடாமல். இதுதான் இந்த ஆண்டின் தலையாய திருமணமாக இருக்கும், ஆம் நிச்சயமாக.”

“நான் போகும்போது உன்னை விட்டுவிட முடியாது” என்றார் அசீஸ், நசீமிடம். கனி சொன்னார், “நாடகம் போதும். இந்த படுதா வேஷத்துக்கு இனிமேல் அவசியமில்லை. அதை எடுத்துவிடுங்கள் பெண்களே, இவர்கள் இப்போது இளம் காதலர்கள்.”

“கடைசியாக...” ஆதம் அசீஸ் சொன்னார், “கடைசியாக உன்னை முழுசாகப் பார்க்கிறேன். ஆனால் நான் இப்போது போகவேண்டும். எனது ரவுண்ட்ஸ்... ஒரு பழைய தோழி என்னோடு இருக்கிறாள். அவளிடம் சொல்லவேண்டும். நம் இரண்டுபேரையும் பற்றி மிகவும் சந்தோஷப்படுவாள். ஜெர்மனியிலிருந்து ஓர் அன்புத்தோழி.”

“இல்லை ஆதம் பாபா,” என்றான் அவருடைய பணியாள். “காலையிலிருந்து நான் இல்சே பேகத்தைப் பார்க்கவில்லை. அந்தக் கிழட்டு டாயை சிகாரா சவாரிக்கு அமர்த்திக்கொண்டு அவர்கள் போனார்கள்.”

“நான் என்ன சொல்லட்டும் சார்?” டாய் பணிவாக முணுமுணுத்தான். “உங்களைப் போன்ற மிகப் பெரிய மனிதர்கள் அழைப்பதால் எனக்கு கவுரவம். சார், அந்த அம்மா முகல் தோட்டத்துக்கு வாடகைக்கு அமர்த்தினாங்க. ஏரி உறைஞ்சி போறதுக்கு முன்னால பார்க்கணுமின்னு. ரொம்ப அமைதியான அம்மணி, டாக்டர் சாகிப், அவங்க வாயிலிருந்து ஒருவார்த்தை கூட வரல்லை. அதனால முட்டாளப்போல நான் என் உபயோகமத்த நெனைப்புகள்ல மூழ்கியிருந்தேன். திடீர்னு பாக்கிறேன். அவங்க தன் இருக்கையில இல்ல. சாகிப், என் பொண்டாட்டி தலைமேலடிச்சிச் சத்தியம் செய்றேன், இருக்கைக்கு முதுகுப்பக்கம் பாக்க என்னால முடியாது, நான் எப்படிச் சொல்றது? நீங்க இளம்வயசா இருந்தபோது உங்களுக்கு நண்பனா இருந்த ஒரு கிழட்டுப் படகுக்காரனை நம்புங்க”...

“ஆதம் பாபா,” வயதான பணியாள் குறுக்கிட்டான். “மன்னியுங்கள், இப்போதுதான் இந்தக் கடிதத்தை அவர்கள் மேஜைமீது பார்த்தேன்..”

“அவள் எங்கிருக்கிறாள் என்று தெரியும்” என்றார் டாக்டர் அசீஸ், டாயை முறைத்துக் கொண்டே. “நீ எப்படி என்

வாழ்க்கையில் குறுக்கிட்டுக்கொண்டே இருக்கிறாய் என்று எனக்குத் தெரியவில்லை. ஆனால் நீ அந்த இடத்தை ஒருமுறை காட்டியிருக்கிறாய். நீ சொன்னாய்: குறிப்பிட்ட சில அயல்நாட்டுப் பெண்கள் அங்கே முழுகிச் சாவதற்கு வருகிறார்கள்."

"நானா, சாகிப்?" நாற்றத்தோடு, கள்ளமற்றவன்போல, ஆச்சரியமடைந்தான் டாய். "துக்கம் உங்க தலையில தந்திரம் செய்து ஏமாத்துது. எனக்கு எப்படி இந்த விஷயம் தெரியும்?"

ஊதிப்பெருத்த அவள் உடல், ஏரியின் கொடிகள் சுற்றியநிலையில் வெற்றுமுகம் கொண்ட படகுக்காரர்கள் சிலரால் தேடிஎடுக்கப்பட்டது. பேதியாகும் எருதின் மூச்சி லிருந்து விலகிப்போவதைப்போல அவனிடமிருந்து விலகும் பிற படகுக்காரர்களிடம் சொன்னான், "பாருங்க, அவர் என்னத்தான் குத்தம்சொல்றார். அவருடைய லூசுத் தனமான ஐரோப்பாக் காரங்கள இங்கே கொண்டுவந்துவிட்டு, அவங்க ஏரியில குதிச்சா தப்பு எம்மேல என்கிறார்...எங்கே பார்க்கணும்னு அவருக்கு எப்படித் தெரியும், நான் கேக்கறேன்? ஆமாம், அவரைக் கேளுங்க, அந்த நாக்கூவை."

அவள் குறிப்பெழுதி வைத்திருந்தாள் - "நான் இப்படிக் கருதவில்லை."

நான் கருத்துரை எதுவும் இதன்மேல் வழங்கவில்லை. எப்படியோ என் வாயிலிருந்து குதித்து வெளிவந்துவிட்ட இந்தச் சம்பவங்கள், வேகத்தினாலும் உணர்ச்சியினாலும் திரித்துக் கூறப்பட்டவையா என்பதை மற்றவர்கள்தான் முடிவுசெய்யவேண்டும். இப்போது நேராக விஷயத்துக்கு வருகிறேன். 1918 - 19இன் நீண்ட கொடிய குளிர் காலத்தின்போது, டாய் நோய் வாய்ப்பட்டான். அவனுக்குக் கடுமையான தோல்நோய். ஐரோப்பியர்கள் கிங்ஸ் ஈவில் (கழுத்தில் ஏற்படும் சீழ்க்கட்டி) என்று சொல்வார்களே அதை ஒத்த ஒன்று. ஆனால் அவன் டாக்டர் அசீஸைப் பார்க்க மறுத்துவிட்டான். உள்ளூர் ஹோமியோபதி மருத்துவர் ஒருவர் பார்த்தார். மார்ச்சில், உறைந்த ஏரி தெளிந்தபோது, ஒரு பெரிய சுற்றம் புடைசூழ நிலச்சுவான்தார் கனியின் வீட்டில் விமரிசையாக ஒரு திருமணம் நடந்தது. திருமண ஒப்பந்தத்தில் டாக்டருக்கு ஒரு கவுரவமான தொகை உறுதிசெய்யப்பட்டது, அது ஆக்ராவில் ஒரு வீடு வாங்கப் போதுமானது. அந்த வரதட்சிணையில், டாக்டர் அசீஸ் விரும்பியவாறே, ஒரு கிழிந்த படுக்கைவிரிப்பும் (படுதாவும்) அடங்கும். இளம் தம்பதியர், மாலையுடன் குளிரில் மேடை மீது அமர்ந்திருந்தார்கள். விருந்தினர்கள் வரிசையாக வந்து

அவர்கள் மடியில் ரூபாய்களைப் போட்டுவிட்டுப் போனார்கள். அன்றிரவு ஓட்டையிட்ட அந்த படுதாவை என் தாத்தா தமக்கும் அவர் மனைவிக்கும் கீழே விரித்திருந்தார். காலையில் முக்கோண வடிவத்தில் மூன்று இரத்தத் துளிகள் அதை அலங்காரம் செய்தன. காலையில் அது எல்லோருக்கும் காட்சிப்பொருளாக்கப்பட்டது. முதலிரவுச் சடங்குக்குப் பிறகு நிலச்சுவான்தார் வாடகைக்கு அமர்த்திய ஒரு லிமோசின் என் தாத்தா பாட்டியை அமிர்தசரஸுக்குக் கொண்டு சென்றது. அங்கே அவர்கள் ஃப்ராண்டியர் மெயிலைப் பிடிக்கவேண்டும். எனது தாத்தா அவரது வீட்டைக் கடைசிமுறையாக விட்டுச் செல்வதைப் பார்க்க மலைகள் வட்டமாகக் குழுமிநின்றன. (அவர் ஒரு முறை திரும்பி வருவார், ஆனால் விட்டுச் செல்ல அல்ல.) ஒரு வயதான படகுக்காரன் அவர்கள் செல்வதை நிலத்தில் நின்று பார்த்தான் - ஒருவேளை அது தவறாகவும் இருக்கலாம், ஏனென்றால் டாய் உடல்நலமற்று இருந்தான். உயரத்தில் கொப்புளமாக ஒரு கோயில், சங்கராச்சாரியார் கோவில் - அதை முஸ்லிம்கள் தக்த் - ஏ - சுலைமான் (சாலமோனின் இருக்கை) என்று அழைக்கத் தொடங்கிவிட்டனர். அது அவர்கள்மீது அக்கறை காட்டவில்லை. குளிரில் வெற்றாக நின்ற போப்லார் மரங்களும், பனிமூடிய குங்குமப்பூ விளைநிலங்களும், காரில் அவர்கள் தெற்குநோக்கிச் சென்றபோது அவர்களைச் சுற்றி அலைகளைப் போலப்பரவின. அவர்களுடன் ஒரு தோல்பையில் பிற பொருட்களுடன் அடியில் ஒரு ஸ்டெதாஸ்கோப்பும் படுதாவும் இருந்தன. டாக்டர் அசீஸுக்கு அவரது அடி வயிற்றில் எடையில்லாமல் போனதுபோல ஓர் உணர்ச்சி ஏற்பட்டது.

அல்லது உயரத்திலிருந்து கீழே விழுந்தால் ஏற்படுவதுபோல.

(...இப்போது எனக்குப் பிசாசு வேஷம் தரப்பட்டிருக்கிறது.) எனக்கு ஒன்பது வயதாகிறது. என் அப்பா, அம்மா, பித்தளைக்குரங்கு, நான் உள்பட எல்லோரும் ஆக்ராவில் என் தாத்தாபாட்டி வீட்டில் தங்கியிருக்கிறோம். பேரன்பேத்திகள் - அவர்களில் நானும் ஒருவன் - வழக்கமாகப் போடுவதுபோல வருஷப்பிறப்புக்கான நாடகத்தில் ஈடுபட்டிருக்கிறோம். அதில் எனக்குப் பிசாசு வேஷம். அதன்படி, வரப்போகும் நாடகத்தை இரகசியமாக வைத்திருப்பதற்காக, ஒரு பிசாசின் உடைக்காக நான் வீடு முழுவதும் சூறையாடிக்கொண்டிருக்கிறேன். என் தாத்தா, அவரது சுற்றுகளுக்காக வெளியே சென்றிருக்கிறார். நான் அவரது அறையில் இருக்கிறேன். இந்த அலமாரியின் மேல் ஒரு பழைய டிரங்குப்பெட்டி. தூசும் ஒட்டடையும் படிந்திருக்கிறது. ஆனால்

பூட்டியில்லை. அதில், இங்கே, எனது பிரார்த்தனைகளுக்கான பதில் இருக்கிறது. சும்மா வெறும் விரிப்பு இல்லை, அதிலே ஏற்கெனவே ஓர் ஓட்டை போடப்பட்டிருக்கிறது. இதோ, அது பெட்டிக்குள் ஒரு தோல்பெட்டியில் ஒரு ஸ்டெதாஸ்கோப்புக்கும் பூசணம்பிடித்த ஒரு விக்ஸ் இன்ஹேலருக்கும் நேர்கீழே இருக்கிறது...எங்கள் காட்சியில் இந்த விரிப்பு தோன்றினால் ஒரு கிளர்ச்சியையே உண்டாக்கும் - உண்டாக்கியது. என் தாத்தா அதை ஒருமுறை பார்த்தவுடனே ஒரு கர்ஜனையுடன் எழுந்தார். நேராக மேடைக்கு வந்து என்னை எல்லார் முன்னாலும் பிசாசுநீக்கம் செய்தார். என் பாட்டி உதடுகளை இறுக்கமாக மூடியிருந்த விதத்தில் அவை இருப்பதே தெரியவில்லை. அவர்கள் இருவரில் ஒருவர், ஒரு மறந்துபோன படகுக்காரனின் குரலில் முழங்கினார். இன்னொருவர், அவருடைய சினத்தை மறைத்த உதடுகளால் வெளிப்படுத்தினார். இருவருமாகச் சேர்ந்து பயங்கரமான பிசாசை, உடைந்து அழுகின்றவனாக மாற்றிவிட்டனர். என்ன நடந்தது என்றே தெரியாமல், நான் ஓடிப்போய் சிறிய சோளக்காட்டில் மறைந்துகொண்டேன். உட்கார்ந்திருந்தேன் - ஒருவேளை அதே இடத்தில்தான் நாதிர் கான் உட்கார்ந்திருக்கலாம் - பல மணிநேரம், தடுக்கப்பட்ட ஒரு டிரங்குப்பெட்டியை இனிமேல் திறக்கமாட்டேன் என்று சபதம் செய்துகொண்டு, ஆனால் அது பூட்டப்படவே இல்லையே என்ற ஒருமாதிரியான மனஸ்தாபத்தோடு. ஆனால் அவர்களுடைய கோபத்தினால், அந்த விரிப்பு எப்படியோ அவர்களுக்கு மிக முக்கியமானது என்று எனக்குத் தெரிந்தது.)

பத்மா குறுக்கிடுகிறாள். எனது இரவு உணவை அவள் கொண்டுவந்திருக்கிறாள், ஆனால் அதை மறைத்துவிட்டு, என்னை அச்சுறுத்துகிறாள்: "இனிமேலும் உன் நேரத்தையெல்லாம் அந்தக் கிறுக்கலில் செலவிட்டுக் கண்ணைக் கெடுத்துக்கொண்டு அலை வதானால், அதை நீ படித்துக்காட்டி ஆகணும். நான் ராத்திரிச் சாப்பாட்டுக்காகக் கூவிக்கிட்டிருக்கேன்." ஒருவேளை நம் பத்மா இந்த எழுத்துக்குப் பயன்படுபவளாக இருக்கலாம். ஏனென்றால் அவளை விமரிசனத்திலிருந்து தடுக்கவே முடியாது. அவள் பெயரைப் பற்றி நான் எழுதிய குறிப்புமீது அவளுக்குக் கோபம். "உனக்கென்ன தெரியும் நகரத்துப் பையா?" என்று கத்தினாள், காற்றில் கையை அசைத்தவாறு. "எங்கள் கிராமத்தில் சாணித் தெய்வம் என்று பெயரிடப்படுவதில் ஒரு அவமானமும் இல்லை. நீ தப்பு செய்துவிட்டாய் என்று முழுசா எழுது." என் தாமரையின்

(பத்மா என்றால் தாமரை) விருப்பப்படி, நான் சாணம் பற்றி ஒரு சுருக்கமான புகழுரையை இங்கே இடைச்செருகுகிறேன்.

உரமாகிப் பயிர்களை வளர்க்கும் சாணம்! சப்பாத்திபோன்ற வறட்டிகளாக புதிதாகவும் ஈரமாகவும் இருக்கும் நிலையில் தட்டப்பட்டு, கிராமத்துக் கட்டடக்காரர்களுக்கு விற்கப்படும் சாணம்! அவர்கள் கட்டும் மண்வீடுகளுக்கு உறுதிதர இந்த வறட்டிகளைப் பயன்படுத்துகிறார்கள். பசுக்களின் பின்புறத்திலிருந்து வந்து அவைகளுக்கே தெய்விக, புனித அந்தஸ்தினைத் தருகின்ற விளக்கத்தில் வெகுதூரம் வருகின்ற சாணம்! ஆம், நான் தவறுதான் செய்துவிட்டேன். நான் ஒருதலைச்சார்பாக இருந்து விட்டேன் என்பதை ஒப்புக்கொள்கிறேன், ஆனால் அதற்குக் காரணம், அதன் துரதிருஷ்டவசமான நாற்றம், என் கூரிய மூக்கிற்கு வெறுப்புத்தருவதுதான். சாணத்தைத் தருவிப்பவர் என்று பெயர்பெறுவது எவ்வளவு ஆச்சரியமானது, சொல்வதற்கியலாத அழகானது!

...1919 ஏப்ரல் 6ஆம்தேதி, புனித நகரமான அமிர்தசரஸ் சாணக்கழிவின் நாற்றம் பெற்றது (பெருமிதமாக, பத்மா, விண்ணுலகு போன்று)! மேலும் ஒருவேளை (அழகு மிக்க) அந்த நாற்றம் என் தாத்தாவின் முகத்திலிருந்த மூக்கிற்கு வெறுப்பூட்டாமல் இருந்திருக்கலாம் - என்ன இருந்தாலும், காஷ்மீரி விவசாயிகளும் அதைப் பயன்படுத்தினார்கள்தானே, மேலே கூறியதுபோல, ஒருவித கட்டட மேற்பூச்சாக. ஸ்ரீநகரில்கூட, வட்டமான சாண வறட்டிகளைத் தள்ளுவண்டியில் விற்கும் வியாபாரிகளைக் காண்பது அபூர்வமல்ல. ஆனால் அது உலர்த்தி, பதப்படுத்தி, பயன்படுபொருள் ஆக்கப் பட்டது. அமிர்தசரஸின் சாணம் புதியது, (மோசமாக) மிதமிஞ் சியது. எல்லாமே எருது இனத்துக்குரியதும் அல்ல. நகரத்தின் பலவிதத் தெருக்களில் செல்லும் டோங்கா, இக்கா காடிகளில் (வண்டிகளில்) பூட்டப்படும் குதிரைகளின் சாணம்; கோவேறு கழுதைகளும் மனிதர்களும் நாய்களும் இயற்கையின் போக்கில் கழித்தவை எல்லாம் ஒன்றாகி, ஒருவித மலச் சகோதரத்துவத்தை ஏற்படுத்தின. அங்கே பசுக்களும் இருந்தன; புனிதமான பசுக்கள் அழுக்கு நிறைந்த தெருக்களில் சுற்றின, தங்களுக்கே உரிய பிரதேசங்களில், கழிவுப்பொருளில் தங்கள் பங்கைச் செலுத்தியபடி காவல் செய்தன. அப்புறம் ஈக்கள்! ஈ, பொதுஜன விரோதி நம்பர் ஒன்று, ஒரு சாணத்திலிருந்து ஆவி பறக்கும் இன்னொரு சாணத்திற்கு மிக மகிழ்ச்சியோடு தாவியவாறு. இலவசமாகக் கிடைத்த நிவேதனங்களைப் பாராட்டி, அவற்றில் அயல்மகரந்தச்

சேர்க்கை செய்தவாறு. ஈக்களின் இயக்கத்தைப் பின்பற்றி நகரமும் பெருந்திரளாக மொய்த்தது. அப்போது ஒரு முகமூடி அணிந்த ஜைனன் ஓர் ஈ எறும்பைக்கூட மிதித்துவிடக் கூடாதென்று தன் துடைப்பத்தால் தன் முன்னால் நடைபாதையைப் பெருக்கியவாறு செல்லுகின்ற காட்சியை டாக்டர் அசீஸ் தனது ஹோட்டல்அறை ஜன்னலிலிருந்து பார்த்தார். தெருத் தள்ளுவண்டிச் சிற்றுண்டிக் கடையிலிருந்து மசாலாவும் இனிப்பும் கலந்த மணம் வீசியது. "சூடான பக்கோடா, பக்கோடா சூடாய்!" ஒரு வெள்ளைப் பெண்மணி தெருவின் குறுக்கேயிருந்த கடையில் பட்டு வாங்கிக் கொண்டிருந்தாள். தலைப்பாகை அணிந்த ஆண்கள் அவளைக் கடைக்கணித்துக் கொண்டிருந்தனர். நசீமுக்கு - இப்போது அவள் நசீம் அசீஸ் - கடுமையான தலைவலி. இப்போதுதான் முதல்முறையாக ஒரு நோயை அவள் இரண்டாம்முறை சொல்கிறாள், ஆனால் அமைதியான பள்ளத்தாக்கிற்கு வெளியே வாழ்க்கை ஓர் அதிர்ச்சியாக இருந்தது அவளுக்கு. அவள் படுக்கையின் அருகில் ஜாடியில் புதிய எலுமிச்சைச் சாறு இருந்தது.

வேகமாக அது காலியாகி வந்தது. அசீஸ் ஜன்னலருகில் நின்று நகரத்தை முகர்ந்து கொண்டிருந்தார். பொற்கோயிலின் முகடு வெயிலில் ஒளிவீசியது. ஆனால் அவருடைய மூக்கு அரித்தது. இங்கே ஏதோ சரியில்லை.

என் தாத்தாவின் வலது கையின் அண்மைக்காட்சி (குளோசப்): நீங்கள் சாதாரணமாக எதிர்பார்ப்பதைவிட நகங்கள், விரல் கணுக்கள், விரல்கள் எல்லாமே பெரியவை. விரல்களின் வெளிப்புறங்களில் சிவந்த மயிர்க்கற்றைகள். கட்டைவிரலும் சுட்டுவிரலும் ஒன்றாக அழுந்தின - இடைவெளி ஒரு காகித அளவுதான். சுருக்கமாக: என் தாத்தா ஒரு துண்டுப் பிரசுர காகிதத்தைக் கையில் வைத்திருந்தார். அவர் ஹோட்டல் வரவேற்பறையில் நுழைந்தபோது (நாம் ஒரு லாங்ஷாட்டுக்கு இங்கே வெட்டுவோம் - பம்பாயிலிருந்து வந்த எவருக்கும் சினிமாச் சொற்கள் தெரியாமல் இராது) அவர் கையில் அது திணிக்கப்பட்டது. திணித்த சிறுவன் சுழல்கதவு வழியே விரைந்தோட, அதன் தாள்கள் அவர் வழியிலே விழ, சப்ராஸி துரத்திச் செல்கிறான். சுழல்வழியில் பைத்தியக்காரத்தனமான சுற்றல்கள். சப்ராஸியின் கைக்கும் ஓர் அண்மைக் காட்சி தேவை. ஏனென்றால் அது கட்டை விரலை சுட்டுவிரலோடு அழுத்துகின்ற காரியம். இந்த இருவரையும் குறுக்கே பையனின் காது மட்டுமே பிரிக்கிறது. சாக்கடைத் தடங்களில் வசிக்கும் சின்னப்பையன்களை உள்ளே விட்டவனின் பணிநீக்கம். ஆனால் இன்னும் என்

தாத்தாவின் கையில் அந்தப் பிரசுரம் இருக்கிறது. இப்போது ஜன்னலின் வழியாகப் பார்க்கும்போது எதிரிலுள்ள சுவரிலும் அதேவிஷயம் இருப்பதைப் பார்க்கிறார். அங்கே, மசூதியின் சுவரில். கடைக்காரன் ஒருவனின் கையிலிருக்கிற செய்தித்தாளின் கருப்பு அச்சிலும். பிரசுரம், செய்தித்தாள், மசூதி எல்லாமே கத்துகின்றன - "ஹர்த்தால்". அதாவது, நேர்அர்த்தத்தில், ஒரு துக்கநாள், இயக்கமின்மை, அமைதி. இது மகாத்மா உச்சத்திலிருந்த இந்தியா. ஆனால் மொழிகூட காந்தியிடம் பணிந்து அவருடைய செல்வாக்கில் புது அர்த்தங்களை ஏற்றுக்கொண்டது. ஹர்த்தால் - ஏப்ரல் 7 - நாளன்று முழு இந்தியாவும் இயக்கமின்றி நின்றுபோக வேண்டும் என்று ஆணையிட்டு விட்டதால் மசூதி செய்தித்தாள் சுவர் பிரசுரம் எல்லாம் அதை ஒப்புக் கொள்கின்றன. பிரிட்டிஷ் காரர்களின் தொடர்ந்த இருப்புக்குத் துக்கம் கொண்டாடும் நாள். (ஹர்த்தால் = துக்கநாள்)

"யாருமே செத்துப்போகாதபோது இந்த ஹர்த்தால் எதற்கு? புரியவில்லை" என்று மென்மையாக அழுகிறாள் நசீம். "ரயில் ஏன் ஓடாது? எவ்வளவு நாள் இங்கே நிற்பது?"

டாக்டர் அசீஸ் தெருவில் இராணுவவீரன் போன்ற இளைஞன் ஒருவன் நடப்பதைப் பார்க்கிறார். இந்தியர்கள் பிரிட்டிஷ்காரர்களுக்காகப் போரிட்டிருக்கிறார்கள் என்பதை நினைக்கிறார். "அவர்களில் பலர் உலகத்தைப் பார்த்திருக்கிறார்கள், வெளிநாடுகளின் சாயக்கறையை ஏற்றிருக்கிறார்கள். அவர்கள் எளிதாகப் பழைய உலகிற்குத் திரும்ப மாட்டார்கள். பிரிட்டிஷ்காரர்கள் கடிகாரத்தைப் பின்னால் திருப்ப முயற்சி செய்வது தவறு. ரௌலட் சட்டத்தைப் போட்டது தவறு" என்று முணுமுணுக்கிறார்.

"எந்த ரௌலட்?" புலம்புகிறாள் நசீம். "என்னைப் பொறுத்தவரை இது முட்டாள் தனம்."

அரசியல் கிளர்ச்சிக்குக் காரணத்தை அசீஸ் விளக்குகிறார். தன் சிந்தனைகளுக்குத் திரும்புகிறார். டாய் ஒருசமயம் சொன்னான்: "காஷ்மீரிகள் எல்லாம் வேறுபட்டவர்கள். உதாரணமாக, கோழைகள். காஷ்மீரியின் கையில் துப்பாக்கியைக் கொடு, அது தானாகத் தான் வெடிக்கவேண்டும் - விசையை அவன் ஒருபோதும் இழுக்கமாட்டான். நாம் இந்தியர்கள் போல் அல்ல, எப்போதும் சண்டை போட." அசீஸ், டாய் தன்மனத்தில் தங்கியிருக்க, இந்தியனாகத் தன்னை உணரவில்லை. காஷ்மீர், துல்லியமாகச் சொன்னால், பிரிட்டிஷ் பேரரசின் ஓர் அங்கமல்ல. அது தனி

ராஜாவை உடைய சுதந்திர நாடு. ஆனால் அவர் இப்போது அடிமை இந்தியப்பகுதியில் இருந்தாலும், பிரசுரம் மசூதி சுவர் செய்தித்தாள் ஹர்த்தால் - தன் விஷயமா என்பதில் அவருக்குத் தயக்கம் ஏற்படுகிறது. ஜன்னலிலிருந்து திரும்புகிறார்...

...நசீம் தலையணையில் முகத்தைவைத்து அழுவதைப் பார்க்கிறார். திருமணத்தின் இரண்டாம் நாள் இரவில் அவளைக் "கொஞ்சம் நகரு" என்று சொன்னதிலிருந்து அவள் அழுதுகொண்டுதான் இருக்கிறாள். "எங்கே நகர்வது?" என்றாள் அவள். "எப்படி நகர்வது?" சலித்துப்போய் அவர் "கொஞ்சம் நகரு, அவ்வளவுதான், ஒரு பெண்ணைப் போல"...அவள் பயங்கரமாகக் கத்தினாள். "கடவுளே, நான் எந்த ஜந்துவைக் கலியாணம் செஞ்சிக்கிட்டேன்? ஐரோப்பாவிலிருந்து வந்த இந்த ஆட்களைத் தெரியும். அங்கே பயங்கரமான பொண்ணுகளைப் பாக்கிறீங்க. பிறகு எங்களை அவங்க போல ஆக்க முயற்சிபண்றீங்க. கேள் டாக்டர் சாகிப், ஆம்படையானோ, இல்லையோ, அதுவேறு விஷயம்... நான் ஒரு... கெட்டவார்த்தைப் பெண் இல்ல." தொடர்ந்து நிகழ்ந்த சண்டைகளில் ஒருபோதும் என் தாத்தா வென்றதில்லை. அது தான் அவர்கள் திருமணத்திற்கு அடிநாதமாக அமைந்தது. அது அடிக்கடி பேரழிவுக்கு ஆளாக்கும் பெரிய போராக மாறியது. அதன் நாசத்தில், படுதாவுக்குப் பின்னாலிருந்த சிறு பெண்ணும், சொல்நயமற்ற இளம் டாக்டரும் மிகவேகமாக வேறுவேறான புது ஆட்களாக மாறிப்போனார்கள்.... "இப்போது என்ன பெண்ணே," அசீஸ் கேட்கிறார். நசீம் தலையணையில் முகத்தைப் புதைத்துக் கொள்கிறாள். "வேறென்ன?" மெல்லிய குரலில் சொல்கிறாள், "நீங்கதான், வேறென்ன? முன்பின் தெரியாத ஆட்கள் முன்னால் என்னை நிர்வாணமாக நடக்கச் சொல்கிறீர்கள்." (பர்தா அணியாதே என்று அவளுக்குச் சொல்லியிருக்கிறார்.)

சொல்கிறார் - "உன் சட்டை கழுத்துமுதல் முழங்கால்வரை போர்த்தியிருக்கிறது. உன் தளர்த்தியான பைஜாமா கணுக்கால்வரை மறைக்கிறது. வெளியே தெரிவது உன் காலும் முகமும்தான். உன் முகமும் காலும் ஆபாசமாக இருக்கிறதா?" அவள் புலம்புகிறாள் - "அவங்க அதுக்குமே மேலயும் பாப்பாங்களே. அவங்க உள்ளே உள்ளே இருக்கிற என் அவமானத்தைப் பாப்பாங்க."

இப்போது ஒரு விபத்து, நம்மை மெர்க்குரோகுரோமின் உலகத்தில் கொண்டு செல்கிறது... தமது நிதானம் வெளியேறுவதைக் காண்கிறார் அசீஸ். அவளுடைய சூட்கேசிலிருந்து எல்லாப் பர்தாத் துணிகளையும் எடுக்கிறார். ஒருபக்கத்தில் குருநானக்

படம் வரைந்துள்ள தகரடப்பா - அதுதான் குப்பைக்கூடையாக வைக்கப்பட்டிருக்கிறது - அதில் அவற்றைப் போட்டு தீ வைத்துவிடுகிறார். ஜுவாலைகள் உயர்கின்றன, அவரை அதிர்ச்சிக்குள்ளாக்கியவாறு திரைச்சீலைகளில் பற்றுகின்றன. மலிவான திரைச்சீலைகள் எரியத் தொடங்குகின்றபோது, ஆதம் கதவுக்கு ஓடிச்சென்று "உதவி! உதவி!" எனக் கூச்சலிடுகிறார்... பணியாளர்கள் அறைக்காரர்கள் சலவைக்காரிகள் அறைக்குள் ஓடி வருகிறார்கள், எரியும் துணியைத் துடைப்பான்கள், துவாலைகள், பிறரின் சலவைத்துணிகள் ஆகியவற்றால் அடிக்கிறார்கள். வாளிகள் வருகின்றன, தீ அணைகிறது. ஏறத்தாழ முப்பத்தைந்து சீக்கியர்கள், இந்துக்கள், தீண்டத்தகாதவர்கள் புகை நிரம்பிய அறையில் நெருக்கும்போது நசீம் படுக்கையில் ஒடுங்குகிறாள். கடைசியாக அவர்கள் வெளியேறுகிறார்கள், பிடிவாதமாக உதடுகளை மூடிக்கொள்வதற்கு முன்னால் இரண்டு வாக்கியங்கள் சொல்கிறாள்.

"நீங்க ஒரு பைத்தியக்காரன். எனக்கு இன்னும் எலுமிச்சம் பழச்சாறு வேணும்."

என் தாத்தா ஜன்னல்களைத் திறக்கிறார். மணப்பெண்ணை நோக்கித் திரும்புகிறார். "புகை வெளியேற நேரமாகும். நான் வெளியே சென்றுவர விரும்புகிறேன். நீயும் வருகிறாயா?"

உதடுகள் ஒட்டிக்கொண்டன; கண்கள் இடுங்கின; ஓர் ஒற்றைச்சொல் - வன்முறையோடு "இல்லை" என்று அந்தத் தலையிலிருந்து. என் தாத்தா தெருவில் தனியாகச் செல்கிறார். செல்வதற்குமுன் - "நல்ல காஷ்மீரிப் பெண்ணாக இருப்பதை மறந்துவிடு. ஒரு நவீன இந்தியப்பெண்ணாக இருப்பதைப்பற்றி யோசிக்கத்தொடங்கு."

கண்டோன்மெண்ட் (பிரிட்டிஷ் இராணுவத்தலைமைக் குவார்ட்டர்ஸ்) பகுதியில் அதே சமயம், ஒரு பிரிகேடியர் ஆர். ஈ. டையர் தனது மீசையை முறுக்கிக் கொண்டிருந்தான்.

1919 ஏப்ரல் 7ஆம் நாள். அமிர்தசரஸில் மகாத்மாவின் மாபெரும்திட்டம் தலைகீழாகிக் கொண்டிருந்தது. கடைகள் மூடப்பட்டன; இரயில்நிலையம் செயலற்றது; ஆனால் கலகக் கும்பல்கள் அவற்றை உடைத்துக்கொண்டிருந்தன. டாக்டர் அசீஸ், கையில் தோல் பையுடன், தெருக்களில் எங்கெல்லாம் உதவிதேவையோ செய்துகொண்டு அலைந்தார். மிதிக்கப்பட்ட உடல்கள் விழுந்த இடங்களிலேயே கிடந்தன. அவர் கட்டுப்போட்டுக் கொண்டிருந்தார். காயங்களின்மீது மெர்க்குரோகுரோமை (சிவப்புநிறமான மருந்து) தாராளமாகவே

சல்மான் ருஷ்தீ | 69

தடவினார். அது காயங்களைப் பெரிதாக்கிக் காட்டியது. ஆனால் குறைந்தபட்சம் தொற்று நீக்கவேனும் உதவியது. கடைசியாக ஹோட்டல் அறைக்குத் திரும்பினார். அவருடைய உடைகளில் எல்லாம் சிவப்புக் கறை. நசீம் ஒரு கலகத்தைத் தொடங்குகிறாள். "உதவி செய்றேன், உதவி செய்றேன். அப்பா, என்ன மனுஷனைக் கலியாணம் செஞ்சிக்கிட்டேன். சந்துகள்லபோய் குண்டர்களோடு சண்டை போட்ற ஆளை." அவர்மீது தண்ணீர் ஊற்றிப் பஞ்சுத் துணிகளால் துடைக்கிறாள். "சாதாரண மக்களுக்கு முக்கியமான நோய்களைக் குணப்படுத்தி உதவிசெய்யற கௌரவமான டாக்டருங்க போல நீங்களும் இருக்கக்கூடாதா? அட கடவுளே, உங்கமேலே எங்க பாத்தாலும் ரத்தம். உக்காருங்க, உக்காருங்க, குறைந்தபட்சம் கழுவியாவது விடறேன்."

"இது இரத்தமில்லை, பெண்ணே"

"என் சொந்தக் கண்ணுக்குத் தெரியறது பொய்யா? எனக்குக் கண் தெரியலையா? அடிபட்டாக் கூட என்ன ஏன் முட்டாளாக்கறீங்க? உங்க பொண்டாட்டி உங்களை கவனிக்கக்கூட கூடாதா?"

"இது மெர்க்குரோகுரோம், நசீம். சிவப்புகலர் மருந்து."

துணிகளைத் தேடிக்கொண்டு, குழாய்களைத் திறந்துவிட்டு, செயல்வேகச் சுழல்மையமாக இருந்த நசீம் - உறைந்துபோகிறாள். "நீங்க வேணுமின்னே இப்படிச் செய்றீங்க. என்ன முட்டாளாக்குறதுக்கு. ஆனா நான் முட்டாள் இல்ல. பல புஸ்தகம் படிச்சிருக்கேன்."

ஏப்ரல் 13 ஆகிறது. இன்னும் அமிர்தசரஸில்தான் அவர்கள் இருக்கிறார்கள். "இந்த விஷயம் முடியவே இல்லை" என்று நசீமிடம் சொல்கிறார் ஆதம் அசீஸ். "நாம போக முடியாது. அவங்களுக்கு மறுபடியும் டாக்டர்கள் தேவை இருக்காம்".

"அதனால இங்க உக்காந்து உலகம் முடியறவரைக்கும் காத்திருக்கணுமா?"

அவர் மூக்கைத் தடவிக்கொண்டார். "இல்லை இல்லை, அவ்வளவு நாளாகாதுன்னு நினைக்கறேன்."

அன்று மாலை. திடீரென்று தெருக்களில் கூட்டம். டையரின் புதிய இராணுவச் சட்டத்தை மீறி, எல்லோரும் ஒரே திசையை நோக்கிப் போகிறார்கள். ஆதம் நசீமுக்குச் சொல்கிறார்: "ஏதோ கூட்டத்துக்கு திட்டமிருக்கவேண்டும் - இராணுவம் தொல்லை கொடுக்கும். அவர்கள் கூட்டங்களைத் தடைசெய்திருக்கிறார்கள்."

"நீங்க ஏன் போகணும்? கூப்பிடற வரைக்கும் காத்திருங்களேன்."

ஒரு காம்பவுண்டு என்பது தரிசுநிலத்திலிருந்து பூங்காவரை எதுவாகவும் இருக்கலாம். அமிர்தசரஸில் மிகப் பெரிய காம்பவுண்டு (அடைபட்ட இடம்) ஜாலியன்வாலா பாக் என்று அழைக்கப்பட்டது. அது புல்தரையல்ல. கற்கள், தகரக்குவளைகள், கண்ணாடிகள், பிற பொருட்கள் எங்கும் இறைந்துகிடக்கின்றன. அதற்குள்போக, இருபுறமும் கட்டடங்கள் அடங்கிய நீண்ட குறுகலான சந்தில் நடக்கவேண்டும். ஏப்ரல் 13 அன்று, பல ஆயிரக்கணக்கான இந்தியர்கள் இந்தக் குறுகலான சந்தில் கூட்டமாகச் செல்கிறார்கள். "இது அமைதியான கண்டனம்" என்று யாரோ டாக்டர் அசீஸுக்குச் சொல்கிறார். கூட்டத்தால் தள்ளப்பட்டு, அவர் அந்தச் சந்தின் தொடக்கத்துக்கு வந்து சேர்கிறார். அவர் வலதுகையில் ஹைடல்பெர்க் பை இருக்கிறது. (இங்கே குளோசப் தேவையில்லை). தன் மூக்கு முன் எப்போதையும்விட மோசமாக அரிப்பதால், அவர் மிகவும் பயத்தோடிருக்கிறார்; ஆனால் அவர் ஒரு பயிற்சிபெற்ற மருத்துவர், அதைத் தன் மனத்திலிருந்து அகற்றிவிட்டு அந்தக் காம்பவுண்டுக்குள் நுழைகிறார். யாரோ ஓர் உணர்ச்சிமிக்க சொற்பொழிவு செய்துகொண்டிருக்கிறார். கடைக்காரர்கள் கூட்டத்தில் நுழைந்து சன்னா, சிற்றுண்டிகள் விற்கிறார்கள். காற்று தூசிமண்டலமாக இருக்கிறது. என் தாத்தாவின் கண்ணுக்கு, எங்கேயும் குண்டர்களோ, தொல்லை தருபவர்களோ, இருப்பதாகத் தெரியவில்லை. சீக்கியர்கள் சிலர் ஓரிடத்தில் துணியைவிரித்து அதைச் சுற்றி அமர்ந்து சாப்பிட்டுக்கொண்டிருக்கிறார்கள். எங்கும் சாணத்தின் நாற்றமும் பரவி இருக்கிறது. அசீஸ் கும்பலின் மத்தியில் ஊடுருவிச் செல்கிறார். அந்தச் சமயத்தில் பிரிகேடியர் ஆர். ஈ. டையர் ஐம்பது மூளைதிரிந்த சிப்பாய்கள் பின் தொடரப் பாதையின் தொடக்கத்துக்கு வந்து சேர்கிறான். அவன்தான் அமிர்தசரஸில் இராணுவச்சட்டத்தை நிலைநிறுத்தும் தளபதி; ஒரு முக்கியமான மனிதன்தான்; அவன் முறுக்கியமீசையின் நுனிகள் முக்கியத்துவத்தோடு விறைப்பாக நிற்கின்றன. இந்த ஐம்பத்தொரு மனிதர்களும் சந்தில் நடந்துவரும்போது என் தாத்தாவின் மூக்கில் அரிப்புக்கு பதிலாக ஒரு சிறுதுடிப்பு ஏற்படுகிறது. அவர்கள் காம்பவுண்டுக்குள் நுழைந்து - டையருக்கு வலப்புறம் இருபத்தைந்துபேரும் இடப்புறம் இருபத்தைந்துபேரும் தங்கள் தங்கள் இடத்தில் நிற்கிறார்கள். மூக்கின் துடிப்பு சகிக்க இயலாத கடுமை எய்திவிட்டதால், ஆதம் அசீஸ் தன்னைச் சுற்றி நடக்கக்கூடிய நிகழும் சம்பவங்களில் கவனம் செலுத்த முடியாமல் போகிறது. பிரிகேடியர் டையர் ஆணை இடும்போது, என் தாத்தா

சல்மான் ருஷ்தீ | 71

முழுவீச்சில் 'யாஅஅஅக் - தூஉஉஉ' என்று தும்முகிறார். தும்மிவிட்டு, சமநிலை இழந்து, தடுமாறி, தன் மூக்கைத் தொடர்ந்து முன்னோக்கிவிழுகிறார்; அதன் மூலம் தன் உயிரையும் காப்பாற்றிக்கொள்கிறார். அவருடைய மருந்துப்பை பறந்து திறந்துகொள்கிறது. மருந்து பாட்டில்கள், தைலங்கள், ஊசிக்குழல்கள் புழுதியில் சிதறுகின்றன. பதற்றத்தோடு மக்களின் காலடிகளில் தன் மருந்துகள் நொறுங்கிவிடாதபடி தேடித்தடவுகிறார். குளிரில் பற்கள் நறநறப்பதுபோன்ற ஓசை கேட்கிறது, யாரோ ஒருவர் அவர்மீது விழுகிறார். அவர் சட்டைமீது சிவப்புக்கறை படிகிறது. இப்போது ஓலங்கள், தேம்பல்கள் கேட்கின்றன. அந்தப் புதிய நறநறப்புச்சத்தம் தொடர்கிறது. மேலும் மேலும் அதிகமான மக்கள் தடுமாறி என் தாத்தாவின்மீது விழுவதுபோலத் தோன்றுகிறது. தன் முதுகு என்ன ஆகுமோ என்று பயப்படுகிறார். அவர் இறுகப் பிடித்திருந்த மருந்துப்பையின் கைப்பிடி அவர் மார்பில் உறுத்திக் கடுமையான, மாயமான ஒரு காயம் ஏற்படுகிறது. அதன்வடு சங்கராச்சாரியரின் மலையில் அல்லது தக்த் - ஏ - சுலைமானில் பல ஆண்டுகள் கழித்து அவர் இறந்தபின்னும் மாறவில்லை. அவருடைய மூக்கு சிவப்புநிற மாத்திரைகள் கொண்ட பாட்டில்மீது நசுங்கியிருக்கிறது. இப்போது நறநற சத்தம் நின்று மக்கள், பறவைகளின் சத்தம் ஆக்கிரமித்துக்கொள்கிறது. எந்தவிதப் போக்குவரத்துச் சத்தமும் அறவே இல்லை. பிரிகேடியர் டையரின் ஐம்பது ஆட்கள் தங்கள் எந்திரத்துப்பாக்கிகளில் சுடுவதை நிறுத்திப் போய்விடுகிறார்கள். எந்த ஆயுதமுமற்ற ஒரு கும்பலில் அவர்கள் ஆயிரத்து அறுநூற்று ஐம்பது ரவுண்டுகள் சுட்டிருக்கிறார்கள். இவற்றில் ஆயிரத்து ஐந்நூற்றுப் பதினாறு ரவுண்டுகளுக்கு - யாரையேனும் கொன்றோ காயப்படுத்தியோ அவற்றின் இலக்குகள் கிட்டிவிட்டன. "நல்ல துப்பாக்கிச் சூடு" என்கிறான் டையர், தன் ஆட்களிடம், "நாம் ரொம்ப ஜாலியான நல்ல வேலை செய்துவிட்டோம்."

என் தாத்தா அன்றிரவு வீட்டுக்குத் திரும்பியபோது, அவரைக் குஷிப்படுத்த, ஒரு நவீனப் பெண்ணாக மாற முயற்சிசெய்துகொண்டிருந்தாள். அதனால் அவர் தோற்றத்தைப்பற்றி மயிரிழைகூடக் கவலைப்படவில்லை. "ஏ அலங்கோலமே, இன்னிக்கும் மெர்க்குரோகுரோமை உடம்புபூரா சிந்திக்கிட்டு வந்திருக்கீங்க" என்று சமாதானப்படுத்தும் முறையில் கூறினாள்.

"இதெல்லாம் இரத்தம்" என்றார். அவள் மயங்கிவிட்டாள். கொஞ்சம் சால்வாலடைல் கொடுத்து மயக்கத்தைத்

தெளியவைத்தபோது, "உங்களுக்கு காயம் பட்டிருக்கிறதா?" என்று கேட்டாள்.

"இல்லை" என்றார் அவர்.

"அட கடவுளே, அப்ப எங்கேதான் இருந்தீங்க?"

"பூமியில் ஓரிடத்திலும் இல்லை" என்று சொல்லியவாறே அவள் கைகளில் அதிரத் தொடங்கினார்.

என் கைகளும் தள்ளாடத் தொடங்கிவிட்டன என்று நான் ஒப்புக்கொள்கிறேன்; எழுதுகின்ற விஷயத்தினால் அல்ல, என் மணிக்கட்டுத் தோலின்கீழே மயிரிழைபோல மெல்லிய வெடிப்பு விட்டிருந்ததைக் கண்டதனால்... பரவாயில்லை. நாம் இந்த வாழ்க்கைக்கு மரணத்திடம் கடன்பட்டிருக்கிறோம். ஆகவே இந்தச் சான்றில்லாத வதந்தியைச் சொல்லி முடித்துக்கொள்கிறேன். என் தாத்தா காஷ்மீரைவிட்டுக் கிளம்பிய பிறகு தன் கழுத்துச்சீழ்க்கட்டியிலிருந்து குணம்பெற்ற டாய், 1947 வரை இறக்கவில்லை. அந்தக் கதை செல்கிறமாதிரி, தன் பள்ளத்தாக்கின்மீது இந்தியாவும் பாகிஸ்தானும் சொந்தம் கொண்டாடுவதைப் பற்றி அவனுக்குக் கடுங்கோபம் வந்துவிட்டதாம். சம்ப் என்ற இடத்தில் இரண்டு நாட்டுப் படைகளும் நிற்குமிடத்திற்கு மத்தியில் சென்று நின்று தன் மனத்தை வெளிப்படுத்துவதற்காக நடந்துசென்றானாம். காஷ்மீர், காஷ்மீரிகளுக்குத்தான் என்பது அவன் கோட்பாடு. ஆகவே இயற்கையாகவே அவனைச் சுட்டுவிட்டார்கள். ஆஸ்கர் லூபின் அவனது இந்த அடையாளச் செய்கைக்கு அவனை ஒருவேளை பாராட்டியிருக்கக்கூடும்; ஆர்.ஈ. டையர், தன் கொலைகாரர்களின் துப்பாக்கித்திறனைப் புகழ்ந்திருப்பான்.

நான் தூங்கப் போகவேண்டும். பத்மா காத்திருக்கிறாள்; எனக்கும் கொஞ்சம் உடம்புச் சூடு தேவை.

எச்சில் கலத்தைக் குறிவை

தயவுசெய்து நம்புங்கள், நான் சிதைந்துகொண்டிருக்கிறேன். நான் உருவகமாகப் பேசவில்லை; அல்லது, இது உணர்ச்சியைத் தூண்டுகின்ற, புதிரான, தேவையற்ற பரிதாபத்தை வேண்டுகின்ற முறையீட்டுக்கான தொடக்கமும் அல்ல. மிக எளிமையாகவே நான் சொல்கிறேன் - நான் ஒரு பழைய ஜாடியைப் போல எங்குபார்த்தாலும் விரிசல் விடத் தொடங்கிவிட்டேன். பாவம் என் உடம்பு, தனித்துவமான, அழகற்ற, வரலாற்றினால் அதிகமாகத் தாக்கப்பட்டது, மேலொரு சாக்கடை கீழொரு சாக்கடைக்கு ஆட்பட்டது, கதவுகளால் நசுக்கப்பட்டது, எச்சில் கலங்களாலான மூளை கொண்டது, தையல்களில் பிரியத்தொடங்கிவிட்டது. சுருக்கமாக, நேரடியாகச் சொன்னால் நான் நொறுங்கிக்கொண்டிருக்கிறேன். இப்போதைக்கு மெதுவாக. ஆனால் இது வேகமடைவதற்கான அறிகுறிகள் உள்ளன. காலப்போக்கிலே நான் (தோராயமாக) அறுபத்துமூன்று கோடி அநாமதேய, கண்டிப்பாக மறக்கப்படக்கூடிய துகள் புழுதியாக நொறுங்கிப்போவேன் என்பதை (நான் ஒப்புக்கொண்டமாதிரியாக), நீங்களும் ஒப்புக்கொள்ள வேண்டும் என்று கேட்டுக்கொள்கிறேன். ஆகவேதான் மறந்து போவதற்குமுன் தாளில் எழுதிவிடவேண்டும் என்று தீர்மானித்துவிட்டேன். (நாம் மறந்துவிடுபவர்களின் தேசம்.)

பயங்கரத்தின் கணங்கள் தென்பட்டாலும் அவை போய்விடுகின்றன. கொதிக்கும் கடலிலுள்ள ஒரு மிருகம் காற்றுவாங்குவதற்கென மேலேவருவதுபோல பீதி வருகிறது, மேற்புறத்தில் கொதிக்கிறது, ஆனால் கொஞ்சநேரதில் ஆழத்திற்குப் போய் விடுகிறது. நான் அமைதியாக இருக்கவேண்டியதுதான் முக்கியமானது. பாக்கையும் கபத்தை வெளிக்கொணரும் மருந்தையும் நான் ஒரு எச்சில்கலத்தை நோக்கி மென்றுகொண்டே எச்சில்கலத்தைத் - தாக்குவது என்ற பழைய விளையாட்டை

விளையாடுகிறேன். அது நாதிர்கானின் விளையாட்டு. அதை அவன் ஆக்ராவிலுள்ள கிழவர்களிடமிருந்து கற்றுக்கொண்டான்... இப்போதெல்லாம் நீங்கள் 'ராக்கெட் பான்' (ஒருவகை பீடா) அத்துடன் ஈறு சிவப்பாக்கும் வெற்றிலைக் கலவையையும் வாங்கமுடியும். அந்த இலைக்குள் கொகேய்ன் வசதியாக மறைத்துவைக்கப்பட்டிருக்கிறது. ஆனால் அது ஏமாற்றுவேலை.

...எனது தாள்களிலிருந்து எழும்போது, தவறாமல் துவையலின் வாடை வீசுகிறது. ஆகவே மேலும் குழப்பமடைய வைக்கப்போவதில்லை: நான், சலீம் சினாய், வரலாற்றிலேயே மிக மென்மையான முகரும் மூக்கைப் படைத்தவன், எனது பிற்கால நாட்களை ஊறுகாய் உற்பத்தி பெரிய அளவில் செய்வதற்கென ஒதுக்கிவைத்திருக்கிறேன். ஆனால் இப்போது, "ஒரு சமையல்காரனா?" என்று நீங்கள் பயத்தில் திணறுகிறீர்கள். "வெறும் சமையல்வாலாவா? எப்படி அது சாத்தியம்?" ஆனால், இப்படி ஒரேசமயத்தில் பல மொழிகளையும் பல சமையல்களையும் அறிந்திருப்பது அபூர்வம் என்பதை நான் ஒத்துக்கொள்கிறேன். இருந்தாலும் எனக்கு அந்த ஆற்றல் இருக்கிறது. நீங்கள் வியப்படைகிறீர்கள்; ஆனால் ஒன்று, நான் ஒன்றும் உங்கள் இருநூறு - ரூபாய் - மாதச்சம்பள - வேலைக்காரன் அல்ல. எனக்கு நானே ராஜா. என்னுடைய தனிப்பட்ட சிவப்பு, பச்சை கண்ணடிக்கும் விளக்குகளின் கீழ் வேலை செய்பவன். எனது சட்னிகளும் 'சாஸ்'களும் நான் இரவுநேரங்களில் எடுக்கும் குறிப்புகளுடன் தொடர்புடையவை. பகலில் ஊறுகாய்ப் பானைகளுக்கு மத்தியில், இரவில் இந்தத் தாள்களுக்கு இடையில், நான் பதனப்படுத்தும் பெரிய வேலையில் ஈடுபட்டிருக்கிறேன். காலத்தின் கெடுப்பிலிருந்து பழங்களைப் போலவே ஞாபகமும் பாதுகாக்கப்படுகிறது.

இதோ பத்மா என் அருகில்தான், என்னை மீண்டும் நேர்க்கோட்டுக் கதையாடலுக்குள் - அடுத்து என்ன நடந்தது என்ற பிரபஞ்சத்திற்குள் - வம்புசெய்து இழுத்துக் கொண்டிருக்கிறாள், இழுக்கிறாள். "இதே வீதத்தில் போனா, நீ உன் பொறப்பைப் பத்திச் சொல்றதுக்குள்ளாற உனக்கு இருநூறு வயசாயிடும்" என்கிறாள். என் பக்கமாக அஜாக்கிரதையாக இடுப்பைத் திருப்பிக்கொண்டே, அக்கறையில்லாததுபோல் காட்டுகிறாள். ஆனால் நான் ஏமாறவில்லை. அவள் என்னதான் எதிர்ப்புத் தெரிவித்தாலும் இதில் ஈர்க்கப்பட்டுவிட்டாள் என்பதை அறிவேன். அதில் சந்தேகமேயில்லை; என் கதை அவளைக் கழுத்தில் இறுக்கிப்பிடித்திருக்கிறது. ஆகவே "வீட்டுக்குப்போ,

இன்னும் நிறைய தடவை குளி, வினிகர் கறைபட்ட டிரஸ் எல்லாம் மாத்திக்கோ, கொஞ்சநேரமாச்சும் இந்த இருட்டான, எப்பவும் மசாலா நாத்தம் காத்தில அலஞ்சிகிட்டிருக்கற ஊறுகாத் தொழிற்சாலையை விட்டுப்போ" என்று என்னைத் தொல்லைப் படுத்துவதை திடீரென விட்டுவிட்டாள்... இப்போது என் சாணித் தேவதை இந்த அலுவலகத்தின் ஒரு மூலையில் ஒரு கட்டிலைப் போட்டுக்கொண்டு இரண்டு கரிபிடித்த கேஸ் வளையங்களை வைத்து எனக்குச் சமையல் செய்கிறாள். என் மின்விளக்கின் கோணஒளிக்கு நடுவில் குறுக்கிட்டு, "நீ நகர்ந்து உட்கார்றது நல்லது, இல்லேண்ணா, நீ பொறக்கறதுக்கு முந்தியே செத்துப்போவ" என்று இடித்துரைக்கிறாள். வெற்றிகரமான கதைசொல்லியினுடைய தகுதியான பெருமிதத்தை அடக்கிக் கொண்டு, அவளுக்கு நான் போதிக்க முயற்சிசெய்கிறேன். "பொருள்கள் - ஏன் மனிதர்கள் கூட - ஒருவருக்குள் ஒருவர் ஒருவிதமாகக் கசிகிறார்கள்" என்று விளக்குகிறேன். "நீ சமைக்கும்போது ஏற்படும் வாசனை போல. உதாரணமாக, இல்சே லூபினுடைய தற்கொலை, ஆதம் தாத்தாவுக்குள் கசிந்து, அவர் கடவுளைக் காணும்வரை ஒரு சேற்றுக்குட்டையில் உட்கார்ந்திருந்தது. பிறகு... மனப்பூர்வமாகச் சொல்கிறேன், கடந்த காலம் எனக்குள் சொட்டிக் கொண்டிருக்கிறது...ஆகவே அதைப் புறக்கணிக்கமுடியாது" ...அவளுடைய தோள்குலுக்கல், மார்புகளை இனிமையாக அசையச்செய்து என் வேலையை நிறுத்திவிடுகிறது. "உன் வாழ்க்கைக் கதையைச் சொல்றதுக்கு நீ செய்யறது பைத்தியக்காரத் தனமான வழியாக எனக்குத் தோணுது" என்று கத்துகிறாள். "இன்னும் உன் அப்பா எப்ப உங்கம்மாவைப் பார்த்தாருன்னு கூடச் சொல்ல முடியலை."

...நிச்சயமாக, பத்மா எனக்குள் ஊடுருவிக்கொண்டிருக்கிறாள். வெடிப்பு விட்ட என் உடலிலிருந்து வரலாறு வெளியே விழுந்துகொண்டிருக்கும்போது, என் தாமரை அமைதியாக எனக்குள் சொட்டிக்கொண்டிருக்கிறாள். தனது உலகிற்கேற்ற தன்மை, முரணுரைக்கு ஏதுவான அவள் மூடநம்பிக்கை, அறிவுக்குப் பொருந்தாதவற்றில் ஒரு முரண்பாடான அன்பு - ஆகவே நான் மியான் அப்துல்லாவின் மரணத்தைப் பற்றிய கதையைச் சொல்ல இருக்கிறேன் என்பது பொருத்தம்தான். பாழாகிய பாடும்பறவை: நமது காலத்தின் ஒரு புகழ்மிக்க கதை.

...பத்மா ஒரு பெருந்தன்மையுள்ள பெண், ஏனென்றால் என்னால் அவளுக்கு எதுவும் செய்துவிட முடியாது என்றாலும் இந்தக் கடைசி நாட்களில் என்னுடன் அவள் தங்கியிருக்கிறாள்.

அது சரிதான். மேலும் நாதிர்கானுடைய கதையில் நான் ஈடு படப்போகுமுன்னால் அது பொருத்தமான விஷயம்தான். பத்மாவின் பலவேறு நற்பண்புகள், ஒரு சேவகியாக அவள் ஆற்றும் தொண்டுகள் இவை இருந்தாலும், எனது வலக்காலின்மீது அவளுடைய இடது காலைப் போடும்போதும், எனது இடுப்பைச் சுற்றி தனது வலக்காலைச் சுற்றிக் கொள்ளும்போதும், கூவும் சத்தங்களை எழுப்பும் போதும்கூட, நான் அவளுக்குள் புகுந்துவிட முடியவில்லை. என் காதில் "ஆக இப்ப எழுத்துவேலை முடிஞ்சிபோச்சி, உன் இன்னொரு எழுத்தாணி வேலை செய்யுதா பாப்போம்" என்று என் காதில் அவள் முணுமுணுக்கும்போதும்கூட. அவள் என்ன தான் முயற்சி செய்தாலும் அவள் எச்சில்கலத்தை நான் தொடமுடியவில்லை.

ஒப்புக்கொடுத்தல் போதும். பத்மாவின் தவிர்க்கவியலாத அடுத்து - என்ன - நடந்தது - என்ற யதார்த்தவியத்துக்குப் பணிந்து, எனக்குக் கிடைத்திருக்கும் காலத்தின் அளவு பட்ட தன்மையையும் ஞாபகப்படுத்திக்கொண்டு, மெர்க்குரோகுரோமிலிருந்தும் **1942** ஆம் ஆண்டு நாட்டிலிருந்தும் நான் முன்னோக்கித் தாவுகிறேன். (என் பெற்றோரைக் காட்டுவதிலும் ஆவலாக இருக்கிறேன்).

அந்த ஆண்டின் கோடைகாலத்தின் பிற்பகுதியில் என் தாத்தா, டாக்டர் ஆதம் அசீஸுக்கு, மிகவும் அபாயகரமானதொரு மகிழ்நோக்கு தொற்றிக்கொண்டது. ஆக்ராவைச்சுற்றி மோசமாக, பிறர் காதைத் துளைக்குமாறு, ஆனால் மிக மகிழ்ச்சியாக விசில் அடித்தவாறு சைக்கிளில் அவர் சென்றார். அவர் இந்த விஷயத்தில் தனியாக இல்லை. காரணம், இந்த விசில்நோயை அழிக்கநினைத்த அதிகாரிகளின் கடினமான முயற்சிகளையும் தாண்டி, இந்த ஆபத்தான நோய் அந்த ஆண்டு இந்தியாமுழுவதும் தொற்றிக்கொண்டுவிட்டது. இதைக் கட்டுப்படுத்தி அடக்குவதற்கு மிகக் கடுமையான முயற்சி எடுக்கவேண்டிவந்தது. கார்ன்வாலிஸ் சாலையின் முனையின் பீடாக் கடையிலிருந்த கிழவர் வெற்றிலை மென்றுகொண்டே ஒரு சதி நடந்திருக்கும் என்று சந்தேகப் பட்டார். "இரண்டுமடங்கு வாழ்க்கையை நான் வாழ்ந்து விட்டேன்" என்று அவர் சொன்னார், ஆண்டுகள் குரல் நாண்களை ஒன்றுடன் ஒன்று உராயவிட்டுத் தேய்த்திருந்ததால் அவர் குரல் பழைய ரேடியோவைப்போல உடைந்து ஒலித்தது. "இப்போது போல ஒரு மோசமான காலத்தில் இவ்வளவு ஜனங்கள் மகிழ்ச்சியாக இருந்து நான் பார்த்ததில்லை. இதெல்லாம் சாத்தானின் வேலை". உண்மையில், அது ஒரு உற்சாக வைரஸ். பருவநிலை

மட்டும்தான் அந்த வைரஸ் பெருகுவதைத் தடுத்திருக்க முடியும், ஏனென்றால் அந்த ஆண்டு பருவமழை பொய்த்துவிட்டிருந்தது. பூமி வெடித்துக் கொண்டிருந்தது. சாலைகளின் ஓரங்களைப் புழுதி சாப்பிட்டது. சில நாட்களில், சாலைகளின் சரளைக்கற்கள் பாவிய குறுக்குகளில் மிகப் பெரிய வெடிப்புகள் சில நாட்கள் தோன்றின. பீடாக்கடைகளில் வெற்றிலை மெல்லுபவர்கள் தீய சகுனங்கள் பற்றிப் பேசலானார்கள். எச்சில்கலத்தைத் தாக்குதல் என்ற தங்கள் விளையாட்டு மூலமாகத் தங்களை அமைதிப்படுத்திக்கொண்டு, வெடிப்புவிடும் சாலைகளிலிருந்து எழக்கூடிய எண்ணற்ற, பெயர்களற்ற, "கடவுளுக்குத்தான் தெரியும்"களைப் பற்றி அவர்கள் யூகங்கள் கொள்ளலானார்கள். ஒருநாள் சாயங்காலம், சைக்கிள் பழுது பார்க்கும்கடை வைத்திருந்த சீக்கியன் ஒருவனின் தலைப்பாகை தள்ளப்பட்டு, அவன் தலை மயிர் நேராக எழுந்து நின்றது. இன்னும் எளியநடையில் சொன்னால், பால்காரர்கள் கலப்படம் செய்வதற்கு நல்ல தண்ணீர் கிடைக்காமல் அவதிப்படுகின்ற அளவுக்குத் தண்ணீர்ப் பற்றாக்குறை ஏற்பட்டுவிட்டது...மறுபடியும், தொலைதூரத்தில் ஒரு பெரிய உலகப்போர் நடந்துகொண்டிருந்தது. ஆக்ராவில் வெப்பம் ஏறிக்கொண்டே போனது. இருந்தாலும் என் தாத்தா விசில் அடித்தார். ஆனால் பீடாக் கடைகளிலிருந்த முதிய வர்கள், அத்தகைய சூழலில், தாத்தாவின் விசில் ஏற்றதாக இல்லை என்று நினைத்தார்கள்.

(நான், அவர்களைப் போலவே, இருமிக் கபத்தை உமிழ்ந்து, வெடிப்புகளிலிருந்து விலகி நிற்கிறேன்.)

கேரியரில் மருந்துத்தோல்பை இணைந்திருக்க, சைக்கிளின் இரண்டு பக்கங்களிலும் கால்களை அகல வைத்துக்கொண்டு, தாத்தா விசிலடித்தார். மூக்கில் உறுத்தல்கள் இருந்தாலும் அவர் உதடுகள் குவிந்தன. இருபத்து மூன்று வருடங்களாக அழிய மறுத்துவிட்ட ஒரு காயவடு மார்பில் இருந்தாலும், அவருடைய சந்தோஷநோக்கு சிதைவு படாமல் இருந்தது. அவருடைய உதடுகளில் மோதிய காற்று விசில்சத்தமாக உருப்பெற்றது. ஒரு பழைய ஜெர்மானியப் பாட்டை - டானென்பாம் - அவர் விசிலடித்தார்.

இந்த மகிழ்நோக்குத் தொற்றுநோய் ஓர் ஒற்றை மனிதரால் - அவர் பெயர் மியான் அப்துல்லா - உருவானது, இப்பெயரைப் பயன்படுத்தியவர்கள் பத்திரிகைக்காரர்கள் மட்டும்தான். பிற எல்லோருக்கும் அவர் பாடும்பறவை. அது பாடாமல் உயிரோடி ருக்க வழியில்லை. "மந்திரவாதியாக இருந்து மாயவித்தை செய்பவரானவர்" என்று பத்திரிகைகள் எழுதின. "தில்லியின்

புகழ்வாய்ந்த மந்திரவாதிகளின் ஒதுக்குப்புறச் சேரியிலிருந்து மியான் அப்துல்லா எழுந்து இந்தியாவின் பத்துகோடி முஸ்லிம்களின் நம்பிக்கை நட்சத்திரமானார்." சுதந்திர இஸ்லாமியக் கூட்டவையின் நிறுவனர், தலைவர், ஒருங்கிணைப்பாளர், இயக்கும்சக்தி எல்லாமே பாடும்பறவைதான். 1942இல் ஆக்ரா மைதானத்தில் பெரிய கூடாரங்களும் சொற்பொழிவாற்றும் மேடைகளும் எழுப்பப்பட்டன. அங்குதான் கூட்டவையின் இரண்டாவது ஆண்டுக்கூட்டம் நடை பெற இருந்தது. ஐம்பத்திரண்டு வயதான என் தாத்தா - அவரது தலைமயிர் வேறு காரணங்களால் முற்றிலும் நரைத்திருந்தது - மைதானத்தைக் கடந்துசென்றபோது விசில் அடிக்கத்தொடங்கினார். உல்லாசமான முறையில் அந்த இடத்தை வட்டமிட்டுக் கொண்டு, மாடுகளுக்கும் சிறார்களுக்கும் இடையில் வழிசெய்துகொண்டு... இன்னொரு சமயம், இன்னோரிடத்தில், தன் நண்பியான குச்நஹீன் ராணியிடம் (குச்நஹீன் என்றால் ஒன்றும் இல்லை என்று அர்த்தம்) சொன்னார்: "நான் ஒரு காஷ்மீரியாகத் தான் தொடக்கத்தில் இருந்தேன், பெரியஅளவில் ஒரு முஸ்லிமாக அல்ல, பிறகு மார்பில் அந்த காயம் பட்டது. அது என்னை இந்தியனாக மாற்றியது. இப்போதும் நான் பெரியஅளவில் முஸ்லிம்அல்ல, ஆனால் நான் முழுஅளவில் அப்துல்லாவின் சார்பாக நிற்கிறேன். என்னுடைய போராட்டத்தை அவர் நடத்துகிறார்." அவருடைய கண்கள் அப்போதும் காஷ்மீர் வான நீலநிறத்தில்தான் இருந்தன... வீட்டுக்குத் திரும்பினார், அவர் கண்களில் திருப்தியின் ஒளி இன்னும் நிறைந்திருந்தாலும், அவர் விசிலடிப்பது மட்டும் நின்றது. ஏனென்றால், வீட்டு முற்றத்தில் வெறுப்பை விளைவிக்கின்ற வாத்துகளோடு, என் பாட்டி, நசீம் அசீஸின் நிராகரிக்கக்கூடிய கூறுகள் காத்திருந்தன. அவளைப் பகுதிபகுதியாக நேசிக்கும் தவற்றைச் செய்தவர் அவர். ஆனால் இப்போது அவள் ஒருங்கிணைந்து, ஒரு சமாளிக்க இயலாத உருவமாக மாற்றம் அடைந்திருந்தாள். அப்படித்தான் அவள் கடைசிவரையிலும் இருந்தாள்; புனிதத் தாய் என்ற விசித்திரமான பெயரால் எப்போதுமே அவள் அறியப்பட்டாள்.

அவள் சிறுவயதிலேயே வயதுமுதிர்ந்த, பருத்த பெண்மணியாகிவிட்டாள். அவளுடைய முகத்தில் இரண்டு பெரிய பருக்கள் - சூனியக்காரிகளின் முலைக்காம்புகள் போலக் - காணப்பட்டன. தானே உருவாக்கிக்கொண்ட கண்ணுக்குப்புலப்படாத ஒரு கோட்டைக்குள் அவள் வாழ்ந்தாள். பாரம்பரியங்களாலும் உறுதிப்பாடுகளாலும் ஆன ஓர் இரும்பு அரண்

அது. அந்த ஆண்டின் தொடக்கத்தில் ஆதம் அசீஸ், அவர் குடும்ப உறுப்பினர்களின் நிஜஅளவு நிழற்படங்களை வரவேற்பறையின் சுவர்களில் மாட்டுவதற்காகப் படம்பிடித்து வாங்கியிருந்தார். அவருடைய மூன்று பெண்களும், இரண்டு பையன்களும் மிகக் கடமையுணர்ச்சியோடு 'போஸ்' கொடுத்திருந்தார்கள். ஆனால் தன் முறை வந்தபோது புனிதத் தாய் வரமறுத்துவிட்டாள். எனவே அவளுக்குத் தெரியாமலே அவளைப் படம்பிடிக்க நிழற்படக்காரர் முயற்சிசெய்தார். ஆனால் நிழற்படப் பெட்டியைப் பிடுங்கி அவர் மண்டையிலேயே உடைத்துவிட்டாள் அவள். நல்லவேளையாக, அவர் பிழைத்துக்கொண்டார். ஆனால் உலகில் ஓரிடத்திலும் எங்கள் பாட்டியின் நிழற்படம் இல்லாமல் போயிற்று. எந்த ஒருவரின் சிறிய கருப்புப் பெட்டியிலும் அடங்கக்கூடியவள் அல்ல அவள். தான் பர்தா அற்ற, வெறும் முகத்தின் அவமானகர எளிமையோடு வாழ்வதே அவளுக்குப் போதுமானதாக இருந்தது. அதைப் பதிவு செய்ய அனுமதிக்க வேண்டிய அவசியமில்லை.

இப்படி நிர்வாணமுகத்தோடு வாழவேண்டிய அவசியமும், தொடர்ந்து அசீஸ் அவளைக் கீழேவந்துவிட வேண்டி விட்ட வேண்டுகோள்களும் ஒரு தடையரணுக்குள் அவளைத் தள்ளிவிட்டன போலும். அவள் நிறுவிய வீட்டுவிதிகள் யாவும் தனது தற்காப்புக்கென அவள் உருவாக்கிக்கொண்ட ஒழுங்குமுறை. அதை எவராலும் மாற்ற முடியாது. அவளுடைய அரண்களையும் கொத்தளங்களையும் சூறாவளித் தாக்குதலினால் உடைக்க முற்பட்ட அசீஸ், பிறகு இயலாமல் கைவிட்டுவிட்டார். ஒரு தற்பெருமை கொண்ட சிலந்திப்பூச்சிபோல தான் தேர்ந்தெடுத்த அரணுக்குள் கடைசியாக அவளை வாழவிட்டுவிட்டார். (ஒருவேளை அது தற்காப்புக்கான ஒழுங்குமுறையே அல்ல; தன் சுயத்திற்கு எதிராகத் தற்காத்துக்கொள்ள அமைத்த அமைப்புப் போலும் அது).

அவள் உட்புக அனுமதிக்காத விஷயங்களில் அரசியலும் ஒன்று. டாக்டர் அசீஸ் இப்படிப்பட்ட விஷயங்களைப்பற்றிப் பேச நினைத்தபோது, அவர் தன் நண்பி ராணியிடம் செல்லலானார், புனிதத் தாய் சிடுசிடுத்தாள். ஆனால் மிகக் கடுமையாக அல்ல, காரணம், அவர் ராணியைத் தேடிச்செல்வதே தனக்கு வெற்றி என்பது அவளுக்குத் தெரியும்.

அவளுடைய இராச்சியத்தின் இரண்டு இதயங்கள் அவளுடைய சமையலறையும் உக்கிராண அறையும். முன்னதற்கு நான் சென்றதே இல்லை, ஆனால் உக்கிராண அறைக்குச் சென்ற ஞாபகம் இருக்கிறது. எங்குபார்த்தாலும் தொங்கும் கூடைகள்,

அவற்றில் ஈ மொய்க்காமலிருக்க லினன் துணியால் மூடியிருக்கும். பிறகு தகரப்பெட்டிகள். அவற்றில் வெல்லமும் பிற இனிப்புப் பண்டங்களும் இருந்தன என்று எனக்குத் தெரியும். பூட்டிய பெட்டிகள். அவற்றிற்குச் சதுரமான லேபில்கள் ஒட்டியிருக்கும். சிலவற்றில் பருப்புகள், சிலவற்றில் டர்னிப்புகள், சிலவற்றில் தானியங்கள். வாத்து முட்டைகள், மர விளக்குமாறுகள். உக்கிராண அறையும் சமையலறையும்தான் அவளுடைய பிரிக்கமுடியாத பிரதேசங்கள், அவற்றை அவள் மூர்க்கமாகப் பாதுகாத்தாள். அவளுடைய கடைசிக்குழந்தை, என் சித்தி எமரால்டு கர்ப்பமாக இருந்தபோது, தாத்தா, சமையலை மேற்பார்வையிடும் வேலையிலிருந்து அவளை விடுவிப்பதாகக் கூறினார். அவள் பதிலளிக்கவில்லை. ஆனால் மறுநாள் அவள் கணவர் அசீஸ் சமையலறையை நெருங்கியபோது, அவள் பெரிய உலோகப் பானையைத் தூக்கிக் கொண்டுநின்று நுழையும் வழியை மூடிவிட்டாள். அவளும் பருத்திருந்ததோடு, கர்ப்பமாகவும் இருந்ததால், நுழைய வழியில்லை. ஆதம் அசீஸ் கடுகடுப்போடு, "இதென்ன பெண்ணே" என்றார். அதற்கு என் பாட்டி, "இது, அதும்பேரென்னா - ஒரு ரொம்பப் பெரிய பானை. இன்னொருதடவை உங்கள இங்கே பாத்தா, நான் இதுக்குள்ள உங்க தலையை நுழைச்சி, அதில தயிர ஊத்தி, அதும்பேரென்னா, குர்மா செஞ்சிடுவேன்." எப்படி 'அதும்பேரென்னா' என்பதைத் திரும்பத் திரும்பச்சொல்லப் பாட்டி கற்றுக் கொண்டாள் என்பது புரியவில்லை. ஆனால் வயதாக ஆக, அவள் பேச்சில் 'அதும்பேரென்னா' என்பது அடிக்கடி மேலும் மேலும் வந்துகொண்டேஇருந்தது. அது உதவிக்காக நனவிலியிலிருந்து எழுந்த சத்தம் என்று நான் நினைக்கிறேன்...ஒரு தீவிரமான கேள்வியைப் போல. தனது இருப்பும் பருமனும் எப்படி இருந்தாலும், இந்தப் பிரபஞ்சத்தில் நிலையற்று மிதக்கும் ஒருத்தி அவள் என்ற எண்ணத்தை எங்களுக்குள் விதைக்க முயன்றாள்.

...சாப்பாட்டு மேஜையில், அவள் ஒரு ராணியைப்போல, தொடர்ந்து ஆட்சிசெய்தவாறு இருந்தாள். மேஜையில் உணவு வைக்கப்படாது, தட்டுகளும் போடப்படாது. கறிகளும் பீங்கான் பாத்திரங்களும் ஒரு சிறிய பக்க மேசையில் அவள் வலதுகையால் அடுக்கப்பட்டிருக்கும். அவள் போடப்போட அசீஸும் சிறார்களும் சாப்பிடுவார்கள். இந்த மரபின் ஆற்றலுக்கு ஒரு அடையாளம் - அவளுடைய கணவர் மலச்சிக்கலால் அவதிப் பட்டபோதும்கூட தனது உணவை அவர் தேர்ந்தெடுத்துக்கொள்ள முடியவில்லை. அவள் எந்த வேண்டுகோளுக்கும் அறிவுரைக்கும்

தலையசைத்ததில்லை. ஒரு கோட்டை அசையாது. அதைச் சார்ந்திருப்பவர்களின் இயக்கங்கள் தாறுமாறாக ஆனாலும் கூட.

நாதிர்கான் நீண்டநாள் ஒளிந்திருந்தபோதும், கார்ன்வாலிஸ் சாலையிலுள்ள வீட்டிற்கு இளம் ஜுல்பிகர் வருகைகள் நிகழ்த்தியபோதும், அவன் எமரால்டைக் காதலித்த போதும், வசதிமிக்க ரெக்சின் - தோல்துணி வியாபாரி - அவர் பெயர் அகமது சினாய் - அவர் என் பெரியம்மா ஆலியாவை மிக மோசமாகப் புண்படுத்தியபோதும், அவள் கசப்புணர்ச்சியை இருபத்தைந்து ஆண்டுகள் மனத்துக்குள் வைத்திருந்து கடைசியாக என் தாய்மீது கொடுமையாக அதைச் செலுத்தியபோதும், குடும்பத்தின்மீது புனிதத் தாயின் அதிகாரம் சற்றும் தடுமாறியதில்லை; நாதிரின் வருகை பெரிய மௌனத்தை உண்டாக்கியதற்கு முன்பும்கூட, ஆதம் அசீஸ் இந்தப் பிடியை உடைக்க முயற்சி செய்தார். தன் மனைவியுடன் போரிட வேண்டிய அவசியம் அவருக்கு ஏற்பட்டது. (இவையெல்லாமே அவர்மீது மகிழ்நோக்கின் பீடிப்பு எவ்வளவு குறிப்பிடத்தக்கதாக இருந்தது என்பதைக்காட்ட உதவுகிறது.)

...1932இல், பத்து ஆண்டுகள் முன்னால், அவர் தன்குழந்தைகளின் கல்வியைத் தன் கட்டுப்பாட்டில் வைத்துக் கொண்டார். புனிதத் தாய் கலங்கிப்போனாள். ஆனால் அது ஒரு தந்தையின் மரபான பணி. அதனால் அவளால் ஆட்சேபிக்க முடியவில்லை. ஆலியாவுக்குப் பதினொன்று; இரண்டாவது பெண் மும்தாஜுக்குக் கிட்டத்தட்ட ஒன்பது. இரண்டு பையன்கள் - ஹனீப், முஸ்தபா இருவருக்கும் எட்டும் ஆறும். சின்னப் பெண் எமரால்டுக்கு ஐந்து வயதுகூட ஆகவில்லை. வீட்டின் சமையல்காரன் தாவூதிடம் புனிதத்தாய் தன் பயங்களை இரகசியமாகப் பகிர்ந்துகொள்ள ஆரம்பித்தாள். "அவங்க மண்டையில என்னென்னவோ அந்நிய பாஷைகளா நிரப்பறான் தெரியலை - அதும்பேரென்னா - மத்தக் குப்பையெல்லாம்கூட - சந்தேகமில்லாம." தாவூத் பாத்திரத்தில் கலக்கிக்கொண்டிருந்தான். புனிதத்தாய் கத்தினாள் - "உனக்கு ஆச்சரியமால்ல - அந்தக் கடைசிப்பொண்ணு - அதும்பேரென்னா - எமரால்டுன்னு சொல்லிக்கறா - இங்கிலீசுலே - அதும்பேரென்னா - அந்த ஆளு எங்குழந்தைங்களை பாழாக்கிடுவான். அதில கொஞ்சமா ஜீரகம் போடு - அதும்பேரென்னா - நீ சமையல்ல அதிக கவனத்தை வைக்கணும். அடுத்தவங்க விஷயத்தில குறைச்சலா ஆர்வம் காட்டணும்."

அவள் ஒரே ஒரு கல்வி நிபந்தனைதான் போட்டாள். மதக்கல்வி. சந்தேகத்தால் அலைக்கழிக்கப்பட்ட அசீஸைப்போல

அல்லாமல் அவள் மதப்பற்றுள்ளவளாக இருந்தாள். "ஒனக்கு உன் பாடும்பறவை இருக்கறான்" என்றாள். "ஆனா எனக்கு கடவுளின் குரல் இருக்குது. அந்த ஆளின் கூச்சலைவிட - அதும்பேரென்னா - நல்ல சத்தம்". அவளுடைய மிக அபூர்வமான அரசியல் கருத்துரை அது... அப்புறம் அந்த மதபோதகனை அசீஸ் தூக்கிவீசும் நாள் வந்தது. மவுல்வியின் காதைச் சுற்றிக் கட்டைவிரலும் சுட்டுவிரலும் பதிந்தன. அங்கொன்றும் இங்கொன்றுமாக மயிருள்ள தாடிகொண்ட அந்த மோசமான ஆளைத் தன் கணவன் தோட்டச் சுவரிலுள்ள கதவுக்கு இழுத்துச் செல்வதைப் பார்த்தாள். திணறினாள். தன் கணவனின் பாதம் அந்த மவுல்வியின் சதைமீது பதிந்ததைப் பார்த்துக் கத்தினாள். இடிகளைக் கையில் ஏந்திப் போருக்குப் புனிதத் தாய் ஆயத்தமானாள்.

"தகுதியில்லாத மனுஷா!" என்று கணவனைச் சபித்தாள். அப்புறம், "அதும்பேரென்னா - வெக்கம் கெட்டவன்!" குழந்தைகள் பாதுகாப்பாகப் பின்வராந்தாவிலிருந்து பார்த்தார்கள். அசீஸ்: "அந்த மனுஷன் என்னத்தை உம் பிள்ளைங்களுக்குச் சொல்லித் தரான் தெரியுமா?" கேள்விக்குப் பதில் கேள்வியை எறிந்துகொண்டே புனிதத் தாய், "எங்கதலையில - அதும்பேரென்னா - நாசத்த உண்டாக்க நீ என்னதான் செய்யமாட்டே?"

ஆனால் அசீஸ்:"அவன் கத்துத்தறது நாஸ்டாலிக் எழுத்துன்னு நெனைக்கறயா? ஹோ" அதற்கு அவர் மனைவி புதிய உற்சாகத்தை உண்டாக்கிக்கொண்டு - "நீ ।।ன்னிக்கறி தின்னுவியா? அதும்பேரென்னா - குரான்மேல எச்சித்துப்புவியா?" குரலை உயர்த்தியவாறே டாக்டர் பதில் சொல்கிறார்: "அது என்ன பசு - பாட்டின் செய்யுள்னு நெனைச்சியா? நீ என்ன கண்டாய்?" ...சற்றும் கவலைப்படாமல், புனிதத்தாய் தன் உச்சத்துக்கு வந்தாள் "உம் பொண்ணுங்கள ஜெர்மன்காரனுக்கு கல்யாணம் பண்ணப்போறியா?" கொஞ்சம் மூச்சுவாங்குகிறாள் சண்டைக்கு, அதற்குள் தாத்தா வெளிப்படுத்துகிறார் - "பொண்ணே, அவன் வெறுக்கக் கத்துத் தறான். இந்துக்களையும், பௌத்தர்களையும், ஜைனர்களையும், சீக்கியர்களையும் இன்னும் மரக்கறி சாப்பிடறவங்க எல்லாரையும் வெறுக்கணும்னு சொல்றான். உனக்கு வெறுக்கற புத்திகொண்ட பிள்ளைங்கதான் வேணுமா பெண்ணே?"

உனக்கு கடவுளில்லாதவங்கதான் வேணுமா? புனிதத்தாய் தன் கற்பனையில் காண்கிறாள்: காபிரியேலின் படைகள் இரவில் வந்து இறங்கி, மதப்பற்றில்லாத அவள் குழந்தைகளை நரகத்திற்குக் கொண்டு செல்வதை. அவளுக்குள் நரகத்தின் தீவிரமான

சித்திரங்கள் பதிந்திருக்கின்றன. அது ஜூன்மாத ராஜபுதனத்தைப் (இப்போது ராஜஸ்தான்) போல இருக்கும். அங்கே பலப்பல அந்நிய பாஷைகளை எல்லாருக்கும் கற்றுக்கொடுப்பார்கள்... "அதும்பேரென்னா - சத்தியம்பண்ணிச் சொல்றேன் நான் - இனிமே இந்தச் சமையலறையிலிருந்து உன் வாய்க்குச் சாப்பாடு வராது. இல்ல, ஒரு சப்பாத்திகூட - நீ அந்த மவுல்வியக் கூப்பிட்டுவந்து அவன் - அதும்பேரென்னா - பாதத்தில முத்தமிடற வரைக்கும்".

அன்றைக்குத் தொடங்கிய பட்டினிப்போராட்டம் ஏறத்தாழ சாவுவரைக்கும் கொண்டு செல்லக்கூடிய போராக மாறிவிட்டது. அவள் சொன்னமாதிரி, புனிதத்தாய், தன் கணவனுக்கு சாப்பாட்டுநேரத்தில் காலித்தட்டைக்கூடக் காட்டுவதில்லை. உடனே பழி வாங்கும் நடவடிக்கையாக, வெளியில் சென்று சாப்பிடுவதில்லை என்று அசீஸ் முடிவெடுத்தார். நாளுக்குநாள் தங்கள் தாய் சாப்பாட்டுத் தட்டுகளைக் காவல் காத்தபோது, தந்தை உடம்பு மெலிந்துவருவதைக் குழந்தைகள் கவனித்தார்கள். "சுத்தமா மறைஞ்சிபோயிட முடியுமா அப்பா? என்று எமரால்டு ஆர்வத்தோடு கேட்டாள். பிறகு கெஞ்சிக்கேட்டாள் - உங்களுக்குத் திரும்பிவரத் தெரியாம இப்படிச் செய்யாதீங்க. அசீஸின் முகத்தில் பள்ளங்கள் தோன்றின; அவர் மூக்குகூட மெலிந்து விட்டதாகத் தோன்றியது. அவருடைய உடம்பு போர்க்களமாக மாறியது. அதில் ஒவ்வொரு நாளும் ஒவ்வொரு பகுதி உடைத்தெறியப்பட்டது. அவருடைய மூத்தமகளும், அறிவுள்ளவளுமான ஆலியாவுக்குச் சொன்னார் - எந்தப் போரிலும் இரண்டு தரப்பு படைகளையும் விடப் போர்க்களம்தான் அதிக அழிவுக்குள்ளாகிறது. இது இயற்கை தான். தன் சுற்றுகளைப் பார்க்க அவர் ரிக்ஷாவில் செல்லலானார். ரிக்ஷாக்காரன் ஹம்தர்திற்கு அவரைப் பற்றி ஏகப்பட்ட கவலை.

குச்நஹீன் ராணி புனிதத்தாயிடம் கெஞ்சுவதற்குத் தூதுவர்களை அனுப்பினாள். இந்தியாவில் பட்டினி கிடக்கும் மக்கள் ஏற்கெனவே நிறையப்பேர் இருக்கிறார்களே? தூதுவர்கள் நசீமைக் கேட்டார்கள். திருஷ்டிவிஷம் என்னும் பாம்பைப்போல விஷப் பார்வை பார்த்தாள் நசீம் - அவள் நச்சுப்பார்வை ஏற்கெனவே ஒரு கதையாகிவிட்டிருந்தது. மடியில் கைகள் பற்றியிருக்க, தலையைச் சுற்றி இறுக்கமாக ஒரு மஸ்லின் துப்பட்டா சுற்றியிருக்க, இமையற்ற கண்களால் தன்னிடம் வந்தவர்களைத் துளைத்துப் பார்வையாலேயே வீழ்த்தினாள். அவர்களின் குரல்கள் கல்லாகிவிட்டன; அவர்கள் இதயங்கள் உறைந்தன; புதிய ஆட்களோடு தனியாக ஓர் அறையில், தன்னைச் சுற்றியிருக்கும் கண்கள் தோல்வியால் தாழ, வெற்றிப்

பெருமிதத்தோடு உட்கார்ந்திருந்தாள் பாட்டி. போதுமா? இல்ல அதும்பேரென்னா - இன்னும் வேணுமா? என்று கத்தினாள். போதும்தான். இல்லைன்னா போதாதுதான்.

ஆனால் உண்மை என்னவென்றால், நசீம் மிகவும் கவலையோடிருந்தாள். அசீஸின் பட்டினிச் சாவு, அவருடையதைவிட அவளுடைய சிந்தனை உலகத்தின் மேன்மையை வெளிப்படுத்தும் என்றாலும், ஒரு கொள்கைக்காக மட்டும் தான் விதவையாவதை அவள் விரும்பவில்லை; இருந்தாலும், அவள் பின்வாங்கி முகம் இழக்காமல் - ஏற்கெனவே பர்தாவை எடுத்துவிட்ட அவள், இன்னும் அதில் குறை ஏற்படுவதை விரும்ப வில்லை - அவளுக்கு அந்தச் சூழலில் பின்வாங்குவதைத்தவிர வேறு வழியும் தெரிய வில்லை.

அறிவுமிக்க பெண் ஆலியா ஆலோசனை சொன்னாள் - நோயாகப் படுத்துக்கொள்ளேன். புனிதத்தாய் மிகச் சாதுரியமாகப் பின்வாங்கினாள் - ஒரு பயங்கர வலியை - அதும்பேரென்னா - கொல்வதுபோன்ற வலியை அறிவித்துவிட்டுப் படுத்துக்கொண்டாள். அவள் இல்லாத சமயத்தில் ஆலியா, ஒரு கிண்ணம் சிக்கன்சூப் வடிவத்தில் தந்தைக்குச் சமாதானக் கொடியைக் காட்டிவிட்டாள். இரண்டுநாள் கழித்துப் புனிதத் தாய் எழுந்தாள் (அவள் வாழ்க்கையிலேயே முதல்தரமாக, தன் கணவரால் சோதிக்கப்பட மறுத்து) தன் அதிகாரங்களை ஏற்றுக்கொண்டாள், தன் மகளின் முடிவை ஒரு தோள்குலுக்கலோடு ஏற்றுக்கொண்டு அது ஒன்றும் பெரிய விஷயமில்லை என்கிற மாதிரி தோரணையில் அசீஸுக்கு அவருடைய உணவைத் தள்ளிவிட்டாள்.

இது நடந்தது பத்து வருஷத்திற்கு முன்னால்; ஆனால் இன்னும், 1942இலும், வெற்றிலைக் கடையிலுள்ள முதியவர்கள் விசிலடிக்கும் இந்த டாக்டரைப் பார்க்கும்போதெல்லாம் பழைய ஞாபகத்திற்குள் தள்ளப்படுகிறார்கள். எப்படி மீண்டு வருவது என்பது அவருக்குத் தெரியாது என்றாலும், அவரது மனைவி எப்படி அவரை ஓர் மறையச் செய்யும் தந்திரத்திற்குள் கிட்டத்தட்டத் தள்ளிவிட்டாள் என்பதைப் பேசிக்கொள்கிறார்கள். மாலைப்போதின் இறுதியில், அவர்கள் ஒருவரைஒருவர் சற்றே இடித்து, "அப்ப நடந்தது உனக்கு ஞாபகம் இருக்கா" - "துணிஒலத்தற கொடியில தொங்கப்போட்டுடலாம். அப்படி எலும்புக்கூடு மாதிரி உலந்துபோனாரே." "அவருடைய சைக்கிள்லகூட ஏறிச்செல்லமுடியாத அளவுக்கு -" "நான் சொல்றேன் பாபா, அந்தப் பொம்பளை இன்னும் பயங்கரமான விஷயங்களைச் செய்யக்கூடியது. தன் பொண்ணுங்க என்ன பண்றாங்கன்னு

தெரிஞ்சிக்க அவங்க கனவையெல்லாம் இது காணுமாம்!" என்று பேசிக்கொள்வார்கள். ஆனால் இருட்டானதும் இந்த இடித்தல்கள் எல்லாம் மறைந்து போகும். ஏனென்றால் அது போட்டிக்கான சமயம். தாளலயத்தோடு அவர்கள் தாடைகள் அசையும். திடீரென்று உதடுகள் இறுக மூடிக்கொள்ளும். ஆனால் எழுவது காற்று எழுப்பும் ஒலியல்ல. விசில் அல்ல. வெற்றிலைச் சாற்றின் நீண்ட பீச்சிடல். முதுமைத் தளர்ச்சியுற்ற அவர்கள் வாயிலிருந்து புறப்பட்டுக் குறி தவறாமல் ஒரு பித்தளை எச்சில்கலத்தில் சென்று பாயும். தொடைதட்டுதல்கள், தங்களைத் தாங்களே பாராட்டிக்கொண்டு "வாஹ், வாஹ் ஐயா" என்றும் "சரியான மாஸ்டர் ஷாட்" என்றும் எழும்பும் சத்தங்கள். கிழடுகளுக்கு மத்தியில், நகரம் ஒன்றிலிருந்து ஒன்றுக்கு மாறிச்செல்கின்ற மாலைப் பொழுதுபோக்குகளில் மறைகிறது. சிறுவர்கள் ஹூப், கபடி விளையாடுகிறார்கள். மியான் அப்துல்லாவின் போஸ்டர் படங்கள்மீது தாடி வரைகிறார்கள். இப்போது தாங்கள் உட்கார்ந்திருக்கும் இடத்திலிருந்து மேலும் மேலும் தொலைவாக எச்சில்பாத்திரத்தைத் தெருவில் வைக்கிறார்கள் கிழவர்கள். அதன்மீது இன்னும் நீண்ட வீச்சுகளாகக் குறிபார்த்துத் துப்ப முனைகிறார்கள். இன்னும் சரியாகக் குறிதப்பாமல் வெற்றிலைச் சாறு செல்கிறது. "ரொம்ப நல்லாருக்கு யார்!" தெருச் சிறுவர்கள் அந்தச் சிவப்புப் பீச்சிடல்களுக்கு மத்தியில் தங்கள்மேல் படாமல் தாவி விளையாடுகிறார்கள், எச்சில்கலத்தைத் தாக்கும் தீவிரக் கலையினூடே கோழிக்குஞ்சு விளையாட்டை நுழைக்கிறார்கள்... ஆனால் இதோ ஒரு இராணுவக் கார் வருகிறது, தெருச்சிறுவர்களைத் துரத்தியடித்தபடி... இதோ, பிரிகேடியர் டாட்சன், நகரத்தின் இராணுவக் கமாண்டர், வெப்பத்தில் மூச்சுத்திணறியபடி... இங்கே, அவருடைய உதவி அதிகாரி, மேஜர் ஜூல்பிகர், அவருக்கு ஒரு கைத்துண்டைக் கொடுக்கிறான். டாட்சன் தன் முகத்தைத் துடைத்துக்கொள்கிறான்; சிறார்கள் கலைந்தோடுகிறார்கள்; கார் எச்சில் பாத்திரத்தைத் தாக்குகிறது. கருஞ்சிவப்பான இரத்தம் போன்ற திரவம், சிவந்த கைபோல. தெருப்புழுதியில் உறைந்த இரத்தக் கட்டிபோல, பிரிட்டிஷ் ராச்சியத்தின் குறைந்துவரும் அதிகாரத்தைக் குற்றம்சாட்டிச் சுட்டிக்காட்டுவதுபோலத் தோன்றுகிறது.

பூஞ்சணம்பூத்த ஒரு நிழற்படத்தின் ஞாபகம்(ஒருவேளை அதே மூளைத்திறனற்ற - முன்பு நிஜஅளவு நிழற்படம் எடுக்கவந்து கிட்டத்தட்ட உயிர்போகும் நிலைக்குத் தள்ளப்பட்ட - நிழற்படக்காரரின் வேலையாகக்கூட இருக்கலாம்): ஆதம்

அசீஸ், மகிழ்நோக்கு நோயினால் ஜொலித்துக்கொண்டு, ஏறத்தாழ அறுபதுவயது இருக்கக்கூடிய ஒரு மனிதரோடு கைகுலுக்குகிறார். அவர் பொறுமையற்ற, சுறுசுறுப்பான வகைமாதிரி, ஒரு நரைத்த தலைச்சுருள் அவர் புருவத்தின்மீது அன்புமிக்க வடுப்போல வந்து விழுகிறது. இதுதான் மியான் அப்துல்லா, பாடும் பறவை. (டாக்டர் சாகிப், பாத்திங்களா, நான் என் உடம்பை எவ்வளவு சரியா வச்சிருக்கேன். என்னை வயித்தில குத்தணும்னு நினைக்கிறிங்களா, முயற்சி செய்ங்க, செய்ங்க. நான் சிறப்பான நிலையில இருக்கேன்." ...நிழற்படத்தில், ஒரு தளர்த்தியான வெள்ளைச் சட்டை அவர் வயிற்றை மறைத்திருக்கிறது, என் தாத்தாவின் கை முஷ்டியாக இல்லை, ஆனால் பழைய மாயமந்திரக்காரரின் கைக்குள் ஒளிந்திருக்கிறது.) இவர்களுக்குப் பின்னால், கனிவான பார்வையோடு குச்நஹீன் ராணி - கொஞ்சம் கொஞ்சம் பகுதிகளாக வெண்ணிறத் தழும்புகள் அவள்மீது பரவின. இந்த வியாதி சரித்திரத்தில் கசிந்து, சுதந்திரத்திற்குப் பிறகு பெரிய அளவில் பரவியது... "நான் தான் பலியாடு" என்கிறாள் ராணி - என்றும் அசையாத தன் நிழற்பட உதடுகளால், "என் கலாச்சாரங்களின்ஊடான அக்கறைகளால் அதிர்ஷ்டம் கெட்டுப் பலியானவள். என் ஆன்மாவின் சர்வதேசத் தன்மையின் புற வெளிப்பாடு எனது தோல்." ஆம், இந்த நிழற்படத்தில் ஒரு உரையாடல் நிகழ்ந்து கொண்டிருக்கிறது - திறன்மிக்க வெண்ட்ரிலோக்கிஸ்டுகள் (வேறொரு இடத்திலிருந்து தன்குரல் கேட்பது போலப் பேசும்கலை) மகிழ்நோக்குள்ளவர்கள் தங்கள் தலைவர்களைச் சந்திக்கும்போது பேசுவதுபோல. ராணியின் பக்கத்தில் - இப்போது கவனமாகக் கேள்; வரலாறும் குலமரபும் சந்திக்க இருக்கின்றன இப்போது! - ஒரு விசித்திரமான மென்மையான, தொந்தியுள்ள ஆள் நிற்கிறான், அவனது கண்கள் தேங்கிய குட்டைகள் போல இருக்கின்றன, கவிஞன் போல நீண்ட தலைமுடி. நாதிர்கான், பாடும் பறவையின் தனிச் செயலர். அவனுடைய கால்கள், நிழற்பட ஷாட்டில் உறைந்து போகாமல் இருந்தால், மாறிமாறித் தவித்துக்கொண்டிருக்கும். அவனுடைய முட்டாள்தனமான, விறைப்பான சிரிப்பில், அவன் வாயில், "ஆமாம், உண்மை சார், நான் கவிதைகள் எழுதியிருக்கிறேன்..." அதற்கு மியான் அப்துல்லா, தன் கூரிய பற்கள் திறந்த வாயில் மின்னலிட, குறுக்கிடுகிறார் - "என்ன கவிதை இது! பக்கத்துக்குப் பக்கம் புரட்டினாலும் ஒரு எதுகை மோனை கிடையாது..." ராணி, மென்மையாக: "அப்படியானா நீங்க ஒரு நவீன வாதியா?" நாதிர், வெட்கத்தோடு, "ஆமாம்." ஓர் அசையாத,

நிலைத்த நிழற்படத்தில் என்னென்ன இறுக்கங்கள்! என்ன கூரிய ஏளனங்கள், பாடும் பறவை பேசும்போது: "அதப்பத்திக் கவலை வேணாம்; கலையை உயர்த்த வேணும்; நம்ம புகழ்மிக்க இலக்கியப் பாரம்பரியத்த நினைவூட்ட வேணும்!..." இப்போது அவருடைய செயலரின் புருவத்தில் காண்பது நிழலா, அல்லது நெரிப்பா?... நாதிரின் குரல் மிகமெதுவாக மறைகின்ற நிழற்படத்திலிருந்து "நான் உயர்கலையை நம்புகிறவன் அல்ல மியான் சாகிப். கலையானது பகுப்புகளுக்கு அப்பாலிருக்க வேணும்; என் கவிதையும்... ஓ, எச்சில் பாத்திரத்தைக் குறிவைத்துத் தாக்கும் விளையாட்டும் ஒண்ணுதான்..." இப்போது ராணி, மிக அன்பான பெண்மணி அவள், நகைச்சுவையாக - "நான் ஓர் அறையை ஒதுக்கிவிடுகிறேன்; வெத்திலை போடறதுக்கும் எச்சில் பீச்சுவதற்கும். எங்கிட்ட ஒரு அருமையான வெள்ளி எச்சிக்கலம் இருக்குது. உள்ளே நீலக்கல் பதித்தது. நீங்க எல்லாம் வந்து பிராக்டிஸ் பண்ணணும்! சுவர்கள்ல நம்ம துல்லியமற்ற வெத்திலைச் சாற்றால கறைபடியட்டும்! குறைஞ்ச பட்சம், அதுவாவது நேர்மையான கறையாயிருக்கும்". இப்போது நிழற்படத்திற்கு வார்த்தைகள் இன்றிப்போய்விட்டது. நான் இப்போது மனக்கண்ணால் பார்க்கிறேன் - பாடும்பறவை கதவைநோக்கிப் பார்க்கிறார், படத்தின் கோடியில் இருக்கின்ற என் தாத்தாவின் தோளைத் தாண்டி. கதவுக்கு அப்பால் வரலாறு கூப்பிடுகிறது... போகவேண்டுமென்ற பொறுமையின்மையால் பாடும்பறவை தத்தளிக்கிறார். ஆனால் அவர் எங்களோடு இருக்கிறார் - அவருடைய இருப்பு வாழ்நாளெல்லாம் என்னைத் துரத்தக்கூடிய இரண்டுஇழைகளைத் தந்திருக்கிறது: மந்திர வாதிகளின் சேரிக்குக் கொண்டு செல்லக்கூடிய இழை ஒன்று; எதுகையும் வினைச் சொல்லுமற்ற கவிஞன் நாதிர், விலையற்ற வெள்ளி எச்சில்கலம் இவற்றின் கதைக்குக் கொண்டு செல்லும் இழை இன்னொன்று.

"என்ன மடத்தனம்" என்கிறாள் நம் பத்மா. "ஒரு படம் எப்படிப் பேசும்? நிறுத்து இங்கேயே; சிந்திக்கமுடியாத அளவுக்கு நீ களைச்சிப்போயிருக்கே." "ஆனால் மியான் அப்துல்லாவுக்கு இடைவெளியின்றி முனகும் விசித்திரமான குணம் உண்டு, ஒரு விசித்திரமான வழியில் - இசை மாதிரியும் இருக்காது, இசையில்லாத மாதிரியும் இருக்காது - ஏதோ ஒருமாதிரி எந்திரகதியில் - ஒரு எஞ்சின்போல, டைனமோ போல ஓசை எழுப்பிக்கொண்டே இருப்பார்" என்றால், "சரி சரி, அவ்வளவு சக்திகொண்ட மனுஷன் என்றால் எனக்கு அது ஒண்ணும் ஆச்சரியமில்ல" என்பாள். இப்போது கதை கேட்க உடம்புமுழுதும் காதாக இருக்கிறாள்

அவள். ஆக நான் என் விஷயத்துக்கு வருகிறேன் - மியான் அப்துல்லாவின் முனகல்ஓசை அவருடைய வேலைக்கு ஏற்ப நேர் விகிதத்தில் இருந்தது என்று அறிவிக்கிறேன். அந்த முனகல் மிகவும் கீழ்ஸ்தாயிக்கு வந்தால் பல்வலியை ஏற்படுத்தும், அல்லது உச்சஸ்தாயியில் அமைதியற்ற நிலைக்குப் போனால், அது கேட்கும் எல்லைக்குள் உள்ள எவருக்கும் குறி விறைத்துவிடும். ("அரே பாப்" என்று சிரிக்கிறாள் பத்மா. "அவர் ஆம்பளைங்களுக்கு மத்தியில பிரபலமானதில ஒண்ணும் ஆச்சரியமே இல்ல!") அவருடைய செயலரான நாதிர்கான், தன் தலைவரின் குரல் அதிர்வுகளால் தொடர்ந்து தாக்கப்பட்டவனாக இருந்தான். அவனுடைய காது, தாடை, குறி எல்லாமே பாடும்பறவையின் முனகல்களுக் கேற்பச் செயல்படுபவையாக இருந்தன. புதியவர்கள் மத்தியில் அவனுக்குச் சங்கடத்தை உண்டாக்கக்கூடிய குறிவிறைப்பு ஒருபுறம், பல்வலி இன்னொரு புறம், நாளின் இருபத்துநாலு மணிநேரத்தில் இருபத்திரண்டு மணிநேரம் வேலைப்பளு ஒருபுறம் - இப்படிப்பட்ட நிலையில் நாதிர் கான் ஏன் வேலையில் இருக்கவேண்டும்? சம்பவங்களின் மையத்திற்கு நெருங்கிவந்து அறிந்து அவற்றை இலக்கியமாக மாற்றவேண்டும் என்ற கவிதா தர்மத்தினால் அல்ல என்று நான் நம்புகிறேன். தனக்குப் புகழ் வேண்டும் என்று நினைத்ததாலும் அல்ல. இல்லை: என் தாத்தாவுக்கும் அவனுக்கும் ஒரு பொதுவான விஷயம் இருந்தது - அது போதுமானது. அவனும் மகிழ்நோக்கு நோயினால் அவதிப்பட்டவன்.

ஆதம் அசீஸைப்போல, குச்நஹீன் ராணியைப்போல, அவனும் முஸ்லீம் லீக் - ஐ வெறுத்தான் (அந்தச் சொறித் தவளைகள் கூட்டம்! என்று, ஒரு பருந்துப்பாய்ச்சலில் எட்டாக மடித்த காகிதங்களைப் பறித்துக்கொண்டே, தன் வெள்ளிமணிக்குரலில் கத்தினாள் ராணி. மக்களைச் சுயநல அக்கறையே கொண்ட நிலச்சுவான்தார்கள் பாதுகாக்கப் போகிறார்களாம்! முஸ்லிம்களுக்கும் அவர்களுக்கும் என்ன சம்பந்தம்? அவர்கள் பிரிட்டிஷ்காரர்களிடம் சொறித் தவளைகள் போலத் தத்திக்கொண்டுபோய் அவர்களுக்கு அரசாங்கம் அமைத்துத் தருகிறார்களாம் - இப்போது காங்கிரஸ் அதைச் செய்ய மறுத்துவிட்டதால்!" வெள்ளையனே வெளியேறு தீர்மானம் போட்ட ஆண்டு அது. "அப்புறம் என்ன?" என்று ராணி இறுதியாகச் சொன்னாள், "அவர்களுக்குப் பைத்தியம் பிடித்திருக்கிறது! இல்லையென்றால் எதற்குப் பிரிவினை கேட்கிறார்கள்?")

பாடும் பறவையான மியான் அப்துல்லா, ஒற்றை ஆளாகவே சுதந்திர இஸ்லாமியப் பேரவையை உருவாக்கியிருந்தார். முஸ்லிம் லீக் காரர்களின் சமயச்செருக்கிற்கும் சுயநல ஆர்வங்களுக்கும் எதிராகத் தளர்வான, ஒருங்கிணைந்த மாற்றாக, டஜன்கணக்கான உதிரி முஸ்லிம் குழுக்களின் தலைவர்களை அழைத்து இந்த அமைப்பை உருவாக்கியிருந்தார். அது மிகப்பெரிய மாயவித்தைதான், ஏனென்றால் அவர்கள் எல்லோருமே வந்திருந்தார்கள். அதன் முதல் பேரவைக்கூட்டம் லாகூரில் நடந்தது. ஆக்ராவில் இரண்டாவது. பெரிய கூடாரங்கள், விவசாய இயக்கங்களின் உறுப்பினர்களாலும், நகர்ப்புறத் தொழிலாளர்களின் கூட்டமைப்புகளாலும், மதத் தலைவர்களாலும், பிரதேசக் குழுக்களாலும் நிரம்பின. முதல் பேரவை தெரிவித்திருந்ததை அது உறுதிப் படுத்துவதாக இருந்தது - முஸ்லிம் லீக், பிரிக்கப்பட்ட ஓர் இந்தியாவுக்கான வேண்டுகோளை வற்புறுத்தியதால் தன்சுயநலத்தைத் தவிர வேறெவர் சார்பாகவும் நிற்கவில்லை என்பதுதான் அது. பேரவையின் சுவரொட்டிகள், "அவர்கள் நமக்கு முதுகைக் காட்டினார்கள், இப்போது நாம் அவர்கள் பின்னால் இருப்பதாகச் சொல்கிறார்கள்" என்று கூறின. மியான் அப்துல்லா பாகிஸ்தான் பிரிவினையை எதிர்த்தார்.

மகிழ்நோக்குத் தொற்றுநோயின் துடிப்புகளுக்கிடையே, பாடும் பறவையின் புரவலரான குச் நஹீன் ராணி, அடிவானத்தில் கவிந்த மேகங்களைப் பற்றி ஒன்றும் கூறவில்லை. ஆக்ரா ஒரு முஸ்லிம் கோட்டை அல்ல என்பதை அவள் சுட்டிக்காட்டவில்லை, மாறாக, "ஆதம் பாபா, பாடும் பறவை இங்கே கூட்டத்தை நடத்துவதாக இருந்தால், அவர் அலகாபாத்துக்குப் போகட்டும் என்று நான் சொல்லமாட்டேன்" என்று மட்டுமே கூறினாள். இந்த மாநாட்டிற்கான செலவு முழுவதையும் அவள் எந்தப் புகாரும் குறுக்கீடுமின்றி ஏற்றுக்கொண்டிருந்தாள்; அதனால் நகரத்தில் பகைவர்களை உருவாக்கிக் கொண்டிருந்தாள் என்று சொல்லத் தேவையில்லை. மற்ற இந்திய அரசர்களைப் போல குச்நஹீன் ராணி வாழவில்லை. கவுதாரி வேட்டைக்குப் பதிலாக அவள் கல்வி உதவித்தொகைகளை அளித்தாள். உணவுவிடுதி அவக்கேடுகளுக்கு பதிலாக அவளிடம் அரசியல் இருந்தது. ஆகவே வதந்திகள் பரவலாயின. "அவளுடைய அறிஞர்கள், ஐயா, அவர்களுக்கான முறையான வேலைகளுக்கு மேலும் வேலைசெய்யவேண்டும்; இருளில் அவர்கள் அவள் படுக்கையறைக்குச் செல்கிறார்கள்; அந்தச் சூனியக்காரி, தன்னுடைய தழும்புநிறைந்த முகத்தைப் பார்க்க விடுவதில்லை, மாறாகத் தன் பாடும் குரலினால் அவர்களை மயக்கிவிடுகிறாள் அவள்!" ஆதம்

அசீஸுக்கு ஒருபோதும் சூனியக்காரிகள்மீது நம்பிக்கை கிடையாது. அவளுடைய புத்திக்கூர்மை நிறைந்த அறிஞர் வட்டத்தில் அவர் மிகவும் மகிழ்ச்சியடைந்தார் - அவர்கள் பாரசீகமொழியில் போலவே ஜெர்மன்மொழியிலும் புலமை வாய்ந்தவர்களாக இருந்தார்கள். ஆனால் ராணியைப் பற்றிய கதைகளைப் பாதி நம்பிய நசீம் அசீஸ், அவருடன் ராணியின் வீட்டுக்குச் சென்றதேயில்லை. "கடவுள் பல மொழிகளைப் பேசுமாறு மனிதர்களைப் படைத்திருந்தால், ஏன் நமது மூளையில் ஒன்றை மட்டுமே வைக்கிறார்?"

ஆகவே பாடும்பறவையின் மகிழ்நோக்காளர்களில் ஒருவரும் வரப்போவதை எதிர்பார்த்துத் தயாராக இல்லை. அவர்கள் 'எச்சில்கலத்தைக் குறிவை' விளையாடினார்கள், மண்ணிலுள்ள வெடிப்புகளை மறந்துவிட்டார்கள்.

சிலசமயங்களில் கட்டுக்கதைகளும் நிஜமாகின்றன, மெய்ம்மைகளைவிட அதிகப் பயனுள்ளவையும் ஆகின்றன. கட்டுக்கதைகளின்படி, அதாவது பீடாக்கடைகளில் முதியவர்கள் பேசும் நைச்சியமான வம்பளப்புகளின்படி, மியான் அப்துல்லாவின் வீழ்ச்சி, ஆக்ரா இரயில் நிலையத்தில் - நாதிர்கான் அது துரதிருஷ்டத்தைத் தருவது என்று எச்சரித்தும் கேட்காமல் - ஒரு மயில்தோகைவிசிறியை வாங்கியதனால்தான் ஏற்பட்டது. அது மட்டுமல்ல, அந்தப் பிறைநாட்களில், அப்துல்லா நாதிர்கானுடன் சேர்ந்து வேலைசெய்துவந்தார். அமாவாசை அன்று அவர்கள் அவர்கள் இருவரும் அதைக் கண்ணாடியில் கண்டனர். "இந்த விஷயங்கள் முக்கியம்" என்று வெற்றிலை மெல்லுபவர்கள் சொல்கிறார்கள். "நாங்க ரொம்பநாளா உயிரோட இருந்துகிட்டிருக்கோம், அதனால எங்களுக்குத் தெரியும்" (பத்மா ஒப்புதலாகத் தலையை ஆட்டுகிறாள்).

பல்கலைக்கழக வளாகத்தில் வரலாற்றுத் துறையின் தரைத்தளத்தில் மாநாட்டு அலுவலகங்கள் இருந்தன. அப்துல்லாவும் நாதிரும் இரவின் பணியை முடிக்கும்நிலையில் இருந்தார்கள். பாடும் பறவையின் முனகொலி கீழ்ஸ்தாயியில் இருந்தது, அதனால் நாதிரின் பற்கள் பதற்ற நிலையில் இருந்தன. அலுவலகச் சுவரில் ஒரு போஸ்டர் இருந்தது. அதில் அப்துல்லாவின் பிரியமான, பிரிவினைக்கு எதிரான உணர்ச்சிக்கு அனுசரணையாகக் கவிஞர் இக்பாலின் மேற்கோள் ஒன்று இடம் பெற்றிருந்தது: "கடவுளுக்கு அயலான ஒரு நாட்டை நாம் எங்கே காணமுடியும்?" இச்சமயத்தில்தான் கொலைகாரர்கள் வளாகத்தை அடைந்தார்கள்.

மெய்ம்மைகள்: அப்துல்லாவுக்கு நிறைய எதிரிகள். பிரிட்டிஷ்காரர்கள் அவரைச் சந்தேகநோக்கிலேயே வைத்திருந்தனர். பிரிகேடியர் டாட்சனுக்கு அவர் ஊரில் இருப்பதே பிடிக்கவில்லை. கதவுதட்டும் ஓசை கேட்டது, நாதிர் திறந்தான். ஆறு அமாவாசைகள் உள்ளே நுழைந்தன. ஆறு பிறைக்கத்திகள் முழுதுமாகக் கருப்பு உடை அணிந்து, முகத்தையும் மறைத்திருந்த ஆறுபேர் கைகளில் இருந்தன. இரண்டுபேர் நாதிரைப் பிடித்துக்கொண்டார்கள், மற்றவர்கள் பாடும் பறவையை நோக்கிச் சென்றார்கள்.

"அந்தக் கணத்தில்", வெற்றிலை மெல்லுபவர்கள் சொன்னார்கள், "பாடும் பறவையின் குரல் ஒசந்துகிட்டே போச்சி. உச்சமா, இன்னும் உச்சமா அது போகப்போக, நண்பா, அவங்க உறுப்புங்க உடைங்களுக்குள்ள கூடாரம்போட ஆரம்பிச்சுது. அப்புறம், அல்லா! அப்புறம், கத்திங்க பாட ஆரம்பிச்சுது, அப்துல்லாவின் சத்தமும் உயர்ந்து கிட்டே முன்னப்போதையும்விட உச்சமா, உச்சமாப் போச்சு. அவர் உடம்பு ரொம்ப கெட்டி. அவங்களுடைய வளஞ்ச கத்திங்களால் அவர சீக்கிரம் ஒண்ணும் பண்ண முடியலை. ஒரு கத்தி அவர் விலாவில குத்தி ஒடஞ்சிபோச்சி. ஆனா மத்ததுங்கள்ல சீக்கிரம் அவரோட ரத்தக்கறை படிஞ்சுது. ஆனா, கேளப்பா, அவர் குரல் ஸ்தாயி மனுஷ எல்லைக்கு அப்பாலபோய், நகரத்திலருக்கற நாய்ங்களுக்கெல்லாம் கேட்டுது. ஆக்ராவில அப்ப எட்டாயிரத்து நானூத்தி இருபது தெருநாய்ங்க இருந்துது. அன்னிக்கு ராத்திரி, சிலது சாப்டுகிட்டிருந்தது, சிலது செத்துகிட்டிருந்தது, சிலது கலவி பண்ணிக்கிட்டிருந்துது, சிலதுக்கு இந்தக்குரல் கேக்கவேயில்லை. இதெல்லாம் ஒரு ரெண்டாயிரம் நாய்னு வச்சிக்க. மிச்சம் ஆறாயிரத்து நானூத்தி இருபது நாய். எல்லாம் அப்படியே பல்கலைக்கழகத்தைப் பாக்க ஓட ஆரம்பிச்சுது. அதுல பலது நகரத்துக்கு அந்தப் பக்கத்திலருந்து ரயில்வே லைன் வழியே ஓடி வருது. இதெல்லாம் உண்மைன்னு எல்லாருக்கும் தெரியும். நகரத்தில தூங்கிக்கிட்டிருந்தவங்க தவிர மத்த எல்லாரும் இதப் பாத்தாங்க. எல்லா நாயும் ஒரு சேன மாதிரி சத்தம்போட்டுகிட்டே போச்சு. பின்னாடி அதுங்க போன வழியிலல்லாம் எலும்பு, பீ, மசுருங்க... அந்தச் சமயத்திலெல்லாம் அப்துல்லாஜி பாடறார், பாடறார், பாடறார்... கத்திங்களும் பாடிச்சி, அப்புறம் தெரிஞ்சிக்க: திடீல்னு ஒரு கொலைகாரன் கண்ணு ஒடைஞ்சி விழுந்துடுச்சி. கடைசில கம்பளத்தில அந்தக் கண்ணாடித் துண்டுங்களக் கண்டெடுத்தாங்க!"

பிறகு சொல்கிறார்கள் அவர்கள்: "நாயிங்க வறதுக்குள்ள அப்துல்லா கிட்டத்தட்ட செத்துப்போயிட்டார். கத்திங்கள்லாம் கூர்மழுங்கிப்போச்சி... அதுங்க காட்டு விலங்குங்க மாதிரி ஜன்னல்ல பாஞ்சி வந்துதுங்க. ஜன்னல்ல கண்ணாடி இல்ல, அப்துல்லா வின் சத்தம் அதை ஒடைச்சிடிச்சி... கதவுமேல மோதிச்சிங்க, கதவு கடைசில ஒடஞ்சிது. அப்பறம் பாபா, எல்லா இடத்திலயும் நாய்தான். சிலதுக்குக் கால்இல்ல, சிலதுக்கு மயிர்இல்ல, ஆனா எல்லாத்துக்குமே கொஞ்சம் பல்லாவது இருந்துது. அதுல கொஞ்சம் கூராவும் இருந்துது... இதப்பாரு, இந்தக் கொலகாரனுங்க, யாரும் குறுக்கிடுவாங்கன்னு நெனைக்கல, அதனால காவலும் வைக்கல. அதனால நாய்ங்க வந்தது அவங்களுக்கு அதிர்ச்சியாருந்தது... அந்த முதுகெலும்பில்லாத நாதிர்கானைப் பிடிச்சிருந்த ரெண்டுபேரும், ஏறத்தாழ அறுவத்தெட்டு நாய் அவங்கமேல பாய்ஞ்ச வெயிட்டில கீழே விழுந்துட்டானுங்க... அப்புறம் பாக்கறப்ப, அவங்க அடையாளமே தெரியாத அளவுக்கு செதஞ்சி போயிட்டானுங்க..."

இந்தக் களேபரத்துல, நாதிர் ஜன்னல்லருந்து குதிச்சி ஓடிட்டான். கொலகாரனுங்களுக்கும் நாய்ங்களுக்கும் அவனப்பிடிக்க நேரமில்ல".

நாய்களா? கொலையாட்களா?... நம்பவில்லை என்றால் ரோதித்துப்பார்த்துக் கொள்ளுங்கள். அப்துல்லாவைப் பற்றியும் அவரது பேரவைக் கூட்டங்களைப் பற்றியும் தெரிந்துகொள்ளுங்கள். எப்படி நாம் அவர் கதையைக் கம்பளத்தின்கீழ் கூட்டித் தள்ளிவிட்டோம் என்பதைக் கண்டுபிடியுங்கள்... அப்புறம், அவர் படைத்தலைவன் நாதிர்கான், என் குடும்பவிரிப்புக்குக்கீழ் மூன்று ஆண்டுகள் காலத்தைத் தள்ளினான் என்பதை நான் சொல்லுகிறேன்.

இளைஞனாக இருந்தபோது நாதிர்கான் ஒரு ஓவியனோடு தங்கியிருந்தான். அந்த ஓவியன், தன் கலையில் உயிர்த்தன்மை முழுமைபெற வேண்டும் வேண்டும் என்று முயற்சிசெய்யச் செய்ய, அவன் படங்கள் அளவில் பெரிதாகிக்கொண்டே போயின. தற்கொலை செய்துகொள்வதற்கு முன்பு, "என்னைப் பார், நான் சிற்றோவியங்கள் வரைய நினைத்தேன், ஆனால் எல்லாம் யானைக்கால் ஆகிவிட்டது பார்" என்றானாம். பிறைக்கத்திகளின் இரவின் பெரிதாக்கப்பட்ட சம்பவங்கள் நாதிர்கானுக்கு அவன் அறைத்தோழனை நினைவுபடுத்தின, ஏனென்றால், ஏறுக்குமாறாக, வாழ்க்கை மறுபடியும், வாழ்க்கையளவாக இருக்க மறுத்துவிட்டது;

அது உணர்ச்சிமிகுதி முடிவாகப் போய்விட்டது, அது அவனைச் சங்கடத்துக்குள்ளாக்கியது.

எப்படி நாதிர்கான், இரவுநேர நகரத்தில் யாரும் காணாமல் ஓடமுடிந்தது? அதற்குக் காரணம், அவன் ஒரு மோசமான கவிஞன் - அதனால் நிச்சயமாகப் பிழைத்துக் கொள்பவன் என்று நான் காரணம் கூறுவேன். அவன் ஓடியபோது, அவனைச்சுற்றி அவன் சுயப்பிரக்ஞை சூழ்ந்திருந்தது, ஒரு மலிவான மர்மக்கதையில் நடப்பதுபோல அவன் நடந்துகொண்டதற்காக, அல்லது ரயில்வே நிலையங்களில் பண்டவிற்பனைக்காரர்கள் போல நடந்துகொண்டதற்காக, அல்லது சளி, டைபாயிடு, ஆண்மைக்குறைவு, வீட்டைப்பிரிந்த கவலை, ஏழ்மை எல்லாவற்றையும் குணப்படுத்தும் பச்சைநிற பாட்டில் மருந்தோடு இனாம் கொடுப்பதுபோல நடந்துகொண்டதற்காக, அவன் உடம்பு மன்னிப்புக்கேட்பதுபோலத் தோன்றியது... கார்ன்வாலிஸ் சாலையில், அன்றைக்கு இரவு வெப்பமாகவே இருந்தது. யாருமற்ற ரிக்‌ஷாமூலையில், ஒரு நிலக்கரித் தணல்தட்டு காலியாக நின்றது. பீடாக்கடை மூடியிருந்தது, அதன் கிழவர்கள் மறுநாளுக்கான விளையாட்டை நினைத்தவாறே கூரைமீது தூங்கினர். தூக்கம்வராத ஒரு பசு, ஒரு சிவப்பு - வெள்ளை சிகரெட் பாக்கெட்டை சோம்பேறித்தனமாக அசைபோட்டவாறு மூட்டைபோலத் தெருவில் உறங்கிக்கொண்டிருந்த ஆளைக் கடந்து நடந்தது. அதற்கு அர்த்தம் அவன் காலையில் எழுந்திருப்பான் என்பதுதான். ஏனென்றால், தூங்குகின்ற ஒரு மனிதனைப் பசு கவனிக்கவே செய்யாது, அடுத்தநாள் அவன் இறப்பவனாக இல்லாவிட்டால். பிறகு சிந்தனையோடு அவன்மீது மூக்கைத் தேய்த்தது. புனிதமான பசுக்கள் எது கிடைத்தாலும் சாப்பிடும்.

சாலையிலிருந்து ஒரு கௌரவமிக்க தொலைவில் அமைந்திருந்த என் தாத்தாவின் இடமகன்ற கல்மாளிகை - போலிக்கல் வியாபாரத்தை விற்றுவந்த தொகையும், குருட்டு கனியின் சீதனத்தொகையும் சேர்த்து வாங்கியது - இருட்டில் நின்றது. சுற்றுச்சுவருக்குள் வீட்டின்பின்புறம் ஒரு தோட்டம் இருந்தது, தோட்ட வாசலுக்கு அருகே ஒரு தாழ்ந்த புறவீடும் நின்றது. அது கிழட்டு ஹம்தர்துக்கும் ரிக்‌ஷாக்காரனான அவன் மகன் ரஷீதுக்கும் மலிவாக வாடகைக்கு விடப்பட்டிருந்தது. புறவீட்டுக்கு எதிரில் மாடுகள் இழுக்கும் கபிலை ஒன்று. அதிலிருந்து நீர்ப்பாசன வாய்க்கால்கள், கார்ன்வாலிஸ் சாலையோடு ஒட்டியிருந்த வீட்டின் சுற்றுச்சுவரின் உட்புறமாக வரிசையாக இருந்த சோளக்கொல்லைகளுக்குச் சென்றன. வீட்டுக்கும் சோளக்கொல்லைக்கும் மத்தியில் ஆட்களும்

ரிக்ஷாக்களும் செல்லக்கூடிய ஒரு சிறிய பாதை. ஆக்ராவில் சமீபத்தில் தான் ஆளிழுக்கும் ரிக்ஷாவை சைக்கிள் ரிக்ஷாக்கள் இடம்பெயர்த்திருந்தன. இன்னும் குதிரைவண்டிப் போக்குவரத்தும் இருந்தது, ஆனால் அது நலிந்துவந்தது... நாதிர்கான் தோட்டக்கதவு வழியாக உள்ளே வந்தான், ஒருநிமிடம் சுற்றுச்சுவரின்மீது முதுகைச் சாய்த்துக் குந்தி உட்கார்ந்து, சிவந்தவாறே சிறுநீர் கழித்தான். பிறகு தனது கேவலமான முடிவைப் பற்றிக் கலங்கியதுபோன்ற தோற்றத்துடன், சோளக்கொல்லைக்கு ஓடிப்போய் அதில் புகுந்தான். வெயிலில் உலர்ந்த தட்டைகளுக்கு இடையில் சற்றே மறைந்தவாறு, கருவிலுள்ள குழந்தையின் வடிவத்தில் படுத்துக்கொண்டான்.

ரிக்ஷாப்பையன் ரஷீதுக்குப் பதினேழு வயது, அவன் சினிமாவிலிருந்து வீட்டுக்குத் திரும்பிக்கொண்டிருந்தான். அன்று காலைதான் இரண்டுபேர் தள்ளிச் சென்ற வண்டி ஒன்றில் இரண்டு பெரிய தட்டிகள் முதுகோடுமுதுகு சாய்த்துவைக்கப்பட்டிருந்தன. அதில் கையால் எழுதிய சினிமா விளம்பரம் - காய்வாலா, ரஷீதுக்குப் பிடித்தமான நடிகர் தேவ் நடித்தது. தில்லியில் பயங்கரமான ஐம்பது வாரங்களுக்குப்பின் புதிதாக வருகிறது! பம்பாயில் குறிபார்த்துச் சுட்ட அறுபத்துமூன்று வாரத்துக்குப் பின்னால் நேராக! பாய்ந்துவரும் ஆர்ப்பாட்டம் மிகுந்த இரண்டாவது வருஷம்! என்று அந்தப் போஸ்டர்கள் முழங்கின. அது மேற்கத்திய பாணியில் கிழக்கில் எடுக்கப்பட்ட சண்டைப்படம். அதன் கதாநாயகன், தேவ், அவன் ஒல்லியானவன் அல்ல - களம் முழுவதும் அவனாகவே குதிரையில் சுற்றிவந்தான். அது இந்திய - கங்கைச் சமவெளி போல் இருந்தது. காய்வாலா என்றால் பசுக்காரன் (பசுமேய்ப்பவன்). பசுக்களைக் காப்பாற்ற ஒற்றைக் காவல்காரனாக படத்தில் இயங்கினான். ஒற்றை ஆளாக! இரட்டைக்குழலோடு! பசுக்களை மேய்த்துச் சென்றவர்களின் வலிமையை அடக்கி, களத்தின் குறுக்காக, வெட்டுமிடத்திற்குக் கூட்டம்கூட்டமாக அழைத்துச் செல்லப்பட்ட புனிதப் பிராணிகளை விடுதலை செய்தான். (இது இந்துக்களுக்காக எடுக்கப்பட்ட படம்; தில்லியில் இது கலகங்களை உண்டாக்கியது. முஸ்லிம் லீக் காரர்கள் தியேட்டரிலிருந்து வெட்டுமிடத்திற்குப் பசுக்களை விரட்டிச்செல்ல, அவர்களை கும்பல்கள் சூழ்ந்து கொண்டன.) ஆடல்பாடல்கள் நன்றாகவே இருந்தன, அதில் ஒரு அழகான நடனக்காரி - அவளைப் 10 காலன் பிடிக்கும் ஒரு தொப்பியை அணிந்து நடனமாடச் செய்யாமல் இருந்தால் இன்னும் நன்றாக இருந்திருப்பாள். ரஷீத் முன்வரிசைகளில் உட்கார்ந்திருந்தான், விசில்களிலும் கத்தல்களிலும் சேர்ந்துகொண்டான். அதிகமாகவே பணம் செலவு செய்து இரண்டு

சமூசாக்களை வாங்கித்தின்றான்; அவன் சந்தோஷமாக நேரத்தைக் கழித்தால் அவன் தாய்க்கு மனம் புண்படும். வீட்டைநோக்கி ரிக்ஷாவை ஓட்டிவந்தபோது படத்தில் பார்த்த சவாரிமுறைகளைப் பயிற்சிசெய்யலானான். ஒரு புறமாகத் தொங்கிக்கொண்டே ஓட்டுவது, கையைவிட்டுவிட்டு இறக்கச்சாலையில் ஓட்டுவது - இப்படியாக, காய்வாலா எதிரிகளிடமிருந்து தன்னைக் காப்பாற்றிக்கொள்ள செய்த உத்திகளையெல்லாம் ரிக்ஷாவில். கடைசியாக வாசலை அடைந்தான். கைப்பிடிகளைத் திருப்பியபோது ரிக்ஷா வாசற்கதவுக்குள்ளும் சோளக்கொல்லைப்பாதைக்குள்ளும் அழகாகச் சென்றது. பசுக்காரர்கள் புதருக்குள்ளாக குடித்துக்கொண்டும் சூதாடிக்கொண்டும் உட்கார்ந்திருந்தபோது காய்வாலா இந்தத் தந்திரத்தைப் பயன்படுத்தினான். ரஷீத் பிரேக்குகளைப் போட்டு, சோளக்கொல்லைக்குள் குதித்து - முழுதாகச் சரிந்து - தன்னை எதிர்பார்க்காத பசுக்காரர்கள்மீது, துப்பாக்கி விசைகளை இழுத்துத் தயார்நிலையில் பிடித்துக்கொண்டே ஓடினான். அவர்களுடைய கூடாரத்தை நெருங்கும்போது தனது வெறுப்பொலியை - யாஅஅஅஅஅஅ என்று - அவர்களை பயமுறுத்துவதற்காக எழுப்பினான். நல்லவேளை, டாக்டர் சாகிபின் வீட்டருகே இந்த ஒலியை எழுப்பவில்லை. ஆனால் வாயை அகலவிரித்து, ஆனால் சத்தமில்லாமல் - ப்ளாம்! ப்ளாம்! என்று கத்தியவாறு ஓடினான். தூக்கம் வராமல் கஷ்டப்பட்டுக் கொண்டிருந்த நாதிர்கான், இப்போது கண்களைத் திறந்தான். ஈயாஅஅஅ! காட்டுத்தனமான ஒல்லியான உருவம் ஒன்று தன்னைநோக்கி மெயில் ரயில் போல வேகமாக உச்சத் தொனியில் கத்திக் கொண்டு ஓடிவருவதைக் கண்டான். ஒருவேளை செவிடாகவே ஆகியிருப்பான் - ஆனால், சத்தமே இல்லை! அவன் எழுந்தான். கூச்சல் அவனுடைய மிகப் பருத்த உதடுகளிலிருந்து அப்போதுதான் புறப்பட்டது. ரஷீத் அவனைப் பார்த்தபோது அவனுக்குக் குரலும் வந்துவிட்டது. பயந்துபோய் ஒரேகுரலாக இருவரும் கூச்சலிட்ட வாறே திரும்பி ஓடினர். பிறகு நின்றார்கள். ஒவ்வொருவரும் அடுத்தவரின் ஓட்டத்தைக் கண்டவாறு. சுருங்கிவந்த சோளக்கதிர்களின் ஊடே ஒருவரை ஒருவர் நோக்கினார்கள். நாதிர்கானை ரஷீத் புரிந்துகொண்டான், அவனுடைய கிழிந்த உடைகளைப் பார்த்து ஆழ்ந்த கவலைக்குள்ளானான்.

"வேண்டியவன்தான் நான்" என்றான் நாதிர்கான் மடத்தனமாக. "நான் டாக்டர் அசீஸைப் பார்க்கவேண்டும்."

"ஆனா, டாக்டர் தூங்கறாரே - அவர் சோளக்காட்டிலா இருப்பார்?" உன்னைச் சரிப்படுத்திக்கொள், முட்டாள்தனமாகப் பேசாதே என்று ரஷீத் தனக்குள் சொல்லிக் கொண்டான். இது மியான் அப்துல்லாவின் நண்பன்! ஆனால் நாதிர்கான் கவனித்ததாகத் தோன்றவில்லை. பல்லிடுக்கில் சிக்கிக்கொண்ட சிக்கன்நாரைப்போல அவன் தொண்டைக்குள் சிக்கிக்கொண்டுவிட்ட சில சொற்களை வெளிக்கொண்டுவர முயற்சி செய்துகொண்டிருந்தான். "என் உயிர்", கடைசியாகச் சமாளித்தவாறு, "ஆபத்தில் இருக்கிறது" என்றான்.

இன்னும் காய்வாலாவின் செல்வாக்கிலேயே இருந்து கொண்டிருந்த ரஷீத் உதவிக்கு வந்தான். வீட்டின் ஒருபுறத்திலிருந்த ஒரு கதவிற்கு அவனை அழைத்துச் சென்றான். அது தாளிட்டுப் பூட்டப்பட்டிருந்தது. ஆனால் ரஷீத் இழுத்தபோது கையோடு வந்து விட்டது. "இந்தியாவில் செய்தது" என்ற எல்லாவற்றையும் விளக்கிவிடும் சொல்லைக் குசுகுசுத்தான். நாதிர் உள்ளே காலடி வைத்தபோது, "என்மேல் நம்பிக்கை வை சாகிப். அம்மாதான் இங்கே. நான் என் தாயின் நரைத்த மயிர்மீது ஆணையாகச் சொல்கிறேன்" என்று மறுபடி குசுகுசுத்தான்.

மறுபடியும் அந்தப் பூட்டை வெளியே பூட்டினான். பாடும் பறவையின் வலதுகரமான ஒரு ஆளைக் காப்பாற்றியிருக்கிறான் அவன்! ஆனால் எதிலிருந்து? யாரிடமிருந்து? ...சரி, நிஜ வாழ்க்கை சிலசமயங்களில் படத்தைவிட நன்றாகவே இருக்கிறது.

"அவனா?" என்று சற்றே குழப்பத்துடன் பத்மா கேட்கிறாள். "அந்த பருத்த, மிருதுவான, கோழைத்தனமான தடியன்! கடைசியில், அவன்தான் உங்கப்பா ஆகப்போகிறானா?"

கம்பளத்துக்கடியில்

மகிழ்நோக்குத் தொற்றுதலின் இறுதி இப்படியாக முடிந்தது. சுதந்திர இஸ்லாமியக் கூட்டவையின் அலுவலகத்தில் காலையில் குப்பைகூட்ட வந்தவள் நுழைந்தபோது பாடும்பறவை கொலைசெய்யப்பட்டிருப்பதைப் பார்த்தாள். அவரைச் சுற்றிக் கொலைகாரர்கள் விட்டுச்சென்ற கால்தடங்களும் கந்தல்களும் இருந்தன. அவள் வீறிட்டு அலறினாள்; அதிகாரிகள் வந்துபோனபின், அறையைச் சுத்தம் செய்யுமாறு பணிக்கப்பட்டாள். எண்ணற்ற நாய்மயிர்களைத் துப்புரவுசெய்து, எண்ணற்ற தெள்ளுப்பூச்சிகளை அடித்து நசுக்கி, கம்பளத்திலிருந்த ஒரு கண்ணாடிக் கண்ணின் மீதிபாகங்களை சேகரித்தபின், "இனிமே வேல இப்பிடித்தானா? அப்டீன்னா கூலி அதிகம் வேணும் சாரே" என்று பல்கலைக்கழக அதிகாரியிடம் முறையிட்டாள். ஒருவேளை மகிழ்நோக்கினால் தாக்குண்ட கடைசி ஆளாக அவள் இருக்கக்கூடும். ஆனால் அந்தநோய் பலகாலம் அவளிடம் தங்கவில்லை. ஏனென்றால், அந்த அதிகாரி ஒரு மோசமான ஆள். அவளை உதைத்துத் தள்ளிவிட்டான்.

கொலைகாரர்கள் அடையாளம் காணப்படவேயில்லை. அவர்களுக்குக் கூலி தந்து அனுப்பியவர்கள் யாரென்றும் தெரியவில்லை. பிரிகேடியர் டாட்சனின் கீழதிகாரி மேஜர் ஜுல்பிகர், வளாகத்துக்குள் தன் நண்பரின் மரணச் சான்றிதழை எழுதுமாறு என் தாத்தாவை அழைத்தான். இன்னும் தெளிவுபடாத சில விஷயங்களைத் தெரிந்து கொள்வதற்கு வருவதாக டாக்டர் அசீஸிடம் மேஜர் ஜுல்பிகர் கூறினான்; தாத்தா மூக்கை உறிஞ்சிக்கொண்டே போய்விட்டார். மைதானத்தில் கிழிந்துபோன நம்பிக்கைகள்போலப் பந்தல்கள் ஆடிக்கொண்டிருந்தன. பேரவைக்கூட்டம் மீண்டும் நடக்க வாய்ப்பின்றிப் போனது. குச்நஹீன் ராணி படுத்த படுக்கையாகிவிட்டாள். தன் நோய்களைச்

சாதாரணமானது என்று பல ஆண்டுகளாகக் கருதிவந்த அவள், கடைசியாகத் தன்னை அவற்றிடம் ஒப்படைத்துவிட்டாள். தன் படுக்கைவிரிப்பின் நிறமாகவே தான் மாறுவதைப் பார்த்தவாறு பல ஆண்டுகள் படுக்கையில் கிடந்தாள். இடையில், கார்ன்வாலிஸ் சாலையிலிருந்த பழையவீட்டில், எதிர்காலத் தாய்மார்களாலும் சாத்தியமான தந்தைமார்களாலும் நாட்கள் கடந்தன. இதோபார் பத்மா, இப்போது தெரிந்து கொள்ளப் போகிறாய்.

என் மூக்கைப் பயன்படுத்தி (அதற்குத் தகுதி உண்டாக்கிய சக்திகளை அது இழந்து விட்டது என்றாலும், மிகச் சமீபத்தில், வரலாற்றை உருவாக்க, ஈடுசெய்யக்கூடிய திறன்கள் சில அதற்குக் கிடைத்திருந்தன) - இந்தியாவின் பாடும் நம்பிக்கையின் மரணத்தைத் தொடர்ந்த நாட்களில், தாத்தாவீட்டின் சூழ்நிலையை மோப்பம்பிடித்தவாறு நான் இருந்தேன்; எனக்குள் ஒரு விசித்திரக் கதையின் தொடக்கத்தோடு பல ஆண்டுகளாய் மறைந்திருந்த விஷயங்களின் புகைமூட்டமும், என் பாட்டியின் விநோத ஆவல் மற்றும் வலிமையின் கூரிய நாற்றமும் கலந்து ஒரு விசித்திரமான வாசனைக்கலவை, கவலை நிரம்பிய மெல்லிய காற்றாக வந்துகொண்டிருக்கிறது... தன் எதிரியின் வீழ்ச்சியில் - இரகசியமாகத்தான் - முஸ்லிம் லீக் மகிழ்ச்சியடைந்தது - (என் மூக்கு அவரைக் காண்கிறது) - என் தாத்தா தினமும் காலையில், கண்ணில் நீர் நிரம்பிநிற்க, தான் இடிப் பெட்டி என்று அழைத்த இடத்தின்மீது அமர்ந்திருப்பதைப் பார்க்கமுடிந்தது. ஆனால் இவை வருத்தத்தின் கண்ணீர்த் துளிகள் அல்ல - ஆதம் அசீஸ் இந்தியன் ஆனதற்கான விலையைத் தந்துகொண்டிருந்தார், அதனால் அவருக்குக் கடுமையான மலச்சிக்கல் ஏற்பட்டிருந்தது. அவர் கண்கள் கழிப்பறையின் சுவரில் மாட்டப்பட்டிருந்த எனிமாக் கருவியை ஏதோ தீமைக்கான அடையாளம்போல் பார்த்துக்கொண்டிருந்தன.

நான் ஏன் என் தாத்தாவின் அந்தரங்கத்தில் படையெடுத்தேன்? ஏன் எப்படி என்று நான் எளிதாக விவரித்திருப்பேன்: மியான் அப்துல்லாவின் இறப்புக்குப்பின், ஆதம் தன் வேலையில் தன்னை மூழ்கடித்துக் கொண்டார். பல்கலைக்கழக மருத்துவராகத் தன் கடமையைச் செய்துவந்ததோடு, இரயில் பாதைக்கு இருபுறமும் ஏழ்மையான சேரிகளில் இருந்த போலி மருத்துவர்கள் மிளகுநீரை ஊசி போட்டும் சிலந்திப்பூச்சிகளின் வறுவல் குருட்டுத்தனத்தைப் போக்கும் என்றும் சிகிச்சை அளித்துவந்த நேரத்தில், அங்கு வாழ்ந்த நோயாளிகளை கவனிப்பதற்கெனத் தன்னை அர்ப்பணித்துக் கொண்டார். இங்கு நான் அவருடைய இரண்டாவது மகள் மும்தாஜ்

பற்றி விவரிக்க வேண்டும். அவள்மீது அவருக்கு அளவற்ற அன்பு ஏற்பட்டு வந்தது. அவளுடைய கருப்பு நிறம், அவளைத் தாயின் அன்பிலிருந்து பிரித்திருந்தது. ஆனால் அவளுடைய மென்மை, கவனிப்பு, வலுவற்ற தன்மை ஆகிய பண்புகள் அவளுடைய தந்தைக்கு அவளை நெருக்கமாக்கின. அவருடைய உள்வேதனை இப்படிப்பட்ட கேள்விகேட்காத இரக்கமுள்ள பாசத்தைத் தேடிக் கூக்குரலிட்டது. ஏன், இப்போதெல்லாம் மாறாது நின்றுவிட்ட மூக்கின் அரிப்பை விவரித்திருக்கும்போது, மலத்தில் புரளத் தேர்ந்து கொண்டேன்? ஏனென்றால் அங்குதான் ஆதம் அசீஸ் இருந்தார்; அந்த மரணச் சான்றிதழில் கையெழுத்திட்ட மாலை நேரத்தில் திடீரென ஒரு குரல் - மிருதுவான, கோழைத்தனத் தோடும் சங்கடத்தோடும் கூடிய, ஓர் எதுகையற்ற கவிஞன் குரல் - அறையின் மூலையில் நின்றுகொண்டிருந்த பெரிய பழைய சலவைப் பெட்டியின் ஆழத்திலிருந்து பேசியது. அது அவருக்கு அளித்த பலமான அதிர்ச்சி, அவருக்கு ஒரு மலமிளக்கிபோல ஆனது. ஆகவே ஆணியில் மாட்டியிருந்த எனிமாக் கருவியை எடுக்கவேண்டிய அவசியமில்லாமல் போயிற்று. இந்த இடிப்பெட்டி அறைக்குள் வேலைக்காரன் போக வர இருந்த வழியாக ரிக்ஷாப் பையன் ரஷீத், நாதிர்கானை விட்டுவிட்டான். அவன் இந்த சலவைப் பெட்டியைப் புகலிடமாக்கிக் கொண்டான். ஆச்சரியப்பட்ட என் தாத்தாவின் மலக்குடலின் சுருக்குதசை தளர்வடைந்தபோது, அவருடைய காதுகளில் புகலிடத்துக்கான ஒரு வேண்டுகோள் - லினன், அழுக்கான உள்ளாடை, பழைய சட்டைகள் ஆகியவற்றின் குவியலாலும் பேசியவனின் சங்கடத்தாலும் மட்டுப்பட்டிருந்த குரல் - காதில்விழுந்தது. ஆகவே ஆதம் அசீஸ், நாதிர்கானை ஒளித்துவைக்கத் தீர்மானித்தார்.

இப்போது ஒரு சண்டையின் நாற்றம்: ஏனென்றால் புனிதத்தாய் நசீம் அவளுடைய மகள்களைப் பற்றிச் சிந்திக்கிறாள் - இருபத்தொரு வயது ஆலியா, பத்தொன்பது வயது கருப்பு மும்தாஜ், அழகான, கால்நிற்காத எமரால்டு - இவளுக்கு இன்னும் பதினைந்து கூட முடியவில்லை, ஆனால் அவளுடைய அக்காள்களின் முகத்திலிருந்த பார்வைகளைவிட இவள் பார்வை முதிர்ச்சி பெற்றிருந்தது. நகரத்துக்குள், எச்சில் கலத்தைக் குறிவைப்பவர்கள், ரிக்ஷாவாலாக்கள், சினிமா போஸ்டர் வண்டியைத் தள்ளிச் செல்ப வர்கள், கல்லூரி மாணவர்கள் அனைத்துப் பேர் மத்தியிலும், இந்த மூன்று சகோதரிகளுக்கும் தீன் பத்தி - மூன்று ஒளிவிளக்குகள் என்று பேர்... இப்படிப்பட்ட வீட்டில் - ஆலியாவின் அழுத்தமும்,

மும்தாஜின் கருப்பான ஒளிமிக்க சருமமும், எமரால்டின் கண்களும் உள்ள வீட்டில் - புனிதத்தாய் எப்படி ஒரு புதிய மனிதனைத் தங்க அனுமதிப்பாள்?..."உனக்கு புத்தி கெட்டுப்போச்சி, ஆம்பிளே! அந்த மரணம் உன் மூளையை பழுதாக்கிடிச்சி". ஆனால் அசீஸ், திட்டவட்டமாக - "அவன் இங்கேதான் தங்கப்போகிறான்" - கீழ்அறையில். ஏனென்றால் இந்தியாவில் ஒளிவு என்பது ஒரு பெரிய கட்டடக்கலைக்குரிய ஆற்றலாக இருந்தது; அசீஸின் வீட்டிலும், தரைக்குக் கீழமைந்த விரிவான அறைகள் இருந்தன. கம்பளங்களும் பாய்களும் மூடிய தரையிலிருந்த இரகசியக்கதவுகள் வழியாகத்தான் அவற்றை அடையமுடியும்...நாதிர்கானுக்குச் சண்டையின் லேசான ஒலி கேட்டது, அவன் தன் விதியைப்பற்றி பயந்துகொண்டிருந்தான். "அட ஆண்டவனே" (நான் அந்த ஈரப்பசை உள்ளங்கைகொண்ட கவிஞனின் சிந்தனைகளை மோப்பம் பிடிக்கிறேன்) "உலகத்திற்குப் பைத்தியம் பிடித்துவிட்டது... நாங்கள் இந்த நாட்டு மனிசங்கதானா? அல்லது விலங்குகளா? நான் போக வேண்டுமானால், எப்போது கத்திங்க என்னைத் தேடிவரும்?"...அவன் மனத்தினூடாக சில பிம்பங்கள்... மயிலிறகு விசிறிகள், கண்ணாடியில்பார்த்த அமாவாசை நிலவு உருமாறிக் குத்தவரும் கத்தியாகிறது... மாடியில் புனிதத்தாய் சொல்கிறாள்... "இந்தவீட்டில முழுக்க முழுக்க கல்யாணமாவாத கன்னிப் பொண்ணுங்களா இருக்காங்க... இதான் நீ உன் பொண்ணுங்களுக்குக் குடுக்கற... அதும் பேரென்னா? கவுரவமா?" இப்போது மனத்தின் அமைதிமணம் காணாமற்போகிறது; ஆதம் அசீஸின் மிகப்பெரிய அழிக்கும்சினம் வெளிப்படுகிறது... 'நாதிர்கான் நிலத்துக்கடியில், கம்பளத்துக்கடியில், கீழறையில்தான் இருக்கப்போகிறான், அவனால் பெண்களைக் கெடுத்துவிடமுடியாது' என்பதைச் சுட்டிக்காட்டுவதற்கு பதிலாக - 'பெண்களை நோக்கிக் கனவில்கூட ஓரடி எடுத்துவைப்பதற்குத் தயங்குபவன், கனவிலும் அதற்காக வெட்கப்படுபவன், அந்த அளவுக்கு வினைச்சொல்லற்ற அந்தக் கவிஞனின் நேர்மை உள்ளது' எனச் சான்று கூறுவதற்குப் பதிலாக, பகுத்தறிவின் பாதைகளில் செல்வதற்கு மாறாக, என் தாத்தா முழங்குகிறார்: "வாயைமூடு பெண்ணே! அந்த ஆளுக்கு நம் புகலிடம் வேண்டும், அவன் இங்கேதான் இருப்பான்." அதன்மேல், என் பாட்டி சொல்கிறாள், "நீ சொல்றே, அதும்பேரென்னா, மௌனமா இரு-ன்னு. அதனால ஒரு வார்த்தை கூட, அதும்பேரென்னா, என் உதட்டிலருந்து இனிமே வெளிவராது." அசீஸ் முனகுகிறார், "ஐயோ,

நரகம்! பொம்பளே, உன் பைத்தியக்காரத்தனமான சபதங்கள எங்க மேலே போடவேணாம்".

ஆனால் புனிதத்தாயின் உதடுகள் சீல் வைக்கப்பட்டு விட்டன. மௌனம் இறங்கியது. வாத்துமுட்டை அழுகுவதுபோல மௌனத்தின் நாற்றம் என் மூக்கில் இறங்குகிறது. எல்லாவற்றையும் தன்னுள் அடக்கிக்கொண்டு அது பூமியைக் கவர்ந்துகொள்கிறது... நாதிர்கான் தன் பாதிவெளிச்சக் கீழுலகில் ஒளிந்திருந்ததுபோல, புனிதத்தாயும் தன் பேச்சற்ற காதடைக்கும் சுவருக்குப்பின் ஒளிந்துகொள்கிறாள். முதலில் என் தாத்தா அந்தச் சுவரில் ஏதேனும் ஓட்டைகள் கிடைக்குமா என்று தடவிப்பார்க்கிறார். எதுவும் இல்லை. அதைக் கைவிட்டு, முன்பு படுதாவின் ஓட்டைக்குள் தெரிந்த அவள் உடல் போல இனிமேல் அவளுடைய சுயம் ஏதேனும் கொஞ்சம் கொஞ்சமாவது வெளிப்படுகிறதா என்று காத்திருக்கிறார். அந்த மௌனம் வீடுமுழுவதும் பரவுகிறது... சுவரிலிருந்து சுவருக்கு, கூரையிலிருந்து கூரைக்கு, ஈக்களும் சத்தமிடுவதை விட்டுவிட்டன, கொசுக்கள்கூடக் கடிப்பதற்குமுன் ரீங்காரமிடுவதை நிறுத்திவிட்டன. வீட்டுமுற்றத்தில் வாத்துகளின் சத்தத்தைக்கூட இந்த அமைதி கொன்றுவிட்டது. பிள்ளைகள் எல்லோரும் முதலில் குசுகுசுவெனப் பேசினார்கள், பிறகு அதையும் விட்டுவிட்டார்கள். வெளியே சோளக்கொல்லையில், ரிக்ஷாப்பையன் ரஷீத் தன் அமைதியான 'வெறுப்போசை'யை வெளியிட்டான், பிறகு அவனும் தன்தாயின் நரைமயிர்மீது ஆணையிட்டு மௌன சபதத்தை ஏற்றுக்கொண்டான்.

இந்த ஊமைச் சேற்றுக்குள் ஒருநாள் மாலை ஒரு குட்டையான மனிதன் (ஜுல்பிகர்) புகுந்தான். அவன் தலை அதன்மேலிருந்த குல்லாயைப் போலவே தட்டையாக இருந்தது. அவன் கால்கள், காற்றில் வளைந்த நாணல்கள் போல இருந்தன. மேல்நோக்கி வளைந்த முகவாய்க்கட்டையைத் தொட்டது மூக்கு. அதனால் அவன் குரல், மெலிந்தும் கூரியதாகவும் இருந்தது. மூச்சுவிடும் சாதனத்திற்கும் தாடைக்கும் மத்தியில் இருந்த மெல்லிய இடைவெளியில் அந்த ஓசை வரவேண்டியிருந்ததால் அப்படித்தான் இருக்கவும் முடியும்... அவனுக்குக் கிட்டப்பார்வை. அதனால் வாழ்க்கையில் ஒவ்வொரு அடியாக மட்டுமே எடுத்துவைக்க முடிந்ததால், மந்தமாகப் பணிசெய்வதே சரிவரச் செய்வது என்ற பெரிய கௌரவத்தை அளித்திருந்தது அது. எவ்வித பயமுறுத்தலும் இன்றி அவனது மேலதிகாரிகள் அவன் நன்றாக வேலைசெய்பவன் என்று மட்டும் நினைத்ததால் அவர்களுடைய அன்பை அவனால் எளிதாகப் பெற முடிந்தது. அவனுடைய கஞ்சிபோட்ட சீருடை,

பிளாங்கோ மணக்கும் பெல்ட், நேர்மை ஆகியவை எல்லாம்சேர்ந்து ஏதோ பொம்மலாட்டத்திலிருந்து வந்துவிட்ட பாத்திரம் என்பது போன்ற தோற்றத்தை அவனுக்கு ஏற்படுத்தினாலும் உறுதியான வெற்றியின் இலேசான மணம் அவனிடம் வீசியது. மேஜர் ஜுல்பிகர் - எதிர்காலம் கிடைக்கப்போகிற மனிதன் - அவன் உறுதியாக முன்பு சொன்னதுபோல, சில முடிச்சற்ற இழைகளைக் கண்டுபிடிப்பதற்கென வந்தவன். அப்துல்லாவின் கொலை, நாதிர்கானின் சந்தேகத்திற்குரிய தலைமறைவு, இரண்டும் அவன் மனத்தில் இருந்தன. மேலும் அசீஸின் மகிழ் நோக்குத்தொற்று பற்றி அவனுக்குத் தெரியும் என்பதால், வீட்டில் நிலவிய அமைதி யை அவன் துக்கத்திற்கான அறிகுறி என்று எடுத்துக்கொண்டான். அதனால் நீண்ட நேரம் அங்கிருக்கவில்லை. (கீழறையில் நாதிர்கான் கரப்பான் பூச்சிகளோடு உறவாடிக் கொண்டு.) பக்கத்தில் டெலிஃபங்கன் ரேடியோகிராமின்மீது அவன் தொப்பியும் தடியும் இருக்க, அசீஸின் இளம் தலைமுறையினர் முழுஅளவு படங்களிலிருந்து அவனை முறைக்க, வரவேற்பறையில் அசீஸின் ஐந்து குழந்தைகளோடு அமைதியாக அமர்ந்திருந்த ஜுல்பிகர், காதலில் விழுந்துவிட்டான். அவனுக்குப் பார்வைக் குறைபாடு தானேதவிர, பார்வையே அற்றவன் அல்லவே? மூன்று விளக்குகளிலேயே மிக வெளிச்சமான எமரால்டு, தன் சாத்தியமற்ற முதிர்ந்த காதல்நோக்கில் தன் எதிர்காலத்தைப் புரிந்துகொண்டாள், அதனால் அவனையும், அதனால் அவன் தோற்றத்தையும் மன்னித்து விட்டாள் என்று ஜுல்பி உணர்ந்துகொண்டான். போதியஅளவு காலஇடை வெளிக்குப் பின்னால் அவளை மணந்துகொள்வது என்று கிளம்புவதற்கு முன்பு தானே முடிவும் செய்துவிட்டான். ("அவளா?" பத்மா யூகிக்கிறாள். "அந்தத் துடுக்குக்காரியா உன் அம்மா?" ஆனால் மௌனத்தின் உள்ளும் வெளியுமாக மிதந்துவருபவர்கள், தாயாகப் போகிறவர்கள், எதிர்காலத் தந்தைகள் இன்னும் பிறர் இருக்கிறார்கள்.)

வார்த்தைகளற்ற அந்தச் சதுப்புநேரத்தில் கடுப்பான ஆலியாவின் உணர்வுபூர்வ வாழ்க்கையும் வளர்ச்சி பெறுகிறது; உக்கிராண அறையிலும் சமையலறையிலும் பூட்டிக் கொண்ட புனிதத்தாய், மூடிய உதடுகளுக்குப் பின்னால் - அவளுடைய சபதம் காரணமாக, யாரும் அணுகக்கூடியவளாக இல்லை. அதனால் ரெக்சீனும் தோல்துணியும் விற்கின்ற, தன்மகளைத் தேடிவந்த இளம் வியாபாரியின்மீது அவளுக்கிருந்த அவநம்பிக்கையை வெளியிடமுடியவில்லை. (தன் பெண்களுக்குத் தோழர்கள்

இருக்க அனுமதிக்கப்பட வேண்டும் என்பதை ஆதம் அசீஸ் வலியுறுத்திவந்தார்.) அகமது சினாய் - "ஆஹா" என்று வெற்றிகரமான யூகத்தில் கூச்சலிடுகிறாள் பத்மா - ஆலியாவைப் பல்கலைக்கழகத்தில் பார்த்திருந்தார். புத்தகமே வாழ்க்கையான, மூளைகொண்ட அவளது முகத்தில் என் தாத்தாவின் மூக்கு பதிந்து எடைக்கதிகமான விவேகத்தை அளித்திருந்தது; ஆனால் நசீம் அசீஸுக்கு அவரைப் பற்றி பயம் இருந்தது - காரணம் அவர் இருபது வயதிலேயே விவாகரத்து ஆனவர். ("எவருமே ஒரு தவறு இழைக்கலாம்" என்று ஆதம் அவளிடம் கூறினார். அது உடனே சண்டையாகிவிட்டது, காரணம் அதில் தன்னைப் பற்றிய விமரிசனம் இருந்ததாக அவள் நினைத்தாள். ஆனால் அசீஸ் தொடர்ந்தார்: அவருடைய இந்த விவாகரத்து ஓரிரண்டு ஆண்டுகளில் மறக்கப்படட்டும். பிறகு இந்த வீட்டின் முதல் திருமணம் நடக்கட்டும். தோட்டத்தில் பெரிய பந்தல் அமைத்து, பாடகர்கள் பாட, பலகாரங்கள் வழங்கப்பட". எல்லாவற்றையும் மீறி நசீமுக்கு உகப்பான எண்ணமாக இருந்தது அது.) இப்போது சுவர்களால்சூழப்பட்ட மௌனத் தோட்டத்தில் அகமது சினாயும் ஆலியாவும் சுற்றிவந்தவாறு, பேச்சில்லாமல் தொடர்புகொண்டனர். எல்லாருமே சினாய் திருமணக் கோரிக்கையை முன்வைப்பார் என்று எதிர்பார்த்திருந்தனர். ஆனால் அவருக்குள்ளும் மௌனம் புகுந்துகொண்டது போல், அந்தப் பேச்சே எழாமல் இருந்தது. இந்தச் சமயத்தில் ஆலியாவின் முகத்தில் ஒரு கனம்கூடிவிட்டது. முகத்தில் வெளிப்படுகின்ற ஒரு துயர்நோக்கு. அதை அவள் கடைசிவரை இழக்கவேயில்லை. ("இதோ பார்", பத்மா என்னைக் கண்டிக்கிறாள் - "உன்னுடைய மதிப்புக்குரிய அம்மாஜீயை வருணிக்கிற முறை இது அல்ல,")

இன்னும் ஒரு விஷயம். ஆலியாவுக்குத் தன் தாய்போலவே சதைபோடும் இயல்பு இருந்தது. ஆண்டுகள் கடந்தபின் அவள் வெளிப்புறமாக ஊதிப்பெருத்தாள்.

மும்தாஜ் - அவள் தாய் வயிற்றிலிருந்து கருப்பாக உதித்தவள் - அது பற்றி என்ன? மும்தாஜ் அறிவுக்கூர்மை கொண்டவளும் அல்ல; எமரால்டுபோல அழகானவளும் அல்ல; ஆனால் நல்லவள், கடமையாற்றுகிறவள், தனியாக இருந்தாள். அவளுடைய பிற சகோதரிகளைவிட, இப்போதெல்லாம் தன் மூக்கின்மீதான அரிப்பினால் மிகையாகத் தோன்றிய தன் தந்தையின் கோபத்தினைத் தடுத்து அவரோடு அதிக காலம் செலவிட்டாள். நாதிர்கானின் தேவைகளைக் கவனிப்பதிலும் தன்னை ஈடுபடுத்திக்கொண்டாள்.

தினந்தோறும் நாதிர்கானின் கீழறைக்கு உணவுத்தட்டுகளையும், துடைப்பங்களையும் ஏந்திப்போனாள். நாதிர் தன் அந்தரங்க இடிப்பெட்டியையும் கவனமாகச் சுத்தம் செய்து வந்ததால், கழிப்பறை சுத்தம்செய்பவன்கூட அவன் இருப்பைத் தெரிந்து கொள்ளவில்லை. அவள் இறங்கிவந்தால், அவன் கண்களைத் தாழ்த்திக்கொண்டான்; அந்த ஊமை வீட்டில் வார்த்தைகள் எதையும் அவர்கள் பரிமாறிக்கொள்ளவில்லை.

எச்சில்கலத்தில் குறிவைத்துத் துப்புபவர்கள் நசீம் அசீஸைப் பற்றிப் பேசிக்கொண்டது என்ன? “அவள் தன் மகள்களின் கனவுகளைக்கூட வேவு பார்க்கிறாள் - அவர்கள் எண்ணங்களைத் தெரிந்துகொள்ள.” ஆமாம், வேறு விளக்கங்கள் கிடையாது - இதை விட விசித்திரமான சம்பவங்கள் நடக்கின்ற நமது நாட்டில். எந்தச் செய்தித்தாளையேனும் எடுத்து தினசரி செய்திகளைப் பாருங்கள் - இந்த கிராமத்தில் இது நடந்தது, அந்த கிராமத்தில் அந்த அற்புதம் நடந்தது என்ற செய்தித்துணுக்குகள்தானே - புனிதத் தாய் தன் மகள்களின் கனவுகளைத் தானே காணத்தொடங்கினாள். (பத்மா இதை முழிக்காமல் ஒப்புக்கொள்கிறாள்; ஆனால் மற்றவர்கள் லட்டுவைப் போல விழுங்கக்கூடிய சமாச்சாரங்களை அவள் எளிதாக மறுத்துவிடுவாள். தனியான மனப்போக்குகள், நம்பிக்கைகள் அற்ற ரசிகர்கூட்டம் எது இருக்கிறது?) அதனால் இப்படி ஒருநாள்: இரவில் உறங்கிக்கொண்டிருந்தபோது புனிதத்தாய் எமரால்டின் கனவுகளில்புகுந்தாள் - அங்கே கனவுக்குள் இன்னொரு கனவு - மேஜர் ஜுல்பிகரின் அந்தரங்க ஆசை - படுக்கைக்கு அருகே குளியல்தொட்டி அமைந்த பெரிய நவீனமான சொந்த வீட்டில் வாழ்வது. மேஜரின் ஆசைகளிலேயே உச்சமானது இந்த ஆசைதான். தன் மகள், தன் ஜுல்பியைப் பேச்சுள்ள இடங்களில் சந்தித்துவந்தாள், அவள் ஆசைகள் தன் எதிர்காலக் கணவனைவிட அதிகமானவை என்பதை இதிலிருந்து கண்டுகொண்டாள். (என்ன தப்பு அதில்?) தன் கணவர் ஆதம் அசீஸின் கனவுகளில் வயிற்றில் கைமுட்டியளவு பெரிய ஓட்டையோடு, துக்கத்துடன், காஷ்மீரில் ஒரு மலைமீது நடந்துகொண்டிருப்பதைக் கண்டாள். அதனால், அவள்மீது அன்பு குறைந்துவிட்டது என்பதையும் அவள் யூகித்தாள். அவருடைய மரணத்தையும் முன்னறிந்துகொண்டாள். ஆகவே பல ஆண்டுகள் கழித்து, அவள் கேள்விப்பட்டபோது, “ஓ எனக்குத் தெரியுமே” என்றாள்.

...இன்னும் கொஞ்சநாளில் எமரால்டு அவளுடைய மேஜருக்குக் கீழறையிலிருந்த விருந்தாளியைப் பற்றிச்

சொல்லப்போகிறாள்; அப்போது நான் மறுபடியும் பேசமுடியும் என்று புனிதத்தாய் நினைத்தாள். ஆனால் இன்னொருநாள், அவள் தன் மகள் மும்தாஜின் கனவுகளில் இறங்கினாள். மும்தாஜின் நிறம் கருப்பாக, தென்னிந்திய மீன்காரிகளின் நிறமாக இருந்ததால் அவளை நேசிக்கவே முடியவில்லை. ஆனால் பிரச்சினை இத்துடன் நிற்காது என்று அவளுக்குப் புலப்பட்டது. ஏனென்றால் மும்தாஜ் அசீஸ், கீழறையில் அவளைப்பாராட்டுகின்ற மனிதனைப்போலவே, காதலில் விழுந்து கொண்டிருக்கிறாள் என்பதை அறிந்தாள்.

நிரூபணம் கிடையாது: கனவுகளின் ஆதிக்கம், அல்லது ஒரு தாயின் அறிவு, அல்லது பெண்ணின் உள்ளுணர்வு - எப்படிவேண்டுமானாலும் சொல்லிக்கொள்ளுங்கள் - இது எதுவும் நீதிமன்றத்தில் செல்லுபடியாகக்கூடியதல்ல - ஆனால் தன்தந்தையின் பொறுப்பிலுள்ள ஒரு மகளைத் 'தாறுமாறாக நடக்கிறாள்' என்று குற்றம் சாட்டுவது மிகவும் கடினமான விஷயம் என்று புனிதத்தாய் நினைத்தாள். இதனால் இன்னும் கூரியதாக அவள் புத்தியில் ஒன்று நுழைந்தது: எதுவும் செய்வதில்லை, இப்படியே மௌனத்தைக் காப்பாற்றுவேன், ஆனால் ஆதம் அசீஸினுடைய நவீனச் சிந்தனைகள் எவ்வளவு மோசமாக அவர் குழந்தைகளைப் பாழாக்கிக்கொண்டிருக்கின்றன என்பதை அவர் அறியட்டும் என்று நினைத்தாள். தன்னுடைய தகுதிவாய்ந்த பழையபாணிக்கருத்து களை அவர் வாழ்நாள் முழுவதும் 'வாயை மூடு' என்று சொல்லிவந்த பிறகு அவராகவே தெரிந்துகொள்ளட்டும் என்று நினைத்தாள். "கடுப்பான பொம்பளை" என்கிறாள் பத்மா. நான் ஒப்புக்கொள்கிறேன்.

"சரி, இதெல்லாம் உண்மையா?" பத்மா கேட்கிறாள்.

"ஆமாம்: ஒரு வகையில்: சரிதான்."

"தாறுமாறாக நடந்தார்களா? கீழறையிலா? யாரும் மேற்பார்வை கீற்பார்வை இல்லையா?"

சூழல்களை நினைத்துப்பார் - சூழல்கள் ஒருவேளை இருந்தால், பலவீனப்படுத்தினால். தெளிவான பகல் வெளிச்சத்தில் அபத்தமாக, அல்லது தவறாகத் தோன்றக்கூடிய விஷயங்கள்கூட கீழறையில் அனுமதிக்கப்படலாம்.

"அந்தக் கவிஞத் தடியன் பாவம் கருப்பிக்கு அப்படிச்செய்தானா? செய்தானா அவன்?"

அவனும் அங்கே நீண்டகாலமாக இருந்துவிட்டான். பறக்கும் கரப்பான் பூச்சிகளிடம் பேசிக்கொண்டு, ஒருநாள் யாராவது தன்னைப் போகச் சொல்லிவிடலாம் என்று பயந்துகொண்டு, வளைந்த

கத்திகளையும் ஓலமிடும் நாய்களையும் நினைத்துக் கொண்டு, அப்புறம், பாடும் பறவை உயிரோடு இருந்து என்ன செய்வது என்று தனக்குச் சொல்லக்கூடாதா என்று விரும்பிக்கொண்டு, கீழறைகளில் கவிதை எழுதக் கூடாது என்று நினைத்துக்கொண்டு - அப்புறம் இந்தப்பெண் உணவோடு வருகிறாள், உன் பாத்திரங்களை அவள் சுத்தம்செய்வதைத் தவறாக நினைக்கவில்லை, நீ கண்களைத் தாழ்த்திக்கொள்கிறாய், ஆனால் வனப்புடன் ஒளிரும் ஒரு கணுக்கால் தெரிகிறது, ஒரு கருப்புக் கணுக்கால், இருட்டான கீழறையில் இரவுபோல...

"அவன் இவ்வளவுதூரம் போவான்னு நான் நெனைக்கலை" என்கிறாள் பத்மா. பாராட்டுவதுபோல்தான் தோன்றுகிறது. "அந்த தடித்த எதுக்கும் உதவாத மனுஷன்."

நாள்போக்கில் வீட்டில் எல்லோருக்கும், கீழறையில் தன் முகமற்ற எதிரிகளுக்காக பயந்துகொண்டு ஒளிந்திருக்கின்ற அகதி உட்பட, அவரவர் உலர்ந்த நாக்கு வாயின் மேல்பகுதிக்குச் செல்வதுபோலத் தோன்றுகிறது. அங்குள்ள பையன்கள்கூட தேவடியாக்களைப் பற்றிப் பேசவும் தங்கள் குறிகளின் நீளங்களை ஒப்பிடவும் திருட்டுத்தனமாக சினிமா இயக்குநர்கள் ஆகப்போகின்ற தங்கள் ஆசைகளைப் பேசவும் சோளக் கொல்லைக்குச் செல்லவேண்டியிருக்கிறது - (ஹனீஃபின் கனவு அது - கனவுகளில் இறங்குகின்ற அவன் தாய், 'சினிமா என்பது விபசாரத் தொழிலின் விரிவு' என்று நம்புகிறாள்). இந்த விஷயத்தில் வரலாற்றின் நுழைவினால், வாழ்க்கையே கோமாளித் தனமாக மாறிவிட்டது. காலப்போக்கில் கீழுலகின் இருட்டில் அவனால் இருக்க முடியாமல் கண்கள் மேல்நோக்கித் தடுமாறுகின்றன. மென்மையான காலணிகளுக்கு மேல், தொளதொளவென்ற பைஜாமாவுக்கும் சட்டைக்கும் மேல், அடக்கத்தின் உடையான துப்பட்டாவுக்கும் மேல் - கண்களோடு கண்கள் சந்திக்கின்றன, பிறகு...

"அப்புறம்? வா, சொல்லு, அப்புறம் என்ன?"

வெட்கத்தோடு அவள் அவனைப்பார்த்துச் சிரிக்கிறாள்.

"என்ன?"

அதற்குப் பிறகு, கீழுலகத்தில் புன்னகைகள், ஏதோ ஒன்று தொடங்கிவிட்டது.

அப்புறம் என்ன? அவ்வளவுதான்னா சொல்றே?

அவ்வளவுதான். நாதிர்கான் என் தாத்தாவைப் பார்க்கவேண்டும் என்று கேட்ட நாள் வரை - மௌனத்தின் புகைமூட்டத்தில் அவன்

வார்த்தைகள் சரியாகக் கேட்கக்கூட இல்லை - அவர் பெண்ணின் கைத்தலம் பிடிக்கவேண்டும் என்று கேட்டான்.

"பாவம் அவ" என்கிறாள் பத்மா. "காஷ்மீரிப் பொண்ணுங்க சாதாரணமா பனிபோல வெண்மையா இருப்பாங்க. ஆனா இவ கருப்பாப் பொறந்துட்டா. சரி, சரி. ஒரு வேளை அவநெறம் அவளுக்கு நல்லதுணையத் தேடாம செஞ்சிருக்கலாம். அந்த நாதிரும் முட்டாள் இல்லை. இப்ப அவனைத் தங்கவச்சி, சாப்பாடுபோட்டு, அவனுக்குன்னு வீடு ஏற்படுத்திக் குடுக்கணும் - அவன் சும்மா கொழுத்த மண்புழு மாதிரி ஒளிஞ்சிகிட்டிருக்கணும். ஒருவேளை அவன் அவ்வளோ முட்டாள் இல்லன்னு தோணுது."

என் தாத்தா இனிமேல் அவனுக்கு ஆபத்து இல்லை என்று நம்பவைக்க முயற்சி செய்தார்; கொலைகாரர்கள் இறந்துவிட்டார்கள்; மியான் அப்துல்லாதான் அவர்களுடைய இலக்கு. ஆனால் நாதிர்கான் இன்னும் கத்திகளின் ஒலியைக் கனவுகாண்கிறான். இன்னும் கொஞ்சநாள் என்று கெஞ்சுகிறான். ஆக, 1943இல் பின்கோடைகாலத்தின் ஓர் இரவில் - இந்த ஆண்டும் மழை பொய்த்துவிட்டது - பேச்சு இல்லாத அந்த வீட்டில் என் தாத்தாவின் குரல் தொலைவிலிருந்துவருவது போலவும் அச்சமூட்டுவதாகவும் ஒலிக்க, தன் குழந்தைகளை அவர்கள் படங்கள் தொங்குகின்ற வரவேற்பறையில் கூட்டினார். நுழைந்தபோது தங்கள் தாய் அங்கில்லை என்பது அவர்களுக்குத் தெரிந்தது. அவள் தன் அறையிலேயே மௌனத்தின் வலைக்குள் அடைபட்டிருக்கும் முடிவைச் சொல்லிவிட்டாள். அங்கே ஒரு வழக்கறிஞரும் முல்லாவும் (அசீஸுக்கு இதில் விருப்பமில்லை என்றாலும் மும்தாஜின் விருப்பத்திற்கு உடன்பட்டார்) இருந்தனர், இருவருமே நோயுற்றிருந்த குச்நஹீன் ராணியால் அனுப்பப்பட்டவர்கள். இருவரும் முற்றிலும் கூர்மையான அறிவுள்ளவர்கள். அவர்களுடைய சகோதரி மும்தாஜ் மணப்பெண்கோலத்தில் அங்கே இருந்தாள். ரேடியோகிராமுக்கு முன்னால் அவளுக்கருகில் போடப்பட்டிருந்த நாற்காலியில் மெலிந்த தலைமுடியும், அதிக கனமும், சங்கடமும் கூடிய நாதிர்கானின் உருவம். ஆக, அதுதான் அந்த வீட்டின் முதல் திருமணம் - பந்தல்கள் இல்லை, பாடுபவர்கள் இல்லை, பலகாரங்கள் இல்லை, குறைந்த அளவு விருந்தாளிகள் மட்டுமே. சடங்குகள் முடிந்தபிறகு, நாதிர்கான் தன் மணமகளின் முகத் திரையை விலக்கினான். அசீஸுக்கு திடீர் அதிர்ச்சி உண்டாயிற்று, ஒருகணம் அவரை இளமைக்கு, காஷ்மீருக்கு - மேடைமேல் அமர்ந்திருக்க, விருந்தாளிகள் மடியில் ரூபாய்களைப் போட்டுச்செல்ல -

கொண்டுசென்றது, அவர்களுடைய மைத்துனன் கீழறையில் தங்கி இருப்பதை ஒருவருக்கும் சொல்லக்கூடாது என்று தாத்தா எல்லோரிடமும் வாக்குறுதி பெற்றுக்கொண்டார் - எமரால்டு, வேண்டாவெறுப்பாக, கடைசியாக வாக்குறுதி அளித்தாள்.

அதன்பிறகு வரவேற்பறையிலிருந்த சுரங்கக் கதவு வழியாக ஆதம் அசீஸ், தன் மகன்களின் உதவியோடு எல்லாவிதமான சாமான்களையும் கீழறைக்குக் கொண்டுசென்றார். திரைச்சீலைகள், குஷன்கள், விளக்குகள், வசதியான பெரிய படுக்கை. கடைசியாக நாதிரும் மும்தாஜூம் தங்கள் கவிகைமாடத்திற்குள் நுழைந்தார்கள். மறைவுக் கதவு மூடப்பட்டது, கம்பளம் அதன்மேல் விரிக்கப்பட்டது. எல்லோரையும் போலவே தன் மனைவியை மிக அன்பாக நேசித்த நாதிர்கான், தன் கீழறைக்கு அவளைக் கூட்டிச் சென்றான்.

மும்தாஜ் அசீஸ் இரட்டை வாழ்க்கை வாழத்தொடங்கினாள். பகலில் அவள் ஒரு கன்னிப்பெண், தன் பெற்றோருடன் வாழ்பவள், பல்கலைக்கழகத்தில் நடுத்தரமாகப் படிப்பவள், கடந்தகாலத்துப் பேசுகின்ற சலவைப்பெட்டியால் தாக்கப்பட்டுப் பிறகு ஒரு தோசை போலத் தட்டையாக நசுக்கப்படுகின்ற வரை அதற்குட்பட்டும் தன் வாழ்க்கை முழுவதும் உடனிருந்த தனித்த பண்புகளான விடாமுயற்சி, மேன்மை, பொறுமை ஆகிய கொடைகளைக் கற்றுக்கொண்டாள். ஆனால் இரவில், மறைகதவின் வழியாக இறங்கி விளக்குகள் எரிகின்ற, தனித்த ஒரு திருமணஅறைக்குள் நுழையும்போது அந்த அறையை அவள் கணவன் தாஜ்மஹால் என்று அழைக்கலானான். ஏனென்றால், பழைய முகலாய மும்தாஜ் மஹலை - ஷாஜஹானின் (ஷாஜஹான் என்றால் உலகத்தின் அரசன் என்று அர்த்தம்) மனைவியை தாஜ்பீவி என்று மக்கள் அழைப்பது வழக்கமாம். அவள் இறந்தபோது அவன் கட்டிய தாஜ்மஹால், தபால்கார்டுகளிலும், சாக்லேட் பெட்டிகளிலும் மரணமிலாப் பெருவாழ்வு அடைந்து விட்டது. அதன் தாழ்வாரங்கள் மூத்திரம் மணக்க, அதன் சுவர்களில் கழிப்பறை வாசகங்கள் எழுதப்பட, அங்கு சத்தம் செய்யலாகாது என்று மூன்று மொழிகளில் எழுதி வைத்திருந்தும் வருகையாளர்கள் தொலைந்துபோகாமல் வழிகாட்டிகள் அழைக்க அதன் சுவர்களின் எதிரொலி பயன்பட்டது. ஷாஜஹானும் அவன் மும்தாஜூம்போல நாதிர்கானும் அவன் கருத்தமனைவியும் அருகருகில் படுத்திருக்க, நீலக்கல் பதித்த ஒருபொருள்தான் அவர்கள் துணையாக இருந்தது. மரணப்படுக்கையிலிருந்த குச்நஹீன் ராணி அவர்களுக்கு அனுப்பிய திருமணப்பரிசு அது. அதிசயமாகச் செதுக்கப்பட்ட, நீலக்கல் உட்பதித்த, கற்கள் ஓரங்களில் பதித்த, வெள்ளி எச்சில்கலம்

அது. வசதியான, விளக்கெரிகின்ற தனிமையில் தம்பதியர் அந்தக் கிழவர்களின் எச்சில் விளையாட்டை விளையாடினர்.

நாதிருக்கு பீடாக்கள் செய்து தந்தாள் மும்தாஜ், ஆனால் அதன் ருசி அவளுக்குப் பிடிக்கவில்லை. பதிலாக அவள் எலுமிச்சைச் சாற்றைத் துப்பினாள். அவனுடைய சாறு சிவப்பாக இருக்க, அவள் சாறு மஞ்சளாக இருந்தது. அவள் வாழ்க்கையில் மிக மகிழ்ச்சியான சமயம் அதுதான். நீண்ட மௌனத்தின் இறுதியில், பின்னால் அவள் சொன்னாள் - "எங்களுக்கு அப்போதே குழந்தை பிறந்திருக்கும், ஆனால் அந்தச் சமயத்தில் அது சரியில்லை, அதுதான்." மும்தாஜ் அசீஸ் தன் வாழ்க்கை முழுவதும் குழந்தைகளை நேசித்தாள்.

இடையில் புனிதத்தாய் அந்த மௌன மாதங்களில் சோம்பேறித்தனமாக அசைந்து கிடந்தாள். அந்த மௌனம் முற்றிலும் முழுமை அடைந்துவிட்டதால், வேலைக்காரர்கள் கூடத் தங்கள் கட்டளைகளை அடையாள மொழியிலேயே பெற்றார்கள். ஒரு சமயம் சமையல்காரன் தாவூத் அவள் அரைத்தூக்கத்தில் காட்டிய குழப்பமான அடையாளங்களைப் புரிந்துகொள்ள முடியாமல் முறைத்துப் பார்த்துக்கொண்டிருந்தான். அதனால் கொதிக்கின்ற குழம்புப்பானையை அவனால் பார்க்கமுடியாமல் போய், அது அவன் காலின்மீது விழுந்தது, அவன் கத்த வாயைத் திறந்தான், ஆனால் வாயிலிருந்து சத்தம் வரவில்லை. அதன்பிறகு அந்தக் கிழவிக்கு சூனியம்வைக்கின்ற ஆற்றல் இருக்கிறது என்று அவனுக்குப் புலப்பட்டுவிட்டது. அதனால் தன் வேலையை விட்டுப் போக அவனுக்கு பயம். தன் இறப்பு வரையில் முற்றத்தில் நொண்டிக்கொண்டும், வாத்துகளால் கொத்தப்பட்டும் வேலையிலேயே இருந்தான்.

அது கஷ்டமான காலம். பஞ்சம் பங்கீட்டைக் கொண்டுவந்தது. இறைச்சியற்ற நாட்களும் சோறு அற்ற நாட்களும் பெருகியபோது, அதிகப்படியான, மறைவான ஆளுக்குச் சோறுபோடுவது கஷ்டமாயிற்று. புனிதத்தாய் தன் உக்கிராண அறையை ஆழமாகச் சுரண்டும் அவலநிலைக்கு ஆளானாள். அதனால் அவள் கோபம், குழம்புக்கு அடியில் எரிகின்ற தீயைப்போல் அதிகமாயிற்று. அவள் முகத்திலிருந்த பருக்களிலிருந்து மயிர்கள் முளைக்கலாயின. தன்தாயின் உடல் மாதத்துக்கு மாதம் பெருத்து வருவதை மும்தாஜ் கவலையோடு பார்த்தாள். அவளுக்குள் ஒளிந்திருந்த பேசப்படாத வார்த்தைகள் அவளை ஊதிப் பெருக்கவைத்தன... தன் தாயின் தோல் அபாயகரமாகப் பெருத்து விரிந்துகொண்டே போகிறது என்று மும்தாஜ் நினைத்தாள்.

டாக்டர் அசீஸ் வீட்டுக்கு வெளியே, மரணஅமைதிக்கு அப்பால், தன் காலத்தைக் கழித்தார். ஆகவே இரவுகளைக் கீழறையில் கழித்த அந்த நாட்களில், தான் மிகவும் நேசித்த தன் தந்தையை அவளால் பார்க்கமுடியவில்லை; எமரால்டு தன் குடும்ப ரகசியத்தைத் தன் மேஜரிடம் சொல்லாமல் காப்பாற்றினாள்; மறுதலையாக மேஜருடன் தன் தொடர்பைப்பற்றி அவள் தன் குடும்பத்திற்கும் எதுவும் சொல்லவில்லை - அது சரிதான் என்று அவள் நினைத்தாள்; சோளக்கொல்லையில் முஸ்தபா, ஹனீப், ரிக்ஷாக்கார ரஷீத் ஆகியோர் அந்தக்காலப்பகுதிக்குரிய சோர்வினால் ஆட்கொள்ளப்பட்டிருந்தனர். 1945 ஆகஸ்டு 9ஆம் தேதிவரை கார்ன்வாலிஸ் சாலையிலிருந்த அந்த வீடு இப்படியாக இழுபட்டுச் சென்றது, அப்புறம் விஷயங்கள் மாறின.

குடும்ப வரலாற்றுக்கும், மெய்யாகவே, அதற்குரிய விழுங்கும் விதிகள் இருக்கின்றன. அதன் அனுமதிக்கப்பட்ட சில பகுதிகளை மட்டுமே ஒருவர் விழுங்கி ஜீரணம் செய்ய வேண்டும். கடந்தகால ஹலால் பகுதிகள், தங்களுக்குரிய சிவப்பை, தங்கள் ரத்தத்தை இழந்துவிட்டன. துரதிருஷ்டவசமாக, இது கதையைச் சுவைக்குறைவாக ஆக்குகிறது. ஆகவே நான் ஒருவன்தான் என் குடும்பத்தில் ஹலால் பற்றிய விதிகளைப் புறக்கணித்தவன். எனவே கதையின் உடலிலிருந்து கொஞ்சம் ரத்தமும் வீணாகாமல், நான் பேசப்படாத பகுதிக்கு வருகிறேன். உறுதி தளராமல் முன்னேறுகிறேன்.

1945 ஆகஸ்டில் என்ன நடந்தது? குச்நஹீன் ராணி இறந்துவிட்டாள், ஆனால் நான் சொல்லவந்தது அதை அல்ல. இறக்கும்போது விரிப்புகளின் வெண்ணிறத்தை அவள் அடைந்துவிட்டதால், படுக்கைவிரிப்புகளின் மத்தியில் அவளைக்காண்பதே கடினமாக இருந்தது. என் கதைக்கு ஒரு வெள்ளி எச்சில்கலத்தை வாரிசுப்பொருளாக அளித்து தன் கடமையைப் பூர்த்திசெய்துவிட்டு, மிகவிரைவாக மறைந்துவிட்ட இனியபண்பு அவளிடம் இருந்தது... மேலும் 1945இல் பருவமழை பொய்க்கவில்லை. பர்மியக் காடுகளில், ஆர்டிவின்கேட்டும் அவன் சிண்டிட்டுகளும், எதிர் ஜப்பானியத் தரப்பில் போரிட்ட சுபாஷ்சந்திர போஸின் படைகளும் பொழிகின்ற மழையில் நனைந்து போயினர். ஜலந்தரில் அமைதியாகத் தண்டவாளத்தில் படுத்திருந்த சத்யாக்கிரகப் போராளிகள் உடல்கள் முழுதும் மழையில் நனைந்துவிட்டன. நீண்டகால வறட்சியால் வெடித்திருந்த பூமியின் பாளங்கள் மூடிக்கொள்ளத் தொடங்கின. கார்ன்வாலிஸ் சாலை வீட்டில்

சல்மான் ருஷ்தீ | 111

ஜன்னல், கதவு விளிம்புகளில் மழைநீர் புகாமலிருக்கத் துணிகள் செருகப்பட்டிருந்தன, அடிக்கடி அவற்றை எடுத்துப் பிழிந்து, வேறு துணிகள் மாற்ற வேண்டியிருந்தது. ஒவ்வொரு சாலை மருங்கிலும் நின்ற குட்டைகளில் கொசுக்கள் பெருகிக்கொண்டிருந்தன. கீழறை என்பதால் மும்தாஜின் தாஜ்மஹல் நனைந்து ஈரமாகியது, கடைசியில் அவள் நோய்வாய்ப்பட்டாள். கொஞ்சநாட்கள் அவள் யாருக்கும் சொல்லவில்லை, ஆனால் கண்கள் சிவப்பாகி, உடல் ஜுரத்தால் தூக்கிப்போடத் தொடங்கியதும், நிமோனியாவாக இருக்கும் என்று பயந்துபோன நாதிர், அவள் அப்பாவிடம் சிசிச்சைக்குப் போகுமாறு வேண்டினான். அடுத்த பல வாரங்களை அவள் தன் கன்னிப்பருவப் படுக்கையிலே கழிக்கவேண்டிவந்தது, அவள் உடல் நடுங்கியபோது ஆதம் அசீஸ், அருகில் உட்கார்ந்து குளிர்ச்சிதரும் ஒத்தடங்களை அவள் நெற்றிமீது போட்டுக்கொண்டிருந்தார். ஆகஸ்டு 6ஆம் நாள் நோய் சற்றே தணிந்தது. 9ஆம்தேதி காலை திட உணவைச் சாப்பிடும் அளவுக்கு அவள் உடல்நலம் தேறிவிட்டது.

அப்போது என் தாத்தா பழைய தோல்பையைக் - அதன் அடியில் ஹைடல்பெர்க் என்று பொறிக்கப்பட்டிருந்தது - கொண்டுவந்தார். காரணம், அவள் உடல்நிலை மிக மோசமாக ஆகியதால் அவளுக்கு ஒரு முழு உடற்சோதனை செய்யவேண்டும் என்று அவர் கருதினார். அவர் பையைத் திறந்தபோது அவர் மகள் அழத்தொடங்கினாள்.

(அப்புறம் நாம் இங்கிருக்கிறோம். பத்மா: அதானே?)

பத்துநிமிடம் கழித்து நீண்டகால மௌனம் முடிவுக்கு வந்தது. என் தாத்தா நோயாளியின் அறையிலிருந்து கர்ஜித்துக்கொண்டு வெளியே வந்தார். தன் மனைவி, மகள்கள், மகன்கள் ஆகியோரை உரத்தகுரலில் கூப்பிட்டார். அவருடைய நுரையீரல்கள் வலுவாகவே இருந்தன, அந்த முழக்கம் கீழறையில் நாதிர்கானுக்குக் கேட்டது. இந்தக் கிளர்ச்சி எதைப் பற்றி என்று அவனுக்குத் தெரிந்துகொள்வதில் சிரமம் இருந்திருக்காது.

என்றும் மாறாத நிழற்படங்களின்கீழ், ரேடியோகிராமைச் சுற்றி, குடும்பம் கூடியது. அவர் தன் மகளைத் தூக்கிவந்து படுக்கையில் படுக்கவைத்தார். அவர் முகம் பயங்கரமாக இருந்தது. அவருடைய மூக்கின்உட்புறம் எப்படி இருந்திருக்கும் என்று உங்களால் கற்பனை செய்யமுடியுமா? ஏனென்றால் அவர் ஒரு குண்டைப்போட வேண்டியிருந்தது: திருமணமாகி இரண்டு ஆண்டுகளாகியும் அவர் மகள் ஒரு கன்னியாகவே இருந்தாள்.

புனிதத்தாய் பேசி மூன்று வருடமாகியிருந்தது. "மகளே, இது நிஜமா?" வீட்டின் மூலைகளில் கிழிந்து தொங்கிக்கொண்டிருந்த மௌனம் இறுதியாக அடித்துச் செல்லப்பட்டது: மும்தாஜ் ஒப்புதலாகத் தலையசைத்தாள். ஆமாம். உண்மை.

அப்புறம் அவள் பேசினாள். அவள் தன் கணவனை நேசித்தாள். அந்த விஷயம் கடைசியாக வருவதுதானே? அவன் மிகவும் நல்லவன், அவனுக்குப் பிள்ளைகள் தேவை என்றால் அதற்கான முயற்சியைச் செய்வான். ஆனால் திருமணம் என்பது அதைப் பொறுத்ததில்லை என்று அவள் நினைத்தாள். ஆகவே அதைச் சொல்ல விருப்பமில்லை. அவள் தந்தை எல்லாருக்கும் அதை வெளிப்படையாகச் சொன்னது சரியில்லை. இன்னும் அவள் மேலே பேசியிருப்பாள்: ஆனால் புனிதத்தாய் இப்போது வெடித்தாள்.

மூன்று வருஷ வார்த்தைகள் அவளுக்குள்ளிருந்து வெளியேறின. (ஆனால் அவற்றைத் தேக்கியிருந்ததால் பூரித்துப்பெரிதான அவள் உடல் குறையவில்லை.) என் தாத்தாவின் மீது புயல் வெடித்தபோது அவர் ரேடியோவின் பக்கத்தில் நின்றுகொண்டிருந்தார். "யாருது அந்த நெனைப்பு? வீட்ல ஒரு ஆம்பிளையாக்கூட இல்லாத இந்தக் கோழையை - எந்தப் பைத்தியக்காரமுட்டாள் இப்படி, அதும்பேரென்னா, திட்டம் போட்டு உள்ளவிட்டான்? இங்க தங்கறதுக்கு ஒரு - அதும்பேரென்னா - பறவை மாதிரி சுதந்திரமா, மூணுவருஷமா இலவசச் சாப்பாடு, தங்கற எடம் - இறைச்சியில்லாத நாளுங்க பத்தி என்ன நெனச்சே? அதும்பேரென்னா - அரிசி - அது வெலை தெரியுமா? யார் அந்த வலுவில்லாத மனுசன் - அதும்பேரென்னா - நரச்ச தலைக்காரன் இந்த அநீதியான கல்யாணத்தைச் செஞ்சிவச்சது? யார் அவம் பொண்ணை இந்தப் பொறுக்கியோட - அதும்பேரென்னா - படுக்கையில தள்ளினது? யார் மண்டையில இந்த மாதிரி அடிமுட்டாள்தனமான விஷயம் - அதும்பேரென்னா - அவன் மூளை - அதுல கொழந்தைய இந்தமாதிரி இயற்கையில்லாத கல்யாணத்துல தள்ளற மாதிரியான புது வெளிநாட்டு எண்ணங்களெல்லாம் வரும்? யாரு காலம்பூரா கடவுளுக்கு விரோதமான வேலையச் செஞ்சது? யார் மண்டையில இந்த மாதிரி - அதும்பேரென்னா - முடிவு பொறக்கும்? யார் இந்த வீட்டுக்கு நாசத்தக் கொண்டுவந்தது... இப்படி என் தாத்தாவுக்கு எதிராக அவள் ஒருமணிநேரம் பத்தொன்பது நிமிஷம் பேசினாள். அவள் முடித்தபோது மேகங்களில் நீர் இல்லாமல்போய் மழை நின்றுவிட்டது. வீடு முழுவதும் அங்கங்கே குட்டைகளாகத்

தண்ணீர். அவள் முடிப்பதற்கு முன்னால், அவள் இளைய மகள், எமரால்டு ஒரு விசித்திரமான விஷயத்தைச் செய்தாள்.

எமரால்டின் கைகள் காதுக்கருகில் எழும்பின, சுட்டுவிரலைத் தவிரப் பிறவிரல்கள் குவிந்தன. சுட்டுவிரல்கள் காதுகளில் அடைத்துக்கொண்டன, அவை அவளைத் தூக்குவதுபோல் தோன்றியது - அடுத்த கணம் அவள் முழுவேகத்தில் ஓடிக்கொண்டிருந்தாள். துப்பட்டா இல்லாமல், தெருவில், நீர்க்குட்டைகளுக்கு மத்தியில், ரிக்ஷா நிறுத்தத்தைத் தாண்டி, மழைக்குப் பிறகு சுத்தமான புதிய காற்றைவேண்டிக் கிழவர்கள் வந்து உட்கார்ந்திருக்கும் வெற்றிலைக் கடையைத் தாண்டி. அவர்கள் துப்பப் போகின்ற வெற்றிலைச் சாறுகளுக்கு இடையில் போக்குக் காட்டி விளையாட வந்திருந்த தெருப்பிள்ளைகளை அவள்வேகம் வியப்பில் ஆழ்த்தியது. ஏனென்றால், ஓர் இளம்பெண் - அதிலும் மூன்று விளக்குகளில் ஒருத்தி - காதை அடைத்துக்கொண்டு துப்பட்டா இல்லாமல் இப்படித் தெருவில் ஓடுவதை எவரும் பார்த்ததில்லை. இந்தக் காலத்தில், நகரமுழுவதும் இப்படிப்பட்ட நவநாகரிகமான, துப்பட்டா அற்ற கன்னியர் சுற்றிவருகிறார்கள்; ஆனால் அந்தக் காலத்தில், கிழவர்கள் உச்சுக்கொட்டிக் கொண்டார்கள் - ஏனென்றால் துப்பட்டா இல்லாத பெண் ஒரு கௌரவம் இல்லாத பெண், எமரால்டு ஏன் தன் கௌரவத்தை வீட்டிலேயே வைத்துவிட்டு வந்துவிட்டாள்? கிழவர்கள் குழம்பிப்போனார்கள், ஆனால் எமரால்டுக்குத் தெரியும் - மழைக்குப் பிந்திய புதிய காற்றில் அவளுக்கு நன்றாகப் புரிந்தது - அவள் குடும்பத்தினரின் தொல்லைகளுக்கெல்லாம் ஊற்றுக்கண் அந்தக் கோழைத்தனமான கீழறையில் வசிக்கும் தடியன்தான் ("ஆமாம்" என்கிறாள் பத்மா) என்று. அவனை ஒழிக்க முடிந்தால் எல்லாருமே மகிழ்ச்சியாக இருப்பார்கள்... எங்கும் நிற்காமல் அவள் கண்டோன்மெண்டை நோக்கி ஓடினாள். அங்குதான் இராணுவ அடித்தளம் இருக்கிறது. அங்கேதான் மேஜர் ஜுல்பிகர் இருப்பான். தனது வாக்குறுதியை மறந்து என் சித்தி அவன் அலுவலகத்திற்கு வந்துசேர்ந்தாள்.

ஜுல்பிகர் என்பது முஸ்லிம்கள் மத்தியில் ஒரு புகழ்பெற்ற பெயர். இறைத்தூதர் முகமதுவின் உறவினர் அலி தாங்கிச் சென்ற இருபுறமும் முள் கொண்ட புகழ்பெற்ற கத்தியின் பெயர் அது. உலகம் காணாத ஒரு ஆயுதம் அது.

ஆமாம்: உலகத்திலும் அன்றைக்கு ஏதோ ஒன்று நடந்துகொண்டுதான் இருந்தது. உலகம் இதுவரை காணாத ஆயுதம் ஒன்று ஜப்பானிலிருந்த மஞ்சள்நிற மக்கள்மீது போடப்பட்டது.

ஆனால் ஆக்ராவில், எமரால்டு தன் சொந்த ரகசிய ஆயுதத்தைப் பிரயோகித்தாள். அது வளைந்த காலுடையது, குட்டையானது, தட்டைத் தலைகொண்டது; அதன் மூக்கு முகவாய்க்கட்டையை ஏறத்தாழத் தொட்டது; அது படுக்கைக்கு அருகில் குளியல்தொட்டி கொண்ட ஒரு நவீன வீட்டைக் கனவுகண்டது.

மேஜர் ஜுல்பிகருக்குப் பாடும் பறவையின் கொலைக்குப் பின்னால் இருந்தவன் நாதிர் அல்ல என்பதில் அவ்வளவாகச் சந்தேகம் கிடையாது. ஆனால் அதைக் கண்டு பிடிக்கும் வாய்ப்புக்கு ஆவலோடு காத்திருந்தான். எமரால்டு அவனிடம் ஆக்ராவின் கீழறையிலிருந்த தாஜ்மஹலைப் பற்றிச் சொன்னதும், கோபப்பட மறந்துவிடும் அளவுக்கு உணர்ச்சிவசப்பட்டான். கார்ன்வாலிஸ் சாலைக்குப் பதினைந்து ஆட்களோடு ஓடினான்.

எமரால்டு தலைமையில் அவர்கள் வரவேற்பறைக்கு வந்து சேர்ந்தார்கள். என் சித்தி: அழகான முகத்தோடுகூடிய துரோகி. துப்பட்டாவோ இளஞ்சிவப்புநிறத் தளர்ந்த பைஜாமாவோ இல்லை. இராணுவத்தினர் கம்பளத்தைச் சுருட்டி அதற்கடியில் இருந்த பெரிய இரகசியக்கதவைத் திறந்ததை வாயடைத்துப் பார்த்துக்கொண்டிருந்தார் அசீஸ். மும்தாஜுக்கு ஆறுதல்சொல்ல முயற்சிசெய்தாள் பாட்டி. “பொண்ணுங்க ஆம்பளைங்களைக் கல்யாணம் செஞ்சிக்கணும், எலிங்களை அல்ல, அந்த - அதும்பேரென்னா - புழுவை விட்டுடறதில ஒண்ணும் அவமானமில்ல”. ஆனால் அவள் மகள் தொடர்ந்து அழுது கொண்டிருந்தாள்.

கீழுலகில் நாதிர் இல்லை! அசீஸின் முதல் கர்ஜனை கேட்டபோதே எச்சரிக்கை அடைந்து பருவமழையைக் காட்டிலும் தன்மீது அதிகமாகப் பொழிந்த சங்கடத்தில் மூழ்கி, அவன் மறைந்துபோனான். கழிப்பறை ஒன்றிலிருந்த இரகசியக் கதவு - ஆமாம், முதலில் அசீஸுடன் சலவைப்பெட்டியின் மறைவிலிருந்து அவன் பேசினானே - அதே கதவுதான் திறந்தது. ஒரு மரஇடிப்பெட்டி, - ஒரு சிம்மாசனம், ஒருபுறம் கிடந்தது. காலியான எனாமல் பானை ஒன்று கயிற்றுப்பாய்மீது உருண்டது. அந்த கழிப்பறைக்கு ஒரு வெளிக் கதவு - சோளக்கொல்லை வழியாக வெளியிலே செல்லுகிற வழி இருந்தது. அது திறந்திருந்தது. வெளியே பூட்டித்தான் இருந்தது, ஆனால் இந்தியப் பூட்டு. ஆகவே எளிதாகத் திறந்துவிட முடிந்தது. தாஜ்மஹலின் மென்மையான ஒளிகொண்ட தனிமையில் ஒரு பளபளப்பான எச்சிற்கலம், காகிதத்தில் ஒரு குறிப்பு - மும்தாஜுக்கு

- அவள் கணவன் கையெழுத்திட்டது - மூன்று வார்த்தைகள் - ஆறு அசைகள், மூன்று ஆச்சரியக் குறிகள்: தலாக்! தலாக்! தலாக்!

உருதுச்சொல்லின் இடியோசையை வேறு மொழியில் தரமுடியாது. என்றாலும் இதற்கு அர்த்தம் உங்களுக்குத் தெரியும். நான் உன்னை மணவிலக்குச் செய்கிறேன் மணவிலக்குச் செய்கிறேன் மணவிலக்குச் செய்கிறேன்.

நாதிர்கான் தகுதியான செயலைச் செய்திருந்தான். பறவை பறந்ததை அறிந்த மேஜர் ஜுல்பிக்கு வந்ததே கோபம்! அவன் கண்கள் சிவப்பையே எங்கும் கண்டன. என் தாத்தாவின் கோபத்திற்கு இணையான கோபம். ஆனால் சில்லறைத்தனமான அடையாளங்களில் வெளிப்பட்டது. மேஜர் ஜுல்பி, உபயோகமற்ற கோபத்தில் மேலும் கீழுமாக நடந்தான். கடைசியாகத் தன்னைக் கட்டுப்படுத்திக்கொண்டான். பிறகு சிம்மாசனத்தைக் கடந்து, கழிப்பறை வழியாக, சோளக்கொல்லையில் சுற்றுவழியாக ஓடினான். ஓடுகின்ற, தடித்த, நீண்டதலைமயிர் கொண்ட, எதுகையற்ற கவிஞன் எவனையும் காணவில்லை. இடப்புறம்: ஒன்றுமில்லை. வலப்புறமும்: சுழிதான். கோபமுற்ற ஜுல்பி, தேட முடிவுசெய்தான் - சைக்கிள் ரிக்ஷா வரிசையைக் கடந்து ஓடினான். கிழவர்கள் வழக்கம்போல எச்சில்விளையாட்டை ஆடிக்கொண்டிருந்தார்கள். தெரு நடுவில் எச்சில்கலம் இருந்தது. சிறுவர்கள் எச்சில்தாரைக்கு உள்ளும் வெளியுமாக ஓடிக்கொண்டிருந்தார்கள். மேஜர் ஜுல்பி ஓடினான் - கிழவர்களுக்கும் எச்சில்கலத்துக்கும் மத்தியில். ஆனால் சிறுவர்களுடைய திறமை அவனிடம் கிடையாது. என்ன ஒரு துரதிருஷ்டமான தருணம்: கீழாக வந்த ஒரு வெற்றிலை எச்சில் தாரை அவன் கால்கவட்டில் பாய்ந்தது. இராணுவ உடையில் கீழிருந்து ஒரு கை தொடைக்குள் பிடிப்பதுபோல ஒரு கறை. வழிந்தது. அவன் முன்னேற்றத்தைத் தடைசெய்தது. எல்லையற்ற கோபத்தில் மேஜர் ஜுல்பி நின்றான். ஐயோ இன்னும் துரதிருஷ்டம்! இரண்டாவது கிழவன் இவன் ஓடிக்கொண்டே இருப்பான் என்று நினைத்து இன்னொரு வெற்றிலை வீச்சை வேகமாக அனுப்பினான். இரண்டாவது சிவப்புக் கை மறுபடியும் அவன் கவட்டைப் பிடித்து அவன் நாளை முடிவுக்குக் கொண்டுவந்தது. மெதுவாக, வேண்டுமென்றே, எச்சில்கலத்திற்குப் போய் அதைப் புழுதியில் உதைத்துத் தள்ளினான். அதன்மீது குதித்தான், ஒருதரம்! மறுபடி! மறுபடி! அதைத் தட்டையாக்கிவிட்டு எழுந்தான், ஆனால் காலில் அடிபட்டதைக் காட்டிக் கொள்ளவில்லை. கொஞ்சம் கம்பீரத்தோடு நொண்டிக் கொண்டேபோய் என் தாத்தாவின்வீட்டு வாசலில்

நிறுத்தியிருந்த காருக்குப் போனான். கிழங்கள் நசுங்கியிருந்த தங்கள் எச்சில்கலத்தை மறுபடி கொண்டுவந்து தட்டிச்சரியாக்க முயன்றன.

"இப்ப நான் கல்யாணம் செஞ்சிக்கப் போறதனால" மும்தாஜிடம் எமரால்டு சொன்னாள், "கொஞ்சம் சந்தோஷமாக்கூட நீ இல்லேன்னா அது நல்லாருக்காது. அப்புறம் நீதான் எனக்கு ஆலோசனை, எல்லாத்தையும் தரணும்." அந்தச் சமயத்தில் மும்தாஜ் தன் தங்கையிடம் புன்முறுவல் செய்தாலும், இப்படிச் சொல்வதற்குத் தங்கைக்கு வாய் அதிகம் என்று நினைத்தாள். தன்னையறியாமலே தான் தங்கையின் காலில் தீட்டிக் கொண்டிருந்த செம்பஞ்சுக்குழம்புக் குச்சியை அழுத்தினாள். "ஏய், கோவப்பட வாணாம். நாம நண்பர்களா இருக்கலாமேன்னு நெனைச்சேன்" என்றாள் எமரால்டு.

நாதிர்கான் ஓடிப்போனபிறகு சகோதரிகளுக்கிடையிலான உறவு ஒருவகையில் சிதைந்து போயிற்று. மேஜர் ஜுல்பிகர் எமரால்டைக் கல்யாணம் செய்துகொள்ளக் கேட்டு, அனுமதி பெற்றதை அவள் ரசிக்கவில்லை (ஜுல்பிகர், தனக்குத் தேவையான ஆளை ஒளித்துவைத்திருந்ததற்காக என் தாத்தாவை ஒன்றும் செய்யவில்லை, பிரிகேடியர் டாட்சனிடம் பேசி அதற்கான ஏற்பாடும் செய்துவிட்டான்). இது பிளாக்மெயில் என்று மும்தாஜ் நினைத்தாள். சரி, ஆலியாவுக்கு என்ன ஆவது? முதலில் பிறந்தவள் கடைசியாகக் கல்யாணம் செய்வதா? அவள் தன் வியாபாரிக் காதலனோடு எவ்வளவு பொறுமையாக இருக்கிறாள்? ஆனால் அவள் ஒன்றும் சொல்லவில்லை, எப்போதும் போலத் தன் பொறுமையான புன்சிரிப்பை வெளியிட்டாள். கல்யாண ஏற்பாடுகளுக்குத் தன் பங்களிப்பான உழைப்பைத் தந்ததோடு சந்தோஷமாக இருக்க முயற்சியும் செய்தாள்; ஆலியாவோ அகமது சினாய்க்காகக் காத்திருந்தாள். ("அவள் எப்போதும் காத்திருக்கத்தான் வேணும்" என்று யூகிக்கிறாள் பத்மா: சரியாகத்தான்.)

1946 ஜனவரி. பந்தல்கள், பலகாரங்கள், விருந்தாளிகள், பாட்டுகள், மயங்கிவிழும் மணமகள், விறைப்பாக நிற்கும் மணமகன்: அழகான திருமணம்... அதில் தோல்சட்டை வியாபாரி அகமது சினாய் புதிதாக மணவிலக்குப் பெற்ற மும்தாஜுடன் ஆழமாகப் பேசிக்கொண்டிருக்க நேர்ந்ததை உணர்ந்தார். "உனக்குக் குழந்தைங்க பிடிக்குமா? என்ன ஒற்றுமை! எனக்கும்தான்... உனக்குக் குழந்தைகள் இல்லையா? பாவம்" "சரி, அப்படித்தான்... என் மனைவிக்கும் குழந்தை இல்லை" ... "பாவம், உங்களுக்கு எவ்வளவு வருத்தம்... அவள் ரொம்பக் கோவக்காரியாக இருந்திருக்கணும்"...

சல்மான் ருஷ்தீ | 117

“ஐயோ நரகம்தான் ...மன்னிச்சிக்க ...அதிமான உணர்ச்சிங்க என்னக் கொண்டுபோயிடிச்சி.” “சரி பரவால்ல. அதப்பத்தி நெனைக்கவேணாம். அவ என்ன பாத்திரத்த எல்லாம் எடுத்து மேல எறிஞ்சாளா?” “எறிஞ்சாளா? நாங்க ஒருமாசம் செய்தித்தாள்ல வச்சித்தான் சாப்பிடவேண்டி இருந்தது!” “ஐயோ, என்னல்லாம் பெரிசுபடுத்திச் சொல்றீங்க” “அதெல்லாம் ஒண்ணுமில்ல. நீ ரொம்ப புத்திசாலி. ஆனா நிச்சயமா, அவ பாத்திரத்தெல்லாம் எறிஞ்சா.” “ஐயோ, பாவம் நீங்க, பாவம்” “இல்ல இல்ல பாவம் நீதான், பாவம் நீ”. அப்புறம் நினைக்கிறாள் - இவ்வளவு கவர்ச்சியான மனுஷன் - ஆலியாவோட ரொம்ப வெறுத்துப் போய் இருந்தமாதிரி தோணுது”... அப்புறம், “அட இந்தப் பொண்ணு - இவளை நான் கவனிச்சதே இல்ல...இவ்வளவு...” அப்புறம், “அவருக்குக் குழந்தைன்னா ரொம்பப் பிடிக்குமாம்... அதுக்கு நான்...” அப்புறம், “நெறம் கருப்பு பத்தியெல்லாம் கவலை வாணாம்...” பிறகு, பாடும் நேரம் வந்தபோது மும்தாஜுக்கு எல்லாப் பாட்டுகளிலும் கலந்துகொள்ளும் ஆவல் வந்துவிட்டது, ஆனால் ஆலியா சும்மாவே இருந்தாள். ஜாலியன்வாலா பாக்கில் தன் தந்தைக்கு ஏற்பட்ட காயத்தைவிட அவளுக்கு அதிக காயம் ஏற்பட்டிருந்தது. ஆனால் அதன் அடையாளத்தை அவள்மீது காணமுடியாது.

“ஆக, சந்தோஷமில்லாத அக்கா, எப்படியோ நீயும் சந்தோஷமாக இருந்துவிட்டாய்”.

அந்த ஆண்டு ஜுன்மாதம், மும்தாஜ் மறுமணம் செய்துகொண்டாள். அவள் அக்காள், தன் தாயின் உதாரணத்தை மேற்கொண்டு - அவளிடம் பேசவேயில்லை. இறப்பதற்கு முன் தான் பழிவாங்கும் சந்தர்ப்பத்தை ஏற்படுத்திக்கொண்டாள். ஆதம் அசீஸும், புனிதத்தாயும் “இம்மாதிரி விஷயம் நடக்கறதுதான், இதை இப்பவே தெரிஞ்சிக்கிட்டது நல்லது, மும்தாஜ் மோசமாப் புண்பட்டுப்போனவ, அவ தேறுவதற்கும் ஒரு ஆம்பிளை உதவி வேணும்” என்று அவளைச் சமாதானப்படுத்தப் பார்த்தனர். பலனில்லை. ஆலியாவுக்கு மூளை இருக்கிறது, அவள் சரியாகிவிடுவாள்.

“ஆனால், ஆனால், யாரும் ஒரு புத்தகத்தைக் கலியாணம் செய்துகிட்டதில்லை” என்றாள் ஆலியா.

“உன் பேரை மாத்திக்க” என்றார் அகமது சினாய், மும்தாஜிடம். “புதுசாத் தொடங்கறதுக்கு ஒரு வாய்ப்பு. மும்தாஜையும் நாதிர்கானையும் தூக்கி ஜன்னல்வழியா வீசு.

உனக்கு ஒரு புதுப்பேரை நான் தர்றேன். ஆமினா. ஆமினா சினாய். நல்லாருக்கா?"

"நீங்க என்ன சொன்னாலும் சரி, கணவரே" என்றாள் என் தாய்.

"எப்படியானாலும்", ஆலியா - அந்த புத்திசாலிப்பெண், தன் நாட்குறிப்பில் எழுதினாள்: "யாருக்கு இந்தக் கல்யாணம் மண்ணாங்கட்டி எல்லாம் வேணும்? வேணாம், எனக்கு வேணாம். இல்லை."

மகிழ்நோக்குள்ள நிறையப்பேருக்கு மியான் அப்துல்லா ஒரு தவறான தொடக்கமாக இருந்தார். அவருடைய உதவியாளன் (நாதிர் - அவன் பேரை என் அப்பாவீட்டில் பேசக்கூடாது) என் தாயின் தவறான திருப்பத்துக்குக் காரணமானான். ஆனால் அதெல்லாம் பஞ்சக்காலம். அந்தக் காலத்தில் விதைத்த பல பயிர்கள் சாவியாய்ப் போயின.

"அந்த தடியனுக்கு என்ன ஆயிற்று?" என்று சிடுசிடுக்கிறாள் பத்மா. "நீ அதைப்பற்றிச் சொல்லப் போறதில்லை போல இல்லை?"

ஒரு பொது அறிவிப்பு

ஒரு மாயத்தோற்றமுள்ள ஜனவரி தொடர்ந்தது. புறத்தோற்றத்தில் காலம் அசையாதது போல இருந்தது. 1947 தொடங்கவேயில்லை என்று தோன்றியது. (அதேசமயம், மெய் யாகவே, உண்மையில்...). அதில் கேபினட் மிஷன் - வயதான பெதிக் லாரன்ஸ், சாதுரியமான கிரிப்ஸ், இராணுவ ஏ.வி. அலெக்சாண்டர் - அதிகாரத்தை மாற்ற முனைந்த அவர்கள் திட்டம் தோல்வியுற்றதைப் பார்த்தார்கள். (ஆனால் மெய்யாகவே, நிஜமாக, இன்னும் ஆறுமாதத்திற்குள்...). அதில் வைசிராய், வேவல், தான் முடிந்துவிட்டோம் என்பதைப் புரிந்துகொண்டார், கையையும் கழுவிவிட்டார். அல்லது நமது நயமான வார்த்தையில் "ஃபன்டூஷ்" (ஃபன்டூஷ் என்பது 1956இல் தேவ் ஆனந்த் அந்தக் கதாபாத்திரமாக நடித்த ஒரு இந்திப்படம்) ஆகிவிட்டார். (அது, உண்மையில், நிஜமாகவே விஷயங்களைத் துரிதப்படுத்தத்தான் செய்தது, ஏனென்றால் அது கடைசி வைசிராயை உள்ளே விட்டது...). அதில், திரு. ஆட்லீ திரு. அவுங்சாமுடன் சேர்ந்து பர்மாவின் எதிர்காலத்தை நிர்ணயிப்பதில் மிகுந்த வேலையாக இருந்தார். (ஆனால், உண்மையில், நிஜமாகவே அவர் பழைய வைசிராய்க்குத் தன் நியமனத்தைத் தெரிவிப்பதற்குமுன் சுருக்கமாகச் சொல்லிக்கொண்டிருந்தார்; கடைசி வைசிராய், வருவதற்கு முன் அரசரைச் சந்தித்து முழுஅதிகாரத்தைப் பெற்றவராக வரப்போகிறார். எனவே விரைவில், விரைவில்...) எனவே அப்போதைய பேரவை, அரசியல் சட்டத்தைப் பற்றிய எந்த முடிவுக்கும் வராமலே தானாகவே தன்னை ஒத்தி வைத்துக்கொண்டது. (ஆனால், உண்மையில், கடைசி வைசிராய் ஆகப்போகிறவர், மவுண்ட்பாட்டன் பிரபு, அவருடைய வசப்படாத பேச்சுடன், எப்போது வேண்டுமானாலும் நம்முடன் இருப்பார். அவருடைய ராணுவக் கத்தி துணைக் கண்டத்தையே

மூன்றாக வெட்டும், கழிப்பறைக் கதவுக்குப் பின்னால் அவருடைய மனைவி கோழிக்குஞ்சுகளின் நெஞ்சுகளைத் தின்பதற்கும் வெட்டும்). கண்ணாடி போன்று நிலைத்த அமைதிக்குப் பின் பெரும்பெரும் எந்திரங்கள் வேலைசெய்வதைக் காணமுடியாத என் தாயார், புத்தம்புதிதான ஆமினா சினாய், அவளுடைய தோலுக்குக்கீழ் பெரிய மாற்றங்கள் ஏற்பட்டுக் கொண்டிருந்தாலும் திடமாக மாறாமல் இருப்பவள், திடீரென ஒரு நாள் காலையில் விழித்தெழுந்தாள். அவள் தலை தூக்கமின்மையால் சுற்றிக்கொண்டிருந்தது. நாக்கில் மிச்சமிருந்த தூக்கம் ஒட்டிக்கொண்டிருந்தது. தானாகவே யாரையும் நோக்காமலே, "சூரியன் இங்கே என்ன செய்கிறது, அல்லா? அது தவறான இடத்துக் கல்லவா வந்திருக்கிறது?" என்று அர்த்தமில்லாமல் பேசிக்கொண்டிருந்தாள்.

...எனக்கு நானே குறுக்கிட்டுக்கொள்ளவேண்டும். நான் இன்றைய கதைக்குச் செல்லப் போவதில்லை, காரணம், என் கதைசொல்முறை சுயபிரக்ஞை கொண்டதாக மாறி, ஒரு திறமையற்ற பொம்மலாட்டக்காரன் செய்வது போல பொம்மைகளை ஆட்டும் கைகள் வெளியில் தெரியத்தொடங்கினாலும் பத்மா எரிச்சலுறத் தொடங்கிவிடுகிறாள். ஆனால் இங்கே என் மறுப்பைப் பதிவுசெய்தாக வேண்டும்: ஒரு சந்தோஷ மிக்க வாய்ப்பினால், ஓர் இயலுக்குள் புகுந்து நான் அதற்கு 'ஒரு பொது அறிவிப்பு' என்று பெயரிட்டிருக்கிறேன். இப்போது ஒரு மருத்துவ எச்சரிக்கையை (இயன்றவரை மிகவும் கடுமையான சொற்களில்) வெளியிடுகிறேன்: மசூதியின் மினார்களிலிருந்து முழங்குவோரிடையே, நான் கூரைகள் மேலிருந்து முழங்க விரும்புகிறேன்! ஒரு டாக்டர் - என்.கியூ. பலிக்கா: அவன் ஒரு போலி. அவனைச் சிறையில் போடவேண்டும், அவன் பெயரை மருத்துவத்திலிருந்து அடிக்கவேண்டும், அவனைத் தூக்கி ஜன்னல் வழியே வீசவேண்டும். அல்லது இன்னும் மோசமாக - அவனுடைய போலிமருத்துவத்திற்கு அவனையே உட்படுத்தி, தவறாக அளிக்கப்பட்ட மாத்திரையினால் குஷ்டநோய்க் கட்டிகளோடு அவனைக் கொண்டுபோக வேண்டும். சுத்த மடையன்! என் கருத்தை வலியுறுத்துகிறேன் - "தனக்குக் கீழே என்ன நடக்கிறது என்று பார்க்கத் தெரியாதவன்!"

என் ஆவேசத்தை வெளியிட்டபிறகு, கொஞ்சநேரம், என் தாய் சூரியனின் விசித்திரமான நடத்தைபற்றிக் கவலைப்படுவதற்கு விட்டுவிடுவோம், இன்னுமொரு விவரத்தை நான் சொல்லவேண்டும் - நம் பத்மா, நான் சிதைந்துபோவதைப் பற்றிக் கூறியதைக் கேட்டு அதிர்ச்சியடைந்து, ஒளிவுமறைவாக, இந்த ஜுஜு மனிதன்

சல்மான் ருஷ்தீ | 121

- இந்த பச்சைமருந்து பாட்டில்வாலா! இந்த பலிக்காவிடம் சொல்லிவிட்டாள். அதன் விளைவாக அந்தப் போலி - அவனுக்கு ஒரு வருணனை தருவதன் மூலம் புகழாரம் சூட்ட நான் விரும்ப வில்லை - பார்க்க வந்தான். கள்ளமில்லாமலும், பத்மாவுக்காகவும் என்னைச் சோதிக்க நான் அனுமதித்தேன். மிகமோசமானது நடக்கும் என்பதை உணர்ந்திருக்கவேண்டும். அவன் செய்தது மோசம்தான். உங்களால் முடிந்தால் இதை நம்புங்கள்: அந்த மோசடிக்காரன் நான் முழுசாக இருக்கிறேன் என்று சொல்லிவிட்டான்! துக்கத்தோடு, அவன் "எனக்கு வெடிப்புகள் எதுவும் தென்படவில்லை" என்றான். கோபன்ஹேகனின் நெல்சனிடமிருந்து இவனுக்கு ஒரே வேறுபாடு, இவனுக்குக் கண் சரியில்லை என்பதுதான். அவனுடைய குருட்டுத்தனம் பிடிவாதமான மேதைத்தனத்தால் வந்தது அல்ல, அவன் முட்டாள்தனத்தின் தவிர்க்கவியலாத சாபம்! குருட்டுத்தனமாக, என் மனநிலையைக் குறைசொன்னதோடு, ஒரு சாட்சியாகவும் எனது நம்பகத்தன்மைமீது சந்தேகத்தை உண்டாக்கி, 'கடவுளுக்குத்தான்அதுதெரியும்'களைப் போட்டு "வெடிப்புகள் எதுவும் எனக்குத் தென்படவில்லை" என்றான்.

கடைசியில் பத்மாதான் அவனைப் பிடித்துத் தள்ளிவிட்டாள். "பரவாயில்லை டாக்டர் சாகிப்" என்றாள், "நாங்களே அவரைக் கவனித்துக்கொள்கிறோம்." அவள் முகத்தில் மங்கலான குற்றவுணர்ச்சியின் அறிகுறியைக் கண்டேன்...பலிக்கா போய்விட்டான், இனி இந்த நூலின் பக்கங்களுக்குத் திரும்பிவராத மாதிரியாக. ஆனால் கடவுளே! ஆதம் அசீஸ் ஈடுபட்ட மருத்துவத்தொழில் இவ்வளவு கேவலமாகப் போய்விட்டதா? பலிக்கா போன்றோர் ஈடுபடும் மலக்குழியாகிவிட்டதா? இது உண்மை என்றால், ஒவ்வொருவரும் கடைசியில், மருத்துவர் இல்லாமலே தங்கள் வேலையைப் பார்க்க வேண்டியதுதான்... இது அன்றைக்கு ஆமினா சினாய் ஏன் சூரியனைப் பற்றிச் சொல்லிக்கொண்டு எழுந்தாள் என்ற காரணத்திற்குக் கொண்டுபோகிறது.

சூரியன் தவறான இடத்துக்கு வந்துவிட்டது என்று விதிவசமாக உளறிக்கொண்டு, ஒரு மோசமான இரவுத்தூக்கத்தின் மறையும் முணுமுணுப்பினூடே, இந்த மாயத்தோற்ற ஜனவரி மாதத்தில் அவள் ஒரு தந்திரத்திற்கு ஆட்பட்டாள் என்பதைப் புரிந்துகொண்டாள். ஏனென்றால், அவள் கண் விழித்தது, புதுதில்லியில் தன் புதுக்கணவனின் வீட்டில். அது கிழக்குப்பார்த்த வீடு. ஆக உண்மை என்னவென்றால், சூரியன் சரியான இடத்தில்தான் இருந்தது,

அவள் இடம்தான் மாறியிருந்தது... ஆனால் இந்த எளிமையான விஷயத்தைப் புரிந்துகொண்ட பிறகும்கூட, அவள் இங்கே வந்தபிறகு செய்த இது போன்ற எளிமையான மற்றத் தவறுகளுடன் அதை ஒதுக்கிவைத்துவிட்டாள். (ஏனென்றால் சூரியன் பற்றி அவளுக்குக் குழப்பம் அடிக்கடி ஏற்படுவதுதான். அவள் சூழ்நிலையில் ஏற்பட்ட மாற்றத்தை அவள் மனம் ஒப்புக்கொள்ளாததுபோல - அவள் படுக்கை இப்போது கீழறையில் இல்லை, மேலறையில் அல்லவா இருந்தது) - அதன் பாதிப்பு அவளுக்குள் இருந்து அவளை அமைதியாக இருக்கவிடவில்லை.

தன் மகளுக்குப் பிரியாவிடை தந்தபோது, “கடைசியாக, யாருக்கும் தந்தை தேவையில்லாமல் போகிறது” என்றார் டாக்டர் அசீஸ். புனிதத்தாய், “குடும்பத்தில் இன்னொரு அநாதை - அதும்பேரென்னா - பரவாயில்லை, முகமதுகூட அநாதைதான்; நீயும் உன் அகமது சினாய்க்கு - அதும்பேரென்னா - அவனும் பாதி காஷ்மீரிதான்னு சொல்ல முடியும்” பிறகு அகமது சினாய் தன் பெண்டாட்டிக்காகக் காத்துக்கொண்டிருந்த ரயில்வே பெட்டியில் அசீஸ் தம் கைகளால் ஒரு பச்சை டிரங்குப்பெட்டியைக் கொண்டு வைத்தார். “வழக்கம்போல, இந்த வரதட்சிணை குறைச்சலும் அல்ல, கூடவும் அல்ல” என்றார் தாத்தா. “நாங்கள் கோடீஸ்வரர்கள் அல்ல என்று உனக்குத் தெரியும். ஆனால் போதுமான அளவு உனக்குக் கொடுத்திருக்கிறேன். ஆமினா உனக்கு மேலும் தருவாள்.” பச்சைடிரங்குப் பெட்டிக்குள்: வெள்ளி ஈமூவார்கள், ஜரிகை சேலைகள், நன்றியுள்ள நோயாளிகளால் அசீஸுக்குத் தரப்பட்ட தங்கக்காசுகள்... நோய்கள் தீர்க்கப்பட்டும், உயிர்கள் காப்பாற்றப்பட்டும் ஆன விஷயங்களைப் பிரதிபலித்த காட்சிப் பொருள்கள் அடங்கிய ஒரு காட்சிச்சாலை அது. இப்போது அசீஸ் தன் மகளைப் பிடித்துத் தூக்கி (தம் சொந்தக் கைகளால்) அகமது சினாயிடம் - அவர் அவளுக்குப் புதிய பெயர்வைத்து மறுகண்டுபிடிப்புச் செய்தவர் அல்லவா; ஆகவே ஒருவகையில் அவர் தந்தையாகவும் கணவனாகவும் ஒருசேர ஆனவர் - கொடுத்தார்... இரயில் நகரத் தொடங்கியபோது கூடவே தம் சொந்தக் கால்களால் ஒரு தொடர்பந்தயத்தின் கடைசி ஓட்டக்காரன் போல நடந்துவந்தார். இன்னொரு தொடர்பந்தயத்தின் கடைசி ஓட்டம் போல இரயில் தலைநகரத்தை நோக்கி வேகமெடுத்தபோது, மண்டிய புகையில் மங்கி, சிறுவர்புத்தக விற்பனையாளர்கள், மயிலிறகு விசிறிகளின் மற்றும் சூடான சிற்றுண்டிகளின் குழப்பம், உட்கார்ந்திருக்கும் போர்ட்டர்கள், டிராலிகளில் உள்ள பிளாஸ்டர்

மிருகங்கள் ஆகியவற்றின் சோம்பேறித்தனமான அமளிக்கிடையில் காட்சியளித்தார். இரயில் பெட்டிக்குள், புதிதாக வார்க்கப்பட்ட ஆமினா சினாய், இருக்கைக்கு அடியில் தள்ளுவதற்குமுடியாமல் ஒரு அங்குலம் மேலே நின்ற பச்சைப்பெட்டியின்மீது தன் கால்களை வைத்துக்கொண்டு உட்கார்ந்திருந்தாள். தன் தந்தையின் சாதனைகளைத் தாங்கிய பெட்டியின்மீது தன் செருப்புக்கால்களை வைத்தவாறு தன் புதிய வாழ்க்கையை நோக்கி வேகமெடுத்தாள். அசீஸோ, அதற்குப்பின் மேற்கத்திய மருத்துவத்தையும் ஹகீமி மருத்துவத்தையும் இணைக்கின்ற ஆராய்ச்சியில் தம்மை அர்ப்பணித்துக்கொண்டார். அது அவரைத் தேயச்செய்தது; ஹகீம்கள் ஒத்துழைக்காததால், இறுதியில் இந்தியாவில் மூடநம்பிக்கையின் அதிகாரத்துவத்தையும், அர்த்தமற்ற தன்மையையும், மாய மந்திரத் தன்மையையும் மாற்றமுடியாது என்று அவருக்கு உணர்த்தியது. பிறகு அவருக்கு வயதாகி, உலகத்தின் நிஜத்தன்மை குறைந்தபோது, தம் சொந்த நம்பிக்கைகள் மீதே அவருக்குச் சந்தேகம் வந்தது. தாம் நம்பவோ நம்பமுடியாமலோ இருந்த கடவுளைக் கடைசியாக அவர் கண்டபோது, பெரும்பாலும் அவர் அதை எதிர்நோக்கியே இருந்தார்.

நிலையத்தைவிட்டு இரயில் கிளம்பியபிறகு, அகமது சினாய் குதித்தெழுந்து பெட்டியின் கதவைத் தாளிட்டு, ஜன்னல்களின் மூடிகளையும் இழுத்து மூடினார்; ஆமினாவுக்கு இது ஏனென்ற ஆச்சரியம். ஆனால் திடீரென்று, வெளியே தட்டுதல் ஒலிகள், குரல்கள், "தயவுசெய்து எங்கள உள்ளே விடுங்க மகாராஜ், அம்மா, நீங்களாவது உங்க வீட்டுக்காரரைத் திறக்கச் சொல்லுங்க." எப்போதும் எல்லா இரயில்களிலும், இது போன்ற குரல்கள் கெஞ்சிக்கொண்டும், முட்டிகள் தட்டிக்கொண்டும், இதே கதை தான். பம்பாய்க்குச் செல்லும் ஃப்ராண்டியர் மெயிலிலும், பல ஆண்டுகளுக்குப் பல எக்ஸ்பிரஸ் இரயில்களிலும்; இது எப்போதும் பயமுறுத்துவதாகவே இருந்தது. கடைசியாக நான் இரயிலுக்கு வெளியே, உயிருக்காகப் போராடித் தொங்கிக்கொண்டு, கெஞ்சினேன், "ஹே, மகாராஜ், பெரிய ஐயா, உள்ளே விடுங்க."

"பிரமாதமான ஏமாற்றுக்காரர்கள்" என்றார் அகமது சினாய். ஆனால் அவர்கள் அதற்கும் மேல். அவர்கள் ஒரு தீர்க்கதரிசனம். அவர்களில் மற்றவர்களும் சேர இருந்தார்கள்.

...இப்போது சூரியன் தவறான இடத்தில் இருந்தது. என் அம்மா, படுக்கையில் படுத்து, சோர்வோடு இருந்தாள். தனக்குள் நிகழும் விஷயத்தினால் கிளர்ச்சியடைந்து, ஆனால் அந்தக்

கணத்தில் அது அவளுடைய இரகசியம். அவள் பக்கத்தில் அகமது சினாய் உரக்கக் குறட்டைவிட்டுக் கொண்டிருந்தார். அவருடைய ஏகப்பட்ட தொல்லைகளால் அவர் ஒரு சாம்பல்நிறப்பை நிறையப் பணத்தைக் கொண்டுவந்து, ஆமினா பார்க்கவில்லை என்று நினைத்துக்கொண்டு, படுக்கைக்குக் கீழே மறைத்துவைத்தாலும், அவருக்குத் தூக்கமின்மை மட்டும் கிடையாது; பச்சை டிரங்குப்பெட்டியின் பரிசுப் பொருள்களைவிடப் பலமடங்கு மேலான - ஆறுதலளிக்கின்ற பரிசுக்குள் அவர் உறங்கினார் - ஆமினா சினாய், அகமதுக்கு அவளுடைய வற்றாத விடாமுயற்சியுடன்கூடிய உழைப்பு என்னும் பரிசை அளித்திருந்தாள்.

ஆமினா எடுத்துக்கொண்ட அளவு முயற்சியை வேறெவரும் ஏற்றதில்லை. கருப்புத் தோல், சுடர்விடும் கண்கள், பூமியிலேயே என் தாய் மிகவும் உன்னிப்பான பெண்மணி. பழைய தில்லி வீட்டில், தாழ்வாரங்களிலும் அறைகளிலும் உள்ள பூக்களை எப்போதும் ஒழுங்குபடுத்துவாள்; கம்பளங்களை எல்லையற்ற கவனத்தோடு தேர்ந்தெடுப்பாள்; ஒரு நாற்காலியை வைக்கும் விதம் பற்றி அவளால் இருபத்தைந்து நிமிடம் சிந்திக்கமுடியும். இங்கே கொஞ்சம் அழகுபடுத்தல், அங்குமிங்குமாகக் கொஞ்சம் ஒழுங்குசெய்தல் என்று வீட்டை அவள் அழகுற அமைத்து முடித்தபோது, அநாதையான தன் வீடு ஏதோ மென்மையான, அன்பான பொருளாக மாற்றப்பட்டிருந்ததைக் கண்டார். அவர் எழுந்திருப்பதற்கு முன்னே அவள் எழுவாள். பிரம்புத் திரைகள் உள்ளிட்ட எல்லாவற்றையும் (அதற்குஒரு வேலைக்காரனை அவர் போடுவதாக ஒப்புக் கொள்வது வரைக்கும்) துடைப்பாள்; ஆனால், மிகவும் அர்ப்பணிப்போடு, மிகவும் நிர்ணயத்தோடு கூடிய தன் மனைவியின் திறன்கள் பயன்பட்டது அவர்களுடைய வாழ்க்கையின் புற விஷயங்களுக்கல்ல, தனது தனிவிஷயங்களுக்குத்தான் என்பது அகமது சினாய் புரிந்துகொள்ளாதது.

அவரை ஏன் மணந்துகொண்டாள்? மனஆறுதலுக்காக, குழந்தைகளுக்காக. ஆனால் அவள் மூளையை மழுக்கியிருந்த தூக்கமின்மை, அவள் முதல் நோக்கத்தின் குறுக்கே நின்றது; குழந்தைகளோ உடனே வந்துவிடுவதில்லை. ஆகவே கனவுகாண இயலாத ஒரு கவிஞனின் முகத்தைக் கனவில் கண்டவாறு, அவள் உதட்டில் சொல்லக்கூடாத ஒரு வார்த்தையை ஏந்தியவாறு ஆமினா காலம்தள்ளினாள். அது பற்றி அவள் என்ன செய்தாள்? நீங்கள் கேட்கலாம்; சொல்கிறேன்: பல்லைக் கடித்துக்கொண்டு தன்னை நேராக்கிக்கொள்ள முயற்சிசெய்தாள். தனக்குத்தானே

சொல்லிக்கொண்டாள்: "ஏ நன்றிகெட்ட முட்டாளே, இப்போது உன் கணவன் யார் என்று உனக்குப் புரியவில்லையா? ஒரு கணவனுக்கு ஏற்றது என்ன என்று உனக்குத் தெரியாதா?" இக்கேள்விகளுக்குச் சரியான விடைகள் எவை என்ற பயனற்ற விவாதத்தைவிட்டுவிடலாம், என் தாயின் கருத்துப்படி, ஒரு கணவனுக்கு மனைவி கேள்வியற்ற விசுவாசத்தை; வரையறையற்ற, முழுஇதயத்துடனான அன்பை அளிக்கவேண்டும். ஆனால் ஒரு கஷ்டம் இருந்தது; அவள் இதயம் நாதிர்கானாலும் தூக்கமின்மையாலும் அடைபட்டிருந்தது. அதனால் அகமது சினாய்க்கு அவற்றை அளிக்கமுடியவில்லை. எனவே அவளுடைய பரிசான உழைப்பினை இதற்குப் பயன்படுத்தினாள் - அதாவது சினாயை நேசிக்கப் பயிற்சி மேற்கொண்டாள். அவள் அவரைப் பகுதி பகுதியாக - உடலையும் சரி, மனத்தையும் சரி, பிரித்துக்கொண்டாள். நடத்தைப்பகுதிகள் தனி, உதடுகள் தனி, வார்த்தைக் கூறுகள் தனி, முற்சாய்வுகள், விருப்பங்கள் தனி... சுருக்கமாகச் சொன்னால், தன் பெற்றோர் ஓட்டையிட்ட படுதாவில் பகுதிபகுதியாக ஒருவரை ஒருவர் அறிந்துகொண்டதுபோலத் தானும் கொஞ்சம்கொஞ்சமாகத் தன்கணவனை நேசிப்பது என்று முடிவு செய்துகொண்டாள்.

தினசரி, அகமது சினாயின் ஒரு பகுதியை மட்டும் தேர்ந்தெடுத்து, அது மிகவும் பரிச்சயமாகும்வரை அவளுடைய முழு கவனத்தையும் அதன்மீது குவித்தாள். அவளுடைய விருப்பம் அன்பாக மாறிக் கடைசியாகக் காதலாக மாறும்வரை விடாமுயற்சி செய்தாள். அவருடைய வெகு உரத்த குரல், அவளுடைய செவிப்பறைகளைக் கிழித்தாலும், அதையும் காதலிக்கக் கற்றுக்கொண்டாள். தினமும் முகச்சவரம் செய்யும்வரை அவர் இனிய மனத்தோடு இருப்பார் - ஷேவிங் முடித்தபிறகு கண்டிப்பானவராக, சீறி விழுகின்ற, கறாரான, தொலைவான மனிதராக மாறிவிடுவார். அவருடைய கழுகுக் கண்கள், அவற்றிற்குப் பின்னால் அவளறிந்த உள்ளார்ந்த நல்லியல்பைத் தங்கள் வெற்று ஈரடியான பார்வையால் மாற்றிவிடும். அவருடைய மேலுதட்டைவிடக் கீழுதடு சற்றே தொங்குகின்ற விதம்; தான் குள்ளமாக இருந்ததால் அவள் ஒருபோதுமே குதிகால் செருப்பு அணியக்கூடாது என்று தடுத்தது; எல்லாவற்றையும் நேசிக்கத் தொடங்கிவிட்டாள் - "கடவுளே, ஒவ்வொரு மனிதரிடமும் நேசிக்க லட்சக்கணக்கான விஷயங்கள் இருக்கின்றனவே". ஆனால் அதனால் மனம்தளர்ந்துவிடவில்லை. தனக்குள் அந்தரங்கமாக, "யார்தான் இன்னொரு மனிதரை முழுதுமாக அறிந்தவர்கள்"

என்று வாதிட்டுக்கொண்டாள். இப்படியே தொடர்ந்து நேசிக்கக் கற்றுக்கொண்டாள் - வறுத்த உணவுகளை உண்பதில் அவருக்கிருந்த ஆசை, பாரசீகக் கவிதைகளை மேற்கோள் காட்டுகின்ற விதம், இரண்டு இமைகளுக்கிடையில் வந்துவிடுவேன் என்று துடித்துக் கொண்டிருக்கும் முன்கோபம் எல்லாவற்றையும்... "இந்தவீதத்தில், அவரிடம் நேசிக்கப் புதிதாக ஏதாவது இருந்துகொண்டுதான் இருக்கும்; அதனால் என் கல்யாணம் எப்போதும் பழசாகப் போகாது" என்று நினைத்தாள். இந்த மாதிரியாக, உழைப்புடன் அந்தப் பழைய நகரத்தில் என் தாய் ஒருவழியாக அமைதியுற்றாள். தகரப் பெட்டி ஒரு பழைய அலமாரியில் திறக்கப்படாமலே இருந்தது.

அகமது, தன் மனைவியால் தானும் தன் வாழ்க்கையும் மாற்றப்பட்டுக் கொண்டிருப்பதைப்பற்றிச் சற்றும் அறியாமலும் சந்தேகப்படாமலும் இருந்தார் - கொஞ்சம் கொஞ்சமாக, தானறியாத ஒரு மனிதன்போலவும் தானறியாத ஒரு கீழறையைப் போன்ற தொரு இடத்திலும் வாழலானார். ஆமினாவுக்கே தெரியாமல் உருவாகிய உழைப்பாலான மாயத்தன்மையின் செல்வாக்கினால், அகமது சினாயின் தலைமயிர் அடர்த்தி குறைந்தது; மிச்சமிருந்த மயிரும் எண்ணெய்ப்பசையுள்ளதாகியது; விருப்பத்துடனேயே அதைத் தன் காதுவரை தொங்குமாறு வளரவிட்டார்; அவருடைய வயிறும் பெருக்கத் தொடங்கியது; மிருதுவாக, நெகிழக்கூடியதாகியது - அதில் வைத்து நான் பலசமயம் அழுத்தப்படுவேன். நாதிர்கானின் கொழுத்துக் குள்ளமான தன்மையுடன் அதை எங்களில் யாரும் சுயஉணர்வுடன் ஒப்பிட்டதில்லை. அவருடைய தூரத்து உறவினளான ஜோரா பசப்பினாள் - "கசின்ஜீ, நீங்கள் சரியான உணவுத்திட்டத்தை அனுசரிக்க வேண்டும்; இல்லையென்றால் எங்களால் உங்களை முத்தமிடக் கிட்டே வரமுடியாது." ஆனால் அதனால் பயனில்லை... கொஞ்சம் கொஞ்சமாக ஆமினா பழைய தில்லியில் முன்பிருந்ததுபோலக் குஷன்களும் ஜன்னலில் மிகக்குறைந்த ஒளியையே அனுமதித்த திரைச்சீலைகளும் அடங்கிய ஓர் உலகத்தை சிருஷ்டித்தாள்... ஜன்னல் திரைகளைக் கருப்புத்துணியால் மூடினாள்; இந்தச் சின்னச் சின்ன மாற்றங்களெல்லாம் அவளது இமாலயக் கடமையில் - 'அவள் ஒரு புதிய மனிதனை நேசித்தாக வேண்டும்' என்பதில் உதவிசெய்தன. (ஆனால்... விலக்கப்பட்ட கனவுப்படிமங்களில் அவளுக்கு ஆர்வம் இருந்தது... எப்போதுமே மிருதுவான வயிறும் நீண்ட மெல்லிய முடியும் கொண்ட மனிதர்களால் அவள் ஈர்க்கப்பட்டாள்.)

நீங்கள் பழைய நகரத்திலிருந்து புதிய தில்லியைப் பார்க்கமுடியாது. புதிய நகரத்தில், ஒரு இளஞ்சிவப்புநிற ஆக்கிரமிப்பு இனத்தவர்கள், இளஞ்சிவப்புநிறக் கற்களால் மாளிகைகள் கட்டினார்கள்; ஆனால் பழைய தில்லியிலிருந்த சந்துகளின் வீடுகள் ஒன்றின் மேலொன்று சாய்ந்து, நெருக்கியடித்து, உரசிக்கொண்டு, புதுதில்லியின் ரோஜாநிற ஆதிக்கக் கட்டிடங்களைப் பார்ப்பதைத் தடுத்தன. எப்படியும் எவரும் அந்தப் பக்கமாகப் பார்த்தார்கள் என்றில்லை. சாந்தினி சவுக்கைச் சுற்றியிருந்த முஹல்லாக்களில் அல்லது அண்மையிடங்களில் முஸ்லிம்கள் தங்கள் வாழ்க்கையில் திரையிட்ட முற்றங்களை உள்நோக்கிப் பார்ப்பதிலேயே திருப்தியடைந்தார்கள். தங்கள் ஜன்னல்களிலும் வராந்தாக்களிலும் பிரம்புத் திரைச்சீலைகளைத் தொங்கவிட்டார்கள். குறுகலான சந்துகளில், சோம்பித்திரியும் இளைஞர்கள் தாங்கள் சந்திக்கும்போது உட்புறமாகத் திரும்பி இடுப்புச்சதை மடிப்புகளில் கைகளைப் பின்னிக்கொண்டு முத்தமிட்டார்கள். மரங்களோ பசுமையோ அங்கே கிடையாது. இங்கே தாங்கள் புனிதமாகக் கருதப்படுவதில்லை என்பது பசுக்களுக்குத் தெரிந்ததால் அவைகளும் திரிவதில்லை. சைக்கிள் மணிகள்தான் இடையறாது ஒலித்தன. இந்தச் சத்தத்திற்குமேல் இடைவிடாமல் ஒலித்தது பழக்காரர்களின் குரல் - "ஐயா பெரியவங்களே, கொஞ்சம் பேரீச்சை சாப்பிடுங்கையா."

என் தாயும் தந்தையும் ஒருவருக்கொருவர் தங்கள் இரகசியங்களை மறைத்துக் கொண்டிருந்த அந்த ஜனவரி நாள் காலையில், மேற்கண்ட ஓசைகளோடு: மிஸ்டர் முஸ்தபா கமால், மிஸ்டர் எஸ்.பி. பட் இவர்களின் கிளர்ச்சி நிரம்பிய டக்டக் காலடிகள்; அதோடு லிஃபாபா தாஸின் டகுடகு மேளத்தின் இடைவிடாத ஓசை - இவையும் சேர்ந்தன.

முஹல்லாவின் தெருக்களில் இந்த டக்டக் காலடி ஓசைகள் முதன்முதலில் கேட்ட போது லிஃபாபா தாஸின் தள்ளுவண்டிப் பெட்டிக்கண்காட்சியும் அவனுடைய மேளமும் சற்று தூரத்திலேயே இருந்தன. டக்டக் காலடிகள் ஒரு டாக்சியிலிருந்து இறங்கி குறுகலான சந்துகளில் வேகமாகச் சென்றன; இடையில், தங்கள் மூலைவீட்டில், என் தாய் சமையலறையில் நின்றுகொண்டு என் அப்பா தன் உறவினள் ஜோராவுடன் உரையாடுவதை ஒட்டுக்கேட்டவாறு காலை உணவுக்காக கிச்சடி செய்துகொண்டிருந்தாள். பழவியாபாரிகளையும், கைநீட்டும் தெருப்பிச்சைகளையும் தாண்டி வேகமாக வந்தன டக்டக் காலடிகள்; என் தாய் காதில்

விழுந்தது "...புதுசா கல்யாணமானவங்களே, நாங்க வரமுடியல, ச்சோ ச்வீட், முன்னால வாழ்த்து சொல்லமுடியல." காலடிகள் நெருங்கிவந்தபோது, என் அப்பாவின் நிறம் மேலும் சிவந்தது. அந்தக் காலத்தில் அவர் தன் கவர்ச்சியின் உச்சத்தில் இருந்தார்; கீழுதடு அவ்வளவாகத் தொங்கவில்லை, அவர் புருவங்கள் மத்தியிலிருந்த கோடும் மெல்லியதாகவே இருந்தது, ...ஆமினா, கிச்சடியைக் கலக்கிக் கொண்டே, ஜோரா அகமதிடம் கீச்சிட்டுக் கத்துவதைக் கேட்டாள் - "ஏ சிவப்பா, பார்! நீ ரொம்ப அழகா இருக்கே, கஸின்ஜீ!" ...அவளை மேஜை மீதிருந்த அகில இந்திய வானொலியைக் கேட்கச் செய்துகொண்டிருந்தார் அகமது சினாய், அதற்கு என் தாய்க்கு அனுமதியில்லை. லதா மங்கேஷ்கர் ஒரு புலம்பலான காதல்பாட்டை - "என்னைப் போலத்தானே, புரியவில்லையா"...ஜோரா கேட்டுக்கொண்டிருந்தாள். "நமக்கு கல்யாணமாயிருந்தா அழகான சிவப்புக்குழந்தைகள் பிறக்கும், சரியான ஜோடி, இல்லையா கஸின்ஜீ, அழகாக சிவப்பு ஜோடி" காலடிகள் டக்டக்கின. வாணலியில் கலக்குகின்ற ஓசை, "கருப்பா இருக்கறது, எவ்வளவு கஷ்டம் கஸின்ஜீ, காலயில எழுந்ததும் அந்தக்கருப்பி முறைச்சிப்பாக்கும், உன் கீழான பண்புக்குக் கண்ணாடிதானே சாட்சி! ஆமா, கருப்பிங்களுக்குக்கூட செவப்புதான் ஒசத்தின்னு தெரியுமே, உனக்குத் தோணலியா?" காலடிகள் மிகநெருக்கத்தில்: சாப்பாட்டு அறையில் கடுப்பாக நடந்துகொண்டு, ஆமினா தன்னைக் கட்டுப்படுத்த மிகவும் கஷ்டப்பட்டு முயற்சி செய்துகொண்டு..."இன்னிக்கு ஏன் இவ வந்து தொலையணும்? எனக்குப் பேசவேண்டிய விஷயமும் இருக்குது, இவளுக்கு எதிரில காசுவேற கேட்டாகணும்." அன்பாகப் பணம்கேட்பது அகமது சினாய்க்குப் பிடிக்கும். தானும் மிக அக்கறையோடு எடுத்துத்தருவார். பைஜாமாவுக்குள் கைவிடும் போது மேஜை விரிப்பு அவர்மடியில் சற்றேஉயரும். ஆமினா இதைப்பற்றிக் கவலைப்படவில்லை, அவளுடைய உழைப்பினால் இதையும் நேசிக்கக் கற்றுக்கொண்டாள். அவள் பணம் கேட்கும்போது, தடவவேண்டும் - "ஜானம், என் உயிரே, தயவுசெய்து... கொஞ்சம் பணம் வேணும், நல்ல படியா சாப்பாடு செய்ய, பில் எல்லாம் தரதுக்கு...அப்புறம், ரொம்ப தாராளமான மனசு உங்களுக்கு. என்ன இஷ்டமோ அதைக் கொடுங்க. அது போதும்னு எனக்குத் தெரியும்" ...தெருப்பிச்சைக்காரர்களின் உத்திகள்: குண்டுக் கண்களும் தேன்போலக் குரலும் கொண்டு கருப்பிகளைப் பற்றி உரத்த குரலில் பேசும் இவள் முன்னால் இவற்றைக்

கையாள வேண்டும். கதவருகில் காலடிகள், ஆமினாவின் கிச்சடி தயாராக...ஜோராவின் மரமண்டைக்கு மிகஅருகில்... அப்போது ஜோரா கத்துகிறாள்... "நான் இங்க உள்ளவங்களைச் சொல்லலை. கஸின்ஜீ... மெய்யாவே". அவள் சொன்னதை ஆமினா கேட்டாளா இல்லையா என்பதில் நிச்சயம் இல்லாததால், "ஓ அகமது, கஸின்ஜீ, நம்ம அழகான ஆமினாவை நான் சொன்னேன்னு தப்பா நெனைக்காதீங்க. அவ கருப்பாவே இல்ல... ஒரு வெள்ளைக்காரி நெழல்ல நிக்கறமாதிரிதான் இருக்கா." அச்சமயத்தில் ஆமினா தன் கையில் பாத்திரத்தோடு, "நான் செய்யணுமா... செய்ய முடியுமா?" அப்புறம், தன்னைத் தானே அமைதிப்படுத்திக் கொள்கிறாள்: "இது எனக்கு முக்கியமான நாள், குறஞ்சபட்சம் அவ கொழந்தைங்க பத்திய பேச்ச எடுத்தா. இப்ப எனக்கு சுலபமா இருக்கும்..." ஆனால் நேரமாகிவிட்டது. அழைப்புமணி ஓசையை லதாவின் புலம்பல் அடக்கிவிட்டது. அதனால் மூசாக்கிழவன் கதவைத்திறக்கப் போனதுகூட அவர்களுக்குத் தெரியவில்லை. கிளர்ச்சிமிக்க காலடிகள் மாடியில் ஏறி வரும் ஓசையை லதா மறைத்துவிட்டாள். ஆனால் திடீரென்று இங்கே வந்து நிற்கின்றன - முஸ்தபா கமால் மற்றும் எஸ்.பி. பட்டின் கால்கள்.

"இந்த ராஸ்கல்கள் பெரிய அட்டூழியத்தை உண்டாக்கிட்டாங்க" என்கிறான் முஸ்தபா கமால், அகமது சினாய் பார்த்தவர்களிலேயே மிக ஒல்லியான மனிதன். விசித்திரமான பழைய சொற்கள் அவனிடமிருந்து பிறக்கின்றன. (வழக்காடுதலில் உள்ள ஆர்வம் காரணமாக. அதனால் நீதிமன்றங்களின் உச்சரிப்போசைகள் அவனிடம் பதிந்து விட்டன.) நாடகத்தனமான கலக்கத்திலிருந்து வருவதுபோலக் கீச்சிடும் தொனியில், ஒருவகையான தொடர்வினை அதற்கு; முதுகெலும்பற்ற எஸ்.பி. பட் - அவன் கண்களில் காட்டுத்தனமான குரங்கு குதிப்பது போன்ற ஒன்று காணப்படுகிறது - அதற்குத் தாளம் போடுகிறான், மூன்று வார்த்தைகள்தான்: "ஆமாம் அந்தத் தீவைப்பவர்கள்." இப்போது ஜோரா, ஒருவிதமான அனிச்சையில் ரேடியோவைத் தன்மார்பில் புதைத்துக்கொள்கிறாள், புதைந்த குரலில் மார்பிலிருந்து லதாவைப் பாடிக்கொண்டே கத்துகிறாள் - "கடவுளே, கடவுளே, எங்கே எந்தத் தீவைப்பவர்கள்? இந்த வீட்டிலா? கடவுளே, என்னால் அந்த உஷ்ணத்தை உணரமுடிகிறதே!" பிசினஸ் உடையில் அவள் கணவனைப் போலவே வந்திருக்கும் அந்த இருவரையும் பார்த்தவாறு ஆமினா கையில் கிச்சடிச் சட்டியுடன் நிற்கிறாள். இதுவரை பாதுகாத்த இரகசியத்தைக் காற்றில் எறிந்துவிட்டு, ஷேவ் பண்ணிக்கொண்ட

முகத்தோடு, ஆனால் சூட் அணியாத கோலத்தில் அகமது சினாய் கேட்கிறார் - "குடோனிலா?"

குடோன், கோதாம், பண்டசாலை, பண்டகசாலை - எப்படி வேண்டுமானாலும் சொல்லிக் கொள்ளுங்கள்; அகமது சினாய் இந்தக் கேள்வியைக் கேட்டவுடனே அறையில் ஒரு திடீர் அமைதி ஏற்பட்டது. (ஆனால் லதா மங்கேஷ்கர் குரல்மட்டும் ஜோராவின் மார்பிலிருந்து ஒலித்துக்கொண்டிருந்தது) ஏனென்றால் இந்த மூன்று பேருக்கும் இப்படிப்பட்ட பொதுவான பெரிய கட்டடம் ஒன்று நகரத்தின் வெளிப்புறத்திலிருந்த தொழிற்பேட்டைப் பகுதியில் இருந்தது. "குடோன் பாழாவக்கூடாது, கடவுளே காப்பாத்து" என்று ஆமினா மௌனப் பிரார்த்தனையில் ஈடுபட்டாள். ஏனென்றால் சினாயின் ரெக்சீன் தோல்துணி வியாபாரம் நன்றாகவே நடந்துகொண்டிருந்தது - மேஜர் ஜுல்பிகர் வழியாக; அவன் இப்போது தில்லியில் இராணுவத் தலைமையகத்தில் உதவியதிகாரி. அகமது சினாய் இராணுவத்திற்கு தோல்துணிக் கோட்டுகளும், நீர் நனைக்காத மேஜைவிரிப்புகளும் தருவதாக ஒரு வியாபார ஒப்பந்தம் போட்டிருந்தார். இவர்கள் வாழ்க்கை நம்பியிருந்த இந்தப் பொருள்கள் அந்தப் பண்டசாலையில்தான் வைக்கப்பட்டிருந்தன. ஜோரா, அவளுடைய பாடும் மார்புப்பிளவுக்கு ஒத்த குரலில், "யார் இப்படிப்பட்ட காரியத்தச் செய்வாங்க?" என்று புலம்பினாள். "உலகத்துல எப்படிப்பட்ட பைத்தியக்காரங்கள்ளாம் இருக்காங்கப்பா?"...அப்படித்தான் ஆமினா முதல் முறையாகத் தன் கணவர் இரகசியமாக வைத்திருந்த ஒரு பெயரைக் கேள்விப் படநேர்ந்தது. "ராவணா" என்றான் எஸ்.பி. பட். (இராவணன் என்பது ஒரு பத்துத் தலை அரக்கனுடைய பெயர். இந்த நாட்டில் அரக்கர்கள் உருவாகிவிட்டார்களா?) "இதென்ன மடத்தனம்?" என்றாள் ஆமினா, ஓர் அறிவுபூர்வமான விடையைத் தேடி. தன் தந்தையைப் போலவே மூடநம்பிக்கையை வெறுத்தவள் அவள், பதிலைக் கமால் அளித்தான். "அது ஒரு கொடுஞ்செயல் புரியக்கூடிய கும்பல் அம்மா; தீ வைத்துக் கொளுத்தக்கூடிய ரவுடிகள் கூட்டம். ரொம்ப மோசமான காலம், மோசமான காலம் இது."

பண்டசாலையில் சுருணை சுருணையாக தோல்துணிகள்; அப்புறம், கமாலின் பண்டங்கள் - அரிசி, தேயிலை, பருப்புகள்; பல தலைகள், பல வாய்கள் உள்ள பேராசை பிடித்த பொதுமக்கள் என்னும் மிருகத்திடமிருந்து காப்பாற்ற வேண்டி, நாடு முழுவதிலும் இருந்து இவற்றையெல்லாம் அதிகஅளவில் வாங்கிப் பதுக்கிவைப்பான் அவன். இந்தப் பொதுமக்கள் என்ற

மிருகத்தின் தலைகளுக்கு சக்தி இருந்தால், அதிக அளவில் பொருள் உற்பத்தியாகும்போது விலைகளையெல்லாம் எக்கச்சக்கமாகக் குறைத்துவிடும். தான் மட்டும் கொழுத்துப்போகும்; அதனால் கடவுளுக்கு பயப்படுகின்ற முதலாளிகள் எல்லாம் பட்டினி கிடக்கநேரிடும்... "பொருளாதாரம் என்பதே பற்றாக்குறைதான்" என்று கமால் வாதிடுவான். "என்னுடைய பண்டங்கள் எல்லாம் விலையைச் சமநிலையில் வைக்கின்றன, பொருளாதாரக் கட்டமைப்பு என்பதற்கே அடிப்படை அவைதான்." அப்புறம் அந்த குடோனில், எஸ்.பி. பட்டின் பண்டங்களும் பெரிய பெரிய அட்டைப் பெட்டிகளில் - ஏஜி பிராண்டு என்று முத்திரைபதித்து. ஏஜி - இந்தியில் 'ஆக்' என்றால் நெருப்பு; எஸ்.பி. பட், தீக்குச்சித் தயாரிப்பாளன்.

"எங்களுக்குக் கிடைச்ச தகவல், தொழில்பேட்டையில் நெருப்பு என்பதுதான். இந்த குடோன் அதில் குறிப்பிடப்படவில்லை" என்கிறான் கமால்.

"அது ஏன் நமதாக இருக்கவேண்டும்? நமக்குத்தான் கொடுக்க நேரம் இருக்கிறதே?" என்கிறார் அகமது சினாய்.

"கொடுக்கணுமா?" ஆமினா குறுக்கிடுகிறாள். "யாருக்குக் கொடுக்கணும்? எதைக் கொடுக்கணும்? கணவரே, ஜானம், என் உயிரே, இங்க என்ன நடக்குது?"... "ஆனா, நாம் போவணும்" என்கிறான் எஸ்.பி. பட். கசங்கிய இரவு பைஜாமாவுடன், டக்டக் என்ற சத்தத்தோடு, வீட்டைவிட்டு ஒல்லிக்குச்சியுடனும், முதுகெலும்பில்லாதவனுடனும் வெளியே ஓடுகிறார். தின்னப்படாத கிச்சடி, அகன்ற கண்களோடு இரு பெண்கள், அடங்கியகுரலில் லதா, காற்றில் ராவணா என்ற குரல்... "எதுக்கும் உதவாத பொறுக்கிப்பசங்க மேடம், பழிபாவத்துக்கு அஞ்சாத மனச்சாட்சியில்லாத பசங்க!"

எஸ்.பி. பட்டின் கடைசி வார்த்தைகள் நடுக்கத்துடன்: "முட்டாள் இந்துப்பசங்க, தீ வைக்கற பொறுக்கிங்க பேகம் சாகிபா. முஸ்லிமுங்க என்ன செய்யமுடியும்?"

ராவணா கும்பலைப் பற்றித் தெரிவது என்ன? முஸ்லிம்களுக்கு எதிரான கும்பலாகத் தன்னைக் காட்டிக்கொண்டது அது. பிரிவினைக் கலகங்கள் நிகழ்வதற்கு முன்னால், வெள்ளிக்கிழமை மசூதிகளின் முற்றத்தில் பன்றித் தலைகள் (தண்டனைக்கு அஞ்சாமல்) போடப்படுவது அந்தநாளில் அசாதாரண விஷயம் அல்ல. நள்ளிரவுகளில் ஆட்களை அனுப்பி பழைய தில்லி, புதுதில்லி இரண்டிலும் சுவர்களில் கோஷங்களை எழுத வைப்பார்கள்:

"பிரிவினை வந்தால் நரகம்தான்! முஸ்லிம்கள்தான் ஆசியாவின் யூதர்கள்!" என்பது போல. முஸ்லிம்களுக்குச் சொந்தமான தொழிற்சாலைகள், கடைகள், பண்டசாலைகளை எரிப்பது அந்த அமைப்பின் வழக்கம். ஆனால் பொதுமக்களுக்குத் தெரியாதது: இனவெறுப்பு என்ற திரைக்குப் பின்னால், ராவணா கும்பல் என்பது மிகச் சாமர்த்தியமாக அமைக்கப்பட்ட ஒரு வணிகநிறுவனம். இனந்தெரியாத தொலைபேசி அழைப்புகள், செய்தித்தாள்களிலிருந்து வெட்டி ஒட்டிய வார்த்தைகளைக் கொண்டு தயாரிக்கப்பட்ட கடிதங்கள், இவை மூலமாக, "ஒருதடவையில் மொத்தமாக இவ்வளவு பணத்தைத் தரவேண்டும்; இல்லை என்றால் உங்கள் நிறுவனம் தீவைத்துக் கொளுத்தப்படும்" என்ற அறிவிப்பு. வேடிக்கை: இந்த கும்பல் ஒழுக்கத்தோடும் நடந்துகொண்டது. இரண்டாவது முறை யாரையும் பணம் கேட்பது கிடையாது. அப்புறம், செயல்வாதிகள் இந்த கும்பல்காரர்கள். சரியான முறையில் பெட்டிகளில் பணத்தைவைத்துக் கொடுக்கவில்லை என்றால், தொழிற்சாலைகள், குடோன்கள் ஆகியவை எரிந்துவிடும். பெரும்பாலான ஆட்கள் இதற்கு எதிராகப் போலீசை நம்புகின்ற அபாயத்தைவிடப் பணத்தைக் கொடுத்துவிடுவதே மேல் என்று கொடுத்துவிட்டார்கள். 1947இல் போலீஸ், முஸ்லிம்களின் நம்பிக்கைக்குரியதாக இல்லை. அந்தக் கடிதங்கள் வந்தபோது (எனக்கு திட்டவட்டமாகத் தெரியவில்லை) அவற்றில், 'பணத்தைக் கொடுத்துத் திருப்தியடைந்த, தொழிலில் நிலைத்திருக்கின்ற வாடிக்கையாளர்கள்' பட்டியலும் இருக்குமாம். ராவணா கும்பல், தொழில்ரீதியான எவரையும் போலவே, மேற்கோள்காட்டுகளும் கொடுத்தது.

பிசினஸ்உடை அணிந்த இருவர், பைஜாமாவில் ஒருவர், முஸ்லிம் முஹல்லாவின் குறுகிய சந்துகளில் சாந்தினி சவுக்கில் காத்திருந்த டாக்சிக்காக ஓடினர். விசித்திரமான பார்வைகள் அவர்கள்மீது விழுந்தன - அவர்கள் உடைகாரணமாக மட்டுமல்ல, அவர்கள் ஓடாமல் இருப்பது போலக் காட்டிக்கொள்ள முயன்றனர். "பீதியைக் காட்ட வேண்டாம், அமைதியாக இருப்பது போலிருங்கள்" என்றான் கமால். ஆனால் அவர்கள் கால்கள் கட்டுப்பாட்டில் இன்றி, ஓடமுயன்றன. மாறிமாறி, சற்றே வேகமாக ஓடுவது, சிறிது அமைதியாக நடக்கமுயலுவது - இப்படியாக முஹல்லாவை விட்டு வெளியேறினர். வழியில், கருப்புப் பெட்டியாலான சிறுவர் காட்சிகளைக் காட்டும் பெட்டிவண்டியைத் தள்ளுகின்ற, டகுடகு என்று மேளம் ஒலிக்கும் ஒருவனைக் கடந்து

சென்றனர். மேளம் ஒலித்தவன் லிஃபாபா தாஸ். இந்த இயலுக்குப் பெயர் கொடுக்கின்ற, முக்கியமான அறிவிப்பைச் செய்யஇருக்கின்ற இடத்தைநோக்கி அவன் போய்க் கொண்டிருந்தான். மேளத்தை அடித்துக் கூப்பிட்டான் - "எல்லாத்தையும் வந்து பாருங்கோ, எல்லாத்தையும் பாருங்கோ, தில்லியப் பாருங்கோ, இந்தியாவப் பாருங்கோ, பாருங்கோ, பாருங்கோ!"

ஆனால் அகமது சினாய்க்குப் பார்க்க வேறு விஷயங்கள் இருந்தன.

முஹல்லாவின் சிறுவர்கள் அங்கு வசிப்பவர்களுக்குத் தனிப் பெயர்கள் இட்டிருந்தார்கள். மூன்று அடுத்தடுத்த வீடுகளில் வசிக்கும் குடும்பத்தினருக்குச் சண்டைக் கோழிகள் என்று பெயர். ஏனென்றால் ஒருபுறம் ஒரு சிந்திக்காரன், இன்னொருபுறம் ஒரு வங்காளி, மத்தியில் அபூர்வமாக அந்த முஹல்லாவில் வசித்த சில இந்துக் குடும்பங்களில் ஒன்று. சிந்திக்காரனுக்கும் வங்காளிக்கும் பொதுவானது ஒன்றும் கிடையாது. ஒரே மொழியைப் பேசியவர்களோ, ஒரேவிதமான உணவைச் சமைத்தவர்களோ அல்ல. ஆனால் அவர்கள் இருவரும் முஸ்லிம்கள், மத்தியில் இருந்த இந்துவை வெறுத்தனர். தங்கள் வீடுகளின் மாடிகளில் இருந்து இந்துவின் வீட்டில் கழிவுகளைக் கொட்டினர். தங்கள் தங்கள் பாஷைகளில் வசவுமழை பெய்தனர். அவன் வாசலில் இறைச்சித் துண்டுகளைப் போட்டனர்... அவனும் சும்மா இல்லை. சின்னப்பையன்களுக்குக் காசுகொடுத்து இருவர்வீட்டு ஜன்னல்கள்மீது கல்எறியச் சொன்னான். காகிதம் சுற்றிய கற்கள். காகிதத்தில், "பொறுங்கள், உங்களுக்கும் தண்டனைக்காலம் வரும்." என் அப்பாவையும் அவருடைய பெயரால் சிறுவர்கள் குறிப்பிட்டது கிடையாது. 'தன்மூக்குக்குப் பின்னால் போகத்தெரியாதவர்' என்பது அவருக்கு வைத்த பெயர்.

அகமது சினாய்க்குத் திசைபற்றிய ஞானம் கிடையாது. அவர்வழியில் போகவிட்டால், தன் சொந்த முஹல்லாவின் வளைந்து போகின்ற சந்துகளிலேயே வழிதெரியாமல் சுற்றக்கூடியவர். பலசமயங்களில் தெருக்களில் இருக்கின்ற அரபுக்காரர்கள் அவர் வழி தெரியாமல் திண்டாடும்போது குறுக்கே வருவார்கள். அவர்களுக்குக் காலணா கொடுத்து வீட்டுக்கு அழைத்துவரச் சொல்வார். தவறான திருப்பங்களில் செல்வது அவர் வாழ்க்கை முழுவதும் பாதித்தது. அவர் ஆமினாவைத் தேர்ந்தெடுத்ததற்கு அதுதான் காரணம். (நாதிர்கானுக்கும் நன்றி, ஏனென்றால் தானும் தவறான திருப்பங்களைத் தேர்ந்தெடுக்க

முடியும் என்று ஆமினாவும் காட்டியிருக்கிறாள்); அப்புறம், தன்மூக்கைப் பின்பற்றிப் போகஇயலாத அவரது பண்பு எனக்கும் கொஞ்சம் வந்து விட்டது; அதனால், பிற இடங்களிலிருந்து பெற்ற மூக்குப் பாரம்பரியத்தையும் புறக்கணித்து, வருஷம் வருஷமாக, எனக்கும் சரியான சாலை எது என்று கண்டு பிடிக்கமுடியாமல் போய்விட்டது... சரி இங்கே இது போதும், ஏனென்றால் மூன்று தொழிலதிபர்களுக்கும் தங்கள் தொழிற்பேட்டைக்குப் போவதற்குப் போதிய நேரம் கொடுத்தாகிவிட்டது. அதனுடன் இதைமட்டும் சேர்க்க விரும்புகிறேன் (என் கருத்தில், அவருக்கு திசை பற்றிய உணர்வின்மையின் நேரடி விளைவாக) என் தந்தையின் வெற்றிக்கணங்களில்கூட அவர்மீது எதிர்காலத் தோல்வியின் ஒரு துர்நாற்றம் வீசியது, ஒரு தவறான திருப்பம் சற்று தொலைவில் நிகழ இருக்கிறது என்பதற்கான நாற்றம், அதை அவர் அடிக்கடி குளிப்பதனாலும் மாற்ற முடியவில்லை. இந்த நாற்றத்தை மோப்பம் பிடித்த கமால், இரகசியமாக எஸ்.பி. பட்டிடம், “இந்தக் காஷ்மீரி ஆட்கள் இப்படித்தான் ஐயா, இவர்கள் ஒருபோதும் குளிப்பதில்லை என்பது எல்லாருக்கும் தெரிந்த செய்தி” என்பான். இந்த அவதூறு என் தந்தையைப் படகுக்காரன் டாயுடன் இணைத்தது - தன்னை அழித்துக்கொள்ளும் மிகுசினத்தில் இருந்த டாயுடன் - அதுதானே அவனைச் சுத்தமாக இருப்பதை விடச்செய்தது?

தொழிற்பேட்டையில், இரவுக்காவல்காரர்கள், தீயணைப்பு எஞ்சின்களின் சத்தத்துக்கு மத்தியில் அமைதியாக உறங்கிக்கொண்டிருந்தார்கள். ஏன்? எப்படி? ராவணா கும்பலுடன் அவர்களுக்கு ஒப்பந்தம். அந்த கும்பல் வரப்போகிறது என்று தெரிந்தவுடனே, அவர்கள் தூக்கமருந்தைச் சாப்பிட்டுவிட்டு, அவர்களுடைய சார்ப்பாய் படுக்கைகளைத் தொழிற்பேட்டைக் கட்டடங்களுக்கு வெகுதூரத்தில் கொண்டுபோய்ப் போட்டுப் படுத்துவிடுவார்கள். இப்படியாக ராவணா கும்பல் வன்முறையைத் தவிர்த்தது. இரவுக்காவல்காரர்களும் தங்கள் கொஞ்சநஞ்ச ஊதியத்தைச் சற்றே அதிகமாக்கிக் கொண்டார்கள். ஒரு அமைதியான, புத்திசாலித்தனமற்ற என்று சொல்லமுடியாத ஏற்பாடு.

உறங்கும் இரவுக்காவல்காரர்களுக்கு மத்தியில், மிஸ்டர் கமால், என் தந்தை, எஸ்.பி. பட் மூவரும் எரிக்கப்பட்ட சைக்கிள்கள் வானத்தில் சென்று கரும்புகை மேகங்களை உருவாக்குவதைப் பார்த்தார்கள். பட், அப்பா கமால் தீயணைப்பு வண்டிகளுக்குப் பக்கத்தில் நின்றபோது அவர்கள் மனத்தில் ஆறுதல் படர்ந்தது - ஏனென்றால் எரிந்து கொண்டிருந்தது அர்ஜுனா இந்தியா பைக்

குடோன்தான். இந்துப் புராணத்திலிருந்து எடுக்கப்பட்ட அர்ஜுனா என்ற உற்பத்திப்பெயர், அந்தக் கம்பெனி முஸ்லிம்களுக்குச் சொந்தமானது என்பதை மறைக்கத் தவறிவிட்டது. ஆறுதலில் குளித்த அப்பா கமால் பட் எரிந்த சைக்கிள்களின் நாற்றம் நிரம்பிய காற்றினால் இருமிக்கொண்டும் குழம்பிக் கொண்டும் பெருமூச்சு விட்டார்கள். எரிந்த சைக்கிள் சக்கரங்களின் புகை, சைக்கிள் செயின், மணி, இருக்கை, கைப்பிடி ஆகியவற்றின் ஆவியான பேய்கள் உரு மாறிய சட்டகங்கள் எல்லாம் அவர்களுடைய நுரையீரல்களுக்குள் போய்வந்துகொண்டிருந்தன. எரிந்துகொண்டிருந்த பண்டசாலைக்கு எதிரிலிருந்த தந்திக்கம்பத்தில் ஒரு செப்பமற்ற அட்டை முகமூடி ஆணியடித்து மாட்டப்பட்டிருந்தது. பல முகங்களின் முகமூடி. அகன்ற மடிந்த உதடுகள், சிவந்த மூக்குத் துளைகள் ஆகியவற்றைக் கொண்ட உறுமுகின்ற முகங்களின் பேய் முகமூடி. பத்துத்தலை அரக்கராஜன் இராவணனின் முகங்கள். மிக ஆழ்ந்த உறக்கத்திலிருந்த இரவுக்காவல்காரர்களைக் கோபத்துடன் அவை பார்த்தன. அவர்களைஎழுப்ப யாருக்கும் - தீயணைப்புவீரர்கள், கமால், அப்பா, பட் எவருக்கும் மனமில்லை; ஆனால் எரிந்த பெடல்கள், இரப்பர் குழாய்கள் ஆகியவற்றின் சாம்பல் மட்டும் அவர்கள்மீது வானிலிருந்து விழுந்துகொண்டிருந்தது.

"ரொம்ப மோசமான விஷயம்" என்றான் மிஸ்டர் கமால். அவன் பரிவோடு இதைச் சொல்லவில்லை. இந்தியா பைக் கம்பெனியின் சொந்தக்காரர்களை விமரிசனம் செய்தான்.

பார்: அழிவின் மேகம் (அதுவே ஆறுதலும்கூட) உயர்கிறது, நிறம்மாறிய காலை வானத்தில் ஒரு பெரிய பந்துபோலத் திரள்கிறது. எப்படி அது மேற்குநோக்கிப் பழைய தில்லியின் இதயப்பகுதியை நோக்கிச் செல்கிறது பார். எப்படி அது விரல் போலச் சுட்டிக்கொண்டு - கடவுளே, சாந்தினி சவுக்கின் அருகிலிருந்த முஸ்லிம்களின் முஹல்லாவை நோக்கிச் சுட்டிக்கொண்டு போகிறது... அங்கே லிஃப்பாபா தாஸ் அதே சமயத்தில் தன் பண்டத்தை சினாயின் சொந்தத் தெருவிலே விலைகூறிக்கொண்டிருக்கிறான். "பாருங்கோ, பாருங்கோ, எல்லாத்தையும் பாருங்கோ, மொத்த ஒலகத்தையும் பாருங்கோ, பாருங்கோ!"

இப்போது பொது அறிவிப்பு செய்யும் நேரமாகிவிட்டது. நான் கிளர்ச்சி அடைந்திருக்கிறேன் என்பதை மறுக்கவில்லை: நான் என் சொந்தக் கதையின் பின்னணியிலேயே ரொம்பநேரம் ஓட்டிவிட்டேன். அதை இன்னும் கொஞ்சம் மேலே எடுத்துப்போவதற்கு முன்னால், கொஞ்சம் இங்கே பார்க்கலாம். ஆகவே ஒரு பெரிய எதிர்பார்ப்பு

உணர்ச்சியோடு, வானத்திலுள்ள விரலை நான் தொடர்கிறேன். என் பெற்றோரின் அக்கம் பக்கத்தை, சைக்கிள்களை, தெருவியாபாரிகள் வறுத்த கடலையைப் பொட்டலம் கட்டிக்கொண்டிருப்பதை, இடுப்பைக் கைகளால் பிடித்துக்கொண்டிருக்கும் தெருப் பொறுக்கிகளை, பறக்கின்ற துண்டுத்தாள்களை, பலகாரக்கடைகளில் சுற்றிக்கொண்டிருக்கின்ற ஈக்கூட்டங்களைப் பார்க்கிறேன்... எல்லாமே நான் வானிலிருந்து பார்க்கும் பார்வையினால் சுருங்கித் தெரிகின்றன. அப்புறம் சிறுவர்கள், கூட்டங்களாக, லிஃபாபா தாஸின் டகுடகு பறையின் ஒலியாலும் "துனியா தேக்கோ - ஒலகத்தைப் பாருங்கோ" என்ற அவன் குரலாலும் தெருவுக்கு ஈர்க்கப்பட்டு வருபவர்கள். டிரவுசர் போடாத சிறுவர்கள், மார்புத்துணி அணியாத சிறுமிகள், வெள்ளைச் சீருடையில் இருக்கும் பிள்ளைகள் - அவர்களுடைய கால்சட்டைகள் நெகிழ்ச்சியான கச்சைகளின் எஸ் வடிவப் பாம்புக் கொக்கிகளால் கட்டப்பட்டிருக்கின்றன. கொழுத்த குட்டைவிரல்கள் கொண்ட பருத்த இளம்சிறுவர்கள். எல்லாரும் சக்கரங்கள்மீது செல்லும் கருத்த பெட்டியைச் சுற்றித் திரளுகிறார்கள். அவர்களில் ஒருத்தி - இரண்டு புருவங்களையும் மைப்பென்சிலால் ஒரேகோடாகத் தீட்டியவள் - மரியாதையற்ற அதே சிந்திக்காரனின் எட்டுவயதுப் பெண். அந்தச் சிந்தி ஆள் இன்னமும் உருப்பெறாத ஒரு கற்பனை தேசத்தின் கொடியைத் தன்கூரைமீது பறக்கவிட்டுக்கொண்டிருக்கிறான்; இன்னமும் பக்கத்துவீட்டுக்காரன்மீது வசைகளை வீசிக்கொண்டிருக்கிறான். அவன் மகளோ - அவள் நினைப்பு தான் ஒரு குட்டிராணி என்று - அவள் உதட்டுக்குப் பின்னால் கொலை ஒளிந்துகொண்டிருக்கிறது - காலணாவைக் கையில் எடுத்துக்கொண்டு வீதிக்கு ஓடிவருகிறாள். அவள் பெயர் என்ன? எனக்குத் தெரியாது; ஆனால் அந்தப் புருவங் களை எனக்குத் தெரியும்.

லிஃபாபா தாஸ்: துரதிருஷ்டவசத்தால் அவனுடைய கருப்புக் காட்சிசாலைப் பெட்டி மீது யாரோ ஸ்வஸ்திகா உருவம் தீட்டிவைத்திருந்தார்கள். (அந்த நாட்களில், ஸ்வஸ்திகா உருவத்தை எங்கேயும் பார்க்கமுடியும்; தீவிரவாத ஆர்.எஸ்.எஸ். கட்சி எல்லாச் சுவர்களிலும் அதை வரைந்துவிட்டது; நாஜிக்கள் பயன்படுத்திய, தப்பான முறையில் வரையப்பட்ட ஸ்வஸ்திகா அல்ல இது - இது இந்துக்களின் ஆற்றலுக்கான பழைய சின்னம். நல்லது என்பதற்கு சமஸ்கிருதத்தில் 'ஸ்வஸ்தி')... நான் சொல்லிக்கொண்டிருக்கிறேனே இந்த லிஃபாபா தாஸின் வருகையை, அவன் ஒரு இளைஞன் - சிரித்தால்தான் அவன் இருப்பது தெரியும், அப்போது அவன் அழகாக

சல்மான் ருஷ்தீ | 137

இருப்பான், அல்லது தன் மேளத்தைத் தட்டுவான், இப்படியாக அவன் சிறு பிள்ளைகளுக்கு வேண்டியவன் ஆகிவிட்டான். டகுடகுக் காரர்கள்: இந்தியா முழுவதும் இவர்கள் இப்படித்தான் - "தில்லியைப் பாருங்கோ" என்று கத்துகிறார்கள். ஆனால் இதுதானே தில்லி? அதனால் லிஃபாபா தாஸ் தனது கத்தலை அதற்கேற்றவாறு மாற்றிக் கொண்டான். "ஒலகம் முழுசையும் பாருங்கோ, எல்லாத்தையும் பாருங்கோ!" இந்த உயர்வுநவிற்சிக் கூற்று கொஞ்சநாளில் அவன் மனத்தை அரிக்கத் தொடங்கியது; எனவே தான் சொன்னதைச் செய்துகாட்டவேண்டும் என்று மூர்க்கமாக அவன் முயற்சி செய்தான், அதிகமாக, இன்னும் அதிகமாகப் பட அட்டைகள் அவனுடைய கருப்புப்பெட்டிக்குள் சேர்ந்தன. (எனக்கு திடீரென்று நாதிர்கானின் நண்பன் ஓவியன் ஒருவனுடைய நினைவு வருகிறது. இப்படி யதார்த்தம் முழுவதையும் அடக்கிக் காட்ட வேண்டும் என்று நினைப்பதுதான் இந்தியமனத்தின் நோயா? மோசம்: எனக்கும் அந்த நோய் பீடித்திருக்கிறதா?)

லிஃபாபா தாஸின் காட்சிப்பெட்டியில் தாஜ்மஹல், மீனாட்சி கோயில், புனித கங்கை ஆகியவற்றின் படங்கள் இருந்தன; மேலும் இந்தக் காட்சிக்காரனுக்கு சமகாலப் புகழ் பெற்ற காட்சிகளையும் காட்டவேண்டும் என்ற ஆசை - நேருவின் வீட்டைவிட்டு ஸ்டாஃபோர்டு கிரிப்ஸ் கிளம்புகிற காட்சி; தீண்டப்படாதவர்களைத் தொடும் காட்சி; ரயில்வே தண்டவாளங்கள்மீது படித்த மக்கள் கூட்டம்கூட்டமாக உறங்குவது; ஒரு ஐரோப்பிய நடிகை தன் தலைமீது மலைபோலப் பழங்களை வைத்துக்கொண்டு கொடுத்த விளம்பரக்காட்சி; இவளை லிஃபாபா தாஸ் கார்மன் வராந்தா என்று சொன்னான்; அட்டையில் பதிக்கப்பட்ட ஒரு செய்தித்தாளின் வடிவம்; தொழிற்பேட்டையில் நடந்த தீவிபத்து ஒன்று. சமகாலத்தின் இனிமையற்ற விஷயங்களைத் தன் பார்வையாளருக்கு மறைக்கவேண்டும் என்று லிஃபாபா தாஸ் நினைக்கவில்லை. அவன் சந்துகளில் வந்தபோது சிறுவர்கள் மட்டுமல்ல, பெரியவர்களும்கூட அவன் பெட்டியில் புதிதாக என்ன இருக்கிறது என்று பார்ப்பது வழக்கம். அடிக்கடி வரும் அவனுடைய வாடிக்கையாளர்களில் ஒருத்தி பேகம் ஆமினா சினாய்.

ஆனால் இன்றைக்கு ஏதோ மனத்தை பாதிக்கின்ற விஷயம் காற்றில் மிதந்தது... எரிக்கப்பட்ட சைக்கிள்களின் புகைமேகம் மேலே கவிந்தபோது ஏதோ நொறுங்கக்கூடிய, கேடு விளைவிக்கின்ற ஒன்று முஹல்லாவில் வந்து உட்கார்ந்தது போலிருந்தது. இப்போது அதன் கட்டவிழ்ந்தது, இந்த ஒற்றைப் புருவமாகத் தீட்டிய பெண்

தனக்குச் சற்றும் இல்லாத அப்பாவித்தனத்தோடு "நான்தான் மொதல்ல... வழிய விடு... நான் பாக்கணும், நான் பாக்கணும்" என்று கத்துகிறாள். ஏனென்றால், ஏற்கெனவே கருப்புப்பெட்டியில் கண்கள் வந்து பதிந்துவிட்டன; சிறுவர்கள் வந்து படக்காட்சிகள் வேகமாகச் செல்வதைப் பார்த்துக்கொண்டிருக்கிறார்கள்...லிஃபாபா தாஸ் கைப்பிடியைச் சுழற்றிப் படங்களை நகரவைக்கும் தன் வேலையை நிறுத்தாமலே, "கொஞ்சம் காத்திருங்க பீவி; எல்லாருக்கும் அவங்கவங்க முறை வரும்; பொறுங்க" என்று சொல்கிறான். அதற்கு அந்தச் சின்ன ராணி "இல்ல நான்தான் மொதல்ல" என்கிறாள். லிஃபாபா தாஸ் சிரிப்பதை நிறுத்திக் காணாமல் போய்விடுகிறான், தோளைக் குலுக்கிக்கொள்கிறான். கட்டற்ற கோபம் அவிழ்கிறது. ஒரு விஷ அம்பு பாய்கிறது. "எங்க முஹல்லாவில வந்து ஒனக்கு என்ன திமிரு. எனக்குத் தெரியும்... எங்கப்பாவுக்குத் தெரியும்... எல்லாருக்கும் தெரியும்... நீ ஒரு இந்து!"

லிஃபாபா தாஸ் அமைதியாக நிற்கிறான், தன் பெட்டியின் கைப்பிடியைத் திருகிக் கொண்டு. ஆனால் அந்தக் குதிரைவால் ஒற்றைப்புருவக்காரி கொழுத்த தன் விரலை நீட்டிக்கொண்டு மந்திரம்போல இந்து இந்து என்று உச்சரிப்பதைத் தெருப்பொறுக்கிச் சிறுவர்களும் பாம்புக்கச்சையிட்ட வெள்ளைச்சீருடைச் சிறுவர்களும் பிடித்துக்கொள்கிறார்கள்: ..."இந்து! இந்து! இந்து!" ஜன்னல் சீலைகள் உயர்த்தப்படுகின்றன. ஜன்னலிலிருந்து அந்தப் பெண்ணின் தகப்பன் சேர்ந்துகொள்கிறான் ஒரு புது இலக்கு கிடைத்ததன்மீது வசைமாரி பொழிய... வங்காளி, தன் வங்காளிமொழியில் "தாயோளி, நம்ம பொண்ணுங்களைக் கற்பழிப்பவன்" என்று திட்டுகிறான். ஞாபகம் வையுங்கள், முஸ்லிம் குழந்தைகள் மீது அடாவடி நடப்பதாகப் பத்திரிகைகள் சொல்கின்றன ...திடீரென்று ஒரு குரல். ஒரு பெண்ணின் குரல். மடத்தன ஜோராவினுடையது என்று வைத்துக்கொள்ளுங்கள்.

"கற்பழிக்கறவன்...அரே என் கடவுளே, அந்த பத்மாவைக் கண்டுபுடிச்சிட்டாங்கோ, இதோ இருக்கீறானே அவன்". இப்போது அந்த மேகத்தின் சுட்டும்விரலும் கும்பலின் பைத்தியக்காரத்தனமும், அந்த ஒட்டுமொத்தச் சமயத்தின் யதார்த்தமின்மையும் ஒன்றாகச் சேர்ந்து முஹல்லாவைப் பற்றிக்கொள்கிறது. ஒவ்வொரு ஜன்னலிலிருந்தும் குரல்கள் "கற்பழிக்கறவன்! கற்பழிக்கறவன்! கற்பழிக்கறவன்!" என்று தாங்கள் என்ன சொல்கிறோம் என்று தெரியாமலே சொல்கிறார்கள். வாடிக்கைப் பையன்கள் லிஃபாபா தாஸை விட்டுப் போய்விட்டார்கள். அவனும் அகன்று போவதற்காகத்

தன் பெட்டியை இழுத்துக்கொண்டு நகர்கிறான். ஆனால் இப்போது அவனைச் சுற்றி இரத்தம் தோய்ந்த குரல்கள். தெருப் பொறுக்கிகள் சூழ்ந்துகொண்டார்கள். சைக்கிளில் செல்பவர்கள் இறங்குகிறார்கள். ஒரு பானை காற்றில் பறந்துவந்து அவன் பக்கத்துச் சுவர்களில் மோதுகிறது. அவன் ஒரு கதவுப்பக்கம் சாய்ந்து நிற்கிறான். நெற்றியில் தொங்கும் மயிர்ச்சுருளோடு கூடிய எண்ணெய்த் தலை ஜோரா அவனைப் பார்த்துச் சிரிக்கிறாள் - "ஓ மிஸ்டர், நீதானா, மிஸ்டர் இந்து, எங்கப் பிள்ளைங்களைக் கற்பழிக்கிறவன்... மிஸ்டர் பொம்மை வணங்கி, ஒன் அக்காளஓழி நீதானா?" ...லிஃபாபா தாஸ், பாவம், "இல்லங்க... கடவுள்மேல..." என்றவாறே முட்டாள் மாதிரி சிரிக்கிறான் ...அவனுக்குப் பின்னால் கதவு ஒன்று திறக்கிறது, பின்னால் விழுகிறான். இருண்ட குளிர்ச்சியான ஒரு தாழ்வாரத்தில் என் தாய் ஆமினா சினாய் அருகில்.

தொழிற்பேட்டையில் என்ன நடந்தது என்று தெரியாமல், முழுஉலகமும் பைத்தியக் காரத்தனமாக நடக்கும்விதத்தைப் பற்றி யோசித்தவாறே, என் தாய், பசப்பிச்சிரிக்கும் ஜோராவுடனும் காற்றில் மிதக்கும் ராவணாவுடனும் காலைநேரத்தைக் கழித்திருக்கிறாள்; இந்த ஏச்சுகள் தொடங்கியபோது, தடுக்கும் முன்பாகவே ஜோராவும் அதில் சேர்ந்து கொண்டபோது, அவளுடைய கடினசித்தம் உருவாகிறது. தான் தன் தந்தையின் பெண் என்ற அறிவு... சோளக்கொல்லையில் நாதிர்கான் வளைகத்திகளிடமிருந்து ஒளிந்தது; அவள் மூக்கில் ஏதோ அரிப்பு... உடனே காப்பாற்றக் கீழே செல்கிறாள். ஜோரா கத்துகிறாள், "என்னா செய்யறே சிஸ்டர்ஜீ... அந்தப் பைத்தியம் பிடிச்ச விலங்கை, அவனை உள்ளே விடாதே! ஒன் மூளை அழுகிப்போச்சா?" ...என் தாய் கதவைத்திறக்க, லிஃபாபா தாஸ் உள்ளே விழுகிறான்.

அவளைக் காலையில் காட்சியாகப் பாருங்கள்...ஒருபுறம் கும்பல் மறுபுறம் அதன் இரை, இரண்டுக்கும் நடுவில் ஒரு கருத்த நிழலாக ஆமினா. அவளுடைய அடிவயிற்றிலிருந்து இரகசியமாக ஓர் எழுச்சி - "வாஹ், வாஹ்" என்று கும்பலைப் பாராட்டுகிறாள்... "எவ்வளோ வீரனுங்கப்பா, வீரனுங்கதான் நீங்க, கண்டிப்பா, அம்பதுபேர் ஒரு பயங்கர ஆளுக்கு எதிரா... அல்லா, என் கண்களைப் பெருமிதத்தினால பளபளக்க வைக்கறே!"

..."வந்துரு சிஸ்டர்ஜீ", அந்த எண்ணெய்க்கூந்தல் முகத்தில்விழும் முடிக்காரி ஜோரா, "இந்த குண்டனுக்காக ஏன் பேசறே பேகம் சாகிபா? இது சரியில்லை" என்கிறாள். ஆமினா: "எனக்கு இந்த ஆள நல்லாத் தெரியும். மரியாதப்பட்ட ஆள்தான்.

ஒங்களுக்கெல்லாம் வேற வேலை இல்லயா? இந்த முஸ்லிம் முஹல்லாவில மனிசன நார் நாராக் கிழிச்சிருவீங்களா? போங்கய்யா எல்லாம்". ஆனால் கும்பல் நிற்கவில்லை. மேலே நகர்கிறது. மறுபடியும் முன்னோக்கி வருகிறது.

"கேளுங்கய்யா" என்று சத்தமிடுகிறாள் என் தாய். "நல்லாக் கேளு. நான் கொழந்த பெறப்போறவ. புள்ள உண்டாகியிருக்கற தாய். நான் இவனுக்குப் புகலிடம் தறேன். வா, வா, கொல்லணும்னா ஒரு தாயையும் சேத்துக் கொண்ணு, நீங்க என்னா மனுசனுங்கன்னு ஒலகத்துக்குக் காட்டுங்க!"

இப்படித்தான் என் பிறப்பு பொது அறிவிப்பாகியது. என் தந்தைக்குத் தெரியவரும் முன்பாகவே, கூடியிருந்த கூட்டத்துக்கு அறிவிக்கப்பட்டது. கருவில் உருவாகிய காலத்திலிருந்து நான், ஒரு பொதுச் சொத்தாகிவிட்டேன் என்று தோன்றுகிறது.

ஆனால் இந்தப் பொது அறிவிப்பைச் செய்தபோது என் தாய் ஒரு சரியான காரியத்தைச் செய்திருந்தாலும் அவள் தவறான ஒன்றையே செய்திருந்தாள் - காரணம், அவள் தாங்கியிருந்த குழந்தை, அவளுடைய மகன் அல்ல என்று பின்னால் தெரிந்தது.

என் தாய் தில்லிக்கு வந்தாள்: தன் கணவனை நேசிப்பதற்காகக் கடினமாக உழைத்தாள்; அவளுடைய செய்தியைக் கணவனுக்குச் சொல்வதிலிருந்து ஜோராவாலும் கிச்சடியாலும் டக்டக் காலடி ஓசையாலும் தடுக்கப்பட்டாள்; கீச்சிடல்களைக் கேட்டாள்; ஒரு பொது அறிவிப்பைச் செய்தாள். அது பலனளித்தது. என்னைப் பற்றிய அறிவிப்பு ஓர் உயிரைக் காப்பாற்றியது.

கும்பல் கலைந்தபிறகு, வேலைக்கார மூசாக்கிழவன் வீதியில்போய் லிஃபாபா தாஸின் காட்சிப்பெட்டியைக் காப்பாற்றினான். ஆமினாவோ அழகாகச் சிரிக்கும் அந்த இளைஞனுக்கு எலுமிச்சை பானத்திற்குமேல் பானம் கொடுத்துக் கொண்டிருந்தாள். இந்த அனுபவம் அவனுக்கு பான ஆசையை மட்டுமல்ல, இனிப்புத்தன்மையையும் போக்கி விட்டது என்று நினைக்கிறேன். காரணம், அவன் ஒவ்வொரு டம்ளரிலும் நாலு நாலு கரண்டி சர்க்கரை போட்டுக்கொண்டான். ஜோரா ஒரு சோபாவில் அழகிய பயத்தோடு ஒடுங்கிக்கொண்டாள். கடைசியாக, லிஃபாபா தாஸ், (எலுமிச்சை பானத்தால் நீரற்றுப்போய், சர்க்கரையால் இனிமையாகி), "பேகம் சாகிபா, நீங்க ஒரு அருமையான பெண்மணி. நீங்க அனுமதிகுடுத்தா, நான் உங்க வீட்டை ஆசீர்வதிக்கிறேன், பிறக்காத உங்க குழந்தையையும்தான். அப்புறம், தயவுசெஞ்சி, இன்னொரு விஷயமும் உங்களுக்காகச் செய்யறேன்" என்கிறான்.

"நன்றி" என்றாள் என் அம்மா. "ஆனா நீ ஒண்ணும் செய்யவேணாம்."

ஆனால் அவன் தொடர்ந்தான் (சர்க்கரையின் இனிமை அவன் நாக்கின்மேல் வந்து விட்டது) "என் சொந்தக்காரன், ராம்ராம் சேட், ஒரு பெரிய தீர்க்கதரிசி, பேகம் சாகிபா. கைரேகை, ஜோசியம், எல்லாம் தெரியும். நீங்க அவனப் பாக்கணும். அவன் உங்க குழந்தையோட எதிர்காலத்தைப் பத்திச் சொல்லுவான்".

1947 ஜனவரியில் என் தாய் உயிர் ஒன்றைக் காப்பாற்றி அதற்கு பதிலாக ஒரு தீர்க்கதரிசனத்தைப் பெறுவாள் என்று நிமித்திகர்கள் முன்னறிந்து சொன்னார்கள்... "இது பைத்தியக்காரத்தனம் ஆமினா சிஸ்டர், இதப்பத்தி ஒரு நொடிகூட இனிமே நெனைக்காதே. இது ஜாக்கிரதயா இருக்கவேண்டிய காலம்" என்று ஜோரா எச்சரித்தாலும், இப்படிப்பட்ட விஷயங்களில் ஆமினாவின் தந்தையின் அவநம்பிக்கையும் அவருடைய கட்டைவிரல் - சுட்டுவிரல் மவுல்வியின் காதைப்பிடித்த சம்பவம் ஞாபகத்தில் இருந்தாலும், லிஃபாபா தாஸின் வேண்டுகோள் அவளுடைய இதயத்தில் 'ஆம்' என்று சொல்லுகின்ற ஓர் இடத்தைத் தொட்டது. அவளுடைய புத்தம்புதிய தாய்மையின் - அது இப்போதுதான் அவளுக்கு உறுதியாகத் தெரிந்தது - தர்க்கமற்ற ஆச்சரியத்தில் "சரி" என்றாள் அவள். "லிஃபாபா தாஸ், நீ கொஞ்சநாள் கழித்து செங்கோட்டை வாசல்ல என்னச் சந்திக்கலாம். அப்ப உன் உறவுக்காரன்கிட்ட அழச்சிட்டுப்போ."

"தெனமும் அங்க காத்திருப்பேன்" என்று கைகளைக் குவித்தான் அவன். போய்விட்டான்.

ஜோரா செயலிழந்துபோனாள். அகமது சினாய் வீட்டுக்கு வந்தபோது, அவள் தலையை ஆட்டிக்கொண்டே சொன்னாள், "புதுசா கல்யாணமானவங்க, ஆந்தைங்க மாதிரி பைத்தியமாயிருப்பீங்க, நான் ஒங்களவிட்டுப் போறேன்".

பழைய வேலைக்காரன், மூசாவும் அவன் வாயை மூடிக்கொண்டான். அவன் எங்கள் வாழ்க்கையின் பின்னணியிலேயே தன்னை இருத்திக்கொண்டான்... இரண்டு முறை தவிர... எங்களை விட்டுப் பிரிந்தபோது ஒருமுறை, இன்னொரு முறை - தற்செயலாக உலகத்தை அழிக்க அவன் திரும்பியபோது.

பலதலை மிருகங்கள்

ஒருவேளை மெய்யாகவே, தற்செயல் நிகழ்வு என்பது இல்லாவிட்டால், மூசா, அவனுடைய வயதுக்கும் அடிமைமனப்பான்மைக்கும், தனது நேரம் வரும்வரை மென்மையாக டிக்கிக்கொண்டே இருக்கும் ஒரு டைம் - பாமுக்குக் கொஞ்சமும் குறையாதவன். அவ்விதமானால், ஒன்று, நாமும் மகிழ்நோக்கோடு எழுந்து மகிழ்ச்சியாகவே இருக்க வேண்டும் - ஏனென்றால் எல்லாமே முன்கூட்டி திட்டமிடப்பட்டதுதான் என்றால், நம் எல்லோருக்கும் ஓர் அர்த்தம் இருக்கிறது; நாமெல்லாம் தற்செயலானவர்கள் என்ற அறிதலின் பயங்கரத்திலிருந்து ஏனென்று கேட்காமல் தப்பிக்கிறோம். அல்லது, இப்போது, நாம் செய்கின்ற எதுவும் எந்த வித்தியாசத்தையும் உண்டாக்கப்போவதில்லை என்பதால், சிந்தனை முடிவு செயல் இவற்றின் பயனின்மையைப் புரிந்துகொண்டு துயர்நோக்கோடு, "இப்படியே விட்டுவிடலாம்; விஷயங்கள் அந்தந்தப்படியே இருக்கும்". அப்படியானால் மகிழ்நோக்கு எங்கிருந்து வந்தது? தலைவிதியிலா, பிரபஞ்சத்தின் ஒழுங்கற்ற தன்மையிலா? என் தாயார் தன் விஷயத்தை என் தந்தையிடம் கூறிய போது (அக்கம்பக்கத்திலுள்ளவர்கள் எல்லோரும் கேட்டபிறகு) அவர் மகிழ் - அல்லது துயர் - நோக்குடனிருந்தாரா? "காலப்போக்கில் இது நடக்கப்போவதுதான் என்று நான் தான் முன்னாலேயே சொன்னேனே" என்றார் அவர். என் தாயாரின் கர்ப்பம், விதிப்படியானது என்று தோன்றுகிறது; ஆனால் என் பிறப்பு பெருமளவு தற்செயலாகவே நிகழ்ந்தது.

'இது காலத்தில் நடப்பதுதான்' என்று அப்பா சொன்னார். அவரைப் பார்த்தால் மகிழ்ச்சியடைந்ததுபோலத்தான் தோன்றியது. ஆனால் என் அனுபவத்தில், காலம் என்பது ஒரேசீரானதல்ல, நம்பக்கூடியதல்ல. அதைப் பிரிவினை செய்யக்கூட முடியும்.

இந்திய கடிகாரங்களைவிட பாகிஸ்தான் கடிகாரங்கள் அரை மணி நேரம் முன்னால் ஓடும்... பிரிவினைக்குச் சற்றும் சம்பந்தமில்லாத மிஸ்டர் கமாலுக்கு, "இதோ பிரிவினையின் முட்டாள்தனம்! இந்த முஸ்லீம் லீக் காரர்கள் முழுசாக முப்பது நிமிடத்தைக் கடத்தி வைத்துக்கொண்டார்கள்! பிரிவினைகளின்றி காலம் வேண்டும், அதுதான் சரி!" என்று சொல்வதில் மிகுந்த விருப்பம். எஸ்.பி. பட் சொன்னான், "விருப்பப்படி அவர்கள் நேரத்தை மாற்றிக்கொள்ளமுடியும் என்றால், இனிமேல் எதுதான் யதார்த்தம்? நான் கேட்கிறேன், எதுதான் உண்மை?"

பெரிய கேள்விகளுக்கான நாள் போலிருக்கிறது அது. நம்பவியலாத வருடங்களினூடாக, (பட், பிரிவினைக் கலகத்தின்போது அவனுடைய தொண்டை அறுபட்டக் காலத்தில் ஆர்வம் இழந்துவிட்டான்), அவனுக்கு நான் "யதார்த்தமும் உண்மையும் ஒன்றாக இருக்க வேண்டிய அவசியமில்லை" என்று விடையளிக்கிறேன். எனக்கு நிஜம் என்பது, என் சிறிய வயதிலிருந்து மேரி பெரேரா எனக்குச் சொன்ன கதைகளின் உள்ளே அடங்கியிருக்கக்கூடிய ஏதோ ஒன்று. என் ஆயா மேரி, எனக்கு அம்மா மாதிரி அல்ல; - அம்மாவை விடக் கொஞ்சம் அதிகம், கொஞ்சம் கம்மி. எங்கள் எல்லாரைப் பற்றியும் எல்லாமும் மேரிக்குத் தெரியும். என் சுவரில் படத்திலிருந்த இளம் ராலே, மீனவனின் கதைகளைக் கேட்டுக் கொண்டிருந்தபோது, அந்த மீனவன் தன்விரலால் சுட்டிக்காட்டுகிறான் - அடிவானத்திற்கு அப்பால் - ஒளிந்திருக்கும் ஏதோ ஒன்றுதான் என்னுடைய 'நிஜம்'. இப்போது, எனது கோணவடிவ மேஜைவிளக்கின் வெளிச்சத்தில் எழுதும்போது, இந்தப் பழைய ஞாபகங்களைக் கொண்டு நிஜத்தை அளக்கிறேன். இப்படித்தான் மேரி நிஜத்தைப்பற்றிச் சொல்லியிருப்பாளா? இப்படித்தான் அந்த மீனவனும் சொல்லியிருப்பானா? ...இந்த அளவுகளின் அடிப்படையில் நான் பிறக்க ஆறுமாதம் இருக்கும்போதே, 1947 ஜனவரியில், என் அப்பா ஓர் அரக்கனை - ராவணாவை - எதிர்கொண்டபோது என்னைப்பற்றி எல்லாம் கேள்விப்பட்டாள் அவள் என்பது மறுக்கமுடியாத உண்மை.

லிஃபாபா தாஸின் வேண்டுகோளை ஏற்க ஆமினா சினாய் சரியானதொரு நேரம் பார்த்துக்கொண்டிருந்தாள்; இந்தியா பைக் தொழிற்சாலையின் எரிப்புக்கு இரண்டு நாள் கழித்து, அகமது சினாய் கனாட் பிளேஸில் இருந்த தன் அலுவலகத்திற்குச் செல்லாமல், ஏதோ பிடிக்காததொரு சந்திப்பைத் தவிர்க்க நினைப்பதுபோல வீட்டிலேயே

இருந்தார். இரண்டு நாளுக்கு அந்தச் சாம்பல்நிறப் பணப்பை அவர் பக்கப் படுக்கையின் அடியில் இரகசியமாக இருப்பதாகவே தோன்றியது. அந்தப் பையைப் பற்றிச் சொல்லுதில் அவர் அக்கறை காட்டவில்லை. ஆகவே ஆமினா சொல்லிக்கொண்டாள்: "சரி, அவர் அப்படியே இருந்துபோகட்டும்: யாருக்கு அதைப் பற்றிக் கவலை?" ஏனென்றால் அவளுக்கும் அவளுடைய இரகசியம் இருந்தது - சாந்தினி சவுக்கின் கோடியில் செங்கோட்டை வாசலில் அது பொறுமையாகக் காத்திருந்தது. எரிச்சலோடு உதட்டைப் பிதுக்கிக்கொண்டு, என் அம்மா லிஃபாபாதாஸ் பற்றிய செய்தியை தனக்குள்ளே வைத்துக்கொண்டாள். "அவர் மட்டும் என்ன செய்யப் போகிறார் என்று சொல்லாமல், நான் மட்டும் ஏன் சொல்ல வேண்டும்?"

பிறகு ஒரு குளிர்ந்த ஜனவரி நாள் மாலையில், "நான் இன்னிக்கு ராத்திரி வெளியே போகணும்" என்றார் அகமது சினாய்; "ரொம்பப் பனியா இருக்கு, ஒடம்பு கெட்டுப் போயிடும்" என்றெல்லாம் அம்மா வேண்டிக்கொண்டபோதும், அவர் பிஸினஸ் சூட் டை அணிந்துகொண்டார், அவரது கோட்டுக்குக்கீழ் அந்தச் சாம்பல்நிற இரகசியப் பணப்பை வெளிப்படையாகவே ஒரு புடைப்பாகத் தெரிந்தது. எனவே கடைசியாக அவள், "கதகதப்பாயிருக்க நல்லாப் போத்திகிட்டுப்போங்க" என்று சொல்லி, எங்கேயாவது போகட்டும் என்று வழியனுப்பிவைத்தாள், பிறகு "ரொம்ப நேரமாகுமா?" என்று கேட்டாள். அதற்கு அவர் "ஆமாம், நிச்சயமா" என்றார். அவர் சென்ற ஐந்து நிமிஷத்திற்குப் பிறகு, ஆமினா சினாய், தன் துணிவுச்செயலின் மையத்தை நோக்கி, செங்கோட்டைக்குப் புறப்பட்டாள்.

ஒரு பிரயாணம் கோட்டையில் தொடங்கியது; ஒரு பிரயாணம், கோட்டையில் முடிவுற்றிருக்க வேண்டும், முடியவில்லை. ஒன்று எதிர்காலத்தை முன்னறிவித்தது; இன்னொன்று, எனது நிலவியல் பகுதியை உறுதிசெய்தது. ஒரு பிரயாணத்தின்போது குரங்குகள் மகிழ்ச்சியூட்டும்விதமாக நடனமாடின; இன்னொரு இடத்திலும் ஒரு குரங்கு நடனமாடியது, ஆனால் பேரழிவுண்டாக்கிய விளைவுகளோடு. இரண்டு வீரச்செயல்களிலுமே கழுகுகள் பங்கேற்றன. இரண்டு சாலைகளின் இறுதியிலுமே பலதலை மிருகங்கள் ஒளிந்திருந்தன.

சரி - ஒவ்வொன்றாகப் பார்க்கலாம்...இதோ ஆமினா சினாய், முகலாயர்கள் ஆட்சி செய்த, புதிய இந்தியா அறிவிக்கப்பட இருக்கின்ற, செங்கோட்டையின் உயர்ந்த சுவர்களுக்குக் கீழே...

முடியரசியும் அல்ல, கட்டியம் கூறுபவளும் அல்ல... இருந்தாலும் (பருவ நிலை மோசமாக இருந்தும்) என் தாய்க்கு வரவேற்பு நன்றாக இருந்தது. பொழுது மறையும் நேரத்தில், லிஃபாபா தாஸ் கூச்சலிடுகிறான்: "பேகம் சாகிபா, நீங்க வந்தது பெரிய சிறப்பு". வெள்ளைச் சேலையில் கருத்த உடலோடு, அவள் அவனை ஒரு டாக்சியை நோக்கிக் கூப்பிடுகிறாள். அவன் பின்கதவைத் திறக்கப் போகிறான். டிரைவர் மூஞ்சியில் அடிக்கிறான் - "என்ன நெனச்சிகிட்டிருக்கே? நீ யாருன்னு நெனச்சே? வாய்யா, முன்னால வந்து அழகா உக்காரு. அவங்க பின்னாடி சீட்ல உக்காரட்டும்". ஆக ஆமினா தன் வண்டியை ஒரு காட்சிப்பெட்டிக்காரனோடு பகிரவேண்டி இருக்கிறது, லிஃபாபா தாஸ் மன்னிப்புக் கேட்கிறான், "மன்னிச்சிடுங்க அம்மா, நல்ல நோக்கம் தப்பாகாது".

ஆனால் இங்கே, தனது முறை வரும்வரை காத்திருக்காமல், இன்னொரு டாக்சி, இன்னொரு கோட்டையின் வெளிப்புறமாக பிஸினஸ் உடை அணிந்த மூன்று பேரை உதிர்த்துவிட்டுச் செல்கிறது. ஒவ்வொருவரும் ஒரு சாம்பல்நிறப் பணப்பையைத் தங்கள் கோட்டுக்குள் வைத்திருக்கிறார்கள்... ஒருவன் உயரமாக, பொய்போல மெலிந்தவன், இன்னொருவன் முதுகெலும்பற்றவன், மூன்றாமவருக்குக் கீழ் உதடு வெளியே வந்திருக்கிறது, வயிறு புடைத்திருக்கிறது, தலைமுடி மெலிந்து எண்ணெய்ப்பசை கொண்டு, காதுவரை நீள்கிறது, புருவங்களுக்கு மத்தியில் வடு ஆழமாகி, கசப்பான கோபமான ஆளைக் காட்டுகிறது. டாக்சி டிரைவர், அந்தக் குளிரிலும் குதிக்கிறான். "பழைய கோட்டை... எல்லாரும் எறங்குங்க... வந்தாச்சு பழைய கோட்டை" ...பலப்பல தில்லிகள் இருக்கின்றன... பழைய கோட்டை, சாம்பல்நிற அழிவு... ரொம்பப் பழையது, அதன் பழமையோடு ஒப்பிட்டால் புதிய நகரம், கைக்குழந்தைதான். யோசிக்கவே இயலாத பழங்காலச் சின்னம், அங்கே கமால், பட், அகமது சினாய் மூவரும் ஒரு முகமற்ற தொலைபேசி அழைப்பினால் நிற்கிறார்கள். அது கட்டளையிட்டிருக்கிறது - "இன்றிரவு. பழைய கோட்டை. சூரிய அஸ்தமனத்துக்குப் பின்னால். போலீஸ் கூடாது... வந்தால், குடோன் ஃபன்டூஷ்". சாம்பல்நிறப் பையோடு அவர்கள் பழைய, நொறுங்குகின்ற உலகத்துக்குள் செல்கிறார்கள்.

...தன் கைப்பையைப் பிடித்துக்கொண்டு என் அம்மா காட்சிப்பெட்டிக்கு அருகில் உட்கார்ந்திருக்கிறாள். லிஃபாபா தாஸ் முன்சீட்டில். குழம்பிய முன்கோபக்கார டிரைவர் தலைமை அஞ்சல் அலுவலகத்தின் பின்னால் உள்ள தெருக்களில் டாக்சியை

ஓட்டிச் செல்கிறான். நதியோரப் பாதையில், வறுமை சாலைப் பகுதியைப் பஞ்சம் போலத் தின்னுகிற இடத்தில், மக்கள் கண்காணாத வாழ்க்கைநடத்தும் பகுதியில் (ஏனென்றால் அவர்கள் சிரிப்பு இல்லையென்றால் காணாமல்போவது என்ற லிஃபாபா தாஸினுடைய சாபத்தைப் பகிர்ந்துகொண்டவர்கள், எல்லோருக்குமே அழகான சிரிப்பும் கிடையாது) ஆமினா செல்கிறாள். ஏதோஒன்று அவளை அலைக்கத் தொடங்குகிறது. நிமிடத்துக்கு நிமிடம் குறுகிச்செல்லும் சாலையின் அழுத்தத்தில், தன் நகரக் கண்களை அவள் இழந்துவிட்டாள். உங்களுக்கு நகரக் கண்கள் இருந்தால் கண்காணா மக்கள் கண்ணில் படமாட்டார்கள். அடிப்புறம் பெருத்துத் தொங்குபவர்கள், மேலே படாமல்போகிற உருளைவண்டிப் பிச்சைக்காரர்கள், எதிர்கால வசிப்பிடம்போலக் காணப்படும் பெரிய கான்கிரீட் உருளைகள்: என் அம்மா நகரக் கண்களை இழந்து போனாள். புதிதாக அவள் பார்த்தவை அவளை முகம் சிவக்கச் செய்தன, அடைமழைபோலக் கன்னத்தில் அடித்தன. “கடவுளே, பார், இந்த அழகான சிறுவர்களின் பற்கள் கருப்பாக... ஐயோ, பெண் குழந்தைகள் முலைக்காம்புகள் வெட்ட வெளிச்சமாக, ஐயோ, அல்லா”, நிஜமாகவே ஆமினா சொல்கிறாள்... “அல்லா தௌபா, சொர்க்கம் காப்பாத்தட்டும்,” கூட்டிப்பெருக்கும் பெண்கள் முதுகெலும்பு குலைந்து, ஈர்க்குச்சிகள் போல...எவ்வளவு பயங்கரம், சாதியடையாளம் எதுவுமில்லை, ...தீண்டாதவர்கள், அல்லா! எங்குபார்த்தாலும் முடவர்கள், மொண்டிகள், அன்பான பெற்றோர்களால் பிச்சைக்காரர்கள் ஆனால்தான் எதிர்காலத்தில் வருமானம் கிடைக்குமென்று முடமாக்கப்பட்ட சிறுவர்கள்... பிச்சைக்காரர்கள்... சூம்பிய கால்கள், குப்பையில் வீசப்பட்ட ஸ்கேட்டிங் உருளைகள், மாம்பழப்பெட்டிகளின் பலகைகளால் செய்யப்பட்ட உருளை வண்டிகளில். என் தாய் கத்துகிறாள், “லிஃபாபா தாஸ், திரும்பிப் போவலாம்” ...ஆனால் தன் அழகான சிரிப்பைச் சிந்தியவாறு அவன் “இனிமே நடந்துதான் போவணும்” என்கிறான். திரும்பிப்போக வழியில்லை என்று அறிந்ததால், அம்மா டாக்சியைக் காத்திருக்குமாறு சொல்கிறாள். கோபக்கார டிரைவர், “ஆமாம், மகாராணிகளுக்கு காத்திருக்காமல் என்ன செய்யிறது? நீங்க திரும்பி வர்றப்ப, நான் காரை ரிவர்ஸிலேதான் ஓட்டிக்கிட்டு போவணும், திரும்பக்கூட இடம் கெடையாது.” அவள் முந்தானையைப் பிடித்துஇழுக்கும் சிறுவர்கள், முறைத்துப்பார்க்கும் கண்கள்... எங்கு பார்த்தாலும் தலைகள், தலைகள், தலைகள்... பலதலைகள் கொண்ட மிருகத்தால் சூழப்பட்டிருப்பதுபோல

உணர்கிறாள். ஆனால் திருத்திக்கொள்கிறாள், "இல்லை - மிருகம் அல்ல, ஏழையிலும் ஏழையான ஜனங்கள்"...அப்புறம் "ஏதோ ஒரு சக்தி இவர்கள்... தன் பலத்தை அறியாத சக்தி... பயன்படுத்தாமையால் ஆண்மை அற்றுப்போன ஒரு சக்தி... இல்லை, எப்படியானாலும் வீணாய்ப்போனவர்கள் அல்ல இவர்கள்" ...ஒரு கை அவளைத் தொடவருகிறது. பயமாக இருக்கிறது என்று நினைக்கிறாள். திரும்பிப் பார்த்தால்... சாத்தியமே இல்லை... ஒரு வெள்ளைக்காரன் இற்றுப்போன கையை நீட்டி "ஏதாவது குடு பேகம் சாகிபா" ...தேய்ந்து போன கிராமபோன் ரிகார்டு போல அதையே சொல்லிக்கொண்டு... சங்கடத்தோடு அவள் நீண்ட புருவம்கொண்ட வெள்ளை முகத்தை, அதிகாரவர்க்க மூக்கை... பார்க்கிறாள், சங்கடத்தோடு - ஏனென்றால், அவன் வெள்ளைக்காரன், வெள்ளையர்கள் பிச்சை எடுக்கமாட்டார்கள்... "கல்கத்தாவிலிருந்து நடந்தே வரேன்" என்கிறான். சாம்பல் படிந்து, "பேகம் சாகிபா, ஏன்னா கல்கத்தா கொலையில நான் பங்கேற்ற அவமானம் தாங்கமுடியல - போன ஆகஸ்டில பேகம் சாகிபா, நாலு நாள் ஒரே கூக்குரல்! பலஆயிரம் பேர் கொல்லப்பட்டாங்க"...லிஃபாபா தாஸும் - பிச்சைக்காரனாக இருந்தாலும் வெள்ளைக்காரன் - செய்வது அறியாமல் நிற்கிறான், "இந்த ஐரோப்பியன் சொல்றதப்பத்தி கேள்விப்பட்டியா?"... "ஆமாம், இந்த மாதிரி அற்பத்தனங்கள் எதிர்காலத்தில நடக்கும் என்கிறதால சித்தம் குழம்பி கொலகாரனுங்க மத்தியில, ராத்திரியில நகரத்துக் குறுக்கால நடந்துவந்தான், சட்டபூராவும் ரத்தம்" ... "கேக்கிறீங்களா?" நெருடலான பாட்டுபோன்ற குரலில் ஒரு தயக்கம். அப்புறம், "அவன் என் ஆம்படையான்". இப்போதுதான் கந்தலுக்குக்கீழே விம்மிய மார்புகளை என் தாய் பார்க்கிறாள்... "எனக்கு மறைக்க ஏதாவது குடுங்க" அவள் கையைத் தொடுகிறாள். மெல்லிய குரலில், "ஹிஜ்ரா... பொம்பளை மாதிரி... வந்துருங்க பேகம் சாகிபா" என்று அடுத்தகையில் தொடுகிறான் லிஃபாபா தாஸ். எதிரெதிர் திசைகளில் இழுக்கப்படும் ஆமினா, "இரு இரு, வெள்ளைக்காரி! முதல்ல நான் என் வேலய முடிச்சிக்கறேன், பிறகு உன்ன வீட்டுக்கு கூட்டிப்போய் சாப்பாடு துணி எல்லாம் தரேன். உன் உலகத்துக்கு உன்ன அனுப்பிவிடறேன்" ...ஆனால் உடனே அந்தப் பெண் தோளைக் குலுக்கியவாறு வெறுங்கையோடு குறுகும் சந்தில் செல்கிறாள். இதோ! சந்தின் அற்பத்தனத்தில் ஒரு புள்ளியாக மாறி மறைகிறாள். லிஃபாபா தாஸ், முகத்தில் ஒரு விசித்திர உணர்வோடு, "அவங்களெல்லாம் ஃபன்டூஷ்; எல்லாம் முடிஞ்சிட்டுது; அவங்க

சீக்கிரம் போயிடுவாங்க. அப்புறம் நாமெல்லாம் சுதந்திரமா ஒருத்தரை ஒருத்தர் கொலை பண்ணிக்கிடலாம்" என்கிறான். முகம் தீப்பிடித்து எரிய, தன் கையால் வயிற்றைத் தொட்டவாறு ஆமினா அவன் பின்னால் இருட்டான கதவை நோக்கிச் செல்கிறாள்.

...பழைய கோட்டையில், அகமது சினாய் ராவணாவுக்காகக் காத்திருக்கிறார். சூரியாஸ்தமனத்தில் என் தந்தை: அண்மையில் இருட்டான கதவு - அழிந்த சுவர்களுக்கிடையே ஓர் அறையாகப் பழைய காலத்தில் இருந்திருக்கலாம்... கீழ்உதட்டுச்சதை சற்றேதொங்க, கைகளை முதுகுக்குப்பின் கட்டியவாறு, தலை முழுதும் பணக்கவலையோடு... அவர் என்றைக்கும் மகிழ்ச்சியாக இருந்ததில்லை. எதிர்காலத் தோல்வியை அவரும் மோப்பம் பிடித்தார் போலும்... வேலைக்காரர்களை மோசமாக நடத்தினார்; ஒருவேளை தன் தந்தையைப் பின்பற்றித் தோல்துணி வியாபாரத்தில் இறங்கியதற்கு பதிலாக தன் பேராசையான 'குர்ஆனை காலமுறைப்படி வரிசைப்படுத்துவது' என்ற பணியில் அவர் ஈடுபட்டிருந்தால் நன்றாக இருந்திருக்கும். (ஒருமுறை என்னிடம் சொன்னார், "முகமது தீர்க்கதரிசனங்களை வெளிப்படுத்தியபோது,) மக்கள் அவர் சொன்னதையெல்லாம் பனைஓலையில் எழுதி ஏதோ பழைய பெட்டியில் வைத்துக்கெண்டார்கள். அவர் இறந்தபிறகு, அபூபக்கரும் பிறரும் சரியான வைப்புமுறையை ஞாபகப் படுத்திக்கொள்ள முயற்சிசெய்தார்கள்; ஆனால் அவர்களுக்கு நல்ல ஞாபகசக்தி கிடையாது." இன்னொரு தவறான திருப்பம்: ஒரு புனித நூலை மறுஎழுத்துச் செய்வதற்கு பதிலாக என் தந்தை அரக்கர்களின் வருகையை நோக்கிக் கோட்டைஅழிவுக்குள் பதுங்கிநிற்கிறார்! அவர் மகிழ்ச்சியாக இல்லை என்பதில் ஆச்சரியமில்லை. என்னால் அவருக்கு எந்த உதவியும் இல்லை. நான் பிறந்தபோது அவர் கால்பெருவிரலை முறித்தவன்...) என் மகிழ்ச்சியற்ற தந்தை, கோபமாகவே பணத்தைப் பற்றி நினைக்கிறார். அவருடைய மனைவியைப் பற்றி: 'ரூபாயைப் பசப்பிப் பெறுபவள் அல்லது இரவில் சட்டைப்பையிலிருந்து திருடுபவள்'. முன்னாள் மனைவியைப் பற்றி: (பின்னர் ஒரு ஒட்டகவண்டி ஓட்டுநனோடு விவாதம் செய்தபோது ஒட்டகம் அவள் கழுத்தில் கடித்து அவள் தற்செயலாக இறந்துபோனாள்) விவாகரத்து உடன்பாட்டின்படி பணம் தரப்பட்டபோதிலும் முடிவேயில்லாத யாசகக் கடிதங்கள் எழுதுபவள்; உறவுக்காரி ஜோராவுக்கு அவர் வரதட்சிணைப்பணம் தரவேண்டும், அவள் பெறப்போகும் பிள்ளைகளை இவருடைய பிள்ளைகளுக்குத் தரவேண்டும், அவள் புத்தகங்களுக்குக் கூட

இவர் பணத்தையே நம்பியிருந்தாள். அப்புறம், மேஜர் ஜுல்பிகர் தருவதாகச் சொன்ன பணம்: (இந்தச் சமயத்தில் மேஜர் ஜுல்பியும் என் அப்பாவும் நல்ல உறவில் இருந்தார்கள்). அவன் என் தந்தைக்குக் கடிதங்கள் எழுதினான்: "பாகிஸ்தான் நிச்சயம் வரத்தான் போகிறது, அப்போது அங்குச்செல்ல முடிவு செய்துகொள். அது நம்மைப் போன்றவர்களுக்குத் தங்கச் சுரங்கம். நான் உன்னை முகமது அலி ஜின்னாவுக்கு அறிமுகம் செய்துவைக்கிறேன்... ஆனால் அகமது சினாய்க்கு ஜின்னாமீது நம்பிக்கை இல்லை. ஆகவே ஜுல்பியின் கருத்தை ஏற்கவில்லை. ஜின்னா பாகிஸ்தானின் ஜனாதிபதி ஆனால், இன்னொரு தவறான திருப்பத்தைப் பற்றிச் சிந்திக்க நேரும். பிறகு, என் தந்தையின் நண்பர், பெண்களுக்கான மருத்துவர் டாக்டர் நர்லிகரிடமிருந்து - பம்பாயிலிருந்து கடிதங்கள் வரும். "பிரிட்டிஷ்காரர்கள் மந்தை மந்தையாகப் போகிறார்கள், சினாய் பாய்! சொத்து கொள்ளை மலிவு. தில்லியில் விற்று விடு, இங்கே வா; வாங்கு, உன் மீதி வாழ்க்கையை ஆடம்பரமாகக் கழி". பணம் தலையை ஆக்கிரமித்திருக்கும்போது குரானின் செய்யுள்களுக்கு இடமில்லை... இதற்கிடையில், இப்போது, எஸ்.பி.பட், முஸ்தபா கமால் இவர்கள் அருகில்... (பட், பாகிஸ்தான் போகும் ரயிலில் சாகப்போகிறவன்; முஸ்தபா கமால், அவனுடைய பிரமாதமான ஃப்ளாக் ஸ்டாஃப் சாலை மாளிகையில் குண்டர்களால் கொலை செய்யப்படப் போகிறவன்; அவன் மார்பின்மீது அவன் சொந்த இரத்தத்தினாலே, தாயோளி கொள்ளைக்காரன் என்று எழுதப்படஇருக்கிறது) ...இந்த இரண்டு நாசமாய்ப்போகிறவர்களோடு, ஒரு பாழடைவின் இரகசிய நிழலில், அவருடைய பணத்தைக் கேட்டு வரப்போகிற ஒரு மிரட்டல்காரனைப் பற்றித் துப்புத் தெரிந்துகொள்ள இங்கே நிற்கிறார். "தென்மேற்கு மூலை" என்றது தொலைபேசி அழைப்பு. "மூலைகோபுரம். உள்ளே கல்படிக்கட்டுகள். ஏறி வா. மேல்தள மேடை. பணத்தை அங்கே வைத்துவிடு. போ. புரிகிறதா?" ஆனால் கட்டளைக்குப் பணியாமல் அவர்கள் கீழே ஒரு பாழடைந்த அறையில் ஒளிந்திருக்கிறார்கள். அவர்களுக்கு மேலே எங்கேயோ, கோபுரத்தின் மேல்மேடையில் மூன்று சாம்பல் நிறப்பைகள் இருள்சூழும் வேளையில் காத்திருக்கின்றன.

...இருள்சூழும் வேளையில் ஒரு காற்றற்ற படிக்கட்டுவழியில் ஆமினா சினாய் ஒரு தீர்க்க தரிசனத்தை நோக்கிச் செல்கிறாள். லிஃபாபா தாஸ் அவளுக்கு ஆறுதல் சொல்கிறான். ஏனென்றால், அவன்மீது கருணைகாட்டி அவள் டாக்சியில் வந்துவிட்டதால், 'தன்

முடிவு தவறோ' என்று யோசிக்கின்ற அவளுடைய மாற்றத்தை அவன் உணர்கிறான். படிக்கட்டில் ஏறும்போது அவளுக்கு ஆறுதல் சொல்கிறான். அந்த இருட்டான வழி முழுதும் கண்கள். மூடிய அறைகளுக்குள்ளிருந்து கருத்த பெண்மணி படியேறும் காட்சியைப் பார்க்கின்றன. பளபளத்த கரடான பூனை நாக்குகள் போலக் கண்கள் அவளை நக்குகின்றன. லிஃபாபா பேசும்போது, தன் உறுதி குறைந்து போவதை என் அம்மா உணர்கிறாள். இந்தப் படிக்கட்டுக்காற்றின் இருண்ட கடற்பஞ்சு உறிஞ்சப் போகிற மாதிரியாக அவளிடமிருந்து கசிகின்ற மனவுறுதி, உலகத்தின்மீதான பிடிப்பு, என்னவாக இருக்கும்? மிகக்கஷ்டப்பட்டு அவள் கால்கள் அவனுடைய கால்களைப் பின்பற்றுகின்றன. அந்தப் பெரிய இருண்ட சாளின் (பல வீடுகள் கொண்ட கட்டடம்) மேல்தளத்திலுள்ள பாழடைந்த குடியிருப்புக்கு வந்துசேர்கிறார்கள். அதுதான் லிஃபாபா தாஸுக்கும் அவன் உறவுக்கார ஆட்களுக்கும் சொந்தமான இடம். இங்கே, உச்சிஅறைக்கு அருகில், வரிசையில்நிற்கும் அடிபட்டவர்கள். அவர்களுடைய தலைமீது மங்கியஒளி கசிவதைப் பார்க்கிறாள். "என் இரண்டாவது கசின் எலும்பு மருத்துவம் செய்பவன்" என்கிறான் லிஃபாபா தாஸ். உடைந்த கைகள் கொண்ட ஆண்கள், இயலாத கோணங்களில் பாதங்கள் பின்புறம் திரும்பியிருக்கின்ற பெண்கள், கீழே விழுந்திருக்கின்ற ஜன்னல் சுத்திகரிப்பு பாட்டில்கள், உடைந்த செங்கற்கள், இவற்றை யெல்லாம் தாண்டி ஒரு மருத்துவரின் பெண்ணான ஆமினா சிறிஞ்சுகளையும் மருத்துவமனைகளையும் விடப் பழையதோர் உலகத்திற்குள் செல்கிறாள். கடைசியாக லிஃபாபா தாஸ், "வந்துவிட்டோம் பேகம்" என்கிறான். அவளை ஓர் அறைக்குள் அழைத்துச் செல்கிறான். அங்கே எலும்புசரிசெய்பவன், உடைந்த எலும்புகளுக்குப் பச்சிலைகளும் பிளாச்சுகளும், உடைந்த மண்டைக்குப் பனைமட்டைகளும் வைத்துக் கட்டுகிறான். அவனுடைய நோயாளிகள், தங்கள் காயங்களிலிருந்து ஓலைகள் முளைத்த செயற்கை மரங்கள் போலக் காட்சியளிக்கிறார்கள்... பிறகு கான்கிரீட் தளம், கூரையிட்ட பரந்த இடம். பைத்தியக்கார உருவங்களைக் கூரையில் விழச்செய்கின்ற லாந்தர் விளக்குகளின் வெளிச்சத்தில் கண் தெரியாமல் தடுமாறுகிறாள் ஆமினா. குரங்குகள் கூத்தாடுகின்றன. கீரிகள் குதிக்கின்றன. கூடைகளில் பாம்புகள் ஆடுகின்றன. கைப்பிடிச் சுவர்மீது, பெரிய பறவைகளின் நிழலுருவங்கள். உடல்கள், அலகுகளைப் போலவே கோணலாகவும் கொடுமையாகவும் உள்ளன: கழுகுகள்.

"அரே பாப்" என்கிறாள், "எங்கேதான் அழைச்சிட்டுப் போற?"

"பயப்பட ஒண்ணுமில்ல பேகம், இதான் என் கசின்கள் வசிக்கிற இடம். என் மூணாவது நாலாவது கசின்கள். அவன் குரங்காட்டி..."

"சும்மா பயிற்சிதான் பேகம்" என்கிறது ஒரு குரல். "பாருங்க: குரங்கு போருக்குப் போகுது, நாட்டுக்காக உயிர்த்தியாகம் செய்யுது."

"...அவன், கீரி - பாம்பு விளையாட்டுக் காட்டறவன்."

"கீரி தாண்டுது பாருங்க சாகிபா, பாம்பு ஆடுது பாருங்க."

..."அந்தப் பறவைங்க?"...

"அது ஒண்ணுமில்ல மேடம்: இங்க பக்கத்திலதான் பார்சிங்களுடைய அமைதிக் கோபுரம் இருக்கு. அங்க செத்தவங்க ஒடம்பு எதுவும் இல்லண்ணா, கழுகுங்க இங்க வரும். இப்ப எல்லாம் தூங்குது. இப்பல்லாம் என் கசின் பயிற்சி செய்யறத அதுங்க பாக்க வருதுன்னு நெனைக்கறேன்."

தளத்தின் கோடியில் ஒரு சிறிய அறை. ஆமினா நுழையும்போது வெளிச்சம் பாய்கிறது... உள்ளே, அவள் கணவனின் வயதுள்ள ஒருவன். பல முகவாய்க்கட்டைகள் அவனுக்கு. வெள்ளைக்கால் சராய், அதில் கறைகள். சிவப்பு கட்டம் போட்ட சட்டை. காலணி கிடையாது. சோம்பு மென்றுகொண்டு, விம்டோ பாட்டிலிலிருந்து குடித்துக் கொண்டு சப்பணமிட்டு உட்கார்ந்திருக்கிறான். அறைக்குள் விஷ்ணுவின் எல்லா அவதாரங்களையும் காட்டுகின்ற படங்கள். ஒரு நோட்டீசில், "எழுதக் கற்பிக்கப்படும், வருகையின்போது துப்புவது மிகவும் கெட்ட பழக்கம்" என்று எழுதப்பட்டிருக்கிறது. மேஜை நாற்காலி எதுவும் இல்லை... திரு. ராம்ராம் சேட் சப்பணமிட்டு, தரையிலிருந்து ஆறு அங்குல உயரத்தில் உட்கார்ந்திருக்கிறான்.

நான் சொல்லித்தான் ஆகவேண்டும் - அவமானமாக இருக்கிறது, என் தாய் கிறீச்சிடுகிறாள்...

...அங்கே பழைய கோட்டையில், குரங்குகள் மதில் அலங்கங்களில் கிறீச்சிடுகின்றன. பழைய, பாழாய்ப்போன நகரம், இப்போது கருங்குரங்குகளின் வசிப்பிடம். கருத்த முகமும் நீண்ட வாலும் கொண்ட இந்தக் குரங்குகளுக்கு மிகவும் முக்கியமான இலட்சியம் இருக்கிறது. மேலேமேலேமேலே அவை ஏறுகின்றன. அழிவுகளின் மிக உயரங்களுக்கு. பிறகு எல்லைகளை வகுத்துக்கொள்கின்றன. பிறகு எல்லாவற்றையும் அழிக்கின்றன. ஒவ்வொரு கல்லாக, முழுக் கோட்டையையும். "பத்மா: மெய்தான். நீ அங்க போனதில்ல. பொழுது மங்கற நேரத்தில இருந்து பாத்ததில்ல. மெத்துன்னு ஒடம்பு இருக்கற அந்தப் பிராணிங்க கல்ல மேல, இழுத்து ஆட்டும். ஆட்டி ஆட்டி இழுக்கும். ஒவ்வொரு

கல்லா இழுத்துப்போடும்'' தினந்தோறும் கற்களைக் குரங்குகள் உருண்டு விழச் செய்கின்றன. மூலைகளில், வெளிப்புறங்களில் இருந்து கற்கள் கீழேயுள்ள பள்ளங்களில் விழுகின்றன. ஒருநாள், பழைய கோட்டை என்பதே இருக்காது; முடிவில் வெறும் கற்குவியல், வெற்றிகொண்ட குரங்குகளின் கூச்சல்...இதோ ஒரு குரங்கு, கோட்டை அலங்கங்களில் பரபரப்பாய்த் தாவுகிறது... அதை ஹனுமான் என்று அழைப்போம். பழைய ஹனுமான், இராவணனை அழிக்க இராமனுக்கு உதவிசெய்தவன். பறக்கும் ரதங்களின் ஹனுமான். இதோ தன் பிரதேசமான இந்த கோபுரத்திற்கு வருகிறது. அது குதிக்கும்போது குரங்கொலிகள் அதன் ராச்சியத்தின் மூலைக்குமூலை எழுகின்றன. தன் பின்புறத்தைக் கல்லில் தேய்த்துக்கொள்கிறது. ஏதோ இங்கே இருக்கக்கூடாத ஒன்றை மோப்பம் பிடிக்கிறது... பிறகு மேல் தட்டிலிருக்கின்ற தன் பள்ளியறைக்குச் செல்கிறது. அங்கே மூன்று பேர் விட்டுச் சென்ற ஏதோ மூன்று பொருள்கள் இருக்கின்றன. அஞ்சல் அலுவலகத்தின் பின்னால் குரங்குகள் கூத்தாடும் போது, இந்த ஹனுமான் சினத்தோடு நடனமிடுகிறது. சாம்பல்நிறப் பொருள்கள் மீது தாவுகிறது. அவை தளர்த்தியாகத்தான் இருக்கின்றன. இவற்றை ஆட்டவும் இழுக்கவும் அதிக நேரம் தேவைப்படாது. அது கற்கள் என்று கருதிய அந்தச் சாம்பல் நிறப் பொருள்களை கோட்டைச்சுவரின் நீண்டகூரை ஓரத்திற்குக் கொண்டுசெல்கிறது... அவற்றை இதோ கிழிக்கிறது பார்... டப், டர், டர்ர்... அந்தச் சாம்பல் நிறப் பொருள்களின் உள்ளே இருக்கின்ற காகிதங்களை எடுத்துக் கீழே பள்ளத்தில் விழுந்து கிடக்கிற கற்கள்மீது மழைபோலப் பொழிகிறது... அந்தக் காகிதங்கள் சோம்பேறித்தனமாகத் தயங்கித் தயங்கி நளினமாக, ஓர் அழகான ஞாபகம் மனத்தின் அடியாழ இருட்டிற்குள் இறங்குவது போல அமிழ்கின்றன. இப்போது பார், ஓர் உதை... ஒரு அடி... அந்த மிருதுவான பைகள் ஓரத்தில் போய் இருட்டான ஆழத்திற்குள் விழுகின்றன, கடைசியில் ஒரு வாட்டமுற்ற 'ப்ளாப்' என்ற சத்தம் வருகிறது. தன் வேலையை முடித்துவிட்ட ஹனுமான், ஆர்வமிழந்து தன் ராச்சியத்தின் தூரத்திலுள்ள இன்னொரு முகட்டுக்குப் போய், அங்கே ஒரு கல்லை ஆட்டத்தொடங்குகிறது.

...கீழே, என் தந்தை ஒரு விசித்திரமான உருவம் இருட்டிலிருந்து வருவதைப் பார்க்கிறார். மேலே நடந்துமுடிந்துவிட்ட பேரழிவைப் பற்றி ஒன்றுமே தெரியாமல், தன் அழிவிருட்டு இடத்திலிருந்து அந்த மிருகத்தைப் பார்க்கிறார். ஒரு கிழிந்த பைஜாமாவும் ராட்சஸன் போன்ற முகமூடியும் கொண்டு எல்லாப்பக்கமும்

முகங்கள் கொண்ட காகிதக்கூழால் ஆன பேய்பொம்மை போல... ராவணா ஏற்பாடு செய்திருந்த பிரதிநிதி. இதயம் படபடவென, ஒரு விவசாயியின் கொடுங்கனவுத் தோற்றத்தின் பேயுரு மேல் தட்டுக்குப் போவதைப் பார்க்கிறார்கள் மூவரும். ஒரு கணத்திற்குப் பிறகு, காலி இரவின் அமைதியில், அவனுடைய கூக்குரல் கேட்கிறது.. “.தாயோளிகள், எங்கருந்தோ வந்த பேடிப்பசங்க” ...புரியாமல், அவர்கள் விபரீதமான அந்த ஆள் இறங்கி ஓடி இருட்டில் மறைவதைப் பார்க்கிறார்கள். அவனுடைய வசவுகள் மட்டும் காற்றில் அலைகின்றன... “பன்னிப்பசங்க, அக்காள ஓழிங்க, சொந்தப் பீத்தின்னிங்க” ...அவர்கள் மனங்களைக் குழப்பம் அலைக்கழிக்க, மேலே போகிறார்கள்... பட் ஒரு கிழிந்த துணியைக் கண்டுபிடிக்கிறான், முஸ்தபா கமால் ஒரு கசங்கிய ரூபாய் நோட்டைப் பார்க்கிறான், என் அப்பா ஒரு இருண்ட மூலையில் பதற்றமான குரங்கைப் பார்க்கிறார்... யூகித்துக் கொள்கிறார்கள்.

இப்போது அவர்களின் முனகல்களும், திரு. பட்டின் கீச்சிடும் சாபங்களும்... பேயின் சாபங்களின் எதிரொலி; இப்போது அவர்கள் மூளையில் ஒரு மௌனப் போர் நடக்கிறது. பணமா, குடோனா? குடோனா, பணமா? வியாபாரிகள் சிந்திக்கிறார்கள், அமைதியான பீதியில். முக்கியமான புதிர்: அவர்களுடைய பணத்தை மலந்தின்னும் நாய்களும் மனிதர்களும் பாழாக்கட்டும் என்று விட்டுவிட்டாலும், தீ வைப்பவர்களைத் தடுப்பது எப்படி? ஒரு வார்த்தையும் பரிமாறிக்கொள்ளவில்லை, தவிர்க்கவியலாத கையில் - காசு என்கிற தவிர்க்கவியலாத சட்டம் கடைசியாக அவர்களை வெற்றி கொள்கிறது. படிக்கட்டுகளில் இறங்கி ஓடுகிறார்கள், புல்வெளிகளில், பாழடைந்த வாயில்களில், வந்துசேர்கிறார்கள் ...பள்ளத்திற்கு. கிடைக்கும் ரூபாய்களை சட்டைப்பைகளில் போடுகிறார்கள். தோண்டி, பற்றி, தேடித்தடவி, சிறுநீர்க்குட்டைகளையும், அழுகிப்போன பழங்களையும் பொருட்படுத்தாமல். எல்லாவற்றுக்கும்மேல், இன்றிரவு அவர்கள் தீவைப்பை நடத்தமாட்டார்கள் என்ற நம்பிக்கையில்... ஆனால் மெய்யாகவே...

...மெய்யாகவே ஜோசியன் ராம்ராம் சேட் காற்றில் ஆறங்குல உயரத்தில் மிதந்து கொண்டிருக்கவில்லை, என் தாயின் கூக்குரல் மறைந்தது, அவள் கண்கள் குவிந்தன, சுவரிலிருந்து நீட்டிக்கொண்டிருந்த பலகையை அவள் பார்த்தாள். “மலிவான தந்திரம்” தனக்குள் சொல்லிக்கொண்டாள். “தூங்கற கழுகும், குரங்காட்டியும் இருக்கற இந்த நாசமாப்போன எடத்தில நான்

வந்து... எவனோ ஒரு சாமியார் சுவர்ப் பலகை மேல உக்காந்து அந்தரத்தில இருக்கற மாதிரி நடிக்கறவங்கிட்ட வந்து... எதச் சொல்லப்போறான்னு காத்திருக்கறேன்?"

ஆமினா சினாய்க்குத் தெரியாதது: வரலாற்றில் இரண்டாவது முறையாக, நான் இருப்பதை வெளிப்படுத்திக் கொள்கிறேன். (இல்லை: அந்த வயிற்றிலிருக்கிற ஏமாற்றுக்காரத் தலைப்பிரட்டை அல்ல, நான். என்னைத்தான் சொல்கிறேன்) என்னுடைய வரலாற்றுப் பாத்திரத்தில்: அதைப்பற்றிப் பிரதமர்கள்கூட எழுதி இருக்கிறார்களே, ஒரு அர்த்தத்தில், நம் யாவரினுடைய கண்ணாடி நிழல்... பெரிய பெரிய சக்திகள் அன்றிரவு வேலை செய்கின்றன; அங்குள்ள யாவரும் அந்தச் சக்திகளை உணர்ந்து, பயப்படப் போகிறார்கள்.

கசின்கள் - முதலாவது முதல் நான்காவது வரை - இந்தக் கருத்த பெண்மணி உள்ளே வந்த வாயிலில் - அவளுடைய கீச்சிடலாகிய விளக்குக்கு ஈர்க்கப்படுகிற ஈசல்கள் போல ஓடிவருகிறார்கள்... லிஃபாபா தாஸ் வழிகாட்டிச்செல்ல, நடிக்கின்ற அந்தக் குறிசொல்பவனை நோக்கி அவள் செல்வதை எலும்புகட்டுபவன் பாம்பாட்டி குரங்காட்டி பார்க்கிறார்கள். இப்போது தைரியமூட்டும் சில குரல்கள்... (அந்த முரடர்களின் குரல்களுக்குப் பின்னால் ஏளன இளிப்புகளும் இருந்தனவா?) "ரொம்ப நல்லா குறிசொல்லுவான் சாகிபா... வாங்க கசின், அம்மா காத்திருக்கறாங்க"... ஆனால் இந்த ராம்ராம் சேட் யார்? பணத்துக்காக ஏமாத்தறவனா? போலி கைரேகைக் காரனா? முட்டாள் பெண்களுக்கு சந்தோஷமான விஷயத்தை மட்டும் சொல்றவனா? அல்லது உண்மையாவே நல்லபடியான ஓர் இரகசியத்திறவுகோலை வைத்திருக்கற நேர்மையானஆளா? அப்புறம் லிஃபாபா தாஸ்: மெய்யாவே என் தாய் ஒரு ரெண்டுரூபா வாங்கற போலியினாலே திருப்தி அடஞ்சிடுவான்னு நெனைச்சானா? அல்லது அவளுடைய அடியாழ இதயத்தின் பலவீனத்தை கூர்ந்து பாத்து கண்டு பிடிச்சிட்டானா? தீர்க்கதரிசனம் வெளியானபோது, அந்த பங்காளிகளும் ஆச்சரியப் பட்டாங்களா? அப்புறம் வாயில் இருந்த நுரை? அதப் பத்தி என்ன? அந்த புத்திக் கோளாறான மாலைப் பொழுதின் குழப்பத்தின் செல்வாக்கின்கீழ் அவளுடைய வழக்கமான சுயத்தின் பிடிப்பை நழுவவிட்டுவிட்டாள் என்பது உண்மையா? ...படிக்கட்டுப் பகுதியினுடைய ஒளியற்ற காற்றின் உறிஞ்சும் கடற்பஞ்சுக்குள் அது நழுவிச்செல்வது அவளுக்குத் தெரிந்தது... எது வேணுமானாலும் நடக்கும்; அதை நம்பவேண்டும் என்ற மனநிலைக்கு வந்துவிட்டாளா? இன்னொரு பயங்கரமான

சாத்தியம் இருந்தது… ஆனால் என் சந்தேகத்தைச் சொல்லுவதற்கு முன்னால், இந்த மயக்கமான திரையின் புரியாமைகளின் ஊடாக உண்மையில் என்ன நடந்தது என்பதைச் சொல்லவேண்டும். என் தாயை வருணிக்க வேண்டும். இந்தக் குறிசொல்பவன் முன்னால் கையை நீட்டிக்கொண்டு வவ்வாமீன் மாதிரிக் கண்களை முழித்துக் கொண்டு உட்கார்ந்திருக்கிறாள்… "எதப்பத்திக் குறிகேக்க வந்திருக்கீங்க சாகிபா?" (ஏளனச்சிரிப்பு)… "சொல்லுங்கண்ணே, சொல்லுங்க"… ஆனால் திரை மறுபடியும் மறைக்கிறது. அதனால் என்னால் சரிவரச் சொல்ல முடியவில்லை. ஒரு மலிவான சர்க்கஸ் கூடாரஆள் போலத் தொடங்கி, வாழ்க்கைக்கோடு, இதயக்கோடு, எல்லாவற்றின் இழிவான இணைவுகளைச் சொல்லி, பிள்ளைகள் கோடீஸ்வரர்கள் ஆவார்கள்…அந்தச் சமயத்தில் கசின்கள், "வாஹ் வாஹ்" என்கிறார்கள், "ரொம்பப் பிரமாதமான குறி அண்ணே"… அப்புறம் மாற்றிக்கொண்டானா? அவனுடைய முழிகள் மேல்நோக்கிச் சென்று கண்கள் முட்டைகள்போல் தெரிய ராம்ராம் சேட் விறைத்துப்போனானா? ஒரு கண்ணாடிபோல விசித்திரமான குரலில், "இந்த இடத்தைத் தொட அனுமதி உண்டா மேடம்?" என்று கேட்டானா? அப்போது அவன் கசின்கள் தூங்கும் கழுகுகள் போலிருக்க, அதேமாதிரி விசித்திரமான குரலில் ஆமினா "ஆமாம், தொடு" என்றாளா? ஆக, அவளுடைய வாழ்க்கையில் குடும்ப உறுப்பினர்கள் தவிர அவளைத் தொடும் மூன்றாவது மனிதன் இவன்தானா? அப்போது கொழுத்த அந்த விரல்களுக்கும் என் தாயின் விரல்களுக்கும் இடையில் ஒரு மின்சாரம் பாய்ந்ததா? பிறகு என் தாய் முயல்குட்டி மாதிரி அந்த தீர்க்கதரிசியைப் பார்த்துக்கொண்டிருக்க, அவனுடைய முகம் மெத்தென, கண்கள் இன்னும் முட்டை மாதிரியே இருக்கச் சுழல ஆரம்பித்தானா? திடீரென அவனுக்குள் ஒரு நடுக்கம் ஊடுருவ, அதே விசித்திரமான கீச்சுக் குரலில், அவன் உதடுகளிலிருந்து (அந்த உதடுகளையும் நான் வருணிக்க வேண்டும் - ஆனால் பிறகு, ஏனென்றால் இப்போது…) வார்த்தைகள் வெளிவருகின்றன: "மகன்".

அமைதியான கசின்கள், கட்டியிருக்கிற குரங்குகள், தங்கள் சத்தத்தை நிறுத்தின. பாம்புகள் கூடையில் சுருண்டன - சுழலுகின்ற குறிகாரனுடைய நாக்கிலிருந்து சரித்திரம் வெளிவந்தது. (அது எப்படி?) தொடங்குகிறான்… "மகன், எப்படிப்பட்ட மகன்! மகன் சாகிபா, தன் தாய்நாட்டின் வயதே ஆகின்ற மகன் - சற்றும் ஒருநாள்கூடக் கூடவும் கிடையாது, குறையவும் கிடையாது"… இப்போது பாம்பாட்டி கீரிக்காரன் எலும்புகட்டுபவன்

காட்சிப்பெட்டிக்காரன் இடையே நிஜமான பயம். ஏனென்றால் ராம்ராம் இப்படிப் பேசி அவர்கள் கேட்டதில்லை, அவன் தொடர்கிறான், பாட்டுப் போன்ற குரலில்:

"ரெண்டு தலை இருக்கும்; ஆனா நீ ஒண்ணைத்தான் பார்க்கமுடியும். முழங்கால்கள் இருக்கும்; மூக்கு ஒண்ணு இருக்கும்; மூக்கு ஒண்ணு இருக்கும்; முழங்கால்கள் இருக்கும்." "ரொம்ப கவனமா கேள் பத்மா, இந்த ஆள் எதுவுமே தப்பா சொல்லலை!" "பத்திரிகை அவனைப் புகழ்கிறது! இரண்டு தாய்மார்கள் வளர்க்கிறார்கள்! சைக்கிள்காரரர்கள் அவனை நேசிக்கிறார்கள்! - ஆனால் கும்பல்கள் அவனைத் தள்ளுகின்றன! ...சகோதரிகள் அழுகிறார்கள்... பாம்புகள் படர்கின்றன" ...ராம்ராம், வேகமாகச் சுழல்கிறான். "இது என்ன பாபா? தேவோ சிவா! எங்களைக் காப்பாற்று" என்கிறார்கள் நான்கு கசின்களும். ஆனால் ராம்ராம்: "குளித்தல் அவனை மறைத்து விடும்! குரல்கள் வழிகாட்டும்! நண்பர்கள் அவனை உருச்சிதைக்கிறார்கள்! இரத்தம் அவனை வெளிக்காட்டிவிடும்!" ஆமினா சினாய்: "என்ன சொல்கிறான் இவன்? புரியவில்லையே? லிஃபாபா தாஸ், இவனுக்கு என்ன ஆயிற்று?" அவளுடைய சிலை போன்ற உருவத்தைச் சுற்றிச்சுழன்று கொண்டு அவன், "எச்சில்கலங்கள் அவனுக்கு மூளைதரும்! டாக்டர்கள் அவனை உறிஞ்சுவார்கள்! காடு அவனை மறைத்துக் கொள்ளும்! மந்திரவாதிகள் திரும்பப்பெறுவார்கள்! சிப்பாய்கள் விசாரணை செய்வார்கள்! கொடுங்கோலர்கள் அவனை வறுப்பார்கள்!" ஆமினா விளக்கங்களுக்காக கெஞ்சும் போது, கசின்கள் கைகளைத் தொழுது விழுகிறார்கள்: ஏனென்றால் ஏதோ ஒன்று அவனுக்குள் புகுந்துவிட்டது, ஆனால் யாருக்கும் அவனைத் தொட தைரியமில்லை. ராம்ராம் சேட் உச்சநிலைக்குச் சுழல்கிறான்: அவன் மகன்களைப் பெறாமலே மகன்களைப் பெறுவான்! "வயதாகும் முன்னாலே வயதாகும்! அப்புறம், இறப்பதற்கு முன்னாலே அவன் இறப்பான்!"

அப்படித்தானா அது? தன்னைமீறிய சக்தி தனக்குள் அழித்ததால் திடீரெனத் தரையில் விழுந்தானா? வாயில் நுரைதள்ளியதா? அவனுடைய கடிக்கும் பற்களுக்கிடையில் கீரிக்காரன் தன் கழியைச் செருகினானா? லிஃபாபா தாஸ், "பேகம் சாகிபா, நீங்கள் போக வேண்டும், தயவு செய்து, எங்கள் அண்ணாவுக்கு உடம்புசரியில்லை" என்றானா?

கடைசியாகப் பாம்பாட்டி, அல்லது குரங்காட்டி, அல்லது எலும்புக்கட்டுபவன், அல்லது லிஃபாபா தாஸ் கூட, சொன்னார்கள்:

"ரொம்ப அதிகமான தீர்க்க தரிசனம் இது. இன்னிக்கு ராத்திரி ராம்ராம் சேட் ரொம்ப அதிகமாக் குறி சொல்லிட்டான்".

பல வருஷங்கள் கழிந்த பிறகு, அவளுடைய முதிர்ச்சியற்ற மயக்கத்தின்போது, அவள் கண்களின் முன்னால் எல்லாவிதப் பேய்களும் கடந்த காலத்திலிருந்து வந்து முன்னின்றபோது, என் தாய் என் வருகையை அறிவித்துத் தான் காப்பாற்றிய அந்தக் காட்சிப்பெட்டிக்காரனை மறுபடியும் பார்த்தாள். எவ்வித வெறுப்புமின்றி அவனிடம் பேசினாள் "ஓ மறுபடி வந்துவிட்டாயா? நான் இப்ப நெனைப்பது என்னன்னா, உன் கசின் ரத்தத்தைப் பத்தி, முழங்கால் மூக்கு பத்திச் சொன்னது என்னன்னு புரியலை. ஏன்னா யாருக்குத் தெரியும்? எனக்கு வேற குழந்தை பொறந்திருக்கலாம்".

தொடக்கத்தில் என் தாத்தா போல; ஒரு குருடன் வீட்டின் வளைந்த தாழ்வாரங்களில் திடீரென அவற்றின் முடிவில் தன் ஜோசப்பை இழந்த மேரி பெரேரா போல; என்னைப் போல; என் தாயும் பேய்களைக் காண்பதில் தேர்ச்சி உடையவள்.

...ஆனால் இப்போது, இன்னும்சில கேள்விகளும் புரியாமைகளும் இருப்பதனால், நான் சந்தேகங்களை எழுப்பவேண்டும். சந்தேகமும் பல தலை உள்ள ஒரு மிருகம்தான்; இல்லை யென்றால் என் சொந்தத் தாய்மீது அவற்றை எழுப்பாமல் என்னால் ஏன் நிறுத்த முடியவில்லை?... அந்த தீர்க்கதரிசியின் வயிறு எதுபோல இருக்கும் என்று கேட்கிறேன். அப்புறம் ஞாபகம், என் புதிய, எல்லாவற்றையும் அறிகின்ற ஞாபகம் - அதில் என் தாய் தந்தை தாத்தா பாட்டி பிற எல்லாரும் அவர்களுடைய வாழ்க்கை அடங்கியிருக்கிறது - சொல்கிறது: "மிருதுவாக, தானியமாவுக்களி போல". பிறகும் அதைக் கேட்கிறேன்: "அவன் உதடுகள் எப்படி?" "முழுசாக, அதிகச் சதையோடு, கவிஞன்மாதிரி". மூன்றாம் முறை என் ஞாபகத்தைக் கேட்கிறேன்: "அவன் தலைமுடி எப்படி?" தவிர்க்கவியலாத பதில்: "அடர்த்தி குறைந்து, கருப்பாக, நீளமாக, அவன் காதுகள்மீது படர்ந்து"... இப்போது காரணமற்ற என் சந்தேகம் கடைசியான கேள்வியை எழுப்புகிறது - ஆமினா - தூய்மைபோலத் தூய்மையானவள் - உண்மையாகவே... நாதிர்கானைப் போல் காணப்பட்ட மனிதர்கள்மீது அவளுக்கிருந்த பலவீனத்தால்... அன்றைய விசித்திரமான மனநிலையில்... அந்த தீர்க்கதரிசியின் பலவீனத்தால் மனம் தளர்ந்து... அவள்... "இல்லை" என்று பத்மா கத்துகிறாள். "எப்படி நீ இதைச் சொல்லலாம்? அந்த நல்ல பொம்பளையப் பத்தி? உன் சொந்தத் தாயாரப் பத்தி? அப்படி யிருப்பாள்ன்னு? உனக்கு ஒரு மண்ணும் தெரியாது, ஆனா

இப்படியெல்லாம் சொல்றே?" உண்மைதான், எப்போதும்போல அவள் சொல்வது சரிதான். அவளுக்குத் தெரிந்தால் நான் பழிவாங்குகிறேன் என்று - ஆண்டுகள் கழிந்து, பயனியர் கபேயின் அழுக்கான ஜன்னல்கள் வழியாக ஆமினா என்ன செய்தாள் என்பதை நான் பார்த்ததனால். அதனால் அங்கேதான் எனது அறிவுக்குப் புறம்பான கருத்து உருவாகியிருக்கலாம்; காலத்தில் பின்னோக்கி வளர்ந்து; இந்தச் சமயத்தில் முதிர்ச்சி பெற்று - ஆமாம், ஏறத்தாழ ஒரு கள்ளமற்ற தேடலில். அப்படித்தான் இருக்கவேண்டும். ஆனால் மிருகம் வசப்படமறுக்கிறது. "ஆ, அப்படியானால் அவளுடைய கடுங்கோபத்திற்குக் காரணம் என்ன? அவர்கள் பம்பாய் போவதாக அகமது அறிவித்தபோது?" இப்போது அவளை நக்கல் செய்கிறது: "நீங்க, எல்லாம் நீங்கதான் முடிவுசெய்யறிங்க. என்னப் பத்தி என்ன? நான் வரவிரும்பாட்டி ...இப்பதான் இந்த வீட்டை நேர்பண்ணி முடிச்சேன். அதுக்குள்ள..." ஆக: "பத்மா, அது ஒரு மனைவியுடைய உற்சாகமா, அல்லது நாடகமா?"

ஆமாம் - ஒரு சந்தேகம் தொடர்கிறது. அந்த மிருகம் கேட்கிறது. "அவ போய்வந்ததைப் பத்தி - எப்படியோ, அவ ஏன் தன் கணவனுக்குச் சொல்லவேயில்லை?" குற்றம்சாட்டப் பட்டவரின் வாதம் (என் தாய் இல்லாததால் அது பத்மாவின் குரலில் வெளிப்படுகிறது): "கடவுளே! அவருக்கு எவ்வளோ கோவம் வந்திருக்கும்? அந்த தீவைக்கற பயங்கரம்! அதெல்லாம் இல்லாட்டி போனாலும்கூட.... விசித்திரமான ஆம்பளைங்க; ஒரு பொம்பளை தனியா; அவர் காட்டுத்தனமா ஆயிருப்பார், காட்டுத்தனமா".

தகுதியற்ற சந்தேகங்கள்...நான் அவற்றைக் கைவிடவேண்டும்; பிற்காலத்துக்கென இந்தக் குற்றச்சாட்டுகளை ஒதுக்கிவைக்கவேண்டும்; அப்போது சந்தேகங்கள் இன்றி, மூடு மேகத்திரை இன்றி, அவள் எனக்கு கடினமான, தெளிவான, மறுக்கமுடியாத நிரூபணங்களை அளித்தாள்.

...ஆமாம், அப்புறம் என் தந்தை அன்றிரவு, அவருடைய வழக்கமான எதிர்காலத் தோல்வி மணத்தைவிட அதிகமான ஒரு சாக்கடை துர்நாற்றத்தோடு காலம் தாழ்த்தி வீடுவந்தார், அவருடைய கண்களும் கன்னங்களும் சாம்பல்கலந்த கண்ணீரால் நனைந்திருந்தன, புகைந்த தோல்துணியின் சாம்பல்நிறப்புழுதி அவர் தலையில் படிந்திருந்தது... ஏனென்றால் அவர்கள் குடோனைக் கொளுத்திவிட்டார்கள்.

"ஆனா அந்த ராத்திரிக் காவல்காரனுங்க?" என்று கேட்கிறாள் பத்மா. "தூங்கினாங்க, பத்மா, தூங்கினாங்க. முன்னாடியே அவங்க

தூக்கமருந்தச் சாப்பிடணும்னு தீவைக்கறவங்க சொல்லிட்டாங்க" ...அந்த தைரியமான லாலாவுங்க ...கைபர் கணவாயைப் பார்க்காத, நகரத்தில் பிறந்த போர்வீர, பட்டாணியனுங்க. அந்த சின்ன காகிதப் பொட்டலத்திலிருந்த துருநிறத்திலிருந்த பொடியை கொதிக்கிற டீயில் கலந்தாங்க. அப்புறம் அவங்களுடைய சார்பாய்களை எங்கப்பாவுடைய குடோனிலிருந்து விழப் போற உத்தரங்களும் கொள்ளிங்களும் படாம இருக்கத் தள்ளிப் போட்டுக்கிட்டாங்க. கயித்துக்கட்டில்ல படுத்துகிட்டு டீயை நல்லா உறிஞ்சிக்குடிச்சி, அதன் பிறழ்ச்சியிலே மயங்கிப் போயிட்டாங்க. ரொம்ப கரகரப்பான குரல்ல புஷ்டு பாஷையில முதல்ல அவங்களுக்குப் பிடிச்ச தெவடியாவுங்க பெருமையப் பாடினாங்க. பிறகு அந்த மருந்தினுடைய மென்விரல்கள் அவங்க விலா எலும்புகளத் தொட்டபோது சிரிக்க ஆரம்பிச்சாங்க. அந்தச் சிரிப்பு தூக்கத்தினுடைய வாசப்படியில கொண்டுபோய் விட்டது. பிறகு அந்த மருந்துக்குதிரைமேல ஏறிச் சவாரி பண்ணி, கனவில்லாத ஒரு ஓலகத்துக்குள்ள போய்ட்டாங்க. மருந்து தன் ஆற்றலை இழந்த பிறகுதான் அவங்களால அந்தத் தூக்கத்திலிருந்து மீளமுடியும்.

அகமது பட் கமால் டாக்சியில் வந்து இறங்கினார்கள். சாக்கடையில் சந்தித்த விஷயங்களால் நரகத்தை விட மோசமான நாற்றம் கொண்டு கசங்கிப்போன ரூபாய் நோட்டுக் கற்றைகளைப் பிடித்துக்கொண்டுவந்த அந்த மூன்றுபேரையும் பார்த்த டாக்சி டிரைவர் கலங்கிப்போனான். அவர்கள் அவனுக்குக் காசு முன்னே கொடுத்திருந்தால் காத்திருந்திருக்கவே மாட்டான். "ஐயா பெரியவங்களே! என்னப் போக விடுங்க. நான் ஒரு சின்ன ஆளு. என்ன இங்க நிறுத்தி வைக்காதீங்க!" என்று மன்றாடினான். ஆனால் அதற்குள் அவர்களுடைய முதுகுகள் தீப்பிடித்த இடத்தை நோக்கி அவனிடமிருந்து ஓடிக்கொண்டிருந்தன. தக்காளியிலும் நாய்ப் பீயிலும் நனைந்திருந்த ரூபாய்நோட்டுகளைப் பற்றியவாறு அவர்கள் ஓடுவதை அவன் பார்த்தான்; திறந்தவாய் மூடாமல் எரியும் குடோனையும். இரவு வானத்து மேகங்களையும்; அங்கிருந்த எல்லாரையும் போலவே தோல்துணி, தீக்குச்சிகள், அரிசி எரிகின்ற நாற்றத்தையும் சுவாசித்தான். மீசைகூட முழுசாக வளராத அந்த டிரைவர் கண்ணைமூடி, விரல் துவாரங்களில் தேய்ந்துபோன பென்சில் மாதிரி ஒல்லியாக இருந்த திரு. கமால் இரவுக் காவல்காரர்களை உதைத்துக்கொண்டும் அடித்துக்கொண்டும் எழுப்ப முயன்றதைப் பார்த்தான். "அதோ பார்" என்று என் தந்தை கத்த முயன்ற அந்த நேரத்தில் காசு போனால் போகிறதென்று

அவன் பயத்தில் வேகமாக ஓட்டிக்கொண்டு போய் விட்டான். அப்படியிருந்தும் கடைசியாக குடோன் வெடித்துச் சிதறியதைப் பார்க்க முடிந்தது. குடோனிலிருந்து ஒரு சாத்தியமற்ற கலவை - உருகிய அரிசி பருப்பு தானியங்கள் நனையாத தோல் ஜாக்கெட்டுகள் தீப்பெட்டிகள் ஊறுகாய் ஆகியவற்றின் உருகிய குழம்பு வெளிவந்தது. தீப்பிடித்துச் சிதறியபோது பண்டசாலையிலிருந்த பொருள்கள் தூக்கி எறியப்பட்டுக் கரிந்துபோன வேதனைக் கை போல வந்து விழுந்தன. குடோன் பற்றி எரிந்தபோது அவை தூங்கிக்கொண்டிருந்த காவல்காரர்கள் மீது வானத்திலிருந்து விழுந்து காயம்பட்டது, தூங்கிக் குறட்டை விட்டுக்கொண்டிருந்த அவர்கள் திறந்த வாயிலும் விழுந்தன. "கடவுள்தான் காப்பாத்தணும்" என்றான் திரு. பட். ஆனால் முஸ்தபா கமால் இன்னும் நடைமுறைப் பாங்காக, "நல்லவேளை கடவுளே, நாம் எல்லாரும் இன்ஷூர் செய்திருக்கிறோம்" என்றான்.

"அப்புறம் என்ன, சரியாவிட்டது" என்றார் பின்னர் அகமது சினாய் தன் மனைவியிடம். "அந்தச் சமயத்தில் தோல்துணி வியாபாரத்தைக் கைவிட முடிவெடுத்து. அலுவலகத்தையும், நன்னம்பிக்கையையும், விட்டுவிட்டேன். ரெக்சீன் வியாபாரம் பற்றி நான் அறிந்த எல்லாவற்றையும் மறந்துவிட்டேன். அந்தச்சமயத்தில் - முன்னாலும் இல்லை, பின்னாலும் இல்லை - உன் எமரால்டின் ஜூல்பி சொன்ன பாகிஸ்தான் போகும் விஷயத்தையும் கைவிட்டேன். அந்த எரியும் நெருப்பில்தான்" - (இதற்குப்பிறகு அவர் மனைவி ஒரு கடுங்கோபநாடகத்தில் ஈடுபட்டாள்) - "நான் பம்பாய்க்குப் போய் சொத்து வியாபாரத்தில் ஈடுபட முயற்சி செய்தேன். அங்கே இப்போது சொத்துகள் மிக மலிவாக விற்கின்றன" என்று அவளுடைய எதிர்ப்பு கிளம்புவதற்கு முன்னாலேயே சொன்னார், "நர்லீகருக்குத் தெரியும்".

(ஆனால் பின்னர் இதே நர்லீகரை ஒரு நம்பிக்கைதுரோகி என்பார்.)

எங்கள் குடும்பத்தில், யாராவது எங்களைத் தள்ளினால்தான் நாங்கள் வேறொரு ஊருக்குப் புறப்படுவோம். 48இன் கடுங்குளிர் ஒன்றுதான் இதற்கு விதிவிலக்கு. படகுக்காரன் டாய் என் தாத்தாவை காஷ்மீரிலிருந்து விரட்டினான்; மெர்க்குரோகுரோம் அமிர்தசரஸிலிருந்து அவரை விரட்டியது; கம்பளத்துக்கு அடியில் வாழ்ந்த வாழ்க்கை என் தாயை ஆக்ராவிலிருந்து வெளியேற்றியது; பலதலை மிருகங்கள் என் அப்பாவை நான் பம்பாயில் பிறக்க நேருமாறு அங்கே விரட்டின. அந்த ஜனவரியின் இறுதியில்,

வரலாறும் பிற தள்ளுதல்களும் நான் வெளியே வருவதற்குத் தயாரான ஒரு சூழலை உருவாக்கின. நான் காட்சிக்கு வரும்வரை அர்த்தம்புரியாத இரகசியங்கள் பல இருந்தன... உதாரணமாக, ராம்ராம் சேட்டினுடைய இருண்ட குறிப்பு: "முழங்கால்கள், ஒரு மூக்கு, மூக்கு முழங்கால்கள்". இன்ஷ்யூரன்ஸ் பணம் வந்தது. இந்தக் காலப்பகுதிக்குள் தில்லியின் விவகாரங்களை முடித்துக்கொண்டு - பெண்கள் மருத்துவர் நர்லீகர் சொன்னமாதிரி, தற்காலிகமாக பம்பாயில் சொத்து, "மண்ணு மாதிரி மலிவப்பா", என் தாய் பகுதிபகுதியாக நேசிக்கும் செயலைத்தொடர்ந்து மேற்கொண்டாள். ஆனால் அவள் என்ன முயற்சிசெய்தாலும் (நான் அவளுக்கு இங்கே சந்தேகத்தின் பலனைக் கொடுத்துவிடுகிறேன், இங்கே சாத்தியமான காரணங்கள் எதையும் சொல்லவில்லை) அவருடைய ஒரு பகுதியை அவளால் நேசிக்கமுடியவில்லை, அவரிடம் முழு சக்தியோடு ஒரு விஷயம் இருந்தது, நாதிர்கானிடம் அது இல்லை... அவர் அவள்மீது தன்னைத் திணித்துக்கொண்டபோது, (அப்போது குழந்தை ஒரு தவளை யளவு கூட இல்லை) அது நன்றாக இல்லை.

..."இவ்வளவு சீக்கிரம் வேண்டாம் ஜானம், என் உயிரே, இன்னும் கொஞ்சநேரம்" அவள் சொல்கிறாள்; விஷயங்களை ஒழுங்குபடுத்த அந்தத் தீயைப் பற்றி மறுபடியும் அகமது நினைக்கிறார், அந்த எரியும் இரவில் நடந்த கடைசி விஷயம், அவர் போகத் திரும்பியபோது வானில் கேட்ட ஒரு கிறீச்சிடல் - மேலே பார்த்து என்ன என்று பதிவு செய்ய முயற்சிசெய்தார் - ஒரு கழுகு - இரவில் அமைதி கோபுரங்களிலிருந்து ஒரு கழுகு அந்தச் சமயத்தில் தலைக்குமேல் பறந்துகொண்டிருந்தது - இன்னும் முழுசாகச் சாப்பிடாத ஒரு பார்சிக் கையை - வலதுகையை - அந்தக் கைதான்!... இப்போது அது கீழே விழுந்தபோது அவர் முகத்தில் நன்றாக அறைந்தது; அந்தச் சமயத்தில் ஆமினா, அவருக்குக் கீழே படுக்கையிலிருந்தவள், தன்னைச் சரிசெய்துகொள்கிறாள்; "உன்னால் ஏன் இன்பமாக இருக்கமுடியவில்லை, முட்டாள் பெண்ணே, இப்போது முதல் நீ நிஜமாகவே முயற்சிசெய்யவேண்டும்".

ஜூன் 4ஆம் தேதி, என்னுடைய பொருத்தமற்ற பெற்றோர் ஃப்ராண்டியர் மெயிலில் பம்பாய்க்குக் கிளம்பினார்கள். (தொங்குதல்கள், உயிருக்காக மன்றாடுதல்கள், தட்டிக் கொண்டே "மகாராஜ், ஒருதடவை மட்டும் திறங்கள்! ஓஓ! உங்கள் கருணையினால எங்களுக்கு ஒருதடவை நல்லது செய்ங்க!" அப்போதும் வரதட்சிணை அடங்கிய பச்சைப் பெட்டிக்குள்ளே அடியில் - தடைக்குள்ளான, நீலக்கல் பதித்த, நன்கு வார்க்கப்பட்ட ஒரு வெள்ளி எச்சிற்கலம்.)

அதே நாளன்று பர்மாவின் மவுண்ட்பாட்டன் பிரபு ஒரு பத்திரிகையாளர் கூட்டத்தில் பாகிஸ்தான் பிரிவினையை அறிவித்து, பிரிவினை நாளுக்கான கீழ்நோக்கி எண்ணும் காலக்காட்டியைத் தொங்க விட்டுவிட்டார்... அதிகார மாற்றத்திற்கு இன்னும் எழுபது நாட்கள்... அறுபத்தொன்பது... அறுபத்தெட்டு... டிக், டாக்.

மெத்வோல்டு

முதலில் இங்கே இருந்தவர்கள் மீனவர்கள்தான். மவுண்ட்பேட்டனுடைய கால கெடு அறிவிப்புக்கு முன்னால், மிருகங்களுக்கு முன்னால், பொது அறிவிப்புகளுக்கு முன்னால். கீழறை உலகத் திருமணங்கள் கற்பனை செய்யப்படுவதற்கும், எச்சில் கலங்கள் தெரியவருவதற்கும் முன்னால்; மெர்க்குரோகுரோம்களுக்கு முன்னால்; மல்யுத்தக்காரிகள் துளையிட்ட படுதாக்களைப் பிடிப்பதற்கு நீண்ட காலம் முன்னால்; முன்னால், முன்னால், டல்ஹவுசிக்கும் எல்ஃபின்ஸ்டனுக்கும் முன்னால், கிழக்கிந்தியக் கம்பெனி தன் கோட்டையைக் கட்டுவதற்கு முன்னால், முதல் வில்லியம் மெத்வோல்டுக்கும் முன்னால்: காலத்தின் விடியலில், பம்பாய் ஒரு டம்பெல் மாதிரியான வடிவில் இடையில் சுருங்கி, மத்தியில் ஒரு குறுகலான ஒளிவீசும் பட்டைபோல இருந்தது. பின்னால் அது ஆசியாவின் மிகப்பெரிய இயற்கைத் துறைமுகமாக அறியப்பட்ட போது மசகாவ்வும், வோர்லியும், மடுங்காவும் மாஹியும், சால்செட்டும் கொலாபாவும் கூட, தீவுகளாக இருந்தபோது - சுருக்கமாக, நிலம் கைக்கொள்ளப் படுவதற்கு முன்பு, நான்குகால் எந்திரங்களும், அடித்து இறக்கப்பட்ட பதிகால்களுமாக, ஏழுதீவுகளையும் சேர்த்து அரபிக்கடலைநோக்கிப் பற்றிக்கொள்ளக் கையை நீட்டும் ஒரு நீண்ட தீபகற்பமாக ஆக்குவதற்கு முன்னால்; கடிகாரத் தூண்கள் அற்ற புராதன உலகத்தில், மீனவர்கள் - அவர்களுக்குக் கோலிகள் என்று பெயர் - அரபிக் கடலில் படகுகளில் அஸ்தமனச் சூரியனுக்கு எதிரே செந்நிறப் பாய்களை விரித்துக் கடலோடினார்கள். அவர்கள் வவ்வால்மீன்கள், நண்டுகள் ஆகியவற்றைப் பிடித்தார்கள். நம்மையெல்லாம் (அல்லது நம்மில் பெரும்பாலோரை) மீன்விரும்பிகள் ஆக்கினார்கள். (பத்மா அவர்களுடைய மீன் ஜாலங்களுக்கு வசியமானவள். ஆனால் எங்கள்

வீட்டில், நாங்கள் காஷ்மீர் ரத்தத்தினால், பனிக்குளிர்ச்சி தங்கிய காஷ்மீர் வானத்தினால், அந்நியப்பட்டவர்கள். எனவே மாமிச உண்ணிகளாகவே இருந்தோம்.)

தேங்காய்களும் அரிசியும்கூட அக்காலத்தில் இருந்தன. யாவற்றுக்கும் மேலாக, கருணையோடு தலைமை வகிக்கும் மும்பாதேவிக் கடவுளின் செல்வாக்கு. அம்மையின் பெயர் மும்பா தேவி, மும்பா பாய், மும்பாய் - இதுவே நகரத்தின் பெயராகிவிட்டது. ஆனால் போர்ச்சுகீசியர்கள் இந்தத் துறைமுகத்திற்கு இட்டபெயர் பம்பாஹியா. மீன்பிடிப்பவர்களின் தேவியை வைத்து இட்ட பெயர் அல்ல அது... போர்ச்சுகீசியர்கள்தான் முதலில் இங்கு படையெடுத்தவர்கள். தங்கள் கப்பல்களும், படைவீரர்களும் தங்குவதற்குத் துறைமுகத்தைப் பயன்படுத்தினார்கள்: ஆனால் 1633இல் ஒரு நாள், கிழக்கிந்தியக் கம்பெனி அதிகாரி ஒருவன், மெத்வோல்டு என்று பெயர் அவனுக்கு - ஒரு தரிசனத்தைக் கண்டான். கோட்டையால் உறுதியாக்கப்பட்ட ஒரு பிரிட்டிஷ் பம்பாய், இந்தியாவின் மேற்கில் புகும் எல்லாரையும் தடுத்துப் பாதுகாப்பதாகக் கனவு கண்டான். மிக வலிமை படைத்த சிந்தனையானதால் பின்னர் காலத்தை இயக்கியது. வரலாறு இயங்கி முன்னேறியது: மெத்வோல்டு இறந்துபோனான்; 1660இல் இங்கிலாந்தின் இரண்டாம் சார்லஸ், போர்ச்சுகீசிய பிரகான்ஸா குடும்பத்தைச் சேர்ந்த கேதரினுடன் திருமண நிச்சயம் செய்துகொண்டான். தான் வாழ்நாளெல்லாம் ஆரஞ்சு விற்கும் நெல் என்பவனுக்குத் தாளம்போட்ட அதே கேதரின்தான். ஆனால் அவளுக்கு இந்த ஆறுதலாவது இருந்தது - அவளுடைய திருமண வரதட்சிணைதான் பம்பாயை பிரிட்டிஷ் கைகளுக்கு, (ஒருவேளை ஒரு பச்சை டிரங்குப்பெட்டியில்?) கொண்டுபோய்ச் சேர்த்தது. மெத்வோல்டினுடைய கனவை நனவாக்க ஒருபடி முன்னேறச் செய்தது. அதற்கப்புறம், கம்பெனி 1668 செப்டம்பர் 21இல் பம்பாயைத் தன்கைக்குள் கொண்டு வர அதிக நாளாகவில்லை: பிறகு கோட்டையும் கடலிலிருந்து வசப்படுத்திய நிலமும் என முன்னேறலானார்கள். நீங்கள் கண்ணிமைப்பதற்குள் இதோ ஒரு நகரம் - பம்பாய் எழுந்துவிட்டது. அது பற்றி ஒரு பழைய பாட்டு.

முதன்மையானது இந்தியாவில்
இந்தியாவின் வாயில்,
கிழக்கின் நட்சத்திரம்,
மேற்குநோக்கிய முகத்துடன்.

நமது பம்பாய், பத்மா? அது அப்போது மிக வித்தியாசமாக இருந்தது. நைட்கிளப்புகள், ஊறுகாய்த் தொழிற்சாலைகள், ஓபிராய் ஷெராடன் ஹோட்டல்கள், திரைப்பட ஸ்டுடியோக்கள் அக்காலத்தில் இல்லை. ஆனால் நகரம் மிக வேகமாக வளர்ந்தது, ஒரு கதீட்ரல், குதிரைமீதேறிய மராட்டியப் போர்வீர அரசன் சிவாஜியின் சிலை இவற்றுடன். அந்தச் சிலைக்கு இரவில் உயிர்வந்து (நாங்கள் அப்படி நினைத்தோம்) அது நகரம் முழுவதும்சுற்றி மரைன் டிரைவ் வழியாகக் குதிரையில் சென்றது. சௌபாத்திக் கடற்கரை மணலில்? மலபார் ஹில்லின் பெரும் மாளிகைகளைத் தாண்டி, கெம்ப் மூலையைச் சுற்றி, கடற்கரை வழியாக ஸ்காண்டல் பாயிண்ட்டுக்கு? ஆம், என் சொந்த வார்டன் சாலை வழியாகவும் - ஏன் இருக்கக்கூடாது? ப்ரீச் கேண்டியில் ஆங்காங்குள்ள நீச்சல் குளங்களைக் கடந்து, மிகப்பெரிய மகாலட்சுமி கோவிலுக்கும், பழைய விலிங்டன் கிளப்புக்கும் நேராக... என் குழந்தைப் பருவம் முழுவதும், பம்பாய்க்குக் கெட்டநேரம் வந்தபோதெல்லாம், தூக்கமற்ற இரவுநேர நடையாளி எவனாவது அந்தச்சிலை சென்றதைப் பார்த்ததாகக் கூறுவான். என் இளமைப்போதின் பம்பாயில், பேரிடர்கள் ஒரு கல்குதிரையின் குளம்புகளின் தாளத்துக்கு ஏற்ப அசைந்தன.

முதலில் வசித்த மீனவர்கள் இப்போது எங்கிருக்கிறார்கள்? தேங்காய்கள்தான் நன்றாகப் பரவின. இப்போதும் சௌபாத்திக் கடற்கரையில் தேங்காய்களின் தலை வெட்டப்படுகிறது; ஜுஹு கடற்கரையில், சன் அண் சேண்ட் ஹோட்டலில் திரைப்பட நட்சத்திரங்களின் சோர்ந்த பார்வைக்குக்கீழ், இப்போதும்கூடச் சிறு பையன்கள் தென்னை மரங்கள்மீது ஏறித் தேங்காய்களை உதிர்க்கிறார்கள். தேங்காய்களுக்கென்று தனியாகத் தேங்காய்நாள் என்று விழாநாள்கூட இருக்கிறது. என்னுடைய பிறந்தநாளுக்கு ஒருசில நாட்கள் முன்னால்தான் அது கொண்டாடப்பட்டது. தேங்காய்களின் இடம் உறுதியானது. அரிசிக்கு இவ்வளவு அதிர்ஷ்டம் இல்லை. அரிசிமூட்டைகள் இப்போது கான்கிரீட் தளங்களில் கிடக்கின்றன. முன்பு கடலின் பார்வையில் அசைந்தாடிக்கொண்டிருந்த நெல்வயல்கள் இப்போது நெருக்கமான உயரமான குடியிருப்புகளாக மாறியிருக்கின்றன. ஆனாலும் நகரத்தில் நாங்களெல்லாம் அதிகமாக அரிசி சாப்பிடுபவர்கள் தான். பட்னா அரிசி, பாஸ்மதி, காஷ்மீரி அரிசி எல்லாம் தினசரி நகரத்திற்கு வருகின்றன. அசலாக இங்கிருந்த 'ஊர்' அரிசி எங்கள் மீது தன் பதிவைச் செய்திருக்கிறது. அது மறைந்துபோனது வீண் என்று சொல்வதற்கில்லை. மும்பாதேவியும் இப்போது அவ்வளவு

பிரபலம் இல்லை. யானைத்தலை கணேஷ் மக்களின் நேசத்துக்கு உரியவராகிவிட்டார். விழாக்களின் காலஅட்டவணை தேவியின் வீழ்ச்சியைக் காட்டுகிறது? கணேஷுக்கு - 'கணபதி பாபா' - கணேச சதுர்த்தி (விநாயக சதுர்த்தி) விழா இருக்கிறது? அப்போது பெரிய ஊர்வலங்கள் பிளாஸ்டரால் செய்த சிலைகளைத் தூக்கிக் கொண்டு சௌபாத்திக்குப் போய் கடலில் எறிகின்றன. விநாயக சதுர்த்தி மழைவருவதற்காக. பருவமழையை வரச்செய்கிறது. கெடுநாளின் இறுதியில் நான் பிறப்பதற்கு முன்னால் அதுவும் கொண்டாடப்பட்டது. ஆனால் மும்பாதேவிக்கென நாள் எங்கே இருக்கிறது? அது காலண்டரில் இல்லை. மீன்பிடி இனத்தவர்களின், நண்டுபிடிப்பவர்களின் பிரார்த்தனைகள் எங்கே?...மும்பையின் முதல் குடிமக்களில் கோலி இனத்தவர்கள்தான் க்ஷீணித்துவிட்டார்கள். கைமாதிரி அமைந்த தீபகற்பத்தின் கட்டை விரலில் ஒரு சிறுகிராமத்திற்கு ஒதுக்கப்பட்டு விட்டார்கள். இருந்தாலும் அவர்கள் பெயர் ஒரு மாவட்டத்திற்குச் சூட்டப்பட்டிருக்கிறது - கொலாபா. கொலாபா கடற்கரைச்சாலையோடு அதன் முனைக்குச் சென்றால் - மலிவான துணிக்கடைகள், ஈரானி ஓட்டல்கள், ஆசிரியர்கள், பத்திரிகைக்காரர்கள், எழுத்தர்கள் ஆகியோரின் இரண்டாந்தர ஃப்ளாட்டுகள். அவர்கள் கடல் தளத்திற்கும் கடலுக்கும் மத்தியில் நசுக்கப்பட்டுவிட்டார்கள். சில சமயங்களில் மீன் சதையும் நண்டுச்சதையும் மணக்கும் கைகளைக் கொண்ட கோலிப் பெண்கள்; அவர்களது ஊதா அல்லது இளஞ்சிவப்பு நிறப் புடவைகள் நாணமற்றுக் கால்களுக்கிடையில் இழுத்துக்கட்டப்பட்டுள்ளன. அவர்களுடைய பெரிய மீன்போன்ற கண்களில் சில சமயம் பழைய தோல்விகளும் சொத்து இழப்புகளும் பளிச்சிட, மதர்த்துப்போய், கொலாபா பஸ் கியூவுக்கு முன்வந்து நிற்கிறார்கள். கோட்டையாக இருந்து நகரமாக மாறிய ஒன்று, அவர்களுடைய நிலங்களை அபகரித்துக்கொண்டது. பதிகால் பதிக்கும் எந்திரங்கள் அவர்கள் கடலின் ஒரு பகுதியைத் திருடின. நாலுகால் வண்டிகளும் திருடுகின்றன. ஆனால் இன்னும் அரபு 'தௌ'கள் (மீன்பிடிச் சிறுபடகுகள்) தினசரி மாலையில் சூரிய அஸ்தமனத்திற்கு எதிராகப் பாய்விரிக்கத்தான் செய்கின்றன. 1947 ஆகஸ்டில், ஆங்கிலேயர், மீன்பிடி வலைகள், தேங்காய்கள், அரிசி, மும்பா தேவி - எல்லாவற்றின்மீதான ஆதிக்கத்தையும் கைவிட்டுப் போகத் தயாராகி விட்டார்கள். எந்த ஆதிக்கமும் நிலைத்திருப்பதில்லை.

இப்படியாகப் புறப்படுகின்ற ஒரு ஆங்கிலேயனோடு, ஜூன் 19ஆம் நாள் ஃப்ராண்டியர் மெயிலில் வந்துசேர்ந்தபோது - இரண்டு

வாரங்கள் கழித்து, என் பெற்றோர் விசித்திரமான ஓர் ஒப்பந்தத்தில் ஈடுபட்டார்கள். இவன் பெயரும் வில்லியம் மெத்வோல்டு தான்.

ஒரு பஸ் நிறுத்தத்திற்கும் சிறியவரிசையில் அமைந்த கடைகளுக்கும் மத்தியில் மெத்வோல்டு எஸ்டேட்டுக்குச் செல்லும் பாதை வார்டன் சாலையிலிருந்து பிரிகிறது. (இப்போது என் ராச்சியத்திற்குள் நுழைகிறோம் நாம். என் குழந்தைப்பருவத்தின் இதயத்திற்கு. என் தொண்டையை அடைக்கிறது) சிமல்கரின் பொம்மைக்கடை; ரீடர்ஸ் பேரடைஸ்; சிமன்பாய் ஃபத்பாய் நகைக்கடை; எல்லாவற்றிற்கும் மேலாக, பாம்பெல்லி தின்பண்டக்கடை - அவர்களுடைய மார்க்விஸ் கேக், ஒருகெஜ நீள சாக்கலேட்டுகள் புகழ்பெற்றவை; வேண்டிவாங்கிக்கொள்கின்ற பெயர்கள். ஆனால் இப்போது நேரம் இல்லை. பேண்ட்பாக்ஸ் சலவைக்கடையின் சல்யூட் அடிக்கும் அட்டைப் பையன் உரு வத்தைத் தாண்டினால் சாலை எங்கள்வீட்டுக்குத்தான் செல்கிறது. அந்தக் காலத்தில் நர்லீகர் பெண்களின் இளஞ்சிவப்புநிற பலமாடிஅடுக்கு (ஸ்ரீநகர் வானொலி கோபுரத்தின் விகாரமான எதிரொலி) நினைக்கப்படவே இல்லை. சாலை இரண்டு மாடிக் கட்டடத்தின் உயரமே உள்ள ஒரு சிறிய குன்றின் மீது ஏறியது. பிறகு கடலைப் பார்க்க வளைந்தது. கீழே நோக்கினால் ப்ரீச் கேண்டி நீச்சல் சங்கம். அங்கே கருப்புத் தோலின் மீது உரசுகின்ற பயமின்றி பிரிட்டிஷ் இந்தியாவின் வடிவத்திலுள்ள ஒரு நீச்சல் குளத்தில் சிவப்புநிற மக்கள் நீந்த முடியும். இங்கே சாலையை வளைத்துக் கட்டப்பட்ட மெத்வோல்டு மாளிகைகள். அவற்றின்மீது ஒரே ஒரு வார்த்தை கொண்ட அறிவிப்புப் பலகைகள் - விற்பனைக்கு; இந்த வார்த்தை - எனக்கு நன்றி - மீண்டும் பல ஆண்டுகள் கழித்து அவற்றின்மீது மறுபடியும் தோன்றும். ஆனால் அந்த வார்த்தை அறியாமையில் மூழ்கிய என் பெற்றோரை மெத்வோல்டின் விசித்திரமான விளையாட்டுக்குள் இழுத்தது.

மெத்வோல்டின் எஸ்டேட்: அவற்றில் முன்புவசித்த ஆங்கிலேயர்களின் பாணிக்கு ஒத்த மாதிரி கட்டப்பட்ட நான்கு ஒரேமாதிரியான வீடுகள் (ஆக்கிரமிப்பாளரின் வீடுகள் - ரோமானிய மாளிகைகள்; இரண்டுமாடி உயர ஒலிம்பஸ் குன்றின்மீது அமைந்த கடவுளர்களின் மூன்றுஅடுக்கு வீடுகள் - வளர்ச்சி குன்றிய கைலாச மலை) - பெரிய நீடித்திருக்கக்கூடிய மாளிகைகள், சிவந்த முக்கோண வடிவக்கூரைகள் அமைந்தவை - மூலை களில் வெள்ளைவெளேரென்ற கூரான சிவந்த தொப்பியணிந்த கோபுரங்கள் (இளவரசிகளைச் சிறைவைக்கத் தகுதியானவை) -

வராந்தாக்கள் அமைந்த வீடுகள், வேலைக்காரர்கள் வசிப்பிடங்கள் செல்லச் சுழற்படிக்கட்டுகள் பின்னால் மறைவாக. சொந்தக்காரரான மெத்வோல்டு அவற்றிற்கு ஐரோப்பிய ராஜமாளிகைகள் பெயர்களையே இட்டிருந்தார்! வார்செய்ல் வில்லா, பக்கிங்காம் வில்லா, எஸ்காரிடல் வில்லா, சேன்ஸ் சூச்சி. அவற்றின் குறுக்கே பொகேய்ன்வில்லா செடிகள் படர்ந்து சென்றன. இளநீல நிறக் குளங்களில் தங்கமீன்கள் நீந்தின. தோட்டக் கற்குவியல்களில் கள்ளிச் செடிவகைகள் நின்றன. புளியமரங்களின்கீழ்த் தொட்டாற்சுருங்கி செழித்திருந்தது. புல் வெளிகளில் வண்ணத்துப்பூச்சிகளும் ரோஜாக்களும் பிரம்பு நாற்காலிகளும். ஜூன் மாத மத்தியில் ஒருநாள் மெத்வோல்டு தனது காலியான மாளிகைகளை மிகக்குறைந்த விலைக்கு விற்றார் - ஆனால் நிபந்தனைகள் இருந்தன. ஆகவே இப்போது பெரிய ஆர்ப்பாட்டம் இன்றி, அவரை நான் உங்களுக்கு அறிமுகப் படுத்துகிறேன். நடுவகிடு எடுத்த தலைமுடி... ஆறடி உயர அரக்கன் இந்த மெத்வோல்டு, அவருடைய முகம் ரோஜா நிறம், நிரந்தர இளமை. தலையில் அடர்ந்த பிரில்லியண்டைன் போட்ட முடி. இந்த நடுவகிடு பற்றிப் பின்னரும் பேசுவோம். அதன் மிகச்சரியான பகுப்புஇள நங்கையரை மெத்வோல்டின்மீது கவர்ச்சிகொள்ள வைத்தது. அவர்கள் அதைக் கலைத்துவிட நினைக்காமல் இருக்க முடியவில்லை... இப்படி நடுவகிடு எடுத்திருந்த மெத்வோல்டின் தலைமுடிக்கும் என்னுடைய தொடக்கத்துக்கும் நிறையத் தொடர்பு இருக்கிறது. அந்த வகிட்டின்வழியாகத்தான் வரலாறும் பாலியல் கவர்ச்சியும் நகர்ந்தன. கழைக்கூத்தாடிகள் போல. (ஆனால் இவையெல்லாம் இருப்பினும், அவரைக் கண்ணால் பார்க்காத - மந்தமான பிரகாசம் கொண்ட பற்கள் மீதோ, அழிவுக்குள்ளாக்கும் வகிடுமீதோ கண்வைக்காத நானும்கூட, எந்தக் கசப்புணர்ச்சியையும் வெளிப்படுத்த முடியவில்லை).

அவருடைய மூக்கு? அது எப்படியிருந்தது? முனைப்பாகவா? அப்படித்தான் இருந்திருக்க வேண்டும். பெர்ஜராக்கிலிருந்து வந்த உயர்குலத்துப் பாட்டியின் வழிவந்ததல்லவா அது? அந்த இரத்தம் அவருடைய உடலில் கடல்நீர்போல் ஓடி, அவருடைய மேன்மைமிக்க கவர்ச்சியைக் கொஞ்சம் கொடியதாக - ஆப்சிந்தி மதுவைப்போல இனிய கொலைகாரச் சாயையை அவருக்கு அளித்தது.

மெத்வோல்டு எஸ்டேட் இரண்டு நிபந்தனைகளின் பேரில் விற்கப்பட்டது: அவற்றிலுள்ள பொருள்கள் யாவற்றோடும்

சல்மான் ருஷ்தீ | 169

வீடுகளை வாங்கிக்கொள்ளவேண்டும், புதிய சொந்தக்காரர்கள் அவற்றை அப்படியே வைத்திருக்கவேண்டும். அடுத்தது, ஆகஸ்டு 15ஆம் தேதி நள்ளிரவில்தான் சொத்து மாற்றப்படும்.

"எல்லாத்தையுமா?" என்று கேட்டாள் ஆமினா சினாய். "ஒரு ஸ்பூனைக்கூடத் தூக்கி எறியக்கூடாதா? அல்லா... அந்த விளக்குஷேட் தாங்கமுடியல... ஒரு சீப்பைக்கூட வெளியே போடக்கூடாதா?"

"எல்லாவற்றையும் வைத்திருக்கவேண்டும்" என்றார் மெத்வோல்டு. "அதுதான் என் நிபந்தனை. ஒரு பிடிவாதம் என்று வைத்துக்கொள்ளுங்களேன், மிஸ்டர் சினாய். வீடு திரும்புகின்ற காலனிக்காரனுக்கு அவனுடைய சிறிய விளையாட்டு இது - அனுமதிக்கக் கூடாதா? பிரிட்டிஷ்காரர்களான எங்களுக்கு இப்போது ஒன்றும் செய்ய இல்லை - எங்கள் ஆட்டங்களை ஆடுவதைத் தவிர."

"கேள், கேள் ஆமினா" அகமது பின்னால் அவளிடம் சொன்னார், "இந்த ஓட்டல் அறையிலேயே எப்போதும் தங்கலாம்ன்னு நெனைச்சிட்டியா? ரொம்ப மலிவான விலை. ரொம்ப ஆச்சரியகரமான விலை, நிஜமாவே. அவருடைய பத்திரத்தை எல்லாம் மாத்தியபிறகு அவரால என்ன செய்யமுடியும்? அப்புறம் எந்த விளக்குஷேட் பிடிக்கலைன்னாலும் தூக்கி எறி. இன்னும் ரெண்டுமாசம்கூட இல்ல..."

"தோட்டத்தில் அமர்ந்து காக்டெயில் சாப்பிடலாமா?" என்று கேட்டார் மெத்வோல்டு. "தினமும் காலை ஆறு மணிக்குச் சரியாக. காக்டெயில் நேரம். இருபதாண்டுகளாக மாறாத விஷயம்."

"ஆனா கடவுளே...அந்த பெயிண்ட்... அப்புறம், அலமாரியில எல்லாம் பழைய உடைகள்... ஜானம்... சூட்கேஸ் இல்லாம வாழ்க்கை நடத்தணுமா நாம? ஒண்ணை வைக்கக்கூட இடம் இல்ல!"

கள்ளிச் செடிகளுக்கும் ரோஜாக்களுக்கும் இடையில் அமர்ந்து காக்டெயிலை உறிஞ்சிக் கொண்டே, "ரொம்ப மோசம் மிஸ்டர் சினாய். இதுமாதிரிப் பார்த்ததில்லை. நூற்றுக்கணக்கான வருஷம் மேன்மையான அரசாங்கம் நடத்தியிருக்கிறோம், திடீரென்று போடா என்கிறார்கள். நாங்கள் ஒன்றும் மோசமில்லை என்பதை ஒப்புக்கொள்வீர்கள். உங்கள் சாலைகளை அமைத்தோம். பள்ளிக்கூடங்கள், இரயில்வேக்கள், பாராளுமன்ற அமைப்பு, எல்லாம் மிகத் தகுதியான விஷயங்கள். தாஜ்மஹால் விழுந்துகொண்டிருந்தது. ஒரு ஆங்கிலேயன்தான் பார்த்துசரிசெய்ய நினைத்தான். திடீரென்று இப்போது சுதந்திரம். வெளியேற எழுபது

நாட்கள். நான் அதற்கு முற்றிலும் எதிரானவன். ஆனால் என்ன செய்வது?"

"...அப்புறம், கம்பளத்துமேலல்லாம் கறைங்களைப் பாருங்க, ஜானம்...இந்த பிரிட்டிஷ்காரனுங்க மாதிரி நாம ரெண்டுமாசம் காலந்தள்ளணுமா? குளியறைங்களைப்பாத்தீங்களா? போற எடத்துக்குப் பக்கத்தில தண்ணியே இல்ல. நான் நம்பவே இல்ல, ஆனா இப்பத்தான் தெரியுது...அவங்க பின்பக்கத்தைத் தொடச்சிக்கிடுவாங்களாமே?"

"மிஸ்டர் மெத்வோல்டு, சொல்லுங்கள்?" அகமது சினாயின் குரல் மாறியது. ஓர் ஆங்கிலேயனின் எதிரில் ஓர் ஆக்ஸ்ஃபோர்டு கும்பல் சண்டையின் விகாரமான கேலிக்குரல் போல ஆகியது. "ஏன் காலம் தாழ்த்துகிறீர்கள்? எப்படிப்பார்த்தாலும் வேகமான வணிகம்தான் சிறந்த வியாபாரம். இந்த விஷயத்தை முடியுங்கள்".

"...அப்புறம், எங்க பாத்தாலும் இங்கிலீஷ்காரிங்களோட படம், பாபா? சுவத்தில எங்கப்பா ஃபோட்டோவக்கூட மாட்ட எடமில்ல..."

ப்ரீச்கேண்டி குளத்திற்கு அப்பால் சூரியன் கடலில் மூழ்கிக்கொண்டிருக்கும்போது, மெத்வோல்டு, டம்ளர்களில் மறுபடியும் மதுவை ஊற்றுகிறார், "இந்த கெட்டியான ஆங்கிலத்தோலுக்குக் கீழே உருவகத்தின்மீது ஆசைப்படுகின்ற ஒரு இந்தியமனம் இருக்கிறது என்று எனக்குத் தோன்றுகிறது மிஸ்டர் சினாய்".

"...இவ்வளோ குடிக்கிறாங்களே ஜானம்,... அது சரியில்லையே."

"மிஸ்டர் மெத்வோல்டு, நீங்க என்ன சொல்லவறீங்கன்னு எனக்குப் புரியவில்லையே..."

..."அடடே, உங்களுக்குப் புரியும். ஒருமாதிரி நான்கூட அதிகார மாற்றம்தான் செய்யறேன். இந்த அரசாங்க மாற்றம் நடக்கிற அந்த வேளையிலேயே. நான் சொன்ன மாதிரி இது ஒரு விளையாட்டு. சிரிக்கமாட்டீங்களா, சினாய்? நீங்க சொன்னமாதிரியே, விலை ஒண்ணும் அதிகமேயில்ல".

"அவன் மூளை என்ன பழுதாயிடுச்சா ஜானம்? இந்தக் கிறுக்குப் பிடிச்சவனோட பேரம் பேசி வாங்கறது சரியா?"

"இரும்மா, இரு" என்றார் அகமது சினாய். "ரொம்ப நேரமா இதப்பத்திச் சொல்லிட்டே. மிஸ்டர் மெத்வோல்டு ஒரு நல்ல மனிதர். நல்ல குலம். நல்ல மரியாதைப் பட்டவர். நான் அவர் பேரை வைக்கமாட்டேன். அப்புறம், மத்தவங்க வாங்கறாங்களே,

அவங்க இப்படியா சத்தம் போடறாங்க?... நான் அவர்கிட்ட வாங்கறேன்னு சொல்லியாச்சு, அவ்வளவுதான். இதப்பத்திப் பேசாதே.''

"பிஸ்கட் சாப்பிடுங்க'' மிஸ்டர் மெத்வோல்டு ஒரு தட்டை நகர்த்துகிறார். "மேலே சொல்லுங்க மிஸ்டர் எஸ், சொல்லுங்க. ரொம்ப விசித்திரமான வேலைதான். இது மாதிரிப் பாத்ததில்லை. என்னிடம் முன்னே வாடகைக்கு இருந்தவங்க... எல்லாம் பழைய இந்தியஆட்கள்தான் மொத்தப்பேரும் - திடீரென்று போய்விட்டார்கள். ரொம்ப மோசம். இந்தியாவுக்காக பசியை விட்டுட்டாங்க. ஒரே ராத்திரியில. என்ன மாதிரி எளிமையான ஆளுக்கு இது குழப்பமாருக்கு. கையைக் கழுவிட்டாங்க போல இருக்குது. ஒரு பொருளையும் எடுத்துக்கொண்டு போக நினைக்கல. போகட்டும்ன்னு சொல்லிட்டாங்க. எல்லாம் திடீரென்று அவங்கவங்க இடத்துக்கு. பணத்தில ஒண்ணும் குறையில்ல. ஆனாலும்... ரம்! எங்கிட்ட குழந்தையை விட்டுப் போயிட்டாங்க. அப்புறம்தான் எனக்கும் இப்படித் தோணித்து.''

"...ஆமாம், முடிவுசெய்ங்க, செய்ங்க?'' என்றாள் ஆமினா, ஆவேசமாக. "நான் இங்க கொழந்தை வயித்தோட குத்துக்கல்லு மாதிரி ஒக்காந்திருக்கேன். எனக்கு என்னா இருக்குது? இந்தக் கொழந்த வளர்றப்ப நான் ஒரு அந்நியன் வீட்ல உக்காந்திருக்கணும்... என்னா என்னா செய்ய வைக்கறீங்க என்னை?''

ஓட்டல் அறையைத் தட்டிக்கொண்டே அகமது சொன்னார் "அழாதே, ரொம்ப நல்ல வீடு. உனக்கும் பிடிச்சித்தான் இருக்கு. அப்புறம், ரெண்டு மாசம். அதுக்கும் குறைவு. என்ன உதைக்குதா? நான் பாக்கட்டுமா? எங்கே? இங்கெயா?''

"அங்கே'' என்கிறாள் ஆமினா மூக்கைத் துடைத்துக்கொண்டே. "நல்ல உதை.''

மிஸ்டர் மெத்வோல்டு சொல்கிறார், அஸ்தமன சூரியனை நோக்கிக்கொண்டே. "என் சொத்தை நான்தான் நிறைவேற்றவேண்டும். பாருங்க, எல்லாத்தையும் விட்டுப் போகிறேன். தகுதியுள்ள ஆட்களா - உங்களைப் போன்றவர்களை - தேர்ந்தெடுத்து, மிஸ்டர் சினாய், எல்லாத்தையும் அப்படியே ஒண்ணுமே எடுத்துக்காம விட்டுப் போறேன். எல்லாம் சரியா வேலைசெய்யற நிலையில. உங்களச் சுத்திப் பாருங்க. எல்லாம் நல்ல நிலையில இருக்கா இல்லையா? நாங்க டிக்கெட்டி - பூ ன்னு சொல்வோம். அல்லது நீங்க சொல்ற மாதிரி - "சப்குச் டிக்டாக் ஹை?. எல்லாம் ரொம்ப சரியா இருக்கு.''

அகமது ஆமினாவுக்குத் தன் கைக்குட்டையை அளித்தவாறு "வாங்கறவங்கல்லாம் ரொம்ப நல்ல ஆளுங்க" என்கிறார்... "நல்ல அண்டைவீட்டுக்காரங்க. ...வார்செய்ல் வில்லாவில மிஸ்டர் ஹோமி கேட்ராக், அவர் பார்சி. ரேஸ்குதிரை சொந்தக்காரர். சினிமாப்படமெல்லாம் எடுக்கிறார். சேன்ஸ் சூச்சியிலே இப்ராகிம் வீட்டார். நுஸ்ஸி இப்ராகிமுக்கு உன்னைப் போலவே குழந்தை உண்டாயிருக்கு. நீங்க ரெண்டு பேரும் நட்பா இருக்கலாம். அந்த வயதான இப்ராகிம், ஆப்பிரிக்காவில பெரிய கத்தாழைப் பண்ணை வைச்சிருக்கார். நல்ல குடும்பம்."

..."பின்னால் வீட்டில நான் என்னவேணுமின்னாலும் செய்யலாமா?"...

"ஆமாம், அவர் போனபிறகு."

வில்லியம் மெத்வோல்டு சொல்கிறார், "இதெல்லாம் சரியானமுறையில ஏற்பாடு செய்தாச்சு. இந்த முழு நகரத்தையும் கட்டவேண்டும் என்று எங்க முன்னோர் ஒருத்தர் நினைத்தாரே அவரைத் தெரியுமா உங்களுக்கு? பம்பாயின் குலுக்குச் சீட்டு மாதிரி. இந்த முக்கியமான வேளையில, அவருடைய கால்வழியிலே வந்தவன் என்ற முறையில், நான் என்னுடைய பங்கை ஆற்றவேண்டும் என்று நினைக்கிறேன். ஆமாம், சிறப்பா... நீங்க எப்ப வர்றீங்க? நீங்க சொன்னா, நான் உடனே தாஜ் ஓட்டலுக்கு மாறிவிடுவேன். நாளைக்கா? ரொம்ப சரி. சப்குச் டிக்டாக் ஹை."

இந்த மனிதர்களுக்கிடையில்தான் நான் என் குழந்தைப்பருவத்தைக் கழித்தேன். திரு. ஹோமிகேட்ராக் - திரைப்படத் தயாரிப்பாளர் மற்றும் பந்தயக்குதிரைச் சொந்தக்காரர். அவருடைய மனவளர்ச்சி குன்றிய மகள் டாக்சி - அவளை அவளுடைய செவிலி பை - அப்பாவுடன்தான் பூட்டிவைத்திருக்க வேண்டும். அந்தம்மா மாதிரி பயங்கரமான பெண்மணியை நான் பார்த்ததே இல்லை. சேன்ஸ் சூச்சியில் இருக்கும் இப்ராகிம் குடும்பம் - வயதான இப்ராகிம் - இப்ராகிம், ஆட்டுத்தாடியுடனும் கற்றாழையுடனும். அவருடைய மகன்கள் இஸ்மாயில், ஈஷாக். இஸ்மாயிலின் சிறிய, பதற்றமான, அதிர்ஷ்டமற்ற மனைவி நுஸ்ஸி, அவள் நடக்கின்ற விதத்தினால் நாங்கள் எல்லோரும் நுஸ்ஸி வாத்து என்றுதான் கூப்பிடுவோம். அவள் வயிற்றில் என் நண்பன் சோனி வளர்ந்து கொண்டிருந்தான். இப்போதும். ஒருஜோடி பெண்கள் அறுவைக்குறடுகளில் சிக்குகின்ற நாளை நோக்கி... எஸ்கோரியல் வில்லா குடியிருப்புகளாகப் பிரிக்கப்பட்டிருந்தது. தரைத்தளத்தில் துபாஷிகள் இருந்தார்கள். துபாஷி ஒரு இயற்பியலாளர். டிராம்பே

சல்மான் ருஷ்தீ | 173

அணுத்தளத்தில் அவர் பிறகு முக்கிய விஞ்ஞானி ஆகப்போகிறவர். அந்த அம்மா ஒரு பூச்சியம் - ஒரு வெற்று, அதன்கீழ் ஒரு மதவெறி ஒளிந்திருந்தது. ஆனால் அதை இப்போது விட்டுவிடுவோம், அவர்கள்தான் இன்னும் சிலமாதம் கழித்து கர்ப்பத்தில் உண்டாகப்போகிற சைரஸின் பெற்றோர். எனது முதல் ஆலோசகன் சைரஸ், பள்ளிக் கூட நாடகங்களில் பெண்வேஷம் போடுபவன், சைரஸ் தி கிரேட் என்று அவனுக்குப் பெயர். அவர்களுக்கு மேல்தளத்தில் என் அப்பாவின் நண்பர் டாக்டர் நர்லீகர். இங்கேயும் அவர் ஒரு ஃபிளாட் வாங்கியிருந்தார்... என் அம்மா போன்று கருப்பு அவர். எப்போது உணர்ச்சிவசப்பட்டாலும் அல்லது தூண்டப்பட்டாலும் பளிச்சென்று ஒளி வீசக்கூடியவர். எங்களை இந்த உலகிற்குக் கொண்டுவந்தவர். இறக்கும்போது, தங்கள் எதிரில் எந்தத் தடையுமே நிற்கமுடியாத, எதையும் செய்யக்கூடிய அந்த வகையான பெண்கள் இனத்தை விட்டுவிட்டுச் சென்றவர். மூன்றாவது - மேல்மாடியில், கமாண்டர் சாபர்மதி. கடற்படை விமானத்தில் மிகஉயரமாகப் பறக்கக்கூடியவர். அவருடைய மனைவி விலையுயர்ந்த ஆசைகள் உடையவள். இவ்வளவு மலிவாக ஒரு வீடு கிடைக்கும் என்ற அதிர்ஷ்டத்தை அவரால் நம்பவே முடியவில்லை. அவருக்கு இரண்டு பிள்ளைகள் - பதினெட்டு மாதம் ஒருவனுக்கு, இன்னொருவனுக்கு நான்கு மாதம். இவர்கள் மெதுவாக மூர்க்கத்தனமாக வளர்ந்து, பின்னர் ஐஸ்லைஸ் என்றும் ஹேர்ஆயில் என்றும் அழைக்கப்படுவார்கள். அவர்கள் வாழ்க்கையை நான் பாழாக்கப்போகிறேன் என்று அவர்களுக்குத் தெரியாது (எப்படித் தெரிந்துகொள்ள முடியும்?)... மெத்வோல்டு தேர்ந்தெடுத்த இந்த ஆட்கள், நாங்கள் அங்குச் சென்றபிறகு என் உலகத்தின் மையம். விலை மிகவும் சரியாக இருந்ததால், அந்த ஆங்கிலேயனுடைய விசித்திரமான பிடிவாதத்தைச் சகித்துக் கொண்டவர்கள்.

அதிகார மாற்றத்திற்கு இன்னும் முப்பதுநாள் இருக்கிறது. லீலா சாபர்மதி தொலை பேசியில், "இதை எப்படித் தாங்கிக்கொள்வது நுஸ்ஸீ? ஒவ்வொரு அறையிலும் பேசற கிளிங்க... அலமாரியில பாத்தா, அந்துப்பூச்சி சாப்பிட்ட உடைங்க, பயன்படுத்திய பிராவுங்க!..."

நுஸ்ஸி ஆமினாவிடம் சொல்கிறாள், "தங்கமீன், அல்லா, என்னால இதுங்களத் தாங்கவே முடியாது. ஆனா மெத்வோல்டு சாகிப் அவரே வந்து இரை வைக்கறாரு... அப்புறம், போவ்ரில் (மாமிசம்) பாதிபாதி இருக்கற பானைங்க, தூக்கி எறியக் கூடா

துங்கறாரு. பைத்தியக்காரத்தனமா இருக்கு ஆமினா சிஸ்டர்... நாம என்னதான் செய்யறோம்?"

வயதான இப்ராகிம் தன் படுக்கை அறையில் மின்விசிறி ஸ்விச்சைப் போடுவதில்லை. "இந்த மிஷின் விழுந்துரும். ராத்திரி தூங்கறப்ப என் தலையை வெட்டிடும். இவ்வளவு பளுவா இருக்கற ஒண்ணு கூரையில எப்படி ஒட்டிக்கிட்டிருக்கு?" ...ஹோமி கேட்ராக் ஒரு துறவி போன்றவர். அவர் ஒரு பெரிய மிருதுவான மெத்தைமீது படுக்கவேண்டி இருக்கிறது. அவருக்கு முதுகுவலி, தூக்கமின்மை. அவர் கண்களைச் சுற்றித் தூக்கமின்மையால் கருவளையங்கள். அவருடைய வேலைக்காரன் சொல்கிறான் - "இந்த வெள்ளைக்காரங்க போனதில ஆச்சரியமில்ல. அவங்கல்லாம் தூக்கம் வர்றதுக்கு ரொம்ப கஷ்டப்பட்டிருக்கணும்." ஆனால் எல்லாரும் பொறுத்துக்கொண்டு போகிறார்கள். ஆதாயங்களும் இருக்கின்றன, பிரச்சினைகளும் இருக்கின்றன. லீலா சாபர்மதியைக் கேளுங்கள் - ("அவளா, ரொம்ப அழகாருக்கா, நல்லவளா இருக்க முடியாது" என்கிறாள் அம்மா)... "பியானோலா ஆமினா சிஸ்டர்! வேலசெய்யுது! நாள் முழுசும் நான் உக்காந்து உக்காந்து என்னன்ன நினைக்கறேனோ அதல்லாம் வாசிச்சேன். பேல் ஹேண்ட்ஸ் ஐ லவ்ட் பிஸைட்ஸ் ஷாலிமார் ...எவ்வளோ வேடிக்கை ...ரொம்ப ரொம்ப. பெடல மிதிக்கணும்" ...அகமது சினாய்க்கு பக்கிங்காம் வில்லாவில் ஒரு காக்டெயில் கேபினட் கிடைக்கிறது. (நாங்கள் வருவதற்குமுன்பு அதுதான் மெத்வோல்டின் இருப்பிடமாக இருந்தது). அருமையான ஸ்காச் விஸ்கியின் இன்பங்களை அவர் இப்போதுதான் கண்டறிகிறார், சத்தமிடுகிறார்: "அதனால் என்ன? மெத்வோல்டு கொஞ்சம் விசித்திரமான ஆள். அவ்வளவுதான். அவர குஷிப்படுத்த நம்மால முடியாதா? நம்மது எவ்வளவு பழங்கால நாகரிகம்? அவர மாதிரி நாம நாகரிகமா நடந்துக்க முடியாதா?"...ஒரே மடக்கில் டம்ளரை காலிசெய்கிறார். ஆதாயங்களும் பிரச்சினைகளும். "எல்லா நாய்களையும் கவனிக்க வேண்டியிருக்கு நுஸ்ஸி சிஸ்டர்" என்று புகார்செய்கிறாள் லீலா சாபர்மதி. "எனக்கு நாய்களே பிடிக்காது. என்னது சின்ன சைஸ் சூச்சி பூனை... அது ச்சோ ச்வீட்... அது சுத்தமா பயந்துபோச்சு." கோபத்துடன் நர்லீகர், "என் படுக்கைக்கு மேலே... குழந்தைங்க படங்க சினாய் பிரதர்... தடிப்பா, சிவப்பா, மூணு குழந்தைங்க! இது சரியா?"... ஆனால் இப்போது இருபதுநாள்தான் இருக்கிறது. விஷயங்கள் அமைதிப்படுகின்றன. அவற்றின் கூர்முனைகள் மழுங்குகின்றன. ஆகவே அவர்களுக்கு என்ன நடக்கிறது என்பது

தெரியவில்லை. எஸ்டேட் - மெத்வோல்டின் எஸ்டேட் அவர்களை மாற்றிக்கொண்டிருக்கிறது ...தினசரி மாலை ஆறு மணிக்கு எல்லோரும் தோட்டத்திற்கு வருகிறார்கள். காக்டெயில் நேரத்தைக் கொண்டாடுகிறார்கள். வில்லியம் மெத்வோல்டு அழைக்க வரும்போது அவர்கள் யாவரும் அவர்களுடைய போலியான ஆக்ஸ்போர்டு உச்சரிப்புக்கு மாறுகிறார்கள். கூரைமின்விசிறிகள் பற்றியும், கேஸ் குக்கர்கள் பற்றியும், சிறு கிளிகளின் உணவு பற்றியும் கற்றுக்கொள்கிறார்கள். மெத்வோல்டு அவர்களுடைய மாற்றத்தை மேற்பார்வை செய்தவாறே, மெதுவாக முணுமுணுக்கிறார் - எச்சரிக்கையாகக் கேளுங்கள் என்ன சொல்கிறார் என்று. அதுதான். “சப்குச் டிக்டாக் ஹை.” எல்லாம் சரியாக இருக்கிறது.

டைம்ஸ் ஆஃப் இந்தியா பம்பாய்ப்பதிப்பு வரப்போகிற விடுதலைநாளை மனித ஆர்வக் கோணத்தில் கொண்டாட நினைத்து, புதிய தேசம் பிறக்கப்போகிற சரியான அந்த நேரத்தில் குழந்தை பெறுகின்ற எந்தத் தாய்க்கும் ஒரு பரிசு தருவதாக ஓர் அறிவிப்பு வெளியிட்டது. ஈயடிக்கும் தாளின் ஒரு மாயமான கனவில் மூழ்கியிருந்த ஆமினா சினாய்க்கு திடீரென விழிப்புவந்து செய்தி எழுத்துகளில் ஈடுபட்டாள். ஆமினா சினாயின் மூக்குக்குக்கீழ் செய்தித்தாள் நுழைந்திருந்தது. ஆமினாவின் விரல் செய்திப்பக்கத்தில் வெற்றிகரமாகக் குத்திக்கொண்டே, நிச்சயத்தன்மையைத் தன் குரலினால் உச்சரித்துக்காட்டினாள்.

“பாருங்க, ஜானம்”, என்று அறிவித்தாள் ஆமினா. “அது நான்தான்”.

அவர்கள் கண்முன்னால் தடித்த தலைப்பெழுத்துகளில் பத்திரிகைச்செய்தி எழுந்தது - குழந்தை சினாயின் கவர்ச்சிகரமான படம் - இந்தப் புகழ்மிக்க கணத்தின் குழந்தை - ஏ ஒன் உயர்ந்த தர முதல்பக்க மிகப்பெரிய குழந்தைப்படங்கள். ஆனால் அகமது வாதிக்க ஆரம்பித்தார். “அதற்கு எதிரான விஷயங்களை நினைத்துப்பார் பேகம்.” அவள் தன் வாயை பிடிவாதத்தின் பிடிபோல கெட்டியாக மூடிக்கொண்டபிறகு திரும்பச் சொன்னாள் - “எனக்கு ஆனால் கீனால் எதுவும் வேண்டாம். நான் சொல்வது சரி. நிச்சயமாத் தெரியும். எப்படின்னு கேக்காதீங்க.”

காக்டெயில் நேரத்துத் தமாஷ்போலத் தன் மனைவியின் தீர்க்கதரிசனத்தை அகமது மெத்வோல்டிடம் கூறினார். மெத்வோல்டு சிரித்தார்: “பெண்களின் உள்ளுணர்வுமிகப் பிரமாதம் மிஸ்டர் எஸ்! ஆனால் நிஜமாகவே நீங்கள் எங்களை நம்பவேண்டும் என்று”...என்றாலும் ஆமினா நம்பிக்கையில் தளரவில்லை.

தானும் கர்ப்பமாக இருந்த, டைம்ஸ் ஆஃப் இந்தியாவையும் படித்திருந்த நுஸ்ஸி வாத்தின் எரிச்சலூட்டுகின்ற பார்வையின் அழுத்தத்துக்குக்கீழும், ஆமினா தன் எண்ணத்தில் உறுதியாகவே இருந்தாள், காரணம், ராம்ராமினுடைய முன்னறிவிப்பு அவள் உள்ளத்தில் ஆழப்பதிந்து போயிருந்தது.

உண்மையைச் சொல்லவேண்டுமானால் ஆமினாவின் கர்ப்பம் வளர்ந்தபோது, அந்த ஜோசியனின் வார்த்தைகள் அவள் தோளில், தலையில், வளரும் வயிற்றில் உட்கார்ந்து அழுத்தின. இரண்டு தலையுள்ள ஒரு குழந்தையைப் பெறப்போகிறோமோ என்ற கவலை அவளை ஆட்கொண்டது. மெத்வோல்டு எஸ்டேட்டின் நுட்பமான ஜாலம் - காக்டெயில் நேரம், கிளிகள், பியானோலாக்கள், ஆங்கில உச்சரிப்புகள்... இவையெல்லாவற்றிலிருந்தும் அவள் தப்பித்துக்கொண்டாள். டைம்ஸ் ஆஃப் இந்தியாவின் பரிசை அவள் பெறுவாளா என்பதில் முதலில் அவளுக்குச் சற்றுச் சந்தேகம் இருந்தது, ஆனால் அந்த ஜோசியனின் தீர்க்கதரிசனத்தில் இந்தவிஷயம் உண்மை என்றால், மற்ற விஷயங்களும் - அவற்றின்அர்த்தம் என்னவானாலும், உண்மையாகவே இருக்கும் என்ற முடிவுக்கு வந்தாள். சற்றும் கலப்பற்ற பெருமிதமும் எதிர்பார்ப்பும் நிரம்பிய குரலில் என் தாய் சொன்னாள் - “உள்ளுணர்வையெல்லாம் விட்டுவிடுங்கள் மிஸ்டர் மெத்வோல்டு, இது அறுதியிட்ட உண்மை.”

தனக்குத்தானே சொல்லிக்கொண்டாள்: “இதுவும்தான். எனக்கு மகன்தான் பிறக்கப் போகிறான். ஆனால் அவனுக்கு அதிகமான கவனிப்பு தேவையாயிருக்கும்”...

அவள் தாய் நசீம் அசீஸின் இயற்கைக்கு அப்பாற்பட்ட இறுமாப்பான எண்ணங்கள் என்தாயின் சிந்தனையையும் நடத்தையையும் பாதித்து இவள் ரத்தத்தில் இவளையறி யாமலே ஓடிக்கொண்டிருந்தது என்று எனக்குத் தோன்றுகிறது. ‘விமானங்கள் பேயின் கண்டுபிடிப்பு, காமிராக்கள் ஆன்மாவைத் திருடிவிடும், சொர்க்கமும் பிசாசுகளும் நம் வாழ்க்கை போலவே உண்மையானவைதான், தன் மகளின் இருண்டுவந்த தலையில் இரகசிய அறிவுரை சொன்னவை சில புனிதமான காதுகள், அவற்றைக் கட்டைவிரலுக்கும் சுட்டுவிரலுக்கும் இடையில் வைப்பது பாவச்செயல்’ என்றெல்லாம் நினைத்தவள் புனிதத்தாய். “நாம் இந்த ஆங்கிலக் குப்பைகளின் மத்தியில் உட்கார்ந்திருக்கிறோம், ஆனால் இது இன்னும் இந்தியாதான், ராம்ராம் சேட் போன்ற ஆட்களுக்கும் கொஞ்சமாவது விஷயம் தெரியும்” என்று என் அம்மா நினைக்கத்

தொடங்கினாள். இப்படியாக, அவள் சுபாவமாக இருந்த தந்தையின் அவநம்பிக்கையின் இடத்தில் எதையும் ஆதாரமின்றி நம்பும் அவள் தாயின் சுபாவம் வந்து உட்கார்ந்துகொண்டது. அதே சமயத்தில், டாக்டர் அசீஸிடமிருந்து அவள் பெற்றிருந்த வீரதீர சுபாவத்தின் பொறியையும் இன்னொரு சமமான பெரிய பாரம் ஒன்று ஊதி அணைத்தது.

ஜூன் மாத இறுதியில் மழைவந்தபோது, அவள் கர்ப்பத்தில் வளர்ந்து வந்த கரு முழுஉருவம் அடைந்துவிட்டது. முட்டிகளும் மூக்கும் இருந்தன; எத்தனை தலைகள் வளர வேண்டுமோ அவை அங்கே முடிவாகிவிட்டன. தொடக்கத்தில் ஒரு முற்றுப்புள்ளியைவிடச் சிறியதாக இருந்த ஒன்று, கமா ஆகி, பின்னர் ஒரு புத்தகம் - ஒருவேளை ஒரு கலைக் களஞ்சியம் - இன்னும்கேட்டால் முழு மொழியே... அதாவது என் தாயின் வயிற்றிலிருந்த சிறுவிஷயம், மிகப் பெரியதாகவும் கனமாகவும் வளர்ந்தது. அதேசமயம் எங்கள் வீடுஇருந்த சிறு குன்றுக்குக்கீழிருந்த வார்டன் சாலை அழுக்கு மஞ்சள் மழை நீரால் நிரம்பியிருந்தது. அதில் மாட்டிக்கொண்ட பஸ்கள் துருப்பிடிக்கத் தொடங்கின. நீர்ச்சாலையில் பிள்ளைகள் நீந்திவிளையாடினார்கள். செய்தித்தாள்கள் நீரில் நனைந்து கனமாகி அடியில் சென்றன. ஆமினா தனது கனமான வயிற்றைத் தூக்கிக் கொண்டு எங்கும் அசையமுடியாமல் கோபுரத்தின் ஒரு வட்டவடிவ முதல் மாடி அறையில் இருந்தாள்.

முடிவற்ற மழை. மழைநீர் கசிந்துவந்த பலகணிக்கண்ணாடிப் பலகைகளில் பல வண்ண ட்யூலிப் மலர்கள் நடனமாடின. ஜன்னல் ஓரங்களில் திணித்துவைக்கப்பட்ட துணிகள், நீரில் நனைந்து கனத்து பூரித்து பயனற்றுப்போயின. கடல் சாம்பல்நிறமான அலைகளைக் கையாளமுடியாததாகி குறுகிய அடிவானத்தில் நீர்மேகங்களைச் சந்திக்க எழுவது போல் எழுந்தது. ஜோசியனின் குழப்பம், தாயின் நம்பிக்கை, புதியவனின் சொத்து - அதில் ஒழுங்கினைக் குலைக்கும் அவனது இருப்பு இவற்றோடு காதில் அடிக்கின்ற மழையின் சத்தமும் சேர்ந்து அவள் எதையெதையோ கற்பனை செய்யவைத்தன. வளரும் குழந்தை என்னும் மறைகதவின் பொறிக்கு அடியில் சிக்கி, தான் முகலாயர் காலத்தில் தண்டனை பெற்ற கொலைகாரி என்று ஆமினா நினைத்துக்கொண்டாள். முகலாயர் காலத்தில் ஒரு பாறையின் அடியில் ஒருவனைத் தள்ளி. நசுக்கிக் கொலை செய்வது பரவலாகக் காணப்பட்ட தண்டனை. வரப்போகின்ற காலத்தில், அவள் பின் னோக்கித் தான் தாய் ஆவதற்கு முன்னாலான இறுதியான நாட்களை

நெருங்கிக் கொண்டிருந்த சமயத்தில், நாட்காட்டியின் டிக்டாக் ஒவ்வொருவரையும் ஆகஸ்டு 15ஐ நோக்கி உந்திக்கொண்டிருந்த சமயத்தில், "எனக்கு எதுவுமே தெரியாது" என்றாள் அவள். "எனக்கு காலமே முழுசாக நின்றுபோனதுபோல் இருந்தது. என் வயிற்றிலிருந்த குழந்தை கடிகாரத்தை நிறுத்திவிட்டது. எனக்கு நல்லாத் தெரியும். சிரிக்காதே. உனக்கு அந்தக் குன்று ஓரத்திலிருந்த கடிகாரகோபுரம் தெரியுமில்ல? அந்தப் பருவ மழைக்குப் பின்னால அந்த கடிகாரம் ஓடவேயில்லை."

...மூசா, என் தகப்பனாருடைய பழைய வேலைக்காரன், பம்பாய்க்கு இந்த ஜோடியைத் தொடர்ந்து வந்தவன், வார்சேல், எஸ்காரியல், சேன்ஸ் சூச்சி மாளிகைகளின் பின் புறம் சிவப்பு ஓடு வேய்ந்த மாளிகைகளின் சமையலறைகளில் இருந்த; தங்கள் தங்கு மிடங்களில் இருந்த மற்ற வேலைக்காரர்களிடம் சொல்வதற்கு ஓடினான்: "இது ரொம்ப அருமையான குழந்தையா இருக்கப்போவுது! பெரிய வவ்வாமீனைவிடப் பெரிசாக! பாக்கப்போறீங்க, பாருங்க!" இதற்காகவே போனான். வேலைக்காரர்களுக்கும் சந்தோஷம்தான். ஏனென்றால் பிறப்பு என்றாலே சந்தோஷமான விஷயம், அதிலும் ஒரு நல்ல பெரிய குழந்தை என்றால் சிறப்புதான்...

ஒரு கோபுரத்தின் அறையில் நகரமுடியாமல் கடிகாரங்களையெல்லாம் நிறுத்திவிட்ட வயிறோடு உட்கார்ந்திருந்த ஆமினா, கணவருக்குச் சொல்லிக்கொண்டிருந்தாள்: "அங்கே கைய வச்சிப் பாருங்க! அவன் இருக்கறது தெரியும்! என்ன தெரியுதா... அவ்வளோ பெரிய வலுவான பையன், நம்ம நிலாத்துண்டு!"

மழை முற்றிலும் நிற்பதற்குள், ஆமினா மிகவும் கனமாகிவிட்டாள், அவளைத் தங்கள் கைகளால் தூக்கி உட்காரவைக்க ஒரு நாற்காலியைச் செய்யவேண்டியிருந்தது... நான்கு வீட்டுக்கும் மத்தியில் இருந்த சர்க்கஸ் ரிங் இடத்தில் பாட வீ வில்லி விங்கீ திரும்பிவந்தானா? அப்போதுதான் ஆமினாவுக்குத் தெரிந்தது - அவளுக்கு ஒன்றல்ல, இரண்டு பெரிய குழந்தைகள் (அவளுக்குத் தெரிந்தவரை இரண்டுதான்) டைம்ஸ் ஆஃப் இந்தியா அளிக்க இருக்கின்ற பரிசைப் பெறப் போட்டியிடுபவர்கள்... அப்புறம், தீர்க்க தரிசனமோ இல்லையோ, அது மிக நெருக்கத்தில் வந்து முடியப்போகிற விஷயம் என்பது: "வீ வில்லி விங்கி என் பேர்! என் சாப்பாட்டுக்குப் பாடுவது எனக்குப் பேர்!"

முன்னாள் ஜாலக்காரர்கள், காட்சிப்பெட்டிக்காரர்கள், பாடகர்கள்... நான் பிறப்பதற்கு முன்னாலேயே இந்த மாதிரி

சல்மான் ருஷ்தீ | 179

அமைப்பு - மகிழ்ச்சி செய்பவர்கள் என் வாழ்க்கையை இசைப்பார்கள் என்பது உருவாகிவிட்டது.

"மேசைக்கு வந்தீர்கள் என்று நினைக்கிறேன், அல்லது தேநீருக்குத்தான் வந்தீர்களா! ஓ! ஜோக், ஜோக்தான், லேடிகளே, லேடர்களே, அட சிரியுங்கப்பா, பாக்கறேன்".

உயரம், கருப்பு, அழகு. அக்கார்டியனை எடுத்துக்கொண்டு ஒரு கோமாளி சர்க்கஸ் மேடையில் நின்றான். பக்கிங்காம் வில்லாவின் தோட்டத்தில் என் அப்பாவின் கட்டை விரல் (அதன் ஒன்பது தோழர்கள் பக்கத்தில் வர, மெத்வோல்டின் நடுவகிட்டுக்குக் கீழே) நடந்தது...செருப்பணிந்து, கொழுத்து, வரப்போகும் இடரைப்பற்றித் தெரியாமல். வீ வில்லி விங்கி (அவன் உண்மைப் பெயர் என்ன என்று எங்களுக்குத் தெரியாது) ஜோக் அடித்தான், பாடினான். முதல் தளத் தாழ்வாரத்திலிருந்து ஆமினா பார்த்தாள், கேட்டாள்; பக்கத்து வீட்டுத்தாழ்வாரத்திலிருந்து பொறாமையும் போட்டியும் கொண்ட நுஸ்ஸி வாத்தின் பார்வை.

...நான் என் மேஜையில், பத்மாவின் பொறுமையின்மையின் கொடுக்கைத் தாங்கமுடியாமல் தவிக்கிறேன் (சிலசமயங்களில், நான் இன்னும் கொஞ்சம் நல்ல இரசனையுள்ள இரசிகனை (இரசிகையைப் பெற்றிருக்கலாகாதா என்று விரும்பியிருக்கிறேன். கொஞ்சம் லயம், அளவு, பின்னால் வரக்கூடிய மைனர் கார்டுகளை முன்னர் நுணுக்கமாக அறிமுகப் படுத்துவது; எழுச்சியையும், இராகத்தையும் பிடித்துக் கொள்வது: உதாரணமாக, வயிற்றுக்குழந்தையும் பருவமழையும் எஸ்டேட் மணிக்கூண்டின் கடிகாரத்தை அமைதிப்படுத்திவிட்டாலும், மவுண்ட்பேட்டனின் டிக்டாக் இன்னமும் இருக்கிறது, மிருதுவாக, தவிர்க்கவியலாமல், அது எங்கள் காதுகளை அதன் எந்திரகதியான பறை ஒலியால் நிரப்புவது இன்னும் கொஞ்ச காலம்தான் என்பதை யார் அறிவார்?) பத்மா சொல்கிறாள்: "எனக்கு இப்போது இந்த விங்கியைப் பற்றித் தேவையா? ராத்திரி பகலாக் காத்துக்கிட்டிருக்கேன், நீ பொறக்கவே மாட்டேங்கிறயே?" ஆனால் "பொறுமையாக இரு" என்று சொல்கிறேன். அதது அதன்அதன் இடத்தில். என் சாணித் தாமரையை நான் கண்டிக்கிறேன் - ஏனென்றால் விங்கிக்கும் ஒரு நோக்கமும் இடமும் உண்டு, அவன் இப்போது தாழ்வாரத்தில் இருக்கும் கர்ப்பமுற்ற பெண்களைப் பரிகசித்துக்கொண்டிருக்கிறான், பாட்டை நிறுத்திவிட்டுச் சொல்கிறான் - "பரிசைப் பற்றிக் கேள்விப்பட்டீர்களா, ராணிகளே! நானும் கேள்விப்பட்டேன். என் வனிதாவுக்கும் நேரம் வரப்போகிறது, சீக்கிரம், சீக்கிரம். ஒருவேளை

உங்களுக்கு பதிலாக அவள் படம் நாளிதழில் வரலாம்"... ஆமினா முறைக்கிறாள், மெத்வோல்டு தனது நடுவகிட்டுக்குக்கீழ் புன்னகைக்கிறார், (அது ஒரு வலிந்த புன்னகையா? ஏன்?) என் அப்பாவின் உதடு விவேகத்தோடு கொஞ்சம் கீழ்வருகிறது, அவருடைய கால்கட்டைவிரல் நகர்கிறது, அவர் சொல்கிறார் - "அவன் ரொம்ப வாயாடி. ரொம்ப பேசறான்". ஆனால் மெத்வோல்டு இப்போது: சங்கடத்துடனா? குற்றவுணர்ச்சியுடனா? சினாய்மீது பாய்கிறார், "நான்சென்ஸ், நண்பரே... கோமாளியின் பாரம்பரிய வழக்கம் இது, தெரியுமே உங்களுக்கு? யாரையும் சீண்டலாம், ஜோக் அடிக்கலாம், உரிமை இருக்கிறது அவனுக்கு இது முக்கியமான சமூகவெளிப்பாட்டு முறை." என் தந்தை தோளைக் குலுக்கியவாறு, "ம்ம்" என்கிறார். ஆனால் விங்கி ஒரு புத்திசாலி. இப்போது நீரின்மேல் எண்ணெயை ஊற்றுகிறான். "பிறப்பு என்பது ரொம்ப நல்ல விஷயம், டூ (இரண்டு) பிறப்பு என்றால் டூ (ரொம்ப) ஃபைன். மேடம்! ஜோக்தான்!" ஒரு நாடக விதமான முக்கியமான சிந்தனையை - முன்வைக்கிறான்: "லேடீஸ், ஜெண்டில்மென்! இங்கே மெத்வோல்டு சாகிபின் நீண்ட கடந்த காலத்துக்கு மத்தியில் நீங்கள் எப்படி வசதியாக இருக்க முடியும்? சொல்கிறேன் நான்: அது புதிதாக இருக்கவேண்டும், நிஜமாக இருக்கக் கூடாது! லேடீஸ், லேடீஸ், இது ஒரு புதிய இடம். எந்த இடமும் ஒரு பிறப்பு நேராத வரையில் அது பழையது ஆவதில்லை. இங்கு நிகழும் முதல் பிறப்பு உங்களைத் தன் வீ! ாக இதை நினைக்க வைக்கும்." பிறகு ஒரு பாட்டு: "டெய்ஸி! டெய்ஸி!"... மெத்வோல்டு பாட்டில் சேர்ந்துகொள்கிறார், ஆனாலும் அவர் புருவத்திற்குக் கீழ் ஏதோ இருட்டாக...

...இதோ இருக்கிறது விஷயம். ஆம். அது குற்றவுணர்ச்சிதான். நமது விங்கி ரொம்ப சாதுரியமானவனாக, வேடிக்கையானவனாக இருக்கலாம், ஆனால் அவ்வளவு புத்திக்கூர்மை இல்லை அவனுக்கு. இப்போது மெத்வோல்டின் நடுவகிட்டைப் பற்றிய முதல் இரகசியத்தைச் சொல்லவேண்டும்: ஏனென்றால், அது அவர் முகத்தைக் கறைப்படுத்தக் கீழ் இறங்கி விட்டது. ஒருநாள், டிக்டாக்குக்கு முன்னால், மொத்தச் சாமானோடும் வீட்டை விற்பது - இவற்றுக்கெல்லாம் முன்னால், மிஸ்டர் மெத்வோல்டு விங்கியையும் அவனுடைய மனைவி வனிதாவையும் அவருக்காக தனிப்பட்ட முறையில் (இப்போது என் பெற்றோர் இருக்கும் வீட்டு முக்கிய வரவேற்பறையில்) பாடுவதற்கு அழைத்தார்: கொஞ்சநேரம் கழித்து, "இதோ பார் வீ வில்லி, எனக்கு ஒரு உதவி

வேணும், இந்த மருந்துச் சீட்டை எடுத்துக்கோ, எனக்கு பயங்கரத் தலைவலி. கெம்ப்ஸ் கார்னருக்கு இதை எடுத்துக்கொண்டு போ. அந்தக்கடையில் மருந்து வாங்கி வா, என் வேலைக்காரர்களுக்குச் சளிக்காய்ச்சல்." விங்கி ஒரு ஏழையானதால், "ஆமாம் சார், இதோ சார்" என்று ஓடுகிறான். நடுவகிட்டுக்காரரோடு தனியாக வனிதா. அவருடைய நடுவகிடு அவள் விரல்கள்மீது தடுக்கமுடியாத ஒரு ஈர்ப்பை ஏற்படுத்துகிறது. மெத்வோல்டு அசையாமல் ஒரு பிரம்பு நாற்காலியில். கனம் குறைந்த கிரீம்நிற சூட் அணிந்து; தனது காலர் அருகே ஒற்றை ரோஜாவுடன். அவள் எழுந்து நீட்டிய விரல்களுடன் முன்னோக்கிச்சென்று, நடுவகிட்டைத் தொட்டுக் கலைக்க ஆரம்பித்தாள்.

இப்போது ஒன்பதுமாதத்திற்குப் பிறகு, வீ வில்லி விங்கி தன் மனைவிக்குப் பிறக்கப் போகும் குழந்தையைப் பற்றிச் சொன்னதும் மெத்வோல்டு முகத்தில் ஒரு கறை படர்கிறது.

"அதனால என்ன?" பத்மா சொல்கிறாள், "முன்னக்கூட நீ எதுவும் சொல்லாத இந்த வீ விங்கியைப் பத்தியும் அவன் மனைவியைப் பத்தியும் எனக்கென்னவாம்?"

சில பேருக்குத் திருப்தி என்பது வருவதே இல்லை: ஆனால் பத்மாவுக்கு விரைவில் அது வந்துவிடும்.

இப்போது இன்னும் அவள் மனக்கஷ்டத்துக்கு ஆளாகப் போகிறாள்: மெத்வோல்டு எஸ்டேட்டின் நீண்டு எழுகின்ற சுழற்சியிலிருந்து: தங்கமீனிலிருந்து, நாய்களிலிருந்து, பெரிய கட்டைவிரல்களிலிருந்து, ஓடுபோட்ட கூரைகளிலிருந்து, குழந்தைப் போட்டிகள், நடுவகிடுகளிலிருந்து, அவளை இழுத்துக்கொண்டு மழைக்குப் பிறகு புதிதாகவும் சுத்தமாகவும் காணப்படும் நகரத்தின் குறுக்கே நான் பறந்து செல்கிறேன். வீ வில்லி விங்கியின் பாட்டுக்கு அகமதையும் ஆமினாவையும் விட்டுவிட்டு, நான் பழைய கோட்டைப்பகுதிக்கு, புளோரா ஊற்றைக் கடந்து, ஆடம்பரமான விளக்குகள், நறுமணப் புகைகள் நிறைந்தஒரு பெரிய கட்டடத்துக்கு: ...ஏனென்றால் இங்கேதான் செயிண்ட் தாமஸ் கதீட்ரலில், மிஸ் மேரி பெரேரா கடவுளின் நிறத்தைப் பற்றிக் கற்றுக் கொண்டிருக்கிறாள்.

அந்த இளம் சாமியார் மனப்பூர்வமாகச் சொன்னார்: "நீலம்தான், கிடைக்கின்ற எல்லாச் சான்றுகளும் - மகளே! நமது பிரபுவாகிய ஏசு கிறிஸ்து மிக அழகாக, வானத்தின் இளநீல வண்ணப் பளிங்கு நிறத்தில் இருந்தார் என்று ஆலோசிக்கின்றன".

ஒப்புக்கொடுக்கும் மரச்சட்டமிட்ட ஜன்னலின் பின்னிருந்த சிறிய பெண் ஒரு கணம் மௌனமானாள். கவலைமிக்க,

ஆழ்ந்துயோசிக்கும் மௌனம். பிறகு: "எப்பிடி ஃபாதர்? ஜனங்க நீலநெறமா இருக்கறதில்லை. இந்தப் பெரீய முழு உலகத்திலயும் எந்த மனிசரும் நீலநெறமா இருக்கறதில்லையே".

சிறுபெண்ணின் தடுமாற்றம், அதற்கு ஒத்த சாமியாரின் திகைப்பு... ஏனென்றால் இது அவளிடம் எதிர்பார்க்கப்பட்ட பதில் அல்ல. "அண்மையில் மதம்மாறியவர்களின் பிரச்சினை... அவர்கள் நிறத்தைப் பற்றிக் கேட்கும்போது இப்படித்தான்... பாலம் அமைக்க வேண்டுவது முக்கியம், மகனே. நினைவில் வை" என்றார் பிஷப். "அன்பே கடவுள். இந்து அன்புக் கடவுளான கிருஷ்ணன், எப்போதும் நீலநிறமாகத்தான் சொல்லப் படுகிறான். அவர்களுக்கு நீலமென்றே சொல்; அது மதங்களுக்கிடையில் ஒரு வகைப் பாலம் ஆகும்; மென்மையாகச் செய் அதை; தெரிகிறதா? மேலும் நீலம் என்பது ஒரு நடுநிலையான நிறம். வழக்கமான வெள்ளை - கருப்பு என்ற நிறப்பிரச்சினையைத் தவிர்க்கிறது. ஆகவே அதுதான் நாம் தேர்ந்தெடுத்துச் சொல்லவேண்டிய நிறம்." பிஷப்புகள்கூடத் தவறாக முடியும் என்று நினைக்கிறார் இளம் சாமியார். இடையில் அவர் சிக்கலில் இருக்கிறார்: ஏனென்றால் அந்தச் சிறியவள் ஓர் ஆவேச நிலைக்குப் போய்விட்டாள். மரக்கிராதியின் வழியாக அவள் பெரிய கண்டனத்தை எழுப்புகிறாள். "நீலம்ங்கறது என்ன விதமான பதில் ஃபாதர்? எப்படி அத நம்புறது? நீங்கள் ரோம்ல இருக்கற புனிதத் தந்தை போப்புக்கு எழுதிக் கேளுங்க. அவரு உங்களைச் சரிப்படுத்துவாரு. ஆனா மனிதர்கள் எப்பவும் நீலமா இருந்ததில்லங்கறதைத் தெரிஞ்சிக்கப் போபாண்டவராவா இருக்கணும்!" இளம் சாமியார் கண்களை மூடுகிறார்; ஆழமாக மூச்சுவிடுகிறார்; எதிர்த்தாக்குதலில் ஈடுபடுகிறார்.

"தோலைப் பழங்காலத்தில் நீலநிறமாக வண்ணமிட்டுக் கொள்வார்கள். பிக்டுகள், நீல நிற அரபு நாடோடிகள், மகளே, கல்வியின் பயனை அடைந்தால் நீ..." ஆனால் இப்போது கோபமாகச் செறுமும் ஒலி எழுகிறது. "என்னா ஃபாதர்? நீங்க நமது ஆண்டவரக் காட்டுத்தனமான ஆளுங்களோட ஒப்பிடறீங்க? பிரபுவே, இந்தப் பாவத்திலேருந்து நான் என் காதுங்கள மூடிக்கோணும்!"

...இன்னும் இன்னும் அவள் பேசுகிறாள். அந்த இளம் சாமியாரின் வயிற்றுப் புரட்டல் நின்று, அவருக்கு திடீரென்று ஓர் உந்துதல் உண்டாகிறது. இந்த நீலநிற விஷயத்துக்குப் பின்னால் ஏதோ சமாச்சாரம் இருக்கவேண்டும் என்று தோன்ற, கேட்கிறார்; உடனே அந்த வசைமாரி நின்று கண்ணீர்மாரி பொழிகிறது. அந்த இளம் சாமியார் நடுங்கி, "வா, வா, நம் பிரபுவின் நீலநிற

ஒளிர்தல் வெறும் சாயம்பூசுகின்ற விஷயமா?"...பாய்கின்ற உப்புக்கண்ணீருக்குள்ளிருந்து ஒரு குரல் வருகிறது: "ஆமாம் ஃபாதர், நீங்க அவ்வளவு தப்பில்லண்ணுதான் நெனைக்கறேன். நான் அதத்தான் அவங்கிட்ட சொன்னேன். ஆனா அவன் கேக்கலை; கெட்டகெட்ட வார்த்தையால திட்டினான்..." ஓ! அதுதான்; ஒரு அவன் வந்துவிட்டான் கதையில். இப்போது எல்லாம் தெரியவருகிறது. மிஸ் மேரி பெரேரா, சிறிய கன்னிக் கோபம், ஒப்புக் கொடுக்கிறாள். அது நமக்கு அவளுடைய நோக்கம் பற்றிய குறிப்பை அளிக்கிறது. நான் பிறந்த அன்றைக்கு இரவில், என் தாத்தாவின் மூக்கு உடைந்தது முதலாக எனது வளர்பருவம் வரை இருபதாம் நூற்றாண்டு இந்தியாவின் முழு வரலாற்றுக்கும் மிக முக்கியமான, கடைசியான கொடை ஒன்றை அளித்திருக்கிறாள் அவள்.

மிஸ் பெரேராவின் ஒப்புக்கொடுத்தல் இது: எல்லா மேரிக்கும் போலவே இவளுக்கும் ஒரு ஜோசப். ஜோசப் டி கோஸ்டா. பெடர் சாலை மருத்துவமனை - அதற்கு டாக்டர் நர்லீகரின் மருத்துவ அகம் என்று பெயர் - அங்கே அவன் ஊழியனாக இருக்கிறான். ("ஓஹோ!" பத்மா கடைசியாக ஒரு தொடர்பைக் கண்டுபிடித்துவிட்டாள்), அங்கே அவள் ஒரு மகப்பேற்றுச்செவிலியாக வேலைசெய்தாள். முதலில் எல்லாம் நன்றாகத் தான் இருந்தது; ஜோசப் அவளை முதலில் தேநீருக்கும், லஸ்ஸிக்கும், ஃபலூடா விற்கும் அழைத்துக்கொண்டு போனான்; இனிமையாகப் பேசினான். சாலைக்குழிகள் போல அவனுக்குக் கண்கள். கடினமாக, உருட்டும்விதமாக. ஆனால் மிருதுவாக, நன்றாகப் பேசினான். மேரி சிறிய கொழுத்த உருவம், கன்னிப்பெண், அவனுடைய அக்கறையால் களிப்படைந்தாள்; ஆனால் இப்போது எல்லாம் மாறிவிட்டது.

"திடீர் திடீர்னு அவன் காத்தை மோப்பம் பிடிக்கிறான். ரொம்ப தமாஷா, மூக்கை மேல ஒசத்தி. நாங் கேக்கறேன், "ஜோ, உனக்கு என்னா சளி பிடிச்சிருக்கா?" இல்லேங்கறான். வடக்கிலருந்து வர்ற காத்தை மோந்து பாக்கிறான். ஆனா, பம்பாயில வடக்கிலருந்து காத்து வீசறதில்ல, ஜோ, கடல்ல - மேக்கிலருந்துதான் காத்துவருதுன்னு நான் சொல்றேன்..." ஜோசப் டி கோஸ்டாவுக்கு வந்த கோபத்தை நொறுங்கும் குரலில் மேரி சொல்கிறாள். "உனக்கு ஒண்ணுமே தெரியாது மேரி. காத்து இப்ப வடக்கிலருந்து வருது. அதில நெறைய சாவு இருக்குது. இந்த சுதந்திரமெல்லாம் பணக்காரங்களுக்குத்தான். ஏழைங்கள பூச்சிங்க மாதிரி அடிச்சிகிட்டு சாக வைக்கறாங்க. பஞ்சாப்பில, வங்காளத்தில. கலகம், கலகம். ஏழைங்க ஏழைங்களுக்கு எதிரா. அதான் காத்தில வருது."

அதற்கு மேரி: "நீ பைத்தியம் மாதிரி பேசற ஜோ. அந்தக் கெட்ட கெட்ட விஷயம் பத்தியெல்லாம் நீ ஏன் நெனைக்கற? நாம அமைதியா வாழப்போறோம், முடியாதா?"

"அதப்பத்தி இல்ல. உனக்கு ஒண்ணு தெரியாது."

"ஆனா ஜோசப், கொலயப் பத்தி நீ சொல்றது நெஜம்னாலும், அவங்க இந்து - முஸ்லிம்தானே? நாம நல்ல கிறிஸ்தவ ஜனங்க; இதில நாம எதுக்கு கலக்கணும்? அவங்க காலங் காலமா அடிச்சிக்கறாங்க."

"நீயும் உன் கிறிஸ்துவும். அதெல்லாம் இந்த வெள்ளைக்காரங்க மதம்னு உனக்கு மண்டையில ஏறலியா? வெள்ளைச் சாமிங்கள வெள்ளைக்காரங்களுக்கே விட்டுடு. இப்ப நம்ம சொந்த ஜனங்க சாகறாங்க. நாம் திருப்பிச் சண்டை போடணும். யார்கூட சண்டைபோடணுமின்னு ஜனங்களுக்குக் கத்துத் தரணும்."

"அதான் நான் நெறம் பத்திக் கேட்டேன் ஃபாதர்... நான் ஜோசப்புக்கு சொன்னேன் சொன்னேன், சண்டை போடறது தப்பு, இந்தக் காட்டுத்தனமான எண்ணமெல்லாம் விட்டுடுன்னு. ஆனால் அவன் எங்கிட்ட பேசறத விட்டுட்டான். ரொம்ப டேஞ்சரான ஆளுங்க கூட சேந்துட்டான். அவனப்பத்தி என்னன்னவோ சொல்றாங்க ஃபாதர். அவன்தானோ என்னமோ, பெரிய கார்மேல செங்கல்ல விட்டு எறியறானாம், பாட்டில்களை எரிக்கறானாம், அவன் பைத்தியமாயிட்டான் ஃபாதர். பஸ்ஸுங்கள, டிராம்களை கொளுத்த உதவி செய்றானாம், இன்னும் என்னன்ன தெரியல. நான் என்ன செய்றது ஃபாதர்? என் தங்கச்சி ஆலிஸ்கிட்ட இதப்பத்தி சொன்னேன். அவ நல்ல பொண்ணு. நான் சொன்னேன்: "அந்த ஜோ, அவன் ஒரு கசாப்புத்திடல் பக்கத்தில வசிக்கறான். அந்த வாசனதான் அவன் மூக்குக்குள்ள போயி அவனைக் கொழப்பிடுச்சி." அதனால ஆலிஸ் அவனைத் தேடிப் போறா. "அவங்கிட்ட நான் உன் சார்பா பேசறேங்"கிறா. அப்புறம் கடவுளே, என்ன நடக்குது இந்த ஒலகத்தில? நான் நெஜமாவே சொல்றேன் ஃபாதர், ஓ பாபா"...கண்ணீர் அவள் வார்த்தைகளை முழுகடிக்கிறது. அவள் ரகசியங்கள் அவள் கண்களிலிருந்து கண்ணீர் வழியாக வெளிவருகின்றன. ஏனென்றால் 'மேரியின்மேல்தான் தப்பு இருக்கிறது, ஜோசப்புக்குக் கொடுத்த தொல்லையில் அவன் இவளை வேண்டவே வேண்டாம் என்கிறமாதிரி ஓடிவிட்டான், மக்களுக்கு விழிப்புணர்வு தருகின்ற தேசப்பற்றுடைய அவனதுவேலையில் இவள்தான் உதவிசெய்யவில்லை' என்று சொல்லிவிட்டாள் ஆலிஸ். மேரியைவிட ஆலிஸ் இளையவள், அழகானவள். அதற்குப் பிறகு

ஜோசப் பற்றி வதந்திகள் எதுவும் இல்லை, ஆலிஸ் - ஜோசப் கதைகள் இல்லை, மேரிக்கு ஒன்றும் புரியாமல் போயிற்று.

"அவளுக்கு என்ன தெரியும் இந்த அரசியல் கிரசியல்? என் ஜோசப்பை என்கிட்டருந்து எடுத்துக்க முட்டாள் மைனா மாதிரி அவன் என்னென்ன குப்பையைச் சொல்றானோ அதையெல்லாம் திருப்பிச் சொல்லுவா. நான் சத்தியம் பண்றேன் ஃபாதர்..."

"ஜாக்கிரதை மகளே! தெய்வநிந்தனைபோல இருக்கிறது உன் பேச்சு..."

"இல்ல ஃபாதர், நான் கடவுள்கிட்ட சத்தியம் பண்றேன், என் ஆள் எனக்கு மறுபடியும் கெடைக்கறதுக்கு நான் என்ன செய்வேன்னு சொல்லமுடியாது... ஆமாம்: எப்படி இருந்தாலும்... அவன்... ஐயோ..."

ஒப்புக்கொடுக்கும் தரையை கண்ணீர் நனைக்கிறது... இப்போது அந்த இளம் சாமியாருக்குப் புது தர்மசங்கடம் உண்டாகிவிட்டதா? அவருடைய வயிற்றின் கடமுடாவுக்கு அப்பால், ஒப்புக்கொடுத்த பெண்ணின் புனிதத்தை ஜோசப் டி கோஸ்டா போன்ற ஒருவனால் நாகரிக சமுதாயத்துக்கு ஏற்படப்போகும் அபாயத்துடன் ஒப்பிட்டுப் பார்க்கிறாரா? உண்மையில் மேரியிடம் அவர் ஜோசப்பின் முகவரியை வாங்கி அதை... சுருங்கச் சொன்னால், பிஷப்பால் செலுத்தப்படுகின்ற, வயிறு கலங்குகின்ற இந்த இளம் சாமியார், 'ஐ கன்ஃபெஸ்' இன் மாண்ட்கோமரி கிளிஃப்ட் போல அல்லது அதுபோல்அல்லாமல் நடந்து கொள்ளப் போகிறாரா? ('ஐ கன்ஃபெஸ்' (1953) என்பது ஹிட்ச்காக் எடுத்த ஒரு திரைப்படம். அதில் தன்னிடம் ஒப்புக்கொடுத்தவனைக் காப்பாற்ற ஒரு சாமியார் தானே மரணமடையும் நிலைவரை போகிறார் - மொ.பெ. குறிப்பு) சில ஆண்டுகள் முன்னால் இந்தப்படத்தை நியூ எம்பயர் சினிமாவில் பார்த்திருக்கிறேன். என்னால் இது பற்றி உறுதியாகச் சொல்லமுடியவில்லை. இல்லை, மறுபடியும் என் ஆதாரமற்ற சந்தேகங்களை நான் அவித்துவிடவேண்டும். ஜோசப்புக்கு நிகழ்ந்தது எவ்வாறேனும் நிகழ்ந்திருக்கும். எவ்விதம் நோக்கினாலும், அந்த இளம் சாமியார் எப்படி இந்தக் கதைக்குத் தேவை என்றால், ஜோசப் டி கோஸ்டா வின் பணக்காரர்கள் மீதான வெறுப்பு, மேரி பெரேராவின் செயலற்ற அழுகை ஆகியவற்றைப் பற்றி அறிந்து கொண்ட முதல் வெளி ஆள் அவர்தான்.

நாளைக்கு நான் ஒரு குளியல்போட்டு, முகத்தை மழித்துக்கொள்ளவேண்டும். ஒரு புதிய சட்டை - பளபளப்பானது, இஸ்திரிபோட்டது - அதற்கேற்ற பைஜாமா அணிந்து கொள்வேன்.

கண்ணாடிகள் பதித்த, முனையில் வளைந்த செருப்புகள் போட்டுக் கொள்வேன். தலையை நன்றாக வாரிக்கொள்வேன். *(ஆனால் நடுவகிடு கிடையாது).* பற்கள் பளபளக்க... சுருக்கமாக, மிகச் சிறப்பாக இருக்கப்போகிறேன். *(கடவுளுக்கு நன்றி என்ற சொல் எழுகிறது பத்மாவிடமிருந்து).*

இதுவரை நான் பிறக்காதபோது நடந்தவற்றைப் பற்றி என் சுழலும் மனத்தின் அடியாழத்திலிருந்து சொல்லிவந்தேன். நாளைக்கு, இந்தக் கதைகளுக்கு முடிவு. ஏனென்றால், மவுண்பேட்டன் வைத்த கெடுவை இனிமேலும் புறக்கணிக்க முடியாது. மெத்வோல்டு எஸ்டேட்டில் மூஸா இன்னும் ஒரு டைம்பாம் போல டிக்டிக்கிக் கொண்டுதான் இருக்கிறான். அந்தச் சத்தத்தைக் கேட்கமுடியாது, ஏனென்றால் இன்னொரு சத்தம் - காதைச் செவிடாக்கும்படி, தொடர்ச்சியாக அதைவிட மீதூர்கிறது. ஒரு தவிர்க்கவியலாத நள்ளிரவின் வருகையை அறிவிப்பதற்கென நொடிகள் கடந்து செல்கின்ற சத்தம் அது.

டிக் - டாக்

பத்மா தன் காதால் கேட்கமுடியும்: ஒரு பெரியநிகழ்ச்சியை நெருங்குவது (கீழ்நோக்கி எண்ணுவது) போல சஸ்பென்ஸை உருவாக்க உதவுவது வேறு எதுவும் இல்லை. இன்றைக்கு என் சாணிப்பூ வேலை செய்யும்போது, பானைகளைச் சுழல்காற்றுபோலக் கலக்கிக்கொண்டு, அது ஏதோ காலத்தை விரைவுபடுத்திவிடும் என்பதுபோலச் செல்வதைப் பார்த்தேன்; (ஒருவேளை அப்படியும் இருக்கலாம்; எனது அனுபவத்தில், காலம் என்பது - பம்பாயில் மின்சாரம் போல - நிலையாக இல்லாதது, மாறக்கூடியது. என்னை நம்பாவிட்டால் மின்சாரத்தால் ஓடும் பேசும் கடிகாரத்திற்கு ஒரு தடவை போன்செய்து பாருங்கள். அது சில மணிநேரம் தப்பாகத்தான் கூறும். நாம்தான் தவறென்று இல்லாவிட்டால்... நாளை என்பதற்கும் நேற்று என்பதற்கும் வெவ்வேறு சொற்கள் உடைய மக்கள் எவரும் காலத்தின்மீது ஒரு திடமான பிடிப்புக் கொண்டிருப்பதாகக் கூறமுடியாது. (இந்தியில் நாளை என்பதற்கும் நேற்று என்பதற்கும் ஒரே சொல்தான்: 'கல்' - மொ.பெ.).

ஆனால் இன்று, பத்மா, மவுண்ட்பேட்டனின் 'டிக் - டாக்'கைக் கேட்டாள்... ஆங்கில நாட்டில் செய்தது, இடைவிடாமல் துல்லியமாக ஓடுகிறது. இப்போது தொழிற்சாலை காலியாக இருக்கிறது; புகை வருகிறது, ஆனால் பானைகள் அசைவற்றிருக்கின்றன; நான் என் வாக்கைக் காப்பாற்றிவிட்டேன். ஒன்பதுக்குள் உடையுடுத்தி, என் மேஜைக்கு ஓடி வரும் பத்மாவுக்கு வாழ்த்துச் சொல்கிறேன். அவள் என் மேஜையில் குனிந்து: "தொடங்கு" என்று ஆணையிடுகிறாள். நான் சற்றே திருப்தியாகப் புன்னகை செய்கிறேன். என் மண்டைக்குள், கோலிஇன மீனவப் பெண்களைப்போல நள்ளிரவின் குழந்தைகள் கியூவில் வருவதைப் பார்க்கிறேன். "கொஞ்சம் இருங்கள், ரொம்ப நேரம் ஆக்கமாட்டேன்" என்று அவர்களைப்

பார்த்துச் சொல்கிறேன். தொண்டையைக் கனைத்துக் கொள்கிறேன், பேனாவை ஆட்டிப்பார்க்கிறேன், தொடங்குகிறேன்.

அதிகாரம் கைமாறுவதற்கு முப்பத்திரண்டு வருடங்கள் முன்னால், என் தாத்தா காஷ்மீரி மண்ணில் மூக்கை இடித்துக்கொண்டார். பவழங்களும் வைரங்களும் இருந்தன. எதிர்காலத்திற்கான பனிக்கட்டி நீரின் தோலுக்குள் காத்துக் கொண்டிருந்தது. கடவுள் முன்னாலோ, மனிதன் முன்னாலோ தலைகுனிவதில்லை என்ற ஒரு சத்தியமும் இருந்தது. அந்தச் சத்தியம் ஒரு ஓட்டையை உண்டாக்கியது. ஓட்டையிட்ட படுதாவின் பின்னால் இருந்த ஒரு பெண்ணால் அது தற்காலிகமாக அடைக்கப்படஇருந்தது. என் தாத்தாவின் மூக்கில் சாம்ராச்சியங்கள் ஒளிந்திருப்பதாகச் சொன்ன ஒரு படகுக்காரன் அவரைக் கோபத்துடன் ஏரியின் குறுக்கே படகில் அழைத்துச் சென்றான். குருட்டு மிராசுதார்களும் மல்யுத்தக்காரிகளும் இருந்தார்கள். அப்போதுதான் எனது பாரம்பரியச் சொத்தும் உருவாகத் தொடங்கியது. என் தாத்தாவின் கண்களில் சொட்டிய காஷ்மீர் வானத்து நீலம்; எனது பெரிய பாட்டியின் நீண்ட துன்பங்கள் பின்னர் என் தாயின் பொறுமையாக, வயதானபிறகு நசீம் அசீஸின் கூர்த்தன்மையாக மாறின. என் பெரிய தாத்தாவின் பறவைகளுடன் பேசும் பண்பு, எப்படியோ வளைந்து நெளிந்து இரத்தத்தில் ஊறி, என் சகோதரி பித்தளைக் குரங்குக்கு வந்தது; தாத்தாவின் அவ நம்பிக்கை, பாட்டியின் எதையும் நம்பும் தன்மை இவற்றிற்கிடையிலான சண்டை; எல்லாவற்றுக்கும் மேலாக அந்த ஓட்டையிட்ட படுதாவின் பேய்த்தனமான இருப்பு, துண்டுதுண்டாக ஒரு மனிதரை நேசிக்க வைத்த கொடுமை, என் வாழ்க்கையையும் அதன் அர்த்தங்களையும் அமைப்புகளையும் என்னைத் துண்டுதுண்டாகத்தான் காணச் செய்தது அது. நான் புரிந்துகொள்ளும் காலம் வந்தபோது மிகமிகத் தாமதமாகி விட்டிருந்தது.

வருஷங்கள் டிக்டிக்கென்று ஓடுகின்றன, எனது பாரம்பரியச் சொத்து வளர்கிறது, ஏனென்றால் இப்போது என்னிடம் டாயின் புராணிக தங்கப்பற்கள் இருக்கின்றன. என் தந்தையின் மதுவருந்தும் ஜின்களைப் பற்றி முன்னறிவித்த அவனுடைய பிராந்தி பாட்டிலும் இருக்கிறது; தற்கொலைக்கு இல்சே லூபின் இருக்கிறாள், ஆண்மையைப் பெருக்கப் பாம்பு ஊறுகாய்கள் இருக்கின்றன. மாற்றமின்மைக்கு டாயும், அதற்கெதிரான முன்னேற்றத்திற்கு அசீஸும் இருக்கிறார்கள். என் தாத்தாவையும் பாட்டியையும்

சல்மான் ருஷ்தீ | 189

காஷ்மீரிலிருந்து துரத்தி பம்பாயை எனக்குச் சாத்தியமாக்கிய குளிக்காத அந்தப் படகுக்காரனின் நாற்றமும் உடனிருக்கிறது.

...இப்போது, பத்மாவாலும் டிக்டாக்கினாலும் செலுத்தப்பட்டு, மகாத்மா காந்தியையும் அவரது ஹர்த்தாலையும் பெற்றுக் கொண்டு, கட்டைவிரலையும் சுட்டுவிரலையும் உட்கொண்டு, ஆதம் அசீஸுக்குத் தான் ஒரு காஷ்மீரியா இந்தியனா என்று புரியாத கணத்தை விழுங்கிக்கொண்டு, நான் முன்னோக்கி எழுதுகிறேன்; இப்போது மெர்க்குரோகுரோமையும் கைவடிவக் கறைகளையும் குடிக்கிறேன்; அவை, துப்பிய வெற்றிலைச் சாற்றில் மறுபடியும் தோன்றும். டையரையும் மீசையையும் எல்லாவற்றையும் சேர்த்து விழுங்குகிறேன்; என் தாத்தா தன் மூக்கினால் காப்பாற்றப்பட்டார், அவர் மார்பில் மறையாத ஒரு காயம் தோன்றுகிறது, இந்தியனா காஷ்மீரியா என்ற கேள்விக்கு இடைவிடாமல் துடிக்கும் அவருக்கும் எனக்கும் அதில் விடை கிடைக்கிறது. ஒரு ஹைடல்பெர்க் பையின் கைப்பிடியினால் கறைப்பட்டு நாங்கள் எங்கள் விதியை இந்தியாவுடன் இணைத்துவிட்டோம். ஆனால் நீலக்கண்களின் அந்நியத் தன்மை மட்டும் நீடிக்கிறது. டாய் இறந்தாலும் அவனுடைய மாயம் இன்னும் எங்கள் மீது கவிந்திருக்கிறது, எங்களைத் தனித்துவிடப்பட்ட நபர்கள் ஆக்குகிறது.

...வேகமாகச் சென்று எச்சில் கலத்தைத் தாக்கும் விளையாட்டில் தயங்கிநிற்கிறேன். ஒரு தேசம் பிறப்பதற்கு ஐந்து ஆண்டுகள் முன்னால், ஒரு மகிழ்நோக்கு நோயையும் சேர்த்துக் கொண்டு எனது பாரம்பரியச் சொத்து வளர்கிறது. அந்த நோய் எனது காலத்திலும் மறுபடியும் எழும். பூமியில் இருந்திருக்கவேண்டிய வெடிப்புகள் என் தோலில் தோன்றும். தெருக்கலைஞர்களின் நீண்ட பாரம்பரியத்தை - அது என் வாழ்க்கையில் இணையாக ஓடுகிறது - உருவாக்கிவிட்ட பழைய ஜாலக்காரர் பாடும்பறவைகள் ...என் பாட்டிக்கு சூனியக்காரிகளின் முலைக்காம்புகள் போன்று ஏற்பட்ட பருக்கள், நிழற்படங்கள்மீது அவளது வெறுப்பு, அதும்பேரென்னா - பட்டினி மற்றும் மௌனப் போர்கள்... என் பெரியம்மா ஆலியாவின் விவேகம் திருமணம் செய்துகொள்ளாக் கன்னித்தன்மையாக மாறி, பின்னர் கொடிய வஞ்சினமாக மாறியது... எமரால்டு ஜுல்பிகர் இவர்களின் காதல் ஒரு புரட்சியை உண்டாக்க எனக்கு உதவிய தன்மை... வளை கத்திகள், மோசமான நிலவுகள் - அவை என் அம்மா எனக்கு - அவளுடைய கள்ளமற்ற 'நிலாத்துண்டு' நான் - இந்த சிறுவயதுப் பெயரில் அவளுடைய நேசத்துக்குரிய... இவை எல்லாம் பெரிதாகி, கடந்த காலத்தின் பனிக்குடநீரில் மிதந்து...

மேலும் மேலும் எழுகின்ற ஒரு பாட்டுமுனகும் ஓசையை நான் உண்கிறேன் - கடைசியாக சோளக் கொல்லையில் தப்பிக்குமாறு நாய்கள் உதவிக்கு வருகின்றன - தப்பிக்க உதவும் ஒரு ரிக்ஷாவாலா, தன்னுடைய காய்-வாலா பழமையுடன் (மாடு மேய்க்கும்) அவன் ஓடுகிறான் - முழுச் சுற்று! மௌனமாக ஓலமிட்டுக்கொண்டு அவன் இந்தியாவில் செய்யப்பட்ட பூட்டுகளின் இரகசியங்களைத் தெளிவுபடுத்தி நாதிர்கானை சலவைப் பெட்டியுள்ள ஒரு கழிப்பறைக்குள் கொண்டு விட்டது... ஆம் நொடிக்கு நொடி எனது பளு அதிகரிக்கிறது, சலவைப்பெட்டிகளாலும் கம்பளத்திற்குக் கீழ் மும்தாஜுக்கும் எதுகையற்ற கவிஞனுக்குமான காதலினாலும் கொழுத்து... ஜுல்பிகரின் படுக்கையருகில் ஒரு குளியல்தொட்டிக் கனவு, தரைக்குக்கீழ் ஒரு தாஜ்மகால், லாபிஸ் லாசுலி (நீலக்கல்) பதித்த ஒரு வெள்ளி எச்சில்கலம்... இவற்றை விழுங்குகிறேன், ஒரு திருமணம் சிதைகிறது, எனக்கு உணவாகிறது; ஒரு சித்தி சதிகாரியாகி அவளுடைய மேலாடை இன்றி ஆக்ராவின் தெருக்களில் ஓடுகிறாள், அதுவும் எனக்கு உணவுதான்; இப்போது தொடக்கங்கள் முடிந்துவிட்டன, ஆமினா மும்தாஜாக இருப்பதை நிறுத்திவிட்டாள், அகமது சினாய், ஒருவிதத்தில் அவள் தந்தையாகவும் கணவராகவும் மாறுகிறார்... என் பாரம்பரியச் சொத்தில் இதுவும் சேர்கிறது - தேவைப்படும் போதெல்லாம் புதிய பெற்றோர்களை எனக்கெனக் கண்டுபிடிக்கும் தன்மை. தந்தைமாருக்கும் தாய்மாருக்கும் பிறப்புக் கொடுக்கும் ஆற்றல், அகமது இதை வேண்டினார், ஆனால் பெறவில்லை.

டிக்கட் இல்லாமல் செல்பவர்கள், மயில்தோகை வாங்குவதன் அபாயம்; ஆமினாவின் பொறுமை எனக்குள் கசிந்துவருகிறது; தீச்சகுனமான விஷயங்கள் - டகடக காலடிகள், என் தந்தையின் மடியிலுள்ள விரிப்பு அசைந்தெழுந்து ஒரு சிறிய கூடாரமாக உருவாகும் வரை என் தாய் பணத்துக்காக கெஞ்சும் தன்மை - அர்ஜுனா இந்தியா சைக்கிள் கம்பெனி எரிந்த சாம்பல் - உலகத்திலுள்ள எல்லாவற்றையும் தனது காட்சிப் பெட்டிக்குள் போட்டுவைத்த லிஃபாபா தாஸின் கண்காட்சி - எரிப்புகளை உருவாக்குகின்ற ரவுடிகள்; பலதலை அரக்கர்கள் எனக்குள் பொங்கி எழுகிறார்கள். முகமூடி அணிந்த இராவணர்கள், மழலைச்சொல் பேசுகின்ற, ஒரேபுருவமாகத் தீட்டிய முகமுடைய எட்டுவயதுச் சிறுமிகள், கற்பழிக்கிறவன் என்று கத்துகின்ற கும்பல்கள் - என் தொப்புள் கொடி வழியாக இவை எல்லாவற்றையும் ஏற்றுக்கொண்டேன்.

சல்மான் ருஷ்தீ | 191

எனது நேரத்தை நோக்கி நான் நகர்கின்றபோது பொது அறிவிப்புகள் என்னை வளர்க்கின்றன. பிறகு ஏழுமாதங்கள்தான் நான் வெளிவர.

மக்கள் தேசங்கள் நாம் எவ்வளவு விஷயங்களை உலகிற்குள் கொண்டுவருகிறோம், எவ்வளவு சாத்தியங்கள், சாத்தியங்களுக்கு எத்தனை தடைகள்! அன்று நள்ளிரவில் பிறந்த ஒரு குழந்தையின் பெற்றோராக இவை எல்லாம் இருந்தன, அன்று நள்ளிரவில் பிறந்த எல்லாக் குழந்தைகளுக்கும் இதுபோல எத்தனை எத்தனையோ. நள்ளிரவில் பெற்றோர்களில்; - கேபினட் மிஷன் திட்டத்தின் தோல்வி; செத்துக்கொண்டிருந்த முகமதுஅலி ஜின்னாவின் உறுதிப்பாடு - இறப்பதற்குள் பாகிஸ்தானைப் பார்த்துவிட வேண்டுமென்ற ஆசை; அதை உறுதிப்படுத்த என்ன வேண்டுமானாலும் செய்திருப்பார் - என் அப்பா வழக்கப்படி ஒரு திருப்பத்தைத் தவறவிட்டு, பார்க்க மறுத்துவிட்ட அதே ஜின்னாதான் - மிக தீவிரமான அவசரம் கொண்ட, கோழிக்குஞ்சு மார்பினை உண்ணும் மனைவியைக் கொண்ட மவுண்ட்பேட்டன் - இன்னும் எத்தனை எத்தனையோ. செங்கோட்டையும் பழைய கோட்டையும்; குரங்குகளும் கைகளைக் கீழே போடும் கழுகுகளும்; மாறி உடை அணிபவர்கள், எலும்பு சரிசெய்பவர்கள், கீரி ஆட்டுபவர்கள், மிக அதிகமாக முன்னறிந்து சொல்லிவிட்ட திரு. ராம்ராம் சேட். குரானை வரிசைப்படி அமைக்கவேண்டுமென்ற என் தந்தையின் கனவு; அவரைத் தோல் வியாபாரியாக அல்லாமல் சொத்துவியாபாரியாக மாற்றிய ஒரு குடோன் எரிப்பு; ஆமினா நேசிக்கமுடியாத அகமதின் ஒரு பகுதி, ஒரு வாழ்க்கையைப் புரிந்து கொள்ள நீங்கள் உலகத்தை விழுங்கவேண்டும். நான் முன்பே இதைச் சொல்லி விட்டேன்.

மீனவர்கள் - மற்றும் பிரகான்சாவின் கேதரின்; மும்பாதேவி தேங்காய்கள் அரிசி; சிவாஜியின் சிலை, மெத்வோல்டின் எஸ்டேட்; பிரிட்டிஷ் இந்தியாவின் வடிவத்தில் ஒரு நீச்சல்குளம், இரண்டுமாடி உயரமுள்ள சிறு குன்று; நடுவகிடு, பெர்ஜெராக்கி லிருந்து வந்த மூக்கு; இயங்காத மணிக்கூண்டு, சிறிய சர்க்கஸ் மேடை; இந்திய உருவகக் கதைகள்மீது ஒரு ஆங்கிலேயனின் ஆசை, ஒரு அக்கார்டியன் வாசிப்பவனின் மனைவியை மயக்கியது; சிறு கிளிகள், கூரை விசிறிகள், டைம்ஸ் ஆஃப் இந்தியா, இவை எல்லாமே உலகத்திற்குள் நான் கொண்டுவந்த பொருள்மூட்டை... அப்புறம், நான் ஒரு மிக கனமான குழந்தை என்பதில் உங்களுக்கு என்ன வியப்பு? நீலநிற ஏசு எனக்குள் கசிந்தார்; மேரியின் தவிப்பு, ஜோசப்பின் புரட்சிகரக் காட்டுத்தனம், ஆலிஸ் பெரேராவின் தடம்மாறும் தன்மை... இவையும்தான் என்னை உருவாக்கின.

இதெல்லாம் இயல்புக்குமீறியதாகத் தோன்றுகிறது என்றால், எனது பாரம்பரியத்தின் காடுபோன்ற மட்டற்ற தன்மையை ஞாபகம் கொள்ளுங்கள்... கும்பலாகக் குவிகின்ற பெரும் கும்பல்களின் மத்தியில் ஒருவன் தனித்த நபராக இருக்க விரும்பினால் அவன் தன்னை இயல்புக்கு மாறாக ஆக்கிக்கொள்ளத்தான் வேண்டும்.

"கடைசியா" என்கிறாள் பத்மா திருப்தியாக, "நீ வேகமா விஷயங்களை சொல்றதுக்குக் கத்துக்கிட்டே."

1947 ஆகஸ்டு 13: வானகங்களில் அதிருப்தி. வியாழன், சனி, வெள்ளி முரண்படுகின்றன; இந்த மூன்று சண்டையிடும் கிரகங்களும் யாவற்றிலும் மோசமான வீட்டிற்குள் வருகின்றன; வாரணாசி ஜோசியன் அதற்குப் பெயர் வைத்திருக்கிறான்: "கர்ம ஸ்தானம், அவை கர்மஸ்தானத்திற்குள் வருகின்றன!"

காங்கிரஸ் கட்சித்தலைவர்களுக்கு (சுதந்திரம் பெற நாள் சரியில்லை என்று) ஜோசியர்கள் பிரதிநிதிகளை அனுப்புகிறார்கள் - என் அம்மா தன் மாலை உறக்கத்துக்காகப் படுக்கிறாள். பயிற்சிபெற்ற மாயாஜாலக்காரர்கள் தன் பணியாளர்களில் எவரும் இல்லை என்று மவுண்ட்பேட்டன் பிரபு கவலைப்படுகின்ற சமயத்தில், மெதுவாகச் சுழல்கின்ற மின்விசிறியின் நிழல் என் அம்மாவைத் தூங்கவைக்கிறது. சுதந்திர இந்தியாவுக்கு முழுசாக ஒரு நாள் முன்னாலேயே - தனது பாகிஸ்தான் இன்னும் பதினொரு மணி நேரத்தில் பிறந்துவிடும் என்ற பாதுகாப்பான நினைப்பில் இருக்கிறார் ஜின்னா. இன்னும் முப்பத்தைந்து மணிநேரம் மொத்தம் இருக்கிறது. ஜாதகக்காரர்களின் கண்டனங்களை ஏளனம் செய்துகொண்டு, வேடிக்கையாக ஜின்னாவின் தலை பக்கவாட்டில் அசைகிறது - ஆமினாவின் தலையும்கூட.

ஆனால் அவள் உறக்கத்தில் இருக்கிறாள். அவளுடைய மிகப்பெரிய கர்ப்பத்தின் கடைசி நாட்களில், அவள் கனவில் ஒரு ஈயடிக்கும் பசைத்தாள் தொல்லை கொடுக்கிறது... அதில் முன்போலவே... பழுப்புநிறப்பசை நிரம்பிய ஒரு பளிங்கு கோளத்தில் அவள் அலையும்போது, அது அவள் உடையில் ஒட்டிக்கொண்டு அவள் உடையைக் கிழித்து எறிகிறது. ஊடுருவ முடியாத காகிதக்காட்டில் அவள் போராடுகிறாள், காகிதங்களைக் கிழிக்கிறாள், ஆனால் அது அவளைப் பிடித்துக் கொண்டு நிர்வாணமாக்குகிறது, அவளுக்குள் குழந்தை உதைக்கிறது. அசைகின்ற அவள் கருப்பையைப் பிடிக்கப் பழுப்புநிறப் பசைத்தாளின் நீண்ட பற்றுக்கம்பிகள் அலைகின்றன. பசைத்தாள் அவள் தலை மயிர், மூக்கு, பற்கள், மார்பு, தொடை எங்கும்

சல்மான் ருஷ்தீ | 193

ஒட்டிக்கொள்கிறது, கூச்சலிட அவள் வாயைத் திறக்கும்போது பிரியும் உதடுகள்மீது பழுப்புநிறப் பசைவிழுந்து ஒட்டிக் கொள்கிறது...

"ஆமினா பேகம்!" மூசா எழுப்புகிறான், "எழுந்திரு! கெட்ட கனவு, பேகம் சாகிபா!"

அந்தக் கடைசிச் சில மணிநேரங்களின் நிகழ்வுகள் - எனது பாரம்பரியச் சொத்தின் அடிவண்டல்கள் - இன்னும் முப்பத்தைந்து மணிநேரம் இருக்கின்றபோது, என் அம்மா தான் ஒரு ஈயைப்போல பசைத்தாளில் ஒட்டிக்கொள்வதாகக் கனவுகாண்கிறாள். காக்டெயில் நேரத்தில் (இன்னும் முப்பது மணிநேரம் இருக்கிறது) வில்லியம் மெத்வோல்டு பக்கிங்காம் வில்லாவில் என் தந்தையைப் பார்க்கவந்தார். நடுவகிடு பெருங்கட்டை விரலுக்கு மேலும் பக்கவாட்டிலும் நடந்தது. மிஸ்டர் மெத்வோல்டு பழைய ஞாபகங்களில் மூழ்கினார். இறுதிநாளுக்கு முந்தியதான அந்த அஸ்தமனநேரத்தில், இந்த நகரத்தை உருவாக்கவேண்டும் என்ற பழைய மெத்வோல்டின் கதைகள் காற்றில் நிரம்பின. என் தந்தை, பிரியப்போகிற ஆங்கிலேயனுக்கு நல்ல எண்ணம் ஏற்படுத்தவேண்டு மென்ற நினைப்பில் ஆக்ஸ்போர்டு உச்சரிப்பைப் போலி செய்துகொண்டு, "எங்களுடைய குடும்பமும் நண்பரே, மிகவும் சிறப்புவாய்ந்த ஒன்றுதான்" என்று சொன்னார். மெத்வோல்டு கேட்கிறார்: தலை ஒருபுறம் சாய்ந்திருக்க, கிரீம் கோட்டின் மேற்புறம் சிவப்பு ரோஜா இருக்க, அகல விளிம்புள்ள தொப்பி நடுவகிட்டை மறைத்திருக்க, மறைவான ஒரு தமாஷ் கண்களில் ஒளிந்திருக்க... விஸ்கியின் தூண்டுதலில் அகமது சினாய், சுயமுக்கியத்துவம் உந்த, தனது விஷயத்தை வலியுறுத்துகிறார். "உண்மையில், முகலாய இரத்தம்!" அதற்கு மெத்வோல்டு, "உண்மையாகவா? விளையாட்டுக்குச் சொல்கிறீர்கள்!" திரும்பமுடியாத எல்லைக்குச் சென்றுவிட்ட அகமது, வலியுறுத்தவேண்டிய நிலைக்குத் தள்ளப்படுகிறார் - "ஆமாம், கம்பளியின் தவறான பக்கம் (தவறான வமிசாவளி), ஆனால் நிச்சயமாக முகலாயர்கள்தான்."

இப்படியாக, என் தந்தை, நான் பிறப்பதற்கு முப்பதுமணி நேரத்திற்கு முன்னால், தனக்கும் கற்பனையான சிறப்புவாய்ந்த முன்னோர்கள் இருப்பதை விரும்பினார் என்பதைக் காட்டிவிட்டார்.

விஸ்கி அவர் ஞாபகத்தின் முனைகளை மழுக்கியிருந்தபோது, ஜின்பாட்டில்கள் அவரைக் குழப்பியபோது, பின்னாட்களில் யதார்த்தத்தின் எல்லாச் சுவடுகளும் அழிந்துபோக அவர் ஒரு குடும்பவமிசாவளியைக் கண்டு பிடித்தார்... அவர் இந்தக்

கருத்தை வலியுறுத்த, எங்கள் வாழ்க்கையில் குடும்பச்சாபம் என்ற எண்ணத்தைப் புகுத்தினார்.

“ஆமாம்” என்றார் அப்பா, மெத்வோல்டு, தன் தலையைச் சிரிப்பின்றி தீவிரமாகச் சாய்த்துநோக்கிய வேளையில், “பல பழங்காலக் குடும்பங்களில், இம்மாதிரிச் சாபங்கள் சகஜம். எங்கள் பரம்பரையில் அது மூத்தமகனிடமிருந்து மூத்தமகனுக்கு வந்தது. எழுத்தில் மட்டும் - ஏனென்றால் அதைப் பற்றிப் பேசுவது அதன் ஆற்றலை அவிழ்த்து விடுவதாகிவிடும், தெரியுமா?” இப்போது மெத்வோல்டு: “ஆச்சரியம்! அப்படியானால் அந்த வார்த்தைகள் உங்களுக்குத் தெரியுமா?” என் தந்தை தலையை அசைக்கிறார், உதடுகள் சற்றே வெளிவருகின்றன, வலியுறுத்தலுக்காக நெற்றியை ஒருவிரலால் தட்டிக்கொண்டே, “எல்லாம் இங்கே இருக்கிறது; ஞாபகத்தில். பேரரசர் பாபருடன் என் முன்னோர் ஒருவர் சண்டையிட்டு அவர் தன் மகன் ஹுமாயூன் மீது சாபத்தை ஏவியதிலிருந்து அது பயன்படுத்தப்படவில்லை... பயங்கரக் கதை, எல்லாப் பள்ளிப் பிள்ளைகளுக்கும் அது தெரியும்.”

பிறகு ஒரு காலம் வரும். அப்போது என் தந்தை யதார்த்தத்திலிருந்து முற்றிலுமாக விலகிய தன்மையால் தன்னை ஒரு நீலநிற அறைக்குள் பூட்டிக்கொண்டு முன்னால் எப்போதோ வில்லியம் மெத்வோல்டின் பின்னோனின் பக்கத்தில் தன் நெற்றிப் பொட்டைத் தட்டியவாறு நின்றபோது தன் வீட்டின் தோட்டத்தில் கனவுகண்ட ஒரு சாபத்தை நினைவுக்குக் கொண்டுவர முயற்சிசெய்வார்.

இப்போது: பசைத்தாள் கனவுகள், கற்பனை முன்னோர்கள் இவற்றின் சுமைகளைத் தாங்கியவாறு நான் பிறப்பதற்கு இன்னும் ஒருநாளுக்கு மேல் இருக்கிறது... ஆனால் இப்போது இந்தக் கருணையற்ற டிக்டாக் தன்னை மறுபடி நிலைநிறுத்திக் கொள்கிறது. இன்னும் இருபத்தொன்பது மணிநேரம்... இருபத்தெட்டு மணி... இருபத்தேழு...

அந்தக் கடைசி இரவில் வேறு என்னென்ன கனவுகள் காணப்பட்டன? அப்புறம், அதுதான் அந்த நர்லீகர்... ஏன் இருக்கலாகாது?... தனது மருத்துவஅகத்தில் நடக்கப் போகிற நாடகத்தைப் பற்றி ஒன்றும் அறியாமல், முதன்முதலில் நாலுகாலிகளைப் பற்றிக் கனவுகண்டாரா? அந்தக் கடைசி நாள் இரவில், நேற்று இரவில்தான், பம்பாயின் வடக்கிலும் மேற்கிலுமாக பாகிஸ்தான் பிறந்துகொண்டிருந்தபோது, (தனது சகோதரியைப் போல) பம்பாய்க்கு வந்துவிட்ட எனது மாமா

ஹனீஃப், ஒரு நடிகையின் - அந்த தெய்விக பியா - காதலில் விழுந்தவர் (அவள் முகம்தான் அவளுடைய பெரும்சொத்து என்று ஒருமுறை தி இல்லஸ்டிரேடட் வீக்லி சொன்னது) முதன்முதலில் ஒரு சினிமாக்கருவியைக் கற்பனைசெய்தார் - அது அவருடைய முதல் மூன்று படங்களில் ஹிட்டான முதல் படத்தை அவருக்கு அளித்ததா?... அப்படித்தான் தோன்றுகிறது; கட்டுக்கதைகள், கொடுங்கனவுகள், அதீதக் கற்பனைகள் எங்கும் உலவின. இந்த அளவு உண்மை: அந்தக் கடைசி இரவின்போது என் தாத்தா ஆதம் அசீஸ், கார்ன்வாலிஸ் சாலையின் மிகப் பெரிய பழைய வீட்டில் தனியாக இருந்தவர், அவர் வயதின் காரணமாகத் தளர்ச்சி அடைந்தபோது, அவர் மனைவியின் விருப்புறுதி அதிகரித்துவந்தது... அவருடைய மகள் ஆலியா, அவளுடைய கசப்பான கன்னித்தன்மை பதினெட்டு ஆண்டுகளுக்குப் பிறகு ஒரு குண்டு அவளை இரண்டாகத் துண்டாடும் வரை இருந்தது... அவர் பழைய ஞாபகங்களின் உலோகக் கம்பிகளுக்குள் சிறைப்பட்டு, தனது மார்பின்மீது அவை அழுத்தும்வரை தூக்கமின்றி இருந்தார். கடைசியாக, ஆகஸ்டு 14ஆம்நாள் காலை 5 மணிக்கு (இன்னும் பத்தொன்பது மணிநேரம் இருக்கிறது) ஒரு கண்காணாத சக்தியால் படுக்கையிலிருந்து விரட்டப்பட்டு ஒரு பழைய தகரப்பெட்டியினால் ஈர்க்கப்பட்டார். திறந்தபோது, ஜெர்மன் பத்திரிகைகளின் பழைய பிரதிகள், லெனின் எழுதிய இனி என்ன செய்யப்போகிறோம்? ஒரு மடித்துவைத்த தொழுகைவிரிப்பு, பிறகு கடைசியாக ஒருமுறை பார்க்கலாம் என்ற தவிர்க்கமுடியாத உந்துதலினால் பார்க்க வந்த ஓட்டையிட்ட படுதா இவற்றையெல்லாம் பார்த்தார். அந்த ஓட்டை பெரிதாகிஇருந்தது; வேறு துளைகளும் இருந்தன. அதை ஒட்டியிருந்த துணிப்பகுதியில் சிறுசிறு துளைகள். காட்டுத்தனமான பழைய ஞாபகங்களின் பிடியில் கோபத்தில் சிக்கிய அவர் தன் மனைவியை எழுப்பினார், அவளுடைய பழைய வரலாற்றை அவள் முகத்திற்குநேராக ஆட்டித் தன்கூச்சலால் அவளை வியப்பில் ஆழ்த்தினார்.

"பாச்சை தின்றிருக்கிறது! பேகம், பாச்சை தின்றிருக்கிறது!... கொஞ்சம் நாப்தலீன் உருண்டைகள் போட்டுவைக்கக்கூட மறந்துவிட்டாய்!"

இப்போது காலம் நெருங்குவதை மறுக்கமுடியாது... 18 மணி நேரம், 17 மணி, 16 மணி... ஏற்கெனவே டாக்டர் நர்லீகரின் மருத்துவமனையில் ஒரு பெண்ணின் பிரசவ வேதனைக் குரலைக் கேட்கமுடிந்தது. வீ வில்லி விங்கியும் இங்கே இருக்கிறான்,

அவன் மனைவி வனிதாவும்: அவள் எட்டு மணிநேரமாக ஒரு பயனற்ற, நீண்ட பிரசவ வேதனையில் இருக்கிறாள். நூற்றுக்கணக்கான மைல் தூரத்தில், முகமதலி ஜின்னா நள்ளிரவில் ஒரு தேசத்தின் பிறப்பை அறிவித்தநேரத்திலேயே அவள் பிரசவ வேதனை தொடங்கிவிட்டது... ஆனால் அவள் இன்னும் நர்லீகர் மருத்துவஅகத்தின் தர்மசாலையில் (ஏழைகளின் பிரசவத்துக்காக ஒதுக்கப்பட்ட பகுதி) வேதனையில் துடித்துக்கொண்டிருக்கிறாள்... அவள் கண்கள் முகத்திலிருந்து துருத்திக்கொண்டிருக்கின்றன, அவள் உடம்பு வியர்வையில் நனைகிறது, ஆனால் குழந்தை பிறக்கும் அறிகுறிகள் இல்லை... அதன் தந்தையும் அங்கே இல்லை; காலை எட்டுமணி ஆகியிருக்கிறது. ஆனால் இந்தச் சூழலில் பார்க்கும்போது இப்படியே நேரம் சென்றால், குழந்தை நள்ளிரவில் பிறக்க வாய்ப்பிருக்கிறது.

நகரத்தில் வதந்தி: "நேற்று சிலை குதிரையில் சென்றது!"... "நட்சத்திரங்கள் நிலை சரியில்லை!" ...ஆனால் இவ்வித தீச்சகுனங்கள் இருந்தாலும், நகரம் தன் கடைக்கண்களில் ஒரு புதிய தொன்மம் பளிச்சிட, நல்ல நம்பிக்கையோடு இருந்தது. பம்பாயில் ஆகஸ்டு: பண்டிகைகளின் மாதம் அது. கிருஷ்ண ஜயந்தி, தேங்காய் நாள், இந்த ஆண்டு - இன்னும் பதினாலு மணிநேரம் இருக்கிறது, பதின்மூன்று, பன்னிரண்டு, நாட்காட்டியில் ஒரு புதிய விழாநாள் சேர்ந்துகொண்டது, கொண்டாட ஒரு புதிய தொன்மம், ஏனென்றால் இதுவரை இல்லவே இல்லாத ஒரு புதிய தேசம் தன் சுதந்திரத்தைக் கொண்டாடப் போகிறது; இதற்கு ஐந்தாயிரம் ஆண்டு வரலாறு இருந்தாலும், சதுரங்க ஆட்டத்தைக் கண்டுபிடித்திருந்தாலும், மத்தியப் பேரரசு எகிப்துடன் வணிகம் புரிந்திருந்தாலும், முற்றிலும் கற்பனையான ஒரு தேசத்தில்தான் நாம் தூக்கி எறியப்பட்டோம்; ஒரு தொன்ம பூமி, ஒரு பெருநிகழ்வான கூட்டு விருப்புறுதியின் முயற்சியினால் அன்றி இருக்கமுடியாத ஒரு நாடு - நாம் எல்லாம் கனவு காண்போம் என்று ஒப்புக்கொண்ட ஒரு கனவு. பலவேறு அளவுகளில் வங்காளி, பஞ்சாபி, மதராசி, ஜாட் போன்றவர்கள் எல்லாம் பகிர்ந்துகொண்ட வெகுஜனப் புனைவு. இதை அவ்வப் போது புனிதப்படுத்தவும் புதுப்பிக்கவும் இரத்தச் சடங்குகளால் அன்றி வேறு எதனாலும் முடியாது. இந்தியா - ஒரு புதிய தொன்மம் - ஒரு கூட்டுப் புனைகதை. அதில் எது வேண்டுமானாலும் சாத்தியம். இன்னும் இரண்டு பிரம்மாண்டமான கட்டுக் கதைகள் - பணம், கடவுள் - என்ற இரண்டு மட்டுமே அதற்கு இணையாக இருக்க முடியும்.

என் காலத்தில், நான், இந்தக் கூட்டுக்கனவின் அறிவுக்குப்பொருந்தாத தன்மையின் வாழும் நிரூபணம். ஆனால் இப்போது சற்றே இந்தப் பொதுமைசார்ந்த, பிரபஞ்சம் அளாவிய கருத்துகளிலிருந்து திரும்பி, ஒரு அந்தரங்கச் சடங்கின்மீது கவனத்தைக் குவிக்கத் திரும்புகிறேன். துண்டுபட்ட பஞ்சாபின் எல்லைகளில் இரத்தம் பெருக்கெடுத்ததைப் பற்றி நான் இப்போது வருணிக்கப் போவதில்லை (இங்கே பிரிவுபட்ட தேசங்கள் ஒன்றின் இரத்தத்தில் மற்றொன்று குளித்தன, அதில் ஒரு பஞ் சினல் முகம் கொண்ட (பஞ்சினல் என்பது குட்டையான தடித்த ஒரு கோமாளியின் பெயர் - மொ. பெ.) மேஜர் ஜுல்பிகர், அகதிகள் விட்டுச்சென்ற நிலங்களை மிகவும் மலிவான விலையில் வாங்கிக் குவித்து, ஹைதராபாத் நிஜாமுக்கு இணையான சொத்துச் சேர்ப்பில் ஈடுபட்டிருக்கிறான்). வங்காளத்தில் நடந்த வன்முறை, மகாத்மா காந்தியின் நீண்ட சமாதான நடை ஆகியவற்றிலிருந்து என் கண்களைத் திருப்புகிறேன். சுயநலம் - குறுகிய மனப்பான்மை என்கிறீர்களா? ஒருவேளை இருக்கலாம்; ஆனால் என் கருத்தில் அதை மன்னித்துவிடலாம்; எப்படியிருப்பினும் தினந்தோறும் ஒரேஆள் பிறப்பதில்லை.

இன்னும் பன்னிரண்டு மணிநேரம்: ஆமினா சினாய், தனது பசைத்தாள் கொடுங்கனவிலிருந்து விழித்து, இனி... அவள் தூங்கப்போவதில்லை. ராம்ராம் சேட் அவள் தலையில் உட்கார்ந்திருக்கிறான். அவள் ஒரு கொந்தளிக்கும் கடலில் தவித்துக் கொண்டிருக்கிறாள், அதில் பயத்தின் ஆழமான, தலைசுற்றுகின்ற, இருண்ட பள்ளங்கள் - மித மிஞ்சிய கிளர்ச்சியின் அலைகள் - மாறிமாறிவருகின்றன. ஆனால் வேறெதுவோ கூடச் செயல்படுகிறது, அவள் கைகளைப் பாருங்கள் - எந்தவித பிரக்ஞைபூர்வ ஆணைகளும் இன்றி, அவை அவள் கருப்பையை அழுத்தமாகப் பிடித்துக்கொண்டிருக்கின்றன. அவள் உதடுகளைப் பாருங்கள், தன்னுணர்வின்றியே அவை "வா வா, தாமதப் பையா, செய்தித்தாளுக்கு நீ காலதாமதமாக வரலாமா?" என்று முணுமுணுக்கின்றன.

இன்னும் எட்டு மணி நேரம்... அந்த மாலைநேரத்தில் நான்கு மணி, வில்லியம் மெத்வோல்டு தன் 1946 கருப்பு ரோவர் காரில் அந்தச் சிறுகுன்றின்மீது ஏறிவருகிறார். நான்கு மேன்மையான வில்லாக்களுக்கும் மத்தியில் இருக்கும் வட்டவடிவ மேடை அருகில் காரை நிறுத்துகிறார். ஆனால் இன்றைக்குத் தங்கமீன் குளத்தையோ, கள்ளிச் செடித் தோட்டத்தையோ பார்க்கச் செல்லவில்லை;

"பியானோலா எப்படி இருக்கிறது, எல்லாம் சரியாக இருக்கிறதா?" என்று லீலா சாபர்மதியைப் பார்த்து வழக்கமாகக் கேட்பதை இன்று செய்யவில்லை. தரைத்தள வராந்தாவின் மூலையில் நிழலில் ஆடும் நாற்காலியில் உட்கார்ந்து ஆடிக்கொண்டே கற்றாழைநாரைப் பற்றிய சிந்தனையில் ஆழ்ந்திருக்கும் கிழவன் இப்ராஹிமுக்கு வணக்கம் சொல்லவில்லை; கேட்ராக் பக்கமோ சினாய் பக்கமோ திரும்பவில்லை; வட்ட மேடையின் மத்தியில் போய் நேராக அமர்கிறார். கோட்டின் காலரில் ரோஜா, கிரீம்நிறத் தொப்பி மார்பில் அழுத்திப்பிடித்திருக்கிறது, நடுவகிடு மாலைநேர ஒளியில் பளபளக்கிறது, வில்லியம் மெத்வோல்டு நேராக - மணிக்கூண்டையும் வார்டன் சாலையையும் கடந்து, ப்ரீச் கேண்டியின் இந்தியவடிவிலான குளத்துக்கு அப்பால், பொன்னிற நாலுமணி அலைகளின் குறுக்காகப் பார்த்து வணக்கம் செய்கிறார்; அங்கே அப்பால், அடி வானத்தில் சூரியன் தன் நீண்ட கடல் முழுக்கிற்கான ஆயத்தத்தைத் தொடங்கியிருக்கிறான்.

இன்னும் ஆறு மணி நேரம். இப்போது காக்டெயில் நேரம். வில்லியம் மெத்வோல்டின் பின்னோர்கள் தோட்டத்தில் கூடியிருக்கிறார்கள். ஆமினா மட்டும் தன் கோபுர அறையில். பக்கத்துவீட்டு நுஸ்ஸியின் போட்டிப் பார்வையைத் தவிர்ப்பதற்காக. அவளும் தன் மகனைத் தன் கால்களுக்கிடையில் கீழ்நோக்கி விரட்டிக் கொண்டிருக்கலாம். முன்னமே மெத்வோல்டின் நடுவகிட்டை நேரான துப்பாக்கிக்குழலுக்கு ஒப்பிட்டிருக்கிறோம், அதுபோல ஆடாமல் அசையாமல் நிற்கும் மெத்வோல்டை அவர்கள் இருவரும் - புதிய வருகையின் தொல்லை நிகழும்வரையில் - பார்க்கிறார்கள். ஒரு உயரமான, ஒல்லியான மனிதன், மூன்று மணிமாலைகளைத் தன் கழுத்திலும், கோழி எலும்புகளைப் பட்டையாக இடுப்பிலும் அணிந்தவன்; அவன் கருத்ததோல் முழுவதும் விபூதி. தலைமுடி நீளமாகப் புரள்கிறது. மணிமாலைகள் கோழிஎலும்புகள் தவிர வேறு எதையும் அணியாமல் நிர்வாணமாக, அந்த சாது சிவப்பு ஓடிட்ட மாளிகைகள் மத்தியிலே நடந்துவருகிறான். பழைய வேலைக்காரன் மூசா, அவனை விரட்ட ஓடி வருகிறான். ஆனால் ஒரு துறவியை எப்படி ஓட்டுவதென்று தயங்கிநிற்கிறான். மூசாவின் நிச்சயமின்மைக்கிடையில் நுழைந்த சாது, பக்கிங்காம் வில்லாவின் தோட்டத்தில் நுழைகிறான், வியப்புற்ற என் தந்தையைத் தாண்டிப் போகிறான், சொட்டிக்கொண்டிருக்கும் தோட்டத்துக்குழாயின் கீழே போய் சப்பணமிட்டு உட்காருகிறான்.

“இங்கே உங்களுக்கு என்ன வேணும், சாதுஜீ?” தனது பணிவைத் தவிர்க்கமுடியாமல் மூசா அவனைப் பார்த்துக் கேட்கிறான். அதற்கு அந்த சாது, ஒரு குளத்தைப் போல அமைதியாகச் சொல்கிறான்: “நான் இங்கே ஒருவனது வருகைக்காகக் காத்திருக்க வந்திருக்கிறேன். முபாரக் - ஆசீர்வதிக்கப்பட்டவன். அது விரைவில் நிகழும்.”

நம்பினால் நம்புங்கள்! நான் இரண்டுமுறை முன்னறிவிக்கப்பட்டவன்! எல்லாம் மிகவும் சரியாக நேரப்படி நடக்க அமைந்த அந்த நாளில், என் தாயின் நேரக்கணிப்பும் தவறவில்லை. சாதுவின் வாயிலிருந்து கடைசி வார்த்தை உதிர்ந்த அதே சமயத்தில், ஜன்னல்களில் கண்ணாடியில் அல்லிமலர்கள் ஆடுகின்ற முதல்தள கோபுர அறையிலிருந்து, ஒரு கீச்சிடும் ஓசை, பீதி, கிளர்ச்சி, வெற்றி யாவும் சமஅளவில் காக்டெயில் போலக் கலந்த குரல்... “அரே அகமது!” ஆமினா சினாய் கத்துகிறாள், “ஜானம், குழந்தை பிறக்கப்போகுது! சரியா! நேரப்படி!”

மெத்வோல்டு எஸ்டேட்டில் மின்அலைகள்... இதோ வருகிறான் ஹோமி கேட்ராக், சுறு சுறுப்பான, ஆனால் இளைத்த, கண்கள் உள்ஒடுங்கிய நடையுடன் - “சினாய் சாகிப், என் ஸ்டுடிபேக்கர் இருக்கிறது, எடுத்துக்கொண்டு போங்கள். உடனே!”... சரியாக ஐந்தரை மணிநேரம் இருக்கிறது. சினாயும் அவர் மனைவியும் இரவல் வாங்கிய காரில் அந்தக் குன்றின் கீழே செல்கிறார்கள். என் அப்பாவின் கால்பெருவிரல் ஆக்சலரேட்டரை அழுத்துகிறது. என் தாயின் கைகள் அவள் நிலாவட்டவயிற்றை அழுத்துகின்றன. இப்போது வளைவில் திரும்பிவிட்டார்கள், பார்வையில் படவில்லை. பேண்ட்பாக்ஸ் சலவையகத்தையும் ரீடர்ஸ் பேரடைஸையும்கடந்து, ஃபத்பாய் ஜுவலரி, சிமல்கர் பொம்மைக்கடை, ஒரு கெஜ சாக்கலேட்டுக் கடை, ப்ரீச் கேண்டி வாயில் இவற்றையெல்லாம் தாண்டி டாக்டர் நர்லீகரின் மருத்துவஅகத்திற்குச் செல்கிறார்கள். அங்கே தர்மவார்டில் இன்னும் வனிதா மூச்சுவாங்கிக் கொண்டிருக்கிறாள்... முதுகெலும்பு வளைய, கண்கள் வெளித்தள்ள. மேரி பெரேரா என்ற ஒரு செவிலி அவளுக்காகக் காத்திருக்கிறாள்... ஆகவே சூரியன் மறைந்த நேரத்தில், மிகச் சரியாக அது மறைகின்ற வேளையில் - இன்னும் ஐந்துமணி நேரம் இரண்டு நிமிடம் - தொங்கு உதடு, மிருதுவான தொப்பை, பொய்யான முன்னோர் கொண்ட அகமதுவோ, கருத்ததோல், தீர்க்கதரிசனத் தூண்டுதல் கொண்ட ஆமினாவோ, மெத்வோல்டு எஸ்டேட்டில் இல்லை. வில்லியம் மெத்வோல்டு தன் நீண்ட வெள்ளைக் கரத்தை தலைக்கு மேலே உயர்த்தினார்.

பிரில்லியண்டைன் போட்ட கருத்த தலைமுடிக்கு மேல் வெள்ளைக் கரம். நீண்ட சரிகின்ற வெள்ளை விரல்கள் நடுவகிட்டை நோக்கி வெட்டியிழுத்தன. இரண்டாவது இறுதி இரகசியம் வெளியாயிற்று. ஏனென்றால் விரல்கள் வளைந்து தலைமுடியைப் பற்றின; அவர் தலையிலிருந்து அவை விலகின, ஆனால் முடியை விடவில்லை; சூரியன் மறைந்த அடுத்த கணத்தில் மிஸ்டர் மெத்வோல்டு தன் எஸ்டேட்டின் கடைசி ஒளியில் தன் பொய்முடியைக் கையில் கொண்டு நின்றார்.

“அட! வழுக்கைத் தலையனா!” என்று கத்துகிறாள் பத்மா. “மிகநேர்த்தியாகச் செய்யப்பட்ட தலைமுடி! எனக்குத் தெரியும், அவ்வளவு நுட்பமா இருக்குதுண்ணா பொய்தான்!”

வழுக்கை, வழுக்கை! பளபளப்பான வழுக்கை! வெட்ட வெளிச்சம்: அக்கார்டியன் வாசிக்கும் ஒருவனின் மனைவியை வலையில் வீழ்த்திய வழுக்கை. சாம்சன் போல, வில்லியம் மெத்வோல்டின் ஆற்றல் அவர் தலைமுடியில் இருந்தது; ஆனால் இப்போது, மாலைஒளியில் வழுக்கை மண்டை பளபளக்க, தன் கார் ஜன்னல் வழியாகத் தன் தலையைவேய்ந்த முடியை வீசி எறிகிறார். எவ்வித அக்கறையும் அற்றவர் போல, கையெழுத்திடப்பட்ட வீட்டுப் பத்திரங்களை எல்லோருக்கும் பகிர்ந்தளிக்கிறார். பிறகு காரைஓட்டிச் செல்கிறார். மெத்வோல்டு எஸ்டேட்டிலிருந்த யாரும் அவரை அதற்குப் பிறகு பார்க்கவில்லை. ஆனால் அவரை ஒருமுறைகூடப் பார்க்காத நான், அவரை மறக்கமுடியவில்லை.

திடீரென எல்லாம் குங்குமச் சிவப்பும் பச்சையுமாக இருக்கிறது. குங்குமநிறச் சுவர்களும் பச்சைநிற மரவேலையும் செய்த அறையில் ஆமினா சினாய் இருக்கிறாள். அடுத்துள்ள ஒரு அறையில், பச்சைநிறத் தோல் வனிதா, அவளின் கண் வெள்ளைகள் குங்குமமாகச் சிவக்க, அவள் குழந்தை அதுபோலவே வண்ணமயமான ஒரு உள் பாதையில் கீழே வரத்தொடங்கிவிட்டது. சுவர்க் கடியாரத்தில் குங்கும நிமிடங்களும் பச்சை செகண்டுகளும் டிக்டிக்கென ஓடுகின்றன. டாக்டர் நர்லீகரின் மருத்துவஅகத்திற்கு வெளியே பட்டாசுகளும், கும்பல்களும். அந்த இரவின் வண்ணங்களுக்கேற்ப - குங்குமநிற ராக்கெட்டுகள், பச்சைநிற மழையாக வானிலிருந்து பொழிகின்றன. குங்கும வண்ணச் சட்டைகளில் ஆண்கள், பெண்கள் எலுமிச்சை நிறச் சேலைகளில். குங்கும - பச்சை நிறக் கம்பளத்தின்மீது டாக்டர் நர்லீகர் அகமது சினாயுடன் பேசுகிறார். “நான் உங்கள் பேகத்தை தனிப்பட்ட முறையில் கவனிக்கிறேன்” என்கிறார், மாலைநேரத்து மிருதுவான

வண்ணத்தில். "கவலைப்பட ஒன்றுமில்லை. நீங்கள் இங்கே காத்திருங்கள்; நடக்க நிறைய இடம் இருக்கிறது." குழந்தைகளை வெறுத்தாலும் டாக்டர் நர்லீகர் பெண்கள் மருத்துவத்தில் சிறந்தவர். ஓய்வுநேரத்தில் அவர் கருத்தடை பற்றிச் சொற்பொழிவுகள் செய்கிறார், பிரசுரங்களை வெளியிடுகிறார், தேசத்தைக் கடுமையாகத் திட்டவும் செய்கிறார். "கருத்தடைதான் பொதுநோக்கில் முதன்மை பெறவேண்டியது. நான் இதனை மக்களின் தடித்த மண்டையில் ஏற்றும் நாள் வரும், அப்போது எனக்கு இந்த வேலை போய்விடும்" என்கிறார். அகமது சினாய் புன்னகைக்கிறார், சங்கடத்தில் நெளிகிறார். "இன்றைய இரவு மட்டும், உங்கள் சொற்பொழிவுகளை மறந்துவிட்டு, என் குழந்தையைத் தாருங்கள்."

நள்ளிரவுக்கு இன்னும் இருபத்தொன்பது நிமிடங்கள் இருக்கின்றன. டாக்டர் நர்லீகரின் மருத்துவஅகம், குறைந்த ஆட்களைக் கொண்டு வேலைசெய்கிறது. பலபேர் வேலைக்கு வரவில்லை; பலர் தேசம் பிறப்பதைக் கொண்டாடப் போய்விட்டார்கள், ஆகவே குழந்தை பிறப்பதற்கு உதவ இன்றிரவு முன்வரவில்லை. சிவந்த சட்டையும் பச்சைக் கால்சட்டையும் அணிந்து அவர்கள் நகரத்தின் ஒளிமிக்க தெருக்களில், ஏதேதோ எண்ணெய்கள் ஊற்றி ஏற்றப்பட்ட அகல்விளக்குகளின் வெளிச்சம் வீசும் எல்லையற்ற பால்கனிகளின் கீழ்த் திரளுகிறார்கள். ஒவ்வொரு பால்கனியிலும், மேற் கூரையிலும் அகல் விளக்குகளில் எண்ணெயில் திரிகள் மிதக்கின்றன. அந்தத் திரிகள் கூட நாட்டின் வண்ணமுறையைப் பின்பற்றுகின்றன. பாதி விளக்குகள் சிவப்பாக எரிகின்றன, பாதி விளக்குகள் பச்சை ஒளியோடு எரிகின்றன.

மக்களாகிய பலதலை மிருகங்களினூடே ஒரு போலீஸ் கார் வழிசெய்துகொண்டு செல்கிறது. அதிலுள்ளவர்களின் மஞ் சள் நீலச் சீருடையும் இந்த விளக்குகளின் அதீத வெளிச்சத்தில் குங்குமச் சிவப்பாகவும் பச்சையாகவும் மாறுகின்றன. (இப்போது ஒரு கணம், கொலாபா செல்லும் மேட்டுவழியில் இருக்கிறோம். நள்ளிரவுக்கு இருபத்தேழு நிமிடங்கள் இருக்கும்நிலையில், போலீஸ் ஓர் ஆபத்தான குற்றவாளியைத் தேடுகிறது. அவன் பெயர் ஜோசப் டி கோஸ்டா). மருத்துவ மனையின் ஆர்டர்லி (பணியாள்) - இறைச்சிமனைக்கு அருகிலிருந்த அவன் வீட்டிலிருந்தும், திகைப்புற்ற ஒரு கன்னி மேரியின் வாழ்க்கையிலிருந்தும் பலநாட்களாகவே வேலைக்கு வரவில்லை.)

இருபது நிமிடங்கள் செல்கின்றன. நிமிடந்தோறும் ஆமினா சினாயின் கத்தும் ஒலிகள் கஷ்டத்துடனும் வேகத்துடனும்

வருகின்றன. அடுத்த அறையிலிருக்கும் வனிதாவின் ஆ - ஓ கத்தல்கள் பலவீனமாகவும் களைப்புமிகுந்தும். தெருக்களிலிருக்கும் மிருகம் ஏற்கெனவே கொண்டாட்டத்தைத் தொடங்கிவிட்டது. அதன் இரத்த அணுக்களைக் குங்கும - பச்சை அணுக்களால் நிரப்பியவாறு அதற்குள் ஒரு புதிய தொன்மம் ஊடுருவுகிறது. தில்லியில் ஒரு மெலிந்த தீவிரமான மனிதர் பாராளுமன்றக்கூடத்தில் அமர்ந்து சொற்பொழிவாற்றத் தயார்செய்துகொண்டிருக்கிறார். மெத்வோல்டு எஸ்டேட்டில் தங்கமீன்கள் குளங்களில் அசைவற்று இருக்கின்றன. வசிப்போர், ஒவ்வொரு வீடாகச் சென்று ஒருவரை ஒருவர் தழுவிக்கொண்டும் முத்தம்கொடுத்தவாறும் இருக்கிறார்கள். பச்சை பிஸ்டாச்சியோக்கள், சிவப்புநிற லட்டுகள் உண்ணப் படுகின்றன. இரண்டு சிறுவர்கள் இரகசிய வழிகளில் இறங்கிச்செல்கிறார்கள். ஆக்ராவில் ஒரு வயதான டாக்டர். சூனியக்காரிகளின் முலைக்காம்புகள் போன்ற பருக்களை முகத்தில்கொண்ட தன் மனைவியோடு உட்கார்ந்திருக்கிறார். தூங்கும் வாத்துகள், பாச்சைதின்ற ஞாபகங்களின் மத்தியில் அவர்கள் எப்படியோ அமைதியாக - எதுவும் சொல்வதற்கு இல்லை - உட்கார்ந்திருக்கிறார்கள். பெருநகரங்கள், நகரங்கள், கிராமங்கள் எல்லாவற்றிலும் குட்டி அகல்விளக்குகள் ஜன்னலோரங்கள், தாழ்வாரங்கள், முன் வாயில்கள் எல்லாவற்றிலும் எரிகின்றன. பஞ்சாபில் இரயில்கள் எரிகின்றன. எரிக்கின்ற சிவப்புநிறப்பொருள்களுக்கிடையில் பச்சைவண்ணப் பெயிண்டுச் சுவாலைகள் - உலகின் மிகப் பெரிய அகல்விளக்குகளைப் போல. லாகூர் நகரமும் எரிந்துகொண்டிருக்கிறது.

ஒல்லி தீவிர மனிதர் எழுந்திருக்கிறார். தஞ்சாவூர் ஆற்றின் புனிதநீரைத் தலையில் தெளித்துக்கொண்டு, திருநீற்றை நெற்றியில் அணிந்தவாறு, எழுகிறார்; தொண்டையை கனைத்துக்கொண்டு, கையில் எழுதப்பட்ட உரை எதுவுமில்லாமல், தயாரித்த வார்த்தைகளை மனனம் செய்து உதிர்க்காமல், ஜவஹர்லால் நேரு தொடங்குகிறார்: ... "நீண்ட பல ஆண்டுகளுக்கு முன்னால் நாம் விதியுடன் ஒரு சந்திப்புக்கு ஏற்பாடு செய்தோம்; இப்போது அந்த ஒப்பந்தத்தை மீட்கும் காலம் வந்திருக்கிறது - முழுதாக, முழு அளவில் அல்ல, ஆனால் மிகுந்த அர்த்தபூர்வமாக..."

பன்னிரண்டுஅடிக்க இரண்டு நிமிடங்கள் இருக்கின்றன. டாக்டர் நர்லீகரின் மருத்துவ அகத்தில் கருத்த மினுமினுக்கின்ற டாக்டர், எவ்வித முக்கியத்துவமும் அற்ற - ஃப்ளோரி எனப் பெயர்கொண்ட செவிலியுடன், ஆமினா சினாய்க்கு

ஊக்கமூட்டுகிறார் - "உந்தித் தள்ளு! இன்னும் கஷ்டப்பட்டு!... தலை உதயமாகிவிட்டது!..." அடுத்த அறையில் டாக்டர் போஸ் என்பவர், மிஸ் மேரி பெரேரா அருகிலிருக்க, வனிதாவின் இருபத்திநாலு மணிநேர பிரசவத்தின் இறுதிநிலைக்குத் தலைமை வகிக்கிறார்... ஆமாம், இதோ...ஆகிவிட்டது... கடைசியாக... இதோ முடிந்துபோயிற்று... பெண்கள் கூச்சலிடுகிறார்கள், அடுத்த அறையில் ஆண்கள் அமைதியாக. வீ வில்லி விங்கி, பாடமுடியாமல், ஒரு மூலையில் முன்னாலும் பின்னாலும் ஆடியவாறு உட்கார்ந்திருக்கிறான், அகமது சினாய் நாற்காலி இருக்கிறதா என்று பார்க்கிறார். ஆனால் அறையில் நாற்காலிகள் இல்லை. அது நடைபழகுவதற்கு உண்டான அறை. ஆகவே அகமது ஒரு கதவைத் திறக்கிறார், வரவேற்பு அறையில் காலியாகக் கிடந்த நாற்காலி ஒன்றைத் தூக்கிக் கொண்டு நடைபழகும் அறைக்கு வருகிறார், அங்கே விங்கி ஆடிக்கொண்டு ஆடிக் கொண்டு, அவன் கண்கள் குருடனைப்போலப் பார்வையற்று... அவள் இருப்பாளா? மாட்டாளா?... கடைசியில், இப்போது நடு இரவு.

தெருக்களிலிருந்த மிருகம் இப்போது கர்ஜிக்கத் தொடங்கிவிட்டது. அதேசமயம் தில்லியில் ஒரு ஒல்லியான ஆள் சொல்லிக்கொண்டிருக்கிறார்: "நள்ளிரவின் மணி ஒலிக்கின்ற நேரத்தில், உலகமெல்லாம் உறங்குகின்றபோது, இந்தியா தனது வாழ்க்கைக்கும் சுதந்திரத்திற்கும் விழித்தெழுகிறது..." மிருகத்தின் கர்ஜனைக்குக்கீழ் மேலும் இரண்டு கூச்சல்கள், அழுகைகள், அலறல்கள்... குழந்தைகள் இந்த உலகத்தில் வருகின்ற கூக்குரல்கள்... அவர்கள் ஏற்றுக்கொள்ள மறுக்கும் கண்டனங்கள், இரவு வானத்தில் மிதக்கும் சிவப்பு - பச்சை நிறச் சுதந்திரத்தின் குழப்பச் சத்தங்களில் அமுங்கிப்போகின்றன. "ஒரு கணம் வருகிறது, அது வரலாற்றில் மிக அபூர்வமாக வருகின்ற கணம், அப்போது நாம் பழையதிலிருந்து புதியதிற்கு மாறுகிறோம்; ஒரு யுகம் முடிகிறது; நீண்டகாலம் அமுக்கிவைக்கப்பட்டிருந்த ஒரு தேசத்தின் ஆன்மா தன்னை வெளியிட்டுக் கொள்ள முடிகிறது..." அதேசமயம் சிவப்பு - பச்சைக் கம்பளங்கள் விரித்த ஓர் அறையில் அகமது சினாய் இன்னும் ஒரு நாற்காலியைப் பிடித்துக் கொண்டிருக்கிறார், அப்போது டாக்டர் நர்லீகர் தெரிவிப்பதற்காக நுழைகிறார் - "சரியாக நள்ளிரவு அடிக்கும்போது உங்கள் பேகம் சாகிபா ஒரு பெரிய, ஆரோக்கியமான குழந்தைக்குப் பிறப்புக் கொடுத்திருக்கிறாள்: மகன்!" அப்போது என் தந்தை என்னைப் பற்றிச் சிந்திக்க ஆரம்பிக்கிறார் (அறியாமலே...); என் முகத்தைப் பற்றிய பிம்பத்தில்

அவர் சிந்தனை முழுகியிருக்க நாற்காலியை மறந்துவிட்டார்; என்மீதுள்ள அன்பினால் (இருந்தாலும்...) அதில் தலைமுதல் கால்விரல்வரை நனைந்து, நாற்காலியை விட்டுவிட்டார்.

(ஆனால் எதுவாக இருந்தாலும்) அது என்னுடைய தவறுதான்... அது என் முகத்தினுடைய ஆற்றல்தான், வேறு எவருடையதும் அல்ல, அகமது சினாய் நாற்காலியை விடச் செய்தது; அதனால் அந்த நாற்காலிக்கு ஒரு செகண்டிற்கு 32 அடிவீதம் வேகமுடுக்கம் ஏற்பட்டு, ஜவஹர்லால் பாராளுமன்றக்கூடத்தில் "நாம் இன்று ஒரு துரதிருஷ்டக் காலத்தை முடிவுக்குக் கொண்டுவருகிறோம்" என்று சொல்லிக்கொண்டிருந்த போது, சங்குகள் சுதந்திரத்தின் செய்தியை முழங்க, என் காரணத்தினால் என் தந்தையும் கத்தினார் - காரணம், விழுந்த நாற்காலி அவர் கட்டைவிரலை நசுக்கிவிட்டது.

இப்போது நாம் விஷயத்துக்கு வருகிறோம்: அந்தச் சத்தம் எல்லோரையும் ஓடிவரச் செய்தது, காரணம், என் தந்தை அவர் காயத்தினால் கொஞ்சநேரத்துக்கு எல்லார் கவனத்தையும் - வலியிலிருக்கும் இரண்டு தாய்மார்களிடமிருந்தும், இரண்டு ஒரேநேரப் பிறவிகளிடமிருந்தும் - ஈர்த்துவிட்டார். ஏனென்றால் வனிதாவின் குழந்தையும் குறிப்பிடத்தக்க பெரிய சைஸில்தான் பிறந்தது. "நம்பவே மாட்டீர்கள்!" என்றார் டாக்டர் போஸ், "அது வந்துகொண்டே இருந்தது, மேலும் மேலும்! பையனின் உடம்பு! ஒரு பெரிய சைஸ் குழந்தை! சரிதான்!" நர்ஸீகர், கையைக் கழுவிக்கொண்டே, "என்னுடைய கேசும் அப்படித்தான்" என்றார். ஆனால் இந்தப் பேச்சு சற்றுநேரத்துக்குப் பிறகுதான்; இப்போது அவர்கள் அகமது சினாயின் கட்டைவிரலை கவனித்துக் கொண்டிருந்தனர்; பேற்றுச் செவிலியர்களிடம் புதிதாகப் பிறந்த குழந்தைகளைக் கழுவிப் போர்த்தும் பொறுப்பு ஒப்படைக்கப்பட்டது. இப்போது மேரி பெரேரா தன் வேலையைக் காட்டினாள்.

"போ, போ" என்றாள் ஃப்ளோரியிடம். "ஏதாவது செய்யமுடியுமா உன்னால்? இங்கே நான் பார்த்துக்கொள்வேன்."

மேரி தனியாக இருந்தாள், அவள் கைகளில் இரண்டு குழந்தைகள், அவள் ஆதிக்கத்தில் இரண்டு உயிர்கள்! அவள் ஜோசப்புக்காக இதைச் செய்தாள் - அவளுடைய புரட்சிகரச் செய்கை: "அவன் இதற்காக என்னைக் கட்டாயம் நேசிப்பான்" - இரண்டு பெரியசைஸ் குழந்தைகளுக்குமான பெயர்அட்டைகளை மாற்றிவிட்டாள். ஏழைக்குழந்தையை வளமான வாழ்க்கைக்கும், பணக்காரவீட்டில் பிறந்த குழந்தையை அக்கார்டியன் வாசிப்பவனின்

ஏழ்மைக்கும்... “ஜோசப், என்னைக் காதலி” என்பதுதான் அவள் மனத்தில் இருந்தது... நீலக்கண்களை உடைய பத்துச்சாண் குழந்தை - அதற்குத்தான் மெத்வோல்டின் கண்களும்கூட - ஒரு காஷ்மீரித் தாத்தாவின் பெரிய மூக்கைப் போன்றது தான் ஃப்ரான்ஸ் நாட்டுப் பாட்டியினுடையதும் - அதற்கு ‘சினாய்’ என்ற பெயரை ஒட்டிவிட்டாள்.

மேரி பெரேராவின் குற்றத்திற்கு நன்றி! - என்னைச்சுற்றி சிவப்புத் துணி போர்த்தப்பட்டது. நான் நள்ளிரவில் தேர்ந்தெடுக்கப்பட்ட குழந்தை ஆனேன் - ஆனால் அந்தக் குழந்தையின் பெற்றோர்கள் அதன் பெற்றோர்கள் அல்ல, அவன் பெற்றவரின் மகன் அவனும் அல்ல - மேரி என் தாயின் வயிற்றிலிருந்து வந்த குழந்தையை எடுத்தாள் - அவளுடைய மகன் அவன் அல்ல - இன்னொரு பத்துச்சாண் பெருங்குழந்தை - ஆனால் அவன் கண்கள் ஏற்கெனவே பழுப்பாக மாறியிருந்தன - கால்முட்டிகள் அகமதுசினாய் போல முட்டி கொண்டதாக - அதைப் பச்சைத் துணியால் சுற்றி வீ வில்லி விங்கியிடம் - அவன் மேரியைப் பார்வையற்றுப் பார்த்துக்கொண்டிருந்தான் - தன் புதிய மகனைப் பார்க்கவில்லை, அவனுக்கு நடுவகிடு பற்றி ஒன்றும் தெரியாது... அப்போது தான் வீ வில்லி விங்கி, தன் மனைவி குழந்தைப் பேற்றைச் சமாளிக்கமுடியவில்லை என்பதைக் கேட்டான் - நள்ளிரவு கடந்து மூன்று நிமிடமானபோது, மருத்துவர்கள் இருவரும் நசுங்கிய கட்டைவிரலைப் பற்றிப் பெரிய கவலை கொண்டிருந்த நேரத்தில், வனிதா அதிக இரத்தப்போக்கினால் இறந்துவிட்டாள்.

ஆக நான் என் தாயிடம் கொண்டுவரப்பட்டேன். அவள் ஒரு கணமும் என் அடையாளம் பற்றிச் சந்தேகப்படவில்லை. அகமது சினாய், பத்தைவைத்துக்கட்டப்பட்ட கட்டை விரலோடு, அவள் படுக்கையில் வந்து உட்கார்ந்தபோது, பாருங்க ஜானம், இந்தப் பையன், தாத்தாவின் மூக்கு அப்படியே வந்திருக்கிறது அவள் ஒரே ஒரு தலைதான் இருக்கிறது என்பதை உறுதிப்படுத்திக்கொண்டபோது அவர் குழப்பத்துடன் உட்கார்ந்திருந்தார். பிறகு, முன்னுரைப்பவர்களுக்குக்கூட வரையறுக்கப்பட்ட திறமைகள்தான் இருக்கின்றன என்று புரிந்துகொண்டு தளர்வடைந்தாள்.

கிளர்ச்சியோடு என் தாய் சொன்னாள்: “ஜானம்! பத்திரிகைக்காரர்களைக் கூப்பிடணும்! டைம்ஸ் ஆஃப் இந்தியாவில் கூப்பிடுங்க. நான் முன்னமே சொன்னேனில்ல? பாருங்க, ஜெயிச்சிட்டேன்.”

"...கீழ்மையான, அழிவுத்தனமான விமரிசனத்துக்கு இது சமயமல்ல" என்று நேரு பாராளுமன்றத்தில் சொல்லிக்கொண்டிருந்தார். "இது மனவெறுப்புக்கான நேரமல்ல. சுதந்திர இந்தியா என்னும் உன்னதக் கட்டடத்தை நாம் கட்டவேண்டும். அதில் அவள் குழந்தைகள் எல்லாம் வசிக்கவேண்டும்." கொடி பறக்கிறது. அது குங்குமச்சிவப்பு, வெள்ளை, பச்சை நிறம் கொண்டது.

"ஆங்கிலோ இந்தியனா? என்ன சொல்றே நீ? ஆங்கிலோவா? உன் பெயர் உன்னது இல்லையா?"

"நான் சலீம் சினாய்" என்கிறேன் அவளிடம். "மூக்கொழுகி, கறைமூஞ்சி, மோப்பக் காரன், வழுக்கை, நிலாத்துண்டு. என்னதான் சொல்கிறாய், இதெல்லாம் நான் இல்லையா?"

"இதுவரைக்கும்" என்கிறாள் கோபத்துடன் பத்மா, "நீ ஏமாத்திட்டே. அவளை உன் அம்மான்னு சொன்னே. உன் அப்பா, தாத்தா, உன் பெரியம்மா, சித்தி. உன்னப் பெத்தவங்க யாருன்னுகூடச் சொல்லமுடியாத நீ என்ன ஆளு? உங்கம்மா உனக்கு உயிர் குடுத்துட்டுப் போயிட்டாளே, அவளப்பத்தி கவலையில்லியா? உங்கப்பா இன்னுங் கூட எங்கயாவது காசில்லாம, ஏழையா, உயிரோட இருப்பார் இல்ல? நீ என்ன மனுஷனா மிருகமா?"

இல்லை: நான் மிருகமில்லை. நான் எந்த ஏமாற்றும் செய்யவில்லை. நான் அங்கங்கே குறிப்புகள் கொடுத்துக்கொண்டுதான் வந்தேன்... ஆனால் அதைவிட முக்கியமானது இன்னொன்று இருக்கிறது: நாங்கள் எல்லாரும் மேரி பெரேராவின் குற்றத்தைப்பற்றிக் காலம்கடந்து அறிந்தபோது, அது ஒரு பெரிய வித்தியாசத்தை உண்டாக்கவில்லை என்று அறிந்தோம்! நான் இப்போதும் அவர்கள் மகன்தான்: அவர்கள் என் பெற்றோர்கள்தான். கற்பனையின் கூட்டுத் தோல்வியில், எங்கள் கடந்தகாலத்திலிருந்து தப்ப வழி ஒன்றுமில்லை என்பதை நாங்கள் அறிந்துகொண்டோம்... நீ என் அப்பாவை உன் மகன் யார் என்று கேட்டிருந்தால் (எல்லாம் நடந்தபிறகு, அவரும்கூட) கொஞ்சம் கூட அவரால் அந்த அக்கார்டியன் வாசிப்பவனின் பெருத்த முட்டிகொண்ட, குளிக்காத பையன் பக்கமாகச் சுட்டிக்காட்டியிருக்கமுடியாது. அவனும் பெரியவனாக வளர்வான் - அந்த சிவா: ஒரு மாதிரி கதாநாயகனாக.

ஆக: "முழங்கால்களும் மூக்கும் - மூக்கும் முழங்கால்களும். எங்கும், நாம் எல்லோரும் கனவுகண்ட புதிய இந்தியாவில், அந்தச் சமயத்தில் பிறந்த குழந்தைகள் எல்லாரும் தங்கள் பெற்றோரினால் ஒருபகுதிமட்டும் உருவானவர்கள்தான் - நள்ளிரவின் குழந்தைகள் எல்லோரும் அந்தக் காலநேரத்தின் குழந்தைகள் - வரலாற்றினால்

உருவாக்கப்பட்டவர்கள், புரிந்துகொள். இது நடக்க இயலும். குறிப்பாக, தானே ஒருமாதிரி கனவு போல இருக்கின்ற ஒரு நாட்டில்."

"போதும்" பத்மா சலித்துக்கொள்கிறாள். "நான் இனிமே கேக்கப்போறதில்ல." ஏதோ ஒரு வகையில் இரண்டு தலைகள் கொண்ட குழந்தையை எதிர்பார்த்து, இன்னொரு வகையான விளக்கம் கிடைத்தபோது தொந்தரவு படுகிறாள். ஆனால் அவள் கவனித்தாலும் கவனிக்காவிட்டாலும் எனக்குப் பதிவுசெய்ய விஷயங்கள் இருக்கின்றன.

என் பிறப்புக்கு மூன்றுநாள் கழித்து மேரி பெரேரா குற்றவுணர்ச்சிக்கு ஆளானாள். தன்னைத்தேடும் போலீஸ் வாகனங்களிலிருந்து தப்பி ஓடிக்கொண்டிருக்கும் ஜோசப், அவள் தங்கை ஆலிஸையும் அவளைப்போலவே கைவிட்டுவிட்டான். ஆனால் இந்தச் சிறிய குண்டுப்பெண் - பயத்தினால் ஒப்புக்கொடுக்கவும் அவளால் முடியவில்லை - தன்னைத்தானே, "நீ ஒரு கழுதை" என்று சபித்துக்கொள்கிறாள். இரகசியத்தை மட்டும் தன்னோடு வைத்துக்கொண்டுவிட்டாள். ஆனால் இதற்கு ஒருவகையாகப் பரிகாரம் செய்யவேண்டுமென்று நினைத்தாள். மருத்துவஅகத்தில் தன் வேலையை விட்டுவிட்டாள். ஆமினா சினாயை நெருங்கி: "மேடம், உங்கள் குழந்தையை ஒருமுறைதான் பார்த்தேன், அதை மிகவும் நேசிக்கிறேன். உங்களுக்கு ஒரு ஆயா தேவையா?" ஆமினா, தாய்மையில் கண்கள் பளபளக்க, "ஆமாம் மேரி பெரேரா". ("ஏன், இவளையும் உன் அம்மான்னு சொல்லலாமே" என்று மூக்கை நுழைக்கிறாள் பத்மா, கதையில் தனக்கு இன்னும் ஆர்வம் இருப்பதைக் காட்டியவாறு, "அவள்தானே உன்னை வளர்த்தவள்") அந்தக் கணத்திலிருந்து - தன் குற்றத்தின் ஞாபகத்துடன் தன்னைப் பிணைத்துக் கொண்டவாறு - அவள் என்னை வளர்ப்பதில் தன் வாழ்க்கையைச் செலவிட்டாள்.

ஆகஸ்டு 20ஆம் நாள், நுஸ்ஸி இப்ராகிம் என் தாயைப் பின்பற்றி பெட்லர் சாலை மருத்துவஅகத்திற்குச் செல்கிறாள். சின்னப்பையன் சன்னி என்னைத் தொடர்ந்து உலகத்திற்குள் வரவேண்டியது. ஆனால் வெளியேவர விருப்பமில்லை போல. அவனை வெளியே இழுக்க இடுக்கிகள் உள்ளேவிடப்பட்டன; அந்தக் கணத்தின் ஆவேசத்தில், டாக்டர் போஸ், கொஞ்சம் அதிகமாக அழுத்திவிட்டார், அதனால் நெற்றிப்பொட்டுக்கருகில் இரண்டு சிறு பள்ளங்களோடும், இடுக்கிகள் பிடித்த பள்ளங்களோடும் பிறந்தான். அவை வில்லியம் மெத்வோல்டின் நடுவகிடு ஆங்கிலேயர்களுக்குள் கவர்ச்சி

உண்டாக்கியதுபோல இவனையும் கவர்ச்சியானவன் ஆக்கின. பெண்கள் (எவ்வீ, பித்தளைக்குரங்கு, இன்னும் பிறர்) அவனது சிறு பள்ளங்களைத் தடவ ஆவல் கொண்டார்கள்... இது எங்களுக்குள் பிரச்சினைகளை உண்டாக்கியது.

ஆனால் கடைசியாகச் சொல்லுவதற்கு ஒரு சின்ன விஷயத்தை வைத்திருக்கிறேன். அதை இப்போது சொல்கிறேன். நான் பிறந்த மறுநாள், என் தாயும் நானும் சிவப்பு பச்சை வர்ணப் படுக்கையறையில் இருந்தபோது டைம்ஸ் ஆஃப் இந்தியா (பம்பாய்ப் பதிப்பு) ஆட்கள் இரண்டுபேர் வந்தார்கள். நான் பச்சைவண்ணத் தொட்டிலில், சிவப்பு வண்ணத் துணியால் சுற்றப்பட்டு அவர்களைப் பார்த்தேன். ஒரு நிருபர் என் தாயைப் பேட்டி எடுத்தவாறு இருந்தார். ஒரு உயரமான கழுகுமூக்கு நிழற்படக்காரர் என்மீது முழுகவனத்தையும் செலுத்தியவாறு இருந்தார். மறுநாள், செய்தித்தாளில் வார்த்தைகளும் படங்களும்...

மிக சமீபத்தில், நான் கள்ளிச்செடித் தோட்டத்திற்குப் போனேன் - ஒருகாலத்தில் நான் சிறுவயதில் அங்கே ரொம்பவும் உடைந்து ஸ்காட்ச் டேப் ஒட்டிப் புதைத்துவைத்த சிறிய தகரஉருண்டையையும் அதற்குள் பல ஆண்டுகளுக்கு முன்பு போட்டுவைத்த மற்ற பொருட்களையும் தோண்டி எடுத்தேன். இப்போது நான் எழுதும்போதும் அதை இடது கையில் வைத்திருக்கிறேன். அது மஞ்சளாகப் பாசிபிடித்திருந்தபோதும், அதில் ஒரு கடிதம் - எனக்கு வந்த கடிதம்தான் - இந்தியப் பிரதமர் கையெழுத்திட்டது; இன்னொன்று ஒரு செய்தித்தாள் துண்டு.

அதில் தலையங்கம்: நள்ளிரவின் குழந்தை.

கூடவே சொற்கள்: "குழந்தை சலீம் சினாயின் கவர்ச்சிகரமான தோற்றம் - நேற்று நள்ளிரவு நமது தேசம் சுதந்திரமடைந்த அதே கணத்தில் பிறந்த குழந்தை - அந்தப் புகழ்மிக்க நேரத்தின் மகிழ்ச்சியான குழந்தை!"

அப்புறம், ஒரு பெரிய நிழற்படம்: பிரமாதமான, உயர்தரமான முதற்பக்க பெரிய அளவிலான குழந்தைப் படம் - அதில் இப்போதும் பிறப்பு அடையாளங்களையும், ஒழுகும் பளபளப்பான மூக்கையும் காணலாம் (படத்தின் கீழே: நிழற்படம் எடுத்தவர்: காளிதாஸ் குப்தா).

தலையங்கம், அதிலுள்ள செய்தி, நிழற்படம், எல்லாம் இருந்தாலும், என்னைப் பார்க்க வந்தவர்கள் சிறிய விஷயத்தைப் பிரமாதப்படுத்தியவர்கள் என்றுதான் சொல்லுவேன். சாதாரணப் பத்திரிகையாளர்கள் - நாளைக்கு வரப்போகும் செய்தியைத் தவிர

வேறு அக்கறையில்லாதவர்கள், தாங்கள் வெளியிடும் செய்தியின் முக்கியத்துவத்தை அவர்கள் அறியவில்லை. அவர்களுக்கு அது ஒரு மனிதஆர்வ - நாடகப்படுத்திய செய்தி என்பதற்குமேல் ஒன்றுமில்லை.

இது எப்படி எனக்குத் தெரியும்? அந்த பேட்டியின் இறுதியில், நிழற்படக்காரர் என் தாயிடம் நூறு ரூபாய்க்கான ஒரு காசோலையை அளித்தார்.

நூறு ரூபாய்! இதைவிட அற்பமான, ஏளனப்படுத்துகின்ற ஒரு தொகையைக் கற்பனை செய்யமுடியுமா? ஒருவன் தன்னை அவமானப்படுத்துவதற்கு அளிக்கின்ற தொகை என்று அதை நினைக்கக்கூடும். ஆனால் என் வருகையைக் கொண்டாடியதற்காக அவர்களுக்கு நான் நன்றி சொல்லுவேன், முறையான வரலாற்றுணர்வு இன்மைக்காக அவர்களை மன்னித்துவிடுகிறேன்.

"ரொம்பத்தான் அலட்டாதே!" என்கிறாள் பத்மா சிடுசிடுப்போடு. "நூறு ரூபாய்ண்றது ஒண்ணும் சின்னத் தொகையில்ல. எல்லாரும் பொறக்கத்தான் செய்யறாங்க, அதுவும் ஒண்ணும் பெரீய்ய விஷயமில்ல."

நள்ளிரவின் குழந்தைகள்

இரண்டாம் புத்தகம்

மீனவனின் சுட்டுவிரல்

எழுதப்பட்ட சொற்களின்மீது பொறாமை கொள்ளமுடியுமா? பாலியல் பங்காளி ஒருவனின் சதையும் இரத்தமும்தான் அவை என்று நினைத்து, அவனது இரவுநேரக் கிறுக்கல்களின் மீது கோபம் கொள்ளமுடியுமா? பத்மாவின் விபரீதமான நடத்தைக்கு வேறெந்தக் காரணத்தையும் என்னால் சிந்திக்கமுடியவில்லை; குறைந்தபட்சம் இந்த விளக்கம்கூட - இன்றிரவு ஒரு சொல்லக்கூடாத வார்த்தையை நான் எழுதிய (அப்புறம், அதை உரக்கப்படித்த) போது இருந்ததைப்போல - அயல்நாட்டுத்தனமானது போலிருக்கிறது... அந்தப் போலிமருத்துவன் வந்துபோனதிலிருந்து நான் பத்மாவிடம் ஒரு விசித்திர அதிருப்தியை கவனித்தேன். தன் வெறுக்கத்தக்க கால்சுவடுகளை அவளுடைய வியர்வைச் (எக்ரீன் அல்லது அபோக்ரீன்) சுரப்பிகளிலிருந்து அது வெளிவிட்டுக் கொண்டிருந்தது.

என் கால்சட்டைக்குள் மறைந்திருக்கும் வெள்ளரிப் பிஞ்சை - என் இன்னொரு பென்சிலை - உயிர்ப்பிக்கும் நள்ளிரவு முயற்சிகளில் தோல்வியுற்றதாலோ என்னவோ, அவள் எரிச்சல்படுபவளாக மாறிக்கொண்டிருந்தாள். (அப்புறம் இருக்கவே இருக்கிறது, எனது பிறப்பின் இரகசியத்தை வெளியிட்டது பற்றிய அவளது கோபமான எதிர் வினையும், நூறுரூபாய் பற்றி எனது மோசமான அபிப்பிராயம் பற்றிய கடுப்பும்). நான் என்னைத்தான் குறைசொல்ல முடியும்: என்னுடைய சுயசரிதை முயற்சியில் ஆழ்ந்துபோய், அவளுடைய உணர்ச்சிகளை மதிக்கத் தவறிவிட்டேன், இன்றிரவு மிக துரதிருஷ்டமான தவறான குறிப்புகளை எழுதத்தொடங்கினேன்.

ஓட்டையிட்ட படுதாவினால் சிதிலமான வாழ்க்கைக்குத் தள்ளப்பட்டவன் நான் என்று எழுதினேன்; "இருந்தாலும் நான் என் தாத்தாவைவிட மேல். ஏனென்றால், ஆதம் அசீஸ், அந்த படுதாவின் பலியாளாகவே இருந்தார். நான் அதைக் கட்டுப்படுத்துபவன்

ஆனேன். இப்போது அதில் மயங்கியிருப்பவள் பத்மா. எனது வசீகர நிழல்களினுள் அமர்ந்து அவளுடைய தினசரிப் பார்வைகளை நான் ஏற்றுக் கொள்கிறேன். ஆனால், உட்கார்ந்து நோக்குபவளான அவள், வசப்பட்டவளாக, படமெடுத்தாடும் பாம்பின் அசையா நாட்டத்திற்குக் கட்டுப்பட்டு உறைந்திருக்கும் ஒரு கீரிப்பிள்ளை போலச் செயலற்றவளாக, கைகால் எழாமல், ஆம், காதலினால் - அமர்ந்திருக்கிறாள்" என்று உரக்கப்படித்தேன்.

காதல். ஆமாம், அதுதான் சரியான வார்த்தை. எழுதியும் பேசியும் வந்த சொல். அவள் குரலை அசாதாரண கீச்சுக்குரலாக்கியது அது. இப்போதும் நான் சொற்களால் பாதிக்கப்படுபவனாக இருந்தால், அவள் உதட்டிலிருந்து வெடித்த வன்முறை என்னை காயப்படுத்தியிருக்கும். "உன்னப்போய் காதலிக்கிறதா?" மிக வெறுப்பாக நம் பத்மா கூச்சலிட்டாள். "எதுக்காக, கடவுளே? நீ எதுக்குப் பிரயோசனம், ராஜாக்குட்டி?" அடுத்து வந்தது அவளது மரணஅடி - "ஒரு காதலனா இருக்க பிரயோசனமா?" கையை விரித்து, அதன் மயிர்கள் விளக்கொளியில் சுடர்விட, வெறுப்பான சுட்டு விரலால் நிச்சயமாகவே எழுச்சியுறாத என் அடிவயிற்றைச் சுட்டிக்காட்டிக் குத்தினாள். ஒரு நீண்ட, தடித்த விரல், பொறாமையால் இறுகியது, துரதிருஷ்டவசமாக எனக்கு அது முன்பே இழந்துவிட்ட இன்னொரு விரலை நினைவுக்குக் கொண்டுவந்தது... தனது அம்பு குறிதவறியதைக் கண்ட அவள் கீச்சிட்டாள் - "எங்கேருந்தோ வந்த பைத்தியம்! அந்த டாக்டர் சொன்னது சரி" கத்தியவாறே அறையைவிட்டு இலக்கின்றி ஓடினாள். தொழிற்சாலைப்பகுதிக்குச் செல்லும் உலோகப் படிக்கட்டுகளில் அவள் காலடிகள் ஒலித்தன. கருப்பான ஊறுகாய்ப் பானைகளுக்கு இடையில் ஓடும் காலடி ஓசை. பிறகு ஒரு தாழ்ப்பாளைத் திறப்பதும், அறைந்து சாத்துவதும்.

இப்படியாகக் கைவிடப்பட்ட நான், வேறெதுவும் செய்ய வழியில்லாததால், என் வேலைக்குத் திரும்பினேன்.

மீனவனின் சுட்டுவிரல்: பக்கிங்காம் வில்லாவின் ஆகாய நீலநிறச் சுவரில் மாட்டியிருந்த படத்தின் மறக்கமுடியாத குவியப்புள்ளி. அதற்கு நேர்கீழே என் தொட்டில். குழந்தை சலீம் - நள்ளிரவின் குழந்தை - அதில் என் ஆரம்பநாட்களைக் கழித்தேன். தேக்கில் சட்டமிடப்பட்டு, ஒரு பழைய, கரடுமுரடான, வலையைச் சீர்படுத்திக்கொண்டிருக்கும் படகோட்டியின் காலடியில் இளம் ராலே - வேறு யார்? - படகோட்டிக்கு ஒரு வால்ரஸ் மீசை இருந்ததா? - வலதுகையை, முழுசாக நீட்டி, ஒரு நீர்மயமான தொடு வானத்தைக் காட்டிக்கொண்டிருந்தான் அவன்.

வசப்பட்ட ராலேயின் - வேறு யார்? - காதில் அவனுடைய மெல்லிய கதைகள் சுற்றிச்சுழன்றன. அந்தப் படத்தில் நிச்சயம் இன்னொரு பையனும் இருந்தான். ஃப்ரில் வைத்த காலர் கொண்ட பட்டன் வைத்த இறுக்கமான உடை அணிந்து சப்பணமிட்டு எதிரில் உட்கார்ந்திருந்தான்...இப்போது ஞாபகம் வருகிறது: ஒரு பிறந்தநாள் விழா, அதில் பெருமிதமான தாயும், அதற்குச் சமமான பெருமிதம் உடைய ஆயாவும், மிகப்பெரிய மூக்கை உடைய ஒரு குழந்தைக்கு அப்படிப்பட்ட உடையை அணிவித்தார்கள். வானத்தின் நீலநிறம்கொண்ட அறையில் ஒரு தையல்காரன் அந்தச் சுட்டுவிரலின்கீழ் உட்கார்ந்து, ஆங்கிலப் பிரபுக்களின் உடையைக் காப்பியடித்துத் தைத்துக்கொண்டிருந்தான்... "பார் எவ்வளவு ச்வீட்டாக இருக்கிறது!" என்று லீலா சாபர்மதி என்றைக்குமாக நான் வதங்கிப்போகுமாறு கூச்சலிட்டாள். "அந்தப் படத்திலிருந்து இறங்கிவந்துவிட்ட மாதிரியே இருக்கிறது!"

படுக்கையறையின் சுவரில் தொங்கிக்கொண்டிருந்த ஒரு படத்தில், நான் வால்டர் ராலேக்குப் பக்கத்தில் உட்கார்ந்து ஒரு மீனவனின் சுட்டுவிரலை என் கண்களால் தொடர்ந்தேன் தொடுவானத்தில் காணமுயலும் கண்கள்: அதற்கு அப்பால் என்ன? - ஒருவேளை என் எதிர்காலமோ? இருக்கலாம்: எனது தனிப்பட்ட அழிவு - அது முதலிலிருந்தே எனது பிரக்ஞையில் இருந்தது - அந்த நீலநிற அறையில் ஒரு பளிச்சிடும் சாம்பல்நிற இருப்பாக முதலில் அவ்வளவாகத் தெளிவின்றி, ஆனால் புறக்கணிக்கச் சாத்தியமற்றதாக... ஏனென்றால் அந்தச் சுட்டுவிரல் அந்தப் பளிச்சிடும் தொடுவானத்திற்கு அப்பாலும் காட்டியது, தேக்குமரச் சட்டத்திற்கு அப்பாலும், நீலநிறச் சுவரின் சுருக்கமான வெளியின் குறுக்கே, எனது கண்களை இன்னொரு சட்டத்திற்குக் கொண்டுசென்றது: அதில் எனது தப்பமுடியாத விதி தொங்கியது, என்றென்றைக்குமாகக் கண்ணாடியின்கீழ்; அதில் ஒரு பெரிய சைஸ் குழந்தைப்படம் - தனது தீர்க்க தரிசனமான விளக்கத்தோடு - இங்கே அதற்குப் பக்கத்தில், உயந்த தரத்தோலில், ஒரு கடிதம் - தபால்காரப் பையன் விஸ்வநாத் வாயிலாக வந்தது - எனது படம் டைம்ஸ் ஆஃப் இந்தியாவின் முதல்பக்கத்தில் வெளியான ஒருவாரத்திற்குப் பிறகு வந்த பிரதமரின் கடிதம் அது - தர்மச்சக்கரத்திற்குமேல் சாரநாத்தின் மூன்று சிங்கங்கள்; அரசாங்கத்தின் முத்திரை பதித்தது.

செய்தித்தாள்கள் என்னைக் கொண்டாடின; எனது அந்தஸ்தை அரசியல்வாதிகள் உறுதி செய்தார்கள்; ஜவஹர்லால் எழுதினார்: "அன்புள்ள குழந்தை சலீம், உனது எதிர்பாராத பிறப்புக்கணத்திற்கு

சல்மான் ருஷ்தீ | 215

எனது காலந்தாழ்ந்த வாழ்த்துகள்! என்றென்றைக்கும் இளமையான இந்தியாவின் பழைய முகத்தின் மிகப்புதிய வெளிப்பாடு நீ. நாங்கள் மிக அக்கறையோடு உனது வாழ்க்கையை கவனித்துக் கொண்டிருப்போம்: ஒருவிதத்தில் அது எங்களுடைய வாழ்க்கையின் பிரதிபலிப்பு!"

திகைத்துப்போனவளாக, மேரி பெரேரா: "அரசாங்கமா, மேடம்? அது குழந்தைமேல் கண்ணை வைத்திருக்குமா? ஏன் மேடம், அவனுக்கு என்ன?" தனது ஆயாவின் குரலிலிருந்த பீதியைப் புரிந்துகொள்ளாமல், ஆமினா: "இதுதான் அவர்கள் எழுதுகின்ற விதம், மேரி! அது சொல்லுகிறமாதிரி அதற்கு அர்த்தமில்லை." ஆனால் மேரி தளர்ச்சி பெறவில்லை; அவள் குழந்தையின் அறைக்குள் வரும்போதெல்லாம், சட்டமிடப்பட்ட அந்தக் கடிதத்தைக் கண்டு மிரளுகின்றன அவள் கண்கள்; அரசாங்கம் கண்காணித்துக்கொண்டிருக்கிறதா என்று தன்னைச் சுற்றிப் பார்க்கின்றன; "அவர்களுக்கு என்ன தெரியும்? ஒருவேளை வேறு யாராவது...?" என்னைப் பொறுத்தவரை, நான் வளர்ந்தேன்; நான் என் தாயின் விளக்கத்தையும் முழுசாக ஏற்றுக்கொள்ளவில்லை; ஒருவகையில் மேரியின் சந்தேகங்கள் எனக்குள் கசிந்திருந்தாலும், நான் ஆச்சரியத்தில் முழுகிப்போனேன்; அப்போது...

ஒருவேளை மீனவனின் சுட்டுவிரல் சட்டமிடப்பட்ட கடிதத்தைச் சுட்டாமலும் இருந்திருக்கலாம்; ஏனென்றால் அதன் திசையைத் தொடர்ந்து சென்றால், அது ஜன்னலுக்கு வெளியே, இரண்டுமாடி உயரக் குன்றின்கீழே, வார்டன் சாலையின் குறுக்கே, ப்ரீச் கேண்டி குளத்துக்கு அப்பால், படத்தில் காணுகின்ற கடல் அல்லாத இன்னொரு கடலுக்குக் கொண்டுசென்றது: கோலிகளின் படகுகள் சூரிய அஸ்தமனத்தில் சிவப்பாக மாறுகின்ற கடல்... ஒரு குற்றம்சாட்டும் விரல்; நகரத்திலிருந்து விலக்கப்பட்டவர்களைச் சுட்டிக்காட்டிய விரல்.

அல்லது - வெப்பத்தில்கூட எனக்குச் சிறிய நடுக்கத்தைத் தருகிறது இந்தச் சிந்தனை: ஒருவேளை அது ஒரு எச்சரிக்கும் விரலோ? அதன் நோக்கம் தன்மீதே கவனத்தை ஈர்ப்பதுதானா? அப்படியும் இருக்கலாம்; ஏன் இல்லாமல்? இன்னொரு விரலின் தீர்க்கதரிசனம் - அதிலிருந்து பெருமளவு வேறுபடாத ஒரு விரல் இது - என் கதைக்குள் நுழைவது தொடக்கம் - இறுதியின் பயங்கர தர்க்கத்திலிருந்து விடுவிக்கும்... கடவுளே, என்ன சிந்தனை இது! எதிர்காலம் என் தொட்டிலுக்குமேல் தொங்கியது; நான் புரிந்துகொள்ள அது எவ்வளவு நாள் காத்திருந்தது? எத்தனை

எச்சரிக்கைகள் எனக்கு விடப்பட்டன? அவற்றில் எத்தனையை நான் கவனிக்கவில்லை?... இல்லை, பத்மாவின் பேச்சுத்திறன்கொண்ட தொடரின்படி, நான் 'எங்கிருந்தோ வந்த பைத்தியம்' அல்ல! வெடிப்புற்ற விலகல்களுக்கு நான் இடம்கொடுக்க மாட்டேன்; வெடிப்பை எதிர்க்கும் சக்தி எனக்கு இருக்கும் வரை.

ஆமினா சினாயும் குழந்தை சலீமும் கடன்வாங்கிய ஸ்டுடிபேக்கரில் வீடு திரும்பினார்கள். பயணம் செய்வதற்குக் கூடவே அகமது சினாய் ஒரு மணிலாப்பை வாங்கினார். அதற்குள்: ஓர் ஊறுகாய் ஜாடி; முன்பு எலுமிச்சை கசவுண்டி நிரப்பியிருந்தது, இப்போது அதைக் கழுவி, கொதிக்கவைத்து, தூய்மையாக்கி, மறுபடியும் நிரப்பியாயிற்று. நன்கு மூடப்பட்ட ஜாடி, அதன் தகரமூடிக்குமேல் ஒரு ரப்பர் மூடி. அதை இறுக்கமாக வைத்திருக்க ஒரு ரப்பர் பேண்ட் கட்டியிருந்தது. ரப்பருக்குக் கீழே, மணிலா கண்ணாடி ஜாடியில் பாதுகாத்து வைக்கப்பட்டிருந்தது என்ன? அப்பாவுடன் வீட்டுக்கு அம்மாவும் குழந்தையும் திரும்பியபோது, உப்புநீரில் ஒரு துண்டு தொப்புள் கொடி. (ஆனால் அது என்னுடையதா, அல்லது மற்றதனுடையதா? என்னால் உறுதியாகச் சொல்லமுடியாது.) புதிதாக நியமிக்கப்பட்ட ஆயாவான மேரி பெரேரா, மெத்வோல்டு எஸ்டேட்டுக்கு பஸ்ஸில் வந்தாள். ஆனால் ஒரு தொப்புள்கொடி திரைப் படத் தயாரிப்பாளர் வாடகைக்குத் தந்த ஒரு ஸ்டுடிபேக்கரில் மரியாதையோடு வந்தது. சலீம் வாலிபனாக வளர்ந்தபோதும்கூட, தொப்புள்கொடி உப்புநீர் பாட்டிலுக்குள் தேக்கு அலமாரியில் பின்னால் இருந்தது. பல ஆண்டுகள் கழித்து, 'தூய்மையானவர்களின் பூமிக்கு' எங்கள் குடும்பம் சென்றபோது, நான் தூய்மைக்காகப் போராடிக் கொண்டிருந்தபோது, தொப்புள் கொடிகளுக்கும் சுருக்கமான காலத்திற்கு அவற்றுக்குரிய வாழ்வு வரும்.

எதுவும் எறியப்படவில்லை; குழந்தையும் நஞ்சுக்கொடியும் இரண்டுமே பத்திரப்படுத்தப்பட்டன. இரண்டுமே மெத்வோல்டு எஸ்டேட்டுக்கு வந்தன; இரண்டும் தங்கள் தங்கள் நாளுக்குக் காத்திருந்தன.

நான் அழகான பையன் அல்ல. குழந்தைப் பருவப் படங்கள், எனது நிலாமுகம் மிகப் பெரியதாக இருப்பதாகக் காட்டுகின்றன; முழுவட்டமாக இருந்தது அது. முகவாய்க் கட்டையில் ஏதோ ஒரு குறை. எனது உருவத்தை நல்லநிறமான தோல் மூடியிருந்தது, ஆனால் பிறவி அடையாளங்கள் அதைக் கெடுத்தன. எனது மேற்குப்புற வகிடுவரை கரும்புள்ளிகள் இருந்தன. கீழ்ப்புறக் காதில்

சல்மான் ருஷ்தீ | 217

ஒரு கருத்தபட்டை போல இருந்தது. எனது நெற்றிப்பொட்டுகள்: மிகவும் தூக்கலாக இருந்தன. பெரிய பைசாண்டியக் கவிகை மாடங்கள்போல. (சன்னி இப்ராகிமும், நானும் நண்பர்களாக இருக்கப் பிறந்தவர்கள்: எங்கள் தலைகளை முட்டிக்கொண்டால் என் முகத்தின் மேடுகள் அவன் முகத்தின் பள்ளங்களில் ஒரு தச்சனுடைய பொருத்துமுனைகள் போலச் சரியாகப் பொருந்திக் கொண்டன.) ஆமினா சினாய், எனக்கு ஒரே தலை இருந்தது பற்றி மிகவும் ஆறுதல் அடைந்தாள், அதனால் இரட்டிப்புத் தாய்மைப் பாசத்தின் அழகிய மூடுதிரை வாயிலாக என்னை நோக்கினாள். அதனால், என் நீலநிறக் கண்களின் பனி போன்ற விசித்திரத்தைப் பற்றியோ, மழுங்கிய கொம்புகள் போன்ற நெற்றிப் பொட்டுகள் பற்றியோ, முனைப்பாக வெள்ளரிபோலத் தோற்றமளிக்கும் மூக்கு பற்றியோ கவலைகொள்ளவில்லை.

குழந்தை சலீமின் மூக்கு - அது பயங்கரமாக இருந்தது, அதிலிருந்து சளி அருவி.

என் இளம் வயதின் முக்கியமான தகவல்கள்: பெரிதாகவும், அழகற்றும் இருந்ததால், அவ்வளவு திருப்தியாக நான் இல்லை என்று தோன்றுகிறது. முதல் நாட்களிலிருந்தே நான் என்னைப் பெருக்கிக்கொள்ளக்கூடிய வீரமுயற்சிகளில் ஈடுபட்டேன். (எனது எதிர்காலத்தின் சுமைகளைத் தூக்கிச்செல்ல நான் மிகப் பெரியஅளவில் இருக்க வேண்டும் என்று அறிந்திருந்தேன்போலத் தோன்றுகிறது.) சிறியவை என்று சொல்ல முடியாத என் தாயின் மார்புகளின் பாலை நான் செப்டம்பர் மத்தியிலேயே காலி செய்துவிட்டேன். முலைப்பால் தருவதற்கென ஓர் ஆயாவை நியமித்தார்கள். இரண்டு வாரங்களிலேயே அவள் பாலும் வற்றிப் பாலைவனம் போல் ஆகிவிட்டதால் பல்லற்ற ஈறுகளால் குழந்தை சலீம் கடிக்கிறான் என்று குறைகூறி அவள் பின்வாங்கி விட்டாள். பிறகு பாட்டிலுக்குத் தாவினேன். புட்டிப்பாலை மிக அதிக அளவில் இறக்கினேன். பால்கொடுத்த ஆயாவின் குற்றச்சாட்டை நிரூபிக்கும் வண்ணமாக, பாட்டிலின் காம்புகளும் கடிகளுக்கு ஆளாயின. குழந்தைக்கான குறிப்பேடுகள் மிக கவனமாகப் பராமரிக்கப்பட்டன. நாளுக்கு நாள் கண்கூடாகவே நான் பெரிதாகி வந்தேன் என்று அவை காட்டுகின்றன. ஆனால் துரதிருஷ்டவசமாக என் மூக்கை அவர்கள் அளந்து வைக்கவில்லை. அதனால் என் மூச்சுக்கான கருவி உடல் பெரிதாகிய அதேவிகிதத்தில் பெரிதாகிவந்ததா, அல்லது இன்னும் வேகமாக வளர்ந்ததா என்பதை என்னால் சொல்ல முடியவில்லை. எனது வளர்சிதை மாற்றம் ஆரோக்கியமாக இருந்தது என்று

சொல்லவேண்டும். கழிவுகள் அவ்வவற்றுக்கான துளைகளிலிருந்து தகுந்தபடி வெளியேறின. மூக்கிலிருந்தோ சளி ஒழுகியவண்ணம் இருந்தது. கைக்குட்டைகளின் சேனைகள், நாப்கின்களின் படைகள், குளியலறையில் என் தாயின் சலவைப் பெட்டிக்குள் சென்றவாறு இருந்தன... பல்வேறு துளைகளிலிருந்து கழிவுகளை நான் வெளியேற்றியபோது என் கண்கள் மட்டும் உலர்ந்தே இருந்தன. "ரொம்ப நல்ல குழந்தை மேடம்" என்றாள் மேரி பெரேரா, "ஒருபோதும் கண்ணீர்வருவதே இல்லை".

நல்ல குழந்தை சலீம் அமைதியான பையன்; நான் அவ்வப்போது சிரித்தேன், சத்தம் இல்லாமல். (என் மகனைப் போல, நான் கணக்கெடுக்கிறேன், களகளவென்று ஒலி எழுப்பிப் பேச்சுக்குச் செல்வதற்கு முன்னால் நான் நன்றாக கவனித்தேன்.) கொஞ்ச காலம், ஆமினாவும் மேரியும் நான் ஊமை என்று கவலைப்பட்டார்கள். ஆனால் குழந்தையின் தந்தைக்கு இதைச் சொல்ல இருக்கும் சமயத்தில் (அவர்கள் தங்கள் கவலைகளை இரகசியமாகவே வைத்துக்கொண்டார்கள், எந்தத் தந்தைக்கும் சிதிலமடைந்த குழந்தை பிடிக்காது அல்லவா?) அவன் பேசத் தொடங்கிவிட்டான், அதனால் இயல்பான குழந்தையாகி விட்டான். "நமது மனத்திற்குச் சமாதானம் வேண்டும் என்று முடிவு செய்துவிட்டான் போல் இருக்கிறது" என்று ஆமினா மேரியிடம் குசுகுசுத்தாள்.

மேலும் ஒரு கடுமையான பிரச்சினை இருந்தது. அதைக் கண்டுபிடிக்க ஆமினாவுக்கும் மேரிக்கும் சில நாட்களாயிற்று. இருதலைத் தாய்மார்களாகத் தங்களை ஆக்கிக்கொள்ளும் பெரிய சிக்கலான வேலையில் ஈடுபட்டிருந்த, நாற்றமிக்க என் கீழுடைகளால் பார்வை மூடப்பட்டிருந்த அவர்கள், என் கண்ணிமைகள் இயங்காததைப் பற்றி கவனிக்கவில்லை. தனது கர்ப்பத்தின்போது தனது பளுமிக்க குழந்தை பாசிபிடித்த குளம்போல அசையாமலிருந்ததைப் பார்த்த அவள், அதற்கு எதிரான விஷயம் இப்போது நடக்கிறதோ என்று நினைக்கலானாள். தன் குழந்தைக்குத் தனது உடனடியான சுற்றுப்புறத்தை எல்லா நேரமும் கட்டுப்படுத்தக்கூடிய மந்திர ஆற்றல் உள்ளதோ, அதை வேகமாகக் கையாளுகிறானோ என்று நினைத்தாள். குழந்தை மிகவேகமாக வளர்ந்து வந்ததால், தாய்க்கும் ஆயாவுக்கும் அவர்கள் செய்யவேண்டிய எல்லாவற்றுக்கும் நேரம் போதவில்லை. எனவே காலஅளவு பற்றிய பகற்கனவுகளில் தங்களை இழந்த அவள், என் பிரச்சினையைப் பார்க்கவில்லை. மாயத்தன்மை

பற்றிய சிந்தனையை உதறியபின்பு, நான் சற்றே அதிகமாகப் பசிகொண்ட நல்ல வளர்ச்சி உடைய பையன், முதலிலேயே வளர்ந்துவிடுபவன் என்று தனக்குத்தானே சொல்லிக் கொண்ட பிறகுதான் தாய்ப்பாசத்தின் திரைகள் ஒரேசமயத்தில் இருவருக்குமே சற்றே விலகி ஒரேசமயத்தில் இருவரும் கத்தினார்கள்: "பார், பாப்ரே பாப்! பாருங்க மேடம்! பார் மேரி! இந்தக்குழந்தை கண்சிமிட்டவே இல்லை!"

கண்களும் மிக நீலநிறமாக இருந்தன. காஷ்மீரி நீலம், மாறிய குழந்தையின் நீலம், சிந்தாத கண்ணீர் தேங்கியிருந்த நீலம், கண்சிமிட்டாத நீலம். எனக்குப் பால்கொடுத்த போது என் கண்ணிமைகள் படபடக்கவில்லை. 'கன்னி' மேரி என்னைத் தன் தோளில் வைத்துக்கொண்டபோது, "ஐயோ, இவ்வளவு பளு, ஏசுவே!" என்று கத்தினாள். நான் கண்ணிமைக்காமல் வாயிலெடுத்தேன். அகமது சினாய் கால்விரல்சிம்பு இல்லாமல் நொண்டிநொண்டித் தொட்டிலுக்கு வந்தபோது தொங்கும் உதட்டை வவ்வால் போன்ற கூர்மையான இமைக்காத கண்களால் பார்த்தேன்... "ஏதோ தவறு மேடம்", என்று மேரி ஆலோசித்தாள். "சின்ன சாகிப், நம்மப் பாத்துக் காப்பியடிக்கிறார் போல. நாம கண்ணை இமைச்சா அவரும் செய்வாரு". ஆமினா சொன்னாள்: "நாம மாறிமாறி கண்ண முழிச்சி அவன் செய்யறானா பாப்போம்". அவர்கள் கண்கள் மாறி மாறி மூடிமூடித் திறந்தன. அவர்கள் எனது கண்களின் பனிபோன்ற நீலத்தைக் கண்டார்கள். ஆனால் இமைகளில் சற்றும் அசைவு இல்லை. பிறகு ஆமினா இந்த விஷயத்தைத் தன்கைகளில் ஏற்று, தொட்டிலில் என் கண்ணிமைகளை மூடிவிடலானாள். அவை மூடிக்கொண்டன: தூக்கத்தின் நிறைவான லயத்திற்கு ஏற்ப என் மூச்சு மாறியது. அதன்பிறகு பல மாதங்களுக்கு, எனது கண்ணிமைகளை மாறிமாறி மூடித்திறக்க என் தாயும் ஆயாவும் நேரம் செலவிட்டார்கள். அவன் கத்துக்குவான் மேடம் என்று மேரி ஆமினாவுக்கு ஆறுதல்சொன்னாள். "அவன் ரொம்ப பணிவான பையன், நிச்சயமாக் கத்துக்குவான்." நான் கற்றுக்கொண்டேன் - என் வாழ்க்கையின் முதல் பாடம்: யாரும் எல்லா நேரங்களிலும் விழிப்பாகவே இருந்து உலகத்தை எதிர்கொள்ள முடியாது.

குழந்தையின் கண்களோடு அப்போது - எல்லாவற்றையும் முழுமையாக என்னால் பார்க்கமுடிந்தது. முயற்சிசெய்தால் எவ்வளவு விஷயங்கள் ஞாபகத்திற்கு வரும் என்பது ஆச்சரியமாக இருக்கிறது. நான் பார்க்கமுடிந்தது: நகரம் - கோடை வெப்பத்தில் இரத்தம்குடிக்கும் பல்லிபோலக் காய்ந்துகொண்டிருந்தது.

நமது பம்பாய்: ஒரு கை போன்ற வடிவம். ஆனால் அது ஒரு திறந்திருக்கும் வாய்தான். எப்போதும் திறந்தே, எப்போதும் பசியாக, இந்தியாவின் பிற பகுதிகளிலிருந்து எப்போதும் உணவையும் திறமையையும் விழுங்கிக்கொண்டு. கவர்ச்சிகரமான அட்டைப்பூச்சி. திரைப்படங்கள், புஷ் - ஷர்ட்டுகள், மீன் இவற்றைத் தவிர வேறொன்றும் உற்பத்தி செய்யாதது... பிரிவினைக்குப் பிறகு, தபால்காரப்பையன் விஸ்வநாத் எங்கள் இருமாடி உயரக் குன்றில் சைக்கிளில் வருவதைப் பார்க்கிறேன். அவன் தோள்பையில் தோல்உறையிட்ட கடிதம். பழைய அர்ஜுனா சைக்கிளில் சிதைந்துகொண்டிருக்கும் ஒரு பஸ்ஸைத்தாண்டி வருகிறான். பருவமழையால் கைவிடப்பட்டதல்ல அது. அதில் முழுவதுமாகப் பயணிகள் கூரைமீது தொற்றிக்கொண்டும், ஜன்னல்களிலிருந்தும் வாசற்படியிலிருந்தும் தொங்கிக் கொண்டும் கஷ்டப்பட்டுக்கொண்டிருந்தபோது அதன் ஓட்டுநன் திடீரெனப் பாகிஸ்தானுக்குப் போவதெனமுடிவுசெய்துவிட்டதால் ஏற்பட்ட கதி... அவர்களுடைய வசை மாரிகளை என்னால் கேட்கமுடிகிறது... பன்னிமகன், குள்ளநரிப்பையன்... ஆனால் முதலில் யாரும் தாங்கள் வென்றெடுத்த இடத்தைவிட்டு அசையத் தயாராக இல்லை. இரண்டு மணிநேரம் பார்த்தபிறகு பஸ்ஸுக்கு என்ன கதி ஆனாலும் சரி என்று கைவிட்டுவிட்டுப் போய்விட்டார்கள். மேலும், அப்புறம்: இதோ ஆங்கிலக் கால்வாயை முதன்முதலில் நீந்திக்கடந்த இந்தியர் திரு. புஷ்பா ராய், ப்ரீச் கேண்டி நீச்சல்குள வாயிலில். தலையில் சிவப்புநிற குல்லாய், பச்சைநிறக் கால்சட்டையுடன், கையில் சுதந்திரக் கொடி நிற டவல். இவர், ஆங்கிலேயர் மட்டும்தான் இந்த நீச்சல் குளத்தில் நீந்த வேண்டும் என்ற கொள்கையை எதிர்த்தவர். இப்போது கையில் சந்தன சோப்புடன், வாயிலைக் கடந்து வருகிறார்... ஆங்கிலேயர்கள் கூலிக்கு அமர்த்திய பட்டாணியர்கள் அவரைப் பிடித்துக் கொள்கிறார்கள். வழக்கமாக, இந்தியர்களின் கலகங்களிலிருந்து ஐரோப்பியர்களை இந்தியர்கள்தான் காப்பாற்றுவார்கள். ஆனால்...? தைரியமாகப் போராடி, புழுதியில் தூக்கி எறியப்பட்டு, வார்டன் சாலையில் தவளைநடை நடந்து அதோ வெளியேறுகிறார். ஆங்கிலக்கடலில் நீந்தியவர், ஒட்டகங்கள், டாக்சிகள், சைக்கிள்கள் ஆகியவற்றிற்கிடையில் தரையில் பாய்கிறார் (அவர் சோப்மீது படாமல் தப்ப வேண்டும் என்று விஸ்வநாத் அவசரமாக விலகுகிறார்)... ஆனால் புஷ்பா அஞ்ச வில்லை, எழுந்து தூசியைத் தட்டிக்கொள்கிறார், மறுநாள் கட்டாயம் வருவதாகச் சொல்லிக்கொண்டு போகிறார். என்

குழந்தைப் பருவ நாட்கள் முழுவதிலும் நீச்சல்காரப் புஷ்பா சிவப்பு குல்லாய், சுதந்திரக்கொடிநிற டவல் ஆகியவற்றுடன் இந்த மாதிரி விருப்பமின்றி தரையில் அடிக்கடி பாய்வதை நான் கண்டிருக்கிறேன். கடைசியாக அவரது இடைவிடாத போராட்டம் ஒருவாறு வெற்றி பெறுகிறது. இப்போது ஒருசில இந்தியர்கள் - 'மேன்மக்கள்' மட்டும் - தங்கள் தேசவடிவமுள்ள அந்தக் குளத்தில் குளிக்கலாம் என்று அனுமதிக்கப்பட்டுள்ளது. ஆனால் புஷ்பா மேன்மக்கள் ஜாதியைச் சேர்ந்தவர் அல்ல. வயதாகி, மறக்கப்பட்டு, அவர் இப்போது தூரத்திலிருந்து குளத்தைப் பார்க்கிறார்... இப்போது இன்னும் திரள்திரளாகப் பலபேர் - அந்தக்காலப் புகழ் பெற்ற மல்யுத்தக்காரி பானுதேவி போல - எனக்குள் குவிகிறார்கள். அவள் ஆண்களுடன் மட்டுமே யுத்தம் செய்வேன் என்றவள், தன்னை வீழ்த்தியவனைத்தான் கலியாணம் செய்துகொள்வேன் என்றவள்; ஒரு பந்தயத்திலும் அவள் தோல்வியடைய வில்லை. இப்போது (வீட்டுக்கருகில்) குழாயடியில் உட்கார்ந்த அந்த சாது இருக்கிறான். அவன்பெயர் புருஷோத்தம். அவனை நாங்கள் (சன்னி, ஐஸ்லைஸ், ஹேராயில், சைரஸ், நான்) குரு - புரு என்று அழைப்பது வழக்கம். அவன் என்னை முபாரக் - அதாவது ஆசீர்வதிக்கப்பட்டவன் என்று நினைத்து என்மீது ஒரு கண் வைத்திருக்கிறான். என் தந்தைக்குக் கைரேகை கற்றுக்கொடுத்தும், என் தாயின் கரணைகளுக்கு மந்திரம் போட்டும் நாளைக் கடத்திவருகிறான். அப்புறம், பழைய வேலைக்காரன் மூசாவிற்கும், புதுஆயா மேரிக்கும் உள்ள பகைமை - கடைசியில் அது வெடிக்கும்வரை முற்றிச் செல்லும். சுருக்கமாக, 1947இன் இறுதியில் - நான் வந்ததைத் தவிர - பம்பாயில் வாழ்க்கை என்றும்போலவே மிகப் பரபரப்பாக, பலதரப்பட்டதாக, கும்பல்போல உருவமற்றதாக இருந்துவருகிறது... நான் ஏற்கெனவே பிரபஞ்சத்தின் மையஇடத்தை எடுத்துக்கொள்ளத் தொடங்கிவிட்டேன்; அதை முடித்தவுடன் எல்லாவற்றுக்கும் அர்த்தம் கொடுப்பேன். நம்பிக்கை இல்லையா? கேளுங்கள்: என் தொட்டிலருகே மேரி பெரேரா ஒரு சிறிய பாட்டுப்பாடுகிறாள்.

எதுவாக வேண்டினும் நீ ஆகலாம்
விரும்புகின்ற வாறே நீ ஆகலாம்

எனக்கு சுன்னத்து நடந்தபோது, பிளவுபட்ட அண்ணத்தைக் கொண்ட ஒரு நாவிதன் வந்தான். கோவாலியா டேங்க் சாலையில் அரசர்க்கான நாவிதக் குடும்பத்திலிருந்து. (எனக்கு இரண்டுமாதம் ஆகியிருந்தது); மெத்வோல்டு எஸ்டேட்டில் எனக்கு பலத்த தேவை. (சரி, சுன்னத்து நடந்தது பற்றி: எனக்கு இன்னமும் அந்த

இளிக்கும் நாவிதன் ஞாபகத்தில் இருக்கிறான். அவன் முன்தோலைப் பிடித்தபோது என் உறுப்பு ஒரு வழுக்குகின்ற பாம்புபோல் வேகமாக ஆடியது. கத்தி இறங்கியது, பிறகு வலி. ஆனால் அந்தச் சமயத்தில் நான் இமைக்கவும் இல்லை என்று சொன்னார்கள்.)

சரி, நான் ஒரு பிரபலமான சிறுபையன்தான்: என் இரண்டு அம்மாக்களும் - ஆமினாவும் மேரியும் - எனக்கு என்ன செய்தும் திருப்தியாகவில்லை அவர்களுக்கு. எல்லா நடைமுறை விஷயங்களிலும் அவர்கள்தான் எனக்கு உதவியாளர்கள். சுன்னத்து நடந்த பிறகு அவர்கள் இருவரும் சேர்ந்து என்னைக் குளிப்பாட்டினார்கள்; குளியல் நீரில் என் சிதைந்த உறுப்பு கோபமாக ஆடியபோது இருவரும் சிரித்தார்கள். மேரி கேலியாகச் சொன்னாள்: "இவன் உறுப்புக்கு தனியே உயிர் இருக்கிறதுபோல! நாம் இவனை கவனித்துக் கொள்ளவேண்டும் அம்மா" என்றாள். ஆமினா: "ச், ச்சு, நீ பயங்கரமாகக் கற்பனை செய்கிறாய்..." எதுவும்செய்ய இயலாத சிரிப்புக்குப் பிறகு, "பாவம் இவன் சின்னக் குஞ்சைப் பார்" என்றாள் மேரி. ஏனென்றால் அது கழுத்தறுபட்ட கோழியைப்போலத் தானாகத் துடித்துக்கொண்டிருந்தது...இரண்டுபேருமாகச் சேர்ந்து என்னை அற்புதமாகக் கவனித்தார்கள்; ஆனால் கவனிக்கும் விஷயத்தில் அவர்கள் பயங்கர எதிரிகள். ஒருசமயம், மலபார் ஹில் பகுதியில் தொங்குதோட்டத்தில் என்னைக் கைவண்டியில் வைத்து ஒருமுறை தள்ளிக்கொண்டு சென்றார்கள். அப்போது மேரி மற்ற ஆயாக்களிடம், "ரொம்பப்பெரிசு பார் என் குழந்தை" என்று சொல்லியதை ஆமினா கேட்க, ஒரு விசித்திரமான பயம் ஏற்பட்டது அவளுக்கு. அதற்குப் பிறகு அவர்களுடைய பாசத்தின் போர்க்களமாகிவிட்டான் குழந்தை சலீம். தங்கள் பாச வெளிப்பாடுகளை ஒருவரைவிட ஒருவர் அதிகமாகக் காட்டவேண்டும் என்று இருவரும் பாடுபட்டார்கள். அவனுக்கு இப்போது இமைக்கத் தெரியும், தொண்டையில் களகளவென்று சத்தம் எழுப்பியவாறு, அவர்கள் உணர்வுகளைத் தான் வேகமாக வளர்வதற்குப் பயன்படுத்திக் கொண்டான். தழுவுதல்கள், முத்தங்கள், மோவாய்க் கட்டைக்குக்கீழ் ச்சுச்சுக்கள்தான் எப்போதும், மனிதர்களின் இயல்பான குணங்களைப் பெறும் நிலைக்கு வேகமாகத் தாவினான். மிக அபூர்வமான சில கணங்களில்மட்டும் நான் தனியாக இருக்கின்ற வாய்ப்பு கிடைக்கும். அப்போது மீனவனின் சுட்டுவிரலில் என் கவனம் செல்லும்; நான் என் கட்டிலில் எழுந்து உட்கார முயற்சிசெய்வேன்.

(நான் எழுந்துநிற்பதற்கு வெற்றிபெறாத முயற்சிகளைச் செய்தபோது, ஆமினாவும் தன் பெயர்சொல்ல இயலாத

கணவனைப் பற்றிய கனவைத் தன் மனத்திலிருந்து வெளியேற்ற வேண்டுமென்கிற பயனற்ற தீர்மானத்தில் ஈடுபட்டாள். நான் பிறந்த இரவுக்குப் பிறகு பசைத்தாள் கனவுக்குப் பதிலாக அவன் கனவு வரத்தொடங்கிவிட்டது. அவள் விழித்திருக்கும் நேரம் எல்லாம் அவளைத் தொந்தரவு செய்கின்ற யதார்த்தம்போன்ற நிகழ்வாகிவிட்டது அந்தக்கனவு. கனவில் நாதிர்கான் அவள் படுக்கைக்குவந்து அவளைக் கருவுறச்செய்தான். தன் குழந்தை யாருக்குப் பிறந்தவன் என்று சந்தேகிக்கும் அளவுக்கு அந்தக் கனவு அவ்வளவு வலுவான பிறழ்ச்சியை ஏற்படுத்திவிட்டது. நள்ளிரவின் குழந்தையான எனக்கு அது வில்லி, மெத்வோல்டு, சினாய் இவர்களுடன் நாதிர்கான் என்கிற நான்காவது தகப்பனையும் அளித்தது. அந்தக் கனவின் பிடியிலிருந்து விடுபடமுடியாமல் அமைதியற்றுத் தவித்த என் அம்மா ஆமினா, ஒரு குற்றவுணர்ச்சியின் மூடுபனியில் சிக்கிக்கொண்டாள். அது பின் வருஷங்களில், அவள் தலையை ஒரு கருத்த மாலை போலச் சுற்றிக்கொண்டது.

வீ வில்லி விங்கி நன்னிலையில் இருந்தபோது அவனைப்பற்றிக் கேள்விப்படவே இல்லை. குருட்டுத்தனத்தோடு சேர்ந்த இழப்புக்குப் பிறகு, அவன் பார்வை திரும்பலாயிற்று; ஆனால் அவன் குரலில் கடூரமான, கசப்பான ஒன்று சேர்ந்து கொண்டது; அது ஆஸ்துமா என்றான் அவன். அவன் மெத்வோல்டு எஸ்டேட்டுக்கு வாரம் ஒருமுறை பாடுவதற்காக வந்தான்; அவனைப்போலவே மெத்வோல்டு காலத்தின் ஞாபகச் சின்னங்களாக அந்தப் பாட்டுகள் இருந்தன; 'குட்நைட் லேடீஸ்' என்ற பாட்டை அவன் பாடினான். 'தி க்ளவுட்ஸ் வில் சூன் ரோல் பை' என்பதைத் தன் களஞ் சியத்தில் சேர்த்துக் கொண்டான்; பிறகு சற்றுக்கழித்து, 'ஹௌ மச் ஈஸ் தி டாகி இன் தி விண்டோ' என்று பாடினான்; ஒரு இடிக்கும் முட்டிகொண்ட பெரியசைஸ் குழந்தையைக் காட்சி மேடையில் தனக்கருகில் உட்காரவைத்துக்கொண்டு பழையகால எச்சங்களான பாட்டுகளைப் பாடினான். யாருக்கும் அவனை வெளியே அனுப்ப மனமில்லை. மெத்வோல்டு சென்றபிறகு அவருடைய வாரிசுகள் மாளிகையில் மிச்சம் மீதியிருந்த அவருடைய பொருள்களை எல்லாம் எடுத்துக்கொண்டு போய்விட்டார்கள். எஞ்சியது விங்கியும் மீனவன் சுட்டுவிரல் படமுமே. லீலா சாபர்மதி அவளுடைய பியானோலாவைக் காப்பாற்றிக்கொண்டாள்; அகமது சினாய் விஸ்கி கேபினட்டை வைத்துக் கொண்டார்; முதியவர் இப்ராகிம் கூரைமின்விசிறிகளோடு சமரசம் செய்துகொண்டார்; ஆனால் தங்கமீன்கள் மட்டும் இறந்துவிட்டன. சிலமீன்கள் பசியால்; பல

தங்களுக்கு மிகப்பெரிய அளவில் அளிக்கப்பட்ட மீன்உணவு செரிக்காமல் வெடித்துச் செதில் செதிலாகப் போய்விட்டன; நாய்கள் சிதறி ஓடிவிட்டன; அதனால் எஸ்டேட்டை அவை சுற்றிவரவில்லை. பழைய அலமாரிகளிலிருந்த மங்கிய ஆடைகள் எஸ்டேட்டில் இருந்த கூட்டிப்பெருக்குவோர், பிற வேலைக்காரர்களுக்கு பகிர்ந்து அளிக்கப்பட்டன; ஆகவே மெத்வோல்டின் வாரிசுகள் அவரை கவனித்துக் கொண்ட ஆண்டுகளைவிட அதிகமான வருஷங்களுக்கு எஸ்டேட்டில் கிழிந்த சட்டைகளும் காட்டன் பிரிண்ட் டிரவுசர்களும் அணிந்தவர்கள் இருந்தார்கள்; ஆனால் விங்கியும் என் சுவரிலிருந்த படமும் நின்றுவிட்டன(ர்). இன்னும் உடைக்கமுடியாத பழக்கமாக காக்டெயில் நேரம் ஆகிவிட்டதுபோல, பாடகனும் மீனவனும் எங்கள் வாழ்க்கைகளின் நிறுவனங்கள் ஆகிவிட்டனர்; “ஒவ்வொரு சிறிய கிழிவும் சோகமும், உன்னை எனக்கருகில் கொண்டு வருகிறது” என்று பாடினான் விங்கி. அவனுடைய குரல் நாளுக்குநாள் மோசமாகியது; கடைசியில் சித்தாரின் அரக்குவைத்த பறங்கிக் குடம் எலியால் கடிக்கப்பட்ட பின் எழும் கீச்சிடும் ஓசைபோல ஆகிவிட்டது. அது ஆஸ்துமாதான் என்று அவன் விடாமல் சாதித்தான்; மருத்துவர்கள் அவனது கருத்தை மறுத்து அது தொண்டைப் புற்றுநோய் என்றார்கள்; ஆனால் அவர்கள் சொன்னதும் தவறுதான். ஏனென்றால், தான் என்றுமே சந்தேகப்படாத, ஆனால் விசுவாசத்தைக் கைவிட்ட தன் மனைவியை இழந்ததால் ஏற்பட்ட கசப்பினால்தான் விங்கி இறந்தான். தோற்றத்துக்கும் அழிவுக்கும் காரணமான கடவுள் சிவனின் பெயர் அவன் பையனுக்கு வைக்கப்பட்டது. தன் தந்தையின் மெதுவான சாவுக்குத் தானே காரணம் (அப்படி என்று அவன் நினைத்தான்) என்ற சுமை மனத்தில் அழுத்த அந்த ஆரம்ப நாட்களில் சிவா தன்தந்தையின் காலடியில் உட்கார்ந்திருப்பான். நாளாக நாளாக, அவனுடைய கண்களில் ஒரு பேசப்படாத கோபம் நிறைந்து வருவதை நாங்கள் கண்டோம். அவன் விரல்கள் கற்களைச் சுற்றி முட்டியாக இறுகி அவற்றைத் தன்னைச் சுற்றியிருக்கும் வெறுமையில் - முதலில் பயனின்றியும், வளர்ந்தபிறகு ஆபத்தான முறையிலும் - வீசுவதைக் கண்டோம். லீலா சாபர்மதியின் முதல்மகனுக்கு எட்டுவயதானபோது, இளம் சிவா கலகலப்பற்ற தன்மை, கஞ்சிபோடாத கால்சட்டை, முடிச்சுமுடிச்சான முட்டிகள் ஆகியவற்றை வைத்துத் துன்புறுத்த ஆரம்பித்தான். மேரியின் குற்றம்: வறுமையிலும் அக்கார்டியனிலும் தள்ளப்பட்ட அந்தப் பையன் துன்புறுத்தலினால் கோபமடைந்து கத்திபோலக் கூரான ஒரு தட்டைக்கல்லை எறிந்தான். அது

அவனைத் துன்புறுத்தியவன் வலது கண்ணைக் குருடாக்கியது. ஐஸ் லைசின் விபத்துக்குப் பிறகு, தன் மகனை மீளமுடியாத இருண்ட பாழடைந்த இடத்தில் விட்டுவிட்டு - அதிலிருந்து ஒரு போர்தான் அவனைக் காப்பாற்ற முடியும் - வீ வில்லி விங்கி மெத்வோல்டு எஸ்டேட்டுக்குத் தனியாக வந்தான்.

வீ வில்லி விங்கியின் குரலின் சகிக்கவியலாத தன்மை, சிவாவின் வன்முறை இப்படியிருந்தும் ஒரு சமயம் அவன் அவர்களுக்கு வாழ்க்கையைப் பற்றிய முக்கியமான குறிப்பு ஒன்றை - “முதல் பிறப்பு உங்களை நிஜமாக்கிவிடும்” - சொல்லியிருந்தான் என்பதுதான் விங்கியை மெத்வோல்டு எஸ்டேட் ஏற்றுக்கொண்ட காரணம்.

விங்கியின் குறிப்பின் நேரடியான விளைவாக, நான் அதிகம்பேரால் சிறுவயதில் நாடப்படுபவனாக இருந்தேன். ஆமினாவும் மேரியும் என் கவனத்தைப் பெறப் போட்டியிட்டார்கள். ஆனால் எஸ்டேட்டின் ஒவ்வொரு வீட்டிலும், என்னை விரும்புகின்ற மனிதர்கள் இருந்தார்கள். ஆமினாவுக்குத் தன் பார்வையிலிருந்து என்னை விடுவதற்கு மனம்கிடையாது. இருந்தாலும், என் பிராபல்யத்தினால் உண்டான பெருமிதம் அதை விட அதிகமாக இருந்ததால், ஒருவித சுழற்சிமுறையில் அந்தக் குன்றிலிருந்த வெவ் வேறு குடும்பங்களுக்கு என்னைக் கடனாக அனுப்பச் சம்மதித்தாள். ஓர் ஆகாய நீலநிற ட்ராம் வண்டியில் மேரி பெரேரா என்னைத் தள்ளிச் செல்ல, நான் எனது வெற்றிகரமான சுற்றுப் பயணத்தை சிவப்பு ஓடுகளிட்ட மாளிகைகளைச் சுற்றத் தொடங்கினேன். ஒவ்வொரு வீட்டையும் என் வருகையால் கௌரவப்படுத்தி, அது நிஜமானது என்று அந்த மாளிகைச் சொந்தக்காரர்களை நம்பவும் வைத்தேன். ஆகவே குழந்தை சலீமின் பார்வையில் இப்போது திரும்பிப் பார்க்கும்போது, அண்டைவீட்டாரின் பல இரகசியங்களை என்னால் வெளிப்படுத்தமுடியும், ஏனென்றால், பெரியவர்கள் ஒரு குழந்தை முன்னிலையில் பிறர் கவனிப்புக்கு ஆளாகும் பயமின்றி வாழ்கிறார்கள். பல வருஷங்கள் கழித்து, குழந்தைப் பார்வையில் கவனித்த அவர்களுடைய இரகசியங்களை எவரேனும் வெளிப்படுத்திவிடுவார்கள் என்று அவர்களுக்குத் தெரியாது.

இதோ, கிழவர் இப்ராகிம் கவலையினால் செத்துக் கொண்டிருக்கிறார்; காரணம் ஆப்பிரிக்காவில் அவருடைய கற்றாழைத் தோட்டங்களை அரசாங்கங்கள் தேசியமயம் ஆக்கிவிட்டன; இதோ அவருடைய மூத்தமகன் ஈஷாக், தன் உணவுவிடுதித் தொழிலைப் பற்றிக் கவலைப்பட்டவாறு

இருக்கிறான், காரணம், அது நொடித்திருப்பதால், உள்ளூர் குண்டர்களிடமிருந்து கடன்வாங்கவேண்டி இருக்கிறது; இதோ ஈஷாக்கின் கண்கள், அவன் சகோதரன் மனைவியை ஆசையோடு பார்க்கின்றன, ஆனால் நுஸ்ஸி வாத்து எப்படி ஒருவரிடம் காமஆசையை உண்டுபண்ணமுடியும் என்பது ஆச்சரியமாக இருக்கிறது. இதோ நுஸ்ஸியின் கணவன் வழக்கறிஞன் இஸ்மாயில். தனது மகன் இடுக்கிகொண்டு வெளியே எடுக்கப்பட்டதால் முக்கியமான பாடம் ஒன்றைக் கற்றுக் கொண்டிருக்கிறான்: அவன் வாத்துமனைவியிடம், "எதையும் பலத்தினால் அன்றிச் சரிவரச் சாதிக்கமுடியாது" என்கிறான். இந்தத் தத்துவத்தைத் தன் சட்டத் தொழிலில் பயன்படுத்துவதால், நீதிபதிகளுக்கும் ஜூரிகளுக்கும் லஞ்சம்கொடுத்துச் சாதிக்கத் தொடங்கியிருக்கிறான். குழந்தைகளுக்குத் தங்கள் பெற்றோர்களை மாற்றிவிடும் சக்தி உண்டு. இங்கே சன்னி தன் தந்தையை மிக வெற்றிகரமான கபடக்காரனாக மாற்றியிருக்கிறான். இப்படியே வார்சேல் வில்லாவிற்குப் போனால், இதோ திருமதி துபாஷ் தன் சிறு விநாயகர் கோயிலருகில். அது அந்த அடுக்குமாடிக் குடியிருப்பின் ஒரு மூலையில் அடைந்திருக்கிறது. அவள் குடியிருப்பே ஓர் அதீதமான கந்தர்கோளமாக இருக்கிறது, அதனால் எங்கள் வீட்டில் துபாஷ் என்றாலே 'தாறுமாறாக இருக்கின்ற' என்ற அர்த்தம் வந்துவிட்டது.

"ஓ சலீம், உன் அறையை மறுபடியும் துபாஷ் பண்ணிவிட்டாய்" என்று மேரி கத்துவாள்; இப்போது எல்லாம் தாறுமாறானதற்குக் காரணம், என் வண்டியின் சுற்று ஓரத்தில் சாய்ந்துகொண்டு என் மோவாய்க்கட்டைக்குக்கீழ் முத்தம்கொடுத்ததுதான். இயற்பியல்வாதியான ஆதி துபாஷ், அணுக்களிலும் குப்பையிலும் வல்லுநர்; அவர்மனைவி ஏற்கெனவே மாபெரும் சைரஸை (குழந்தையை)த் தன் வயிற்றில் தாங்கியிருக்கிறாள்; தன் கண்களின் உள்ளோரங்களில் ஒரு மதவெறியை ஒளித்துவைத்துக்கொண்டு தன் பிள்ளைக்காகக் காத்திருக்கிறாள்; அவள் கணவர் துபாஷ், மிக ஆபத்தான அணுசக்தியோடு பணிபுரிபவர், தன் மனைவி ஆரஞ்சுப்பழத்திலிருந்த விதைகளை எடுத்துவிட்டுக் கொடுக்காத காரணத்தினால் தொண்டையில் அவை சிக்கி மரணமடைகிறார், அதற்குப்பின்தான் சைரஸ் பிறக்க இருக்கிறான். குழந்தைகளை வெறுக்கும் மகப்பேறு மருத்துவ நிபுணரான நர்லீகர் வீட்டில் மட்டும் நான் அழைக்கப்பட்டது கிடையாது; ஆனால் லீலா சாபர்மதி, ஹோமி கேட்ராக் வீடுகளில் எல்லாம் நான் ஒளிந்து பார்ப்பவன் ஆகிவிட்டேன்; லீலாவினுடைய ஆயிரத்தொரு

கள்ளத்தொடர்புகளுக்கு நான் ஒரு சிறிய சாட்சி; கடைசியாக, கடற்படை அதிகாரியின் மனைவிக்கும் திரைப்படக்கார - ரேஸ் குதிரைகள் சொந்தக்காரருக்கும் ஏற்பட்ட தொடர்புக்கும்; எல்லாம் பிறகு, நல்லதொரு சமயத்தில், நான் பழிவாங்க முற்பட்டபோது கைகொடுத்து உதவியவை.

ஒரு குழந்தைகூடத் தன்னை வரையறைப்படுத்திக்கொள்ள வேண்டியிருக்கிறது; எனது சிறுவயது பிராபல்யம்கூடச் சிக்கல்களில் மாட்டிவிட்டது; ஏனென்றால் ஒரு விஷயத்தில் என்னைப் பந்தாடிக் குழப்பத்தில் ஆழ்த்திவிட்டார்கள். குழாயின்கீழ் உட்கார்ந்திருக்கும் குருவுக்கு நான் ஆசீர்வதிக்கப்பட்ட ஒருவன்; லீலா சாபர்மதிக்கு ஒளிந்திருந்து நோக்குபவன்; நுஸ்ஸி வாத்தின் கண்களில் நான் அவள்மகன் சன்னிக்கு ஒரு போட்டியாளன், அதுவும் வெற்றிகரமான போட்டியாளன்; (ஆனால் அவள் தன் கசப்பை வெளிக்காட்டியதில்லை என்பது நல்ல விஷயம், அவளும் பிறரைப்போலவே என்னைக் கடன்வாங்கினாள்.) என் இருதலைத் தாய்மார்களுக்கு நான் குழந்தைத்தனமான யாவும் - ஜானுமூனு, புச்புச், குட்டி நிலாத்துண்டு என்றெல்லாம் கூப்பிடுவார்கள்.

ஆனால், இவை எல்லாவற்றையும் விழுங்கி, பின்னால் இவற்றை அர்த்தப்படுத்தும் முயற்சிகளைத் தவிர ஒரு குழந்தை வேறென்ன செய்யமுடியும்? நானும் பொறுமையாக, நீர் அற்ற கண்களோடு, நேருவின் கடிதம், விங்கியின் தீர்க்கதரிசனம் ஆகியவற்றை உள்வாங்கிக்கொண்டேன்; ஆனால் இவை எல்லாவற்றையும் விட, மிக ஆழமான பதிவு எனக்கு ஏற்பட்டது, ஹோமி கேட்ராக்கின் முட்டாள் பெண் அவளுடைய எண்ணங்களை பாடல் மேடைக்குக் குறுக்கே என்னுடைய குழந்தை மண்டைக்குள் அனுப்பியபோதுதான்.

டாக்சி கேட்ராக் - அவளுக்குப் பெரிய மண்டை; வாயில் ஒழுகிக்கொண்டே இருக்கும். குறுக்குச் சட்டமிட்ட மேல்தள ஜன்னலில் துணி எதுவுமில்லாமல் நின்றுகொண்டு அவள், முழுமனத்தோடுகூடிய சுயவெறுப்புடன் சுயபுணர்ச்சி செய்துகொண்டிருந்தாள். குறுக்குச் சட்டங்கள் வழியே துப்புவாள். சிலசமயம் அது எங்கள் தலைமீது விழும். அவளுக்கு இருபத்தொரு வயது. பொருளின்றிப் பிதற்றுகின்ற அரைபுத்தி. நெருங்கிய உறவுக்காரர்கள் திருமணம் செய்துகொண்டதால் ஏற்பட்ட விளைச்சல். ஆனால் என் சிந்தனையில், அவள் அழகானவள். ஏனென்றால், ஒவ்வொரு குழந்தையும் சில கொடைகளுடன்தான் பிறக்கிறது; அவற்றை வாழ்க்கை அழித்துவிட முனைகிறது. ஆனால்

இவள் அவற்றை இழக்கவில்லை. டாக்சி எனக்குக் குசுகுசுப் பதற்காக வேண்டித் தன் எண்ணங்களை எனக்கு அனுப்பியபோது என்ன சொன்னாள் என்பது இப்போது நினைவில் இல்லை. காறி உமிழ்தலும் எச்சிலும் தவிரப் பெரும்பாலும் வேறெதும் இருப்பதற்கும் இல்லை. ஆனால் என் மனக்கதவைச் சற்றே அவள் திறந்துவிட்டாள். அதனால் சலவைப்பெட்டியில் ஒரு விபத்து நடந்தபோது, அதைப் பெரும்பாலும் சாத்தியமாக்கியவள் டாக்சிதான் என்று சொல்லமுடியும்.

குழந்தை சலீமின் ஆரம்பநாட்களைப் பொறுத்தவரை, இப்போதைக்கு இது போதும் - ஏற்கெனவே எனது இருப்பு வரலாற்றில் விளைவை ஏற்படுத்தத் தொடங்கிவிட்டது; ஏற்கெனவே குழந்தை சலீம் தன்னைச் சுற்றியுள்ளவர்கள்மீது மாற்றங்களை ஏற்படுத்திக் கொண்டிருந்தான். என் தந்தையைப் பொறுத்தவரை, உறைதல் என்ற பயங்கரமான சமயத்துக்குத் தவிர்க்கவியலாமல் அவரைத் தள்ளிவிட்ட மிகையான சம்பவங்களுக்கு நான்தான் காரணம் என்று நினைக்கிறேன்.

தன் கட்டைவிரலை ஒடித்ததற்காக அகமது சினாய் தன் மகனை மன்னிக்கவேயில்லை.

பத்தையைப் பிரித்தபிறகும் காலில் சிறுநொண்டுதல் இருந்தது. எனது தொட்டில் விளிம்பில் சாய்ந்துகொண்டு, அவர் சொன்னார்: "மகனே, எதிர்காலத்தில் எப்படி வாழப்போகிறாயோ அதை இப்போது தொடங்குகிறாய்; பாவம், வயதான உன் தகப்பனை இப்போதே அடித்துத் தள்ளத் தொடங்கிவிட்டாய்!" என் கருத்தில், இது அரை குறை ஜோக்குதான். ஏனென்றால், நான் பிறந்ததோடு, அகமது சினாய்க்கு எல்லாமே மாறத் தொடங்கிவிட்டது; என்வருகையால் குடும்பத்தில் அவருடைய நிலை அழிவுக்கு ஆளாயிற்று. திடீரென ஆமினாவின் இடையறாமுயற்சிக்கு வேறு இலக்குகள் கிடைத்துவிட்டன; அவரிடமிருந்து பணம் எடுப்பதை அவள் விட்டுவிட்டாள்; உணவு மேஜையில் அவர் மடிமீதிருந்த துண்டு பழைய கால ஞாபகங்களைத் தேடிச் சோகமாகத் தத்தளித்தது; இப்போது, "உங்க மகனுக்கு இன்னார் இன்னார் வேணுமாம்" என்றோ, "ஜானம், இது இதுக்கெல்லாம் காசு தேவைப்படுது" என்றோ ஆகிவிட்டது. மோசமான நிலை என்று நினைத்தார் அகமது சினாய்; அவ்வளவு சுயமுக்கியத்துவம் கொண்ட மனிதர் அவர்.

ஆக, இப்படித்தான் அவர் வீழ்ச்சிக்கு நான் காரணமானேன். நான் பிறந்த பிறகு அந்த நாட்களில், அவருடைய அழிவுக்குக்

காரணமான அவர் இரண்டு அதீத கற்பனைகளில் - 'ஜின்'களின் நிஜமற்ற உலகம், கடலுக்குஅடியிலுள்ள நிலம் - மூழ்கினார்.

ஒரு ஞாபகம். என் தந்தை ஒரு குளிர்ந்த மாலைப்போதில் படுக்கையில் என்னருகில் அமர்ந்து (எனக்கு அப்போது ஏழு வயது)சற்றே தடித்த குரலில் கதை சொல்கிறார். கடற்கரையில் அலைகள்கொண்டுவந்து தள்ளிய ஒரு பாட்டிலை - அதில் ஒரு ஜின் அடைபட்டிருக்கிறது - மீனவன் ஒருவன் கண்டுபிடிக்கிறான்... "ஒரு ஜின்னின் வாக்குறுதியை நம்பவே நம்பாதே மகனே! அவற்றை பாட்டிலிலிருந்து வெளியே விட்டால் உன்னைத் தின்றுவிடும்!" நான், பயத்தோடு... காரணம், என் தந்தையின் மூச்சில் பயத்தின் சாயல் - "ஆனா அப்பா, நிஜமாவே பாட்டிலுக்குள்ள உயிரோட ஒரு ஜின் இருக்குமா?" அதனால் திடீரென்று மனநிலைமாறிய என் தந்தை, சிரிப்போ சிரிப்பென்று சிரித்து, அறையை விட்டு வெளியேறி, வெள்ளைநிற லேபில் ஒட்டப்பட்ட ஒரு கரும்பச்சை நிற பாட்டிலை எடுத்துவருகிறார். கணீரென்று, "பார்! இதிலுள்ள ஜின்னைப் பார்க்க உனக்கு விருப்பமா?" என்கிறார். "வேணாம்" என்று கீச்சிடுகிறேன். ஆனால் பக்கத்துப் படுக்கையிலிருந்து "பாக்கணும்" என்கிறாள் என் தங்கை பித்தளைக் குரங்கு...இரண்டு பேரும் பயந்து ஒடுங்கி, பயத்தோடு பாட்டிலின் மூடியை நாடகப்பாங்காக அவர் திறப்பதைப் பார்க்கிறோம். அடுத்த கையில், ஒரு சிகரெட் லைட்டர் தோன்றுகிறது. அதன் ஜுவாலையை பாட்டிலின் வாய்ப்பகுதிக்குக் காட்டுகிறார். "எல்லா ஜின்களும் ஒழிக!" என்று கத்துகிறார். பயத்தோடு நானும் குரங்கும், நீலப்பச்சைமஞ்சள் ஜுவாலையைப் பார்க்கிறோம். மெதுவாக வட்டமாகச் சுழன்று பாட்டிலுக்குள் அது இறங்குகிறது. அடிப்பகுதியை அடைந்ததும் சற்றே சுடர்விட்டு மறைகிறது. மறுநாள், சன்னி, ஐஸ்லைஸ், ஹேராயில் இவர்களிடம், "எங்கப்பா ஜின்களோடு சண்டைபோட்டு ஜெயிக்கிறார், மெய்யாவே" என்று நான் சொல்லும்போது பலத்த சிரிப்பு... ஆமாம், உண்மைதான், அகமது சினாய், தனக்குரிய முகஸ்துதிகளையும் கவனத்தையும் இழந்து, என் பிறப்புக்குப் பிறகு சில நாட்களில், ஜின்கள் மறைந்திருக்கும் பாட்டில்களோடு ஒரு நெடிய போராட்டத்தைத் தொடங்கினார்; ஆனால் ஒரு விஷயத்தில் நான் சொன்னது தவறு - அவர் ஜெயிக்கவில்லை.

காக்டெயில் அடுக்கு அவரது பசியைத் தூண்டிவிட்டது; ஆனால் என் வருகைதான் அவரை அதற்கு ஓட்டியது... அந்தக் காலத்தில் பம்பாய் ஒரு மதுவிலக்கு மாநிலமாக இருந்தது. நீங்கள் ஒரு குடிகாரர் என்று சான்றிதழ் பெற்றால்தான் பாட்டில்கள்

கிடைக்கும். ஆகவே இதற்கென்று டாக்டர்களில் ஒரு புதிய இனம் - ஜின் டாக்டர்கள் - தோன்றியது. அவர்களில் ஒருவரை - டாக்டர் ஷராபியை, அடுத்தவீட்டிலிருந்த ஹோமி கேட்ராக் என் அப்பாவுக்கு அறிமுகப்படுத்தினார். அடுத்த மாதத்திலிருந்து முதல் தேதியன்று என் அப்பா, கேட்ராக், இன்னும் நகரத்தின் பல மரியாதைக்குரிய புள்ளிகள் வரிசை அந்த டாக்டருடைய புள்ளியிட்ட கண்ணாடி அறுவையறை மருத்துவ அகத்திற்கு வெளியே நிற்கும். உள்ளே சென்று, திரும்பி வரும்போது அவர்கள் கையில் இளஞ்சிவப்புநிறக் குடிகாரச்சீட்டு இருக்கும். ஆனால் இப்படி அனுமதிக்கப்பட்ட அளவு என் தந்தைக்குப் போதவில்லை; அதனால் அவர் தனது வேலைக்காரர்களையும், தோட்டக்காரர்களையும், சமையல் ஆட்களையும், ஓட்டுநர்களையும் (அதில் ஒரு ஓட்டுநனிடம் வில்லியம் மெத்வோல்டு போலச் சொந்தமாக ஒரு 1946 ரோவர் காரே வந்துவிட்டது) - ஏன், மூசாக் கிழவன், மேரி பெரேரா உள்பட அனைவரையும் அந்த இளஞ்சிவப்புநிறச் சீட்டுகள் வாங்கிவர அனுப்பினார். அதை கோவாலியா டேங்க் சாலையில் சுன்னத்துச் செய்த நாவிதன் கடைக்கு எதிரிலுள்ள விஜய் ஸ்டோருக்கு எடுத்துச் செல்வார். அவற்றை பழுப்புநிற சாராயபாட்டில் பைகளுக்கு மாற்றிக்கொள்வார், அவற்றில் பச்சைநிற 'ஜின்' நிரம்பிய பாட்டில்களும் இருக்கும். விஸ்கியும் கூட. என் தந்தை அந்தப் பச்சை பாட்டில்களையும், அவருடைய வேலைக் காரர்களின் இளஞ் சிவப்புநிறச் சீட் டுகளையும் குடித்துச் சிதைந்து போனார். ஏழைகள், வேறு எதையும் விற்க முடியாதவர்கள் - தங்கள் அடையாளத்தை இளஞ்சிவப்பு நிறச் சீட்டுகளுக்காக விற்றார்கள்; என் தந்தை அவற்றை திரவமாக மாற்றிக்குடித்துத் தீர்த்தார்.

சரியாக, மாலை ஆறுமணிக்கு, அகமது சினாய் ஜின்களின் உலகத்திற்குள் செல்வார். பிறகு மறுநாள் காலை, அவர் கண்கள் செந்நிறமாக, அவர் தலை இரவுமுழுதும் நடத்திய போராட்டத்தினால் நடுங்க, ஷேவ் செய்துகொள்ளாமலே காலை உணவு மேஜைக்கு வருவார். ஆண்டுகள் செல்லச் செல்ல, அவர் ஷேவ் செய்வதற்கு முன் மகிழ்ச்சியாக அளவளாவுகின்ற நேரம் எல்லாம் பாட்டில்களிலுள்ள ஆவிகளோடு நடத்திய போராட்டத்தின் எரிச்சல் மிக்க களைப்புக்கென ஆயிற்று.

காலை உணவுக்குப் பிறகு அவர் கீழே செல்வார். தரைத்தளத்தில் அவருடைய அலுவலகமாக இரண்டு அறைகளை ஒதுக்கியிருந்தார். அவருடைய திசைதடுமாற்றம் எப்போதும்போலவே இருந்ததால், அலுவலகத்துக்குச் செல்வதற்காக பம்பாயில் திசை தெரியாமல்

அலைவதை அவர் விரும்பவில்லை; ஆனால் படிக்கட்டுகளின் கீழிறங்கி அறையைக் கண்டுபிடிக்க அவரால் முடியும். ஓரஞ் சிதைந்த தந்தை சொத்து விற்பனைகளைச் செய்தார். என் தாய் தன் குழந்தையிடம் காட்டிய ஈடுபாட்டினால் ஏற்பட்ட கோபத்திற்கு வேறு ஒரு வடிகால் அவருடைய அலுவலகத்தின் பின் கதவு வழியாகக் கிடைத்தது. தனது அலுவலகப் பெண்களுடன் காதல்புரிய ஆரம்பித்தார். சில இரவுகளில் பாட்டில்களோடு அவருடைய போராட்டத்திற்குப்பின் கடுமையான குரலில் - "எனக்குன்னு என்ன மனைவி வாய்ச்சா! இதைவிட நான் ஒரு மகனை விலைக்கு வாங்கி ஒரு ஆயாவை அமர்த்திக்கிட்டிருக்கலாமே! என்ன வித்தியாசம்!" என்பார். பிறகு கண்ணீர். "ஓ ஜானம், என்னச் சித்திரவதை பண்ணாதீங்க" என்பாள் ஆமினா. "சித்திரவதையா, மண்ணாங்கட்டி! ஒரு பொண்டாட்டிய கவனின்னு புருஷன் கேக்கறது சித்திரவதையா! இந்த முட்டாள் பொம்பளைகிட்டருந்து ஆண்டவன்தான் காப்பாத்தணும்!" என்பார். பிறகு நொண்டியவாறு கீழே இறங்கிக் கொலாபாப் பெண்களை முறைத்துப் பார்க்கப்போவார். கொஞ்ச நாள் கழித்து, அவருடைய பெண் செயலர் ஒருத்தியும் நீண்டநாள் தாக்குப் பிடிக்காததையும், திடீரென்று அவர்கள் நின்றுவிடுவதையும், எங்கள் பாதையில் அவர்கள் எந்த முன் நோட்டீசும் கொடுக்காமல் கோபத்துடன் செல்வதையும் ஆமினா கண்டாள். அவள் கண்டும் காணாதது போல நடக்கத் தீர்மானித்தாளா, அல்லது தனக்குச் சரியான தண்டனை என்று எடுத்துக்கொண்டாளா, தெரியாது. அதைப்பற்றிக் கவலைப்படாமல் என்மீதே கவனத்தைக் குவிக்கத் தொடங்கினாள். அவள் செய்ததெல்லாம் அவர்களுக்கு "ஆங்கிலோ" என்று ஒரு கூட்டுப்பெயர் கொடுத்ததுதான். ஒரு போலி இறுமாப்பை வெளிக்காட்டிய வண்ணம் மேரியிடம், "அந்த ஆங்கிலோக்கள் - பெர்னாண்டா, அலான்சோ இப்படி எல்லாம் தமாஷான பேருங்களா? அப்புறம் வேடிக்கையான சேர்க்கைப்பேருங்க - சுலாகா, கொலாகோ இப்படியா? அவங்களைப்பத்தி நான் ஏன் கவலைப்படணும்? மலிவான பொம்பளைங்க. எல்லாரும் அவருடைய கொக்கோகோலாப் பொண்ணுங்க. அப்பிடித்தான் எல்லாப்பேரும் இருக்குது!" என்றாள்.

அகமது பின்புறங்களைக் கிள்ளிக்கொண்டிருந்தபோது, ஆமினா நீண்ட துயரத்துக்குள்ளானாள்; ஆனால் அவள் அவரை கவனிப்பதாகக் காட்டிக்கொண்டிருந்தால் அவர் சந்தோஷப்பட்டிருப்பார்.

"அதெல்லாம் தமாஷான பேருங்க இல்ல மேடம்" என்றாள் மேரி பெரேரா; "எல்லாம் நல்ல கிறிஸ்துவப் பேருங்க," ஜோரா

கருப்பர்களை மட்டப்படுத்திப்பேசியபோது கையாண்ட உத்தியை ஆமினாவும் இப்போது மேரியிடம் கையாண்டாள், "உன்னை இல்ல மேரி, நான் உன்னைப்போய் தமாஷ் பண்ணறேன்னு நீ நெனைக்க வேணாம்".

நெற்றிப்பொட்டுகள் கொம்புபோலவும் மூக்கு வெள்ளரிபோலவும் இருந்த நான், என் தொட்டிலில் படுத்துக் கேட்டுக்கொண்டிருந்தேன். நடந்தவை எல்லாமே என்னால்தான் நடந்தன... 1948 ஜனவரியில் ஒருநாள், மாலை ஐந்துமணிக்கு என் தந்தையைப் பார்க்க டாக்டர் நர்லீகர் வந்தார். வழக்கம்போலத் தழுவல்கள், முதுகில் தட்டுதல்கள். பிறகு, "கொஞ்சம் செஸ் விளையாடலாமா?" என்று அப்பா சடங்குத்தனமாகக் கேட்டார். இந்த மாதிரி வருகைகள் எல்லாம் இப்போது சடங்குகளாகிவிட்டிருந்தன. அவர்கள் பழைய இந்திய முறையில் சதுரங்கம் விளையாடுவார்கள். வாழ்க்கையின் முறுக்குகளிலிருந்து சற்றுநேரம் சதுரங்கப் பலகையின் வழிகளால் விடுபட்டு, பிறகு அகமது ஒரு மணிநேரத்திற்குக் குரானை மறுஅமைப்புச் செய்வது பற்றிப் பகல்கனவு காண ஆரம்பிப்பார். அப்புறம், மணி ஆறாகும்... காக்டெயில் நேரம், ஜின்களின் நேரம் ... ஆனால் இந்தக்குறிப்பிட்ட நாளில் நர்லீகர் "வேண்டாம்" என்றார். "வேண்டாமா? என்ன வேண்டாம்? வாங்க, உக்காருங்க, பேசுங்க, விளையாடுங்க..." என்றார் அகமது. நர்லீகர் குறுக்கிட்டு: "இன்னைக்கி ராத்திரி, சினாய் பாய், உங்களுக்கு ஒண்ணைக் காட்டணும்." இப்போது அவர்கள் ஒரு 1946 ரோவரில் போகிறார்கள், நர்லீகர் கிராங்கைச் சுற்றிவிட்டு குதித்துஏறினார்; இப்போது அவர்கள் வார்டன் சாலையில் இடது பக்கம் மகாலட்சுமி கோயிலையும், வலப்புறம் விலிங்டன் கிளப் கோல்ஃப் மைதானத்தையும் தாண்டி, குதிரைப்பந்தயப் பாதையையும் தாண்டி, வடக்காகப் போகிறார்கள். கடல்சுவருக்குப் பக்கத்தில் ஹார்ன்பை வெல்லார்டு அருகில்; ஜெயிக்கமுடியாத பெண் பானுதேவி, எல்லோரையும்விட பலம் வாய்ந்த தாராசிங் போன்ற மல்யுத்தக் காரர்களின் அட்டைக் கட்அவுட்டுகளோடு, வல்லபாய் படேல் விளையாட்டரங்கம் தெரிகிறது; கடலை விற்பவர்கள், நாயுடன் நடப்பவர்கள் கடற்புறமாக நடக்கிறார்கள். "நிறுத்துங்கள்" என்றார் நர்லீகர். வெளியே வருகிறார்கள்; கடலைப் பார்த்து நிற்கிறார்கள்; கடல்காற்று முகத்தில் சில்லென்று அடிக்கிறது; வெளியே குறுகிய சிமெண்டுப் பாதையின் இறுதியில் அலைகளுக்கு மத்தியில் ஒரு சிறிய தீவில் ஞானி ஹாஜி அலியின்

கல்லறை தெரிகிறது. வெல்லார்டுக்கும் கல்லறைக்கும் மத்தியில் புனிதப்பயணிகள் வந்துபோய்க்கொண்டிருக்கிறார்கள்.

"அதோ" என்று சுட்டிக்காட்டுகிறார் நர்லீகர், "என்ன தெரிகிறது?" மயங்கிய அகமது, "ஒண்ணும் தெரியலையே? கல்லறை. ஜனங்கள். இதெல்லாம் என்ன நண்பரே?" என்கிறார். "இதெல்லாம் இல்லை, அதோ!" நர்லீகரின் விரல் சிமெண்டுப்பாதையைச் சுட்டுவதை இப்போது அகமது பார்க்கிறார்... "அரங்கமேடையா?" என்று கேட்கிறார், "அதைப் பற்றி என்ன? கொஞ்சநேரத்தில் அலைகள் வந்து அதை மூழ்கடித்துவிடும். எல்லாருக்கும் தெரியுமே" என்கிறார். "அதான் சகோதரரே," நர்லீகரின் உடல் கலங்கரை விளக்கம்போல் பளிச்சிட, தத்துவமாகப் பேசத் தொடங்குகிறார். "நிலமும் கடலும்; கடலும் நிலமும் - நிரந்தரப் போராட்டம், இல்லையா?" அகமது குழம்பிப் போய், அமைதியாக இருக்கிறார். "ஒருகாலத்தில் ஏழு தீவுகள் இருந்தன என்று நினைவூட்டுகிறார் நர்லீகர். "வோர்லி, மாஹி, சால்செட்டி, மடுங்கா, கொலாபா, மசகாவ், பம்பாய். பிரிட்டிஷ்காரர்கள் இவற்றை இணைத்துவிட்டார்கள். சகோதரரே, கடல் நிலமாகி விட்டது. நிலம் உயர்ந்தது, கடல்அலைகளில் மூழ்கவில்லை." அகமது தனது விஸ்கிக்காகத் தவிக்கிறார். அவர் உதடு சற்றே வெளிவருகிறது, பயணிகள் எல்லோரும் குறுகலான பாதையில் விரைகிறார்கள். "சரி; விஷயம்?" என்கிறார் அகமது. நர்லீகர், சுடரொளிவீச, "அகமது, விஷயம் இதுதான்!"

அது அவருடைய பாக்கெட்டிலிருந்து வெளியே வருகிறது. இரண்டங்குல உயரமுள்ள பிளாஸ்டர் பொம்மை: நாலுகாலி ஒன்று. முப்பரிமாண மெர்சிடிஸ் - பென்ஸ் மாதிரியைப் போல, மூன்றுகால்கள் அவர் உள்ளங்கையில் நிற்க, ஒரு கால் மாலைநேரக் காற்றில் லிங்கம்போல உயர்ந்துநிற்க, என் தந்தையை அது நிலைகுத்திநிற்கவைக்கிறது. "என்ன இது?" என்று கேட்கிறார். நர்லீகர் அவருக்குச் சொல்கிறார்: "நம்மை இந்தக் குழந்தை ஹைதராபாத்தைவிடப் பணக்காரர்கள் ஆக்கப்போகிறது, பாய்! இந்தச் சிறிய மாதிரிப்பொருள் உங்களை - உங்களையும் என்னையும் - அதற்குத் தலைவர்களாக்கப் போகிறது!" யாருமற்ற சிமெண்டுப்பாதைமீது மோதிவரும் கடல்அலைகளைக் காட்டுகிறார்... "கடலுக்கடியிலுள்ள நிலம் நண்பரே! நாம் இவற்றை ஆயிரக்கணக்கில் - பத்தாயிரக் கணக்கில் உற்பத்தி செய்யவேண்டும்! நாம் நிலமீட்பு ஒப்பந்தங்களுக்குப் புள்ளி அனுப்பவேண்டும்; பெருஞ்செல்வம் காத்திருக்கிறது; இதைத் தவறவிடாதீர்கள், சகோதரரே, இது வாழ்நாளில் ஒருமுறை வரக்கூடிய வாய்ப்பு!"

பெண்களுக்கான மருத்துவர் ஒருவரின் கனவுக்கு என் தந்தை ஏன் உடன்போகவேண்டும்? முழுஅளவிலான கான்கிரீட் நாலுகாலிகள் கடல் சுவர்மீது அணிவகுத்து, நாலு காலி கடல்ஆக்கிரமிப்புகள் அவரைக் கைப்பற்றியதுபோல என் தந்தையையும் அந்தக் காட்சி ஏன் சொந்தமாக்கிக்கொள்ள வேண்டும்? பின்வந்த வருடங்களில், தீவுக்குடிமகன் ஒவ்வொருவனின் அதீதகனவுக்கும் தன்னை அர்ப்பணிக்க வேண்டும்? ஒரு வேளை தனது வாழ்வின் இன்னொரு திருப்பத்தை விட்டுவிடுவோமோ என்ற அச்சம் காரணமாக இருக்கலாம். ஒருவேளை சதுரங்க ஆட்டத்தின் தோழமைக்காக; ஒரு வேளை நர்லீகரின் உண்மைபோல நம்பவைக்கும் திறமைக்காக. உங்கள் முதலீடு, என் தொடர்புகள், என்ன பிரச்சினை இருக்கப்போகிறது? இந்த ஊரில் ஒவ்வொரு பெரிய மனிதன் வீட்டிலும் என்னால் வெளியே கொண்டுவரப்பட்ட ஒருமகன் இருக்கிறான். எந்தக் கதவும் மூடாது. நீங்கள் உற்பத்தி செய்கிறீர்கள், நான் ஒப்பந்தத்தைப் பெறுகிறேன், பாதி,பாதி. சரிக்குச் சரி. ஆனால் என் பார்வையில் ஓர் எளிய விளக்கம் தெரிகிறது. மனைவியின் புறக்கணிப்பு, மகனால் கீழேதள்ளப்படுவது, விஸ்கியாலும் ஜின்னாலும் ஏற்பட்ட மயக்கம் இவை யாவும் ஒன்றுசேர்ந்து உலகத்தில் அவருடைய அந்தஸ்தைத் திரும்பக்கொண்டுவர முயன்றன. நாலுகாலிகளின் கனவு அதற்கான வாய்ப்பை அளித்தது. முழுமனத்தோடு அந்த முட்டாள்தனத்தில் அவர் இறங்கினார். கடிதங்கள் எழுதப்பட்டன; கதவுகள் தட்டப்பட்டன; கருப்புப்பணம் கைமாறியது. இவை எல்லாம் சச்சிவாலயத்தின் - மாகாணச் செயலகத்தின் நடைபாதைகளில் என் தந்தையின் பெயரைத் தெரிந்ததாக்கியது. அவர்கள் ஒரு முஸ்லிமின் பணம் தண்ணீர் போலச் செலவிடப்படுவதைப் பயன்படுத்திக்கொண்டார்கள். அகமது சினாய், குடித் துத் தன்னைத் தூக்கத்தில் ஆழ்த்திக்கொண்டு, வரப்போகும் அபாயம் தெரியாமல் இருந்தார்.

அந்தச் சமயத்தில், எங்கள் வாழ்க்கை, கடிதப்போக்குவரத்தால் உருவாகியது. பிரதமர் நான் ஏழுநாள் குழந்தையாக இருக்கும்போது எழுதினார்; நான் என் மூக்கைத் துடைத்துக்கொள்ளக்கூடத் திறனற்றவனாக இருந்தபோது டைம்ஸ் ஆஃப் இந்தியா வாசகவிசிறிகளின் கடிதங்கள் எனக்கு வந்தன; ஒருநாள் காலை, அகமது சினாய்க்கும் அவர் என்றென்றைக்கும் மறக்கமுடியாத ஒரு கடிதம் வந்தது.

காலை உணவின்போது சிவந்த கண்கள், வேலைநாளுக்கு முன் மழித்த முகவாய்; படிகளில் இறங்கும் காலடிகள்; கொக்கோ

கோலாப் பெண்ணின் அதிர்ச்சியோடு கூடிய இளிப்புகள்; பச்சைத்தோல்துணியால் போர்த்தப்பட்ட மேஜைக்கருகில் ஒரு நாற்காலி இழுபடும் சத்தம்; உலோகக் காகிதவெட்டி ஒன்று உயர்த்தப்படுகின்ற, பிறகு அந்தக்கணத்திற்குத் தொலைபேசிமீது உராய்கின்ற சத்தம்; உலோகம் காகிதஉறையைச் சர்ரெனக் கிழிக்கும் சுருக்கமானஓசை. ஒரு நிமிடம் கழித்து, என் தாயைநோக்கிக் கூச்சலிட்ட வண்ணம் அகமது படிகளின்மீது ஏறி ஓடிவந்தார்.

"ஆமினா, இங்கே வா பெண்ணே! இந்தத் தேவடியாமகன்கள் எனக்குக் குழிபறித்து விட்டார்கள்!"

அவருடைய சொத்துகளை முடக்குவதை அவருக்குத் தெரிவிக்கும் முறையான கடிதம் வந்தபிறகு நாட்களில், முழுஉலகமும் உடனே பேசிக்கொண்டிருந்தது... "உங்கள் பண்புக்காக ஜானம், இப்படிப்பட்ட சொற்களா?" என்று ஆமினா சொல்லிக்கொண்டிருந்தாள். அது என்னுடைய கற்பனையா, அல்லது வானநீலநிறத் தள்ளுவண்டியில் ஒரு குழந்தை வெட்கப்பட்டதா?

நர்லீகர், வியர்வைவெள்ளத்தில் ஓடிவந்தார். "நான்தான் இதற்கு முற்றிலும் பொறுப்பு. நாம் நம்மை மிகவும் பிரபலப்படுத்திக்கொண்டோம். இதெல்லாம் மோசமான காலம் சினாய். ஒரு முஸ்லிமின் சொத்துகளை முடக்கினால் அவனைத் தன் சொத்துகளை விட்டுப் பாகிஸ்தானுக்கு ஓட்டிவிடலாமாம். பல்லியின் வாலைப்பிடித்தால் அது துண்டாக்கிவிட்டு ஓடிவிடும். இந்த மதச்சார்பற்ற அரசாங்கம் இந்தமாதிரி புத்திசாலித்தனமான திட்டங்களை வைத்திருக்கிறது."

"எல்லாமே முடங்கிவிட்டன" அகமது சினாய் சொல்லிக்கொண்டிருக்கிறார், "வங்கிக் கணக்குகள்; சேமிப்புப் பத்திரங்கள்; குர்லா சொத்துகளின் வாடகை; எல்லாவற்றிற்கும் தடை, ஆணைப்படி என்கிறது கடிதம். ஆணைப்படி எனக்கு நாலணாகூடத் தொட அனுமதியில்லை பேகம், காட்சிப்பெட்டியைப் பார்க்கக் காலணாகூட இல்லை!"

"எல்லாம் இந்தச் செய்தித்தாளில் வந்த போட்டோக்கள்தான்" என்று முடிவுசெய்கிறாள் ஆமினா. "இல்லாட்டிப்போனா இந்தத் தடியர்களுக்கு யாரைக் குத்தம்சாட்றதுன்னு எப்படித் தெரியும்? கடவுளே, ஜானம், இது என் தப்பு..."

"சன்னா சுண்டல்வாங்க பத்துப்பைசா கிடையாது" தொடர்கிறார் அகமது சினாய். "பிச்சைக்காரனுக்குப் போடக்கூட ஓரணா கிடையாது. ஃப்ரிஜ்ஜில் வைத்ததுபோல உறைந்துவிட்டது."

"இது என் தப்பு" என்கிறார் இஸ்மாயில் இப்ராகிம். "நான் உங்களை எச்சரித்திருக்க வேண்டும் சினாய் பாய்! இந்தமாதிரி முடக்குதல் பற்றி நான் கேள்விப்பட்டிருக்கிறேன். நல்ல வசதியான முஸ்லிம்களைத்தான் இப்படிச் செய்கிறார்கள், இயற்கையாகவே நீங்கள் போராடவேண்டும்."

"அடியோடு, விடாமல்" வலியுறுத்துகிறார் ஹோமி கேட்ராக். "ஒரு சிங்கம்போல! அவுரங்கசீப் போல! உங்கள் முன்னோர்தானே? ஜான்சி ராணிபோல! அப்புறம் பார்க்கலாம், எந்தமாதிரி நாட்டில் நாம் இருக்கிறோம் என்று!"

"மாநிலத்தில் நீதிமன்றங்கள் இருக்கின்றன" என்கிறார் இஸ்மாயில் இப்ராகிம். நுஸ்ஸி வாத்து சன்னிக்குப் பால்கொடுத்தவாறே மந்தமாகப் புன்னகை செய்கிறாள். அவள் கைகள் அவன் நெற்றிப்பள்ளங்களில் மேலும் கீழும், கீழும் மேலும் தானாகவே ஒரேசீராக, மாறாத லயத்தில் சென்றுவருகின்றன...

"எனது சட்டச் சேவையை நீங்கள் பயன்படுத்திக் கொள்ளவேண்டும்" என்கிறார் இஸ்மாயில் அகமதிடம். "முழுக்கவும் இலவசம், நண்பரே. நான் பணம் கேட்கவே மாட்டேன். அது எப்படி? நாம் அண்டைவீட்டுக்காரர்கள்."

"எல்லாம் முழுகிப்போச்சு. தண்ணிமாதிரி உறைஞ்சிபோச்சு" என்றார் அகமது.

"சரி வாங்க", என்று ஆமினா குறுக்கிடுகிறாள்; அவளுடைய அர்ப்பணிப்பு மிதமிஞ்சி ஒரு புதிய எல்லைக்குச் செல்ல, அவரைத் தன் படுக்கையறைக்கு அழைத்துச் செல்கிறாள்... "ஜானம், நீங்க கொஞ்சநேரம் ஓய்வெடுக்கணும்." அதற்கு அகமது, "இது என்ன பெண்ணே,... இப்படிப்பட்ட நேரத்தில், எல்லாம் துடைத்து, முடிந்து, பனிக்கட்டி மாதிரி உடைத்தாயிற்று. நீ இப்போது போய்"... ஆனால் அவள் கதவைச் சாத்திவிட்டாள். காலணிகளை எறிந்தாயிற்று; கைகள் அவரைநோக்கி நீளுகின்றன; சில கணங்கள் கழித்து, அவள் கைகள் கீழே, கீழே, கீழே... "கடவுளே, ஜானம், நீங்க ஏதோ கெட்ட விஷயம் சொல்றீங்கன்னு நெனைச்சேன், ஆனா அது உண்மைதான், ரொம்ப சில்லுன்னுருக்கு... அல்லா, சின்னச்சின்ன பனிக்கட்டிப்பில்லைகள்போல!"

இப்படிப்பட்ட விஷயங்கள் நடக்கின்றன; அரசாங்கம் என் தந்தையின் சொத்துகளை முடக்கிய பிறகு, தந்தையின் உறுப்புகள் மேலும் மேலும் குளிர்ச்சியாகிக் கொண்டே செல்வதாக என் தாய் உணர்ந்தாள். முதல் நாளன்று, பித்தளைக்குரங்கு உருவானாள். சரியான நேரத்தில்தான்... ஏனென்றால் அதற்குப் பிறகு ஆமினா

சல்மான் ருஷ்தீ | 237

ஒவ்வொருநாள் இரவும் தன் கணவனுடன் படுத்து அவரை வெப்பப்படுத்த முயன்றாலும், அவள் அவரை இறுக்கமாக அணைத்துக்கொண்டாலும், சினம் மற்றும் ஆற்றலின்மையின் பனிவிரல்கள் அவரது இடுப்பிலிருந்து மேல்நோக்கி எழுந்து பரவியபோது அவளால் தன் கையை மேலும் நீட்ட முடியவில்லை. ஏனென்றால் அவருடைய பனிக்கட்டிக் கனசதுரங்கள் மிகவும் குளிர்ந்து, தொடமுடியாத அளவுக்கு உறைந்துபோயிருந்தன.

அவர்கள் - நாங்கள் - ஏதோ கெட்டது நடக்கப்போகிறது என்பதை உணர்ந்திருக்கவேண்டும். அந்த ஜனவரிமாதம், சௌபாத்திக் கடற்கரையிலும், ஜுஹுவிலும், டிராம்பேயிலும், மீன்கள் எங்கு பார்த்தாலும் இறந்து கிடந்தன, எந்தவித விளக்கமும் தேவையற்ற முறையில், வயிற்றுப்புறம் மேலாக செதில்விரல்கள் போலக் கடற்கரைக்குள்ளாகவும் கடலிலும் மிதந்தன.

பாம்புகளும் ஏணிகளும்

இன்னும் பிற தீச்சகுனங்கள் தோன்றின: பின்புற வளைகுடாவின்மீது வால்நட்சத்திரங்கள் வெடித்ததைக் கண்டார்கள்; பூக்களிலிருந்து நிஜ ரத்தம் கசிந்தது என்று செய்திகள் வந்தன; பாம்புவிஷத்தை ஆராய்ச்சி செய்து, அதற்கு எதிரான மருந்துகளை உருவாக்கி வந்த ஷாப்ஸ்டெகர் நிறுவனத்திலிருந்து பிப்ரவரி மாதத்தில் பாம்புகள் தப்பித்து விட்டன. ஒரு பைத்தியக்கார வங்காளி துப்ரிவாலா பாம்பாட்டி, பாம்புப் பண்ணைகளிலிருந்து பாம்புகளை அடிமைத்தனத்திலிருந்து விடுவித்தவண்ணம், ஊர்ப்புறங்களின் குறுக்காகப் போய்க்கொண்டிருந்தான் என்ற வதந்தி பரவியது. தன் அழகிய வங்காளப்பிரிவினைக்குப் பழிவாங்கும்வண்ணமாக மயக்கும் தன் மகுடியினால் அவ்வாறு செய்தான் என்றார்கள். கொஞ்சம்கழித்து அவனைப்பற்றிய வதந்திகள் பெருகின - அந்த துப்ரிவாலா ஏழடி உயரம் இருந்தான், பளிச்சிடும் நீலவண்ணத் தோல் அவனுக்கு. தன் மக்களைத் தண்டித்துத் திருத்தவந்த கிருஷ்ணன் அவன்; கிறித்துவப் பணியாளர்களுக்கோ, அவன் ஆகாயநீல இயேசுகிறிஸ்து.

மாற்றப்பட்ட என் பிறப்புக்குப் பின்னாட்களில், நான் வெகுவேகமாக வளர்ந்து வந்த காலத்தில், எவையெல்லாம் தவறாகப் போகமுடியுமோ அவையெல்லாம் தவறாயின என்று தோன்றுகிறது. 1948இன் தொடக்கப் பாம்புக் குளிர்காலத்திலும், அதைத் தொடர்ந்த கோடை மற்றும் மழைக்காலங்களிலும், சம்பவங்கள் ஒன்றன்மேல் ஒன்றாக வேகமாக நடந்தன. ஆகவே செப்டம்பரில் பித்தளைக்குரங்கு பிறக்கும் போது நாங்கள் எல்லாம் சோர்ந்துபோயிருந்தோம். சிலஆண்டுகள் ஓய்வெடுக்கத் தயாராக இருந்தோம்.

தப்பித்த நல்ல பாம்புகள், நகரத்தின் பாதாளச் சாக்கடைகளில் மறைந்தன; பஸ்களில் கட்டுவிரியன்கள் காணப்பட்டன. பாம்புகள் தப்பித்ததை ஒரு முன்னறிகுறியாக வருணித்தார்கள் மதத்தலைவர்கள் - தெய்வங்களை தேசம் புறக்கணித்ததன் தண்டனையாக நாகராஜா வெளிப்பட்டுவிட்டான் என்றார்கள். ("நாம் மதச்சார்பற்ற தேசம்" என்றார் நேரு, மொரார்ஜியும் படேலும் மேனனும் ஒப்புக்கொண்டார்கள்; ஆனாலும் அகமது சினாய், விறைப்புக்குளிரின் காரணமாக நடுங்கினார்.) ஒருநாள், "இனிமேல் நாம் எவ்வாறு வாழ்க்கை நடத்தப்போகிறோம், மேடம்?" என்று மேரி கேட்டபோது ஹோமி கேட்ராக் எங்களை ஷாப்ஸ்டெகருக்கு அறிமுகப்படுத்தி வைத்தார். அவருக்கு எண்பத்தொரு வயது; அவருடைய காகித உதடுகளுக்கு மத்தியில் நாக்கு இடையறாமல் உள்ளேவெளியே போய்வந்துகொண்டிருந்தது. அரேபியக்கடலைப் பார்த்திருக்கும் மேல் அடுக்குமாடிக் குடியிருப்புக்குக் காசாகவே வாடகைதர முன்வந்தார். அகமது சினாய், அப்போதெல்லாம் நோய்வாய்ப்பட்டுவிட்டார். விறைப்புக்குளிரின் குளிர்ச்சி அவர் படுக்கை விரிப்புகளுக்குள் குடியிருந்தது. மருந்துக்காக என்று மிகஅதிகமான அளவு விஸ்கியைக் குடித்தார். ஆனால் அது அவருக்குப் போதிய வெம்மையைத் தரவில்லை... ஆகவே ஆமினா பக்கிங்காம் வில்லாவின் மேல்தளத்தை அந்தப் பழைய பாம்பு டாக்டருக்கு வாடகைக்கு விட ஒப்புக்கொண்டாள். பிப்ரவரியின் இறுதியில், பாம்பு விஷம் எங்கள் வாழ்க்கையில் குடிபுகுந்தது.

ஷாப்ஸ்டெகரைப்பற்றி விபரீதமான கதைகள் நிலவின. அவருடைய நிறுவனத் திலிருந்த பணியாளர்கள், கனவில் தினமும் அவரைப் பாம்பு கடித்ததாகவும், அதனால் அவருக்கு விஷம் ஏறாதென்றும் சொன்னார்கள். இன்னும் சிலர் அவரே பாதிப் பாம்பு; ஒரு பெண் பாம்புடன் உறவுகொண்டதனால் பிறந்தவர் என்றார்கள். பங்காரஸ் ஃபேசியாடஸ் என்ற ஒருவகை கட்டுவிரியனின் விஷத்தில் அவர் காட்டிய ஈடுபாடு புகழ்பெற்றுப்பரவியிருந்தது. பங்காரஸ் விரியன் கடிக்கு மாற்றுமருந்து இல்லை. ஆனால் ஷாப்ஸ்டெகர் அப்படிப்பட்ட மாற்று ஒன்றைக் கண்டுபிடிக்க வாழ் நாளெல்லாம் முயற்சி செய்துவந்தார். கேட்ராக்கின் லாயங்களிலிருந்தும் பிற இடங்களிலிருந்தும் கிழட்டுக் குதிரைகளை வாங்கி, அவற்றின் உடலில் மிகச் சிறுசிறு அளவு விஷத்தைப் புகுத்திவந்தார். அசம்பாவிதமாக, அந்தக் குதிரைகளுக்குள் எதிர்உயிரிகள் தோன்றவில்லை, மாறாக, வாயில் நுரைதள்ளி, நின்றவாறே அவை இறந்துபோயின. அவற்றைப் பிசினாக

மாற்றவேண்டியதாயிற்று. இப்போதெல்லாம் டாக்டர் ஷாப்ஸ் டெகர், "ஷாப்ஸ்டிகர் சாகிபு" ஆகிவிட்டார். ஒரு மருத்துவ ஊசியை எடுத்துக்கொண்டு அணுகினால் போதும்; குதிரைகள் இறந்துவிடும்; அவ்வளவு சக்திபெற்றவர் என்று சொல்லப்பட்டது... ஆனால் இந்தக் கட்டுக்கதைகளை ஆமினா நம்பவில்லை. "அவர் ஒரு முதிர்ந்த கனவான்" என்று அவள் மேரி பெரேராவிடம் சொல்வது வழக்கம். "புறம்பேசுபவர்களைப்பற்றி நாம் ஏன் கவலைப்படவேண்டும்? வாடகையைக் கொடுக்கிறார், நாமும் வாழ உதவிசெய்கிறார்" என்பாள். குறிப்பாக அந்தக் குளிர்காலத்தில் அகமது எதிர்த்துப் போராட இயலாமல் இருந்த நிலையில் அந்த ஐரோப்பியப் பாம்பு டாக்டரிடம் ஆமினா நன்றியோடு இருந்தாள்.

"அன்புள்ள அம்மா அப்பாவுக்கு" என்று ஆமினா எழுதினாள், "என் கண்கள்மீது, தலை மீது சத்தியமாக இப்படிப்பட்ட விஷயங்கள் ஏன் நடக்கின்றன என்று எனக்குப் புரியவில்லை... அகமது ஒரு நல்ல மனிதர், ஆனால் இந்த பிசினஸ் அவரைப் பாடாய்ப் படுத்திவிட்டது. உங்கள் மகளுக்குத் தருவதற்கென அறிவுரை உங்களிடம் இருந்தால், அவை இப்போது அதிகமும் தேவையாக இருக்கின்றன." இந்தக் கடிதம் கிடைத்த மூன்று நாட்கள் கழித்து, ஆதம் அசீஸும் புனிதத்தாயும் ஃப்ராண்டியர் மெயிலில் பம்பாய் சென்ட்ரலில் வந்து இறங்கினார்கள். எங்கள் 1946 ரோவரில் அவர்களை வீட்டுக்கு அழைத்துவந்த ஆமினா, கார் ஜன்னல் ஒன்றின்வழியாக மகாலட்சுமி பந்தயத்திடலைப் பார்த்தாள்; அவளுடைய துடுக்கான எண்ணத்தின் முதல் விதை மனத்தில் அப்போது புகுந்தது.

"இந்த நவீன அலங்காரமெல்லாம் உங்களமாதிரி இளம்பேர்களுக்குப் பிடிக்கும், அதும் பேரென்னா"... என்றாள் புனிதத்தாய். "ஆனா எனக்கு உக்கார ஒரு பழையமாதிரி இருக் கையக் குடுத்தா போதும். இந்த நாற்காலியெல்லாம் ரொம்ப மிருதுவா இருக்குது. அதும் பேரென்னா, நான் கீழ விழற மாதிரி இருக்குது."

"அவருக்கு உடம்பு சரியில்லையா?" என்று கேட்டார் ஆதம் அசீஸ். "நான் அவரைப் பார்த்து மருந்துகொடுக்கட்டுமா?"

"இது படுக்கையில ஒளிஞ்சிக்கற நேரம் இல்ல" என்றாள் புனிதத்தாய். "இப்ப அவர் ஆம்பிளையா இருக்கணும், அதும்பேரென்னா, ஆம்பிளயினுடைய வேலையச் செய்யணும்."

"பாக்க எவ்வளோ நல்லா இருக்குது அம்மா, அப்பா" என்று கண்ணீர்விட்டாள் ஆமினா. அவள் தந்தை ஒரு கிழவராக

மாறிக்கொண்டிருந்தார், வயதாக ஆக உயரம் குறைந்துவந்தது என்று நினைத்தாள். புனிதத்தாய் மிகவும் அகலமாகியிருந்தாள். சாய்வு நாற்காலிகள் மிருதுவாக இருந்தாலும் அவள் உட்கார்ந்தபோது எடை தாங்காமல் முனகின... சில சமயங்களில், ஒளியின் தந்திரத்தால், தன் அப்பாவின் உடலின் நடுவில் ஒரு ஓட்டை போன்ற கருத்த நிழல் இருந்ததைப் பார்த்ததாக ஆமினா நினைத்தாள்.

"இந்த இந்தியாவில என்ன இருக்குது?" என்று கையைக் காற்றில் வெட்டிக்கொண்டு புனிதத்தாய் கேட்டாள். "எல்லாத்தையும் விட்டுட்டுப் பாகிஸ்தானுக்குப் போங்க. அந்த ஜுல்பிகர் எவ்வளோ வசதியா இருக்கார்னு பாருங்க. அவர் உங்களுக்கு உதவி செய்வார். தம்பி, ஆம்பளயா இருங்க. எழுந்து மறுபடியும் தொடங்குங்க."

"அவருக்கு இப்ப பேச விருப்பமில்ல. அவர் ஓய்வு எடுக்கணும்" என்றாள் ஆமினா.

"ஓய்வா?" ஆதம் அசீஸ் கத்தினார். "மனுஷன் கூழ்மாதிரி இருக்கறாரு".

"அந்த ஆலியா - அதும்பேரென்னா - "என்றாள் புனிதத்தாய். "அவளே தனியா பாகிஸ்தானுக்குப் போயிட்டா. திருப்தியளிக்கற ஒரு வாழ்க்கையை அமைச்சிக்கிட்டா. ஒரு நல்ல பள்ளிக்கூடத்தில பாடம் நடத்தறா. அவ சீக்கிரமே தலைமை ஆசிரியை ஆயிடுவான்னு சொல்றாங்க."

"ஷ்ஷ், அம்மா, அவருக்குத் தூக்கம் வேணும்... நாம அடுத்த ரூமுக்குப் போயிடுவோம்."

"தூங்கறதுக்கு நேரம் இருக்கு, அதும்பேரென்னா... முழிச்சிருக்கவும் நேரம் இருக்கு! கேளு: முஸ்தபா, அதும்பேரென்னா, சிவில் சேவையில நூத்துக்கணக்கான ரூபாய் சம்பாதிக்கறான். உம் ஆம்படையான் என்னா? வேலைசெய்ய முடியாதா?"

"அம்மா, அவருக்கு மனசு சரியில்ல. அவர் உடம்புவெப்பம் ரொம்ப குறைவா இருக்குது..."

"நீ என்னா சாப்பாடு போடறே? இன்னிலருந்து நான் உன், அதும்பேரென்னா, சமைய லறையைப் பாத்துக்கறேன். இந்தக்கால இளம்பெருங்க... அதும்பேரென்னா, குழந்தைங்க மாதிரி, அதும்பேரென்னா...?"

"நீங்க சொல்றமாதிரியே ஆவட்டும்மா."

"அதும்பேரென்னா, போட்டோ, பேப்பர்ல வந்ததே அதான். நான் எழுதினனே! எழுதலியா? அதனால நல்லது எதுவும் நடக்காது. போட்டோ உன்னிலருந்து கொஞ்சம் கொஞ்சமா எடுத்துகிட்டு போயிடுது. கடவுளே, அதும்பேரென்னா, உன் படத்தை பேப்பரில

பாத்தபோது நீ ரொம்ப மெல்லிசா ஆயிட்ட... அடுத்த பக்கத்தில இருக்கற எழுத்தெல்லாம் உன் மூஞ்சிவழியா தெரிஞ்சுது..."

"ஆனா அது ஒண்ணும்..."

"உங்கதையெல்லாம் எங்கிட்ட அளக்காதே... அதும்பேரென்னா, அந்த போட்டாகிராபி - அதிலருந்து நீ மீண்டதுக்கு கடவுளுக்கு நன்றி சொல்லணும்!"

அன்றைக்குப் பிறகு, தன்வீட்டை கவனிக்கவேண்டிய நெருக்கடி ஆமினாவுக்கு இல்லாமல் போயிற்று. புனிதத்தாய் சாப்பாட்டுமேஜையின் தலைப்பகுதியில் உட்கார்ந்து, எல்லோருக்கும் உணவுப்பங்கீடு செய்ய ஆரம்பித்தாள். ("அழிஞ்சுபோச்சு! ஆமினா, பிடுங்கியாச்சு! எல்லாம் ஐஸ்கட்டிபோல" என்று அவ்வப்போது படுக்கையில் முனகிக் கொண்டிருந்த அகமதுவுக்கு ஆமினா தட்டில் உணவு வாங்கிச் சென்றாள்); சமையலறையில் மேரி பெரேரா, வந்தவர்களுக்காக வேண்டி உலகத்திலேயே மிகவும் சிறப்பான மாங்காய் ஊறுகாயையும், எலுமிச்சை சட்னியையும், வெள்ளரி கசவுண்டிகளையும் தயாரித்தாள். இப்போது தன் சொந்த வீட்டிலேயே மகள் நிலைக்கு வந்து விட்ட ஆமினா, மற்றவர்களுடைய உணவுகளின் உணர்வுகள் தனக்குள் ஊடுருவுவதாக நினைக்கத் தொடங்கினாள். புனிதத்தாய் விட்டுக்கொடுக்காமையின் கறிகளையும் இறைச்சி உருண்டைகளையும்; செய்தவரின் ஆளுமைகூடிய உணவுகளையும் தரத் தொடங்கினாள். பிடிவாத மீன்கறியையும் உறுதிப்பாட்டு பிரியாணியையும் ஆமினா சாப்பிட்டாள். மேரியின் ஊறுகாய்களுக்கு மட்டும் சற்றே எதிர்விளைவு இருந்தது, அவள் தன் இதயத்துக் குற்றவுணர்ச்சியையும், கண்டுபிடிப்பின் பயத்தையும் சேர்த்து அவற்றைக் கிளறினாள். அதனால் அவை ருசியாக இருந்தாலும் சாப்பிட்டவர்களுக்கு பெயரற்ற நிச்சயமின்மைகளையும், குற்றம் சாட்டும் விரல்களையும் கொண்ட கனவுகளை அளித்தன. புனிதத்தாய் அளித்த உணவு ஆமினாவுக்கு ஒரு சீற்றத்தையும் அவள் தோல்வியுற்ற கணவனுக்கு முன்னேற்றத்தின் சிறு அறிகுறிகளையும் கொடுத்தது. மங்கிக்கொண்டிருக்கும் தன்தந்தையிடமிருந்து வந்த, தனக்குள் இருந்த துணிகரச் செயல்கள் புரியும் கூறினை - ஆதம் அசீஸ் பள்ளத்தாக்கிலிருந்து கொண்டுவந்த கூறினை, ஆமினா கண்டறியும் நாள் வந்தது. நான் அப்போது குளியல் அறையில் சந்தன பொம்மைக் குதிரைகளை வைத்துத் திறமையில்லாமல் விளையாடிக் கொண்டிருந்தேன். அவற்றிலிருந்து வந்த சந்தன வாசத்திற்குத்தான் அவ்வளவு சக்தி. மேரி பெரேராவிடம், "எனக்கு சலிச்சுப்போச்சி.

சல்மான் ருஷ்தீ | 243

இந்த வீட்டில யாரும் விஷயங்களச் சரி பண்ணலேன்னா, நான்தான் செய்தாகணும்!'' என்றாள் ஆமினா.

மேரியை என்னைத் துடைக்கச் சொல்லிவிட்டு, ஆமினா தன் படுக்கையறைக்குள் நுழைந்தபோது பொம்மைக் குதிரைகள் ஆமினாவின் கண்களின்பின் குதித்தோடின. சேலைகளையும் பாவாடைகளையும் அவள் தள்ளியபோது, அவள் பார்த்த மகாலட்சுமி பந்தயமைதானத்தின் பிம்பங்கள் மனத்தில் தோன்றின. பழைய டிரங்குப் பெட்டி ஒன்றை அவள் திறந்தபோது, ஒரு மோசமான திட்டத்தின் காய்ச்சல் அவள் உடல் வெப்பத்தை எகிறச்செய்தது... விசுவாசமிக்க பெற்றோர், திருமணத்திற்கு வந்தவர்கள் அளித்த ரூபாய்கள், நோட்டுகள் ஆகியவற்றைத் தன் பணப்பையில் திணித்தவாறு என் தாய் குதிரைப் பந்தயத்துக்குக் கிளம்பினாள்.

செல்வத்தின் கடவுள் பெயரால் அமைந்த பந்தயத்திடலின் புல்வெளியில், பித்தளைக் குரங்கை வயிற்றில் தாங்கியிருந்த என் தாய் கம்பீரமாக நடந்துசென்றாள். மசக்கையையும், காலில் புடைத்திருந்த இரத்தக்குழாய்களையும் பொருட்படுத்தாமல், டோட் ஜன்னலில் நின்ற ஆட்கள் வரிசையில் அவள் நின்றாள். மூன்று அக்யூமுலேட்டர்கள்மீதும் (அக்யூமுலேட்டர் என்றால் தொடர் பந்தயங்களில் மொத்தமாக வெற்றிபெறவேண்டும்; ஒன்றில் தோற்றாலும் பணம்போய்விடும்.) வெற்றி வாய்ப்பில்லாத வெளிக்குதிரைகள் மீதும் அவள் பணம் கட்டினாள். குதிரைப்பந்தயம் பற்றிய ஆரம்ப அறிவும் இல்லாததால், நீண்ட பந்தயங்களில் நீடித்துஓடக்கூடிய குதிரைகள்மீது பணம் கட்டாமல், ஜாக்கிகளின் சிரிப்பு பிடித்திருந்ததால் அவர்கள்மீது பணம் கட்டினாள். தன் தாய் கட்டித்தந்த போதிலிருந்து இதுவரை தொடாமல் வைத்திருந்த வரதட்சிணைப் பணத்தை வைத்திருந்த பையைப் பிடித்தபடி, ஷாப்ஸ்டெகர் நிறுவனத்திற்குப் போய்ச்சேர வேண்டிய குதிரைகள்மீது நம்பிக்கை வைத்தாள்... பிறகு வென்றாள், வென்றாள், வென்றுகொண்டே இருந்தாள்..

"நல்ல செய்தி'' என்று சொல்லிக் கொண்டிருந்தார் இஸ்மாயில் இப்ராகிம். "நீங்கள் அந்தத் தேவடியாமகன்களோடு நிச்சயம் சண்டைபோடுவீர்கள் என்று எனக்குத் தெரியும். நான் அதற்கான ஆயத்தங்களைச் செய்யத் தொடங்கிவிடுகிறேன்... ஆனால் அதற்குப் பணம் தேவை ஆமினா. எவ்வளவு பணம் இருக்கும்?''

"தேவையான பணம் கிடைக்கும்.''

“எனக்கு இல்லை” என்று விளக்குகிறார் இஸ்மாயில். “எனது சேவை, நான் சொன்ன மாதிரி, முழுக்கவும் இலவசம். ஆனால் நம்வழியைச் சரிப்படுத்திக்கொள்ள வழியில் இருப்பவர்களுக்குப் பரிசுகள் கொடுத்தாக வேண்டும்.”

“இதோ, இந்தப் பணம் போதுமா?” என்று ஒரு கவரைக் கொடுக்கிறாள் ஆமினா.

“கடவுளே” என்று இஸ்மாயில் இப்ராகிம் அந்தக் கவரை ஆச்சரியத்தில் தவறவிட்டார். ஆயிரம் ஐநூறு நோட்டுக் கற்றைகள் அறைமுழுவதும் சிதறின. “எங்கிருந்து இவ்வளவு பணம் உங்களுக்கு...?” “நீங்க அதைப் பத்திக் கேக்கவேணாம். நீங்க எப்படி இதைச் செலவு செய்றீங்கன்னு நானும் கேக்கமாட்டேன்.”

ஷாப்ஸ்டெகர் வாடகைப்பணம் எங்கள் உணவுச்செலவுக்கு உதவியது. குதிரைப்பணம் போராடச் சென்றது. பந்தயத்தில் என் அம்மாவுக்கிருந்த அதிர்ஷ்டம் நீடித்தது. அது நடந்திருக்காவிட்டால் - வார்த்தைகளில் சொன்னால் - யாரும் நம்பவே மாட்டார்கள். ஏனென்றால், ஒவ்வொரு மாதமும், ஒரு ஜாக்கியின் அழகான தலைமுடியைப் பார்த்தோ, குதிரையின் பலவண்ண நிறத்தைப் பார்த்தோ அவள் பணம்கட்டினாள். எப்போதும் நிரம்பிய பணப்பையோடுதான் பந்தயத்திடலைவிட்டு வெளிவந்தாள்.

“எல்லாம் நன்றாக நடக்கின்றன” என்றார் இஸ்மாயில் இப்ராகிம். ஆனால் சகோதரி, நீங்கள் என்ன செய்கிறீர்கள் என்று புரியவில்லை. அது ஒழுங்கான வழியா? சட்ட பூர்வமானதா? ஆமினா சொல்கிறாள்: “உங்களுக்கு அந்தக் கவலை வேணாம். எதைச் சரிபண்ண முடியாதோ அதைப் பொறுத்துக்கொள்ளத்தான் வேணும். என்ன செய்ய முடியுமோ அதை நான் பண்ணறேன்.”

அந்தச் சமயங்களில் ஒருதடவைகூட என் தாய் தனது பெரிய வெற்றிகளில் பெருமிதம் கொள்ளவில்லை. ஏனென்றால் அவளுக்குக் குழந்தையைவிடப் பெரிய சுமைகள் இருந்தன. புனிதத் தாயின் பழங்கால எண்ணங்களில் ஊறிய கறிகளைச் சாப்பிட்டதனால், சாராயத்துக்கு அடுத்து உலகில் பெரிய பாவம் சூதாடுதல்தான் என்ற உறுதி அவளுக்கு ஏற்பட்டிருந்தது. ஆகவே அவள் குற்றவாளி இல்லையென்றாலும், பாவம் செய்கிறோம் என்ற எண்ணம் அவளைத் தின்றது.

அவளுக்குக் காலில் கரணை ஏற்பட்டுத் தொல்லை கொடுத்தது. எங்கள் தோட்டக் குழாயின்கீழ் உட்கார்ந்திருந்தான் சாது புருஷோத்தம். அவனுக்கு சடைமுடி இருந்தாலும் நீர் சொட்டிச்சொட்டி உச்சந்தலையில் பட்டையாக வழுக்கை

ஏற்பட்டிருந்தது. அவன் இந்தக் கரணைகளை மந்திரம்போட்டு குணப்படுத்தினான். பாம்புக்குளிர்காலத்திலும், அதற்குப் பின்வந்த கோடைகாலத்திலும் என் தாய் தன் கணவனின் போராட்டத்தைத் தானே நடத்தினாள்.

எவ்வளவுதான் உழைப்பாளியாக இருந்தாலும், எவ்வளவு உறுதிப்பாட்டுடன் இருந்தாலும், பந்தயம் நடந்த ஒவ்வொரு நாளும், ஒவ்வொரு மாதமும் எப்படிக் குதிரைப் பந்தயத்தில் வெற்றி பெற முடியும்? இது எப்படிச் சாத்தியம் என்று நீங்கள் கேட்கலாம். நீங்களே நினைத்துப்பாருங்கள்: ஆஹா, அந்த ஹோமி கேட்ராக் பந்தயக் குதிரைகளுக்குச் சொந்தக்காரர்; ஒவ்வொரு பந்தயமும் முன்னாலேயே தீர்மானிக்கப் படுகிறது என்று எல்லாருக்கும் தெரியும்; ஆமினா தன் பக்கத்துவீட்டுக்காரரிடம் அந்தந்த நாளுக்கான குறிப்புகளைக் கேட்டுவந்தாள்! சாத்தியமான விஷயம்தான். ஆனால் கேட்ராக்கே எத்தனை தடவை வென்றாரோ அத்தனைதடவை தோல்வியும் அடைந்தார். பந்தயமைதானத்தில் என் தாயைப் பார்த்த அவர் அவளுடைய வெற்றியால் அசந்துபோனார். ("கேட்ராக் சாகிப், இது நமக்குள்ள ரகசியமா இருக்கட்டும். சூதாடறது ஒரு மானக்கேடான விஷயம். என் அம்மாவுக்கு இது தெரிஞ்சா ரொம்ப அவமானமாப் போயிடும்." அயர்ந்து போயிருந்த கேட்ராக், தலையை ஆட்டிக் கொண்டே, "நீங்க சொல்றபடியே ஆகட்டும்மா" என்றார்.) அதனால் அந்தப் பார்சி அவள் வெற்றிக்குக் காரணமல்ல. ஆனால் நான் இன்னொரு விளக்கத்தைத் தரமுடியும். நான்தான் அந்த வெற்றிக்குக் காரணம். விண்நீல நிறத் தொட்டிலில் சுவரில் மீனவன் சுட்டுவிரல் காட்டும் விண்நீல நிற அறையில் அவன் படுத்திருந்தான். அவன் தாய் எப்போதெல்லாம் ரகசியமாக ஒரு பணப்பையை எடுத்துக்கொண்டு கிளம்புகிறாளோ அப்போதெல்லாம் குழந்தை சலீம், மிகவும் தீவிரமாக மனத்தைக்குவியப் படுத்தினான். அவன் கண்கள் ஒரே ஒரு குறித்த நோக்கத்தில் குவிவதால் ஆச்சரியகர மான ஆற்றல் அதற்கு ஏற்பட்டது. அந்த ஆச்சரியமான சமயத்தில் அறைகூட ஆழமான கடல்நீல நிறமாகிவிட்டது. அவன் ஏதோ ஒரு தொலைதூரக் காட்சியைப் பார்ப்பதுபோலிருந்த சமயத்தில் அவன் மூக்கு விசித்திரமாக விடைத்தது. நிலா தொலை தூரத்திலிருந்து கடல்அலைகளைக் கட்டுப்படுத்துவதைப் போல, இங்கிருந்து அந்த நிகழ்வுக்கு இவன் வழிகாட்டினான்.

"சீக்கிரம் கோர்ட்டுக்கு வந்துவிடும்" என்றார் இஸ்மாயில் இப்ராகிம். "பெரும்பாலும் நீங்கள் உறுதியாக இருக்கலாம்...

கடவுளே, ஆமினா, நீங்க என்ன சாலமோன் அரசனுடைய சுரங்கத்தைக் கண்டுபிடித்துவிட்டீர்களா?"

பலகை விளையாட்டுகளை விளையாடும் அளவுக்கு முதிர்ச்சி அடைந்தவுடனே என்னைக் கவர்ந்தது பாம்புகள் ஏணிகள் விளையாட்டுதான். தாயத்தை உருட்டுகிற போது தாறுமாறான தேர்வுகளைத்தான் நாம் செய்கிறோம். என்றாலும் பரிசுகளும் தண்டனைகளும் சமமாக ஏற்படுகிற ஒரு விளையாட்டு. ஏணிகளின்மீது ஏறி, பாம்புகளால் வழுக்கி, என் வாழ்க்கையில் மிகவும் சந்தோஷமான சில நாட்களை இதில் கழித்தேன். சோதனையான சமயத்தின்போது, என் தந்தை என்னை சதுரங்கம் விளையாடக் கற்றுக் கொள்ளச் சொல்லிச் சவால்விட்டார். ஆனால் நானோ அவர் அதிர்ஷ்டத்தைக் கண்டுபிடிக்க ஏணிகள் பாம்புகள் விளையாட்டுக்கு அவரை அழைத்தேன்.

எல்லா விளையாட்டுகளிலும் நீதிகள் உண்டு. ஏணிகள் பாம்புகள் விளையாட்டிலும், வேறு எந்த விஷயமும் போதிக்காத அளவுக்கு, ஒரு போதனை இருக்கிறது. நீங்கள் ஏறும் ஒவ்வொரு ஏணிக்கும், மூலையில் ஒரு பாம்பு காத்திருக்கிறது; ஒவ்வொரு பாம்புக்கும் ஈடுசெய்ய ஒரு ஏணி இருக்கிறது என்ற மாறாத உண்மை அதில் இருக்கிறது. ஆனால் இதைவிட மேலான விஷயமும் இருக்கிறது - அது குதிரைக்கு கேரட் காட்டும் விஷயம் அல்ல - என்றைக்கும் மாறாத இருமை, பொருள்களின் இரண்டகத் தன்மை. நல்லதுக்கு எதிராகக் கெட்டது; ஏணிகளின் திடமான தர்க்கத்தன்மைக்கு எதிராகப் பாம்புகளின் இரகசியமான வளைவுகள். படிக்கட்டுகள் - பாம்புகள் என்ற எதிர்மையில் நாம் எல்லாவிதமான முரண்பாடுகளின் சாத்தியங்களையும் உருவகமாகக் காணமுடியும். ஆல்ஃபாவுக்கு எதிராக ஒமேகா, அப்பாவுக்கு எதிராக அம்மா, இதோ இங்கே மேரிக்கு எதிராக மூசா; முட்டிகளுக்கு எதிராக மூக்கு; ... ஆனால் என் வாழ்க்கையில் மிக இளம்பருவத்திலேயே, இந்த விளையாட்டில் ஈரடித் தன்மை என்ற ஒரு முக்கியக் கூறு இல்லை என்பதைக் கண்டுகொண்டேன். ஏனென்றால் பின்வந்த நடப்புகள் காட்டிய மாதிரி, ஒரு ஏணியின் படிக்கட்டுகளும் இறக்கிவிடலாம், பாம்பின் விஷத்தையும் வெற்றிகொண்டு ஏறலாம்... இப்போதைக்கு ஒரு விஷயத்தை எளிமையாகச் சொல்லலாம் - வெற்றியின் ஏணிப்படிகளை என் அம்மா கண்டுபிடித்தபோதே, நாட்டின் சாக்கடைகள் முழுதும் பாம்புகளால் நெளிகின்றன என்பதையும் உணர்ந்தாள்.

ஆமினாவின் சகோதரன் - என் மாமா ஹனீஃப் பாகிஸ்தானுக்குப் போய்விடவில்லை. ஆக்ரா சோளக்கொல்லையில் ரிக்‌ஷாக்கார ரஷீதுக்குத் தன் சிறுவயதுக் கனவைச் சொன்னா(ன்)ர் அல்லவா? அதன்படி, அவர் பம்பாய்க்கு வந்து பெரிய திரைப்பட ஸ்டுடியோக்களில் வேலைதேடிக்கொண்டிருந்தார். வயதுக்குமீறிய அறிவாற்றல் கொண்டவர் ஆதலினால், இந்திய சினிமாவின் வரலாற்றிலேயே ஒரு திரைப்படத்தை இயக்கிய மிகச் சிறுவயது இயக்குநர் அவர்தான் என்று சொல்லுமளவு வெற்றி பெற்றார். அந்த செலுலாய்டு சொர்க்கத்தில் மிகப் பிரகாசமான நடிகை பியா. அவளுடைய தெய்விக முகம்தான் அவளுடைய அதிர்ஷ்டம். மனிதனுக்குத் தெரிந்த எல்லா நிறங்களையும் ஒரே ஒரு பாணியில் கொண்டுவந்து சேலையாக நெய்ய முடியும் என்று அவள் உடையமைப்பாளர்கள் காட்டினார்கள். அப்படிப்பட்டவளை ஹனீஃப் வேண்டித் திருமணமும் செய்துகொண்டார். புனிதத்தாய் பியாவை ஏற்கவில்லை.

ஆனால் எங்கள் குடும்பத்திலேயே புனிதத்தாயின் சிறைப்படுத்தும் செல்வாக்குக்குக் கட்டுப்படாதவர் ஹனீஃப்தான். மிகவும் ஜாலியான, வலிய உடற்கட்டுள்ள பேர்வழி. படகுக்காரன் டாயின் வெடிச்சிரிப்பும், தன் தந்தை ஆதம் அசீஸின் கள்ளமற்ற கோபமும் அவரிடம் இருந்தன. அவளிடம், "நான் புகழ்பெற்ற பிறகு நாம் பெரிய ராஜவாழ்க்கை வாழ்வோம்" என்று கூறி, பியாவை மெரீன் டிரைவில், திரைப் படத்துறைக்குச் சம்பந்தமற்ற ஒரு சிறிய அடுக்குமாடிக் குடியிருப்பில் வாழ அழைத்துச் சென்றார் அவர்; அவளும் ஒப்புக்கொண்டாள். அவருடைய முதல் படத்தில் அவள் கதாநாயகியாக நடித்தாள். அதற்குப் பணம் போட்டவர்கள் ஹோமி கேட்ராக்கும், ராமா ஸ்டூடியோஸ் என்ற பிரைவேட் நிறுவனமும். காஷ்மீர் காதலர்கள் என்று படத்துக்குப் பெயர். தன் அவசரமான பந்தய நாட்களுக்கு மத்தியில் அதன் முன்னோட்டத்திற்கு ஒரு மாலைநேரத்தில் ஆமினா சினாய் சென்றாள்.

அவளுடைய பெற்றோர் அந்தத் திரைக்காட்சிக்கு வரவில்லை. புனிதத்தாய்க்கு சினிமா என்றாலே வெறுப்பு, அதற்கு எதிராகப் போர்க்கொடி உயர்த்த அசீஸுக்கு வலுவில்லை. ஒரு காலத்தில் மியான் அப்துல்லாவுடன் சேர்ந்து பாகிஸ்தானுக்கு எதிராகப் போராடியவர் அவர். இப்போது புனிதத்தாய் அந்த நாட்டைப் புகழ்ந்துபேசும் போது விவாதம் செய்யவும் அவரால் முடியவில்லை. தன்னளவில் பாகிஸ்தானுக்குக் குடிபெயராமல் இந்தியாவிலேயே இருந்துவிடுவதற்கான வலுவை மட்டுமே அவர் தக்கவைத்திருந்தார்.

புனிதத்தாயின் சமையலினால் புத்துயிர் பெற்று எழுந்தார், அகமது சினாய். ஆனால், அவள் தொடர்ந்து தன்வீட்டில் தங்கியிருப்பதை வெறுத்தார். ஆகவே தன் மனைவியுடன் திரைப்படத்துக்குச் சென்றார்.

அவர்கள் முன் வரிசையில் ஹனீஃப் - பியாவுக்கு அருகிலும், அந்தக் காலத்தில் இந்தியாவின் மிகவெற்றிகரமான காதல் மன்னர்களில் ஒருவரும், இந்தப் படத்தின் கதாநாயகனும் ஆன ஐ.எஸ். நய்யாரின் அருகிலும் அமர்ந்திருந்தனர். அவர்களுக்குத் தெரியாமலே ஒரு பாம்பு பக்கநடையில் காத்திருந்தது...ஆனால் அதற்குமுன், ஹனீஃப் அசீஸைப் பற்றி இங்கே விவரிப்போம். அவர் எடுத்த படமான காஷ்மீரின் காதலர்களில் ஒரு தனிச்சிறப்பு இருந்தது, அது என் மாமாவுக்கு ஓர் உயிர்த்துடிப்புள்ள, குறுகியகால வெற்றியைத் தரஇருந்தது. அந்தக்காலத்தின் காதல் மன்னர்களோ அவர்களுடைய காதலிகளோ ஒருவரை ஒருவர் திரையில் தொட்டுத்தழுவ முடியாது. அவர்களுடைய காதல்செய்கைகள் தேசத்தின் இளைஞர்களைக் கெடுத்துவிடும் என்ற பயம்... ஆனால் இந்தப்படம் தொடங்கி முப்பத்திமூன்று நிமிஷங்கள் கழித்துப், பார்வையாளர்கள் ஒரு சிறிய அதிர்ச்சியை வெளிப்படுத்தலாயினர். காரணம், பியாவும் நய்யாரும் முத்தமிடத் தொடங்கினர் - தங்களுக்குள் அல்ல, பொருள்களை.

பியா தன்னுடைய வண்ணமிட்ட உதடுகளின் காதல்ரசத்தோடு ஓர் ஆப்பிளை முத்த மிட்டாள்; பிறகு அது நய்யாரிடம் சென்றது; அதன் எதிர்ப்பக்கத்தில் ஆண்மையும் ஆவலும் கொண்ட நய்யாரின் உதடுகளின் முத்தம். (இதுதான் பின்னாளில் மறைமுக முத்தம் என்று அறியப்பட்டதன் பிறப்பு.) அன்றைய திரைப்படத்தின் எந்த விஷயத்தையும்விட மிகப் புதுமையான ஒன்றாக இருந்தது இது; காதலும் காமமும் கனிந்த ஒரு செய்கை! திரைப்பட ரசிகர்கள் வைத்தகண்ணை எடுக்கமுடியாமல் திரையிலே ஊன்றி இருந்தனர். (வழக்கமாக, முத்தக்காட்சியில் காதல்ஜோடி ஒரு செடிக்குப் பின்னால் சற்றே மறைவார்கள், உடனே ஒரு அருவருப்பான ஓசை ரசிகர்கள் மத்தியிலிருந்து எழும், மீண்டுஎழுந்த காதல்ஜோடியினர் ஆபாசமான அசைவுகளை நிகழ்த்துவார்கள். உணர்த்தும் தன்மையில் மிகக்கீழிறங்கிவிட்டோம் நாம்!) இப்போது டால் ஏரி, காஷ்மீரின் நீலவானப் பின்னணியில், சிவந்த காஷ்மீரி தேநீர்க்குவளையின் முத்தத்தில்; ஷாலிமாரின் நீரூற்றுகளுக்கு அருகில் ஒரு வாளுக்கு அளித்த முத்தத்தில் சினிமாக்காதல் வெளிப்பட்டது. பியா, நய்யார் இவர்களின் மிகைப்படுத்தப்பட்ட திரை உருவங்கள் பின்னணிப்

பாடலுக்குத் தக்கபடி வாயசைத்துக்கொண்டு ஒரு மாம்பழத்திற்கு முத்தம் கொடுத்துக் கொண்டிருந்தபோது, ஒரு பயந்த, சிறிய தாடிமுளைத்த ஓர் உருவம் திரைக்குக்கீழே கையில் மைக்குடன் தோன்றியது. எதிர்பாராத எந்தவித உருவத்தையும் எடுக்குமாம் பாம்பு. இப்போது அது ஒரு திறமையற்ற திரைப்படக் கொட்டகை மேலாளனின் உருவத்தில் வந்தது. பியாவும் நய்யாரும் மங்கி மறைந்தார்கள்; தாடிவைத்தவனின் ஒலிபெருக்கிக் குரல் ஒலித்தது - "சீமாட்டிகளே, சீமான்களே, மன்னியுங்கள்! ஒரு பயங்கரமான செய்தி!" பாம்பிடமிருந்து ஒரு விசும்பல்; அதன்விஷத்துக்குச் சக்திஅளிக்க. அவன் குரல் உடைந்தது: "இன்று மாலை, தில்லியின் பிர்லா மாளிகையில், நம் நேசத்துக்குரிய மகாத்மா கொலைசெய்யப்பட்டார். பைத்தியக்காரன் ஒருவன் அவர் வயிற்றில் சுட்டுவிட்டான், பெரியோர்களே, நம் பாபு மறைந்துவிட்டார்!"

அவன் முடிக்கும் முன்னரே பார்வையாளர்கள் அலற ஆரம்பித்தனர். அவன் சொற்களின் விஷம் அவர்கள் இரத்தநாளங்களில் பாய்ந்தது - வயதில் பெரியவர்களும், வயிற்றைப் பிடித்துக்கொண்டு, சிரிக்கவில்லை - அழுகையுடன் "ஹாய் ராம், ஹாய் ராம்" என்று கத்தியவாறு உருண்டார்கள். பெண்கள் தலைமயிரைப் பிய்த்துக்கொண்டார்கள். நகரத்தின் அழகிய முடியமைப்பாளர்கள் விஷம் அருந்திய பெண்களின் அருகில் உருண்டார்கள் - திரைநட்சத்திரங்கள் மீன்காரிகளைப் போலக் கத்தினார்கள் - வெளியில் ஏதோ பயங்கரமாகப் புகைவது தெரிந்தது - ஹனீஃப் சொன்னார், "இங்கேயிருந்து போய்விடுங்கள் அக்கா; இதைச் செய்தவன் ஒரு முஸ்லிம் என்றால் பெரிய கலவரம் வெடிக்கப்போகிறது!"

ஒவ்வொரு ஏணிக்கும் ஒரு பாம்பு காத்திருக்கிறது... காஷ்மீரின் காதலர்கள் படம் அரை குறையாக முடிந்து பின் நாற்பத்தெட்டுமணி நேரம்வரை எங்கள் குடும்பம் பக்கிங்காம் வில்லாவுக்குள்ளேயே பதுங்கியிருந்தது ("கதவுங்களுக்கு அண்டையா, அதும் பேரென்னா... மேஜை நாற்காலிங்கள முட்டுக்குடுங்கோ" என்று ஆணையிட்டாள் புனிதத்தாய். "இந்து வேலைக்காரங்க இருந்தா வீட்டுக்கு அனுப்பிச்சுடுங்கோ"); ஆமினா பந்தய மைதானம் பக்கம் போக பயந்தாள்.

ஆனால் ஒவ்வொரு பாம்புக்கும் ஒவ்வொரு ஏணியும் இருக்கிறது. கடைசியாக வானொலி கொலைசெய்தவன் பேரை வெளியிட்டது. நாதுராம் கோட்ஸே. "கடவுளுக்கு நன்றி" என்றாள் ஆமினா. "இது முஸ்லிம் பேர் இல்லை!"

காந்தியின் மறைவு, அசீஸின்மீது வயதின் சுமையை ஏற்றியிருந்தது. “இந்த கோட்ஸேவுக்கு நன்றி சொல்ல ஒன்றுமில்லை” என்றார் அவர்.

ஆனால் ஆமினாவின் தலைச்சுமை குறைந்தது. ஆறுதலின் படிகளில் மயங்கியவாறு ஏறிய அவள், “அதனாலென்ன? அவன் கோட்ஸேயாக இருந்ததால் நம் உயிர்களைக் காப்பாற்றினான்” என்றாள்.

நோய்ப்படுக்கை என்று கருதப்பட்டதிலிருந்து எழுந்த அகமது சினாய், இன்னும் குணமாகாதவர் போலவே நடந்துகொண்டார். புகைமூட்டமான குரலில், ஆமினாவுக்கு அவர் சொன்னார், “ஆமாம், நீ இஸ்மாயிலைக் கோர்ட்டுக்குப்போய் வழக்காடச் சொல்லி விட்டாய், ஆனால் நாம் தோற்றுத்தான் போவோம்! இந்தக் கோர்ட்டுகளில் எல்லாம் நடுவர்களையே விலைக்குவாங்க வேண்டியிருக்கிறது”... ஆமினா இஸ்மாயிலிடம் ஓடினாள். “எந்தச் சூழ்நிலையிலும் நீங்க அகமதுக்கு இந்தப் பணத்தைப் பற்றிச் சொல்லவேணாம். அவருடைய தன்மானத்திற்கு அது குறைவு” என்றாள். பின்னால், அகமதிடம், “இல்லை ஜானம், நான் எங்கேயும் போகல; கொழந்த ஒண்ணும் பெரிய சுமையால்ல. நீங்க ரெஸ்ட் எடுங்க. நான் கடைக்குப் போவணும். ஹனீஃபக் கூட பாக்கணும். பொம்பளங்க, நாங்க எப்படியோ நாளைக் கடத்தத்தானே வேணும்!”

நோட்டுக்கற்றைகள் அடங்கிய பையோடு வீட்டுக்கு வந்தபிறகு, “எடுத்துக்குங்க இஸ்மாயில்! ஆனா அவர் எழுந்துட்டார், நாம் ஜாக்கிரதையா இருக்கணும்.” அப்புறம், மாலை நேரங்களில் தன் தாயுடன் சமையலறையில், “ஆமாம்மா, நீங்க சொல்றது சரி. அகமது கொஞ்ச நாளில பெரிய பணக்காரனா ஆயிடுவார். பாருங்க.”

நீதிமன்றங்களில் பலப்பல நாட்கள்; பணப்பைகள் காலியாயின; வளருகின்ற குழந்தை. (1946 ரோவரின் டிரைவர் இருக்கையில் என் தாய் உட்காரஇயலாமல் போகும் நாள் நெருங்கிக்கொண்டிருந்தது. ஆனால் அவள் அதிர்ஷ்டம் தாக்குப்பிடிக்குமா?) மூசாவும் மேரியும் கிழட்டுப் புலிகள் போலச் சண்டையில்.

சண்டையின் ஆரம்பம் என்ன?

இன்னும் ஏதோ ஒருவித பயம், அவமானம், மேரியின் குடலில் ஊறியிருந்து அவளை மூசாக்கிழவனுடன் சண்டையிட விருப்பத்தோடோ விருப்பமின்றியோ நகர்த்தியது. அல்லது விருப்பமின்றியா? அந்த வயதான வேலைக்காரனை உசுப்பிவிடுவதற்காக டஜன்கணக்கான விதவிதமான வழிகளை மேரி கையாண்டாள். மூக்கின் ஒரு சிலுப்பலில் தான் அவனைவிட

உயர்வானவன் என்று காட்டுவாள். பயபக்தியுள்ள அந்த முஸ்லிம்கிழவனின் மூக்கண்டையில் தனது ஜெபமாலையைப் பிடித்து எண்ணுவாள். மற்ற எஸ்டேட் வேலைக்காரர்கள் மேரியைச் சின்னம்மா என்று மரியாதையுடன் அழைத்தபோது ஏற்றுக்கொண்டாள். இதனை மூசா தன் அந்தஸ்துக்கு ஏற்பட்ட பயமுறுத்தலாகவே பார்த்தான். பேகம் சாகிபாவுடன் அதிகமாகப் பழகுவது - மூலைகளில் அந்தரங்கமான குசுகுசுப்பேச்சுகள் - இவை மூசாக்கிழவன் காதில் சற்றே விழுமளவுக்கு மட்டுமே இருக்கும் - இதெல்லாம் போதாதா நேரான நடத்தையுள்ள, விறைப்பான, சரியான மூசாக் கிழவனுக்குத் தான் ஏமாற்றப்பட்டதாகத் தோன்றுவதற்கு?

வயதின் தளர்ச்சி என்னும் கடலில் மூழ்கித் தத்தளித்த பழைய வேலைக்காரன் மூசாவின் மனத்தில் ஏதோ உறுத்தல் இருந்து அவன் உதடுகள்வழி கருமுத்தாக மாறி வெளிவந்தது போலும்; தனக்குப் பழக்கமற்ற மரத்துப்போதல்களில் கைகால்கள் ஈயமாக இறுகி அவன் பலமுறை விழுந்தான். அதனால்தான் ஜாடிகள் உடையவும், சாம்பல் கிண்ணங்களிலிருந்து சாம்பல் சிதறவும் நேர்ந்ததா? இவற்றால் அவனை வேலையைவிட்டு விலக்கவேண்டும் என்னும் குறிப்புச் சொல் மேரியின் பிரக்ஞை மனத்திலிருந்தோ நனவிலியிலிருந்தோ வெளிவந்தது போலும்; அதனால் அது மிகையான பயமாக மாறி சண்டையை ஆரம்பித்த ஆள்மீதே திரும்பியது போலும்.

சமூகக் காரணம் என்று பார்த்தால், வேலைக்காரர்கள் அறை கருத்த அடுப்புகொண்ட சமையலறைக்குப் பின் ஒதுக்குப்புறத்தில் இருந்தது. அதில் தோட்டக்காரன், எடுபிடி வேலைசெய்யும் பையன், ஹமால் (வீட்டின் மூட்டைமுடிச்சுகளைச் சுமக்கும் ஆள்) இவர்களோடு மூசாக்கிழவன் உறங்கவேண்டி இருந்தது. ஆனால் மேரி ஸ்டைலாக புதிதாகப் பிறந்த குழந்தையின் தொட்டிலருகில் பாயில் படுத்து உறங்கினாள். இந்த வித்தியாசம் ஒரு மூர்க்கத்தனத்தை அவனுக்கு அளித்தது போலும்.

மேரிமீது பழி உண்டா இல்லையா? அவள் தேவாலயத்துக்குப் போகமுடியவில்லை. அங்கே ஒப்புக்கொடுப்பவர்கள் வருவார்கள். இவளும் போனால் ஒப்புக்கொடுக்க வேண்டும். இரகசியங்களை ஒளித்துவைக்க முடியாது. இது அவள் உள்ளத்தில் கசப்பை உண்டாக்கி வெடுவெடுப்பாக, புண்படுத்தும் விதமாகப் பேசுபவளாக அவளை ஆக்கிவிட்டது போலும்.

அல்லது உளவியலுக்கு அப்பால் நாம் காரணங்களைத் தேடவேண்டும்: மேரிக்காக ஒரு பாம்பு காத்திருந்தது, அல்லது

மூசாவுக்கு ஏணிகளின் ஏற்றி இறக்கும் ஈரடித் தன்மை தெரியவில்லை போன்ற கூற்றுகளிலிருந்து நாம் விடையைத் தேடவேண்டும் போலும். அல்லது ஏணிகள் பாம்புகளுக்கு அப்பால், விதியின் கை இந்தச் சண்டையை இயக்கியது என்று சொல்லவா?

அல்லது வெடி வைப்பவனாக மூசா மாறவேண்டும், பம்பாயில் குண்டு வைக்கும் பங்கினை அவன் ஏற்கவேண்டும், அதற்காக அவன் வீட்டிலிருந்து வெளியேற வேண்டும் என்பதற்காக ஏற்பட்டதா?... ஒருவேளை இம்மாதிரி நுட்பங்கள் தேவையில்லை; அகமது சினாய் விஸ்கியின் போதையில் மிகையான கோபத்துக்கு ஆளாகி மூசாவை அவனுடைய குற்றத்துக்குத் தூண்டினார் போலும்; அல்லது மேரிக்கு இதில் எவ்வித சம்பந்தமும் இல்லை, மோசமாக நடத்தப்பட்ட ஒரு பழைய வேலைக்காரனின் புண்பட்ட பெருமிதம் மேரி செய்ததற்கு இணையான இப்படிப்பட்ட, குற்றத்தைச் செய்வதற்கு அவனைத் தூண்டியது போலும்!

இந்த ஹேஷ்யங்களை நிறுத்திக்கொண்டு நான் நேராக விஷயத்துக்கு வருகிறேன். மூசாவும் மேரியும் எப்போதும் சண்டைபிடித்துக்கொண்டே இருந்தார்கள். ஆமாம்: அகமது அவனைப் புண்படுத்தினார். ஆமினாவின் சமாதான முயற்சிகள் பலிக்க வில்லை; ஆமாம், முதுமை மழுக்கிய புத்தியில் அவனுக்குத் தான் முன்னறிவிப்பின்றி எந்தச்சமயத்திலும் வேலையைவிட்டு அனுப்பப்படலாம் என்ற எண்ணம் தோன்றிவிட்டது; ஆக, ஆகஸ்டுமாதத்தில் ஒரு நாள் காலை ஆமினா வீட்டில் திருட்டு நடந்திருப்பதைக் கண்டாள்.

போலீஸ் வந்தது: திருட்டுப்போனவற்றைப் பற்றி ஆமினா தெரிவித்தாள். நீலக்கல் பதித்த ஒரு வெள்ளி எச்சிற்கலம், தங்க நாணயங்கள், மணிகள் பதிக்கப்பட்ட சமூவார்கள், வெள்ளித் தேநீர்க் குவளைகள், சுருக்கமாக, பழைய பச்சை டிரங்குப்பெட்டியிலிருந்த பொருள்கள். கூடத்தில் வேலைக்காரர்களை வரிசையாக நிற்கவைத்து இன்ஸ்பெக்டர் ஜானி வக்கீல் மிரட்டினார். "மரியாதையா ஒத்துக்கோ." லாட்டிக் கம்பை முட்டியில் தட்டினார்: "அப்புறம் நாங்க என்ன செய்வோம்ண்றது ஒனக்குத் தெரியாது. காலம்பூரா ஒரே கால்ல நிக்கறமாதிரி பண்ணிடுவோம். இல்லன்னா, உம் மேல தண்ணிய ஊத்துவோம். பச்சைத்தண்ணி இல்ல, கொதிக்கிற தண்ணி, இல்ல ஐஸ்தண்ணி. போலீஸ்ல நெறைய வழிமுறை இருக்குது." இப்போது வேலைக்காரர்கள் கூட்டத்தில் சலசலப்பு. "நான் இல்ல இன்ஸ்பெக்டர் ஐயா, ரொம்ப நேர்மையானவன்." "தயவுபண்ணுங்க சாமி, வேணுமின்னா என் பொருளுங்களை சோதனை போட்டுக்குங்க.

ஆமினா இதற்குள்: "இதெல்லாம் ரொம்ப அதிகம் இன்ஸ் பெக்டர் சார், இவ்வளவு வேணாம். என் மேரியை எனக்குத் தெரியும். அவ கபடமில்லாதவ. அவளக் கேள்வி கேட்கவேணாம்." வந்த எரிச்சலை போலீஸ்அதிகாரி அடக்கிக்கொண்டார். எல்லோருடைய உடமைகளையும் சோதனைபோடச் சொன்னார். "ஒருவேளை மேடம், இந்தப் பசங்களுக்கெல்லாம் மூளை கிடையாது. குற்றவாளி திருட்டுப் பொருளை எடுத்துக் கொண்டு தப்பிக்க முயற்சி பண்றது தெரியவந்தா எங்களுக்குச் சொல்லுங்க!"

தேடுதல் வெற்றிபெற்றது. பழைய வேலைக்காரக் கிழவன் மூசாவின் படுக்கைமடிப்புக்குள் ஒரு வெள்ளி எச்சிற்கலம். அவனுடைய சிறிய துணிச்சுருளில் சில தங்க நாணயங்கள், ஒரு வெள்ளி சமூவார். அவனுடைய சார்ப்பாய் விரிப்பின்கீழ் தேநீர்க் குவளைகள். இப்போது மூசா அகமது சினாயின் காலில் விழுந்தான். "மன்னிச்சிருங்க சாகிப்! எனக்குப் பைத்தியம்! என்னைத் தெருவில தள்ளப்போறீங்கன்னு நெனைச்சிட்டேன்" அகமது சினாய் கேட்பதாக இல்லை. இன்னும் அவருடைய உறைவு விட்டுப் போகவில்லை. "எனக்கு பலவீனமா இருக்கு" என்று சொல்லி அவர் அறையைவிட்டுப் போய்விட்டார். ஆமினா பயந்துபோய், கேட்கிறாள் - "அப்ப மூசா, ஏன் அந்தமாதிரி சத்தியம் பண்ணினே?"

...கூடத்தில் நிற்கவைத்துப் பேசியதற்கும், தேடுதல் வேட்டைக்கும் மத்தியில், மூசா எஜமானர் அகமதிடம் சொன்னான்: "நான் திருடல்ல சாகிப். திருடியிருந்தா, எனக்குத் தொழுநோய் வரட்டும். என் பழைய தோல் புண்புண்ணாகட்டும்!"

முகத்தில் பயத்தோடு ஆமினா மூசாவின் பதிலை எதிர்பார்க்கிறாள். வேலைக்காரனின் தளர்ந்த முகத்தில் கோபக்குறி. வார்த்தைகளைத் துப்புகிறான். "பேகம் சாகிபா, நான் உங்க பொருளைத்தான் எடுத்தேன். உங்க சாகிபும், அவங்கப்பாவும் என் வாழ்க்கையையே திருடிட்டாங்க. என் வயசான காலத்தில நீங்க என்ன கிறிஸ்துவ ஆயாவை வைச்சி அவமானப்படுத்திட்டீங்க."

பக்கிங்காம் வில்லாவில் அமைதி. ஆமினா போலீசுக்கு அவனை அனுப்பவில்லை. ஆனால் மூசா இருக்க விரும்பவில்லை. படிக்கட்டுகள் ஏற்ற மட்டுமல்ல, இறக்கவும் செய்யும் என்பதை உணர்ந்தவாறு, சுருட்டிய படுக்கை முதுகிலிருக்க, அவன் வளைந்த படிக்கட்டுகளில் இறங்குகிறான். வீட்டின்மீது சாபத்தை இட்டுவிட்டுக் குன்றின் கீழே இறங்கிச் செல்கிறான்.

நீ ஒரு சண்டையில் வெற்றி பெற்றாலும், படிக்கட்டு உன்னை ஏற்றித்தான் விட்டாலும், ஒரு பாம்பிடமிருந்து தப்பமுடியாது என்று அந்தச் சாபம்தான் மேரி பெரேராவுக்கு உணர்த்தியது போலும்.

"இன்னும் பணம் தரமுடியாது இஸ்மாயில்; கொடுத்தவரைக்கும் போதாதா?" என்று ஆமினா கேட்கிறாள். "போதும்னு நெனைக்கறேன். ஆனா உறுதியாச் சொல்லமுடியாது. இன்னும் பணம் கெடைக்க...?" ஆமினா: "எனக்கு வயிறு ரொம்ப பெரிசாயிட்டுது. நான் இனிமே கார்ல போகமுடியாது. அவ்வளவுதான் பணம்."

...ஆமினாவுக்கு மறுபடியும் காலம் மெதுவாக ஊர்கிறது. மறுபடியும் அவள் கண்கள் வண்ணக் கண்ணாடிகளின் ஊடாகப் பார்க்கின்றன. அவற்றில் பச்சைக் காம்புகளோடு கூடிய சிவந்த ட்யூலிப் பூக்கள் நடனமாடுகின்றன. மறுபடியும் அவள் பார்வை 1947 முதல் இயங்காமல் நின்றுவிட்ட கடிகாரக் கூண்டின்மீது நிலைக்கிறது. மழை பெய்கிறது. பந்தய சீசன் முடிந்துபோய்விட்டது.

ஓர் இளநீலநிற கடிகார மணிக்கூண்டு. தட்டையாக, வண்ணம் உரிந்து, செயல்படாமல். நாடகமேடையின் முடிவில் ஒரு தார்பூசிய கான்கிரீட் மேடைமீது நின்றது. வார்டன் சாலையிலிருந்த மாடிவீடுகளின் மேல்தளங்கள் எங்கள் குன்றினை ஒட்டி முடிந்தன. ஆகவே பக்கிங்காம் வில்லாவின் எல்லைச் சுவர்மீது ஏறிவந்தால் உங்கள் காலடியில் தட்டையான கருப்புத்தார்ச் சாலை. அதன்நேர்கீழ் ப்ரீச் கேண்டி கிண்டர்கார்ட்டன் பள்ளி. பள்ளி நடக்கும்போது, ஒவ்வொரு மாலைநேரத்திலும் சிறுவயதுப் பாடல்களின் மாறாத பியானோ இசையை மிஸ் ஹாரிசன் இசைப்பது கேட்கும். அதற்குக் கீழே கடைகள் - ரீடர்ஸ் பேரடைஸ், ஃபத்பாய் ஜுவல்லரி, சிமல்கார் பொம்மைக்கடை, பாம்பெல்லியின்கடை - அதன் ஜன்னல்களில் ஒரு கெஜ நீள சாக்கலேட்டுகள். மணிக்கூண்டின் வாசல் பூட்டியிருக்கவேண்டும் - ஆனால் அது நாதிர்கான் திறந்தது போன்ற ஒரு மலிவான பூட்டுவகை. இந்தியாவில் செய்தது.

எனது முதல் பிறந்த நாளுக்குமுன்வந்த தொடர்ந்த மூன்று மாலைநேரங்களில், எனது ஜன்னலகில் மேரி பெரேரா நின்று பார்க்கும்போது, கூரைமீது ஒரு நிழலுருவம் சென்றது. அதன் கையில் ஏதோ உருத்தெரியாத பொருள்கள். அவளுக்கு ஓர் அடையாளமற்ற பயத்தை இக்காட்சி உண்டாக்கியது. மூன்றாவது இரவுக்குப் பிறகு ஆமினாவிடம் அவள் இதைத் தெரிவித்தாள். மறுபடியும் போலீஸ் வருகை. இன்ஸ்பெக்டர் வக்கீல் மெத்வோல்டு எஸ்டேட்டுக்கு ஒரு துப்பாக்கிவீரர் படையுடன் வந்தார். "எல்லாம் பிரமாதமா குறிபாக்கத் தெரிஞ்சவங்க பேகம் சாகிபா, இதெல்லாம் நாங்க

பாத்துக்கறோம்!" படையினர் பெருக்குபவர்கள் போன்ற வேடத்தில், துப்பாக்கிகள் உடைக்குள் மறைந்திருக்க, நாடகமேடையைக்கூட்டிப் பெருக்கியவாறு கடிகாரக்கூண்டை கண்காணிப்பில் வைத்திருந்தனர்.

இரவு வந்தது. மெத்வோல்டு எஸ்டேட்டில் வசித்தவர்கள் மணிக்கூண்டு கோபுரத்தை பயத்தோடு பார்த்தவாறு இருந்தனர். பெருக்குபவர்கள் அபத்தமாக இரவில்கூட பெருக்கிய வாறு இருந்தனர். ரைபிள் பிறர் பார்வையில் படாதவாறு, ஜானி வக்கீல் எங்கள் தாழ்வாரத்தில் நிலைகொண்டார்... நள்ளிரவில், ப்ரீச் கேண்டி பள்ளியின் பக்கச்சுவர் அருகே ஒரு நிழலுருவம் தோன்றி கடிகார கோபுரத்தை நோக்கிச் சென்றது. தோளின் மீது ஒரு சாக்குப்பை... "அவன் நுழையட்டும்" என்றார் வக்கீல், ஆமினாவிடம். "சரியான நேரத்தில் பிடிக்கவேண்டும்." அந்த ஆள் தாரிட்ட கூரைமீது நடந்து மணிக்கூண்டிற்கு வந்து நுழைந்தான்.

"இன்ஸ்பெக்டர் சாகிப், இன்னும் என்ன தாமதம்?"

"ஷ்ஷ் மேடம், இது போலீஸ் வேலை, நீங்க கொஞ்சம் உள்ள போங்க. அவன் வெளியில வர்றப்ப பிடிச்சிடுவோம். மனசில வச்சிக்குங்க. பிடிச்சமாதிரிதான்!" திருப்தியோடு வக்கீல் சொல்கிறார், "எலிப்பொறியில மாட்டினாப்பில!"

"ஆனா, அவன் யாரு?"

"யாருக்குத் தெரியும்?" என்றார் வக்கீல். "நிச்சயமா ஏதோ ஒரு பத்மாஷ்தான். எங்க பாத்தாலும் இப்ப மோசமான ஆளுங்கதான்."

ஒரு தனிக் குரல் கீச்சிடுவது இரவின் அமைதியை வெட்டியது. மணிக்கூண்டு வாயிற் படி அருகில் யாரோ அசைவது தெரிகிறது. வாயில் திறக்கப்படுகிறது. ஒரு சத்தம். கருப்புத் தார்ப்பாய்மீது யாரோ வெளிவருகிறார்கள். இன்ஸ்பெக்டர் செயல்படுகிறார். ஜான் வெய்ன் போலத் துப்பாக்கியை இடுப்பில் வைத்துச் சுடுகிறார். பணியாளர்கள் தங்கள் ஆயுதங்களை துடைப்பங்களிலிருந்து எடுத்துக்கொண்டு பாய்கிறார்கள்... உணர்ச்சிமயமான பெண்களின் கூச்சல், வேலைக்காரர்களின் கூப்பாடு... அமைதி.

பழுப்பும் கருப்புமான தார்ப்பாய்க்குள் பாம்புபோல அசைவது யார்? அதில் கசிகின்ற என்னவகையான கருப்புரத்தம், டாக்டர் ஷாப்ஸ்டெகரைத் தூண்டி, அவர் உச்சிமாடியிலிருந்து, நன்கு காணக்கூடிய இடத்திலிருந்து, கூச்சலிடவைத்தது? "ஏ முட்டாள் பசங்களே! கரப்பாம்பூச்சி பெத்தவங்களே! பேடிக்குப் பொறந்தவங்களே!" வக்கீல் தாரிட்ட கூரைமீது விரையும்போது. சாட்டை நாக்கோடு மரணமடைந்தது யார்?

மணிக்கூண்டுக்குள்ளே: இவ்வளவு பெரிய நொறுங்கும் சத்தத்தை எந்த பாரிய பொருள் விழுந்து ஏற்படுத்தியது? யார் கதவை உடைத்துத் திறந்தது? அந்த உருவத்தின் கால்களில் இரண்டு சிவந்த இரத்தம் பெருக்கெடுக்கின்ற துளைகள். அது முறிப்பு மருந்தற்ற விஷத்தினால் நிரம்பியிருக்கிறது, அது ஒரு லாயம் நிறைந்த களைத்துப்போன குதிரைகளைக் கொன்றது. அதோ! மஃப்டிஉடையில் விறைத்த நடையில், சவப்பெட்டியின்றி, சவப்பெட்டியைத் தூக்கிச் செல்கிறதுபோல உருவத்தைச் சுமந்துவருபவர்கள் யார்? அந்த சவத்தின் முகத்தில் நிலவின் வெளிச்சம் படும்போது மேரி பெரேரா கண்விழிகள் மேலே உருள, திடீரென ஒரு நாடகத்தனமான மயக்கத்தில் ஒரு மூட்டைபோலக் கீழே விழுவது ஏன்?

மணிக்கூண்டின் சுவரை ஒட்டினாற்போல, சின்னச்சின்ன கடிகாரங்களுடன் இணைந்து காணப்படுகின்ற விசித்திரமான எந்திரங்கள் என்ன? தங்கள் கழுத்தில் பெயர் ஒட்டப்பட்ட பாட்டில்கள் இத்தனை காணப்படுகின்றனவே அவை என்ன?

"எங்க படைவீரர்களை நீங்கள் கூப்பிட்டது ரொம்ப நல்லதாய்ப் போச்சு பேகம் சாகிபா!" என்கிறார் இன்ஸ்பெக்டர் வக்கீல். "இவன் ஜோசப் டி கோஸ்டா. நாங்க தேடறவங்க பட்டியல்ல இருக்கறவன். இவன ஒரு வருஷமா தேடறோம். ரொம்ப மோசமான பத்மாஷ். மணிக்கூண்டுக்குள்ள அலமாரிகள்ல நீங்க பாக்கணும். தரையில ருந்து கூரை வரைக்கும் கைவெடிகுண்டுங்க. இந்தக் குன்றையே ஒடச்சிக் கொண்டு போய் கடல்ல தள்ளற அளவுக்கு வெடிமருந்து!"

நாடகங்களுக்கு மேலாக நாடகங்கள். பம்பாய் திரைப்படம் ஒன்றின் தன்மையை மேற்கொண்டது வாழ்க்கை. ஏணிகளைத் தொடரும் பாம்புகள், பாம்புகளுக்கு முன்செல்லும் ஏணிகள். பலப்பல சம்பவங்களுக்கு மத்தியில் குழந்தை சலீம் நோய்வாய்ப்பட்டான். பலப்பல சம்பவங்களை ஒருங்கே ஜீரணிக்கமுடியாததுபோல, அவனுடைய கண்கள் காய்ச்சலில் சிவந்தன. அரசாங்க அதிகாரிகளுக்கு எதிரான வழக்கினை இஸ்மாயில் முடிவுக்குக் கொண்டுவருவதை ஆமினா எதிர்பார்த்தாள். பித்தளைக் குரங்கு அவள் வயிற்றில் வளர்ந்தாள். மேரி ஒருவித அதிர்ச்சிநிலைக்கு ஆளானாள், ஜோசப்பின் பிசாசு அவளை அடிக்கடி நாடிவரும்போதுதான் அதிலிருந்து விடுதலை கிடைக்கப் போகிறது. ஊறுகாய் ஜாடியில் இருக்கும் தொப்புள் கொடியும், மேரியின் சட்னிகளும் சுட்டும் விரல்களோடு எங்கள் கனவுகளில் வந்தன. புனிதத்தாய் சமையலறையைத் தலைமைவகித்து

நடத்திக்கொண்டிருந்தபோது, என் தாத்தா என்னைச் சோதித்துவிட்டு, "சந்தேகமேயில்லை, குழந்தைக்கு டைபாய்டு கண்டிருக்கிறது" என்றார்.

"சொர்க்கத்திலிருக்கிற கடவுளே!" என்று கூச்சலிட்டாள் புனிதத்தாய், "அதும் பேரென்னா, எந்தச் சாத்தான் வந்து இந்த வீட்டுமேலே உக்காந்திருக்குது?"

இப்படித்தான் நான் தொடங்கும் முன்பாகவே என்னை முடித்துவிடக்கூடிய நோயைப் பற்றி நான் கேள்விப்படலானது; 1948 ஆகஸ்டு மாத இறுதியில் இரவும் பகலும் அம்மாவும் தாத்தாவும் என்னை கவனித்துக் கொண்டார்கள். மேரி தன்னைக் குற்ற உணர்ச்சியிலிருந்து விடுவித்துக்கொண்டு என் நெற்றியில் கம்பளித்துணிகளைப் போர்த்தினாள். புனிதத்தாய் தாலாட்டுப்பாடி எனக்கு ஸ்பூனில் உணவூட்டினாள். என் தந்தைகூட, தற்காலிகமாக அவருடைய நோய்களை மறந்துவிட்டு, கதவோரத்தில் பதற்றத்தோடு நின்றார். ஆனால் ஒரு இரவு, டாக்டர் அசீஸ், ஒரு கிழட்டுக்குதிரைபோல, உடைந்துபோய், "இனிமேல் நான் செய்யக்கூடியது ஒன்றுமில்லை, இவன் விடிவதற்குள் இறந்துபோய்விடுவான்" என்றார். புலம்புகின்ற பெண்கள், கரு முதிராத நிலையிலேயே துயரத்தினால் ஏற்பட்ட தாயின் பிரசவவேதனை, மேரி பெரேராவின் தலையைப் பிய்த்துக் கொள்ளுதல் இவற்றிற்கிடையே கதவு தட்டும் ஓசை. வேலைக்காரன் வந்து ஷாப்ஸ்டெகரின் வருகையை அறிவித்தான். அவர் என் தாத்தாவிடம் ஒரு சிறிய புட்டியைக் கொடுத்து, "நான் பிரமாதப்படுத்த விரும்பவில்லை; இது கடைசிபட்ச மருந்து; சரியாக இரண்டே இரண்டு துளிகள் மட்டும்; பிறகு பொறுத்திருந்து பாருங்கள்" என்றார்.

தலையில் தன் மருத்துவப்படிப்பின் குவியலோடு உட்கார்ந்திருந்த என் தாத்தா, "இது என்ன" என்று கேட்டார். அதற்கு ஏறத்தாழ எண்பத்திரண்டு வயதான டாக்டர் ஷாப்ஸ்டெகர், நாக்கு சாட்டைபோல வாயின் விளிம்புகளில் ஓட, "ராஜநாகத்தின் விஷம். வீரியம் குறைக்கப்பட்டது. இது பயனளிக்கும் என்று சொல்லியிருக்கிறார்கள்."

பாம்புகளும் வெற்றிக்கு ஏற்றிவிடும், ஏணிகள் கீழே இறக்கிவிடுவதைப்போல. எப்படியும் சாகத்தானே போகிறேன் என்ற நினைப்பில் அந்தப் பாம்புவிஷ மருந்தை எனக்குக் கொடுத்தார் தாத்தா. குழந்தை உடலுக்குள் பாம்பின் விஷம் பரவியபோது குடும்பமேநின்று பார்த்துக்கொண்டிருந்தது...ஆறுமணி

நேரத்திற்குப்பிறகு என் வெப்ப நிலை சீராகி இயல்புக்குவந்தது. அதற்குப் பிறகு என் வளர்ச்சி உச்சநிலையை அடைந்தது. ஆனால் உயிரை இழந்ததற்கு பதிலாக ஒன்று தரப்பட்டது - பாம்புகளின் ஈரடித்தன்மை பற்றிய இளம்பருவ விழிப்புணர்ச்சி.

என் வெப்பநிலை இயல்புக்குத் திரும்பிய வேளையில், என் தங்கை டாக்டர் நர்லீகரின் மருத்துவமனையில் பிறந்தாள். அது செப்டம்பர் முதல்தேதி. அது எந்தவிதப் பரபரப்புமற்ற இயல்பான சம்பவம், எந்த முயற்சியுமற்று நிகழ்ந்தது, மெத்வோல்டு எஸ்டேட்டில் எவராலும் கவனிக்கப்படாமலே போயிற்று. ஏனென்றால் அதேநாளில், இஸ்மாயில் இப்ராகிம் வீட்டுக்குள் நுழைந்து, 'வழக்கு வெற்றி பெற்றது' என்ற செய்தியை அறிவித்தார்... இஸ்மாயில் அதைக் கொண்டாடியபோது நான் தொட்டிலின் கைப்பிடிகளைப் பிடித்து எழுந்துநின்றேன். "உறைந்திருந்தது போதும்! உங்கள் சொத்து திரும்பிவந்துவிட்டது! உயர்நீதி மன்றத்தின் ஆணை!" நான் சிவந்தமுகத்தோடு ஈர்ப்புவிசைக்கு எதிராக முயற்சிசெய்துகொண்டிருந்தேன். இஸ்மாயில் நேரான முகத்தோடு, "சினாய் பாய், சட்டத்தின் விதி புகழ்நிறைந்த வெற்றியைப் பெற்றுவிட்டது!" என்று அறிவித்தார். என் தாயின் மகிழ்ச்சியும் பெருமிதமும் நிறைந்த கண்களைச் சந்திப்பதைத் தவிர்த்தார். நான் குழந்தை சலீம் சினாய், சரியாக ஒரு வருஷம், இரண்டு வாரம், ஒருநாள் வயதானவன், நின்றநிலையிலிருந்து நேராகப் படுக்கையிலிருந்து வெட்டித்தள்ளியதுபோல விழுந்தேன்.

அந்தநாள் சம்பவங்களின் விளைவுகள் இருவகையானவை - என்றைக்குமே வளைந்த கால்களோடு நான் வளரலானேன்; பித்தளைக்குரங்கு (அவளுக்குச் சிவந்த பொன்னிறமான அடர்த்தியான தலைமுடி இருந்ததால் இந்தப் பெயர் - அது ஒன்பது வயதுக்குப் பிறகுதான் கருப்பாயிற்று) எவருடைய கவனத்தையேனும் வாழ்க்கையில் பெற வேண்டும் என்றால் அதிகமாகச் சத்தம்போட வேண்டும் என்பதைக் கற்றுக் கொண்டாள்.

சலவைப்பெட்டியில் விபத்து

பத்மா என் வாழ்க்கையைவிட்டுச் சூறாவளியென வெளியேறி இரண்டு முழு நாட்கள் ஆகிவிட்டன. மாங்காய்க் கசவுண்டிப் பானையில் அவளுடைய இடத்தை வேறொரு பெண் இந்த இரண்டு நாட்களாகப் பார்த்துக்கொண்டாள். அவளுக்கும் இடுப்பு தடித்ததுதான், முன்னங்கை முழுவதும் மயிர்தான்! ஆகவே என் பார்வையில் பதிலீடு எதுவும் நடந்ததாகத் தெரியவில்லை. ஆனால் என் சாணிக்கமலம் எங்கே மறைந்து விட்டாள் என்றுதான் தெரியவில்லை. ஒரு சமநிலை குலைந்துவிட்டது. என் உடம்பின் நீளவாக்கில் வெடிப்புகள் விடத்தொடங்கியதை அறிந்தேன். ஏனென்றால் அவள்தான் எனது அவசியமான காது. காதின்றி நான் திடீரெனத் தனியாக இருக்கிறேன். இது போதாது. திடீரென ஒரு கோபச் சன்னத்து. காரணமின்றி என் சொந்தச் சிஷ்யையால் நான் ஏன் இப்படி நடத்தப்படவேண்டும்? எனக்கு முன்னாலேயே பலரும் எவருக்கேனும் கதைகள் சொல்லியிருக்கிறார்கள். ஆனால் கதைகேட்டவர்கள் அவர்களை இப்படி மூர்க்கத்தனமாகக் கைவிடவில்லை. வால்மீகி தமது கதையை யானைத்தலைக் கடவுளான விநாயகரிடம் கூறி வந்தபோது விநாயகர் என்ன பாதியிலா விட்டுவிட்டுப் போய்விட்டார்? நிச்சயமாக இல்லை. (நான் ஒரு முஸ்லிம் பின்னணியைச் சேர்ந்தவனாக இருந்தாலும் ஒரு பம்பாய்க்காரன் - அதனால் இந்துக்கதைகள் நன்றாகவே தெரியும், உண்மையில் தும்பிக்கையும் அகன்ற காதும் கொண்ட கணேசப்பெருமான் அமைதியாக 'டிக்டேஷன்' எழுதிய காட்சி எனக்கு மிகவும் பிடித்திருக்கிறது!)

எப்படி பத்மாவை விட்டுத்தள்ளுவது? அவளுடைய அறியாமையும், மூடத்தனமும் எனது அற்புதச் செயல்களோடு கூடிய சர்வஞானத்துக்கு எதிர்பலங்களாக இருந்தன. அவளுடைய

முரண்தன்மை கொண்ட உத்வேகம், அதன் மண்ணோடு இசைந்த தன்மை, என் கால்களை இழுத்துப்பிடித்து பூமியோடு வைத்திருக்கிறது - அல்லது வைத்திருந்ததா? நான் ஓர் இருசமபக்க முக்கோணத்தின் உச்சியாக மாறிவிட்டேன் என்று தோன்றுகிறது. இரண்டு சமபக்கங்களும் இரண்டு தெய்வங்கள் - ஞாபகத்தின் வேகவீச்சான கடவுள் நான், நிகழ்காலத்தின் தாமரைக்கடவுள் அவள்... ஆனால் இப்போது ஒரு நேர்க்கோடு ஆக்கிவிட்டாள் என்னை. அதன் ஒற்றைப்பரிமாணத்திற்கு என்னைத் தகஅமைத்துக் கொள்ள வேண்டுமா?

ஒருவேளை இந்த எல்லாக் கேள்விகளின் பின்னாலும் நான் ஒளிந்து கொண்டிருக்கிறேன் போலும். ஒரு கேள்வியின் மூடுதிரையின்றி நான் வெளிப்படையாகப் பேச வேண்டும். நமது பத்மா போய்விட்டாள், அவளை இழந்த வருத்தம் இருக்கிறது. ஆம், அதுதான் உண்மை.

ஆனால் இன்னும் செய்யவேண்டிய வேலை இருக்கிறது: உதாரணமாக,

1956 கோடைக்காலத்தில் - அப்போது உலகிலுள்ள பல பொருள்கள் என்னை விடப் பெரிதாக இருந்தன - என் தங்கை பித்தளைக் குரங்குக்குக் காலணிகளைக் கொளுத்தும் பழக்கம் வந்துவிட்டது. நாசர் சூயஸ்கால்வாயில் கப்பல்களை அமிழ்த்திய போது, பிற கப்பல்கள் ஆப்பிரிக்காவைச் சுற்றிவந்துதான் பயணம் செய்ய வேண்டும் என்பதால் உலகத்தின் வேகம் சற்றே குறைந்தது. அதுபோல என் தங்கையும் எங்கள் முன்னேற்றத்தின் வேகத்தை ஒடுக்கிக்கொண்டிருந்தாள். பிறருடைய கவனத்தை ஈர்க்க வேண்டும், எல்லாச் சம்பவங்களின் மத்தியிலும் (அசம்பாவிதங்களின் இடையிலும் கூட)தான் இருக்கவேண்டும் என்பதால் காலணிகள்மீது அவள் சண்டைபோட ஆரம்பித்தாள். (எப்படியிருந்தாலும் அவள் என் தங்கைதானே? ஆனால் எந்தப் பிரதம மந்திரியும் அவளுக்குக் கடிதம் எழுதவில்லை; தோட்டத்துத் தண்ணீர்க் குழாயின் கீழிருந்து எந்த சாதுவும் அவளை நோக்கவில்லை; முன்னறிவிக்கப்படாமல், நிழற் படம் எடுக்கப்படாமல், அவள் வாழ்க்கை தொடக்கத்திலிருந்தே ஒரு போராட்டம்தான்.) எங்கள் காலணிகளை எரிப்பதன்மூலம் அவள் இருப்பதைக் கவனிக்கும் அளவிலாவது நாங்கள் இருப்போம் என்று நினைத்தாள் போலும்... தன் குற்றத்தை மறைக்க அவள் முயற்சி எதுவும் செய்யவில்லை. தன் அறையை அடைந்து தன் கருப்பு ஆக்ஸ்ஃபோர்டு ஷூக்கள் எரிவதை அப்பா பார்த்தபோது, பித்தளைக் குரங்கு பக்கத்தில்தான்

கையில் தீக்குச்சியோடு நின்றுகொண்டிருந்தாள். எரியும் பூட்ஸ் தோலின் எதிர்பார்க்காத நாற்றத்தோடு பூட்பாலிஷ், கொஞ்சம் த்ரீஇன்ஒன் எண்ணெயின் வாடையும் கலக்க அவர் மூக்குத்துளைகள் விடைத்தபோது... "அப்பா, பார், எவ்வளவு அழகாக இருக்கிறது - என் தலைமயிரின் நிறமேதான்!" என்றாள் பித்தளைக்குரங்கு.

எவ்வளவு முன்னெச்சரிக்கைகளைக் கடைப்பிடித்தாலும் என் தங்கையின் பெரு விருப்பத்திற்குரிய சிவந்த தீ நாக்குகள் அந்தக் கோடைகாலத்தில் எஸ்டேட்டின் எல்லா இடங்களிலும் - நுஸ்ஸி வாத்து, திரைப்பட முதலாளி ஹோமி கேட்ராக் ஆகியோர் காலணிகளில் பூத்தன. தலைமுடிவண்ணத் தீக்கொழுந்துகள் திரு துபாஷின் தாழ்ந்த ஸ்வீடுகாலணிகள், லீலா சாபர்மதியின் ஸ்டிலெட்டோ உயர்குதிகால் செருப்புகளில் தவழ்ந்தன. தீக்குச்சிகளை மறைத்துவைத்தாலும், வேலைக்காரர்கள் எச்சரிக்கையோடு இருந்தாலும், பித்தளைக்குரங்கு தண்டனைக்கும் பயமுறுத்தல்களுக்கும் அஞ்சாமல் எப்படியோ வழி கண்டுபிடித்தாள். ஒரு வருஷகாலம், மெத்வோல்டு எஸ்டேட் அவ்வப்போது தீப்பிடித்து எரியும் காலணிகளின் புகையால் அலைக்கழிப்புக்கு ஆளானது; அவள் தலைமயிர் கரும்பழுப்பாக மாறியபோதுதான் தீக்குச்சியில் அவளுடைய ஆர்வம் நின்றது.

ஆமினா சினாய், குழந்தைகளை அடிப்பதை வெறுத்தவள். சுபாவத்திலேயே குரலை உயர்த்திப் பழக்கமில்லாதவள். பித்தளைக்குரங்கின் செய்கையால் என்ன செய்வது என்று அறியாமல் திணறினாள். எங்களை அடிக்க முடியாததால், தவறுசெய்தவர்கள் ஓரிரண்டு நாட்கள் பேசாமல் இருக்கவேண்டும். குரங்கும் இதுபோல தண்டிக்கப்பட்டாள். இதுதான் என் தாய் எங்களை வழிக்குக் கொண்டுவரக் கண்டுபிடித்த முறை. ஒருவகையில் அவளுடைய அம்மா, ஆதம் அசீஸைச் சித்திரவதை செய்த முறையின் ஒருவகை எதிரொலி இது. மௌனத்திற்கும் எதிரொலி உண்டு. அது எந்த ஆத்மாவின் துடிப்புகளையும்விட, குறைந்த, நீடித்திருக்கின்ற தன்மை கொண்டது. பேசாதே என்ற கருத்தில் அழுத்தமாகத் தன்உதடுகளில் விரலைவைத்து எங்கள் நாக்குகள் கட்டுப்பட ஆணையிடுவாள். என்னை எந்த ஒரு சமயத்திலும் அடக்கத் தவறாத தண்டனை அது. ஆனால் பித்தளைக் குரங்கு கொஞ்சம் அடங்காத ஜாதி. சத்தமில்லாமல், அவள் பாட்டியைப் போல உதடுகளை அழுத்தமாக மூடிக்கொண்டு, ஷூக்களை எரிப்பதற்கு திட்டம்போடுவாள் - ரொம்ப காலத்துக்கு முன்னாலே, இன்னொரு

குரங்கு இன்னொரு நகரத்தில் தீவைத்து தோல்துணிகளை எரித்து வியாபாரத்தைக் கெடுத்ததுபோல...

அவள் அழகாக இருந்தாள் (கொஞ்சம் ஒல்லி என்றாலும்) - நான் அவலட்சணமாக இருந்ததுபோல. ஆனால் ஆரம்பத்திலிருந்தே அவள் ஒரு சுழல்காற்றுபோலத் தொல்லை கொடுப்பவள், ஒரு கும்பல்போலக் கூச்சலை உண்டாக்குபவள். வேண்டுமென்றே விபத்துப்போல உடைத்த ஜன்னல்களையும் பூச்சாடிகளையும் முடிந்தால் எண்ணிப்பாருங்கள். அவளுடைய சதிகாரச் சாப்பாட்டுத் தட்டுகளிலிருந்து திடீரென்று உணவு பறந்துபோய் விலையுயர்ந்த பாரசீகத் தரைவிரிப்புகளைப் பாழாக்கும். உண்மையிலேயே அவளுக்கு மௌனம் என்பது மிகவும் கொடிய தண்டனையாகத்தான் இருந்திருக்கும். ஆனால் உடைந்த நாற்காலிகளுக்கும் சிதைந்த ஆபரணங்களுக்கும் இடையில் ஒன்றும் தெரியாதவள்போல நின்று, மகிழ்ச்சியாக அந்தத் தண்டனையைத் தாங்கிக்கொண்டாள்.

“அவளா! அந்தக் குரங்கா! நாலுகாலோடு பிறந்திருக்கவேண்டிய பிராணி அது” என்று மேரி பெரேரா சொல்வாள். ஆனால் தான் இரண்டுதலைப் பிள்ளைக்குப் பிறப்புக் கொடுத்திருக்கவேண்டிய நிலையிலிருந்து தப்பித்தவள் என்ற நினைப்பு என் தாயின் மனத்தில் மாறாமல் இருந்ததால், “வாயை மூடு மேரி, இந்த மாதிரியெல்லாம் பேசவேகூடாது” என்பாள். என் தாயின் கண்டனங்கள் இருந்தாலும், பித்தளைக் குரங்குக்குப் பாதி மிருகஇயல்பும் பாதி மனிதஇயல்பும் இருந்தன என்பது மெய்தான். அவளுக்கு பறவைகள், பூனைகள் இவற்றோடெல்லாம் பேசும் இயல்பு இருந்தது என்று தெரியும், மெத்வோல்டு எஸ்டேட்டில் இருந்த வேலைக்காரர்கள், பிள்ளைகள் எல்லோருக்கும் நாய்களுடனும்தான் பேசுவாள்; ஆனால் ஆறுவயதில் தெருச் சொறிநாய் ஒன்றால் கடிபட்டு, ப்ரீச்கேண்டி மருத்துவமனைக்கு அவள் உதைத்துக்கொண்டும் கூக்குரலிட்டுக்கொண்டும் வர, இழுத்துச்சென்ற பிறகு, மூன்று வாரத்துக்கு ஒவ்வொரு நாள் மாலையும் வயிற்றில் ஊசிபோட்டுக்கொண்ட பிறகு, அவள் அவற்றுடன் பேசும் பாஷையை மறந்துவிட்டாளோ, அவற்றுடன் எதுவும் வைத்துக்கொள்ளக்கூடாது என்ற முடிவுக்கு வந்துவிட்டாளோ தெரியவில்லை. பறவைகளிடமிருந்து பாடக்கற்றுக் கொண்டாள்; பூனைகளிடமிருந்து ஓர் அபாயகரமான தன்னிச்சையான இயல்பைக் கற்றுக்கொண்டாள். யாராவது அவளிடம் பரிவாகப் பேசினால் மிகவும் கோபத்திற்கு ஆட்படுவாள். அவளுக்குப் பாசம் தேவைதான், ஆனால் என் ஆதிக்க நிழலினால் அதைப் பெறமுடியாத நிலை, அதனால், அவளுக்குத் தேவையான பரிவை எவர் தர முன்வந்தாலும்

தனக்கு எதிரான தந்திரமோ என்று புறக்கணித்துத் தன்னைச் சுருக்கிக் கொண்டாள்.

...இம்மாதிரிச் சமயத்தில்தான் சன்னி இப்ராகிம் தைரியமாக ஒருநாள், "ஏய் சலீம் தங்கச்சி! நீ ரொம்ப திடமானவ. எனக்கு... ம்... ரொம்பநாளா உம்மேல ஆசை" என்றான். சேன்ஸ் சூச்சித் தோட்டத்தில் லஸ்ஸி உறிஞ்சிக்கொண்டிருந்தார்கள் அவன் அப்பாவும் அம்மாவும். அவர்களிடம் போய், "நுஸ்ஸி அத்தே, உங்க சன்னி என்னத்துக்கு இப்ப ப் பண்ணறான்னு தெரியல்ல. இப்பத்தான் அவனையும் சைரஸையும் புதருக்குப் பின்னால அவங்க குஞ்சில என்னத்தையோ தமாஷா தேச்சிக்கிட்டிருந்ததப் பாத்தேன்" என்றாள்.

உணவுமேஜைப் பண்பாடு பித்தளைக்குரங்குக்கு மிகமோசம், பூப்பாத்திகளில் நடப்பாள், மோசமான குழந்தை என்று பெயரெடுத்தவள், பிரதமமந்திரிகடிதம், குழாயின் கீழ்சாது எல்லாம் இருந்தாலும், நான் அவளோடு ரொம்ப நெருக்கமாகவே இருந்தேன். ஆரம்பத்திலிருந்தே, அவளை எனக்குப் போட்டியாக நினைக்கவில்லை, தோழியாகவே நடத்தினேன். அதனால் எங்கள் குடும்பத்தில் எனக்குத் தரப்பட்ட மரியாதைக்கு அவள் ஒருபோதும் என்னைப் பழிசொல்லவில்லை, மாறாக, "இதில என்ன தப்பு? நீ ரொம்ப உசத்தியானவன்னு அவங்க நெனைக்கறதுக்கு நீயா காரணம்?" என்பாள். (ஆனால் சில வருஷங்கள் பின்னால், சன்னி செய்த அதே தப்பை நானும் செய்த போது, அவள் என்னை அதேபோலத்தான் நடத்தினாள்.)

மரப்பலகைகளை இணைத்துச் செய்யப்பட்ட ஒரு சலவைப்பெட்டியில் எனக்கு விபத்து நேர்ந்ததற்கும், ஏதோ ஒரு ராங்நம்பர் தொலைபேசி அழைப்புக்கு பதில்பேசி, பித்தளைக்குரங்கு ஆரம்பித்த தொடர்வினைகள்தான் காரணம்.

ஒன்பதுவயதில், எனக்கு ஏற்கெனவே தெரியும்: எல்லோரும் எனக்காகக் காத்திருந்தார்கள். நள்ளிரவும், குழந்தைப்படங்களும், தீர்க்கதரிசிகளும், பிரதம மந்திரிகளும் என்னைச் சுற்றி எதிர்பார்ப்பின் தப்பிக்கவியலாத, ஒளிரும் மாயை ஒன்றை ஏற்படுத்தியிருந்தார்கள்... என் தந்தை அவருடைய மிருதுவான வயிற்றில் காக்டெயில் நேரத்தில் இழுத்து வைத்துக்கொண்டு, "பெரிய விஷயங்கள் மகனே! உனக்கு இல்லாதது என்ன இருக்கிறது? பெரிய செயல்கள், பெரிய வாழ்க்கை!" என்றார். நானோ, தொங்கும் உதடுக்கும் பெரிய கால்கட்டைவிரலுக்கும் இடையில் மாட்டிக்கொண்டு, எப்போதும் ஒழுகிக்கொண்டிருக்கும் மூக்குச்சளியால் அவர்

சட்டையை நனைத்துக்கொண்டு, கருஞ்சிவப்பாகி, கீச்சிட்டேன்: "என்னை விடுப்பா, எல்லாரும் பாக்கறாங்க" அவர் என்னை அழுத்தி அணைத்துக்கொண்டு, "எல்லாரும் பாக்கட்டுமே! உலகம் முழுசும் நான் மகனை எவ்வளவு நேசிக்கிறேன் என்பதைப் பாக்கட்டும்!" என்றார்... ஒரு குளிர் காலத்தில், என் பாட்டி வந்திருந்தபோது, உபதேசம் செய்தாள், "அதும்பேரென்னா, உன் கால்ஜோடுகளை இழுத்துவிட்டுக்கோ, இந்த பெரிய உலகம் முழுசிலேயும் நீதான் எல்லாரையும்விட மேலானவன்"... இந்த எதிர்பார்ப்பின் மூடுபனியில் மிதந்து, என் வயிற்றுக்குள் அப்போதே ஓர் உருவமற்ற மிருகத்தின் இயக்கத்தை உணர்ந்தேன். அதுதான் இப்போதும் பத்மா இல்லாத இரவுகளில் என் வயிற்றுக்குள் பிறாண்டுகிறது. பலவிதமான நம்பிக்கைகள், பல இடுபெயர்கள் எனக்கு (ஏற்கெனவே மூக்கொழுகி, பெரியமூக்கன் என்ற பெயர்கள் இருந்தன). எல்லாருமே என்னைப் பற்றித் தவறாக நினைக்கிறார்கள் - வெகுவாகப் பறையறிவிக்கப்பட்ட எனது வாழ்க்கை முழுதும் வீணாகப்போகும் வெற்றிடமாகும், ஒருநோக்கமுமின்றிப் போகும் என்று பயந்தேன். அந்த மிருகத்திடமிருந்து தப்பிக்கச் சிறுவயதிலிருந்தே என் அம்மாவின் பெரிய வெள்ளைச் சலவைப்பெட்டிக்குள் ஒளிந்துகொள்ளும் பழக்கத்தை ஏற்படுத்திக் கொண்டேன். ஏற்கெனவே அந்த மிருகம் எனக்குள் இருந்தாலும், அழுக்கான துணிகள் என்னைச் சுற்றி இருப்பது, மிருகத்தைத் தாலாட்டித் தூங்கவைக்க உதவுவது போல் உணர்ந்தேன்.

சலவைப்பெட்டிக்கு வெளியே, என்னைச் சுற்றியிருந்த பையன்கள் எல்லோரும் மிகவும் தெளிவான நோக்கத்துடன் செயல்படுவதுபோலத் தோன்றியது. தேவதைக் கதைகளுக்குள் நான் புதைந்துகொண்டேன். ஹாதிம் தாய், வவ்வால்மனிதன், சூபர் மேன், சிந்துபாத் - ஏறத்தாழ ஒன்பது வயதை நான் கடப்பதற்கு உதவினார்கள். மேரி பெரேராவுடன் கடைக்குச் செல்வேன். கழுத்தைப்பார்த்துக் கோழிக்குஞ்சின் வயதைச் சொல்கின்ற விதம், இறந்துபோன வவ்வால்மீன்களின் கண்களை அவள் உற்றுப் பார்த்த விதம் ஆகிய திறமைகளால் அயர்ந்துபோனேன். குகைக்குள் சென்ற, எல்லாருக்கும் தெரிந்த, அற்புத விளக்கு அலாவுதீனைப் போல என்னை உணர்ந்தேன். மிகவும் உயர்ந்த, எவருமறியாத ஓர் அர்ப்பணிப்புடன் பூச்சாடிகளைத் துடைத்த வேலைக்காரர்களைப் பார்த்தபோது, அந்தச் சாடிகளுக்குள் அலிபாபாவின் நாற்பது திருடர்கள் ஒளிந்துகொண்டிருப்பதாக நினைத்தேன். தோட்டத்தில், சாது புருஷோத்தம் நீரினால் அரிக்கப்பட்டுக்கொண்டிருந்தான்.

அவனை உற்றுப்பார்த்துக்கொண்டே, அற்புதவிளக்கின் பூதமாக மாறி, இந்தப் பெரிய பிரபஞ்சத்தில் தனியாக, நான் என்னவாக வேண்டும், எப்படிப் பழகவேண்டும் என்பது எனக்குத் தெரியாததை மறைத்துக் கொண்டேன். நான் ஜன்னலில்இருந்து கடலுக்குப் பக்கத்தில் இந்தியாவின் படம் போன்ற நீச்சல்குளத்தில் ஐரோப்பியப் பெண்கள் துள்ளிக்குதித்தபோது என் பின்னால் வந்து 'வாழ்க்கையின்நோக்கம்' நின்றது. நான் அதைப்பார்த்துக் குரைத்தேன்: "எங்கே உன்னைப் பெறுவது?" ஆகாயநீலநிற அறையில் என்னோடு இருந்த பித்தளைக்குரங்கு பாதி எகிறிக் குதித்தாள். அப்போது எனக்கு ஏறத்தாழ எட்டு வயது; அவளுக்கு ஏழு. வாழ்க்கை - அர்த்தத்தின் அர்த்தத்தைப் பற்றிக் கவலைப்படுவதற்கு அது மிகவும் குறைந்த வயது.

வேலைக்காரர்கள் சலவைப்பெட்டி அருகில் வருவதில்லை. பள்ளி வாகனங்களும் கூட. என் ஒன்பதாம் வயதில் பழைய கோட்டைப் பகுதி அவுட்ராம் சாலையில் இருந்த கதீட்ரல் அண் ஜான் கானன் ஆண்கள் உயர்நிலைப் பள்ளியில் சேர்ந்தேன். எழுந்து பல்விளக்கிக் குளித்து, நீலப்பட்டைபோட்ட கச்சை, அதில் பாம்பு உருவ பக்கிள், வெள்ளைக் கால்சட்டை, முதுகில் புத்தக மூட்டை, வழக்கம்போல என் பெரியமூக்கு ஒழுகிக்கொண்டிருக்க, எங்கள் இரண்டுமாடி உயரக்குன்றின் கீழே நிற்பேன். என்னுடன் ஐஸ்லைஸ், ஹேராயில், சன்னி இப்ராகிம், வயதுக்குமீறிய புத்தி கொண்ட சைரஸ் எல்லாரும் நிற்பார்கள். பஸ்ஸிலோ ஆடுகின்ற இருக்கைகள், பழைய நினைவுகளின் கீறல்களோடு கூடிய ஜன்னல்களுக்குள் என்ன என்ன நிச்சயங்கள்! எதிர்காலத்தைப் பற்றி ஒன்பதுவயதில் பிள்ளைகளுக்கு என்ன உறுதிப்பாடுகள்! "நான் எருதுப்போரில் ஈடுபடப்போகிறேன்! ஸ்பெயின்! சிகிட்டாஸ்! ஹேய், டோரோ, டோரோ!" என்று முழங்குவான் சன்னி. அவன் தன் புத்தகமூட்டையை முன்னால் பிடிப்பது மேனோலெட்டி எதிரில் நிற்கும் எருதைப் பார்ப்பதுபோல் இருக்கும் (மேனோலெட்டி, ஒரு புகழ்பெற்ற ஸ்பானிய எருதுப்போர் வீரன் - மொ.பெ.). தாமஸ் கெம்ப்ஸ் அண் கோ (மருந்துக்) கடையைத் தாண்டி, ஏர்இந்தியா ராஜாவின் போஸ்டரின் ("உன்னைப் பிறகு பார்க்கிறேன் முதலையே! இப்போது நான் ஏர்இந்தியாவில் லண்டனுக்குப்போகிறேன்!") கீழ், அல்லது இன்னொரு பெரிய போர்டு - என் இளமையில் அதில் கோலினாஸ் சிறுவன் ஒரு பச்சைநிற பளிச்சிடும் குளோரோபில் தொப்பியோடு கோலினாஸ் பற்பசையின் சிறப்பை வெளிப்படுத்தும் படம் ("கீப் டீத் க்ளீன், கீப் டீத் ப்ரைட்! கீப் டீத் கோலினாஸ்

சூபர்ஓயிட்!"). கெம்ப்ஸ்கார்னர் வளைவில் பஸ் வரும்போது சன்னி தன் எதிர்காலத்தை நடித்துக்காட்டுவான். விளம்பரப் பலகையிலிருக்கும் சிறுவனும் பஸ்ஸிலிருக்கும் சிறுவர்களும் ஒரேமாதிரிதான். ஒற்றைப் பரிமாண, உறுதிப்பாடுகளால் நிறைந்த, 'நான் ஏன் பிறந்தேன்' என்பதை திட்டமாக அறிந்த சிறுவர்கள். இதோ கிளாண்டி கீத் கொலாகோ. ஒரு தைராயிடு பலூன் அவன். உதட்டுமேல் இப்போதே மீசை கொத்தாக வளர்ந்திருக்கிறது. "நான் என் அப்பாவின் சினிமா பிசினஸை நடத்தப்போகிறேன். தேவடியா மகனுங்க நீங்கள்லாம் சினிமா பாக்கணும்னா சீட்டுக்கு என்ன வந்து கெஞ்சணும்"... அப்புறம் தடியன் பெர்சி ஃபிஷ் வாலா. அதிகமாகத் தின்றே உப்பிப்போனவன். வகுப்பின் ரவுடிகளில் கொலாகோ வுக்கு அடுத்தபடி முன்னணியில் இருப்பவன். "இதெல்லாம் ஒரு படிப்பா! எனக்கு வைரம், ரத்தினம், வைடூரியம் எல்லாம் உண்டு. முத்து என் கொட்டையளவுக்கு!" தடியன் பெர்சியின் அப்பா நகரத்தின் பெரிய வைரவியாபாரி. பெர்சிக்கு எதிரி, இன்னொரு நகைவியாபாரி ஃபத்பாயின் மகன். அவனுக்குச் சிறிய உருவம், புத்திசாலி. கொட்டையளவு முத்து படைத்த சிறுவர்களோடு போரிடுவதில் அவனுக்கு வெற்றி இல்லை... ஐஸ்லைஸ், எதிர்கால டெஸ்ட்கிரிக்கெட் வீரன் ஆகப் போகிறவனாம். அவனுடைய ஒற்றை காலிவயிற்றைப் பற்றிக் கவலைப்படாதவன். அவனைப் போலவே ஒல்லியான, சுருட்டைமுடியைக் கலைத்துவிடுகின்ற அவன் தம்பி ஹேராயில், "நீங்கள்லாம் சரியான சுயநலப் பேய்ங்க. நான் எங்கப்பா மாதிரி கடற்படை அதிகாரியாகி, நாட்டைக் காப்பாத்துவேன்" என்பான். இப்படிச் சொன்னவுடனே அவனை ஸ்கேல்கள், கூரான காம்பசுகள், பேனா மை ஆகியவற்றால் அடித்தார்கள் ...பள்ளிவாகனம் மெரீன் டிரைவைத் தாண்டி இடப்புறம் சவுபாத்தி கடற்கரையில் எனக்குப் பிடித்த ஹனீஃப் மாமா வீட்டைக் கடந்து; விக்டோரியா டெர்மினஸையும் கடந்து ஃப்ளோரா நீரூற்றை நோக்கி; பிறகு சர்ச்கேட் ஸ்டேஷனையும் கிராஃபோர்டு மார்க்கெட்டையும் கடக்கும்வரை நான் அமைதியாக இருந்தேன். நான் மென்நடத்தையோடு கிளார்க் கெண்ட் போல என் அடையாளத்தைப் பிறர் அறியாமல் காப்பாற்றிக் கொள்பவன். ஆனால் அவர்களுக்கு அதைப்பற்றி என்ன? "ஏ பெரிய மூக்கா! நீ என்ன ஆகப்போகிறாய்?" எனக்கு பதிலாக தடியன் பெர்சி ஃபிஷ்வாலா, "பினாக்கியோ!" என்று கத்த, மற்றவர்கள் அவனோடு சேர்ந்து "உன்னை கயிறுகட்டித் தொங்கவிடலையே!" என்று கோரஸாகக் கத்தினார்கள்... மகா சைரஸ் இதிலெல்லாம் கலந்து

கொள்ளாமல் ஒரு மேதைபோல எதிர்காலத்தில் தேசத்தின் அணுஆராய்ச்சி நிறுவனங்களைப்பற்றி திட்டமிடுகிறான்.

வீட்டில், இதோ பித்தளைக்குரங்கு; ஷூக்களை எரிக்கும் வேலை. வீழ்ச்சியின்முனைக்குச் சென்று மீண்டுவந்த என் அப்பா, மறுபடியும் நாலுகாலிகள் தயாரிப்பின் முட்டாள்தனத்தில்; "எங்கேருந்து அதைப் பிடிச்சீங்க?" என்று நான் ஜன்னலில் மன்றாடினேன். மீனவனின் சுட்டுவிரல், தவறான விடை அளிக்கும்படியாக, கடலைச் சுட்டிக் காட்டியது.

சலவைப்பெட்டியிடம் செல்லாதவாறு தடை. பினாக்கியோ! வெள்ளரிமூக்கன்! சளிமூஞ்சி! அவன் அழுகுரல்கள். என் ஒளியுமிடத்தில் மறைந்திருந்து ப்ரீச்கேண்டி கிண்டர்கார்ட்டனில் என் ஆசிரியை மிஸ் கபாடியாவின் ஞாபகத்திலிருந்து பாதுகாப்பானேன். முதல்நாள் பள்ளியில் எனக்கு வரவேற்புத்தர அவள் கரும்பலகையிலிருந்து திரும்பினாள். என் மூக்கைப் பார்த்ததும், கையிலிருந்த அழிப்பானைத் தவறவிட, அது அவள் காலில் விழுந்து கட்டைவிரலைப் பதம்பார்த்தது. என் தந்தைக்கு நேர்ந்த அனுபவத்தின் சிறிய மறுவரவு. அழுக்குப்படிந்த கைக்குட்டைகள் கசங்கிய பைஜாமாக்களுக்கு இடையில் மறைந்து என் விகாரத்தைச் சற்றே மறந்தேன்.

டைபாய்டு என்னைத் தாக்கியது; விரியன் விஷம் என்னை குணப்படுத்தியது; என்னுடைய ஆரம்ப, மிக வேகமான வளர்ச்சி, மந்தநிலைக்கு வந்தது. ஒன்பதுவயதான போது, சன்னி இப்ராகிம் என்னைவிட ஒன்றரை அங்குலம் உயரமாக இருந்தான். ஆனால் குழந்தை சலீமின் ஒரு பகுதி நோய்க்கும் பாம்புவிஷத்திற்கும் பாதிக்கப் படாமல் இருந்தது. என் கண்களுக்கு மத்தியில் அது வெளியே மேலும் கீழுமாக, எனது விரிவடையும் சக்திகள் உடலின் மற்றப்பகுதிகளிலிருந்து வெளியேற்றப் பட்டதுபோல உவமை அற்ற புடைப்பாகத் தெரிந்தது. (ஆனால் அந்தச் சமயத்தில் எனக்கு விவேகப்பல் முளைக்கவில்லை; ஒவ்வொருவர்க்கு ஒவ்வொருவித வரப்பிரசாதம்.)

மூக்கில் என்ன இருக்கிறது? வழக்கமான பதில், ரொம்ப சுலபம். மூச்சுவிடும் கருவி அது. முகரும் உபகரணம். உள்ளே மயிர். எனக்கு விடை இன்னும் சுலபம், சளி. கொஞ்சம் அருவருப்பாக இருந்தாலும், நான் இதை விவரிக்கத்தான் வேண்டும். மூக்கடைப்பு என்னை வாயினால் சுவாசிக்க வைத்தது. மூச்சுத் திணறுகின்ற ஒரு தங்க மீன் போல இருந்தேன். எப்போதும் மூக்கு அடைத்திருந்ததனால், சிறுவயதில் பல்வேறு வாசனைகளை

முகர்ந்ததில்லை. கஸ்தூரி மணம், மல்லிகை, மாங்காய்க் கசவுண்டி வாசனை, வீட்டிலே செய்யப்பட்ட ஐஸ்கிரீம் ஆகியவற்றின் வாசனை பற்றி எனக்குத் தெரியாது. கெட்ட நாற்றமும்தான். சலவைப்பெட்டிகளுக்கு வெளியிலுள்ள உலகத்தில் காணப்படும் ஒரு ஊனம், அதில் புகுந்துகொண்டால் தெரிவதில்லை. ஆனால் அங்கிருக்கும் வரையில் மட்டும்தான்.

வாழ்க்கை நோக்கம் பற்றி மட்டுமல்ல, மூக்கைப்பற்றியும் தான் கவலைப்பட்டேன். தலைமை ஆசிரியையாக இருந்த என் பெரியம்மா ஆலியாவிடமிருந்து அவ்வப்போது அனுப்பப்பட்ட கசப்பான ஆடைகளை அணிந்து, பள்ளிக்கூடம் போனேன், ஃபிரெஞ்சுக் கிரிக்கெட் ஆடினேன், சண்டைபோட்டேன், தேவதைக் கதைகளுக்குள் முழுகினேன்... கவலைப்பட்டேன். (அந்தச் சமயத்திலெல்லாம், என் பெரியம்மா ஆலியா சிறுவர் உடைகளை இடைவிடாமல் அனுப்பிவந்தாள். அதில் உள்ள தையல்களில் அவள் கன்னித்தன்மையின் பித்தமும் கலந்திருந்தது என்று நினைக்கிறேன். நானும் பித்தளைக்குரங்கும் கசப்பான குழந்தையுடைகளையும் பிறகு வெறுப்பின் சிறுவர் உடைகளையும் அணிந்தோம், நான் பொறாமையின் ஸ்டார்ச்சு இடப்பட்ட கால் சட்டைகளை அணிந்தபோது, என்தங்கை, ஆலியாவின் மறையாத எரிச்சலினால் உண்டான பூப்போட்ட பாவாடைகளை அணிந்தாள்... அவளுடைய வஞ்சினத்தினால் ஆன ஆடையணிகள் தொகுதியில் நாங்கள் கட்டுப்படுகிறோம் என்பதை உணராமல் நல்ல ஆடைகளில் வலம்வந்தோம்.) என் மூக்கு: யானையின் தும்பிக்கை போலப் பெரி தாக இருந்ததால், மிகப்பெரிய மூச்சுஉபகரணம் என்று நினைத்தேன். விடை அளிக்காத நுகர் கருவி; ஒரு சீக்கிய மர 'கவாப்' போல அது நிரந்தரமாக இணைக்கப்பட்டிருந்தது.

போதும்; நான் சலவைப்பெட்டிக்குள் உட்கார்ந்து, என் மூக்கைச் சற்று வருணித்ததில் 1953இல் எவரெஸ்ட் சிகர ஏற்றத்தை மறந்துவிட்டேன். அப்போது ஐஸ்லைஸ், "ஏய் பசங்களா, அந்த டென்சிங் இவன் மூக்குமேல் ஏறமுடியுமா" என்றான். என் பெற்றோர் என் மூக்கைப்பற்றித் தங்களுக்குள் சண்டையிட்டனர். இதில் அகமது சினாய் ஒருபோதும் ஆமினாவின் தந்தையைக் குறைகாணத் தவறியதில்லை. "என் வம்சத்தில் இந்த மாதிரி மூக்கு இருந்ததேயில்லை! எங்களுக்கு அழகான மூக்குகள்! பெருமைமிக்க ராஜ மூக்குகள், பெண்ணே" என்பார். வில்லியம் மெத்வோல்டிடம் பெருமைஅடித்துக் கொள்வதற்காகத் தான் கட்டிய பாரம்பரியம் பற்றிய கட்டுக்கதையைத் தானே நம்ப ஆரம்பித்துவிட்டார் அகமது

சினாய். ஜின்நிறைந்த தன் ரத்தத்தில் முகலாய ரத்தம் ஓடுவதாக நினைத்தார்... மறந்துவிட்டேன், எனக்கு எட்டரை வயது நிரம்பிய அன்றிரவு, ஜின்நிறைந்த நாற்றத்தோடு, என் படுக்கையறைக்குள் வந்து விரிப்புகளைக் கிழித் தெறிந்தார். "எதுக்குடா வந்த பன்னி! எங்கிருந்தோ வந்த பன்னி" என்றார். நான் தூக்கக் கலக்கத்தில், ஒன்றும் புரியாமல், குழம்பிப்போய் திகைத்தேன். "சீச்சீ! கசுமாலம்! பசங்களை கடவுள் இப்படித்தான் தண்டிக்கிறார்! ஏற்கெனவே உன் மூக்கைத் தேக்கு மரம்மாதிரி வளர்த்துவிட்டார். இனிமே உன் வளர்ச்சி அவ்வளவுதான். உன் குஞ்சி சுருங்கிப்போவும் பார்" என்றார். இரவு உடையில் பக்கத்து அறையிலிருந்து வந்த அம்மா, "பாவம், அவன் தூங்கிட்டுத்தான இருந்தான்" என்றாள். ஜின்பூதம் மண்டைக்கு ஏறிய தந்தை: "அவன் மூஞ்சியைப் பார்! தூங்கித்தான் இவ்வளோ பெரிய மூக்கு அவனுக்கு வந்ததா?"

சலவைப்பெட்டிக்குள் கண்ணாடி கிடையாது. எரிச்சலூட்டும் கேலிகளோ, சுட்டுவிரல்களோ அதற்குள் வருவதில்லை. பயன்படுத்தப்பட்ட விரிப்புகள், எறிந்த பிராக்களால் அப்பாக்களின் கடுங்கோபங்கள் மட்டுப்படுகின்றன. சலவைப்பெட்டி என்பது உலகில் ஒரு சிறிய ஓட்டை. நாகரிகம் தனக்கு அப்பால் ஒதுக்கிவிட்ட, வேலிக்கு அப்பாலான இடம். எந்தவித அழுத்தத்திற்கும் அப்பால், பெற்றோர் மற்றும் வரலாற்றின் தேவைகளுக்கு ஒளிந்து, கீழுலகில் இருந்த நாதிர்கானைப் போல நான் இருந்தேன்.

...என் அப்பா, என்னை அவர் புசுபுசுவயிற்றில் என்னை இழுத்துக்கொண்டு, அப்போது உண்டான உணர்ச்சிப் பெருக்கில், "சரி, சரி, சரிதான்.. நீ ஒரு நல்ல பிள்ளைதான். நீ என்ன வேணுமானாலும் ஆகமுடியும்! ஆனால் அதை நீ விரும்பணும்... சரி, இப்ப தூங்கு" என்றார். அப்போதே எனக்கு என் குடும்பம் நல்ல வியாபாரக் கொள்கை உடையதாகத் தோன்றிவிட்டது. எனக்கு முதலீடு செய்ததிலிருந்து அவர்கள் நல்ல வருமானத்தை எதிர்பார்த்தார்கள். பிள்ளைகளுக்கு உணவு, இருப்பிடம், கைச்செலவுப் பணம், நீண்ட விடுமுறைகள், அன்பு எல்லாம் கிடைக்கிறது... ஒருவிதத்தில் இலவசம் போலத்தான். சின்னமுட்டாள் பசங்க பலர் அவங்க பிறந்ததுக்கு இதெல்லாம் ஈடுசெய்யுதுன்னு நெனைக்கறாங்க. எங்களைக் கயிற்றால் கட்டியில்லையே என்று அவர்கள் பாடுகிறார்கள். ஆனால் பெற்றோர்கள் லாப நோக்கத்தினால்தான் - கூடக்குறைய - தூண்டப்படுகிறார்கள். அவர்கள் என்மீது செலுத்திய கவனத்திற்கு, நான் பெரியமனிதனாகி மிகப்பெரிய ஊதியத்தைத் தரவேண்டும் என்று எதிர்பார்த்தார்கள். என்னைத்

தவறாக நினைக்கவேண்டாம், எனக்கு அதில் கவலையில்லை. நான் அந்தச் சமயத்தில் ஒரு கடமை தவறாத பிள்ளை. அவர்களுக்கு வேண்டியதை, ஜோசியர்களும் சட்டமிட்ட கடிதங்களும் அவர்களுக்கு அளித்த எதிர்பார்ப்புகளைத் தரவேண்டும் என்றுதான் நினைத்தேன், ஆனால் பெருமை எங்கிருந்து கிடைக்கிறது? எங்கே அதில் கொஞ்சம் வாங்கமுடியும்? எப்போது?... ஏழு வயதான போது ஆதம் அசீஸும் புனிதத்தாயும் எங்களைப் பார்க்க வந்தார்கள். ஏழாம் பிறந்த நாளின்போது, கடமை உணர்ச்சியோடு, மீனவன் படத்திலிருந்த பையனைப்போல எனக்கு உடைஉடுத்திக்கொள்ள அனுமதித்துக்கொண்டேன். வெளி நாட்டு உடைக்குள் வெந்தும் ஒடுங்கியும் நான் புன்னகை செய்தேன், சிரித்தேன். "என் சின்ன நிலாத் துண்டைப் பாருங்க" என்று ஆமினா பண்ணைவிலங்கு சாக்கலேட் உருவங்கள் சூழ்ந்த கேக்கினை வெட்டினாள். "ச்சோ ச்வீட், எப்பவும் ஒருசொட்டு கண்ணீர் கிடையாது!" என் கண்களில் தேங்கிய கண்ணீர்வெள்ளத்தைத் தடுத்துக் கொண்டு வெப்பத்தின் வசதிக்குறைவையும், எனக்குவந்த பரிசுகளில் ஒருகெஜநீள சாக்கலேட் இல்லாததால் ஏற்பட்ட அழுகையையும் மறைத்தவாறு, நான் ஒரு கேக்துண்டை எடுத்துக்கொண்டு நோயினால் படுக்கையிலிருந்த புனிதத்தாயிடம் சென்றேன். எனக்கு ஒரு டாக்டரின் ஸ்டெதாஸ்கோப்பைக் கொடுத்தார்கள், அது என் கழுத்தில் இருந்தது. தன்னைச் சோதிக்க அவள் அனுமதி கொடுத்தாள். "நெறைய உடற்பயிற்சி செய்யணும்" என்று மருத்துவ ஆலோசனை வழங்கினேன் நான். "நீ தினமும் ஒருதடவையாவது அறைக்குக் குறுக்கே நடக்கணும், அலமாரிகிட்ட போய்ட்டு வரணும், என்மேல வேணும்னா சாஞ்சிக்க, நான் டாக்டர்தானே?" ஸ்டெதாஸ்கோப் அணிந்த ஆங்கிலப் பிரபு சூனியக்காரியின் பருக்கள் கொண்ட பாட்டியை அறைக்குக் குறுக்கே அழைத்துச் சென்றார். அவளும் சொன்னபடி செய்தாள். இந்த சிகிச்சைக்கு மூன்று மாதம் கழித்து அவள் முற்றிலும் குணமடைந்தாள். கைகளில் ரசகுல்லா, குலாப்ஜாமுன், மற்ற பிற இனிப்புகளுடன் அண்டைவீட்டுக்காரர்கள் அதைக் கொண்டாட வந்தார்கள். வரவேற்பறையில் ஒரு பீடத்தில் கம்பீரமாக அமர்ந்துகொண்டு புனிதத்தாய் சொன்னாள், "என் பேரனப் பாத்தீங்களா! அவன்தான் என்ன குணப்படுத்தினான், அதும்பேரென்னா, மேதை! மேதை, அதும்பேரென்னா, கடவுள்தந்த பரிசு!" அதுதானா அது? நான் கவலைப்படுவதை விட்டுவிடலாமா? விரும்புவது, எப்படி என்று தெரிந்துகொள்வது, பலவிஷயங்களைப் புரிந்துகொள்வது, அல்லது அதற்கான திறமை, அதுதானா

மேதைமை? ஏதோ குறித்த நேரத்தில், அது பறந்து வந்து என் தோளில் தூய்மையான பாஷ்மினா சால்வையைப்போல வந்து போர்த்திக்கொள்ளுமா? பெருமை - மேலிருந்து நம்மீது வரும் மேல்அங்கி. அதைச் சலவைக்கு அனுப்பவேண்டிய அவசியமில்லை. யாரும் மேதைகளைக் கல்லில் வைத்துத் துவைப்பதில்லை... இந்தக் குறிப்பு, பாட்டியின் அதிர்ஷ்டவாசகம்... அதுதான் என் நம்பிக்கை; பின்னால் தெரியவந்தவாறு, அவள் சொல்லில் பெரிய தவறு எதுவுமில்லை. (அந்த விபத்து பெருமளவு நடந்தேறியது, நள்ளிரவின் குழந்தைகள் காத்துக் கொண்டிருக்கிறார்கள்.)

பல ஆண்டுகள் கழித்து, பாகிஸ்தானில், ஆமினா சினாயின் தலைமீது வீடு இடிந்து விழுந்து அவளைச் சட்டினியாகச் செய்த அன்றிரவில், அவள் அந்தப் பழைய சலவைப் பெட்டியை ஒரு மாயத்தோற்றமாகக் கண்டாள். அவள் கண்ணிமைகளில் அது தோன்றியபோது, மிக விருப்பமான விருந்தாளியைப்போல அதை வரவேற்று, “அட மறுபடியும் நீதானா!” என்றாள், “சரி, வந்தால் என்ன? பல விஷயங்கள் இப்போதெல்லாம் நினைப்பில் திரும்பிவருகின்றன. எதுவும் நம்மை விடறதில்ல போலிருக்கு” என்றாள். எங்கள் குடும்பத்தின் எல்லாப் பெண்களையும் போலவே அவளும் வயதுக்குமுன்னாலேயே முதிர்ந்துவிட்டாள். இந்தச் சலவைப்பெட்டி, அவள் மீது முதல்முதலாக முதுமை ஊர்ந்துவந்த வருஷத்தை நினைவூட்டியது. 1956ஆம் ஆண்டின் கடுவெப்பம் - மேரி பெரேரா, அது கண்ணுக்குத் தெரியாத பூச்சிகளால் ஏற்பட்டது என்று சொன்னாள் - மறுபடியும் ஆமினா காதுகளில் ஒலித்தது. “எனது கால் கரணைங்க மறுபடியும் எனக்கு வேதனையாப் போச்சு” என்று உரக்கச் சொன்னாள். பொதுமக்கள் பாதுகாப்பு அதிகாரி, அப்போதைய முழுவிளக்கணைப்பின்போது தனக்குள் சோகமாக, “போர்ச்சமயத்தில் முதியவர்கள் தங்களைக் கடந்த காலத்தின் சவத்துணியால் போர்த்திக்கொள்கிறார்கள், அதனால் தேவைப்படும்போது சாகத் தயாராக இருக்கிறார்கள்” என்று சொல்லிக்கொண்டான். வீட்டில் பெரும் பகுதியை நிரப்பியிருந்த டெரிடவல்கள்மீது அவன் ஊர்ந்து சென்றான், ஆமினா தன் அழுக்கான சலவைத்துணிகளைப்பற்றித் தனக்குள் விவாதித்துக் கொள்ள விட்டு விட்டான்... நுஸ்ஸி இப்ராகிம் - நுஸ்ஸி வாத்து, ஆமினாவை “எப்படிப்பட்ட தோரணை உனக்கு, அப்பா என்ன குரல்! இது எனக்கு ரொம்ப ஆச்சரியமாவே இருக்கு! ஏதோ கண்ணுக்குத் தெரியாத டிராலி மாதிரி எப்படி வழுக்கிவருகிறாய்!” என்று பாராட்டினாள். ஆனால் கண்ணுக்குத் தெரியாதபூச்சிகளால்

வெப்பம் ஏற்பட்ட அந்த ஆண்டு, என் அழகான அம்மா, கால் கரணைகளுக்கு எதிரான போராட்டத்தில் தோற்றுவிட்டாள். ஏனென்றால், சாது புருஷோத்தத்தின் மந்திரசக்தி திடீரெனப் போய் விட்டது. அவன் தலைமுடியில் ஒரு பெரிய வழுக்கையை நீர் ஏற்படுத்தியிருந்தது. பலவருஷமாகத் தலையில் விழுந்த நீர் அவன் வலுவைக் குறைத்துவிட்டது. கடவுளால் ஆசீர்வதிக்கப்பட்ட குழந்தை நான் என்ற மாயையிலிருந்து அவன் விடுபட்டுவிட்டானா? அவனுடைய மந்திரங்கள் செயலற்றுப் போனதற்கு நானா காரணம்? மனக்கஷ்டத்தோடு அவன் என் தாயிடம் சொன்னான்: “கவலைப்படாதே, கொஞ்சம் காத்திரு, நான் உன் காலை நிச்சயமாகச் சரியாக்கி விடுகிறேன்.” ஆனால் ஆமினாவின் காய்ப்புகள் மிகவும் மோசமாகின, அவள் மருத்துவர்களிடம் சென்றாள். அவர்கள் அந்தக் கரணைகளை முழுபூச்சிய வெப்பநிலைக் கரியமில வாயுவினால் உறையச் செய்தார்கள், ஆனால் சிகிச்சை கரணைகளின் வேகத்தை அதிகப்படுத்தவே உதவியது. அவள் இயல்பாக வழுக்கிச் சென்ற நாட்கள் போய், நொண்டி நடக்க ஆரம்பித்தாள். முதுமை தொடங்கிவிட்ட முன்னறிவிப்பினை அவள் புரிந்துகொண்டாள். சாக்குப்பை நிறைய என் கற்பனைகள் - அவளைப் பட்டுப்போல வழுக்கிச்செல்பவளாக ஆக்கினேன் நான். “அம்மா, நீ ஒரு கடல்கன்னி, ஓர் ஆடவன்மீது கொண்ட காதலால் மனித உருவம் எடுத்துவிட்டாய், அதனால் உன் ஒவ்வோர் அடி வைப்பும் பிளேடுமீது நடப்பதுபோல இருக்கிறது” என்றேன். என் அம்மா புன்னகை செய்தாள், சிரிக்கவில்லை.

1956, அகமது சினாயும் டாக்டர் நர்லீகரும் சதுரங்கம் விளையாடினார்கள். பிறகு விவாதம் வந்தது. என் தந்தை (எகிப்து அதிபர்) நாஸருக்குப் பரம எதிரி. நர்லீகர் அவரை வெளிப்படையாகவே பாராட்டுபவர். “அந்த ஆளுக்குத் தொழில் தெரியாது” என்றார் அப்பா. “ஆனால் அவருக்கென்று ஒரு ஸ்டைல் இருக்கிறது” என்றார் நர்லீகர், உணர்ச்சிவயப்பட்டு. “அவர் எவரது அறிவுரையையும் பின்பற்றுவதில்லை.” அதேசமயத்தில் நேரு, இன்னொரு கர்மஸ்தானத்தைத் தவிர்க்க, ஜோசியர்களிடம் ஐந்தாண்டு திட்டங்களைப்பற்றி ஆலோசித்துக் கொண்டிருந்தார். உலகமே போரையும் ஜோசியத்தையும் ஒரே தராசில் மதித்தபோது, நான் ஒரு சலவைப் பெட்டிக்குள் மறைந்திருந்தேன், அதுவும் இப்போது எனக்குப் பற்றவில்லை, வசதியாயில்லை. ஆமினா சினாயோ குற்றவுணர்ச்சியால் தவித்தாள்.

குதிரைப்பந்தயத்தில் ஈடுபட்ட தன் வீரச்செயலை மறைக்க அவள் பாடுபட்டுக் கொண்டிருந்தாள். ஆனால் அவள் தாய் அளித்த பாவவுணர்வு உண்டாக்கும் சாப்பாட்டின் சக்தியிலிருந்து அவளால் விடுபடமுடியவில்லை. ஆகவே கால்கரணைகளை பாவத்திற்கான தண்டனையாக நினைக்காமல் இருக்கமுடியவில்லை. மகாலட்சுமி அருகில்செய்த பந்தயச்செயலுக்கு மட்டுமல்ல, தன் கணவனைக் குடி, பெண்களிடமிருந்து காப்பாற்ற முடியாதது, பித்தளைக்குரங்கின் பணிவற்ற, பெண்ணுக்கு ஒவ்வாத நடத்தை, அவள் ஒரே மகனின் மூக்கு - இவற்றுக்கெல்லாம் கவலைப்பட்டாள். பின்னோக்கி இப்போது பார்க்கும்போது அவள் தலையைச்சுற்றிக் குற்றவுணர்ச்சியின் ஒரு மூடுபனி படர்ந்திருந்ததைக் காணமுடிகிறது. அவள் கருப்பு உடல், அவள் முகத்தின்முன் கருப்பான ஒரு திரையை உண்டாக்கியது. (பத்மா இதை நம்புவாள், நான் என்ன சொல்கிறேன் என்பதை அவள் புரிந்துகொள்வாள்). ஆமினாவின் குற்ற வுணர்ச்சி பெருகப் பெருக மூடுதிரையும் தடித்தது. ஏன் இல்லாமல்? அந்த நாட்களில் அவள் கழுத்துக்குமேல் தலை இருப்பதையே காணமுடியவில்லை... உலகத்தின் பாவங்களைத் தங்கள் முதுகுகளில் சுமக்கும் அபூர்வமான மனிதர்களில் ஒருத்தி ஆனாள் அவள். இதயபூர்வமாகவே குற்றமிழைத்தவள் என்ற காந்தசக்தியை அவள் உடல் வெளிவிடத் தொடங்கியது. அதிலிருந்து அவளைப் பார்க்க வந்தவர்கள் எல்லோருக்குமே மனப்பூர்வமாகத் தங்கள் சொந்த, அந்தரங்கமான குற்றங்களை ஒப்புக் கொடுக்கும் நினைப்பு ஏற்பட்டது. என் தாயின் சக்திக்கு அவர்கள் ஆட்பட்டபோது, அவள் ஓர் இனிய பனித்திரையான சிரிப்பினை வெளிப்படுத்துவாள். அவர்கள் தங்கள்பளுவை அவள்தோளில் இறக்கி வைத்தவர்களாக, சுமைஇறக்கிப் போவார்கள். அவளுடைய மூடுதிரை இன்னும் இருட்டானது. வேலைக்காரர்கள் அடிபடுவதையும் அதிகாரிகள் லஞ்சம் வாங்குவதையும் அவள் கேள்விப்பட்டாள். என் மாமா ஹனீஃபும் அவர் மனைவி தெய்விகப் பியாவும் ஆமினாவைப் பார்க்கவந்தபோது தங்களுக்குள் ஏற்பட்ட சண்டைகளைத் துல்லியமாக விளக்கினார்கள். லீலா சாபர்மதி தன் விசுவாசமற்ற நடத்தைகளை என் தாயின் துன்புற்ற காதுகளில் நம்பிக்கையோடு போட்டுவைத்தாள். மேரி பெரேராவுக்குத் தன் குற்றத்தை ஒப்புக்கொடுக்கவேண்டும் என்ற உணர்ச்சியின் இடைவிடா உந்துதல்.

உலகத்தின் குற்றங்களைச் சந்திக்கநேர்ந்து, என் அம்மா மூடுபனிப் புன்னகை பூத்தாள், கண்களை இறுகமூடிக்கொண்டாள்.

அவள் தலையில் கூரை இடிந்துவிழுந்த போது பார்வை மிகவும் மங்கிவிட்டிருந்தது. ஆனாலும் அவளால் சலவைப்பெட்டியைப் பார்க்க முடிந்தது.

என் தாயின் குற்றவுணர்ச்சியின்கீழ் நிஜமாகவே இருந்தது என்ன? அதாவது, கால்கரணை, ஜின்கள், ஒப்புக்கொடுத்தல்கள் எல்லாவற்றிற்கும் கீழே? அது உரைக்க முடியாத ஒரு நோய்; பெயர்கூடச் சொல்லமுடியாத ஒரு வேதனை; அது பழைய கீழுலகக் கணவனால் ஏற்பட்டது மட்டும் அல்ல;... என் தாய் (பிறகு என் தந்தையும் செய்யப்போவது போல) தொலைபேசியின் மாயையில் வீழ்ச்சி அடைந்தாள்.

அந்தக் கோடையின் மாலைநேரங்கள், வெப்பமான துவாலைகள் போல இருந்தன. அந்தநேரங்களில் டெலிபோன் அடிக்கும். அகமது சினாய் சாவிகளைத் தலையணையின் கீழும், தொப்புள் கொடிகளை அலமாரியிலும் வைத்துப் படுத்து உறங்குவார். தொலைபேசியின் ஒலி வெப்பப்பூச்சிகளின் சத்தத்தை அழிக்கும். என் தாய், கால் கரணையோடு குதித்துக்குதித்துக் கூடத்திற்குப் பேச வருவாள். இப்போது செத்த இரத்தம்போல அவள் முகத்தில் கறைசெய்கின்ற விஷயம்தான் என்ன?... அவளை மற்றவர்கள் கவனிப்பதுகூடத் தெரியாமல் உதடுகள் ஏன் மீன்கள் போலத் துடிக்கின்றன, திணறுவது போன்ற பேச்சு ஏன்? ஐந்துநிமிஷங்கள் முழுசாகப் பேசி விட்டுக் கடைசியில் அவள் ஏன், "சாரி, இது ராங் நம்பர்" என்று சொல்கிறாள்? ஏன் அவள் இமைகளில் வைரங்கள் பளிச்சிடுகின்றன?..." அடுத்தமுறை மணியடிக்கும்போது நாம் கண்டுபிடிப்போம்" என்று பித்தளைக்குரங்கு என்னிடம் சொல்கிறாள்.

ஐந்துநாள் கழிகிறது. மறுபடியும் பிற்பகல்நேரம். இம்முறை ஆமினா இல்லை. நுஸ்ஸி வாத்தைக் காணப் போயிருக்கிறாள். அப்போது தொலைபேசி அடிக்கிறது. "சீக்கிரம், சீக்கிரம்... அவர் எழுந்துவிடப்போகிறார்." அப்பாவுடைய குறட்டைப்பாணி மாறுவதற்கு முன்னால் குரங்கு அவள் பெயருக்கேற்ப வேகமாகச்சென்று தொலை பேசியை எடுக்கிறாள்... "ஹல்லோ, ஆமாம், இது ஏழு பூச்சியம் ஐந்து ஆறு ஒன்று. ஹல்லோ?" நரம்புகள் துடிக்க நாங்கள் கேட்கிறோம். ஆனால் ஒரு கணத்துக்கு ஒன்றுமே இல்லை. சரி விட்டுவிடலாம் என்று நினைக்கும்போது, குரல் வருகிறது. "ஓ... யெஸ்... ஹல்லோ"... பித்தளைக்குரங்கு "ஹல்லோ, யார் பேசுவது" என்று கத்துகிறாள். மறுபடியும் மௌனம். தன்னைப் பேசுவதிலிருந்து கட்டுப்படுத்திக் கொள்ள

சல்மான் ருஷ்தீ | 275

முடியாத எதிர்ப்பக்கக் குரல், விடையை யோசிக்கிறது. பிறகு... "இது சாந்திபிரசாத் டிரக் வாடகைக் கம்பெனியா, ப்ளீஸ்?" குரங்கு, மிகவேகமாக, "ஆமாம், உங்களுக்கு என்ன வேண்டும்?" மறுபடியும் இடைவெளி; குரல் சங்கடத்துடன், மன்னிப்புக் கேட்கும் தொனியில், "எனக்கு வாடகைக்கு ஒரு டிரக் வேண்டும்" என்கிறது.

'தொலைபேசிக்குரலின் பலவீனமான தவிர்ப்பு! பேய்களின் வெளிப்படையான பிதற்றல்! தொலைபேசியில் கேட்ட குரல், லாரியை வாடகைக்கு அமர்த்தும் குரல் அல்ல. அது மென்மையான, சதைப்பற்றுடைய, கவிஞனது குரல்... ஆனால் அதற்குப் பிறகு தொலைபேசி தினசரி ஒழுங்காக வந்தது. சிலசமயங்களில் என் தாய் அதற்கு பதிலளித்தாள். மௌனமாகக் கேட்கும்போது அவள் உதடுகள் மீன்கள்போலத் துடித்தன. பிறகு ரொம்பநேரம் கழித்து, "சாரி இது ராங் நம்பர்." பிறசமயங்களில் பித்தளைக்குரங்கும் நானும் அதைச் சுற்றி இருப்போம். தொலைபேசிக்காதுக்கருவியில் எங்கள் இரண்டு காதுகள். அந்தச் சமயங்களில் குரங்கு டிரக்குகளை வாடகைக்கு விடுவாள். நான் ஆலோசித்தேன் - "ஏய் குரங்கு, என்ன நினைத்துக்கொண்டிருக்கிறாய்? பேசும் ஆள் ஒருபோதும் கேட்ட லாரிகள் ஏன் வரவில்லை என்று யோசிக்கமாட்டானா?" அவள் கண்கள் அகல விரிய, "நீ என்ன நினைக்கிறாய், ஒருவேளை போகின்றன போல இருக்கே."

ஆனால் எப்படி அது? கண்டுபிடிக்க முடியவில்லை. சந்தேகத்தின் சிறிய விதை ஒன்று என் மனத்தில் பதிந்தது. எங்கள் அம்மாவுக்கு ஏதோ ரகசியம் இருக்கிறது என்று ஒரு சிறிய பளிச்சிடும் யோசனை. எங்கள் அம்மா! "ரகசியங்களை வைக்காதே, அது உனக்குள் தப்பாகப் போய்விடும், ரகசிய விஷயங்களைப் பேசாதே, அது வயிற்று வலியைத்தரும்" என்று சொல்வாள் அவள். சலவைப்பெட்டியில் எனக்கு ஏற்பட்ட ஒரு சிறிய அனுபவப் பொறி ஒரு காட்டுத்தீயை உருவாக்கவல்லது. (ஏனென்றால், இந்தத் தடவை, அவள் எனக்கு நிரூபணம் அளித்துவிட்டாள்.)

அப்புறம், கடைசியாக, "இது அழுக்கான துணிகளைப் போடும் இடம். நீ பெரிய மனுஷன் ஆகவேணுமின்னா, பாபா, தெளிவாருக்கணும், அதனால உடையை மாத்திக்கோ" என்பாள் மேரி. "ஒழுங்காக் குளி. போ பாபா, இல்லேன்னா உன்னை சலவைக்குப் போட்டுடுவேன், அவன் கல்லில அடிச்சு தோய்ச்சுடுவான்" என்பாள் மேரி. பூச்சிகளை வைத்தும் மிரட்டினாள். "அழுக்காருந்தா, பூச்சிகளுக்குத்தான் உன்னப் பிடிக்கும், வேறயாருக்கும் பிடிக்காது" என்பாள். "நீ தூங்கறப்போ அதெல்லாம் உன்மீது உக்காரும்,

உன் தோலுக்கடியில் முட்டை இடும்." ஒருவகையில் நான் சலவைப் பெட்டியில் ஒளிந்தது, அவளுக்கு நான் காட்டிய எதிர்ப்பு. வண்ணான்களையும் ஈக்களையும் பொருட்படுத்தாமல், நான் சுத்தமற்ற இடத்தில் ஒளிந்து கொண்டேன். விரிப்புகள், துவாலைகளில் ஆறுதலும் பலமும் பெற்றேன். துவைக்கும் கல்லுக்குப் போகிற துணிகளில் என் மூக்கு தாராளமாக ஒழுகும். என்னுடைய மர அறையிலிருந்து நான் வெளிவரும்போது அழுக்குத்துணியை வெளுப்பதன் சோகமான முதிர்ந்த விவேகம் என்னுடன் தங்கியிருக்கும், சோப்பு இருந்தால் என்ன, நாம் குளிர்ந்து கம்பீரமாக இருப்போம் என்று அதன் தத்துவத்தைச் சொல்லும்.

ஜூன்மாதம், ஒரு மாலைநேரம், நான் தாழ்வாரங்களில் பதுங்கிப்பதுங்கி என் ஒளிப்பிடத்திற்குப் போனேன். தூங்கும் அம்மாவைக் கடந்து அவளுடைய குளியலறையின் வெள்ளைக்கல் பதித்த அமைதிக்குள் சென்று, என் இலக்கின் மூடியைத் திறந்தேன். அதன் மென்மையான துணித்தொடர்ச்சிக்குள் - பெரும்பாலும் வெள்ளைத் துணிகள்தான் - புகுந்தேன். அதன் பழைய ஞாபகங்கள், என் முந்திய வருகைகள்தான். மெல்லிய பெருமூச்சுடன், மூடியை மூடினேன். நான் நோக்கம் எதுவுமற்று, ஒன்பது வருஷமாக உயிரோடு இருப்பதன் வேதனையைப் பேண்ட்டுகளும் சட்டைகளும் தடவிப் போக்கும்படியாக விட்டேன்.

காற்றில் எங்கும் மின்சக்தி; வெப்பம் பூச்சிகள் போலப் பறக்கிறது; வானத்தில் எங்கோ தொங்குகின்ற ஓர் அங்கி, மென்மையாக என் தோளில் விழக் காத்திருக்கிறது...எங்கேயோ விரல் தொலைபேசி டயலைச் சுழற்றுகிறது. டயல் சுற்றிச் சுற்றி, மின் துடிப்புகள் கேபிளில் செல்கின்றன... ஏழு, பூச்சியம், ஐந்து, ஆறு, ஒன்று. தொலைபேசி அடிக்கிறது. மணி அடிப்பது, மெதுவாக சலவைப்பெட்டிக்குள் கேட்கிறது. அதில் ஒரு ஒன்பதுவயதுப் பையன் மறைந்து படுத்திருக்கிறான்... நான், சலீம், என்னைக் கண்டு பிடித்துவிடுவார்களோ யாராவது என்று பயந்தேன். இப்போது சலவைப் பெட்டியில் வலுவாகக் குரல்கள் கேட்கின்றன. படுக்கைச் சுருள்களின் கீச்சிடல்கள். தாழ்வாரத்தில் மென்மையாக செருப்புகள் செல்லும் சத்தம். தொலைபேசி, பாதி அடிக்கும்போது அமைதிப்படுகிறது. இது கனவா, கற்பனையா, அவள் குரல் கேட்பதற்கு இவ்வளவு மென்மையாக இருக்கிறதா? வழக்கம்போலக் காலதாமதமாகச் சொல்கின்ற "சாரி, ராங் நம்பர்."

இப்போது நொண்டுகின்ற நடை இயக்கம், படுக்கையறைக்குத் திரும்புகிறது. ஒளிந்திருக்கும் பையனின் மோசமான பயங்கள்

பூர்த்தியாகின்றன. கதவுக்குமிழ்கள் திறக்க, அவனிடம் எச்சரிக்கைகளை விடுகின்றன. பிளேடுபோலக் கூர்மையான காலடிகள் வெள்ளை ஓடுகளின்மீது நடக்கும்போது அவனை ஆழமாக வெட்டு கின்றன. அவன் பனிக்கட்டி போல உறைந்து, தடிபோல அசையாமல் இருக்கிறான். அவன் மூக்கு அழுக்குத் துணிகளில் இடையறாது ஒழுகுகிறது. ஒரு பைஜாமா நாடா, அபாயத்தின் முன் எச்சரிக்கை, அவன் இடதுமூக்கில் புகுகிறது. தும்முவது இறப்பது போலத்தான், அவன் அதைப்பற்றி நினைக்க மறுக்கிறான்.

பயத்தின்பிடியில் ஒடுங்கி, அழுக்குத்துணிகளின் ஊடே ஒரு துளைவழியாகப் பார்க்கிறான்... குளியலறையில் ஒரு பெண் அழுவது தெரிகிறது. கருப்பான மேகத்திலிருந்து பொழியும் மழை. இப்போது மேலும் சத்தம், மேலும் இயக்கம். அவன் தாயின்குரல் பேசத்தொடங்குகிறது, இரண்டு அசை வார்த்தைகள். மீண்டும் மீண்டும். அவளுடைய கைகள் அசையத் தொடங்குகின்றன. அழுக்குத்துணிகளால் மறைந்திருக்கும் காதுகள் ஒலியைக் கேட்க சிரமப்படுகின்றன. டிர்? பிர்? தில்? அடுத்த அசை - ஹா? ரா? இல்லை. நா. ஹாவும் ராவும் இல்லை. மும்தாஜ் அசீஸ் ஆமினா சினாயாக மாறியதுமுதல் கேட்காத ஓர் ஒலியைக் கேட்கிறான். நாதிர். நாதிர். நா - திர். நா.

அவள் கைகள் இயங்குகின்றன. எச்சில் கலத்தைத் தாக்கு விளையாட்டுகளுக்குப் பிறகு ஓர் ஆக்ரா நிலவறையில் என்ன நடந்தது என்ற பழைய நாட்களின் ஞாபகத்தில், அவை அவள் கன்னங்களில் சந்தோஷமாகப் படபடக்கின்றன. எந்த மார்புக்கச்சையையும் விட அவை மார்பை இறுக்கிப் பிடிக்கின்றன. மார்புகளுக்கு இடையில் அவை தடவுகின்றன, மேடுகளுக்குக்கீழே தவழ்கின்றன... “இதைத்தானே அன்பே, அன்றைக்குச் செய்தோம், அது போதுமாயிருந்தது, அது போதும், அப்பா நம்மைப் பிரித்தார், நீ ஓடினாய் இப்போது தொலைபேசி, நாதிர்நாதிர்நாதிர்நாதிர் நாதிர்”... தொலைபேசியைத் தொட்ட கைகள் இப்போது சதையைப் பிடிக்கின்றன. இன்னொரு இடத்தில் இன்னொரு கை என்ன செய்கிறது? ரிசீவரை வைத்தபிறகு இன்னொரு கை எதற்கு எழுந்தது?... பரவாயில்லை, இப்போது கண்காணிக்கப்படும் தனிமையில் ஆமினா சினாய் ஒரு பழையபெயரை மறுபடியும் மறுபடியும் சொல்கிறாள், கடைசியில் வெடிக்கிறாள், “அரே நாதிர்கான், எங்கிருந்துவந்து இப்போது குதித்தாய்?”

ரகசியங்கள். ஒரு மனிதனின் பெயர். கைகளில் இதுவரை பார்க்காத இயக்கங்கள். உருவமற்ற எண்ணங்கள் ஒரு பையன் மனத்தில் நிறைந்திருக்கின்றன, வார்த்தைகளாக மாறமறுக்கின்ற சிந்தனைகளால் சித்திரவதைப்படுகிறான். அதற்குமேல், இடது மூக்கில், ஒரு பைஜாமா நாடா மேலே மேலே ஏறிக்கொண்டே, புறக்கணிக்க முடியாமல்.

இப்போது - மானமற்ற அம்மா! இரட்டைத் தன்மையை வெளிப்படுத்தியவள். குடும்பத்தில் இடமில்லாத உணர்வுகளை வெளிப்படுத்தியவள். கருப்பு மாம்பழத்தை வெளிப்படுத்திய நாணமற்றவளே! ஆமினா சினாய், கண்களைத் துடைத்துக்கொண்டு, ஏதோ ஒரு அவசரவேலையாகப் போகவேண்டும். ஆனால் அவள் மகன் பலகைச் சட்டங்களுக்கிடையிலுள்ள துளையில் வலது கண்ணை வைத்துப் பார்க்கும்போது அவள் சேலையை அவிழ்க்கிறாள். நான் சலவைப்பெட்டிக்குள் மௌனமாக. செய்யாதே செய்யாதே செய்யாதே செய்யாதே... ஆனால் கண்ணை மூடமுடியவில்லை. இமைக்காத விழி, காமிரா போலத் தலைகீழாகச் சேலை தரையில் விழும்காட்சியைப் படம்பிடிக்கிறது... அதை மனம் வழக்கம்போல மறுபடி தலைகீழாக்கி நேராக்குகிறது. நீலநிறக் கண்களால் சேலையைத் தொடர்ந்து ஏதோ விழுவதைப் பார்க்கிறேன். ஐயோ பயங்கரம்! என் அம்மா, சலவைத்துணிக்கும் பலகைச்சட்டத்துக்கும் இடை வெளி விளிம்பில் தன் துணிகளை எடுக்கக் குனிகிறாள்! இப்போது என் விழித் திரையை வதங்கச் செய்தது அவள் பின்புறத்தின் காட்சி! இரவுபோல் கருப்பாக வளைந்து வட்டமாக உலகில் எதைப்போலும் இல்லாத பெரிய அல்போன்ஸா மாம்பழம்! சலவைப்பெட்டியில் இந்தக் காட்சியால் உறுதிகுலைந்து நான் எனக்குள் போரிடுகிறேன்... சுயகட்டுப்பாடு ஒரேசமயத்தில் தேவைப்படுவது இயலாததாகிறது... கருப்பு மாம்பழத்தினால் இடி விழுந்ததுபோன்ற உணர்ச்சியில் என் நரம்பு உடைகிறது! பைஜாமா நாடா வெற்றி பெறுகிறது! ஆமினா சினாய் கழிவுக்கலப் பீடத்தின்மீது உட்காரும்போது நான்... என்ன? தும்மல் இல்லை, தும்மலுக்கும் குறைவு. திடீரென வெட்டியிழுக்கும் துடிப்பும் அல்ல - அதைவிட அதிகம். இது வெளிப் படையாகப் பேசவேண்டிய நேரம். இரண்டு அசை வார்த்தையாலும் கைகளின் இயக்கத்தாலும் தூள்தூளாகச் சிதறி, கருப்பு மாங்காயால் அழிந்து, தாயின் இரட் டைத் தன்மைக்கு எதிர் வினைசெய்து, தாயின் பின்புறத்தின் இருப்பினால் துடித்து, ஒரு பைஜாமா நாடாவுக்கு இடம் கொடுத்து, ஒரு பெரிய கொந்தளிப்பில் தவித்து, சலீம்

சல்மான் ருஷ்தீ | 279

சினாயின் மூக்கு உலகமே மாறுகின்ற, ஒரு திரும்பஇயலாத உறிஞ்சலைச் செய்கிறது. பைஜாமா நாடா மூக்குத் துளையில் இன்னும் அரை அங்குலம் வேதனை தந்தவாறு செல்கிறது. ஆனால் வேறு விஷயங்களும் உயர்கின்றன. காய்ச்சல் வந்தது போன்ற உறிஞ்சலினால் மூக்கின் திரவங்கள் மேலே மேலே புவிஈர்ப்புக்கு எதிராக, இயற்கைக்கு எதிராக மேலே உறிஞ்சப்படுகிறது. மூக்கெலும்புக் குழிகள் தாங்கமுடியாத அழுத்தத்துக்கு உள்ளாகின்றன... கடைசியாக, ஏறத்தாழ ஒன்பது வயதான தலைக்குள் ஏதோ வெடிக்கிறது. உடைந்த அணையிலிருந்து சளிராக்கெட்டுகள் பிய்த்துக் கொண்டு புதிய கருத்த ஓடைகளாக எல்லா திசைகளிலும் பறக்கின்றன. சளி எவ்வளவுதூரம் உயரவேண்டுமோ அதைத்தாண்டி உயர்கிறது. கழிவு திரவம், மூளையின் எல்லைவரை ஒருவேளை சென்றதோ என்னவோ... ஓர் அதிர்ச்சி. ஏதோ மின்சாரம் போன்றது ஈரமாகிறது.

வலி.

அப்புறம் சத்தம். பல நாக்குகளால் செவிடுபடுகின்ற, பயப்படுத்துகின்ற ஓசை. எல்லாம் அவனுடைய மண்டைக்குள்... மரத்தினாலான ஒரு வெள்ளைச் சலவைப் பெட்டிக்குள் என் மண்டை ஓட்டின் இருண்ட அரங்கத்தில் என் மூக்கு பாடத் தொடங்குகிறது.

ஆனால் இப்போது கேட்க நேரம் இல்லை. ஒரு குரல் மிக அருகிலேயே கேட்கிறது. ஆமினா சினாய் சலவைப்பெட்டியின் கீழ்க்கதவைத் திறக்கிறாள். என்னைச் சுற்றிச் சுற்றி சலவைத் துணிகள் முடிச்சாக இருக்க, நான் விழுகிறேன் கீழே கீழே ...பைஜாமா நாடா என் மூக்கிலிருந்து வெளிவருகிறது. இப்போது என் தாயைச் சுற்றியுள்ள கருத்த மேகங்களிலிருந்து இடிமின்னல் வெளிப்படுகிறது. ஒரு புகலிடத்தைக் கடைசி வரை இழந்தாயிற்று.

"நான் பாக்கலை" சாக்ஸுகள், விரிப்புகள் இவற்றுக்கிடையிலிருந்து கீச்சிடுகிறேன். "ஒண்ணையும் நான் பாக்கலை அம்மா! சத்தியமா!"

பல வருஷங்கள் கழித்து, புறக்கணித்த டவல்களுக்கு மத்தியில் ஒரு பிரம்பு நாற்காலியில், மிகைப்படுத்திய போர் வெற்றிகளை அறிவிக்கின்ற வானொலியைக் கேட்டவாறு, ஆமினா தன் பொய்சொல்லும் மகனை எப்படிக் காதைப்பிடித்து மேரி பெரேராவிடம் இழுத்துச் சென்றாள் என்பதை நினைத்துப்பார்த்தாள்... ஆகாய நீலநிற அறையில் வழக்கப்படி மேரி ஒரு பிரப்பம்பாயில் தூங்கிக்கொண்டிருந்தாள். "இந்தக் குட்டிக் கழுதை, எங்கிருந்தோ வந்த இந்த உதவாக்கரை, ஒரு நாள்முழுசும்

பேசக்கூடாது" என்று மேரி சொன்னாள்... தன் தலைமீது கூரை இடிந்து விழுவதற்குச் சற்று முன்பு, "எல்லாம் என் தப்புதான். நான் அவனை ரொம்ப மோசமா வளத்துட்டேன்" என்று ஆமினா உரக்கச் சொன்னாள். குண்டின் வெடியோசை காற்றில் அலையாகப் பரவிய போது, அவள் மெதுவாக ஆனால் திடமாக, உலகத்தில் தன் கடைசி வார்த்தைகளைச் சலவைப்பெட்டியின் பேய்க்குச் சொன்னாள்: "இப்ப போயிடு. உன்ன வேணுங்கற அளவு பாத்தாச்சு."

சினாய் மலையின்மீது, தீர்க்கதரிசி மூசா அல்லது மோசஸ், உருவமற்ற கட்டளைகளைக் கேட்டார். ஹீரா மலைமீது தீர்க்கதரிசி முகமது (கடைசிக்கு முந்தியவர் என்றும் சொல்வார்கள்) தலைமை தேவதையிடம் பேசினார். (கபிரியேல் அல்லது ஜிப்ரீல், உங்களுக்கு வேண்டியபடி). ஆங்கிலோ - ஸ்காட்டிஷ் கல்விக்கழகத்தால் நடத்தப்பட்ட கதீட்ரல் அண் ஜான் கானன் ஆண்கள் உயர்நிலைப் பள்ளியின் மேடைமீது என் நண்பன் மகா சைரஸ், வழக்கம்போலப் பெண்பாத்திரத்தை ஏற்று நடித்தபோது, பெர்னாட்ஷாவின் வசனங்களை புனித ஜோன் பேசியதைக் கேட்டான். ஆனால் சைரஸ், வழக்கத்துக்கு மாறானவன். ஜோன் மாதிரி அல்ல. ஜோன் போர்க்களத்தில் குரல்களைக் கேட்டவள். மூசாவும் கடைசிக்கு முந்திய முகமதுவும் போல நான் குன்றின்மீது வாசகங்களைக் கேட்டவன்.

முகமதுவுக்கு (சமாதானம் உண்டாவதாக என்று அவர்பெயரால் கேட்டுக் கொள்கிறேன், எவரையும் புண்படுத்தும் நோக்கம் இல்லை) சொல்லு என்று ஒரு குரல் கேட்டது. தான் பைத்தியமாகப் போவதாக அவர் நினைத்தார். நான் முதலில் என் தலைநிறையப் பிதற்றுகின்ற பலகுரல்களை - சரியாக வைக்காத ஒரு வானொலிப் பெட்டிபோல - கேட்டேன். தாயின் கட்டளையால் உதடுகள் மூடப்பட்டிருந்தன. எனவே வசதி எதையும் கேட்கத் துணியவில்லை. நாற்பது வயதில் மனைவியிடமும், நண்பர்களிடமும் உறுதிப்பாட்டைக் கேட்டு வாங்கிக்கொண்டார். உண்மையாக, நீங்கள்தான் கடவுளின் தூதுவர் என்று அவர்கள் அவரிடம் சொன்னார்கள். நான் ஒன்பது வயதில் தண்டனைக்கு ஆட்பட்டு, பித்தளைக்குரங்கின் உதவியையும் நாட முடியவில்லை, மென்மையான வார்த்தைகளை மேரி பெரேரா பேசுவாள் என்றும் எதிர் பார்க்கமுடியவில்லை. ஒரு மாலை, ஓர் இரவு, ஒரு காலை முழுதும் மௌனப்படுத்தப் பட்டு, எனக்கு என்ன நேர்ந்தது என்பதை உணர்ந்துகொள்ளப் போராடினேன். கடைசியாக, மேதைமையின் சால்வை பூவேலைசெய்த ஒரு

வண்ணத்துப்பூச்சிபோலப் படபடத்துக் கீழிறங்குவதைப் பார்த்தேன். பெருமையின் அங்கி என் தோள்களில் தவழ்ந்தது.

அந்த மௌன இரவின் வெப்பத்தில், (நான் மௌனமாக இருந்தேன், எனக்கு வெளியே கடல் தொலைவில் ஒரு தாளைப்போலச் சலசலத்தது. காகங்கள் தங்கள் இறக்கைசார் கொடுங்கனவுகளின் வேதனையால் கரைந்தன. காலம்கடந்து செல்கின்ற டாக்ஸிகளின் படபட சத்தம் வார்டன் சாலையிலிருந்து எழுந்தது. பித்தளைக்குரங்கு தூங்கப்போவதற்கு முன்னால், ஆவலின் முகமூடியால் உறைந்த தன் முகத்தோடு, "வா சலீம், யாருக்கும் கேக்காது, என்ன செய்ஞ்சே? சொல்லு சொல்லு சொல்லு" என்று கெஞ்சினாள்... எனக்குள், என் மண்டைஓட்டின் சுவர்களுக்குள் குரல்கள் மோதியவாறு இருந்தன.) நான் கிளர்ச்சியின் வெப்பவிரல்களில் பிடிபட்டிருந்தேன். கிளர்ச்சியினால் தூண்டப்பட்ட பூச்சிகள் என் வயிற்றுக்குள் நடனமாடின - இறுதியாக, ஏதோ ஒருவிதத்தில் - அப்போது அது என்ன என்று தெளிவாகத் தெரியவில்லை - டாக்ஸி கேட்ராக் ஒருபோது என் தலைக்குள் தட்டிய கதவு இப்போது திறந்துகொண்டது. அதன் வழியாக, - அப்போது தெளிவற்று நிழலாக, வரையறுக்க இயலாமல், புதிராக இருந்தாலும், நான் பிறந்ததற்கான காரணத்தைப் புரிந்து கொண்டேன்.

ஜிப்ரீல் முகமதுவுக்குச் சொன்னார்: "கூறுவாயாக!" முகமது கூறத் தொடங்கினார், அது அராபிய மொழியில் அல் - குரான் என்று சொல்லப்படுகிறது. "கூறுவாயாக! உன்னைப்படைத்த இறைவனின் பெயரால்! அவர் இரத்தக்கட்டிகளிலிருந்து மனிதனைப் படைத்தவர்..." அது மெக்கா ஷரீஃபின் வெளியே இருக்கின்ற ஹீரா மலைமீது. ப்ரீச் கேண்டி நீச்சல் குளங்களுக்கு எதிரில்உள்ள இரண்டுமாடியளவுக் குன்றுஒன்றில், குரல்கள் என்னையும் "கூறுவாயாக!" என்று கட்டளையிட்டன. "நாளைக்கு!" உணர்ச்சிவயப்பட்டு நினைத்தேன், "நாளைக்கு!"

சூரிய உதயத்திற்குள், அந்தக் குரல்களைக் கட்டுப்படுத்த முடியும் என்பதையும் தெரிந்துகொண்டேன். நான் ஒரு வானொலிக் கேட்பி. உரப்பைக் கூட்டவோ குறைக்கவோ என்னால் முடியும். தனித்த குரல்களைத்தான் தேர்ந்தெடுக்க வேண்டும். விருப் புறுதியின் முயற்சியால், புதிதாக என்னுள் கண்டுபிடித்த காதையும் அணைத்துவிடலாம். எவ்வளவு சீக்கிரமாக பயம் என்னைவிட்டுச் சென்றது என்பது ஆச்சரியமாக இருந்தது. காலையில், "இது அகிலஇந்திய வானொலியைவிட நன்றாக இருக்கிறது ஐயா,

இலங்கை வானொலியைவிட நன்றாக இருக்கிறது" என்று நினைத்தேன்.

சகோதரிகளின் விசுவாசத்தைப் பற்றி எடுத்துக்காட்ட: சரியாக இருபத்திநாலு மணி நேரம் முடிந்ததும், பித்தளைக்குரங்கு என் தாயின் படுக்கையறைக்குள் ஓடினாள். (அது ஒரு ஞாயிற்றுக்கிழமை என்று நினைக்கிறேன். பள்ளி விடுமுறை. ஒருவேளை இல்லாமலும் இருக்கலாம். மொழி ஊர்வலங்களின் கோடை அது. பேருந்துகளின் வழித்தடத்தில் ஏற்படக்கூடிய அபாயங்களால், பள்ளிகள் அடிக்கடி மூடப்பட்டன.)

தூக்கத்திலிருந்து அம்மாவை உலுக்கி, "அம்மா! நேரம் முடிஞ்சிப்போச்சி" என்று கத்தினாள் அவள். "அம்மா, நேரமாச்சி. அவன் இனிமே பேசலாமா?"

"சரி" என்றாள் அம்மா. ஆகாயநீல அறைக்குள் என்னைத் தழுவிக்கொள்ள வந்தாள். "உன்னை மன்னிச்சாச்சு. ஆனால் மறுபடியும் அங்கபோய் ஒளிஞ்சிக்காதே."

ஆர்வத்தோடு நான், "அம்மா, என் அம்மா, தயவுசெஞ்சி கேள், உனக்கு ஒண்ணு சொல்லணும். பெரிய விஷயம்... ஆனா முதல்ல அப்பாவை எழுப்பு."

என்ன, ஏன், நிச்சயமா முடியாது என்றெல்லாம் முதலில் சொல்லப்பட்ட பிறகு, என் கண்களில் ஏதோ எதிர்பாராத விஷயம் அமர்ந்திருப்பதைக் கண்டாள். பிறகு உணர்ச்சியோடு அகமது சினாயை எழுப்பச் சென்றாள். "ஜானம், கொஞ்சம் வாங்க. சலீமுக்குள் என்ன புகுந்துகிச்சின்னு தெரியல."

குடும்பத்தினரும் ஆயாவும் வரவேற்பறையில் அமர்ந்தார்கள். கண்ணாடியில் பூக்கள் வரைந்த ஜாடிகள், தடித்த குஷன்களுக்கு மத்தியில் சுழலும் மின்விசிறிகளின் மாறும் நிழல்களுக்குக் கீழே, நான் அவர்களுடைய ஆர்வம்கொண்ட கண்களைப் பார்த்து என் விஷயத்தைச் சொல்லத் தொடங்கினேன். அவர்களுடைய முதலீட்டைத் திருப்பித் தரும் விஷயம்தான் அது. என் முதல் ஊதியத்தொகை... பலவற்றில் இது முதலாவது என்று எனக்கு உறுதியாகத் தெரியும்... என் கருப்பு அம்மா, உதடுதொங்கும் அப்பா, தங்கைக் குரங்கு, குற்றத்தை மறைக்கும் ஆயா எல்லாரும் குழப்பத்தில் காத்திருந்தார்கள்.

அலங்காரமின்றி, நேராக, வெளிப்படுத்து. உங்களுக்குத்தான் முதல்ல தெரியணும். பெரியவன் போலப் பேச முயற்சி செய்தேன். பிறகு சொன்னேன். "நேற்று குரல்களைக் கேட்டேன். என் தலையில்

சல்மான் ருஷ்தீ | 283

குரல்கள் பேசுகின்றன. அம்மா, அப்பா, முதன்மையான தேவதைகள் என்னோடு பேசத்தொடங்குகின்றனர்."

இதோ! சொல்லியாகிவிட்டது என்று நினைத்தேன். முதுகில் தட்டிக்கொடுத்தல்கள், இனிப்புகள், பொது அறிவிப்புகள், மேலும் நிழற்படங்கள்...இப்போது இவர்களுடைய மார்புகள் பெருமிதத்தால் உயரும். ஐயோ, குழந்தைத்தனத்தின் குருட்டு அறியாமையே!

என் நேர்மைக்கு, இதயபூர்வமான வெளிப்படையான மகிழ்விக்கும் ஆசைக்கு, என்னை எல்லோரும் தாக்கினார்கள். குரங்கு கூட: "கடவுளே, சலீம், என்ன இது வேடிக்கை! என்ன நாடகம் இது! உன்னுடைய முட்டாள்தனமான ஜோக்கா?" குரங்கை விட மோசமாக மேரி பெரேரா: கிறிஸ்துவே எங்களைக் காப்பாற்றும் தேவனே ரோமாபுரி யிலுள்ள புனிதத் தந்தையே இந்த மாதிரி தெய்வநிந்தனையை நான் கேட்டதே இல்லையே என்றாள். அவளைவிட மோசமாக என் அம்மா: கருப்புமாம்பழம் இப்போது ஒளிந்திருக்க, பேசக்கூடாத வார்த்தைகள் அவள் உதடுகளில் இன்னும் காத்திருக்க, கத்தினாள் மேலுலகம் பாதுகாக்கட்டும் இந்தப் பையன் நம் தலைமீது கூரை இடிந்து விழச் செய்வான் (அதுவும் என் தப்பா?) தொடர்ந்தாள் அவள்: "ஏ கருப்பா! குண்டா ஓ சலீம் உன் மூளை என்ன அழுகிப்போச்சா? ஐயோ என் குழந்தைப் பையனுக்கு என்ன ஆச்சு? நீ பைத்தியக்காரனா ஆவப்போறியா? சித்திரவதை செய்யறவனா? அம்மாவின் கத்தலைவிட என் அப்பாவின் மௌனம் மோசமாக இருந்தது. அவளுடைய பயத்தைவிட அவர் நெற்றியில் உட்கார்ந்திருந்த கோபம் மோசமாக இருந்தது. எல்லாவற்றிலும் மோசம், திடீரென தடித்த விரல் கொண்ட, தடித்த மூட்டுக் கொண்ட, எருதின் பலம்வாய்ந்த, அவர் கை உயர்ந்து, என் முகத்தின் ஒருபக்கம் அறைந்தது. அந்த நாளுக்குப் பிறகு என் இடதுகாது சரிவரக் கேட்கமுடியாமல் போயிற்று. அவமதிப்புக்கொண்ட நிலையில், அதிர்ச்சியளித்த அறை யில், நான் பக்கவாட்டில்விழுந்து, பச்சைநிற மேஜைக்கண்ணாடியை உடைத்தேன். என் வாழ்க்கையில் முதல் முதலாக என்னைப்பற்றிய நிச்சயத்துடன், கூரான முனைகள் நிரம்பிய பச்சைநிறக் கண்ணாடிமேக உலகத்தில் நான் தள்ளப்பட்டேன். எனக்கு முக்கியத்துவம் வாய்ந்தவர்களிடம் என் தலைக்குள் என்ன நிகழ்கிறது என்பதை ஒரு போதும் இனிமேல் சொல்லவே முடியாது என்ற நிலையில். நான் ஏன் பிறந்தேன் என்பதைப் பற்றிய நிரந்தரமான சந்தேகங்கள் தொல்லைப்படுத்த, காலம் கடந்த நிலையில், எனக்கென விதிக்கப்பட்ட சுழலும்

உலகத்திற்குள் பச்சைக்கண்ணாடிச் சில்லுகள் என் கைகளை காயப்படுத்த, நுழைந்தேன்.

வெள்ளை ஓடுகள் பதித்த குளியலறையில், சலவைப்பெட்டிக்கு அருகில், என் அம்மா எனக்கு மெர்க்குரோகுரோமைப் பூசினாள். காயமுற்ற இடங்களில் கட்டுப்போடப்பட்டது. கதவின்வழியாக என் அப்பாவின் குரல் ஆணையிட்டது: "பெண்ணே, அவனுக்கு இன்னிக்கு சாப்பாடு கிடையாது. கேக்குதா? அவன் தமாஷை வெறும் வயித்தோட அனுபவிக்கட்டும்!"

அன்றிரவு ஆமினா சினாய் தரையிலிருந்து ஆறங்குல உயரத்தில் மிதந்த, கண்கள் கோழிமுட்டைகள் போல் இருந்த, ராம்ராம் சேட்டைப் பற்றிக் கனவுகண்டாள். "சலவை அவனை மறைக்கும்; குரல்கள் அவனுக்கு வழிகாட்டும்!" ...இந்தக் கனவு தொடர்ந்து பலநாட்கள் இடைவிடாமல் எங்கு சென்றாலும் அவளைத் தொடர, பல நாட்கள் கழித்து, அவமானமுற்ற அவளுடைய பையனை, தைரியத்தை வருவித்துக் கொண்டு, இந்தக் குரல்கள் விஷயத்தைப் பற்றிக் கேட்டாள். அவனுடைய குழந்தைப் பருவக் கண்ணீர்போலவே அதிகம் வெளிப்படாத மிக மிருதுவான கட்டுப்படுத்தப் பட்ட குரலில், "இதெல்லாம் சும்மா தமாஷ் அம்மா, நீ சொன்னமாதிரி ஒரு முட்டாள் தனமான ஜோக்" என்றான்.

உண்மையை அறியாமலே அவள் ஒன்பது வருஷம் கழித்து இறந்துபோனாள்.

அகில இந்திய வானொலி

நிஜத்தன்மை, பார்வைக்கோணத்தைப் பொறுத்தது; கடந்தகாலத்திலிருந்து அதிகத் தொலைவு சென்றால், அது இன்னும் அதிகத் தெளிவோடும், நியாயத்தோடும் காட்சி யளிக்கிறது. ஆனால் நிகழ்காலத்தை நெருங்கிவரும்போது அது மென்மேலும் நம்பவியலாததாக மாறுகிறது. நீங்கள் ஒரு திரையரங்கத்தில் பின்வரிசையில் முதலில் உட்கார்ந்திருக்கிறீர்கள். கொஞ்சம் கொஞ்சமாக முன்னோக்கி நகர்ந்து திரை உங்கள் மூக்கில் இடிக்கும்வரை நெருங்கிச் செல்கிறீர்கள். கொஞ்சம்கொஞ்சமாக நட்சத்திரங்களின் முகங்கள் நடனமிடும் மின்மினிப்பூச்சிகளாக மாறுகின்றன. மிகச்சிறிய விவரங்கள் விசித்திரமான பேருருவம் கொள்கின்றன. மாயைத்தோற்றம் மறைகிறது, அல்லது மாயைதான் நிஜம் என்பது தெளிவுபடுகிறது... நாம் 1915இலிருந்து 1956க்கு வந்தி ருக்கிறோம். ஆகவே திரைக்கு மிகவும் நெருக்கமாக இருக்கிறோம்... உருவகத்தைக் கைவிட்டு, நேராகவே விஷயத்தை வலியுறுத்திச் சொல்கிறேன்: இதை நம்பமுடியாத ஒன்று என்றே பலரும் கருதுவார்கள். சலவைப்பெட்டியின் விசித்திரமான விபத்துக்குப் பிறகு நான் ஒரு வகையான வானொலியாக மாறிவிட்டேன்.

...ஆனால் இன்று, குழப்பமாக இருக்கிறது. பத்மா வரவில்லை. நான் போலீசுக்குத் தகவல் தருவதா? காணாமல் போனவர்களில் ஒருத்தியா அவள்? அவள் இல்லாமற்போனதில் என் உறுதிப்பாடுகள் சிதைகின்றன. எனது மூக்குகூட என்னிடம் மாயம் புரிகிறது. பகல்நேரத்தில், மிகச்சிறந்த திறனுடைய, வலுவான, முன்னங்கை மயிர்கொண்ட எங்கள் பெண்கள் படையினால் பாதுகாக்கப்படும் ஊறுகாய்ப் பானைகள் மத்தியில் நான் நடக்கும்போது, எனக்கு லெமன் வாசனைக்கும் லைம் வாசனைக்கும் வித்தியாசம் தெரியவில்லை. வேலைப்படை, கைகளுக்குப் பின்னால் சிரிக்கிறது

- “பாவம்! சாகிபுக்குக் குறுக்கே வந்துவிட்டது! என்ன? காதலா? இல்லையா?” ...பத்மா, என்மீது படரும் வெடிப்புகள், எல்லாம் ஒரு சிலந்தியின் வலை போலத் தொப்புளிலிருந்து பிரகாசிக்கின்றன. அப்புறம் அதிகவெப்பம்...இந்த மாதிரிச் சூழ்நிலையில் கொஞ்சம் குழப்பத்தை அனுமதிக்கலாம்தான். என் எழுத்தை மறுவாசிப் புக்கு உட்படுத்தியபோது, காலவரிசையில் ஒரு தவற்றினைக் கண்டுபிடித்தேன். மகாத்மா காந்தியின் கொலை நிகழ்கிறது - ஆனால் தவறான தேதியில். இப்போது என்னால் சம்பவங்களின் சரியான முறைவைப்பு என்ன என்பதைச் சொல்லமுடிய வில்லை. ஆனால் எனது இந்தியாவில், காந்தி தவறான நாட்களில் சுடப்பட்டுச் செத்துக்கொண்டே இருப்பார்.

ஒரு தவறு முழுக்கதையையும் கெடுத்துவிடுமா? அர்த்தத்தைக் கண்டுபிடிக்க வேண்டும் என்ற எனது நம்பிக்கையிழந்த தேடலில், நான் எல்லாவற்றையும் திரித்துச் சொல்ல முற்படுகிறேனா? என்னை மையப்படுத்திக் கொள்வதற்காகவே என் கால வரலாற்றை மீண்டும் எழுதுவதில் கவனம் செலுத்துகிறேனா? இன்றிருக்கும் குழப்பத் தில் என்னால் முடிவு சொல்லமுடியவில்லை. மற்றவர்கள்தான் இதைச் சொல்ல வேண்டும். ஆனால் என்னால் பின்னோக்கிச் செல்லமுடியாது; நான் தொடங்கியதை எழுதிமுடித்தாகத்தான் வேண்டும். அது பிள்ளையார் பிடிக்கக் குரங்காக முடிந்தாலும் சரி...

“யஆகாஷ்வாணி ஹை” - இது அகில இந்திய வானொலிநிலையம்.

கொதிக்கும் தெருக்களின் ஊடே அருகிலுள்ள ஓர் ஈரானி கபேயில் வேகமாக உணவுக்குச் சென்று, பிறகு, எனது கோண விளக்கின் ஒளியில், ஒரு டிரான்சிஸ்டர் ரேடியோவின் துணையை மட்டும் கொண்டு, எழுதுவதற்காகத் திரும்பிவந்திருக்கிறேன்.

அதிவெப்பமான இரவு; அமைதிப்படுத்தப்பட்ட ஊறுகாய்ப் பானைகளிலிருந்து வந்து இன்னும் தங்கியிருக்கும் மணம் குமிழியிடும் காற்று. இருளில் ஓசைகள். ஊறுகாய் வாசம், வெப்பத்தில் மிகவும் தாங்கஇயலாததாக மாறி, ஞாபகத்தின் சாற்றைத் தூண்டுகிறது. அது இப்போதைக்கும் அப்போதைக்குமான ஒற்றுமைகளையும் வேற்றுமைகளையும் மிகைப்படுத்திக் காட்டுகிறது... அப்போதும் வெப்பமாக இருந்தது; இப்போதும் (காலத்துக்கு ஒவ்வாத வகையில்) வெப்பமாகவே இருக்கிறது. இப்போது போலவே அப்போதும், யாராவது ஒருவர் விழித்திருந்து இருளில் உருவமற்ற குரல்களைக் கேட்டுக் கொண்டிருப்பார். இப்போது போலவே அப்போதும், செவிடான ஒரு காது,

வெப்பத்தில் வளர்கின்ற பயம்... அந்தக் குரல்கள் (இப்போதும், அப்போதும்) பயமுறுத்தவில்லை. அவன், இளம் சலீம், ஒரு விஷயத்திற்காக பயப்பட்டான். அவன் பெற்றோர்களின் கடுங்கோபம் அவர்கள் அன்பை இல்லாமற் செய்துவிடுமோ என்ற பயம். அவன் சொன்னதை அவர்கள் நம்பினாலும்கூட, அவனுக்கு அளிக்கப்பட்ட வரப் பிரசாதத்தை அவர்கள் ஒரு அவமானகரமான சீர்குலைவு என்றுதான் பார்ப்பார்கள்... இப்போது பத்மாஅற்ற நான், இருளில் என் வார்த்தைகளை அனுப்புகிறேன், பிறர் நம்ப மறுப்பார்களோ என்று பயப்படுகிறேன். அவனும் நானும், நானும் அவனும்... இப்போது அவனுடைய திறமை என்னிடம் இல்லை; அவனுக்கு எனது திறன் இல்லை. முற்றிலுமே அவன் புதியவனாகக் காணப்படுகின்ற சமயங்கள் இருக்கின்றன... அவனுக்கு வெடிப்புகள் இல்லை, வெப்பத்தில் அவன் உடம்பினூடாகச் சிலந்தி வலைகள் பரவவில்லை.

பத்மா நான் சொல்வதை நம்புவாள். ஆனால் பத்மா இல்லை. அப்போதும் இப்போது போலவே பசி. ஆனால் வேறுவகையான பசி. அப்போது எனக்கு உணவு கிடைக்காத பசி. இப்போது நான் என் சமையற்காரியை இழந்துவிட்டேன்.

மேலும் இன்னொரு வெளிப்படையான வேற்றுமை. அலையும் வால்வுகளினால் ஆன டிரான்சிஸ்டரின் ஊடாக அந்தக் குரல்கள் வரவில்லை; (அவை என்றும் உலகின் நமது பகுதியில் மறையவும் மாட்டா) அவை மலட்டுத்தன்மையைக் குறிப்பவை. அவப்பெயர் பெற்ற, குடும்பக்கட்டுப்பாட்டுக்கு இலவசமாக அளிக்கப்பட்ட டிரான்சிஸ்டர் ரேடியோ, வேதனைக் குரல் எழுப்புகின்ற கருவி அது, கத்திரிக்கோல் வெட்டி முடிபோடுவதற்கு முன்னால் மனிதன் என்ன செய்யமுடியும் என்பதற்குப் பிரதிநிதியாக அது இருந்தது)... ஆனால் அப்போது அந்த ஒன்பதுவயதுப் பையனுக்கு நள்ளிரவுப் படுக்கையில், எந்தவிதக் கருவியும் தேவைப்படவில்லை.

வேறுபட்டும், ஒரேமாதிரியும் நாங்கள் வெப்பத்தால் ஒன்றுசேர்ந்திருக்கிறோம். செம்பட்டையாக ஒளிவிடும் வெப்பத்தின் மங்கலொளி. அப்போதும் இப்போதும் அவனுடைய அந்தக் காலத்தை என்னுடைய காலத்தில் மங்கிமறையச் செய்கிறது ... வெப்ப அலைகளின் ஊடே பயணம் செய்யும் என்னுடைய குழப்பமும் அவனுடையதுதான்.

வெப்பத்தில் எது நன்றாக வளர்கிறது? கரும்பு, தென்னை. சிலவகை தானியங்கள் - கம்பு, கேழ்வரகு, சோளம்; ஆளிவிதை, தண்ணீர் இருந்தால், தேயிலையும் நெல்லும். நம்முடைய

வெப்பமான நாடு, உலகிலேயே பருத்தி உற்பத்தியில் இரண்டாவது இடத்தில் இருக்கிறது - குறைந்தபட்சம் அப்படித்தான் நான் மிஸ்டர் எமில் ஜகாலோவின் பித்தம்பிடித்த கண்களின்கீழும் சட்டமிட்ட படத்திலிருந்த ஸ்பானிய கான்க் விஸ்டடாரின் கூர்மையான நோக்கின்கீழும் புவியியலைக் கற்றுக்கொண்டபோது தெரிந்துகொண்டேன். நிலநடுப்பகுதியின் கோடைகாலம் புதுவிதப் பழங்களையும் உற்பத்தி செய்கிறது. அயல்நாட்டுப் பூக்களும் பூக்கின்றன. வியர்வை மிகுந்த இரவுகளில் கஸ்தூரி போலக் கடுமையான வாசனையுள்ள பூக்கள், ஆண்களுக்குத் திருப்தியின்மையின் இருண்ட கனவுகளை எழுப்புகின்றன... அப்போதும், இப்போது போலவே மனநிறைவின்மையே நிலவியது... மொழிப்போராளிகள் பம்பாயை இரண்டு மாநிலங் களாக, மொழி அடிப்படையில் பிரிக்க வேண்டும் என்று ஊர்வலம் சென்றார்கள். மகாராஷ்டிர மாநிலக் கனவு சில ஊர்வலங்களில் தென்பட்டது, சில ஊர்வலங்களை குஜராத் மாநிலம் என்னும் கானல்நீர் முன்னோக்கிச் செலுத்தியது. கற்பனைக்கும் நிஜத்துக்கும் இடையில் மனத்தின் பிரிவுகளை வெப்பம் அரிக்க, எதுவும் நிகழலாம் என்று தோன்றியது. பிற்பகல்நேர உறக்கத்தின் அரைவிழிப்பு மயக்கம், மனிதர்களின் மூளைகளில் பனிமூட்டம் போலத் தங்கியிருந்தது. எழுப்பப்பட்ட கனவுகளின் பசைத் தன்மை காற்றில் நிரம்பியது.

வெப்பத்தில் எது நன்றாக வளர்கிறது? அதீதகற்பனை, பகுத்தறிவின்மை, காமம்.

1956இல் பகல்நேரத் தெருக்களில் போரிடும் மனப்பான்மையுடன் மொழிகள் ஊர்வலம் சென்றன; இரவுநேரங்களில் என் மூளையில் அவை கலகம் செய்தன. "நாங்கள் உன் வாழ்க்கையை அதீத கவனத்துடன் கண்காணித்துக்கொண்டிருப்போம். அது, ஒருவகையில், எங்கள் வாழ்க்கையின் பிரதிபலிப்பாக இருக்கும்".

குரல்களைப் பற்றிப் பேசும் நேரம் இது.

பத்மா மட்டும் அருகில் இருந்தால்...

தேவதூதர்கள் என் மூளைக்குள் பேசுகிறார்கள் என்று நான் எண்ணியது தவறு. என் தந்தையை ஒரு காலத்தில் ஓர் உடலற்ற கை முகத்தில் அறைந்தது. அதைப் போலவே என் தந்தை என் முகத்தில் அறைந்தார். (அது பிரக்ஞைபூர்வச் செய்கையா, அல்லவா?) அதற்கு ஒரு வணக்கத்துக்குரிய பயன் இருந்தது. தீர்க்கதரிசனங்களை வெளிப் படுத்தும் என் நிலையைக் கேள்விக்குள்ளாக்கி, பிறகு கைவிடவும் அது வழிசெய்தது. எனக்கு அவமானம் நிகழ்ந்த அன்றிரவு, நான்

என்மன ஆழத்தில் சுருங்கிக் கொண்டேன். ஆனால் எங்கள் நீலநிற அறையை என்னோடு நிரப்பிய பித்தளைக் குரங்கு மட்டும் "நீதான் ரொம்ப நல்ல பையனாச்சே, ஏன் இப்படிச் செய்ஞ்சே சலீம்?" என்று தூங்கும்வரை நச்சரித்துக்கொண்டே இருந்தாள்... தூங்கும்போதுகூட அவள் வாய் கேள்வி கேட்டுக்கொண்டே இருந்தது. என் காதில் ஙொய் என்று சத்தமிட்டுக் கொண்டிருந்த என் தந்தை கொடுத்த அடி, "மைக்கேலுமில்லை, ஹானியேலுமில்லை, காப்ரியேலும் கிடையாது, காசியேல், சாக்கியேல், சாமுவேல் எல்லோரையும் மறந்து விடு! தலைமைத் தேவதைகள் மனிதர்களிடம் இப்போதெல்லாம் பேசுவது கிடையாது. கூறுவதென்பது அரேபியாவில் நீண்டகாலத்துக்கு முன்னால் முடிந்துவிட்டது. கடைசித் தூதுவர் உலகமுடிவைச் சொல்லத்தான் வருவார்" என்றது. மேலும் என் மண்டைக்குள் ஒலித்த குரல்கள் எண்ணற்றவை, தேவர்களின் எண்ணிக்கைக்கெல்லாம் அப்பாற்பட்டவை என்பதை அன்றிரவு புரிந்துகொண்டேன்; நல்லவேளையாக, உலகின் இறுதிமுடிவை எடுத்துரைக்கத் தேர்ந்தெடுக்கப்பட்டவன் நான் அல்ல என்று ஆறுதலடைந்தேன். எனக்குள் ஒலித்த குரல்கள் புனிதமாக இருப்பதற்கு பதிலாக, புழுதிபோல இழிவானவையாக, எண்ணற்றவைகளாக இருந்தன.

அப்படி என்றால் இது என்ன? தொலைவில் உணர்தல் - டெலிபதி. உணர்ச்சி ததும்புகின்ற பத்திரிகைகளில் படித்திருப்பீர்களே, அதுபோலத்தான். ஆனால் கொஞ்சம் பொறுமையோடிருங்கள், காத்திருங்கள். அது தொலைவில் உணரும் சக்திதான், ஆனால் அதற்கு மேலும்கூட. வெகு எளிதாக என்னை மதிப்பிட்டுவிடாதீர்கள்.

தொலைவில் உணர்தல்தான்; முதலில், எத்தனையோ கோடிக்கணக்கான கும்பல்கள், மக்கள் ஜாதிகள் என் மண்டைக்குள் இடம்தேடி அலைந்தன. அப்போது நான் செயல்படுபவனாக இல்லை, வெறுமனே கேட்பவனாக மட்டும் இருந்தேன். அதில் மொழிப்பிரச்சினையும் இருந்தது. மலையாளம் முதல் நாகர்இன மொழிகள் வரை எல்லா மொழிகளிலும் குரல்கள் ஒலித்தன. லக்னோ உருதின் தூய்மையிலிருந்து, அவமரியாதையான தெற்கத்தியத் தமிழ் வரை. எனது மண்டை ஓட்டின் சுவர்களுக்குள் எழும் குரல்களில் ஒரு பகுதியை மட்டுமே என்னால் புரிந்துகொள்ள முடிந்தது. முதலில் மேலோட்டமான ஒலிக்கேட்புகள் மீதுதான் என் கவனம் சென்றது. பிறகு ஆழமாகத் தேடியபோது அவற்றுக்குக்கீழே எல்லோருக்கும் பொதுவான, புரியக்கூடிய சிந்தனையுருக்கள் எனக்குத்

தென்பட்டன, மொழி மறைந்தது. முதலில் கேட்ட பன்மொழிக் குரல்மயக்கங்களுக்கு அப்பால், வேறுபிற விலைமதிப்பற்ற சமிக்ஞைகள் - பிறவற்றிலிருந்து முற்றிலும் வேறுபட்டவை - கிடைத்தன. வெகுதூரத்தில் அடிக்கப்படும் பறைகளின் ஒலிபோல பலவீனமாகவும், தொலைவிலிருந்தும் அவை கேட்டன. மீன்சந்தை இரைச்சல்போல முதலில் கேட்ட எனது அபஸ்வரங்களுக்கிடையில் அவற்றின் தொடர்ந்த துடிப்புகள் ஒலித்தன... இரகசியமான, இரவில்கேட்கும் குரல்கள், அவை கூப்பிடுவதுபோல... அல்ல, நள்ளிரவின் குழந்தைகளின் நனவிலிக் கலங்கரை ஒளிவீச்சுகள். அவர்களின் இருப்பை அன்றி வேறெதையும் அவை குறிக்கவில்லை. அவை சொன்னதெல்லாம் "நான்". தொலைவிலிருந்து வடக்கிற்கு "நான்". தென்மேற்கு, கிழக்கு இவற்றிலிருந்து "நான்" "நான்" "நான்தான்".

ஆனால் முதலிலேயே இவற்றைச் சொல்லிவிடக்கூடாது. டெலிபதிக்கு அப்பால் நான் செல்வதற்கு முன்னால், கேட்பதோடு திருப்தியடைந்தேன். பிறகு பேசும் குரல்களில் எனக்குப் புரிகின்றவற்றைத் தேர்ந்தெடுத்துக் கேட்கமுடிந்தது. வெகுசீக்கிரத் திலேயே குடும்பத்தினரின், மேரி பெரேராவின் குரல்களையும் கேட்கமுடிந்தது. பிறகு நண்பர்கள், வகுப்புத் தோழர்கள், ஆசிரியர்கள் குரல்களையும். என்னைக் கடந்து செல்லும் புதியவர்களின் சிந்தனை ஓட்டங்களையும்கூடப் புரிந்துகொண்டேன். இயல்புக்கு மீறிய இந்தச் சூழல்களிலும் 'டாப்ளர் விளைவு' செயல்பட்டது. புதியவர்கள் அருகில்வந்து கடந்து, பிறகு தொலைவில் செல்லும்போது அவர்கள் குரல்களும் உரத்து ஒலித்து, பிறகு குறைந்தன.

எல்லாவற்றையும் எப்படியோ எனக்குள்ளேயே வைத்துக் கொண்டேன். என் தந்தையின் கோபத்துக்கு ஆளான எனது இடப்புற, பயமுறுத்துகின்ற காதினால் தினசரி ஞாபகப்படுத்தப்பட்டும், எனது வலக்காதை நன்றாக வைத்துக்கொள்ள வேண்டும் என்ற கவலையாலும், நான் வாயைத் தைத்துக்கொண்டேன். ஒன்பது வயதுப் பையனுக்கு இப்படிப்பட்ட விஷயங்களை ஒளித்துவைப்பது எவ்வளவு கடினம் என்பதை உணர்வீர்கள். நல்லவேளையாக, நான் உண்மையை மறைக்க ஆவலாக இருந்ததுபோலவே, நெருங்கியவர்களும் நடந்ததை மறக்கவே விரும்பினார்கள்.

"அட சலீம், நீ என்னமாதிரி நேத்துப் பேசினே. ரொம்ப அவமானம்டா! போய் உன் வாயை சோப்புப்போட்டுக் கழுவு! அதான் நல்லது"... எனக்கு அவமானம் நேர்ந்த காலை நேரத்துக்குப் பின்னால், அவளுடைய ஜெல்லியை சமையல்கலத்தில் ஆட்டுவது

போலக் கோபத்துடன் தலையை ஆட்டிக்கொண்டே, எனது மீட்புக்குரிய சரியான வழியை மேரி பெரேரா தெரிவித்தாள். தவற்றுக்காக வருந்துகிறவன் போலத் தலையைக் குனிந்துகொண்டே, மறுவார்த்தை பேசாமல் குளியல்அறைக்குப் போனேன். ஆயா, குரங்கு இவர்களுடைய வியப்புற்ற மேற்பார்வைகளின்கீழ், எனது பற்கள், நாக்கு, அண்ணம், ஈறு எல்லாவற்றையும் கெட்ட நாற்றம் கொண்ட கார்பாலிக் சோப்பினால் பிரஷைக்கொண்டு துலக்கினேன். எனது நாடகத்தனமான வருத்தச் செயல், மேரி மற்றும் குரங்கு வாயிலாக, வீடுமுழுவதும் விரைந்து பரவியது. என் தாய் என்னைத் தழுவிக்கொண்டு, "இப்பத்தான் நீ நல்ல பையன். நாங்க இதைப் பத்தி இனிமே பேசமாட்டோம்" என்று சொன்னாள். அகமது சினாய் அருவருப்புடன் உணவுமேஜையில் தலையை ஆட்டிக்கொண்டே, "சரி, இந்தப் பையனுக்குத் தான் ரொம்ப மோசமாக நடந்துவிட்டோம் என்பதை ஒப்புக்கொள்ளுகிற பண்பாவது இருக்கிறது" என்றார்.

கண்ணாடி அறுத்த எனது காயங்கள் மறைந்தபோது, என் அறிவிப்பும் மறக்கப்பட்டுவிட்டது போன்றதோற்றம் ஏற்பட்டது. எனது ஒன்பதாம் பிறந்த நாளின்போது, வீணாக முதன்மைத் தேவர்களைப் பற்றி நான் பேசியதை என்னைத் தவிர வேறு யாரும் நினைத்ததாகத் தெரியவில்லை. இரகசியமாக நடந்துகொள்ளவேண்டியதன் அவசியத்தை உணர்த்தியவாறு கார்பாலிக் சோப்பின் சுவை பல வாரங்கள் என் நாக்கில் நீடித்தது.

தவறுக்காக வருந்துகின்ற என் தோற்றத்தைப் பார்த்து, பித்தளைக்குரங்கும் திருப்தி அடைந்தாள். அவள் கண்களில், நான் திருந்தி, குடும்பத்தின் நல்ல பையனாக மாறிவிட்டேன். பழைய முறைக்கு முற்றிலும் திரும்பிவிட்டதை உணர்த்துகின்ற மாதிரியாக, அவள், என் தாய்க்குப் பிடித்தமான செருப்புகளுக்குத் தீ வைத்தாள். அதனால் அவளுக்கு உரியஇடமான நாய்வீட்டிற்கு மறுபடியும் தள்ளப்பட்டாள். இப்படிப்பட்ட பெண்ணிடம் எதிர்பார்க்கமுடியாத அளவு ஒரு சிறந்த மனத்தோடு அவளும் என் பெற்றோருடன் சேர்ந்து, வெளியார் யாருக்குமே எனது இந்த விஷயம் தெரியாதவாறு மறைத்துவிட்டாள்.

நம் நாட்டில் ஒரு சிறுவன் அல்லது சிறுமியிடம் எந்தவித விசித்திர நடத்தையும் இருப்பது குடும்பங்களில் அவமானமாகக் கருதப்படுகிறது. என் பெற்றோர் - ஏற்கெனவே அவர்கள் சிறப்புஅடையாளங்களுக்குப் பேர்போனவர்கள் - வாழைப்பழ மூக்கும் வளைந்த கால்களுமாக - இப்படிப்பட்ட இடத்தில்

இவற்றுக்குமேல் வேறெந்த சங்கடத்தை விளைவிக்கின்ற தன்மையையும் என்னிடம் காணமறுத்தார்கள். ஆகவே என் காதுகளில் ஒலித்த ஒலிகளைப்பற்றி, செவிட்டுத்தன்மைக்கு அடையாளமான மணி அடிப்பது போன்ற ஓசைகளைப் பற்றி, இடைவிட்டு வருகின்ற வலியைப் பற்றி நான் எதுவுமே சொல்லவில்லை. இரகசியங்கள் எப்போதுமே தவறானவை அல்ல என்ற பாடத்தை நான் கற்றுக்கொண்டேன்.

ஆனால் என் மண்டைக்குள்தான் எத்தனை குழப்பம்! கோரமான முகத்திற்குப் பின்னால், சோப்புச் சுவை கொண்ட நாக்குக்கு மேலே, கொஞ்சம் துளைவிழுந்த என் செவிப்பறைக்கு அருகே, என் மண்டையில் அவ்வளவாக ஆரோக்கியமற்ற மனம் அலைந்தது. ஒன்பது வயது சட்டைப்பைகளில் குப்பைகள்... எப்படியோ இரகசியத்தைக் காப்பாற்றும் தன்மை; கேட்கும் சத்தம், குரல்கள், இப்போது வேறு யாருக்கும் தெரிந்துவிடக்கூடாது என்ற கட்டாயம் இருந்தது. அதற்கும் மேல், முன்பே எனக்கு விஷயம் தெரிந்துவிட்டாலும் தெரியாமல் ஆச்சரியப்படுவதுபோல நடிக்க வேண்டி யிருந்தது. உதாரணமாக அம்மா "ஏய் சலீம், நாம இன்னிக்கு ஆரே மில்க் காலனிக்கு பிக்னிக் போகிறோம்" என்று சொல்வாள். உள்குரலாக அது எனக்கு முன்னாலேயே தெரிந்திருந்தாலும், "ஓ ரொம்ப நல்லாருக்கும்மா!" என்று பதிலளிப்பேன். என்னுடைய பிறந்தநாளுக்கு யார் யார் என்ன பரிசுகளைத் தரப்போகிறார்கள் என்று பிரிப்பதற்கு முன்னாலேயே அவர்கள் மனத்திலிருந்து தெரிந்துகொண்டேன். புதையல் வேட்டை விளையாட்டு எனக்கு வீணாய்ப் போனது, ஏனென்றால் என் அப்பாவின் மனத்துக்குள் எங்கெங்கே பொருள்கள் ஒளித்து வைக்கப்பட்டிருந்தன, என்ன பரிசு என்ற பட்டியல் இருந்தது. இன்னும் கஷ்டமான விஷயங்கள் பல. உதாரணமாக என் அப்பாவை தரைத்தள அலுவலகத்தில் பார்க்கச் செல்வது கஷ்டம் - இதோ, அங்கே நுழையும்போதே என் மண்டைக்குள், கடவுளுக்குத்தான் தெரியும், என்ன என்ன குப்பைகள்! அவர் தன் பெண்செயலர்கள் பற்றி - ஆலிஸ் அல்லது ஃபெர்னாண்டா, அல்லது வேறொரு புதிய கோகோகோலாப் பெண். தன் மனத்திற்குள் அப்பா அவள் ஆடைகளை உரிக்க, என் மனத்திலும் அது தோன்ற - அவள் ஒரு பிரம்பு நாற்காலியில் முழு அம்மணமாக உட்கார்ந்திருப்பாள். அவள் எழுந்திருக்கும்போது அவள் பின்புறத்தில் பிரம்பு அடையாளங்கள் குறுக்கும் மறுக்குமாக - அதைத்தான் என் அப்பா நினைத்துக் கொண்டிருக்கிறார் இப்போது - இப்போது அவர் என்னைப் பார்ப்பது தமாஷாக இருக்கிறது - "என்ன விஷயம்

மகனே? உடம்பு ஏதாவது சரியில்லையா?" "இல்லை; நல்லாத்தான் இருக்கேம்பா", இப்போது போகவேண்டும் இங்கிருந்து போய் விடவேண்டும்; "வீட்டுப்பாடம் இருக்கிறது அப்பா", என் முகத்தில் ஏதேனும் அறிகுறி தோன்றுவதற்கு முன்னால் ஓடிவிடவேண்டும். (நான் அங்கே இருக்கும்போது என் நெற்றியில் திடீரென ஒரு பளிச்சிடல் தோன்றுகிறது என்று அப்பா சொன்னார்)... பாருங்கள், இதெல்லாம் எவ்வளவு கஷ்டம், என் மாமா ஹனீஃப் என்னை மல்யுத்தக்காட்சிக்கு அழைத்துச்செல்ல வருகிறார், ஹார்ன்பை வெல்லார்டில் வல்லபாய் விளையாட்டரங்கத்திற்கு நாங்கள் வருவதற்கு முன்னாலேயே எனக்குச் சோகமாக இருக்கிறது, தாராசிங், தாக்ரா பாபா முதலியவர்களின் ராட்சஸ கட் அவுட்டுகள் வைக்கப்பட்டிருக்கின்றன, எனக்குப் பிடித்தமான மாமாவின் வெடிச் சிரிப்பு - முன்னால் படகுக்காரன் டாயின் சிரிப்பாக அது இருந்தது - அவரின் சோகம் என் மனத்திற்குள் பாய்ந்துவிட்டது, அவருடைய ஜாலியான வெளி நடத்தைக்குப் பின்னால் ஒரு பல்லிபோல அது ஒளிந்திருக்கிறது... அவருடைய படங்கள் ஒன்றின் பின்னால் ஒன்றாகத் தோல்வி அடைந்தன. அவரது திரைப்பட வாழ்க்கை கேள்விக்குறியாகி, இனி தனக்குப் படமே கிடைக்காது என்ற சோகம். ஆனால் என் கண்களில் அந்தச் சோகம் வெளிப்பட்டுவிடக் கூடாது - அவர் என் சிந்தனைக்குள் வருகிறார் - "ஏய் பயில்வான், ஏய் குட்டிமல்யுத்தக்காரா, என்ன உன் முகம் தொங்கிப்போச்சு? மோசமான படத்தைவிட இழுவையா இருக்கே...உனக்கு என்ன வேணும்? சன்னா? பகோடா?" நான் தலையை மறுப்பாக ஆட்டுகிறேன். "ஒண்ணும் வேணாம் ஹனீஃப் மாமு", கொஞ்சம் தளர்ச்சி அடைகிறார், வேறுபக்கம் திரும்புகிறார், "ஓ, கமான் தாரா! உனக்காகத்தானே தாரா!" வீட்டில் என் தாய் தாழ்வாரத்தில் ஐஸ்கிரீம் தொட்டியருகே உட்கார்ந்திருக்கிறாள். நிஜமான வெளிப்புறக் குரலில் "எனக்கு நீ உதவிசெய்யக் கூடாதா மகனே! உனக்குப் பிடித்த பிஸ்தா ஐஸ்கிரீம்!" நான் கைப்பிடியைத் திருப்புகிறேன். ஆனால் அவள் உள்மனக்குரல் என் மண்டையில் மோதுகிறது; எண்ணங்களின் மூலைமுடுக்குகள் எல்லாவற்றையும் அன்றாட விஷயங்களால் நிரப்ப அவள் முயற்சி செய்வதைப் பார்க்கிறேன்; வவ்வால்மீன் விலை, வீட்டுவேலை செய்யவேண்டிய வேலைக்காரர்களின் முறை, மின்விசிறியை சரிசெய்ய எலெக்ட்ரீஷியனைக் கூப்பிட வேண்டும், தன் கணவனின் ஒவ்வொரு பகுதியாக நேசிக்க அவள் செய்யும் முயற்சி ...ஆனால் சொல்லக்கூடாத அந்த வார்த்தை எப்படியோ இடம் பிடித்துக் கொள்கிறது, அன்றைக்குக் குளியல்

அறையில் அவளிடமிருந்து கசிந்த இரண்டுஅசை வார்த்தை... நாதிர் நா திர் நா... ராங் நம்பர் அழைப்புகள் வரும்போது அவளால் தொலைபேசியை எடுக்காமல் இருக்கமுடியவில்லை, "என் தாயே! ஒரு பையன் வளர்ந்தவர்களின் சிந்தனைக்குள் வந்துவிடும்போது அவை முற்றிலுமாக அவனைக் குழப்பிவிடும்; இரவிலும்கூடத் தவறாமல்"...ஒவ்வொரு நாளும் நான் நள்ளிரவு அடிக்கும்போது மேரி பெரேராவின் கனவுகள் என் தலைக்குள் புகுந்து விழித்துக் கொள்கிறேன். என்னைத் தனிப்பட கவனிக்கும் நேரம் - அதுதான் பலவருஷங்களுக்கு முன்பு இறந்துபோன ஒருவனின் பிம்பம் அவளைத் துன்புறுத்தும் நேரமும்கூட - அவன் பெயர் டி கோஸ்டா என்று என் கனவு சொல்கிறது - என்னால் புரிந்துகொள்ளமுடியாத ஒரு குற்றவுணர்ச்சி அவள் மனத்தைச் சூழ்ந்திருக்கிறது. அவள் செய்த சட்னிகளை நாங்கள் சாப்பிடும்போதெல்லாம் குற்றவுணர்ச்சி எங்களையும் சூழ்ந்துகொள்கிறது. இங்கே ஒரு கள்ளம் இருக்கிறது, ஆனால் அந்த இரகசியம் அவளுடைய மேல்மனத்தில் இல்லா ததால் என்னால் கண்டுபிடிக்க முடியவில்லை. இடையில், ஜோசப் டி கோஸ்டா ஒவ்வொரு இரவும் அங்கு வருகிறான், ஒரு முறை விளக்குமாறாக, ஆனால் (அவள் கனவுகாண, நான் பார்த்துக் கொண்டிருக்க) அது அவன்தான் என்று எங்களுக்குத் தெரியும். சோகமான, சமாதானப் படுத்தஇயலாத, குற்றம்சாட்டும் தொனியில், அவனுடைய இந்தப் பிறவியின் மொழியினால் அவளை வைகிறான். ஓநாய் ஜோசப்பாக இருக்கும்போது அவளைப்பார்த்து ஊளையிடுகிறான், நத்தைஜோசப்பாக இருக்கும் போது அவளைத் தன் வழுவழுப்பான திரவக்கோடுகளால் மூடுகிறான், இந்தத் துடைப்ப அவதாரத்தில் அவன் தன் பெருக்குப்புறத்தினால் அடிக்கிறான்... காலையில் என்னைக் "குளி; ஆயத்தமாகு; பள்ளிக்குப் போகணும்" என்றெல்லாம் அவள் அதட்டும்போது என் மனத்திற்குள்ளிருக்கும் கேள்விகளை அடக்கிக்கொள்கிறேன். எனக்கு ஒன்பதுவயதுதானே ஆகிறது! ஆனால் இந்த வெப்பத்தில் ஆவியாகி மயங்கும் மற்றவர்களின் வாழ்க்கையின் குழப்பங்களில் அமிழ்கிறேன்.

மாறிப்போன எனது வாழ்க்கையின் ஆரம்ப நாட்களை முடிப்பதற்கு முன்னால் மனத்திற்கு வலிதருகின்ற ஓர் ஒப்புதலை அளிக்கவேண்டும். இந்தப் புதிய திறமையால் எனது பள்ளிப்படிப்பை மேம்படுத்தி அதனால் என் பெற்றோருக்கு என்மீது நல்ல அபிப்பிராயம் ஏற்படுத்தமுடியும் என்று நினைத்தேன். அதனால் வகுப்பில் கள்ளத் தனத்தைத் தொடங்கினேன். என்

ஆசிரியர்கள், புத்திசாலித்தனமான வகுப்புத் தோழர்கள் மனங்களின் குரல்களை எல்லாம் கேட்டு சரியான தகவல்களைப் பெற ஆரம்பித்தேன். தாங்களே சரியான விடைகளைத் தயார் செய்துகொள்ளாமல் பெரும்பாலான ஆசிரியர்களால் எங்களுக்கு ஒரு பரீட்சையையும் வைக்கமுடியவில்லை என்பதைப் புரிந்துகொண்டேன். எவரேனும் ஓர் ஆசிரியர் - தன் காதல் வாழ்க்கையிலோ, பொருளாதாரக் கஷ்டங்களிலோ - தன் அந்தரங்க வாழ்க்கைக்குள் அமிழ்ந்திருக்கும் அபூர்வமான சந்தர்ப்பங்களில், வயதுக்குமீறிய புத்திசாலித்தனமும், மேதைமையும் கொண்ட வகுப்புத் தோழன் மகா சைரஸின் மூளைக்குள்ளிருந்து விடைகளை எளிதில் கண்டுகொள்ளலாம் என்று தெரிந்துகொண்டேன். எனது மதிப்பெண்கள் வேகமாக அதிகரிக்கத்தொடங்கின, ஆனால் மிக அதிகமாக இல்லை. ஏனென்றால் காப்பியடித்ததை அவ்வாறே நான் தரவில்லை, எனது விடைகளை வித்தியாசமாக்கினேன். சைரஸிடமிருந்து ஒரு முழு ஆங்கிலக் கட்டுரையைக் காப்பியடித்தபோதும், சந்தேகத்தைத் தவிர்க்கப் பல தவறுகளை அதில் புகுத்தினேன். ஆசிரியர்கள் சந்தேகப்பட்டார்கள், என்றாலும் கண்டுபிடிக்கமுடியவில்லை. எமில் ஜகாலோவின் கோபமான, வினவும் கண்களின்கீழ் நான் அப்பாவிபோல நடித்தேன். ஆங்கில ஆசிரியரான திரு. டாண்டனின் குழம்பிய, தலையாட்டும் சந்தேகத்தை அமைதியாகஇருந்தே ஏமாற்றினேன். தப்பித்தவறி உண்மையைச் சொல்லிவிட்டாலும், அவர்கள் நம்பமாட்டார்கள் என்பது எனக்குத் தெரியும்.

சுருக்கமாகச் சொல்கிறேன்: நமது இளம் தேச வரலாற்றில் ஒரு முக்கியமான கட்டத்தில், ஐந்தாண்டுத்திட்டங்கள் போடப்பட்ட, தேர்தல்கள் வரவிருந்த காலத்தில், மொழிப்போராளிகள் பம்பாய்க்காகச் சண்டைபோட்டுக்கொண்டிருந்த நேரத்தில் சலீம் சினாய் என்ற பெயர்கொண்ட ஒன்பதுவயதுப் பையனுக்கு அதிசயமான ஒரு திறமை கிடைத்தது. தனது ஏழைநாட்டில், வளர்ச்சியடையாத நாட்டில் பலவிதமான பயன்பாடுகளுக்குத் தன் திறமையை அவன் பயன்படுத்தியிருக்கக்கூடும்; என்றாலும், அவன் அதை ஒளித்துவைக்கவே முயற்சிசெய்தான். ஒளிந்து பார்ப்பதிலிலும், சிறிய ஏமாற்று வேலைகளிலும் அதைப் பயனில்லாமல் வீணாக்கினான். இந்த நடத்தை - ஒரு சரித்திர நாயகனுக்கேற்ற நடத்தை அல்ல - அவன் மனத்தில் ஏற்பட்ட ஒரு குழப்பத்தின் நேரடி விளைவு. அந்தக்குழப்பம் ஒழுக்கத்துடன் இந்தத் திறமையைச் சம்பந்தப்படுத்தியது. சரியாக எதையும் செய்யவேண்டும் என்ற ஆவல், பிரபலமாவது, சரியானவற்றைச்

செய்யவேண்டும் என்ற சந்தேகத்துக்கிடமான பேராசை இவற்றிற்கிடையில் அகப்பட்டுத் திண்டாடினான். தன் மாற்றத்தை அவன் பெற்றோர்களின் வசவுக்கஞ்சிச் சொல்ல முடியவில்லை. பெற்றோர்களின் பாராட்டுக்காக, பள்ளிக்கூடத்தில் அதைத் தவறாகப் பயன்படுத்தினான். அவனுடைய சிறியவயதை வைத்துப் பார்த்தால் இந்தத் தவறுகளை ஓரளவு மன்னிக்கலாம். ஆனால் ஒருபகுதிதான். அவனுடைய வாழ்க்கை முழுவதும் குழப்பமான சிந்தனை கெடுக்க இருந்தது.

நான் விரும்பினால் சுயமதிப்பீடு செய்வதில் மிகவும் கண்டிப்பாக இருப்பேன்.

ப்ரீச்கேண்டி கிண்டர்கார்ட்டன் பள்ளியின் தட்டையான கூரை - உங்களுக்கு நினைவு இருக்கலாம் - பக்கிங்காம் வில்லாவின் தோட்டத்தின் எல்லைச் சுவரிலிருந்து அதற்குத் தாவிவிடலாம் - அது தனது வேலையைச் செய்யமுடியவில்லை. அந்தஆண்டு குளிர்காலம் போதியஅளவு குளிர் இல்லாததால் சன்னி இப்ராகிம், ஐஸ் லைஸ், ஹேராயில் ஆகியோரும் நானும் கபடி, ஃபிரெஞ்சு கிரிக்கெட் விளையாடினோம். அவ்வப்போது மகா சைரஸூம் அதில் பங்கேற்றான். சில அக்கம்பக்க விளையாட்டுத் தோழர்களும் கலந்துகொண்டனர். குண்டு பெர்சி ஃபிஷ்வாலா, கிளாண்டி கீத் கொலாகோ. ஹோமியின் வீட்டுமாடியிலிருந்து டாக்ஸி கேட்ராக்கின் ஆயா பை - அப்பா கூச்சலிடுவாள்; “ராஸ்கல்கள்! உதவாக்கரைகள்! உங்க கூச்சலை அடக்குங்க!” ...அப்போது நாங்கள் எல்லாம் ஓடிவிடுவோம், அவள் எங்கள் பார்வையிலிருந்து மறைந்தவுடன் திரும்பிவருவோம்; அவள் ஜன்னலை நோக்கி அழகுகாண்பிப்போம். உயரமாக, நீலமாக, படலமாக, எங்கள் வாழ்க்கையை மேற்பார்வை செய்து கொண்டு, கொஞ்சகாலமாக, காலத்தைக் குறித்துக்கொண்டு, நாங்கள் நீண்ட கால் சட்டை அணியப்போவதை எதிர்நோக்கிக்கொண்டு, ஒருவேளை எவீ பர்ன்ஸின் வருகையை எதிர்நோக்கிக்கொண்டு, நின்றது எது? உங்களுக்குக் குறிப்பு தேவைப் படலாம்: எது ஒருகாலத்தில் குண்டுகளை மறைத்துவைத்தது? எதில் ஜோசப் டி கோஸ்டா பாம்புக்கடியால் இறந்துபோனான்?

சலவைப்பெட்டி இருக்கும்பக்கம் போகாமல் தடுக்கப்பட்டேன்; அதனால் முடிந்தபோதெல்லாம் உடைந்த மணிக்கூண்டிற்குள் போவதை வழக்கப்படுத்திக் கொண்டேன். சிலசமயம், வெப்பத்தினாலோ நல்வாய்ப்பாலோ ஒளிந்துபார்க்கும் கண்கள் அற்ற நேரத்தில், நாடகஅரங்கில் இருப்பேன். அகமதுவும் ஆமினாவும் விலிங்டன் கிளப்புக்கு கனாஸ்டா மாலைப்போதுகளில்

செல்லும்போது; பித்தளைக் குரங்கு இல்லாத சமயத்தில்; அவள் புதிதாகச் சேர்த்துக்கொண்ட தோழிகளைத் தேடி; பெண்கள் நீந்துவதற்கும் நீரில் பாய்வதற்குமான வால்சிங்காம் பள்ளிக்குச் சென்ற போது... அதாவது, சந்தர்ப்பம் கிடைத்தபோது, நான் என் புதிய மறைவிடங்களுக்குச் செல்வேன். வேலைக்காரர்கள் குடியிருப்பிலிருந்து திருடிவந்த கோரைப்பாயைப் போட்டு, படுத்து, கண்களை மூடி, புதிதாகத் திறந்த என் உள்காதை (எல்லோருடைய காதுகளும்போலவே அதுவும் மூக்குடன் இணைந்ததுதான்) நகரத்தைச் சுற்றி மேயவிட்டேன். பிறகு ரொம்பதூரம்... வடக்கிலும் தெற்கிலும், கிழக்கிலும் மேற்கிலும், மனம் போனபோக்கில் எதையும் கேட்டவாறு. தெரிந்தவர்களை ஒட்டுக்கேட்கும் நிர்ப்பந் தத்திலிருந்து தப்பிக்கவேண்டி, புதியவர்கள்மீது என் திறமையைப் பயன்படுத்தினேன். இவ்வாறாக, இந்தியாவின் பொதுவிஷயங்களில் கேவலமான காரணங்களால்தான் நான் புகநேர்ந்தது. நெருக்கத்தினால் மனம் சோர்ந்து, எங்கள் குடியிருப்புக்கு வெளியி லிருந்த உலகத்தினை இலேசான ஆறுதலுக்காகச் சுற்றிவந்தேன்.

உடைந்துபோன மணிக்கூண்டிலிருந்து சுற்றிப்பார்த்த உலகம் இனி; முதலில், நான் வெறும் பார்வையாளனாக இருந்தேன். வேடிக்கைப் பெட்டியின் துளையில் கண்ணை வைத்துப் பார்க்கும் குழந்தையைப்போல! பருமனைக் குறைப்பதற்காக ஓடுகின்ற ஒரு வெள்ளைக்காரியின் கண்வழியாக முதன்முதலில் தாஜ்மகாலை நான் பார்த்தபோது பறைகள் பாதிக்கப்பட்ட இடதுகாதில் டமடம என்று ஒலித்தன. அதற்குப் பிறகு? வடக்கு மட்டும் என்ன, தெற்கையும் பார்க்கவேண்டும் என்ற ஆவலில், மதுரை மீனாட்சியம்மன் கோயிலுக்குப்போய், மந்திரம் சொல்லும் புரோகிதன் ஒருவனின் இரகசியப்பார்வைக்குள் அகப்பட்டுக்கொண்டேன். ஓர் ஆட்டோ ஓட்டுநனாக மாறி, பெட்ரோல்விலை உயர்வுக்கும் எனக்குக் கிடைக்கும் வாடகைக்கும் உள்ள இடைவெளியைப் பற்றிக் கவலைப்பட்டுக்கொண்டே தில்லி கனாட்பிளேஸைச் சுற்றிவந்தேன். கல்கத்தாவில் ஒரு பெரிய சிமெண்டுகுழாய்க்குள் உறங்கினேன். சுற்றிப் பார்ப்பதில் முழுமையாக ஈடுபட்டு, நேராகக் குமரி முனைக்குச் சென்று ஒரு மீனவப் பெண் ஆனேன். சேலை இறுக்கமாக இருந்த அளவுக்கு அவளுடைய ஒழுக்கமும் தளர்வாக இருந்தது... மூன்று கடல்களும் கலக்கும் இடத்தில் சிவந்த மணலின்மீது திராவிட இனத்துக் கடலோடிகளுடன் எனக்குப் புரியாத ஒரு பாஷையில் காதல் விளையாட்டுப் புரிந்தேன். பிறகு இமயமலைக்குச் சென்றேன். நியாண்டர்தால்காலப் பாசிபிடித்த

ஒரு கூஜர் இனத்துக் குடிசைக்குள், பனிபடர்ந்த சரளைக் கற்களின்கீழ், கோலாஹோய் பனிப்பாளத்தின் அருகே முழுவட்ட வடிவிலான வானவில்லின் பெருஞ்சிறப்பில் மகிழ்ச்சிகொண்டேன். ஜய்சால்மீரின் கோட்டையில் கண்ணாடிச் சில்லுகளை வைத்துத் தைக்கும் ஒரு பெண்ணின் அந்தரங்க வாழ்க்கையில் புகுந்தேன். கஜுராஹோவில், திடலுக்கு மத்தியில் நின்றிருந்த சந்தேலர்களின் கோயிலில் காணப்பட்ட தாந்திரிக காமக்களியாட்டச் சிற்பங்களால் சங்கடமுற்ற, ஆனால் அவற்றிலிருந்து கண்களை எடுக்கவியலாத ஒரு பதின்வயது கிராமத்துப் பையன் ஆனேன்... ஊர்சுற்றுவதில் கிடைக்கும் அயல் பண்பாட்டுக் கிளர்ச்சி எளிமைகளில், சிறு அளவு மன அமைதியைப் பெற்றேன். ஆனால் கடைசியில், மனப்பயணங்கள் திருப்தி அளிக்காதவையாகி விட்டன. விநோதங்களை அறியும் ஆவல் தொல்லைதருவதாகிவிட்டது. "சரி, நம்மைச் சுற்றி என்ன நடக்கிறதென்று பார்ப்போம்" என்று எனக்குள் சொல்லிக் கொண்டேன்.

அனைத்தையும் ஏற்றுக்கொள்ளும் ஒன்பதுவயதுப்பையனின் உற்சாகத்தோடு, சினிமாநட்சத்திரங்கள், கிரிக்கெட்வீரர்களின் மனத்திற்குள் புகுந்தேன். நடனமிடும் வைஜயந்திமாலாவைப் பற்றி ஃபிலிம்ஃபேர் பத்திரிகையில்வந்த வம்பளப்புகளின் பின்னணியை அறிந்தேன். பாலி உம்ரிகரோடு ப்ராபூன் ஸ்டேடியத்தின் கிரிக்கெட் களத்தில் இருந்தேன். பின்னணிப்பாடகி லதா மங்கேஷ்கர் ஆனேன். அரசு அலுவலர் குடியிருப்பருகிலிருந்த நாடகஅரங்கில் கோமாளி பூபூவாக மாறினேன்... கடைசியாக, வேறுவழியின்றி மனம் அலைகின்ற தாறுமாறான தாவல்களில், அரசியலைக் கண்டு பிடித்தேன்.

ஒருசமயம், உத்தரப்பிரதேசத்தில் பானை வயிறு பைஜாமா நாடாவில் உருளுகின்ற ஒரு பெரிய பண்ணையாராக மாறி, உபரியாக இருந்த தானியக் களஞ்சியத்துக்குத் தீ வைக்குமாறு எனது கூலிஅடிமைகளுக்குக் கட்டளையிட்டேன்... அடுத்தகணம், ஒரிஸாவில் பசியால் வாடுபவனாக இருந்தேன் - அங்கே வழக்கமாகவே பஞ்சம் தான்; நான் இரண்டுமாதக் குழந்தை, என் அம்மாவிடம் முலைப்பாலில்லை. பிறகு கொஞ்ச நேரம், ஒரு காங்கிரஸ்கட்சித் தொண்டனாக இருந்து, காந்தியும் நேருவும் இருந்த கட்சிக்காகத் தேர்தலில் வேலைசெய்யுமாறு ஒரு பள்ளிக்கூட வாத்தியாருக்கு லஞ்சம் கொடுத்தேன்; பிறகு கேரள விவசாயியாக மாறி, பொதுவுடைமைக் கட்சிக்கு வாக்களிக்க முடிவு செய்தேன். எனது தைரியம் இன்னும் முற்றியது: ஒரு பிற்பகல் நேரத்தில்

எங்கள் மாகாண முதல் அமைச்சர் (அப்போது மொரார்ஜி தேசாய் - மொ.பெ.) மனத்தின்மீது படையெடுத்தேன். அங்குதான், இருபது வருஷம் கழித்து தேசியத் தமாஷாக மாறிய செய்தியை - மொரார்ஜி தேசாய் தனது 'சொந்தநீரை' தினசரி உட்கொண்ட விஷயத்தைக் கண்டுபிடித்தேன். நுரைபொங்கிய சிறுநீரை ஒரு டம்ளர் களகளவென்ற ஒலியோடு விழுங்கியபோது அவராக இருந்தேன். கடைசியாக எனது உச்சகட்டத்திற்குச் சென்றேன்... இந்தியாவின் பிரதமரும், எனது சட்டமிட்ட கடிதங்களின் ஆசிரியருமான ஜவஹர்லால் நேரு ஆனேன். ஒழுங்கற்ற தாடிகொண்ட, ஜோசியர்கள் அவரைச்சுற்றி வாய்பிளந்து உட்கார்ந்திருந்தனர். கிரகங்களின் விண்வெளி அசைவுகளுக்கேற்ப ஐந்தாண்டுத் திட்டங்களை மாற்றும் செயலில் அவர் ஈடுபட்டிருந்தார்... ஒரு முரட்டு மனிதரின் உயர்ந்த வாழ்க்கை! "என்னைப் பாருங்கள்!" என்று வெற்றிப் பெருமிதத்தில் மௌனமாகத் திளைத்தேன். "எங்கு நினைத்தாலும் என்னால் போக முடியும்!"

ஒருகாலத்தில் ஜோசப் டி கோஸ்டா வெறுப்பினால் வெடி மருந்துக் கருவிகளை ஒளித்துவைத்திருந்த கடிகாரக் கூண்டில் (தேவையான டிக்டாக் ஒலிப் பின்னணியோடு) எனக்குள் இந்த வாக்கியம் தோன்றியது: "பம்பாயின் கல்லறை நான்தான்... நான் வெடிப்பதைப் பாருங்கள்!"

எப்படியோ ஓர் உலகத்தை உருவாக்கிக்கொண்டிருக்கிறேன் என்ற உணர்ச்சி எனக்குள் தோன்றிவிட்டது; நான் தாவிச்சென்ற மனிதர்களின் சிந்தனைகள் எனக்குள் இருந்தன; நான் உட்புகுந்த மனங்கள் அந்த மனிதர்களை ஆட்டிவைத்தன. அவை, சமகாலப் பொது விஷயங்களின், கலைகளின், விளையாட்டுகளின் செய்திகளாக மாறி ஒரு முதல் தரமான வானொலி நிலையம் எனக்குள் ஊற்றெடுத்தது. நான்தான் அந்தச் சம்பவங்களை எப்படியோ நிகழச்செய்தேன்...

அதாவது, வேறுவகையாகச் சொன்னால், ஒரு கலைஞனின் மாயைக்குள் நான் சிக்கிக்கொண்டேன். இந்த நாட்டின் எண்ணற்ற யதார்த்தங்களை இன்னும் சீரமைக்கப் படாத, கலை வெளிப்பாட்டில் எனது திறமையைக் காட்டக்கூடிய கச்சாப்பொருள்கள் என்று கருதினேன்.

"எந்த விஷயத்தையும் என்னால் கண்டறிய முடியும்" என்று வெற்றிப்பெருமிதம் கொண்டேன், "என்னால் தெரிந்துகொள்ளமுடியாத பொருள் இல்லை!"

இன்று, இழந்துபோன, கடந்தகாலத்தின் பின்னறிவோடு பார்க்கும்போது அந்தச் சமயத்தில் என்னிடமிருந்த பெருமித உயர்ச்சி ஒரு அனிச்சைச்செயல், சுயபாதுகாப்பில் விளைந்த ஒரு தன்னுணர்வு என்று சொல்வேன். வெள்ளமென மனத்துக்குள் வந்த கோடிக்கணக்கான மனங்களைக் கட்டுப்படுத்தும் திறமை என்னிடம் இருக்கிறது என்று நான் நம்பாதிருந்தால், அவை என் ஆளுமையை அழித்துவிட்டிருக்கும்... ஆனால் அந்த மணிக்கூண்டில், என் மகிழ்ச்சியின் முரட்டுத்தனத்தில், நான் பழங்கால நிலாத் தெய்வமான "தீமை" என்பதாக மாறிவிட்டேன். (இது இந்திய தெய்வமில்லை; பழைய ஹாத்ராமூத்திலிருந்து இதை இறக்குமதி செய்திருக்கிறேன்; அது தூரத்திலிருந்தே உலகத்தின் அலைகளில் மாற்றம் ஏற்படுத்திவிடுமாம்!)

ஆனாலும், மெத்வோல்டு எஸ்டேட்டுக்குள் முதன்முதலாகச் சாவு நுழைந்த போது, என்னை ஆச்சரியத்தில் அமிழ்த்தித்தான் விட்டது.

தனது சொத்துகளை உறையச்செய்த விஷயம் பல ஆண்டுகளுக்கு முன்னால் நிகழ்ந்தது என்றாலும், அகமது சினாயின் இடுப்புக்குக் கீழிருந்தபகுதி பனிக்கட்டிபோலவே இன்னும் உறைந்திருந்தது. அந்த நாள் முதலாக அவர், "அந்தத் தேவடியா மகன்கள் என் கொட்டைகளை உறைபனிநீர் வாளியில் அமிழ்த்திவிட்டார்கள்!" என்று கத்திக்கொண்டிருந்தார். ஆமினா அவற்றைத் தன் கையில் எடுத்துத்தடவி வெப்பம் ஊட்ட முயற்சிசெய்தாள். அவள் கைகள் உறைபனியில் ஒட்டிக்கொண்டன. அதனால் பனிப்பாறைக்குள் சிக்கிய மயிர்யானைபோல (அப்படி ஒன்றை 1956இல் ரஷ்யாவில் கண்டுபிடித்தார்கள்) அவர் பாலியல் வாழ்க்கையும் உறைந்துபோயிற்று. குழந்தைகளுக்காகவே திருமணம் செய்துகொண்ட என் அம்மா ஆமினா, தன் கருவறைக்குள் இன்னும் உற்பத்திசெய்யப்படாத உயிர்கள் காத்திருப்பதாக நினைத்து, தனக்குக் கால்ஆணி போன்ற குறைகள் இருப்பதால் தான் அவருக்குக் கவர்ச்சியின்றிப் போனதாகப் பழிசுமத்திக்கொண்டாள். அவள் தனது கஷ்டத்தை மேரி பெரேராவிடம் பகிர்ந்துகொண்டாள்; ஆனால் அந்த ஆயா, "ஆண்களிடமிருந்து மகிழ்ச்சியைப் பெற வழியில்லை" என்று சொல்லிவிட்டாள். ஆக, பேச்சின்மேல், அவர்கள் ஊறுகாய் போல ஒட்டிக்கொண்டனர். ஆமினா தனது ஏமாற்றங்களை காரமும் புளிப்புமான சட்னியாக ஆக்கித்தர, அது சாப்பிடுபவர்களின் கண்களில் நீரை வரவழைக்கத் தவறியதில்லை.

அகமது சினாயின் அலுவலகப் பொழுதுகள், நிர்வாணமாகக் குறிப்பெடுக்கும் பெண் செயலர்களின் கற்பனையிலும், அவருடைய ஃபெர்னாண்டாக்கள், பாப்பிகள் தங்கள் பிறந்தநாள் உடையில், புட்டங்களில் பிரம்பு அடையாளங்களுடன் அறையில் சுற்றிவரும் காட்சிகளிலும் நிறைந்திருந்தபோதிலும், அவருடைய உறுப்பு மட்டும் எழுந்திருக்க மறுத்துவிட்டது. ஒருநாள், நிஜமான ஃபெர்னாண்டோவோ, பாப்பியோ வீட்டுக்குப்போன பிறகு, அவர் டாக்டர் நர்லீகருடன் சதுரங்கம் விளையாடிக் கொண்டிருந்த போது, "ஜின்"களின் ஆதிக்கத்தினால் அவருடைய நாக்கு (விளையாட்டைப்போலவே) தளர்ச்சி பெற்று, குழப்பமாக, தன் அந்தரங்கத்தை அவரிடம் பகிர்ந்து கொண்டார்: "நர்லீகர், …'அந்த' விஷயத்தில் எனக்கு ஆர்வம் போய்விட்டதுபோல் தோன்றுகிறது."

புகழ்பெற்ற பெண்கள்மருத்துவர் நர்லீகர், பிறர் அறியாத ஒரு குடும்பக்கட்டுப்பாட்டுப் பைத்தியம். ஒரு மகிழ்ச்சிக்கீற்று அவரிடம் ஒளிவீசியது. "சபாஷ்!" எனப் பாராட்டியவாறு இருட்டிலிருந்து ஒளிக்குத் தாவி, பின்வரும் சொற்பொழிவை நிகழ்த்தலானார்: "அகமது சினாய் தோழரே, ரொம்ப நல்ல விஷயம்! நீங்களும், ஏன், என்னையும் சேர்த்துத்தான், நாம், மிகவும் அபூர்வமான ஆன்மிகவாதிகள்! மாமிச இச்சையின் மூச்சுவாங்கும் அவமானங்கள் நமக்கு இல்லை - சந்ததி உருவாக்குவதிலிருந்து நீங்குவது எவ்வளவு அற்புதமான செய்தி! நமது நாட்டைப் பிச்சைக்கார தேசமாக்குகின்ற கோடானுகோடிப்பேர்களோடு இன்னொரு ஆளைச் சேர்க்காமல்விடுவது எவ்வளவு நல்லது! அதற்குபதிலாக அவர்கள் நிற்கவேனும் கொஞ்சம் இடம் உருவாக்கித்தருவதில் நமது ஆற்றல்களைச் செலவிடவேண்டும். உங்களுக்குச் சொல்கிறேன் தோழரே, நீங்களும் நானும், நமது நாலுகாலிகளும்: இந்தக் கடலிலிருந்தே நிலத்தை மீட்டெடுப்போம்!" இந்தச் சொற்பொழிவைப் புனிதப்படுத்த, அகமது சினாய் இன்னும் மதுவை ஊற்றினார். என் தந்தையும் டாக்டர் நர்லீகரும் தங்கள் கனவு நாலுகாலிகள் திட்டம் நலம்பெற வாழ்த்தி மது அருந்தினார்கள்.

"நிலம், வேண்டும்! காதல், வேண்டாம்!" என்று ஆடியவாறு டாக்டர் நர்லீகர் சொன்னார்; அவர் கிண்ணத்தில் இன்னும் கொஞ்சம் மதுவைத் தந்தை ஊற்றினார்.

*1956*இன் இறுதிநாட்களில், பல்லாயிரக் கணக்கான பெரிய கான்கிரீட் நாலு காலிகளைக் கொண்டு கடலை நிலமாக மீட்கும் முயற்சி - என் தந்தையின் உறைவுக்குக் காரணமான முயற்சி - நாலுகாலிகள் திட்டம். இப்போது, தன் உறைந்துபோன பாலியல்

வாழ்க்கைக்குப் பின்விளைவாக அதற்கு ஈடாகவந்த முயற்சி இது - நிறைவேற்றம் அடைவதுபோலத் தோன்றியது. இந்தமுறை, அகமது சினாய் தன் பணத்தை எச்சரிக்கையாகவே செலவுசெய்தார். இந்தமுறை, அவர் பின்னணியிலேயே இருந்தார். அவர் பெயர் எந்த ஆவணத்திலும் இடம்பெறவில்லை. உறைதலின் பாடத்தைப் பெற்றிருந்ததால், முடிந்தஅளவு பிறர் கவனத்தை ஈர்க்காமல் இருக்கத் தீர்மானித்தார். ஆகவே, நாலுகாலிகள் திட்டத்தில் என் தந்தையின் முதலீடுகளைப் பற்றிய பதிவுக் குறிப்புகள் எதுவும் வைக்காமலே டாக்டர் நர்லீகர் செத்துப்போனபோது, அகமது சினாய் (இடர்ப்பாடுகள் வந்தால் மோசமாக நடக்கின்ற அவர் விஷயம் நமக்குத் தெரிந்தது தானே) பாம்புபோலத் தன்னை நீள விழுங்குகின்ற ஒரு வீழ்ச்சியின் வயப்பட்டார். தன்காலத்தின் இறுதிப்பகுதிவரை அதிலிருந்து மீளமுடியாமல் தவித்து, கடைசியாகத் தன் மனைவியை நேசிக்கத் தொடங்கினார்.

மெத்வோல்டு எஸ்டேட்டுக்கு வந்துசேர்ந்த செய்தி இதுதான்: மெரீன் டிரைவ் அருகில் தன் நண்பர்களைப் பார்க்கச் சென்றிருந்தாராம் டாக்டர் நர்லீகர். வேலை முடிந்தபிறகு, சவுபாத்திக் கடற்கரையில் காலாற நடந்து, கொஞ்சம் பேல்பூரி சாப் பிட்டுவிட்டு இளநீர் குடிக்கலாம் என்று போனாராம். கடற்கரைச்சுவர் அருகில் நடைபாதையில் சுறுசுறுப்பாக நடந்துசென்றபோது, ஒரு நீண்ட மொழிப்போராட்ட ஊர்வலத்தைத் தாண்டினார். தங்கள் முழக்கங்களை எழுப்பியவாறு மெதுவாக ஊர்ந்துகொண்டிருந்தார்கள் அவர்கள். நகராட்சிக்காரரர்களின் அனுமதியோடு, தன் திட்டத்தை விளக்கும் குறியீடாக, எதிர்காலத்துக்கான வழியைக் காட்டும் ஒருவகையான பிம்பமாக, கடற்கரைச்சுவர்மீது ஒரேஒரு நாலுகாலியை வைத்திருந்த இடத்தை அடைந்தார் அவர். அங்கே அவர் தனது புத்திசுவாதீனத்தை இழக்கின்றமாதிரியான ஒரு காட்சியைக் கண்டார். நாலுகாலியைச் சுற்றி பிச்சைக்காரப் பெண்கள் கும்பல் ஒன்று திரண்டிருந்தது. அவர்கள் பூஜை செய்துகொண்டிருந்தார்கள். நாலுகாலியின்கீழ் அகல்விளக்குகளை ஏற்றி, அதன் மேல்நோக்கி உயர்த்திய முனையின்மீது ஓம் என்று எழுதியிருந்தது. அவர்களின் பூஜையில் அந்தத் தொழில்நுட்ப அடையாளம், சிவலிங்கமாக மாறிவிட்டது. அதைச்சுற்றி மந்திரம் ஜெபித்து, அபிஷேகம் செய்துகொண்டிருந்தார்கள். இனப்பெருக்கத்திற்கு எதிரியான நர்லீகர் இந்தக் காட்சியைப் பார்த்துக் கொதித்துப்போனார். முன்னேற்றத்திற்கு எதிரான, இருண்ட, பழைய இந்தியாவின் இனப்பெருக்கச் சக்திகள்

எல்லாம் இருபதாம் நூற்றாண்டின் மலட்டுக் கான்கிரீட் அழகின் மீது கட்டவிழ்த்துவிடப்பட்டதாகவே அவருக்குத் தோன்றியது. கண்களில் கனல்பறக்க, வேகமாக ஓடிப்போய் வழிபாடு நிகழ்த்திய பெண்களைத் திட்டினார்; அகல்விளக்குகளைக் காலால் உதைத்துத் தள்ளினார்; அங்கிருந்த பெண்களைப் பிடித்துத் தள்ளியதாகக் கூடச் சொல்லப்படுகிறது.

அப்போது மொழிப்போராட்ட ஊர்வலத்தினர் அவரைப் பார்த்துவிட்டார்கள்.

மொழிப்போராளிகள் காதில் அவரது வசவுகள் விழுந்தன; அவர்கள் கால்கள் நின்றன; அவர்கள் குரல்கள் கண்டனத்தில் முழங்கின. வஞ்சின உரைகள் எழுந்தன; கைமுட்டிகள் உயர்ந்தன; அதனால் அந்த 'நல்ல' டாக்டர், கோபத்தில் எச்சரிக்கைகளைக் காற்றில் பறக்கவிட்டு, மொழிப்போராளிகளின் நோக்கத்தையும், அந்தப் போராட்டத்தின் வளர்ச்சியையும், அதன் சகோதர இயக்கங்களையும் அவதூறாகப் பேசி, கூட்டத்தை எதிர்க்கலானார். கூட்டத்தினர் பேசமுடியாமல் கொதிக்கும் அந்தப் பெண்கள்மருத்துவரிடம் வந்தனர். அவர் அழுகின்ற பெண்களுக்கும் நாலுகாலிக்கும் இடையில் நின்றுகொண்டிருந்தார். அமைதியாகக் கூட்டத்தினரின் கைகள் டாக்டரை நோக்கி நீண்டன; அவர் நாலுகாலியை கெட்டியாகப் பிடித்துக்கொண்டிருக்க, கூட்டத் தினர் தங்களிடம் அவரை இழுத்தனர். மக்கள்திரள் சக்தி கான்கிரீட் எடையை வெற்றி கொண்டது. பேய்த்தனமான அமைதியில் சிக்கியிருந்த அந்த மாலைப்போதில், நீரில் அமிழ்ந்து, நிலத்தை மீட்கவேண்டிய அரும்பெரும் பணிக்கென முதன்முதலாக அவதாரம் எடுத்த அந்த நாலுகாலி, ஆடத்தொடங்கியது. வாய் ஆவெனக் குரலின்றிப் பிளக்க, டாக்டர் சுரேஷ் நர்லீகர், ஒரு சுடர்விடும் நத்தையைப் போல அதை கெட்டியாகப் பிடித்தவாறே இருந்தார். அவரும் நாலுகாலியும் சேர்ந்து கடலில் விழுந்தனர். சிதறிய அலைகளின் ஓசை அமைதியைக் கலைத்தது.

தனது நேசத்திற்குரிய கான்கிரீட்பொருளினால் நசுக்கப்பட்டு நீரில் உடல் அழுந்தி டாக்டர் நர்லீகர் இறந்துபோனாலும் சடலத்தைக் கண்டுபிடிப்பதில் பெரிய சிரமம் எதுவும் எழவில்லை, காரணம்: இறந்தபிறகும் அந்த உடல் நீரினூடாகத் தீயைப் போலக் கோபவெஞ்சினக் கனல்வீசியவாறே இருந்ததாம்.

"ஏய் என்ன நடக்குது இங்கே?" "என்னப்பா விஷயம்?" சிறுவர்கள், நான் உள்பட, எஸ்கோரியல் வில்லாத் தோட்டத்தின் குத்துச்செடி வேலிப்பக்கம் திரண்டனர். எஸ்கோரியல்

வில்லாவில்தான் நர்லீகரின் பிரம்மச்சாரி இருக்கை இருந்தது. லீலா சாபர்மதியின் வேலைக்காரன் ஒருவன், முகத்தில் கம்பீர இறுக்கத்தை வருவித்துக் கொண்டு, "பட்டுத்துணியால் சுற்றி, அவர் சவத்தைக் கொண்டு வந்திருக்கிறார்கள்" என்றான்.

அவருடைய கடினமான ஒற்றைப் படுக்கையில் குங்குமப்பூநிற மாலைகளால் அலங்கரிக்கப்பட்டுக் கிடந்த நர்லீகரின் பிணத்தைப் பார்க்க நான் அனுமதிக்கப்பட வில்லை. ஆனால் அதைப்பற்றி வந்த செய்திகள் எனக்குத் தெரியவே செய்தன. பெரும்பாலும் எஸ்டேட் வேலைக்காரர்களிடமிருந்து; அவர்கள் இயல்பாக சாவைப் பற்றிய செய்திகளை வெளிப்படையாகப் பகிர்ந்துகொண்டார்கள். வாழ்வைப்பற்றிப் பேசுவது இல்லை, வாழ்க்கையில் எதுவும் சாதாரணம்தானே?

அவரது உடல், கடல்நீரை அதிகமாகக் குடித்திருந்ததால் நீரின் இயல்பையே பெற்றுவிட்டது அது என்றான் அவருடைய சொந்த வேலைக்காரன். அதுவும் ஒரு திரவப் பொருளாகிவிட்டது, தன்மீதுபடும் ஒளிக்கேற்ப மகிழ்ச்சியாகவோ, சோகமாகவோ, எதுவுமற்ற வெற்றுமுகமாகவோ அது தெரிந்ததாம்.

ஹோமி கேட்ராக்கின் தோட்டக்காரன் சொன்னான்: "பிணத்தை ரொம்ப நேரம் பாக்கக்கூடாது. இல்லன்னா, அந்தச் சாவுல கொஞ்சம் உனக்குள்ள வந்திடும், அப்புறம் பலன்கள் வேறமாதிரி ஆயிடும்."

"வேறமாதிரின்னா? என்ன பலன்? என்ன நடக்கும்? எப்படி?" என்று நாங்கள் கேட்டோம். பலவருஷங்களாக பக்கிங்காம்வில்லாவின் தோட்டத்துக்குழாயடியிலேயே தங்கியிருந்து, முதன்முறையாக அதைவிட்டு வெளியேவந்த சாது புருஷோத்தம் சொன்னான்: "சாவு, வாழ்பவர்கள் தங்களைத் தெளிவாக நோக்கிக்கொள்ள வழிசெய்கிறது. அதன் முன்னிலையில் இருந்தபிறகு, அவர்கள் மிதமிஞ்சிப்போய்விடுகிறார்கள்." இந்த அசாதாரணமான கூற்று, உண்மையில், பின்னால் உறுதிப்பட்டது. டாக்ஸி கேட்ராக்கின் செவிலி பைஅப்பாதான் உடலைச் சுத்தம் செய்ய உதவியவள். அவள் மேலும் கூச்சலிடுபவளாகவும், வாய்த்துடுக்கு கொண்டவளாகவும், பயங்கரமானவளாகவும் மாறினாள். பார்வைக்கு வைக்கப்பட்டிருந்த டாக்டர் நர்லீகரின் சவத்தைப் பார்த்தவர்கள் யாவரும் பாதிக்கப்பட்டார்கள்; நுஸ்ஸி இப்ராகிம் மேலும் மடத்தனமாகவும் வாத்துப்போலவும் ஆனாள். நர்லீகரின் அறைக்கு நேர்மேல் வசித்த லீலா சாபர்மதி சவத்தை இருக்கச்செய்ய இடம் ஒதுக்கி உதவிசெய்தவள். அவளுக்குள் ஏற்கெனவே இருந்த தாறுமாறான தன்மை அதிகரித்து, ஒரு

தனிப்பாதையில் செல்லத்தொடங்கினாள், அதன் முடிவு, துப்பாக்கிக் குண்டுகளாக இருக்கும், அவள் கணவன் கமாண்டர் சாபர்மதி, கொலாபா மக்கள் நெரிசலில் வழக்கத்துக்கு மாறான தடியடி நடத்தி நடவடிக்கை எடுத்தான்.

ஆனால் எங்கள் குடும்பம் அந்தச் சாவிலிருந்து விலகியிருந்தது. என் தந்தை பிணத்துக்கு மரியாதை செலுத்தப் போகமறுத்துவிட்டார், அதுமட்டுமல்ல, அவரை அதன்பிறகு, பெயர்சொல்லிக் குறிப்பிடுவதில்லை, "அந்தச் சதிகாரன்" என்றுதான் சொல்வார்.

இரண்டு நாட்கள் கழித்து, செய்தித்தாள்களில் செய்தி வெளியானபோது, திடீரென டாக்டர் நர்லீகருக்கு ஏராளமான சொந்தக்காரப் பெண்கள் கிடைத்து விட்டார்கள். உயிரோடிருந்தவரை, பெண்களை வெறுப்பவராகவும் பிரம்மச்சாரியாகவும் இருந்தவர் நர்லீகர். சாவில் அவரைச்சுற்றி எல்லா வல்லமையும் வாய்ந்த பெண்கள் கூட்டம். அமுல் பால்பண்ணையில் பால்கறக்கும் பெண்கள்; சினிமாவில் சீட்டுக் கொடுக்கும் பெண்கள், தெருவில் சோடாக்கடைகளில் சோடாவிற்கும் பெண்கள்; மகிழ்ச்சியற்ற திருமணவாழ்க்கை நடத்துபவர்கள்; அந்த ஊர்வல ஆண்டில், நர்லீகரின் பெண்கள் தங்களுக்கென ஓர் ஊர்வலத்தை அமைத்துக்கொண்டார்கள். பேருருவப் பெண்மைக் கூட்டத்தின் ஓடை ஒன்று எங்கள் இரண்டுமாடி உயரக்குன்று இருப்பின்மீது ஏறிவந்து நர்லீகரின் குடியிருப்பினுள் சூழ்ந்துகொண்டது. கீழே சாலையிலிருந்து பார்த்தால் ஜன்னல்களில் அவர்கள் முழங்கைகள் நீட்டியிருப்பதும் வராந்தாவில் அவர்கள் பின்புறங்கள் அழுந்தியிருப்பதும்தான் தெரிந்தது. எங்குமே நர்லீகர் பெண்களின் அழுகைக் குரலாக இருந்ததால் ஒருவாரம் யாருக்கும் தூக்கம் பிடிக்கவில்லை. ஆனால் அவர்கள் கூக்குரலுக்குக் கீழே, அவர்கள் தோற்றத்தில் போலவே செயலிலும் திறமையானவர்களாகத்தான் இருந்தார்கள். மருத்துவஅகம் நடத்துவதை மேற்கொண்டார்கள்; நர்லீகரின் தொழில் தொடர்புகள் எல்லாவற்றையும் ஆராய்ந்தார்கள்; நீங்கள் நினைப்பதுபோலவே, சர்வசாதாரணமாக, நாலுகாலிகள் தொழிலில் என் அப்பாவின் பெயரை இல்லாமல் செய்துவிட்டார்கள்.

இத்தனை வருஷங்களுக்குப் பிறகு என் அப்பாவுக்குத் தன் சட்டைப்பை ஓட்டையைத் தவிர மிஞ்சியது ஒன்றுமில்லை. ஆனால் நர்லீகர் உடலை வாரணாசிக்கு தகனம் செய்ய அந்தப் பெண்கள் எடுத்துச் சென்றார்கள்; மாலைப்போதில் நர்லீகர் உடலின் சாம்பல்கள் கங்கையின் 'மணிகர்ணிகா காட்'டில் தூவப்பட்டனவாம்; ஆனால் அவை நீரில் கரையாமல், சிறிய

மின்மினிப்பூச்சிகளைப்போல கங்கைநீரில் மிதந்தன என்று எஸ்டேட் வேலைக்காரர்கள் குசுகுசுத்தார்கள். ஒருவேளை அவை கடலுக்குள் அடித்துச்செல்லப்பட்டு அவற்றின் ஒளி கப்பல்களின் கேப்டன்களை பயமுறுத்தியிருக்கலாம்.

அகமது சினாயைப் பொறுத்தவரை: நர்லீகரின் சாவுக்கும் பெண்களின் வரவுக்கும் பிறகுதான் (நேரான பொருளிலேயே) மங்கிமறையத் தொடங்கினார் என்று நான் ஆணையிட்டுச் சொல்வேன்...அவர் தோல் தன் நிறத்தைக் கொஞ்சம் கொஞ்சமாக இழந்தது. சில மாதங்களில் கண்களின் கருமை தவிர உடல்முழுதும் வெள்ளை யாகிவிட்டார். (மேரி பெரேரா ஆமினாவிடம் சொன்னாள்: "அந்த மனுஷன் ரத்தம் குளிர்ந்தவர். அதனால குளிர்சாதனப் பெட்டி ஐஸ்பண்றதுபோல அவர் ரத்தம் இப்ப ஐஸ்செஞ்சிட்டது.") அவர் தன் தோல் வெளுத்ததால் கவலைப்பட்டதுபோல நடித்தாலும், மருத்துவர்களைப் பார்க்கப்போனாலும், நான் உண்மையாகச் சொல்லுவேன், மருத்துவர்கள் அதற்கு விளக்கமளிக்காமலும் மருந்து தரமுடியாமலும் இருந்ததற்கு அவர் உள்ளூர மகிழ்ச்சியே அடைந்தார். ஐரோப்பியர்கள் வெள்ளை நிறத்துடன் இருந்ததால் அவர்கள்மீது ஒரு பொறாமை அவருக்கு இருந்தது. ஜோக் அடிப்பதற்கு அனுமதிக்கப்பட்ட பிறகு ஒருநாள் (நர்லீகரின் இறப்புக்குப் பிறகு ஒரு சரியான இடைவெளி அதற்கு வழங்கப்பட்டுவிட்டது) காக்டெயில் நேரத்தில் லீலா சாபர்மதியிடம் அவர் சொன்னார்: "சிறந்த ஆட்கள் யாவரும் தங்கள் தோலுக்கடியில் வெள்ளையாகத்தான் இருக்கிறார்கள்; நானும் அப்படித்தான், வேஷம்போடுவதை மட்டும் விட்டுவிட்டேன்." அவருடைய அண்டைவீட்டுக்காரர்கள் யாவரும் அவரை விடக் கருப்பானவர்கள்தான், பணிவாகச் சிரித்தாலும், உள்ளுக்குள் ஒருவித அவமானத்தை அடைந்தார்கள்.

நர்லீகரின் சாவுதான் கருப்பான என் அம்மாவுக்குப் பக்கத்தில் பனிபோல வெள்ளையான அப்பாவை நிற்கச் செய்தது என்று சந்தர்ப்ப சாட்சியங்கள் தெரிவிக்கின்றன. ஆனால் (நீங்கள் ஏற்கமறுத்தாலும்) நான் இன்னொரு விளக்கத்தை அளிக்க முற்படுகிறேன். அது எனது மணிக்கூண்டில் அருவமான தனிமையில் எனக்குத் தோன்றியது... எனது மனப் பிரயாணங்களில் நான் விசித்திரமான ஒன்றை நான் கண்டறிந்தேன். சுதந்திரத்தின் முதல் ஒன்பதாண்டுகளின்போது, இதேமாதிரியான நிறமாற்றம் ஒன்று (முதன்முதலில் பாதிப்புக்குள்ளானவர், குச்நஹீன் ராணி) தேசத்தின் தொழில் அதிபர்களுக்குப் பெரிய எண்ணிக்கையில் ஏற்பட்டது. இந்தியா முழுதும், நான் சந்தர்ப்பவசமாகத் தடுக்கிவிழுந்த நல்ல

தொழிலதிபர்கள் எல்லாருக்கும் - (முதல் ஐந்தாண்டுத் திட்டத்திற்கு நன்றி; அது வணிகவளர்ச்சியின்மீது கவனம் செலுத்தியது) நல்ல தொழில்வளர்ச்சி ஏற்பட்டிருந்தது, அவர்கள் எல்லாம் மிகமிக வெள்ளையாகி விட்டிருந்தார்கள், அல்லது வெள்ளையாகிக் கொண்டிருந்தார்கள்! பிரிட்டிஷ்காரர்களி டமிருந்து பொறுப்புகளை ஏற்றுத் தங்கள் எதிர்காலத்தின் நாயகர்களாகத் தாங்களே ஆகவேண்டிய பிரம்மாண்டமான (மிகச் சாகசமானதும்கூட) பொறுப்பு அவர்கள் கன்னங்களிலிருந்து நிறத்தை வெளுக்கச் செய்துவிட்டது என்று தோன்றுகிறது ...அப்படிப்பார்த்தால், என் அப்பா, பரவலாகக் காணப்பட்ட, ஆனால் அவ்வளவாகக் குறிப்பிடப்படாத ஒரு நிகழ்வின் கடைசி பாதிப்புக்குள்ளானவர். இந்தியாவின் தொழிலதிபர்கள் வெள்ளைக்காரர்கள் ஆகிக் கொண்டிருந்தார்கள்.

ஒருநாளுக்குச் சுவைப்பதற்கு இது போதும். எவலின் லிலித் பர்ன்ஸ் வேறு வந்துகொண்டிருக்கிறாள்; இன்னும் உயிரான விஷயம், நள்ளிரவின் குழந்தைகளாகப் பிறந்த மற்ற சிறுவர்கள் - (எனது எதிர்சுயமான சிவா உள்பட; அவன் முழங்கால் முட்டிகள் மிக ஆபத்தானவை) - என்னை நெருக்கிக்கொண்டிருக்கிறார்கள். விரைவில் அவர்கள் தப்பிக்க ஏதுவாக வெடிப்புகள் பெரிதாகிவிடும்...

போகும்போக்கில் ஒரு செய்தி: 1956 இறுதியில் ஏதோ ஒரு சமயத்தில், பாடகனும் கற்பற்றவளின் கணவனுமான வீ வில்லி விங்கியும் செத்துப்போனான் என்று கருத வாய்ப்பிருக்கிறது.

பம்பாயில் காதல்

விரத மாதமான ரம்சானின் போது, நாங்கள் முடிந்த அளவில் மிகுதியாகத் திரைப் படங்களுக்கு சென்றோம். காலை ஐந்துமணிக்கு என் தாயின் கடுமையான கை எங்களைத் தட்டிஎழுப்பும், விடிவதற்குமுன் காலை உணவாக முலாம்பழம், சர்க்கரையிட்ட எலுமிச்சம்பழச்சாறு கிடைக்கும். பிறகு, குறிப்பாக ஞாயிற்றுக்கிழமைக் காலைகளில், ஆமினாவுக்கு ஞாபகப்படுத்த, பித்தளைக்குரங்கும் நானும் ஒருவர்பின் ஒருவராகக் (அல்லது ஒன்றாகச்சேர்ந்து) கத்துவோம் - "பத்தரைமணிக்கு காலைசினிமா! இன்னிக்கு மெட்ரோ கப் கிளப் நாள் அம்மா, ப்ளீஈஈஸ்!" பிறகு ரோவரில் சினிமாவுக்குப் போவோம், ரம்சான் என்பதால் கோகோகோலாவையோ, உருளைக்கிழங்கு சிப்ஸையோ, குவாலிடி ஐஸ்கிரீமையோ, கிரீஸ்தாளில் சுற்றப்பட்ட சமுசாவையோ சாப்பிடமுடியாது. ஆனால் குறைந்தது ஏசி போட்டிருக்கும்; கப் - கிளப் அடையாள அட்டைகள் உடைகளில் குத்தப்படும், போதிய மீசைவளராத ஒருங்கிணைப்பாளன் எவனாவது பிறந்தநாள் களையும் போட்டிகளையும் அறிவிப்பான். பிறகு வரப்போகும் படங்களைப் பற்றிய டிரெய்லர்கள் - கவர்ச்சிகரமான அடுத்த படம்; விரைவில் வருகிறது; பிறகு கார்ட்டூன்; ("படம் ஆரம்பமாகப் போகிறது, முதலில் இதை..."). கடைசியாகப் படம். குவென்டின் டர்வேர்ட், அல்லது ஸ்காராமூஷ். எங்களுக்கு ஸ்வாஷ்பக்கிள்கள் (மோசமான மொழி யுடன்கூடிய சண்டைப்படங்கள் - மொ.பெ.) பற்றியோ ஆபாசத்தன்மை பற்றியோ ஒன்றும் தெரியாது என்றாலும் 'ஸ்வாஷ்பக்லிங்', 'கீழ்த்தரமான படம்' என்று எங்களை திரைப்பட விமரிசகர்களாக நினைத்துச் சொல்லிக் கொள்வோம். எங்கள் குடும்பத்தில் வழிபாடுகள் பெரியஅளவில் கிடையாது (ஈத் - உல் - ஃபித்ர் நாளில் மட்டும் தலையில் கைக்குட்டையைக் கட்டிக்

கொண்டு நெற்றி தலையில்பட வெள்ளிக்கிழமை விடுமுறையைக் கொண்டாட மசூதிக்கு அழைத்துச் செல்வார் அப்பா)... ஆனால் விரதமிருப்பதில் எங்களுக்கு ஆசை தான், காரணம் சினிமா.

எவீ பர்ன்ஸும் நானும் உலகிலேயே சிறந்த நட்சத்திரம் ராபர்ட் டெய்லர் என்று ஒப்புக்கொண்டோம். ஜே சில்வர்ஹீல்ஸ் (கனடாநாட்டு நடிகர் - மொ.பெ.) டோன்டோவாக வந்தபோது எனக்குப் பிடித்தது, ஆனால் அவருடைய 'கெமோ சபே' யான (கெமோ சபே என்பது, அவர் லோன்ரேஞ்சரை அழைத்த நட்புத்தொடர் - மொ.பெ.) கிளேடன் மூர், தனது பருத்த உடல் காரணமாக 'லோன் ரேஞ்சராக' நடிப்பதற்கு ஏற்றவர் அல்ல என்று நினைத்தேன்.

எவலின் லிலித் பர்ன்ஸ் 1957 புத்தாண்டுப் பிறப்பன்று, எங்கள் குன்றின் கீழ்ப் பகுதியில் தனித்த பகுதியாக இருந்த காலியிடத்தில். நாங்கள் யாரும் கவனிக்காத போதில் ஆக்கிரமித்துஎழுந்த இரண்டு கான்கிரீட் பிளாக்குகளில் ஒன்றிலிருந்த அடுக்குமாடிக் குடியிருப்பில் மனைவியை இழந்த அப்பாவுடன் வசிப்பதற்கு வந்தாள். எவீ போன்ற அமெரிக்கர்களும் பிற அயல்நாட்டவர்களும் நூர்வில் என்ற இடத்தில் வசித்தார்கள். புதிதாகப் பிராபல்யம்அடைந்து, மக்கள் மத்தியில் வெற்றிபெறாத அயல்நாட்டவரின் இந்தியக் கதைகள் லக்ஷ்மிவிலாஸில் முடிவடையும். வெள்ளையோ, பழுப்போ - மெத்வோல்டு எஸ்டேட்டின் உயரத்திலிருந்து அவர்களை நாங்கள் அவமதிப்பாக நோக்குவோம். ஆனால் எவரும் எவீ பர்ன்ஸை (ஒருமுறை தவிர)க் கீழே நோக்கியதில்லை. ஒரே ஒருதடவைதவிர அவளுக்குமேலாக உசத்தி என்று ஒருவரையும் நினைத்ததில்லை.

நான் டிரவுசரிலிருந்து பேண்ட்டுக்கு மாறியபோது, எவீயைக் காதலிக்க ஆரம்பித்தேன்; ஆனால் அந்த வருஷம், காதல் என்பது ஒரு விசித்திரமான, தொடர்வினைகளை உண்டாக்குகின்ற விஷயமாக இருந்தது. நேரத்தைக் குறைக்க, மெட்ரோ சினிமாவில் ஒரே வரிசையில் நாங்கள் எல்லாரும் உட்காருவோம். மாறிமயங்கும் பிம்பங்களிலும் குறியீட்டுத் தொடர்ச்சியிலும் ராபர்ட் டெய்லர் எங்கள் கண்களில் பிரதிபலிப்பார். எவீ பர்ன்ஸ் அருகில் சலீம் சினாய் அமர்ந்து அவளைக் காதலிக்க, அவள் சன்னி இப்ராகிம் பக்கத்தில் அமர்ந்து அவனைக் காதலிக்க, அவன் பித்தளைக்குரங்கு அருகில் அமர்ந்து அவளைக் காதலிக்க, அவள் கோடியில் நடைவழிக்கருகில் அமர்ந்து கொலைப்பசியோடு இருப்பாள் ...என் வாழ்க்கையில் ஆறுமாதங்கள் எவீயை நான் காதலித்திருக்கக்கூடும். இரண்டு வருஷங்கள் கழித்து அவள் ஒரு வயதான பெண்மணியைக்

கத்தியால் குத்தியதால், சீர்திருத்தப் பள்ளிக்கு, அமெரிக்காவுக்கு அனுப்பப்பட்டு விட்டாள்.

இந்தச்சமயத்தில் முறையாக ஒரு நன்றியைத் தெரிவிக்க வேண்டும். எவீ எங்கள் மத்தியில் வசிக்க வந்திருக்காவிட்டால், கடிகாரக் கூண்டிலிருந்து மேற்கொள்ளும் மனப் பயணங்கள், வகுப்பறையில் ஏமாற்றுவது ஆகியவற்றை தாண்டியிருக்காது என் கதை ...அப்புறம், முதுமகளிர் இல்லத்து உச்சக்கட்டம் நிகழ்ந்திருக்காது, என் அர்த்தத்திற்கு தெளிவான நிரூபணம் கிடைத்திருக்காது, கண்சிமிட்டியவாறு சிவப்பிலும் பச்சையிலும் நடனமிடும் மும்பாதேவியின் நியான் உருவம் தலைமைவகிக்கும் புகைமண்டும் தொழிற் சாலையில் மக்கள் சந்திப்புகள் இருந்திருக்காது. ஆனால் எவீ பர்ன்ஸ் (அவள் பாம்பா, ஏணியா? தெளிவான விடை: இரண்டும்தான்) வெள்ளிநிற சைக்கிளோடு வரவே செய்தாள், நள்ளிரவின் குழந்தைகளை நான் முழுமையாகக் கண்டுபிடிக்க அதுதான் உதவியது, பம்பாய் மாகாணத்தின் பிரிவினையை உறுதிப்படுத்தவும் உதவியது.

ஆரம்பத்தின் ஆரம்பத்திற்கு வருவோம்: வயல்களில் சோளக்கொல்லை பொம்மைக்குத் திணிக்கும் வைக்கோல்தான் அவள் தலைமுடி; அவள் தோலில் எல்லையற்ற புள்ளிகள்; பற்கள் உலோகக் கூண்டிற்குள் அடைபட்டவை. தன் பற்கள்மீது மட்டும்தான் உலகில் அவளால் ஆதிக்கம் செலுத்த முடியவில்லை என்று தோன்றியது. குரோதத்தோடு ஒன்றின்மேல் ஒன்றாக மேற்படிந்து தாறுமாறான பாதையில் அவை வளர்ந்தன, ஐஸ்கிரீம் சாப்பிடும்போது அவளுக்கு எரிச்சலூட்டின. (ஒரு பொதுமைக்கூற்றை இங்கே அனுமதியுங்கள்; அமெரிக்கர்கள் பிரபஞ்சத்தையே வெற்றிகொண்டவர்களாக இருக்கலாம், தங்கள் வாய்மீது மட்டும் அவர்களுக்குக் கட்டுப்பாடு கிடையாது. இந்தியா மலட்டுத்தன்மை கொண்டதுதான், ஆனால் அதன் குழந்தைகளுக்கு மிகச் சிறந்த பற்கள்.)

எப்போதும் பல்வலிக்கு ஆட்பட்டாலும், என் எவீ வலியைத் தாண்டி உயர்ந்தாள். பல், ஈறு இவற்றின் ஆட்சிக்கு உட்படமறுத்து, அவள் எங்கு சென்றாலும் கேக்கைத் தின்று கோக்கைக் குடித்தாள். ஒரு போதும் புகார் சொன்னதில்லை. வலுவான பெண் அவள். தன் வலியை அவள் ஆதிக்கம்கொண்டவிதம், எங்களையும் அவள் ஆதிக்கத்திற்கு உட்படுத்தியது. எல்லா அமெரிக்கர்களுக்கும் ஒரு எல்லை தேவைப்படுகிறது - இவளது எல்லை வலிதான். அவள் அதை வெளியேற்ற உறுதி கொண்டிருந்தாள்.

ஒருசமயம் அவளுக்குப் பூமாலை ஒன்றை வாங்கிக் கொடுத்தேன். என் மாலைநேர லில்லி எவீக்கேற்ற இரவுஅரசிப் பூக்களால் ஆன மாலை. ஸ்கேண்டல் பாயிண்ட்டில் ஒரு கிழவியிடமிருந்து என் சொந்தப் பணத்தைக்கொண்டு வாங்கினேன். "நான் பூ வச்சிக்கிறதில்ல" என்று சொல்லி அந்த மாலையைக் காற்றில் தூக்கி எறிந்து, அது தரையில் விழுவதற்குமுன் தன் டெய்ஸி காற்றுத்துப்பாக்கியிலிருந்து வெளிப்பட்ட குறிதப்பாத அம்பினால் அதை அடித்தாள். ஒரு பூச்சரம் மூலமாகக்கூடத் தன்னை யாரும் கட்டுப்படுத்த முடியாது என்று குறிப்பால் உணர்த்திவிட்டாள், ஏறுக்குமாறான நடத்தைகொண்ட எங்கள் குன்றுப்பூ. ஏவாளும் அவள்தான். என் கண்ணின் ஆதாமின் ஆப்பிள் (கண்ணின் கருமணி) அவள்.

அவள் வந்தவிதம்: சன்னி இப்ராகிம், ஐஸ்லைஸ், ஹேராயில் சாபர்மதி, சைரஸ் துபாஷ், குரங்கு, நான் ஆகிய நாங்கள், நால்வர் மாளிகைகளுக்கும் இடையிலுள்ள நாடக அரங்கிற்கு அருகில் ஃபிரெஞ்சுக் கிரிக்கெட் விளையாடிக் கொண்டிருந்தோம். புத்தாண்டு தின விளையாட்டு. தன் சட்டமிட்ட ஜன்னலிலிருந்து கைதட்டினாள் டாக்ஸி. பைஅப்பா கூட அதிசயமாக நல்லதனமாக இருந்தாள். எங்களைத் திட்டவில்லை அவள். ஃபிரெஞ்சுக் கிரிக்கெட்டாக இருந்தாலும், சிறுவர்கள் விளையாடினாலும், கிரிக்கெட் அமைதியான விளையாட்டுதான். ஆளிவிதை எண்ணெயில் குளிப்பாட்டிய அமைதி. தோல் கையுறை, வில்லோ மட்டை முத்தமிட. அவ்வப்போது பாராட்டுக் கைதட்டல்கள். எப்போதாவது ஒரு சத்தம் - "ஷாட், ஷாட்!" "சார் - எப்படி இந்த ஷாட்?" - சைக்கிளில் வந்த எவீ இது எதையும் கவனிக்கவில்லை.

"ஏய், நீதான் ஆலியா, நீதானே? என்ன விஷயம்? நீங்கள்லாம் செவிடா என்ன?"

ரஞ்சிபோல அழகாகவும் வினூ மன்காட் போல வலுவாகவும். பந்தை அடித்துக் கொண்டிருந்தேன் நான். வைக்கோல்முடி பறக்க, முகப்புள்ளிகள் பளபளக்க, வாயின் உலோகம் செமபோர் சமிக்ஞைகளை மாலைநேர ஒளியில் அனுப்ப, ஒரு வெள்ளிநிறப் பந்துமீது சோளக்கொல்லை பொம்மை உட்கார்ந்து வருவதுபோலத் தன் ஈருருளியில் அவள் குன்றின்மேல் வந்தாள்... "ஏய் சளிமூக்கா! அந்த மடப்பந்தை கவனிக்கறதை விடுறா, துண்டு! அதைவிட பாக்கச் சரியான விஷயத்தை நான் உனக்குக் காட்றேன்."

சைக்கிள் அற்ற, அதில் மாயவித்தை செய்யாத ஒரு எவீ பர்ன்ஸைக் கற்பனை செய்யவே முடியாது. எந்த சைக்கிள்

வேண்டுமானாலும் அல்ல, பழங்காலப் பெருமித இரு சக்கர வண்டிகளில் கடைசியாக வந்த, முன்பே யாரோ வைத்திருந்த, ஒரு அர்ஜுனா - இந்தியா வண்டி. கீழ்வளைந்த கைப்பிடி, அதை மூடும் டேப்புக்கு ஐந்து வயது ஆகியிருக்கும். ரெக்சீன் சிறுத்தைப்புள்ளி இருக்கை. ஒரு வெள்ளிநிற ஃப்ரேம். (அதுதான் 'லோன்ரேஞ்சர்' குதிரையின் நிறம் என்பதை நான் உங்களுக்குச் சொல்லத் தேவையில்லை)... ஒழுங்கற்ற ஐஸ்லைஸும் சுத்தமான ஹேராயிலும், மேதை சைரஸும், குரங்கும், சன்னி இப்ராகிமும் நானும் - சிறந்த நண்பர்கள் நாங்கள் - எஸ்டேட்டின் உண்மையான பிறப்புகள் - அதன் வாரிசுகள். பிரசவத்தின் போது இடுக்கிகள் ஏற்படுத்திய பள்ளங்களோடு சேர்ந்து பிறந்த, மெதுவான, அப்பாவித்தனம் சேர்ந்த சன்னி, அபாயமான மனத் திறமை கொண்ட நான் - ஆம்! நாங்கள் நால்வரும் - எதிர்கால மேடடார், கப்பற்படை தளபதி உள்ளிட்ட நாங்கள் - எவீ பர்ன்ஸ் தன் சைக்கிளில் ஏறிய உடனே வாய்பிளந்து அசையாமல் நின்றோம். வேகம்வேகம்வேகமாக, நாடகவளையத்தைச் சுற்றிச்சுற்றி. "இப்ப என்னைப் பாருங்கடா, நான் போறதை! மடப்பசங்களே!" என்றாள் எவீ.

சிறுத்தைப்புள்ளி சீட்மீது உட்கார்ந்தும் உட்காராமலும் சாகசம்செய்தாள். இருக்கைமீது ஒருகால், அவளுக்குப் பின்னால் ஒருகால், இப்படியே எங்களைச் சுற்றி வந்தாள்; வேகமெடுத்தாள், இருக்கைமீது தலைகீழாக நின்றாள்! முன்சக்கரத்தில் காலைப் பரப்பியவாறு பின்சீட்டைப் பார்க்க உட்கார்ந்து ஓட்டினாள், பெடல்களை எதிராகச் சுற்றினாள்... புவிஈர்ப்புவிசை அவளுக்கு அடிமைபோலச் செயல்பட்டது. வேகம் அவள் இயற்கை. எங்களுக்கு மத்தியில் ஒரு சக்தி நுழைந்துவிட்டதை உணர்ந்தோம், சக்கரங்கள்மேல் ஒரு மாயக்காரி, வேலிப்பூக்கள் அவள்மீது இதழ்களை உதிர்த்தன, நாடகமேடைப் புழுதி எழுந்து வரவேற்றது; நாடகமேடைக்கும் ஒரு தலைவி கிடைத்துவிட்டாள். அவள் சுழற்றும் சக்கரங்களுக்கான தளம் அதுதானே.

இடுப்பின் வலப்புறத்தில் எங்கள் நாயகி ஒரு டெய்சி காற்றுத்துப்பாக்கியைச் செருகி இருந்ததைப் பார்த்தோம்...

"இன்னும் நெறய இருக்கு, ஏ பூச்சியங்களே!" என்று கத்தினாள். தன் ஆயுதத்தை எடுத்தாள். அதன் குண்டுகள் கற்களுக்கு வேகம்தந்தன. நாங்கள் காசுகளை வீசினோம், அவற்றை அடித்து வீழ்த்தினாள். "இன்னும் நெறய போடுங்க, இலக்கு" என்றாள். ஐஸ் லைஸ் தனது ரம்மி சீட்டுகளை எதிர்ப்பின்றிப் போட்டான்,

அவற்றின் தலைகளை அவள் அடித்தாள். பல்லுக்குச் சட்டமிட்ட அன்னா ஓக்லே - அவள் - குறிபார்த்துச் சுடுவதை யாரும் கேள்வி கேட்கமுடியாது - ஒரேஒருமுறைதான் அப்படி நடந்தது, அது அவள் ஆட்சியைப் பெரும்பூனைப் படையெடுப்பின்போது முடிவுக்குக் கொண்டுவந்தது, ஆனால் அதை மட்டுப்படுத்தும் சந்தர்ப்பங்கள் இருந்தன.

உடல் சிவந்து, வியர்வையோடு, எவீ பர்ன்ஸ் இயங்கினாள், அறிவித்தாள்: "இப்ப முதல்கொண்டு, நான்தான் இங்கே தலைவி! தெரியுதா இந்தியப்பசங்களே! ஓகேயா? யாராவது எதிர்க்க வரீங்களா?"

எதிர்ப்பே இல்லை; நான் காதல்கொண்டுவிட்டதாக உணர்ந்தேன்.

எவீயுடன் ஜுஹு கடற்கரையில்: அவள் ஒட்டகப் பந்தயத்தில் வெற்றிபெற்றாள். எங்கள் யாரையும் விட அதிகமாக இளநீர் குடித்தாள். அரேபியக் கடலின் உப்பு நீருக்குள் கண்களைத் திறந்து நீந்தினாள்.

ஆறுமாதம் இவ்வளவு பெரிய மாற்றத்தை ஏற்படுத்துமா? அவள் என்னைவிட ஆறுமாதம்தான் மூத்தவள். அதனால் பெரியவர்களுக்குச் சமமாகஉட்கார்ந்து பேசமுடியுமா? இப்ராகிம் கிழவரோடு எவீ சரிசமமாக உட்கார்ந்து பேசினாள். லீலா சாபர்மதி அவளிடம் மேக்அப் போடக் கற்றுக்கொண்டதாக ஆர்ப்பரித்தாள். ஹோமி கேட்ராக்கிடம் துப்பாக்கிகளைப் பற்றிக் கதையளக்கப் போனாள். (ஹோமி கேட்ராக் பற்றிய சோகமான முரண்பாடே இதுதான் - வெடிப் பொருள்களின் உண்மையான திறனாளியான அவருக்கு எதிராகவே ஒரு துப்பாக்கி பின்னாட்களில் நீட்டப்பட இருந்தது.) அவரால் எவீயைத் தன் கூட்டாளியாக உணரமுடிந்தது. தன் மகள் டாக்ஸி போலன்றி, தாயற்ற பெண் எவீ, கத்தி போலக் கூர்மை, பாட்டில் போலப் பளபளப்பு கொண்டவள். டாக்ஸி கேட்ராக்மீது சின்ன அனுதாபத்தையும் எவீ காட்டவில்லை என்பது வேறு. "மண்டையில கோளாறு" என்றாள் எங்களிடம். "எலிமாதிரி அடிச்சிப் போடணும்." ஆனா எவீ! எலிகள் பலவீனமானவை அல்ல! நீ வெறுத்த டாக்ஸியின் உடலைவிட உன் மூஞ்சியிலதான் எலித்தன்மை அதிகமாக இருக்கு.

அதுதான் எவலின் லிலித்; அவள் வந்த சில வாரங்களில், நான் ஒரு தொடர் வினையைத் தொடங்கநேர்ந்தது, அதன் தாக்கங்களிலிருந்து ஒருபோதும் மீளமுடிய வில்லை.

சன்னி இப்ராகிமினால் - பக்கத்துவீட்டு சன்னியால்தான் தொடங்கியது அது. இடுக்கியால் பிடித்ததால் மூஞ்சியில் பள்ளங்கள் ஏற்பட்ட சன்னி. அவன் இதுவரை என் கதையின் பக்கவராந்தாவில் தன் முறைவரும் என்று காத்துக்கொண்டிருக்கிறான். அந்த நாட்களில் சன்னியின் முகம் மிகவும் காயக்கீறல்கள் கொண்டது, இடுக்கிகளின் கீறல்கள் மட்டுமல்ல அவை. காதலிப்பது (ஒன்பது வயதில் அந்தச்சொல்லுக்கு இருக்கும் அர்த்தத்தில்கூட) அவ்வளவு எளிதாக அவனுக்குக் கைவரவில்லை.

நான் ஏற்கெனவே சொன்னமாதிரி, என் தங்கை - குடும்பத்தில் வரவேற்பின்றிப் பிறந்தவள் - அவளிடம் யாராவது பாசநேசம் காட்டினால் கொடூரமாக நடந்துகொள்வாள். பறவைகள், பூனைகள் பாஷைகளை அவள் பேசுவதாகச் சொல்லப்பட்டபோதும், காதலர்களின் கொஞ்சல் வார்த்தைகள் அவளிடம் ஒரு காட்டுத்தனமான கோபத்தை ஏற்படுத்தின. ஆனால் சன்னியையோ எச்சரித்து வெளித்தள்ளமுடியாது. அந்த அளவு எளியவன். “சலீம் தங்கச்சி, நீ ஒரு திடமான பொண்ணு! பார், நீ என் பொண்டாட்டி ஆவறியா? உன் ஆயாவோட நாம் சினிமாவுக்கெல்லாம் போகலாம்...” போன்ற வாக்கியங்களால் அவளுக்குத் தொந்தரவு கொடுத்துக்கொண்டிருந்தான். சரிசமமாக அவளும் அந்தக் காதல் வார்த்தைகளுக்காக அவன் கஷ்டப்படுமாறு செய்துகொண்டிருந்தாள். அவனைப்பற்றி அவன் அம்மாவிடம் கோள் சொல்வாள், வேணுமென்றே ஆனால் தற்செயலாக நடப்பதுபோல அவனைச் சேற்றுக்குட்டையில் தள்ளிவிட்டாள். ஒருதடவை நேராகவே அவனைத் தாக்கி முகத்தில் நகக்கீறல்களோடு விட்டாள். அவன் கண்களில் நாயினால் தாக்கப்பட்ட பயம். ஆனால் இதனால் எல்லாம் அவன் சரியாகவில்லை. அதனால் கடைசியாக பயங்கரமாகப் பழிவாங்கிவிட்டாள்.

நேப்பியன் கடற்சாலையிலிருந்த பெண்களுக்கான வால்சிங்காம் பள்ளியில் அவள் படித்தாள். மிகநல்ல உடற்கட்டு கொண்ட உயரமான, மீன்கள்போல நீந்துகின்ற, நீர்மூழ்கிகள் போல ‘டைவ்’அடிக்கின்ற ஐரோப்பியப் பெண்கள் கொண்ட பள்ளி. வெட்டிப் பொழுதில் ப்ரீச்கேண்டி நீச்சல் குளத்தில் அவர்கள் நீந்துவதை எங்கள் படுக்கையறை ஜன்னலிலிருந்தே பார்க்கமுடியும், ஆனால் அந்தக்குளம் இந்தியர்களுக்குத் தடைசெய்யப் பட்டது... ஆனால் இந்தத் தனிமைப்படுத்தப்பட்ட நீச்சல்காரிகளோடு குரங்கும் எப்படியோ - ஓர் அதிர்ஷ்ட அடையாளமாகச் - சேர்ந்துகொண்டாள். முதன் முதலாக அதற்கு நான் வருத்தப்பட்டேன்...ஆனால் அவளிடம்

விவாதம் பண்ணமுடியாது. சொந்தவழியில் நடப்பவள் அவள். சதைமிகுந்த பதினைந்துவயது ஐரோப்பியப் பெண்கள் வால்சிங்காம் பஸ்ஸில் அவளைத் தங்கள் மடிமீது அமர்த்திக் கொண்டார்கள். கதீட்ரல் பள்ளி பஸ்ஸுக்காக தினமும் நாங்கள் - சன்னி, ஐஸ்லைஸ், ஹேராயில், மகா சைரஸ், நான் ஆகியோர் காத்திருந்த இடத்தில் அவளுடன் அந்த மூன்று பெண்களும் காத்திருந்தார்கள்.

ஒருநாள் காலை, காரணம் மறந்துவிட்டது - நானும் சன்னியும் மட்டுமே பஸ் நிறுத் தத்தில் இருந்தோம். ஏதோ ஒலிபெருக்கிவண்டி சுற்றிவந்தது போலிருந்தது. மேரி பெரேரா எங்களை அந்தச் சதைப்பிடிப்பான நீச்சல்காரிகள் அருகில் விட்டுச்செல்லும் வரை குரங்கு காத்திருந்தாள். குறிப்பான நோக்கம் எதுவும் இல்லாமல் அவள் எண்ணங்களில் நான் ஊடுருவியபோது, அவளுடைய திட்டம் புரிந்தது, “ஏய்” என்று போனேன், ஆனால் தாமதமாகிவிட்டது. “நீ இதில வரவேணாம்” என்று குரங்கு கூச்சலிட்டாள். அவளும் அந்த மூன்று நீச்சல்காரிகளும் சன்னி இப்ராகிம் மீது பாய்ந்தார்கள். திண்ணைத்தூங்கிகளும், பிச்சைக்காரர்களும், சைக்கிள் கிளார்க்குகளும் வாயைமூடாமல் பார்க்க, அவர்கள் இப்ராகிம் உடலில் துணிஇல்லாமல் கிழித்தெறிந்து கொண்டிருந்தார்கள். “ஏய்! நீ என்னா பாத்து கிட்டே சும்மாயிருக்கே!” என்று உதவிக்காகக் கத்தினான் அவன். நான் என்ன செய்யட்டும் - என் தங்கைக்கும் நண்பனுக்கும் இடையில் யார் சார்பாக நான் இருக்கமுடியும்? “எங்கப்பாகிட்ட உன்னப்பத்தி சொல்றேன்” என்று கண்ணீர்விட்டான். “இது உனக்குப் பாடம் கத்துகுடுக்கும் எப்படிப் பேசணும்னு!” என்று குரங்கு சொல்ல, அவன் சட்டையை எவனோ டிரைவர் இழுத்துக்கொண்டுபோக, “போய் உன் தங்கச்சிக்கு லவ் லெட்டர் எழுதுடா!” சாக்ஸ் இல்லாமல் கண்ணீரோடு நின்றபோது, வால்சிங்காம் பஸ் வந்தது. “அதோ!” என்று அந்த மூன்று பெண்களும் குரங்கும் பஸ்ஸில் ஏறி, “டாடா லவர் பாய்!” என்று கத்திவிட்டு சிமல்கருக்கும் ரீடர்ஸ் பேரடைஸுக்கும் எதிரில் நடைபாதையில் அவனைப் பிறந்தமேனியாக விட்டுவிட்டுப் போனார்கள். அவன் முகத்தின் இடுக்கிப் பள்ளங்களில் தலையிலிருந்து வாசலைன் விழுந்து நனைக்க, கண்கள் குளமாக, “என்ன இப்பிடிச் செஞ்சிட்டா மேன், அவளை விரும்பறேன்னுதானே சொன்னேன்...” என்றான்.

“எனக்கென்ன தெரியும்?” எங்கே பார்ப்பதென்று அறியாமல், “தன் இஷ்டப்படி நடக்கறவ அவ” என்றேன்.

இதைவிட மோசமாக அவள் என்னை நடத்தப்போவதை அறியாத நேரம் அது. ஆனால் அது ஒன்பது வருஷங்களுக்குப் பின்னால்.

...இடையில் 1957இன் தொடக்கத்தில் தேர்தல் பிரச்சாரம் தொடங்கியது. புனிதமான கிழட்டுப் பசுக்களுக்குப் பாதுகாப்பு இல்லங்கள் கட்டித்தருவதாக ஜனசங்கம் பிரச்சாரம் செய்தது. கேரளாவில் ஈ.எம்.எஸ். நம்பூதிரிபாடு பொதுவுடைமைக்கட்சி எல்லோருக்கும் சோறும் வேலையும் தரும் என்று சொல்லிக் கொண்டிருந்தார். சென்னையில் அண்ணாதுரையின் அண்ணா தி.மு.க. கட்சி (1957இல் அண்ணா தி.மு.க. இல்லை - மொ. பெ.) பிரதேச உணர்ச்சிகளை விசிறிவிட்டது. காங்கிரஸ்கட்சி, இந்துப்பெண்களுக்கு வாரிசு உரிமை தருகின்ற சட்டத்தை வைத்து எதிர்த்துப்போராடியது. சுருங்கச் சொன்னால், ஒவ்வொருவரும் தங்கள் ஆதாயத்துக்காக இயங்கினார்கள். ஆனால் நான், எவீ பர்ன்ஸ் எதிரே வாய் அற்றவனாக, எனக்காக அவளிடம் பேசுமாறு சன்னியிடம் வேண்டினேன்.

இந்தியர்கள், ஐரோப்பியர்களைப்பார்த்து எப்போதும் பயப்படுகிறோம்... எவீ எங்களோடு தங்கவந்து சிலவாரங்கள்தான் ஆகியிருந்தது. நான் நகைப்புக்கிடமாக, ஐரோப்பிய இலக்கியத்தைப் போலிசெய்வதில் ஈடுபட்டேன். (பள்ளியில் கைரானோவை - எளிய வடிவத்தில்தான் - படித்திருந்தோம்... காமிக் புத்தக வடிவில் செவ்வியல் நூல்களைப் படித்திருந்தோம்). ஐரோப்பா இந்தியாவில் திரும்பத்திரும்பக் குறுக்கிடுகிறது, கோமாளித்தனமாக... எவீ அமெரிக்கப்பெண், அதேபோலத்தான்.

"ஏய், இது சரியில்லப்பா, ஏன் நீயே போய்க்கேளேன்."

"சன்னி, நீ என் ஃப்ரெண்டுதானே?"

"ஆமாம், ஆனா நீ எனக்கு உதவி செய்யலியே..."

"அது என் தங்கச்சியாச்சே. நான் எப்படி...?"

"அப்ப உன் அழுக்கான விஷயத்துக்கு மட்டும்...?"

"ஏய் சன்னிமேன்! சும்மா நெனைச்சிப்பாரு. இந்தப் பொண்ணுங்கள ஜாக்கிரதையாதான் நெருங்கமுடியும்."

"குரங்கு எப்படி நடந்துகிட்டா பாரு!"

"உனக்கு அனுபவம் இருக்கு யார்! எப்படி மென்மையா நடந்துக்கிறதுன்னு உனக்கு இப்பத் தெரியும்."

"எனக்கு என்னா தெரியும்?"

“ஒரு வேளை என்ன அவளுக்குப் பிடிக்காம இருக்கலாம். என் டிரஸ்ஸையும் கிழிச்சி எறியணும்னு நெனைக்கறியா? அப்பத்தான் உனக்கு நல்லாருக்குமா?”

ஒரு கள்ளமற்ற, நல்ல இயல்புகொண்ட சன்னி, “இல்லடா...” என்கிறான்.

“சரி! அப்படின்னா, போ! என் பெருமையக் கொஞ்சம் பேசு. என் மூக்கப்பத்திக் கவலப்படாதேன்னு சொல்லு. குணம்தான் முக்கியம். செய்றியா?”

“சரீ... சரி, ஓகே. ஆனா நீ உன் தங்கச்சிகிட்டயும் பேசணும், சரியா?”

“நான் பேசறேன் சன்னி, சத்தியம் பண்ணணுமா? ஆனா அவ எப்படிப்பட்டவங்கிறது உனக்குத் தெரியும். ஆனா நிச்சயமா அவகிட்ட சொல்றேன்.”

எவ்வளவு எச்சரிக்கையாக திட்டம் போட்டாலும் பெண்கள் அதை ஓர் அடியில் வீழ்த்திவிடுவார்கள். வெற்றியடைகின்ற எந்த ஒரு தேர்தல் பிரச்சார அணிக்கும், அதற்கு எதிராகத் தோல்வியடைகின்ற இரண்டு இருக்கின்றன... என் தேர்ந்தெடுக்கப்பட்ட தொகுதியில் சன்னி இப்ராகிம் எனக்காகப் பிரச்சாரம் செய்வதை பக்கிங்காம்வில்லாவின் ஜன்னல் பிரம்புத்திரைகளின் ஓட்டைகளின் ஊடே வேவுபார்த்தேன். எவீ பர்ன்ஸ் தன் மூக்கொலியால் சொன்னாள், “யார் அவனா? போய் எங்கியாவது மூக்க உறிஞ்சச் சொல்றது தானே? அந்த மூக்குறிஞ்சிக்கு ஒரு சைக்கிள் ஓட்டக்கூடத் தெரியாது!”

அது மெய்தான்.

இன்னும் மோசமாகப் பேசினாள். (ஒரு பிரம்புத்திரை காட்சியைத் துண்டுதுண்டாக வெட்டியது என்றாலும்) எவீயின் முகம் இளகி மாறத் தொடங்கியதை நான் பார்க்கவில்லையா? திரையினால் அறுபட்டுத்தெரிந்த அவளது கைகள் என் தேர்தல் முகவரை நோக்கி நீண்டன. வேகமாகக் கடித்திருந்த எவீயின் விரல்கள் சன்னியின் முகப்பள்ளங்களைத் தொட்டு, அதிலிருந்த வாசலைன் அவள் விரல்களில்பட, “உதாரணமா, உன்னை எடுத்துக்கோயேன், நீ எவ்வளோ நேர்த்தியான பையன்” என்று சொன்னாளா, இல்லையா? எனக்கு வருத்தமாக இருந்தாலும், ஆமாம், அப்படித்தான் செய்தாள், பேசினாள்.

சலீம் சினாய் எவீ பர்ன்ஸைக் காதலிக்கிறான்; எவீ சன்னியைக் காதலிக்கிறாள்; சன்னியோ பித்தளைக்குரங்குமேல் காதலாக இருக்கிறான். ஆனால் குரங்கு என்ன சொல்கிறாள்?

சன்னி தோல்வியுற்ற விஷயத்தை, பெருந்தன்மையாகவே, அவனுக்காகவும் பேச முற்பட்டு, அவளிடம் சொன்னபோது, "என்ன நோவப்பண்ணாதே, அல்லா" என்றாள். எங்கள் இரண்டு பேரையுமே வாக்காளர்கள் கவிழ்த்துவிட்டார்கள்.

ஆனால் என் முயற்சியை இன்னும் கைவிடவில்லை. எவீ என்னைப் பற்றித் துளியும் கவலைப்படவில்லை, ஒப்புக்கொள்கிறேன் - மயக்கிவசப்படுத்தும் எவீயின் கவர்ச்சிகள் தவிர்க்கவியலாமல் என் வீழ்ச்சிக்குக் கொண்டுசென்றன. (ஆனால் அவள் மேல் எனக்குப் புகார் இல்லை; என் வீழ்ச்சி ஓர் உயர்ச்சிக்குக் கொண்டுசென்றது.)

என் மணிக்கூண்டில், தனியாக, என் புள்ளிபோட்ட ஏவாளை வயப்படுத்த என் துணைக்கண்டப் பயணங்களை ஒத்திவைத்தேன். இடைத்தரகர்களை நம்பாதே, நீயே தான் இதைச் செய்யணும் என்று எனக்கு அறிவுரைத்துக்கொண்டேன். கடைசியாக ஒரு திட்டம் வகுத்தேன். அவளுடைய ஆர்வங்களை நான் பகிர்ந்துகொள்ளவேண்டும், அவள் உணர்வுகளை எனதாக்கிக் கொள்ளவேண்டும்... துப்பாக்கிகள் எனக்குப் பிடிக்காதவை. ஆகவே சைக்கிள் கற்றுக்கொள்ள முடிவெடுத்தேன்.

அப்போதெல்லாம் எங்கள் குன்றின் சிறுவர்கள் சைக்கிள் கலைகளை எவீதான் கற்றுத்தர வேண்டும் என்று வரிசையில் நின்றார்கள். ஆகவே அந்தவரிசையில் என்னையும் சேர்த்துக்கொள்வதில் ஒரு பிரச்சினையும் இல்லை. நாடகமேடைவட்டத்தில் நாங்கள் ஒன்றுசேர்ந்தோம். சர்க்கஸ்ரிங் - தலைவியான எவீ, மிகவும் கவனத்தோடு கற்கவந்து கொஞ்சம் தள்ளாடிக்கொண்டிருந்த ஐந்துபேர் மத்தியில் நின்று கொண்டிருந்தாள்... அவள் பக்கத்தில் சைக்கிள் இல்லாமல் நான் நின்றேன். எவீ வரும்வரை நான் சைக்கிள் மீது எந்த அக்கறையும் காட்டியதில்லை, எனவே எனக்குப் பெற்றோர் வாங்கித்தரவில்லை... பணிவாக அவள் நாக்கின் சாட்டையடியைப் பொறுத்துக்கொண்டேன்.

"எங்கடா இருக்க, குண்டு மூக்கா! என் சைக்கிளக் கடன் கேக்கறியா?"

"இல்ல", என்று வருத்தத்துடன் சொல்ல, அவள் கொஞ்சம் தளர்ந்தாள். "சரி, சரி. சீட் மேல ஒக்காரு, என்ன பண்றேன்னு பாப்போம்."

அர்ஜுனா இந்தியா சைக்கிள் சீட்மீது உட்கார்ந்த உடனே, மிதமிஞ்சிய களிப்பு எனக்கு வந்துவிட்டது. எவீ சுற்றிச்சுற்றி

சல்மான் ருஷ்தீ | 319

நடந்து, “இன்னும் பேலன்ஸ் வரல்லையா? சீ, வருஷ முழுக்கவும் ஒருத்தனுக்கும் வரல்ல” எவீயும் நானும் சுற்றிச் சுற்றி வந்தபோது, அதற்கு என்ன வார்த்தை சொல்வது?

மகிழ்ச்சி.

சுற்றிச்சுற்றி... கடைசியில் அவளை குஷிப்படுத்த, நான் திக்கித்திணறிச் சொன்னேன் - “ஓகே,... முடியும்ணு நெனைக்கிறேன்... விடு...” உடனே விட்டுவிட்டாள். போய்ட்டுவான்னு சொல்லிக் கடைசியாக ஒரு தள்ளு. நான் தனியாக சைக்கிளில். அந்த வெள்ளிப் பொருள் நாடகவளையத்தில் தன்னிச்சையாகப் பறந்தது. “பிரேக் போடு, ஏ மடப்பையா, சனியன் பிரேக்கைப் போடுடா” என்று அவள் கத்துவது கேட்டது. ஆனால் என் கைகள் அசையவில்லை. மரக்கட்டையாகிவிட்டேன். அதோ பார், எனக்கு முன்னால் சன்னி இப்ராகிமின் நீலநிற சைக்கிள்... பைத்தியம் பிடித்ததுபோல, வழியைவிட்டு விலகிநிற்கிறது, மோதல்தான், சந்தேகமில்லை. அவன் வளைந்து நகர்ந்துபோக நினைத்தாலும் அவன் வண்டி இந்த வெள்ளி வண்டிக்குக் குறுக்கேதான் வருகிறது. சன்னி வலப்புறம் வளைந்தாலும் நான் குறுக்கே... “ஐயோ என்னுடைய சைக்கிள்...” நீலவண்டிச்சக்கரமும் வெள்ளிவண்டிச் சக்கரமும் முத்தமிட்டன... நான் தூக்கி எறியப்பட்டு சன்னியை நோக்கிச் செல்ல, அவனும் என்னைப் போலவே ஒரு பரவளைவுப் பாதையில் எறியப்பட்டு... டமால்... சைக்கிள்கள் பூமிக்குச்சென்று நெருக்கமாகத் தழுவிக்கொண்டன... சன்னியும் நானும் ஆகாயத்தில் ஒருவரை ஒருவர் சந்தித்துக்கொள்ள, சன்னியின் தலை என் தலையை வரவேற்க...

ஒன்பது வருஷங்களுக்கு முன்னால் நான் புடைத்த நெற்றியோடு பிறந்தேன், சன்னியோ இடுக்கிகளால் பள்ளம் ஏற்பட்டவன். எல்லாமே ஒரு காரணத்துக்காகத்தான் என்பது நன்றாகத் தெரிகிறது, ஏனென்றால், இப்போது என் புடைப்புகள், சன்னியின் பள்ளங்களில் ஒன்றுசேர்ந்தன, மிகச் சரியான பொருத்தம். தலைகள் ஒன்றாகப் பொருந்தி பூமியை நோக்கிப் பயணமானோம். நல்லவேளை, சைக்கிள்கள் மீது விழவில்லை... ஊம்ப்! ஒரு க்ஷணநேரம் உலகம் காணாமல் போயிற்று.

உடனே எவீ தன் முகப்புள்ளிகள் ஒளிர, “ஏ புழுவே! சளிமூட்டை! என் சைக்கிள ஒடைச்சிட்டியே!” என்று வந்தாள்; ஆனால் எனக்கு பிரக்ஞை இல்லை, சலவைப்பெட்டி தொடங்கிய கோளாறை நாடகவளைய விபத்து பூர்த்திசெய்து விட்டது, எல்லாக் குரல்களும் என் மண்டைக்குள் ஒலிக்க, எல்லாமே குழப்பமான

சத்தம்... எல்லாரும் - நள்ளிரவின் குழந்தைகள் யாவரும்... வடக்குதெற்குகிழக்குமேற்கு எல்லா திசைகளிலிருந்தும் “நான் இங்கிருக்கிறேன்” என்ற சமிக்ஞைகளை அனுப்ப, எல்லாரும் நான் நான் நான் நான் என்று கூப்பிடுகிறார்கள்...

“ஏய் ஏய் சளிமண்டை! நீ ஓகேயா? எங்கடா இவங்கம்மா?”

குறுக்கீடுகள், குறுக்கீடுகள் தவிர வேறு ஒன்றுமே இல்லை. எனது சிக்கலான வாழ்க்கையின் வெவ்வேறான பகுதிகள், காரணத்துக்குப் புறம்பான பிடிவாதத்தோடு, தங்கள் தங்கள் இருப்பில் இருக்க மறுத்துவிட்டன. எவீயின் பிரதேசமாகக் கருதப்பட்ட நாடக வளையத்துக்குள் படையெடுத்தன. மணிக்கூண்டிலிருந்து குரல்கள்... டிக்டாக்கின் புகழ் வாய்ந்த சிறார்களைப் பற்றி நான் வருணிக்க வேண்டிய இந்த நேரத்தில்... ஃப்ராண்டியர் மெயிலில் துரத்தப்பட்டுக் கொண்டிருக்கிறேன். எனது தாத்தா பாட்டியின் அழிந்துகொண்டிருக்கும் உலகத்திற்கு... ஆகவே இயல்பான எனது கதைப்போக்கில் இப்போது ஆதம் அசீஸ் குறுக்கிடுகிறார். சரி, தவிர்க்க முடியாததைச் சகித்துக்கொள்ளத்தான் வேண்டும்.

அந்த ஜனவரியில், சைக்கிள் விபத்தில் ஏற்பட்ட காயங்கள் ஆறி சகஜநிலைக்கு நான் வந்துகொண்டிருந்த நேரத்தில், என் பெற்றோர் குடும்பச் சந்திப்புக்காக எங்களை ஆக்ராவுக்கு அழைத்துச் சென்றனர். அது அவப்பிரபலம் பெற்ற (கட்டுக்கதை என்றும் கருதப் பட்ட) கல்கத்தாவின் கருந்துளையை விட மோசமான சம்பவமாக அமைந்துவிட்டது. இரண்டு வாரங்கள் நாங்கள் எமரால்டு, ஜுல்பிகர் ஆகியோரின் பேச்சுகளை மட்டுமே கேட்கவேண்டியதாகி விட்டது. ஜுல்பிகர் இப்போது ஒரு மேஜர் ஜெனரல், ஆனால் அவன் பெயரை யாரும் சொல்லக்கூடாது, ஜெனரல் என்றுதான் எல்லாரும் கூப்பிட வேண்டுமென்று வற்புறுத்தினான். பிறகு அவனுடைய பணக்காரத் தனத்தைப்பற்றிய தம்பட்டம் (பாகிஸ்தானின் மிகப்பெரிய பணக்காரர்களில் அவன் ஏழாம் இடத்தில் இருந்தானாம்). அவன் மகன் ஜாபர் (ஒரே ஒருதடவைதான்) குரங்கின் குறைந்துகொண்டு வந்த எலிவால் முடியைப்பிடித்து இழுக்கமுயற்சிசெய்தான். அரசாங்க வேலையிலிருந்த எங்கள் மாமா முஸ்தபாவும் அவருடைய அரைஈரானி மனைவி சோனியாவும் அவர்களுடைய பெயர்களற்ற, பாலியல்பற்ற எண்ணற்ற குழந்தைகளைக் கையாலும் பிரம்புகளாலும் அடித்துத் துன்புறுத்திய கொடுமையை நாங்கள் அமைதியான அச்சத்தில் பார்த்துக் கொண்டிருக்க வேண்டிய நிலை, அதற்குமேல், ஆலியாவின் கன்னிநிலையின் கசப்பு வாசனை காற்றில் பரவி எங்கள் உணவைக் கெடுத்தது. என் தந்தையும்

இரவில் ஜின்களோடு தனிப்போராட்டம் நடத்தச் சீக்கிரமாகவே அறைக்குச் சென்றுவிடுவார். இன்னும் பல விஷயங்கள்; எல்லாம் மோசம், மோசம், மோசம்.

ஓர் இரவு நள்ளிரவு பன்னிரண்டுமணிக்கு, என் தாத்தாவின் கனவு என் மண்டைக்குள்வர விழித்தெழுந்தேன். தனது நோக்கில் அவர் காண முற்பட்டதை என்னால் தவிர்க்க முடியவில்லை - வெளிச்சம் சரியாக விழுந்தபோது, அவரை ஒரு நொறுங்கிக் கொண்டிருந்த கிழவராக - அவருக்குள் ஒரு பிரம்மாண்டமான நிழல் இருந்ததைக் காண முடிந்தது. வயது ஆனதாலும் புனிதத்தாயினாலும் ஒத்த சிந்தனைகொண்ட நண்பர்கள் இன்மையாலும் இளமைப் பிராயக் கொள்கைகள் அழிவுக்கு உள்ளாக, அவருடைய உடலின் மத்தியில் பழைய ஓட்டை ஒன்று உருவாகி, அவரைச் சுருங்கிப்போன, உள்ளீடற்ற கிழவராக ஆக்கின, அவர் பலகாலமாகப் போரிட்டுவந்த கடவுள் மற்றும் பிற மூடநம்பிக்கைகள் அவருக்குள் புகுந்து அவர் இராச்சியத்தில் தங்கள் ஆதிக்கங்களை நிறுவத் தொடங்கிவிட்டன... இடையில், ஹனீஃபின் சினிமாக்கார மனைவியை வெறுத்த புனிதத் தாய் அந்தப் பதினைந்து நாட்களையும் அவளை அவமதிப்பதற்கான சிறுசிறு வழிகளைக் கண்டுபிடிப்பதிலேயே செலவிட்டாள். அப்போதுதான் நான் சிறுவர்கள் நாடகம் ஒன்றில் பிசாசாக நடிக்கவேண்டிய சூழலும், அதனால் தாத்தாவின் அலமாரியின்மீது பழைய தோல்பையில், பாச்சைகளால் உண்ணப்பட்ட, துளைகள் கொண்ட படுதாவை - அதன் பெரிய ஓட்டை மனிதர் செய்ததுதான் - எடுக்க நேர்ந்தது, அந்தக் கண்டுபிடிப்பு (உங்களுக்கு ஞாபகம் இருக்கலாம்) என் தாத்தாபாட்டியின் பெருஞ்சினத்திற்கு என்னை ஆளாக்கியது.

ஆனால் ஒரு சாதனையும் இருந்தது. எனக்கு ரிக்ஷாக்காரன் ரஷீத்தின் நட்பு கிடைத்தது (சிறுவயதில் சோளக்கொல்லையில் சத்தமின்றிக் கீச்சிட்டு நாதிர்கானுக்கு உதவிசெய்து அவனை ஆதம் அசீஸின் குளியலறைக்குள் கொண்டுபோய்ச் சேர்த்த அதே ரஷீத்): அவன் என்னைத் தன் அரவணைப்புக்குள் கொண்டு (என் பெற்றோருக்குத் தெரியாமல்தான், தெரிந்திருந்தால் சிலநாட்களுக்கு முன்புதான் விபத்து நேர்ந்திருந்ததால் விட்டிருக்கமாட்டார்கள்), எனக்கு சைக்கிள் கற்றுக் கொடுத்தான். நாங்கள் திரும்பிய போது, பிற இரகசியங்களைப் போலவே இதையும் மறைத்து வைத்துக்கொண்டேன். ஆனால் இதை ரொம்பகாலம் இரகசியமாக வைத்துக்கொள்வதாக இல்லை.

...திரும்பும்போது இரயிலில், பெட்டிக்கு வெளியே வழக்கம்போலத் தொங்கிக் கொண்டுவந்த குரல்கள் - “ஓ மகாராஜ், தயவுசெய்து திறங்க சார்...” டிக்கெட் வாங்காதவர்களின் குரல்கள் நான் கேட்க நினைத்த குரல்களோடு போட்டியிட்டன. புதிய குரல்கள் என் மண்டைக்குள். பிறகு பம்பாய் செண்ட்ரல் நிலையம். ரேஸ் மைதானத்தையும் கோயிலையும் தாண்டி வீட்டுக்குத் திரும்பினோம். இப்போது எவலின் லிலித், மற்ற உயர் விஷயங்களுக்குச் செல்வதற்கு முன்னால் என் வேலையை முடித்துவிடு என்று கேட்கிறாள்.

“மறுபடியும் வந்தாச்சி” என்று கத்துகிறாள் குரங்கு. “ஹாய்... மறுபடியும் வத்தி” (அவள் ஏற்கெனவே அவமானப்பட்டிருந்தாள், ஆக்ராவில் ஜெனரலின் பூட்ஸுக்குத் தீ வைத்துவிட்டாள்).

1955 அக்டோபரிலேயே மாநிலச் சீரமைப்புக் குழு திரு. நேருவிடம் தன் அறிக்கையை அளித்தாயிற்று என்பது இங்கு பதிவாகவேண்டியது. ஓர் ஆண்டு கழித்து அதன் பரிந்துரைகள் அமலாக்கப்பட்டன. இந்தியா புதிதாகப் பிரிக்கப்பட்டது. பதினான்கு மாநிலங்களாகவும் மத்திய அரசினால் நிர்வகிக்கப்படுகின்ற ஆறு பிரதேசங்களாகவும். ஆனால் இந்த மாநிலங்களின் எல்லைகள் ஆறுகளாலோ மலைகளாலோ பிற இயற்கை எல்லைகளாலோ பிரிக்கப்படவில்லை, மாறாக சொற்களின் சுவர்கள் இவற்றைப் பிரித்தன... மொழி நம்மைப் பிரித்தது. உலகிலேயே ஒரே பாலிண்ட்ரோம் மொழிப்பெயரான மலையாளம் பேசுபவர்களுக்காகக் கேரளா. (ஆங்கிலத்தில் மலையாளம் என்ற சொல்லை எழுதித் திருப்பிப் படித்தால் விகடகவி என்பதுபோல இடப்புறவாசிப்பிலும் வரும், அதற்குத்தான் பாலிண்ட்ரோம் என்று பெயர் - மொ.பெ.). கர்நாடகாவில் நீங்கள் கன்னடம் பேசவேண்டும் என்று எதிர்பார்க்கப்படுகிறீர்கள். வெட்டிக்குறைக்கப்பட்ட மெட்ராஸ், இப்போது தமிழ்ஆர்வலர்களுக்காகத் தமிழ்நாடு (பின்னால்தான் இந்தப் பெயர் இடப்பட்டது - மொ.பெ.) ஆனால் சரிவர கவனிக்காததாலோ என்னவோ, பம்பாய் மாகாணம் அப்படியே இருந்தது. மும்பாதேவியின் நகரத்தில், மொழிப்போராளிகளின் ஊர்வலங்கள் நீளமாயின, கடைசியாகக் கட்சிகளாக உருமாறின. (சம்யுக்த மகாராஷ்டிர சமிதி - மகாராஷ்டிரக் கட்சிகளின் கூட்டமைப்பு) தக்காண மாநிலமான மகாராஷ்டிரம் வேண்டுமெனப் போராட, மகா குஜராத் பரிஷத், குஜராத்தி மொழிக்காகப் போராடியது. பம்பாய்க்கு வடக்கில், கத்தியவாடிலிருந்து கட்ச் ராண் வரை தனி மாநிலத்தைக் கனவுகண்டது அது. இந்த ஆறிப்போன

வரலாற்றையெல்லாம் - தக்காணத்தின் வளமற்ற வெப்பத்தில் பிறந்த பாலைவன முக்கோண மகாராஷ்டிரத்தையும், சதுப்புநில மென்மை கொண்ட குஜராத்தையும் 1957 பிப்ரவரியில் பிரித்ததை - இன்று சூடாகச் சொல்வதற்குக் காரணம் என்ன? - நாங்கள் ஆக்ராவிலிருந்து திரும்பியதும், மெத்வோல்டு எஸ்டேட் நகரத்திலிருந்து பிரிக்கப்பட்டது - பருவகால மழைவெள்ளத்தைவிடப் பெரிய மக்கள் வெள்ளம் வார்டன் சாலையில் ஊர்வலம் சென்றது. அது எங்களை முற்றிலும் கடந்து போக இரண்டு நாளாயிற்று. சிவாஜியின் கற்சிலை உயிர்பெற்று அதற்குத் தலைமை ஏற்றுக் குதிரையில் சென்றதாம்.

கிளர்ச்சியாளர்கள் கருப்புக்கொடிகளை ஏந்திச்சென்றனர். அவர்களில் பலபேர் கடையடைப்புச் செய்த கடைக்காரர்கள், பலர் மசகாவ், மடுங்காவில் நெசவுத் தொழிற் சாலைகளில் வேலைநிறுத்தம் செய்த தொழிலாளிகள், ஆனால் எங்கள் குன்றில் அவர்கள் வேலையைப் பற்றி எங்களுக்கு ஒன்றும்தெரியாது. எங்களைப் பொறுத்தவரை, (விட்டில் பூச்சிகள் மின்விளக்குக் குமிழால் கவரப்படுவதைப் போல), எறும்புச்சாரை போலச் சென்ற மொழிஊர்வலத்தால் நாங்கள் கவரப்பட்டோம். அவ்வளவு பெரிய, அவ்வளவு உணர்ச்சிமயமான, கிளர்ச்சி; இதற்குமுன்பு ஊர்வலங்கள் எதுவுமே நடக்காதவை போல இது ஒன்றுமட்டுமே மனத்தை ஆக்கிரமித்தது. கொஞ்சம் எட்டிப் பார்ப்பதற்குக்கூட நாங்கள் குன்றைவிட்டுக் கீழேஇறங்க அனுமதியில்லை. எங்களில் தைரியமானஆள் யார்? வார்டன் சாலையை நோக்கக் குன்றிலிருந்து சென்ற பாதை பாதி வழியில் யூவளைவு எடுத்தஇடம் வரையிலாவது சென்று பார்க்கத் தூண்டியது யார்? "பயப்படறதுக்கு என்னா இருக்குது? நாம பாக்க மட்டும்தான் போறோம் - அதுவும் பாதி வழிதானே!" என்று சொன்னது யார்?... விழிகள் அகல, பெற்றோரிடம் பணிவற்ற இந்தியர்கள் தங்கள் அமெரிக்கத்தலைவியைப் பின்பற்றினர். டாக்டர் நர்லீகரை அவமதித்த போராளிகளை அவர்கள் அமைதியாக நோக்கினர் - நடுங்கிய குரலில் ஹேராயில் எங்களை எச்சரித்தபோது, எவீ அவன் காலணிமீது துப்பினாள்.

ஆனால், சலீம் சினாயான எனக்கு வேறுவேலை இருந்தது. "எவீ நான் சைக்கிள் விடுறது எப்படியிருக்குன்னு பாக்கறியா?" பதில் இல்லை. ஊர்வலக் காட்சியில் அவள் மூழ்கியிருந்தாள். சன்னி இப்ராகிமின் இடது இடுக்கிப்பள்ளத்தின் வாசலைனில் ஊரெல் லாம் பார்க்க இருப்பது அவளுடைய விரல் அடையாளமா? இரண்டாவது

முறையாக, கொஞ்சம் அழுத்தமாக, "நான் சைக்கிள் விடுவேன், எவீ, பித்தளைக்குரங்கின் சைக்கிள்ல போய்க் காட்டறேன், பாக்கறியா" என்றேன். "இதத்தான் பாத்துக்கிட்டிருக்கனே? இது நல்லாத்தான் இருக்கு. நான் ஏன் உன்னப்பாக்கணும்?" என்றாள் கொடுமையாக. கொஞ்சம் அழுவதுபோல, "நான் கத்துக்கிட்டேன் எவீ, நீ பாக்கணும்" என்பதற்குள் வார்டன் சாலையிலிருந்து கூச்சல்கள் பேச்சை அடக்கி விட்டன. அவள் முதுகு என் முன்பக்கத்தில். சன்னி, பிறகு ஐஸ்லைஸ், ஹேராயில். மகா சைரஸின் புத்திசார்ந்த முதுகு... என் தங்கையும் எவீயின் விரல் அடையாளத்தைப் பார்த்து, மனக்கஷ்டத்தோடு என்னைத் தூண்டுகிறாள். "போ, போ, அவளுக்குக் காட்டு."

"தன்ன யாருன்னு நெனைச்சிக்கிட்டிருக்கா? என் சைக்கிளிலே ஏறி, "பார் எவீ, பார்"னு சொல்லு".

கூடியிருந்த சிறுவர்களின் சிறுகும்பலை வட்டமாகச் சுற்றிச்சுற்றி, "பாரு நல்லாப் பாத்துக்கோ." பெருமிதத்தின் ஒரு கணம். எவீ, அக்கறையற்ற பொறுமையின்மையோடு, "கொஞ்சம் வழிய விடறியா, நான் ஊர்வலத்தப் பாக்கணும்" என்கிறாள்.

நகமெல்லாம் நன்கு கடிக்கப்பட்ட விரல் ஊர்வலத்தைச் சுட்டிக்காட்டுகிறது. சம்யுக்த மகாராஷ்டிர சமிதி என்னைவிட உசத்தியாகிவிட்டது, "ரொம்ப நல்லாத்தானே பண்றான், நீ செய்யறது சரியில்லை" என்று விசுவாசமாக எடுத்துச்சொல்கிறாள் குரங்கு, அதற்கு அப்பால் - என் செய்கையின் வெற்றிக்களிப்புக்கும் அப்பால் - ஏதோ ஒன்று எனக்குள் உறுத்துகிறது. "ஆக, என்ன பண்ணணுங்கிற? உனக்கு என்னதான் ஆச்சு? நான் உனக்காக என்ன..." திடீரென எனக்குள் ஒரு மாற்றம். நான் இதெல்லாம் கேட்கத் தேவையில்லையே? அந்தப் புள்ளிபோட்டமூஞ்சி, கம்பிச் சட்டமிட்ட வாய்க்குப் பின்னால் இருக்கும் மூளைக்குள் நானே போய்க் கண்டுபிடிக்கலாமே... சைக்கிளில் இருந்துகொண்டே அவள் மனத்திற்குள் செல்கிறேன். அவள் மனத்தின் வெளிப்பகுதியில் மராட்டி மொழி ஊர்வலக்காரர்கள், பிறகு அமெரிக்க பாப் - பாட்டுகள். அவற்றில் எனக்கு ஆர்வமில்லை. இப்போது, இப்போதுதான்... முதல்முதலாக, எதிர்வினை கிடைக்காத காதலின் கண்ணீரினால் தூண்டப்பட்டு, இன்னும் ஆழமாகப்போக முயற்சி செய்கிறேன்...

அவள் தற்காப்புகளை உடைத்து, தள்ளி, டைவ் - அடித்து, உள்ளே செல்கிறேன்... மிக ஆழமான இடத்தில் அவள் தாய் ஒரு இளஞ்சிவப்புநிற மேலங்கி அணிந்து, கையில் ஒரு மீனைத்

தலைகீழாகப் பிடித்திருக்கிறாள்... இன்னும் ஆழமாக ஆழமாக ஆழமாக நான் போகிறேன்... "என்ன அது, எது அவளைத் தூண்டும்? உடல் திடீரெனத் தூக்கிப்போட, திடீரென வளைந்து திரும்பி, சுற்றிச்சுற்றிச் சுற்றிச்சுற்றி வரும் என்னைப் பார்க்கிறாள்...

"போ வெளியே" என்று கத்துகிறாள் எவீ பர்ன்ஸ். நெற்றிக்குக் கையை உயர்த்தி. கண்ணில் ஈரத்தோடு, சைக்கிளில் சுற்றியவாறு, இன்னும் உள்ளே உள்ளே நான்... பக்கச் சேர்ப்புப் படுக்கையறை ஒன்றில் பளபளப்பான, கூரான, சிவப்பாகச் சொட்டுகிற ஒன்றைக் கையில் வைத்திருக்கிறாள் எவீ... வழியிலே... கடவுளே, படுக்கையில் இளஞ்சிவப்பு நிற உடையில் ஒரு பெண், அவள் உடையை இந்தச் சிவப்பு நனைக்கிறது... ஒரு ஆள் வருகிறான்... கடவுளே, கூடாது, இல்லை. இல்லை...

"வெளியே போ, வெளியே போ, வெளியே போ!" குழப்பமுற்ற சிறுவர்கள் எவீ கத்துவதைப் பார்க்கிறார்கள். மொழி ஊர்வலம் மறந்து. ஆனால் மறுபடி அதில் ஆர்வம். எவீ சைக்கிள் பின்புறத்தைப் பிடித்து இழுத்தவாறு... "என்ன செய்யறே எவீ" என்று நான் கத்த, அவள் அதைப் பிடித்து வலுவாகத் தள்ளுகிறாள்... "வெளியே போடா, நரகத்துக்குப் போ". அவள் என்னைத் தள்ள, நான் கட்டுப்பாடு இழந்து சரிவில் யூ - வளைவின் கீழே கீழே... கடவுளே, பேண்ட்பாக்ஸ் சலவையகம், நூர்வில், லக்ஷ்மிவிலாஸ் எல்லாவற்றையும் தாண்டி ஊர்வலத்தினர் அருகில் வருகிறார்கள்... ஆ... ஊர்வலத்தின் தொடக்கத்தில், தலைகள் கால்கள் உடல்கள்... நான் இறங்கும்போது ஊர்வலம் பிளந்து வழிவிட.... கத்திக் கொண்டே நடைபாதையில் ஒரு பெண்ணின் நீல சைக்கிள் மீது மோதி அவள் வரலாற்றில் குறுக்கிடுகிறேன்.

என் சைக்கிள் கைப்பிடிகளைப் கைகள் பல பிடிக்கின்றன. உணர்ச்சி மயமான கும்பலின் நெருக்கடியில் நான் மெதுவாகும்போது. வெள்ளைப்பற்களின் இளிப்புகள் என்னைச்சுற்றி. ஆனால் அவை நட்பைத் தெரிவிக்கவில்லை. "பார் பார்! ஒரு குட்டி சாகிப் மலையிலருந்து நம்மோடு சேந்துக்க வந்துட்டாரு!" என்று எனக்குப் புரியாத மராட்டியில் சொல்கிறான். எனக்கு பள்ளியில் வராத பாஷை மராட்டி. அந்த இளிப்புகள், "எங்க கட்சியில நீ சேர்றியா இளவரசே" என்று கிண்டல் செய்கின்றன. என்ன சொல்கிறார்கள் என்று அரைகுறையாகப் புரிந்து, உண்மையைச் சொல்லத் தூண்டப்பட்டு, இல்லை என்பதுபோலத் தலையசைக்கிறேன். அந்தச் சிரிப்புகள், "ஓ இளவரசருக்கு நம்ம பாஷை பிடிக்கலையாம்", இன்னொரு குரல், "ஒருவேளை இவரு குஜராத்தியாக இருக்கலாம்!" "பிரபு,

நீங்க பேசறது குஜராத்திதானே!" என்று கேட்கிறது. ஆனால் மராட்டி போலவே என் குஜராத்தியும் மோசம். கத்தியவாடின் சதுப்புநில பாஷையில் எனக்கு ஒன்றே ஒன்றுதான் தெரியும். அதற்குள் அந்தச் சிரிப்புகள், "சின்ன மகாராஜா, பேசுங்க, கொஞ்சம் குஜராத்தி பேசுங்க" என்று விரல்களால் பிறாண்டுகின்றன. கடைசியாக எனக்குத் தெரிந்ததை நான் சொல்கிறேன் - கிளாண்டி கீத் கொலாகோவிடமிருந்து பள்ளியில் நான் கற்றுக்கொண்ட ரைம் அது - குஜராத்திப் பையன்களுக்கு எரிச்சலூட்டுவதற்காக - அந்தமொழியின் பேச்சுதொனியை கேலிசெய்வதற்காக அவன் பயன்படுத்துவது - "சூ சே?" "சாரு சே". "தண்டா லேகே மாரு சே" ("எப்படி இருக்கறடா", "நல்லா இருக்கேண்டா", "தடியெடுத்து அடிச்சி விரட்டுங்கடா") ஒரு அர்த்தமற்ற பிதற்றல், ஏழு வார்த்தை, ஆனால் இவற்றை நான் சொன்னதும் அந்த இளிப்புகள் பெருஞ்சிரிப்பாக மாறுகின்றன... என் பக்கத்திலிருந்தும், தூரத்திலிருந்தும் குரல்கள் அந்தப் பாட்டைப் பிடித்துக்கொண்டன... "சூ சே மாரு சே"... "சைக்கிளோட போ மாஸ்டர்ஜீ" என்று என்னை ஏளனத்தோடு தள்ளிவிட்டன. "தண்டா லேகே மாரு சே"... என் பாட்டு இரண்டுநாள் நீள ஊர்வலக் கூட்டத்தில் ஒரு போர்ப்பாட்டு போல முன்னும் பின்னுமாகச் சுற்றிவர ஆரம்பித்ததும், நான் குன்றின் மீது சைக்கிளில் ஓடினேன்.

அன்று மாலை, கெம்ப்ஸ் கார்னரில் சம்யுக்த மகாராஷ்டிர சமிதியின் தலைப்பகுதி, மகா குஜராத் பரிஷத் சமிதியின் ஊர்வலத்தின் தலைப்பகுதியோடு மோதிக்கொண்டது. மகாராஷ்டிரக்காரர்கள் "சூ சே, சாரு சே" என்று கூச்சலிட, குஜராத்திக்காரர்களின் வாய்கள் கோபத்தில் பிளந்தன. ஏர்இந்தியா மகாராஜா மற்றும் கோலினாஸ் சிறுவனின் போஸ்டர்களின்கீழ், இரண்டு ஊர்வலக்காரர்களும் வேகமாக மோதிக்கொள்ள, என் கேலிப்பாடலைப் போர்ச்சங்கீதமாக்கி, மொழிப்போராட்டங்களில் முதலாவது நிகழ்ந்தது - பதினைந்துபேர் கொல்லப்பட்டார்கள், முந்நூறு பேருக்கு மேல் படுகாயம்.

இப்படியாக, பம்பாய் மாகாணத்தைப் பிரிப்பதற்கான வன்முறைக்கு நான் நேரடியாகவே காரணமானேன். இதன் விளைவாக, இந்த நகரம், மகாராஷ்டிரத்தின் தலைநகரமானது. எப்படியோ, வெற்றிபெற்ற குழுவில்தான் நான் இருந்தேன்.

எவீயின் தலையில் இருந்தது என்ன? குற்றமா, கனவா? நான் அதைக் கண்டு பிடிக்கவில்லை, ஆனால் வேறொன்றை - இன்னொருவரின் மனசுக்குள் நீ ஆழமாகச் சென்றால், அவர்கள்

அங்கே உன்னை உணர்ந்துகொள்வார்கள் என்பதைத் - தெரிந்து கொண்டேன்.

அன்றைக்குப் பிறகு எவலின் லிலித் பர்ன்ஸ் என்னிடம் அதிகமாக வைத்துக் கொள்ளவில்லை. ஆனால், வேடிக்கையான விஷயம், அவள் மீது எனக்கிருந்த ஆர்வம் போய்விட்டது. (என் வாழ்க்கையைப் பெண்கள்தான் மாற்றியிருக்கிறார்கள். மேரி பெரேரா, எவீ பர்ன்ஸ், ஜமீலா பாடகி, சூனியக்காரி பார்வதி, இவர்களெல்லாம் நான் என்னவாக இருக்கிறேனோ அதற்குப் பொறுப்பானவர்கள். பிறகு, கடைசிப்பகுதிக்காக நான் ஒதுக்கியிருக்கின்ற விதவை. அதற்குப் பிறகு, பத்மா, என் சாணித் தேவதை. பெண்கள் என் வாழ்க்கைக்குக் காரணமாக இருந்தார்கள் என்பது சரிதான், ஆனால் எவ்வாறோ அவர்கள் யாரும் மையத்தில் இல்லை. என் தாத்தா ஆதம் அசீஸிடமிருந்து வாரிசுச் சொத்தாக எனக்கு வந்த, ரொம்ப நாட்களாகக் குரல்களே நிரம்பியிருந்த பெரிய ஓட்டையை உண்மையில் நிரப்பியிருக்க வேண்டியவர்கள் அவர்கள்தான். அல்லது - எல்லாச் சாத்தியங்களையும் சிந்திக்கவேண்டும்தானே - பெண்கள் எப்போதுமே என்னைச் சற்றே பயமுறுத்தினார்கள்.)

எனது பத்தாவது பிறந்த நாள்

"ஏ மிஸ்டர், சொல்றதுக்கென்ன இருக்கு? எல்லாம் என் தப்புதான்."

பத்மா திரும்பிவந்துவிட்டாள். விஷத்திலிருந்து நான் மீண்டதால், மறுபடியும் எழுத உட்கார்ந்திருக்கிறேன். அமைதியாக இருக்க முடியவில்லை. மனத்தில் அவ்வளவு பாரம். திரும்பிவந்துவிட்ட என் தாமரை மறுபடியும் மறுபடியும் தன் கனத்த மார்பில் அடித்துக்கொண்டு தன்னைத்தானே கடுமையாகத் திட்டிக்கொள்கிறாள். உச்சக் குரலில் புலம்புகிறாள். (என்னுடைய பலவீனமான நிலையில், இது ஓரளவு தொல்லை தருவதாகத்தான் இருக்கிறது. ஆனால் அவளை எதற்கும் குறை சொல்லமாட்டேன்.)

"கொஞ்சம் நம்பு சார்! உன் நல்லதைத்தான் நான் எப்பவும் மனசில வச்சிருக்கேன். ஆம்பளைங்க சீக்கா இருக்கறப்ப ஒருநிமிஷம்கூட நிம்மதியா இருக்கமுடியாத பொம்பளைங்க நாங்க - சீ, என்ன பொறப்பு இது... நீங்க நல்லாருக்கிறீங்கன்னு இப்ப மனசு சந்தோஷமாருக்கு, என் கஷ்டம் உங்களுக்குத் தெரியாது!"

பத்மாவின் கதை இங்கே அவளுடைய ஒப்புதலுக்காக, அவளுடைய சொந்த வார்த்தைகளில், (அவளுடைய முழிகள் உருள, புலம்பலோடு, தன் மார்பை அடித்துக் கொள்ள) இங்கே தரப்படுகிறது. "இங்கருக்கற வேலை நல்லாத்தான் இருக்கு, உன்னை கவனிச்சிக்க ஆளும் வேணும், சலீம் பாபா, ஆனா என் முட்டாள்தனமான இறுமாப்பினாலயும் அகம்பாவத்தினாலயும் உன்னைவிட்டு ஓடிப்போனேன். ஆனா கொஞ்ச நாள்லயே திரும்பி வந்துறணும்னு துடிச்சேன். அப்புறம் நெனைச்சேன், என் மேல ஆசைவைக்காத, என்னத்தையோ முட்டாள்தனமா எழுதிக்கிட்டிருக்கற ஒரு மனுஷன் கிட்ட எப்படித் திரும்பிப்போறது? (மன்னிச்சிடு சலீம்பாபா, நான் உண்மையைச் சொல்லிட்டேன்.

என்ன மாதிரி பொம்பளங்களுக்கு புருஷன் வச்சிருக்கற ஆசைதான் எல்லாத்தையும் விடப் பெரிசு.)

அதனால ஒரு சாமியார் கிட்டபோனேன். நான் என்ன செய்யணுன்னு அவர் சொன்னார். எங்கிட்டருந்த காசில பஸ் ஏறி கிராமத்துக்குப் போய், உன் ஆண்மையை தூக்கத்திலருந்து எழுப்பறதுக்கான பச்சில கிடைக்குமான்னு தேடினேன். கெடச்சிது. "மாடுங்க பிடுங்கிப்போட்ட மூலிகையே!"ன்னு சொல்லிக்கிட்டே அம்மியில அத நல்லா மந்திரம் சொல்லிக்கிட்டே அரைச்சேன். அந்தத் தழைங்கள நல்லா தண்ணியும் பாலும் விட்டு அரைச்சிட்டு, "ஆண்மை தரக்கூடிய சக்தியுள்ள மூலிகையே! கந்தர்வனைவிட்டு வருணன் தோண்டின மூலிகையே! உன் சக்தியையெல்லாம் என் மிஸ்டர் சலீமுக்குக் கொடு!" "இந்திரன மாதிரி காமநெருப்பை எழுப்பு. ஒரு கலைமான் சக்தி உங்கிட்ட இருக்கு. இந்திரனுடைய வேகமும், காமவெறிபிடிச்ச விலங்குகளுடைய சக்தியும் இருக்கு." இந்த மாதிரி செய்ஞ்சி எடுத்துக்கிட்டு, உன்னை - நீ உன் மூக்க எப்பவும் போல புஸ்தகத்துல மறைச்சிகிட்டிருப்பன்னு தெரியும் - தேடிவந்தேன். ஆனா, பொறாமையெல்லாம் விட்டுட்டேன். மூகத்தில உக்காந்து அதைக் கிழடாக்கிடுது பொறாமை. கடவுள் மன்னிக்கட்டும், நான் தயாரிச்ச அந்த மருந்தை உன் சாப்பாட்டில கலந்துட்டேன். அப்புறம்... ஐயோ, நான் ஒரு சாதாரண பொம்பளதான... ஒரு சாமியார் சொல்றப்ப நான் அதை எப்படி எதுத்துப் பேசமுடியும்?... ஆனா இப்ப நீ சரியாயிட்ட இல்ல, கடவுளுக்கு நன்றி சொல்லணும், எம் மேல கோவப்படமாட்டியே?"

பத்மாவுடைய மருந்தின் ஆற்றலினால் ஒருவாரம் வெறிபிடித்தவன்போல் இருந் தேன். என் சாணித்தாமரை, பல்லைக் கோபத்தில் கடித்துக்கொண்டிருந்தாள், "பலகை மாதிரி கெட்டியா இருந்தே நீ, உன் வாயைச்சுற்றி நுரையா இருந்தது" என்றாள். காய்ச்சலும் இருந்ததாம். என் மயக்கத்திலே நான் பாம்புகளைப் பற்றிப் பிதற்றினேனாம். ஆனால் பத்மா பாம்பு அல்ல; எனக்குத் தீங்கு செய்யமாட்டாள் என்று தெரியும்.

"இந்த ஆசை இருக்குதே மிஸ்டர், அது பொம்பளையைப் பைத்தியக்காரியா ஆக்கிடுது" என்று புலம்பினாள்.

மறுபடியும் சொல்கிறேன், நான் பத்மாவைக் குற்றம் சொல்லவில்லை. மேற்குத் தொடர்ச்சி மலை அடிவாரத்தில் போய் ஆண்மைக்கான மூலிகைகளைத் தேடியிருக்கிறாள். (முகுனா ப்ரூரிடஸ், ஃபெரோனிகா எலிஃபண்டம்). அவளுக்கு எது கிடைத்ததோ யாருக்குத் தெரியும்? மருந்தை அரைத்துப் பாலில்

கலக்கி உணவில் கலந்து விட்டாள். புராணம் படித்தவர்களுக்கு, இந்திரன் பாற்கடலைக் கடைந்து உலகத்தைப் படைத்தான் என்பது தெரியும். அதுபோல இவள் கொடுத்த மருந்து என் குடலைக் கலக்கிவிட்டது. ஆனால் எனக்குப் புத்துயிர்ப்பு என்பது இல்லை, விதவை அவ்விதமாக என்னை ஏற்கெனவே ஆக்கியாயிற்று. உண்மையாகவே முகுனா கிடைத்திருந்தாலும் என் ஆண்மைக்குறைபாட்டைச் சரிசெய்திருக்காது. ஃபெரோனிகா ஒருபோதும் 'காமவெறி பிடித்து அலையும் மிருகங்களின்' விதமாக என்னை ஆக்கி இருக்காது.

இருந்தாலும் மேஜை முன்னால் மறுபடியும் உட்கார்ந்திருக்கிறேன். மறுபடியும் பத்மா என் காலடியில் அமர்ந்து என்னைத் தூண்டிக்கொண்டிருக்கிறாள். மறுபடியும் சமநிலை ஏற்பட்டுவிட்டது, இருசமபக்க முக்கோணத்தின் அடிப்பக்கம் பாதுகாப்பாக இருக்கிறது. நான் உச்சியில் நிகழ்காலத்திற்கும் கடந்தகாலத்திற்குமாக அலைந்து கொண்டிருககிறேன். என் பேனாவின் எழுத்தோட்டம் திரும்பிக் கொண்டிருக்கிறது.

ஏதோ ஒரு மாயம் நடந்துதான் இருக்கிறது; பத்மா காதல்மூலிகைகளைத் தேடி அலைந்த செய்கை - அது இன்று நம்மால் வெறுத்து ஒதுக்கப்படுகின்ற பழங்காலக் கல்வி, மந்திரவாதிகளின் கட்டுக்கதைகளுக்கு என்னைத் தள்ளிவிட்டது. (ஆனால் வயிற்றுப் புரட்டல், காய்ச்சலால் வாயில் நுரை இருந்தாலும்) அது என்னுள் கடந்த நாட்களில் குறுக்கிட்டதற்கு மகிழ்ச்சியடைகிறேன். ஏனென்றால் அதைப் பற்றிச் சிந்திப்பது என்பது நான் இழந்துவிட்ட விகிதப் பொருத்தத்தை ஓரளவு பெறுவதற்கு உதவும்.

கொஞ்சம் நினைத்துப் பாருங்கள். 1947 ஆகஸ்டு 15 அன்றுதான் வரலாறு, ஒரு புதிய கட்டத்தில் என் கணக்குப்படி காலடிவைத்தது. இன்னொரு நோக்கில் பார்க்கும் போது, தப்பிக்கமுடியாத அந்த நாள், இருண்ட யுகத்தின் எத்தனையோ நாட்களில், கலியுகத்தின் விரைகின்ற கணங்களில் ஒன்றுதான். அறநெறி என்னும் பசு கலியுகத்தில் ஒற்றைக்காலில் தள்ளாடிக்கொண்டு நிற்கிறதாம்.

கலியுகம்! நமது தேசியப் பகடையாட்டத்தில் தோல்வியைத் தரும் வீச்சு. எல்லாவற்றினுடைய மிக மோசமான நிலை. இந்தயுகத்தில், சொத்துதான் மனிதனின் தரத்தைத் தீர்மானிக்கிறது, செல்வம் நற்பண்போடு சமன்படுத்தப்படுகிறது, ஆணுக்கும் பெண்ணுக்கும் இடையில் காமம் மட்டுமே பிணைப்புச் சக்தியாகிறது, போலித்தனமே வெற்றியைத் தருகிறது, (இப்படிப்பட்ட காலத்தில், நானும் நல்லது கெட்டது தெரியாமல்

குழம்புவதில் என்ன ஆச்சரியம்?)... கி.மு. 3102 பிப்ரவரி 18ஆம் நாள் வெள்ளிக்கிழமையன்று, தொடங்கியதாம் இந்தக் கலியுகம். இன்னும் 432000 வருஷம் நீடிக்குமாம்! மிகமிகச் சிறுத்துப்போனேன் நான்.

மகாயுகச் சுழற்சியில் நான்காவதாக இருக்கிறது இந்தக் கலியுகம். மகாயுகம் இதைப்போலப் பத்துமடங்கு பெரியதாம்! இதைப்போல ஆயிரம் மகாயுகங்கள் சேர்ந்தால் பிரம்மாவுக்கு ஒரு நாளாம். அதனால், விகிதப் பொருத்தக் குழப்பத்தைப் பற்றி நான் சொன்னது சரிதானே? இந்த இடத்தில் கொஞ்சம் பணிவு (நான் நள்ளிரவுப் குழந்தைகளை அறிமுகப்படுத்தும் நிலையில் இருப்பதால் சற்று நடுக்கம்) தேவை என்று நினைக்கிறேன். பத்மா "என்ன சொல்றப்பா?" என்று தடுமாறித் தன் இடத்தை மாற்றுகிறாள். "இதெல்லாம் பாப்பானுங்க பேச்சு. அதுக்கும் எனக்கும் என்ன சம்பந்தம்" என்று சிவக்கிறாள்.

...முஸ்லிம் பாரம்பரியத்தில் பிறந்து வளர்ந்த நான், இந்தப் பழைய செய்திகளால் திடீரெனத் தடுமாறிப்போகிறேன். நான் விரும்பித் திரும்பி வருவாளா என்று காத்திருந்த என் பத்மா அருகில் உட்கார்ந்திருக்கிறாள்... என் பத்மா! தாமரைச் செல்வி, சாணியையும் வைத்திருப்பவள், தேன் போன்றவள், பொன்னால் ஆனவள், அவள் பிள்ளைகளோ வெறும் ஈரமும் சேறும்...

சிரித்துக்கொண்டே, "உனக்கு இன்னும் ஜுரம்தான்" என்கிறாள். "எப்படிப் பொன்னாலானவ, மிஸ்டர்? அப்புறம், எனக்கு குழந்தையே கிடையா..."

பத்மா என்பது லக்ஷ்மியின் பெயர். லக்ஷ்மியோடு சேர்ந்த யக்ஷர்கள் இந்த பூமியின் புனிதச் சொத்துகளை, புனித நதிகளை, கங்கை, யமுனை, சரஸ்வதியைக் - காப்பவர்கள். யக்ஷர்கள் மரத் தெய்வங்கள்... வாழ்க்கையைக் காப்பவர்கள், மாயையின் கனவு வலையினூடாகச் செல்லும்போது மண்ணுலக மனிதர்களை ஏமாற்றுபவர்கள், ஆறுதலும் தருபவர்கள். பத்மா - விஷ்ணுவின் தொப்புளிலிருந்து பிறந்த தாமரைப்பூ - அதிலிருந்துதான் பிரம்மாவும் பிறந்தான் - பத்மா, மூலஊற்று - காலத்தின் தாய்!

"ஏய்" என்று கவலையோடு "உன் நெத்தியைத் தொட்டுப் பாக்கறேன்" என்கிறாள் பத்மா.

பொருள்களின் இந்த அமைப்பில் நான் எங்கிருக்கிறேன்? (அவள் வருகையால் மயங்கி, ஆறுதல்கொண்ட) நான் வெறும் மரணத்துக்குள்ளாகும் மனிதனா, அல்லது வேறு ஏதாவதா? - விநாயகனைப் போல பெரிய மூக்குக் கொண்ட நான் - அந்த

யானைதானே சூரியனையும் சந்திரனையும்போல நீரைக் கட்டுப்படுத்தி மழை என்னும் கொடையை அளிக்கிறது?... அவன் தாய் இரா, காசியபனின் ராணி. காசியபன் பழைய ஆமை மனிதன். பூமியிலிருக்கும் எல்லா உயிரிகளையும் உண்டாக்கியவனும் அவற்றின் தலைவனும் அவன்தான்... யானைதான் வானவில்லும். அதுதான் இடி, அதன் குறியீட்டு மதிப்பு மிகப் பிரச்சினையாக இருக்கிறது, தெளிவுபடவில்லை.

அப்படியானால் சரி, வானவில்லைப்போல நிலையற்றதாக, மின்னலைப்போல முன்னறிவிக்க இயலாததாக, வாய்நீண்ட விநாயகனைப்போல, எனக்குப் பழைய ஞானத்தில் ஓர் இடம் இருப்பதாக உணர்கிறேன். "கடவுளே" என்று சொல்லியவாறு டவலை எடுத்து நீரில் நனைக்க ஓடுகிறாள் பத்மா. "உன் நெத்தி நெருப்புமாதிரிச் சுடுது. இப்ப படுத்துக்க. எழுதறதக் கொஞ்சம் ஒத்திவை, இப்ப பேசறது உன் ஜுரம்தான், நீயில்லை."

ஆனால், எனக்கு ஏற்கெனவே ஒரு வாரம் வீணாகிவிட்டது. அதனால் காய்ச்சலோ இல்லையோ, எழுதித்தான் ஆகவேண்டும். இந்தப் பழையகாலக் கட்டுக்கதை ஓட்டத்தை முடித்தபிறகு, நான் என் கதையின் அற்புதமான இதயப்பகுதிக்கு வருகிறேன். திரையிடாத வார்த்தைகளில் நள்ளிரவின் குழந்தைகளைப் பற்றி எழுதுகிறேன்.

"நான் சொல்வதைப் புரிந்துகொள். 1947 ஆகஸ்டு 15ஆம் நாள் தொடக்க மணியில் - இரவு பன்னிரண்டு முதல் ஒருமணிக்குள் மட்டும் - இந்தியாவில் ஆயிரத்தொரு பிள்ளைகளுக்குக் குறையாமல் பிறந்திருக்கின்றனர். அது ஒன்றும் ஆச்சரியமான விஷயமல்ல. (ஆனால் இந்த எண்ணிக்கைதான் கொஞ்சம் இலக்கியபூர்வமானது) அந்தக் காலகட்டத்தில் ஒரு மணிநேரத்தில் இந்தியாவில் இறப்புகளைவிடப் பிறப்புகளின் எண்ணிக்கை அறுநூற்று எண்பத்தேழு அதிகம். அந்தச் சம்பவத்தைக் குறிப்பிடத் தக்கதாக்கியது (குறிப்பிடத்தக்கது என்பது உணர்ச்சிகலவாத ஒரு வார்த்தை) இந்தக் குழந்தைகளின் இயல்புதான். உயிரியலின் விந்தையோ, அந்தக் கணத்தின் இயற்கைமீறிய தன்மையோ, அல்லது வெறும் தற்செயல்தானோ - இந்த எண்ணிக்கையிலான கால ஒற்றுமை சி.ஜி. யூங்கின் (புகழ்பெற்ற உளப்பகுப்பாய்வாளர் - மொ.பெ.) தலையையும் சுற்றச்செய்யும் - அந்தச் சமயத்தில் பிறந்த பிள்ளைகள் யாவருக்குமே அற்புதச் செயல் என்று வருணிக்கக்கூடிய திறமைகள் இருந்தன. இது எல்லாரும் கற்பனை என்று கருதக்கூடிய ஒன்றுதான் - இருந்தாலும் எந்த அளவு அறிவுபூர்வமாகச் சொல்ல

முடியுமோ அந்த அளவு சொல்கிறேன் - மிக முக்கியத்துவமும் எதிர்பார்ப்பும் கொண்ட ஒரு கணம் அது. அந்தச் சமயத்தில் பிறந்த பிள்ளைகள் அதுவரை உலகம் கண்டறியாத விதத்தில் புதுமையான திறன்களைக் கொண்டு பிறப்பார்கள் என்று வரலாறு அமைந்துவிட்டது. புதிதாகப் பிரிக்கப்பட்ட பாகிஸ்தான் நாட்டில் இப்படிப் பட்ட அதிசயம் நிகழ்ந்ததா என்று தெரியவில்லை. என் பார்வை சென்றவரை, அது அரபிக்கடல், வங்கக்கடல், இமயமலை என்ற இயற்கைப் பிரிவுகளுக்கு மட்டுமல்ல, பஞ்சாப், வங்கம் ஆகியவற்றைப் பிரித்த செயற்கையான எல்லைகளுக்கும் கட்டுப் பட்டது.

இந்தக் குழந்தைகளில் பலர் தவிர்க்கவியலாமல், இறந்துபோயினர். எனக்கு அவர்களைத் தெரிந்துகொள்ளும் பக்குவம் வருகின்ற சமயத்திற்குள் ஊட்டமின்மை, நோய், அன்றாட வாழ்க்கையின் துரதிருஷ்டங்கள் போன்றவை இம்மாதிரிப் பிள்ளைகளில் குறைந்தபட்சம் நானூற்றிஇருபது பேரையாவது கொள்ளைகொண்டு விட்டன. நானூற்றிஇருபது என்ற எண்ணிக்கை ஞாபகத்திற்கு அப்பாற்பட்ட காலத்திலிருந்து ஏமாற்று, போலித்தனம், நரித்தனம் ஆகிய குணங்களோடு சம்பந்தப்பட்டது. ஆகவே இந்த இறப்புகளுக்குக்கூட ஒரு காரணம் இருந்திருக்கும் என்று கற்பிக்கலாம். அல்லது, நள்ளிரவின் உண்மையான பிள்ளைகளாக இருப்பதற்குப் போதிய ஆற்றல் இல்லை என்பதால் அந்தக் குழந்தைகள் நீக்கப்பட்டு விட்டார்கள் என்று சொல்லலாமா? இப்படிப் பார்ப்பது, மறுபடியும் வெறும் கற்பனைதான். இரண்டாவது இந்தப்பார்வை மிதமிஞ்சிய இறையியல் தன்மைக்கும் காட்டுமிராண்டித் தனமான கொடுமைக்கும் உட்பட்டது. இதைப்பற்றி இன்னும் அதிகமாக ஆராய்வது பயனற்றது.

1957 அளவில், மீதியிருக்கும் ஐநூற்று எண்பத்தொரு பிள்ளைகள் யாவரும் தங்கள் பத்தாம் பிறந்த நாளை நெருங்கிக்கொண்டிருந்தனர். தங்களை ஒத்த மற்றவர் களின் இருப்பு பெரும்பாலும் அவர்களுக்குத் தெரியாது. ஆனால் சில விதிவிலக்கு கள் நிச்சயம் தெரியவந்திருந்தன. ஒரிசாவில் மகாநதிக்கரையில் பாட் என்ற நகரத்தில் பிறந்த இரட்டைப் பெண்குழந்தைகள் ஏற்கெனவே பிரசித்தி பெற்றுவிட்டனர். அந்தப் பெண்கள் மிகவும் சாதாரணமாக இருந்தபோதிலும், அவர்களைப் பார்த்த ஆண்கள் எல்லோருமே அவர்கள்மீது பெருங்காதல் கொண்டார்கள். அதனால் இந்தப் பிரசித்தி. இந்தப் பெண்களில் ஒருத்தியையோ அல்லது இரண்டு பேரையுமோ திருமணம் செய்துகொள்கிறோம்

என்று வேண்டி, குழம்பிப்போன அவர்களின் பெற்றோரை நாடி இடைவிடாது வருகின்ற பெருங்கும்பலின் தொல்லை. அந்த கும்பலில் தங்கள் வெள்ளைத் தாடிகளின் விவேகத்தை இழந்துபோன கிழவர்களும் உண்டு; பாட் நகருக்கு அந்தக் காலத்தில் மாதம் ஒருமுறை வரும் டூரிங் சினிமா நடிகைகள் பின்னால் புத்திமழுங்கிச் செல்கின்ற பையன்களும் உண்டு; இதற்குமேல், இன்னொரு கும்பல் வேறு. அந்தக் கும்பலில் இருந்தவர்கள் தங்கள் பிள்ளைகளால் பாதிப்படைந்த பெற்றவர்கள். தங்கள் உடலை மரண வதைக்குள்ளாக்கிக் கொள்ளும் அளவு இப்பெண்கள்மீது கொண்ட பித்து முற்றிப்போனதால் - ஒரு பையன் தற்கொலைகூடச் செய்துகொண்டானாம் - அவர்கள் இந்தப் பெண்களைச் சபித்தார்கள்.

இம்மாதிரி அபூர்வ சந்தர்ப்பங்கள் ஒன்றிரண்டைத் தவிரப் பெரும்பாலும், இந்தியாவின் கரடு முரடான, மோசமான விகிதாசாரம் கொண்ட நிலப்பகுதியில் மற்றப் பிள்ளைகள் ஒருவர் மற்றவரின் இருப்பை அறியாமல்தான் இருந்தார்கள்.

சைக்கிள் விபத்தில் ஏற்பட்ட அதிர்ச்சியினால், நான் - சலீம் சினாய் - அவர்கள் இருப்பதை உணர்ந்தேன்.

இவற்றையெல்லாம் ஏற்றுக்கொள்ளும் மனப்பக்குவம் அற்றவர்களுக்கு நான் சொல்கிறேன்: இப்படித்தான் நடந்தது. உண்மையிலிருந்து தப்ப முடியாது. சந்தேகப் படுபவர்களின் அவநம்பிக்கைக்கு நான் ஆளாகித்தான் தீர வேண்டும். ஆனால் நம் இந்தியாவில் எழுதப்படிக்கத் தெரிந்த எந்த நபரும் நான் விவரிப்பதுபோன்ற தகவல்களால் பாதிக்கப்படாதவர்களாக இருக்கமுடியாது. நமது தேசிய நாளிதழ்கள் விவரிக்கும் மாயாஜாலச் சிறுவர்கள் போன்ற செய்திகளைக் காணாமல் வாசகர்கள் தப்பமுடியாது. போனவாரம்தான் ஒரு வங்காளிச் சிறுவன் தன்னை ரவீந்திரநாத் தாகூரின் மறுபிறப்பு என்று அறிவித்துக்கொண்டான். தானாகவே ஓரளவு தரம் வாய்ந்த கவிதைகளையும் சொல்லலானான். அதைப்பார்த்து அவன் பெற்றோர் ஆச்சரியமடைந்தனர். இரண்டு தலைகளுடன் பிறந்த குழந்தை - அவற்றில் ஒன்று மனிதத் தலை, இன்னொன்று விலங்குத்தலை - அல்லது வேறு விசித்திரத் தன்மைகள் - தலையில் கொம்புகளுடன் பிறந்த குழந்தை - பற்றிய செய்திகள் எனக்கே ஞாபகம் இருக்கிறது.

எல்லாக்குழந்தைகளுடைய திறமைகளும் விரும்பத்தக்கவை என்று நான் உடனே சொல்லலாம்; அல்லது அந்தப் பிள்ளைகளே அவற்றை விரும்பினார்கள். சிலசமயங்களில், எப்படியோ அவர்கள் உயிரோடு தப்பினார்கள், ஆனால் அவர்களின் திறன்கள்

மறைந்துவிட்டன. உதாரணமாக (பாட் நகரச் சிறுமிகளுடைய கதை போலவே) எனக்கு ஒரு சம்பவம் ஞாபகம் வருகிறது. தில்லியில் சுந்தரி என்ற பிச்சைக்காரச் சிறுமி. தலைமை அஞ்சல் அலுவலகத்தின் பின்புறம் ஒரு தெருவில் பிறந்தவள். ராம் ராம் சேட்டிடம் ஆமினா சினாய் குறிகேட்ட மாடிக்குப் பக்கத்தில் தான் அந்த இடம். அவள் பிறப்பதற்கு உதவிசெய்த பெண்கள், அந்தக் குழந்தையின் தாய் ஆகியோருடைய கண்களை அந்தக் குழந்தையின் கொள்ளை அழகு பறித்து விட்டது. அந்தப் பெண்களின் கூக்குரலைக் கேட்டு அறையினுள் ஓடிவந்த அப்பனுக்குத் தக்கசமயத்தில் அவர்கள் எச்சரித்துவிட்டாலும் ஒரு கணம் வேகமாகத் தன் மகளைப் பார்த்ததில் அவன் பார்வையும் கெட்டுவிட்டது. இந்தியர்களுக்கும் அயல்நாட்டுச் சுற்றுப்பயணிகளுக்கும் வித்தியாசம் தெரியாமல்போய் அவனது பிச்சைக் காரத் தொழிலே பாதிக்கப்பட்டுவிட்டது. அதற்குப் பிறகு சிலகாலம் சுந்தரியின் முகத்தைக் கந்தல் துணியால் போர்த்தியே வைத்திருந்தார்கள். கடைசியாக, இரக்கமற்ற பாட்டிஒருத்தி, தனது குச்சிக்கைகளால் ஒரு சமையல் கத்தியை எடுத்து ஒன்பதுமுறை சுந்தரியின் முகத்தைத் தாறுமாறாகக் கீறிவிட்டாள். அவளைப் பார்க்க நேர்ந்த எவருக்கும், மிகவும் அழகாக இருந்த பெண் ஒருத்தியின் சிதைக்கப்பட்ட முகத்தை அடையாளம் கண்டுகொள்ளாமல் இருக்கஇயலாது. எனக்கு அவளைப்பற்றித் தெரிய வந்தபோது, சுந்தரி நன்றாகச் சம்பாதித்துக்கொண்டிருந்தாள். தன் குடும்பத்தினர் எவரையும் விட அவளுக்கு அதிகமாகப் பிச்சை கிடைத்தது.

தாங்கள் பிறந்த நேரத்தோடு இந்தப் பிள்ளைகளில் எவரும் தங்கள் திறன்களைத் தொடர்புபடுத்திப் பார்க்காததால், எனக்கு அவர்களைக் கண்டறியச் சற்றுக் காலம் பிடித்தது. சைக்கிள் விபத்து ஏற்பட்ட பிறகு (குறிப்பாக, மொழி ஊர்வலக்காரர்கள் எவீ பர்ன்ஸிடமிருந்து என்னை குணப்படுத்தியபிறகு), சில பிள்ளைகள் பூச்சிகளையும், சிலர் ரயில்களையும் எண்ணுவதைப்போல நான் மிக ஆவலோடு இந்தப் புகழ்பெற்ற பிள்ளைகளை எண்ணத்தொடங்கினேன். என் மனஅரங்கில் திடீரென்று ஒருவர் ஒருவராக வர ஆரம்பித்தனர். இவர்களது இரகசியங்களைச் சேகரிக்கத்தொடங்கினேன். சேகரிப்பு ஊக்கத்தின் விளைவான ஆட்டோ கிராப் போன்றவற்றில் எனக்கு ஆவல் இல்லாததால், நான் இந்த ஐநூற்றுஎண்பத்தொரு பேரின் பிரகாசமான யதார்த்தத்தில் மூழ்கினேன். (இதில் இருநூற்று அறுபத்தாறு பேர் பையன்கள்; முன்னூற்றுப் பதினைந்து பேர் பெண்கள் - ஆண்களைவிடப்

பெண்களின் தொகை, பார்வதி - அதுதான் சூனியக்காரி பார்வதி உட்பட - அதிகம்).

நள்ளிரவின் குழந்தைகள்!... கேரளாவில் ஒரு பையன், அவன் கண்ணாடிக்குள் புகுந்து, வேறு எந்தப் பிரதிபலிக்கும் ஊடகத்தின் வழியாகவும் வெளியே வரக்கூடியவன். உதாரணமாக, ஏரிகளிலிருந்து, அல்லது கொஞ்சம் கஷ்டப்பட்டு, கார் போன்றவற்றின் உலோகத்தளங்களிலிருந்தும் வெளிவருவான். கோவாவிலிருக்கும் ஒரு பெண்ணுக்கு மீன்களைப் பலமடங்காக்கும் வித்தை இருந்தது... சிலபேர் உருமாறும் திறன் பெற்றவர்கள். நீலகிரியில் ஓநாயாக மாறக்கூடிய பையன்... விந்தியமலையின் நீர் பிடிப்புப்பகுதிகளில் ஒருவன் தன் விருப்பப்படி உடலைப் பெருக்கிக்கொள்ளவும் சிறிதாக்கிக் கொள்ளவும் வல்லவன்... அவன் செய்த குறும்பினால், கலவரம் ஏற்படவும், அரக்கர்கள் வந்து விட்டார்கள் என்ற பயம் தோன்றவும் காரணமாக இருந்தான். காஷ்மீரில் ஒரு நீலக்கண் சிறுவன் (சிறுமி) - அவன்(ள்) அசலாக ஆணா பெண்ணா தெரியாது - ஏனென்றால் நீரில் முழுகி, ஆணாகவோ பெண்ணாகவோ விருப்பப்படி மாறக்கூடியவன்(ள்). புராணங்களில் கேள்விப்பட்ட பாலியல் மாற்றக் கதைகளை வைத்து எங்களில் சிலர் நாரதக்குழந்தை என்றோ, மார்க்கண்டேயக் குழந்தை என்றோ அவளை(னை)ச் சொன்னோம்.

நீர்வறண்ட தக்காணத்தின் மையப்பகுதியில் ஜல்னா என்ற இடத்தில், நீரூற்றைக் கண்டுபிடிக்கும் திறன் பெற்ற பையன் இருந்தான். கல்கத்தா நகரத்தின் வெளிப் புறப்பகுதியில் ஒரு பெண்ணின் கூர்மையான நாக்கு, கேட்பவர்களின் உடலில் காயங்களை ஏற்படுத்தியது. தற்செயலாக அவளுடைய உதடுகளிலிருந்து வெளிப்பட்ட அம்புகளால் சில முதியவர்கள் உடலிலிருந்து இரத்தம் வந்தது. அதனால் அவளை மூங்கில் கூண்டில் அடைத்து கங்கையில் மிதக்கவிட்டு சுந்தரவனக்காடுகளுக்கு அனுப்ப முனைந்தார்கள். (அதுதான் இப்படிப்பட்ட மிருகங்கள், ஆவிகள் வாழக் கூடிய இடமாம்). ஆனால் அவளை நெருங்க யாருக்கும் துணிவில்லை. தன்னைச் சுற்றி பயத்தாலான கூண்டு மூடியிருக்க, அவள் நகரத்தில் உலாவந்தாள். அவளுக்கு உணவு இல்லை என்று சொல்ல யாருக்கும் துணிச்சல் இல்லை. இன்னொரு பையன் உலோகங்களைச் சாப்பிடக்கூடியவன். ஒரு பெண்ணின் விரல்கள் மிகப் பசுமையாக இருந்தன, அவளால் தார்ப்பாலவனத்தின் மிகச் சிறந்த கத்தரிக்காய்களை விளை விக்க முடிந்தது. இன்னும் நிறைய நிறைய நிறைய...

அவர்களுடைய எண்ணிக்கையினாலும், மிகுவியப்புக்குரிய அவர்கள் திறன்களின் பன்முகத் தன்மையினாலும் ஆரம்பநாட்களில் அவர்களுடைய சாதாரண வாழ்க்கைக்கு நான் மதிப்பளிக்கவில்லை. ஆனால், பிரச்சினைகள் என்று ஏற்படும்போது, எங்கள் பிரச்சினைகளும் எங்கள் பண்புகள் மற்றும் சூழலினால் ஏற்படுகின்ற தினசரி மானிடப் பிரச்சினைகள்தான். சண்டைபோடும்போது நாங்கள் மிகச் சாதாரணச் சிறுவர்கள்தான்.

குறிப்பிடவேண்டிய ஒரு உண்மை என்னவெனில், நள்ளிரவை எவ்வளவு நெருங்கிப் பிறந்தோமோ அந்த அளவிற்கு எங்கள் திறன்களும் மிகப்பெரிய அளவில் இருந்தன. மணியின் கடைசிப்பகுதியின் கணங்களில் பிறந்த சிறுவர்கள், வெளிப்படையாகச்சொன்னால், சர்க்கஸ் கோமாளிகள்தான். ஒரு பெண்ணுக்கு தாடி. ஒரு பையனுக்கு நன்னீர் மீன்களின் செதிள்கள் உடலில் அமைய, அவற்றை இயக்கமுடிந்தது. சயாமிய இரட்டையர்க்கு ஒரு தலையில் இரு உடல்கள் அமைந்து ஊசலாடின. அந்தத் தலை ஆண்குரலிலும், பெண்குரலிலும், இந்தியத் துணைக்கண்டத்தின் எல்லா பாஷைகளிலும் பேசியது. ஆனாலும் அந்த தெய்விக மணிநேரத்தின் கடைசிக் கொழுந்துகளான இவர்களின் வியப்புக்குரிய தன்மைகள் ஒருபுறம் இருந்தாலும், பரிதாபத்திற்குரியவர்கள்தான். மத்தியிலுள்ள அரைமணியில்தான் ஆர்வத்திற்குரிய, பயனுள்ள திறன்கள் கிடைத்தன. கீர் காட்டில், ஒரு காவல்பெண், தன் கைகளால் தடவியே குணப்படுத்தக்கூடியவளாக இருந்தாள். ஷில்லாங்கில் பணக்காரத் தேயிலைத் தோட்டக்காரன் ஒருவனின் மகன், தான் பார்த்த அல்லது கேட்ட எதையும் மறக்க இயலாத (நல்ல, அல்லது மோசமான)இயல்பைப் பெற்றிருந்தான். ஆனால் நள்ளிரவின் முதல் நிமிடத்தில் பிறந்த குழந்தைகளுக்குத்தான் நாம் கற்பனையும் செய்ய இயலாத சிறந்த கொடைகள் கிடைத்திருந்தன. பிறந்த நேரத்தைத் துல்லியமாகப் பதிவுசெய்த பதிவேடு ஒன்றை நீ வைத்திருந்தால், பத்மா, லக்னோவில் ஒரு பெரிய குடும்பத்தின் வாரிசு (நள்ளிரவுக்கு இருபத்தொரு செகண்டுகள் கழித்துப் பிறந்தவன்) எவ்வித ஆற்றலைப் பெற்றிருந்தான் என்பதை அறிந்து வியப்படைவாய்.

அவன் பத்துவயதுக்குள் இரசவாதம் செய்யும் திறமையை முற்றிலும் அறிந்து, அதனால் பெருஞ்செல்வத்தை உண்டாக்க முடிந்தது. அதனால் தன் வீழ்ச்சியடைந்த குடும்பத்திற்கு மிகுந்த அதிர்ஷ்டத்தை உண்டாக்கினான். சென்னையில் ஒரு வண்ணாத்திப்பெண், நள்ளிரவுக்குப் பதினேழு செகண்டுகள் கழித்துப்

பிறந்தவள், கண்ணை மூடிக்கொண்டால்போதும், எந்தப் பறவையையும்விட உயரமாகப் பறப்பாள். வாரணாசியில் ஒரு வெள்ளித்தட்டானுடைய மகன் (நள்ளிரவுக்கு பன்னிரண்டு செகண்டுகள் கழித்துப் பிறந்தவன்) காலத்தில் முன்னும் பின்னும் செல்லக்கூடிய ஆற்றல் பெற்றிருந்தான். அதனால் எதிர்காலத்தைச் சொல்லவும், கடந்தகாலத்தைத் தெளிவுபடுத்தவும் முடிந்தது. கடந்தகால, மறந்துபோன விஷயங்களை அவன் சொன்னபோது சிறுவர்களான நாங்கள் மனப்பூர்வமாக நம்பினோம், ஆனால் எங்கள் இறுதியைக் குறித்து அவன் எச்சரித்தபோது ஏளனம் செய்தோம், நல்லவேளையாக இம்மாதிரிப் பிள்ளைகள் பற்றிய பதிவேடுகள் எதுவும் இப்போது இல்லை. என்னைப் பொறுத்தவரை நான் அவர்களின் பெயர்களையோ இடங்களையோ வெளிப்படுத்த மாட்டேன், சொல்ல வேண்டிவந்தால் வேறு (புனைவுப்) பெயர்களைத்தான் கொடுப்பேன். அவர்களுடைய பெயர், இடம் ஆகியவற்றைச் சொல்வது என் கூற்றுகளை உண்மை என்று நிரூபிக்கும் என்றாலும், இவ்வளவு தூரம் ஆனபிறகு நள்ளிரவின் குழந்தை களான எங்களை விட்டுவிடுவதுதான் நல்லது. ஒருவேளை மறந்துவிடுவதும் நல்லது தான். ஆனால் இங்கே நான் அவ்வளவாக நம்பிக்கையின்றித்தான் - ஞாபகம் கொள்ள விரும்புவது...

வெள்ளிக்கிழமை மசூதியின் படிகளை ஒட்டியிருந்த இடத்தில், பழைய தில்லி யில் ஒரு சேரியில் பிறந்தவள் சூனியக்காரி பார்வதி. இது ஒரு சாதாரணவகைச் சேரி அல்ல. ஆனால் தோற்றத்தில், பழைய அட்டைப்பெட்டிகள், மடிப்புகளாக வளைக்கப்பட்ட தகரங்கள், சணல்பைகளின் துண்டுதுண்டான கயிறுகள் போன்றவற்றால் கட்டிய குடிசைகள் ஒன்றும் பிற நகரங்களில் இருப்பதிலிருந்து மாறவில்லை... வித்தியாசம் இதுதான் - இது மாயாஜால வேடிக்கைக்காரர்களின் இருப்பிடம். ஆமாம், ஒரு காலத்தில் கத்திகள் கிழித்துக்கொன்ற, நாய்கள் காப்பாற்றுவதில் தோல்வியடைந்த பாடும் பறவையை உற்பத்திசெய்த இடம் இதுதான். தலைநகரத்தில் தங்கள் அதிர்ஷ்டத்தை நாடி, நாட்டிலிருந்த ஃபக்கீர்களும், அந்தஸ்துமிக்கவர்களும், கனவுகாண்பவர்களும் தொடர்ந்து படையெடுத்த வித்தைக்காரர்களின் சேரி. இதில் இருப்பவர்களுக்குக் கிடைத்தவை தகரக்குடிசைகளும் போலீஸ் அலைக்கழிப்புகளும், எலித்தொல்லைகளும்தான்...

பார்வதியின் தந்தை ஒருகாலத்தில் அயோத்தியில் மிகப்பெரிய வித்தைக்காரர். கற்களையும் பேசவைக்கும் வெண்ட்ரிலோக்கிஸ்டுகள் (தங்கள் குரலை வேறொரு

இடத்திலிருந்து தோன்றுவதுபோலச் செய்பவர்கள்), தங்கள் கால்களையே பின்புறமாக வாய்க்குக் கொண்டுவரும் வளைத்து நெளிபவர்கள், வாயில் தீயை விழுங்கிப் பின்புறமாக அதை வெளியேற்றுபவர்கள், தங்கள் கண்களின் ஓரத்திலிருந்து கண்ணாடித் துளிகளாகக் கண்ணீரை வெளிக்கொண்டுவருகின்ற சோகமான கோமாளிகள் போன்றவர்கள் மத்தியில்தான் பார்வதி வளர்ந்தாள். அவள் கழுத்தில் அம்புகளை அவள் தந்தை குத்தி வித்தைகாட்டியபோது வாய்பிளந்த கூட்டத்திற்கு மத்தியில் நின்றவள் அவள். ஆனாலும் தன்னைச் சுற்றியிருந்த வித்தை காட்டுபவர்கள் அனைவருக்கும் மேலான விந்தைகளைப் பெற்றிருந்த அவள் தன் இரகசியத்தைப் பாதுகாத்தே வைத்திருந்தாள். அவள் ஆகஸ்டு 15 நள்ளிரவுக்கு ஏழே ஏழு வினாடிகள் பிறகு பிறந்தவள். தன் கழுத்தில் தந்தை இரும்புமுட்களால் குத்தியபோது பேச்சுமூச்சற்றுப் பார்த்த கும்பலின் மத்தியில் மென்மையாக நின்றவள் அவள். அவளைச் சுற்றியிருந்த வெற்றுப்பேச்சு மாயவித்தைக்காரர்களின் எந்தத்திறமையையும்விட மிகுந்த திறமையிருந்தும் அதைத் தன் இரகசியமாகவே காப்பாற்றிவந்தாள். ஆகஸ்டு 15 நள்ளிரவிற்கு ஏழே ஏழு விநாடிகள் மட்டுமே கழித்துப் பிறந்ததனால் கைதேர்ந்த ஞானம் பெற்றிருந்த அவளுக்கு எவ்விதக் கருவிகளும் தேவையற்ற கலைகளான சூனியவித்தையும் மாயவித்தையும் இயல்பாகவே வாய்த்திருந்தன.

ஆக, நள்ளிரவின் குழந்தைகளில் உருமாறும் இயல்பு படைத்த, வானத்தில் பறக்கக்கூடிய, தீர்க்கதரிசனம் உரைக்கின்ற, மாயவித்தை செய்கின்ற பிள்ளைகள் எல்லாம் இருந்தார்கள்... ஆனால் இவர்களில் முக்கியமான நாங்கள் இருவர் சரியாகப் பன்னிரண்டு அடிக்கும்போது பிறந்தவர்கள். சலீமும் சிவாவும், சிவாவும் சலீமும் - மூக்கும் முட்டிகளும், முட்டிகளும் மூக்கும்... சிவாவுக்கு நள்ளிரவு, போர்க்கலையைப் பரிசாக அளித்திருந்தது. (இராமன், அர்ஜுனன், பீமன் போன்ற வீரர்களுடைய; அல்லது பாண்டவர்கள், கௌரவர்கள் ஆகியோரின் இணைந்த போர்த்திறன் அவனிடம் தடுக்கவியலாத வகையில் வந்திருந்தது!)... எனக்கோ, எல்லா மனிதர்களுடைய இதயத்திலும் மனத்திலும் இருப்பனவற்றைக் காணக்கூடிய மிகப்பெரிய திறன்.

ஆனால் இது கலியுகம்; இருட்டின் நடுநேரத்தில் பிறந்த இந்தக் குழந்தைகள், இருள்யுகத்தின் மத்தியிலும் பிறந்திருக்கிறார்கள். ஆகவே நாங்கள் எல்லாரும் மிகுந்த அறிவுக்கூர்மை படைத்திருந்த போதிலும் நல்லது கெட்டது பற்றிய குழப்பத்திலேயே

எப்போதும் இருந்தோம். உண்மையை ஒளிக்காமல் உங்களிடம் சொல்லிவிட்டேன். இதுதான் நான்; இதுதான் நாங்கள்.

பத்மா ஏதோ தாயைப் பறிகொடுத்தவள் மாதிரி உட்கார்ந்திருக்கிறாள். அவள் வாய் தானாகத் திறந்துமூடியவாறு இருக்கிறது, வாளைமீன் வாயை மூடிமூடித் திறப்பது போல இருக்கிறது. "ஓ பாபா! உனக்கு உடம்பு சரியில்ல. என்னென்ன சொல்றே! ஓ பாபா!" என்கிறாள் கடைசியாக.

நோயில் புகலடைவது எளிது. நான் அப்படிப் புகலடைவதை விரும்பவில்லை. நான் சொல்லியவற்றை ஜன்னியினால் உண்டாகும் பிதற்றல் என்று ஒதுக்கிவிடாதீர்கள். அல்லது தனிமையில்வாடும், குரூபமான ஒரு பையனின் பைத்தியக்காரத்தனமான, மிகைப்படுத்தப்பட்ட கற்பனைகள் என்றும் தள்ளிவிடாதீர்கள். நான் உருவகமாகப் பேசவில்லை என்பதை முன்பே சொல்லிவிட்டேன். நான் இப்போது எழுதி யிருப்பது (அல்லது திகைத்துப்போய் உட்கார்ந்திருக்கும் பத்மாவுக்குப் படித்துக் காட்டுவது) மிக வெளிப்படையான நேரான உண்மை. யதார்த்தத்தில் உருவகம் அடங்கியிருக்கலாம். அதனால் அதன் நிஜத்தன்மை குறைந்துபோவதில்லை.

ஆயிரத்து ஒரு பிள்ளைகள் பிறந்தார்கள்; ஓரிடத்தில் ஒருசமயத்தில் வாய்க்காத பலவித சாத்தியங்களும் அவர்களுக்கு வாய்த்திருந்தன. அதேபோல் ஆயிரத்தொரு வகையான கஷ்டங்களும் இருந்தன. உங்கள் நோக்குநிலைக்கு ஏற்றவாறு நள்ளிரவின் குழந்தைகள் எதை எதையோ குறிப்பவர்களாகத் தோன்றலாம்; நமது பழங்கதைகள் நிறைந்த தேசத்தில் எவையெல்லாம் மிகப்பழமையானவையாக, பிற்போக்கானவையாக இருக்கின்றனவோ, அவற்றின் கடைசி உருவங்களாக அவர்கள் தோன்றலாம்; நவீன மயப்படுகின்ற இருபதாம் நூற்றாண்டின் பொருளாதாரப் பின்னணியில் அவர்களின் தோல்வி விரும்பத்தக்கதாகவும் தோன்றலாம். அல்லது அவர்களைச் சுதந்திரத்தின் நிஜமான நம்பிக்கைச்சுடர் என்றும் கருதலாம் - அந்த ஒளி என்றென்றைக்குமாக இப்போது அணைந்துவிட்டது. ஆனால் அவர்களைத் தடுமாற்றம்கொண்ட நோய் பிடித்த ஒரு மனத்தின் நம்பமுடியாத கற்பனை என்றுமட்டும் சொல்லிவிடாதீர்கள்.

இல்லை: நோய் என்பது இங்குமில்லை, அங்குமில்லை.

"சரி சரி பாபா", பத்மா என்னைத் தணிவிக்க முயற்சிசெய்கிறாள். "ஏன் இவ்வளோ கோவம்? கொஞ்சம் ஓய்வெடு. கொஞ்சநேரம். அதுதானே நான் உன்னைக் கேக்கறது."

எனது பத்தாம் பிறந்தநாளுக்கு அண்மிய நாட்கள், உண்மையிலேயே மனப் பிரமைகளைக் கொண்ட நாட்கள்தான். அந்த பிரமைகள் என் மண்டையில் உதித்தவை அல்ல. என் தந்தை அகமது சினாய், டாக்டர் நர்லீகரின் சதிகார மரணத்தாலும், மேலும் மேலும் அதிகமாக ஜின்கள், திரவங்களின் வசப்பட்டதாலும், மிகத் தொல்லை தரக்கூடிய யதார்த்தத்திலிருந்து விலகி, அதற்குப்புறம்பான கனவுலகத்தில் தஞ்சமடைந்திருந்தார். ஆனால் மக்கள் அதை வேறொருவிதமாகப் புரிந்துகொண்டார்கள். உதாரணமாக இதோ, சன்னியின் தாய் நுஸ்ஸி வாத்து - எங்கள் தோட்டத்தில் ஒருநாள் ஆமினாவிடம் சொல்கிறாள்: "ஆமினா அக்கா, உங்களுக்கு எவ்வளவு நல்ல காலம்! உங்க அகமது வாழ்க்கையின் உச்சத்தில இருக்கார். எவ்வளோ நல்ல மனுஷர், குடும்பத்துக்காக எவ்வளோ பாடுபடறார்!" அவர்காதில் விழவேண்டுமென்றே உரக்கச் சொல்கிறாள். வாடிக்கொண்டிருக்கிற போகன்வில்லாவுக்கு என்ன செய்வது என்று தோட்டக்காரனுக்குச் சொல்வதுபோல பாவனை செய்தாலும், தன்னைக் குறைத்துக் கொள்ளுகிற பாவனையில் முகத்தை வைத்துக் கொண்டாலும் எதுவும் அவரை நம்பக்கூடியமாதிரி இல்லை. அவருடைய பருத்த உடம்பில் ஊதிப்போன வயிறு அகம்பாவத்தால் குலுங்குகிறது. தோட்டக்குழாயின்கீழே உட்கார்ந்திருக்கிற, சோர்ந்துபோன சாது புருஷோத்தம் கூட இந்த வருணனையால் தவிக்கிறான். முதுமையில் வதங்கும் என் தந்தை... ஏறத்தாழ பத்துவருஷமாக, தன் மோவாயைச் சிரைத்துக் கொள்வதற்கு முன்பாக உணவுமேஜையில் நல்ல மனோபாவத்துடன் இருந்துவந்தவர் - முகத்து மயிர்கள் அவருக்கு வெள்ளையாகத் தொடங்கியவுடனே இந்தக் குறித்தநேரத்து சந்தோஷம் நிச்சயமில்லாமல் போய்விட்டது. வரிகள் உயர்த்தப்பட்ட, ஆனால் வரிகள் பயன்படுகின்ற வாயில்கள் தாழ்ந்துபோய்விட்ட நாள் அது. என் தந்தை டைம்ஸ் ஆஃப் இந்தியா பத்திரிகையைக் கோபத்துடன் கீழேஎறிந்து, சிவந்த கண்களோடு தன்னைச் சுற்றிப் பார்த்தார். "கக்கூஸு மாதிரி இருக்குது" என்று சுருக்கமாக வெடித்தார். முட்டை ரொட்டியும் தேநீரும் அவர் கோபத்தில் நடுங்கின. "பொண்ணே, இந்த அரசாங்கம் நம்ம மேல கக்கூஸ் போவுது" என்றார். செய்கையில் அதைக்காட்டினார். நாடே கக்கூஸுக்குப் போவது என்றால் என்ன என்று எனக்கே புரிகிறமாதிரி இருந்தது.

அடுத்துவந்த வாரங்களில் என் தந்தையின் மோவாய் மங்கத்தொடங்கிவிட்டது. சாப்பாட்டு மேஜையினுடைய அமைதி

மட்டுமல்ல, வேறு ஏதோ ஒன்றும் காணாமல் போய்விட்டது. நர்லீகருடைய சதிகாரத்தனத்துக்கு முன்பு எப்படிப்பட்ட மனிதராக இருந்தார் என்பதை அவர் மறந்துவிட்டார். வீட்டின் சடங்குகள், விழாக்கள் குறையத் தொடங்கின. உணவுமேஜைக்கு வராமலே இருக்கத் தொடங்கியதால் அவரைத் தடவித் தடவி ஆமினா பணம் எடுக்க முடியவில்லை. ஆனால் பணவிஷயத்தில் அவர் அக்கறை கொள்ளாமல் நடக்கமுற்பட்டதால் அவர் எறிந்த உடைகளில் ரூபாய் நோட்டுகளும் காசுகளும் கிடந்தன. அவற்றை வைத்து ஒருவாறு ஆமினாவால் ஓட்ட முடிந்தது. ஆனால் குடும்பத்திலிருந்து அவர் ஒதுங்க முற்பட்டதன் ஒரு மோசமான அடையாளம்: அவர் எங்களுக்கு படுக்கைநேரத்தில் கதைகள் சொல்வது அபூர்வமாயிற்று. அப்படியே அவர் சொன்னபோதும் எங்களால் இரசிக்கமுடியவில்லை. ஏனென்றால் அவை சரிவரக் கற்பனைசெய்யப்படாமலும், சரியான அமைப்பில்லாமலும் இருந்தன. கதைகளின் விஷயம் என்னவோ முன்போலத்தான். ராஜகுமாரர்கள், பிசாசுகள், பறக்கும் குதிரைகள், மாயாலோகங்களில் சாகசங்கள், ஆனால் எந்திரத்தனமான அவர் குரலில் நாங்கள் ஒரு நலிவுற்ற, தடுமாறுகின்ற கற்பனையின் முனகல்களைத்தான் கேட்கமுடிந்தது. கவனச் சிதறலுக்கும் அவர் ஆட்பட்டார். நர்லீகரின் மரணமும் நாலுகாலிகள் பற்றிய கனவின் முடிவும் மனித உறவுகளின் நம்பகமற்ற தன்மையை எடுத்துக்காட்டிவிட்டன. அதனால் எல்லாவித மனித பந்தங்களிலிருந்தும் விலக முடிவுசெய்துவிட்டார். விடிவதற்கு முன்பாகவே எழுந்து கீழே அவருடைய அலுவலகத்துக்குச் சென்று அப்போதைய ஃபெர்னாண்டா அல்லது ஃப்ளோரியுடன் கற்பனையுலகத்தில் வாழ்ந்தார். அலுவலக அறைக்கு முன்பாக வைத்த மரக்கன்றுகள் இப்போது பெரியவையாகி அலுவலகத்தில் வெளிச்சத்தைத் தடுத்தன. நான் பிறந்ததையும், பித்தளைக்குரங்கு பிறந்ததையும் கொண்டாடுவதற்காக அவர் நட்ட மரக்கன்றுகள் அவை. நாங்கள் யாரும் அவருக்குத் தொல்லைதர பயப்படுவோம் என்பதால் அவர் மிக ஆழ்ந்த தனிமையில் இருக்கலானார். ஜனத்தொகை மிகுந்த நமது நாட்டில் இந்த நிலைமை மிகவும் அபூர்வமானது என்பதன்றி, பிறழ்ச்சியாகவும் தோன்றக்கூடியது. வீட்டில் சமைத்த உணவைச் சாப்பிடாமல், தன் வேலைக்காரி ஒரு டிபன்கேரியரில் வாங்கிவரும் உலர்ந்துபோன பரோட்டா, ஊசிப்போன சமூசா, மலிவான பானங்களைச் சாப்பிட ஆரம்பித்தார். அவருடைய அலுவலக அறைக்கதவின் உள்ளிருந்து விநோதமான ஒரு மணம் வீச ஆரம்பித்தது. கதவை மூடியே வைத்திருப்பதாலும்,

சல்மான் ருஷ்தீ

ஊசிப்போன உணவாலும் ஏற்படும் வாசனை அது என்று ஆமினா நினைத்தாள். ஆனால், மிகப்பழைய நாட்கள் முதலாக அவர்மீது கவிந்துவந்த தோல்வியின் நாற்றம் அது என்பது என் நம்பிக்கை.

அவர் பம்பாய்க்கு வந்தபோது மலிவான விலையில் வாங்கியிருந்த வீடுகள், சாள்கள் முதலியவற்றை விற்றுவிட்டார். அவற்றில் வந்த வாடகையால்தான் நாங்கள் காலந் தள்ளிவந்தோம். குர்லா, வோர்லி, மடுங்கா, மஸகாவ், மாஹி ஆகிய இடங்களில் இருந்த முகந்தெரியாத குடக்கூலிக்காரர்களுடனான தொடர்புகளைக்கூட முற்றிலுமாகத் துண்டித்துக்கொண்டார். எல்லாச் சொத்துகளையும் விற்று ரொக்கமாக்கிக் கொண்டு கற்பனையான யூக வியாபாரங்களில் ஈடுபடலானார்.

அந்தநாட்களில், அலுவலக அறையில் தாளிட்டுக்கொண்ட அவருடைய ஒரே ஒரு வெளியுலகத்தொடர்பு (பாவம், அவருடைய ஃபெர்னாண்டக்களைத் தவிர) அவருடைய தொலைபேசிதான். இந்தக் கருவியுடன் ஆழமான கலந்தாலோசனையிலேயே நாள் முழுவதையும் கழித்தார். அவர் ஆணையிட்டபடி அந்தக் கருவி அவருடைய பணத்தை இன்னஇன்ன பங்குகளில், இன்னஇன்ன ஸ்டாக்குகளில், இன்னஇன்ன அரசாங்கப் பத்திரங்களில், அல்லது சந்தைச் சரக்குகளில் கொஞ்சநாள் கழித்தோ உடனடியாகவோ போடவும் விற்கவும் செய்தது... அந்தந்தச் சமயத்திலான சிறந்த விலையில். முன்பு சில ஆண்டுகளில் குதிரைகள்மீது பணம் கட்டிய என் தாய்க்கு அடித்த அதிர்ஷ்டத்துடன் மட்டுமே ஒப்பிடக்கூடிய ஒரு நல்வாய்ப்பினால், என் தந்தையும் அவருடைய தொலைபேசியும் பங்குச்சந்தையில் பெரிய சூறாவளியையே ஏற்படுத் தினார்கள். என் தந்தையின் குடிப்பழக்கம் மேலும் மேலும் மோசமாகிவந்த பின்னணியில் இது மிகவும் எடுப்பாகவும் தெரிந்தது. ஜின்னால் கலங்கியிருந்தபோதும் பணச்சந்தையின் உணர்ச்சிசார்ந்த, நம்புவதற்கு இயலாத மாற்றங்கள், ஏற்ற இறக்கங்களில் காதலியின் சிறிய ஆசைக்கும் ஈடுகொடுக்கும் காதலனைப்போல ஆர்வத்துடன் உயரத்திலேயே சவாரிசெய்தார் அவர். ஒரு பங்கு எப்போது உயரும், எப்போது அதன் விலை உச்சத்திற்குப்போகும் என்பதை அவரால் உணரமுடிந்தது, அதனால் வீழ்ச்சிக்கு முன்பாகவே அதிலிருந்து வெளிவரவும் முடிந்தது. இப்படித்தான் அவருடைய தொலைபேசி நாட்கள் கழிந்தன. அவருடைய பொருளாதாரக் கலகங்கள் யதார்த்தத்திலிருந்து ஒரேசீரானவேகத்தில் நிகழ்ந்த அவருடைய விலகலை மூடிமறைத்தன. ஆனால் வளரும் செல்வத்தின்

போர்வைக்குக் கீழ், அவருடைய நிலை ஒரேவிதமாக மோசமாகி வந்தது.

மூச்சுவிடவும் சிரமமாக இருந்த அருவமான மெலிந்த சூழ்நிலையைச் சகித்துக் கொள்ளஇயலாமல், காலப்போக்கில் அவருடைய காலிகோ பாவாடையணிந்த பெண் செகரட்டரிகள் அவரை விட்டு வெளியேறினார்கள். ஒருநாள் என் தந்தை மேரி பெரேராவை அழைத்துப் பேசினார் - “நாம் எல்லாம் நண்பர்கள்தானே, மேரி, நீயும் நானும் எவ்வளவு நாளாகப் பழக்கம்?” “ஆமாம் சாகிப், எனக்குத் தெரியும், எனக்கு வயசாகும்போது நீங்கள்தானே பார்த்துக் கொள்ளவேண்டும்” என்றாள் அவள். வேறொரு ஆளைத் தேர்ந்தெடுத்துவருவதாக வாக்குறுதி அளித்தாள். அடுத்தநாள் தன் தங்கை ஆலிஸ் பெரேராவை அழைத்துவந்தாள். ஆலிஸ், எல்லாவிதமான முதலாளிகளுடனும் வேலைசெய்து, ஆண்களை எல்லையற்றுச் சகித்துக்கொள்ளக்கூடிய பொறுமை பெற்றிருந்தாள். ஜோ டி கோஸ்டாவை வைத்து அவர்களுக்குள் ஏற்பட்ட சண்டையை சகோதரிகள் மறந்துவிட்டிருந்தார்கள். தங்கைக்காரி நாள்முடிவில் மாடியில் எங்களோடு வந்து தனது சுறுசுறுப்பு, துடுக்கான பேச்சு ஆகிய பண்புகளால் ஒரு மாதிரி சோகமாக இருந்த எங்கள் வீட்டில் ஒளியுண்டாக்கினாள்.

அவள் மூலமாகத்தான் என் தந்தையின் மிதமிஞ்சிய குடியைப் பற்றி நாங்கள் தெரிந்துகொண்டோம். அந்தப் பழக்கத்திற்கு பலியானவை ஒரு பறவையும் கலப்பின நாயும். ஜூலைஅளவில், அகமது சினாய், நிரந்தர போதையிலேயே வாழத் தொடங்கி விட்டார். ஒருநாள் போதையிலேயே காரை எடுத்துக்கொண்டு போய் விட்டார். ஆலிஸ் அவர் உயிரைப் பற்றிய அச்சத்தில் இருந்தாள். கொஞ்சநேரம் கழித்து மூடிய பறவைக்கூண்டு ஒன்றில் தனது புதிய செல்வத்தை - அது மைனாவோ வானம்பாடியோ - கொண்டுவந்தார். “எத்தனை நாளுக்கு இது என்று தெரியவில்லை” என்றாள் ஆலிஸ். “அவர் எங்கிட்ட அந்தப் பறவையைப் பத்தித்தான் பேசறார். அது பேசுவதையும் பாடுவதையும் பற்றி தேவதைக்கதை எல்லாம் சொல்றார். காலிஃபா எப்படி அதன் பாட்டினால் ஈர்க்கப்பட்டார், ராத்திரியின் அழகை அதன் பாடல் எப்படிக் கூட்டியதுன்னு. பாரசீக, அராபிய மொழி மேற்கோள் சொல்லியபடி அவர் என்னவோ பினாத்தறார்! எனக்குத் தலையும் புரியவில்லை, காலும் தெரியவில்லை” என்றாள். பிறகு கூண்டின் போர்வையை அகற்றினார். அதில் இருந்தது பேசக்கூடிய கிளிதான். “யாரோ பஜாரில ஒரு திருட்டுவியாபாரி இறக்கையில பெயிண்ட் அடிச்சி

வானம்பாடின்னு வித்துட்டான். தன் பறவையைப் பத்தி மிதமிஞ்சிய கற்பனையில இருக்கற அவரிடம் நான் எப்படிச் சொல்லமுடியும்? நாற்காலியில உட்கார்ந்துகிட்டு, “பாடு, சின்னப்பறவையே பாடு!” ரொம்பத் தமாஷா இருந்தது. அது பாவம் பெயிண்டினால செத்துப்போயிடுச்சி. செத்துப்போறதுக்கு முன்னால, கீச்சுக் குரலிலே இல்ல, அவருடைய குரல் மாதிரியே - “பாடு சின்னப்பறவையே பாடு”ன்னு சொல்லுது.”

அவர் நடத்தை இன்னும் மோசமாகிவந்தது. சிலநாள் கழித்து ஆலிஸுடன் வேலைக்காரர்கள் குவார்ட்டர்ஸின் இரும்புச் சுழலேணியின் படியில் நான் உட்கார்ந்திருந்தபோது, அவள் சொன்னாள். “பாபா, உங்கப்பாவுக்கு என்ன ஆச்சுன்னு தெரியல. நாள் முழுசும் அறையில உட்கார்ந்து நாய்மேல சாபம் விட்டுக்கிட்டிருக்கார்.”

அந்தக் கலப்பினப் பெண்நாய்க்கு நாங்கள் ஷெரி என்று பெயரிட்டிருந்தோம். அந்த ஆண்டின் தொடக்கத்தில் அது இரண்டுமாடி உயரக் குன்றின்மீது ஏறித் தானாக வந்து எங்களைத் தேர்ந்தெடுத்துக்கொண்டது. மெத்வோல்டு எஸ்டேட் பிராணிகளுக்கு எவ்வளவு ஆபத்தானது என்பது அதற்குத் தெரியவில்லை. வில்லியம் மெத்வோல்டிடம் தங்கள் குடும்பத்தின்மீது சாபம் என்று அவர் கற்பனையாகச் சொன்னது இதே வசவைத்தான். ஆனால் இப்போது குடிக்கு ஆட்பட்டிருந்த அவர் மூளையில், ஜின்கள் இது கற்பனையல்ல என்று நம்பவைத்துவிட்டன. சொற்கள்தான் மறந்துபோயிற்று. ஆகவே எப்படியெல்லாம் சாபமிடலாம் என்று கற்பனைசெய்துகொண்டு தனியாக அலுவலகத்தில் உட்கார்ந்திருந்தார். “அப்படி சபிக்கிறார் அந்த நாயை, அது மெய் யின்னா உடனே செத்துப்போயிடும்.”

ஆனால் ஷெரி சும்மா மூலையில் உட்கார்ந்து மடத்தனமாக அவரைப்பார்த்து இளித்துக்கொண்டிருந்தது. சாபம் ஒன்றும் பலிக்கவில்லை. கடைசியாக ஒரு சாயங்காலம் அவர் அலுவலகத்திலிருந்து வந்து ஆமினாவிடம் “எல்லாரையும் அழச்சிகிட்டு ஹார்ன்பை வெல்லார்டுக்குப் போ” என்று கட்டளையிட்டார். ஷெரியும் வந்தது. நாங்கள் குழப்பமான புன்சிரிப்புடன் நிழற்சாலையில் வெல்லார்டின் இந்தக்கோடி முதல் அந்தக் கோடிவரை நடந்து சென்றோம். பிறகு அவர் “சரி எல்லாரும் காரில் ஏறுங்கள்” என்றார். ஆனால் ஷெரியை ஏறவிடவில்லை. தந்தை ஓட்ட, ரோவர் வேகம் எடுத்தது... ஷெரி காரைத் துரத்த ஆரம்பித்தது. பித்தளைக்குரங்கு, “அப்பா அப்பா” என்று கத்த,

ஆமினா "ஜானம் தயவுசெய்து..." என்று கெஞ்ச, நான் ஊமை பயத்தில் உட்கார்ந்திருந்தேன். சாண்டா குரூஸ்வரையில் சில மைல்கள் நாங்கள் போனோம். தனது சாபங்களுக்குக் கட்டுப்படாத நாயைப் பழிதீர்த்துக் கொண்டார் அப்பா. கார் பின்னால் ஓடிவந்த வேகத்தில் இரத்தக் குழாய் வெடித்து, பின்னாலிருந்து ஒரு பசித்த பசு பார்த்துக்கொண்டிருக்க, செத்துப்போயிற்று அது.

நாய்களைச் சற்றும் விரும்பாத பித்தளைக்குரங்குகூட ஒருவாரம் அழுதாள். அவளுக்கு நீர்க்குறைவு ஏற்பட்டுவிடப்போகிறது என்று பயந்த என் தாய் அவளை லிட்டர் கணக்காக தண்ணீர் குடிக்க வைத்தாள். புல்தரைக்கு நீர் ஊற்றுவதுபோல அவள் வாயில் தண்ணீர் ஊற்றிக்கொண்டே இருந்ததாக மேரி சொன்னாள். ஒரு வேளை குற்றவுணர்ச்சியோ என்னமோ, என் தந்தை என் பத்தாவது பிறந்தநாளுக்கு வாங்கிக்கொடுத்த நாய்க்குட்டியை நான் மிகவும் விரும்பினேன். அதனுடைய பெயர் சிம்கி வான் டெர் ஹேடன் சீமாட்டி. அது மிகச்சிறந்த அல்சேஷியன் நாய்ப்பரம்பரையில் வந்தது என்று கூறினார். ஆனால் காலப்போக்கில் என் தாய் அவர் வாங்கிய வானம்பாடியைப் போலவும் அவருடைய முகலாய வமிசாவளியைப் போலவும் இதுவும் ஏமாற்றுதான் என்பதைக் கண்டுபிடித்தாள். ஆறுமாதத்தில் அந்த நாய்க்குட்டி பாலியல் நோய்வந்து செத்துப்போயிற்று. அதற்குப்பிறகு நாங்கள் வளர்ப்புப் பிராணிகளை வைத்துக்கொள்ளவில்லை.

என் பத்தாவது பிறந்த நாள் வந்தபோது தனது அந்தரங்கக் கனவு மேகங்களில் மூழ்கியிருந்தவர் என் தந்தை மட்டுமல்ல; மிகச்சிறந்த சட்னிகள், கசவுண்டிகள், ஊறு காய்கள் முதலியவற்றை விருப்பத்தோடு செய்யக்கூடிய மேரி பெரேரா கூட, பக்கத்தில் அவள் சகோதரி ஆலிஸ் இருந்தும்கூட, ஏதோ ஒரு விதக் கலக்கம் முகத்தில் புலப்பட இருந்தாள்.

என்னுடைய கிரிமினல் ஆயாமீது ஒருவித மென்மையான அன்புகொண்டு விட்ட பத்மா இப்போது அவளை நடுஅரங்கிற்கு வருமாறு "ஹலோ மேரி" என்று கூப்பிடுகிறாள். "மேரிக்கு என்ன ஆயிற்று?" இதுதான் பத்மா: ஜோசப் டி கோஸ்டா வின் பேயுருவம் அடிக்கடி அவளை வந்து துன்புறுத்தவும், தனக்கு எந்தவிதக் கனவுகள் காத்திருக்கின்றன என்று தெரிந்த மேரி, இரவுகளில் தூக்கம் வராமல் கஷ்டப் படலானாள். இரவுகளில் கண்விழிக்கக் கஷ்டப்பட்டுப் பழகினாள். கண்களில் கரு வளையங்கள் படர்ந்தன. அவற்றின்மீது படலம்போன்ற மினுமினுப்பு படர்ந்திருந்தது. அவள் பார்வைமயக்கக் கோளாறுகளால் எது விழிப்பு எது

சல்மான் ருஷ்தீ | 347

கனவு என்று தெரியாத அளவுக்கு ஆகிவிட்டாள். பத்மா "மிக மோசமான நிலைமை" என்கிறாள். இதனால் அவள் வேலை கெட்டது மட்டுமல்லாமல் கனவுகளிலிருந்து விஷயங்கள் தப்பித்து நிஜத்திற்கு வந்தன... ஆனால் மங்கிய அந்தப் பார்வைப் படலத்துக்குள் ஜோசப் டி கோஸ்டா மட்டும் எப்படியோ வந்துவிடுவான். அதுமட்டுமல்ல, பக்கிங்காம் வில்லாவில் அவனது பேயுரு, கனவுருவமாக மட்டும் அல்லாமல் நிஜமான பிசாசாகவே ஆயிற்று. (இந்தச் சமயத்தில்) மேரியின் கண்களுக்கு மட்டுமே அவன் தென்பட்டான். எங்கள் வீட்டின் எல்லா அறைகளிலும் அவளைத் துரத்தலானான். அதுமட்டுமல்ல, அவை எல்லாவற்றையும் அவன் தன் சொந்தப் பொருள்கள் மாதிரியாகப் பயன்படுத்த ஆரம்பித்தது அவளுக்கு பயத்தையும் அவமானத்தையும் உண்டாக்கியது. வரவேற்பறையில் கண்ணாடிச்சில்லுகளால் செய்த பூச்சாடிகள், டிரெஸ்டன் பெண்ணுருக்கள், மேலே சுற்றுகின்ற விசிறிகளுடைய சுழலும் நிழல்கள் ஆகியவற்றிற்கிடையில் அவன் மிருதுவான சாய்வுநாற்காலியில் அமர்ந்து, கால்களை அதன் நீண்ட கைகள்மீது பரப்பிக் கொண்டான். அவன் கண்கள் முட்டை போன்று வெண்மை நிறைந்திருந்தன. அவன் கால்களில் பாம்பு கடித்தஇடங்களில் ஓட்டைகள் விழுந்திருந்தன. ஒருநாள் மாலை, என் அம்மா படுக்கையறையில தூங்கிக் கொண்டிருந்தபோது அவள் அருகில் படுக்கையில் அசட்டையாகப் படுத்திருந்தான். மேரி, "ஏய் அங்கிருந்து போ! என்ன நெனச்சிக்கிட்டிருக்கே? பெரிய ராஜாவா நீ?" என்று கத்தினாள். ஆனால் குழம்பிய நிலையில் என் தாயை அவள் விழிக்கவைத்ததுதான் மிச்சம். ஜோசப்பின் பிசாசு ஒருவார்த்தையும் பேசாமலே அவளைத் தொந்தரவு செய்தது. எல்லாவற்றிலும் மோசம், அவன் பிசாசு அவளுக்கு மிகவும் பழகிவிட்டது. அவளுக்குள் பழைய ஞாபகங்களாக அவன் காதல் உணர்வுகள் தோன்ற ஆரம்பித்தன. அந்த ஆஸ்பத்திரி வேலைக்காரனின் இறந்துபோன ஆவிமீது அவளுக்கு ஒரு பழைய இளமைக்காலக் காதல் ஏற்படத் தொடங்கிவிட்டது. ஆனால் அந்த அன்பு எதிர்வினை அற்றது. ஜோசப்பின் முட்டை வெள்ளைக் கண்கள் உணர்ச்சியற்றவையாக இருந்தன. அவனுடைய உதடுகள் குற்றம்சாட்டுகின்ற, வெறுப்பான சிரிப்பில் உறைந்திருந்தன. இந்தப் புதிய அவதாரம் அவளுடைய பழைய கனவு ஜோசப்பிலிருந்து ஒன்றும் வேறுபட்டதல்ல (ஒருபோதும் அவளைத் துன்புறுத்தவில்லை என்றாலும்) என்பதை அவள் உணர்ந்தாள். அவனிடமிருந்து விடுபட வேண்டுமானால் அவள் செய்ய முடியாத ஒன்றைச் செய்தாக

வேண்டும், தன் குற்றத்தை உலகிற்கு ஒப்புக்கொடுத்தாக வேண்டும் என்பதையும் உணர்ந்தாள். அவள் ஒப்புக் கொடுக்கவில்லை, ஆனால் அது ஒருவேளை என் தவறாக இருக்கலாம் - ஏனென்றால் அவள் என்னைத் தன் பெறாத, பெறமுடியாத மகனாக நேசித்தாள். அவள் ஒப்புக்கொடுத்தால் அது என்னை மிகவும் பாதிக்கும். ஆகவே எனக்காக அவள் தன் மனச்சாட்சியின் பிசாசிடமிருந்து விடுபட முடியாமல் சமையலறையில் பாதிக்கப்பட்டு நின்றாள். (ஒரு ஜின்நிறைந்த மாலையில் என் தந்தை பழைய சமையல்காரியை வெளியேற்றி விட்டிருந்தார்.) ஆகவே மேரி சமைத்துக்கொண்டு, என் லத்தீன் பாடப்புத்தகத்தில் ஓரா மாரிடைமா ஆன்சில்லா சீனம் பராத் (அதாவது கடலின் ஓரத்தில் ஆயா சமைத்துக்கொண்டிருந்தாள்). சமைக்கும் ஆயாவின் கண்களைப் பார், பாடப்புத்தகங்கள் எழுதிவைத்திருப்பதைவிட அதிகமான செய்திகள் உனக்குக் கிடைக்கும்.

என் பத்தாம் பிறந்தநாளன்று, நிறையக் கோழிகள் வீட்டைத்தேடி வந்தன. எனது பத்தாம் பிறந்தநாளன்று, மேகமற்ற வானத்திலிருந்து தோன்றிய புயல்கள், ஆலங்கட்டி மழைகள், மோசமான அறிகுறிகள் (இவை யாவும் 1956இன் சகிக்கமுடியாத கடுங்கோடைக்குப் பின்) இரண்டாம் ஐந்தாண்டுத் திட்டத்தைக் கெடுத்துவிட்டன என்பது தெளிவானது. தேர்தல்கள் அண்மையில் வரக்காத்திருந்தாலும், கடன் கொடுப்பவர்கள் எல்லையற்றுக் காத்திருந்தால்-ஒழியத் தான் வளர்ச்சிக்கான கடன்களை இனிமேல் ஏற்றுக்கொள்ளமுடியாது என்று அறிவிக்க அரசாங்கம் கட்டாயப்படுத்தப் பட்டது. (நான் மிகைப்படுத்தாமல் சொல்கிறேன், தயாரித்த எஃகின் உற்பத்தி திட்டத்தின் இறுதியில் 1961இல் 2.4 மில்லியன் டன்னை மட்டுமே எட்டியிருந்தது. நிலமற்ற, வேலையற்ற ஆட்களின் எண்ணிக்கை உண்மையாகவே அதிகரித்தது, பிரிட்டிஷ் ஆட்சியில் இருந்ததைவிட மிக அதிகம் இவை. அதேசமயம் குறிப்பிடத்தக்க ஆதாயங்களும் இருந்தன. இரும்புத்தாது உற்பத்தி ஏறத்தாழ இருமடங்கு ஆயிற்று. மின்சார உற்பத்தி இருமடங்கு ஆயிற்று. நிலக்கரி உற்பத்தி 38 மில்லியன் டன்னிலிருந்து 54 டன் ஆயிற்று.

ஆண்டுக்கு ஐம்பதுகோடி கெஜம் பருத்தித்துணி உற்பத்தி நிகழ்ந்தது. மேலும் சைக்கிள்கள், எந்திரக் கருவிகள், டீசல் எஞ்சின்கள், மின்சார பம்புகள், மின்விசிறிகள் முதலியவை அதிக எண்ணிக்கையில் உற்பத்தியாயின. (ஆனாலும் ஒரு குறைசொல்லத்தான் வேண்டியிருக்கிறது - படிப்பறிவின்மை

தளராமல் வளர்ச்சியடைந்தது, ஜனத்தொகை மிகவும் பெருகிக் கொண்டே இருந்தது.)

என் பத்தாம் பிறந்த நாளன்று எங்களைப் பார்க்க ஹனீஃப் மாமா வந்தார். "தேர்தல்கள் வருகின்றன! பொதுவுடைமைக் கட்சி வரப்போகிறது!" என்று மெத்வோல்டு எஸ்டேட்டில் மகிழ்ச்சியாகச் சத்தமிட்டதால் தனது மதிப்பைஇழந்தார் அவர்.

என் பத்தாம் பிறந்த நாளன்று, என் மாமா அந்தத் தவற்றை ஆராயாமல் செய்தபோது, என் தாய் (அவள் அவ்வப்போது கடைக்குப் போவதாக வீட்டிலிருந்து மறைந்துவிடுவது வழக்கம்) காரணமின்றி, நாடகத்தனமாக வெட்கப்பட்டாள்.

என் பத்தாம் பிறந்தநாளன்று, எனக்குப் பொய்யான பாரம்பரியம் சொல்லப்பட்ட, பின்னால் பாலியல் நோயில் செத்துப்போன, நாய்க்குட்டி தரப்பட்டது.

என் பத்தாம் பிறந்த நாளன்று, மெத்வோல்டு எஸ்டேட்டில் அனைவரும் மகிழ்ச்சியாக இருக்க மிகவும் கஷ்டப்பட்டார்கள். இந்த முகத்திரையின்கீழ் எல்லார் மனத்திலும் ஒரே சிந்தனைதான்: "பத்து வருஷங்கள்! கடவுளே! எங்கே பறந்தன அவை? நாம்என்ன செய்தோம்?"

என் பத்தாம் பிறந்த நாளன்று கிழவர் இப்ராகிம், மகா குஜராத் பரிஷத்திற்குத் தன் ஆதரவை அறிவித்தார். பம்பாய் நகரத்தை யார் வைத்திருக்கப் போகிறார்கள் என்பதில் அவர் தோல்வியுறுகின்ற பக்கத்திற்கே வாக்களித்தார்.

என் பத்தாம் பிறந்த நாளன்று, என் தாயின் வெட்கத்தினால் எனக்குச் சந்தேகம் வந்து அவள் சிந்தனைமீது படையெடுத்தேன். அங்கே பார்த்தவற்றால் அவளைப் பின் தொடரத் தொடங்கினேன். பம்பாயின் புகழ்பெற்ற துப்பறிவாளர் டாம் மின்டோ அளவுக்கு தைரியம் பெற்று, பயனியர் கபேவுக்குள்ளும் அதன் அருகிலும் முக்கியமான கண்டுபிடிப்புகளைக் கண்டறிந்தேன்.

என் பத்தாம் பிறந்தநாள் விருந்தில் மகிழ்ச்சியாக இருப்பதை மறந்துவிட்ட என் குடும்பத்தினரும், கதீட்ரல் பள்ளியின் எனது வகுப்புத் தோழர்களும் (தங்கள் பெற்றோர்கள் அனுப்பிவைத்தவர்கள்), ப்ரீச்கேண்டி குளத்தில் நீச்சலடிக்கின்ற, ஓரளவு சலிப்புக் கொண்ட, பித்தளைக்குரங்கின் தோழியர் சிலரும் (இவர்கள் தங்களைச் சுற்றிவரவும் தங்கள் திணிந்த சதைப்பாகங்களைத் தொட்டுப்பார்க்கவும் அவளை அனுமதித்தவர்கள்) கலந்துகொண்டனர். வயது முதிர்ந்தவர்களில், மேரி, ஆலிஸ் பெரேரா, இப்ராகிம் குடும்பத்தினர், ஹோமி

கேட்ராக், ஹனீஃப் மாமா, பியா மாமி, லீலா சாபர்மதி. அங்கு வந்திருந்த பெரும்பாலோரின் கண்கள், பள்ளிப் பையன்கள் உட்பட, லீலா சாபர்மதியின்மீதே பதிந்திருந்தன. அது பியா மாமிக்கு எரிச்சலாக இருந்தது.

ஆனால் குன்றுப்பிள்ளைகளின் குழுவில் மிக விசுவாசமாகச் சென்று வந்தவன் சன்னி இப்ராகிம்தான். கசப்புற்ற எவீ பர்ன்ஸினால் விடுக்கப்பட்ட தடை ஆணையை மீறியவன்.

அவன் எனக்குச் செய்தி தந்தான்: "நீ குழுவிலிருந்து விலக்கப்பட்டாய் என்று எவீ சொல்கிறாள்."

என் பத்தாம் பிறந்த நாளன்று, எவீ, ஐஸ்லைஸ், ஹேராயில், ஏன் - மகா சைரஸ் கூட, எனது அந்தரங்க ஒளிவிடத்தில் புயலெனப் புகுந்து என் உறைவிடத்தை இல்லாமல் ஆக்கிவிட்டார்கள்.

என் பத்தாம் பிறந்த நாளன்று, சன்னி மிகவும் நிலைகலங்கிக் காணப்பட்டான். பித்தளைக்குரங்கு அவளுடைய நீச்சல்தோழிகளின் நட்பிலிருந்து தன்னை விடுவித்துக் கொண்டாள், ஆனால் எவீ பர்ன்ஸ்மீது கடுங்கோபத்திலிருந்தாள். "அவளுக்குப் பாடம் கற்பிக்கிறேன்."

எனக்குச் சொன்னாள்: "கவலைப்படாதே அண்ணா. அவளுக்கு என் வேலையைக் காட்டுகிறேன்."

என் பத்தாம் பிறந்த நாளின்போது, ஒரு குழுப் பிள்ளைகளால் கைவிடப்பட்ட, என்னைப் போன்ற, வேறு ஐநூற்று எண்பத்தொரு பிள்ளைகளும் தங்கள் பிறந்த நாளைக் கொண்டாடிக் கொண்டிருந்தார்கள். இப்படித்தான் எனது பிறந்த நேரத்தை நான் அறிந்துகொண்டேன். ஒரு குழுவிலிருந்து ஒதுக்கப்பட்ட நான், என் சொந்தக் குழுவை அமைத்துக்கொள்ள முடிவு செய்தேன். அந்தக் குழு இந்த நாட்டின் எல்லாப் பகுதிகளிலும் பரவியிருந்தது. அதன் தலைமையகம், என் தலைக்குள் இருந்தது.

அப்புறம் எனது பத்தாவது பிறந்த நாளன்று, நான் மெட்ரோ கப் கிளப்பின் தலைப்பெழுத்துகளான எம்சிசி என்பதை - அதுதான் வெளிநாடுகளுக்குப் பயணம் செய்யும் கிரிக்கெட் குழுவின் பெயராகவும் இருந்தது - புதிதாக ஆரம்பித்த நள்ளிரவுப் பிள்ளைகளின் கூட்டத்தினை (மிட்நைட்ஸ் சில்ட்ரன்ஸ் கான்ஃபெரன்ஸ் - எனக்கே சொந்தமான எம்சிசி) குறிப்பதாக வைத்து விட்டேன்.

எனக்குப் பத்துவயதானபோது இப்படித்தான் நடந்தது. என் தலைக்கு வெளியில் தொல்லைகளைத் தவிர வேறில்லை, தலைக்குள் அற்புதங்களைத் தவிர வேறு ஒன்றுமில்லை.

பயனியர் கஃபேயில்

பசுமையும் கருமையும் தவிர நிறங்கள் வேறில்லை சுவர்கள் பச்சையாக இருக்கின்றன. வானம் கருமையாக இருக்கிறது (கூரை கிடையாது) நட்சத்திரங்கள் பச்சையாக இருக்கின்றன விதவை பச்சை நிறம். ஆனால் அவள் கூந்தல் மிகக் கருப்பாக இருக்கிறது. விதவை ஒரு உயர்ந்த உயர்ந்த நாற்காலியில் அமர்ந்திருக்கிறாள் நாற்காலி பச்சை இருக்கை கருப்பாக இருக்கிறது. விதவையின் தலை நடுவகிடு அதன் இடப்புறம் பச்சை வலப்புறத்தில் கருப்பு. உயர்ந்த வானத்தைப்போல நாற்காலி பச்சை இருக்கை கருப்பு விதவையின் கை மரணத்தைப்போல நீளம் அதன் தோல் பச்சை நகங்கள் நீளமாக கூர்மையாக கருப்பாக உள்ளன. சுவர்களுக்கிடையில் சிறார்கள் பச்சை சுவர்கள் பச்சை விதவையின் கை பாம்புபோல் நீள்கிறது பாம்பு பச்சை சிறார்கள் கூச்சலிடுகிறார்கள் நகங்கள் கருப்பு அவை கீறுகின்றன விதவையின் கை வேட்டையாடுகிறது சிறார்கள் ஓடுகிறார்கள் கூச்சலிடுகிறார்கள் பார் விதவையின் கை அவர்களைப் பச்சையும் கருப்புமாய் வளைக்கிறது. இப்போது ஒருவர் ஒருவராகச் சிறார்கள் மூச்சடைக்கப்பட்டு அமைதி விதவையின் கை சிறார்களை ஒருவர் ஒருவராகத் தூக்குகிறது பச்சை அவர்களின் இரத்தம் கருப்பு கிழிக்கின்ற நகங்களால் அது கருப்பாகச் (பச்சைச்) சுவர்கள்மீது சிதறுகிறது வளைக்கும் கை சிறார்களை வான அளவு உயரமாகத் தூக்குகிறது வானம் கருப்பு நட்சத்திரங்கள் இல்லை விதவை சிரிக்கிறாள் அவள் நாக்கு பச்சை ஆனால் பற்கள் கருப்பு அவள் கையில் சிறார்கள் இரண்டாகக் கிழிபடுகிறார்கள் பாதிப்பாதி உடல்கள் உருளுகின்றன உருளுகின்றவற்றைச் சிறுபந்துகளாக பந்துகள் பச்சையாக இருக்கின்றன இரவு கருப்பு சிறுபந்துகள் சுவர்களுக்கிடையில் பறக்கின்றன ஒருவர்பின் ஒருவராக விதவையின் கையில் கீச்சிடுகிறார்கள் சிறார்கள் ஒருமூலையில்

பித்தளைக்குரங்கும் நானும் (சுவர்கள் பச்சை நிழல்கள் கருப்பு) ஒடுங்கி ஊர்ந்து அகன்ற உயர்ந்த சுவர்கள் பச்சை கருப்பாக மங்குகிறது கூரை இல்லை விதவையின் கை வருகிறது ஒருவர் ஒருவராக சிறார்கள் கூச்சலிடுகிறார்கள் முனகுகிறார்கள் சிறிய உருண்டைகள் கை கிறீச்சிடல் முனகுதல் கருப்பின் தெளிக்கும் கறைகள். இப்போது நானும் அவளும் மட்டும் கிறீச்சிடல்கள் நின்றுவிட்டன விதவையின் கை வேட்டையாடி வேட்டையாடி வருகிறது தோல் கருப்பு நகங்கள் கருப்பு மூலையை நோக்கி மூலையில் நாங்கள் நெருக்கமாக ஒடுங்குகிறோம் எங்கள் தோல் பச்சை எங்கள் பயம் கருப்பு இப்போது கை நெருங்கிநெருங்கி வருகிறது என் தங்கை என்னை மூலையிலிருந்து வெளியே தள்ளிவிடுகிறாள் அவள் ஒடுங்கி கையை முறைக்கிறாள் நகங்கள் வளைக்கின்றன கிறீச்சிடல் செருமல் கருப்பின் தெளிப்பு வானத்தில் அதைப்போல உயரமாக விதவை சிரித்துக்கொண்டு கிழித்துக்கொண்டு நான் சிறு பந்துகளாகச் சுருள்கிறேன் பந்துகள் பச்சை இரவில் வெளியே இரவு கருப்பு...

இன்று காய்ச்சல் தணிந்தது. இரண்டுநாட்களாக (எனக்குச் சொன்னார்கள்) பத்மா இரவுமுழுவதும் அருகில் உட்கார்ந்து ஈரக் கம்பளித் துணிகளை நெற்றியிலிட்டு நான் நடுங்கியபோதெல்லாம் பிடித்துக்கொண்டு விதவையின் கைகளைப் பற்றிக் கனவு காண்கிறாள்; இரண்டு நாட்களாக அவள் தயாரித்த அறியாத மூலிகை மருந்தைப் பற்றித் தனக்குத்தானே குற்றம் சொல்லிக்கொள்கிறாள். "ஆனால் இந்த முறை அதற்கும் காய்ச்சலுக்கும் சம்பந்தமில்லை" என்று ஆறுதல் சொல்கிறேன் நான். எனக்கு இந்தக் காய்ச்சலைத் தெரியும். அது எனக்குள்ளிருந்து வருகிறதே அன்றி வேறு எதனாலும் அல்ல. ஒரு நாற்றத்தைப் போல எனக்குள்ளிருந்து வெடிப்புகள் வழியே வருகிறது. இதேமாதிரி காய்ச்சல் என் பத்தாம் பிறந்த நாளன்றும் வந்தது. படுக்கையில் இரண்டுநாட்கள். இப்போது அந்த ஞாபகங்கள் என்னிடமிருந்து கசியும்போது அதே பழைய காய்ச்சல் திரும்பவந்துவிட்டது. "கவலைப்படாதே, இந்தக் கிருமிகள் எனக்குள் இருபத்தொரு ஆண்டுகளுக்கு முன்பே தொற்றிக்கொண்டன."

நாங்கள் தனிமையில் இல்லை. ஊறுகாய்த் தொழிற்சாலையில் காலைநேரம். என் மகனை என்னைப் பார்க்க அழைத்து வந்திருக்கிறார்கள். யாரோ (ஆளைப் பற்றிக் கவலைப்படவேண்டாம்) பத்மாவின் பின்னால் நின்று அவனைக் கையில் பிடித்திருக்கிறாள். "பாபா, நல்லவேளை பிழைச்சிக்கிட்டே. நோய்ச் சமயத்திலே

என்ன என்ன பேசினேன்னு உனக்குத் தெரியாது." யாரோ கவலையுடன் பேசுகிறாள். என் கதையைக் காலத்தில் முன்னோக்கி நகர்த்திக்கொண்டு யாரோ உள்ளே முண்டியடித்து வருகிறாள். ஆனால் அது நடக்காது... இந்த ஊறுகாய்த் தொழிற்சாலையையும் அதன் உபதொழிலாக பாட்டில் தொழிலகத்தையும் உண்டாக்கியவள்... முன்பு என்னை... (இரு! பொறுமை!)... போல என் புரிந்துகொள்ள முடியாத மகனையும் கவனித்துக்கொள்பவள். இளமையில் என்னை ஒருவழி ஆக்கிவிட்டவள்... ஆனால் அதிர்ஷ்டவசமாக எனக்கு இன்னும் புத்தி தெளிவாக இருக்கிறது - காய்ச்சலோ, காய்ச்சல் இல்லையோ ...தன்முறை வரும்வரைக்கும் அவள் யாருக்கும் தன்னை வெளிப்படுத்திக் கொள்ளாமல் பின்னால்தான் இருக்கவேண்டும். ஆனால் அதற்காகக் கடைசிவரை என்று நினைக்க வேண்டாம். அவள் மீதிருந்து கண்களை அகற்றிப் பத்மாவைப் பார்க்கிறேன். "ஜுரமாக இருந்ததால் உனக்கு நான் சொன்னவை எல்லாம் உண்மையற்றவை என்று நினைக்காதே. நான் விவரித்தவாறுதான் எல்லாமும் நடந்தன."

"கடவுளே, நீயும் உன் கதைகளும்" என்று கத்துகிறாள் பத்மா. "பகலெல்லாம், ராத்திரியெல்லாம்... உனக்கு நோய் வர்றமாதிரி நீயே செஞ்சிக்கிட்டே. கொஞ்சநேரம் சும்மாஇருந்தா உனக்கு என்ன கஷ்டம்?" நான் பிடிவாதமாக வாயை மூடிக்கொள்கிறேன். "கொஞ்ச நாள் எழுதறத நிறுத்தேன்." திடீரென்று மனத்தை மாற்றிக்கொண்டு சொல்கிறாள்: "சரி, சொல்லு மிஸ்டர், உனக்கு ஏதாவது வேணுமா?"

பச்சைக்கலர் துவையல் என்று கேட்கிறேன். நல்ல பச்சைக் கலர் - வெட்டுக்கிளி மாதிரி. இப்போது பெயர் சொல்லமுடியாத ஞாபகப்படுத்தமுடியாத ஆள் ஒருத்தி பத்மாவிடம் (நோய்ப்படுக்கைகளிலும் இறுதிச்சடங்குகளிலும் மட்டுமே பயன்படுத்தக் கூடிய குசுகுசுப்பான குரலில்), "எனக்கு அவன் என்ன கேட்கிறான்னு தெரியும்" என்கிறாள்...இந்த முக்கியமானசமயத்தில், எல்லாவகையான நிகழ்ச்சிகளும் விவரிக்கப்படுவதற்குக் காத்திருக்கும்போது, பயனியர் கஃபே மிக அருகில் இருக்கும்போது, முட்டிகள் - மூக்கின் பகைமை இருக்கும்போது, நான் இந்தச் சட்னியைப் பற்றி ஏன் சொல்கிறேன்? (மிகப்பணிவான நோக்கில், 1957இன் தேர்தல்களைப் பற்றி விவரிக்கமுடியும் என்கிறபோது, மொத்த இந்தியாவும் இருபத்தொரு வருஷங்களுக்கு முன்பு, வாக்களிக்கக் காத்திருக்கும்போது, இந்தவிஷயத்தில் காலத்தை ஏன் வீணாக்க வேண்டும்?)

ஏன்? அதன் மணம் காற்றில் வருகிறது. என்னைச்சுற்றி அக்கறைகொண்ட வருகையாளர்களுக்குப் பின்னால். அபாயத்தின் கூரிய மணம். நான் என்னைத் தற்காத்துக் கொள்ளத்தான் நினைக்கிறேன், ஆனால் துவையலின் துணை எனக்குத் தேவை...

இதுவரை ஊறுகாய்த்தொழிற்சாலையைப் பகல்நேரத்தில் உங்களுக்குக் காட்ட வில்லை. இதுவரை விவரிக்கப்படாமலே இருந்தது. பச்சைவண்ணம் அடிக்கப்பட்ட கண்ணாடி ஜன்னல்கள். அறைக்கு வெளியே ஒரு குறுகிய இரும்புப்பிடியிட்ட நடை பாதை, பிறகு சமையல் தளம், அங்கே செம்புஅண்டாக்கள் குமிழியிட்டுக் கொதித்துக் குமுறுகின்றன; வலுவான கைகள் கொண்ட பெண்கள் மரப்பலகைகள்மீது நின்று ஊசிபோல நாசியில் ஏறும் ஊறுகாய் மணத்திற்கு நடுவே நீண்ட கரண்டிகளைக் கொண்டு துழாவுகிறார்கள். (எதிர்ப்பக்கம் பச்சைநிறக் கண்ணாடி ஜன்னல் வழியே பார்த்தால்) இரயில்பாதைகள் காலைச்சூரியனில் பளபளக்கின்றன. அவற்றின்குறுக்கே ஒழுங்கான இடைவெளிகளில் மின்சார இரயில் செல்வதற்கான கவிழ்த்த ப - வடிவ அமைப்புகள். பகல் வெளிச்சத்தில் தொழிற்சாலைக் கதவுக்குமேல் எங்கள் சிவப்பு - பச்சை நியான் விளக்குதேவதை நடனமிடுவதில்லை. மின்சாரத்தைச் சேமிப்பதற்காக அவளை அணைத்துவிடுகிறோம். ஆனால் இரயில்கள் மின்சக்தியைப் பயன்படுத்தவே செய்கின்றன. மஞ்சளும் பழுப்புமான மின்வண்டிகள் தாதரிலிருந்து போரிவ்லிக்கும் குர்லாவிலிருந்து பஸீன் ரோடுக்கும் சர்ச்கேட் ஸ்டேஷனை நோக்கிச் சத்தமிட்டுச் செல்கின்றன. தொழிற்சாலைக்குள் நீங்கள் ஈக்களையும் பார்க்கமுடியும் என்பதை ஒப்புக்கொள்கிறேன். ஆனால் அதற்கு ஈடுகொடுக்கும்வகையில் பல்லிகளும் கூரையிலிருந்து தலைகீழாகத் தொங்கிக்கொண்டிருக்கின்றன. அவற்றின் தாடைப் பகுதிகள் கத்தியவாட் தீபகற்பத்தை நினைவுபடுத்துகின்றன. நீங்கள் கேட்பதற்கெனப் பலவித சத்தங்கள் காத்திருக்கின்றன... அண்டாக்கள் கொதிக்கும் சத்தம், உரக்கப் பாடுவது, இழிவான வசவுகள், பஞ்சுக்கைகள் கொண்ட பெண்களின் காமநகைச்சுவை, கூரிய மூக்கும் மெல்லிய உதடும் கொண்ட மேற்பார்வைப் பெண்களின் திட்டுகள், பக்கத்திலிருக்கும் பாட்டில் கம்பெனியிலிருந்து ஊறுகாய் ஜாடிகள் கலகலக்கும் ஓசை, இரயில்களின் சத்தம், (அவ்வப்போது கேட்கின்ற, ஆனால் தவிர்க்கமுடியாத) ஈக்களின் சத்தம் ...அண்டாவிலிருந்து வெட்டுக்கிளிப் பச்சைநிறத் துவையலை எடுக்கிறார்கள், விளிம்பில் சிவப்பு - பச்சைப் பட்டைகள் கொண்ட நன்றாகத் துடைத்த தட்டில் வரக் காத்திருக்கிறது. அத்துடன்

பக்கத்திலுள்ள ஈரானி கடையில் வாங்கிய தின்பொருள்கள் குவிந்த இன்னொரு தட்டு. இதுவரை - காட்டப்பட்டவை வழக்கம்போல நடந்தேற, இதுவரை - சொன்ன - சத்தங்கள் காற்றை நிறைக்கின்றன. (முகரக்கூடியவற்றைப் பற்றிச் சொல்லவில்லை). அலுவலகத்தில் படுக்கையில் இருக்கின்ற நான் திடீரென உல்லாசப்பயணம் பற்றிய பேச்சைக் கேட்கிறேன். பெயர்சொல்லமுடியாத ஒருத்தி சொல்கிறாள் - நீ வலுவடைந்த பிறகு - எலிபண்டாவில் ஒருநாள் - ஏன், மோட்டார் படகில் ஒரு பயணம் ...அப்புறம் சிற்பங்கள் செதுக்கிய குகைகள் - அல்லது ஜுஹு கடற்கரை, நீச்சலடிக்கவும் இளநீருக்கும் ஒட்டகப் பந்தயத்திற்கும் - அல்லது ஆரேமில்க் காலனி, இன்னும் ...பத்மா குறுக்கிடுகிறாள்: "சுத்தமான காற்று, இந்தப் பிள்ளையும் அப்பாவுடன் நடக்க ஆசைப்படும்." இன்னும் ஒருத்தி, என் மகனின் தலையில் தட்டியவாறு, "ஆமாம், நாம் எல்லாரும் போவோம். நல்ல பிக்னிக். நல்ல ஓய்வுநாள் - பாபா, உனக்கு இது ரொம்ப நல்லது."

வேலைக்காரன் என் அறைக்குள் சட்னியை எடுத்துக்கொண்டுவர, நான் இந்தப் பேச்சுகளுக்கு முற்றுப்புள்ளிவைக்க முனைகிறேன். "வேண்டாம், எனக்கு வேலை இருக்கிறது." பத்மா, இன்னொருத்தி இருவர் கண்களின் ஊடாகவும் செய்திப் பரிமாற்றம். எனக்குச் சந்தேகம்வரக் காரணம் இருக்கிறது என்பதை உணர்கிறேன். ஏனென்றால் முன்பொரு முறை இதுபோலவே பிக்னிக் என்று சொல்லி நான் ஏமாற்றப்பட்டி ருக்கிறேன். முன்பொரு சமயம், போலிப்புன்னகைகள், ஆரேமில்க் கம்பெனிக்கு பிக்னிக் அழைத்துச்செல்ல ஆசைகாட்டி, என்னைக் காருக்கு அழைத்துச்சென்று, நான் தெரிந்துகொள்வதற்கு முன்பாக கைகள் என்னைப் பிடித்துக் கொள்ள, ஆஸ்பத்திரி வராந்தாக்கள், மருத்துவர்களும் நர்சுகளும் என்னை அசையாமல் பிடித்துக்கொள்ள மூக்கின்மீது ஒரு மூடி, மயக்கமருந்து. ஒரு குரல் "பத்துவரை எண்ணு" என்றது. ஆக எதற்கு திட்டமிடுகிறார்கள் என்று புரிகிறது. "இதோ பார், எனக்கு டாக்டர்கள் தேவையில்லை."

பத்மா, "டாக்டர்களா? யார் அவங்களப்பத்தி..." ஆனால் அவள் முயற்சி பலிக் காது. சிரிப்பின்றிச் சொல்கிறேன்: "எல்லாரும் கொஞ்சம் துவையல் சாப்பிட்டுகிட்டே கேளுங்க. நான் சில முக்கியமான விஷயங்களைச் சொல்லணும்."

அந்த துவையல் - 1957இல் என் ஆயா மேரி பெரேரா மிக நன்றாகச் செய்தது - அந்த வெட்டுக்கிளிவண்ணச் சட்னி எப்போதும் அந்தக்காலப்பகுதியுடன் சம்பந்தப்பட்டது. என்னை

அது அந்தக்கால உலகத்திற்குக் கொண்டுபோய்விட்டது. சுற்றியிருந்தவர்களை அது மென்மைப்படுத்தி, கேட்கும்நிலைக்குக் கொண்டுவந்தது. மிருதுவாக, நைச்சியமாக, துவையலையும் பேச்சுத்திறனையும் இணைத்து என் வழிக்கு அவர்களை இழுத்தேன். "என் மகன் புரிந்துகொள்வான். எந்த மனிதருக்கும்போலவே என் மகனுக்காகவும் இந்தக் கதையைச் சொல்கிறேன். வெடிப்புகளுடனான என் சண்டையில் நான் தோற்றபிறகு அவன் தெரிந்துகொள்வான். நல்லொழுக்கம், எடைபோடும் திறன், பண்பு எல்லாம் ஞாபகசக்தியைப் பொறுத்திருக்கிறது... எனக்கு நாள் போய்க்கொண்டிருக்கிறது".

மிளகாய்ப் பகோடாமீது பச்சைத் துவையல் யாரோ ஒருவர் தொண்டைக்குள் மறைகிறது. வெதுவெதுப்பான சப்பாத்தி வெட்டுக்கிளிவண்ணத் துவையலோடு பத்மாவின் உதட்டுக்குள் செல்கிறது. அவர்கள் பலவீனமடைவதைப் பார்க்கிறேன். மேலும் சொல்கிறேன்: உங்களுக்கு உண்மையைச் சொல்கிறேன். ஞாபகசக்தியின் உண்மை. ஞாபகத் திற்குத் தனியான உண்மை இருக்கிறது. அது சிலவற்றைச் சொல்கிறது, விட்டுவிடுகிறது, மாற்றுகிறது, பிரமாதப்படுத்துகிறது, குறைக்கிறது, பெரிதாக்குகிறது, இழிவு படுத்துகிறது. ஆனால் இறுதியில் தனக்கே உரிய யதார்த்தத்தைப் படைக்கிறது. பலபட்டதாக இருந்தாலும், அது சம்பவங்களின் ஒரேசீரான வெளிப்பாடுதான். ஆனால் தெளிந்தமனநிலையில் இருக்கும் யாரும் மற்றவர்கள் சொல்வதைவிடத் தனது உண்மையைத்தான் நம்புகிறார்கள்.

ஆம்: நான் "தெளிந்த மனத்துடன் இருக்கும்" என்று சொன்னேன். அவர்கள் என்ன நினைக்கிறார்கள் என்பது எனக்குத் தெரியும். "பல சிறுவர்கள் கற்பனையான நண்பர்களைப் படைத்துக்கொள்கிறார்கள். ஆனால் ஆயிரத்தொரு பேர்! பைத்தியக் காரத்தனமாக இல்லையா?" எனது எழுத்தின்மீது பத்மா வைத்திருந்த நம்பிக்கையையும் நள்ளிரவின் குழந்தைகள் அசைத்துவிட்டார்கள். ஆனால் நான் அவளை வளைத்து விட்டேன், இனிமேல் பிக்னிக்குகளோ உல்லாசப் பயணங்களோ பற்றிய பேச்சு கிடையாது.

எப்படி அவர்களை என் கருத்தை ஏற்கச்செய்தேன்? என் மகனைப் பற்றிப் பேசி. அவன் என் கதையைத் தெரிந்துகொள்ளவேண்டும். ஞாபகசக்தியின் புலப்படுத்தல்கள்மீது ஒளிசெலுத்தி. பிறகு சில தந்திரங்கள், சில நல்லவை, சில கெட்டவை. "முகமதுகூட முதலில் தன்னைப் பைத்தியக்காரனாகத்தான் நினைத்துக் கொண்டார். ஆனால் அந்த தீர்க்கதரிசிக்குக் கிடைத்தசெய்திகள் நிஜமானவை

என்று சொல்ல அவருடைய கதீஜா, அவருடைய அபூபக்கர் உதவி இருந்தது. யாரும் அவரைப் பைத்தியக்கார ஆஸ்பத்திரியில் தள்ளவில்லை." ஓராண்டு முன்பு நிகழ்ந்த நிகழ்ச்சிகளுக்குள் பச்சைச் சட்னி (துவையல்) அவர்களைச் செலுத்தியது. அவர்கள் முகங்களில் குற்றவுணர்ச்சி, வெட்கம் ஆகியவற்றைக் கண்டேன். "உண்மை என்பதென்ன?" கொஞ்சம் கவிதை மாதிரிச் சொன்னேன்" மனநலம் என்றால் என்ன?"

இயேசு கல்லறையிலிருந்து உயிர்த்தெழுந்தாரா? பத்மா, உலகம் மாயை என்று இந்துக்கள் ஒத்துக் கொள்ளவில்லையா? பிரபஞ்சத்தின் கனவு, பிரம்மாவின் கனவு. நாம் மாயை என்ற கனவுவலையினூடாகக் கொஞ்சமே பார்க்கமுடிகிறது. ஒரு கடுமையான, ஆசிரியத் தொனியில் பேசலானேன்: "மாயை என்பதைப் போலித் தோற்றம், தந்திரம், செயற்கை, ஏமாற்று என்றெல்லாம் சொல்லலாம். மாயத்தோற்றங்கள், பேயுருக்கள், கானல்நீர்கள், மந்திரவாதிகள் கையசைப்பில் உருவாக்கும் காட்சிகள், பொருட்களின் தோற்றப்போலிகள் - இவையெல்லாம் மாயையின் பகுதிகள். நான் சிலவற்றை நடந்தன என்று கூறினால், நீ பிரம்மாவின் கனவில் உன்னைஇழந்து, நம்ப மறுக்கிறாய். நம்மில் யார் சரி? இன்னும் கொஞ்சம் சட்னி போட்டுக்கொள்" என்று சொல்லி நானும் தாராளமாகவே போட்டுக்கொண்டேன். "ரொம்ப நன்றாக இருக்கிறது".

பத்மா அழத்தொடங்கினாள். "நான் நம்பலைன்னு எப்பவாவது சொன்னேனா? ஒவ்வொரு மனுஷனும் அவனவன் போக்கில சொந்த உண்மையைச் சொல்லறது சரிதான்... ஆனா"...

"ஆனால்" முடிவாக நான் குறுக்கிட்டேன், "உனக்கும் என்ன நடந்தது என்று தெரிந்துகொள்ள ஆவலாகத்தானே இருக்கிறது? தொடாமலே நடனமாடிய கைகள், முட்டிகள்... என்ன இதெல்லாம்? கமாண்டர் சாபர்மதியின் விசித்திரத் தடி, அப்புறம் இந்த விதவை, பிள்ளைகள் எல்லாம் யார்?... அவர்களுக்கு என்ன ஆயிற்று?"

பத்மா தலையாட்டினாள். டாக்டர்கள், பைத்தியக்கார ஆஸ்பத்திரி எல்லாம் அவ்வளவுதான். என்னை எழுத விட்டுவிட்டார்கள். (தனியாக, பத்மா மட்டும் என் காலடியில்). சட்னியும் சொற்பொழிவும், இறையியலும் ஆர்வத்தூண்டலும். இவைதான் என்னைக் காப்பாற்றின. இன்னும் ஒன்று. அதைக் கல்வி என்றோ குலத்தன்மை என்றோ சொல்லுங்கள் - மேரி பெரேரா என் வளர்ப்பு அது என்பாள். என்னுடைய புலமையினாலும் நல்ல உச்சரிப்பினாலும் என்னை மதிப்பிடுவதற்கு அவர்கள்

தகுதியற்றவர்கள் என்ற எண்ணத்தை உண்டாக்கிவிட்டேன். நல்ல காரியம் அல்லதான், ஆனால் தெருமூலையில் ஆஸ்பத்திரிவண்டி நிற்கும்போது எல்லாமே சரிதான். (நின்று கொண்டுதான் இருந்தது, நான் அதை மோப்பம் பிடித்துவிட்டேன்.) இருந்தாலும் ஒரு நல்ல எச்சரிக்கை எனக்குக் கிடைத்தது. ஒருவர் தன் பார்வைக் கோணங்களை மற்றவர் மேல் திணிப்பது ஓர் ஆபத்தான காரியம்.

பத்மா: எனது நம்பிக்கைமேல உனக்குக் கொஞ்சம் நிச்சயமில்லாத குணம் இருந்தா சரிதான். கொஞ்சம் உறுதிப்பாடு இல்லாட்டி கெட்டது இல்ல. ரொம்ப உறுதியாருக்கிற ஆண்கள் பயங்கரமான விஷயங்களச் செய்றாங்க. பொம்பளைங்களும்தான்.

இதற்கிடையில், எனக்குப் பத்துவயதாகிறது, நான் என் அம்மாவின் காரின் டிக்கியில் எப்படி ஒளிந்துகொள்வது என்று யோசிக்கிறேன்.

புருஷோத்தம் சாது (அவனுக்கு என் அந்தரங்க வாழ்க்கையைப் பற்றி ஒருபோதும் சொன்னதில்லை) அந்த மாதத்தில்தான் தன் அசையாத இருப்பில் கடைசியாகத் தளர்ச்சியடைந்துவிட்டான், ஒருவகை மோசமான இருமல் அவனுக்கு வந்து ஒரு வருஷம் அலைக்கழித்தது. தரையிலிருந்து பலஅங்குல உயரம் அவனைத் தூக்கித் தூக்கிப் போட்டது. குழாயின்கீழே அவன் உட்கார்ந்திருந்ததால், தோட்டத்துக்குழாய் அவன் மண்டையைப் பதம் பார்த்தது. கடைசியாக ஒருநாள் அவன் பத்மாசனம் போட்டு உட்கார்ந்திருந்த நிலையிலேயே செத்துப்போய்ப் பக்கவாட்டில் சாய்ந்துவிட்டான். என் அம்மாவின் கால்கரணைகள் தீர்க்கப்பட வழியில்லாமலே போயின. அப்போதெல்லாம் நான் பக்கிங்காம் வில்லாவின் தோட்டத்தில் மாலைநேரங்களில் ஸ்புட்னிக்குகள் வானத்தில் செல்வதைப் பார்த்தவாறு நிற்பேன். அப்போது லைகா என்ற நாயை ஸ்புட்னிக்கில் வைத்து அனுப்பினார்கள் (இதுவரை விண்வெளியில் அனுப்பப்பட்ட முதல் நாய் அதுதான்) நான் அதைப்போலவே பெருமிதத்தோடும் தனிமையிலும் காலம் கழித்தேன். (கொஞ்ச நாளில் தொழுநோய் பிடித்துக்கொள்ள இருந்த சிம்கி வான் டெர் ஹேடன் சீமாட்டி - எங்கள் நாய் என் அருகில் உட்கார்ந்து தன் அல்சேஷியன் கண்களால் ஸ்புட்னிக்‌ பிரகாசப் புள்ளியாகச் செல்வதைப் பார்த்தது. விண்வெளிப் பந்தயத்தில் நாய்களின்மீது பெரிய அக்கறை உண்டான காலம் அது.) எவீபர்ன்ஸும் அவள் குழாமும் என் மணிக்கூண்டை ஆக்கிரமித்துக் கொண்டதாலும், சலவைப் பெட்டிகளில் ஒளிந்துகொள்வது தடுக்கப்பட்டு நான் வளர்ந்துவிட்டதாலும், இரகசியத்துக்காகவும்

தீவிரக்கருத்துகளைத் தவிர்க்கவேண்டியும் நான் என் வெளிச் செல்லுகைகளைக் கட்டுப்படுத்திக் கொள்ளவேண்டி இருந்தது. நான் நள்ளிரவின் குழந்தைகளோடு சரியாக நள்ளிரவில் மட்டுமே தொடர்புகொள்ளமுடிந்தது. அற்புதச் செயல்களுக்கென்று ஒதுக்கப்பட்ட அந்த நேரத்தில், எப்படியோ அந்தப் புறநேரத்தில், நான் ஒவ்வொரு நள்ளிரவிலும் நள்ளிரவின் குழந்தைகளோடு தொடர்புகொண்டேன். விஷயத்துக்கு வருவோம் - என் தாயின் சிந்தனைக்குள் சென்றபோது கண்டறிந்தவற்றை என் சொந்தக் கண்களால் அந்த இரகசியத்தைக் கண்டுபிடிக்கவேண்டும் என்று முடிவுசெய்தேன். சலவைப்பெட்டியில் மறைந்து என் தாய் ஈரசைச் சொல் ஒன்றை உச்சரித்த காலத்திலிருந்து இப்படிப்பட்ட இரகசியம் இருக்கும் என்று நினைத் திருந்தேன். அவள் சிந்தனையோட்டத்தில் நான் சென்று பார்த்தவை அதை உறுதிப் படுத்தின. எனவே மிகவும் கடின சித்தத்தோடும், உறுத்தலோடும் நான் பள்ளிக்குப் பிறகு ஒரு நாள் சன்னி இப்ராகிமைத் தேடிச்சென்றேன், அவன் உதவியைப் பெற.

சன்னி இப்ராகிமை அவன் அறையில் கண்டேன். சுற்றிலும் ஸ்பானிய காளைச் சண்டைப் போஸ்டர்கள். மகிழ்ச்சியற்று தனித்து இன்டோர் கிரிக்கெட் விளையாடிக் கொண்டிருந்தான். என்னைப் பார்த்தவுடனே மகிழ்ச்சியின்றிக் கத்தினான், “ஏய் மேன், எவீக்காக நான் வருத்தப்படுகிறேன். அவள் யார்பேச்சையும் கேட்கவில்லை மேன். நீ என்னதான் செய்தாய் அவளை?” ஆனால் நான் மரியாதையோடு பேசாமல் இருந்து விட்டேன்.

“அதற்கு இப்போது நேரமில்லை மேன்” என்றேன். “எனக்கு இப்போது சாவி இல்லாமல் பூட்டை எப்படித் திறப்பது என்று தெரிந்தாக வேண்டும்.”

சன்னி இப்ராகிம் பற்றிய ஒரு நிஜமான செய்தி. காளைகளோடு சண்டை போடும் கனவுகள் ஒருபக்கம் இருந்தாலும், அவனுடைய மேதைமை எந்திரங்களைக் கையாள்வதில்தான் இருந்தது. கொஞ்சகாலமாக, மெத்வோல்டு எஸ்டேட்டில் இருந்த எல்லா சைக்கிள்களையும் பொறுப்பாகப் பாதுகாக்கும் வேலையை அவன் மேற் கொண்டிருந்தான் - அதற்கு பதிலாக அவனுக்குத் தேவை காமிக் புத்தகங்களும், குளிர் பானங்களும்தான். எவலின் லிலித் பர்ன்ஸ்கூட தன்னுடைய பிரியமான இந்தியா பைக்கை அவனிடம்தான் ஒப்படைத்திருந்தாள். எல்லா எந்திரங்களும் அவை இயங் கும்போது அவன் அன்புத்தடவலுக்கும் கள்ளமற்ற மகிழ்ச்சிக்கும் ஆட்பட்டன என்று தோன்றியது. அவன் செய்கைக்குப்

பணியாத எந்த எந்திரப்பொறியும் இல்லை. வேறுமாதிரி இதைச் சொன்னால், (தேடல் அல்லது ஆராய்ச்சியின் காரணமாகவே) எந்தப்பூட்டையும் திறக்கும் வல்லுநனாக அவன் மாறிவிட்டான்.

இப்போது தன் விசுவாசத்தை எனக்குக் காட்ட அவனுக்கு ஒரு வாய்ப்பு கிடைத்ததால் மகிழ்ச்சியடைந்தான். "சும்மா, அந்தப் பூட்டை எனக்குக் காட்டு. எங்கே அது?" என்றான்.

எங்களை யாரும் பார்க்கவில்லை என்பதை உறுதி செய்துகொண்டு, பக்கிங்காம் வில்லாவுக்கும் சன்னி வசிக்கும் சேன்ஸ் சூச்சிக்கும் இடையிலுள்ள பாதையில் ஒளிந்து சென்றோம். எங்கள் ரோவர் காரின் பின்னால் நின்றோம். என் கார் டிக்கியைக் காட்டினேன். "இதை நான் வெளியிலிருந்தும் திறக்கவேண்டும், உள்ளிருந்தும் திறக்கவேண்டும்."

சன்னியின் கண்கள் விரிந்தன. "ஏய் என்ன செய்யப்போறே மேன்? வீட்டிலிருந்து இரகசியமா ஓடிப்போய்விடப் போகிறாயா?"

வாயில் உதட்டை வைத்து, ஒரு இரகசியமான முகத்தோற்றத்தை வருவித்துக் கொண்டேன். "மிகவும் உச்சமான இரகசியம்."

"சரிப்பா" என்று சொல்லியவாறே, முப்பதே நொடியில் ஒரு சிறிய இளஞ்சிவப்பு பிளாஸ்டிக் துண்டினால் அதை எப்படித் திறப்பது என்று காட்டினான். "எடுத்துக் கொண்டு போ மேன்" என்றான் சன்னி. "எனக்கு அது தேவையேயில்லை. உனக்குத்தான் வேண்டும்."

ஒருகாலத்தில் ஒரு தாய் இருந்தாள், அவள் தாயாவதற்காகத் தன் பெயரை மாற்றிக்கொண்டாள். தன் கணவனைப் பகுதி பகுதியாக நேசிக்கும் முயற்சியை மேற்கொண்டாள். ஆனால் அவளைத் தாயாக்கக்கூடிய ஒரு பகுதியை மட்டும் அவளால் நேசிக்கவே முடியவில்லை என்பது விசித்திரமான விஷயம். அவள் கால்களில் கழலைகள் வளர்ந்தன, அவள் தோள்கள் உலகத்தின் மேலும்மேலும் வளரும் குற்றச் சுமைகளால் வளைந்தன. அவளால் நேசிக்கமுடியாத அவள் கணவனின் பகுதியோ உறைந்துபோனதிலிருந்து மீளவில்லை. கடைசியாகத் தன் கணவனைப் போலவே அவளும் தொலைபேசியின் மாயங்களில் சிக்கிவிட்டாள். ராங் - நம்பர் எண் எனக் கூப்பிடுபவர்களோடு நீளமாகப் பலநிமிடங்கள் பேசினாள்...என் பத்தாம் பிறந்தநாளுக்குக் கொஞ்சம் பிறகு (இருபத்தொரு வருடங்களுக்குப் பிறகு அதே காய்ச்சல் எனக்குத் தொல்லைதந்து அதிலிருந்து இப்போதுதான் மீண்டிருக்கிறேன்) ஆமினா சினாய் திடீரென வெளியே போகும் பழக்கத்தை மறுபடியும் கைக்கொண்டாள். எப்போதுமே ஒரு ராங்நம்பர்

அழைப்புக்குப் பிறகு அவள் வெளியே செல்வாள். அவசரமாகக் கடைக்குப்போக என்பாள். இப்போதோ அவள் பின்னால் ஒருவன் காரின் டிக்கியில் மறைந்துகொண்டு, பாதுகாப்பாகக் குஷன்களை வைத்து மறைத்துக்கொண்டு, கையில் ஒரு பிளாஸ்டிக் துண்டுடன் படுத்திருக்கிறான்.

நேர்மை என்பதன் பெயரால் ஒருவன் படும் துன்பங்களை என்ன சொல்வது? கீறல்களும் இடிகளும். ரப்பர்வாடைவீசும் காற்றைச் சகித்துக்கொண்டு சுவாசிப்பது. அப்புறம், நிரந்தரமான பயம் - எங்கே கண்டுபிடித்துவிடுவாளோ என்று... ஒருவேளை அவள் உண்மையாகவே கடைக்குப் போனால்? திடீரென்று டிக்கியின் கதவு திறந்து கொண்டால்? திடீரென்று அவள் வாங்கிய கால்கட்டப்பட்ட, சிறகுகள் அடித்துக் கொள்ளுகின்ற கோழிகள் என்மீது எறியப்படுமா? ஒருவேளை அவள் பார்த்துவிட்டால், கடவுளே... ஒருவாரம் மௌனதண்டனை அனுபவிக்கவேண்டும்! என் முகவாய்க் கட்டைக்கு நேர்மேலே மடங்கிய என் முட்டி... அதற்கு பாதுகாப்பாக பழைய மங்கிய குஷன்கள். தாயின் விசுவாசமின்மையின் வாகனத்தில் அறியாத பிரதேசத்தில் நான் பிரயாணம் செய்தேன். என் தாய் மிக எச்சரிக்கையான காரோட்டி. மெதுவாகச் சென்றாள். மூலைகளில் எச்சரிக்கையாகத் திரும்பினாள். இருந்தாலும் காயங்கள் எனக்குப்பட்டன, மேரி பெரேரா சண்டைகளில் ஈடுபடுவதற்காக என்னைக் கேவலப்படுத்தினாள். "அடக் கடவுளே, இது என்ன, அவங்க எப்படி உன்னை பீஸ்பீஸா கிழிக்காம விட்டாங்க தெரியலையே, கடவுளே, நீ எப்படி வளந்து பெரிய கெட்ட பையனா ஆவப்போறியா, என்ன எலும்பு பயில்வான்?"

தூக்கிப்போடும் இருட்டிலிருந்து தப்பித்துக்கொள்ள நான் மிக எச்சரிக்கையாக என் தாயின் காரோட்டும் மனப்பகுதிக்குள் புகுந்தேன். அதனால் வழியை எளிதாகத் தெரிந்துகொள்ளமுடிந்தது. (அதுமட்டுமல்ல, எப்போதுமே வழக்கமாக சுத்தமாக இருக் கின்ற என் அம்மாவின் மனத்துக்குள் ஒரு பெரிய குழப்பநிலை. அந்தநாட்களிலேயே நான் மனிதர்களை அவர்கள் மனச்சுத்தத்தினை வைத்து எடைபோடத் தொடங்கி யிருந்தேன். அவர்களில் குழப்பமான மனம் கொண்டவர்களைத்தான் விரும்பினேன். அவர்களின் எண்ணங்கள் எப்போதும் ஒன்றைவிட்டு ஒன்றுக்குத் தாவிக்கொண்டே இருக்கும் - வாழ்க்கைக்கான தொழிலில் ஈடுபடும் சமயத்தில் அடுத்தவேளை உணவைப் பற்றி யோசிப்பார்கள், அரசியல் வெற்றியைப் பற்றிச் சிந்திக்கும்போது பாலியல் சிந்த

னைகள் குறுக்கிடும்...அவர்கள் மனங்கள் என் மனத்தைப் பெரிதும் ஒத்திருந்தன...என் மனத்தில் என்னென்னவோ சிந்தனைகள் மாறிமாறி மோதிக்கொள்ள, அவற்றினிடையே ஒரு வெள்ளைப் புள்ளியாக மனச்சாட்சி காட்டு ஈயைப்போல இதன்மேலும் அதன்மேலும் தாவிக்கொண்டிருந்தது... விடாமுயற்சியோடு தன் இயல்புணர்வுகளை ஒழுங்கு செய்து ஆமினா சினாய் இயற்கைக்குமீறி சுத்தமாகத் தன் மனத்தை வைத்திருந்தாள்... எனவே குழப்பநிலைக்குப் புதியவள் அவள்.

ப்ரீச்கேண்டி மருத்துவமனை, மகாலட்சுமி கோயில், ஹோராபாய் வெல்லார்டையும் தாண்டி, வல்லபபாய் படேல் விளையாட்டரங்கையும் ஹாஜி அலி தீவுசமாதியையும் கடந்து, வடக்குநோக்கி (முதல் வில்லியம் மெத்வோல்டின் கனவு நனவாகுவதற்கு முன்னால் இருந்த) பம்பாய்த் தீவை நோக்கிச் சென்றோம். நகரத்தின் வடக்குப் பிரதேசங்கள் அப்போது பெயரற்ற குடியிருப்புகள், மீனவ கிராமங்கள், துணிஆலைகள், திரைப்பட ஸ்டூடியோக்கள் கொண்டவையாக இருந்தன. (இப்போது நான் இருக்கும் இடத்திற்கு வெகுதூரம் இல்லை... உள்ளூர் ரயில்களின் பார்வையில் உட்கார்ந்திருக்கும் என் இடத்திலிருந்து ரொம்ப தொலைவில் இல்லை) அப்போதெல்லாம் எனக்கு முற்றிலும் தெரியாத பகுதி அது. குழப்பமாகி, நான் தொலைந்துபோய் விட்டேன் என்று முடிவுசெய்துவிட்டேன். கடைசியாக முன்பின் அறியாதவர்கள் திடீரென வந்து சாக்கடைப் பக்கங்களில் தூங்குகின்ற, சைக்கிள் ரிப்பேர் கடைகள் நிறைந்த, கிழிந்த உடை ஆண்களும் பையன்களும் காணப்பட்ட ஓரிடத்தில் நின்றோம். என் தாய் இறங்கியபோது பல சிறுவர்கள் சூழ்ந்துகொண்டு பிச்சைகேட்டனர். ஒரு ஈயைக்கூட விரட்டமுடியாத என் அம்மா, சில்லறைக் காசுகளை அவர்களுக்குக் கொடுத்தாள். அதனால் கூட்டம் இன்னும் பெரிதாயிற்று. கடைசியாக அவர்களிடமிருந்து தன்னை விலக்கிக்கொண்டு அவள் தெருவில் சென்றாள். அப்போதும் ஒரு பையன், "கார் பாலிஷ் செய்யட்டுமா பேகம்? நம்பர் ஒன் கிளாஸ் ஏ பாலிஷ் பேகம்? நீங்க வர்ற வரைக்கும் காரைப் பாத்துக்கிறேன் பேகம்? ரொம்ப நல்லாப் பாத்துக்குவேன், யாரை வேணாலும் கேளுங்க!"...

கொஞ்சநேரம் நிலைகுலைந்துபோய் அவள் சொல்வதைக் கேட்கக் காத்திருந்தேன். அந்தப் பையன் காரைப் பார்த்துக் கொள்ள ஆரம்பித்தால் நான் எப்படி டிக்கியிலிருந்து வெளிவரமுடியும்? மேலும் நான் வெளிவருவது தெருவில் ஒரு பெரிய குழப்பத்தை

உண்டாக்கியிருக்கும்... நல்லவேளை, என் தாய் வேண்டாம் என்று சொல்லிவிட்டு நடந்தாள். பையனும் விட்டுவிட்டான். இதற்குள் தெருவில் இன்னொரு கார் வந்தது. அதுவும் ஒரு சீமாட்டியை இறக்கிவிடும், அவள் நிறையக் காசுதருவாள், என்ற எதிர்பார்ப்பில் எல்லாக் கண்களும் ஒருகணம் அதன்மேல் சென்று சிறுவர்கள் அதன்பின் ஓடினர். அந்தக் கணத்தில் பிளாஸ்டிக் துண்டைவைத்துத் தந்திரம் செய்து, டிக்கியைத் திறந்து நானும் அந்தக் காரின் பின்னால் ஓடினேன். (இந்தக் கணத்துக்காக பல கண்கள் என்னைவிட்டு எப்போது திரும்பும் என்று ஆவலாகப் பார்த்துக் கொண்டிருந்தேன்.) உதட்டை கெட்டியாக மூடிக்கொண்டு, என்னைநோக்கி நீண்ட கைகளை ஒதுக்கிக்கொண்டு, என் தாய் சென்ற திசையை நோக்கி ஓடினேன். ஒரு பாக்கெட் சைஸ் சிஐடி, வேட்டைநாய் மூக்கு, என் இதயம் இருக்குமிடத்தில் ஒரு பெரிய பறை டம்டம் என்று அடித்தது... சில நிமிடங்களில் பயனியர் கஃபேக்கு வந்து சேர்ந்தேன்.

ஜன்னலில் அழுக்கான கண்ணாடி. மேஜைகள்மீதும் அப்படியே. நகரத்தின் கவர்ச்சிமிக்க பகுதிகளில் உள்ள கேலார்டுகள், குவாலிட்டிகளை ஒத்துப்பார்க்க, பயனியர் கஃபே ஒன்றுமேயில்லை. ஒரு மோசமான ஓட்டல், பெயிண்ட் அடித்த பலகைகளில் இனிமையான லஸ்ஸி! மிகச் சிறந்த ஃபலூடா! பம்பாய்ஃபேஷன் பேல் பூரி! கல்லாவுக்கு அருகில் ஒரு மலிவான வானொலிப்பெட்டி சினிமாப்பாட்டுகளைப் பாடியது. ஒரு நீண்ட பச்சையான அறை, கண்ணடிக்கும் நியான் விளக்கு. தடுக்கப் பட்ட உலகம். அதில் பற்கள் உடைந்த மனிதர்கள் ரெக்சீன் மூடிய மேஜைகளின் எதிரில் உட்கார்ந்து கசங்கிய சீட்டுகளை ஆடிக்கொண்டிருந்தார்கள். ஆனால் இவ்வளவு தளர்ச்சிக்குப் பின்னாலும், பயனியர் கஃபே பல கனவுகளின் இருப்பிட மாக இருந்தது. ஒவ்வொரு காலையிலும், அவ்வளவாகச் சோபிக்காத, நகரத்தின் சிறந்த ஆடை அணிந்த மனிதர்கள், ரவுடிகள், டாக்சி டிரைவர்கள், சிறிய கடத்தல்காரர்கள், ஒரு காலத்தில் சினிமா நட்சத்திரமாகலாம் என்று கருதி பம்பாய்க்கு வந்து மோசமான இருப்பிடங்களில் தங்கி இப்போது ரேஸ் டிப்ஸ் தருபவர்களாக மாறியவர்கள், கருப்புப்பணப் பரிமாற்றம் செய்பவர்கள் அதில் குவிந்திருப்பார்கள். காலையில் ஆறுமணிக்கு ஒவ்வொரு ஸ்டூடியோவும் அன்றைய படிப்பிடிப்புக்குத் தேவையான எக்ஸ்ட்ரா நடிகர்களுக்காக சில்லறைத் தரகர்களைப் பயனியர் கஃபேவுக்கு அனுப்பும். தினசரி காலையில், அரைமணி நேரம், டி.டபிள்யூ. ராமா ஸ்டூடியோஸ், ஃபில்மிஸ்தான் டாக்கீஸ்,

ஆர்.ஈ.ஃபில்ம்ஸ் தங்களுக்குத் தேவையானவர்களை இங்கே பொறுக்கிக்கொண்டார்கள். ஆக, நகரத்தின் பேராசைகள், நம்பிக்கைகளுடைய மையமாகப் பயனியர் கஃபே இருந்தது. அன்றைய அதிர்ஷ்டக்காரர்களைப் பொறுக்கிக் கொண்டு சினிமாத்தரகர்கள் போனதும், கஃபே காலியாகித் தனது வழக்கமான நியான்விளக்கு மந்தநிலைக்கு வந்துவிடும். மத்தியானச் சாப்பாட்டு வேளையின்போது, சீட்டாடிக்கொண்டும், இனிமையான லஸ்ஸி, தின்பண்டங்களோடு இருப்பதற்கும் வேறொருவிதக் கனவுகள் அங்கு நுழையும். வெவ்வேறான ஆசைகள் கொண்ட வெவ்வேறு மனிதர்கள். எனக்கு அப்போது தெரியாது - மாலைநேரப் பயனியர் கஃபே, பொதுவுடைமைக் கட்சி உறுப்பினர்களின் அவப்புகழ்பெற்ற கூடாரம்.

அது மாலை நேரம்; என் தாய் பயனியர் கஃபேயில் நுழைவதைக் கண்டேன். அவளைத் தொடர்ந்துசெல்லத் துணிச்சலின்றி, அழுக்கான, சிலந்திக் கூடுகட்டிய ஒரு ஜன்னல் சட்டத்தின் மூலையில் மூக்கை அழுத்திப் பார்த்துக் கொண்டு தெருவிலேயே நின்றேன். என்னைப் பல கண்கள் துளைத்தன, அவற்றை கவனியாதுவிட்டேன். என் சட்டை, கால்சட்டை எல்லாம் கொஞ்சம் இரத்தக்கறை படிந்திருந்தாலும் நன்றாகத் தேய்க்கப்பட்டிருந்தன, என் தலை கொஞ்சம் கசங்கியிருந்தாலும் நன்கு தைலமிடப் பட்டிருந்தது. என் காலணிகள் சற்றே தேய்ந்திருந்தாலும் ஒரு பணக்காரப் பையனுடையவைதான். நான் என் தாயைக் கண்களால் தொடர்ந்தேன். அவள் தயங்கித்தயங்கி, கால்கரணைகளால் குதித்துக் கொண்டு, உடைந்த மேஜைகளையும் உற்றுநோக்கும் ஆண்களையும் கடந்து சென்றாள். குறுகிய நீண்ட குகைபோன்ற ஓட்டலின் கோடியில், ஒரு இருண்ட மேஜையில் அமர்ந்தாள். அப்போது அவளை வரவேற்க எழுந்த மனித னைக் கண்டேன். அவன் முகத்திலிருந்த தசை தொங்கியது. ஒருகாலத்தில் அதிக எடையுள்ளவனாக இருந்திருக்கவேண்டும். அவன் பற்கள் வெற்றிலைக்காவி படிந்திருந்தன. சுத்தமான வெள்ளைக் குர்த்தா அணிந்திருந்தான். பொத்தான் துளைகளைச் சுற்றி லக்னோ பூவேலைப்பாடு. மிகநீளமான, கவிஞன் போன்ற முடி, காதுகளின்மேல் தவழ்ந்தது. ஆனால் உச்சந்தலை வழுக்கையாகிப் பளபளப்பாக இருந்தது. தடைசெய்த வார்த்தைகள் என் காதுகளில் ஒலித்தன. நா - திர். நாதிர். நான் வந்திருக்கவே வேண் டாம் என்று நொந்துகொண்டேன்.

ஒருகாலத்தில் தரைக்குக்கீழே ஒளிந்திருந்த கணவன் ஒருவன் இருந்தான். மண விலக்கின் சொற்களை ஆசையாக

எழுதிவைத்துவிட்டு ஓடினான். யாப்புடன் எழுதத் தெரியாத ஒரு கவிஞன், தெருநாய்களால் காப்பாற்றப்பட்டவன். ஏறத்தாழப் பத்தாண்டுகளுக்குமேலாக இழந்தபிறகு எங்கிருந்து வந்தானோ தெரியவில்லை. அந்தக் காலத்தில் அவன் கொழுத்திருந்ததன் ஞாபகமாக அவன் தளர்ந்துதொங்கும் சதைகள் இருந்தன. ஒருகாலத்தில் அவன் மனைவிக்கு வேறு பெயர் இருந்ததைப்போல இப்போது அவனுக்கும் வேறொருபெயர் வந்துவிட்டது. நாதிர் கான் இப்போது காசிம் கான். இந்தியாவின் அதிகாரபூர்வமான கம்யூனிஸ்டுக் கட்சியின் அதிகாரபூர்வமான வேட்பாளன். லால் (சிவப்பு) காசிம்.

சிவப்பு காசிம். அர்த்தமற்றது எதுவும் கிடையாது. காரணமில்லாமல் நாணம் சிவப்புநிறம் கொண்டதாக இல்லை. என் மாமா ஹனீஃப் சொன்னார், "கம்யூனிஸ்டுகள்தான் வருவார்கள்" என்று. என் தாயின் முகம் சிவந்தது. அரசியலும் உணர்ச்சிகளும் அவள் கன்னங்களில் ஒன்றிணைந்தன... பயனியர் கஃபேயின் அழுக்கான, சதுரமான, கண்ணாடி சினிமாத்திரை ஜன்னலின் வழியாக நான் ஆமினா சினாயும், இப்போது நாதிராக இல்லாதவனும் தங்கள் காதல் காட்சியை அரங்கேற்றுவதைக் கண்டேன். மெய்யான அமெச்சூர்களின் திறமையற்ற தன்மையில் அவர்கள் நிகழ்த்தினார்கள்.

ரெக்சீன் ஒட்டப்பட்ட மேஜைமீது, ஒரு பாக்கெட் சிகரெட்டுகள். ஸ்டேட் எக்ஸ் பிரஸ் 555. எண்களுக்கும் முக்கியத்துவம் இருக்கிறது. 420, ஏமாற்றுக்காரர்களின் எண். 1001 என்பது இரவுகளின், மாயத்தன்மைகளின், மாற்று யதார்த்தங்களின் எண். கவிஞர்களால் விரும்பப்படுகின்ற, அரசியல்வாதிகளால் வெறுக்கப்படுகின்ற எண் இது. அரசியல்வாதிகளுக்கு மாற்று யதார்த்தங்கள், அச்சுறுத்தல்கள். பல ஆண்டுகளாக நான் எண்களிலேயே மிகவும் கொடியதாக 555ஐக் கருதிவந்தேன். அதுதான் மிகக் கொடிய விலங்கான சாத்தானின் பூச்சிய எண். (மகா சைரஸ்தான் எனக்குச் சொன்னான், அவன் தவறாகஇருக்கக் காரணமில்லை என்று நினைத்தேன், ஆனால் தவறு தான். உண்மையில் கொடிய எண் 555 அல்ல, 666தான். ஆனாலும் என் மனத்தில் இந்த மூன்று ஐந்துகளையும் சுற்றி ஒரு இருண்டநிழல் படிந்திருக்கிறது இன்றுவரை. கதையைவிட்டு எங்கேயோ போய்விட்டேன். நாதிர் - காசிமின் விருப்பமான பிராண்டு இந்த 555 சிகரெட்டுதான். அதைத் தயாரிப்பவர்கள் W.D. மற்றும் H. O. வில்ஸ். என் தாயின் முகத்தைப் பார்க்கஇயலாமல், நான் சிகரெட் பாக்கெட்டையே பார்த்தேன். காதலர்களைவிட்டுக் காட்சியைக்

‘கட்’ செய்து நிகோடினின் மிகக் கிட்டத்திலான ‘குளோசப்’புக்கு வந்துவிட்டேன்.

இப்போது ஃப்ரேமுக்குள் கைகள் வருகின்றன. முதலில் நாதிர் - காசிமின் கைகள், அவற்றின் கவித்துவமான மென்மை ஓரளவு கெட்டியாகிவிட்டிருக்கிறது. மெழுகுவத்திச் சுவாலைபோல நடுங்கும் விரல்கள், ரெக்சீன் மீது ஊர்ந்து, பிறகு இழுத்துக்கொள்கின்றன. அடுத்து, ஒரு பெண்ணின் கைகள். புகைபோலக் கருப்பான கைகள். அழகான சிலந்திகளைப்போல முன்னோக்கி ஊர்கின்றன. பிறகு அவை ரெக்சீன் தளத்திற்குமேல், 555க்குமேல் உயர்ந்து இணைகின்றன, மிகவும்விசித்திரமான நடனத்தில் ஈடுபடுகின்றன. எழுந்து, தாழ்ந்து, ஒன்றினையொன்று சுற்றிச்சுழன்று, விரல்கள் ஒன்றையொன்று தவிர்த்து, கைகள் நீண்டு இறுக்கமாகி, நடுங்கி, ஒன்றை ஒன்று தேடி ஆனால் கடைசியில் பின்னிழுத்துக் கொண்டு. ஏனென்றால், என் அழுக்கான கண்ணாடி வாயிலாக நான் காண்பது ஒரு இந்திய சினிமாதானே. அதில் இளைஞர்களை பாதிக்கும் என்பதால் உடலை உடல் தொடுதல் அனுமதிக்கப்படுவதில்லையே. அப்புறம், மேஜைக்குக் கீழே கால்கள், மேஜைக்குமேலே முகங்கள். காலை நோக்கி நகர்கின்ற கால், முகத்தைநோக்கி முன்னேறும் முகம். ஆனால் திடீரென்று ஒரு கொடிய தணிக்கை நிகழ்ந்ததுபோல விலகிவிடுகின்றன... இரண்டு அந்நியர்கள், இருவருக்கும் அவர்களின் பிறப்பின்போது ஏற்பட்ட பெயர்கள் கிடையாது. தாங்களே விரும்பாத இந்த நாடகத்தை நடிக்கிறார்கள். காட்சி முடிவதற்கு முன்னாலேயே நான் வந்துவிட்டேன். பாலிஷ் செய்யப்படாத, யாரும் கண்காணிக்காத ரோவரின் டிக்கியில் பழையபடியே ஏறிக்கொண்டேன். அதைப் பார்க்கப் போயிருக்கக்கூடாது என்ற எண்ணம் ஒரு புறம், இன்னொருமுறை பார்த்தால் என்ன என்ற ஆசை மறுபுறம்.

கடைசியில் நான் பார்த்தது: என் தாய் இனிய லஸ்ஸி இருக்கும் டம்ளரைப் பாதி உயர்த்தினாள். அவளுடைய உதடுகள் பழைய நினைவுகளோடு அந்தப் புள்ளியிட்ட டம்ளரின் விளிம்பில் பதிந்தன. பிறகு அவள் கைகள் டம்ளரை நாதிர் - காசிமிடம் கொடுத்தன. அவனும் டம்ளரின் எதிர்ப்பக்கத்தில் தன் கவித்துவ வாயைப் பொருத்தினான். ஆகவே இங்கே வாழ்க்கை மோசமான கலையைப் பின்பற்றியது, என் மாமா ஹனீஃபின் சகோதரி மறைவான முத்தம் என்ற அவருடைய காம உத்தியைப் பயனியர் கஃபேயின் பச்சை நியான் மங்கலொளியில் கொண்டுவந்தாள்.

சுருக்கமாக: 1957இன் கொடும் கோடையில், தேர்தல் பிரச்சாரத்தின் உச்சத்தில், ஆமினா சினாய், இந்தியக் கம்யூனிஸ்ட் கட்சிபற்றிய பிரஸ்தாபத்தில் விளக்கவியலா முறையில் வெட்கம் கொண்டாள். அவள் மகனின் ஆவேசமான சிந்தனையில் இன் னும் ஓர் அலைக்கழிப்புக்கு இடம் இருந்தது. பத்துவயது மூளை எத்தனைச் சிக்கல்களுக்கும் இடம் கொடுக்கும் - அவளை நகரத்தின் வடக்குப் பகுதிக்குப் பின்தொடர்ந் தான். ஒரு நிறைவேறாக் காதலின் துயரம் மிகுந்த காட்சியைக் கண்டான். (அகமது சினாய் இப்போது உறைந்துபோனதால், நாதிர் - காசிமுக்கு எந்தப் பாலியல் நஷ்டமும் இல்லை. அலுவலகத்தில் தன்னை மூடிக்கொண்டு நாய்களைச் சபிக்கும் கணவனுக்கும், ஒருகாலத்தில் எச்சில்கலங்களைத் தாக்கு விளையாட்டை அன்போடு நடத்திய பழங்கணவனுக்கும் இடையில் இழுபட்ட ஆமினா சினாய் டம்ளர் முத்தங்களுக்கும் கைநடனங்களுக்கும் ஒடுங்கிப்போனாள்.)

கேள்விகள்: பிறகு எப்போதாவது நான் அந்த இளஞ்சிவப்புநிற பிளாஸ்டிக் துண்டைப் பயன்படுத்தினேனா? எக்ஸ்ட்ராக்களுக்கும் மார்க்சியர்களுக்குமான அந்தக் கஃபேக்குத் திரும்பினேனா? கொடிய தவறு புரிந்த என் தாயை நான் எதிர்கொண்டேனா? ஏன் என்றால், எந்தத் தாயும் - ஒருகாலத்தில் என்னவாவது இருக்கட்டும் - ஒரு மகனின் கண் எதிரே, அவள் எப்படி, எப்படி அவள், எப்படி அவள்? விடைகள்: நான் ஒன்றும் செய்யவில்லை, செய்யவில்லை, செய்யவில்லை.

என்ன செய்தேன்? கடைக்குப் போவதாகக் கூறி அவள் புறப்பட்ட போதெல்லாம் அவள் சிந்தனைக்குள் புகுந்துகொண்டேன். மேலும் என் கண்களின் சொந்த சாட்சியைத் தேடும் அக்கறை இன்றி, நான் என் தாயின் மண்டைக்குள் நகரத்தின் வடக்குப் புறம்வரை சவாரி செய்தேன். இயல்பாக நடக்கமுடியாத இந்த ஏமாற்றில், நான் பயனியர் கஃபேயில் அமர்ந்து சிவப்பு காசிமின் தேர்தல் எதிர்பார்ப்புகளைப் பற்றிய உரையாடல்களைக் கேட்டேன். காசிமோடு அவள் அந்த மாவட்டத்தின் குடியிருப்புகளுக்குச் சென்றபோதும் (என் அப்பா தன் குடிக்கூலிக்காரர்களை எப்படியாவது போங்கள் என்று கைகழுவிச் சமீபத்தில் விற்ற அதே சாள்களா அவை?) காசிம் குழாய்களைச் சரிசெய்து கொடுப்பதற்கு அவள் உதவியபோதும், நிலச்சுவான்தாரர்களைத் தொல்லைப்படுத்தி ரிப்பேர்களையும் கிருமி ஒழிப்புகளையும் தொடங்கி வைத்த போதும், நான் உடலின்றி, ஆனால் முழுதுமாக அவர்கள்கூட இருந்தேன். பொதுவுடைமைக் கட்சியின் சார்பாக ஆமினா சினாய்

கதியற்றவர்கள் மத்தியில் இயங்கினாள் - அது அவளைப் பெரும் ஆச்சரியத்திற்கும் உள்ளாக்கியது. ஒருவேளை தன் வாழ்க்கை வறுமைப்படுவது அதிகரித்துவந்ததால் அப்படிச் செய்திருக்கலாம். ஆனால் பத்துவயதில் எனக்குப் பரிவுணர்ச்சி தோன்றவில்லை. என் வழியில் நான் அவளைப் பழிவாங்கும் கனவுகளில் ஈடுபட்டேன்.

கதைகளில் வரும் ஹாரூன் - அல் - ரஷீத் என்னும் காலிபா, பாக்தாத் நகர மக்களிடையே பிறரறியாமல் சென்று வருவதில் மகிழ்ச்சி கொள்வாராம். சலீம் சினாய் ஆகிய நானும் இரகசியமாக என் நகரத்தின் சந்துபொந்துகளில் திரிந்திருக்கிறேன், ஆனால் எனக்கு மகிழ்ச்சி கிடைத்தது என்று சொல்லமாட்டேன்.

இயல்புக்குப் புறம்பானவையும், விசித்திரமானவையும் - அவற்றிற்கு மறுதலைகளும் - அதாவது தினசரித்தனங்களின் உச்சங்களும், ஒழுங்குபடுத்தப்பட்டவைகளும் ஆகிய இந்த உத்திகளை - இவைகளும் மனப்பாங்குகளின் ஒருவகைதானே - நள்ளிரவுக் குழந்தைகளில் சமாளிக்கமுடியாதவனும், என் போட்டியாளனும், வீ வில்லி விங்கியின் மகனாகக் கருதப்படுகின்றவனும் ஆகிய ‘முட்டிகளின்’ சிவாவிடமிருந்து ஒழித்து விட்டேன் அல்லது நான் ஏற்றுக்கொண்டுவிட்டேன். அவனைப்பொறுத்தவரை, இந்த உத்திகள் பிரக்ஞைபூர்வ முயற்சியின்றி பயன்படுத்தப்படுபவை. அவற்றின் விளைவு, மிக அதிரவைக்கும் ஒருசீரானதோர் உலகின் பிம்பத்தை உருவாக்குவது. அவற்றில் ஒருவன் போகிறபோக்கில், சும்மா, அந்தக்காலத்தில் கீழ்வகையான பத்திரிகைகளை நிரப்பிய வேசிகளின் பயங்கரக் கொலைகள் என்பதைப் (அந்த உடல்கள் சாக்கடைகளை நிரப்பியபோது) பற்றிப் பேசிக்கொண்டே ஒரு குறிப்பிட்ட கையில் என்ன சீட்டுகள் உள்ளன என்று ஆவேசமாகக் கண்டுகொள்ள முயற்சிசெய்வான் அவன். சாவும் ரம்மி விளையாட்டில் தோற்பதும் சிவாவுக்கு ஒரே தன்மை உடையவைதான். ஆகவே அவனுடைய பயமுறுத்துகின்ற, அலட்சியமான வன்முறை, கடைசியில்... ஆனால் தொடக்கத்திலிருந்து வருவோம்.

முக்கியமாக, எனது தவறாக அது இருந்தாலும், நீங்கள் என்னை முற்றிலும் ஒரு வானொலி என்று கற்பனை செய்வீர்களானால், அரைஉண்மையையே அறிந்தவர் ஆவீர்கள் என்று சொல்வது கடமை. சிந்தனை என்பது பலசமயங்களில், சித்திரவயமானது, குறியீட்டுத்தன்மை கொண்டது, சொல்தன்மை உள்ளதும்தான். எப்படியோ, நள்ளிரவுக் குழந்தைகளின் கூட்டங்களில் அவர்களோடு தொடர்புகொள்ளவும், புரிந்து கொள்ளவும்

எனக்கு வார்த்தைகளின் தளத்தை உடனே கடந்து விரைந்து போக வேண்டிய அவசியம் இருந்தது. தங்கள் வெவ்வேறான பாவனைகளில் நள்ளிரவின் குழந்தைகள் வந்தபோது, நான் அவர்களுடைய புரிந்துகொள்ளமுடியாத மொழிகளின் முன்தளப் பாசாங்குச் சிந்தனைகளைக் கடந்து ஆழமாகச் செல்லவேண்டிய தேவை எனக்கிருந்தது. அதனால் அவர்கள் வெளிப்படையாகவே (முன்பு காட்டியதுபோல) என் இருப்பைப் புரிந்து கொண்டார்கள். என்னைப் பற்றிய பிரக்ஞை திடீரென எவீ பர்ன்ஸிடம் உருவாக்கிய விளைவை ஞாபகம் கொண்டதால், அவ்வாறு இவர்களிடம் நிகழக்கூடாது என்று நான் சிரமம் எடுத்துக்கொண்டேன். எல்லாச் சமயங்களிலும் நான் முதலில் என் முகத்தின் பிம்பத்தை மட்டுமே அஞ்சல்செய்தேன். அது ஆறுதல் தருகின்ற, நட்பான, உறுதியான, தலைவன்மாதிரியான, நட்பைநாடிக் கரத்தை நீட்டு கின்ற மாதிரியான பாவனையில் இருப்பதாக நான் நம்பினேன். ஆனால் சிக்கல்கள் எழுந்தன.

என்னைப் பற்றிய எனது பிம்பம் என் தோற்றத்தைப் பற்றிய சுயபிரக்ஞையினால் உண்டான ஒன்று என்பதை நான் கண்டுகொள்ளக் கொஞ்சகாலம் பிடித்தது. ஆகவே தேசம் முழுவதும் நான் சிந்தனையலைகளில் அனுப்பிய பிம்பம் நான் பெரி தாகச் சிரிப்பதுபோல இருந்தது. மிகவும் விகாரமான முகம். விசித்திரமாகப் பெரிய தொரு மூக்கு, இல்லவே இல்லாத மோவாய், ஒவ்வொரு கன்னப்பொட்டிலும் பெரிய கறைகள். எனவே அவர்களில் பலர் ஒருவகை அதிர்ச்சியோடு என்னை எதிர்கொண்டதில் ஆச்சரியமில்லை. அதேபோல அந்தச் சமவயதுள்ள தோழர்களில் சிலரின் பிம்பங்களைப் பார்த்து நானும் பயந்தேன். என்ன நிகழ்கிறது எனபது எங்களுக்குத் தெரிந்ததும் எல்லாரையும் தங்கள் முகங்களை அசையாத நீரில் பார்க்கச் செய்தேன். பிறகு நாங்கள் எவ்வாறு இருந்தோம் என்பதை ஓரளவு புரிந்து கொள்ள முடிந்தது. ஒருசில சிக்கல்கள் - எங்கள் கேரளத் தோழன் (கண்ணாடிகளின் ஊடே செல்லக்கூடியவன் - உங்களுக்கு நினைவிருக்கலாம்) வரும்போது திடீரென தில்லியின் பணக்காரப் பகுதியில் ஒரு உணவகத்திலிருந்த கண்ணாடியின் வழியே வந்து விட்டான், உடனே பின்வாங்க வேண்டியிருந்தது. நீலக்கண் காஷ்மீரி, காஷ்மீரில் ஒரு ஏரியில் பெண்ணாக விழுந்தாள், ஆனால் அழகான பையனாக எழுந்தாள்.

நான் சிவாவுடன் முதலில் அறிமுகப்படுத்திக் கொண்டபோது, அவன் மனத்தில் உறுதியாக அவன் வைத்திருந்த பிம்பம் இதுதான் -

கூர்மையான பற்களுடன்கூடிய சிறிய எலிமூஞ்சிச் சிறுவன், உலகம் பார்த்திராத மிகப்பெரிய முட்டிகளுடன்.

இப்படிப்பட்ட விகாரமான தோற்றத்தைக் கண்டதால், சிரிப்புக்கொண்ட என் முகம் கொஞ்சம் வாடுமாறு செய்தேன். நட்புக்கென நீட்டிய என் கை பின்வாங்கவும் நடுங்கவும் தொடங்கியது. சிவா, என் இருப்பை உணர்ந்தபோது, முதலில் பெருங் கோபத்துடன் தோன்றினான். கொதிக்கின்ற கோப அலைகள் என் தலைக்குள் சூடேற்றின. ஆனால், பிறகு, “ஏய் உன்னை எனக்குத் தெரியும்! மெத்வோல்டு எஸ்டேட்டிலிருந்து வந்த பணக்காரப் பையன்தானே நீ?” என்றான். நானும் ஆச்சரியத்தோடு, “விங்கிளின் பையன் - ஐஸ்லைஸின் கண்ணைக் குருடாக்கியவன்தானே நீ” என்றேன். உடனே அவன் சுயபிம்பம் பெருமையில் பூரித்தது. “ஆமாம், அதுதான் நான். என்னுடன் யாரும் விளையாடமுடியாது மேன்!” என்றான். ஒருவரை ஒருவர் புரிந்துகொண் டது அற்ப விஷயங்களுக்குக் கொண்டுபோயிற்று. “எப்படியிருக்கிறார் உன் அப்பா? இப்போதெல்லாம் அங்கே வருவதில்லையே?” அவனோ மிகவும் ஆறுதலடைந்தவன் போல, “அவரா, இறந்துவிட்டார்!” என்றான்.

ஒருகண அமைதி; பிறகு குழப்பம் - இப்போது கோபம் இல்லை - “சரி, இதெல்லாம் ரொம்ப நல்லாத்தான் இருக்கு. எப்படி நீ இதைச் செய்தாய்?” என்றான் சிவா. நான் என் ஒரேமாதிரியான விளக்கத்தை எடுத்துச் சொன்னேன். சில கணங்களுக்குப் பிறகு அவன் குறுக்கிட்டான். “என் அப்பாவும் நான் மிகச்சரியா நள்ளிரவில்தான் பிறந்ததாச் சொன்னார். ஆகவே உன் இந்தக் கூட்டத்துக்கு நாம ரெண்டுபேருமே கூட்டுத் தலைவர்கள். என்ன? நள்ளிரவுதானே சரியானது? அதனால மீதிப் பசங்களெல்லாம் நாம் சொல்லுறமாதிரி நடக்கணும்.” அப்போது என் முன்னால் இன்னும் சக்திகொண்ட இரண்டாவது ஆள் - எவலின் லிலித் பர்ன்ஸின் பிம்பம் தோன்றியது. இந்த அன்பற்ற கருத்தை ஒதுக்கி, நான் விவரித்தேன். “இந்தக் கூட்டத்தைக் கூட்டியதில் இப்படி நடப்பது என் எண்ணமல்ல. நாமெல்லாம் ஒரு வகையில் சமமானவர்களின் கூட்டமைப்பு. எல்லாருடைய பார்வைக்கும் சுதந்திரமான வெளியிடும் வாய்ப் பைத் தரவேண்டும்...” என் மண்டைக்குள் பயங்கரமாகச் செறுமும் ஒலி கேட்டது. “மேன், நீ சொல்றது குப்பை. இந்தமாதிரி ஒரு கூட்டத்தை வச்சிகிட்டு நாம என்ன தான் செய்யப்போறோம்? கும்பல்கள் என்றால் கும்பல்தலைவர்கள் வேணும். என்னைப்பார்...(மறுபடியும் பெருமையோடு கூடிய அந்தச்

செறுமல்) நான் ரெண்டு வருஷமா மடுங்காவில ஒரு கும்பலுக்குத் தலைவன். எட்டு வயசிலிருந்து. எனக்குப் பெரியவங்கதான் மிச்சம் எல்லாம். என்ன நினைக்கறே அதைப்பத்தி?" என்றான். "எந்தச் சிந்தனையும் இல்லாமல், உன் கும்பல் என்ன செய்யப்போகிறது? அதற்கு ஏதாவது விதிமுறைகள், ஒழுங்குகள் இருக்கிறதா?" சிவாவின் சிரிப்பு காதில். "ஆமாம் பணக்காரப் பையா. ஒரே ஒரு விதி. எல்லாரும் நான் சொன்னதைச் செய்யணும், இல்லேன்னா முட்டியினால அவங்களைப் பேத்துடுவேன்." கஷ்டத்தோடு, என் பார்வைக் கோணத்துக்கு சிவாவை இழுக்க முயன்றேன். அதாவது "நாமெல்லாம் இங்கே ஒரு குறித்த நோக்கத்துக்காக இயங்க வேண்டும். ஏதாவது ஒரு காரணம் தேவை, ஒத்துக் கொள்கிறாயா? அதனால், நாமெல்லாம் சேர்ந்து என்ன செய்யலாம் என்பதை விவாதிக்கலாம், பிறகு அதற்கு நம்முடைய வாழ்க்கையை..." "பணக்காரப் பையா!" கூச்சலிட்டான் சிவா. "உனக்கு ஒருமண்ணும் தெரியல. என்னாப்பா நோக்கம்? ஒக்காளோழி ஒலகத்துல எதுக்குடா காரணம் இருக்கு, சொல்லு. என்ன காரணத்தினால நீ பணக்காரனா இருக்கறே, நான் ஏழையா இருக்கறேன்? பட்டினி கிடக்கறப்போ என்னா காரணம், மேன்? எத்தனை கோடி முட்டாப் பசங்க இந்த நாட்டில இருக்கறாங்க மேன், நீ என்னான்னா இதுக்கெல்லாம் நோக்கம் இருக்குன்னு சொல்றே. நான் சொல்றேன், உன்னால முடிஞ்சத எடுத்துக்க, அதவச்சி உன்னால முடிஞ்சதெல்லாம் செய்யி, பிறகு செத்துப்போ. அவ்வளவுதான். அதான் காரணம், பணக்காரப் பையா! மத்ததெல்லாம் தாயோளிக் காத்துதான்!"

இப்போது நான், என் நள்ளிரவுப் படுக்கையில், நடுங்கத் தொடங்கினேன் "...வரலாறு, பிரதமர் எனக்கு ஒரு கடிதம் எழுதினார்...நீ என்னவென்றால் நாம் என்ன செய்யமுடியும் என்பதைக்கூட நம்பாதவனாக..." என் எதிர்ச்சுயமான சிவா குறுக்கிட்டான். "இதோ பார், சின்னப்பையா, உன் மண்டையில பைத்தியக்காரத்தனம் நெறைய இருக்கு, பார், நான்தான் இங்கே இனிமே இந்த விஷயத்தெல்லாம் நடத்தப்போறேன். அதை இங்கிருக்கற ஏறுமாறாப்போன பசங்களுக்கெல்லாம் சொல்லிடு!"

மூக்கும் முட்டிகளும், முட்டிகளும் மூக்கும்...அந்த நள்ளிரவில் தோன்றிய எதிர்மை எந்தக்காலத்திலும் மறையாது. கடைசியாக இரண்டுகத்திகள் பாயும்வரை, உள்ளே உள்ளே உள்ளே...ஒருவேளை பல ஆண்டுகளுக்குமுன் கத்திகள் கிழித்த மியான் அப்துல்லாவின் ஆவி எனக்குள் புகுந்துகொண்டதோ என்னவோ, எனக்கும் அதே கூட்டாட்சித்தன்மையும் கத்தியால் குத்துப்படுதலும்... என்னால்

சொல்லமுடியவில்லை. ஆனால் அந்தக்கணத்தில் எனக்குள் ஒருவகையான தைரியம் தோன்றி, சிவாவுக்கு, "நீ கூட்டத்தை நடத்தமுடியாது. நான் இல்லாமல், அவர்களால் உன் பேச்சைக் கேட்கக்கூட முடியாது" என்றேன்.

அவன், போர் அறிவிப்பை உறுதி செய்தான். "பணக்காரப் பையா, அவங்க என்னப்பத்தித் தெரிஞ்சிக்க விரும்புவாங்க. நீ முயற்சி பண்ணி நிறுத்திப் பாரு."

"சரி" என்றேன். "முயற்சி பண்றேன்."

சிவன் அழித்தலின் கடவுள்; எல்லாத் தெய்வங்களையும் விட சக்தி வாய்ந்தவன்; நடனமிடுபவர்களின் தலைவன்; எருதின்மீது வீற்றிருப்பவன்; அவனை எந்த ஆற்றலும் தடுக்க முடியாது... இந்தப் பையன் சிவா, தன் நினைவுதெரிந்த நாளிலிருந்து உயிர் பிழைத்திருக்கப் போராடியவன் என்று சொன்னான். அவனுடைய அப்பா ஏறத்தாழ ஓராண்டு முன்பு பாடும் குரலை முற்றிலுமாக இழந்துவிட்டான். சிவா தன் தகப்பனின் உணர்ச்சிவெறியோடு போராடவேண்டியிருந்தது. "அவன் என் கண்ணைக் கட்டி, கண்தெரியாமல் செய்து, சாளின் உச்சிக்குக் கொண்டுபோனான், மேன்! அவன் கையில என்ன இருந்தது தெரியுமா? ஓக்காளஓழி, சம்மட்டி மேன், ஒரு சம்மட்டி! தெவடியா மகன் என் காலை ஓடிக்கப்பாத்தான். பணக்காரப் பையா, அவன் என்னைப் பிச்சைக்காரனாக்கிப் பொழைக்கப் பாத்தான். கால் ஒடஞ்சிருந்தா உனக்கு இன்னும் அதிகமா காசு கிடைக்குமில்ல? கூரை மேல நான் உருள்ற அளவுக்குத் தள்ளிகிட்டே வந்தான்." அப்புறம்...எந்த போலீஸ்காரனுடையதையும்விட நன்கு பெரிய, புடைத்த முட்டிகள் ரொம்ப எளிய இலக்கு. ஆனால் இப்போது முட்டிகள் தங்கள் வேலையைக் காட்டின. கீழ்நோக்கி வருகின்ற சம்மட்டியின் மூச்சைக்கேட்டதும், மின்னலைவிட வேகமாக அவை அகலமாகப் பிரிந்தன. இன்னும் அவன் தந்தையின் கையிலேயே இருந்த சம்மட்டி அவன் கால்களுக்கிடையில் இறங்கியது. கால்முட்டிகள் கைகளைப்போல இறுக்கிப்பற்றின. சம்மட்டி கான்கிரீட் தளத்தின்மீது சத்தத்தோடு உருண்டது. கண்கட்டியிருந்த சிறுவனின் முட்டிகளின் இடையில் வீ வில்லி விங்கியின் மணிக்கட்டு. நோவைச் சகிக்கமுடியாத அப்பனின் வாயிலிருந்து கடுமையான மூச்சுகள். முட்டிகள் இன்னும் கெட்டியாக இறுகி இறுகி, கடைசியில் ஒரு டப் என்ற சத்தம். "அவனுடைய கைய ஒடிச்சிட்டேன் மேன், நான் யாருன்னு அப்ப தெரிஞ்சிருக்கும் அவனுக்கு நிச்சயமா!"

மகரம் வானத்தில் தோன்றுகின்ற வேளையில் நானும் சிவாவும் பிறந்தோம். அந்த ராசி என்னைத் தனிமைப்படுத்தியது, ஆனால் சிவாவுக்கு ஒரு வரத்தைக் கொடுத்துவிட்டது. மகரம், கால்முட்டிகளின்மீது ஆதிக்கம் செலுத்துகின்ற ராசி என்று எந்த ஜோசியனும் சொல்வான்.

1957 தேர்தல் நாளன்று அகில இந்திய காங்கிரஸ் மோசமான அதிர்ச்சியை எதிர்கொண்டது. தேர்தலில் அது வெற்றி பெற்றாலும் 120 லட்சம் வாக்குகள் பொதுவுடைமைக் கட்சியை ஒற்றைப் பெரிய எதிர்க்கட்சியாக ஆக்கியிருந்தன. பம்பாயில், பெருந்தலைவர் பாட்டீலின் முயற்சிகள் இருந்தாலும், மிகப் பெரிய எண்ணிக்கையிலான வாக்காளர்கள் காங்கிரஸ் சின்னமான பசு - கன்றுக்கு வாக்களிக்காமல் விட்டார்கள். அதைவிட உணர்ச்சி குறைந்த சின்னங்களை உடைய சம்யுக்த மகாராஷ்டிர சமிதி, மகாகுஜராத் பரிஷத் இவற்றைத் தேர்ந்தெடுத்தார்கள். பொதுவுடைமைக் கட்சியால் ஏற்படும் ஆபத்துகள் எங்கள் குன்றில் விவாதிக்கப்பட்ட வேளைகளில் என் அம்மா தொடர்ந்து நாணம் கொண்டாள். நாங்கள் பம்பாய் மாகாணப் பிரிவை ஏற்கத் தயாரானோம்.

நள்ளிரவுப் குழந்தைகளின் கூட்டத்திலிருந்த உறுப்பினன் ஒருவன் (சிவா) தேர்தலில் ஒரு சிறிய பங்கு வகித்தான். விங்கியினுடைய மகனாகக் கருதப்பட்ட அவனுக்கு - (நான் கட்சியின் பெயரைச் சொல்லத் தயாராக இல்லை, ஆனால் ஒரு கட்சியிடம் செலவிட ஏராளமான பணம் இருந்தது) அவர்கள் பயிற்சியளித்தார்கள். தேர்தல் நாளன்று சிவாவும் அவன் குழுவும் தங்களைக் கௌபாய்கள் என்று சொல்லிக்கொண்டு, நகரத்தின் வடக்குப் புறத்திலுள்ள வாக்குச் சாவடிகளின் வெளியே நின்றிருந்தார்கள். சிலரிடம் குண்டாந்தடிகள், சிலரிடம் கருங்கற்கள். இன்னும் பலர் கத்திகளைக் கொண்டு பல்குத்தியவாறு இருந்தார்கள். எல்லாரும் வாக்காளர்களிடம் விவேகத்துடனும் எச்சரிக்கையுடனும் வாக்களிக்குமாறு வேண்டிக் கொண்டார்கள்... வாக்களிப்பு முடிந்தபிறகு, வாக்குப் பெட்டிகளின் சீல்கள் உடைக்கப்பட்டிருந்தனவா? கள்ளஓட்டுகள் போடப்பட்டிருந்தனவா? தெரியாது. ஆனால் அவற்றை எண்ணிய போது, சிவப்பு காசிம் மிகச் சிறிய எண்ணிக்கையில் தோல்வியடைந்தான் என்று தெரிந்தது. சிவாவுக்குப் பணம் தந்தவர்கள் பெரும் மகிழ்ச்சி அடைந்தார்கள்.

...இப்போது பத்மா மெதுவாகக் கேட்கிறாள்: "வாக்களிப்பு நடந்த தேதி என்ன?" கொஞ்சமும் யோசிக்காமல் நான் பதில்

சொல்கிறேன் - "வசந்த காலத்தில் ஏதோ ஒரு நாள்." நான் மறுபடியும் ஒரு தவறு செய்துவிட்டேன் என்று பிறகுதான் எனக்குத் தெரிகிறது, 1957 தேர்தல் என் பத்தாம் பிறந்தநாளுக்கு முன்பு நடந்தது, பின்னால் அல்ல. ஆனால் மூளையைக் கசக்கியபோதும், அது சம்பவங்களின் தொடர்ச்சியை மாற்ற மறுக்கிறது. இது கவலைப்பட வேண்டிய விஷயம். என்ன தப்பாகப் போயிற்று என்று எனக்குத் தெரியவில்லை.

எனக்கு ஆறுதலளிக்கப் பயனற்ற முயற்சியில் அவள் ஈடுபடுகிறாள். "என்ன உன் மூஞ்சி ரொம்ப நேரமா இப்படியிருக்குது? எல்லாருக்கும் சின்னச்சின்ன விஷயங்களில மறதி வருது, எப்பவும்" என்கிறாள்.

ஆனால் சிறிய விஷயங்களில் கோட்டைவிட்டால், பெரிய விஷயங்கள் பின்னால் என்ன ஆகும்?

ஆல்ஃபாவும் ஒமேகாவும்

தேர்தலுக்குப் பிந்திய மாதங்களில் பம்பாயில் குழப்பநிலை ஏற்பட்டது; அந்த நாட்களை நினைவுகூரும்போது என் மனத்திலும் குழப்பம் ஏற்படுகிறது. எனது தவறு என்னை மோசமாக பாதித்துவிட்டது; எனவே இப்போது, என் சமநிலையை மீட்டுக் கொள்ள, என்னை மெத்வோல்டு எஸ்டேட்டின் பரிச்சயமான களத்தில் நன்கு ஊன்றிக்கொள்கிறேன்; நள்ளிரவுப் குழந்தைகளின் ஆலோசனைக்கூட்ட வரலாற்றை ஒரு புறமும், பயனியர் கஃபேயின் வலியை இன்னொருபுறமும் ஒதுக்கிவிட்டு, எவீ பர்ன்ஸின் வீழ்ச்சியைப் பற்றி உங்களுக்குச் சொல்லுகிறேன். இந்தத் தலைப்பு - 'ஆல்ஃபாவும் ஒமேகாவும்' என்னைப் பார்த்து முறைக்கிறது. கதை பாதியில் இருக்கும்போது இந்த இயலுக்கு விசித்திரமாக ஆல்ஃபாவும் ஒமேகாவும் (தொடக்கமும் முடிவும்) என்று பெயரிட்டுவிட்டேன். இதை விளக்கவேண்டும். ஆரம்பங்களையும் முடிவுகளையும் பற்றிய துர்நாற்றத்தை எழுப்புகிறது இத்தலைப்பு. நடுப்பகுதிகளைப் பற்றித்தான் இப்போது கவலைப்படவேண்டும் என்று நீங்கள் சொல்லக்கூடும். தலைப்பு முக்கியமற்ற நிலையிலும், எனக்கு இதை மாற்ற மனமில்லை. பல மாற்றுத் தலைப்புகள் தரலாம்: உதாரணமாக, குரங்கிலிருந்து ரீசஸ் வரை அல்லது விரலின் புத்துயிர்ப்பு அல்லது குறியீட்டுச் சொல்லாக 'அன்னம்' என்று வைக்கலாம். இது ஒரு புராணிகப் பறவை, வடமொழியில் 'ஹம்சம்', தரையிலும் ஆகாயத்திலும் - இரண்டு உலகங்களில் வாழக் கூடியது. பௌதிகஉலகிலும், ஆன்மிகஉலகிலும்தான், ஆனால் 'ஆல்ஃபாவும் ஒமேகாவும்' இருக்கிறது, அதுவாகவே இருக்கிறது. தொடக்கங்கள் உள்ளன, எல்லாவகையான முடிவுகளும் இருக்கின்றன. நான் என்ன சொல்லவருகிறேன் என்பதை விரைவில் நீங்கள் புரிந்துகொள்ளலாம். வேதனையில் பத்மா நாக்கைக்

கடித்துக் கொள்கிறாள். "மறுபடியும் புரியாதபடி பேசறே" என்று கடிந்துகொள்கிறாள், "எவீயைப் பற்றிச் சொல்லப்போறியா இல்லையா?"

...பொதுத் தேர்தலுக்குப் பிறகு மத்திய அரசாங்கம் பம்பாயைப் பற்றி முடிவெடுக்காமல் நழுவிக்கொண்டே வந்தது. மாகாணத்தைப் பிரிக்கவேண்டும்; பிறகு பிரிக்கக்கூடாது; மறுபடியும் பிரிவினை. பம்பாய், மகாராஷ்டிரத்தின் தலைநகராக இருக்க வேண்டும்; அல்லது மகாராஷ்டிரம், குஜராத் இரண்டு மாநிலங்களுக்கும் தலைநகராக இருக்கவேண்டும்; அல்லது தனியே அது ஒரு மாநிலமாகவேண்டும்... இப்படி என்னதான் செய்வது என்று அரசாங்கம் தடுமாறிக் கொண்டிருக்கும் வேளையில், பம்பாய் வாசிகள், முடிவை விரைவுபடுத்த வேண்டும் என்று தீர்மானித்தார்கள். கலகங்கள் பரவின. (அமளிக்கும் மேலாக நீங்கள் மராட்டியர்களின் பழைய போர்ப்பாடல் ஒலிப்பதைக் கேட்கலாம் - "எப்படியிருக்கிறாய்? நன்றாக இருக்கிறேன்! கம்பை எடுத்து உன்னை அடித்துக் கொல்லுவேன்") இதற்குமேல் இந்தச் சண்டையில் பருவநிலையும் கைகோத்துக் கொண்டது. எங்கும் வறட்சி. பஞ்சம். சாலைகளில் வெடிப்பு. கிராமங்களில் விவசாயிகள் தங்கள் பசுக்களைக் கொல்லும் நிலைக்குத் தள்ளப்பட்டார்கள். கிறிஸ்துமஸ் தினத்தன்று (இதன் முக்கியத்துவத்தை மிஷன் பள்ளிகளில் படிக்கின்ற அல்லது ஒரு கத்தோலிக்க ஆயாவால் வளர்க்கப்படுகின்ற எந்தப்பையனும் தெரிந்து கொள்ளாமல் இருக்கமுடியாது) வல்கேஷ்வர் நீர்த்தேக்கத்தில் தொடர் குண்டுவெடிப்புகள் நிகழ்ந்தன. நகரத்தின் உயிர்க்குழாய்களான குடிநீர்க்குழாய்கள் இராட்சஸ எஃகுத் திமிங்கிலங்கள் போல வெடித்து நீரூற்றுகளை வெளிப்படுத்தின. பத்திரிகைகள் நாச வேலை செய்பவர்கள் பற்றி எழுதின: "குற்றம் செய்தவர்களின் அடையாளம் தெரியவில்லை." குற்றவாளிகளின் அடையாளமும் அவர்களின் அரசியல் சார்பும் பற்றிய யூகங்களும், தொடரும் வேசிகளின் கொலைச் சம்பவங்களும் பத்திரிகையில் இடத்திற்குப் போட்டியிட்டன. (கொலைகாரனுக்கு ஒரு குறித்த விசித்திரமான கையெழுத்து (அடையாளம்) இருந்ததாம், அதை அறிவதில் எனக்கு ஓர் ஆர்வம் இருந்தது. அந்த வேசிகள் யாவரும் கழுத்தை நெறித்துக் கொல்லப்பட்டவர்கள்; அவர்கள் கழுத்துகளில் அதற்கான அடையாளங்கள் இருந்தன. அவை, விரல்களைவிடப் பெரிய அடையாளங்கள், ஆனால் இயல்புக்குமீறிய வலிமைவாய்ந்த மிகப் பெரிய முட்டிகளால் நெறிக்கும் அளவுக்குச் சரியாக ஒத்துவருபவை.)

கதையைவிட்டு வெளியே போகிறேன். இவற்றிற்கும் எவலின் லிலித் பர்ன்ஸுக்கும் என்ன சம்பந்தம் என்று கேட்கிறாள் பத்மா. உடனே என் சரிநிலைக்கு வந்து அவளுக்கு பதில் சொல்கிறேன். நகரத்தின் குடிநீர்க்குழாய்கள் அழிக்கப்பட்ட பிறகு, நகரத்தில் தண்ணீர் எங்கெல்லாம் வசதியாக இருக்கிறதோ அங்கெல்லாம் பூனைகள் வந்து குவியத்தொடங்கின. வேறுவகையாகச் சொன்னால், ஒவ்வொரு வீடும் தனக்கான தனி நீர்த்தொட்டியை வைத்திருக்கும் கொஞ்சம் வசதியான குடியிருப்புப் பகுதிகளில். இதன் விளைவாக, இரண்டுமாடி உயரக்குன்றான மெத்வோல்டு எஸ்டேட்டை யும் தாகம் மிகுந்த பூனைகள் படையெடுத்தன. நாடக மேடைப்பகுதியில், பொகெய்ன் வில்லாப் படர்கொடிகளின்மீது, வரவேற்பறைகளில் தாவிக்கொண்டு, பூத்தொட்டிகளில் தேங்கியிருக்கும் நீரைக்குடிப்பதற்காக அவற்றின்மீது தாவி உடைத்து, குளியலறைகளில் தற்காலிகமாகத் தங்கிக்கொண்டு, கழிப்பறையின் நீர்த்தொட்டிகளில் தண்ணீர் குடித்துக் கொண்டு, சமையலறைகளில் புகுந்து உலாவிக் கொண்டு, மெத்வோல்டு மாளிகைகளில் எங்கு பார்த்தாலும் பூனைகள்மயம். இந்தப் பெரும்பூனைப் படை யெடுப்பை முறியடிக்க எஸ்டேட்டின் வேலைக்காரர்கள் செய்த முயற்சிகள் பயனற்றுப்போயின. எஸ்டேட்டின் பெண்மணிகள் எதுவும் செய்யஇயலாமல் கூக்குரலிட்டனர். பூனைக்கழிவுகளில் தோன்றிய புழுக்கள் எங்குபார்த்தாலும். பூனைகளின் எண்ணிக்கை பலத்தினாலேயே தோட்டங்கள் பாழாகிவிட்டன. இரவு முழுவதும் நிலவைப் பார்த்து தாகமுற்ற பூனைகள் கத்திக்கொண்டேயிருந்ததால், தூக்கம் என்பது இயலாததாயிற்று. (சிம்கி வான் டெர் ஹேடன் சீமாட்டி நாய் இந்தப் பூனைகளோடு சண்டைபோட மறுத்துவிட்டது, அதன்றியும், இன்னும் சிலநாட்களில் அது இறக்கப் போவதற்கான நோயின் அறிகுறிகளும் தென்பட்டன.) என் தாயிடம் தொலைபேசியில் தொடர்புகொண்ட நுஸ்ஸி இப்ராகிம், "ஆமினா சிஸ்டர், உலகத்தின் முடிவுதான் இது" என்றாள்.

அவள் சொன்னது தவறு; பெரும்பூனைப் படையெடுப்பு நடந்த மூன்றாவது நாள், எவலின் லிலித் பர்ன்ஸ் தனது டெய்சி துப்பாக்கியை ஒருகையில் ஜாலியாக எடுத்துக் கொண்டு எஸ்டேட்டில் முறைவைத்து ஒவ்வொரு வீடாகச் சென்றாள், பணம் வாங்கிக்கொண்டு வெகுவேகமாகப் பூனைகளை ஒழித்துவிடுவதாகச் சொன்னாள்.

நாள்முழுவதும், மெத்வோல்டு எஸ்டேட்டில் எவீயின் காற்றுத்துப்பாக்கி சுடும் சத்தங்களும் பூனைகளின்

வேதனைக்குரல்களும் கேட்டவாறு இருந்தன. ஒரு சேனைப் பூனைகளில் ஒவ்வொன்றாகச் சுட்டுத்தள்ளித் தன்னைப் பணக்காரியாக்கிக் கொண்டாள். ஆனால் (வரலாறு அவ்வப்போது காட்டுவதுபோல) ஒருவனுடைய மிகப்பெரிய வெற்றிக் கணத்தில்தான் அவனது இறுதி வீழ்ச்சிக்கான விதையும் அடங்கியிருக்கிறது. எவீ பூனைகளை ஒழித்தது, பித்தளைக் குரங்கைப் பொறுத்தவரை சகிக்க இயலாதது, அது கடைசிக் காரணமாயிற்று.

"அண்ணா, நான் அந்தப் பொண்ணை கவனிச்சிக்கிறேன்னு சொன்னேன் இல்லியா, இப்பத்தான் அதுக்குச் சமயம் வந்திருக்கு" என்றாள் உறுதியாக.

விடையளிக்கமுடியாத கேள்விகள். என் தங்கைக்குப் பறவைகள், பூனைகள் இவற்றின் பாஷைகள் தெரியும் என்பது உண்மையா? பூனைகள்மீது அவள் வைத்திருந்த அன்பினால்தான் இந்த அளவுக்குச் சென்றாளா?... பெரும்பூனைப் படையெடுப் பின்போது, பித்தளைக்குரங்கின் தலைமுடி பழுப்புநிறமாக மங்கிவிட்டது. ஷூக்களை எரிக்கும் பழக்கத்தை விட்டுவிட்டாள். ஆனால் என்ன காரணமோ தெரியாது, எங்கள் யாரிடமும் இல்லாத ஒரு பயங்கரத்தன்மை அவளிடம் குடிகொண்டிருந்தது. அவள் நாடகமேடை வளையத்துக்குள் சென்று உரத்தகுரலில் "எவீ! எவீ பர்ன்ஸ்! எங்கிருந்தாலும் உடனே இங்கே வா" என்று கத்தினாள்.

பயந்தோடும் பூனைகளின் இடையில் எவலின் பர்ன்ஸுக்காகக் காத்திருந்தாள். நான் முதல்தள வராந்தாவில் பார்ப்பதற்காக நின்றேன். தங்கள் வராந்தாக்களிலிருந்து சன்னி, ஐஸ்லைஸ், ஹேராயில், சைரஸ் எல்லோரும் பார்த்துக்கொண்டிருந்தார் கள். வார்செய்ல் வில்லா சமையலறைப் பக்கமிருந்து எவீ வருவதைப் பார்த்தோம். தன் துப்பாக்கியிலிருந்த புகையை ஊதியவாறு வந்தாள்.

"நான் இங்க இருந்ததுக்கு இந்தியங்க நீங்கள்லாம் நன்றி சொல்லணும்" என்றாள். "இல்லேன்னா இந்தப் பூனைங்க உங்களச் சாப்பிட்டிருக்கும்."

குரங்கின் கண்களிலிருந்த பார்வையைக் கண்டதும் எவீ அமைதியாவதைப் பார்த்தோம். ஒரு மின்னல்போல குரங்கு எவீயின்மீது பாய்ந்தாள். பலமணிகள் சண்டை நீடித்ததைப் போல ஒரு தோற்றம் ஏற்பட்டது (ஆனால் ஒருசில நிமிடங்கள் தான் போயிருக்கும்). நாடகமேடை வளையப் புழுதிக்குள் அவர்கள் உருண்டார்கள், உதைத்தார்கள், கீறினார்கள், கடித்தார்கள், புழுதி மேகத்துக்குள்ளிருந்து கொத்துக் கொத்தாகப் பிய்ந்த முடிகள்

பறந்தன. பெரியவர்கள் ஓடிவந்தார்கள், வேலைக்காரர்களால் அவர்களை விலக்க முடியவில்லை, கடைசியாக அவர்களை விலக்க, ஹோமி கேட்ராக்கின் வேலைக்காரன் தண்ணீர்ப்பம்ப்பை அவர்கள்மீது திருப்பிப் பீய்ச்சினான்... கொஞ்சம் குனிந்து எழுந்த பித்தளைக்குரங்கு, ஆமினா சினாய், மேரி பெரேரா ஆகியோரின் உதடுகளிலிருந்து புறப்பட்ட வசவுகளைப் பொருட்படுத்தாமல் தன் உடையின் விளிம்பில் ஒட்டியிருந்த முடிக்கற்றைகளை அசக்கித் தள்ளினாள். பம்ப்பிலிருந்து வந்த தண்ணீரில் நனைந்த நாடகமேடைப்புழுதிச் சேற்றில் எவீ பர்ன்ஸ், அவளுடைய ஆட்டமும் எங்கள் மீது கொண்டிருந்த ஆதிக்கமும் ஒரேயடியாக நொறுங்கிப்போக, தன் பற்களின் வளையங்கள் உடைய, முடியில் புழுதியும் எச்சிலும் ஒட்டியிருக்க, தளர்ந்துகிடந்தாள்.

நல்ல நேரம், சில வாரங்கள் கழித்து அவள் தகப்பனார் அவளை வீட்டுக்கு அனுப்பிவிட்டார். "இந்தக் காட்டுமிராண்டிகளிலிருந்து விலகி, தகுந்தவாறான கல்வியைப் பெற" என்று அவர் சொன்னாராம். ஆறுமாதம் கழித்து ஒரே ஒரு தடவை அவளிடமிருந்து எங்கிருந்தோ ஒரு கடிதம் வந்தது. பூனைகளை அவள் தாக்கியதை ஆட்சேபித்தற்காக ஒரு கிழவியை அவள் கத்தியால் குத்திவிட்டாள் என்று அதில் கண்டிருந்தது. "அவளுக்குச் சரியாகக் கொடுத்துவிட்டேன், ஆனால் உன் தங்கை அதிர்ஷ்டவசமாகத் தப்பினாள் என்று அவளுக்குச் சொல்" என்று எழுதியிருந்தாள். அந்த முகந்தெரியாத கிழவிக்கு நான் வணக்கம் தெரிவிக்கிறேன். குரங்கின் கணக்கை அவள் தீர்த்துவைத்தாள்.

காலச்சுரங்கவழியில் நான் பின்னோக்கிப் பார்க்கும்போது, எவீயின் கடைசிச் செய்தியைவிட ஆர்வத்தைத் தூண்டுகின்ற எண்ணம் ஒன்று தென்படுகிறது. கண்முன்னால் குரங்கும் எவீயும் புழுதியில் உருளும் காட்சியைக் கண்முன்நிறுத்தினால், அவர்களுடைய சண்டைக்கு வெறும் பூனைக்கொலை மட்டும் காரணமாகத் தெரியவில்லை, அதற்குப்பின் ஆழமான காரணம் வேறொன்று வேண்டும். எவீயும் என்தங்கையும் (பலவிதங்களில் இருவருக்கும் வேற்றுமை கிடையாது) பூனைகளுக்காகச் சண்டைபோட்டார்கள் என்பது ஒரு சாக்குதான். அவர்கள் எனக்காகத்தான் சண்டைபோட்டார்கள். ஒருவேளை எவீயின் மண்டைக்குள் நான் படையெடுத்தது பற்றிய கோபம் இருக்கலாம், அவள் உதைகள் என்னை இலக்காகக் கொண்டவையாக இருக்கலாம். குரங்கின் பலம், அண்ணனுக்கு விசுவாசமாக இருக்கவேண்டும் என்ற

காரணத்தால் எழுந்தது. அவள் செய்கை, அன்பின் வெளிப்பாடு. ஆக நாடக வளையத்தில் இரத்தம் சிந்தியது.

இந்தப்பக்கங்களுக்கு நான் வைத்து, புறக்கணித்துவிட்ட இன்னொரு பெயர், "நீரைவிட அடர்த்தியானது" (இரத்தம் நீரைவிட அடர்த்தியானது என்பது ஆங்கிலப் பழமொழி - மொ.பெ.) தண்ணீர் கிடைக்காத அந்தக் காலத்தில், தண்ணீரைவிட அடர்த்தியான இரத்தம் எவீ பர்ன்ஸின் முகத்தில் வழிந்தது. தெருக்களிலோ கலகக்காரர்கள் ஒருவர் இரத்தத்தை ஒருவர் சிந்தினார்கள். இரத்தக்கொலைகள் நிகழ்ந்தன. இந்த இரத்தவெறிப்பட்டியலை, ஒருவேளை, இப்படி முடிக்கலாம். என் தாயின் கன்னத்திலும் அவ்வப்போது இரத்தம் பாய்ந்து சிவப்பாக்கியது. 12 கோடி வாக்குகள் அந்த ஆண்டு செந்நிறத்தில் அச்சடிக்கப்பட்டன, சிவப்பு இரத்தத்தின் நிறம் தானே? இன்னும் அதிக இரத்தம் விரைவில் பாயும்: ஏ வகை இரத்தம், ஓ வகை இரத்தம் (ஆல்ஃபா, ஒமேகா).

இந்த மூன்றாவது சாத்தியத்தையும் மனத்தில் வைக்க வேண்டும். மேலும் சில காரணிகள்: ஸைகாசிடி, கெல் எதிருயிரிகள், இரத்தத்திலுள்ள மிக மறைபொருளான தன்மைகள் - இவற்றிற்கு ரீசஸ் என்று பெயர் - இது ஒரு குரங்கின் பெயரும்தான். நீங்கள் சரியாக நோக்கினால், எல்லாவற்றிற்கும் வடிவம் உண்டு. வடிவத்திலிருந்து யாரும் தப்பமுடியாது. ஆனால் இரத்த நாள் முடிவதற்கு முன்னால், நான் கொஞ்சம் பறந்துவிட்டு (ஐம்பூதங்களில் ஒன்றிலிருந்து இன்னொன்றுக்குப் பறக்கக்கூடிய பரம ஹம்சம் - அன்னப்பட்சி போல) திரும்பவும் என் உள்உலகத்திற்கு வருகிறேன். எவீ பர்ன்ஸின் வீழ்ச்சி, குன்றின் சிறுவர்கள் என்னை ஒதுக்கிவைத்ததிலிருந்து காப்பாற்றினாலும் எனக்கு மன்னிப்பது கடினமாகவே இருந்தது. கொஞ்சகாலம், என்னைத் தனிமையில் வைத்துக்கொண்டு, நான் என் மனநிகழ்வுகளுக்குள் மூழ்கினேன். குறிப்பாக, நள்ளிரவுக் குழந்தைகளின் சங்கத்தின் தொடக்க வரலாறு.

நேராகச் சொன்னால், எனக்கு சிவாவைப் பிடிக்கவில்லை. அவன் நாக்கின் முரட்டுத்தனமும், சிந்தனைகளின் பக்குவமற்ற தன்மையும் எனக்கு வெறுப்பை ஊட்டின. பயங்கரமான தொடர்க்குற்றங்களை அவன் செய்வதாகவும் எனக்குச் சந்தேகம் எழுந்தது. ஆனால் அவன் மனத்தினுள் எவ்விதச் சாட்சியையும் காண என்னால் முடியவில்லை. நள்ளிரவுக் குழந்தைகளிலேயே அவன் மட்டும்தான் நான் காணவிரும்பாத எண்ணங்களை ஒளிக்கும் சக்தி கொண்டவனாக இருந்தான். இந்தச் செய்கையே, அந்த எலிமூஞ்சிப் பையன்மீது வெறுப்பையும் சந்தேகத்தையும்

அதிகரித்தது. ஆனாலும் நான் நேர்மையாகவே நடந்துகொண்டேன். சங்கத்தின் பிற உறுப்பினர்களிடமிருந்து அவனைப் பிரித்துவைத்தால் நன்றாக இருக்காது. எனது மனநலம் அதிகரித்ததால், நான் அந்தச் சிறார்களுடைய செய்திகளைக் கண்டுகொள்வது மட்டுமல்லாமல், என்னுடைய சொந்தச் செய்திகளை அவர்களுக்கு அளிப்பது மட்டுமல்லாமல், (வானொலி உருவகம் எனக்கு மிகவும் பொருந்திவிட்டதால்) ஒரு தேசிய இணைப்புவலையாகவும் பணியாற்றமுடிந்தது. என் மனத்தையே ஒரு பொதுஅரங்காக மாற்றி அவர்களை என் வாயிலாக ஒருவர்க்கொருவர் உரையாடவைக்க முடிந்தது.

எனவே 1958இன் ஆரம்பநாட்களில் ஐநூற்று எண்பத்தொரு சிறார்கள் நள்ளிரவிலிருந்து இரவுஒருமணிவரை ஒருமணிநேரத்துக்கு என் மூளையாகிய லோக்சபாவில் ஒன்றுசேர்வார்கள். எந்தப் பத்துவயதுச் சிறார்களையும் போலவே நாங்கள் பலவிதத் தன்மைகளோடு, கூச்சல்களோடு, ஒழுங்கற்றவிதமாகவே இருந்தோம். எங்கள் இயல்பான உணர்ச்சிப் பெருக்குக்கு அப்பால் ஒருவரை ஒருவர் அறிந்துகொண்ட கண்டு பிடிப்பும் இருந்தது. ஒருமணிநேர வெகுஉரத்த கூச்சல், விவாதம், உளறல், சிரிப்பு இவற்றுக்குப் பின்னர் தொய்ந்துபோய் நான் எந்தவிதக் கனவும் தோன்றமுடியாத ஆழமான தூக்கத்தில் மூழ்குவேன். காலையில் தலைவலியோடு எழுந்திருப்பேன். அதைப்பற்றிக் கவலையில்லை. விழித்திருக்கும்போது தாயின் விசுவாசமின்மை, தந்தையின் சரிவு, நட்பின் நிலையற்றதன்மை, பள்ளியின் பலவிதமான கொடுமைகள் ஆகியவற்றைச் சந்திக்கவேண்டியிருந்தது. தூங்கும்போதோ, இதுவரை எந்தச்சிறுவனும் கண்டுபிடிக்கமுடியாத மிகக்கிளர்ச்சி தருகின்றதோர் உலகத்தின் மையமாக இருந்தேன்.

சிவா ஒருபக்கம் இருந்தாலும் தூங்குவது இனியதாகத்தான் இருந்தது.

நாங்கள் சரியாக நள்ளிரவு அடிக்கும்போது பிறந்ததால் எங்கள் குழுவின் இயற்கையான தலைவன் அவன் (அல்லது அவனும் நானும்) என்பது சிவாவின் உறுதியான எண்ணம், அதற்கு ஒருவலுவான காரணம் இருந்ததால் நான் ஒப்புக்கொள்ள வேண்டியிருந்தது. நள்ளிரவிலிருந்து பிறந்த நேரம் செல்லச்செல்ல, அந்தப் பிள்ளைகளின் திறன் குறைந்தது, ஆகவே இந்த நள்ளிரவு அதிசயம் உண்மையிலேயே வரிசைத் தரம் கொண்டதாகத்தான் இருந்தது என்பது என் கருத்து - அப்போதும், இப்போதும். ஆனால் இந்தக் கருத்துகூட மிகவும் கோபத்துடன் விவாதிக்கப்பட்டது. கீர்

காட்டிலிருந்துவந்த ஒருபையன் - எவ்வித பாவனையும் அற்று வெற்று முகத்தோடு இருந்தவன் (கண்கள், மூக்கு, வாய் போன்ற திறப்புகள் தவிர) உட்படப் பலர் "நீ எப்படி இப்படிச் சொல்லலாம் என்ன நினைத்துக் கொண்டிருக்கிறாய்" என்று கும்பலாகச் சத்தம் எழுப்பினார்கள். அந்தப்பையன் எந்தப் பண்பையும் அடைய முடிந்தவன், ஹரிலால் என்பவன் காற்றின் வேகத்தில் ஓடக்கூடியவன், இப்படி எத்தனையோ திறன் பெற்ற எத்தனையோ பேர்.

ஒரு விஷயத்தைச் செய்வது இன்னொன்றைவிடச் சிறந்தது என்று எப்படி யார் சொல்லுவது? நீ பறக்கமுடியுமா? என்னால் முடியும். நாளையைப் பார்க்க இன்று நான் சென்றிருந்தேன். உன்னால் முடியுமா? அப்புறம்... இம்மாதிரிப் புயலென வந்த எதிர்ப்புகளால் சிவாகூடத் தன் பாவனையை மாற்றிக்கொண்டான். ஆனால் இன்னொரு தலைவனைத் தேர்ந்தெடுக்கப்போவதாகச் சொன்னான், அது அந்தச் சிறார்களுக்கும், எனக்குமே ஆபத்து.

எனக்கும் தலைமையில் ஆசை இருந்தது என்பதை நான் கண்டேன். இந்தச் சிறார்களைக் கண்டுபிடித்தவன் யார்? இந்தச் சங்கத்தை அமைத்தவன் யார்? அவர்கள் சந்திக்க இடம் கொடுத்தவன் யார்? நான்தானே இங்கு கூட்டுமுன்னவன்? ஆகவே என் மூத்த தன்மை காரணமாகப் பிறரது மரியாதையும் வணக்கத்தையும் பெறுவதற்குத் தகுதியுள்ளவன் அல்லவா? நான்தானே இந்தச் சங்க இருப்பிடத்தையும் தந்து அது நடக்க வைப்பவன்?... அதற்கு சிவா, "ஏய் அதெல்லாம் விடு. இந்தச் சங்கம் கிங்கம் எல்லாம் உன்னைப் போன்ற பணக்காரப் பசங்களுக்குத்தான்"... ஆனாலும் கொஞ்ச காலம், அவன் அடக்கிவைக்கப்பட்டான்.

சூனியக்காரி பார்வதி (தில்லியில் ஜாலவித்தை செய்பவனுடைய பெண்) எனது பங்கினை மேற்கொண்டு (பல ஆண்டுகள் கழித்து அவள் என் உயிரைக் காப்பாற்ற இருப்பவள், அதுபோல) அறிவித்தாள்: "எல்லாரும் இதைக் கேளுங்க. சலீம் இல்லாமல் நாம் எங்கே? நாம் பேசவோ எதையும் செய்யவோ முடியாது. அவன் சொல்வது சரி. ஆகவே அவன் தலைவனாக இருக்கட்டும்." நான்: "தலைவன் கிலைவனெல்லாம் வேண்டாம், சும்மா என்னை உங்கள் அண்ணனாக... நினையுங்கள். நாம் எல்லாம் ஒரு குடும்பம், ஒரேவிதமானவர்கள். நான் உங்களில் மூத்தவன்." அதற்கு சிவா வெறுப்போடு, ஆனால் எதிர்வாதம் செய்யமுடியாமல், சொன்னான்: "ஓகே மூத்தவனே, நாம் இப்ப என்ன செய்யப்போறோம், சொல்?"

சல்மான் ருஷ்தீ | 383

இந்தச் சமயத்தில் சங்கத்தில் இதுவரை எந்நேரமும் என்னை அரித்துக் கொண்டிருந்த நோக்கம் அர்த்தம் ஆகியவற்றை முன்வைத்தேன். நாமெல்லாம் எதற்காக இருக்கிறோம் என்பதை நாம் சிந்திக்கவேண்டும் என்றேன்.

நான் இங்கே வகைமாதிரியான சங்க உறுப்பினர்கள் முன்வைத்த சிந்தனைப் பதிவுகளை அப்படியே முன்வைக்கிறேன் (இவற்றில் சர்க்கஸ்வேலைமாதிரி தன்மை கொண்டவர்கள், சுந்தரி மாதிரி மூஞ்சியில் கத்திக்கறை ஏற்பட்டுத் தங்கள் சக்திகளை இழந்தவர்கள் போன்றவர்கள் - ஒரு விருந்தில் ஏழை உறவினர்கள் போல அவர்கள் - பங்கேற்கவில்லை, எங்கள்விவாதங்களில் அமைதியாக இருந்துவிட்டார்கள்). இவற்றில் தெரிவித்த சித்தாந்தங்கள்:

நோக்கங்களில் முதன்மையாகச் சொல்லப்பட்டது கூட்டு வாழ்க்கை. 'நாமெல்லாம் ஒன்றாகச்சேர்ந்து ஒரே இடத்தில் இருந்து எங்கேயாவது வாழ வேண்டும் அல்லவா? மற்றவர்களிடமிருந்து நமக்கு என்ன தேவை?'

தனித்துவப் போக்கும் இருந்தது: 'நாம் என்கிறாய் நீ, ஆனால் நாம் ஒன்றாக இருப்பது முக்கியம் அல்ல, நம் ஒவ்வொருவர் நன்மைக்கும் அவரவரிடம் ஒரு கொடை இருக்கிறது.'

பெற்றோருக்கான கடமை: 'எப்படியும் நாம் நம் பெற்றோரைக் காப்பாற்ற வேண்டும், அதற்காகத்தான் இந்தக் கொடைகள்.'

குழந்தைத்தனப் புரட்சி: 'இப்போது மற்ற சிறார்களுக்கெல்லாம் நம் பெற்றோரின்றி நாம் இருக்கமுடியும் என்பதைக் காட்டவேண்டும்.'

முதலாளித்துவம்: "நாம் என்னென்ன பிசினஸ் செய்யமுடியும், எவ்வளவு பணக்காரர்களாக முடியும் என்பதை நினைத்துப்பாருங்கள், அல்லா!"

பொதுநலம்: 'நம் நாட்டுக்கு இந்தமாதிரித் திறன்பெற்றவர்கள் நிறைய வேண்டும், நமது திறன்களை எந்த விதத்தில் பயன்படுத்திக் கொள்ளப்போகிறார்கள் என்று அரசாங்கத்திடம் கேட்கவேண்டும்.'

அறிவியல்: 'நம்மை நாம் ஆய்வுக்கு உட்படுத்திக்கொள்ள இடம் தரவவேண்டும்'

தைரியம்: 'நாம் பாகிஸ்தான் மீது படையெடுப்போம்.'

கோழைத்தனம்: 'ஐயோ கடவுளே, நாமெல்லாம் ரகசியமா இருக்கணும், அவங்கல்லாம் என்ன செய்வாங்க நம்மைன்னு நெனச்சிப்பாருங்க. சூனியக்காருங்கன்னு சொல்லி கல்லெடுத்து அடிப்பாங்க.'

பெண்கள் உரிமை அறிவிப்புகள் இருந்தன, தீண்டப்படாதவர்களின் முன்னேற்றத் திற்கான வேண்டுகோள்கள். நிலமற்ற சிறுவர்கள் நிலத்தைக் கனவு கண்டார்கள். மலைகளிலிருந்து வந்த பழங்குடியினர் ஜீப்புகளை விரும்பினார்கள். அதிகாரத்தைக் கைப்பற்ற ஆசைகளும் இருந்தன. 'அவர்களால் நம்மை ஒன்றும் செய்யமுடியாது, நாம் அவர்களை மயங்கச்செய்ய, பறக்க, மனங்களைப் படிக்க, அவர்களைத் தவளைகளாக்கித் தங்கத்தையும் மீன்களையும் உண்டாக்குவோம் அவர்கள் நம்மீது காதல் கொள்வார்கள், நாம் கண்ணாடிகளின் ஊடே மறைந்து பால்களை மாற்றிக் கொள்வோம்... நம்மோடு அவர்கள் எப்படிச் சண்டையிட முடியும்?'

நான் ஏமாற்றமடைந்ததை மறுக்கமாட்டேன். இதைச் செய்திருக்கக் கூடாது. தங்களிடம் உள்ள தனித்திறன்கள் தவிர அவர்கள் சாதாரணமானவர்கள்தான். அவர்களின் மண்டைகளுக்குள் வழக்கமான சமாசாரங்கள்தான் - அப்பா அம்மா பணம் சாப்பாடு நிலம் சொத்து புகழ் அதிகாரம் கடவுள் - நிரம்பியிருந்தன.

எங்களைப் போன்ற புதிய தன்மை ஒன்றை சங்கத்தின் சிந்தனைகளில் எங்கும் காணமுடியவில்லை... ஆனால் நானும் தவறான சிந்தனையில்தான் இருந்தேன். மற்றவர்களைவிட என்னாலும் தெளிவாக எதையும் சிந்திக்கமுடியவில்லை. சௌமித்ரா என்னும் காலப்பயணி "இதெல்லாம் அர்த்தமில்லாதது; நாமெல்லாம் தொடங்கறதுக்கு முன்பே அவங்க நம்ம ஒழிச்சிடுவாங்க" என்று சொன்னபோதும் அவனை நாங்கள் புறக்கணித்தோம். எல்லாம் இளமையின் மகிழ்நோக்கு! ஒருகாலத்தில் என் தாத்தா ஆதம் அசீசைப் பிடித்திருந்ததைவிடக் கடுமையான வடிவிலான நோய்! இருண்ட பகுதியை நாங்கள் பார்க்கத் தவறினோம். எங்களில் ஒருவன்/ஒருத்தி கூட நள்ளிரவுச் சிறாரின் நோக்கம் முற்றான நிர்மூலம், அழிவு என்றோ, நாங்கள் அழிக்கப்படும்வரை எங்களுக்கு அர்த்தமில்லை என்றோ சொல்லவில்லை.

அவர்களின் இரகசியத்தைக் காப்பதற்காக நான் ஒரு குரலிலிருந்து மற்றொன்றை இங்கே பிரித்துக் காட்டவில்லை. தவிர, வேறுகாரணங்களும் உண்டு. ஒரு காரணம், ஐநூற்று எண்பத்தொரு முழுஆளுமை பெற்றவர்களை என் கதைக்குள் கொண்டுவர முடியாது. இன்னொரு காரணம், ஆச்சரியப்படத்தக்க, பல்வேறுவிதத் திறன்கள் கொண்டவர்களாக இருந்தாலும், இந்தச் சிறார்கள், பலமொழிகளில் பேசுகின்ற பலதலை கொண்ட ஒரேமிருகமாகத்தான் எனக்குக் காட்சியளித்தார்கள். பன்முகத்தன்மை

என்பதன் சாராம்சமாக அவர்கள் இருந்தார்கள். அவர்களை நான் பிரித்துக் காட்டத் தேவையில்லை. (ஆனால் விதிவிலக்குகள் உண்டு, இதோ சிவா; அப்புறம் சூனியக்காரி பார்வதி.)

...எதிர்காலநோக்கு, வரலாற்றுப் பங்கு, அதற்கான உள்ளாற்றல்: இவையெல்லாம் பத்துவயதுச் சிறார்கள் விழுங்கக்கூடிய விஷயங்களல்ல. எனக்கும்தான். மீனவனின் சுட்டுவிரல் எச்சரித்தபடி இருந்தாலும், பிரதமரின் கடிதம் இருந்தாலும், நான் என் மோப்பசக்தியினால் அடையக்கூடிய வியப்புகளின்மீது கவனம் செலுத்தாமல், தினசரி வாழ்க்கையின் சின்னஞ்சிறு விஷயங்கள் - பசி, தூக்கம், குரங்குடன் சேர்ந்து சுற்றிவருதல், சினிமாவுக்குப் போய் பாம்புப் பெண்களையோ வீரா க்ரூஸையோ பார்ப்பது போன்ற விஷயங்களில்தான் கவனம் சென்றது. இவற்றுடன் மேலும் மேலும் நீளக்கால்சட்டைகள்மீது அதிகரித்த எனது விருப்பம், வரப்போகும் பள்ளி விடைபெறுவிழா ஆகியவற்றில் கவனம். விழாவில் கதீட்ரல் பள்ளிப்பையன்களாகிய எங்களுக்கும் ஜான் கானன் ஆண்கள் உயர்நிலைப் பள்ளி மாணவர்களுக்கும் சகோ தர(ரி) நிறுவனத்தின் பெண்களுடன் - நீச்சல் சாம்பியன் மாஷா மியோவிக் ('லா ஹீ' என்று குதித்தான் கிளாண்டி கீத் கொலாகோ), எலிசபெத் பர்கிஸ், ஜேனி ஜாக்சன் போன்ற பெண்களுடன் - ஐரோப்பியத் தளர்பாவாடைகளுடன் முத்தமிட்டுக்கொண்டும் பாக்ஸ் ஸ்டெப், மெக்சிகன் ஹாட் நடனம் போன்றவற்றை ஆடும் வாய்ப்பு கிடைக்கும் என்ற அடிவயிற்று ஆசை. சுருக்கமாகச் சொன்னால், என் கவனம், வளர்ச்சிக்கான வலியோடுகூடிய கவனத்தை ஈர்க்கும் சித்திரவதையினால் தொடர்ந்து இழுக்கப்பட்டுக் கொண்டிருந்தது.

ஒரு அருவமான பாலியல்கூட மண்ணுக்குத்தான் வந்தாக வேண்டும். ஆகவே இப்போது எனக்கு என் கதையை அதன் அதிசயக்கூறுகளோடு நிறுத்திக்கொள்வது போதாது, தினசரி வாழ்க்கைக் கூறுகளுக்கும் வந்தாக வேண்டும், இரத்தம் சிந்த அனுமதித்தாக வேண்டும்.

எனது முதல் உடல்சிதைப்பு - தொடர்ந்து விரைவில் இரண்டாவதும் நிகழ்ந்தது - 1958இன் தொடக்கத்தில் வெகுவாக எதிர்பார்த்த பள்ளிவிடைபெறு விழாவன்று ஒரு புதன்கிழமையன்று நடந்தது. ஆங்கிலோ ஸ்காட்டிஷ் கல்வியமைப்பின் கீழ். அதாவது அது பள்ளியில் நிகழ்ந்தது.

சலீமைத் தாக்கியவன்: அழகான, மூர்க்கமான, ஒரு காட்டுமிராண்டியின் அடர் மீசை கொண்ட ஆள். நான் சொல்வது தாங்கிநடக்கின்ற, மயிர்பிளக்கும் திரு. எமிலி ஜகாலோவின் உருவம்.

அவன்தான் எங்களுக்கு புவியியலும் உடற்பயிற்சியும் கற்றுக் கொடுத்தவன். விருப்பமின்றியே என் வாழ்க்கையின் நெருக்கடியில் பங்கு கொண்டவன். ஜகாலோ தன்னைப் ‘பெரு’ நாட்டவன் என்றுசொல்லிக்கொண்டான். எங்களைக் ‘காட்டான் இந்தியன்கள், மணிமாலை விரும்புபவர்கள்’ என்று சொல்வான். கூர்மையான தகரத்தொப்பியும், உலோக பாண்டலூன்களும் அணிந்த உறுதியான வியர்வை மிக்க ஒரு சிப்பாயின் படத்தைத் தன் கரும்பலகைக்குமேல் மாட்டியிருப்பான். இறுக்கம் ஏற்படும்போது அந்தப் படத்தின்மீது சுட்டுவிரலால் குத்தி, “இவனைப் பாத்திங்களா காட்டுமிராண்டிப் பசங்களே? இவன்தான் நாகரிகத்தின் அடையாளம். இவனுக்கு மரியாதை காட்டுங்க. இவங்கிட்ட கத்தி இருக்கு” என்று கத்துவான்.

கற்சுவர்களால் சூழப்பட்ட காற்றில் தன் பிரம்பை வீசுவான். நாங்கள் அவனைப் பாகல் - ஜாகல் (பைத்தியக்கார ஜகாலோ) என்போம். எப்போதும் லாமாக்களையும், ஸ்பானிய ஆக்கிரமிப்பாளர்களையும், பசிபிக் சமுத்திரத்தையும் பற்றிப் பேசினாலும், அவன் மசகாவ் குடியிருப்பு ஒன்றில் பிறந்தவன், அவன் தாய் கோவாவைச் சேர்ந்தவள், கள்ளத்தனமாக ஓடிவந்த ஒரு கப்பல் ஏஜெண்டினால் கைவிடப்பட்டவள் என்ற வதந்தி எங்களுக்குத் தெரியும். அதனால் அவன் ஆங்கிலோஇந்தியன் மட்டுமல்ல, அப்பன்பேர் தெரியாதவன் என்பதும் தெரியும். ஆகவே ஜகாலோ ஏன் ஒரு ஸ்பானிய உச்சரிப்பை செயற்கையாக மேற்கொண்டான், எப்போதும் ஏன் கோபத்தில் இருந்தான், வகுப்பறையின் கற்சுவர்களில் கைமுட்டிகளால் மோதிக்கொண்டான் என்பதும் தெரியும். ஆனால் இவை எங்கள் பயத்தைப் போக்கவில்லை. குறிப்பிட்ட புதன்கிழமை காலையில், எங்களுக்கு அன்று தொல்லைதான் என்று தெரியும் - காரணம், விருப்ப கதீட்ரல் வகுப்பு ரத்துசெய்யப்பட்டது.

புதன்கிழமை காலை இரண்டு மணிகள் ஜகாலோவின் புவியியல் வகுப்பு. ஆனால் அதில் முட்டாள்களும் வெறிபிடித்த பெற்றோரின் பையன்களும் மட்டுமே இருப்பார்கள். அந்தச் சமயத்தில்தான் நாங்கள் செயிண்ட் தாமஸ் கதீட்ரலுக்கு வரிசையில் செல்லமுடியும். எல்லா மதத்துப் பிள்ளைகளும் சேர்ந்த நீண்டவரிசை. கிறித்துவர்களுடைய விட்டுக்கொடுக்கும் பண்புள்ள கடவுளின் இதயத்தை நோக்கிப் பள்ளிக் கூடத்திலிருந்து தப்பிவரும் பிள்ளைகள். ஜகாலோவை இது வெறிபிடித்தவனாக்கியது, ஆனால் அவனால் ஒன்றும் செய்யமுடியவில்லை. குரோக்கர் (அதாவது தலைமையாசிரியர் க்ரூஸோ) ‘கதீட்ரல் செல்வது இன்றைக்கு

இல்லை' என்று அறிவித்து விட்டதால் ஜகாலோவின் கண்களில் ஒரு வெறி. கடவுளுக்குக்கூட தேர்ந்தெடுத்தல் உண்டா? பாகல் ஜாகல், மயக்கமருந்து தரப்பட்ட ஒரு தவளையின் வெற்று தகரக் குரலில் இரட்டைப் புவியியல் வகுப்புக்கு தண்டித்துவிட்டான். ஜகாலோவின் வளைக்குள் நாங்கள் வாட்டமுற்ற முகத்தோடு குவிந்தோம். பெற்றோர்கள் சர்ச்சுக்குச் செல்வதை அனுமதிக்காத ஒரு முட்டாள் பையன் என் காதில் சொன்னான், "கொஞ்சம் இரு. இன்னிக்கு உங்களுக்கெல்லாம் நரகம்தான்."

பத்மா: அப்படியா சொன்னான்?

மகிழ்ச்சியற்று வகுப்பில். கிளாண்டி கீத் கொலாகோ, குண்டு பெர்சி ஃபிஷ் வாலா, அப்பன் டாக்சி டிரைவராக இருப்பதால் உதவிப்பணம் பெற்றுப் படிக்கவந்த ஜிம்மி கபாடியா, ஹேராயில் சாபர்மதி, சன்னி இப்ராகிம், மகா சைரஸ், நான். இன்னும் பிறர் இருந்தார்கள், ஆனால் இப்போது நேரமில்லை. மகிழ்ச்சியில் கண்களை இடுக்கிக் கொண்டு பைத்திய ஜகாலோ எங்களை ஒழுங்குக்குவரச் சொன்னான்.

"மானிடப் புவியியல்" என்று அறிவிக்கிறான். "அது என்ன கபாடியா?"

"ப்ளீஸ் ஸார், தெரியாது சார்" விடைதெரிந்த கைகள் காற்றில் உயர்கின்றன, ஐந்து சர்ச்சுக்குப்போகாத முட்டாள்களின் கைகள். ஒன்று தவிர்க்கவியலாமல் மகா சைரஸுடையது. ஆனால் ஜகாலோ இரத்தம் குடிப்பதற்கென்று வந்துவிட்டான். ஜிம்மி கபாடியாவைப் பார்த்து "காட்டுச் சாணியே" என்று சொல்லியவாறு காதைத் திருகுகிறான். "எப்பவாவது வகுப்பில இருந்து அது என்னன்னு கண்டுபிடி."

"ஓ ஓ ஓ எஸ் சார், சாரி சார்"...ஆறுகைகள் உயர்த்தப்பட்டிருந்தும், ஜிம்மியின் காது தனியாக வந்துவிடும் அபாயத்திலிருக்கிறது. "சார் தயவுசெஞ்சி விடுங்கசார், அவனுக்கு இதயநோய் சார்" என்று வீரத்தோடு கத்துகிறேன் நான். அது உண்மைதான். ஆனால் உண்மை அபாயமானது. இப்போது ஜகாலோ என்னை வளைத்துக் கொள்கிறான். "எதித்துப் பேசற சின்னப்பையா, அப்படியா?" என் முடியைப் பிடித்து வகுப்பின் முன்இடத்துக்கு இட்டுச் செல்கிறான். "அப்பா, நம்பள இல்ல" என்று ஆறுதல்படும் சகவகுப்புத் தோழர்களின் ஆறுதலான பார்வை. சிறைப்பட்ட மயிருடன் வேதனையில் துடிக்கிறேன்.

"அப்ப நீ விடையச் சொல்லு. மானிடப் புவியியல் என்றால் என்ன?"

என் மண்டைக்குள் வேதனை தொலைவிலுணரும் வித்தையையெல்லாம் மறக்கடித்தது.

"சார் இல்ல சார்," ஔச்!

இப்போது ஜகாலோவின் முகத்தில் ஒரு நகைச்சுவை இறங்கிக் கொண்டிருந்ததைப் பார்க்கமுடிந்தது, அவன் முகம் ஒரு புன்சிரிப்பிற்குப்போலக் கோணலாகியது. அவன் கையில் கட்டைவிரலும் சுட்டுவிரலும் ஒன்றுசேர்ந்து முன்னோக்கி நீண்டன. அவை என் மூக்கைப்பிடித்து முன்னே இழுத்தன. மூக்கு எங்கே போகிறதோ அங்கே தலையும் தொடரத்தானே வேண்டும். கடைசியாக மூக்கு கீழே தொங்கிக் கொண்டிருக்க, என் கண்கள் ஈரமாகி, ஜகாலோவின் செருப்பணிந்த கால்களின் அழுக்கான நகங்கொண்ட விரல்களைப் பார்க்கும்போது ஜகாலோ தன் துணுக்கை அவிழ்த்து விட்டான்.

"பசங்களே, என்ன பாக்கிறீங்க இங்கே? இந்தப் பழங்குடி ஜந்துவின் விகாரமான மூஞ்சியக் கொஞ்சம் பாருங்க. இது எத ஞாபகப்படுத்துது?"

மிக ஆர்வமான எதிர்வினைகள். "சார், சாத்தான் சார்." "என் ஒரு கஸின் இப்படித் தான் இருப்பான் சார்." "இல்ல சார், ஏதோ காய்? அது என்னன்னு எனக்குத் தெரியல." இப்படி எல்லாரும் சத்தம்போட அதற்குமேல் குரலை உயர்த்தி ஜகாலோ, "சைலன்ஸ்! குரங்குபெத்த பிள்ளைங்களே! இந்தப் பொருள் இதோ - என் மூக்கை இழுக்கிறான் - இதாண்டா மானிடப் புவியியல்."

எப்படி சார், எங்க சார், என்ன சார்?

ஜகாலோ இப்போது சிரிக்கிறான். "தெரியல?" மறுபடியும் சத்தம்போட்டு சிரிப்பு. "இவன் மூஞ்சியில இந்தியா மேப் முழுசும் தெரியல?"

ஆமாம் சார் இல்ல சார் காட்டுங்க சார்

"இதோ பார் தக்காணப்பீடபூமி கீழ தொங்குது" மறுபடியும் ஔச் - என் மூக்கு.

"சார் சார் அது மேப்புன்னா, இந்தப் பள்ளமெல்லாம் சார்?" இப்போது தைரியமாகிவிட்ட கிளாண்டி கீத் கொலாகோ. ஏளனச் சிரிப்புகளும் அடங்கிய சிரிப்புகளும் என் தோழர்களிடமிருந்து. ஜகாலோ பதிலாக, "இந்தக் கறைகளெல்லாம் பாகிஸ்தான். வலது காதில் இருக்கிற அடையாளம் கிழக்குப்பகுதி. இடது கன்னத்தில இருக்கற கறை மேற்குப்பகுதி. ஞாபகம் வச்சிக்கங்க முட்டாப்பசங்களே இந்திய முகத்தில பாகிஸ்தான் ஒரு கறை."

ஹோ ஹோ வகுப்பு சிரிக்கிறது. பிரமாதமான ஜோக் சார்.

இப்போது என் மூக்கு புரட்சிசெய்கிறது. தன்னைப் பிடித்திருக்கும் விரல்களில் அது தன்னுடைய சொந்த ஆயுதத்தை எடுத்துவிடுகிறது... இடது மூக்குத் துளையிலிருந்து பளிச்சிடுகிற ஒரு சளிக்குமிழ் வெளிவருகிறது. ஜகாலோவின் உள்ளங்கையில் விழுகிறது.

குண்டு பெர்சி ஃபிஷ்வாலா கத்துகிறான், "பாருங்கசார், அவன் மூக்குச்சளி. அது என்ன இலங்கையா?"

கையில் சளி படர, ஜகாலோவின் ஜோக் மனநிலை மாறுகிறது. "மிருகமே என்ன செய்ற பாத்தியா?" ஜகாலோவின் கை என் மூக்கை விடுகிறது. மயிரைப் பிடிக்கிறது. சளியை நன்றாக எடுத்த என் வகிட்டில் தடவுகிறான். மறுபடியும் தலைமுடியைப் பிடிக்கிறான். இழுக்கிறான்... இப்போது மேல்நோக்கி. என் தலை மேலாக உயர்த்தப் படுகிறது. என் கால்கள் தரைக்கு மேல் உயர்கின்றன. "நீ என்ன சொல்லு"

"சார் ஒரு மிருகம் சார்"

இன்னும் வேகமாகத் தலைமுடியை இழுக்கிறான். மறுபடியும் இப்போது கால்விரல்க ளை ஊன்றிக்கொண்டு கத்துகிறேன் "ஐயோ மிருகம் சார் மிருகம் சார் ப்ளீஸ் சார்"

இன்னும் வேகமாக வலுவாக முடியை இழுக்கிறான்... மறுபடியும் ஒருதரம் சொல்லு. ஆனால் திடீரென இழுப்பது முடிகிறது. என் கால்கள் தரையில் இருக்கின்றன. வகுப்பு மரண அமைதியில் இருக்கிறது.

"சார் அவன் முடியை நீங்க பறிச்சிட்டீங்க" என்று சன்னி இப்ராகிம் சொல்கிறான்.

இப்போது அருவருப்பு ஒலிகள் சார் ரத்தம் சார் சார் நான் அவனை நர்ஸ்கிட்ட கூப்பிட்டுப் போகட்டுமா?

மிஸ்டர் ஜகாலோ கையில் கொத்துத் தலைமயிருடன் சிலையைப் போல நிற்கிறான். எனக்கு அதிர்ச்சியில் வலிகூடத் தெரியவில்லை. என் மண்டையைத் தடவிப் பார்க்கி றேன். புத்தமதத் துறவி சிரைத்துக்கொண்டதுபோல ஒரு வட்டமான வெற்றிடம், பின்னால் அங்கு முடி வளரவேயில்லை. என் பிறவியின் சாபம், என்னை தேசத்துடன் பிணைத்தது, மறுபடியும் தன்னை எதிர்பாராத விதத்தில் வெளிப்படுத்திக் கொண்டது.

இரண்டு நாள் கழித்து குரோக்கர் க்ரூஸோ "துரதிருஷ்டவசமாக மிஸ்டர் எமிலி ஜகாலோ சொந்தக் காரணங்களுக்காகப் பள்ளியை விட்டு விலகுகிறார்" என்று அறிவித்தார். ஆனால் காரணங்கள் எனக்குத் தெரியும். கொத்தாகப் பறித்த என் தலை மயிர்கள் அவன்

கையில் ஒட்டிக்கொண்டன, என் இரத்தக் கறையை அவனால் கழுவ முடியவில்லை. உள்ளங்கையில் கொத்து மயிரோடு ஒரு ஆசிரியரை எவனும் விரும்ப மாட்டான். "அது பைத்தியத்தின் முதல் அடையாளம்."

கிளாண்டி கீத் ஆசையாகச் சொல்லுவான்: "இரண்டாவது அடையாளம் அவற்றைத் தேடுவது."

ஜகாலோவின் பரிசு: ஒரு மதகுரு மொட்டை, அதைவிட மோசம், புதுவகையான வசவுகள். நாங்கள் விழாவுக்குப் போய் உடைமாற்றிவர பஸ்ஸுக்குக் காத்திருந்த போது.

என் வகுப்புத்தோழர்களின் ஏளனங்கள். சளிமூக்கன் இப்போ வழுக்கை மோப்ப நாய்க்கு இப்ப மேப்முகம். சைரஸ் பஸ்க்யூவில் வந்துநின்றபோது இவற்றை அவன் மீது திருப்பிவிட முயற்சிசெய்தேன் - சைரஸ் தி கிரேட், பிறந்தது ஒரு பிளேட், நைன்டீன் ஹண்ட்ரட் ஃபார்ட்டி எய்ட் என்று. ஆனால் ஒருவரும் அதைச் சொல்ல முன்வரவில்லை.

இப்போது கதீட்ரல் பள்ளி விடைபெறு விழாவுக்கு வருகிறோம். கொடுமை செய்பவர்கள் விதியின் கருவிகள். விரல்கள் ஊற்றாக மாறின. மாஷா மியோவிக், பிரசித்திபெற்ற நீச்சல் வீராங்கனை, திடீரென மயங்கிவிழுந்தாள்... நான் நர்ஸின் கட்டு தலையில் இன்னும் அப்படியே இருக்க, விழாவுக்கு வந்துசேர்ந்தேன். காலதாமதம் தான்... ஏனென்றால் என்னை விழாவுக்கு அனுப்ப அம்மாவுக்கு மனமில்லை. மன்றத்தில் அலங்காரத்தோரணங்கள் பலூன்களுக்குக் கீழ் ஒல்லியான பாதுகாவல் பெண்களின் கூர்ந்த நோக்குக்குக் கீழ் நான் நுழைந்தபோது, அங்கு ஏற்கெனவே அழகான எல்லாப் பெண்களும் அற்பப்பெருமிதம் கொண்ட துணைவர்களோடு பாக்ஸ் - ஸ்டெப், மெக்சிகன் ஹேட் நடனம் ஆடிக்கொண்டிருந்தார்கள். இயல்பாகவே அதிகாரிகளுக்கு நல்ல பெண்கள் கிடைத்தார்கள். குஜ்தார், ஜோஷி, ஸ்டீவன்சன், ருஷ்டீ, தலையார்கான், தயாபாலி, ஜுஸ்ஸாவாலா, வாகிள், கிங்... அவர்களை உணர்ச்சிமிக்க பொறாமையோடு நான் பார்த்தேன். எக்ஸ்கியூஸ்மீ சொல்லி மத்தியில் நுழைய முயற்சி செய்தேன். ஆனால் என்னுடைய கட்டு, வெள்ளரிப்பழ மூக்கு, முகத்தின் கறைகள் ஆகியவற்றைப் பார்த்ததும் அவர்கள் சிரித்துவிட்டு முதுகைத்திருப்பிக் கொண்டார்கள்...மார்பிலிருந்து வெறுப்புக் கிளம்பிவர, நான் உருளைக்கிழங்கு சிப்ஸ் தின்று பப்பிள்அப், விம்டோ குடித்தேன். பெரிய இவன்கள், இவர்களுக்கு உண்மையில் நான் யாரென்று தெரிந்தால் என் வழியில் குறுக்கிடாமல் வேகமாக

விலகிவிடுவார்கள் என்று எனக்குள் சொல்லிக்கொண்டேன். ஆனால் சுற்றிச்சுழலும் ஐரோப்பியப் பெண்கள்மீதுள்ள ஆசையைவிட என் உண்மையான இயல்பை வெளிப்படுத்திவிடுவோமோ என்ற அச்சம் மிகப்பெரிதாக இருந்தது.

"ஏய் சலீம் நீதானா? ஏய் மேன், என்ன ஆச்சு உனக்கு?" என்னுடைய கசப்பான தனிமைக்கனவிலிருந்து என் இடத்தோள்புறத்திலிருந்து ஒருகுரல் இழுத்தது (சன்னிக்குக்கூட நடனமாட யாரோ கிடைத்தார்கள். ஆனால், அவனுக்கு அவனுடைய இடுக்கிப் பள்ளங்கள் இருந்தன, அவன் உள்ளாடை அணியவில்லை - அவனுடைய கவர்ச்சிக்குக் காரணம் இருந்தது). ஒரு அடித்தொண்டைக்குரல், நம்பிக்கையூட்டுவது - ஆனால் இடர் விளைவிக்கும் குரலும் கூட. ஒரு பெண்ணின் குரல். தடாலென எழுந்துதிரும்பினேன். எதிரில் பொன்னிறக்கூந்தலுடன், மிகப் பெரிய புகழ்பெற்ற மார்புடன் ஓர் உருவம்... கடவுளே, அவளுக்குப் பதினாலு வயதாகிறது, என்னுடன் ஏன் பேசுகிறாள்? "என் பெயர் மாஷா மியோவிக்" என்றது அந்த உருவம். "நான் உன் தங்கையைச் சந்தித்திருக்கிறேன்."

அடடே! குரங்கின் கதாநாயகிகள்... வால்சிங்காம் பள்ளியின் நீச்சல்வீராங்கனைகள் - அவர்களுக்குப் பள்ளியின் நீச்சல் சாம்பியனை நன்கு தெரிந்துதானே இருக்கும்... ஆமாம்... திணறினேன்... "உங்கபேர் எனக்குத் தெரியும்."

"உன் பேரும் தெரியும்" என்று என் டையை நேராக்கினாள். "சரிக்குச் சரி." அவள் தோளுக்கு மேலாக நான் கிளாண்டி கீத், குண்டு பெர்சி ஜொள்ளுவிட்டபடி ஆவலோடு பார்த்துக்கொண்டிருந்ததைக் கண்டேன். மாஷா என் தலைக் கட்டைப் பற்றிக் கேட்டாள். ஆழமான குரல் என்று நினைத்த ஒன்றில் "அது ஒன்றும் பிரமாதமில்லை...ஒரு விளையாட்டு விபத்துதான்" என்றேன். பிறகு என் குரலை நேராக வைத்துக்கொள்ளப் பிரயத்தனத்துடன், "உங்களுக்கு நடனமாடப் பிரியமா" என்றேன்.

"சரி" என்றாள் மாஷா மியோவிக். "ஆனா முத்தமிட முயற்சிபண்ணாதே."

"முத்தமிடமாட்டேன்" என்று சொல்லியபடி, சலீம் மாஷா மியோவிக்குடன் நடனமாடுகிறான், சலீமும் மாஷாவும், மெக்சிகன் ஹேட் நடனத்தில்; மாஷாவும் சலீமும் மிகச் சிறந்த ஒரு பெண்ணுடன் பாக்ஸ் - ஸ்டெப் போட்டுக்கொண்டு! பார், ஒரு பெண் கிடைப்பதற்கு நீ ஒன்றும் அதிகாரியாக இருக்கவேண்டியதில்லை...

நடனம் முடிந்தது. என்னுடைய உற்சாக அலையில், நான், "சும்மா சதுக்கத்தில் நடக்கலாம், வரீங்களா" என்றேன்.

மாஷா இரகசியமாகச் சிரித்தபடி, "சரிப்பா, ஆனால் ஒரு நொடிதான். கையப் புடிக்கக்கூடாது, சரியா?"

கையைப் பிடிக்காமல் என்று உறுதியளிக்கிறான் சலீம். சலீமும் மாஷாவும் காற்று வாங்கியபடி... மேன், இது ரொம்ப நல்லாருக்கு. இதான் வாழ்க்கை. குட்பை எவீ, ஹல்லோ நீச்சல்காரி! கிளாண்டி கீத் கொலாகோவும் குண்டு பெர்சியும் சதுக்கத்தின் நிழலிலிருந்து வெளிவருகிறார்கள். இளிக்கிறார்கள். "லா ஹீ"... அவர்கள் வழியில் குறுக்கிட, மாஷா மியோவிக் திகைக்கிறாள். "ஹாஹா" என்கிறான் குண்டு. "மாஷா, உனக்கு ஒரு ஆள் கிடைச்சாச்சு"... "வாயை மூடு" என்கிறேன். அதற்கு கிளாண்டி கீத், "அவனுக்கு அந்த காயம் எப்படி ஏற்பட்டது தெரியுமா மாஷி?" என்கிறான். "ரூடா பேசாதே, அவனுக்கு ஒரு விளையாட்டு விபத்தில காயம்" என்கிறாள் மாஷா. குண்டு பெர்சியும் கிளாண்டி கீத்தும் விழுந்து விழுந்து சிரிக்கிறார்கள். ஃபிஷ்வாலா சொல்கிறான் - "ஜகாலோ அவன் முடியை வகுப்பில புடுங்கிட்டான் லாஹா" ...கீத், "சளிமூக்கன் இப்ப வழுக்கையன்" என்கிறான். பிறகு இரண்டுபேரும், "மோப்பமூக்கனுக்கு மேப் முகம்" என்கிறார்கள். மாஷாவின் முகத்தில் குழப்பம் தெரிகிறது. கூடவே ஒரு பாலியல் குறும்பும்... "சலீம் உங்கிட்ட ரொம்ப ரூடா நடந்துக்கிறாங்க இவங்க."

"ஆமாம், அவங்களை விடுங்க" என்கிறேன் நான். நான் அவளை அப்புறப் படுத்த முயற்சி செய்கிறேன். ஆனால் அவள் விடவில்லை. "இப்படியே இவங்கள விட்டுறப் போறியா?" அவள் மேலுதட்டில் உணர்ச்சியின் துளிகள். அவள் நாக்கு வாயின் ஓரத்தில். மாஷா மியோவிக்கின் கண்கள் சொல்கின்றன - நீ யார்? மனுஷனா எலியா?... நீச்சல் வீராங்கனையின் பாதிப்பினால், என் மண்டையில் வேறொன்று தோன்றுகிறது... இரண்டு பெரிய முட்டிகள்... கொலாகோவையும், ஃபிஷ்வாலாவையும் நோக்கி ஓடுகிறேன். அவர்கள் இளிப்பில் லயித்திருக்கும்போது என் முழங்கால் கிளாண்டியின் தொடையிடுக்கில் மோதுகிறது. அவன் விழுவதற்குமுன் இன்னொரு முழங்கால் உதை குண்டு பெர்சியை வீழ்த்துகிறது. நான் என் அன்புக்குரியவளை நோக்கித் திரும்புகிறேன். அவள் மிருதுவாகப் பாராட்டுகிறாள், "ஹேய் மேன், பிரமாதம்."

ஆனால் என் நல்ல காலம் முடிந்துவிட்டது. குண்டு பெர்சி எழுந்திருக்கிறான், கிளாண்டி கீத்தும் என்னை நோக்கி

நகர்கிறான்... வீரன் என்ற பாவனையை எல்லாம் கைவிட்டு நான் ஓடத் தொடங்குகிறேன். என் பின்னால் இரண்டு ரவுடிகள்... மாஷா மியோவிக், "சின்ன வீரனே, எங்கப்பா ஓடறே?" என்று கூப்பிடுகிறாள். ஆனால் இப்போது அவளுக்கு ஒதுக்க நேரமில்லை, இவன்கள் பிடித்துவிடக்கூடாது. பக்கத்தில் உள்ள வகுப்பறைக்குள் நுழைய முயலும்போது குண்டுபெர்சியின் கால் தடுக்கிறது. அவர்கள் இருவரும் அறைக்குள். நான் வலக்கையால் கதவைப் பிடித்துத் தடுக்கிறேன். அவர்கள் கதவை மூட உள்ளே இழுக்கிறார்கள், நான் என் பயத்தின் சக்தியுடன் மூட விடாமல் தடுக்கிறேன். சில அங்குலம் இழுக்கிறேன், கதவு விளிம்பில் கை. இப்போது குண்டுபெர்சி தன் கனத்தையெல்லாம் போட்டுக் கதவின்மேல் சாய, என் கையை இழுப்பதற்குள் கதவு மூடிக்கொள்கிறது. தட்டென்ற ஓசை. வெளியே மாஷா வருகிறாள், தரையில் பார்க்கிறாள், என் நடுவிரலின் மேல்பகுதி நன்கு மென்றுதுப்பிய சூயிங்கம்போலத் தரையில் விழுந்துகிடப்பதைப் பார்க்கிறாள். மயங்கி விழுந்து விடுகிறாள்.

வலியில்லை. எல்லாம் ரொம்பத் தொலைவில். குண்டு பெர்சியும் கிளாண்டி கீத்தும் ஓடுகிறார்கள் - உதவிக்கோ ஒளிந்துகொள்ளவோ. வெறும் ஆர்வத்தில் என் கையைப் பார்க்கிறேன். என் விரல் ஊற்றாக மாறிவிட்டது. சிவப்பு திரவம் என் இதயத்துடிப்புக்கேற்ப வெளியே தெளித்துக்கொண்டிருக்கிறது. ஒரு விரலுக்குள் இவ்வ ளவு இரத்தம் இருக்கிறதென்று தெரியாது. அழகாக இருக்கிறது. இதோ நர்ஸ் இருக்கிறாள். கவலைப்படாதே. நர்ஸ். சும்மா கீறல்தான். உன் பெற்றோருக்கு ஃபோன் செய்திருக்கிறோம். மிஸ்டர் க்ரூஸோ தன் கார் சாவியை எடுக்கிறார். நர்ஸ் அறுபட்ட விரல்முனையில் நிறைய காட்டன்வுல் சுற்றுகிறாள். சிவப்பு மிட்டாய் போல நிரம்பிக் கொண்டிருக்கிறது. இப்போது குரூஸோ. காரில் ஏறு. சலீம், உன் அம்மா நேரா ஆஸ்பத்திரிக்கு வராங்க. சரி சார். அப்புறம் அந்த விரல் துண்டு... யாராவது பாத்திங்களா? ஆமாம் ஹெட்மாஸ்டர் சார், இதோ இருக்கு. தேங்க்யூ நர்ஸ். ஒண்ணும் பயன் படாது. இருந்தாலும் இருக்கட்டும். நான் ஓட்றப்ப இத வச்சுக்க சலீம். என் சிதைந்த விரலை காயம்படாத இடக்கையில் வைத்துக்கொண்டு, இருட்டில் எதிரொலிக்கும் இரவில் ப்ரீச் கேண்டி ஆஸ்பத்திரிக்குக் கொண்டுசெல்லப்படுகிறேன்.

ஆஸ்பத்திரியில்: வெள்ளைச்சுவர்கள். ஸ்ட்ரெச்சர்கள். எல்லாரும் ஒரே சமயத் தில் பேசுகிறார்கள். என்னைச் சுற்றி வார்த்தைகள் ஊற்றுப்போல வீழ்கின்றன. "ஐயோ, கடவுள்தான்

காப்பாத்தணும் என்நிலாத் துண்டை. உன்ன இப்படிச் செஞ்சிட் டாங்களே." கிழவர் க்ரூஸோ, "ஹே ஹே மிசஸ் சினாய், விபத்துகள் நடக்கத்தான் செய்யுது. பசங்க இப்படித்தான்." ஆனால் கோபமுற்ற என் தாய் "என்னாய்யா பள்ளிக் கூடம்? மிஸ்டர் க்ரூஸோ? என்கையில பையன் விரலோட நிக்கிறேன், நீங்க இப்படிச் சொல்றீங்க. சரியில்ல சார்." இப்போது க்ரூஸோ, "பையன் பேர் ஏதோ ராபின்சன்... அதுமாதிரி...ஹே ஹே"... டாக்டர் வருகிறார், கேள்வி ஒன்று பிறக்கிறது. அதன் விடை உலகத்தையே மாற்றிவிடும்.

மிசஸ் சினாய், உங்க இரத்தகுரூப் என்ன? பையனுக்கு இரத்தச்சேதம். கொஞ்சம் இரத்தம் ஏத்தவேண்டியிருக்கும். அதற்கு ஆமினா. எனக்கு ஏ, என் கணவருக்கு ஓ. உடைந்து அழுகிறாள் அவள். அப்படீன்னா உங்க பையன் இரத்தம்... ஆனால் டாக்ட ரின் மகளான அவள் தனக்கு ஒன்றும் புரியவில்லை என்கிறாள். ஆல்ஃபாவா? ஒமேகாவா? அப்படீன்னா, வேகமா ஒரு டெஸ்ட். ரீசஸ் எப்படி? கண்ணீரின் ஊடாக அவள், என் கணவர், நான் ரெண்டுபேரும் ரீசஸ் பாசிடிவ். சரி, பரவாயில்ல. ஆனால் நான் ஆபரேஷன் மேஜையில் - கொஞ்சம் ஒக்காருப்பா, நான் உனக்கு ஒரு லோக்கல் அனீஸ்தடிக் (மயக்க மருந்து) தரேன். இல்ல மேடம், அவன் அதிர்ச்சியில இருக்கான். முழு அனீஸ்தீசியா தரக்கூடாது. ஆல்ரைட் சன், உன் விரலை நீட்டி அசையாம வச்சிக்கோ. அவனுக்கு ஹெல்ப் பண்ணுங்க நர்ஸ் இதோ செகண்டில முடிஞ்சிடும். மருத்துவர் வெட்டுப்பட்ட இ! த்தையும் நகத்தில் அடிப்புறத்தையும் வைத்து ஒட்டும் அற்புத வேலையைச் செய்கிறார். திடீரென பின்னணியில் ஒரு பரபரப்பு. லட்சக்கணக்கான மைல் தொலைவில். மிசஸ் சினாய் ஒரு நிமிஷம், என்னால சரிவர கேக்க முடியல... வார்த்தைகள் எல்லையற்ற தொலைவில் மிதக்கின்றன. மிசஸ் சினாய், உறுதி யா தெரியுமா? ஏயும் ஓவுமா? ரீசஸ் நெகடிவ், ரெண்டுபேருக்கும்? ஹெடரோ ஸைகஸா ஹோமோ ஸைகஸா? இல்ல இல்ல, எங்கியோ மிஸ்டேக். எப்படி அவனுக்கு...? ஐயாம் சாரி, ரொம்பத் தெளிவாருக்கு...பாசிடிவ்,... ஏயுமில்ல... மன்னிச்சுக்குங்க மேடம், அவன் உங்க பையனா, தத்து எடுத்தீங்களா, அல்லது... நர்ஸ் இந்தத் தொலைவுச் சம்பாஷணைக்கும் எனக்கும் நடுவில் வருகிறாள், ஆனால் அது சரிப்படவில்லை, ஏனென்றால் இப்போது என் தாய் கீச்சிடுகிறாள், மெய்யாவே நீங்க நம்பணும் டாக்டர், கடவுளே, அவன் எங்க பையன்.

ஏயுமல்ல, ஓவுமல்ல. அப்புறம் ரீசஸ்... நிச்சயமாக நெகடிவ். ஸைகாஸிடியில் எந்தத் தடயமும் கிடைக்கவில்லை. அப்புறம்

இரத்தத்தில் மிக அபூர்வமான செல் எதிருயிரிகள். என் அம்மா அழுதுகொண்டு, அழுதுகொண்டு, அழுதுஅழுதுஅழுது கொண்டு... எனக்குப் புரியல, ஒரு டாக்டர் மகள் நான், எனக்குப் புரியல.

ஆல்ஃபாவும் ஒமேகாவும் என் முகத்திரையைக் கிழித்துவிட்டனவா? ரீசஸ் ஒரு விடைதெரியாக் கேள்வியை நோக்கிச் சுட்டுகிறதா? மேரி பெரேரா எப்படியாவது... நான் ஒரு குளிர்ச்சியான வெள்ளை வெனிஷியத் திரைகளிட்ட அறையில் அகில இந்திய வானொலி துணைக்கு இருக்க எழுந்திருக்கிறேன். டோனி பிரெண்ட் 'ரெட் செயில்ஸ் இன் தி சன்செட்' என்று பாடிக்கொண்டிருக்கிறார்.

வெனிஷியன் திரையருகே அகமது சினாய், விஸ்கியாலும், இப்போது வேறு ஏதோ ஒன்றாலும் பாழான முகத்தோடு நிற்கிறார். ஆமினா குசுகுசுக்கிறாள். மீண்டும் பல லட்சக்கணக்கான மைல்கள் தொலைவில் நான். ஜானம் ப்ளீஸ். உங்கள வேண்டிக்கிறேன். இல்ல, நீ சொல்றது... இப்படித்தான். நீங்கதான் இவனுக்கு... எப்படி என்னத் தப்பா நெனைக்கலாம். யார்தான் செய்வாங்க. கடவுளே, சும்மா நின்னு பாக்காதிங்க. எங்கம்மா தலமேல சத்தியம். இப்ப, ஷ் அவன்...

டோனி பிரெண்டிடமிருந்து புதிய பாட்டு. அவருடைய இன்றைய பாட்டுகள் விளக்க முடியாத வகையில் வீ வில்லி விங்கியினுடைய பாட்டுகள் போலவே இருக்கின்றன. 'ஹவ் மச் ஈஸ் தட் டாகி இன் தி விண்டோ?' வானொலி, அலைகளாக வந்து காற்றில் அலைகிறது. என் அப்பா படுக்கைக்கு முன்னேறி என்மீது கவிந்து உற்றுப் பார்க்கிறார். இதுபோல ஒருமுறையும் அவரைக் கண்டதில்லை. அப்பா... அவர், "எனக்கு முன்னாலே தெரிஞ்சிருக்கணும்."

"பாரு, இந்தமூஞ்சியில நான் எங்கிருக்கேன்? அந்த மூக்கு... அதப் பாத்தவுடனே" ...திரும்பி அறையை விட்டுச் செல்கிறார். மெல்லிய குரலில் பேசவும் முடியாமல் என் தாய் பின்தொடர்கிறாள். "இல்ல ஜானம், இப்படியெல்லாம் என்னப்பத்தி நம்பக் கூடாது. நான் செத்துப்போறேன். செத்து" ...கதவு அவர்களுக்குப்பின்னால் தானாக மூடுகிறது. வெளியிலே ஒரு சத்தம் - தை தட்டல் போல, இல்லை அடிப்பதுபோல. உன் வாழ்க்கையில் முக்கியமானதெல்லாம் நீ இல்லாதபோதுதான் நடக்கிறது.

டோனி பிரெண்ட் என் நல்ல காதில் அவருடைய மிகப்புதிதான பாட்டைப் பாடுகிறார். 'தி கிளவுட்ஸ் வில் சூன் ரோல் பை' என்று இனிமையாக உறுதியளிக்கிறார்.

இப்போது நான் - சலீம் சினாய், பின்னால் வரப்போகும் என்சுயத்திற்குப் பின்னோக்கிய பார்வையில் சொல்கிறேன். நல்ல எழுத்துக்கான ஒருமைகளும் மரபுகளும் இதனால் அழிந்தாலும் சரி. என்ன நிகழப்போகிறது என்பதை அறிவிக்கிறேன். அதனால் அவனுக்குப் பின்வரும் சிந்தனைகளுக்கு ஆட்பட அனுமதி அளிக்கப்படுகிறது. "உட்புறம் - வெளிப்புறத்திற்கிடையிலிருக்கும் என்றென்றைக்குமான முரண்பாடே! ஒரு மனிதப்பிறவிக்குள், முழுமையும் ஒருசீர்த்தன்மையும் தவிர வேறெதுவும் இல்லை. பகுக்கமுடியாத, ஒரே ஒரு முழுமை. ஒரு புனிதமான கோயில் என்று கொள்ளுங்களேன். இந்த முழுமையைப் பாதுகாக்கவேண்டியது அவசியம்." ஆனால் என் விரலின் இழப்பு (இது ஏற்கெனவே ராலேயின் மீனவனின் சுட்டுவிரலினால் முன்னறிவிக்கப்பட்டுவிட்டது), தலையிலிருந்து முடிகளின் இழப்பு, எல்லாம் அந்த முழுமையை உடைத்துவிட்டன.

ஆக, புரட்சி என்பதற்குச் சற்றும் குறையாத ஒருவித நிலைமைக்குள் இப்போது நாம் புகுகின்றோம். வரலாற்றின்மீது அதன் விளைவு மிகவும் அதிர்ச்சி தருவதாக இருக்கும். புட்டியின் வாயிலிருந்து கார்க்கை எடுங்கள், எது வந்து விழப்போகிறது என்று உங்களுக்குத் தெரியாது. திடீரென நீங்கள் இருந்தவாறாக அல்லாமல் வேறொன்று ஆகிறீர்கள். பெற்றோர்கள் பெற்றோர்களாக இல்லாமல் போகிறார்கள், அன்பு வெறுப்பாக மாறுகிறது. இதெல்லாம், தனிப்பட்ட வாழ்க்கையில் ஏற்படுத்தும் விளைவுகள்தான் என்பதை ஞாபகம் வையுங்கள். பொதுச்செயல்பாட்டுக்கான வட்டத்தில், பின்னால் வருகிற மாதிரி, அவை பிரமாதமாக இல்லாமல் போகாது.

இப்போது இந்த முன்னறிவை வாபஸ் பெற்றுக்கொள்கிறேன். கையில் கட்டுடன் கூடிய பத்துவயதுப் பையன், ஆஸ்பத்திரிப் படுக்கையில் அமர்ந்துகொண்டு, இரத்தம், அடித்ததுபோன்ற சத்தம், அப்பாவின் முகத்திலுள்ள உணர்ச்சி ஆகியவற்றை நொந்துகொண்டிருக்கும் படிமத்துடன் உங்களை விட்டுச் செல்கிறேன். மெதுவாக லாங்ஷாட்டுக்குத் திரும்பி, இசையின் சத்தம் என் வார்த்தைகளை அமிழச்செய்ய அனுமதிக்கிறேன். டோனி பிரெண்ட் தன் பாட்டின் இறுதிக்கு வந்துகொண்டிருக் கிறார் - அவருடைய கடைசிப்பாட்டு வரிகூட வீ வில்லி விங்கியினுடையதுபோலவே இருக்கிறது - "குட்நைட், லேடீஸ்"... இதுதான் அந்தப் பாட்டின் பெயர். மெதுவாக அது காதில் சுழல்கிறது, சுழல்கிறது, சுழல்கிறது...

(காட்சி மங்கி மறைதல்)

கோலினோஸ் சிறுவன்

ஆயாவிலிருந்து விதவைவரை மற்றவர்கள் என்மீது எப்போதும் செயல்படும் ஆளாகவே நான் இருந்திருக்கிறேன்; சலீம் சினாய், என்றென்றைக்குமான பலியாடு, தன்னை ஒரு கதாநாயகனாகக் காண விடாமுயற்சிசெய்கிறான். மேரியின் குற்றம் ஒருபுறம்; டைபாய்டும் பாம்பு விஷமும் இன்னொருபுறம்; இரண்டு விபத்துகள் - ஒன்று சலவைப் பெட்டியிலும் இன்னொன்று நாடகமேடை வளையத்திலும் (மிகச்சிறந்த பூட்டுத்திறப்பாளி சன்னி இப்ராகிம், என் தலையின் கொம்புகளை அவன் பள்ளங்களில் பொருத்த அனுமதித்தபோது, இந்தச் சேர்க்கையால் நான் நள்ளிரவுச் சிறார்களின் கதவைப் பூட்டியிருந்த பூட்டைத் திறந்தேன்). எவீயின் தள்ளுதல், என் தாயின் விசுவாசமின்மை ஆகியவற்றின் விளைவுகளைப் புறக்கணித்து, எமில் ஜகாலோவின் கசப்பான வன்முறைக்கு என் தலைமயிரைப் பறிகொடுத்து, மாஷா மியோவிக்கின் உதட்டைச் சப்பும் ஆசைத்தூண்டுதலுக்கு விரலை பலிகொடுத்து...எல்லா அடையாளங்களும் எதிரிடையாகச் சுட்டினாலும், அவற்றிற்கெதிராக நின்று ஓர் அறிவியலாளனைப் போல, சரியான என் நிதானத்தோடு விஷயங்களின் மையத்தில் எனக்குத் தனி இடம் இருப்பதை விளக்குகிறேன்.

...."உன் வாழ்க்கை, ஒருவிதத்தில், எங்களுடைய வாழ்க்கையின் பிரதிபலிப்பாக இருக்கும்" என்று பிரதமர் எழுதினார், இது எந்த அர்த்தத்தில் என்று அறிவியல்பூர்வமாக நான் சிந்திக்கவேண்டியிருக்கிறது.

எப்படி, எவ்விதத்தில், ஒரு தனிஆளின் வாழ்க்கை தேசத்தின் விதியின்மீது தாக்கத்தை ஏற்படுத்துவதாகச் சொல்லமுடியும்? அடைமொழிகளாலும் ஹைபன்குறிகளாலும் தான் என்னால் பதில்சொல்லமுடியும். நேர்ப்பொருளிலும் உருவகப்பொருளிலும்,

செயல்படுநிலையிலும், செயலூக்கமற்றநிலையிலும் நான் வரலாற்றுடன் இணைக்கப்பட்டேன். இதை நம் நவீன அறிவியலாளர்கள், மேற்கண்ட இருவிதஅடைமொழிகளின் இருமைச் சேர்க்கைத் தோற்றங்களின் விளைவான இணைப்பு முறைகள் என்று கூறக்கூடும். இதனால்தான் ஹைபன்கள் தேவையாகின்றன: 1. செயல்படு - நேர்ப் பொருளில், 2. செயலூக்கமற்ற - உருவகப்பொருளில், 3. செயல்படு - உருவகப் பொருளில், 4. செயலூக்கமற்ற - நேர்ப்பொருளில் நான் என் உலகத்துடன் விடுவிக்க இயலாதவாறு பிணைக்கப்பட்டிருக்கிறேன். பத்மாவின் அறிவியல் தன்மையற்ற புரியாமையை நினைத்து, நான் துல்லியமற்ற சாதாரணப்பேச்சிற்கு வருகிறேன்.

1. செயல்படு - நேர்ப்பொருளில் என்பதால், என் செயல்களால் முக்கியமான வரலாற்று நிகழ்வுகள் பாதிக்கப்பட்டன அல்லது மாறின என்பதைச் சொல்கிறேன். உதாரணமாக, மொழி ஊர்வலக்காரர்களுக்கு நான் ஒரு கோஷத்தை அளித்த விதம். 2. செயலூக்கமற்ற - உருவகநிலை என்பது என்னை உருவகப்பாங்கில் பாதித்த எல்லா விதமான சமூகஅரசியல் போக்குகள், நிகழ்வுகளையும் குறிக்கும். உதாரணமாக, மீனவனின் சுட்டுவிரல் என்ற இயலை ஊன்றிப்படித்தீர்களானால், ஒரு குழந்தை முழு அளவில் பெரியவனாக வேகமாகச் செய்யும் முயற்சிகளுக்கும், எனது ஆரம்ப, வேகமான, வளர்ச்சி முயற்சிகளுக்கும் இடையிலான தவிர்க்கவியலாத தொடர்பினை நீங்கள் உணரமுடியும். 3. அடுத்து, செயலூக்கமற்ற - நேர்ப்பொருளில் என்பது தேசத்தின் சம்பவங்கள் என் வாழ்க்கையிலும் என் குடும்பத்தினர் வாழ்க்கையிலும் ஏற்படுத்திய நேரடி பாதிப்புகளைக் குறிக்கும். இந்தத் தலைப்பில், என் தந்தையின் கணக்குகளை உறையச்செய்தவிதம், பெரும்பூனைப் படையெடுப்புக்குக் காரணமான வால்கேஷ்வர் தேக்கத்தில் ஏற்பட்ட குண்டுவெடிப்பு போன்றவற்றைச் சொல்லலாம். 4. செயல்படு - உருவகப் பொருள் என்பதில் நான் செய்த அல்லது என்மீது செயல்பட்ட சம்பவங்கள் பொது விஷயங்களின் பேருருவமாகப் பிரதிபலித்த விதத்தையும், என் தனிப்பட்ட இருப்பும் வரலாற்றுப்போக்கும் குறியீட்டுநிலையில் ஒரேமாதிரி இருக்கும் தன்மையையும் குறிக்கிறேன். உதாரணமாக என் நசுங்கிய நடுவிரல். என் விரல் நுனியை நான் இழந்து அதில் இரத்தம் (ஆல்ஃபாவும் அல்ல, ஒமேகாவும் அல்ல) பீறிட்டபோது, வரலாற்றிலும் இதேபோல ஒரு நிகழ்வு நடந்தது. எங்கள்மீது என்ன என்னவோ விஷயங்கள் நிகழத் தொடங்கின. ஆனால்

தனிஆளைவிட, வரலாறு மிகப்பெரிய அளவில் இயல்வதால், அதை ஒட்டவைத்து, எல்லாவற்றையும் சுத்தப்படுத்த நீண்டகாலம் ஆகியது.

நள்ளிரவுச் சிறார்களின் கூட்டம் செயலூக்கமற்ற - உருவகப்பொருள், செயலூக்கமற்ற - நேர்ப்பொருள், செயல்படு - உருவகப்பொருள் மூன்றாகவும் இருந்தது. ஆனால் அது எப்படி அமையவேண்டும் என்று நினைத்தேனோ அப்படி ஆகவில்லை. நாங்கள் மிகமுக்கியமான முதல் இணைப்புவகையில் (செயல்படு - நேர்ப்பொருள்) இயங்கவே இல்லை. செயல்படு - நேர்ப்பொருள் எங்களைக் கைவிட்டது. முடிவற்ற மாற்றங்கள்: ஒரு தடித்த குட்டையான பொன்னிற நர்ஸினால் - அவள் முகம் பயங்கரமான செயற்கையான சிரிப்பினால் உறைந்திருந்தது - ஒன்பது விரல் சலீம் ப்ரீச் கேண்டி ஆஸ்பத் திரியின் வாசலுக்குக் கொண்டுவரப்பட்டான். புறஉலகத்தின் வெப்பமான கண்கூசும் ஒளியில் கண்ணைச் சிமிட்டிப் பார்க்கிறான். வெளிச்சத்திலிருந்து அவனை நோக்கி நீந்தி வரும் இரண்டு நிழலுருவங்கள் மீது பார்வையைக் குவிக்க முயற்சிசெய்கிறான். "பார், யார் உன்னை அழைத்துப்போக வந்திருக்கிறார்கள்?" என்று நர்ஸ் கூவுகிறாள், உலகத்தில் ஏதோ ஒன்று பயங்கரமாக நிகழ்ந்துவிட்டது என்று சலீமுக்கு அப்போது தான் தெரிகிறது. அவனை அழைத்துப்போக அவன் அப்பாவும் அம்மாவும் வந்திருக்க வேண்டும், ஆனால் வழியிலேயே ஆயா மேரி பெரேராவாகவும், ஹனீஃப் மாமாவாகவும் அவர்கள் மாறிவிட்டார்கள்.

ஹனீஃப் அசீஸ் துறைமுகத்திலுள்ள கப்பல்களின் சங்கொலியைப் போல முழங்குகிறார், பழைய புகையிலைத் தொழிற்சாலையைப் போலக் கொதிக்கிறார். அவருடைய சிரிப்புக்காகவும், அவருடைய ஷேவ்செய்யாத முகவாய்க்காகவும், ஏதோ ஜாலியான முறையில் உருவாகிவிட்டதைப் போன்ற அவரது தோற்றத்திற்காகவும், அவருடைய ஒவ்வொரு இயக்கத்தையும் அபாயத்திற்குள்ளாக்குகின்ற அவருடைய சீரற்ற தன்மை காரணமாகவும் நான் அவரை நேசித்தேன். (அவர் பக்கிங்காம் வில்லாவுக்கு வந்தபோது பூவேலைசெய்த கண்ணாடி ஜாடிகளையெல்லாம் அம்மா ஒளித்து வைத்துவிட்டாள்). முறையான ஒழுங்கில் அவர் நடந்துகொள்வார் என்று பெரியவர்கள் யாரும் நம்பியதில்லை. ("பொதுவுடைமைக் கட்சியாளர்கள்தான் வருவார்கள்!" என்று முழங்குவார், அவர்கள் வெட்கப்படுவார்கள்) அதுவே அவருக்கும் எல்லாச் சிறுவர்களுக்கும் (மற்றவர்களுடைய குழந்தைகள்தான்)

ஒருவித நேசத்தை உண்டாக்கி விட்டது. ஏனென்றால் அவருக்கும் பியாவுக்கும் குழந்தை இல்லை - ஆனால் ஒருநாள், எதிர்காலத்தில், எவ்வித முன்னறிவிப்பும் இன்றி, அவர் தன்வீட்டின் கூரைமேலிருந்து குதிக்கப்போகிறார்.

...என்னை முதுகில் தட்டி, மேரியின் கைகளில் போடுகிறார். "ஏய்! சின்னச் சண்டைக்காரா! நல்லாயிட்ட போலிருக்கே" என்கிறார். ஆனால் மேரி, அதற்குள் அவசரமாக: "ஐயோ! இவ்வளவு இளைச்சுப்போயிட்டானே, ஏசுவே! அவங்க உனக்குச் சரியா சாப்பாடு போடலியா? உனக்கு சோளமாவுப் பிட்டு வேணுமா? பாலில வாழைப்பழம் போட்டுத் தரட்டுமா? உனக்கு அவங்க சிப்ஸ் தரலியா?" ...சலீம் எல்லாமே வேகமாக இயங்கிக் கொண்டிருப்பதுபோலத் தோன்றுகின்ற புதியதொரு உலகத்தைப் பார்க்கிறான். அவன் குரலை யாரோ முடுக்கிவிட்டதுபோல உயர்ந்த ஸ்தாயியில் இருப்பது போலத் தோன்றுகிறது. "அம்மா - அப்பா?" அப்புறம், "குரங்கு?" "ஆமாம் குட்டிப்பையா, பையனுக்குச் சரியாயிடுச்சி. வா பயில்வான், என் பேக்கார்டில போகலாம், ஓகே?" என்று சத்தமிடுகிறார் ஹனீஃப். அதே சமயத்தில், மேரி பெரேரா, வாக்களிக்கிறாள் - "வா, உனக்கு சாக்கலேட் கேக், லட்டு, பிஸ்தா லௌஸ், மட்டன் சமூசா, குல்ஃபி. ரொம்ப இளைச்சிப்போயிட்ட, பாபா, காத்தே உன்ன அடிச்சிக்கிட்டுப் போயிடும்." பேக்கார்டு செல்கிறது, அது வார்டன் ரோடில் திரும்பி இரண்டுமாடிக் குன்றுக்குப் போகவில்லை. "ஹனீஃப் மாமா, எங்கே போகிறோம்?" - சலீம். இறங்க நேரமில்லை. "உன் பியா மாமி காத்திருக்கா. உனக்கு ரொம்ப நல்ல தமாஷான நேரம் காத்திருக்கு" என்று முழங்குகிறார் ஹனீஃப். ஏதோ தப்புச் செய்வது போல அவர் குரல் இறங்குகிறது - "ரொம்ப தமாஷாயிருக்கும்." உடனே மேரி: "அரே பாபா, வறுத்த கறி! ஆமாம், அப்புறம் பச்சைத் துவையல்!"

நான் அவர்கள் வலையில் விழுந்துவிட்டேன். "ஆனா கரும்பச்சைத் துவையல் வேணாம்" என்கிறேன். என்னைக் கொண்டுசெல்பவர்களின் முகத்தில் ஆறுதல் தென் படுகிறது. மேரி உளறுகிறாள் - "இளம் பச்சைதான், உனக்குப் பிடிச்ச மாதிரி, லேசான பச்சை." ஹனீஃப் கத்துகிறார், "வெட்டுக்கிளிகலர்ப் பச்சை!" எல்லாம் ஒரே வேகம்... நாங்கள் இப்போது கெம்ப்ஸ் முனையில் இருக்கிறோம். கார்கள் துப்பாக்கிகுண்டுகள் போலப் பறக்கின்றன... ஆனால் ஒன்று மட்டும் மாறாமல் இருக்கிறது. இத்ஸ் விளம் பரப் பலகையில் கோலினாஸ் சிறுவன் சிரித்துக்கொண்டிருக்கிறான். பச்சை குளோரோபில் குல்லாய் அணிந்த மாறாத சித்திரச்சிரிப்பு.

காலமற்ற சிறுவனின் பைத்தியக்கார இளிப்பு. பச்சைநிற பிரஷ்மீது என்றைக்கும் குறையாத ஒரு பற்பசைக்குழாயை அமுக்கிக்கொண்டேயிருக்கிறான். "கீப் டீத் க்ளீன், கீப் டீத் ப்ரைட், கீப் டீத் கோலினாஸ் சூபர் ஒயிட்." நீங்கள் என்னையும் ஒரு கோலினாஸ் சிறுவனாகவே நினைக்கலாம் - என் உருவக பிரஷ்மீது காலத்தைப் பிதுக்கிக்கொண்டு - சுத்தமான வெள்ளை நிறக் காலம் - பட்டைகளாகப் பச்சை குளோரோபில்.

இதுதான் என் முதல் வெளியேற்றத்தின் தொடக்கம். (இரண்டாவது ஒன்று உண்டு, மூன்றாவதும் உண்டு.) புகார்சொல்லாமல் இதைச் சகித்துக்கொண்டேன். ஆனால் ஒரே ஒரு கேள்வியைக் கேட்கக்கூடாது என்பதைப் புரிந்துகொண்டேன். அவதூறு விஷயம். இரண்டாம் கையாகக் கடன்வாங்கிப் படிக்கப்படும் புத்தகம் போல என்னைக் கடன்கொடுத்திருக்கிறார்கள், என் பெற்றோர் என்னை வேண்டும் போது ஆளனுப்புவார்கள். ஏனென்றால் என் வெளியேற்றத்துக்குக் கொஞ்சமும் என்னை நான் குற்றம் சொல்லிக்கொள்ளவில்லை. ஒல்லிக்கால், வெள்ளரிப்பழ மூக்கு கொம்பு முகடுகள் கறைக்கன்னங்களோடு கூடிய எனக்கு மேற்கொண்டும் ஒரு ஊனத்தை ஏற்படுத்திக் கொள்ளவில்லையா? ஒருவேளை, நீண்டகாலமாகத் துன்புறும் என் பெற்றோருக்கு என் துண்டுபட்ட விரல் ஒரு கடைசித் துரும்பாக (அப்படித்தான் என் குரல்கள் சொல்லின) இருக்கலாமில்லையா? நான் இனியும் ஒரு நல்ல தொழில் முதலீடு அல்ல, பெற்றோர்களுடைய அன்பு, பாசம் இவற்றின் முதலீட்டுக்குத் தகுதி உடையவன் அல்ல என்று நினைத்திருக்கலாம் இல்லையா?...என்னை மாதிரி ஒரு வெறுக்கத்தக்க பையனை எடுத்துக்கொண்ட என் மாமா - மாமிக்கு நான் ஓர் எடுத்துக் காட்டான பையனாக வாழ்ந்துகாட்டிக் காத்திருக்கவேண்டும் என்று முடிவுசெய்தேன். குரங்கு வந்து என்னைப் பார்ப்பாள், குறைந்தது தொலைபேசியிலாவது பேசுவாள் என்று நான் விரும்பிய நேரங்கள் உண்டு. ஆனால் இந்த மாதிரி விஷயங்களை யோசிப்பது என் சமநிலையைக் குலைக்கவே உதவின. எனவே இவற்றையெல்லாம் மனத்தை விட்டு நீக்கிவிட்டேன். மேலும், ஹனீஃபுடனும் பியாஅசீஸுடனும் வாழ்வது, எப்படி இருக்கும் என்று அவர் வாக்களித்தவாறே - மிகுந்த கேளிக்கையோடுதான் - இருந்தது. சிறார்கள் எதிர்பார்க்கும் கவனத்தையெல்லாம் - குழந்தைகளற்ற பெரியவர்கள் செலுத்தும் அக்கறைகளை அவர்கள் செலுத்தினார்கள். மெரீன் டிரைவை எதிர் நோக்கியிருந்த அவர்களுடைய அடுக்குக் குடியிருப்பு பெரியதல்ல,

ஆனால் அதில் ஒரு பால்கனி இருந்தது. அங்கிருந்து உரித்த கடலைத்தோல்களை நான் நடைபாதையில் நடப்போர் தலைமீது போடமுடிந்தது. தனியாக எனக்குப் படுக்கையறை இல்லை, ஆனால் எனக்கு இனிய மிருதுவான, பச்சைநிறப்பட்டைகள் கொண்ட வெள்ளை சோஃபா ஒன்றைக் கொடுத்தார்கள். (நான் கோலினாஸ் சிறுவனாக மாறிக் கொண்டிருந்ததற்கு இது ஓர் ஆரம்பச்சான்று.) ஆயா மேரி, என்னை வெளியேற்றிய போது எனக்காக வந்தவள், என் அருகிலேயே தரையில் படுத்து உறங்கினாள். பகல் நேரங்களில் அவள் எனக்கு வாக்களித்த கேக்குகளையும் இனிப்புகளையும் வாங்கித் தந்தாள். (அதற்கான செலவை என் தாய் கொடுத்தாள் என்று நம்புகிறேன்.) நான் மிகவும் தடித்திருப்பேன் என்று நினைக்கிறேன், ஆனால் வேறு திசைகளில் நான் வளரத் தொடங்கிவிட்டேன். வேகமான வரலாற்றுநிகழ்வுகள் கொண்ட அந்த ஆண்டின் இறுதியில் (அப்போது எனக்குப் பதினொன்றரை வயதுதான்) உயரமாக வளர்ந்து முழுவளர்ச்சியை எய்திவிட்டேன். என் சதைகளையெல்லாம் யாரோ பிடித்துக் கோலினோஸ் பற்பசைபோல அழுத்தி அதனால் நான் உயரமாகிவிட்டது போல் இருந்தது. இந்தக் கோலினாஸ் அழுத்தவிளைவால், கொழுத்துப்போகவில்லை. என் மாமா மாமிக்கு குழந்தை ஒருவன் வீட்டைச் சுற்றி வருவதில் ஏற்பட்ட சந்தோஷத்தில் நான் திளைத்தேன். கம்பளத்தின்மீது குளிர்பானத்தைச் சிந்திவிட்டாலோ, சாப்பாட்டின்மீது தும்மினாலோ, என் மாமா அவருடைய நீராவிக்கப்பல் ஆரன் குரலில் மிக அதிகமாகச் சொல்லக்கூடிய வசவு, “ஐயோ, கருப்புமனுஷா” என்பதுதான். அந்த வசவின் விளைவையும் அவருடைய சிரிப்பு கெடுத்துவிடும். என் மனத்தைக் கவர்ந்து, பிறகு நல்லதும் பொருத்தமானதும் அற்றதைச் செய்த பெண்களில் என் மாமி பியாவும் ஒருத்தி ஆனது வருத்தம்தான். (மெரீன் டிரைவ் குடியிருப்பில் நான் வசித்த போது இடுப்பெலும்புப் பாதுகாப்பிலிருந்த என் விதைகள், திடீரென அவற்றின் பைகளில் எச்சரிக்கையின்றிக் கீழிறங்க முடிவுசெய்துவிட்டன என்பதையும் சொல்ல வேண்டும். இதுவும் பின்வரும் சம்பவத்தில் தனது பங்கை ஆற்றியது.)

என் மாமி, தெய்வீக பியா அசீஸ்: அவளுடன் வசிப்பது, பம்பாய்ப் பேசும்படத்தின் பிசுபிசுப்பான இதயத்தில் வாழ்வதுபோலத்தான். அந்த நாட்களில், என் மாமாவின் சினிமா வாழ்க்கை மர்மமான ஒருவித வீழ்ச்சிக்கு ஆளாகிவிட்டது. பியாவின் நடிப்பு வாழ்க்கையும் அதனுடன் சேர்ந்து கீழிறங்கிவிட்டது. இப்படித்தான் உலகம்: ஆனால் அவளுடன் இருக்கும்போது தோல்வி

பற்றிய சிந்தனைகளே எழாது. திரைப்பட நடிப்பு இல்லாமற் போனதால், பியா தன் வாழ்க்கையையே திரைப்படமாக்கிக் கொண்டாள்; அதில் எனக்கு அங்கங்கு உதிரி பாகங்கள். நான் அவளுக்கு விசுவாசமான மெய்க் காப்பாளன். தன்னம்பிக்கையற்றுக் கண்களைத் திருப்பும்போது அவள் பாவாடையோடு மிருதுவான இடுப்பும் திரும்பும், ஆண்டிமணியால் பளபளப்பாக்கிய கண்களால் கட்டளையிடுவாள் - "வாடா பையா, எதுக்கு வெக்கம்? நான் மடிக்கறப்போ இந்த மடிப்புங்களைக் கலையாம பிடிச்சுக்கோ" என்பாள். அவள் நம்பிக்கைக்கு உகந்தவனும் நான்தான். என் மாமா யாரும் படமெடுக்காத திரைக்கதைகளை குளோரோபில் நிற ஸோஃபாவில் உட்கார்ந்து வடித்துக்கொண்டிருக்கும்போது, என் மாமி பழைய நினைவுகளை எடுத்துரைக்கக் கேட்டுக்கொண்டிருப்பேன், ஆனால் என் கண்கள் மாம்பழம்போலப் பொன்னிறமான, முலாம்பழங்கள்போல உருண்டையான இரண்டு வளைவுகளிலிருந்து மீள முடியாமல் தவிக்கும். படுக்கைமீது அமர்ந்து அவள், ஒரு கையைத் தன் கண்களினூடாக வீசி, சொல்வாள் - "பையா, நான் எவ்வளோ பெரிய நடிகை! எத்தனை மேஜர் ரோல்கள்ல நடிச்சிருக்கேன். ஆனா விதியின் விளையாட்டைப் பார்! ஒரு காலத்தில யார்யாரெல்லாம் இங்க என்னப் பாக்கவருவாங்க? ஃபிலிம்பேர், ஸ்க்ரீன் காடஸ் நிருபனுங்கள்லாம் என்னைப் பாக்க உள்ள வர கருப்புப் பணம் குடுப்பாங்க. ஆமாம், டான்ஸ் ஆடிக்கிட்டு நிப்பாங்க. வெனிஸ் ரெஸ்டாரண்டில என்ன எல்லாருக்கும் தெரியும். பத்திரிக்கக்காரங்கள்லாம் என் காலடியில உக்காந்திருப்பாங்க. காஷ்மீர்க் காதலர்கள் படம் வந்தபிறகு யார் ரொம்பப் பெரிய நட்சத்திரம்? பப்பியும் இல்ல, வைஜயந்திமாலாவும் இல்ல, ஒரு ஆள் கிடையாது!" நானும் "யாரும் இல்லை" என்று பலமாகத் தலையை ஆட்டுவேன். அந்தச் சமயத்தில் அவள் பொன்னிறத்தோல் மூடிய மாம்பழங்கள் குலுங்கும்...

ஒரு நாடகத்தனமான கீச்சிடலோடு அவள் மேலும் சொல்வாள், "ஆனாலும், இவ்வளவு புகழ்உச்சியில நாங்க இருந்தபோதும், ஒவ்வொரு படமும் பொன்விழாவரைக்கும் ஓடினபோதும் உன் இந்த மாமா ஒரு கிளார்க் மாதிரி இந்த ரெண்டுரூம் குடியிருப்புல கொண்டுவந்து தள்ளிட்டார்! நான் அதப்பத்தி கவலப்படல. இந்த மலிவான நடிகைங்க இருக்கறாங்களே, அவங்கள மாதிரி இல்ல நான். நான் எளிமையா இருக்கறேன், கேடிலாக் கார் வேணாம், ஏர்கண்டிஷனர் வேணாம், இங்கிலாந்திலருந்து வந்த டன்லபில்லோ பெட் வேணாம், அந்த ராக்ஸி விஸ்வநாதம் வச்சிருக்கற பிகினி

மாதிரியான நீச்சல்குளமெல்லாம் வேணாம். சாதாரண பொண்டாட்டி மாதிரி, இதோ பார் நான் சாகறேன். அழுகி அழுகிப்போறேன்."

"ஆனா எனக்குத் தெரியும். என் முகம்தான் என்னுடைய சொத்து. அதுக்கு மேல எனக்கு வேற என்ன சொத்து வேணும்?" நானும் உணர்ச்சியோடு, "வேற ஒண்ணும் வேணாம், மாமி, வேணாம்" என்பேன். உடனே அவள் கத்தினாள். என் செவிடான காதில்கூட அது விழுந்தது. "ஆமாண்டா, நீங்கள்லாம் நான் ஏழையா இருக்கணும்னு நினைக்கறீங்க. உலகம் எல்லாம் பியா கந்தல்ல அலையணும்னு நெனைக்குது. போர், போரடிக்கற ஸ்கிரிப்ட் எழுதற உன் மாமாகூட அப்படித்தான் நெனைக்கறார். கடவுளே, கதையில டான்ஸ் வைங்கோ, நல்ல நல்ல லொகேஷன் வைங்கோன்னு சொல்றேன். வில்லன வில்லன் மாதிரி ஆக்குங்கோ, கதாநாயகன நல்லா ஆண்மை உள்ளவனா காட்டுங்கோ, ஆனா அவர் ஒத்துக்கல, இதெல்லாம் குப்பை, அப்படீண்றார். நான் சாதாரண ஜனங்க, அவங்க பிரச்சினை பத்தித்தான் எழுதுவேன்னு அடம். சரி ஹனீஃப், இதெல்லாம் சரிதான், ஆனால் கொஞ்சம் காமடி டிராக் வைங்கோ, நான் ஆடற மாதிரி டான்ஸ் காட்சி வைங்கோன்னு சொல்றேன், கொஞ்சம் டிராமா, கொஞ்சம் டிராஜிடி, இதானே ஜனங்களுக்கு வேணும்."

அவள் கண்களில் நீர் தளும்புகிறது. "ஆனா இப்ப அவர் என்ன எழுதறாரு தெரியுமா?" தன் இதயமே வெடித்துவிடுவதுபோல அவள் பார்த்தாள். "...ஒரு ஊறுகாய் தொழிற்சாலையின் சாதாரண வாழ்க்கையாம்!"

"ஷ்ஷ் மாமி, கொஞ்சம்... ஹனீஃப் மாமா காதில விழும்"

"கேக்கட்டுமே" என்று புயல்போலச் சீறிப் பிறகு வெடித்து அழுகிறாள். "ஆக்ராவில இருக்கிற அவங்கம்மாவுக்குக் கூட கேக்கட்டும். என்னைப் பைத்தியக்காரியாச் சாக விடுவாங்க."

புனிதத்தாய் ஒருபோதும் தன் மருமகள் நடிப்பதை விரும்பவில்லை. ஒருசமயம் அவள் என் தாயிடம் சொல்லிக்கொண்டிருந்ததை ஒட்டுக்கேட்டேன். "ஒரு... அதும்பேரென்னா... நடிகையையா கட்டிக்கறது? சாக்கடையில படுக்கறமாதிரிதான். சீக்கிரம் பாரு, அவ... அதும்பேரென்னா... சாராயம் குடிக்க வச்சிடுவா அவன. அப்புறம், பன்னிக்கறி திங்க வைப்பா." ஆனால் வேறு வழியில்லாமல், மனசில்லாமல், இந்த ஜோடியை ஏற்றுக் கொண்டாள். ஆனால் பியாவுக்கு அறிவுரைக் கடிதங்களாக எழுதலானாள். "மகளே, இந்த நடிப்பு கிடிப்பெல்லாம் வேணாம். எதுக்கு அந்த வெக்கங்கெட்ட பொழைப்பு? உங்கள

மாதிரி நவீன பொண்ணுங்க வேலைசெய்யணுங்கறீங்க, ஆனா அதுக்கு, திரையிலபோய் நிர்வாணமா டான்ஸ் ஆடணுமா? ஒரு நல்ல பெட்ரோல் பம்ப் வச்சாலே நல்லா சம்பாதிக்கலாம். ரெண்டு நிமிஷத்தில என் சொந்தக் காசு உனக்குத் தர்றேன். அலுவலகத்தில உக்காந்துக்கோ, பணியாளர்கள நியமிச்சுக்கோ. அதான் பொருத்தமான வேலை."

புனிதத்தாய்க்கு எப்போது பெட்ரோல் பம்புகள்மீது ஆசை ஏற்பட்டது என்று எங்கள் யாருக்கும் தெரியாது. ஆனால் அது முதுமைவாழ்க்கையின் கனவாகிவிட்டது. அதைப் பியாமீது திணித்து அவளை வதைத்தாள்.

"அந்தம்மா என்னப் பேசாம சுருக்கெழுத்து தட்டச்சாளரா ஆக்கலாமே?" காலை உணவின்போது ஹனீஃப், நான், மேரி மூவரிடமும் புலம்பினாள் பியா. "ஏன், டாக்சி டிரைவராகலாம், கைத்தறி நெய்யலாம், இந்தம்மா விடற அட்வைஸ் கிட்வைஸ் என்னக் காட்டுத்தனமா ஆக்கிடுது."

(வாழ்க்கையில் முதல் முறையாக) ஹனீஃப் மாமா கோபத்தின் எல்லையில் எகிறினார். "இங்க ஒரு குழந்தை இருக்கான். அவங்க உனக்கும் அம்மாதான், மரியாதையா நடந்துக்கோ" என்றார். "மரியாதைக்கு என்ன?" அறையினுள்ளிருந்து பாய்ந்தாள் பியா. "ஆனா அவளுக்கு நாத்தம்தான் வேணும்" என்றாள். பியாவும் ஹனீஃபும் நண்பர்களோடு சீட்டு விளையாடும்போது பியா ஒருபோதும் பெறாத குழந்தையின் புனிதமான இடத்தில் நான் இருந்து மிகவும் செல்வாக்கான என் பகுதிகளை நடித்தேன். (அறியவராத ஒரு சேர்க்கையின்மூலம் பிறந்த குழந்தையான எனக்கு, பெரும்பாலான தாய்மார்களுக்குக் கிடைத்த குழந்தைகளின் எண்ணிக்கையைவிட நிறையத் தாய்மார்கள் கிடைத்தார்கள். பெற்றோர்களைப் பெற்றுக் கொள்வது என் விசித்திரமான திறன்களில் ஒன்று. குடும்பக்கட்டுப்பாட்டிற்கும் விதவைக்கும் அடங்காத, ஒருவிதத் தலைகீழ்ப் பிறப்புவளம் இது.) வீட்டுக்கு யாராவது வந்திருக்கும் போது பியா அசீஸ் கத்துவாள் - "பாருங்க, இதான் என் முடிசூடா ராஜா! என் மோதிரத்து மாணிக்கம்! என் கழுத்துச்சர முத்து!" என்று என் தலையைத் தன்னருகே இழுத்து அவள் தாலாட்டும் போது, என் மூக்கு அவள் மார்பில் அழுந்தும், வருணிக்கமுடியாத மிருதுவான இரு மெத்தைகளுக்கிடையில்... இம்மாதிரிச் சந்தோஷத்திற்கு ஆட்படமுடியாமல் நான் என் தலையை இழுத்துக்கொள்வேன். ஆனால் நான் அவள் அடிமை. இப்படிப்பட்ட வாஞ்சையை அவள் என்மீது காட்டக் காரணம்

என்ன என்று இப்போது புரிகிறது. விதைகள் பருவத்திற்கு முன்னதாகவே பெரிதாகி, நான் வேகமாக வளர்ந்துகொண்டிருந்தாலும் (பொய்யான) ஒரு பாலியல் அப்பாவித்தனம் என் முகத்தில் இருந்தது. மாமாவின்வீட்டில் இருக்கும்போதும் சலீம் சினாய் தன் அரைக்கால்சட்டையில்தான் இருந்தான். என் வெற்று முழங்கால்கள் என்னைக் குழந்தையாகப் பியாவுக்குக் காட்டின. கணுக்காலை மறைத்த சாக்ஸினால் ஏமாந்த பியா, என் முகத்தைத் தன் மார்பில் வைத்து அழுத்தி, இனிய சிதார் குரலில் என் நல்ல காதில் முணுமுணுப்பாள் - "பயப்படாதே குழந்தை, உன் கஷ்டமெல்லாம் மாறித் தெளிஞ்சிடும்."

மாமாவுக்கும் நடிப்புத்திறன் வாய்ந்த என் மாமிக்கும் (மேலும் மேலும் மெருகோடு) நான் பதிலீட்டு மகன் பாத்திரத்தை நடித்தேன். பகல் நேரத்தில் ஹனீஃப் மாமாவைப் பென்சிலோடும் நோட்டுப்புத்தகத்தோடும் தன் ஊறுகாய்க் காவியத்தை எழுதியவாறு சோஃபாவில் மட்டுமே காணமுடியும். தன் வழக்கமான லுங்கியைத் தளர்த்தியாக இடுப்பில் உடுத்தி ஒரு பெரிய ஊக்கினால் குத்திஇறுக்கியிருப்பார். அதன் மடிப்புகளுக்கு வெளியே அவருடைய மயிர்நிறைந்த கால்பகுதி தெரியும். வாழ்நாளெல்லாம் கோல்டுஃபிளேக் சிகரெட் பிடித்த கறை அவர் நகங்களில் இருக்கும். அவர் கால் நகங்களும் அதேபோல நிறம் மாறியிருந்தன.

கால்விரல்களால் அவர் சிகரெட் பிடிப்பதாகக் கற்பனை செய்தேன். இந்த மனக் காட்சியினால் கவரப்பட்டு, நிஜமாகவே இப்படிச் செய்யமுடியுமா என்று அவரைக் கேட்டேன். ஒரு வார்த்தையும் பேசாமல் உடனே அவர் தன் கால்கட்டைவிரலுக்கும் அடுத்த விரலுக்கும் இடையில் கோல்டுஃபிளேக் சிகரெட்டைச் செருகியவாறு விபரீதமான கோணங்களில் உடலை வளைத்தார். நான் உணர்ச்சிவசப்பட்டுக் கைகளைத் தட்டினேன். ஆனால் அதற்குப் பிறகு நாள்முழுதும் அவர் ஏதோ வலிக்கு ஆளாகித் திணறுவதுபோல் இருந்தது.

சாம்பல் கிண்ணத்தைக் காலிசெய்வது, பென்சில்களைக் கூராக்கிக் கொடுப்பது, குடிக்கத் தண்ணீர் கொண்டுவந்து தருவது - ஒரு நல்ல மகனைப்போல அவருக்குச் சில்லறைக் காரியங்களைச் செய்தேன். தனது பாவனைத் தொடக்கங்களுக்குப் பிறகு தன் அப்பாவின் மகன் என்பதை அவர் நினைவூட்டிக்கொண்டு, யதார்த்தத்துக்கு மாறான எதையும் எழுதக்கூடாதென்ற அர்ப்பணிப்போடு, துரதிருஷ்டமான தன் திரைக்கதையை எழுதலானார்.

“ஜிம் பையா, இந்த நாசமாய்ப்போன தேசம் அஞ்சாயிரம் வருஷமாக் கனவில் வாழ்ந்துகொண்டிருக்கிறது. இப்போதாவது விழித்தெழுந்தால் சரி.” அரசர்கள், அரக்கர்கள், கடவுள்கள், கதாநாயகர்கள்... இப்படி பம்பாய்த் திரைப்படத்தின் அடையாளங்கள் அனைத்தையும் கேலிசெய்வதில் ஆர்வம் அவருக்கு. மாயைகளின் கோயிலில், அவர் யதார்த்தத்தை வழிபடுபவர் ஆனார். நானோ என் அதிசயஇயற்கையில் தோய்ந்தவன், (ஹனீஃப் வெறுக்கின்ற) இந்தியப் புராணவாழ்க்கையில் கட்டுப்பாடற்று மூழ்கியவன். எனவே உதட்டைக் கடித்துக்கொண்டு எங்கு பார்ப்பதென்று அறியாமல் நோக்குவேன். பம்பாய்த் திரைப்பட உலகில் வேலைசெய்த ஒரேஒரு யதார்த்த எழுத்தாளர் ஹனீஃப் அசீஸ்தான். பெண்களே உருவாக்கி, பணிசெய்து, நடத்திய ஒரு ஊறுகாய்த் தொழிற் சாலை பற்றிய கதையை எழுதிக் கொண்டிருந்தார். அதில் தொழிலாளர் சங்கம் அமைப்பது பற்றிய நீளமான காட்சிகள் இருந்தன. ஊறுகாய் போடுவதை விவரிக்கின்ற விளக்கமான காட்சிகளும் இருந்தன. பலவித ஊறுகாய்களைப் பற்றி மேரி பெரேராவை அவர் கேட்பார். எலுமிச்சை, அதன் சாறு, கரம் மசாலா ஆகியவற்றை எப்படிச் சரிவரக் கலப்பது என்று பலமணிநேரம் விவாதிப்பார்கள். இயற்கைவாதத்தின் இந்த முதன்மைச்சீடர் எவ்விதம் என் குடும்பவரலாறு பற்றிய திறன்மிக்க தீர்க்க தரிசி (சுயநினைவின்றியே) ஆனார் என்பது புரியவில்லை. காஷ்மீர்க் காதலர்கள் படத்தின் மறைமுக முத்தங்கள் வாயிலாகப் பயனியர் கஃபேயில் என் தாயும் நாதிர்கானும் சந்தித்துக்கொண்ட விதத்தை முன்னுரைப்பவர் ஆனார். திரைப்படமாக எடுக்கப்படாத அவர் ஊறுகாய் விவகாரங்களிலும் எதிர்பாராத ஒரு மிகத் துல்லியமான தீர்க்கதரிசனம் இருந்தது.

திரைக்கதைகளுடன் ஹோமி கேட்ராக்கை அவர் படையெடுத்தார். கேட்ராக் அவற்றில் ஒன்றையும் படமாக்கவில்லை. அந்த எழுத்துப்பிரதிகள் மெரீன் டிரைவ் குடியிருப்பின் எல்லா இடங்களிலும் பரவியிருந்ததால், கழிவறைமூடியைக்கூட அவற்றை எடுக்காமல் திறக்கமுடியவில்லை. ஆனால் கேட்ராக் (தர்மசிந்தனையாலோ, அல்லது வேறு ஒரு - இனிமேல் வெளிப்படுத்தப்போகிற ஒரு காரணத்தினாலோ) என் மாமாவுக்கு ஒரு இயக்குநர் ஊதியத்தை வழங்கிவந்தான். இப்படித்தான் ஹனீஃபும் பியாவும் ஒரு மனிதனின் தாராளமனத்தினால் வாழ முடிந்தது. ஆனால் பின்னால், ஓர் உறுதியற்ற சலீமினால் கொலை

செய்யப்பட இருக்கின்ற இரண்டாவது மனிதன் ஆகப்போகிறான் அவன்.

அவன் ஹனீஃபிடம் கெஞ்சினான், "ஒரே ஒரு காதல் காட்சி?" "நீங்க என்ன நினைக்கிறீங்க? கிராமத்து ஜனங்களெல்லாம் பொம்பளைங்க அல்போன்சா ஊறுகாய் போடறதைப் பாக்கறதுக்குக் காசு குடுப்பாங்கன்னா?" என்றாள் பியா. ஆனால் ஹனீஃப், உறுதியாக: "இது வேலை பற்றிய படம், முத்தம் பற்றியதில்லை. அப்புறம், அல்போன்சா மாங்காயை யாரும் ஊறுகாய் போடமாட்டாங்க. அதுக்குப் பெரிய கொட்டைங்க உள்ள மாங்காய் வேணும்."

எனக்குத் தெரிந்தவரை, ஜோ டி கோஸ்டாவின் பேய் மேரி பெரேராவைப் புதிய இடத்தில் துரத்தவில்லை. ஆனால் அது வராதது அவளுடைய கவலையை அதிகப்படுத்தியது. மெரீன் டிரைவில் இருந்தபோது அவள், அந்தப் பேய் அவள் இல்லாத நேரத்தில் பிறர் கண்களுக்குத் தென்பட்டு, நர்லீகர் மருத்துவ மனையில் சுதந்திர நாளன்று இரவு நடந்தவற்றைச் சொல்லிவிடப்போகிறது என்று பயப்படலானாள். ஆகவே ஒவ்வொருநாள் காலையிலும், மிகுந்த பயத்தோடு அங்கிருந்து புறப்பட்டு, பக்கிங்காம் வில்லாவுக்கு மயங்கிவிழும் நிலையில் சென்றாள். ஜோ கண்காணாமலும் அமைதியாகவும் இருந்ததைப் பார்த்தபிறகுதான் அவளுக்கு உயிர்வரும். ஆனால் மெரீன் டிரைவுக்கு சமூசாக்களும் கேக்குகளும் துவையலும் எடுத்துக்கொண்டு வந்த பிறகு அவள் கவலை பன்மடங்கு ஆகும். ஆனால் (என் தனிப்பட்ட தொல்லைகள் காரணமாக) சிறார்களின் மூளைக்குள் அன்றி வேறு எவர் உள்ளத்திற்குள்ளும் செல்வதில்லை என்று நான் இருந்த காரணத்தால், அவள் பயத்தின் காரணத்தை உணரவில்லை.

பயம் பயத்தை ஈர்க்கிறது. நெரிசலான பஸ்களில் அவள் பயணம்செய்தபோது (அப்போதுதான் டிராம்கள் கைவிடப்பட்டிருந்தன) அவள் அங்கு உரையாடல்கள் வாயிலாகக் கேள்விப்பட்ட வதந்திகள் எல்லாவற்றையும் எனக்கு முழு உண்மைகள் போலச் சொல்வாள். இயற்கைக்கு அப்பாற்பட்ட படையெடுப்பு ஒன்றின் பிடியில் நாடு முழுவதும் சிக்கியிருப்பதாகக் கவலைப்பட்டாள். "ஆமாம் பாபா! குருக்ஷேத்திரத்தில் ஒரு சீக்கியப் பொம்பள ராத்திரி விழித்தெழுந்து வெளியே பாத்தாளாம். பாண்டவங்களுக்கும் கவுரவங்களுக்கும் குருக்ஷேத்திரப்போர் நடந்துகிட்டிருந்ததாம்! அது செய்தித்தாளிலும் வந்ததாம், அர்ஜுனன், கர்ணன் தேரெல்லாம் எந்த இடத்தில் நின்னுச்சி

சல்மான் ருஷ்தீ | 409

என்பதையும் காட்டினாளாம். அங்க மண்ணில தேர்ச்சக்கர அடையாளம் இருந்ததாம். ஐயோ, இன்னும் மோசம். குவாலியர்ல ஜான்சி ராணியின் பிசாசைப் பாத்தாங்களாம். ராவணன் மாதிரிப் பலதலைகொண்ட ராக்ஷசனுங்க, பொம்பளைங்களக் கெடுத்து, மரத்தையெல்லாம் ஒரு விரல்ல தூக்கி எறிஞ்சதப் பாத்தாங்களாம். நான் நல்ல கிறிஸ்துவப் பொம்பள, பாபா. கிறிஸ்துவோட கல்லறை காஷ்மீர்ல இருக்குதுன்னா எனக்கு பயமா இருக்கு. கல்லற மேல ரெண்டு ஆணியடிச்சகால் பதிவு இருந்ததாம். ஒரு மீன்காரி அதிலருந்து ரத்தம் வந்ததப் பாத்திருக்கா. அதுவும் நல்லவெள்ளி அன்னிக்கி... இந்தப் பழைய ஆவிங்கல்லாம் அப்பிடியே இருந்தா என்ன? நம்மமாதிரி நல்ல ஜனங்கள ஏன் கஷ்டப்படுத்தணும்?" நான் கண்களை விரித்துக் கேட்டுக்கொண்டிருப்பேன். மாமா ஹனீஃப் விழுந்து விழுந்து சிரித்தாலும், சம்பவங்கள் முடுக்கிவிடப் பட்ட, நோய்பிடித்த அந்தக் காலத்தில் பழைய இந்தியா உயிர்த்தெழுந்து நிகழ்காலத்தைக் குழப்பியது என்று பாதி நம்பினேன். புதிதாகப் பிறந்த மதச்சார்பற்ற நாட்டில், அதன் புகழ்பெற்ற பழமை ஞாபகப்படுத்தப்பட்டது. அந்தப் பழமையில் ஜனநாயகத்திற்கோ பெண்களின் வாக்களிப்பிற்கோ இடமில்லை... மக்கள் பழமையின் பிடியில் சிக்கினார்கள். சுதந்திரம் என்னும் புதிய தொன்மத்தை மறந்து பழைய வழிகளுக்குத் திரும்பினார்கள். அவர்களின் பழைய விசுவாசங்களும் மூடநம்பிக்கைகளும் மேலோங்கியதால் அரசாங்க நிறுவனங்கள் நொறுங்கத்தொடங்கின. நான் சொன்னமாதிரிதான்: 'ஒரு விரல்நுனியை வெட்டு, நீ எவ்வளவு குழப்பங்கள் வெளிவரக் காரணமாகப் போகிறாய் என்று உனக்குத் தெரியாது.'

"அப்புறம் பாபா, பசுவுங்களெல்லாம் அப்படியே காத்தில மாயமா மறைஞ்சிடுதாம். ஐயோ, கிராமத்து விவசாயிங்க பட்டினி கெடக்கணும்."

இந்தச் சமயத்தில்தான் என்னையும் ஒரு விசித்திரமான பேய் பிடித்திருந்தது. ஆனால் நீங்கள் என்னைச் சரியாகப் புரிந்துகொள்ளவேண்டி, ஒரு கள்ளமற்ற மாலைநேரத்திலிருந்து நிகழ்ச்சியை விவரிக்கிறேன். ஹனீஃபும் பியாவும் நண்பர்களோடு சீட்டு விளையாடிக் கொண்டிருந்தார்கள்.

என் மாமிக்கு எப்போதும் மிகைப்படுத்துவது பிடிக்கும். ஃபிலிம்ஃபேரும் ஸ்க்ரீன் காடஸ்ூம் இல்லை என்றாலும், என் மாமாவின் வீடு ஒரு பிரபலமான இடமாக இருந்தது. சீட்டுவிளையாட்டு மாலைப்போதுகளில், அதில் நெரிசல்தான். அமெரிக்கப் பத்திரிகைகளில் வரும் சண்டைகள்,

முன்னோக்குக்காட்சிகள் பற்றி நவீன இசையாளர்களின் ஊர்க்கதை, தங்கள் கைப்பைகளில் தொண்டையில் பூசும் மருந்துகளைக் கொண்டு வரும் பாடகர்கள், உதயசங்கரின் நடனக்குழு ஆட்கள் - அவர்கள் மேற்கத்திய பாலே நடனத்தையும் பரதநாட்டியத்தையும் ஒருங்கிணைப்பது பற்றிப் பேசுவார்கள், அகில இந்திய வானொலி இசைவிழாவுக்குத் தேர்ந்தெடுக்கப்பட்ட கலைஞர்கள், ஒருவருக்கொருவர் பயங்கரமாகச் சண்டையிடும் ஓவியர்கள். அரசியல், பிற விஷயங்கள், பேசும் ஓசை. "உண்மையில் சொல்கிறேன், கருத்தியல்ரீதியான உறுதிப்பாடு பற்றிய நேர்மையான உணர்வோடு ஓவியம் வரைகின்ற ஒரே கலைஞன் நான்தான்." "பாவம் ஃபெர்டி, அவனுக்கு இதற்குப் பிறகு நல்ல குழு கிடைக்கவே செய்யாது." "மேனோன்? கிருஷ்ணனைப் பத்திப் பேசாதே. அவனுக்குக் கொள்கை இருந்தபோது எனக்குத் தெரியும். நானாக ஒருபோதும் கைவிட்டதில்லை"... "ஹனீஃப் யார், இப்பல்லாம் லால் காசிமைக் காணோமே, ஏன்?" மாமா என்னைச் சங்கடத்துடன் நோக்கிக் கொண்டே, "ஷ்ஷ்... எந்தக் காசிம்? எனக்கு அந்தப் பேரில் யாரையும் தெரியாதே."

...குடியிருப்பின் குழப்பமானஓசைகளோடு, மெரீன் டிரைவின் மாலைநேர வண்ணங்களும் சத்தங்களும் சேர்ந்துகொள்ளும். நாய்களை நடத்திக் கொண்டு, வியாபாரிகளிடம் சம்பேலியும் சன்னாவும் வாங்குபவர்கள் சளசளப்பு, பேல்பூரி விற்பவர்கள், பிச்சைக் காரர்களின் கூக்குரல், மலபார் குன்றுவரை பெரிய வட்டமாகச் சுழன்றுவரும் ஒளி... நான் பால்கனியில் மேரி பெரேராவுடன் நிற்பேன். அவள் சொல்லும் வதந்திகளுக்கு என் கேட்காத காதைக் காட்டிக்கொண்டு, நகரத்துக்கு என் முதுகைக் காட்டிக் கொண்டு, சீட்டுவிளையாடுபவர்களின் பேச்சுகள் என் முன்னாலிருக்கும். ஒருநாள், சீட்டு விளையாடுபவர்கள் இடையே மிஸ்டர் ஹோமி கேட்ராக்கின் கண்குழிந்த, துறவு வடிவத்தைக் கண்டேன். சங்கடத்துடன் இதயபூர்வமாக எனக்கு மாலைநேரவாழ்த்துச் சொன்னான். "ஹை, சின்னப்பையா, நல்லாருக்கியா? அப்படித்தான் இருப்பே, அப்படித்தான்."

மாமா அர்ப்பணிப்போடு ரம்மி விளையாடுவார். ஆனால் ஒரு விசித்திரப் பழக்கத்துக்கு அவர் அடிமை. ஹார்ட் சீட்டுகள் பதின்மூன்றையும் வரிசைப்படுத்தாமல் கீழே வைக்கமாட்டார். எப்போதும் ஹார்ட்டுகள்தான், ஹார்ட்டுகளைத் தவிர வேறெதுவும் கூடாது. இந்த அடையமுடியாத முழுமைநிலைக்காக, வேறு எந்த முழுமையான மூன்றுசீட்டுச் சேர்க்கையையும் விட்டுவிடுவார்,

இதை வேடிக்கை பார்ப்பார்கள் நண்பர்கள். புகழ்பெற்ற ஷெனாய் இசைக்கலைஞர் உஸ்தாத் செங்கிஸ்கான் (அவர் தன் முடிக்கு அதிகமாக டை - அடித்துக்கொள்ளுவார். வெப்பமான மாலைநேரங்களில் அவர் காதின்மீது கருப்பாக வண்ணம் வழியும்) மாமாவிடம் சொல்வார் - "கமான் மிஸ்டர், இந்த ஹார்ட் வேலையெல்லாம் வீண். மத்தவங்க மாதிரி சாதாரணமா விளையாடு." இந்தச் சொற்களுக்கு ஒரு கணம் வசப்படும் மாமா, உடனே அறைச் சத்தத்திற்குமேல் கூச்சலிடுவார், "விடுங்கப்பா, என் விளையாட்டுக்கு என்ன விட்டுடுங்க". ஒரு முட்டாள் மாதிரிதான் அவர் விளையாடினார். ஆனால் அவரது தீவிர ஒருமைப்பாட்டைப் பார்க்கும் எனக்குக் கையைத் தட்டவேண்டும் போலிருக்கும். சீட்டுமாலைப்போதுகளில் தவறாது வருகின்றவர்களில், டைம்ஸ் ஆஃப் இந்தியா நிழற்படக்காரர் ஒருவர். அவரிடம் கூர்மையான, மோசமான கதைகள் பல உண்டு. மாமா, அவரிடம் என்னை, "இந்தப் பையனைத்தான் - சலீம் - நீங்க முதல் பக்கத்தில போட்டுங்க" என்று அறிமுகப்படுத்தினார்.

இதோ காளிதாஸ் குப்தா. சிறந்த நிழற்படக்காரர். நிஜமாவே 'பத்மாஷ்' டைப். "அவர் கிட்ட ரொம்ப நேரம் பேசாதே. புரளிகளால உன் தலையைச் சுத்தவிட்டுடுவார்." அவருக்கு வெள்ளிமாதிரி நரைத்த தலை, கழுகு மூக்கு. ரொம்ப அசாதாரணம் என்று நினைத்தேன். "உங்களுக்கு நிஜமாவே புரளிங்களெல்லாம் தெரியுமா?" "தம்பி, நான் சொன்னா, உன் காதெல்லாம் எரிஞ்சி போவும்" என்றார். ஆனால் நகரத்திலேயே பெரிய புரளிக்குப் பின்னால் இருந்தவன், புத்திகெட்ட மேதை, புகழ்பெற்ற அறிவாளி, இந்தச் சளிமூக்கன் சலீம் என்பதை அவர் அறியவில்லை... ஆனால் முன்னால் போய் விடக்கூடாது. தகுந்த இடத்தில்தான் கமாண்டர் சாபர்மதியின் தடியைப் பற்றிய கதையைச் சொல்லவேண்டும். (1958இன் காலத்தின் மாறிமாறிச்செல்லும் இயற்கை ஒருபுறம் இருந்தாலும்) காரணங்களைச் சொல்வதற்கு முன்னால் விளைவுகளைச் சொல்லக் கூடாது.

பால்கனியில் தனியாக இருந்தேன். சமையலறையில் பியா சேண்ட்விச், சீஸ்பக்கோடா செய்ய மேரி பெரேரா உதவிக்கொண்டிருந்தாள். ஹனீஃப் அசீஸ் தன் பதின்மூன்று ஹார்ட்டுகளைத் தேடிக்கொண்டிருந்தார். ஹோமி கேட்ராக் திடீரெனப் பக்கத்தில் வந்து நின்றான். "கொஞ்சம் புதிய காத்து வேணும்" என்றான். "ஆமாம் சார்" என்றேன். நன்கு மூச்சை வெளிவிட்டான்.

“சரி, நல்லபடியா வாழ்க்கை இருக்குதா? நல்ல பையன், சின்னப் பையன். கைகுடு.” திரைப்பட முதலாளியின் பெரிய மூடிய கைக்குள் பத்துவயதுப்பையனின் கை காணாமல் போயிற்று. இடது கைதான். சிதைந்த வலதுகை என் பக்கத்தில் தொங்குகிறது... இப்போது ஒரு அதிர்ச்சி. கைக்குள் காகிதம் திணிக்கப்படுகிறது. பயமுறுத்தும் தாள். சாமர்த்தியமான கையினால். கேட்ராக்கின் பிடி இறுகுகிறது. அவன் குரல் இறங்குகிறது. பாம்புமாதிரி, ஸ்ஸ் என்ற ஒலியோடு, பச்சைப்பட்டை சோஃபா இருக்கும் அறைக்குள் கேட்காது அது. அவன் வார்த்தைகள் என் நல்ல காதில் இறங்குகின்றன. “இதை உன் மாமிகிட்ட குடு. ரகசியமா, ரகசியமா. குடுக்கறியா? யாருக்கும் சொல்லாதே. சொன்னா போலீஸ்கிட்ட உன் நாக்க அறுத்துறச் சொல்லுவேன்.” இப்போது உரக்க, மகிழ்ச்சியாக. “சரி, உன்னை நல்லாப் பாக்க சந்தோஷமாயிருக்கு.” ஹோமி கேட்ராக் தலையில் தட்டுகிறான். தன் விளையாட்டுக்குச் செல்கிறான். போலீஸ்காரர்களுக்கு பயந்து நான் இருபதாண்டுகளை மௌனமாகக் கழித்துவிட்டேன். ஆனால் இப்போது அப்படி முடியாது.

எல்லாம் இப்போது வெளிப்படவேண்டும்.

சீட்டுக்கச்சேரி சீக்கிரமாக முடிவடைகிறது. “பையன் தூங்கணும்” பியா குசுகுசுக்கிறாள். “நாளைக்குப் பள்ளிக்கூடம்.” மாமியோடு தனியாக இருக்கும் சந்தர்ப்பம் கிடைக்கவில்லை. இடது கைக்குள் இன்னும் அந்தக் காகிதத்தோடு, நான் சோஃபாவில் முடங்கிக் கிடக்கிறேன். மேரி தரையில் தூங்குகிறாள்...நான் கெட்டகனா கண்டது போல நடிக்க முடிவுசெய்கிறேன். (தப்புகள் எனக்கு இயற்கையாக வருகின்றன.) ஆனால் துரதிருஷ்டவசமாக, களைத்துப்போயிருந்ததால், தூங்கிவிட்டேன். ஆகவே நடிக்க வேண்டியதில்லை. தூக்கத்தில் என் வகுப்புத்தோழன் ஜிம்மி கபாடியா கொலை செய்யப்படுவதாகக் கனவுகண்டேன்....நாங்கள் பள்ளியின் முக்கிய மாடிக் கீழ்ப்பகுதியில் கால்பந்து ஆடுகிறோம். சிவப்பு ஓடுகளின்மீது. வழுக்கிக் கொண்டு நழுவிக்கொண்டு. இரத்தச் சிவப்பு ஓடுகள்மீது கருப்புச் சிலுவைக்குறி தென்படுகிறது. மிஸ்டர் குரூஸோ படிக்கட்டுகளின் முனையில். “படிக்கட்டுக்கம்பிகள்மீது வழுக்கக் கூடாது. ஒரு பையன் விழுந்த இடத்தில்தான் அந்தக் கருப்பு அடையாளம்.” ஜிம்மி அதன்மீது கால்பந்து ஆடுகிறான். “இதெல்லாம் பொய். பொய் சொல்லி ஆட்டத்தைக் கெடுக்கறாங்க” என்கிறான் ஜிம்மி. அவன் அம்மா தொலைபேசியில் அவனை அழைக்கிறாள். “அந்த இடத்தின்மீது விளையாடாதே ஜிம்மி.”

இப்போது மணியடிக்கிறது. தொலைபேசிமணி, பள்ளிமணி... வகுப்பில் மைத்துளிகள் வீசப்படுகின்றன. குண்டு பெர்சியும் கிளாண்டி கீத்தும் விளையாடுகிறார்கள். ஜிம்மிக்கு ஒரு பென்சில் வேண்டும். என்னை விலாவில் பிறாண்டுகிறான். "ஏய் மேன், உங்கிட்ட பென்சில் இருக்கு. கொடு மேன். ரெண்டு டிக் அடிக்கிறேன்." தருகிறேன். ஜகாலோ வருகிறான். கையைத் தூக்கி அமைதியாக இருக்கச் சொல்கிறான். அவன் உள்ளங்கையில் என் மயிர் வளர்வதைப் பார்! கூர்மையான தகரத்தொப்பியுடன் ஜகாலோ... என் பென்சில் வேண்டும். ஒருவிரலை நீட்டி ஜிம்மியை விலாவில் குத்துகிறேன்.

"சார், பாருங்க சார், ஜிம்மி விழுந்துட்டான்." "சார் நான் சளிமூக்கன் குத்துறதப் பாத்தேன்." "சளிமூக்கன் கபாடியாவை சுட்டுட்டான் சார்." "ஜிம்மி தப்பா விளையாடாதே." "ஏய் சும்மா இரு. காட்டுச் சாணியே, வாயை மூடு."

ஜிம்மி தரைமேல் குவியலாகக் கிடக்கிறான். "சார் சார் ப்ளீஸ் சார் இங்கேயும் ஒரு சிலுவைஅடையாளம் வைப்பாங்களா?" "அவன் பென்சில் கடன் கேட்டான். நான் விரல்ல குத்தினேன். விழுந்துட்டான்." அவன் அப்பா ஒரு டாக்சி டிரைவர். இப்போது அந்த டாக்சி வகுப்புக்குள் வருகிறது. ஒரு மூட்டை பின்சீட்டில் வைக்கப்படுகிறது. ஜிம்மி வெளியே போகிறான்.

டிங் - மணி அடிக்கிறது. ஜிம்மியின் அப்பா டாக்சி மீட்டரை இறக்கிவிடுகிறார். "சளிமூக்கா, நீ வாடகை குடுக்கணும்." "சார் ப்ளீஸ் சார் எங்கிட்ட பணம் இல்ல சார்." வறட்டு ஜகாலோ: "அதை உன் கட்டணத்துல சேத்துடுவோம்." ஜகாலோவின் கையில என் மயிரைப் பார். ஜகாலோவின் கண்களில் நெருப்பு. ஐம்பது கோடிப்பேர். ஒருத்தன் செத்தா என்னா? ஜிம்மி செத்துட்டான். ஐம்பதுகோடிப்பேர் உயிரோடு. நான் ஒன்று இரண்டு மூன்று என எண்ணத்தொடங்குகிறேன். ஜிம்மியின் கல்லறைக்கு பலகோடிப்பேர் நடக்கிறார்கள். பத்துலட்சத்தி ஒண்ணு, பத்துலட்சத்தி ரெண்டு, பத்து லட்சத்தி மூணு, பத்துலட்சத்தி நாலு... எண்ணுகிறேன். ஒருத்தன் செத்தா, எவன் செத்தாலும் யார் கவலைப்படுவாங்க. பத்துகோடியே ஒண்ணு, பத்துகோடியே ரெண்டு, பத்துகோடியே மூணு, பத்துகோடியே நாலு... ஐம்பதுகோடிப்பேர் இன்னும் உயிரோடு. நான் ஒருத்தன்தான்...

....இரவின் இருட்டில் ஜிம்மி கபாடியாவின் சாவுக்கனவிலிருந்து விழித்தெழுகிறேன். பேரெண்ணில் கொலைப்படுபவர்களின் கனவாகிவிட்டது அது, கத்திக்கொண்டு, கீச்சிட்டுக்கொண்டு,

உறுமிக்கொண்டு... இன்னும் தாள் என் கைக்குள் இருக்கிறது. ஒரு கதவு திறக்கிறது. ஹனீஃபும் பியா மாமியும் வருகிறார்கள். மேரி பெரேரா ஆறுதல் சொல்கிறாள். ஆனால் பியா ராணிமாதிரிதான். பாவாடைகளும் துப்பட்டாவும் தெய்வீகமாகச் சுழல அவள் கையில் என்னை அணைக்கிறாள். "கவலைப்படாதே, மாணிக்கமே, இப்ப கவலைப்படாதே"...தூக்கக் கலக்கத்தில் ஹனீஃப் மாமா, "ஏ பயில்வான், வா, எங்களோட வா நீ...அவனை அழச்சிட்டு வா பியா...பியாவின் கைகளில் பாதுகாப்பாக நான். "இன்னிக்கு ராத்திரி மட்டும், முத்துப்பையா... எங்களோட தூங்கு... நான் மாமாவுக்கும் மாமிக்கும் மத்தியில் நசுங்கியவாறு... மாமியின் வாசனையிட்ட வளைவுகளுக்குள் அழுந்தியவாறு...

எனது திடீர் சந்தோஷத்தை நினைத்துப்பாருங்கள். என் அசாதாரண மாமியின் பாவா டைக்குள் அணைந்தபோது கெட்ட கனவு என் நினைவிலிருந்து எவ்வளவு வேகமாகப் பறந்தோடியது...தன்னை அவள் வசதியாக ஆக்கிக்கொண்டபோது ஒரு பொன்னிற மாம்பழம் என் கன்னத்தைத் தடவியது... பியாவின் கை என் கையைத் தேடி உறுதியாகப் பற்றியபோது நான் என் கடமையைச் செய்துவிட்டேன். உள்ளங்கையிலிருந்து இன்னொன்றிற்குக் காகிதம் சென்றது... மௌனமாக அவள் இறுகுவதை உணர்ந்தேன், இப்போது அவளை நான் நாடி நாடிச் சென்றாலும் அவள் விலகிவிட்டாள்... இருட்டில் படித்துக்கொண்டிருந்தாள்... அவள் உடலின் இறுக்கம் அதிகரித்தது... திடீரென தந்திரத்துக்கு ஆட்பட்டுவிட்டதை உணர்ந்தேன், கேட்ராக் எனது எதிரி... ஆனால் போலீஸ்காரன் பயம்... மாமாவுக்குச் சொல்லவில்லை.

(பள்ளிக்கூடத்தில், மறுநாள், எனக்கு ஜிம்மி கபாடியாவின் மரணச் செய்தி கிடைத்தது. வீட்டில் திடீரென இதய அழுத்தம் ஏற்பட்டுச் செத்துப்போனான். ஒருவனின் இறப்பைக் கனவில்கண்டு அவனை இறக்கவைக்க முடியுமா? அப்படித்தான் அம்மா நம்பினாள். அப்படிப் பார்த்தால், எனது முதல் பலி ஜிம்மி கபாடியா. ஹோமி கேட்ராக் அடுத்தஆள்.) குண்டு பெர்சி, கிளாண்டி கீத் இருவரின் வழக்கத்துக்கு மாறான முட்டாள்தனத்தில் மூழ்கி (ஏய் கேளுப்பா, உன் விரல் அந்த... எங்களுக்கு எப்படித் தெரியும்? ...ஏய் மேன், நாளைக்கு ஒரு படத்துக்கு இலவச டிக்கட் இருக்கு, வர்றியா?), அதே போல வழக்கத்துக்குமாறான பாராட்டுக்கும் (இனிமே ஜகாலோ கெடையாது, பையா! நல்ல விஷயத்துக்குத்தான் உன் மயிர் போச்சு!) பிறகு, வீட்டில் பியா மாமி இல்லை. மாமாவுடன் அமைதியாக உட்கார்ந்திருந்தேன், மேரி பெரேரா இரவு உணவைத்

சல்மான் ருஷ்தீ | 415

தயாரித்தாள். ஒரு அமைதியான குடும்பக் காட்சிதான். ஆனால் அந்த அமைதி குலைந்தது. பியா வெளிக்கதவை வேகமாக அடித்து, அதே விசையோடு வரவேற்பறையின் கதவையும் அடித்தபோது ஹனீஃப்பின் பென்சில் நழுவிக் கீழே விழுந்தது. உடனே சமாளித்து, மகிழ்ச்சியோடு குலுங்கினார் - "அட பொண்ணே, என்ன டிராமா இது?" ஆனால் பியா அடங்கவில்லை. "எழுதுங்க! எனக்காக நிறுத்த வேணாம்." கையால் காற்றை வெட்டினாள். "அல்லா! எனக்காக நிறுத்த வேணாம். இவ்வளவு திறமை, உங்க மேதைமைய உணராம ஒருத்தன் இங்க வெளிக்குத்தான் போகமுடியுமா?"

"சந்தோஷமா இருக்கீங்களா, ஆம்பளே? ரொம்ப பணம் சம்பாதிக்கிறோமா? கடவுள் நல்லா வச்சிருக்காரா?" இப்போதும் ஹனீஃப் மகிழ்ச்சியோடுதான் இருந்தார். "வா பியா, நம்ம சின்னப்பையன் இருக்கான். உக்காரு, டீ சாப்பிடு...."

நடிகை பியா நம்பிக்கையற்ற மனப்போக்கில் உறைந்தாள். "கடவுளே, எப்படிப்பட்ட குடும்பத்தில வாழ்க்கைப்பட்டிருக்கேன்... வாழ்க்கையே எனக்குப் போச்சு, டீ குடிக்கச் சொல்றீங்க. உங்கம்மா பெட்ரோல் விக்கச்சொல்றா. எல்லாம் பைத்தியக்காரத்தனம்..."

மாமா இப்போது, முகம் சுளித்தவாறு, "பையன் இருக்கான்..." மறுபடியும் ஒரு கத்தல். "ஆஹா, பையன்... பையன் கஷ்டப்பட்டுட்டான். இன்னும் கஷ்டப்படறான். இழக்கறதுன்னா, கைவிடப்படறதுன்னா என்னன்னு அவனுக்குத் தெரியும்! என்னையும் கைவிட்டாச்சு. பெரிய நட்சத்திரம் நான். இப்ப சைக்கிள் தபால்காரனுங்களும், கழுத வண்டி ஓட்டறவனுங்களும்தான் என்னச் சுத்தி இருக்காங்க. உக்காருங்க, உக்காருங்க... கொழுத்துப்போன பார்சி சினிமா தயாரிப்பாளன் உங்களுக்கு தானம் குடுக்கட்டும், உங்க பொண்டாட்டி கவரிங் நகை போட்டுகிட்டு, ரெண்டுவருஷமா புதுப்பொடவை இல்லாம இருக்கட்டும், பொம்பள முதுகு அகலம்தான், ஆனா கணவரே, என் வாழ்க்கையை பாலைவனமாக்கிட்டீங்களே, என்ன விட்டுட்டுப் போங்க, என்ன அமைதியா விடுங்க, ஜன்னல்லருந்து குதிச்சி சாகறேன். இப்ப உள்ள போறேன்..." என்று முடித்தாள். "இனிமே எங்கிட்டருந்து சத்தம் வரலேன்னா, என் இதயம் வெடிச்சிடுச்சி, நான் செத்துப்போனேன்னு வச்சிக்கங்க..." மேலும் கதவுகள் அடித்துச் சாத்தப்பட்டன. பயங்கரமான வெளியேற்றம்.

மாமா கவனக்குறைவாக ஒரு பென்சிலை இரண்டாக உடைத்தார். ஆச்சரியத்தில் தலையை ஆட்டிக்கொண்டார். என்ன ஆச்சு இவளுக்கு? ஆனால் எனக்குத் தெரியும். ரகசியங்களைப்

போலீஸ் பயத்தினால் பாதுகாப்பவன். உதட்டைக் கடித்துக்கொண்டேன். இப்போது மாமா - மாமியின் திருமணச்சிக்கலுக்குள் நான் நுழைந்துவிட்டதால், நான் சமீபகாலத்தில் செய்துகொண்ட பிரதிக்ஞையை மாற்றிக்கொண்டு, பியாவின் தலைக்குள் நுழைந்தேன். அவள் ஹோமி கேட்ராக்கிடம் செல்வதைக் கண்டேன். பல ஆண்டுகளாக அவனுக்குப் பிடித்தவள் அவள்தான். இப்போது அவன் அவளிடம் "உன் கவர்ச்சியெல்லாம் போய்விட்டது, புதுசா ஒருத்தி இருக்கா இப்ப" என்று சொல்லிக்கொண்டிருந்ததைக் கேட்டேன். என் அன்பான மாமியைக் கவர்ந்ததற்காக அவனை வெறுத்த நான், அவளை இப்போது கைவிடும் அவமரியாதையைச் செய்ததற்காக, இரட்டிப்பாக வெறுத்தேன்.

"அவகிட்ட போ, ஒருவேளை உன்னப்பாத்தா மனசு மாறுவா" என்கிறார் மாமா. வீசி அடிக்கப்பட்ட கதவுகளின் வழியாக சோகமான மாமியின் கர்ப்பகிருகத்துக்குள் செல்கிறான். அவளுடைய மிக அழகான உடல் கண்டபடியாகத் திரும்பி அவளுடைய மணப் படுக்கையில் கிடக்கிறது. இங்கேதான் சென்ற இரவு, உடல்கள் உடல்களோடு நசுங்கின, ஒரு தாள் கைமாறியது, ...ஒரு கை அவள் இதயத்தில் படபடக்கிறது, அவள் மார்பு எழுந்து தணிகிறது. பையன் சலீம் திணறுகிறான் - மாமி, மாமி, சாரி மாமி...

படுக்கையில் கனவுத்தேவதை மார்பிலிருந்து ஒரு புலம்பல்ஒலி. சோகப்பாத்திரங்களில் நடித்துக் கரைகண்டவளின் கைகள் என்னைநோக்கிப் விரைந்துவருகின்றன. "ஹாய், ஹாய், ஐ ஹாய், ஹாய்..." வேறு அழைப்புகள் தேவையில்லை, நான் அவள் கைகளுக்குள் இறுகி துக்கப்படும் மாமியின்மேல் புரளப் பறக்கிறேன். கைகள் என்னை இறுக்கு கின்றன, இறுக்க இறுக்கமாக...நகங்கள் என் பள்ளி வெள்ளைச் சட்டைக்குள் தோண்டுகின்றன...ஆனால் நான் கவலைப்படவில்லை. எனது எஸ் - வடிவ பக்கிள் பெல்ட்டுக்குக்கீழ் ஏதோ நெருக்குகிறது.

தன் துக்கத்தில் என்கீழிருந்து பியா மாமி அடிக்கிறாள். நான் அவளோடு சேர்ந்து அடிக்கிறேன். என் வலக்கையைச் செயல்படாமல் வைக்கவேண்டும் என்று ஞாபகம் கொள்கிறேன். அமளியில் ஈடுபடுத்தாமல் கையை உயர்த்திவைத்துக்கொள்கிறேன். ஒரு கையால், நான் என்ன செய்கிறேன் என்று தெரியாமல், அவளைத் தடவிக்கொடுக்கத் தொடங்குகிறேன். எனக்கு பத்துவயதுதான் ஆகிறது, இன்னும் அரைக்கால் சட்டைதான், இருந்தாலும் அவள் அழுவதால் நானும் அழுகிறேன். அறையே இந்தச் சத்தத்தால் நிரம்புகிறது. படுக்கையில் இரண்டு உடல்கள்

அடிக்கத்தொடங்கும்போது, அதில் ஒரு லயம் நிறைகிறது, பெயர்சொல்லமுடியாத, சிந்திக்கமுடியாத, லயம். அவள் "ஐயோ கடவுளே, ஐயோ கடவுளே, ஓ" என்று கத்துகிறாள், இடை என்னை நோக்கி அழுத்துகிறது. ஒருவேளை நானும் கத்துகிறேனோ என்னவோ, சொல்லமுடியவில்லை, இப்போது துக்கத்தைவிட வேறொன்று மேலோங்குகிறது, என் மாமா, பட்டையிட்ட சோஃபாவில் உட்கார்ந்து பென்சில் சீவிக்கொண்டிருக்கிறார். அவள் என்கீழ் நெளிந்து வளையும்போது ஏதோ உணர்ச்சி. கடைசியாக என் சாதாரணச் சக்திக்கு மேற்பட்ட சக்தியுடன் என் வலக்கையைக் கீழே இறக்குகிறேன், விரலை மறந்துவிட்டேன், அது அவள் மார்பைத் தொடும்போது காயம் தோலில் அழுத்துகிறது...

"ஐயோ" என்று வலியால் கத்துகிறேன். மாமி, அந்த பயங்கரமான சில கணங்களின் மயக்கத்திலிருந்து விடுபட்டு, என்னை அவளிடமிருந்து தள்ளி சத்தத்துடன் அறைகிறாள். நல்லவேளையாக, அது இடதுகன்னம்தான். நல்ல காதுக்கு ஆபத்தில்லை. "பத்மாஷ்" என்று கத்துகிறாள் மாமி, "பைத்தியங்களும் முறைதவறியவர்களும் நிரம்பிய குடும்பம் இது. கஷ்டகாலம். என்னைவிட யார் இப்படியெல்லாம் அனுபவிக்கமுடியும்?" கதவருகில் இருமல் ஒலி. இப்போது வலியால் துடித்தவாறு நான் எழுந்திருக்கிறேன். பியாவும் எழுந்து நிற்கிறாள், அவள் கண்ணீரைப்போலத் தலைமுடி கீழ்இறங்குகிறது. மேரி பெரேரா வழியில் இருமியவாறு இருக்கிறாள். அவள் உடல் முழுவதும் குழப்பச் சிவப்பு. ஒரு பழுப்புநிற பார்சலைக் கையில் வைத்திருக்கிறாள்.

"பார் பாபா, மறந்தே போச்சு" என்கிறாள், கடைசியாக, சமாளித்துக்கொண்டு. "இப்ப நீ பெரியவன் ஆயிட்டே. பார், உன் அம்மா உனக்கு இரண்டு ஜோடி அழகான, வெள்ளை முழுக்கால்சட்டைகளை அனுப்பியிருக்கிறா."

என் மாமியை தைரியப்படுத்த முயற்சிசெய்கையில், இப்படி மடத்தனமாக நடந்து கொண்டபிறகு எனக்கு மெரீன் டிரைவ் குடியிருப்பில் தங்கக் கஷ்டமாக இருக்கிறது. அடுத்த சிலநாட்களில் நீண்ட தொலைபேசி அழைப்புகள் அவ்வப்போது. ஒரு வேளை இப்போது, ...பியா சைகையால் எதையோ தெரிவிக்க, ஹனீஃப் - ஐந்து வாரங்களுக்குப் பிறகு, ...ஒருநாள் மாலை நான் பள்ளியிலிருந்து வந்தவுடனே என் அம்மா எங்கள் பழைய ரோவரில் என்னை அழைத்துச் செல்கிறாள், என் வெளியேற்றம் முடிவுக்கு வருகிறது.

வீட்டுக்குக் காரில் செல்லும்போதோ, அல்லது வேறு சமயத்திலோ என்னை வெளியேற்றியதற்கு விளக்கம் யாரும் சொல்லவில்லை. ஆகவே அதைப்பற்றிக் கேட்க வேண்டாம் என்று நானும் முடிவு செய்துகொண்டேன். இப்போது முழுக்கால் சட்டை அணி கிறேன். நான் இப்போது வளர்ந்தவன், அதற்குத் தகுந்தவாறு என் கஷ்டங்களை நானேதான் பார்த்துக்கொள்ளவேண்டும். "விரல் ரொம்ப மோசமில்லை, ஹனீஃப் மாமா வேறுவிதமாகப் பிடித்து எழுதச் சொல்லிக்கொடுத்தார். அதனால் என்னால் எழுதமுடியும்" என்கிறேன் அம்மாவிடம். வழியில் ஆழமாக அவள் ஏதோ சிந்திப்பது போலத் தோன்றுகிறது. பணிவாக, "எனக்கு நல்ல விடுமுறை அம்மா" என்கிறேன். "என்னை அனுப்பிவைத்ததற்கு நன்றி."

"குழந்தை" என்று வெடிக்கிறாள் அம்மா, "உன் முகம் சூரியன்மாதிரி பிரகாசிக்கும் போது நான் என்ன சொல்ல இருக்குது? அப்பாவிடம் நல்லா நடந்துக்கோ. இப்பல் லாம் அவர் சந்தோஷமா இல்ல." நான் நல்லபடியாக நடந்துகொள்வேன் என்று சொல்கிறேன். ஸ்டியரிங் கட்டுப்பாட்டை ஒருகணம் அவள் இழந்துவிட்டதுபோலத் தோன்றியது. மிக அபாயமானவிதத்தில் ஒரு பஸ்ஸைக் கடந்தோம். "என்ன உலகம்பா இது" என்று கொஞ்ச நேரம் கழித்துச் சொல்கிறாள். "பயங்கரமான விஷயங்கள் நடக்குது. ஆனா நமக்கு எப்படின்னு தெரியறதில்லை."

"ஆமாம்" என்கிறேன். "ஆயா சொன்னாள்". என் அம்மா பயந்துபோய் என்னைப் பார்க்கிறாள். பிறகு பின்இருக்கையிலிருக்கும் மேரியை முறைக்கிறாள். "ஏய் கருப்புப் பெண்ணே, என்னவெல்லாம் சொன்னே நீ?" மேரி கூறிய அதிசய நிகழ்வுகளைப் பற்றி நான் விவரிக்கிறேன். அந்த அச்சமூட்டும் வதந்திகள் என் தாயை அமைதிப்படுத் தியதுபோலத் தோன்றுகிறது. "என்ன தெரியும் உனக்கு?"

பெருமூச்சு விட்டாள். "நீ குழந்தைதானே!"

எனக்கு என்ன தெரியும் அம்மா? பயனியர் கஃபேயைப் பற்றித் தெரியும். வீட்டை நோக்கிப் போகும்போது மறுபடியும் விசுவாசமற்ற அம்மாவைப் பழிவாங்கவேண்டும் என்ற ஆசை தலைதூக்குகிறது. இத்தனைநாள் என் வெளியேற்றத்தில் அது மறந்திருந் தது. இப்போது அது திரும்பி வந்ததோடு ஹோமி கேட்ராக் மீது எனக்குப் புதிதாகப் பிறந்திருந்த வெறுப்பும் சேர்ந்துகொண்டது. இந்த இரட்டைமுகப் பழிதான் என்னைப் பிடித்த பேய். என் செயல்களிலேயே மிக மோசமான ஒன்றைச் செய்ய வைத்து விட்டது அது... "எல்லாம்

சரியாகப்போகும்" என்று அம்மா சொல்லிக்கொண்டிருக்கிறாள். "கொஞ்சம் பொறுத்திருந்து பார்." "ஆமாம் அம்மா." இந்தப் பகுதி முழுவதிலும் நள்ளிரவுக் குழந்தைகளின் கூட்டம் பற்றி எதுவுமே சொல்லாமல் விட்டுவிட்டேன் என்பது தெரிகிறது. உண்மையைச் சொன்னால், இப்போதெல்லாம் அவர்கள் எனக்கு முக்கியமாகத் தெரியவில்லை. வேறு விஷயங்கள் என் கவனத்தில் இருக்கின்றன.

கமாண்டர் சாபர்மதியின் தடி

மேரி பெரேரா கடைசியாகத் தன் குற்றத்தை ஒப்புக்கொண்ட சில மாதங்கள் கழித்து, பதினொரு வருடமாக ஜோசப் டி'கோஸ்டாவின் பேய் தன்னை ஆக்கிரமித்திருந்த இரகசியத்தை வெளிப்படுத்திய பிறகு, வெளியிலிருந்து திரும்பிவந்தபிறகு, தான் இல் லாதபோது அந்தப் பேய் வீழ்ந்துவிட்ட நிலைமைக்கு அவள் மிகமோசமான வருத்தம் அடைந்தாள் என்பதைத் தெரிந்துகொண்டோம். அதற்கு நசிவு ஏற்படத் தொடங்கியதால், அதன் உடல் துண்டுகள் சிலவற்றை - ஒரு காது, காலில் பல விரல்கள், பல பற்கள் - காணவில்லை: முட்டையை விடப் பெரிதாக அதன் வயிற்றில் ஒரு ஓட்டை ஏற்பட்டிருந்தது. நொறுங்கும் இந்தப் பேயைப் பார்க்கமுடியாமல், அவள் அதனிடம் (கூப்பிடுதொலைவு வரை யாரும் இல்லை என்பதை உறுதிப்படுத்திக்கொண்டு) கேட்டாள்: "கடவுளே! ஜோ, உனக்கு நீயே என்ன செய்து கொண்டிருக்கிறாய்?" அவள் ஒப்புக்கொடுத்தாலன்றி, அவளுடைய குற்றத்தின் பொறுப்பு தன் தோள்மீது விழுந்துவிட்டதாகவும் அதனால் உடலை கவனிக்கவில்லை என்றும் அது கூறியது. அந்தக் கணத்திலிருந்து அவள் குற்றத்தை ஒப்புக்கொள்ளவேண்டிய அவசியம் ஏற்பட்டுவிட்டது; ஆனால் ஒவ்வொருமுறை என்னை நோக்கியபோதும் அவள் அந்த எண்ணத்தைக் கைவிட்டாள். இருப்பினும் கொஞ்ச நாட்கள்தான்.

இடையில், ஓர் ஏமாற்றுக்காரனாக வெளிப்படுத்தப்படுவதற்கு எவ்வளவு நெருக்க நிலையில் நான் இருந்தேன் என்பதை அறியாமல், மெத்வோல்டு எஸ்டேட்டுடன் சமரசம் செய்து கொள்ளும் முயற்சியில் ஈடுபட்டிருந்தேன். அதிலும் பலவகையான மாற்றங்கள் ஏற்பட்டிருந்தன. முதலாவதாக, என் தந்தை என்னுடன் எந்தவிதத் தொடர்பும் வைத்துக்கொள்ளத் தயாராக இல்லை

போலத் தோன்றியது. இந்த மனப் போக்கு என்னை வருத்துவதாக இருந்தாலும், (உறுப்புச்சிதைந்த என் உடலைப் பார்க்க) புரிந்துகொள்ள முடிந்தது.

இரண்டாவதாகப் பித்தளைக்குரங்கின் அதிர்ஷ்டத்தில் பெருத்த மாற்றம் ஏற்பட்டிருந்தது. குடும்பத்தில் என் பெருமைக்குரிய - வேண்டப்பட்ட குழந்தை என்ற இடம் அவளால் கைப்பற்றப்பட்டிருந்தது என்பதால் எனக்கு வியப்பு ஏற்பட்டது. இப்போது அவளைத்தான் அப்பா தன் அலுவலகத்தின் மறைவான கர்ப்பகிருகத்துக்குள் அனு மதித்தார். அவளைத்தான் தன் மிருதுவான வயிற்றில் வைத்து மூச்சுத்திணறுமாறு அணைத்துக்கொண்டார். அவருடைய எதிர்காலக் கனவுகளை அவள்தான் இப்போது கேட்கும் கஷ்டத்துக்குத் தள்ளப்பட்டிருந்தாள். காலமெல்லாம் எனக்குப் பாடிய 'கொள்கைப்' பாட்டை மேரி பெரேரா குரங்குக்கெனப் பாடுவதைக் கேட்டேன். "எதுவாக வேண்டினும் நீ ஆகலாம், விரும்புகின்றவாறே நீ ஆகலாம்" என்று மேரி அவளுக்குப் பாடினாள். என் தாய்க்கும் அதே வித மனப்பாங்கு ஏற்பட் டிருந்ததாகத் தோன்றியது. இப்போது உணவுமேஜையில் குரங்குக்குத்தான் கூடுதலான சிப்ஸ்களும், கூடுதல் நர்கீஸி கோஃப்தாவும், தேர்ந்தெடுத்த பஸந்தாவும் கிடைத்தன. வீட்டில் யார் என்னைத் தற்செயலாகப் பார்க்க நேரிட்டாலும், அவர்கள் புருவங்களுக் கிடையில் ஒரு பிளவு தோன்றியதையும், குழப்பமும் அவநம்பிக்கையும் நிலவுவதையும் என்னால் உணர முடிந்தது.

ஆனால் நான் எப்படி இதைப் புகார் சொல்லமுடியும்? என் சார்பாகக் குடும்பத்தினர் பல ஆண்டுகளாக நடந்துகொண்டபோது பொறுத்துக்கொண்டவள்தானே அவள்? குரங்கு என்னைச் சற்றே ஒரு முறை தட்டியபோது தோட்டத்தில் மரத்தின் மேலிருந்து நான் விழுந்துவிட்டேன். (ஒருவேளை அது ஒரு விபத்தாகவே இருக்கலாம்) அந்த ஒரு சமயத்தைத் தவிர அவள் என்னுடைய முதன்மையை மிகச் சிறந்த பண்புடனும், விசுவாசத்துடனும் ஒப்புக்கொண்டவள். இப்போது என்னுடைய முறை. முழுக் கால் சட்டை அணிந்ததால், முதிர்ச்சி பெற்றவனாக நான் என் பதவியிறக்கத்தை ஒப்புக் கொள்ளத்தான் வேண்டும். வளர்ச்சி என்ற விஷயம், நான் எதிர்பார்த்ததை விடக் கஷ்டமாக இருக்கிறது என்று எனக்குள் சொல்லிக்கொண்டேன்.

தனது எதிர்பாராத உயர்ச்சியில் அவளுக்கும் என்னைப்போலவே ஆச்சரியம்தான். அவள் அந்த இடத்திலிருந்து வீழ்ச்சியடைய எவ்வளவோ முயற்சிசெய்தாலும் அவள் தவறே செய்யமாட்டாள்

என்று அனைவருக்கும் தோன்றியது. இந்தச் சமயத்தில் அவள் கிறித்துவத்தில் நாட்டம் கொண்டிருந்தாள். ஒருவேளை அது அவளுடைய ஐரோப்பியப் பள்ளித் தோழிகளின் காரணத்தினால் ஏற்பட்டதாகவோ அல்லது எப்போதும் ஜபமாலையை எண்ணிக்கொண்டிருக்கும் மேரி பெரேராவின் பாதிப்பு காரணமாக வோ இருக்கலாம். (மேரி ஒப்புக்கொடுக்க இயலாததால் தேவாலயத்துக்குப் போக முடியாமல், அதற்கு பதிலாக பைபிள் கதைகளை எங்களுக்குச் சொல்லி மகிழ்வூட்டினாள்). ஒருவேளை பெரும்பாலும், முன்போலவே வசதியாக நாய்க்குடிலில் தனக்கு இடம் வேண்டும் என்பதற்காகக் குரங்கு செய்த முயற்சியாகவும் இருக்கலாம் என்று எனக்கு நம்பிக்கை. (நாய்களைப் பற்றி: சீமாட்டி சிம்கி நாய் தன் ஒழுங்கற்ற நடத்தையால் நான் இல்லாதபோது இறந்து புதைக்கப்பட்டது).

மென்மையான, பணிவான, மிருதுவான இயேசு கிறித்துவைப் பற்றி உயர்வாகப் பேசினாள் என் தங்கை. தெளிவின்றிப் புன்னகைத்த என் தாய் அவள் தலையில் தட்டிக் கொடுத்தாள். கிறித்துவப்பாடல்களைப் பாடியவாறே குரங்கு வீட்டுக்குள் சுற்றி வந்தாள். அந்த ராகங்களைப் பிடித்துக்கொண்டு தானும் முனகினாள் அம்மா. தனக்குப் பிடித்தமான நர்ஸ்உடைக்கு பதிலாக இப்போது கிறித்துவக் கன்னிகளின் உடை வேண்டுமென்று குரங்கு விரும்பினாள். அவளுக்கு அது தரப்பட்டது. கொத்துக் கடலைகளை நூலில் கோத்து, 'வாழ்க மரியே வாழ்க' என்று பாடியவண்ணம் ஜெப மாலையாகப் பயன்படுத்தினாள். என் பெற்றோர் அவளுடைய கைத்திறனைப் புகழ்ந்தார்கள். தண்டனை கிடைக்காததால் மனம்நொந்து, அவள் கிறித்து பக்தியில் எல்லை மீறிச் சென்றாள். காலையும் இரவும் "எங்கள் நேசரே" என்று பாடினாள், ரம்ஜானுக்கு பதிலாக 'லெண்ட்' நாட்களில் விரதம் இருந்தாள். அவளிடமிருந்த - பிறர் சந்தேகம் கொள்ளாத ஒரு மதவாதத் தன்மையை இது காட்டியது. பிற்காலத்தில் அவள் ஆளுமைமீது அது ஆதிக்கம் கொண்டது. இருந்தாலும் அவளை யாவரும் பொறுத்துக் கொண்டார்கள். கடைசியாக அவள் என்னிடம் விவாதித்தாள் - "சரி அண்ணா, இனிமேல் நான்தான் நல்லகுழந்தை வேஷம் போடவேண்டும், உனக்குத் தான் வேடிக்கை எல்லாம் என்று தோன்றுகிறது."

ஒருவேளை அவள் சொன்னது சரியாக இருக்கலாம். பெற்றோர் என்மீது ஆர்வம் காட்டாமல் போனது எனக்கு அதிக சுதந்திரத்தை அளித்திருக்க வேண்டும். ஆனால் என் வாழ்க்கையின்

ஒவ்வொரு கூறிலும் ஏற்பட்டு வரும் மாற்றங்களால் நான் மயக்கம் கொண்டிருந்தேன். இம்மாதிரிச் சமயத்தில் வேடிக்கையாக இருப்பது கஷ்டம் என்று தோன்றியது.

உடலளவில் நான் மாறிக்கொண்டிருந்தேன். காலத்திற்கு முன்னதாகவே எனக்கு முகவாயில் மென்மையான மயிர் தோன்ற ஆரம்பித்தது, குரல்வளையில் ஏறியும் இறங்கியும் என் குரல் மாற்றங்களைக் காட்டியது. ஓர் அபத்தமான உணர்வு வலுவாக எனக்குள் தோன்றியது. கைகால்களின் நீட்சி எனக்கு அருவருப்புணர்ச்சியை ஊட்டியது. என் சட்டைகளும் கால்சட்டைகளும் போதாமல் போய் அவற்றுக்குள் நான் இருந்த போது ஒரு கோமாளிபோலத் தோன்றியிருக்க வேண்டும். என் கணுக்கால்களிலும் மணிக்கட்டுகளிலும் தளர்ந்துதொங்கிய உடைகள்கூட எனக்கு எதிராகச் சதி செய்வது போலத் தோன்றியது. இரகசிய நள்ளிரவுச் சிறார்கள் கூட்டத்திற்குத் திரும்பினாலும் மாற்றங்களையே கண்டேன். அது எனக்குப் பிடிக்கவில்லை.

நள்ளிரவுக் குழந்தைகளின் கூட்டம் கொஞ்சம் கொஞ் சமாகச் சிதைவுற்று வந்தது. இமயத்தில் சீனப்படைகள் இந்தியப் படைகளை அவமானப்படுத்த வந்த நாளன்று அது முற்றிலுமாக இல்லாமற்போயிற்று. கொஞ்ச நாட்களில் புதுமை கவர்ச்சியிழந்து விடுகிறது, பிறகு சலிப்பு, பிறகு கருத்து மாறுபாடு, இவையெல்லாம் வந்துதானே தீர வேண்டும்? (வேறுவகையாகச் சொன்னால்) ஒருவிரல் சிதைகின்றபோது, இரத்த ஊற்றுகள் பாயும்போது, எல்லாவிதக் கீழ்த்தரங்களும் சாத்தியமாகின்றன... நள்ளிரவுக் கூட்டத்தின் பிளவுகள் (செயல்படு - உருவக முறையில்) என் விரல்இழப்பின் விளைவாகத் தோன்றியதோ இல்லையோ, அதிகரித்துக்கொண்டுதான் வந்தன.

காஷ்மீரில் நாரத - மார்க்கண்டேயன் (விரும்பியபோது ஆணாகவும் பெண்ணாகவும் மாறுபவன்), அந்த மாற்றங்களிலேயே அதிக ஈடுபாடு கொண்டு, உண்மையான சுயகாதலின் தன்னிச்சையான கனவுகளில் மட்டுமே ஈடுபட்டுக்கொண்டிருந்தான். காலத்தில் பயணம் செய்பவனான சௌமித்ரா, பல எதிர்கால முன்னுணர்த்தல்களைச் செய்தான் - ஒரு காலத்தில் சிறுநீர் அருந்தும், மரணிக்க மறுக்கும் முதியவரால் இந்தியா ஆளப்படும்; மக்கள் தாங்கள் கற்றஎல்லாவற்றையும் மறந்து போவார்கள்; பாகிஸ்தான் ஒரு அமீபா போலப் பிளவுபடும்; இந்திய, பாகிஸ்தான் பிரதமர்கள் தங்கள் பின்னோர்களால் கொல்லப்படுவார்கள்; (நாங்கள் நம்பவில்லை என்றாலும் சொன்னான்) இருவருக்கும்

ஒரே பெயர்தான் இருக்கும் என்றெல்லாம் சொன்னான், நாங்கள் அவற்றை நம்ப மறுத்ததால் மனம் புண்பட்டுக் கூட்டங்களுக்கு வராமல் தவிர்த்து, காலத்தின் சிலந்தி வலைப் பின்னல்களுக்குள் மறையலானான். பாட் நகர இரட்டைச் சகோதரிகள், வயதில் இளைய, மூத்த முட்டாள்களை மயக்குவதே போதும் என்று மகிழ்ச்சியாக இருந்தார்கள். "இந்தக் கூட்டத்தினால் எங்களுக்கு என்ன பிரயோஜனம்" என்று கேட்டார்கள் அவர்கள். "எங்களுக்கு ஏற்கெனவே எண்ணற்ற காதலர்கள் இருக்கிறார்கள்." எங்களுடைய இரசவாதி உறுப்பினன், (தன் அப்பாவிடம் மட்டும் தன் இரகசியத்தைச் சொல்லிவிட்டான்) தன்தந்தை ஏற்படுத்திக் கொடுத்த பரிசோதனைச்சாலையில் இரசவாதக் கல்லிலேயே நேரத்தைச் செலவழித்ததால் எங்கள் கூட்டத்துக்கு வர நேரமில்லை. பொன்னாசைக்கு அவனை இழந்தாயிற்று.

வேறு பல காரணிகளும் இருந்தன. எவ்வளவுதான் மாயசக்தி படைத்த குழந்தைகளானாலும் தங்கள் பெற்றோர் பேச்சைக் கேட்பவர்கள்தானே? பெரியவர்களின் மூட நம்பிக்கைகளும் உலகப்பார்வைகளும் அவர்களுக்கும் ஏற்பட்டுவிட்டன. மகாராஷ்டிரச் சிறுவர்களுக்கு குஜராத்திகளைப் பிடிக்கவில்லை, வடக்கத்திய சிவப்புத்தோல் பையன்களுக்கு திராவிடக் கருப்புக்குழந்தைகளைப் பிடிக்கவில்லை. மதப் போட்டிகளும் வர்க்கபேதங்களும் கூட்டத்திற்குள் நுழைந்தன. பணக்காரச் சிறுவர்கள் இப்படிப்பட்ட கீழான ஏழைகள் கூட்டத்தில் வரக் கூசினார்கள். பிராமணச் சிறுவர்களுக்குத் தங்கள் மனத்தால்கூடக் கீழ்ச்சாதியினரின் எண்ணங்களைத் தொடுவதற்கு அருவருப்பு. கீழ்ச்சாதியில் பிறந்தவர்களிடம், ஏழ்மையும் பொதுவுடைமைச் சிந்தனைகளும் இருந்தன ...இவையெல்லாவற்றிற்கும் மேலாக, ஆளுமை மோதல்கள். நமது பாராளுமன்றத்தில் இருந்த நூறு கலவரக் கும்பல் வரிசைகளில் பாதிக்குமேல் மீசைமுளைத்த சிறுவர் கள்தானே?

இந்தவகையில், நள்ளிரவுக் குழந்தைகளின் கூட்டம், பிரதமரின் தீர்க்கதரிசனத்தை முற்றிலும் உண்மையாக்கியது. அதாவது, நமது நாட்டின் கண்ணாடியாகவே குழப்பத்தில் முடிந்தது. செயலூக்கமற்ற - நேரடி நிலைதான் வேலைசெய்தது. முதலில் பெருகி வந்த கலக்கத்தோடும், பிறகு பெருகும் கையற்ற நிலையோடும் இவற்றிற்கெதிராக நான் கண்டனங்களைத் தெரிவித்தேன்..."சகோதர சகோதரிகளே! இப்படி நடக்க விடாதீர்கள்! வெகுஜனங்களின் எல்லையற்றபிளவுகள் - வர்க்கபேதங்கள்,

அவர்கள் - நாங்கள் பிரிவுகள், நமக்குள் வேண்டாம்'' என்று ஒலிபரப்பினேன். அது என் உடலைப் போலவே கட்டுப்பாட்டிற்குள் வராமல் பயனற்றுப்போயிற்று. "நாம் ஒரு மூன்றாவது அணியாக இருக்கவேண்டும். பிளவுபட்ட கொம்புகளின் ஊடே நுழைகின்ற சக்தியாக வேண்டும். நாம் மற்றவர்களாக மாறி, நம்மைப் புதுப்பித்துக் கொண்டு நமது பிறப் பின் இலட்சியத்தைச் சாதிக்கவேண்டும்'' என்று உணர்ச்சியோடு கூவினேன்.

எனக்கு ஆதரவாளர்கள் இருந்தனர், அவர்களில் முக்கியமானவள் சூனியக்காரி பார்வதி. ஆனால் அவர்களும் தங்கள்தங்கள் வாழ்க்கைப் பிரச்சினைகளால் என்னிட மிருந்து நழுவிச் செல்வதை உணர்ந்தேன்... உண்மையில், நானே அவ்வாறுதான் இருந்தேன். எங்களுடைய புகழ்மிக்க கூட்டங்களும் குழந்தைப்பருவ விளையாட்டுகளில் ஒன்றாகத்தான் முடிந்தது... முழுக்கால்சட்டைகள், நள்ளிரவு உருவாக்கியதை அழித்து விட்டன... நாம் ஒரு திட்டத்தை உருவாக்கவேண்டும் என்று மன்றாடினேன். நமது ஐந்தாண்டுத் திட்டம்: அப்படிஒன்று ஏன் இருக்கலாகாது? ஆனால் என் கவலைமிக்க ஒலிபரப்புக்குப் பின்னால், என் எதிரியின் ஏளனச்சிரிப்புதான் கேட்டது. எங்கள் மூளைகள் ஒவ்வொன்றிலுமே ஒரு சிவா இருந்தான்,

"இல்லை, பணக்காரப் பையா, மூன்றாவது அணி கிடையாது. பணமும் வறுமையும்தான் உண்டு. உள்ளதும் இல்லாததும்தான் உண்டு. வலது, இடதுதான் உண்டு, எங்கேயும் 'நான் - எனக்கு எதிராக உலகம்' அவ்வளவுதான். கனவு காண்பவர்களுக்கும், கனவுகளுக்கும் உலகத்தில் இடமில்லை. சின்னச் சளிமூக்கா, உலகம் பொருள்களால் ஆனது. பணமும் அதை வைத்திருப்பவர்களும் உலகத்தை ஆள்கிறார்கள். பிர்லா, டாட்டா, மற்றும் சக்தி உள்ளவர்களைப் பார். பொருள்களுக்காகத்தான் அரசாங்கம் நடத்தப்படுகிறது. மக்களுக்காக அல்ல. பொருள்களுக்குத்தான் அமெரிக்காவும் ரஷ்யா வும் உதவி செய்கின்றன. ஆனால் ஐம்பதுகோடிப்பேர் பட்டினியாக இருக்கிறார்கள். உன்னிடம் பொருள் இருக்கும்போது கனவுகாண நேரம் கிடையாது. பணம் இல்லாத போது, சண்டை போடுகிறாய்.''

நாங்கள் சண்டை போட்டபோது சிறார்கள் ஆர்வத்தோடு கேட்டுக்கொண்டிருந்தார்கள் என்று நினைக்கிறேன்...இல்லை, எங்கள் உரையாடல்கூட அவர்களிடம் ஆர்வத்தை ஏற்படுத்தவில்லை. இப்போது நான் சொன்னேன்:

"மக்கள் பொருள்கள் அல்ல, நாம் எல்லாம் ஒன்றாக இருந்தால், நாம் ஒருவரை ஒருவர் நேசித்தால், இதை மட்டும் நாம்

காட்டினால், இதை மட்டுமே காட்ட முடியுமானால் - நாமெல்லாம் ஒன்று - இந்தக் கூட்டம், இந்தச் சிறார்கள் - கஷ்டத்திலும் நன்மையிலும் ஒன்றாக இருக்கின்ற கூட்டம் - மூன்றாவது அணியாக அமையும்...". செறுமியவாறு சிவா, "சின்னப் பணக்காரப் பையா, இதெல்லாம் வெறும் காத்து. தனிமனிதன்தான் முக்கியமானவன். எல்லாம் மனிதனின் சாத்தியம்தான். இன்றைக்கு மனிதர்கள் வெறும் பொருள்களாகத்தான் இருக்கிறார்கள்."

நொறுங்கிப்போன சலீம் - நான், "ஆனால்...சுயேச்சையான விருப்புறுதி... நம்பிக்கை... மனித இனத்தின் மகாத்மா... அப்புறம் கவிதை, கலை, அப்புறம்..."

உடனே சிவா வெற்றியைக் கைப்பற்றிக்கொண்டான். "பாத்தியா, இப்படித்தான் நீ பேசுவேன்னு தெரியும். அதிகமா வெந்துபோன சோறுமாதிரி கூழாயிட்டே... பாட்டி மாதிரி உணர்ச்சி வசப்படறே... போடா, உன் குப்பையெல்லாம் யாருக்கு வேணும்? எங்களுக்கு எங்க வாழ்க்கை இருக்குடா... போடா வெள்ளரிப்பழ மூக்கா, உன் கூட்டமும் வேணாம் ஒண்ணும் வேணாம்..."

இந்தச் சண்டை ஒரே விஷயத்தைப் பற்றி மட்டுமானது அல்ல...

பத்துவயதுச் சிறுவர்களா இப்படிப் பேசினார்கள் என்று நீங்கள் கேட்கிறீர்கள். நான் சொல்கிறேன், ஆமாம். ஆனால்... பத்துவயதுச் சிறுவர்கள், அல்லது பதினொன்றை எட்டிக்கொண்டிருப்பவர்கள் சமூகத்தில் தனிமனிதரின் பங்கு பற்றி, மூலதனத்துக்கும் உழைப்புக்கும் உள்ள முரண்பாடு பற்றி விவாதிப்பார்களா என்று நீங்கள் கேட்கிறீர்கள்.

விவசாய மற்றும் தொழில் மண்டலங்களின் உள்அழுத்தங்கள் வெளிப்படையாகச் சொல்லப்பட்டனவா? சமூக கலாச்சாரப் பாரம்பரியங்களின் மோதல்கள்? நாலாயிரம் நாட்கள்கூட வாழ்க்கை பெறாத சிறுவர்கள் அடையாளம் பற்றியும், முதலாளித்துவத் தின் உள்முரண்பாடுகள் பற்றியும் பேசுவார்களா? ஒரு லட்சம் மணிநேரத்திற்கும் குறைவாக வாழ்ந்தவர்கள், காந்தியையும் மார்க்ஸ் - லெனினையும், ஆதிக்கத்தையும் அடிமைத்தனத்தையும்? கூட்டமைவு என்பது தனி மனிதனுக்கு எதிரானதா? கடவுளைச் சிறுவர்களா கொன்றார்கள்? அவர்கள் செய்த அதிசயச் செயல்கள் உண்மை என்று வைத்துக்கொண்டாலும், சிறுவர்கள் தாடிவைத்த கிழவர்களைப் போலப் பேசினார்களா?

நான் சொல்கிறேன்: பேசினார்கள். இந்தமாதிரி வார்த்தைகளில் அல்ல. அல்லது வார்த்தைகளே இல்லாமலும் இருந்திருக்கலாம்.

ஆனால் சிந்தனையின் தூய்மையான மொழியில், ஆமாம், இதுதான் பிரச்சினைகளின் அடித்தளம். சிறுவர்கள்தான் பெரியவர்கள் தங்கள் விஷத்தைக் கொட்டிவைக்கும் பாத்திரங்கள். பெரியவர்களின் விஷம் தான் கூட்டத்தைக் கெடுத்தது. விஷம், அப்புறம், பல ஆண்டுகள் இடைவெளிக்குப் பிறகு, கத்தியைக் கையில் கொண்ட விதவை.

சுருக்கமாக: பக்கிங்காம் வில்லாவுக்கு நான் திரும்பிய பிறகு, நள்ளிரவுச் சிறார் என்ற சத்துணவும் கெட்டுப்போய்விட்டது. இப்போதெல்லாம் நான் தேசிய அளவிலான சிறார் வலைப்பின்னலை உருவாக்க முயற்சி செய்வதில்லை. அதனால், என் மனத்துக்குள் இருந்த பேய் (அதற்கு இரண்டு தலைகள்) தன் பிசாசுத்தனத்தைச் செயல்படுத்த சுதந்திரமாக நேரம் கிடைத்தது. வேசிகளின் கொலையில் சிவாவின் பங்கு பற்றி என்னால் அறியமுடியவில்லை. ஆனால் கலியுகத்தின் இயல்பு இப்படித்தான். நல்லவனும், இயற்கையில் பலியாடுமான நான், நிச்சயம் இரண்டு கொலைகளுக்குக் காரணமானேன். முதலில் வருவது ஜிம்மி கபாடியா. இரண்டாவது ஹோமி கேட்ராக். மூன்றாவது ஒன்று இருந்தால் அதன் பெயர் குழந்தைத்தனம். அது செத்துப்போகிறது, அல்ல, கொலை செய்யப்படுகிறது.

அந்த நாட்களில் எங்கள் எல்லாருக்குமே அவரவர் பிரச்சினைகள் இருந்தன. ஹோமி கேட்ராக்குக்கு மூளைகுறைந்த டாக்சி இருந்தாள். இப்ராகிம்களுக்கு வேறு தொல்லைகள். சன்னியின் அப்பா இஸ்மாயில், பல ஆண்டுகளாக நீதிபதிகளுக்கும் ஜூரிகளுக்கும் லஞ்சம் கொடுத்து வந்ததால் வழக்கறிஞர்கள் ஆணையத்தினால் விசாரிக்கப்பட இருந்தார். சன்னியின் சித்தப்பா ஈசாக், ஃபுளோரா நீரூற்று அருகில் இரண்டாந்தரமான எம்பஸி ஹோட்டலை நடத்திவந்தவர். அவர் உள்ளூர் குற்றக்கும்பலிடம் கடனில் ஆழமாக மூழ்கியிருந்தார், உதைத்துத் துரத்தப்படுவோம் என்ற நிரந்தர பயத்தில் இருந்தார். (அந்தக்காலத்தில் பம்பாயின் வெப்பத்தைப் போலவே கொலைகாரர்களும் கேள்விமுறையற்றவராக இருந்தனர்)... ஆகவே நாங்கள் எல்லாருமே பேராசிரியர் ஷாப்ஸ்டெகரின் இருப்பை மறந்துவிட்டதில் ஆச்சரியமில்லை. (இந்தியர்களுக்கு வயதாகஆகப் பெருக்கிறார்கள், இன்னும் அதிகாரம் பெறுகிறார்கள். ஆனால் ஷாப்ஸ்டெகர் ஒரு ஐரோப்பியர். ஐரோப்பியர்களின் இனம் வயதாகஆக மங்கக்கூடியது. சமயங்களில் முற்றிலும் மறைந்தும் போய்விடுவார்கள்.)

இப்போது, ஒருவேளை எனக்குள்ளிருந்த பேயினால் துரத்தப்பட்டோ என்னவோ, என் கால்கள் பக்கிங்காம் வில்லாவின்

மேல்தளத்துப் படிகளில் அழைத்துச்சென்றன. அங்கே நான் ஒரு பைத்தியக்காரக் கிழவரைக் கண்டேன். மிகவும் சிறிய திரைத்த உருவம். அவருடைய குறுகிய நாக்கு துடித்துக்கொண்டும் நக்கிக்கொண்டும் உதடுகளுக்கிடையில் வந்துபோனவாறே இருந்தது. முன்னாட்களில் அவர் விஷமுறிப்பு மருந்தைக் கண்டுபிடித்தவர், குதிரைகளைக் கொன்றவர், இப்போது அவருக்கு வயது தொண்ணூற்றி இரண்டு. அவர் பெயரிலான நிறுவனம் இப்போது இல்லை. இப்போது அவர் நிலநடுக்கோட்டுத் தாவரங்களும் திரவங்களில் ஊறிய பாம்புகளும் நிரம்பிய இருண்ட மேல்தள அறையில் தனித்து வசித்தார். வயது அவர் பற்களையோ, விஷப் பைகளையோ இழக்கச்செய்யாததால், பாம்பின் அவதாரமாகவே அவர் மாறிவிட்டார். இங்கேயே நீண்ட காலமாகத் தங்கிவிட்ட பிற ஐரோப்பியர்களைப் போல, இந்தியா வின் பழமைப் பைத்தியக்காரத்தனங்கள் அவருடைய மூளையையும் ஊறுகாய் போட்டிருந்ததால், தன்நிறுவனத்தின் வேலைக்காரர்களின் மூடத்தனமான கதைகளை நிஜம் என்றே நம்பலானார்.

அதன்படி, ஒரு ராஜநாகம், மானிடப்பெண் ஒருத்தியுடன் கலவிசெய்து பிறந்த பாம்புத் தன்மைவாய்ந்த குழந்தையின் வம்சத்தில் இவர் இறுதி ஆள். என் வாழ்நாளிலெல்லாம், நான் எந்த மூலையில் திரும்பினாலும், ஒரு புதிய, கட்டுக்கதையால் உருவாக்கப்பட்ட உலகத்தில் தடுக்கி விழுந்து விடுவேன் என்று தோன்றுகிறது. ஏணிப்படிகளில் (மாடிப்படிக்கட்டுகளாக இருந்தாலும் சரி) ஏறினால், அங்கே ஒரு பாம்பு காத்திருப்ப தைக் காணலாம். ஷாப்ஸ்டெகரின் அறையில் எப்போதுமே திரைகள் இழுத்து மூடப்பட்டிருந்தன, சூரியன் உதிப்பதோ மறைவதோ இல்லை, கடிகாரம் எதுவுமே கிடையாது. என்னுள்ளிருந்த பேயா, அல்லது எங்கள் இருவரின் மனதிலும் இருந்த தனிமையுணர்ச்சியா, எது எங்களை இணைத்தது?... பித்தளைக்குரங்கின் உயர்ச்சியும், நள்ளிரவுச் சிறார்க் கூட்டத்தின் மங்குதசையும், என்னை இயன்றபோதெல்லாம் மாடியேறிச் செல்ல வைத்தன. அந்தக் கிழவரின் பைத்தியக்கார, சீறுகின்ற பிதற்றல்களையெல்லாம் கேட்டுக்கொண்டிருப்பேன். பூட்டப்படாத அவர் பொந்திற்குள் நான் தட்டுத்தடுமாறி நுழைந்தபோது அவர் முதன் முதலாக எனக்குத் தந்த வரவேற்பு - "குழந்தை, அப்ப நீ டைபாய்டிலிருந்து பிழைச்சிட்டியா?" என்பதுதான். அந்த வாக்கியம் காலத்தை ஒரு புழுதிமேகம்போலக் கலக்கி என்னை ஒருவயதுக்குக் கொண்டுசென்றது. ஷாப்ஸ்டெகர் எவ்விதம் விஷத்தை மருந்தாகக் கொடுத்து என்உயிரைக்

சல்மான் ருஷ்தீ | 429

காப்பாற்றினார் என்ற கதையை நினைவூட்டிக்கொண்டேன். பிறகு பலவாரங்கள் அவர் காலடியிலேயே உட்கார்ந் திருந்தேன். எனக்குள் சுருண்டிருந்த பாம்பினை அவர் எனக்கு வெளிப்படுத்தினார்.

பாம்புகளின் மறைவான ஆற்றல்களை என் நன்மைக்காகக் கற்றுத்தந்தவர் யார்? (அவற்றின் நிழல் பசுக்களைக் கொல்லும்; ஆடவனின் கனவில் பாம்பு தோன்றினால் அவன் மனைவி கர்ப்பமாவாள்; பாம்பைக் கொன்றால் கொன்றவனின் குடும்பத்தில் இருபது தலைமுறைக்கு ஆண்வாரிசே இருக்காது) புத்தகங்களின் உதவியாலும் பஞ்சடைத்த உடல்களாலும் பாம்புகளின் நிரந்தர எதிரிகளைப் பற்றித் தெரிவித்தவர் யார்? “உன் எதிரிகளைக் கூர்ந்து கவனி, குழந்தாய்” என்றார் அவர். “இல்லையென்றால் அவர்கள் உன்னை நிச்சயம் கொன்றுவிடுவார்கள்.”

ஷாப்ஸ்டெகரின் காலடியில் கீரிப்பிள்ளை; காட்டுப்பன்றி; கத்திவாய் கூழக் கடாய்; தன் கால்களின்கீழ்ப் பாம்புகளை மிதித்துக் கொல்லும் பாரசிம்மா மான்; எகிப்திய மரநாய்; அரிவாள்மூக்கன் பறவை; நாலடி உயரமுள்ள செக்ரடரி பறவை, பயமற்றது - அதற்கு வளைந்த அலகு. அதன் தோற்றமும் பெயரும் என் அப்பாவினுடைய ஆலிஸ் பெரேராவை நினைவு படுத்தின; மலையில் வாழும் கழுகு போன்ற ஜேக்கால் பசார்ட் பறவை; நாற்றப் பூனை; தேன்கரடி போன்ற விலங்குகள்; ரோட் ரன்னர் பறவை; ஜாவலிப் பன்றி; வலிமைமிக்க கங்காம்பா பறவை என்று பலவற்றைப் பற்றித் தெரிந்துகொண்டேன்.

வயதில் தளர்ந்த ஷாப்ஸ்டெகர், எனக்கு வாழ்க்கையைப்பற்றிச் சொல்லிக்கொடுத்தார். “விவேகத்துடன் இரு குழந்தாய். பாம்பின் செய்கையைப் பின்பற்றி நட. இரகசியமாக ஒளிந்திரு. புதரிலிருந்து மறைந்து தாக்கு.” ஒருசமயம் சொன்னார்: “என்னை இன்னொரு தகப்பனாக நீ கருதவேண்டும். நீ ஏறத்தாழ உயிரை இழந்துவிட்ட நிலையில் நான் அதை உனக்குத் தரவில்லையா?” இந்தக் கூற்றினால், நான் அவரது கவர்ச்சியில் மயங்கியிருந்ததுபோலவே அவரும் எனது கவர்ச்சியில் மயங்கியிருந்தார் என்பது தெரிந்தது. எல்லையற்ற எண்ணிக்கையில் பெற்றோரைப் பெறும் திறனுள்ளவன் நான் என்பதை அவரும் ஒப்புக்கொண்டார்.

கொஞ்ச காலத்திற்குப் பிறகு, அவருடைய அறையின் காற்று மிகவும் துன்புறுத்துவதாக உணர்ந்தேன். அதனால் இனிமேல் எவரும் கலைக்கவியலாத அவருடைய தனிமைக்கே அவரை விட்டுச் சென்றேன். நான் எப்படி நடக்கவேண்டும் என்பதை அவர் காட்டினார். பழிவாங்குதல் என்னும் இருதலைப் பேயினால்

ஆட்கொள்ளப் பட்டு, நான் (முதன்முதலாக) என் தொலைவில் உணரும் சக்தியை ஓர் ஆயுதமாகப் பயன்படுத்தினேன். இவ்விதமாக, ஹோமி கேட்ராக்கிற்கும் லீலா சாபர்மதிக்கும் இடையிலுள்ள கள்ள உறவைக் கண்டுபிடித்தேன். அழகில் லீலாவும் பியாவும் எப்போதும் போட்டியிடுபவர்கள்தான். இப்போது கப்பற் படைத் தலைவராகப் போகும் ஒருவரின் மனைவிதான் திரைப்பட முதலாளியின் புதிய வைப்பாட்டி. கடலில் கமாண்டர் சாபர்மதி திட்டங்களைத் தீட்டிக் கொண்டிருந்த போது, இங்கே லீலாவும் ஹோமியும் தங்கள் சொந்த திட்டங்களைத் தீட்டினார்கள். கடற்சிங்கம் சாபர்மதி அப்போதிருந்த கடற்படைத்தலைவரின் மரணத்துக்காகக் காத்திருந்தபோது, ஹோமியும் லீலாவும் (என் உதவியால்) எமதர்மராஜனின் சந்திப்புக்காகக் காத்திருந்தார்கள்.

"இரகசியமாக நடந்துகொள்" என்றார் ஷாப்ஸ்டெகர் சாஹிப். என் எதிரி ஹோமியையும் ஐஸ்லைஸ் - ஹேராயில் இவர்களின் தாயான, கட்டுக்கடங்காத லீலாவையும் இரகசியமாக நான் வேவு பார்த்தேன். ("கமாண்டர் சாபர்மதியின் பதவி உயர்வு வெறும் சடங்குதான், கொஞ்சநாளில் நிச்சயம்" என்று பத்திரிகைகள் அறிவித்தபிறகு ஐஸ் லைஸ், ஹேராயில் இருவரும் தங்கள் பெருமையில் மூழ்கிக்கிடந்தார்கள்.) "ஒழுங்கில்லாத பொம்பளை" என்று என் மனத்துக்குள்ளிருந்த பேய் முணுமுணுத்தது. "தாய்மையின் நயவஞ்சகங்களில் மிக மோசமானதை நிலைநாட்டுபவள்! உன்னை ஒரு உதாரணமாகச் சமூகத்தில் மாற்றுவோம். காமவெறி பிடித்தவர்களுக்கு என்ன ஆகும் என்பதை உன்மூலம் காட்டுவோம். நியாயம் பார்க்காத வேசியே! எங்குவேண்டுமானாலும் படுப்பது எவ்வளவு மோசம் என்பதை சீமாட்டி சிம்கி வான்டெர் ஹெய்டன் நாயைப் பார்த்துத் தெரிந்துகொள்ளவில்லையா நீ? அவளும் எதையும் கண்டுகொள்ளாத உன்னைப் போன்ற பெண்நாய்தான்."

லீலா சாபர்மதியைப் பற்றிய எனது பார்வை காலத்தால் இப்போது கனிவுற்றிருக்கிறது. அவளுக்கும் எனக்கும் ஒரு பொதுத்தன்மை இருக்கவே செய்தது. என் மூக்கைப் போல அவளுடைய மூக்கிற்கும் அசாதாரண ஆற்றல் உண்டு. ஆனால் அவளுடையது முழுக்க முழுக்க உலகியல் கவர்ச்சிதான். மூக்குத்தோலின் ஒரு சிறிய வளைவு மிகக் கடினமான ஒரு கப்பற்படைத் தளபதியையும் கவர்ந்துவிட்டது. மூக்குத்துளைகளின் ஒரு சிறிய விரிவு திரைப்படப் பெருமுதலாளிகளின் இதயத்தில் தீயிட்டது. அந்த மூக்கைக் காட்டிக்கொடுத்தது பற்றி எனக்குச் சற்றே

வருத்தம்தான். ஒரு சகோதரனை முதுகில் குத்துவதுபோலத்தான் தோன்றியது.

நான் கண்டுபிடித்த விஷயம் இதுதான்: ஒவ்வொரு ஞாயிற்றுக்கிழமையும் சரியாகப் பத்துமணிக்கு மெட்ரோ கப் கிளப் திரையிடலுக்கென மெட்ரோ சினிமாவுக்கு ஐஸ் லைஸையும் ஹோராயிலையும் லீலா காரில் கூட்டிச் சென்றாள். (எங்களையும் அழைத்துச்செல்ல அழைப்புவிடுத்தாள். அவளுடைய இந்திய ஹிந்துஸ்தான் காரில், சன்னி, சைரஸ், நான், குரங்கு எல்லோரும் ஒடுங்கிக்கொண்டோம்தான்.) நாங்கள் லாரா டர்னரை, அல்லது ராபர்ட் டெய்லரை அல்லது சாண்ட்ரா டீயைச் சந்திக்கச் சென்ற போது அவளும் தனது வாராந்திரச்சந்திப்புக்குத் தன்னைத் தயார்படுத்திக் கொண்டாள். லீலாவின் ஹிந்துஸ்தான் இரயில்வேலைனுக்கு அருகில் தடதடத்துச் சென்ற போது ஹோமி தன் கழுத்தைச் சுற்றி கிரீம்நிற பட்டுக்குட்டையைக் கட்டிக் கொண்டிருப்பார். அவள் சிவப்பு விளக்குக்காக சிக்னல்களில் நிற்கும்போது பல வண்ண புஷ்கோட்டை அவர் அணிவார். எங்களைத் திரைப்பட அரங்கின் இருளுக்குள் அவள் நுழைத்துக்கொண்டிருக்கும் சமயம் அவர் தன் பொன்விளிம்பிட்ட குளிர்கண்ணாடியை அணிவார். எங்களைத் திரைப்படத்தைப் பார்க்கவிட்டு அவள் சென்றபோது அவரும் தன் குழந்தையை விட்டுப்பிரிவார். டாக்ஸி கேட்ராக் அவர் புறப்படும்போதெல்லாம் குழந்தையைப்போல கைகால்களை உதைத்து அழாமல் இருந்ததில்லை. அவளுக்கு என்ன நடக்கிறது என்று தெரியும், பைஅப்பாவால் கூட அவளைக் கட்டுப்படுத்த முடிவதில்லை.

ஒருகாலத்தில் இராதையும் கிருஷ்ணனும், இராமனும் சீதையும், லைலாவும் மஜ்னூவும் (மேற்கிலிருந்து பாதிப்பும் நமக்கிருப்பதால்) ரோமியோவும் ஜூலியட்டும், ஸ்பென்சர் ட்ரேசியும் காதரைன் ஹெப்பர்னும் இருந்தார்கள். உலகம் முழுவதும் காதல் கதைகளால் நிரம்பியிருக்கிறது. ஒருவிதத்தில் எல்லாக் காதலர்களுமே அவர்கள் முன்சென்றவர்களின் அவதாரங்கள்தான். கொலாபா பாலம் அருகிலுள்ள ஒரு முகவரிக்கு லீலா தன் ஹிந்துஸ்தானை ஓட்டிச் சென்றபோது தன் பால்கனிக்கு வந்துநின்ற ஜூலியட்டின் அவதாரமாகவே தோன்றினாள். கிரீம்நிற குட்டையையும் பொன்னிறக் குளிர் கண்ணாடியையும் அணிந்து ஹோமி தன் ஸ்டுடிபேக்கரில் (ஒருகாலத்தில் என் அம்மாவை நர்லீகரின் மருத்துவமனைக்கு அழைத்துச்சென்ற அதே வண்டிதான்) சந்திக்கச்சென்றபோது, ஹெல்லஸ்பாண்ட்டில் ஹீரோவின்

மெழுகுவத்தி வெளிச்சத்தை நோக்கி நீந்திவந்த லியாண்டர்தான். இந்த நிகழ்வில் என் பங்கென்ன? அதற்கு ஒரு பெயர்தர முடியாது.

நான் குற்றத்தை ஒப்புக்கொள்கிறேன்: நான் செய்தது எவ்வித வீரச்செயலும் அல்ல. சீற்றமிக்க கண்களுடனும் ஒளிவீசும் வாளுடனும் குதிரைமீதேறி நான் கேட்ராக்குடன் மோதவில்லை. மாறாக, ஒரு பாம்பின் தந்திரத்துடன், செய்தித்தாள்களிலிருந்து சொற்களை வெட்டிஎடுக்கலானேன். COMMITTEE என்ற சொல்லிலிருந்து COM என்பதை வெட்டினேன். MANIAC என்பதிலிருந்து MAN என்பதை வெட்டினேன். NEHRU CONSIDERS என்பதிலிருந்து DER என்பதை வெட்டிக்கொண்டேன். SABOTEURS என்பதிலிருந்து SAB என்ற பகுதியை வெட்டினேன். ARMED FORCE என்ற சொல்லிலிருந்து ARM என்பதை எடுத்துக்கொண்டேன். பெயரை முழுமைசெய்ய, DULLES FOREIGN POLICY IS INCONSISTENT, ERRATIC, P.M. AVERS என்ற சொல்லிலிருந்து ATI பகுதியை வெட்டிக் கொண்டேன். என் மோசமான நோக்கத்திற்கு அரசியலையும் பயன்படுத்தினேன். Why Indira Gandhi Is என்ற தொடரிலிருந்து WHY என்ற சொல்லை எடுத்துக்கொண்டேன். ஆனால் அரசியலால் முற்றிலும் கட்டுப்பட மறுத்தவன் நான். ஆகவே விளம்பரத்திலிருந்து Does your Chewing Gum என்ற பற்பசைத் தொடரிலிருந்து DOES YOUR என்ற பகுதியை எடுத்தேன். ஒரு ஸ்போர்ட்ஸ் தொடர் (Mohun Bagan Centre Forward takes Wife) எனக்கு WIFE என்ற சொல்லைத் தந்தது. கடைசியாக, Masses Go To Abul Kalam Azad's Funeral என்ற தொடர், GO TO என்ற வார்த்தைகளைத் தந்தது. Death on South Col என்ற தொடர் எனக்கு மிகவும் தேவைப் பட்ட COL என்ற பகுதியைத் தந்தது. ஆனால் ABA என்ற பகுதியைப் பெறுவது கடினமாக இருந்தது. கடைசியாக ஒரு திரைப்பட விளம்பரம் - ALI BABA. Super Colossal Week என்பதிலிருந்து அதைப் பெற்றேன். அந்தக்காலத்தில்தான் ஷேக் அப்துல்லா தமது பகுதியில் ஒரு மக்கள் மன்றத் தீர்ப்பு வேண்டுமெனப் போராடிக் கொண்டிருந்தார், அந்தச் செய்தியிலிருந்து CAUSE என்ற சொல் கிடைத்தது. அது விநோபா கிராமதானத்திற்காகச் செயல்பட்டுக்கொண்டிருந்த காலம். ஜெயப்பிரகாஷ் நாராயண் அதில் தம்மை இணைத்துக் கொண்டார். Narayan Walks in Bhave's Way என்ற தொடரிலிருந்து எனக்கு மிகத்தேவையான WAY என்ற சொல்லை எடுத்தேன். On Course என்ற தொடரிலிருந்து ஒரு ON - ஐ எடுத்தாயிற்று. ஏறத்தாழ வேலை முடிந்துவிட்டது. Sunday Blitz என்ற பத்திரிகைத் தலைப்பிலிருந்து SUNDAY கிடைத்துவிட்டது. இன்னும் ஒரே ஒரு சொல்தான் பாக்கி. Mourning Period Declared

என்ற தொடரிலிருந்து MOURNING கிடைத்து விட்டது. அதிலிருந்து U எனக்குப்போதும். கடைசியாக After Nehru Who? என்ற அந்தக் காலப் பிரபலமான வினாவிலிருந்து எனக்குத்தேவையான கேள்விக்குறியைக் கடைசியாக எடுத்தேன்.

குளியலறைக்குள் மறைவாகச் சென்று எல்லாச் சொற்களையும் ஒட்டினேன். வரலாற்றை மறுபடைப்புச் செய்வதில் என் முதல் முயற்சி. நச்சுப்பையிலிருக்கும் நஞ்சைப் போல என் பாக்கெட்டில் பாம்புபோல நீளமாகக் காகிதத்தில் ஒட்டிய அந்த வாக்கியம் இருந்தது. தந்திரமாக, ஐஸ்லைஸ் - ஹேராயிலுடன் ஒரு மாலைப்பொழுதைக் கழிக்க ஏற்பாடு செய்தேன். இருட்டில் கொலை என்ற விளையாட்டை விளையாடினோம். விளையாட்டின்போது, கமாண்டர் சாபர்மதியின் அலமாரியிலிருந்த அவருடைய ஒரு சீருடைப் பாக்கெட்டுக்குள் என் நஞ்சுக்கடிதத்தை வைத்துவிட்டேன். அந்தச் சமயத்தில் - மறைப்பதில் பயனில்லை - என் மனம், தன் இலக்கைக் கொத்திவிட்ட, குதிகாலில் பற்களைப் பதித்துவிட்ட பாம்பின் மகிழ்ச்சியை அடைந்தது...

முழுப்பகுதியும் இதுதான்: *COMMANDER SABARMATHI WHY DOES YOUR WIFE GO TO COLABA CAUSEWAY ON SUNDAY MORNING? (கமாண்டர் சாபர்மதி, உன் மனைவி கொலாபா பாலத்திற்கு ஞாயிற்றுக்கிழமை காலைகளில் ஏன் செல்கிறாள்?)*

இப்போது நான் செய்த விஷயத்தைப் பற்றிச் சற்றும் பெருமை எனக்குத் தோன்ற வில்லை. ஆனால் என் வஞ்சப்பேய்க்கு இரண்டு தலைகள் இருந்தன என்பதை நினைவில் கொள்ளுங்கள். லீலா சாபர்மதியின் விசுவாசமின்மையை வெளிப்படுத்தி அதன் மூலம் என் தாய்க்கும் ஒரு அதிர்ச்சி வைத்தியம் செய்யவேண்டும் என்பதுதான் நோக்கம். ஒரு கல்லில் இரண்டு மாங்காய்; பாம்பின் பிளவுபட்டநாக்கின் ஒவ்வொரு முனையிலும் ஒருவர் தண்டிக்கப்படவேண்டும். சாபர்மதி விவகாரம் என்று பின்னால் பெயர்பெற்ற அதன் ஆரம்பம், நகரத்தின் வடக்குப் பகுதியில் ஒரு மோசமான கஃபே யில் இரண்டு கைகளின் நடனத்தை ஒளிந்துபார்த்த ஒருவனால் நிகழ்ந்தது என்பது யாரும் அறியாத உண்மை.

இரகசியமாகச் செய்தேன், புதரின் மறைவிலிருந்து அடித்தேன். என்னைச் செலுத்தியவை எவை? பயனியர் கஃபேயில் இரண்டு கைகளின் நடனம். ராங் நம்பர் தொலை பேசி அழைப்புகள். பால்கனியில் என் கைக்குள் வைக்கப்பட்ட செய்தி, போர்வைக் குள் இன்னொரு கைக்குள் தரப்பட்ட விஷயம். என் அம்மாவின்

போலிவேஷம், பியாவின் தேற்றமுடியாத துயரம். "ஹாய், ஆய் ஹாய், ஆய் ஹாய்..."

என்னுடையது மெதுவாகக் கொல்லும் விஷம். மூன்றுவாரங்கள் கழித்து அதன் பலன் தெரிந்தது.

என் குறிப்பு கிடைத்த பிறகு கமாண்டர் சாபர்மதி பம்பாயின் பிரபலமான தனிப்பட்ட துப்பறிபவன் டாம் மின்டோவை அமர்த்தியது தெரிந்தது. (டாமுக்கு இப்போது வயதாகிவிட்டதாலும் ஏறத்தாழ நொண்டியாகிவிட்டதாலும் தன் கட்டணத்தைக் குறைத்துவிட்டானாம்.) மின்டோவினுடைய தகவலறிக்கை கிடைக்கும்வரை சாபர்மதி காத்திருந்தார். பிறகு: அந்த ஞாயிற்றுக்கிழமை காலை, பேசும் கழுதை ஃப்ரான்சிஸையும், பேய்வீட்டையும் பார்த்துக்கொண்டு ஆறு சிறுவர்கள் மெட்ரோ கப் கிளப்பில் வரிசையாக உட்கார்ந்திருந்தார்கள். பார்த்தீர்களா? எனக்கு 'ஆலிபி' இருந்தது. குற்றம் நடந்த இடத்திற்கு அருகில் எங்கேயும் நான் இல்லை. பாவத்தைப் போல, பூமியின் அலைகளைத் தொலைவிலிருந்து தூண்டிவிடும் பிறை நிலவைப்போல...

திரையில் ஒரு கழுதை பேசிக்கொண்டிருந்தபோது, கமாண்டர் சாபர்மதி, கப்பற்படை ஆயுதசாலையை அடைந்தார். நீண்டகுழலுள்ள ரிவால்வர் ஒன்றையும் தோட்டாக்களையும் பெற்றுக்கொண்டார். துப்பறிபவன் அழகான கையெழுத்தில் கொடுத்த முகவரி அடங்கிய காகிதம் அவர் இடது கையில். வலதுகையில் தோலுறையிலிருந்து எடுக்கப்படாத துப்பாக்கி. கொலாபா பாலத்தை டாக்சியில் அடைந்தார். பணம் கொடுத்து அனுப்பிவிட்டு, சட்டைக்கடைகள், பொம்மைக்கடைகள் எல்லாவற்றையும் தாண்டி ஒரு சிறிய சந்தில் புகுந்து, அதிலிருந்து ஒரு கான்கிரீட் முற்றத்தின் பின்னிருந்த ஒரு மாடிக்குடியிருப்பின் படிகளில் ஏறினார்.

18சி குடியிருப்பின் அழைப்புமணியை அடித்தார். அது 18பி குடியிருப்பில் லத்தீன் டியூஷன் நடத்திக் கொண்டிருந்த ஆங்கிலோஇந்திய ஆசிரியருக்குக் கேட்டது. சாபர்மதியின் மனைவி லீலா கதவைத்திறந்த உடனே, மிக நெருக்கத்திலிருந்து அவளை வயிற்றில் இரண்டுமுறை சுட்டார். அவள் பின்னோக்கி விழுந்தாள். அவளைக் கடந்து, அப்போதுதான் கழிவறையிலிருந்து எழுந்துகொண்டிருந்த மிஸ்டர் ஹோமி கேட்ராக்கைக் கண்டார். அவன் தன் பின்புறத்தைத் துடைக்கக்கூட இல்லை. வேகமாக பேண்ட்டை மேல்நோக்கி இழுத்தான். கமாண்டர் வினூ சாபர்மதி அவன் பிறப்புறுப்பில் ஒரு முறை, இதயத்தில் ஒருமுறை,

வலதுகண்ணில் ஒருமுறை சுட்டார். துப்பாக்கியின் சத்தம். அது அமைதியானபோது, அந்தக் குடியிருப்பிலும் பயங்கர அமைதி. அவர் சுட்டபிறகு கேட்ராக் டாய்லட்டின்மீதே சிரித்தமுகத்தோடு உட்கார்ந்திருப்பது போலத் தோன்றியது.

கமாண்டர் சாபர்மதி கையில் புகையும் துப்பாக்கியுடன் குடியிருப்பைவிட்டு வெளி நடந்தார். (அவர் வெளியேறியதைக் கதவோரத்திலிருந்து பயந்துபோன ஒரு லத்தீன் ஆசிரியர் பார்த்தார்.) கொலாபா பாலத்தின்மீது நடந்து, தன் மேடைமீது நின்ற ஒரு போக்குவரத்துக் கான்ஸ்டபிளைக் கண்டார். "இப்போதுதான் இந்தத் துப்பாக்கியால் என் மனைவியையும் அவள் காதலனையும் கொன்றுவிட்டு வருகிறேன். உன்னிடம் நான் சரணடை..." இப்படிச் சொல்லும்போது தன் துப்பாக்கியை அவர் அந்த கான்ஸ்டபிளின் மூக்கருகில் ஆட்டிக்கொண்டிருந்தார். அந்தப் போலீஸ்காரன் பயந்துபோய்ப் போக்குவரத்தை நெறிப்படுத்தும் தன்தடியைப் போட்டுவிட்டு ஓடிப் போய்விட்டான். போக்குவரத்து நெரிசலின் குழப்பத்தில் போலீஸ்காரனின் மேடைமீது விடப்பட்ட சாபர்மதி, தன் புகையும் துப்பாக்கியையே தடிபோலப் பயன்படுத்தி போக்குவரத்து நெரிசலைச் சரிப்படுத்தி இயக்கலானார்.

பத்துநிமிடம் கழித்துவந்த பன்னிரண்டு போலீஸ்காரர்கள் குழு இந்த நிலையில்தான் அவரைக் கண்டது. அவர்கள் மிக தைரியமாக அவர்மீது பாய்ந்து கைகால்களைப் பற்றிக்கொண்டு, பத்துநிமிடங்களாகப் போக்குவரத்தை மிகச்சிறந்த முறையில் கட்டுப் படுத்திய விசித்திரமான 'தடி'யை அவர் கையிலிருந்து கைப்பற்றினார்கள்.

சாபர்மதி விவகாரத்தை வெளியிட்ட ஒரு செய்தித்தாள் கூறியது: "இந்தியா எப்படி யிருந்தது, இப்போது எப்படியிருக்கிறது, என்ன ஆகப்போகிறது என்பதைக் காட்டும் நாடக அரங்கு இது"... ஆனால் கமாண்டர் சாபர்மதி ஒரு தோற்கூத்துப்பாவைதான். நான்தான் அவரை இயக்கிய பொம்மலாட்டக்காரன். அப்படி நான் நினைக்காவிட்டாலும், எனது இயக்கத்தில்தான் தேசமே ஒரு நாடகத்தை நிகழ்த்தியது. அவர் இப்படிச்செய்... நான் ஒரு பாடம்தான்... ஆனால் ஒரு அவதூறு, ஒரு அச்சம், எல்லா விசுவாசமற்ற மனைவிகளுக்கும் தாய்மார்களுக்கும் ஒரு பாடம்... ஆனால் அப்படியில்லை, கூடாது... இல்லை.

என் செயலின் விளைவைப்பார்த்து அதிர்ச்சியடைந்தநிலையில், நகரத்தின் குழப்பமான சிந்தனை அலைகளில் மனத்தைச் செலுத்தினேன்... பார்சி பொதுமருத்துவ மனையில், ஒரு டாக்டர்

சொல்லிக்கொண்டிருந்தார்: "சாபர்மதியின் மனைவி பிழைத்துக் கொள்வார். ஆனால் தான் சாப்பிடுவதைப் பற்றித்தான் எச்சரிக்கையாக இருக்க நேரிடும்..." ஹோமி கேட்ராக் இறந்துபோய்விட்டான். எதிர்த்தரப்பு வக்கீலாக ஆஜராகப் போவது யார்? நான் பணம் வாங்காமலே வாதாடுகிறேன் என்று முன்பொரு முறை சொன்னது யார்? உறைதலிலிருந்து ஒருமுறை காப்பாற்றிய வழக்கறிஞர் யார்? அவர்தான் இப்போது கமாண்டரின் பாதுகாவலர். சன்னி இப்ராகிம், "என் அப்பா எப்படியும் அவரைக் காப்பாற்றிவிடுவார்" என்றான்.

இந்தியக் குற்றநீதித்துறை வரலாற்றிலேயே மிகவும் புகழ்பெற்ற கொலைகாரர் கமாண்டர் சாபர்மதிதான். நெறிதவறிய மனைவிக்குத் தண்டனை அளித்தவர் என்று கணவர்கள் அவரைப் புகழ்ந்தார்கள். நல்ல மனைவியர், தங்கள் விசுவாசத்திற்குக் கிடைத்த புகழில் பெருமைகொண்டார்கள். லீலாவின் பிள்ளைகள் மனத்தில், "அம்மா இப்படித்தான்னு எங்களுக்குத் தெரியும். கப்பல்படைக்காரர் இதைத்தாங்க மாட்டார்னும் தெரியும்" ...என்கிறமாதிரி சிந்தனைகள் ஓடியதைக் கண்டேன்.

இல்லஸ்டிரேட்டட் வீக்லி ஆஃப் இந்தியா பத்திரிகையில் கமாண்டரின் கார்ட்டூன் சித்திரத்துக்கு அருகில் அவருடைய எழுத்துச்சித்திரத்தை எழுத முற்பட்ட ஒரு பத்தியாளர், "கமாண்டர் சாபர்மதியின் விஷயத்தில், இராமாயணத்தின் மிகஉயர்ந்த உணர்வுகள், பம்பாய்த் திரைப்படத்தின் மலிவான உணர்ச்சி நாடகத்துடன் இணைந்துள்ளன. இக்கதையின் நாயகரின் நேர்மையை அனைவரும் ஒப்புக் கொள்கிறார்கள். அவர் மிகக் கவர்ச்சியான மனிதர் என்பது மறுக்கமுடியாத விஷயம்" என்றார்.

என் தாயின்மீதும் ஹோமி கேட்ராக்கின்மீதும் பழிவாங்கச் செய்த செயல், ஒரு தேசியச் சிக்கலை உருவாக்கிவிட்டது... கடற்படை விதிமுறைகளின்படி சிவில் சிறையில் இருந்த யாரும் கப்பற்படைத் தலைவரின் தகுதிக்கு ஆசைப்பட இயலாது. ஆகவே கப்பற்படைத் தலைவர்களும், நகர அரசியல்வாதிகளும், இஸ்மாயில் இப்ராகிமும் - எல்லாரும், கமாண்டர் சாபர்மதி கடற்படைச்சிறையில் இருக்கவேண்டும் என்று வேண்டினர். "குற்றவாளி எனத் தீர்ப்புத் தரும்வரை அவரை நிரபராதியாகவே கருதவேண்டும். முடியுமானால் அவருடைய பதவிக்கு எவ்வித பங்கமும் வரலாகாது." அதிகாரிகளும் ஆமாம் போட்டனர். இப்போது கமாண்டர் சாபர்மதி, கடற்படையின் சிறையில் பாதுகாப்பாக இருந்தாலும், பிரபலமானதன் விளைவுகளை அனுபவித்தார். ஆதரவுத் தந்திகள் குவிந்தன. விசாரணையை

எதிர்நோக்கினார். அவருடைய சிறையில் பூக்கள் நிரம்பின. ஒரு துறவியைப்போல சோறும் நீரும் மட்டுமே வேண்டும் என்று அவர் கேட்டாலும், ஆதரவாளர்கள் அவருக்கு பிரியாணி, பிஸ்தாலவுஜ், பிற விலையுயர்ந்த உணவுகளை உணவுஅடுக்குகளில் அனுப்பியவாறே இருந்தனர். கியூ வரிசைகளை யெல்லாம் தாண்டி அவருடைய வழக்கு இரட்டை வேகத்தில் தொடங்கியது…

பிராசிக்யூஷன், “இது முதல்தர திட்டமிட்ட கொலை” என்று வாதிட்டது. உறுதியான தாடையும் வலுவான கண்களும் கொண்டு, கமாண்டர் சாபர்மதி, “நான் குற்றம் செய்யவில்லை” என்றார். “பாவம் அந்த மனிதருக்கு, ரொம்ப பயங்கரம் இல்லையா” என்றாள் என் அம்மா. “விசுவாசமற்ற மனைவி அதைவிட பயங்கரம் அம்மா” என்றேன். அவள் தலையைத் திருப்பிக் கொண்டாள். “இது ஒரு வெளிப்படையான வழக்கு. தீர்ப்பு எளியது. குற்றத்திற்கான காரணம், சமயம், ஒப்புதல், பிணம், முன்கூட்டிய திட்டமிட்டது ஆகியவை தெளிவாக உள்ளன. ஆயுதச்சாலையிலிருந்து துப்பாக்கி பெறப்பட்டுள்ளது. பிள்ளைகள் திரைப்படத்திற்கு அனுப்பப்பட்டுள்ளனர். துப்பறிபவரின் அறிக்கையும் உள்ளது. இன்னும் என்ன வேண்டும்? முடிவு தெளிவானது.”

பொதுமக்களின் கருத்து - “எவ்வளவு நல்ல மனிதர், அல்லா!…”

இஸ்மாயில் இப்ராகிம் “இது ஒரு தற்கொலை முயற்சி” என்றார்.

அதற்குப் பொதுமக்கள் எதிர்வினை - ?????????

இஸ்மாயில் இப்ராகிம் விளக்கினார்: “டாம் மின்டோவின் அறிக்கை கிடைத்ததும், உண்மையா என்று நேரில் தெரிந்துகொள்ள விரும்பினார் அவர். அப்படியிருந்தால் தற்கொலை செய்ய முடிவுசெய்தார். அதனால் துப்பாக்கியைப் பெற்றார். அது அவருக்காகத்தான். கொலாபா முகவரிக்குத் துயரம் தோய்ந்த நிலையில், ஒரு கொலைகாரராக அல்ல, இறந்தவர்போலத்தான் சென்றார். ஆனால் அங்கே, தன் மனைவியைப் பார்த்தபிறகு, அவளை அரைகுறை உடையில் தன் காதலனோடு பார்த்த நிலையில், ஜூரர்களே, இந்த நல்ல மனிதர், உயர்ந்த மனிதர், சிவப்பைப் பார்த்தார். நிஜமாகவே சிவப்பு, அதனால் அவருடைய செயல் நிகழ்ந்தது. அதனால் இதில் முன்கூட்டிய திட்டமிடுதல் இல்லை, இது முதல்தரக் கொலையும் அல்ல. கொலைதான், ஆனால் திட்டமிட்டதல்ல. ஜூரர்களே, அதனால் அவர் குற்றமற்றவர் என்று தீர்ப்பளியுங்கள்.”

நகரத்தில் எங்கு பார்த்தாலும், "இது சரியில்லை, இஸ்மாயில் இப்ராகிம் ரொம்பத் தொலைவுக்குப் போகிறார் இந்த முறை." "ஆனால்... ஆனால்... ஜூரிகள் குழுவில் பெரும்பாலும் பெண்களாகவே இருக்கிறார்கள், அதுவும் பணக்காரர்கள் அல்ல, இந்த முறை... எனவே கமாண்டரின் கவர்ச்சியும், வழக்கறிஞரின் பணமும்... உதவாது இந்தச் சமயம்... ஆனால் யாருக்குத் தெரியும்? யார் சொல்ல முடியும்?" ஜூரிகள் குழுவில் 'குற்றமற்றவர்' என்று தீர்ப்பளித்தார்கள்.

"ஆஹா, பிரமாதம்" என்றாள் என் தாய். "ஆனால் இது சரியான நீதிதானா?" நீதிபதி, "எனக்கு அளிக்கப்பட்ட அதிகாரத்தினால் இந்த அபத்தமான தீர்ப்பை மாற்றுகிறேன். அவர் குற்றவாளிதான்" என்றார்.

அந்த நாட்களின் அமளியைச் சொல்லிமாளாது. கடற்படை முக்கியஸ்தர்களும், பிஷப்புகளும், பிற அரசியல்வாதிகளும், உயர்நீதி மன்ற மேல்முறையீடு வரை சாபர்மதி கடற்படைச் சிறையிலேயே இருக்கவேண்டும் என்றனர். "ஒரு நீதிபதியின் குருட்டுப் பிடிவாதம் ஒரு உயர்ந்த மனிதரை நாசமாக்கிவிடக்கூடாது." போலீஸ் அதிகாரிகள், சற்றே சிந்தித்து, "நல்லது" என்றனர். சாபர்மதி வழக்கு வேகமாக மேலே உயர்நீதி மன்றத்துக்கு எதிர்பாராத வேகத்தில் சென்றது... கமாண்டர் தன் வழக்கறிஞரிடம், "இனிமேல் விதி என் கையில் இல்லை, யாரோ அதைப் பிடுங்கிக்கொண்டது போல ... இதைத் தலைவிதி என்றுதான் சொல்லவேண்டும்"...

நான் சொல்கிறேன், இதை சலீம், சளிமூக்கன், மோப்பக்காரன், கறைமூஞ்சி என்றும் சொல்லலாமே? நிலாத்துண்டு என்றும் சொல்லலாம்.

உயர்நீதி மன்றத் தீர்ப்பு "குற்றம் செய்தவர்."

பத்திரிகைத் தலைப்புச் செய்திகள் "சாபர்மதி, சிறைச்சாலைக்குப் போகிறார்"

இஸ்மாயில் இப்ராகிமின் கூற்று: "நாங்கள் விடப்போவதில்லை. உச்சநீதி மன்றத்திற்குப் போகிறோம்."

இப்போது குண்டு வெடித்தது - மாநில முதலமைச்சர் சொன்னார்: "சட்டத்திற்கு விதிவிலக்குகள் கிடையாது. ஆனால் கமாண்டர் சாபர்மதி நாட்டுக்குச் செய்த சேவையை மனத்தில் கொண்டு உச்சநீதிமன்றத் தீர்ப்பு வரும்வரை அவர் கடற்படைச் சிறையிலேயே இருக்கட்டும் என்று அனுமதி அளிக்கிறேன்."

மேலும் கொசுக்கடி போன்ற பத்திரிகைச் செய்திகள். "மாநில அரசு சட்டத்தை மீறுகிறது. சாபர்மதி விவகாரம் ஒரு

பொது அவமானம்" ...பத்திரிகைகள் கமாண்டருக்கு எதிராகத் திரும்பியவுடனே, "சரி, முடிந்தது" என்று தெரிந்துகொண்டேன். உச்சநீதி மன்றத் தீர்ப்பு, "குற்றவாளி."

இஸ்மாயில் இப்ராகிம் "நாங்கள் இந்தியாவின் ஜனாதிபதியிடம் மன்னிப்பு வேண்டுகிறோம்" என்றார். ராஷ்டிரபதி பவனில் பெரியபெரிய விஷயங்கள் எடைபோடப்படுகின்றன. ஜனாதிபதி மாளிகையின் வாயில்களுக்குள் சட்டத்தின்விதிக்கு மேலாக எந்த மனிதனாவது இருக்கமுடியுமா என்ற கேள்வி. மனைவியின் ஆசைநாயகனைக் கொன்றவன், கப்பற்படைப் பணிக்காக விட்டுவிடப்பட இயலுமா? இன்னும் அதிகக் கேள்விகள் - "இந்தியா சட்டத்தின் விதியை மதிக்கிறதா, பழையகாலக் கொள்கைப்படி வீரர்கள் சட்டத்திற்கு அப்பாற்பட்டவர்கள் என்கிறதா?" இராமன் உயிரோடு இருந்தால் இராவணனைக் கொன்றதற்காக ஜெயிலுக்கு அனுப்புவோமா? பெரிய விஷயங்கள். என் வயதில் நான் மூர்க்கமாக வரலாற்றுக்குள் புகுந்தது நிச்சயமாகச் சிறிய விஷயமல்ல.

குடியரசுத் தலைவர், "இவருக்கு மன்னிப்பு இல்லை" என்று கூறிவிட்டார்.

தன் கணவர் மிகப் பெரிய வழக்கில் தோற்றுவிட்டதால் நுஸ்ஸி இப்ராகிம் "ஹாய், ஆய் ஹாய்..."

முன்பொருகாலத்தில் சொன்னதையே திருப்பிச் சொன்னாள். "ஆமினா சிஸ்டர், நல்ல மனிதர் சிறைக்குப் போகிறார், இதுதான் உலகத்தின் முடிவு, நான் சொல்கிறேன்."

என் வாய்க்குள் ஒரு ஒப்புதல். "எல்லாம் நான் செய்ததுதான் அம்மா, நான் உனக்குப் பாடம் புகட்டவேண்டுமென்று நினைத்தேன், லக்னோ பூவேலை செய்த சட்டை அணிந்த அந்த ஆளைப் பார்க்கப்போகாதே. தேநீர்க் கோப்பைகளை முத்தமிட்டது போதும். நான் இப்போது பேண்ட் அணிகிறேன், பெரிய மனிதனாக உன் முன்னால் பேசமுடியும்." என் நாக்கிலிருந்து இச் சொற்கள் வெளிப்படவில்லை. காரணம், இந்த முறை ஒரு ராங் நம்பர் தொலைபேசி அழைப்புக்கு என் தாய் அடங்கிய குரலில் பதிலளிக்கிறாள், "இல்லை, அந்தப் பெயரில் யாரும் இல்லை. நான் சொல்வதை நம்புங்கள், என்னை மறுபடியும் அழைக்கவேண்டாம்."

ஆம், என் தாய்க்கு ஒரு பாடம் புகட்டிவிட்டேன். சாபர்மதி விஷயத்துக்குப் பின்னர், அவள் ஒருபோதும், உயிருடன் இருந்தவரை, நாதிர் - காசிமைப் பார்க்கச் செல்ல வில்லை. அவன் இல்லாமல், எங்கள் குடும்பத்தின் பெண்கள் எல்லாருக்கும் ஏற்படும் விதிக்கு அவளும் பலியாகிவிட்டாள் - காலத்துக்கு முன்னரே

கிழவியாகி விடுவது. சுருங்கத்தொடங்கினாள், அவள் தத்தி நடப்பது மிகவும் அதிகமாகியது, மூப்பின் காரணமாக வெற்றுப்பார்வை கண்களில் வந்துவிட்டது.

என் பழிவாங்கல், எதிர்பாராத விளைவுகள் பலவற்றுக்கு வித்திட்டது. அவை எல்லாவற்றிலும் மிக நாடகத்தனமான விஷயம், மெத்வோல்டு எஸ்டேட் தோட்டத்தில் விசித்திரமான செடிகள் முளைத்தன. அவை மரத்தாலும் தகரத்தாலும் செய்தவை. கையினால் எழுதிய சிவந்த எழுத்துகளைக் கொண்டவை. எங்கள் வீடுதவிரப் பிற வீடுகள் அனைத்திலும் அவை முளைத்தன. நான் அறிந்தஅளவைவிட என் சக்திகள் எல்லை மீறுபவை என்ற விஷயத்துக்கு அவை சான்று. ஒருகாலத்தில் என் வீட்டை விட்டு விரட்டப்பட்ட நான், இப்போது என்னைத் தவிரப் பிறர் அனைவரையும் விரட்ட முற்பட்டேன்.

வார்செயில் வில்லா, எஸ்கோரியல் வில்லா, ஸேன்ஸ் சூச்சி ஆகியவற்றில் காக்டெயில் நேரத்துக் கடற்காற்றில் பலகைகள் ஒன்றையொன்று பார்த்தவாறே ஆடின. எல்லாவற்றிலும் ஓரடி உயர எழுத்துகள் - “விற்பனைக்கு”. அதுதான் பலகைகளின் செய்தி. வார்செயில் வில்லாவின் சொந்தக்காரரர், கழிவறையில் இறந்தவர். டாக்ஸிக்காக அந்த விற்பனையைப் பாவம், பைஅப்பா மிகக்கடும்சுபாவத்தில் மேற்கொண்டாள். விலை பேசியவுடன், செவிலியும், அவளால் பார்த்துக்கொள்ளப்பட்டவளும் மறைந்து விட்டார்கள். செல்லும்போது பைஅப்பா பணம் திணிக்கப்பட்ட ஒரு பெரிய சூட்கேஸை மடியில் வைத்திருந்தாள். டாக்ஸிக்கு அப்புறம் என்ன ஆயிற்று என்பது தெரியாது, அவள் செவிலியின் பேராசையை நினைத்தால், நிச்சயமாக அவளுக்கு நல்லது எதுவும் நடந்திருக்காது...

எஸ்கோரியல் வில்லாவில், சாபர்மதியின் குடியிருப்பும் விற்பனைக்கு. லீலா சாபர்மதிக்குத் தன் பிள்ளைகளை வளர்க்க அனுமதி கிடைக்கவில்லை, எங்கள் வாழ்க்கையிலிருந்து அவள் மறைந்தேபோனாள். ஐஸ்லைஸும் ஹேராயிலும் தங்கள் மூட்டைகளை எடுத்துக்கொண்டு இந்தியக் கடற்படையின் பாதுகாப்பிற்குள் போனார்கள். அவர்களின் தந்தை தனது முப்பது வருஷச் சிறைவாசத்தை முடிக்கும்வரை அதுதான் அவர்களுக்குப் காப்புப்பெற்றோர்...

இப்ராகிமின் ஸேன்ஸ் சூச்சியும் விற்பனைக்கு. கமாண்டர் சாபர்மதியின் இறுதித் தோல்வி நிகழ்ந்த அன்று, ஈசாக் இப்ராகிமின் எம்பஸி உணவகம் குண்டர்களால் எரிக்கப்பட்டது. ஏதோ,

நகரத்தின் குற்றக்கும்பல்கள் வழக்கறிஞரின் குடும்பத்தை அவரது தோல்விக்காகத் தண்டிப்பதுபோலாயிற்று. (பம்பாய் வழக்கறிஞர் ஆணையத்தின் சொற்களில்) "தொழில் நடத்தைக்கேட்டிற்கான ஆதாரங்கள் கிடைத்ததால்", இப்ராகிம் தன் தொழிலிலிருந்து நீக்கப்பட்டார். கடைசியாகச், சங்கடத்துடன், இப்ராகிம்களும் எங்கள் வாழ்க்கையிலிருந்து மறைந்துபோனார்கள்.

சைரஸ் துபாஷ், அவன் தாய் ஆகியோரின் குடியிருப்பும் விற்பனைக்கு. சாபர்மதி விவகாரம் காரசாரமாக நடைபெற்றபோது, யாரும் அநேகமாகக் கண்டுகொள்ளாமலே ஆரஞ்சுப்பழவிதை தொண்டையில் சிக்கி அந்த அணுவிஞ்ஞானி செத்துப்போனார். அதனால், சைரஸ்மீது அவன் தாயின் மதவெறியைக் கட்டவிழ்த்துவிட்டதுபோல் ஆயிற்று. அதனால் 'வெளிப்பாடுகளின் காலம்' ஒன்றை இயக்குவதும் ஆயிற்று. அது எனது அடுத்த சிறிய பகுதிக்கான விஷயம்.

தங்கமீன்கள், காக்டெயில் நேரம், படையெடுக்கும் பூனைகள் பற்றிய நினைவுகளையெல்லாம் அந்தத் தோட்டங்கள் இழந்துபோக, விற்பனைப் பலகைகள் ஆடின. யார் இந்த வில்லாக்களை வாங்கியது? வில்லியம் மெத்வோல்டின் வாரிசுகளுக்கு வாரிசுகள் யார்?... அவர்கள் டாக்டர் நர்லீகரின் குடியிருப்பிலிருந்து படையெடுத்து வந்தார்கள். வயிறுகொழுத்த, மிகப்பெரிய திறனுடைய நர்லீகர் பெண்கள். நாலுகாலிகள் கொடுத்த செல்வத்தால் (ஏனென்றால் அது நிலத்தைக் கடலிலிருந்து மீட்கும் மிகப் பெரிய திட்டக்காலம்) இன்னும் அதிகமாகக் கொழுத்து, எப்போதையும்விட இன்னும் அதிக சாமர்த்தியத்துடன் வந்தார்கள். கடற்படையிடமிருந்து கமாண்டர் சாபர்மதியின் குடியிருப்பை வாங்கினார்கள், திருமதி துபாஷிடமிருந்து சைரஸின் வீட்டை வாங்கி னார்கள், பைஅப்பாவின் பையைப் பழைய நோட்டுகளால் நிரப்பினார்கள், இப்ராகிமின் கடன்காரர்களின் வாய்களை அடைத்தார்கள்.

விற்பனைக்கு மறுத்தவர் என் அப்பா ஒருவர்தான். அவருக்கு மிக அதிகமான பணத்தாசை காட்டினார்கள், ஆனால் அவர் வீட்டை விற்க மறுத்துவிட்டார். தங்கள் கனவை விளக்கினார்கள். அந்த வில்லாக்களை எல்லாம் தரைமட்டமாக்கிவிட்டு அந்த இரண்டுமாடிக் குன்றின்மீது முப்பதுமாடிகள் கொண்ட பெரிய மாளிகை ஒன்றை, வெற்றிகரமான இளஞ்சிவப்புநிற உயர்வடுக்கைத் தங்கள் வெற்றி இலக்காகக் கட்டுவது அவர்கள் திட்டம். ஆனால் கனவுகளில் மூழ்கியிருந்த அகமது சினாய், மறுத்து விட்டார். "உங்களைச்

சுற்றி இடிபாடுகள் நிறைந்திருக்கும்போது நீங்கள் கடைசியில் மிகக்குறைந்த விலைக்குத் தரவேண்டியிருக்கும்" என்றார்கள். ஆனால் நாலுகாலிகள் ஏமாற்றத்தை நினைத்துக்கொண்ட அவர் அசைந்துகொடுக்கவில்லை. நுஸ்ஸி வாத்து போகும்போது, "நான் சொல்லலையா, ஆமினா சிஸ்டர், இறுதி, இதுதான் உலகத்தின் இறுதி" என்றாள். இந்தச் சமயம் அவள் சொன்னது சரியாகவும் தவறாகவும் இருந்தது. *1958* ஆகஸ்டுக்குப் பின்னும் உலகம் சுழன்றுகொண்டுதான் இருந்தது. ஆனால் என் இளமையின் உலகம், நிஜமாகவே முடிவுக்கு வந்துவிட்டது.

பத்மா, நீ சின்னப் பெண்ணாக இருந்தபோது உனக்கென்று உலகம் ஒன்று இருந்ததா? ஒரு தகர உருண்டை, அதன்மீது கண்டங்களும் கடல்களும் துருவங்களும் பொறிக்கப் பட்ட உலகஉருண்டை இருந்ததா? ஒரு பிளாஸ்டிக் தாங்கியில் பிணைக்கப்பட்ட இரண்டு மலிவான உலோக அரைக் கோளங்கள்? உன்னிடம் இல்லை, ஆனால் என்னிடம் இருந்தது.

பெயர்கள் எழுதப்பட்ட உலகம். அட்லாண்டிக் கடல், அமேசான், மகர ரேகை. வட துருவத்தில், இங்கிலாந்தில் செய்யப்பட்டது என்ற குறிப்பு. ஆடுகின்ற பலகைகளின் ஆகஸ்டு மாதத்தில், பேராசைபிடித்த நர்லீகர் பெண்களால் இந்த பிளாஸ்டிக் தாங்கி காணாமல்போயிற்று. ஒட்டுகின்ற டேப்பினால் நிலநடுக்கோட்டுப் பகுதியில் இரண்டு அரைஉருண்டைகளையும் நான் ஒட்டிவைத்தேன். என் மரியாதையைவிட விளையாட்டுப் புத்தி மீறியதால், அதைக் கால்பந்தாகப் பயன்படுத்தலானேன். சாபர்மதி விவகாரத்திற்குப் பிறகு என் தாயின் பச்சாதாபத்தினாலும், மெத்வோல்டு வாரிசுக ளின் தனிப்பட்ட துயரங்களாலும் எஸ்டேட் நிரம்பியிருந்தபோது, உலகம் இன்னும் (பிளாஸ்டிக் டேப்பினால் ஒட்டப்பட்டிருந்தாலும்) ஒரேபந்தாகத்தான் இருக்கிறது, அதுவும் என் காலடியில் கிடக்கிறது என்ற அறிவின் பாதுகாப்பில் நான் அந்த உலோகப் பந்தை எஸ்டேட் முழுவதும் உதைத்து விளையாடினேன்.

நுஸ்ஸி வாத்து தன் இறுதித் தீர்ப்பைப் புலம்பிச் சென்ற அந்த நாளன்று, சன்னி இப்ராகிம் பக்கத்துவீட்டு சன்னியாக இல்லாமற் போன அந்த நாளன்று, என் தங்கை பித்தளைக்குரங்கு விவரிக்கஇயலாத கோபத்துடன் என்மீதுவந்து குதித்தாள். "கடவுளே, உன் உதையை நிறுத்து அண்ணா, இன்றைக்குக்கூட உனக்குக் கொஞ் சமும் பரிதாபம் இல்லையா?" என்று கத்தினாள். பிறகு உயரமாக எழும்பி, என் உலகப்பந்தின் வட துருவத்தின்மீது இருகால்களும் நேராகவருமாறு குதித்தாள். எங்கள் கார்ப்பாதையில் தன் கோபமான

குதிகால்களால் உலகத்தைப் புழுதியில் நசுக்கினாள். வாழ்க்கை முழுவதும் அன்பு மறுக்கப்பட்டதால் வேதனைப்பட்டிருந்தவள் அவள். அவளைப் போற்றி வந்த, ஆனால் அவளால் நடுச்சாலையில் நிர்வாணமாக்கப்பட்ட சன்னி இப்ராகிமின் பிரிவு பித்தளைக்குரங்கை பாதித்தது போலும் என்று எனக்குத் தோன்றியது.

வெளிச்சங்கள்

ஓம் ஹரே குஸ்ரூ ஹரே குஸ்ரூவந்த ஓம்

ஓ நம்பிக்கையற்றவர்களே! காலத்திற்கு முந்தியதொரு காலத்தில் தெய்விக வெளியின் இருண்ட நள்ளிரவுகளில் புனிதமிக்க குஸ்ரூவந்தின் உலகம் இருந்தது என்பதை அறிவீர்களாக! வினவமுடியாத ஒன்றை அறிந்துகொள்கின்ற மக்களின் உரிமையை அவர்களிடமிருந்து மறைக்கவேண்டிப் பல தலைமுறைகளாகத் தாங்கள் பொய் சொல்லி வந்திருக்கிறார்கள் என்பதை நவீன அறிவியலாளர்களே உறுதிப்படுத்துகிறார்கள்!! உண்மையின் புனித இல்லத்தின் உண்மையான இருப்பை!!! உலகமுழுவதிலுமுள்ள சிறந்த அறிவுஜீவிகள் இந்த உயிரான செய்தியை மறைப்பதில் பொதுவுடை மையாளர்கள், யூதர்கள் போன்றோரின் மதத்துக்கு எதிரான சதியைப் பற்றிப் பேசுகிறார்கள்! இப்போது திரை விலகிவிட்டது. ஆசீர்வதிக்கப்பட்ட பிரபு குஸ்ரூ மறுக்க முடியாத நிரூபணங்களுடன் வருகிறார். படியுங்கள், நம்புங்கள்! மெய்யாக நிலவுகின்ற குஸ்ரூவந்தில் தியானம் முதலியவற்றால் தூய்மையில் முன்னேற்றமெய்திய புனிதர்கள் எல்லாருடைய நன்மைக்காகவும் சக்திகளைப் பெற்றார்கள், கற்பனைக் கெட்டாத சக்திகளை! அவர்கள், இரும்பின் வழியாக நோக்குவார்கள், இரும்புக் கம்பங்களைப் பற்களால் வளைப்பார்கள்

... இப்போது

...முதல்முறையாக இம்மாதிரிச் சக்திகளை உங்கள்

சேவைக்கெனப் பயன்படுத்தலாம்! பிரபு குஸ்ரூ

...வந்திருக்கிறார்!

குஸ்ரூவந்தின் வீழ்ச்சியைப் பற்றிக் கேளுங்கள். சிவப்பு அரக்கன் பிமுதன் (அவன் பெயர் இருளடைவதாக) விண்கற்களின் அச்சமூட்டும் மழையை உருவாக்கினான் (உலகத்

தொலை நோக்கிகள் இதைப் பதிவுசெய்துள்ளன, ஆனால் விளக்கமுடியவில்லை) அந்தக் கல் மழை மிகவும் பயங்கரமாக இருந்ததால் அழகிய குஸ்ரூவந்த் அழிந்தது, அதன் முனிவர்கள் அழிந்தனர். ஆனால் மேன்மையான ஜூரேலும் அழகான கலீலாவும் ஞானிகள். குண்டலினிக் கலையின் களிப்பில் தங்களைத் தியாகம் செய்து, அவர்கள் அதுவரை பிறக்காத தங்கள் மகன் பிரபு குஸ்ரூவின் ஆன்மாவைக் காப்பாற்றினர். மேன்மையான யோகமயக்கத்தின் உண்மையான ஒருமைக்குள் நுழைந்து (இதன் ஆற்றல்கள் இப்போது உலகமுழுவதும் ஏற்கப்பட்டுள்ளன) அவர்கள் தங்கள் மேன்மையான ஆன்மாக்களை ஒரு குண்டலினி உயிர்விசைச் சக்திஒளியின் கற்றையாக்கினார்கள். அதன் சாதாரணப் போலிதான் இன்று நாம் நன்கறிந்த லேசர். அந்தச் சக்திக் கற்றையின் வழியாக குஸ்ரூவின் ஆன்மா பறந்து, விண்ணுலக நிரந்தரங்களின் அடி காணாத ஆழங்களில் பயணம் செய்து, கடைசியாக (நமது அதிர்ஷ்டம்) நம் உலகிற்குள் புகுந்து, ஒரு நல்ல குடும்பத்தின் எளிய பார்சிப் பெண்மணியின் கர்ப்பத்தில் நுழைந்தது. அப்படிப் பிறந்த குழந்தை உண்மையான நன்மைக்கும் இணையற்ற அறிவுக்கும் சான்றினை அளித்தது, (நாம் அனைவரும் சமமாகப் பிறந்தவர்கள் என்ற பொய்யைப் பொய்யாக்கியது; ஒரு கயவன், முனிவனுக்குச் சமமா? நிச்சயமாக இல்லை) ஆனால் சில நாட்கள், தன்னை ஒரு நாடகப் படைப்பில் சித்திரிக்கும் வரை, அக்குழந்தையின் உண்மையான இயல்பு மறைந்திருந்தது. (இதைப்பற்றி: அவருடைய நிகழ்த்தலின் தூய்மை நம்பிக்கையின் எல்லையைக் கடந்தது என்று தலையாய விமரிசகர்கள் சொல்லியிருக்கிறார்கள்). அவர் கண்விழித்து, தான் யார் என்று அறிந்தார். இப்போது

பிரபு

குஸ்ரூ

குஸ்ரூவானி

பகவான்

தன் மெய்யான பெயரை மேற்கொண்டார். தன் துறவு நெற்றியில் திருநீறு அணிந்து நோய்களைக் குணப்படுத்தவும், பஞ்சங்களை முடிவுக்குக் கொண்டுவரவும், எங்கெல்லாம் பிமுத அரக்கனின் சேனைகள் வருகின்றனவோ அங்கெல்லாம் அவற்றை முறியடிக்கவும் புறப்பட்டிருக்கிறார். அஞ்சுங்கள்! பிமுதனின் கல்மழை நம்மீதும் பெய்யக்கூடும்! அரசியல்வாதிகள், பொதுவுடைமையாளர்கள், கவிஞர்கள் ஆகியோரின் பொய்களைப் பொருட்படுத்தவேண்டாம். மெய்யான பிரபு

குஸ்ரூ குஸ்ரூ குஸ்ரூ
குஸ்ரூ குஸ்ரூ குஸ்ரூ
குஸ்ரூ குஸ்ரூ குஸ்ரூ
குஸ்ரூ குஸ்ரூ குஸ்ரூ

மீது மட்டும் நம்பிக்கை வையுங்கள். உங்கள் நன்கொடைகளை அஞ்சல்பெட்டி எண் 555, தலைமை அஞ்சலகம், பம்பாய் - 1 என்ற முகவரிக்கு அனுப்புங்கள்.

ஆசீர்வாதம்! அழகு!! உண்மை!!!

ஓம் ஹரே குஸ்ரூ ஹரே குஸ்ரூவந்த ஓம்!

மகா சைரஸின் தந்தை ஒரு அணுவிஞ்ஞானி. தாய் மதவெறி பிடித்தவள். ஆனால் கணவர் துபாஷின் பகுத்தறிவுத்தன்மை காரணமாக அந்த வெறி உள்ளுக்குள் கசப்பாகப் புதைந்திருந்தது. அவள் ஓர் ஆரஞ்சின் விதைகளை எடுக்காமல் கொடுக்க அது மார்பில் அடைத்து அவர் இறந்துபோனார். திருமதி துபாஷ் தன் கணவரின் ஆளுமை மகனுக்குள் வராமல் அழிப்பதில் ஈடுபட்டாள். தனது சொந்த பிம்பத்தில் மகனை வடிவமைத்தாள். சைரஸ் தி கிரேட், கேம் இன் எ பிளேட், இன் நைன்டீன் ஹண்ட்ரட் அண் ஃபார்ட்டிஎய்ட் - பள்ளி மேதையான சைரஸ், பெர்னாட் ஷாவின் நாடகத்தில் வரும் செயிண்ட் ஜோன் மாதிரியான சைரஸ் - இம்மாதிரி சைரஸ்கள் பலரையும் நாம் பார்த்திருக்கிறோம் - அந்த சைரஸ் மறைந்துவிட்டான். அந்த இடத்தில் தோன்றியவன் மந்தமான, ஊதிப்பெரிதாக்கப்பட்ட பிம்பமான பிரபு குஸ்ரூ குஸ்ரூ வந்த்.

கதீட்ரல் பள்ளியிலிருந்து சைரஸ் மறைந்ததும், இந்தியாவின் ஈடிணையற்ற பணக்கார குருவின் தோற்றமும் ஒன்றாக நிகழ்ந்தன. (இந்தியர்களில் எத்தனை வகைகள் உண்டோ, அத்தனை வகைகள் இந்தியாவிலும் உள்ளன. சைரஸின் இந்தியாவின் அருகில் வைத்தால் எனது இந்தியாவின் வகை, ஏறத்தாழ இவ்வுலக வாழ்க்கை சார்ந்தது.)

இப்படி ஏன் அவன் நிகழவிட்டான்? இந்த இளம் மேதையைப் பார்க்காமலே நகரமுழுவதும் போஸ்டர்கள், செய்தித்தாள்களில் விளம்பரங்கள் நிரம்புகின்றன... ஏனென்றால், அவன் (குறும்புக்காக, பெண்ணின் உடல் உறுப்புகளைப் பற்றி எங்களிடம் விரிவுரை அளந்தாலும்) மிகவும் நெகிழ்ச்சியுடையவன், தாய் சொல்லைக் கனவிலும் தட்டாதவன். தன் அம்மா சொல்படி, அவன் ஒரு ஜரிகைச்சட்டையும் தலைப்பாகையும் அணிந்துகொண்டான். தாயின் கடமையை நிறைவேற்றுவதற்காக, தன் சிறு விரலை லட்சக்கணக்கான பக்தர்கள் முத்தமிட அனுமதித்தான். தாயின்

அன்பிற்காக, அவன் மெய்யாகவே பிரபு குஸ்ரூ ஆனான். வரலாற்றிலேயே மிக வெற்றிகரமான புனிதக் குழந்தை! கண்ணிமைக்கும் நேரத்தில் ஐந்து லட்சம் பக்தர்கள் கூட்டம் அவனைப் புகழ்ந்தது. அதிசயங்கள் செய்பவன் என்றது. அமெரிக்க கிட்டார் நட்சத்திரங்கள் அவன் காலடியில் அமர்ந்தார்கள். அவர்கள் தங்கள் செக் புத்தகங்களையும் கொண்டுவந்தார்கள். பிரபு குஸ்ரூவந்த்துக்குப் பல வங்கிக்கணக்குகள், வரித் தப்பிப்புகள். குஸ்ரூவந்த் நட்சத்திரக் கப்பல் என்ற சொந்த ஆடம்பரக்கப்பல். ஒரு விமானம் - அதற்கு பிரபு குஸ்ரூவின் விண்மீன் தளம் என்று பெயர். மிதமாகச் சிரிக்கின்ற, வாழ்த்துகளைத் தூவுகின்ற அந்தப் பையனுக்குள் எங்கோ ஓர் இடத்தில் என் நட்புக்குரிய ஒரு பையனின் ஆவி மறைந்திருக்கிறது - அது அவன் தாயின் பயமுறுத்துகின்ற, திறன்மிக்க நிழலுக்குள் என்றென்றைக்குமாக மறைக்கப்பட்டிருக்கிறது - (அவளும் நர்லீகர் பெண்கள் வாழ்ந்த அதே வீட்டில் வாழ்ந்தவள்தானே? அவர்களை எவ்வளவு தூரம் அறிந்திருப்பாள்? அவர்களுடைய வியப்புக்குரிய திறமை எந்த அளவுக்கு அவளுக்குள் புகுந்ததோ தெரியாது)

“அந்தப் பிரபு குஸ்ரூவா?” எனக்கேட்கிறாள் பத்மா, ஆச்சரியத்துடன். “போன வருஷம் கடலில் முழுகிப்போனாரே மஹாகுரு, அவரைத்தானே சொல்கிறாய்?” என்கிறாள்.

ஆமாம் பத்மா, அவனால் தண்ணீர்மேல் நடக்கமுடியாது. என்னுடன் தொடர்பு கொண்டவர்களில் ஒருசிலர் அது இயற்கையான மரணம் என்று சொன்னார்கள். சைரஸை தெய்வமாக்கியதில் எனக்குச் சற்றே வெறுப்பு என்பதை ஒப்புக்கொள்கிறேன். அவனுடைய இடத்தில் நான் இருந்திருக்கலாம் என்று சிந்தித்திருக்கிறேன். நான் தான் மாயத்திறன் பெற்ற குழந்தை. ஆனால், வீட்டின் முதன்மை மட்டுமல்ல, எனது உண்மையான உள்ளியல்புகூட இப்போது பாழாகிவிட்டது.

பத்மா, நான் ஒருபோதும் மஹாகுரு ஆனதில்லை. என் காலடியில் லட்சக்கணக் கான பேர் வந்து அமர்ந்ததில்லை. அது என் தவறுதான். பலவருஷங்களுக்கு முன்பு, ஒருநாள், பெண்களின் உறுப்புகளைப் பற்றி சைரஸ் பேசியபேச்சைக் கேட்கச் சென்றிருந்தேன். “என்ன?” என்று தலையாட்டுகிறாள் பத்மா. “இது என்ன புதுக்கதை?” அணுவிஞ்ஞானி துபாஷ் ஓர் அழகான சலவைக்கல் சிலை - நிர்வாணமான பெண் சிலையை வைத்திருந்தார். அதைவைத்து, பெண்களின் உடலமைப்பியல் பற்றிச் சிறந்த விரிவுரைகளைத் தன்னைச் சுற்றியிருக்கும் நண்பர்களுக்கு சைரஸ்

ஆற்றுவான், இதற்கு அவன் ஒரு கட்டணத்தையும் வசூலித்தான். பெண் உடலமைப்பியல் சொற்பொழிவை நான் கேட்டதற்குக் கட்டணமாக என்னிடம் காமிக் புத்தகங்களைக் கேட்டான். நான் கள்ளமின்றி மிகச் சிறந்த சூப்பர்மேன் காமிக் புத்தகங்களை அவனிடம் கொடுத்தேன். அவன் தனக்காக உருவாக்கிய கதை அதில்தான் இருந்தது.

கிரிப்டான் என்ற கிரகம் வெடிப்பதைப் பற்றிய கதை. ஜோரேல் என்பவர் தன் மகனை ஒரு ராக்கெட்டில் வைத்து விண்ணில் அனுப்புகிறார். அவன் பூமியில் இறங்குகிறான். அங்கே நல்ல மனமுடைய கெண்ட்டு இனத்தவர் அவனை மகனாக ஏற்கிறார்கள்... இந்தக் கதையை வேறு யாரும் பார்க்கவில்லையா? இத்தனை வருஷங்களாக, திருமதி துபாஷ் செய்ததெல்லாம் இதுதான் - இன்றைய ஆற்றல்மிக்க சூப்பர்மேன் தொன்மங்களில் ஒன்றை மறுபடைப்புச் செய்து தன்மகன்மேல் அவள் சுமத்தினாள் என்பதை வேறு ஒருவரும் கண்டுபிடிக்கவில்லையா? பிரபு குஸ்ரூ குஸ்ரூவந்த் பகவானின் வருகையை அறிவிக்கும் விளம்பரங்களை நான் பார்த்தேன். குழப்பமிக்க, திகைப்படையச் செய்கின்ற எனது உலகத்தின் நடப்புகளுக்குப் பொறுப்பேற்கும் நிலைக்குத் தள்ளப்பட்டேன்.

என் கதையை விரும்பிக்கேட்கின்ற பத்மாவின் கால்சதைகளை நான் எப்படி வருணிப்பேன்? என் மேஜையிலிருந்து சில அடிகள் தள்ளி, அதோ அவள் குந்தி உட்கார்ந்திருக்கிறாள். கெண்டைக்கால் சதைகள் சற்றும் தளர்ச்சியைக் காட்டவில்லை. சேலை மடிப்புகளுக்குள் தொடைச்சதைகள் ஈர்ப்புவிசையையும் சுளுக்குப்பிடிப்பையும் ஒருங்கே எதிர்த்துத் தங்கள் பாராட்டுக்குரிய தாங்குசக்தியைக் காட்டுகின்றன. இப்படியே என்றைக்கும் குந்தி உட்காரும் ஆற்றல் பெற்ற அவள், நிதானமாக, என் நீளமான கதையைக் கேட்கிறாள். ஓ வலுவான ஊறுகாய்ப் பெண்ணே! என் பாராட்டு அவள் கைப்பகுதிகளுக்கும் செல்கிறது. அவளுடைய இருதலை, முத்தலை தசைகளில் எவ்வளவு உறுதியான வலு, நிரந்தரத்தன்மையின் ஆறுதல்! அவள் கை, என் கையை ஒரு நொடிப்பொழுதில் முறித்துவிடும். பயனற்ற தழுவல்களில் அக்கைகள் என்னைச் சுற்றி வளைக்கும்போது என்னால் தப்பிக்கமுடிவதில்லை. இப்போது பிரச்சினைகள் முடிவுக்கு வந்துவிட்டதால், நாங்கள் மிக இசைவாக இருக்கிறோம். நான் விவரமாகக் கதைசொல்கிறேன், அவள் கேட்கிறாள். அவள் பணிவிடை செய்கிறாள், நான் அந்தப் பணிவிடைகளை நேர்த்தியாக

ஏற்கிறேன். காரணமின்றி என் கதைகளைவிட என்மீது அவள் கவனம் செலுத்தினாலும், பத்மா மாங்க்ரோலியின் எதிர்ப்பற்ற வலிமையில் நான் மிகத் திருப்தியாக இருக்கிறேன்.

பத்மாவின் சதைகளைப் பற்றி ஏன் பேசவந்தேன்? இப்போதெல்லாம் இந்தச் சதைகளுக்குத்தான் என் கதையைச் சொல்கிறேன் (வேறுயாருக்கும் - உதாரணமாக என் மகனுக்கு - அவன் இன்னும் படிக்கக்கூடத் தெரியாதவன் - சொல்ல முடியாது). நான் மிகவும் வேகமாகச் சொல்லிச் செல்கிறேன். தவறுகள் நிகழக்கூடும். உயர்வுநவிற்சியும், தொனியில் அருவருப்பான மாற்றங்களும் நேரும். வெடிப்புகள் எல்லை மீறுவதற்குள் சொல்லிவிட முனைகிறேன். ஏற்கெனவே கதையில் நிகழ்ந்துவிட்ட தவறுகளையும் உணர்ந்திருக்கிறேன். என் சிதைவின் வேகம் அதிகரிப்பதால் (அதற்கேற்ப என் எழுத்தின் வேகம் செல்லமுடியவில்லை) நம்பகத்தன்மை கெடும் அபாயம் அதிகரிக்கிறது ...இந்தநிலையில் பத்மாவின் சதைகளை எனது வழிகாட்டியாகப் பயன்படுத்தக் கற்றுக் கொண்டிருக்கிறேன். அவளுக்குச் சலிப்பு ஏற்படும்போது, அவள் சதைகளில் ஆர்வ மின்மையின் தளும்பல்களைக் காணமுடியும். அவள் கதையை நம்பாதபோது கன்னச் சதையில் ஒரு துடிப்பு ஏற்படும். அவள் சதைகளின் நடனம் என்னைத் தண்டவாளத்தில் போகவைக்கிறது. இலக்கியத்தில் போலவே, தன் வரலாற்றிலும், உண்மையில் என்ன நடந்தது என்பதைவிட ஆசிரியர் தன் வாசகர்களை எதை நம்பச்செய்கிறார் என்பதுதான் முக்கியமானது... மகா சைரஸின் கதையை ஒப்புக் கொண்டாள் பத்மா, (இன்னும் மோசமானபகுதி வரஇருக்கிறது) ஆகஸ்டிலும் செப்டம்பரிலும் இரத்தத்தை விட வேகமாக வெளிப்பாடுகள் அதிகமாகப் பாய்ந்தன. எனது மிக மோசமான பதினொரு வயது வாழ்க்கைக் காலக் கதையில் மேலும் வேகமாகச் செல்ல அனுமதி தருகிறாள் பத்மா.

காற்றிலாடிய விற்பனைஅட்டைகளை எடுத்தவுடனே நர்லீகர் பெண்களின் கட்டட இடிப்புக்குழுவினர் வந்துவிட்டனர். வில்லியம் மெத்வோல்டின் அழியும் மாளி கைகளின் கட்டுப்பாடற்ற புழுதியினால் சூழப்பட்டது பக்கிங்காம் வில்லா. கீழேயுள்ள வார்டன் சாலையிலிருந்து மறைக்கப்பட்டிருந்தாலும், தொலைபேசி அழைப்புகள் எங்களுக்கு வராமலில்லை. ஒருநாள் பியா மாமியின் நடுங்கும் குரல் என் அன்பான ஹனீஃப் மாமாவின் தற்கொலையைத் தெரிவித்தது. ஹோமி கேட்ராக்கிடமிருந்து வந்த வருமானம் இல்லாமல் போனதால், மாமா தனது முழங்கும் குரலையும்

ஹார்ட் சீட்டுகள், யதார்த்தம் இவைமீதான ஈடுபாட்டையும் மெரீன் டிரைவில் தனது குடியிருப்பின் மாடிக்குத் தன்னுடன் எடுத்துச்சென்றார். மாலைநேரக் கடல்காற்றில் மாடியிலிருந்து காலைஎடுத்து வெளியே வைத்துவிட்டார். கடற்கரைமணலில் கீழே குருடர்களாக வேடமிட்டுப் பிச்சை எடுத்தவர்கள் தங்கள் நடிப்பை மறந்து கூக்குரலிட்டு ஓடினர்... வாழ்க்கையில் போலவே இறப்பிலும் ஹனீஃப் அசீஸ் உண்மைக்கெனவே இருந்தார், மாயையை விரட்டினார். அவருக்கு முப்பத்துநாலு வயதுதான்.

கொலை, மரணத்தை வளர்க்கிறது. ஹோமி கேட்ராக்கைக் கொன்றதன்மூலம் நான் என் மாமாவையும் கொன்றுவிட்டேன். அது என் குற்றம்தான். சாவு இத்துடன் நிற்கவில்லை.

ஆக்ராவிலிருந்து ஆதம் அசீஸ், புனிதத் தாய், தில்லியிலிருந்து முஸ்தபா மாமா (இவர் அரசாங்க அதிகாரி, தன் மேலதிகாரிகளுடன் ஒத்துச்செல்லும் கலையை மிக தீவிரமாகக் கடைப்பிடித்ததால், அவர்கள் இவர் பேசுவதைக் கேட்பதையே நிறுத்தி விட்டார்கள், அதனால் இவருக்குப் பதவி உயர்வும் இல்லாமல் போயிற்று), அவருடைய கலப்பு ஈரானிமனைவி சோனியா, அவர்களுடைய குழந்தைகள் (அவர்களை மிகவும் அடித்து எவ்வித முக்கியத்துவமும் இன்றி வளர்த்ததால், எத்தனைபேர் அவர்கள் என்பதுகூட மறந்துபோயிற்று), பாகிஸ்தானிலிருந்து கசந்துபோன ஆலியா, ஜெனரல் ஜுல்ஃபிகர், அவன் மனைவி என் சித்தி எமரால்டு (அவர்கள் இருபத்தேழுவித லக்கேஜுகளுடனும் இரண்டு வேலைக்காரர்களுடனும் வந்தார்கள், எப்போதும் கடிகா ரத்தைப் பார்த்தவாறும் தேதியைக் கேட்டவாறும் இருந்தார்கள்) யாவரும் சேர்ந்த எங்கள் குடும்பம் பக்கிங்காம் வில்லாவில் கூடியது. ஜுல்ஃபிகரின் மகன் ஜாபரும் வந்தான். இவர்களுடன், குறைந்தபட்சம் நாற்பது துக்கநாட்கள் வரையிலுமாவது எங்கள் வீட்டில் தங்கவேண்டுமென்று பியாவையும் அழைத்துவந்தாள் என் தாய்.

நாற்பது நாட்கள் புழுதியும் எங்கள்மீது படையெடுத்தது. ஈர டவல்களைவைத்து ஜன்னல்களை அடைத்தாலும் அவற்றிலும் புழுதிபடர்ந்தது. ஒவ்வொரு துக்கத்தின் போதும் புழுதி, சுவர்களினூடாகவே புழுதி ஒரு உருவமற்ற பேய்போலக் காற்றில் தொங்கியது. முறையான ஒப்பாரிகளைப் புழுதி வலுவிழக்கச் செய்தது, துக்கப்படுகின்ற உறவினர்களின் குத்தல்களையும் மறைத்தது. மெத்வோல்டு எஸ்டேட்டின் மிச்ச சொச்சங்கள் என் பாட்டியின்மீது படிந்து அவளைப் பெரும் கோபத்துக்கு ஆளாக்கின.

பஞ்சினெல்லோ முகம்கொண்ட ஜெனரல் ஜுல்ஃபிகரின் மூக்குத்துளைகளில் புழுதிபுகுந்து மார்பில் மோவாய் இடிக்க அவரைத் தும்மவைத்தது. புழுதியின் பேய் மண்டலத்தில் நாங்கள் சிலசமயம் கடந்தகால உருவங்களையும் காணமுடிவது போலி ருந்தது. லீலா சாபர்மதியின் நொறுங்கிப்போன பியானோலா, டாக்ஸி கேட்ராக்கின் அறையிலிருந்த சிறைக்கம்பிகள். துபாஷின் நிர்வாணச்சிலை ஆகியவை புழுதி வடி வெடுத்து எங்கள் அறைகளில் நடனமாடின. சன்னி இப்ராகிமின் காளைச்சண்டைப் போஸ்டர்கள் மேகரூப விருந்தாளிகளாக எங்கள் வீட்டிற்குள் வந்தன.

புல்டோசர்கள் தங்கள் வேலையை ஆரம்பித்தபோது நர்லீகர் பெண்கள் வெளி யேறிவிட்டார்கள். புழுதிப் புயலுக்குள் நாங்கள் மட்டுமே இருந்தோம். கைவிடப்பட்ட மரச்சாமான்கள் தோற்றத்தில் நாங்கள் இருந்தோம். பலகாலமாக மேல்விரிப்புகள் இன்றிப் புழுதியில் கைவிடப்பட்ட நாற்காலிகள், மேஜைகள் ஆனோம். எங்களுக்கே நாங்கள் பிசாசுகள் போலத் தென்பட்டோம். ஆதம் அசீஸின் முகத்தில் கழுகுபோல அமைந்த ராட்சஸ மூக்கு - அதிலிருந்து தோன்றிய வம்சம்தானே நாங்கள். எங்கள் துக்க நாட்களில் புழுதி மூக்குகளில் புகுந்து எங்கள் வரையறைகளை உடைத்தது. குடும்பங்கள் வாழ உதவும் எல்லைகளை அழித்தது. அழியும் மாளிகைகளின் புழுதிப்புயலில் விஷயங்கள் பல பேசப்பட்டன, பார்க்கப்பட்டன, அவற்றிலிருந்து நாங்கள் யாருமே குணமாகவில்லை.

தொடங்கிவைத்தவள் புனிதத்தாய்தான். பலஆண்டுகளாக உடம்பு வளர்ந்து தன் சொந்த ஊர் ஸ்ரீநகரிலுள்ள சங்கராச்சாரிய மலை போலத் தோற்றமளித்தாள் அவள். அதனால் புழுதி தாக்குவதற்கு மிகப் பெரிய பரப்பையும் அவள் உடல் அளித்தது. அவளிடமிருந்து ஒரு பெரிய பாறைவெடிப்புப் போன்ற சத்தம் வந்தது. அது வார்த்தைகளாக உருப்பெற்றபோது இழப்புக்குள்ளான விதவை மாமி பியாமீதான பயங்கரத் தாக்குதலாயிற்று. இயல்புக்குமாறாக மாமி நடப்பதை நாங்கள் யாவரும் கவனித்தோம். அவளைப்போல உயர்ந்த நிலையிலுள்ள ஒரு நடிகை தன் கணவனின் இழப்பையும் உயர்ந்தவிதத்திலேயே ஏற்கவேண்டுமென ஒரு பேசப்படாத விருப்பம் இருந்தது. எங்களைஅறியாமலே அவள் துக்கப்படுவதைப் பார்க்க விரும்பினோம். ஒரு தேர்ந்த சோகநடிகை தனது சொந்த இழப்பை எப்படி மேற்கொள்கிறாள் என்ற ஆவல். உச்சஸ்தாயியிலும் மந்தரஸ்தாயியிலும் நிகழும் நாற்பதுநாள் ராக ஆலாபனை.

கூக்குரலிடும் வலியும் மந்தமான நம்பிக்கையிழப்பும் எல்லாம் சரிவிகிதத்தில் கலந்த கலையாக உருப்பெறும் என்ற எதிர்பார்ப்பு.

ஆனால் பியா சலனமின்றி, கண்ணீரின்றி ஒரு கதையின் எதிர்உச்சநிலைபோல இருந்தாள். பியாவைப் புலம்பவைப்பதற்காக ஆமினா சினாயும் எமரால்டு ஜுல்ஃபி கரும் மயிரைக்கிழித்துக்கொண்டு புலம்பினார்கள். ஆனால் எதுவும் பியாவை அசைய வைக்காது என்று தெரிந்ததும் புனிதத்தாய் பொறுமை இழந்தாள். அவள் ஏமாற்றக் கோபத்தில் புழுதிபுகுந்து அதன் கசப்பினை அதிகப்படுத்தியது.

“அந்தப் பொம்பளை, அதும்பேரென்னா, நான் முன்னாடியே அவளப்பத்திச் சொல்லலை? எம்புள்ளை, அல்லா, என்னவெல்லாம் ஆயிருப்பான், ஆனா, அதும் பேரென்னா, அவன் வாழ்க்கையப் பாழாக்கிட்டா, அதும்பேரென்னா, அவகிட்டருந்து விடுதல அடையக் கூரை மேலருந்து குதிச்சிட்டான் அவன்”.

பேசியதை எவரும் திரும்பப் பெறமுடியாது. பியா கல்மாதிரி உட்கார்ந்திருந் தாள். என் உள்ளெல்லாம் எண்ணெயில் போட்ட அடைபோல நடுங்கியது. ஆனால் புனிதத்தாய் கொடூரத்தின் உச்சத்திற்குச் சென்றாள். செத்துப்போன அவள் மகனின் தலைமுடிமீது சத்தியம் செய்தாள். “என் மகனோடு வாழ்ந்ததுக்கு அந்தப் பொண்ணு மதிப்புக்குடுத்தால், அதும்பேரென்னா, ஒரு நெஜமான பொண்டாட்டியினுடைய கண்ணீர் அவகிட்டருந்து வரும். வரலேன்னா, ஒரு பருக்கைகூட என் வாய்க்குள்ள போகாது. இது ரொம்ப அவமானம், அவதூறு. கண்ணீருக்கு பதிலா கண்ணுல அதும் பேரென்னா, ஆண்டிமணியப் போட்டுகிட்டு உக்காந்திருக்கா அவ.” ஆதம் அசீஸுடன் அவள் பழையகாலத்தில் நடத்திய போரின் தொடர்ச்சியாகக் குடும்பத்தில் எதிரொலித் தது. நாற்பது நாட்களில் இருபதுநாட்கள் போயிற்று. நாங்கள் எங்கள் பாட்டி பட்டினி யில் செத்துப்போகப்போகிறாள், மறுபடியும் ஒரு நாற்பதுநாள் துக்கம் என்று பயப்படத் தொடங்கினோம். புழுதிபோலவே தன் படுக்கையில் கிடந்தாள் அவள். நாங்கள் பயத்துடன் காத்திருந்தோம்.

பாட்டிக்கும் மாமிக்குமிடையிலான போராட்டத்தை நான் முடிவுக்குக்கொண்டு வந்தேன். குறைந்தது ஓர் உயிரையாவது நான் சரியாகக் காப்பாற்றினேன் என்று சொல்லமுடியும். இருபதாம் நாள், தன் கீழ்த்தள அறையில் குருட்டுப்பெண் போல உட்கார்ந்திருந்த பியாவைத் தேடிக் கண்டுபிடித்தேன். வந்ததற்குச் சாக்காக, மெரீன் டிரைவ் குடியிருப்பில் நான் தப்பாக நடந்துகொண்டதற்கு மன்னிப்புக்கேட்டேன். அவள் வெகுதூர மௌனத்திற்கு அப்பால்

ஜடம்போலிருந்தாள். "எப்பவுமே உணர்ச்சி நாடகம்தான், அவருடைய குடும்பத்து ஆட்களிலும் சரி, அவருடைய எழுத்திலும் சரி. உணர்ச்சித்தனமான நாடகத்தை வெறுத்ததற்காகவே அவர் செத்துப் போனார், அதனால்தான் நான் அழாம இருக்கேன்" என்றாள். அந்தச் சமயத்தில் எனக்கு அவள் சொன்னது புரியவில்லை. ஆனால் இப்போது அவள் சொன்னது மிகச்சரி என்று தோன்றுகிறது. கிளர்ச்சி நடையினால் ஆன, மலிவான பம்பாய் சினிமாவின் வருமானத்தை உதைத்துத் தள்ளி, அது இல்லாமல் போனதால், என் மாமா கூரைமீதிருந்து குதிக்க நேர்ந்தது. உணர்ச்சி நாடகம்தான் அவர் இறுதி முடிவைத் தூண்டியது அல்லது அதற்குத் துணையாக நின்றது. அவருடைய ஞாபகத்தினால்தான் பியா அழ மறுத்தாள்... ஆனால் அப்படி ஒப்புக்கொள்ளுவது அவள் சுயகட்டுப்பாட்டின் சுவர்களை உடைப்பதாகுமே!

புழுதி அவளுக்குத் தும்மலை ஏற்படுத்தியது. தும்மலினால் கண்ணீர் வந்தது. அந்தக் கண்ணீர் நிற்கவில்லை. ஆக நாங்கள் எதிர்பார்த்த நிகழ்ச்சி நடந்துவிட்டது. ஏனென்றால் கண்ணீர் வந்ததென்றால், ஃபுளோரா நீரூற்று போல வந்துகொண்டே யிருந்தது. அவளால் தன் சொந்தத் திறமையைத் தடுக்கமுடியவில்லை. முக்கியவிஷயங்கள், துணைக்கருப்பொருள்கள் போன்றவற்றைச் சேர்த்து, கண்ணீர் வெள்ளத்தை ஒரு நல்ல நிகழ்த்துநராக அவள் உருவாக்கிக் காட்டினாள், தன் வியப்பூட்டுகின்ற மார்புகளை அடித்துக் கொண்டும், அழுத்திக்கொண்டும், முட்டிகளால் குத்திக் கொண்டும்... காண்பவர்கள் உண்மையிலேயே துயரப்படுகின்ற விதமாகத் தன் உடைகளைக் கிழித்துக்கொண்டாள், மயிரைப் பிய்த்துக்கொண்டாள். கண்ணீருக்கே ஓர் உயர்வைத் தந்தாள். அதனால் புனிதத்தாய் சாப்பிடலானாள். பருப்பும் பிஸ்தாக் கொட்டைகளும் என் பாட்டி வயிற்றுக்குள் போக, உப்புநீர் மாமியிடமிருந்து பெருக்கெடுத்தது. சாப்பிட்ட பிறகு நசீம் அசீஸ் பியாமீது பாய்ந்து தழுவிக்கொண்டாள், தனிநிகழ்வை டூயட் ஆக்கினாள், தாங்கமுடியாத துயரத் தொனிகளுடன் சமாதானத்தின் இசையைச் சேர்த்தாள். எங்கள் கைகள் அப்ளாஸ் வழங்குவதற்கெனத் துடித்தன. உச்சம் இனிமேல்தான் வர இருந்தது, கலைஞியான பியா தன் இதிகாச முயற்சிகளை மிகச் சிறந்த முடிவுக்குக் கொண்டுவர இருந்தாள்.

தன் மாமியாரின் மடியில் தலையை வைத்துக்கொண்டு, பணிவும் வெறுமையும் கலந்த குரலில், "உங்க தகுதியற்ற மக நீங்க சொல்றதை இனிமே கேப்பா, என்ன செய்யணும்னு சொல்லுங்க,

அதும்படி செய்யறேன்" என்றாள். புனிதத்தாய் அதற்குக் கண்ணீருடன், "உங்கப்பா அசீஸூம் நானும் ராவல்பிண்டிக்குச் சீக்கிரம் போகப் போறோம். எங்க வயசான காலத்தில எங்கச் சின்னமகள் எமரால்டுகூட இருக்கலாமின்னு ஆசை. நீயும் வா. ஒரு பெட்ரோல் பம்ப்பை வாங்கிக்கலாம்" என்றாள். ஆக, புனிதத் தாயின் கனவு நனவாக இருந்தது. பியாவும் பெட்ரோலுக்காக, திரைப்பட உலகத்தைக் கைவிட்டாள். மாமா ஹனீஃப் உயிரோடு இருந்திருந்தால் இதை அங்கீகரித்திருப்பார் என்றே தோன்றியது.

அந்த நாற்பது நாட்களும் புழுதி எங்களை பாதித்தது. அகமது சினாயை முரட்டுத்தனமாகவும், சண்டையிடுபவராகவும் ஆக்கியது. அவர் தனது உறவினர்கள் அருகில் உட்கார மறுத்துவிட்டார். துக்கம் காப்பவர்களுக்கு மேரி பெரேராமூலம் செய்திக ளை அனுப்பலானார், அந்தச் செய்திகளும் அலுவலகத்திலிருந்து அவரால் கூச்சலிடப்பட்டன. "சத்தத்தைக் குறையுங்கள்! உங்க குழப்பத்திற்கு மத்தியில் நான் வேலைசெய்ய வேண்டி யிருக்கிறது!" இதனால் ஜெனரல் ஜூல்ஃபிகரும் எமரால்டும் இடைவிடாமல் நாள்காட்டியையும் விமானப்போக்குவரத்து நேரங்களையும் பார்க்கலானார்கள். அவர்கள் மகன் ஜாபர், தன் தந்தை பித்தளைக்குரங்குடன் அவனுக்குத் திருமண ஏற்பாடு செய்வதாகப் பெருமை அடித்துக் கொள்ளலானான். அந்த ஆணவக்காரன், குரங்கிடம், "நீ ரொம்ப அதிர்ஷ்டம் செய்தவள், என் அப்பா பாகிஸ்தானில் ரொம்பப் பெரிய மனிதர்" என்றான். ஜாபருக்கு அவன் அப்பாவைப் போன்ற தோற்றம் இருந்தாலும், குரங்கின் உணர்வுகளின்மீது புழுதிபடிந்திருந்ததால் அவனுடன் சண்டையிடும் மனப்பாங்கில் இல்லை. இதற்கிடையில் என் பெரியம்மா ஆலியா தன் பழைய புழுதி படிந்த ஏமாற்றத்தைக் காற்றிலும் மற்ற உறவினர்களிடையிலும் பரப்பலானாள். மாமா முஸ்தபா, குடும்பத்துடன் மூலையில் கடுகடுப்போடு உட்கார்ந்திருந்தார், அவரை நாங்கள் மறந்தேவிட்டோம். வரும்போது எண்ணெய்பூசி நன்கு முறுக்கி உயர்த்திவிடப் பட்டிருந்த முஸ்தபாவின் மீசை இப்போது புழுதியின் சோர்வளிக்கும் பாதிப்பினால் கீழே தளர்ந்து தொங்கிவிட்டது.

எல்லாவற்றுக்கும் மேலாக, துக்கத்தின் இருபத்திரண்டாம் நாளன்று, தாத்தா ஆதம் அசீஸ் கடவுளைப் பார்த்தார். அவருக்கு அறுபத்தெட்டு வயது. அந்த நூற்றாண்டைவிட ஒருபத்தாண்டுகள் மூத்தவர்தான். ஆனால் மகிழ்நோக்கின்றிப் பயனற்றுப் பதினாறு ஆண்டுகள் வாழ்ந்தது பெரிய பாதிப்பை உண்டாக்கிவிட்டது.

அவர் கண்கள் இன்னும் நீலமாகத்தான் இருந்தன, ஆனால் முதுகு வளைந்துவிட்டது. பூப்போட்ட தலைக்குல்லாயும், முழுநீள சுகா கோட்டும் அணிந்து பக்கிங்காம் வில்லாவைச் சுற்றிவந்தார். கோட்டுக்குமேல் அவர்மீது புழுதிப்படலம். நோக்கமற்று காரட்டுகளைத் தின்று அவற்றின் சாறு அவர் உதடுகளிலிருந்து கோடாக வழிந்தது. அவர் மெலிந்துகொண்டே வந்தபோது, புனிதத்தாய் இன்னும் பெரிதாகவும் வலுவாகவும் ஆனாள். ஒரு காலத்தில் மெர்க்குரோகுரோமைக் கண்டு புலம்பிய அவள், இப்போது கணவருடைய பலத்தையே உண்டு வாழ்வதுபோலத் தோன்றியது. மோகினிப் பேய்கள் கள்ளமற்ற பெண்களைப் போல ஆடவர்களுக்குத் தோன்றுவார்களாம். திருமணப் படுக்கையில்தான் அவர்களுடைய உண்மையான சொரூபம் வெளிவருமாம். பிறகு தங்கள் ஆடவர்களின் ஆன்மாக்களை விழுங்கிவிடுவார்களாம். என் தாத்தா திருமணம் இதுபோன்றதொரு கட்டுக்கதைத் திருமணமாகத் தோன்றியது.

என் பாட்டிக்கு மிகப் பெரிய மீசையும் வளர்ந்து இப்போது உயிரோடிருக்கும் அவளுடைய ஒரே பிள்ளையின் தளர்ந்த மீசைக்கு இணையாகத் தோன்றியது. படுக்கைமீது உட்கார்ந்து, ஏதோ ஒரு திரவத்தை உதட்டில் தடவினாள். அது மீசையின் ஓரங்களில் பட்டு மயிர்களை விறைப்புக்கொள்ள வைத்தது. பிறகு கையில் கூரிய கருவியால் அவற்றை வெட்டினாள். ஆனால் இந்தச் சிகிச்சை, பிரச்சினையைத் தீர்க்காமல் அதிகமாக்கியது. "அவர் ஒரு - அதும்பேரென்னா குழந்தை மாதிரி ஆகிவிட்டார்" என்று தன் பிள்ளைகளிடம் சொன்னாள், "ஹனீஃப் அவரை இப்படியாக்கி விட்டான்." அவர் மாயக்காட்சிகளைக் காண்பதாக எங்களிடம் சொன்னாள். "எதிரில் இல்லாத ஆட்களிடம் பேசுகிறார்." தன் வாயை உறிஞ்சிக்கொண்டு அவர் அறையில் சுற்றிவந்தபோது எங்களிடம் இப்படி உரக்கவே சொன்னாள். "நடுராத்திரியில் எப்படிக் கத்துகிறார்!" அவரைப்போலச் செய்தும் காட்டினாள்: "ஓ டாய், நீயா!" அந்தப் படகுக்காரனைப் பற்றி, பாடும் பறவையைப் பற்றி, குச்நஹீன் ராணியைப் பற்றிப் பிள்ளைகளிடம் சொன்னாள். "பாவம் ரொம்ப நாள் வாழ்ந்துட்டார். எந்த அப்பாவும் தன் பிள்ளை முதலில போறதைப் பார்க்கக்கூடாது." ஆமினா பரிதாபத்துடன் தலையை ஆட்டினாள். ஆனால் ஆதம் அசீஸ் இதை அவளுக்கும் விட்டுவிட்டுச் செல்வார் என்று தெரியாது. அவளுக்கும் கடைசிக் காலத்தில் ஏதேதோ காட்சிகள் தோன்றின, அவற்றிற்கு அவளிடம் வரவேண்டிய வேலையே இல்லை.

புழுதி பறக்கிறதென்று நாங்கள் மின்விசிறியைப் போடுவதே இல்லை. என் தாத்தாவின் முகத்தில் வியர்வை புழுதிக்கோடுகளாக வழிந்தது. சிலசமயங்களில் அருகிலிருக்கும் எவரையும் பிடித்துக்கொண்டு மிகத் தெளிவாகப் பேசுவார். "இந்த நேருக்கள், பரம்பரை ராஜாக்களாக ஆகாமல் விடமாட்டார்கள்." தன் வியர்வை அவன் மேல் விழுவதால் வளைந்து நெளியும் ஜுல்ஃபிகரிடம், "ஐயோ பாவம் பாகிஸ்தான்! நல்ல ஆட்சியாளர்கள் அதற்குக் கிடைக்காமல் போச்சு" என்பார். சிலசமயம் தான் வைரக்கற்கள் கடையில் இருப்பதாக நினைத்துக்கொண்டு "ஆமாமாம், மரகதக்கற்கள், பவழங்கள் எல்லாம் இருந்ததே" என்பார்.

பித்தளைக்குரங்கு என்னிடம், "தாத்தா சாகப்போகிறாரா" என்று கேட்டாள்.

தாத்தாவிடமிருந்து எனக்குக் கிடைத்தது - பெண்கள்மீது ஈடுபாடு, ஆனால் அதற்குக் காரணமும்தான் - அவருடைய மையத்திலிருந்த ஓட்டை - கடவுளை நம்பவோ நம்ப முடியாமலோ போனது. இன்னொன்றும்கூட: பிறர் பார்ப்பதற்கு முன்னாலேயே பதினொரு வயதில் நான் கண்டது: அவர் உடலில் வெடிப்புகள் விடத்தொடங்கின.

"தலையிலா?" பத்மா கேட்கிறாள். "மேல்மாடியிலா?" படகுக்காரன் டாய் சொல்வான், "ஆதம்பாபா, தண்ணீரின் தோலுக்கடியில் பனிக்கட்டி எப்போதும் காத்திருக்கிறது." நான் அவர் கண்களில் வெடிப்பைக் கண்டேன். அவற்றின் நீலவண்ணத்துக்கிடையில் மென்மையான நிறமற்ற கோடுகள். அவருடைய தடித்ததோலுக்குக்கீழே வெடிப்புகள் வலைபோலப் பரவுவதைக் கண்டேன். ஆகவே குரங்கின் கேள்விக்கு "ஆம்" என்று பதிலளித்தேன். துக்கத்துக்குரிய நாற்பது நாளுக்கு முன்னாலேயே, என் தாத்தாவின் தோல் வெடித்து, செதில்களாகி, உரியத்தொடங்கியது. அவருடைய உதடுகளின் ஓரங்களிலிருந்த வெடிப்புகள் காரணமாக அவரால் சாப்பிட வாயைத் திறக்க முடியவே இல்லை. மருந்தடித்த ஈக்கள் விழுவதுபோல அவர் பற்கள் விழுந்தன. ஆனால் வெடிப்பு மரணம் மெதுவாகவே நிகழக்கூடும். அவருடைய எலும்புகளைத் தின்றுகொண்டிருந்த வெடிப்புகளைப் போன்ற பிறவற்றைப்பற்றி நாங்கள் அறிந்து கொள்ளப் பலநாட்கள் ஆயிற்று. காலத்தால் நைந்துபோன அவர் தோலின்கீழ் அவருடைய எலும்புக்கூடு பொடிப்பொடியாகச் சிதைந்துவிட்டது.

பத்மா கலக்கமடைந்து பார்க்கிறாள். "என்னா சொல்றே மிஸ்டர்? நீயும்கூட அந்த மாதிரி ஆகப்...அது என்ன பேரில்லாத ஒண்ணு மனுஷனுடைய எலும்பைத் திங்கறது? அது..."

இப்போது நிறுத்த நேரமில்லை. பரிதாபத்துக்கோ கலக்கத்துக்கோ நேரமில்லை. நான் எடுத்துக்கொள்ளவேண்டியதைவிட அதிகமாக நேரம் கடத்திவிட்டேன். காலத்தில் சற்றே பின்னோக்கிச் செல்வோம் - ஆதம் அசீஸுக்குள் என்னிடமிருந்தும் ஏதோ கசிந்து சென்றது. துக்கத்தின் இருபத்துமூன்றாம் நாளில், நான் என் மனக்காட்சிகளைச் சொன்ன அதே அறையில், கண்ணாடிச் சாடிகளும் (மாமா இல்லாததால் இப்போது அவற்றை மறைக்கவேண்டிய அவசியமில்லை), குஷன்களும், போடப்படாத மின்விசிறிகளும் நிரம்பிய அறையில், தன் மகன் இறந்துபோனதைக் கேட்ட - ஆனால் அந்தச் செய்தியில் நம்பிக்கை கொள்ளாத - மூன்று வாரங்களுக்குப் பிறகு அவர் முழுக்குடும்பத்தையும் கூடுமாறு சொன்னார்... "அவர் மறுபடியும் குழந்தை போலாகி விட்டார்" என்றாள் புனிதத்தாய். கடவுளின் மரணத்தை நம்புவதற்காக வாழ்நாள் முழுதும் முயன்ற அவர், இப்போது தன் கண்களால் கடவுளைக் கண்டதாகச் சொன்னார்.

ஒரு குழந்தையின் சொற்களை எவரும் நம்புவதில்லை. அவர் சொற்களையும் ஒருவர் தவிரப் பிறர்எவரும் நம்பவில்லை. "ஆமாம், கேள்" என்றார் அவர். அவர் குரல் முந்தைய அவரது முழங்கும் குரலின் நலிந்த போலியாக இருந்தது. "ராணி நீங்களா? இங்கே இருக்கீங்களா? அப்துல்லா நீங்களுமா? வா நாதிர், இது உண்மையிலேயே செய்திதான், உக்காரு. அகமது எங்கே? ஆலியா வரச்சொல்லுவாளே? ...குழந்தைகளே, கடவுள். நான் வாழ்க்கையெல்லாம் போராடிவந்த கடவுள். ஆஸ்கார், இல்சே?...இல்லை, ஆமாம் அவங்க இல்லை. அவங்க செத்துப்போய்ட்டாங்கன்னு தெரியும். எனக்கு வயசாச்சி, முட்டாள்தனமா உளர்றேன்னு நெனைக்கறீங்க, இல்ல? ஆனா கடவுளை நான் பாத்தேன்." அப்புறம் மெதுவாக அந்தக் கதை - பலவிதத் திருப்பங்கள், தடுமாறல்களுக்கிடையே - அங்குலம் அங்குலமாக வெளிவருகிறது. நள்ளிரவில் என் தாத்தா இருளடைந்த அறையில் கண்விழித்தார். அவர் மனைவியைத் தவிர வேறு யாரோ அங்கே இருந்தார்கள். புனிதத்தாய் படுக்கையில் குறட்டை விட்டுக் கொண்டிருந்தாள். இது வேறு யாரோ...

அஸ்தமன நிலவின் ஒளியில் பளிச்சிடும் புழுதி படிந்த உருவம். "ஓ டாய், நீதானா அது" என்றார் அசீஸ். "தூங்குங்க,

இதையெல்லாம் விட்டு" என்றாள் புனிதத் தாய் தூக்கத்திலேயே. ஆனால் அந்த ஒன்று, அதிர்ச்சிதரக்கூடிய குரலில், "எல்லாம் வல்ல இயேசு கிறிஸ்து" என்று உரக்கக் கத்துகிறது. (கண்ணாடி ஜாடிகளுக்கிடையில் தாத்தா அந்தப் பெயரைச் சொல்வதற்காக மன்னிப்புக்கேட்கும் பாவனையில் ஹெ ஹெ என்று சிரிக்கிறார்.) எல்லாம் வல்ல இயேசு கிறிஸ்து... பார்க்கும்போது கைகளில் ஓட்டைகள் தெரிகின்றன. ஒரு காலத்தில்... இருந்தது போலக் கால்களில் ஓட்டைகள்...

கண்களைத் தேய்த்துக்கொள்கிறார், தலையை ஆட்டிய வண்ணம், "யார், உன் பேரென்ன? என்ன சொன்னாய்?" என்கிறார். அந்தஉருவம், அதிர்ச்சியடைந்து, அதிர்ச்சியூட்டி, "கடவுள், கடவுள்." பிறகு சற்றே இடைவெளிவிட்டு, "நீ என்னப் பார்க்க முடியும் என்று நான் நினைக்கவில்லை" என்கிறது.

"ஆனால் கடவுளைக் கண்டேன், அதை மறுக்கமுடியாது, நிச்சயம் கண்டேன்" ...என்று இயங்காத விசிறிகளுக்கு அடியில் சொல்கிறார் தாத்தா. "மகன் இறந்துபோன ஆள் நீதானே" என்கிறது. நெஞ்சில் வலியுடன், என் தாத்தா, "ஏன் அது? அப்படி ஏன் ஆயிற்று" என்கிறார். அதற்கு அந்த உருவம்: "கடவுளுக்கு அவருக்கான காரணங்கள் இருக்கின்றன கிழவா, வாழ்க்கை இப்படித்தான், தெரியுதா?"

புனிதத்தாய் எங்களையெல்லாம் போகச் சொன்னாள். "அவருக்குத் தான்என்ன பேசறோம்னு தெரியல. இப்படியா, இந்த நரைச்ச தலை வயசில கடவுள் நிந்தனை செய்வாங்க" ...மேரி பெரேராவின் முகம் விரிப்புகள் போல வெள்ளையாக, அகன்று போகிறாள். அசீஸ் யாரைக் கண்டார் என்பது அவளுக்குத் தெரியும். அவளுடைய குற்றத்துக்கான பொறுப்பை ஏற்று, கைகால்களில் ஓட்டை கொண்டவன், அவன் கால்களை ஒரு பாம்பு கடித்தது... பக்கத்திலிருந்த மணிக்கூண்டில் இறந்துபோனவன்... அவனைக் கடவுள் என்கிறார் அசீஸ்.

இவ்வளவு தூரம் வந்துவிட்டதால் இங்கேயே என் தாத்தாவின் கதையை முடித்துவிடலாம். பிறகு இந்த வாய்ப்பு கிடைப்பது கடினம். என் தாத்தாவின் கிழட்டுத் தன்மை எனக்கு மாடிமேலிருந்த பேராசிரியர் ஷாப்ஸ்டெகரின் பித்தத்தை நினை வூட்டியது. ஹனீஃபின் தற்கொலையில் அக்கறைகொள்ளாத தன்மையினால், கடவுள் அந்த விஷயத்தில் தனக்குப் பொறுப்பிருப்பதாக நிரூபித்துவிட்டார் என்பது தாத்தாவின் எண்ணம். ஜெனரல் ஜுல்ஃபிகரின் இராணுவ உடையின் மடிப்புகளைப்பிடித்து உலுக்கியவண்ணம்,

“நான் கடவுளை நம்பாததால், அவர் என் மகனைப் பறித்துக் கொண்டார்” என்றார் ஆதம். ஜுல்ஃபிகர்: “இல்லையில்லை, டாக்டர் சாகிப், இப்படி நீங்கள் கஷ்டப்படக்கூடாது” ...அசீஸ் தான் கண்டதை மறக்கவில்லை. அவர் பார்த்த கடவுளின் உருவம் அவர் மனத்தில் மறைந்து விட்டது. அவரிடம் உணர்ச்சிமிக்க, பழிவாங்கும் உணர்வை வழியவிட்டது. (எங்கள் இருவருக்கும் பழிவாங்கும் ஆசையும் பொதுவானதுதான்) ...நாற்பதுநாள் துக்க இறுதியில் அவர் (புனிதத்தாய் திட்டமிட்டது போல) பாகிஸ்தான் கடவுளுக்கெனவே திட்டமிடப்பட்ட நாடு என்று அங்கே போக மறுத்துவிட்டார். தன் வாழ்க்கையின் மிச்ச ஆண்டுகளில் அவர் மசூதிகள், கோயில்கள் எங்கும் தன் கைத்தடியுடன் தடுக்கியவாறு சென்றார், வழிபடுபவனோ, சாதுவோ யாரைக்கண்டாலும் சாபமிட்டுத் தன்னை அவமதிப்புக்குள்ளாக்கிக் கொண்டார். ஆக்ராவில் அவர் ஒருகாலத்தில் பெற்றிருந்த மதிப்புக்காக அவரைச் சகித்துக் கொண்டார்கள். கார்ன்வாலிஸ் சாலை வெற்றிலைக் கடையில் ‘எச்சில்கலத்தைத் தாக்கு’ விளையாட்டை விளையாடிய பழங்காலக் கிழவர்கள் அவருடைய கடந்தகாலத்தை மரியாதையுடன் நினைவுகூர்ந்தார்கள். அவரை முன்பின் அறியாத ஒரு நாட்டில் (பாகிஸ்தானில்) அவருடைய கடவுள்மறுப்பு எப்படிப்பட்ட விளைவை உண்டாக்குமோ என்ற ஒரே சந்தேகத்தினால் புனிதத்தாய் பாகிஸ்தான் செல்லும் எண்ணத்தைக் கைவிட்டாள்.

அவருடைய முட்டாள்தனம், கோபத்துக்கிடையில் வெடிப்புகள் தொடர்ந்து பரவி வந்தன. அந்தநோய் அவருடைய எலும்புகளை மெதுவாகத் தின்றுவந்தது. உடலின் மிச்சப்பகுதிகளை வெறுப்பு தின்றது. ஆனால் அவர் 1964 வரை இறக்கவில்லை. அது நிகழ்ந்தது இப்படி: 1963 டிசம்பர் 25, புதன்கிழமை - கிறிஸ்துமஸ் நாள் - தன் கணவர் போய்விட்டதை புனிதத்தாய் அறிந்தாள்.

காலையில் எழுந்து முற்றத்துக்கு வந்தாள். கொக்கரிக்கும் வாத்துகள், விடியற்காலையின் மங்கிய வடிவங்கள் இவற்றிற்கிடையே வேலைக்காரனைக் கூப்பிட்டாள். டாக்டர் சாகிப் ரிக்ஷாவில் இரயில் நிலையத்துக்குப் போனதாக அவன் சொன்னான். அவள் இரயில்நிலையத்தை அடைந்தபோது இரயில் போய்விட்டது. இப்படியாக, ஏதோ ஒரு இரகசிய உள்ளுணர்வினால் ஈர்க்கப்பட்டு அவருடைய (என்னுடையதும் தான்) கதை தொடங்கிய இடத்திற்கே - மலைகள் சூழ்ந்த, ஏரிகள் கொண்ட அந்த நகரத்திற்குத் தன் கடைசிப் பயணத்தை மேற்கொண்டார்.

காஷ்மீர் பள்ளத்தாக்கு, பனிக்கட்டி ஓட்டினால் மூடப்பட்டிருந்தது. ஏரிமீதிருந்த நகரத்தை உறுமித் தாக்குவதுபோல மலைகள் கவிந்திருந்தன. ஸ்ரீநகரில் குளிர்காலம், காஷ்மீரில் குளிர்காலம்... டிசம்பர் 27ஆம் நாள் வெள்ளிக்கிழமையன்று - சுகா கோட் அணிந்து, சொள்ளு வழிய, என் தாத்தாவைப் போன்ற தோற்றமுள்ள ஒருவர் ஹஜரத் பால் மசூதி அருகில் காணப்பட்டார். சனிக்கிழமை காலை நாலேமுக்கால் மணிக்கு ஹாஜி முகமது கலீல் கனாய் மசூதியின் உள்ளறையிலிருந்து காஷ்மீர் பள்ளத்தாக்கின் விலைமதிப்பற்ற பொருள் திருட்டுப்போயிருப்பதைக் கண்டார். முகமது நபியின் புனிதமான தலைமுடிதான் அந்தப் பொருள். திருட்டைச் செய்தது அவரா, இல்லையா? அவராயிருந்தால், மற்ற இடங்களில் போல மசூதியை அடைந்து வழிபடுவோரை, கையில் தடியுடன் ஏன் தொல்லைப்படுத்தவில்லை? அவரில்லை யென்றால் வேறு யார்? காஷ்மீர் முஸ்லிம்களின் உறுதியைக் குலைப்பதற்காக மத்தியஅரசு சதி செய்வதாகவும் வதந்திகள் இருந்தன... பாகிஸ்தான் உளவாளிகள் இந்தத் திருட்டைச் செய்ததன்மூலம் இந்தியாவில் குழப்பத்தை ஏற்படுத்த முயலுவதாகவும் வதந்திகள். இந்தத் திருட்டு அரசியல் நோக்கமுடையதா, அல்லது தன் மகனை இழந்த ஒரு தந்தை கடவுளைப் பழிவாங்குவதற்காக மேற்கொண்ட செயலா?

முஸ்லிம் வீடுகளில் பத்துநாட்களுக்குச் சமையல் செய்யப்படவில்லை. கலகங்களும் கார்களை எரித்தலும் நிகழ்ந்தன. ஆனால் என் தாத்தா இப்போது அரசியலைக் கடந்தவர், எந்த ஊர்வலத்திலும் அவர் செல்லவில்லை. 1964 ஜனவரி முதல்தேதி புதன்கிழமை அன்று (சரியாக ஆக்ராவிலிருந்து புறப்பட்டு ஒருவாரம் கழித்து) முஸ்லிம்கள் தக்த் - ஏ - சுலைமான் (சாலமோனின் இருக்கை) என்று தவறாகக் குறிப்பிட்டு வரும் - கருங்கொப்புளம்போல சங்கராச்சாரியாரின் கோவில் காட்சியளிக்கும் - மலை மீது வானொலிக்கம்பம் அருகில் அவர் காணப்பட்டதாகத் தெரிகிறது. ஆனால் அவரை அறிந்தவர்கள் அங்கு யாரும் இல்லை.

முகமதுவின் ஒற்றைத் தலைமுடிக்கான பெரும் தேடல் வெற்றிபெற்றது என்று அரசாங்கம் அறிவித்தது. அதற்கு ஐந்து நாட்கள் முன்னாலேயே (ஹைடல்பர்க் புகழ்) டாக்டர் ஆதம் அசீஸ் இறந்துபோனார். அரசாங்கத்தின் மிகப் புனிதத் துறவிகள் ஒன்றுசேர்ந்து அந்த மயிர் உண்மையானதுதான் என்று அதிகாரபூர்வமாக நிச்சயிக்கும் சமயத்தில் என் தாத்தா உண்மையை அவர்களுக்குச் சொல்லமுடியவில்லை. (ஒரு வேளை அவர்கள் தவறாக இருந்தால்...) ஆனால் நான் கேட்ட கேள்விகளுக்கு

விடையளிக்க என்னால் இயலாது. இந்தக் குற்றம் செய்ததாகப் பிடிக்கப்பட்டு, பிறகு மோசமான உடல்நிலை காரணமாக விடுவிக்கப்பட்டது யாரோ அப்துல் ரஹீம் பண்டே என்ற ஆள். ஒருவேளை என் தாத்தா உயிரோடு இருந்திருந்தால், இந்த விஷயத்தில் புதிய வெளிச்சத்தை அளித்திருக்கக்கூடும்... ஜனவரி முதல் தேதி நண்பகலில் ஆதம் அசீஸ் சங்கராச்சார்யா கோயிலின் வெளிப்புறத்திற்கு வந்துசேர்ந்தார்.

கோயிலின் உட்புறத்தில், அவர் தன் தடியை உயர்த்தியதைப் பார்த்திருக்கிறார் கள். முன்பு ஒருமுறை நாலுகாலிகளில் மனத்தைச் செலுத்தியிருந்த ஒரு டாக்டரின் கோபத்தின்முன் விலகி ஓடிய பெண்களைப் போல இப்போதும் சிவலிங்கத்துக்குப் பூஜை செய்துகொண்டிருந்த பெண்கள் விலகிப் பின்சென்றார்கள். உடனே வெடிப்புகள் மேலோங்கி அவர் கால்கள் தள்ளாடின, எலும்புகள் சிதைந்து விழுந்தார். விழுந்ததன் விளைவாக, அவருடைய எலும்புமண்டலம் முழுதும் சீர்படுத்தஇயலாவகையில் நொறுங்க, இறந்தார். அவருடைய மகனின் நிழற்படம், மனைவிக்குப் பாதி எழுதியிருந்த (நல்லவேளையாக சரியான முறையில் முகவரி எழுதியிருந்த) கடிதம் ஆகியவை அவருடைய சுகா கோட்டிலிருந்ததால் அவர் இன்னாரென அறிய முடிந்தது. உட லைக் கொண்டுசெல்ல இயலாத அளவுக்குச் சிதைந்திருந்ததால், அவர் பிறந்த பள்ளத்தாக்கிலேயே புதைக்கப்பட்டது.

பத்மாவைப் பார்க்கிறேன். அவள் சதைகள் தாறுமாறாகச் சுருங்குகின்றன. "இதைப்பார், என் தாத்தாவுக்கு நடந்தது என்ன அவ்வளவு அதிசயமா? ஒரு தலைமுடி காணாமற்போனதற்கு எவ்வளவு புனிதப்பரபரப்பு ஏற்பட்டது என்பதோடு இதை ஒப்பிட்டுப் பார். அந்தச் செய்தியின் ஒவ்வொரு விஷயமும் உண்மை. அதோடு ஒப்பிட்டால் இந்தக் கிழவருடைய மரணம் மிகவும் இயல்பானது." பத்மா தளர்ச்சியடைகிறாள். சரி, மேலே போ என்று அவள் சதைகள் அனுமதிக்கின்றன.

தாத்தாவின் மரணத்தின்மீது அதிக நேரம் செலுத்திவிட்டேன். அடுத்துச் சொல்லப்போவதை நினைத்தால் பயமாக இருக்கிறது, ஆனால் அந்த வெளிப்பாட்டை மறுப்பது இயலாதது.

கடைசியாக ஒரு விஷயம். என் தாத்தாவின் மரணத்திற்குப் பிறகு, பிரதமர் ஜவஹர்லால் நேரு நோயில் விழுந்தார், அதிலிருந்து தேறவே இல்லை, அந்த நோயினால் அவர் 1964 மே 27ஆம் நாள் மரணமடைந்தார்.

நான் என்னை ஒரு வீரனாகக் காட்டிக்கொள்ள முயலாதிருந்தால், மிஸ்டர் ஜகாலோ என் தலைமுடியைப் பிய்த்திருக்கமாட்டார். தலைமுடி சரியாக இருந்திருந்தால், கிளாண்டி கீத்தும் குண்டு பெர்சியும் என்னை கலாட்டா செய்திருக்க மாட்டார்கள். மாஷா மியோவிக் என் விரல் இழப்பிற்குக் காரணமாகியிருக்கமாட்டாள். என் விரலிலிருந்து ஓடிய இரத்தம் ஆல்ஃபாவும் அல்ல, ஒமேகாவும் அல்ல - அது என்னை வீட்டிலிருந்து வெளியேற்றியது. அந்த வெளியேற்றத்தின்போது எனக்கு ஏற்பட்ட பழி வெறியினால்தான் ஹோமி கேட்ராக்கின் மரணம் நிகழ்ந்தது. ஹோமி கேட்ராக் இறந் திருக்காவிட்டால், என் மாமா கடற்காற்றில் வீட்டுக்கூரையிலிருந்து குதித்திருக்க மாட்டார். அது நிகழ்ந்திராவிட்டால் என் தாத்தா காஷ்மீருக்குப் போய் சங்கராச்சாரியார் மலைமீது ஏறும் முயற்சியில் தளர்ந்துபோய் இறந்திருக்கமாட்டார். தாத்தாதான் என் குடும்பத்தின் பிதாமகன். என் விதியோ தேசத்துடன் விதியுடன் பிணைக்கப் பட்டிருக்கிறது. தேசத்தின் தந்தை நேரு. நேருவின் மரணம். ஆக, எல்லாமே என் தவறுதான் என்ற முடிவுக்கு நான் வராமல் தவிர்க்கமுடியுமா?

சரி, மறுபடியும் 1958க்கு வருவோம். துக்கத்தின் முப்பத்தேழாம் நாளன்று, பதினொரு ஆண்டுகளுக்கும் மேலாக மேரி பெரேராவின் மனத்தை அரித்த உண்மை, ஆகவே என்னையும் பாதித்த உண்மை, கடைசியாக வெளிவந்தது. மிகவயதான ஒரு கிழவன் - அவன்மீது வீசிய நாற்றம் என் அடைத்திருந்த மூக்கினுள்கூடப் புகுந்தது - அவன் உடலில் கைவிரல்கள், கால்விரல்கள் விழுந்துவிட்டிருந்தன - உடல்முழுவதும் கொப்புளங்களும் ஓட்டைகளும் - அவன் எங்கள் இரண்டுமாடிக்குன்றின்மீதேறி புழுதி மேகத்தினூடாக, வராந்தாவின் திரைகளைச் சுத்தம் செய்துகொண்டிருந்த மேரி பெரேராவின் கண்களில் பட்டான்.

இப்போது மேரியின் கெட்டகனவு நிஜமானது. புழுதித்திரையின் பின்னால் அவள் கண்களுக்கு ஜோ டி கோஸ்டாவின் பிசாசு தென்பட்டது. ஆதம் அசீஸின் கண்களுக்குத் தென்பட்டது போதாதென்று அது அகமது சினாயின் தரைத்தள அலுவலகத்தை நோக்கி நடந்தது. துடைப்பானைக் கீழே போட்ட மேரி, "அரே ஜோசப்! நீ இப்ப இங்கிருந்து போயிடு! உன் தொந்தரவுங்கள இந்தப் பெரியமனுஷங்க கிட்ட வச்சிக்காதே! கடவுளே, நீ போயிடு, போயிடு! இல்லன்னா இன்னிக்கி நான் செத்துத்தான் போகணும்!" என்றாள். ஆனால் கார்ப்பாதையில் அந்தப் பிசாசு நடந்து வந்தது.

வராந்தாத் திரைகள் தாறுமாறாகத் தொங்க, அவற்றைவிட்டு, வீட்டின் மையப் பகுதிக்குள் புகுந்து என் அம்மாவின் காலில் போய் விழுகிறாள், மேரி பெரேரா. சிறிய தடித்த கைகள் கெஞ்சுதலில் குவிகின்றன. "பேகம் சாகிபா, பேகம் சாகிபா! என்னை மன்னித்து விடுங்கள்!" என் தாய், ஆச்சரியத்தின் உச்சத்தில்: "என்ன மேரி, உன்மனசில் என்ன புகுந்துகொண்டது?" மேரி பேசும்நிலையில் இல்லை. கட்டுப்படுத்த முடியாத அழுகை. பிறகு "கடவுளே, என் காலம் வந்துடுச்சி. என் அன்புமேடம், என்னை அமைதியாப் போகவிடுங்க. என்னை ஜெயிலில் போடாதீங்க."

அப்புறம், "பதினொரு வருஷம் மேடம், நான் உங்கமேல அன்புசெய்யாதவளா, ஐயோ மேடம், அந்தப் பையன் - நிலாத்துண்டு - ஆனா இப்ப நான் செத்தேன், நான் நல்ல பெண் இல்ல, நான் நரகத்தில வேகப்போறவ" என்று கத்துகிறாள் மேரி. "எல்லாம் முடிஞ்சிபோச்சி, ஃபன்டூஷ்!"

இதுவரையிலும்கூட என்ன வரப்போகிறதென்று எனக்குத் தெரியவில்லை. என்மீது மேரி வந்து விழுந்தபோதும்கூட. (இப்போது நான் அவளைவிட உயரம். அவள் கண்ணீர் என் கழுத்தை நனைக்கிறது). "ஓ பாபா, பாபா, இன்னிக்கு உனக்கு ஒரு விஷயம். நான் செய்ஞ்சதுதான். ஆனா இப்ப, வா" ...அவள் மிகவும் பெருமிதத்தோடு என்னை இழுக்கிறாள். "ஜோசப் சொல்றதுக்கு முன்னால நான் எல்லாத்தையும் சொல்லிடறேன். பேகம்! பசங்களே, பெரியவங்களே, அம்மாக்களே, எல்லாரும் சாகிப்பின் ஆபீசுக்கு வாங்க, நான் சொல்லிடறேன்."

பொது அறிவிப்புகள் என் வாழ்க்கையில் அவ்வப்போது நிகழ்கின்றன. தில்லித் தெரு ஒன்றில் ஆமினா. வெளிச்சமற்ற அலுவலகம் ஒன்றில் மேரி. எங்கள் பின்னால் முழுக்குடும்பமும் ஆச்சரியத்தோடு வர, நான் மேரி பெரேராவுடன் படிக்கட்டுகளில் இறங்கினேன். அவள் என் கையை விடவில்லை.

அகமது சினாயின் அறையில் அவருடன் இருப்பது யார்? ஜின்களும் பணமும் காணாமல்போய் ஒரு பாழான பார்வையில் திரும்பவந்தது எதனால்? எது அறையின் மூலையில் அப்படியொரு கந்தகவாடையோடு உட்கார்ந்திருக்கிறது? மனிதன் மாதிரித் தோற்றத்தோடு, கைவிரல்களும் கால்விரல்களும் இல்லாமல், நியூசிலாந்தின் வெப்ப ஊற்றுகள் போன்ற குமிழிகள் (இதை நான் வொண்டர்புக்கில் பார்த்திருக்கிறேன்) நிறைந்த முகத்தோடு உட்கார்ந்திருக்கிறது? விளக்க நேரமில்லை, பதினொரு வருடங்களாக மறைந்திருந்த ஒரு இரகசியத்தை வெளிப்படுத்தியவாறு

மேரி பெரேரா பேசத் தொடங்கிவிட்டாள், குழந்தைகளின் பெயர்ச்சீட்டுகளை மாற்றிய விஷயத்தினால் எங்களைக் கனவுலகிலிருந்து இழுத்து, உண்மையின் பயங்கரத்துக்குள் தள்ளினாள். பேசிய நேரம் முழுவதும் ஒரு தாய் தன் குழந்தைக்குச் செய்வதுபோல என்னைக் கைப்பிடியில் வைத்திருந்தாள். என்னை என் குடும்பத்திடமிருந்து காப்பாற்றினாள் போலும். (அவர்கள் அப்போதுதான்... தெரிந்து கொண்டு... அவர்கள் இல்லை என்று...) நள்ளிரவு கடந்து சிறிதுநேரம் ஆகியிருந்தது. தெருக்களில் பட்டாசுகளும் கும்பல்களும். பலதலை மிருகம் கூச்சலிட்டது. *நான் என் ஜோசப்புக்காக செய்தேன் சாகிப், என்னை ஜெயிலுக்கு அனுப்பவேண்டாம், பாருங்க! இந்தப் பையன் நல்லபையன், நான் பாவம் ஏழை, சாகிப், ஒரே ஒரு தவறு, அவனை விட்டுவிடவேண்டாம் சாகிப், பதினொரு வருஷம் போயிடுச்சி, அவன் உங்க பையன்தான், சூரியன் மாதிரி பிரகாசமான முகம் இதோ! ...ஓ சலீம், என் நிலாத்துண்டு, உங்கப்பா விங்கி! உங்கம்மா செத்துப்போய்ட்டா, தெரிஞ்சுக்கோ...*

மேரி பெரேரா அறையைவிட்டு ஓடினாள்.

ஒரு பறவையின் குரல் தூரத்திலிருந்து ஒலிப்பதுபோல அகமது சினாயின் குரல். ஒரு சமயம் தன்னிடமிருந்து திருட முயன்ற பழைய வேலைக்காரன் மூசா, அதோ அந்த மூலையில்...

(எந்தக் கதையிலாவது இவ்வளவுவிஷயம் இவ்வளவு சீக்கிரம்...? நான் பத்மாவைப் பார்க்கிறேன், அவளும் கல்போல் இருக்கிறாள்.)

ஒருகாலத்தில் ஒரு வேலைக்காரன் அப்பாவிடம் திருடினான். தான் குற்றம் செய்யாதவன் என்று ஆணையிட்டான். தான் பொய்சொல்வதாக இருந்தால் தனக்குத் தொழுநோய் வரட்டும் என்றான். பொய்தான் சொன்னான் என்று நிரூபணமாயிற்று. அவமானத்துடன் வெளியேறினான். ஆனால் அவன் நேரத்துக்கு வெடிக்கும் குண்டு போன்றவன் என்று உங்களுக்குச் சொன்னேன். வெடிக்க வந்துவிட்டான் இப்போது. அவனை மெய்யாகவே தொழுநோய் பற்றிக்கொண்டது. பலவருடங்களின் மௌனத்தில் என் தந்தையின் மன்னிப்பை வேண்டித் திரும்பியவன் அவன். அப்போதுதானே தானே விதித்துக்கொண்ட சாபத்திலிருந்து அவன் மீளமுடியும்?

...யாரையோ கடவுள் என்றார்கள், அவன் கடவுளில்லை. யாரையோ பிசாசு என்றார்கள், அவன் பிசாசு அல்ல, மூன்றாவது

ஆள் ஒருத்தி, அவன் பெயர் சலீம் சினாய் என்றாலும் தன் பெற்றோருக்கு மகன் இல்லை என்றாள்...

மூசாவிடம், "நான் உன்னை மன்னித்துவிட்டேன்" என்றார் அகமது சினாய். அன்றைக்குப் பிறகு அவருடைய மனக்கஷ்டங்களில் ஒன்று குறைந்தது. மறுபடியும் அவர் தன் குடும்ப சாபத்தைக் (முழுதும் கற்பனை) கண்டுபிடிக்க முயலவே இல்லை.

என்னால் வேறுவிதமாக இதைச் சொல்லமுடியவில்லை என்றேன் பத்மாவிடம். வேதனை தருவதுதான், எவ்வளவு பைத்தியக்காரத்தனமாக இருந்தாலும் சொல்லத்தான் வேண்டியிருந்தது.

"ஓ மிஸ்டர்" என்கிறாள் பத்மா, செயலற்ற நிலையில், "ஓ மிஸ்டர், மிஸ்டர்..."

"சும்மா விடு" என்கிறேன், "இது பழைய கதை."

ஆனால் அவள் விடும் கண்ணீர் எனக்கல்ல. அந்தக் கணத்தில் எலும்புக்குக் கீழே - எது என்னைத் தின்கிறது என்பதை மறந்துவிட்டாள். மேரி பெரேராமீது அவளுக்குப் பிரமாத அன்பு பிறந்துவிட்டது, அவளுக்காக அழுகிறாள்.

"அவளுக்கு என்ன ஆயிற்று" என்று சிவந்த கண்களுடன் கேட்கிறாள். "அந்த மேரி?"

தேவையற்ற கோபத்துடன் கத்துகிறேன் நான். "அவளைப் போய்க் கேள்."

"கோவாவில் பஞ்சிமுக்கு எப்படிப் போனாள் அவள் என்று கேள். தன் அவமானக் கதையைத் தன் தாயிடம் எப்படிச் சொன்னாள் என்று கேள். அவள் தாய் எப்படி அவமானத்தினால் பெருங்கோபம் கொண்டாள் (பொருத்தம்தான், வயதானவர்கள் தங்கள் அறிவை இழக்கும் காலம் அது) என்பதைக் கேள். மன்னிப்பு வேண்டித் தெருத்தெருவாகத் தாயும் மகளும் சென்றார்களா, இல்லையா, கேள். சேவியர் முனிவரின் பாதுகாக்கப்பட்ட உடல் 'இயேசுபிறந்தார்' கதீட்ரலிலிருந்து ஆண்டுக்கு ஒருமுறை பெட்டியிலிருந்து வெளியே கொண்டுவரப்பட்டு நகரத்தில் ஊர்வலம் வரும் சமயம் அதுதானா இல்லையா என்று கேள். உடல் கொண்டுவரப்பட்ட வண்டியுடன் பெரேராவும் அவள் தாயும் நெருக்கப்பட்டார்களா இல்லையா, அவள் தாய் தன் மகளின் குற்றத்துக்காக மிகுந்த வருத்தத்தில் இருந்தாளா இல்லையா, ஐயோ ஐயோ என்று கத்திக் கொண்டே அவள் வண்டியின்மீது ஏறிப் புனிதரின் காலை முத்தமிட முயன்றாளா இல்லையா, சொல்லமுடியாத கும்பலில் அவள் ஒருவித மயக்கத்தில் ஆழ்ந்து புனிதரின் இடதுகால் பெருவிரலில்

வாயை வைத்தாளா இல்லையா? கேள் நீயே, அவள் அந்தப் பெருவிரலைக் கடித்துவிட்டாளா இல்லையா?"

என் கோபத்தில் குலைந்துபோன பத்மா புலம்புகிறாள், "எப்படி, எப்படிக் கேள்?"

இதுவும் பொய்யாமெய்யா, கேள். அப்படிக் கடித்தவள், அதிசயமான விதத்தில் தண்டிக்கப்பட்டாள் என்று பத்திரிகைகள் எழுதினவே, பொய்யா? தேவாலயத்தைச் சேர்ந்தவர்களும் கண்ணால் கண்டவர்களும் மேரியின் தாய் அந்த இடத்திலேயே கல் லாக மாறிவிட்டாள் என்று சொன்னார்களே அது பொய்யா, கேள்.

புனிதர்களிடம் தவறாக நடப்பவர்கள் எவ்விதம் ஆவார்கள் என்பதைக் காட்ட, கோவாவைச் சுற்றியுள்ள நகரங்கள், கிராமங்கள் அனைத்திற்கும் அந்த வயதான பெண்மணியின் சிலை ஊர்வலமாக அனுப்பப்பட்டதா இல்லையா கேள். அந்தச் சிலையும் பல கிராமங்களில் ஒரே நேரத்தில் காணப்பட்டதாமே; உண்டா இல்லையா கேள். அது ஏமாற்றா, இல்லை இன்னொரு அதிசயமா?"

"நான் யாரையும் கேட்க முடியாது என்று உனக்குத் தெரியும்" என்று ஊளையிடுகிறாள் பத்மா... என் கோபம் தணிகிறது. இனிமேலும் இன்றிரவு எந்த வெளிப் பாட்டையும் நான் செய்வதாக இல்லை.

மேரி பெரேரா, எங்களைவிட்டு கோவாவிலிருந்த தன் தாய்வீட்டுக்கு மோசமான நிலையில்தான் சென்றாள். ஆனால் ஆலிஸ் பெரேரா இருந்தாள். அகமது சினாயின் அலுவலகத்தில். தட்டச்சுச் செய்தாள், சிற்றுண்டிகளும் பானங்களும் வாங்கி வந்து தந்தாள்.

என்னைப் பொறுத்தவரை - ஹனீஃப் மாமாவின் துக்கக்கால இறுதியில், இரண்டாவது வெளியேற்றத்துக்கு ஆளானேன்.

மிளகுச்சிமிழ்கள் நிகழ்த்திய நகர்வுகள்

என் எதிரியும் எனக்குச் சவால்விடும் சகோதரனும் ஆகிய சிவா, என் மனத்தின் அரங்கில் அனுமதிக்கப்பட முடியாதென்ற முடிவுக்கு வருமாறு நான் தள்ளப் பட்டேன்; அதற்கான காரணங்கள் அவ்வளவு நல்லவை அல்ல என்பதை ஒப்புக் கொள்கிறேன். நான் யாரென்பதை - அதாவது எங்கள் பிறப்பின் இரகசியத்தை அவன் கண்டுபிடித்து விடுவான், அதை நான் அவனிடமிருந்து மறைக்கமுடியாது என்று நான் பயந்தேன். அவனுக்குப் பொருள்கள் மட்டுமே உலகம். கும்பலுக்கு எதிராக ஒருவன் என்றுதான் அவனுக்கு வரலாற்றை விளக்கமுடியும். எனவே விஷயம் தெரிந்தவுடனே தன் பிறப்புரிமையைக் கேட்க வந்துவிடுவான். தவிர்க்கஇயலாத வகையில் பின்னர் நான் மகிழ்ச்சியற்று இருமாடிக் குன்றிலிருந்து வடக்கிலுள்ள சேரிகளுக்குச் செல்லவேண்டி வந்தாலும், கால்முட்டிகளை ஆயுதமாகக் கையாளும் அவன் என் இளமையின் நீலநிற அறைக்குள் வந்துவிடுவான் என்பதே எனக்கு அச்சம் தந்தது. ராம்ராம் சேட்டின் தீர்க்கதரிசனம் விங்கியின் பையனுக்கே உரியது, பிரதமர் கடிதம் எழுதியதும் அவனுக்குத்தான், மீனவன் விரலைச் சுட்டிக்காட்டியதும் சிவாவுக்குத்தான் என்பதை என் மனம் ஏற்க மறுத்தது... சுருக்கமாக, இரத்தத்தைவிட, நான் பதினொருவயது மகனாக ஒரு குடும்பத்தில் நீடிக்கும் நிலைக்கு மிக உயர்ந்த மதிப்புக் கொடுத்து, அழிப்பவனும், வன்முறையாளனுமாகிய என் எதிர்சுயமான அவன் தொடர்ந்து பலவீனப்பட்டுவரும் நள்ளிரவுச் சிறார்களுடைய கூட்டத்திற்கு வரலாகாது என்று முடிவு செய்துகொண்டேன். ஒருகாலத்தில் மேரியுடையதாக இருந்து இப்போது எனதாகிவிட்ட இரகசியத்தை உயிரைக்கொடுத்தேனும் காக்கவேண்டும்.

இந்தச்சமயத்தில், நள்ளிரவுக்கூட்டத்தைக் கூட்டாமல் நானே தவிர்த்த இரவுகள் உண்டு. நான் விரும்பாத திருப்தியற்ற ஒரு திருப்பத்திற்கு அது சென்றதனால் அல்ல, என் பிறப்பைப் பற்றி நான் பெற்ற புதிய அறிவு பிற பிள்ளைகளுக்குச் செல்ல விடாமல் தவிர்க்கக் கால அவகாசமும், நிதானமும் தேவைப்பட்டது. கொஞ்சநாள் சென்றால், நான் இதை சமாளித்துவிடுவேன் என்று தோன்றியது...ஆனால் சிவாவை நினைத்து பயந்தேன். மிகவும் மூர்க்கனும், மற்றப் பிள்ளைகளைவிட சக்திவாய்ந்தவனுமாகிய அவன் மற்றவர்கள் ஊடுருவமுடியாத இடத்தினைக் கண்டறிந்து விடுவான்... ஆகவே என் சகோதரச் சிறார்களை நான் தவிர்த்தேன். ஆனால் அவனைத் தவிர்த்தது மற்றப் பிள்ளைகளுடனான என் தொடர்பைத் துண்டித்துவிட்டது என்பதைக் காலம் தாழ்த்தியே புரிந்துகொள்ளமுடிந்தது. பிரிவினை உருவாக்கிய பாகிஸ்தானின் எல்லைக்குள் நான் தூக்கி எறியப்பட்டேன்.

*1958*இல் செப்டம்பர் கடைசியில் மாமா ஹனீஃபுக்கான துக்கநாட்கள் முடிவுக்கு வந்தன. ஓர் அதிசயச்செயல் போல, எங்களைச் சுற்றியிருந்த புழுதிமேகப் படலங்கள் ஒரு மழையில் அடங்கிவிட்டன. நாங்கள் குளித்து, அப்போதுதான் துவைத்த ஆடைகளை அணிந்து கூரைவிசிறிகளைப் போட்டோம், புதிதாக சோப் போட்டுக் குளித்த தூய்மை தந்த மாயையான மகிழ்நோக்கில் குளியலறைகளிலிருந்து வெளியே வந்தோம். ஆனால் புழுதிபடிந்த, குளிக்காத அகமது சினாய், கையில் விஸ்கி பாட்டிலுடன், கண்கள் சிவப்பேற, ஜின்களின் போதையில் தன் அலுவலகத்திலிருந்து படிக்கட்டில் ஏறிவந்ததைக் கண்டோம். மேரியின் வெளிப்பாடுகள் கட்டவிழ்த்துவிட்ட கனவிலும் நினைக்கமுடியாத மெய்ம்மைகளுடன் தன் தனித்த அந்தரங்க அருவ உலகத்தில் அவர் போராடிக்கொண்டிருந்தார். சாராயத்தின் மோச மான விளைவினால் அவர் விவரிக்க முடியாத ஒரு கோபத்தின் வயப்பட்டார். அதை ஓடிப்போன மேரியின் முதுகிலோ, மாறிய பையனான என்மீதோ காட்டாமல், என் தாய் - அதாவது ஆமினா சினாயின் மீது காட்டினார். அவளுடைய மன்னிப்பைக் கேட்க வேண்டும் என்று உணர்ந்து அப்படிக் கேட்க முடியாததினாலோ என்னவோ, அவள்குடும்பத்தினர் கேட்கும்விதமாக அவள்மீது வசைமாரி பொழிந்தார். அவளை அவர் என்னென்ன சொற்களால் திட்டினார் என்பதையோ, அவள் உயிரை எவ்விதம் போக்கிக் கொள்ள வேண்டுமென்று சொன்னதையோ மறுபடியும் விவரித்துப் பயனில்லை. கடைசியாகப் புனிதத்தாய் அதில் குறுக்கிட்டாள்.

“முன்பொரு சமயம், மகளே” என்று அகமதுவின் தொடர்ந்த வசைகளைப் பொருட்படுத்தாமல் தொடங்கினாள் அவள், “உன் அப்பாவும் நானும், அதும்பேரென்னா, கையாலாகாத கணவனை விட்டுப் பிரியறதில அவமானமில்லேன்னு சொன்னோம். இப்ப நான் சொல்றேன்: உன் ஆம்படையான், அதும்பேரென்னா, ரொம்பக் கீழ்த்தரமான ஆளு. அவங்கிட்டேருந்து, அதும்பேரென்னா, சாக்கடையிலிருக்கற ஒரு பிராணி மாதிரி அந்த ஆள் துப்பற சாபங்களிலிருந்து உன் பிள்ளைகளை அழைச்சிக்கிட்டு வந்திடு. உன் பிள்ளைங்களை - அதும்பேரென்னா - ரெண்டு பிள்ளைங்களையும் கொண்டு வந்திடு” என்று என்னைத் தன் மார்போடு அணைத்த வாறு சொன்னாள். புனிதத் தாயே என்னை ஏற்றுக்கொண்டபிறகு மறுபேச்சு உண்டா? வசைபொழிந்து கொண்டிருந்த என் தந்தைகூடப் பதினொருவயது சளி மூக்குப் பையனுக்கு அவள் ஆதரவுதந்த விதத்தைப் பார்த்துத் தடுமாறிப்போனார் என்று பல ஆண்டுகள் கழித்து இப்போதும் எனக்குத் தோன்றுகிறது.

புனிதத்தாய் எல்லாவற்றையும் சரிசெய்தாள். என் அம்மா, குயவன்கைக் களிமண் போல அவள் வசப்பட்டாள். என்பாட்டி (அப்படித்தான் நான் தொடர்ந்து அழைத்தாக வேண்டும்) தானும் தன் கணவனும் சிலநாட்களில் பாகிஸ்தானுக்குப் போவோம் என்ற நம்பிக்கையில் அச்சமயத்தில் இருந்தாள். ஆகவே நாங்கள் எல்லோரும் - ஆமினா, குரங்கு, நான், மாமி பியாவும்கூட - தன்னுடன் வருவதாகவும், அதற்காக ஏற்பாடு செய்யுமாறும் எமரால்டுக்குக் கூறினாள். “ஒடம்பொறந்தவங்கதான் ஒருத்தருக்கு ஒருத்தர் அதும்பேரென்னா, கஷ்டகாலத்தில உதவி செய்தாகணும்” என்றாள் புனிதத்தாய். சித்தி எமரால்டுக்கு இதில் மனமில்லை, வெறுப்புக்குறியைக் காட்டினாள். ஆனால் அவளும் ஜெனரல் ஜுல்பிகரும் எப்படியோ ஒப்புக்கொண்டார்கள்.

எங்கள் பாதுகாப்பைப் பற்றியே நாங்கள் கவலைப்படும் விதமாக ஒரு மோசமான மனநிலையில் இருந்தார் என் அப்பா. ஜுல்பிகர் குடும்பம் அன்றிரவே புறப்படுகின்ற ஒரு கப்பலில் பாகிஸ்தான் போக ஏற்பாடு செய்தார்கள். ஆகவே அப்பா வையும் ஆலிஸ் பெரேராவையும் மட்டும் விட்டுவிட்டு என் வாழ்நாள் வீட்டை அன்றைக்கே துறந்து நான் புறப்படும்படியாகிவிட்டது. அம்மா தன் இரண்டாம் கணவனைப் பிரிந்துபோவதால் வேலைக்காரர்களும்கூட வெளியேறிவிட்டார்கள்.

என் இரண்டாம் பகுதியின் சுழற்றி எறியப்பட்ட வளர்ச்சி பாகிஸ்தானில் முடிவுக்கு வந்தது. மேலும், பாகிஸ்தானிலிருந்து

ஐநூறுக்கு மேற்பட்ட நள்ளிரவுச் சிறார்களுடன் என் தொடர்பு எப்படியோ நாட்டு எல்லையினால் தடுக்கப்பட்டது என்பதைக் கண்டுபிடித்தேன். ஆகவே வீட்டிலிருந்து வெளியேறியவுடன், என் நிஜமான பிறப்புரிமையான நள்ளிரவுச் சிறாருடன் தொடர்பு என்பதிலிருந்தும் நான் துண்டிக்கப்பட்டேன்.

ராண் கட்சிலிருந்து சற்றுத் தொலைவில், வெப்பத்தால் வியர்வை கசிந்த ஒரு மாலைநேரத்தில் நாங்கள் நங்கூரமிட்டோம். எனது மோசமான இடது காதில் வெப்பம் ஙொய் என ஒலித்தது. நான் கப்பல் தளத்திலேயே இருந்தேன். ஏதோ ஒரு வகையில் தீயசகுனமாகத் தென்பட்ட சிறிய படகுகளும், மீனவர்களின் தோணிகளும் கப்பல்களிலிருந்து கரைக்கும் கரையிலிருந்து கப்பல்களுக்குமாகச் சாமான்களை கேன்வாஸில் மூடி எடுத்துச்செல்வதைப் பார்த்தேன். தளங்களுக்குக்கீழ் பெரியவர்கள் ஹவுசி - ஹவுசி விளையாடிக்கொண்டிருந்தார்கள். குரங்கு எங்கிருக்கிறாள் என்று தெரியவில்லை.

இதுதான் நிஜக்கப்பலில் நான் சென்ற முதல்சமயம். (பம்பாயில் சிலசமயங்களில் துறைமுகத்திலிருந்த அமெரிக்கப் போர்க்கப்பல்களுக்கு அழைத்துச்சென்று காட்டி யிருக்கிறார்கள், ஆனால் அது சுற்றுலாதானே? அது மட்டுமல்லாமல் அங்கே முழு கர்ப்பத்திலிருக்கும் பெண்கள் டஜன்கள் கணக்கில் எப்போதும் சூழ்ந்திருப்பார்கள். அங்கே குழந்தை பிறந்ததால், கடலில் பிறந்ததை முன்னிட்டு அமெரிக்கக் குடியுரிமை பெறலாம் என்ற நப்பாசை அவர்களுக்கு.)

ராணின் வெப்பத்திரை வாயிலாகப் பார்த்தேன். கட்ச் ராண்... அதை ஒரு மந்திரச் சொல்லாகவே எப்போதும் கருதியிருக்கிறேன். அங்கே செல்ல ஆசையும் பயமும். ஆண்டில் பாதிநாள் நிலமாகவும் பாதிநாள் கடலாகவும் இருந்த பச்சோந்திப்பகுதி அது. கடல் பின்வாங்கிச் செல்லும்போது எல்லாவிதமான வளமான குப்பைகளையும் - பணப்பெட்டிகள், வெண்பேய்கள் போல் தோன்றும் ஜெல்லிமீன்கள், சிலசமயங்களில் மூச்சுத்திணறிக்கொண்டிருக்கும் கடல்மனிதர்களையும் - விட்டுச் செல்லுமாம். இந்த ஈரடியான பிரதேசத்தை - கொடுங்கனவின் சதுப்புநிலத்தை - முதன்முதலாகப் பார்த்து நான் உணர்ச்சிவயப்பட்டிருக்கவேண்டும். ஆனால் வெப்பமும், சமீப நிகழ்வுகளும் என்னை அழுத்திக்கொண்டிருந்தன. சின்னப்பிள்ளை மாதிரி இன்னமும் சளியால் என் மேலுதடு ஈரமாக இருந்தது. ஆனால் நீண்டகாலமாக, கசிந்துவந்த ஒரு குழந்தைப்பருவத்திலிருந்து

திடீரென (இன்னமும் கசிந்துகொண்டிருக்கின்ற) முதுமையின் முதிராப்பருவத்திற்குள் நேராக நுழைந்துவிட்டது போன்ற உணர்ச்சியால் அழுத்தப்பட்டிருந்தேன். என் குரல் ஆழமாகியிருந்தது, சவரம் செய்துகொள்ள வேண்டியிருந்தது, முகப்பருக்களை ரேசர் வெட்டிய இடங்களில் என் முகம் இரத்தப் புள்ளிகளைக் கொண்டு தோற்றமளித்தது...

கப்பலின் வரவுசெலவு அதிகாரி என்னைக் கடந்துபோனார். "கீழே போய் இருப்பது நல்லது தம்பி, இப்ப ரொம்ப வெப்பமான நேரம்" என்றார். படகுகளைப் பற்றி விசாரித்தேன். "சும்மா கப்பல் சாமான்கள்தான்" என்று கூறி எதிர்காலத்தைப் பற்றி என்னைச் சிந்திக்கவிட்டு நகர்ந்துவிட்டார். ஜெனரல் ஜுல்பிகரின் விருப்பமற்ற விருந்தோம்பல், சித்தி எமரால்டின் சுயதிருப்திமிக்க தற்பெருமை - இதுதான் எதிர் காலம். எமரால்டுக்குத் தன் உலகியல் வெற்றியையும் அந்தஸ்தையும் தன் மகிழ்ச்சியற்ற அக்காவுக்கும் துயரம்மிக்க நாத்தனாருக்கும் காட்டுவதில் பெருமை. இருக்கவே இருக்கிறது மண்டைக்கனம் மிக்க அவர்களுடைய மகன் ஜாஃபரின் ஆணவம் ... "பாகிஸ்தான்" என்று உரக்கச் சொன்னேன், "என்ன ஒரு குப்பை இது" ...நாங்கள் இன்னும் அந்த நாட்டிற்குள் செல்லக்கூட இல்லை. படகுகளைப் பார்த்தேன். அவை ஒரு மயக்கமான மூட்டத்திற்கிடையில் செல்வதாகத் தோன்றியது. கப்பல்தளமும் வேக மாக ஆடிக்கொண்டிருந்தது. ஆனால் காற்று எதுவும் இல்லை. நான் கைப்பிடிகளைப் பற்றிக்கொள்ள முயன்ற போதும் கப்பல் வேகமாக ஆடி என் மூக்கின்மீது கைப்பிடிகள் மோதின.

மென்மையான வெப்பத்தாக்குதல், வெறும் கைகள், என் பிறப்பு பற்றிய அறிவு இவற்றோடு - இப்படித்தான் பாகிஸ்தானுக்குள் நுழைந்தேன். அந்தக் கப்பலின் பெயர் என்ன? இந்தப் பயணங்களை இந்திய - பாகிஸ்தான் அரசியல் முடிவுக்குக் கொண்டு வருவதற்குமுன், பம்பாய்க்கும் கராச்சிக்கும் இடையில் வந்துசென்ற இரண்டு கப்பல்களின் பெயர்கள் என்ன? எங்கள் கப்பல் பெயர் எஸ்.எஸ். சாபர்மதி. நாங்கள் கராச்சித் துறைமுகத்தை அடைவதற்கு முன்பு எங்களைக் கடந்துசென்ற அதன் ஜோடி பெயர் சரஸ்வதி. அந்தக் கமாண்டர் சாபர்மதி பெயரிலான கப்பலில் நாங்கள் நாட்டைவிட்டு வெளியேற நேர்ந்தது, திரும்ப நிகழ்தல்களிலிருந்து தப்பித்தல் இல்லை என்று நிரூபித்தது.

வெப்பமான, புழுதிமிக்க ஒரு இரயிலில் ராவல்பிண்டியை அடைந்தோம். (ஜெனரலும் எமரால்டும் குளிர்பதன வகுப்பில் பயணம் செய்தார்கள். மற்ற எங்களுக்குச் சாதாரண முதல்வகுப்பு

டிக்கெட்.) ஆனால் முதன்முதலாக ஒரு வடக்கத்திய நகரமான பிண்டியை அடைந்து கீழே கால்வைத்ததும் குளிர்ச்சியாக இருந்தது... அது ஒரு எளிய, பெயரற்ற நகரம். இராணுவக் குடியிருப்புகள், பழக்கடைகள், விளையாட்டுப் பொருள்கள் செய்யும் தொழிற்சாலை. தெருக்களில் உயரமான இராணுவ ஆட்கள். ஜீப்புகள். தச்சுவேலை செய்பவர்கள். போலோ. மிகமிகக் குளிர்ச்சியாக இருக்கமுடிந்த நகரம்.

ஒரு புதிய ஆடம்பரமான வீட்டுவசதிக்குடியிருப்பு. உயர்ந்த காம்பவுண்டு சூழ்ந்த பெரிய வீடு. காம்பவுண்டு சுவர்மீது முள்வேலி. சுற்றிவருகின்ற காவல்படைவீரர். ஜெனரல் ஜுல்பிகரின் இல்லம். ஜெனரல் தூங்கிய இரட்டைப் படுக்கையின் அருகிலேயே குளியல் தொட்டி. அந்த வீட்டில் அடிக்கடி சொல்லப்பட்ட ஒரு தொடர் "நம்மை ஒழுங்கமைத்துக் கொள்வோம்."

வேலைக்காரர்கள் பச்சை இராணுவ ஜெர்சிகளையும் இறுக்கமான தொப்பிகளையும் அணிந்திருந்தனர். அவர்கள் குடியிருப்புகளிலிருந்து மாலைநேரத்தில் கஞ்சாவின் மணம் மிதந்துவந்தது. மரச்சாமான்கள் விலை உயர்ந்தனவாகவும், ஆச்சரியமான முறையில் அழகாகவும் இருந்தன. சித்தி எமரால்டின் இரசனையைக் குறைசொல்லவே முடியாது. கண்டிப்பான இராணுவச்சூழல் இருந்தாலும், ஒரு மந்தமான, உயிரோட்ட மற்ற வீடுதான் அது. சாப்பாட்டு அறையில் சுவரோரத்தில் வைக்கப்பட்டிருந்த தொட்டியில் இருந்த தங்கமீன்கள்கூட விருப்பமற்ற முறையில் காற்றுக்குமிழிகளை வெளிவிடுவதுபோலத் தோன்றியது. இந்தவீட்டில் ஆர்வத்தைத் தூண்டுவதாக இருந்தது மனிதர்கள் அல்ல, ஒரு பிராணிதான். ஜெனரலின் நாய் போன்ஸோவைப் பற்றிச் சற்றே நான் வருணிக்க அனுமதியுங்கள். வெறும் நாயல்ல, அது ஜெனரலின் வேட்டை(பெண்) நாய்.

மிகவயதான, கழுத்தில் கழலை கொண்ட இந்த நாய், எதற்கும் அசையாத சோம்பேறி. வாழ்க்கை முழுவதும் எவ்விதப் பயனுமின்றிக் கழித்தது. வெப்பத் தாக்குதல் நோயிலிருந்து நான் மீண்டுவரும் சமயம். எங்கள் தங்குதலில் முதல் அமளியை உண்டாக்கியது அதுதான். மிளகுச் சிமிழ்களின் புரட்சிக்கு ஒரு முன்மாதிரி போல.

இராணுவப் பயிற்சிமுகாமுக்கு ஜெனரல் ஜுல்பிகர் ஒருநாள் அதை அழைத்துச்சென்றான். பயிற்சிக்காக அமைக்கப்பட்ட நிலக்கண்ணிகள் கொண்ட நிலப்பகுதியில் கண்ணி வெடிகளைக் கண்டறியும் குழு ஒன்றை அவன் பார்வையிடுவதாக இருந்தது.

சல்மான் ருஷ்தீ | 473

(இந்திய பாகிஸ்தான் எல்லை முழுவதிலும் கண்ணிவெடிகளை வைக்க வேண்டும் என்பது ஜெனரலின் ஆசை. "நம்மை ஒழுங்கமைத்துக் கொள்வோம்" என்று கத்துவான். "இந்த ஹிந்துக்களைக் கவலைக்குள்ளாக்குவோம்! அவங்க வீரர்களைப் பீஸ்பீஸாக்குவோம்! மறுபிறவிண்ணு எடுக்க ஒண்ணுமே மிஞ்சகூடாது!" ஆனால் கிழக்குப் பாகிஸ்தானின் எல்லை பற்றி அவ்வளவாக அவன் கவலைப்பட்டதில்லை. "அந்தக் கருப்பனுங்க தங்களைத் தாங்களே கவனிச்சிக்குவாங்க") ...திடீரென்று போன்ஸோ எப்படியோ கட்டவிழ்த்துக்கொண்டு, இறுக்கமாகப் பிடித்திருந்த ஜவான்களின் கையிலிருந்து விடுபட்டு, கண்ணிவெடிப்பகுதிக்குள் ஆடியசைந்து சென்றது.

திடீர் பீதி. வெடிகளைப் புதைத்திருந்த பகுதியில் அவற்றைக் கண்டறியும் படையினர் பயத்தோடு மெதுவாக நகர்ந்தார்கள். ஜெனரல் ஜுல்பிகரும் அவனுடைய உடன்அதிகாரிகளும் வெடிப்புகளை எதிர்நோக்கித் தங்கள் இடங்களிலிருந்து பின் வாங்கிப் பாதுகாப்பான நிலைகளுக்குச் சென்றார்கள். பாகிஸ்தான் அதிகாரிகள் குப்பைத்தொட்டிகள் அல்லது பெஞ்சுகளின் பின்புறங்களிலிருந்து எட்டிப்பார்த்த போது, கவலையின்றி போன்ஸோ கண்ணிவெடிகள் பகுதியில் நிலத்தில் மோப்பம் பிடித்தவாறு ஜாலியாக அன்னநடை போட்டுச் சென்றது. ஜெனரல் ஜுல்பிகர் மகிழ்ச்சியில் தொப்பியைத் தூக்கி எறிந்தான். "ரொம்ப ஆச்சரியம்" என்று தன் மெல்லிய குரலில் கத்தினான். "இந்தக் கிழட்டுநாய்க்குக் கண்ணிவெடிகளை மோப்பம் பிடிக்கத்தெரிகிறது!" போன்ஸோவுக்கு 'நான்குகால் - கண்ணிவெடிக் கண்டுபிடிப்பாளி' என்ற பதவி உடனடியாக அளிக்கப்பட்டு, சார்ஜன்ட் மேஜர் தகுதியில் படைப்பிரிவில் அது சேர்க்கப்பட்டது.

போன்ஸோவின் சாதனையைக் குறிப்பிடக் காரணம், எங்களைச் சீண்டுவதற்கு அது மேஜருக்கு ஒரு கருவி ஆயிற்று. ஜுல்பிகர் குடும்பத்தில் சினாய் குடும்பத்தவர்களாகிய நாங்களும் பியா அசீஸும் பயனற்ற, எவ்வித வருமானமுமற்ற உறுப்பினர்கள். இதை மறக்கவிடாமல் செய்தான் ஜெனரல். "நூறுவயசான வேட்டைப் பெண்நாய்கூடச் சம்பாதிக்க முடியுது, ஆனால் என் குடும்பத்தில ஒண்ணுத்துக்கும் ஒழுங்குபடுத்திக்கொள்ளாத கூட்டம் ஒண்ணு இருக்குது" என்று முணுமுணுப்பான் அவன்.

ஆனால் அக்டோபர் முடிவுக்குள் குறைந்தபட்சம் என் இருப்புக்காவது நன்றி காட்ட வேண்டிய சந்தர்ப்பம் அவனுக்கு வந்தது... மேலும் குரங்கின் மாற்றத்துக்கும் அதிக நாள் இல்லை.

நாங்கள் ஜாபருடன் பள்ளிக்குச் சென்றுவந்தோம். சிதறிவிட்ட எங்கள் குடும் பத்திலிருந்து குரங்கைத் திருமணம் செய்துகொள்வதில் இப்போது அவன் ஆர்வம் காட்டவில்லை. ஆனால் அவனுடைய கெட்டபழக்கம் வார இறுதிநாள் ஒன்றில் வெளிப்பட்டது. மரீக்கு அப்பால் நதியா கலி என்னும் மலைவாழிடம் ஒன்றில் ஜெனரலுக்கு ஒருவீடு இருந்தது. அங்கே எங்களை அழைத்துச் சென்றார்கள். (என் நோய் குணமாகிவிட்டது என்று தெரிவித்திருந்ததால்) நான் உணர்ச்சிப்பரவசத்தில் இருந்தேன். மலைகள்! சிறுத்தைகளைக் காணும் வாய்ப்பு! கடிக்கும் குளிர்ந்த காற்று!

என்னை ஜாபரோடு ஒரே படுக்கையில் ஜெனரல் படுத்துக் கொள்ளச் சொன்ன போது எனக்கு ஒன்றும் தோன்றவில்லை. படுக்கைமீது ரப்பர் ஷீட்டை விரித்தபோது கூட ஒன்றும் தெரியவில்லை... விடியற்காலையில் வெதுவெதுப்பான திரவத்தில் மிதந்தவாறு எழுந்து "கொலை! கொலை!" என்று கத்தலானேன். ஜெனரல் எங்கள் படுக்கையருகே வந்து தன் மகனை அடிக்கலானான். "இப்ப நீ பெரியவனாயிட்டே, டாமிட்! இன்னும் இந்த மாதிரி பண்ணறியா? கோழைப்பையன்... எனக்குப் போய் இப்படி ஒரு கோழைமகன்" ...ஆனால் ஜாபர் ஒன்றுக்குப் போவது அவன் குடும்பத்தின் அவமானமாகத் தொடர்ந்தது. அடித்தாலும்கூட அவன் கால்வழியாகச் சிறுநீர் வந்தது. ஒருநாள் விழித்திருக்கும்போதும் இது நேர்ந்தது. ஆனால் அது என் உதவியால் மிளகுச் சிமிழ்கள் சில நகர்வுகளை நடத்திய பிறகுதான். என்னுடைய தொலைவில் உணரும் சக்தி இந்த நாட்டில் மட்டுப்பட்டிருந்தாலும், தொடர்புக்கான சக்திகள் இன்னும் செயல்படுவதாகவே தோன்றியது. நேரடிப்பொருளிலும் உருவகப்பொருளிலும் செயலூக்கத்துடன், நான் தூயநாட்டின் விதியை மாற்ற உதவினேன்.

அந்த நாட்களில் பித்தளைக்குரங்கும் நானும் எங்கள் நலிவுற்ற தாயைச் செயலற்ற நிலையில் பார்த்துவரவே முடிந்தது. வெப்பத்தில் கடுமையாக உழைக்கின்ற அவள், வடக்கின் குளிரில் வாடத்தொடங்கிவிட்டாள். (தன் பார்வையிலேயே) அவளுக்கு அர்த்தமற்று தான் இருப்பதாகத் தோன்றியது. மேலும் தாய்க்கும் மகனுக்கும் இடையில் புதிதாக உறவைக் கட்டவேண்டிய அவசியம் இருந்தது. ஒருநாள் என்னை கெட்டியாகப் பிடித்துக்கொண்டு, "பாசம் என்பது ஒவ்வொரு தாயும் கற்றுக் கொள்ளுகிற விஷயம். அது குழந்தையோடு சேர்ந்து பிறப்பதில்லை. உருவாக்கப்படுகிறது. பதினொரு வருஷமாக உன்னை மகனாகப் பாசம் செலுத்திப் பழகிவிட்டேன்" என்றாள். ஆனால் அவள் மென்மையில் ஒரு

இடைவெளி இருந்தது. தன்னைத்தானே அவள் சரிப்படுத்திக் கொள்வதுபோலத் தோன்றியது. குரங்கு நள்ளிரவில் என்னிடம், “நாம போய் ஜாபரின் படுக்கையில் தண்ணி ஊத்திவிடலாமா? அவன் ஒண்ணுக்குப் போனான்னு நெனைப்பாங்க” என்று முணுமுணுத்தபோது அவளும்கூட சற்றே தொலைவில் இருப்பதாகத்தான்பட்டது. அவர்கள் என்னை மகனாகவும் சகோதரனாகவும் நினைக்க முயற்சி செய்தாலும், அவர்களால் இன்னமும் மேரியின் ஒப்புதலிலிருந்து விடுபட முடியவில்லை என்பதையே இந்த இடைவெளி உணர்ச்சி காட்டியது. அவர்கள் என்னைத் தங்கள் உறவாக ஏற்றுக்கொள்ள முயற்சிசெய்வது, சிவாவிடம் என்னை பயங்கொள்ள வைத்தது. அதனால் என் மாயையான ஆசையின் மையத்தில் அவர்கள் நம்பிக்கைக்கு மிகவும் உகந்தவனாக நடப்பதில் இன்னும் ஆழமாகச் செலுத்தப்பட்டேன். புனிதத் தாய் என்னை ஏற்றுக்கொண்டாலும் மூன்றரை ஆண்டுத் தொலைவில் ஒரு வராந்தாவில் என் அப்பா, “மகனே, வா, நானும்தான் உன்னை நேசிக்கிறேன்” என்று சொல்லும் வரை என் பயம் நீடிக்கவே செய்தது. அதனால்தான் நான் 1958 அக்டோபர் 7 இரவில் நடந்துகொண்டதுபோல நடந்தேன் போலும்.

...பதினொரு வயதுப் பையன், அவனுக்கு பாகிஸ்தானின் உள்விவகாரங்கள் பற்றி ஒன்றும் தெரியாது. ஆனால் அந்த அக்டோபர் நாளன்று வழக்கத்திற்கு மாறான விருந்து ஒன்று ஏற்பாடு செய்திருப்பது மட்டும் புரிந்தது. பதினொரு வயது சலீமுக்கு 1956இன் அரசியலமைப்புப் பற்றியோ அதன் படிப்படியான வீழ்ச்சி பற்றியோ ஒன்றும் தெரியாது. ஆனால் அன்று மாலையில் வந்த இராணுவப் பாதுகாப்பு அதிகாரிகள், இராணுவப் போலீஸ் ஆகியோர் தோட்டத்தின் ஒவ்வொரு புதர்மறைவிலும் ஒளிந்ததைப் பார்க்கும் அளவுக்கு அவன் கண் கூர்மையாக இருந்தது. குழுச் சண்டைகள், திரு. குலாம் முகமதின் பலவிதத் திறமையின்மைகள் ஆகியவைபற்றி அவனுக்குத் தெரியாது. ஆனால் சித்தி எமரால்டு தன் சிறந்த நகைகளை அணிந்து கொண்டது தெரியும். இரண்டு ஆண்டுகளில் நான்கு பிரதமர்கள் மாறிய வேடிக்கை அவனைச் சிரிக்க வைக்கவில்லை. ஆனால் ஜெனரலின் வீட்டில் நடக்க இருந்த நாடகத்தில் ஏதோ முடிவாகத் திரைவிழப்போவது தெரிந்தது.

குடியரசுக்கட்சியின் தோற்றம் பற்றி ஒன்றும் தெரியாது அவனுக்கு. ஆனால் ஜுல்பிகர் விருந்தின் விருந்தினர் பட்டியல் பற்றி அறிய அவனுக்கு ஆவல். பெயர்கள் பற்றிய முக்கியத்துவம் தெரியாத நாட்டில் அவன் இருந்தான். சௌத்ரி முகமது அலி

யார்? அல்லது சுஹ்ரவர்தி யார்? அல்லது சுண்ட்ரீகர், நூன் யார்? விருந்தாளிகளின் பெயர்களை மறைத்துவைப்பதில் அவன் சித்தியும் சித்தப்பனும் கண்ணாக இருந்தனர். அது அவனுக்குக் குழப்பமாக இருந்தது. ஒருமுறை செய்தித்தாளில் வந்த தலைப்புச் செய்தியை - "மரச்சாமான்களை எறிந்ததால், பாக்.துணை அவைத்தலைவர் இறந்தார்" - அவன் வெட்டி எடுத்துவைத்திருந்தான். மாலை ஆறு மணிக்கு நீளமான வரிசையில் கருப்பு லிமோசின் கார்கள் ஜுல்பிகர் எஸ்டேட்டின் காவல்நிறைந்த தோட்டத்திற்குள் எதற்காக வந்தன என்பது தெரியவில்லை. அவற்றின் முன்னால் கொடிகள் ஏன் அசைந்தன, அவற்றிலிருந்தவர்கள் ஏன் சிரிக்க மறுத்தார்கள், ஜெனரல் ஜுல்பிகரின் பின்னால் எமரால்டும், பியாவும் என் தாயும் ஏன் சாவுநிகழ்ச்சிக்கு வந்தவர்கள் போன்ற முகத்தோடு நின்றார்கள் என்பது புரியவில்லை. யார், எது இறந்தது? ஏன் லிமோசின்கள் வந்தன?

எனக்குத் தெரியாவிட்டாலும் என் தாய்க்குப் பின்னால்நின்று விந்தையான கார்களின் கருப்புக்கண்ணாடிகளைப் பார்த்தேன். கார்க்கதவுகள் திறந்தன, குதிரைப் படைத்தலைவர்கள், துணைத் தளபதிகள் கார்களிலிருந்து இறங்கி, பின்கதவுகளைத் திறந்து விறைப்பாக சல்யூட் அடித்தார்கள். சித்தி எமரால்டின் கன்னத்தில் ஒரு சிறிய துடிப்பு. கொடிகள் தலையசைத்த காரிலிருந்து யார் இறங்கியது? அங்கிருந்த பிரதாப வரிசை முறுக்குமீசைகள், இராணுவக் குறுங்கழிகள், துளைக்கும் பார்வைகள், மெடல்கள், தோள்பட்டை நட்சத்திரங்கள் ஆகியவற்றுடன் எந்தப் பெயரைச் சேர்ப்பது? சலீமுக்குப் பெயர்களோ வரிசை எண்களோ தெரியாது. ஆனால் வரிசைத்தரங்களை யூகித்தறிய முடியும். மார்பிலும் தோளிலும் அணிந்திருந்த குமிழ்களும் நட்சத்திரக் குறிகளும் மிகப்பெரிய தலைவர் ஒருவரின் வருகையை அறிவித்தன.

கடைசிக் காரிலிருந்து வெளியேவந்தவர் வியப்புக்குரிய வட்டமான தலையை உடைய உயரமான ஒருவர். தகர உலக உருண்டை போன்ற முகம். குறுக்கிலும் நெடுக்கிலும் அட்ச - தீர்க்க ரேகைகள்தான் இல்லை. உலகஉருண்டைத் தலையனேதான், ஆனால் குரங்கு ஒருமுறை மிதித்தழித்த உருண்டையில் இருந்த அடையாளங்கள்தான் இல்லை. இங்கிலாந்தில் செய்யப்பட்டது என்ற லேபில் இல்லாவிட்டாலும் நிச்சயமாக சேண்ட்ஹர்ஸ்டில் பயிற்சி பெற்ற ஆள். தனக்கு சல்யூட் அடிக்கும் குமிழ்கள் நட்சத்திரங்கள் வழியாக நடந்துவந்து சித்தி எமரால்டை அடைந்தார். அவளுக்குத் தன் சல்யூட்டை வழங்கினார்.

“மிஸ்டர் தலைமைக் கமாண்டர் அவர்களே! எங்கள் வீட்டுக்கு நல்வரவு!” என்றாள் சித்தி. உலக உருண்டைத் தலையிலிருந்து, தீர்க்கமான மீசையின்கீழ் உடனே அமைந்திருந்த வாயிலிருந்து “எமரால்டு, எமரால்டு!” என்ற சொற்கள் வெளிவந்தன. “எதற்கு இவ்வளவு சடங்குகள், தகாலுஃப்?” உடனே அவள் அவரைத் தழுவியவாறு, “அதெல்லாம் சரிதான், அயூப், நீங்க ரொம்ப பிரமாதமா இருக்கீங்க” என்றாள்.

அப்படியானால்? வந்தவர் ஒரு ஜெனரல்தான். ஃபீல்டுமார்ஷல் (தலைமைத் தளபதிப்பதவி) வெகுதொலைவில் இல்லை... அவரைத் தொடர்ந்து வீட்டுக்குள் சென்றோம். தண்ணீர் பருகுவதை, உரக்கச் சிரிப்பதைப் பார்த்தோம். மறுபடியும் விருந்தில் அவர்... எப்படி ஒரு விவசாயிபோலச் சாப்பிட்டார், மீசைமீதெல்லாம் சாம்பார் இருந்தது என்பதை எல்லாம் கவனித்தோம். “கேள் எம், ஒவ்வொருமுறை வரும் போதும் இவ்வளவு தயாரிப்புகளா? நான் ஒரு எளிய சிப்பாய்தான். உன் சமையலறையில் தால் - சோறு மட்டும் தயாரித்தாலே எனக்குப் பெரிய விருந்தாக இருக்கும்” என்றார்.

“சிப்பாய்தான் சார், ஆனால் எளிய...ன்னு சொல்லாதீங்க... ஒருதடவை கூட.”

நான் பேண்ட் அணிந்திருந்ததால் அவர்களுடன் மேஜையில் அமரும் தகுதி கிடைத்தது. ஜாபருக்குப்பக்கத்தில் அமர்ந்தேன். சுற்றிலும் குமிழ்களும் நட்சத்திரங்களும். ஆனால் எங்களுக்கு வயது குறைவானதால் மௌனமாக இருக்க வேண்டிய கட்டாயம். (ஜெனரல் ஜுல்பிகர் என்னிடம் இராணுவக் குசுகுசுப்புக் குரலில், “உங்க கிட்டருந்து ஏதாவது சத்தம் வந்தா, இராணுவப் பாதுகாப்பகத்துக்கு அனுப்பிடுவோம். இருக்கணும்னா, வாயத் திறக்கக்கூடாது. தெரியுதா” என்றான். நாங்கள் பார்க்கலாம், கேட்கலாம். பேசக்கூடாது. ஆனால் என்னைப்போல, நல்ல பெயருக்கு உரியவனாக ஜாபர் நடந்துகொள்ளவில்லை...)

பதினொரு வயதுப்பிள்ளைகள் விருந்தில் கேட்டது என்ன? உற்சாகத்தோடு பேசப்பட்ட இராணுவப் பெயர்கள்... அந்த சுஹ்ராவர்தி... தனி பாகிஸ்தான் என்பதையே வெறுத்தவன்... அல்லது நூன்... அவனை சன்செட் (அஸ்தமனம்) என்றல்லவா சொல்ல வேணும்? தேர்தல் கள்ளவாக்குகள், கருப்புப் பணம் இவற்றுக்கிடையில், அவர்கள் முன்னங்கை மயிர்களையெல்லாம் குத்திட்டு நிற்கவைத்த, தோல்வழியாக ஊடுருவிய அபாய அறிகுறிகள் என்ன? தலைமைக் கமாண்டர் குரானிலிருந்து

மேற்கோள் காட்டியபோது, அதில் என்ன புரிந்துகொண்டார்கள் பதினொருவயதுச் சிறுவர்கள்?

மற்ற குமிழ்களும் நட்சத்திரங்களும் அமைதியாக இருக்க, வட்டத்தலையர் சொன்னார்: "நாம் ஆத், தாமூத் ஆகியவர்களை அழித்துவிட்டோம். கூர்ந்த நோக்கு இருந்தாலும் சாத்தான் பாவச் செயல்களை அவர்களுக்கு நல்லது போலக் காட்டினான்."

ஏதோ ஒரு குறிப்பு தரப்பட்டதுபோல என் சித்தியின் கையசைப்பு வேலைக்காரர்களை அந்த இடத்தைவிட்டு நகரச்செய்தது. அவளும் போக எழுந்தாள், என் தாயும் பியாவும் அவளுடன் சென்றார்கள். ஜாபரும் நானும்கூட எங்கள் இருக்கைகளிலிருந்து எழுந்தோம். ஆனால் பெரிய மேஜையின் தலைமையிடத்திலிருந்து "சின்ன ஆடவர்கள் இருக்கலாம், எவ்வாறாயினும் இது அவங்க எதிர்காலமாச்சே" என்றார்.

சின்ன ஆடவர்கள் - பயந்து, ஆனால் பெருமிதத்தோடு, கட்டளைப்படி உட்கார்ந்து அமைதியாகக் கவனித்தனர்.

இப்போது ஆடவர்கள் மட்டுமே அங்கிருந்தனர். வட்டத்தலையரின் முகத்தில் ஒரு மாற்றம். ஏதோ இருள். ஏதோ புள்ளிகள், ஏதோ விரோதம் ஆட்கொண்டது... "பன்னிரண்டு மாதங்களுக்கு முன்னால் நான் உங்கள் எல்லோரிடமும் பேசினேன். இந்த அரசியல்வாதிகளுக்கு ஒரு வருஷம் கொடுங்கன்னு சொன்னேன் இல்லையா?" தலைகள் அசைந்தன. ஒப்புதல் முணுமுணுப்புகள். "பெருந்தகைகளே, நாம் ஒரு வருஷம் அவர்களுக்குக் கொடுத்துவிட்டோம். ஆனால் சூழ்நிலை பொறுக்க இயலாததாகி இருக்கிறது. இனிமேலும் நான் தாங்கிக்கொள்ளப் போவதில்லை."

குமிழ்களும் நட்சத்திரங்களும் திடமான, அரசியல் தலைவர்களுடைய பாவனையில் இருந்தன. தாடைகள் இறுகின. கண்கள் எதிர்காலத்தை நோக்கின. ஆம், இன்றிரவு... ஒருசில கெஜங்கள் தூரத்தில் ஜெனரல் அயூபும் நானும் இருந்தோம், நானும் வயதான அயூப் கானும்.

"நான் நாட்டின் கட்டுப்பாட்டை மேற்கொள்கிறேன்."

பதினொருவயதுப் பையன்கள் அரசியல் புரட்சி ஒன்றின் அறிவிப்பை எவ்விதம் எதிர்கொள்வார்கள்? "தேசிய நிதிநிலை மிக பயங்கரமாக ஒழுங்கின்றி இருக்கிறது... ஊழலும் அசுத்தமும் எங்குபார்த்தாலும்" ...பையன்களின் தாடைகளும் இறுகினவா? அவர்கள் கண்களும் பிரகாசமான எதிர்காலத்தை நோக்கினவா? "அரசியலமைப்பு ரத்து செய்யப்படுகிறது! மைய, மாகாண

சட்டசபைகள் கலைக்கப்படுகின்றன! அரசியல் கட்சிகள் உடனே தடைசெய்யப்படுகின்றன!" என்று ஜெனரல் அறிவிப்பது பதினொருவயதுப் பையன்கள் காதில் விழுகிறது. அவர்கள் எப்படி உணர்ந்தார்கள்?

"இராணுவச் சட்டம் அமுலுக்கு வருகிறது" என்று ஜெனரல் அயூப் கான் சொன்னபோது ஜாபரும் நானும் அந்தக் குரல் - ஆதிக்கமும் தீர்மானமும் நிறைந்த, சித்தியின் மிகச்சிறந்த சமையலும் தந்த வளமான குரல் - அரசியல் துரோகம் என்ற ஒன்றை மட்டுமே உணர்த்துகிறது என்பதை அறிந்தோம். அப்போது நான் கட்டுப்பாட்டுடன் இருந்தேன் என்பதில் பெருமைப்படுகிறேன். ஜாபர் மறுபடியும் தன் உறுப்பின் கட்டுப்பாட்டை இழந்துவிட்டான். மஞ்சள் ஈரம் அவன் கால்கள் வழியாக வந்து பாரசீகக் கம்பளத்தை நனைத்தது. குமிழ்களும் நட்சத்திரங்களும் ஏதோ முகர்ந்தன. அவனை நோக்கி அருவருப்புடன் முகத்தைச் சுளித்தன. (எல்லாவற்றிலும் மோசம்) சிரிப்பலைகள் எழுந்தன. ஜெனரல் ஜுல்பிகர் "சார், நீங்கள் அனுமதி அளித்தால், இன்றைய இரவின் நடவடிக்கைகளை நான் திட்டம் செய்கிறேன்" என்று தன் மகன் பேண்ட்டை நனைக்கும் நேரத்தில்தான் சொல்ல ஆரம்பித்தான். கடுமையான கோபத்தில் குதித்தெழுந்து "பொம்பள, ஒம்பதுப்பையா", என்று தன் கூர்மையான குரலில் கத்தினான். "கோழை, ஓரினச் சேர்க்கையன், ஹிந்து" என்று திட்டினான். தன் பஞ்சினெல்லோ முகத்தோடு மகனை மாடிக்கு விரட்டினான். பிறகு அவன் கண்கள் என்மீது நிலைத்தன. அவற்றில் ஒரு வேண்டுகோள் இருந்தது. குடும்ப மானத்தைக் காப்பாற்று. என் மகனின் அவமான நடத்தையிலிருந்து மீட்புச் செய். "பையா!" என்றழைத்தான் ஜுல்பிகர். "இங்க வந்து எனக்கு உதவி செய்யறியா?"

"சரி" என்று தலையசைத்தேன். என் முதிர்ச்சியை நிலைநாட்ட, மகன் தகுதிக்கு என்னை ஏற்புடையவனாக்க, என் சித்தப்பன் புரட்சிக்கு உதவியபோது நான் அவனுக்கு உதவினேன். அதன்மூலமாக, அவன் நன்றியைப் பெற்றதோடு சுற்றி எழுந்த ஏளனச் சிரிப்புகளையும் நீக்கினேன், எனக்கு ஒரு புதிய தகப்பனை உருவாக்கிக்கொண்டேன். என்னை "மகனே", "மகனே ஜிம்", அல்லது வெறுமனே "என் மகனே" என்று அழைப்பவர்களின் வரிசையில் கடைசியாக ஜெனரல் ஜுல்பிகரும் சேர்ந்து கொண்டான்.

எவ்விதம் புரட்சியை நாங்கள் உருவாக்கினோம்? ஜெனரல் ஜுல்பிகர் படை நகர்வுகளை விளக்கினான். அவன் பேச்சுக்கேற்ப, உணவுமேஜையின் மிளகுச் சிமிழ்களை படைகளாக பாவித்து

நான் நகர்த்தினேன். செயல்படு - உருவகச் சேர்க்கத் தன்மையில், உப்புச்சிமிழ்களையும் துவையல் கிண்ணங்களையும் அதில் சேர்த்துக் கொண்டேன். இந்தக் கடுகுச்சிமிழ்தான் தலைமை அஞ்சல் அலுவலகத்தைப் பிடித்துக் கொள்ளும் கம்பெனி (இராணுவப் படைக்குழு) ஏ. இரண்டு மிளகுச் சிமிழ்கள் தேக்கரண்டியைச் சுற்றி நிற்கின்றன, அதாவது கம்பெனி ஏ, விமானதளத்தைப் பிடித்துவிட்டது. தேசத்தின் தலைவிதியை என் கையில் வைத்துக் கொண்டு, நான் ஊறுகாய்களையும், பரிமாறு கருவிகளையும் நகர்த்தினேன், காலி பிரியாணித் தட்டுகளை தண்ணீர்க் குவளைகளால் வளைத்துப் பிடித்தேன். நீர்க்குவளைகளைச் சுற்றி உப்புச்சிமிழ்களைப் பாதுகாப்புக்கு நிறுத்தினேன். ஜெனரல் ஜுல்பிகர் பேச்சை நிறுத்தியபோது, உணவு மேஜைச் சேவையும் முடிவுக்கு வந்தது. அயூப் கான் தளர்ச்சியோடு நாற்காலியில் அமர்ந்தார். அவர் என்னை நோக்கிக் கண்சிமிட்டியது என் கற்பனையா? எப்படி யிருந்தாலும் தலைமைக் கமாண்டரான அவர், "நல்லது ஜுல்பிகர், நல்ல ஷோ" என்றார்.

மிளகுச்சிமிழ்களின் நகர்த்தல்களில், ஒரு அலங்காரப்பொருள் மட்டும் வளைத்துப் பிடிக்கப்படாமல் இருந்தது. முழுவதும் வெள்ளியால் செய்யப்பட்ட வெண்ணெய் ஜாடி மட்டும் எங்கள் மேஜைச் சதியில் அசையாமல் இருந்தது. அது நாட்டின் தலைவர், ஜனாதிபதி இஸ்கந்தர் மிர்சாவைக் குறித்தது. மூன்று வாரங்கள் இஸ்கந்தர் மிர்சா ஜனாதிபதியாக இருந்தார்.

குமிழ்களும் நட்சத்திரங்களும் அப்படிச் சொன்னாலும், உண்மையில் ஒரு ஜனாதிபதி ஊழல் செய்தவரா என்பதைப் பதினொருவயதுப் பையன் நிர்ணயிக்கமுடியாது. பலமற்ற குடியரசுக்கட்சியோடு மிர்சாவின் தொடர்பு, புதிய ஆட்சியில் அவர் பதவியில் இருக்கத் தகுதியற்றவர் ஆக்கிவிட்டதா என்பதைப் பதினொருவயதுப் பையன்கள் சொல்வது பொருத்தமில்லை. சலீம் சினாய் அரசியல் தீர்மானங்களைச் செய்வதில்லை. ஆனால் நவம்பர் முதல்தேதி நள்ளிரவில் சித்தப்பா என்னைத் தூக்கத்திலிருந்து உலுக்கியெழுப்பி, "வா மகனே, நிஜமான விஷயங்களைச் சற்றே நீ ருசிபார்க்கும் நேரம் வந்துவிட்டது" என்று காதில் ஒலித்தபோது, நான் படுக்கையிலிருந்து துள்ளியெழுந்து, நேர்த்தியாக உடையணிந்துகொண்டு, தன் மகனைவிட ஜெனரல் என்னை அழைத்துச் செல்வதையே விரும்பினான் என்ற பெருமிதத்தில் அன்றிரவு சென்றேன்.

நள்ளிரவு. ராவல்பிண்டி எழுபது கி.மீ. வேகத்தில் எங்களைக் கடந்துசென்றது. முன்னாலும் பக்கங்களிலும் பின்னாலும் மோட்டார்பைக்குகள். எங்கே போகிறோம் ஜுல்பி அங்கிள்? பொறுத்திருந்து பார். இருண்ட வீடு ஒன்றின் அருகில் கருப்புக்கண்ணாடி லிமோசின் நின்றது. காவலர்கள் வாயிலில் துப்பாக்கிகளைக் குறுக்காக நிறுத்திக் காவல்செய்கிறார்கள். அவை எங்களை உள்ளே விடுவதற்காகப் பிரிகின்றன. பாதிவெளிச்சமுள்ள தாழ்வாரங்களில் என் சிற்றப்பாவுடன் மிடுக்காக நடக்கிறேன். நிலா ஒளிக்கதிரின் வெளிச்சத்தில் நான்குபேர்அகலப் படுக்கை அலங்கரிக்கும் அறை ஒன்றில் திடீரென நுழைகிறோம். படுக்கைமீது ஒரு கொசுவலை சவத்திரைபோல மூடியிருக்கிறது.

திடீர் அதிர்ச்சியில் ஒருவர் கண்விழிக்கிறார். "என்ன நடக்கிறது இங்கே?" ...ஆனால் ஜெனரல் ஜுல்பிகர் கையில் நீண்டகுழல் துப்பாக்கி. அதன் முனை அந்த மனிதனின் பற்களுக்கிடையில். "வாயை மூடு!" என்கிறான் என் சிற்றப்பன், அவசிய மின்றி. "எங்களுடன் வா!" எடைகூடிய நிர்வாண மனிதர் படுக்கையிலிருந்து தடுமாறி எழுகிறார். "என்னைச் சுடப்போகிறாயா?" என்று அவர் கண்கள் கெஞ்சுகின்றன. வியர்வை பெரிய தொந்தியில் வழிகிறது. நிலாஒளி படிந்த அது அவர் அந்தரங்கத்தில் விழுகிறது. ஆனால் சுற்றிலும் கடுங்குளிர். அவர் வியர்வை வெப்பத்தினால் வந்ததல்ல.

சிரிக்கும் வெள்ளை புத்தர் சிலைபோன்று தோற்றமளிக்கிறார். ஆனால் சிரிக்கவில்லை. நடுங்குகிறார். சிற்றப்பாவின் துப்பாக்கி அவர் பல்லிலிருந்து விடுபடுகிறது. "திரும்பு. குய்க் மார்ச்" ...உண்டுகொழுத்த புட்டப்பகுதியில் துப்பாக்கி அழுத்துகிறது. "கடவுளே, ஜாக்கிரதை. அதில் சேஃப்டிகேச் இல்லை" என்று அந்த மனிதர் கத்துகிறார். நிர்வாணச் சதை நிலா ஒளியில் வெளிப்பட, ஜவான்கள் சிரிக்கிறார்கள். அவர் கருப்பு லிமோசினில் திணிக்கப்படுகிறார்...அன்று இரவு, ஒரு நிர்வாண மனிதர் அருகில் உட்கார்ந்திருந்தேன்.

என் சிற்றப்பன் ஒரு இராணுவ விமானதளத்திற்கு அழைத்துச் சென்றான். அங்கே காத்திருந்த விமானம் ஏற்றிக்கொண்டதையும், வேகமெடுத்ததையும், பறந்ததையும் பார்த்தேன். மிளகுச் சிமிழ்களின் நகர்வுகளால், செயல்படு - உருவக முறையில் தொடங்கிய விஷயம், இப்போது முடிந்துவிட்டது. ஓர் அரசாங்கத்தைத் தூக்கி எறிந்தது மட்டுமல்லாமல், ஒரு ஜனாதிபதியையும் நான் வெளியேற்றிவிட்டேன்.

நள்ளிரவில் பிறந்த குழந்தைகள் பல. சுதந்திரத்தின் நள்ளிரவில் பிறந்தவை அனைத்தும் மானிடக்குழந்தைகள் மட்டுமே அல்ல. வன்முறை, ஊழல், ஏழ்மை, தளபதிகள், குழப்பம், பேராசை, மிளகுச் சிமிழ்கள்...நான் - நானே கனவுகண்டதைப் பார்க்கிலும் நள்ளிரவின் குழந்தைகள் பல்வேறு இயல்புகள் கொண்டவர்கள் என்பதை அறிய எனக்கு ஒரு வெளியேற்றம் தேவையாக இருந்தது.

"நிஜம்மா உண்மையாவா?" என்று கேட்கிறாள் பத்மா. "அங்க நீ இருந்தியா?" நிஜமாக உண்மையாக. "கெட்டவனாவதற்கு முன்னாலே அயூப் ரொம்ப நல்லவனா இருந்தானாமே" என்கிறாள் பத்மா. என்னைக் கேட்கும் கேள்வி. ஆனால் பதினொரு வயது சலீம் எந்தவிதத் தீர்ப்பும் செய்யவில்லை. மிளகுச் சிமிழ்களின் நகர்வுகள் அறவியல் தேர்வுகளைக் குறிப்பன அல்ல. சலீம் தொடர்புபட்டிருந்தது பொதுமக்கள் எழுச்சி அல்ல, தனிப்பட்ட பதவியமர்த்தல். இந்த முரண்பாட்டைப் பார். அந்தக்கணம் வரை வரலாற்றுக்குள் என் மிக முக்கியமான தாக்குதல் மிகக்குறுகிய மனப்பான்மை யினால் தூண்டப்பட்டது. ஆனால், எவ்வாறாயினும், அது என் நாடு அல்ல. அங்கே நான் வசித்தது அகதியாகத்தான், குடிமகனாக அல்ல, அப்படி வசிக்க நேர்ந்தாலும் அது என் நாடு அல்ல. என் தாயின் இந்திய பாஸ்போர்ட்டில் நுழைந்தேன், ஆகவே ஒருவேளை நான் நாடு கடத்தப்பட்டிருக்கலாம், அல்லது ஒற்றன் என்று கைதுசெய்யப்பட்டிருக்கலாம். அவ்வாறு நடைபெறாமல் தடுத்தவை என் இளம்வயதும், பஞ்ச் மாதிரியான முகக் கூறுகள் கொண்ட என் சிற்றப்பனின் அதிகாரத்தினாலும்தான். நான்கு நீண்ட வருடங்களுக்கு.

ஒன்றுமில்லாத நான்கு வருடங்கள்.

பதின்வயதுகளில் வளர்ந்ததோடு சரி. என் தாய் சிதைந்ததைப் பார்த்துக்கொண்டிருந்ததோடு சரி. முக்கியமாக, என்னைவிட ஒருவயது குறைந்த குரங்கு, கடவுளற்ற அந்த நாட்டின் நயவஞ் சகமான ஆதிக்கத்தில் ஈர்க்கப்பட்டதைப் பார்த்ததோடு சரி. ஒரு காலத்தில் மிகவும் கலகக்காரியும், கட்டுக்கடங்காதவளுமாக இருந்த குரங்கு, இப்போது அடக்கமும் பணிவுமான நடத்தையை மேற்கொண்டது முதலில் அவளுக்கே போலியாகத் தோன்றியிருக்கவேண்டும்.

எவ்விதம் சமைப்பது, வீட்டைப் பராமரிப்பது என்பதையும் எவ்விதம் அங்காடியில் சமையலுக்கான வாசனைப் பொருள்களை வாங்குவது என்பதையும் கற்றுக் கொண்டாள்; கடைசியாகத் தன்

தாத்தாவின் பாரம்பரியத்தை முறித்துக்கொண்டு அராபிய மொழியில் இறைவணக்கங்களைக் கற்றுக்கொண்டு அவற்றைச் சரியான சமயங்களில் சொல்லவும் செய்தாள்; ஒருகாலத்தில் கிறித்துவக் கன்னியின் உடையைக் கேட்டவள், உலகியல் ஆசைகளை முற்றிலும் துறந்தவளாகக் காட்சியளித்த குரங்கு ஒரு கடவுளின் மீதான ஆசையினால் கவரப்பட்டாள். ஓர் இராட்சத விண்கல்லைச் சுற்றிக் கட்டப்பட்ட பெரும் கரும் கல்லின் கோயிலான, முஸ்லிமல்லாதவர்களின் கோயிலான - காபாவில் - செதுக்கப்பட்ட சிலையின் பெயரான அல்லாதான் அந்தக் கடவுள்.

வேறொன்றும் அல்ல.

நள்ளிரவின் குழந்தைகளிடமிருந்து விலகி நான்கு ஆண்டுகள்; வார்டன் சாலை, ப்ரீச் கேண்டி, ஸ்கேண்டல் பாயிண்ட், ஒருகெஜநீள சாக்கலேட்டின் ஆசையிலிருந்து விலகி, கதீட்ரல் பள்ளி, குதிரைமீது அமர்ந்திருக்கும் சிவாஜி சிலை, கேட்வே ஆஃப் இந்தியாவில் மூலாம்பழங்கள் விற்பவர்கள், தீபாவளி, விநாயக சதுர்த்தி, தேங்காய் தினம் ஆகிய கொண்டாட்டங்களிலிருந்து விலகி, நான்கு ஆண்டுகள். வீடு ஒன்றை விற்காமல் தனியாக உட்கார்ந்திருந்த - மனிதர்களை வெறுத்த, தன் அறையில் தங்கியிருந்த பேராசிரியர் ஷாப்ஸ்டெகரைத் தவிர வேறொருவரும் அற்ற - அப்பாவிடமிருந்து பிரிந்து, நான்கு ஆண்டுகள்.

நான்கு ஆண்டுகளாக ஒன்றுமே நடக்கவில்லையா? உண்மையில் அப்படி அல்ல. வரலாற்றின் முன்னால் தன் பேண்ட்டுகளை நனைத்துக் கொண்ட கஸின் ஜாபரை அவன் தந்தை மன்னிக்கவே இல்லை. வயதுவந்ததும், இராணுவத்தில் அவன் சேர வேண்டும் என்று அவனுக்குப் புரியவைக்கப்பட்டது. “நீ ஒரு பொம்பளையில்லைன்னு நிரூபிச்சுக் காமிக்கணும்” என்று அவன் தகப்பன் அவனிடம் சொன்னான்.

பிறகு, போன்ஸோ செத்துப்போயிற்று. ஜெனரல் ஜுல்பிகர் ஆண்மைகொண்ட கண்ணீரைச் சிந்தினான்.

யாரும் மேரியின் ஒப்புக்கொடுத்தலைப் பற்றிப் பேசாததனால், அது என்னைத் தவிர மற்றவர்களுக்கு ஒரு கெட்ட கனவுபோல மங்கிப் போயிற்று.

(என் உதவி எதுவும் இல்லாமலே) இந்தியாவுக்கும் பாகிஸ்தானுக்கும் இடையிலான உறவுகள் மோசமாயின. என் உதவி இல்லாமலே இந்தியத் தாயின் முகத்தில் போர்ச்சுகீசியப் புண்ணாக இருந்த கோவாவை இந்தியா கைப்பற்றியது.

பாகிஸ்தானுக்கு அமெரிக்க ஐக்கியநாடு பெரிய அளவில் உதவி புரிந்ததற்கும், லடாக்கில் அகாசி - சின் பகுதியில் ஏற்பட்ட இந்திய சீனச் சண்டைகளுக்கும் எனக்கும் எவ்வித சம்பந்தமும் இல்லை. 1961ஆம் ஆண்டு இந்திய மக்கள்தொகைக் கணக்கெடுப்பு, இந்தியாவில் எழுதப்படிக்கத் தெரிந்தவர்கள் தொகை 23.7 சதவீதம் எனக் காட்டியது, ஆனால் அந்தக் கணக்கில் நான் சேரவில்லை. தீண்டாமைப் பிரச்சினை மிகவும் கடுமையாக இருந்தது. அதைச் சீர்படுத்த நான் எதுவும் செய்யவில்லை. 1962 இந்தியத் தேர்தலில் அகில இந்தியக் காங்கிரஸ் லோக் சபாவின் 494 இடங்களில் 361 இடங்களை வென்றது. மாநில அவைத் தேர்தல்களிலும் 61 சதவீதம் வெற்றிபெற்றது. என் கண் காணா இருப்பு, ஒருவேளை உருவகத் தன்மையோடன்றி, அவற்றிலும் பங்கேற்கவில்லை. இந்தியாவில் அப்படியப்படியே நிலைமை தொடர்ந்தது. என் வாழ்க்கையிலும் எதுவும் மாறவில்லை.

1962 செப்டம்பர் முதல்தேதியன்று, குரங்கின் பதினான்காம் பிறந்த நாளை நாங்கள் கொண்டாடினோம். இந்தச் சமயத்திற்குள் (என் சிற்றப்பனின் தொடர்ந்த அன்பு என்மீது இருந்தாலும்) நாங்கள் கீழ்ப்பட்ட சமூகத்தவர்கள் என்பது நன்கு நிறுவப்பட்டுவிட்டது. உயர்ந்த ஜுல்பிகர் குடும்பத்தின் அதிர்ஷ்டமற்ற ஏழை உறவினர்கள் நாங்கள். எனவே பிறந்தநாள் விழா என்பது கஞ்சத்தனமான விஷயமாகத்தான் இருந்தது. ஆனால் குரங்கு தான் மிக மகிழ்ச்சியோடிருப்பதாகத் தோன்றியது. "அது என் கடமை அண்ணா" என்றாள் என்னிடம். என்னால் இதை நம்பவே முடியவில்லை... ஒருவேளை அவளுக்குத் தன் எதிர்காலத்தைப் பற்றிய உள்ளுணர்வு - அவளுக்குள் நிகழப்போகும் மாற்றம் குறித்த முன்னறிவு இருந்திருக்கலாம். ஓர் இரகசிய அறிவு எனக்குமட்டும் தான் சொந்தம் என்று நான் ஏன் நினைக்கவேண்டும்? வாடகைக்கு அமர்த்திய இசைக்கலைஞர்கள் அங்கே வாசிக்கத் தொடங்கியதுமே அவள் அதை உணர்ந்திருக்க வேண்டும். (ஷெனாயும் வீணையும் இருந்தன; தொடர்ந்து சாரங்கியும் சரோடும். இடையிடையே உரிய சந்தர்ப்பங்களில் தபலாவும் சிதாரும் இசைத்தன). அப்போது எமரால்டு கொடூரமான நடிப்பபழகோடு, "வா ஜமீலா, ஒரு பூசணிக்காய் மாதிரி அங்கே உட்கார்ந்திருக்காதே, நல்ல பெண் மாதிரியாக ஒரு பாட்டுப்பாடு" என்றாள்.

இந்த வாக்கியம் எமரால்டு சித்தியின் வாயிலிருந்து தன்னையறியாமலே வந்திருக்கலாம், ஆனால் அது என்

தங்கையைக் குரங்காக இருந்ததிலிருந்து பாடகியாக மாற்றிவிட்டது. ஒரு பதினான்கு வயதுப் பெண்ணுக்குரிய கலகலப்பற்ற நயமின்மையோடு அவள் முதலில் மறுத்தாலும், விழாவை நடத்தும் என் சித்தியினால் அவள் இசைக் கலைஞர்களின் மேடையில் ஒழுங்கின்றி ஏற்றிவிடப்பட்டாள். தன் கால்களுக்குக் கீழ் தரை பிளக்கப்போவதுபோல நினைத்து இரண்டு கைகளையும் ஒன்றுசேர்த்து கெட்டியாகப் பிடித்துக் கொண்டாலும், தப்பிக்க வழியின்றி, குரங்கு பாடத் தொடங்கினாள்.

நான் உணர்ச்சிகளை வருணிப்பதில் அவ்வளவு சாமர்த்தியமானவன் அல்ல. என் வாசகர்கள் வருணனையில் பங்கேற்கமுடியும் என்று கருதுவதால் போலும், என்னால் மறுபடி கற்பனை செய்யமுடியாதவற்றைத் தாங்களே கற்பனை செய்துகொள் வார்கள் என்று நான் நினைப்பதாலும், என் கதை எப்போதும் உங்கள் கதையாகிவிடுகிறது...ஆனால் என் தங்கை பாடத் தொடங்கியவுடனே, மிகவும் வலுவான உணர்ச்சிகளால் நான் அலைக்கழிக்கப்பட்டேன். பலநாள் பிறகு உலகத்திலேயே மிகவும் வயதான வேசி ஒருத்தி எனக்கு விளக்கும்வரை அந்த உணர்ச்சியை என்னால் புரிந்துகொள்ள முடியவில்லை. பாடத்தொடங்கிய உடனே, அவள் தன் புனைபெயரை (குரங்கு என்பதை) வீசி எறிந்துவிட்டாள். (வெகுகாலத்திற்கு முன் அவள் தாத்தாவின் தந்தை பள்ளத்தாக்கில் பறவைகளுடன் பேசியதுபோல) பறவைகளுடன் பேசிவந்ததனால் அவள் அவற்றிடமிருந்து பாடும்கலையையும் பயின்றிருக்கவேண்டும். ஒரு நல்ல காதுடனும் ஒரு கெட்ட காதுடனும் அவள் மாசற்ற குரலை நான் கேட்டேன். பதினான்கு வயதில் அவள் குரல் ஒரு முதிர்ச்சிபெற்றவளின் குரல்போல இருந்தது. சிறகுகளின் தூய்மை, வெளியேற்றத்தின் வலி, கழுகுகளின் பறத்தல், வாழ்க்கையின் அழகு, புல்புல் பறவைகளின் இனிமை, கடவுளின் புகழ்மிக்க சர்வப்பிரசன்னம் ஆகிய அனைத்தும் நிறைந்த குரல். ஒரு மெலிந்த பெண்ணிடமிருந்து பிறந்தாலும், பின்னாளில் முகம்மதின் மோதினார் பிலாலின் குரலோடு அது ஒப்பிடப்பட்டது.

எனக்கு அச்சமயத்தில் புரியாதுபோனதைப் பின்னால்தான் சொல்லவேண்டும். பதினான்காம் பிறந்தநாளன்று என் தங்கை ஜமீலா பாடகி என்ற பெயரைச் சம்பாதித்துக் கொண்டாள். 'என் சிவப்பு மஸ்லின் துப்பட்டா', 'ஷாபாஸ் கலந்தர்' ஆகிய பாடல் களை நான் கேட்கும்போதே என் முதல் வெளியேற்றத்தின்போது தொடங்கிய நிகழ்வு என் இரண்டாம் வெளியேற்றம் முடியும்

தருவாயில் முடியப்போகிறது என்பதை உணர்ந்துகொண்டேன். இப்போது முதலாக, ஜமீலாதான் என் குடும்பத்தில் மதிக்கப்பட இருப்பவள், அவளுடைய கலைத்திறமைக்குப் பின்னால்தான் நான் எப்போதும் இருந்தாகவேண்டும்.

ஜமீலா பாடினாள், நான் பணிவோடு தலைவணங்கினேன். ஆனால் அவள் இராச்சியத்திற்குள் நுழையும் முன்பு, வேறொன்று நடந்தாக வேண்டும். என் கதை முறைப்படி முடிந்தாக வேண்டும்.

வற்றுநீர்க்கால்களும் பாலைவனமும்

எலும்புகளைத் தின்னும் மிருகம் இடைவெளிவிட மறுக்கிறது...கொஞ்ச காலப் பிரச்சினைதான். இதுதான் என்னை இயங்கவைக்கிறது: நான் பத்மாவை கெட்டியாகப் பிடித்துக் கொண்டிருக்கிறேன். பத்மாதான் முக்கியம் - பத்மாவின் சதைகள், பத்மாவின் மயிரடர்ந்த கைகள், பத்மா என் தூய தாமரை...திக்குமுக்காடிப்போய் அவள் கட்டளையிடுகிறாள்: "போதும். ஆரம்பி. இப்பவே ஆரம்பி".

ஆமாம். தந்தியுடன் தொடங்கவேண்டும். தொலைவிலுணர்தல் என்னைப் பிரித்தது. தொலைத்தொடர்பு என்னைக் கீழ் இழுத்தது...

தந்தி வந்தபோது ஆமினா சினாய் தன் கால் கரணைகளை வெட்டிக் கொண்டிருந்தாள்.... ஒரு காலத்தில்... இல்லை, அப்படித் தொடங்க முடியாது, தேதியை விட முடியாது. 1962 செப்டம்பர் 9ஆம் தேதி என் தாய், இடது முழங்கால்மீது வலது கணுக்காலை வைத்து, நகம்வெட்டி ஒன்றால் தன் உள்ளங்காலிலிருந்து கால்ஆணியின் சதையை வெட்டிக் குவித்துக்கொண்டிருந்தாள். நேரம் என்ன? ஆம், நேரமும் முக்கியம்தான். சரி, மாலை நேரம். துல்லியமாக... மூன்று அடித்த நேரம். அந்த வடக்குப் பகுதியில்கூட, மிகவெப்பமான நேரம். ஒரு பணியாள் வெள்ளித்தட்டு ஒன்றில் ஒரு உறையை வைத்து அவளிடம் கொடுத்தான். சிலநொடிகள் கழித்து, தொலைதூர தில்லியில், பாதுகாப்பு அமைச்சர் கிருஷ்ண மேனோன் (அப்போது காமன்வெல்த் பிரதமர்களின் கூட்டத்தில் கலந்துகொள்ள நேரு போயிருந்ததால், தானே முடிவெடுத்து) இமயமலைப் பிராந்தியத்தில் சீனப் படையுடன் தேவையானால் போரிட வேண்டும் என்ற க்ஷணநேர முடிவை எடுத்தார்.

என் தாய் தந்தியைப் பிரிக்கத் தொடங்கியபோது அவர், தக்லா விளிம்பிலிருந்து சீனர்களை வெளியேற்றவேண்டும்

என்று சொல்லிக்கொண்டிருந்தார். நாம் பலவீனமானவர்கள் அல்ல. ஆனால் என் தாயின் தந்திச் செய்திக்கு முன்னால் இந்த முடிவு ஒன்றும் பிரமாதமானது அல்ல. ஏனென்றால், சீனர்களை வெளியேற்றும் செயல் - லெக்ஹார்ன் என்று அதற்குப் பெயரிடப்பட்டது - தோல்வியில்தான் முடிந்தது. மட்டுமல்ல, இந்தியாவை அபாயமான மரண நாடகத்தில் - போர் நாடகத்தில் தள்ளிவிட்டது. இந்தத் தந்தியோ, இரகசியமாக, ஆனால் உறுதியாக, என் உள் உலகத்திலிருந்து இறுதியாக வெளியேற்றும் உச்சகட்டத்தில் கொண்டுவிட்டது. மேனோனிடமிருந்து படைத்தலைவர் தாப்பருக்குச் சென்ற கட்டளைகளை மேற்கொண்டு இந்தியாவின் 33ஆம் படைப்பிரிவு இயங்கியபோது, நான் செய்ய/அறிய/இருக்க வேண்டிய எல்லைகளைத் தாண்டிக் கண்காணாத சக்திகள் என்னைத் தள்ளிவிட்டதுபோல, மிகுந்த அபாயத்தில் நான் இருந்தேன்.

என்னை என் இடத்தில் கண்டிப்பாக இருத்தவேண்டும் என்று வரலாறு தீர்மானித்ததுபோல, நான் சொல்ல எதுவுமே இல்லாதது போல. என் தாய் தந்தியைப் படித்தாள், உடனே அழுகையோடு, “பசங்களே, வாங்க நம்ம வீட்டுக்குப் போறோம்” என்றாள்... அதற்குப் பிறகு, இன்னொரு சமயத்தில் நான் சொன்னதுபோல, எல்லாம் காலத்தின் கோலம் தான். தந்தியின் செய்தி: “வேகமாக வரவும். சினாய் சாகிப்புக்கு ஹார்ட்பூட். கடுமையான அபாயம். சலாம். ஆலிஸ் பெரேரா”. (இதயத்தாக்குதலுக்கு, ஹார்ட்பூட் என்ற சொல் தந்தியில் பயன்படுத்தப்பட்டிருந்தது.) “ஆமாம் அக்கா, உடனே புறப்படவேண்டும்” என்றாள் சித்தி எமரால்டு. “ஆனால் கடவுளே, ஹார்ட்பூட் என்றால் என்ன?” என் காலத்திய மறுக்கமுடியாத விதிவிலக்கான வாழ்க்கைகளையும் நாட்களையும் பதிவுசெய்ய இயலக்கூடிய - ஒருவேளை சாத்தியமான - முதல் வரலாற்றாசிரியன் நான்தான்போலும். என் காலடிகளைப் பின்பற்றி வருபவர்கள் இப்போதைய எழுத்திற்குள் - இந்த ஹதீத் அல்லது புராணம் அல்லது க்ருண்டிஸ்ஸேவுக்குள் - வழிகாட்டலுக்கும் தூண்டுதலுக்கும் வந்துதான் தீரவேண்டும்.

இந்த எதிர்கால உரையாசிரியர்களுக்கு நான் சொல்கிறேன்: ஹார்ட்பூட் தந்தியினைத் தொடர்ந்துவந்த சம்பவங்களை நீங்கள் ஆராய்ந்துபார்த்தால் என்மீது ஏவிவிடப்பட்ட சுழற்காற்றின் மையம், அல்லது வேறு உதாரணத்தில் சொன்னால், என்மீது மரணஅடி விளைவித்த வாள், எல்லாவற்றிற்கும் அடியாக இருந்தது ஒரு தனித்த ஒருங்கிசைந்த சக்தி. தொலைத்தொடர்பைத்தான் நான் சொல்கிறேன்.

தந்திகள், பிறகு தந்திகளுக்குப் பிறகு தொலைபேசிகள், என் வீழ்ச்சிக்குக் காரணமாயின. தொலைத்தொடர்பினைக் கட்டுப்படுத்துவோர், தேசத்தின் வானலைகளைத் தாங்கள் மட்டுமே பயன்படுத்தவேண்டும் என்று தீர்மானித்துவிட்டார்கள் என்பதை நம்புவது எளிதானது என்றாலும் இந்தச் சதிக்கு நான் யாரையும் குற்றம் சாட்டவில்லை... (பத்மா முறைக்கிறாள்) ஆக நான் சாதாரண காரணகாரியத் தொடர்புச் சங்கிலிக்குத் திரும்பவேண்டும்: நாங்கள் சாண்டா க்ரூஸ் விமானநிலையத்திற்கு ஒரு டகோடா விமானத்தில் செப்டம்பர் 16ஆம் தேதி வந்துசேர்ந்தோம். ஆனால் தந்தி விஷயத்தை விளக்க நான் காலத்தில் சற்றே பின்னோக்கிப்போக வேண்டும்.

ஒருகாலத்தில் ஆலிஸ் பெரேரா, தன் சகோதரி மேரியின் காதலன் ஜோசப் டி கோஸ்டாவைத் திருடிய பாவத்தைச் செய்தவள் என்றாலும், பின் வருஷங்களில் கழுவாயை இயற்றுவதில் வெகுதொலைவு வந்துவிட்டாள். ஏனெனில், நான்கு வருஷங்கள் அகமது சினாய்க்கு இருந்த ஒரே மானிடத் துணைவி அவள்தான். ஒருகாலத்தில் மெத்வோல்டு எஸ்டேட்டாக இருந்த புழுதிபடிந்த குன்றின் தனிமையில், அவளுடைய விட்டுத்தரும் நல்லியல்புக்கு வந்த பாரமான சோதனைகளை எல்லாம் தாங்கினாள். அவளை நள்ளிரவுவரை உட்கார்த்தி வைத்திருப்பார் சினாய். ஆனால் அவர் மட்டும் குடித்துவிட்டு தன் வாழ்க்கையில் இழைக்கப்பட்ட அநீதிகளைப் பற்றிப் பிதற்றிக் கொண்டிருப்பார். பலஆண்டு மறதிக்குப் பிறகு, குரானை மறு ஒழுங்கமைப்புச் செய்வதும் மொழிபெயர்ப்பதும் ஆகிய தன் பழைய கனவை நினைவுகூர்ந்தார். தன் குடும்பம் தன்னை பலவீனப்படுத்தியதால், இப்படிப்பட்ட ஒரு பளுவான வேலையைச் செய்யத் தனக்கு சக்தி இல்லாமல் போயிற்று என்றார். மேலும் அருகில் இருந்ததால், அவருடைய கோபத்தை அவள் மட்டுமே தாங்கவேண்டி வந்தது. அந்தக் கோபம், அவருடைய பிரிவுநாட்களின்போது அவராக வடிவமைத்த சாக்கடைத்தனமான நிந்தனைகள், பயனற்ற சாபங்கள் நிறைந்த நீண்ட கண்டனவுரைகளைக் கொண்டதாக இருந்தது. அவள் புரிந்துகொள்ள முயற்சி செய்தாள்: அவர் தனிமைக்கு ஆளாக்கப்பட்ட மனிதர், ஒருகாலத்தில் அவருக்குத் தவறாத விஷயமாக இருந்த தொலைபேசித் தொடர்பு அக்காலப் பொருளாதார திடீர் மாற்றங்களால் பாதிக்கப்பட்டது. நிதி விஷயங்களில் அவருடைய தொடர்பு அவரைக் கைவிட்டது... மேலும் விசித்திரமான பயங்களுக்கு அவர் ஆட்பட்டார். அக்ஸாய் சின் பகுதியில் சீனர்களின் சாலை கண்டு பிடிக்கப்பட்டபோது,

அந்த மஞ்சள் கொள்ளைக்காரர்கள் சில நாட்களில் மெத்வோல்டு எஸ்டேட்டுக்கு வந்துவிடுவார்கள் என்று பயந்தார். ஆலிஸ் பெரேரா அவரிடம் குளிர்ச்சியான கோகோ கோலாவைக் கொடுத்து, "கவலைப்படவேணாம், இந்தக் குள்ளனுங்க நமது ஜவான்களை ஜெயிக்கமுடியாது. நீங்க உங்க கோக்கைக் குடிங்க. ஒண்ணும் மாறப்போறதில்லை" என்றாள்.

ஆனால் அவளும் கடைசியாகத் தளர்வுற்றுப்போனாள். கடைசியாக அவரோடு அவள் இருந்த காரணம், அவரிடம் மிகஅதிகமான சம்பளம்கேட்டுப் பெற்று, அதில் பெரும்பகுதியை கோவாவுக்குத் தன் சகோதரி மேரியைக் காப்பாற்ற அனுப்பி வைத்தாள். ஆனால் கடைசியாக செப்டம்பர் முதல்தேதியன்று அவளும் தொலைபேசி வழியாக வந்த பசப்பல்களுக்கு ஆட்பட்டாள்.

அந்தச் சமயத்தில் அவளுடைய எஜமானனைப் போலவே அவளும் தொலை பேசியில் நீண்ட நேரத்தைச் செலவழித்துவந்தாள். குறிப்பாக நர்லீகர் பெண்கள் அவளை அழைத்தபோது. தடைசெய்யமுடியாத நர்லீகர் பெண்கள் அந்தச் சமயத்தில் என் தந்தைமீது படையெடுத்திருந்தார்கள். தினசரி இரண்டுமுறை. அவருடைய நிலை மிகவும் பயனற்றது என்று ஞாபகப்படுத்தி எவ்விதமேனும் அவரை விற்கச் செய்யவேண்டுமென்று நயந்துபேசித் தூண்டிக்கொண்டிருந்தார்கள். எரியும் குடோனைச் சுற்றிப் பறக்கும் கழுகுகள் போல. செப்டம்பர் முதல்தேதியன்று, முன்பொரு முறை, ஒரு கழுகு செய்ததுபோல அவர் முகத்தில் ஒரு கையைவீசி எறிந்து அறைந்தார்கள். காரணம், அவர்கள் ஆலிஸ் பெரேராவுக்குப் பணம்கொடுத்து அவளை விலைக்கு வாங்கிவிட்டார்கள். அவரைத் தாங்கமுடியாமல் அவள், "இனிமேல் உங்க தொலைபேசி அழைப்புகளை நீங்களே பார்த்துக்குங்க, என்னால முடியாது" என்று கத்தினாள்.

அன்றிரவு அகமது சினாயின் இதயம் வீங்கத் தொடங்கியது. வெறுப்பு, மனக்கசப்பு, சுய பச்சாத்தாபம், துயரம் ஆகியவை நிறைந்த அது, ஒரு பலூன் மாதிரி வீங்கத் தொடங்கியது. மிகவும் வேகமாக அடித்துக் கொண்டது, பிறகு விட்டுவிட்டு அடிக்கத்தொடங்கியது, ஒரு எருதுபோல அவரை வீழ்த்திவிட்டது. ப்ரீச் கேண்டி ஆஸ்பத்திரியில், என் அப்பாவின் இதயம் உருமாறிவிட்டது என்று மருத்துவர்கள் கண்டறிந்தார்கள். ஒரு புதிய வீக்கம், கீழ் இடது வெண்டிரிகிளிலிருந்து கொழுக்கட்டை போல ஏற்பட்டிருந்தது. அதைத்தான் ஆலிஸ் 'பூட்' என்றாள்.

அவருடைய அலுவலகத்தின் தான் மறந்துபோய் விட்டுச் சென்ற குடையை எடுத்துக்கொள்ளத் தற்செயலாக மறுநாள் அவள் வந்தபோது அவரைப் பார்த்தாள். ஒரு நல்ல செயலர் போல, உடனே தொலைபேசித் தொடர்பைப் பயன்படுத்தி ஒரு ஆம்புலன்ஸ் வரவழைத்ததோடு எங்களுக்கும் தந்தி அடித்தாள். இந்தியாவுக்கும் பாகிஸ்தானுக்கும் இடையே தபால் தணிக்கை முறை இருந்ததால் அந்த ஹார்ட்பூட் தந்தி ஆமினா சினாயை அடைய முழு வாரம் ஆயிற்று. "திரும்பவும் பம்பாய்க்கு" என்று விமானநிலையக் கூலிகள் அதிர்ச்சி அடையும் விதமாகக் கத்தினேன் நான். புதிதாகத் தன்னடக்கம் கொண்டிருந்த ஜமீலா (பித்தளைக்குரங்கு) "ஓ சலீம், கொஞ்சம் பேசாமலிரு" என்றாள். ஆலிஸ் பெரேரா எங்களை விமானநிலையத்தில் சந்தித்தாள் (அவளுக்கு எங்கள் வருகையை ஒரு தந்தி அறிவித்திருந்தது). சற்றுநேரத்தில் நாங்கள் நிஜமான பம்பாயின் கருப்பு மஞ்சள் டாக்ஸியில் இருந்தோம். சூடான சன்னா விற்பவர்கள், ஒட்டகங்கள், சைக்கிள்கள், மக்கள் மக்கள் மக்கள் சத்தங்களில் நான் ஆழ்ந்திருந்தேன். மும்பாதேவியின் நகரம் எவ்விதம் ராவல்பிண்டியை ஒரு கிராமம் போலத் தோன்ற வைத்தது என்று சிந்தித்துக் கொண்டிருந்தேன். மறுபடியும் வண்ணங்களை - குல்மோகர் மற்றும் பொகேய்ன்வில்லாவின் மறந்துபோன ஒளி, மகாலட்சுமி குளத்தின் இலேசான பச்சை நிறத் தண்ணீர், போக்குவரத்துப் போலீஸ்காரரின் கருப்பு வெள்ளைச் சூரியக் குடை, அவர்களின் நீல - மஞ்சள் சீருடை, எல்லாவற்றையும்விடக் கடலின் நீலம் நீலம் நீலம் - கண்டுகொண்டிருந்தேன்... நகரத்தின் வானவில் வண்ணங்களிலிருந்து என் எண்ணங்களைத் திருப்பி அமைதியுற வைத்தது அப்பாவின் பீடிக்கப்பட்ட முகத்தின் சாம்பல் நிறம்தான்.

ஆலிஸ் பெரேரா எங்களை மருத்துவமனையில் விட்டுவிட்டு நர்லீகர் பெண்களுக்காக வேலை செய்யப் போய்விட்டாள். இப்போது ஒரு வியப்புக்குரிய நிகழ்ச்சி ஏற்பட்டது. என் அம்மா ஆமினா சினாய், அப்பாவைப் பார்த்ததும் தன் ஊக்கமின்மை, சோர்வு, குற்றவுணர்ச்சிப் பனித்திரை, கால்கழலை வலி எல்லா வற்றிலிருந்தும் விடுபட்டு, அதிசயமாகத் தன் இளமையை அடைந்துவிட்டதுபோலத் தோன்றியது. அவளுடைய பழைய திறமையான இடைவிடா உழைப்பும் பொறுமையும் திரும்பிவந்தது. தடுக்கவியலாத ஒரு விருப்புறுதியோடு அகமதைச் சீர்படுத்துவதில் இறங்கினாள். உறைந்திருந்தபோது அவர் இருந்த முதல்தளப் படுக்கையறைக்கு அவரை மீண்டும் கொண்டுவந்தாள். அவருடைய உடலுக்குள் தன் சக்தியை இறக்கிய வண்ணம் பகலும் இரவும்

அமர்ந்திருந்தாள். அவளுடைய அன்பு வீண்போகவில்லை. காரணம், ப்ரீச் கேண்டியின் ஐரோப்பிய மருத்துவர்களே வியப்படையும் வண்ணம் அகமது சினாய் முழுமையாகக் குணமானது மட்டுமல்ல, அவருக்குள் வியப்புக்குரிய மாற்றம் ஒன்றும் ஏற்பட்டது. ஆமினாவின் அடைக்கலத்துக்குள் அவர் வந்ததும், அவர் திரும்பவும் தான் கடைப்பிடித்த சாபங்களுக்கும் ஜின்களுக்கும் செல்லவில்லை. மாறாக, எப்போதும்போல அவர் ஆகிவிட்டார். பச்சாத்தாபமும் மன்னிப்பும் சிரிப்பும் தயாள குணமும் மட்டுமல்ல, மிகவும் ஆச்சரியகரமான அற்புதநிகழ்வு, அன்பும் கொண்டவர் ஆனார். கடைசியாக அவர் என் தாய்மீது காதல்கொண்டார். அவர்கள் அன்பைத் திருமுழுக்காட்டிய பலியாடு நான்தான். மறுபடியும் படுக்கையறையில் ஒன்றாகப் படுக்கலானார்கள். ஆனால் என் தங்கை - பழைய குரங்குப் புத்தி போகாமல், “ஒரே படுக்கையிலா, அல்லா, சீச்சீ, எவ்வளவு மோசம்” என்றாள். அவர்களைப் பார்த்து நான் சந்தோஷப்பட்டேன். கொஞ்சகாலம், நானும் சந்தோஷவயப்பட்டேன், காரணம், நள்ளிரவுச் சிறார்களின் கூட்டத்தில் இருக்கமுடிந்தது. செய்தித்தாள் தலையங்கங்கள் போரைப்பற்றிச் சொல்லிக்கொண்டிருந்தபோது, நான் என் அற்புத மான சகோதரர்களுடன் தொடர்பைப் புதுப்பித்துக்கொண்டேன். ஆனால் பலவிதமான முடிவுகள் எனக்காகக் காத்திருந்தன.

அக்டோபர் 9ஆம் நாளன்று, இந்திய இராணுவம் இறுதித் தாக்குதலுக்குக் காத்திருக்கிறது என்ற செய்திவந்தபோது நான் நள்ளிரவுச் சிறார் கூட்டத்தைக் கூட்டினேன். (காலமும், என் சொந்த முயற்சிகளும், என் இரகசியத்தை வெளிப்படுத்த இயலாத தடுப்பை ஏற்படுத்தியிருந்தன). என் மூளைக்குள் அவர்கள் வந்தார்கள், ஒரு மகிழ்ச்சியான இரவு அது - பழைய கருத்து மாறுபாடுகளைப் புதைக்கின்ற இரவு. புதிய மறுஇணைவுக்கு எங்களைத் தயார்படுத்துகின்ற இரவு. மறுபடியும் சந்திப்பதில் எங்கள் மகிழ்ச்சியைக் கொண்டாடினோம். நாங்கள் மற்ற குடும்பங்களைப் போலத்தான் என்பதை மறந்துவிட்டோம். குடும்பங்களின் மறுஇணைவுகள் எல்லாமே எதிர்பார்ப்பு அளவில்தான் சந்தோஷமாக இருக்கின்றனவே அன்றி, நிஜமான சந்திப்பில் அல்ல. எல்லாக் குடும்பங்களும் தங்கள் தங்கள் வழியில் போகவேண்டிய காலம் வரத்தான் செய்கிறது. அக்டோபர் 15 - இந்தியாவின்மீது தேவையற்ற தாக்குதல். எனக்கும் தேவையற்ற, நான் பயப்பட்ட தாக்குதல்கள் தொடங்கின. சிவா ஏன் கூட்டத்திற்கு வரவில்லை? நீ ஏன் உன் மனத்தின் ஒரு பகுதியை மூடிக்கொண்டாய்?

அக்டோபர் 20 - இந்தியப் படைகள் தோற்றன. தக் லா விளிம்பில் சீனப்படைகளிடம் அடிவாங்கின. பீகிங்கிலிருந்து வந்த அதிகாரபூர்வச் செய்தி - தற்காப்புக்காகச் சீனப் பாதுகாப்புப் படைகள் திருப்பித்தாக்குதலில் திடமாக ஈடுபடவேண்டிவந்தது. ஆனால் அன்றிரவு நள்ளிரவின் குழந்தைகள் என்மீது ஒரு தாக்குதலைத் தொடங்கிய போது எனக்குப் பாதுகாப்பு இல்லை. அவர்கள் ஒரு பரந்த களத்திலிருந்து ஒன்றாக என்மீது தாக்குதலைத் தொடுத்தார்கள். இரகசியம், மழுப்புதல், அதிகாரம், சுயநலம் போன்ற குற்றங்களை என்மீது சுமத்தினார்கள். என் மனம் முன்போல பாராளுமன்றமாக இல்லை, ஆகவே அந்தப் போர்க்களத்தில் என்னைச் சாய்த்துவிட்டார்கள். இப்போது அவர்களுக்கு நான் சலீம் அண்ணன் அல்ல, காரணம், அவர்களுடைய கோபம், கூச்சலுக்குப் பின்னும் என் மனத்தின் மறுபகுதியைத் திறந்துகாட்ட முடியாததால், அவர்கள் என்னைக் கிழித்தெறிந்தார்கள். நான் மேரியின் இரகசியத்தை அவர்களிடம் வெளிப்படுத்த முடியவில்லை. எப்போதுமே எனக்கு அன்போடு ஆதரவளிப்பவளான சூனியக்காரி பார்வதிகூட, பொறுமையிழந்து, அந்த பாகிஸ்தான் உன்னை என்ன செய்தது என்று தெரியவில்லை, மோசமாக மாறிப்போய்விட்டாய் நீ என்றாள்.

ஒருகாலத்தில், மியான் அப்துல்லாவின் மரணம், ஒரு கூட்டத்தை முடிவுக்குக் கொண்டுவந்தது. அது பெரும்பகுதி அவர் விருப்பஉறுதியின், மனோபலத்தின் விளைவுதான். இப்போது நள்ளிரவின் குழந்தைகள் என்மீது நம்பிக்கை இழந்துவிட்டதால் அவர்களுக்கான என் சொற்களும் வீணாகவே போயின. அக்டோபர் இருபது முதல் நவம்பர் இருபதுக்குள் நான் எங்கள் நள்ளிரவுக் கூட்டத்தைக் கூட்ட முயற்சி செய்தேன். ஆனால் அவர்கள் என்னைவிட்டு ஒவ்வொருவராக அல்ல, பத்திருபது பேராக விலகிச் சென்றார்கள். ஒவ்வோரிரவும், அவர்களில் சிலர்தான் திரும்பினார் கள். ஒவ்வொரு வாரமும் நூற்றுக்கணக்கானோர் தங்கள் தனிப்பட்ட வாழ்க்கைக்குள் சென்றுவிட்டார்கள். உயர்ந்த இமயமலையில், சீனப்படைக்குமுன் கூர்க்காக்களும் ராஜபுதன வீரர்களும் தோற்றோடினார்கள். என் மனத்தின் உயர்ந்த பகுதிக்குள் இன்னொரு படையும் சிதறிக்கொண்டிருந்தது. வசைகள், முற்சாய்வுகள், சலிப்பு, சுயநலம், இவையெல்லாம் அவர்களை அண்டமுடியாத அளவு சிறியவை என்று நினைத்திருந்தேன்.

(ஆனால், மகிழ்நோக்கு நீடித்த ஒரு நோய்போல, மறைய மறுக்கிறது. எங்களைப் பிரித்தவற்றைவிட, எங்களை ஒன்றுசேர்த்த

திறன்கள் இணைப்பை ஏற்படுத்தும் சக்தி கொண்டவை என்று அப்போதும் நம்பினேன், இப்போதும் நம்புகிறேன். இல்லை, நள்ளிரவுப் பிள்ளைகளின் கூட்டம் சிதைந்ததற்கு முழுப்பொறுப்பை நான் ஏற்க முடியாது. அதைப் புதுப்பிக்கமுடியாதவாறு சிதைத்தது, அகமது - ஆமினா சினாயின் அன்புதான்.)

...அப்புறம் சிவா? மிகக் கடுமையாக அவனது பிறப்புரிமையை நான் மறுத்த சிவா? கடைசிமாதத்தில் ஒருமுறைகூட நான் அவனைத் தேடி என் எண்ணங்களை அனுப்பவில்லை. ஆனால், உலகத்தில் எங்கோ அவனுடைய இருப்பு என் மனத்தின் மூலைகளில் தொல்லையளித்துவந்தது. அழிப்பவனான சிவா. முட்டியால் தாக்குபவன் சிவா.

முதலில், எனக்கு அவன் ஒரு கத்திக்குத்தின் வலி ஆனான். பிறகு மனத்தை முழுவதும் பீடித்தான். கடைசியாக அவன் இருப்பின் ஞாபகம் மந்தமடைந்ததும், ஒரு வாழ்க்கைக்கொள்கை போலானான். என் மனத்தில் உலகத்தின் பொருள்கள்மீது ஒரேசமயத்தில் இருந்த அன்பு - வெறுப்பு, பழிவாங்குதல், வன்முறை ஆகியவற்றின் பிம்பமாக அவன் மாறிவிட்டான். அதனால் இப்போதும்கூட, ஹூக்ளியில் பிணங்கள் பலூன்போல மிதந்து வருகின்றன, அவற்றின்மீது படகுகள் மோதும்போது வெடிக்கின்றன என்று கேள்விப்பட்டாலோ, இரயில்கள் கொளுத்தப்படுகின்றன, அரசியல்வாதிகள் கொல்லப்படுகின்றனர் என்றாலோ, ஒரிஸா அல்லது பஞ்சாபில் கலகங்கள் என்றாலோ இவை எல்லாவற்றின் பின்னணியிலும் சிவாவின் கை இருப்பதுபோலத் தோன்றுகிறது. கொலை, கற்பழிப்பு, பேராசை, போர் இவற்றினிடையே நம்மைத் தொடர்ந்து தவறுகள் புரியவைக்கிறான் அவன் எனத் தோன்றுகிறது. அதாவது நாம் இப்படியாக இருக்க அவன்தான் காரணமாகிவிட்டான் என்று தோன்றுகிறது. (அவனும் மிகச்சரியாக நள்ளிரவில் பிறந்தவன்தான். அவனும் என்னைப்போல வரலாற்றுடன் தொடர்பு கொண்டவன். தொடர்பின் வழிவகைகள் - அவை எனக்குப் பொருந்தும் என்று நினைப்பதைப் போலவே அவனுக்கும் பொருந்தும் தானே?)

ஏதோ அவனைப் பார்க்கவே போவதில்லை என்பதுபோலப் பேசிக்கொண்டிருக்கிறேன். அப்படியில்லை. ஆனால் அந்தச் செய்தியும் பிறவற்றைப் போல வரிசை முறையில்தான் வரவேண்டும். அந்தக் கதையை இப்போது சொல்ல எனக்குத் தெம்பில்லை.

அந்தக் காலத்தில் மறுபடியும் மகிழ்நோக்கு தொற்றுநோய் அளவுக்கு வளர்ந்து விட்டது. இடையில், எனக்கு மூக்குப் புழைகளின் வீக்கம் ஏற்பட்டது. தக் லா விளிம்பில் தோற்றதன் பின்னர், பொதுமக்களின் நம்பிக்கை அளவுக்கு அதிகமாக ஊதப்பட்ட பலூன்போல (அபாயமான முறையிலும்) மிகப் பெருத்தது. என்னுடைய மூக்குப் புழைகள், இதுவரை காலம் முழுவதும் அதிகமாகச் சளிநிரம்பியிருந்தவை கடைசியாகத் தங்கள் போராட்டத்தை விட்டுவிட்டன. பாராளுமன்ற அரசியல்வாதிகள் சீன ஆக்கிரமிப்பு, தியாகம் செய்த நமது ஜவான்களின் இரத்தம் பற்றியெல்லாம் பேசிக் கொண்டிருந்தபோது (சைனஸ் காரணமாக) என் கண்களிலிருந்து நீர்வழியத் தொடங்கியது. மஞ்சள் மனிதர்களை அழிப்பது எளியது என்று தேசம் தன்னைத் தேற்றிக் கொண்டு நம்பிக்கையில் பெருத்தபோது, என் சைனஸ்களும் ஊதிப்பெருத்து ஏற்கெனவே விகாரமாக இருந்த முகத்தை மேலும் விகாரமாக்கின. அயூப் கானே மிகுந்த அதிர்ச்சியுடன் அதைப் பார்த்தார். மகிழ்நோக்கு வியாதியின் பிடியில் சிக்கி, மாணவர்கள் மாஓ சே துங், சூ என் லாய் கொடும்பாவிகளை எரித்தார்கள். தங்கள் புருவங்களில் மகிழ்நோக்கு மின்ன கும்பல்கள் சீனக் காலணிசெய்பவர்களையும், விநோதப் பொருள்களை விற்பனை செய்பவர்களையும், சீன ஓட்டல்காரர்களையும் தாக்கினார்கள். மகிழ்நோக்கு ததும்ப, சீனாவில் பிறந்து இந்தியக் குடிமக்கள் ஆனவர்களை ராஜஸ்தான் முகாம்களில் அரசாங்கம் காவலில் வைத்தது. இப்போது அவர்கள் பகை - அந்நியர்கள். பிர்லா தொழிற்சாலை, மிகச் சிறிய ரைஃபிள் வகை ஒன்றை தேசத்திற்கு அளித்தது. பள்ளிப்பெண்கள் இராணுவ அணிவகுப்பில் செல்லலானார்கள். ஆனால் சலீம், நான், மூச்சடைப்பினால் இறக்கப்போவதுபோல உணர்ந்தேன். மகிழ்நோக்கினால் அடர்த்திபெற்ற காற்று என் மூக்கிற்குள் நுழைய மறுத்தது.

இந்தப் புதுப்பிக்கப்பட்ட மகிழ்நோக்கில் மிகமோசமாக பாதிக்கப்பட்டவர்கள் அகமது சினாயும் ஆமினாவும். அவர்களுக்குள் புதிதாகப் பிறந்த காதலினால் மகிழ்நோக்கை கெட்டியாகப் பிடித்துக் கொண்ட அவர்கள், பொதுமக்கள் உற்சாகத்தில் விருப்பத்தோடு கலந்துகொண்டார்கள். சிறுநீர் குடிக்கும் நிதியமைச்சரான மொரார்ஜி தேசாய் 'ஆர்னமெண்ட்ஸ் ஃபார் ஆர்மமெண்ட்ஸ்' (படைத்தளவாடங்களுக்காக நகைகள் தாருங்கள்) என்ற கோஷத்தை எழுப்பியபோது, என் தாய் அவள் கைகளிலி ருந்த பொன்வளையல்களையும் மரகதக் காதணிகளையும் நாட்டுக்காக

அளித்தாள். பாதுகாப்புக்கடன் பத்திரங்களை வெளியிட்டபோது, அகமது சினாய் அளவின்றி அவற்றை வாங்கினார்.

போர் இந்தியாவுக்கு ஒரு புதிய விடியலை உண்டாக்கியதுபோலத் தோன்றியது. டைம்ஸ் ஆஃப் இந்தியா பத்திரிகைக் கார்ட்டூன் ஒன்று - 'சீனாவுடன் போர்' என்று தலைப்பிட்டது - உணர்வு ஒற்றுமை, தொழில் அமைதி, அரசாங்கத்தின்மீது மக்கள் நம்பிக்கை ஆகியவற்றின் வரைபடங்களை நேரு பார்வையிட்டு "இதற்குமுன் இவ்வளவு சிறப்பாக இவை இருந்ததில்லை" என்று சொல்வதுபோல வரையப்பட்டிருந்தது. மகிழ்நோக்கின் சமுத்திரத்தில் நிலைதடுமாறிய நாங்கள் - தேசம், என் பெற்றோர், நான் - கடல் அடியிலுள்ள பவழப்பாறைகளை நோக்கிக் குருட்டுத்தனமாக மிதந்தோம்.

இந்திய மக்களாகிய நாம் தொடர்புகளை எப்போதும் தேடுகிறோம். இதற்கும் அதற்கும் இடையில் ஒப்புமைகளை, மேலோட்டமாகத் தொடர்பற்ற விஷயங்களுக்கிடையிலும் ஒற்றுமைகளை, நாம் கண்டறியும்போது கைதட்டல்களை உருவாக்கு கின்றன. வடிவத்தைக் காண்பதில் தேசிய நாட்டம். அல்லது, எளிமையாகச் சொன்னால், யதார்த்தங்களுக்கு அடியில் வடிவ அமைப்புகள் ஒளிந்துள்ளன, அர்த்தங்கள் தற்செயலாகத்தான் வெளிப்படுகின்றன என்பதில் நமது ஆழ்ந்த நம்பிக்கையைக் காட்டுவதாகச் சொல்லலாம். அதனால் மூட நம்பிக்கைகளிலும் ஈடுபடுகிறோம் ...உதாரணமாக, முதன்முதலில் தேசியக் கொடி ஏற்றப்பட்டபோது, தில்லியின்மீது ஒரு வானவில் - சிவப்பு - பச்சை நிறங்களில் உருவானது என்றோம், இயற்கையே நம்மை ஆசீர்வதித்தாக உணர்ந்தோம்.

இம்மாதிரித் தொடர்புகளின் இடையில் பிறந்த நான், அவை தொடர்ந்து என்னை வேட்டையாடுவதைக் கண்டிருக்கிறேன்... இந்தியர்கள் குருட்டுத்தனமாக ஒரு வீழ்ச் சியை நோக்கிச் சென்று கொண்டிருந்தபோது, நானும் (அறியாமலே) ஒரு தனிப்பட்ட பேராபத்தை நோக்கிச் சென்றுகொண்டிருந்தேன்.

டைம்ஸ் ஆஃப் இந்தியா கருத்துப்படங்கள், உணர்வு ஒருமிப்பைப்பற்றிப் பேசின. மெத்வோல்டு எஸ்டேட்டில் கடைசியாக எஞ்சியிருந்த பக்கிங்காம் வில்லாவில் உணர் வுகள் என்றுமில்லாதவகையில் ஒருமித்திருந்தன. அகமதுவும் ஆமினாவும் காதலில் புதிதாக ஈடுபடுகின்ற இளைஞர்களைப் போல நாட்களைச் செலவிட்டார்கள். பீகிங்கி லிருந்து வெளிவரும் பீப்பிள்ஸ் டெய்லி நாளிதழ், "நேரு அரசாங்கம் கடைசியாகத் தனது அணிசாராத்தன்மை என்ற முகமூடியைக் களைந்துவிட்டது"

சல்மான் ருஷ்தீ | 497

என்று குற்றம் சாட்டியது. நானும் என் தங்கையும் எதைப் பற்றியும் புகார்சொல்லவில்லை. ஏனென்றால், பல ஆண்டுகளில் முதல்முறையாக, என் பெற்றோருக்கிடையிலான போராட்டத்தில் நாங்கள் அணிசாராதவர்களாக நடிக்கத் தேவையில்லாமல் போயிற்று. இந்தியாவுக்குப் போர் அளித்த ஒற்றுமையை, எங்கள் இரண்டுமாடிக்குன்றில் எதிரெதிர் மனப்பான்மைகளின் முடிவு அளித்துவிட்டது. அகமது சினாய், இரவுகளில் ஜின்களோடு போரிடுவதைக்கூட விட்டுவிட்டார்.

நவம்பர் முதல்தேதி, "இந்தியர்கள் பீரங்கிப் படையின் பாதுகாப்பில் போரிடுகிறார்கள்" என்ற செய்தி. என் மூக்குப் பாதைகள் மிகக் கடுமையான சிக்கலுக்குள்ளாகி இருந்தன. என் தாய் எனக்கு விக்ஸ் இன்ஹேலரை அளித்ததோடு, விக்ஸ் ஆயின்ட்மென்டைக் கொதிக்கும் நீரிலிட்டு, அதன் மேல் என்னைப் போர்வை போர்த்தியவாறு வேதுபிடிக்கச் செய்தாலும், எனது மூக்குப் பாதைகள் அதற்கு எதிர்வினை ஆற்ற மறுத்துவிட்டன. அன்றைக்குத்தான் என் தந்தை, என்னைக் கைகளில் தழுவியவாறு "வா மகனே, நானும் உன்னை நேசிக்கிறேன்" என்று சொன்னது. மகிழ்ச்சியின் கிளர்ச்சியில் நானும் அவருடைய நெகிழ்வான வயிற்றில் அழுந்தியிருந்தேன் (மகிழ்நோக்கு நோய் என்னையும் பற்றிக்கொண்டது போலும்). ஆனால் அவர் என்னை விட்டபோது, சளி அவருடைய புஷ் - ஷர்ட்டில் கறையை ஏற்படுத்தியிருந்தது. அதுதான் என் அழிவுக்கு வழிவகுத்தது என்பேன். அன்று மாலை என் தாய் தாக்குதலுக்கு ஆயத்தமானாள். நண்பர் ஒருவருக்கு ஃபோன் செய்வதாகக் காட்டிக்கொண்டு, அவள் ஒரு குறித்த தொலைபேசிப் பேச்சில் ஈடுபட்டாள். பீரங்கிப் படையின் பாதுகாப்பில் இந்தியர்கள் தாக்கியபோது, ஆமினா சினாய், ஒரு பொய்யின் பாதுகாப்பில் என் வீழ்ச்சிக்கு வழிவகுத்தாள்.

பின் ஆண்டுகளின் வெறும்பாலையில் நான் காலடி வைக்கப்போவதைச் சொல்வதற்கு முன்னால், எனக்கு என் பெற்றோர் மிகக் கொடுமையாகத் தீங்கிழைத்து விட்டார்கள் என்று ஒப்புக் கொள்ளவேண்டும். மேரி பெரேராவின் வெளிப்பாட்டுக்குப் பிறகு, அவர்கள் தங்கள் இரத்தத்தில் வந்த மகனாக என்னை ஒரு போதும் ஒப்புக்கொள்ளவேயில்லை. இந்தக் கதையின் பல இடங்களில் நான் இந்தத் தோல்வியைப் போதிய கற்பனையின்மையின் விளைவாகச் சொல்லியிருக்கிறேன். அவர்கள் என்னை வேறுவிதமாகநோக்க முடியாது என்பதனால்தான் நான் அவர்கள் மகனாக நீடித்தேன். வேறுவிதமான விளக்கங்களும் சொல்லலாம். பதினொரு ஆண்டுகள்

எங்கோ சாக்கடையில் வாழ்ந்த வேறு ஒருவனைப் புதிதாக மகனாக அவர்களால் ஏற்றுக் கொள்ள முடியாத தன்மை என்றும் சொல்லலாம்.

ஆனால் ஒரு நல்ல நோக்கத்தையே அவர்களுக்கு அளிக்கிறேன். எவ்விதம் இருந்தாலும் - வெள்ளரிப்பழ மூக்கு கறைமூஞ்சி மேடிட்ட நெற்றிப்பொட்டுகள் தள்ளாட்டக் கால்கள் கைவிரலின்மை தலைமுடியிழப்பு மோசமான இடதுகாது (இது அவர்களுக்குத் தெரியவே தெரியாது) - இவற்றுடன் மேரி பெரேராவின் நள்ளிரவுப் பண்டமாற்று - இப்படி எரிச்சலூட்டுகின்ற காரணங்கள் பல இருந்தாலும், ஒருவேளை அவர்கள் என்னை உண்மையாகவே நேசித்திருக்கலாம். அவர்களுடைய வெறுப்புக்கு பயந்து, நான் அவர்களிடமிருந்து என் இரகசிய உலகிற்குள் விலகினேன். என் உடல் விகாரத்தைவிட அவர்களின் நேசம் வலுவாக, இரத்தத்தைவிட வலுவாக இருந்திருக்கக் கூடும் என்பதை நான் ஒப்புக் கொள்ளவில்லை. தொலைபேசி அழைப்பு ஏற்பாடு செய்யப்பட்டதும், 1962 நவம்பர் 21ஆம் நாளன்று, மிக உயர்ந்த காரணத்திற்காக - பாசத்துக்காக என்னைப் பாழாக்கிவிட்டார்கள் என் பெற்றோர்.

நவம்பர் 20 ஒரு பயங்கரமான நாள். இரவும் அவ்விதமே. ஆறுநாட்கள் முன்னால் நேருவின் எழுபத்திரண்டாம் பிறந்த நாளன்று, சீனப்படைகளுடன் மிகப் பெரிய மோதல் நிகழ்ந்தது. இந்தியப் படை - "ஜவான்கள் போரில் குதிக்கிறார்கள்" - வாலாங்கில் சீனர்களைத் தாக்கியது. வாலாங் போரின் பேரிடர், ஜெனரல் கவுல் மற்றும் நான்கு படைப்பிரிவுகளின் படுதோல்வி ஆகிய செய்திகள் நேருவை 18ஆம் தேதி சனிக்கிழமை வந்தடைந்தன. நவம்பர் 20 அன்று அது வானொலியிலும் பத்திரிகைகளிலும் வெள்ளமென வந்து மெத்வோல்டு எஸ்டேட்டையும் அடைந்தது.

புது தில்லியில் உச்ச அளவிலான பீதி; கந்தலாகிப்போன இந்தியப் படைகள்! அன்றுதான் என் பழைய வாழ்க்கையின் கடைசிநாளும்கூட. அன்று என் தங்கையுடனும் பெற்றோருடனும் நெருக்கமாக எங்கள் டெலிஃபங்கன் ரேடியோ முன்னால் உட்கார்ந்திருந்தேன். தொலைவுச் செய்திகள் கடவுளின் பயத்தையும் சீனர்களின் பயத்தையும் எங்கள் இதயங்களில் ஏற்படுத்தியிருந்தன. என் அப்பா பயங்கர விஷயம் ஒன்றைச் சொன்னார். "பெண்ணே, பேகம் சாகிபா" என்று கனத்த குரலில் ஆரம்பிக்க ஜமீலாவும் நானும் பயத்தில் நடுங்கினோம். "இந்த நாடு நாசமாகிவிட்டது. நிதியில்லை. ஃபன்டூஷ்." மாலைச் செய்தித்தாள்கள் மகிழ்நோக்கு

நோயின் முடிவைத் தெரிவித்தன. "பொதுமக்களின் மன வலிமை கரைகிறது." இந்த முடிவுக்குப் பின்னர் வேறு சிலவும் வர இருந்தன. என் தலைமுழுவதும் சீனர் முகங்கள் துப்பாக்கிகள் டாங்கிகள் ஆக்கிரமிக்க நான் தூங்கச் சென்றேன். என் தலை காலியாகவும் அமைதியாகவும் இருந்தது. ஏனென்றால் நள்ளிரவுச் சிறார்களின் கூட்டமும் கரைந்து மறைந்துவிட்டது. என்னோடு பேச விருப்பமாயிருந்த ஒரே நள்ளிரவுக் குழந்தை சூனியக்காரி பார்வதி மட்டுமே. நுஸ்ஸி வாத்து வழக்கமாக 'உலகத்தின் இறுதி' என்று சொல்லக்கூடிய நிலையால் கலவரப்பட்டு நாங்கள் எங்களுக்குள் மௌனத்தைத் தவிர வேறெதையும் மேற்கொள்ள முடியவில்லை.

உலகநோக்கில் இன்னும் பல அழிவுகள். பக்ரா நங்கல் மின்சக்தி அணைக்கட்டில் பிளவு. அணையின் பின் இருந்த பெரிய நீர்த்தேக்கம் உடைந்து பிளவின் வழியாக வெளிப்பட்டது. பணத்தின் பேராசை ஒன்று தவிர, மகிழ்நோக்கு, தோல்வி போன்ற எதுவும் ஊடுருவ இயலாத நர்லீகர் பெண்களின் நிலமீட்புக் கூட்டமைவு கடலின் ஆழத்திலிருந்து நிலத்தை மீட்டவாறு இருந்தது... இந்த இயலுக்குத் தலைப்பை அளிக்கின்ற இறுதி காலியாக்கும் நிகழ்வு, மறுநாள் காலை நடந்தது. அதுவும், நான் சற்றே கவலைகளிலிருந்து விடுபட்டு, ஏதேனும் நல்லது நடக்கும் என்று நம்பியிருந்த போது...

அன்று காலை, ஒரு மகிழ்ச்சியான செய்தியைக் கேள்விப்பட்டோம். சீனர்கள் திடீரென்று, எவ்விதத் தேவையும் இன்றியே, முன்னேறுவதை நிறுத்திக் கொண்டார்கள் என்ற செய்தி. இமய உச்சிகளைக் கட்டுப்பாட்டுக்குள் கொண்டுவந்தது போதும் என்ற மனநிறைவினால் போலும்! "போர்நிறுத்தம்" என்று பத்திரிகைகள் கூச்சலிட்டன, என் தாய் ஆறுதலில் மயங்கியே விழுந்துவிட்டாள். (ஜெனரல் கவுல் சிறைப் பிடிக்கப்பட்டதாகச் செய்தி வந்தது, ஆனால் இந்தியாவின் குடியரசுத்தலைவர், டாக்டர் ராதாகிருஷ்ணன், "துரதிருஷ்டவசமாக, இந்தச் செய்தி முற்றிலும் தவறு" என்று அறிவித்தார்.) நீரொழுகும் கண்களுடனும் அடைத்த மூக்குகளுடனும் இருந்தாலும் நான் மகிழ்ச்சியடைந்தேன். நள்ளிரவுக் குழந்தைகளின் கூட்டம் முடிந்து போனாலும், பக்கிங்காம் வில்லாவை ஆக்கிரமித்த புதிய மகிழ்ச்சிவெள்ளத்தில் நான் முழுகினேன். ஆகவே, "நாம் இந்த நல்லசெய்தியைக் கொண்டாடலாம் பிள்ளைகளே! ஒரு பிக்னிக் போக விருப்பமா" என்று என் தாய் கேட்டபோது இயல்பாகவே ஆர்வத்துடன் தலையாட்டினேன். நவம்பர் 21 ஆம் நாள் காலை. சேண்ட்விச்சுகளும் பரோட்டாக்களும் செய்ய உதவினோம். குளிர்பானக் கடைகளிலிருந்து

ஐஸ்கட்டிகளும் கோக் பானங்களும் வாங்கி எங்கள் ரோவர் காரின் டிக்கியில் நிரப்பினோம். பெற்றோர்கள் காரில் முன்இருக்கையில், நாங்கள் பின்னால். கிளம்பினோம். பாடகி ஜமீலா எங்களுக்காகப் பாடினாள். வீங்கியிருந்த சைனஸோடு நான், "எங்கே போகிறோம் நாம்? ஜுஹூ? எலிஃபெண்டா? மார்வே?" என்று கேட்டேன்.

"எங்கே?" என்றாள் என் தாய், இசைகேடான முறையில் புன்னகைத்துக் கொண்டு. "சர்ப்ரைஸ், பொறுத்திருந்து பார்" என்றாள். ஆறுதலான, மகிழ்ச்சியான கும்பல்கள் நிறைந்த தெருக்களிடையே சென்றோம். "இது தப்பான வழி, பீச்சுக்கு இப்படிப் போகக்கூடாது" என்று கத்தினேன். பெற்றோர் இருவரும் ஒரே குரலில், "முதலில் ஒரு இடம், பிறகு பீச்சுக்கு, பிராமிஸ்" என்று பேசினார்கள்.

தந்திகள் என்னை மீட்டமைத்தன, வானொலிப்பெட்டிகள் பயமுறுத்தின, ஆனால் என் அழிவுக்கு நாள் நேரம் இடம் குறித்து வழிவகுத்தது ஒரு தொலைபேசி. என் பெற்றோர்கள் என்னிடம் பொய்சொல்லிவிட்டார்கள்.

கார்னாக் சாலையில் ஓர் அறிமுகமற்ற கட்டடத்தின்முன் நின்றோம். வெளிப்புறம் சிதைந்துகொண்டிருந்தது... அதன் ஜன்னல்கள் எல்லாம் திரைச்சீலையிடப்பட்டிருந்தன. "என்னுடன் வருகிறாயா மகனே" என்று கூறியவாறு அகமது சினாய் காரிலிருந்து இறங்கினார். என் தந்தையின் வேலையில் அவருடன் செல்லுகின்ற ஆவலினால் அவருடன் சுறுசுறுப்பாக நடந்தேன். கதவருகில் ஒரு பித்தளைப் பலகை. காது மூக்கு தொண்டை மருத்துவமனை. திடீரென, அதிர்ச்சி. "என்ன இது அப்பா? எதற்கு இங்கே" ... என் அப்பாவின் கை என் தோளை இறுக்கிப்பிடித்தது. பிறகு வெள்ளைக் கோட் அணிந்த ஒரு மனிதர். பிறகு நர்ஸுகள். "ஆ மிஸ்டர் சினாய், இதுதான் இளம் சலீமா? சரியான நேரத்தில்தான் வந்திருக்கிறீர்கள்... நல்லது, நல்லது..." இடையில் நான், "அப்பா, பிக்னிக் என்ன ஆயிற்று"...ஆனால் இப்போது மருத்துவர்கள் என்னை அழைத்துச் சென்றார்கள். அப்பா பின்தங்கிவிட்டார், கோட் அணிந்த மனிதர் அவரிடம் "ரொம்ப நேரம் ஆகாது, போர் கடைசியாக நல்லதாக முடிந்தது இல்லையா?" நர்ஸ் என்னிடம், "கட்டுப்போடவும் மயக்கமருந்து தரவும் என்னோடு வா..."

ஏமாற்றப்பட்டேன், தந்திரத்திற்குள்ளானேன். "பத்மா, நான்தான் உனக்குச் சொன்னேனே... பிக்னிக்குகள் என்னை ஏமாற்றின" ...பிறகென்ன? மருத்துவமனை, கடினமான படுக்கை கொண்ட அறை. சுற்றிலும் தொங்கும் பிரகாசமான விளக்குகள்.

“வேணாம் வேணாம்” என்று அழுதவாறு நான். “முட்டாள்தனம் பண்ணாதே, இப்ப நீ ஒரு வளர்ந்த பையன். படுத்துக்கொள்” என்கிறாள் செவிலி. மூக்குத்துளைகள் என் மூளையில் எவ்விதம் எல்லாவற்றையும் உருவாக்கின! அடைபட்ட சளிதான் எங்கோ எங்கோ எங்கோ என்னைக் கொண்டுசென்றது! அந்தத் திரவம் போய்விடக்கூடாது. தொலைத் தொடர்பு என் குரலை வெளிப்படுத்தியது. நான் உதைத்துக் கொண்டு, கூச்சலிட்டேன். அவர்கள் என்னைப் பிடித்துக் கொண்டார்கள். “மெய்யாவே, இப்படிப்பட்ட பையன் ஒருத்தனை நான் பார்த்ததேயில்லை” என்றாள் நர்ஸ்.

ஆக, சலவைப் பெட்டியில் தொடங்கியது, அறுவைச்சிகிச்சை மேஜையில் முடிந் தது. என் கைகால்களை இறுகப் பிடித்திருந்தார்கள். ஒருவர், “உனக்கு ஒண்ணுமே வலி தெரியாது, டான்சில் சிகிச்சையை விட சைனஸை சரிசெய்வது எளிமையானது” என்கிறார். “சீக்கிரம், முழுமையாக தடங்கலை அகற்றிவிடுவோம்” ... “வேணாம், வேணாம்” ...ஆனால் அந்தக் குரல் தொடர்கிறது “இந்த மாஸ்க்கை அணிவிக்கிறேன். பத்துவரை எண்ணு.” எண்கள். ஒன்று இரண்டு மூன்று என வரிசையாக. வெளிப்பட்ட வாயுவின் ஹிஸ் என்ற ஒலி. எண்கள் என்னை நொறுக்குகின்றன. ஐந்து ஆறு... முகங்கள் மூடுபனியில் நீந்துகின்றன. இன்னும் வெள்ளமாக வரும் எண்கள். ஏழு எட்டு ஒன்பது...நான் அழுகிறேன். பத்து.

“ஐயோ அப்பா, இன்னும் இந்தப் பிள்ளைக்கு பிரக்ஞை இருக்குதே...ஆச்சரியம். இன்னொண்ணை முயற்சி பண்ணலாமா? கேக்குதா? சலீம், கேக்குது இல்லையா? நல்ல பையன். மறுபடியும் பத்துவரைக்கும் எண்ணு.” எண்கள் என்னைப் பிடிக்கவில்லை. நிறைய எண்கள் தலைக்குள். நான் எண்களின் தலைவன். இன்னும் போகிறது... பதினொண்ணு, பன்னிரண்டு... அவர்கள் விடவில்லை ...பதின்மூன்று பதினான்கு பதினைந்து... கடவுளே கடவுளே மயக்கமான பனிமூட்டம் ...பின்னால் பின்னால் பின்னால் விழுகிறேன்... பதினாறு... போருக்கும் மிளகுச் சிமிழ்களுக்கும் அப்பால், பின்னால் பின்னால் பதினேழு பதினெட்டு பத்தொன்பது... இருப...

ஒரு சலவைப்பெட்டி இருந்தது ஒருபையன் கஷ்டப்பட்டு மூக்குறிஞ்சினான் அவன் தாய் உடைகளைக் களைந்தாள் ஒருகருப்பு மாம்பழத்தை வெளிப்படுத்தினாள். குரல்கள் வந்தன அவை தலைமை தேவர்களுடைய குரல்கள் அல்ல ஒரு கை இடது காதை செவிடாக்கியது வெப்பத்தில் சிறப்பாக என்ன விளையும்...விநோதக்

கற்பனை கள், பகுத்தறிவுக்கு எதிர்நிலை, காமம். ஒரு மணிக்கூண்டு புகலிடம். வகுப்பில் ஏமாற்றுவது. பம்பாயில் காதல் ஒரு சைக்கிள் விபத்தை உருவாக்கியது. கொம்பு முகடுகள் பள்ளங்களில் பொருந்தின... ஐநூற்றி எண்பத்தொரு பிள்ளைகள் என் தலைக்குள் வந்து போனார்கள். நள்ளிரவின் குழந்தைகள். சுதந்திரத்தின் நம்பிக்கையின் உருவமான ஒளிக்கீற்றுகள்... அல்லது கொல்லப்பட வேண்டிய ஏறுமாறான நடத்தைக்காரர்கள்... எல்லாரையும் விட விசுவாசமான சூனியக்காரி பார்வதி... வாழ்க்கையின் ஒரு கொள்கையாகவே ஆகிவிட்ட சிவா...

நோக்கத்தைப் பற்றிய கேள்வி. சிந்தனைகளுக்கும் பொருள்களுக்குமான முரண்பாடு. விவாதம். முட்டிகளும் மூக்கும், மூக்கும் முட்டிகளும்.

வாய்ச்சண்டைகள். மூத்தவர்களுடைய உலகம் சிறார்களுடைய உலகில் குறுக்கிட்டது. சுயநலம், போலித்தனம், வெறுப்பு. மூன்றாவது கொள்கை ஒன்றை உருவாக்க முடியாமை. எல்லாம் விளைந்த பிறகு ஒன்றுமில்லாமல் போவதின் பயம். யாரும் சொல்லாதது: ஐநூற்றி எண்பத்தொரு பேரின் நோக்கம் அவர்களின் அழிவில்தான். ஒன்றுமில்லாமல் போவதற்காகவே அவர்கள் வந்தார்கள். இதை வெளிப்படுத்திய தீர்க்கதரிசனங்களைப் புறக்கணித்தார்கள்.

அப்புறம் வெளிப்பாடுகள். ஒரு மனம் மூடிக்கொண்டது. நாட்டைவிட்டு வெளியேற்றம். நான்கு வருஷங்கள் கழித்து திரும்புதல். சந்தேகங்கள் வலுத்தல், கருத்து மாறுபாடுகள் வளர்தல், இருபதுகளாகப் பத்துகளாக வெளியேற்றம். கடைசியாக மிஞ்சியது ஒரே ஒரு குரல். ஆனால் மகிழ்நோக்கு எஞ்சியது. எங்களுக்குள் - பொதுவாக இருந்தது: எங்களைப் - பிரித்ததைவிட வலிமைமிக்கு ஒன்றுசேர்க்கும் என்னும் நம்பிக்கை.

இப்போது: எனக்கு வெளியில் அமைதி. (ஜன்னல்சீலைகள் விடப்பட்டு) இருண்ட அறை. எதையும் பார்க்க முடியவில்லை. (பார்ப்பதற்கு எதுவும் இல்லை.)

எனக்குள் அமைதி. ஒரு தொடர்பு (என்றென்றைக்குமாக) அறுந்துவிட்டது. எதையும் கேட்க முடியவில்லை. (கேட்பதற்கு எதுவும் இல்லை.)

பாலைவனத்தில் போல அமைதி. ஒரு தெளிந்த சுதந்திரமான மூக்கு (மூக்குப் பாதை முழுவதும் காற்று) காற்று, ஒரு கொள்ளைக்காரன்போல என் அந்தரங்க இடங்களுக்குள் படையெடுக்கிறது.

சல்மான் ருஷ்தீ | 503

வற்றச் செய்தாயிற்று. என்னை வற்றச்செய்தாயிற்று. பரமஹம்சனைக் குப்புறத் தள்ளியாயிற்று. (நல்லதற்குத்தான்.)

அட சொல்லிவிடு, சொல்லிவிடு. என்னுடைய பழுதடைந்த சைனஸ்களை அறுவை சிகிச்சை செய்த, என் மூக்குப் பாதைகளைத் தூய்மைப்படுத்திய போலியான நோக்கம் சலவைப்பெட்டியில் எனக்கு உண்டான எல்லாத் தொடர்புகளையும் அறுக்கும் விதமாக, என் தொலைவிலுணர்தலை நீக்கும்விதமாக ஆயிற்று. நள்ளிரவுக் குழந்தைகளிடமிருந்து என்னைப் பிரிக்கும் விதமாக ஆயிற்று.

நம் பெயர்களில் நம் விதிகள் சேர்ந்திருக்கின்றன. மேற்குநாடுகளில் உள்ளவாறு இடங்கள் தங்கள் அர்த்தங்களைப் பெறாத இடத்தில் வாழ்ந்தாலும், அவை வெறும் ஒலிகளாக இருந்தாலும், நாம் நம் தகுதிநிலை அல்லது பட்டப் பெயர்களின் பலியாடுகள் தான். சினாய் என்பதில் இபின் சினா என்ற பெயர் - ஒரு மாயமந்திரத் தலைவர், சூஃபி வல்லுநர் பெயர் - ஒளிந்திருக்கிறது. அது மட்டுமல்ல, நிலவின் பெயரான சின். ஹத்ராமூத்தின் பழைய கடவுள். தன் தொடர்புகளின் முறையால், உலகத்தின் அலையேற்ற இறக்கங்களை நிர்ணயித்தவன். சின் என்பதிலுள்ள எஸ் என்ற எழுத்து, பாம்பு போல வளைந்தும் இருக்கிறது. இந்தப் பெயருக்குள் பாம்புகள் சுருண்டிருக்கின்றன. இதை அப்படியே ரோமன் மொழியில் எழுதினால் (ஆனால் நாஸ்டாலிக்கில் வேறு) அது வெளிப்பாட்டுஇடத்தின் பெயராகும். காலணிகளைக் கழற்றிச் செல்லும் புனித இடம். கட்டளைகளின், பொன்னிறக் கன்றுகளின் இடம். இதெல்லாம் சொன்னபிறகு, இபின் சினாவை மறந்த பிறகு, நிலவு மறைந்தபிறகு, பாம்புகள் மறைந்து உறைந்த போது, வெளிப்பாடுகள் முடிவுக்கு வந்தபிறகு, கடைசியாகப் பார்த்தால் இது பாலைவனம் ஒன்றின் பெயர். வெறுமை, மலட்டுத்தன்மை, புழுதி, இறுதியின் பெயர்.

அரேபியாவில், அரேபியப் பாலைவனத்தில், தீர்க்கதரிசி முகமதுவின் காலத்தில் மற்ற தீர்க்கதரிசிகளும் போதித்தார்கள். அரேபியாவின் இதயப்பகுதியான யாமா மாவில் பானு ஹனீஃபாவின் இனத்தில் வந்த மஸ்லாமா; ஹன்ஸாலா இபின் சஃப்வான்; காலித் இபின் சினான். மஸ்லாமாவின் கடவுள் அர் - ரஹ்மான். (கருணை மிக்கவர்); இன்று முஸ்லிம்கள் அல்லா, அர் - ரஹ்மான் என்று வணங்குகிறார்கள். காலித் இபின் சினான், கொஞ்சகாலம், ஆப் இனத்தவரிடம் அனுப்பப்பட்டார். அவரைப் பின்பற்றினார்கள், பிறகு மறைந்துபோனார். தீர்க்கதரிசிகள் சிலரை வரலாறு மீதூர்ந்து சென்றுவிடுவதனால், விழுங்கிவிடுவதனால்,

அவர்கள் போலி ஆகிவிடுவதில்லை. தகுதியுள்ள மனிதர்கள் எப்போதுமே பாலைவனத்தில் திரிந்திருக்கிறார்கள்.

“பெண்ணே” என்றார் அகமது சினாய், “இந்த நாடு முடிந்துபோயிற்று.” போர்நிறுத்தத்திற்கும், வற்றுதலுக்கும் பிறகு இந்தச் சொற்கள் திரும்பத்திரும்ப அவரிடம் தோன்றின. ஆமினா பாகிஸ்தானுக்கு இடம்பெயர அவரைத் தூண்டலானாள். அவளுடைய இரண்டு சகோதரிகள் அங்கேதானே இருக்கிறார்கள்? அவள் தந்தையின் இறப்புக்குப் பின்னர் தாயும் அங்கே சென்றுவிட்டாள். “புதிதாக ஒரு தொடக்கம்” என்றாள் அவள். “ஜானம், அது ரொம்ப நன்றாக இருக்கும். இந்தக் கடவுள் - கைவிட்ட - குன்றில் நமக்கு என்ன இருக்கிறது?”

ஆக கடைசியாக, பக்கிங்காம் வில்லா நர்லீகர் பெண்களின் பிடிக்குள் சிக்கியது. பதினைந்து ஆண்டுகளுக்கும் மேல் காலதாமதமாக, என் குடும்பம் தூய்மையின் நாடான பாகிஸ்தானுக்குச் சென்றது. அகமது சினாய் எதையும் விட்டுவிடவில்லை. பன்னாட்டுக் குழுமங்களின் வாயிலாகப் பணத்தைக் கொண்டுசெல்வதற்கு வழிகள் உள்ளன. என் அப்பாவுக்கு அந்த வழிகள் தெரியும். எனக்கு என் பிறந்த நகரத்தை விட்டுப் பிரிவது துன்பமாக இருந்தாலும், ஒரு கண்ணிவெடி பிறர் அறியாமல் நிலத்தில் புதைந்திருப்பதுபோல எங்கேயோ இரகசியமாக சிவா வாழும் இந்த நகரத்தைவிட்டுச் செல்வது கஷ்டமில்லாமலே இருந்தது.

கடைசியாக, 1963 பிப்ரவரியில் நாங்கள் பம்பாயை விட்டுச் சென்றோம். செல்கின்ற நாளன்று, நான் பழைய உலகஉருண்டை ஒன்றைத் தோட்டத்திற்கு எடுத்துச் சென்று, அதைச் செடிகள் மத்தியில் புதைத்துவைத்தேன். அதற்குள், ஒரு பிரதமரின் கடிதம், நள்ளிரவின் குழந்தை என்று தலைப்பிடப்பட்ட ஒரு பெரிய அளவிலான குழந்தையின் படம் ஆகியவை இருந்தன. இவை புனித நினைவுச் சின்னங்கள் அல்ல. இவற்றை நான் தீர்க்கதரிசியின் ஹஜரத்பால் தலைமயிருடனோ, இயேசு பிறந்தார் கதீட்ரலில் இருந்த புனித ஃபிரான்சிஸின் உடலுடனோ ஒப்பிடத் தயாராக இல்லை, ஆனால் இவை மட்டுமே என் பழங்காலத்தைக் குறிப்பனவாக எஞ்சி நின்றன, நசுங்கிய ஒரு தகர உலக உருண்டை, பூஞ்சணம்பூத்த ஒரு கடிதம் ஒரு நிழற்படம். வேறொன்றும் இல்லை. ஒரு வெள்ளி எச்சிற்கலம்கூட இல்லை. குரங்கு மிதித்த உலக உருண்டை தவிர, மீதமிருந்த பதிவுகள், சுவர்க்கத்தின் மூடிய புத்தகங்களில் - சிட்ஜீன், இலியூன் இவற்றில் - சீல் வைக்கப்பட்டுள்ளன. இவை தீமையின் மற்றும் நன்மையின் நூல்கள். எப்படியாயினும் இதுதான் கதை.

சல்மான் ருஷ்தீ | 505

நாங்கள் எஸ்.எஸ். சாபர்மதி கப்பல்தளத்தில் ஏறிய பிறகு, கட்ச் ராண் சென்றடைந்த பிறகுதான் கிழவர் ஷாப்ஸ்டெகரைப் பற்றி நினைத்துக்கொண்டேன். நாங்கள் போகிறோம் என்று யாரேனும் அவருக்குத் தெரிவித்தார்களா என்று திடீரென நினைத்தேன். விடை இல்லை என்பதாக இருக்கும் என்பதால் கேட்கத் துணிச்சல் வரவில்லை. இடிப்புக்குழு வேலைசெய்யப்போவதை நினைத்தேன், அழிவு எந்திரங்கள் என் தந்தையின் அலுவலகத்தையும் என் சொந்த நீல அறையையும் அழிக்கும். வேலைக்காரர்களின் சுழல் இரும்பு ஏணியையும், தன் பயங்களையும் சேர்த்துக் கிளறி துவையல்கள், ஊறுகாய்களை மேரி பெரேரா செய்த அறையையும் அழிக்கும். என் தாய் வயிற்றில் குழந்தையுடன் கல்போல உட்கார்ந்திருந்த வராந்தாவைக் கொலை செய்யும். ஒரு பெரியஉலோக உருண்டை ஷாப்ஸ்டெகர் சாகிபின் அறைக்குள் மோதி இடித்துத் தள்ளும். நொறுங்கும் வீடு ஒன்றின் உச்சியில், வீழும் தூண்கள், சிவப்பு ஓட்டுக் கூரை இவற்றிற்கிடையில், தான் பல ஆண்டுகளாகப் பார்க்காத சூரிய வெளிச்சத்தில் தள்ளப்பட்டு அந்தப் பிளவுபட்ட நாக்குக் கொண்ட பைத்தியக்காரக் கிழவர், சுருங்கித் தளர்ந்து இறக்கும் காட்சியைக் கற்பனையில் கண்டேன்.

ஒருவேளை நாடகப்படுத்துகிறேனோ என்னவோ, லாஸ்ட் ஹொரைசன் என்ற பழையபடத்திலிருந்து இந்தக் கற்பனை ஒருவேளை கிடைத்திருக்கலாம். அதில் ஷாங்ரி - லாவிலிருந்து வெளியேற்றப்பட்ட அழகான பெண்கள் சுருங்கிச் செத்துப் போனார்கள்.

ஒவ்வொரு பாம்புக்கும் ஒரு ஏணி இருக்கிறது, ஒவ்வொரு ஏணிக்கும் ஒரு பாம்பு. பிப்ரவரி 9ஆம் தேதி பாகிஸ்தானுக்கு வந்து சேர்ந்தோம். சில மாதங்களுக்குள் ஜமீலா தன் பாட்டுத் தொழிலில் ஈடுபட்டாள், அது அவளுக்குப் பாகிஸ்தானின் தேவதை, விசுவாசத்தின் புல்புல் என்ற பெயர்களைப் பெற்றுத் தந்தது. பம்பாயை நாங்கள் விட்டோம், ஆனால் நீடித்த புகழ் கிடைத்தது. மேலும் ஒரு விஷயம்: என் மண்டைக்குள் இப்போது குரல்கள் பேசுவதில்லை - இனிமேல் ஒருபோதுமே முடியாது, நான் வற்றிவிட்டேன் என்றாலும், அதற்கு ஈடுசெய்யும் விதமான ஒன்று கிடைத்தது. என் வாழ்க்கையில் முதன்முதலாக, வாசனைகளை முகர்தலின் ஆச்சரியமான மகிழ்ச்சியை நான் கண்டறியத் தொடங்கினேன்.

பாடகி ஜமீலா

திருமணம்செய்துகொள்ளாத என் பெரியம்மா ஆலியா, கராச்சி துறைமுகத்தில் எங்களை வரவேற்றாள். அவளுடைய வரவேற்கும் புன்னகைக்குப் பின்னால் வெளி வேஷத்தின் துர்நாற்றம் பசைபோல ஒட்டியிருந்ததை கூர்மையான உணர்வினால் அறியக் கூடியதாக இருந்தது. பலஆண்டுகளுக்கு முன்னால் அவளைக் கைவிட்டு என் தந்தை அவளுடைய சகோதரியைத் தேர்ந்தெடுத்த கசப்புணர்ச்சியை அவள் மறக்கவே யில்லை. நாளடைவில் என் தலைமையாசிரியைப் பெரியம்மா, காலத்தினால் மறையாத பொறாமையுடன் கனத்த காலடியும் ஊழற்சதையும் கொண்டவள் ஆனாள். அவளுடைய உடலின் துளைகளெங்கும் வெறுப்பின் அடர்ந்த மயிர்கள் முளைத்திருந்தன. விரிந்த கைகளோடு தன் வாத்து நடையில் ஓடிவந்து “அகமது பாய், கடைசியாக வந்துவிட்டீர்கள்! வராமலிருப்பதைவிட காலம்தாழ்த்தி வருவது சிறப்பல்லவா!” என்று முகமன் கூறி வரவேற்ற அவளுடைய சிலந்திபோன்ற தவிர்க்கவியலாத விருந்தோம்பும் பண்பேற்பு, ஒருவேளை என் பெற்றோரையும் ஜமீலாவையும் ஏமாற்றியிருக்கலாம். ஆனால் நான் குழந்தைப்பருவத்திலேயே அவளுடைய கசப்பான கையுறைகள், பொறாமையில் நனைந்த குழந்தைப்பருவ குல்லாய்கள், வெறுப்பினால் விளைந்த பிற குழந்தைப் பொருள்களில் காலத்தைத் தள்ளியவன். மேலும், பழிவாங்கும் உணர்ச்சியில் ஊறியிருப்பது எவ்விதம் இருக்கும் என்பதைத் தெளிவாக நினைவுபடுத்திக்கொள்ள முடிந்தது. வற்றிய சலீமான என்னால், அவள் சுரப்பிகளில் இன்றும் வெளிவந்த பழிவாங்கும் நாற்றத்தை முகரமுடிந்தது. இருப்பினும் என் எதிர்ப்பை வெளியிட முடிய வில்லை. அவளுடைய வெறுப்பின் டேட்சன் காரில் புந்தர் சாலை வழியாக குரு மந்திரில் உள்ள அவள்

வீட்டுக்குச் சென்றோம். முட்டாள் ஈக்கள் போல - காரணம், சிறைப்பட்ட - எங்கள் நிலையை நாங்கள் கொண்டாடினோம்!...

ஆனால் எனக்கு எப்படிப்பட்ட முகரும் புலன்! தொட்டிற் பருவத்திலிருந்து நாம் மணங்களின் குறுகிய பேதங்களை உணருமாறு நிலைப்படுத்தப்படுகிறோம். எனக்கு இதுவரை எந்தப் பொருளையும் முகரும் திறன் இல்லாததால், முகர்வதற்கு உரிய அல்லது விலக்கப்பட்ட பொருள்கள் இன்னவை எனத் தெரியாமல்போயிற்று. ஆகவே எவராவது பின்புறமாகக் காற்றைவிட்டாலும் கண்டுகொள்ளாமல் இருப்பது போன்ற நாகரிகச் செய்கையில் ஈடுபட முடியவில்லை. இதனால் என் பெற்றோர் கொஞ்சம் சிரமத்திற்குள்ளாயினர். ஆனால் ஒரு முக்கியமான வேறுபாடு: மற்றவர்களால் அவர்களுடைய பௌதிகப்புலன் இடம்கொடுக்கும் அளவில்தான் முகர முடியும். ஆனால் என் நிலை வேறு. அவற்றைவிட மிக அதிகமான முகர்-உணர்வுகளைப் பெறும் சுதந்திரம் எனக்குக் கிடைத்திருந்தது.

பாகிஸ்தானில் என் வளரிளம் பருவத்தில் உலகத்தின் இரகசிய மணங்களை அறியக் கற்றுக்கொண்டேன். உதாரணமாக, புதிய காதலின் மூர்க்கமான, விரைந்து மறைகின்ற நறுமணம், வெறுப்பின் ஆழமான, நீடித்த உறைப்பான மணம். (தூய்மையின் நாட்டுக்குள் நான் வந்த சிலகாலத்திலேயே சகோதரி - பாசத்தின் அறுதியான தூய்மையின்மையையும் புரிந்துகொண்டேன். தொடக்கத்திலிருந்தே என் பெரியம்மாவுக்குள் நின்று எரியும் கொள்ளிகளின் வாசம் புலப்பட்டுவிட்டது.)

மூக்கு உங்களுக்கு அறிவைத் தரலாம், ஆனால் நடக்கும் நிகழ்வுகள்மீது ஆதிக்கத்தைத் தராது. என் மூக்குப் பாரம்பரியத்தின் புதிய வெளிப்பாடான ஒரு ஆயுதத்தோடு (இது சரியான வார்த்தையா?) பாகிஸ்தானுக்குள் நான் படையெடுத்தேன். உண்மையை முகர்ந்து அறிவது, காற்றில் என்ன விஷயங்கள் கலந்துவருகின்றன என்பதை அறிவது, தடங்களை முகர்ந்து அறிவது ஆகிய சக்திகளை என் புலன் எனக்கு அளித்தது. ஆனால் படையெடுப்பவனுக்குத் தேவையான ஒரே ஆயுதத்தை (எதிரிகளை வெல்லுகின்ற சக்தியை) அது அளிக்கவில்லை.

பம்பாயாக இல்லாமல் போனதற்குக் கராச்சிமீது எனக்கு வெறுப்பு என்பதை மறுக்கஇயலாது. பாலைவனப்பகுதிக்கும், குட்டையான மாங்க்ரோவ் மரங்கள்முளைத்த வெற்று உப்புநீர்க்கழிகளுக்கும் இடையில் அமைந்திருந்த இந்த நகரம் என்முகத்தைவிட மிகவும் அழகற்றதாக இருந்தது. மிகவேகமாக

வளர்ந்ததால் - அதன் ஜனத்தொகை 1947இல் இருந்ததைப்போல் நான்குமடங்கு ஆகியிருந்தது - ஓர் இராட்சதக் குள்ளனின் உருத்திரிந்த மொத்தைத்தனம் அதற்கு இருந்தது. எனது பதினாறாம் பிறந்த நாளன்று, எனக்கு ஒரு லாம்ப்ரெட்டா ஸ்கூட்டர் பரிசளிக்கப்பட்டது. மறைப்பற்ற எனது வாகனத்தில் நகரத் தெருக்களைச் சுற்றிவந்தேன். சேரிமக்களின் விதிவயப்பட்ட அவநம்பிக்கையின் நாற்றத்தையும், பணக்காரர்களின் அற்பத் திருப்திகொண்ட தற்காப்பின் நாற்றத்தையும் சுவாசித்தேன். சொத்தைக் கவர்தல், மதவெறி ஆகிய நாற்றப்பாதைகளில் உறிஞ்சப்பட்டு, நீண்ட கீழுலகப் பாதையொன்றில் ஈர்க்கப்பட்டேன். அதன் முடிவில் டாய் பீவியின் கதவு இருந்தது. அவள்தான் உலகத்தின் மிக வயதான வேசி. ஆகவே என்னுடனே நான் தப்பிஓடிவந்தேன். என் கராச்சியின் மையத்தில் ஆலியா அசீஸின் வீடு இருந்தது. கிளேடன் சாலையிலிருந்த ஒரு பழைய பெரிய கட்டடம். (அதில் வேறொருவரும் இல்லாமல் அவள் தனியே பல ஆண்டுகள் ஒரு பிசாசைப்போலச் சுற்றிச்சுற்றி வந்திருக்கவேண்டும்.) நிழல்களும் மங்கி மஞ்சள்நிறமுற்ற வண்ணச்சுவர்களும் நிறைந்த இடம். சுவர்களின்மீது மாலைநேரங்களில் உள்ளூர் மசூதி ஸ்தூபி ஒன்றின் நிழல் குற்றம்சாட்டுவதுபோல விழுந்தது.

பல ஆண்டுகள் கழித்து, வித்தைக்காரர்களின் சேரியில் நான் இன்னொரு மசூதியின் நிழலில் நான் வாழ்ந்தேன். அது சிலகாலத்துக்கு, பாதுகாப்பான, தொல்லை தராத நிழலை அளித்தது. ஆனால் கராச்சியில் உருவான மசூதி நிழல்கள் பற்றிய பிம்பம், என் பெரியம்மாவின் குறுகலான, வளைத்துப்பிடிக்கின்ற, குற்றம் சாட்டுகின்ற மணத்தைப்போலவே இருந்தது, அவற்றிலிருந்து நான் விடுபடவேயில்லை. பெரியம்மா எவ்விதமோ காலம் தள்ளினாள், ஆனால் அவளுடைய பழிவாங்கும் செயல் வந்தபோது அடியோடு எங்களை நசுக்குவதாக இருந்தது.

கராச்சி அந்த நாட்களில், கானல்நீர்களின் நகரம். பாலைவனத்தின் ஒரு பகுதியாக முன்பு இருந்ததால், அதன் சக்தியை நகரத்தால் அழிக்கமுடியவில்லை. தார் போட்ட எல்பின்ஸ்டன் சாலையில் பாலைவனச் சோலைகள் தென்பட்டன. காலா புல் - கருப்புப்பாலத்தின் அருகிலுள்ள பள்ளங்களில் கேரவான் நிற்குமிடங்கள் பார்வையில் பட்டன. நான் பிறந்த நகரத்திற்கும் இதற்கும் உள்ள ஒரே ஒற்றுமை, பம்பாயும் ஒரு மீன்பிடிப்பவர்களின் குடியிருப்பாக ஆதியில் தோன்றியது என்பதுதான். மழை யற்ற இந்த நகரத்தில் ஒளிந்திருந்த பாலைவனம், மாயைத்தோற்ற விஷமங்களை

ஏற்படுத்தும் பழையதன்மையைத் தக்கவைத்திருந்தது. அதனால், கராச்சிக்காரர்களுக்கு யதார்த்தத்தின்மீதான பிடிப்பு மிகவும் நழுவலானது, அவர்கள் எது மெய் எது மெய்யல்ல எனத் தெரியாமல் தங்கள் தலைவர்களின் அறிவுரைகளையே நாடினார்கள். மாயையான மணற்குன்றுகள், பழங்கால ராஜாக்களின் பிசாசுகளால் சூழப்பட்ட நகரம் அது, அதேசமயம், அதன் அடித்தளமாக நின்ற மதத்திற்கு இணக்கமாக, அதன் பெயர் 'கீழ்ப்படிதல்' எந்ற அர்த்தமுடையது.

எனது புதிய நகரச் சகோதரர்கள் ஒத்து நடத்தலின் வேகவைத்த மணங்களை வெளிவிட்டனர். கடைசியாக, கொஞ்ச நாட்களேனும், பம்பாயின் ஒத்து நடக்காமையின் வாசனைப்பொருள்களின் மணத்தைச் சுவைத்த எனக்கு அது சோர்வளிப்பதாக இருந்தது. நாங்கள் வந்த சில நாட்களிலேயே, மசூதிநிழல் படிந்த கிளேடன் சாலை வீட்டின் தாங்கவியலாத் தன்மையினால்போலும், என் தந்தை புதிய வீடு ஒன்றைக் கட்டத் தீர்மானித்தார். புதிய வீட்டுவளர்ச்சிப்பகுதியில் வளமான சமூகங்கள் வாழும் பகுதியில் ஒரு மனையை வாங்கினார். பதினாறாம் பிறந்த நாளன்று, சலீமுக்கு லாம்ப்ரெட்டா ஸ்கூட்டர் மட்டும் கிடைக்கவில்லை, தொப்புள் கொடிகளின் இரகசியச் சக்திகள் பற்றியும் அறிந்துகொண்டான் அவன்.

உப்புநீரில் இடப்பட்டு என் தந்தையின் அலமாரி ஒன்றில் பதினாறாண்டுகளாக உட்கார்ந்திருந்த தொப்புள் கொடிக்கு அதற்குரிய நாள் வந்தது. தண்ணீர்ப்பாம்பின் துண்டுபோல ஜாடிக்குள் மிதந்து எங்களுடன் கடல் பிரயாணத்தில் வந்த அது, கடைசியாக கராச்சியின் வறண்ட பூமிக்குள் புதைக்கப்பட்டது. ஒரு காலத்தில் கருப்பைக்கு உணவுதந்து ஊட்டமளித்த அது, இப்போது நிலத்துக்கு அதிசயமானதோர் உயிரைப் பாய்ச்சி, அமெரிக்கப் பாணியிலான நவீன பங்களாவுக்கு உருக்கொடுத்ததா? இந்த விடைதெரியாக் கேள்வியைத் தவிர்க்கிறேன், என் பதினாறாம் பிறந்த நாளன்று, ஆலியா பெரியம்மா உள்ளிட்ட என் குடும்பம் கோரங்கி சாலையிலுள்ள எங்கள் மனையில் குழுமியது. வேலைக்காரர்களின் கண்கள் மற்றும் முல்லா ஒருவரின் தாடி பார்வையிட, அகமது, சலீமிடம் ஒரு மண்வெட்டியைக் கொடுத்தார். நான் அதை மண்ணில் செலுத்திக் கட்டுமானப் பணியைத் தொடங்கிவைத்தேன்.

“புதிய தொடக்கம்” என்றாள் ஆமினா. “இன்ஷா அல்லா, நாமெல்லோரும் இங்கே புதிய மனிதர்களாவோம்.” அவளுடைய மேன்மையான, ஆனால் அடையமுடியாத ஆசையினால் ஈர்க்கப்பட்டு, ஒரு வேலையாள் நான் பறித்த பள்ளத்தைப் பெரி

தாக்கினான். இப்போது அந்த ஊறுகாய் ஜாடி வந்தது. தாகமான நிலத்தில் உப்புநீர் ஊறியது. மீதியிருந்த பொருளுக்கு முல்லாவின் ஆசி கிடைத்தது. அது என்னுடையதா? சிவாவினுடையதா? நிலத்தில் புதைக்கப்பட்டது. உடனே ஒரு வீடு வளரலாயிற்று. இனிப்புகளும் குளிர்பானங்களும் பரிமாறப்பட்டன. முல்லாவுக்கு இருந்த குறிப்பிடத்தக்க பசியில் அவர் முப்பத்தொன்பது லட்டுகளைத் தின்றார். அகமது சினாய் ஒரு தடவைகூட செலவு பற்றிக் குறிப்பிடவேயில்லை. புதைக்கப்பட்ட தொப்புள் கொடியின் வேகம் பணியாளர்களுக்கு உத்வேகம் அளித்தது. ஆனால் வாணங்கள் ஆழமாகப் பறிக்கப்பட்டபோதிலும், நாங்கள் வசிக்கமுற்படுவதற்கு முன்னால் வீடு நொறுங்கி விழுவதை அவை தடுக்கப்போவதில்லை.

தொப்புள் கொடிகள் பற்றி என் யூகம்: அவற்றிற்கு வீடுகளை வளர்க்கும் திறன் இருந்தாலும், பிறவற்றைவிடச் சில, தங்கள் வேலையை நன்றாகச் செய்தன. கராச்சி நகரம் இந்தக்கருத்தை உறுதிப்படுத்தியது. ஒவ்வொரு வீடும் ஒவ்வாத தொப்புள் கொடிக்குமேல் கட்டப்பட்டிருந்தது. ஆகவே எங்கும் விகாரமான வீடுகள் - போதிய உயிரூட்டமற்ற வளராத கூனல் பிறவிகள். காணக்கூடிய ஜன்னல் எதுவும் இல்லாமல் குருடாக இரகசியமாக வளர்ந்த வீடுகள். வானொலிப்பெட்டிகள் போலவோ குளிர்சாதனப் பெட்டிகள் போலவோ சிறை அறைகள் போலவோ தோற்றமளித்த வீடுகள். உச்சியில் கனத்த பைத்தியக்காரத்தனமான வீடுகள். அவை குடிகாரர்களைப்போல ஒழுங்கான நேரப்படி விழுந்தன. பைத்தியக்கார வீடுகளின் காட்டுத்தனமான பெருக்கம். வாழும் இடங்களெனப் போதாமை கொண்டவை. அதைவிட அவற்றின் விகாரம் அதீதமாக இருந்தது. நகரம், பாலைவனத்தை மறைத்தது. ஆனால் புதைக்கப்பட்ட தொப்புள் கொடிகளோ, மண்ணின் வளமின்மையோ, அதை விகாரமாக வளரவைத்திருந்தது.

கண்கள் மூடியிருக்கும்போதே மகிழ்ச்சி - சோகம் இவற்றின் மணங்களையும், புத்திக்கூர்மையையும் முட்டாள்தனத்தையும் நுகர்ந்தறியச் சக்திபெற்றவனாக, வளரிளம் பருவத்தவனாகக் கராச்சிக்கு வந்தேன். ஆனால் துணைக்கண்டத்தின் புதிய தேசங்களையும், என் குழந்தைப்பருவத்தைக் கைவிட்டுவந்ததையும் புரிந்துகொண்டேன். எங்கள் எல்லோருக்குமே வளர்ச்சியின் வலியும், குரல்களின் மாற்றங்களும் காத்திருந்தன. வற்றுதல், என் அகவாழ்க்கையைத் தணிக்கை செய்தது. ஆனால் தொடர்பின் உணர்வு எனக்குள் வற்றாமல் இருந்தது.

சல்மான் ருஷ்தீ | 511

சலீம் பாகிஸ்தான்மீது ஒரு மீக்கூர்மை முகர்திறன்கொண்ட மூக்கோடு படையெடுத்தான். ஆனால், மோசம், தவறான திசையிலிருந்து அந்தப் படையெடுப்பு நடந்தது. அந்தப்பகுதி மீது இதுவரை நடந்த படையெடுப்புகள் எல்லாம் வடக்கிலிருந்து நிகழ்ந்தவை. ஆக்கிரமிப்பாளர்கள் எல்லாரும் நிலத்தின் வழியாகவே வந்தனர். வரலாற்றின் காற்றுக்கு எதிராக அறியாமையினால் நான் கராச்சியைத் தவறாகத் தென்மேற்கு திசையிலிருந்து, அதுவும் கடல்வழியாகப் படையெடுத்தேன். ஆகவே தொடர்ந்து நிகழ்ந்தவை எனக்கு ஆச்சரியமளிக்கவில்லை. பின்னோக்கிய பார்வையில், வடக்கிலிருந்து படையெடுப்பதன் ஆதாயங்கள் தெள்ளத்தெளிவாகவே தெரிகின்றன.

வடக்கிலிருந்துதான் உமையாது வம்ச தளபதிகள் வந்தார்கள், ஹஜாஜ்பின் யூசுப், முகமது பின் காசிம்; பிறகு இஸ்மைலிகள். (ஹனிமூன் லாட்ஜ்: அங்கே அலி கான் (பாகிஸ்தானில் ஓர் இளவரசன் - மொ.பெ.) ரீட்டா ஹேவொர்த்துடன் (1940களின் பிரபல ஹாலிவுட் நடிகை) வந்தானாம், தொப்புள்கொடி புதைக்கப்பட்ட எங்கள் மனையைப் பார்த்தானாம். அந்தத் திரைப்பட நடிகை, மனைப்பகுதியில் ஹாலிவுட்டின் புகழ்பெற்ற, சல்லாத்துணிபோன்ற, மிகக்குறைந்த உடைகளில் சுற்றி வந்தபோது, பெரிய புரளியையே கிளப்பிவிட்டாளாம்.) அட, தவிர்க்கவியலாத வடக்கின் மேன்மையே! இந்தச் சிந்துச் சமவெளிமீது கஜினி மஹமூது எந்த திசையிலிருந்து படையெடுத்தான்? ஸ் - இன் மூன்று வடிவங்களைக் கொண்ட ஒரு மொழியையும் (அராபிய மொழி - மொ.பெ.) தன்னுடன் கொண்டுவந்தானாம். தவிர்க்க முடியாத விடை - ஸெ, ஸின், ஸ்வாத். (இவை ஒரே எழுத்தின் மூன்றுவித உச்சரிப்புகளாம் - மொ.பெ.) இவை வடக்கின் குறுக்கீடுகள்.

பிறகு, தில்லியில் கஜ்னாவிதுகளை (அடிமை வம்சத்தை) தூக்கி எறிந்து சாம் குரி காலிபா ஆட்சியை நிறுவினான். சாம் குரியின் (முகமது கோரி - மொ.பெ.) மகனும் தெற்குநோக்கி முன்னேறினான். பிறகு துக்ளக், முகலாய மன்னர்கள்... என் கருத்தைச் சொல்லிவிட்டேன்: சிந்தனைகளாக இருப்பினும், படைகளாக இருப்பினும் வடக்கின் உயரத்திலிருந்துதான் தெற்குநோக்கிப் பரவின. சிகந்தர் - பட் - சிகான், பிரபல சிலையுடைப்பாளன், காஷ்மீரப் பள்ளத்தாக்கில் 14ஆம் நூற்றாண்டில் ஒரு இந்துக் கோயில்கூட இல்லாமல் உடைத்தான். (என் தாத்தாவுக்கு முன்னோடி.) மலைப்பகுதியிலிருந்து ஆற்றுப்பகுதிக்கு வந்தான். ஐநூறு ஆண்டுகளுக்குப் பிறகு சையது அகமது பரில்வியின்

முஜாஹிதீன் இயக்கமும் வழக்கமான பாதையில்தான் இயங்கியது. பரில்வியின் கருத்துகள் - சுய மறுப்பு, இந்து-வெறுப்பு, புனிதப்போர்... தத்துவங்களும் அரசுகளும் (சுருக்கமாக) எனக்கு எதிர்த்திசையிலிருந்துதான் வந்தன.

சலீமினுடைய பெற்றோர் நாம் இனிமேல் புதிய மக்களாக வேண்டும் என்று சொன்னார்கள். தூய்மையின் நாட்டில், தூய்மை எங்கள் லட்சியமாயிற்று. ஆனால் சலீம் என்றென்றைக்கும் பம்பாய்த்தன்மையால் கறைபட்டிருந்தான். அவன் தலைக்குள் அல்லாவின் மதத்தையன்றி வேறுபல மதங்கள் இருந்தன. (இந்தியாவின் முதல் முஸ்லிம்களான கேரளாவின் மாப்பிள்ளைகள் - வியாபாரச் சமூகம்.) மக்களைவிட அவர்களின் தெய்வங்கள் அதிகமாக இருந்த ஒரு நாட்டில் நான் இதுவரை வாழ்ந்தவன். ஆக சிறிய இடத்தில் அடைபட்டிருப்பதன் பயம்கொண்ட (கிளாஸ்டிரோஃபோபிக்) தெய்வங்களின் கும்பலை எதிர்த்த ஒரு அடிமனத்தின் கலகமாக, என் குடும்பம் வியாபாரத்தின் ஒழுக்கத்தைத் தழுவிக் கொண்டதே ஒழிய, மதத்தை அல்ல.)

சலீமின் உடம்பும் தூய்மையின்மையைக் குறித்த ஆதரவைத்தான் தெரிவித்தது. மாப்பிள்ளைமார்கள் மாதிரி நான் ஒரு பொருந்தாதவனாகச் சபிக்கப்பட்டவன். ஆனாலும் நான்கூட, என் தவறான செயல்களிலிருந்து தூய்மைப்படுத்தப்பட்டேன்.

என் பதினாறாம் பிறந்தநாளுக்குப் பிறகு, என் பெரியம்மா ஆலியாவின் கல்லூரியில் நான் வரலாறு படித்தேன். ஆனால், நள்ளிரவின் குழந்தைகளிலிருந்து நீக்கப்பட்டபிறகு, கல்வி கூட என்னை இந்த நாட்டின் ஒரு பகுதியாகக் கருதவைக்க முடியவில்லை. என் சக மாணவர்கள் பாகிஸ்தான் இன்னும் திடமான இறுக்கமான இஸ்லாமிய நாடாக வேண்டுமென்று ஊர்வலம் சென்றார்கள். பூமியின் பிற எல்லாப் பகுதிகளிலும் காணப்படும் மாணவர்கள் விதிகளை எதிர்த்தவர்கள் என்றால், தாங்கள் அதற்கு எதிர்த்தன்மை கொண்டவர்கள் என்பதை (இஸ்லாமில்)விதிகள் மிகுதியாக வேண்டும் என்ற கோரிக்கை வாயிலாக நிரூபித்தார்கள். ஆனால் என் பெற்றோர் வேர்களை மறுக்க உறுதி கொண்டவர்கள். அயூப் கானும் புட்டோவும் சீனாவுடன் உடன்படிக்கை செய்துகொண்டனர். (அண்மைக்காலம் வரை அது எங்களுக்கு எதிரியாக இருந்த நாடு) அகமதுவும் ஆமினாவும் தங்கள் புதிய வீட்டைப் பற்றி எந்த விமரிசனத்தையும் ஏற்பவர்கள் அல்ல. என் தந்தை ஒரு டவல் தொழிற்சாலையை வாங்கினார்.

சல்மான் ருஷ்தீ | 513

இந்த நாட்களில், என் பெற்றோரைச் சுற்றி ஒரு புதிய ஒளி இருந்தது. ஆமினா தன் குற்றவுணர்ச்சி இருளிலிருந்து விடுபட்டுவிட்டாள். அவளுடைய கால் கரணைகள் தொல்லை தரவில்லை. அகமது, மேலும் வெள்ளையானாலும், அவருடைய இடுப்புப் புற உறைவு, தன் மனைவிமீது புதிதாக ஏற்பட்ட காதலில் குறைந்துவிட்டது. சில காலை நேரங்களில் ஆமினாவின் கழுத்துப் புறங்களில் பல் அடையாளங்கள் இருந்தன, சிலசமயங்களில் பள்ளிக்கூடப் பெண்போலக் கட்டுப்பாடின்றிச் சிரித்தாள். "மெய்யாகவே நீங்கள் இரண்டுபேரும் தேன்நிலவுத் தம்பதிகள் போல இருக்கிறீர்கள்" என்றாள் ஆலியா. ஆனால் இந்த நேசவார்த்தைகள் வரும்போது ஆலியாவின் மனத்திற்குள் என்ன இருந்தது என்று எனக்குத் தெரியும். அகமது சினாய், தன் தொழிற்சாலை டவல்களுக்கு ஆமினா பிராண்டு என்றே பெயர் வைத்தார்.

"இந்தப் பணக்காரர்கள் யார்? யார் இந்த தாவூதுகள், சாய்கோல்கள், ஹாரூன்கள்?" என்று பாகிஸ்தானின் மிகப்பெரிய பணக்காரர்களை மிக வேடிக்கையாகத் தூக்கி எறிந்தார் அகமது. "யார் இந்த வாலிகாக்கள், ஜுல்பிகர்கள்? ஒரு நொடியில் நான் பத்துப்பேரை ஒன்றாகச் சாப்பிடுவேன். பார், நீ" என்றார். இரண்டு வருஷங்களில் இந்த உலகமே ஆமினா பிராண்டு டவல்களால்தான் உடம்பைத் துடைத்துக் கொள்ளப் போகிறது. தாவூதுகளும் ஜுல்பிகர்களும் வந்து "உங்கள் இரகசியம் என்ன" என்று கேட்கப்போகிறார்கள். ஆனால் இரகசியம், தொழில்முறையில் இல்லை, அன்புதான் எல்லாவற்றையும் கைக்கொண்டது. (என் தந்தையின் பேச்சில், இன்னும் பற்றிக்கொண்டிருக்கும் மகிழ்நோக்கு வைரஸின் விளைவுகளைக் கண்டேன்.)

சுத்தத்தின் பெயரால் ஆமினா பிராண்டு (....இன் இடத்தில்) உலகத்தைக் கைக்கொண்டதா? வாலிகாக்களும் சாய்கோல்களும் அகமது சினாயிடம், "கடவுளே, நாங்கள் முடங்கிவிட்டோம், எப்படி சாதித்தீர்கள் இதை" என்று கேட்க வந்தார்களா? என் தந்தையே உருவாக்கிய டவல் வகைகள் - சற்றே பகட்டானவைதான், இருந்தாலும் - உயர் வான தன்மை கொண்ட டெரிதுணிகள் - அன்பில் பிறந்தவை - பாகிஸ்தானிகளுடைய ஈரத்தையும், பிற ஏற்றுமதி மார்க்கெட்டுகளையும் துடைத்துவிட்டனவா? ரஷ்யர்களும் ஆங்கிலேயர்களும் அமெரிக்கர்களும் என் அம்மாவின் அழியாத பெயர்கொண்ட டவல்களைச் சுற்றிக்கொண்டார்களா?...ஆமினா

பிராண்டின் கதை சற்றே இருக்கட்டும், ஏனென்றால் பாடகி ஜமீலாவின் கதை இப்போது உயரப்போகிறது.

கிளேடன் சாலையிலிருந்த மசூதிநிழல் விழுந்த வீட்டுக்கு பஃப்ஸ் மாமா வந்தார். அவருடைய நிஜமான பெயர் (ஓய்வு பெற்ற) மேஜர் அலாவுதீன் லத்தீப். "என் நல்ல நண்பன் ஜெனரல் ஜுல்பிகரிடமிருந்து ஜமீலாவின் குரலைப்பற்றி அறிந்தேன்... அவனும் நானும் நாற்பத்தேழில் எல்லைக்காவல் படையில் ஒன்றாக இருந்தோம்." ஆலியா அசீஸின் வீட்டுக்கு அவர் வந்தது ஜமீலாவின் பதினைந்தாம் பிறந்த நாளுக்குச் சில நாட்கள் கழித்து. சந்தோஷமாக உருண்டு புரண்டு தன் தங்கப் பற்கள் எல்லாவற்றையும் காட்டிச் சிரித்தவாறு வந்தார். "நான் ரொம்ப எளிமையானவன்... நம் புகழ் பெற்ற ஜனாதிபதி போல" என்றார். "என் காசை பத்திரமான இடத்தில் வைத்திருக்கிறேன்" (தங்கப்பற்களாக - மொ.பெ.) என்றார். நம் புகழ்பெற்ற ஜனாதிபதிபோல அவர் தலையும் முழு உருண்டையாக இருந்தது. ஆனால் அயூப் கானுக்கு மாறாக, அவர் இராணுவத்தை விட்டு காட்சி வர்த்தகத்துக்கு வந்துவிட்டார். என் அப்பாவிடம், "நான்தான் பாகிஸ்தானின் நம்பர்ஒன் கேளிக்கைக்காரன்" என்றார். "நிகழ்ச்சிகளை ஒழுங்குசெய்வதோடு சரி, பழைய இராணுவப் பழக்கம், போகவில்லை" என்றார்.

அவருக்கு ஒரு கோரிக்கை. ஜமீலா பாடுவதைக் கேட்க வேண்டுமென்று விரும்பினார். "நான் கேள்விப்பட்டது போல அவள் ரெண்டு சதவீதம் இருந்தால், நான் அவளைப் புகழ்பெறச் செய்து விடுவேன். ஓர் இரவுக்குள். நிச்சயமாக. தொடர்புகள். எல்லாம் தொடர்புகள்தான். தொடர்புகளும் ஒழுங்குசெய்வதும்தான். உங்கள் உண்மையான மேஜர் (ஓய்வுபெற்ற) லத்தீப்பின் பந்தயம். அலாவுதீன் லத்தீப்" என்று தங்கப்பற்கள் பளிச்சிட, அகமது சினாயிடம் வலியுறுத்தினார். "அலாவுதீன் கதை உங்களுக்குத் தெரியும்தானே? நான் என் பழைய விளக்கைத் தேய்க்கிறேன், பூதம் வெளிக்கிளம்பி புகழையும் செல்வத்தையும் கொண்டுவருகிறது. உங்கள் பெண்ணுக்கு அதிர்ஷ்டம் வந்திருக்கிறது. பெரிய அதிர்ஷ்டம்."

அகமது சினாய் தன் மனைவியை நேசிப்பவராக இருந்தது, ஜமீலாவின் லட்சக்கணக்கான விசிறிகளுக்கு அதிர்ஷ்டம். சந்தோஷத்தினால் மென்மை அடைந்திருந்ததால் அவர் மேஜர் லத்தீப்பை அந்த இடத்தைவிட்டு விரட்டாமல் விட்டார். தங்கள் மகளுடைய திறமை மிக அசாதாரணமானது, ஆகவே ஒளித்துவைப்பதற்கு உரியதன்று என்ற முடிவுக்கு என் பெற்றோர்

ஏற்கெனவே வந்துவிட்டார்கள் என்று நான் இன்று நம்புகிறேன். அவளுடைய தெய்வீகக் குரலின் மயக்கம் அவர்களுக்கு திறமையின் தவிர்க்க இயலாத கட்டளைகளை போதித்துவிட்டது. ஆனால் அகமதுவுக்கும் ஆமினாவுக்கும் ஒரு கவலை: அகமது சொன்னார், “எங்கள் மகள் ஒரு நல்ல குடும் பத்தைச் சேர்ந்தவள்.” பெற்றோர் இருவரில் அவர் கொஞ்சம் பழமைத்தனம் வாய்ந்தவர், அது வெளியே தெரியாது. “அவளை நீங்கள் மேடையில் ஏற்ற முனைகிறீர்கள். எத்தனை எத்தனை பேர் அவளைப் பார்...” மேஜர் தான் அவமானப்பட்டதாக உணர்ந்தார்.

“சார், என்னை என்ன அறிவில்லாதவன்னு நெனைச்சிட்டீங்களா? எனக்கும் பொண்குழந்தைங்க இருக்கிறாங்க சார். ஏழு பொண்ணுங்க. கடவுளுக்கு நன்றி. அவங்களுக்காக ஒரு டிரேவல் ஏஜென்சி ஏற்படுத்திக் குடுத்திருக்கிறேன். அவங்க தொலைபேசியிலதான் பிசினஸ் பண்ணறாங்க. ஒரு அலுவலகத்திலயும் மத்தவங்க முன்னாலே உட்கார விடமாட்டேன். அந்த இடத்திலே அதுதான் மிகப் பெரிய டெலிபோன் டிரேவல் ஏஜென்சி, தெரியுமா?”

“நாங்க ரயில் ஓட்டறவங்கள இங்கிலாந்துக்கு அனுப்பறோம். பஸ்காரங்களையும்தான்” என்று கூறியவர், வேகமாக, “உங்க பொண்ணையும் என் பொண்ணுங்க போல கவுரவத்தோட கவனிச்சுக்குவேன்” என்றார். “இன்னும் அதிகமாவே. ஏன்னா அவ ஸ்டார் ஆகப்போறா.”

மேஜர் ஸத்தீப்பின் மகள்கள், சானா, ரஃபியா, இன்னும் பிற ஐந்து அஃபியாக்களுக்கு என் தங்கையினுள்ளிருந்த குரங்கு, ‘பஃபியாக்கள்’ என்று பெயர்வைத்தது. அவர்களுடைய அப்பாவுக்கு ‘பஃபியா அப்பா’ என்று முதலில் பெயர் வைத்து, பிறகு மரியாதையாக ‘அங்கிள் பப்ஸ்’ என்று வைத்தாள். அவர் தன் வாக்கைக் காப்பாற்றினார். ஆறே மாதங்களில் ஜமீலாவுக்கு பாட்டுரிகார்டுகள் வெளிவந்தன, அவளைப் போற்றுபவர்கள் லட்சக்கணக்கில். எல்லாம் - ஒரு கணத்தில் தெரிவிக்கிறேன், அவளுடைய முகத்தை வெளிக்காட்டாமலே.

பஃப்ஸ் அங்கிள் எங்கள் வீட்டில் ஓர் இணைப்புப்போல ஆகிவிட்டார். கிளேடன் சாலை வீட்டுக்குப் பெரும்பாலான மாலைநேரங்களில் வந்தார். அது பழைய காக்டெயில் நேரம். அவர் மாதுளைச் சாறு குடித்துவிட்டு, ஜமீலாவை ஏதாவது பாடச் சொல்வார். மிக இனிமையான பெண்ணாக வளர்ந்து வந்த அவள், அவருடைய வேண்டுகோளை எப்போதும் ஏற்றுக்கொள்வாள்... பிறகு தொண்டையில் ஏதோ அடைத்துக் கொண்டதுபோல

கனைத்துக்கொள்வார், நான் திருமணம் செய்துகொள்வதைப்பற்றி ஜோக் அடிப்பார். "நீ கல்யாணம் பண்ணிக்கற வயசாச்சு யங்மேன். நல்ல மூளையும், மோசமான பல்லும் உள்ள பெண்ணாப் பார்த்து கல்யாணம் பண்ணிக் கோ. உனக்கு ஒரு நண்பியும், பாதுகாப்புப் பெட்டியும் ஒண்ணாக் கிடைச்ச மாதிரி" என்று அவர் சொல்லும்போது இருபத்துநாலு கேரட் தங்கம் கண்ணைப் பறிக்கும். தன் மகள்கள் எல்லோருமே இந்த விவரிப்புக்குப் பொருந்தினார்கள் என்று அவர் சொல்லுவார்... ஒருபாதிதான் இதில் ஜோக் என்று புரிந்துகொண்ட நான் "ஓ அங்கிள் பஃப்ஸ்" என்று கத்துவேன். அவருக்கு இந்தப் பெயர் தெரியும். அதை விரும்பவும் செய்தார். என் தொடைமேல் அடித்து, "உன்னைப் பிடிக்கமுடியாதுன்னு நெனைக்கறியா? நீ என் பொண்ணுல ஒருத்தியக் கல்யாணம் பண்ணிக்கோ, நான் அவ பல்லுங்க எல்லாத்தையும் பிடுங்கி எடுத்துடறேன். அவளைக் கல்யாணம் பண்ணிக்கற சமயத்தில, வரதட்சிணையா, பல லட்சம் டாலர் கிடைக்கும்" என்பார். இந்தச் சமயத்தில் பேச்சை மாற்ற என் அம்மா முயற்சி செய்வாள். எவ்வளவுதான் தங்கப் பல்லாகக் கட்டிக் கொடுத்தாலும் அவள் அங்கிள் பஃப்பின் எண்ணத்தை ரசிப்பதாக இல்லை.

முதல்முதல்நாள் மாலை அன்று, (பிறகும் பல முறை,) ஜமீலா மேஜர் அலாவுதீன் லத்தீப்புக்காகப் பாடினாள். அவளுடைய குரல் ஜன்னலின் வழியே வெளிப் பாய்ந்து மக்கள் நெரிசலை அமைதிப்படுத்தியது. பறவைகள்கூட கீச்சிடுவதை நிறுத்தின. தெருவில் எதிர்வாடையில் இருந்த ஹாம்பர்கர் கடையில் ரேடியோவை நிறுத்திவிட்டார்கள். தெருவில் மனிதர்கள் எல்லாரும் நின்றுவிட்டார்கள், என் தங்கையின் குரல் அவர்களைத் தழுவிச் சென்றது... அவள் பாட்டை நிறுத்தியபோது அங்கிள் பஃப்ஸ் கண்ணீர்விட்டுக்கொண்டிருந்தார்.

"பொக்கிஷம்" என்றார் அவர், கண்களைத் துடைத்துக்கொண்டே. "சார், மேடம், உங்க பொண்ணு ஒரு அரிய பொக்கிஷம். ரொம்ப உசத்தி. நான் ரொம்ப அற்பமாயிட்டேன். தங்கப் பல்லைக் காட்டிலும் தங்கமான குரல் ரொம்ப உசத்தின்னு உங்க பொண்ணு காட்டிட்டா."

ஜமீலாவின் புகழ் பரவி, அவள் பொதுக்கச்சேரிகளில் ஈடுபட்டாக வேண்டும் என்ற நிலை ஏற்பட்டது. அவளுக்குக் கார் விபத்தில் உருச் சிதைவு ஏற்பட்டுவிட்டது என்று ஒரு வதந்தியைப் பரப்பினார் அங்கிள் பஃப்ஸ். அவளை முற்றிலும் மறைக்கக்கூடிய ஒரு பட்டுத்திரை ஏற்படுத்தினார். அதில் தங்கஇழைகளால் சித்திர

வேலை செய்யப்பட்டிருந்தது. மத சம்பந்தமான எழுத்துகளும் பொறிக்கப்பட்டிருந்தன. அந்தத் திரைக்குப் பின் அவள் அடக்கமாக உட்கார்ந்து மேடைக்கச்சேரிகள் செய்தாள். அந்தத் திரையையும் கால் முதல் தலைவரை முழுவதும் போர்த்திக்கொண்டிருந்த சதைப்பிடிப்பான, சோர்வற்ற இரண்டு உருவங்கள் பிடித்தனர். அதிகாரபூர்வமாக, அவர்கள் ஜமீலாவின் வேலைக்காரிகள் என்று கருதப்பட்டது. ஆனால் புர்க்காவின் ஊடாக அவர்கள் ஆணா பெண்ணா என அறிவது கடினம்.

திரையின் மத்தியில் மேஜர் ஒரு வட்டமான ஓட்டையைச் செய்திருந்தார். விட்டம் மூன்று அங்குலம். சுற்றிலும் தங்க இழையால் பூவேலை செய்திருந்தது. இப்படியாக எங்கள் குடும்பவரலாறு மறுபடியும் ஒரு தேசத்தின் விதியோடு சம்பந்தப்பட்டது. ஜமீலா தன் உதடுகளை அந்தத் தங்க இழையிட்ட ஓட்டையில் பொருத்திப் பாடியபோது, ஒரு ஓட்டையிட்ட விரிப்பின் வழியாகப் பார்க்கமுடிந்த பதினைந்து வயதுப்பெண்மீது பாகிஸ்தானே காதல் கொண்டது. அவளுடைய புகழுக்கு, விபத்து என்கிற வதந்தியும் உதவி செய்தது. அவளுடைய கச்சேரிகளின்போது கராச்சியின் பாம்பினோ தியேட்டரிலும், லாகூரின் ஷாலிமார் பாக்கிலும் கூட்டம் நிரம்பிவழிந்தது. முன் நிகழ்வின் விற்பனைப் பதிவை அவளுடைய அடுத்த நிகழ்வின் அளவுகள் முறியடித்தன. அவள் பாகிஸ்தானின் பொதுச் சொத்தாக மாறி, பாகிஸ்தானின் தேவதை, தேசத்தின் குரல், புல்புல் - ஏ - தீன் (மதத்தின் பாடும்பறவை) என்றெல்லாம் போற்றப் பட்டாள். ஒரு வாரத்தில் அவளுக்கு ஆயிரத்தொரு திருமண வேட்புக் கடிதங்கள் வந்தன. தேசம் முழுவதற்கும் பிடித்தவளாக மாறியதால் எங்கள் குடும்பத்தில் அவள் இடம் குறைந்தது. புகழின் இருவிதக் கிருமிகளுக்கும் அவள் ஆட்பட்டாள். முதல் கிருமி, பொது பிம்பத்திற்கு அவளை பலியாடாக்கியது. விபத்து வதந்தியினால் அவள் எல்லாச்சமயங்களிலும் பொன் - வெண்ணிற புர்க்கா அணியவேண்டிவந்தது. ஆலியாவின் பள்ளியிலும்கூட. அவள் அதில் தொடர்ந்து படித்துவந்தாள். இரண்டாவது கிருமி, நட்சத்திரப் பதவியின் பக்க விளைவுகளான சுயத்தின் மிகைப்படுத்தல்கள், எளிமைப்படுத்தல்களில் தள்ளியது. அதனால் அவளுக்குள் ஆதிக்கம் செலுத்தத் தொடங்கியிருந்த குருட்டுத்தனமான, குருட்டை ஏற்படுத்துகின்ற மதவிசுவாசம், சரியென்றோ தப்பென்றோ சொல்லவியலாத தேசியம் ஆகியவை பிற எல்லாவற்றின் இடத்தையும் பிடித்துக்கொண்டன. பிராபல்யம் அவளைப் பொன்கூண்டுக்குள் சிறைப்படுத்தியது. தேசத்தின்

மகள் என்ற புதிய புகழை அவள் அடைந்ததால், அவளுடைய ஆளுமையும் தன் இளமைப்பருவத்துக்குரிய குரங்குஆண்டுகளில் நடந்துகொண்டதைப்போல நடக்க இயலாமல், தேசிய ஆளுமை ஒன்றின் கரகரப்பு ஒலிகளுக்குள் தள்ளப்பட்டது.

தொடர்ந்து பாகிஸ்தான்குரல் வானொலியில் பாடகி ஜமீலாவின் குரல் ஒலித்தவாறே இருந்தது. எனவே நாட்டின் கிழக்கு, மேற்குப்புற கிராமங்களில் அவள் ஒரு மீமனுஷி ஆகிவிட்டாள். களைப்பின்றி, தன் நாட்டு மக்களுக்காக அல்லும் பகலும் விடாமல் பாடும் தேவதையானாள். அகமது சினாய்க்குக் கொஞ்சநஞ்சமிருந்த சில சந்தேகங்களையும் அவளுடைய பெரிய அளவிலான பணச்சம்பாதிப்பு போக்கி விட்டது. (அவர் ஒருகாலத்தில் தில்லிக்காரராக இருந்தாலும், பின்னர் இதயத்தில் முழு பம்பாய் முஸ்லிம் ஆகிவிட்டார் - எல்லாவற்றிற்கும் உயர்வாகப் பணத்தை வைத்துப் பார்க்கத் தொடங்கிவிட்டார்.) அவர் அடிக்கடி என் தங்கையிடம் சொல்லலானார்: "பார், மகளே! வரம்புமீறாமை, தூய்மை, கலை, நல்ல பிசினஸ் - இவையெல்லாம் ஒன்றாகவே அமையமுடியும். இதைக் கண்டுகொள்ள உன் வயதான தகப்பனால் முடிந்தது." ஜமீலாவும் இனிமையாகச் சிரித்து அதை ஏற்றுக்கொண்டாள். கரடுமுரடான வளரும் பருவத்திலிருந்து மெலிந்த, சாய்ந்து நோக்குகின்ற, பொன்னிற மேனி உடைய அழகியாக மாறிவிட்டாள். அவள் கூந்தல் தானே அதன்மீது உட்காரும் அளவு நீளமாக இருந்தது. அவளுடைய மூக்கும் அழகாக இருந்தது. "என் குடும்பத்து உருவ குணங்கள் என் மகளிடம் வெளிப்படுகின்றன" என்று பஃபீப்ஸ் அங்கிளிடம் பெருமை யாகச் சொன்னார்.

பஃபீப்ஸ் அங்கிள் என்மீது கேள்விதொடுப்பதுபோன்ற, இக்கட்டான பார்வை ஒன்றை வீசிவிட்டு தொண்டையை கனைத்துக் கொண்டார். "ரொம்ப அழகான பெண் சார்" என்றார், "ரொம்ப உயர்வு." என் தங்கை காதில் எப்போதும் கைதட்டல் ஒலி கேட்டுக்கொண்டேயிருந்தது. இப்போது கதையாகிவிட்ட, புகழ்பெற்ற பாம்பினோ தியேட்டரில் பாடிய முதல் நிகழ்ச்சியில், "வாஹ் வாஹ்" என்ற சத்தங்கள் எங்கெங்கும். (அங்கிள் பஃபீப்ஸ் எங்களுக்கு அளித்த தனியான இருக்கைகளில் அவருடைய முகத்திரைமூடிய ஏழு பஃபியாக்களோடு உட்கார்ந்திருந்தோம் - அரங்கிலேயே மிகச் சிறந்த இருக்கைகள் இவைதான் - அப்போதும் அவர் சும்மா இல்லாமல், என் விலாவில் குத்தி, "பையா, உனக்குப் பிடித்தவளைத் தேர்ந்தெடுத்துக்கொள். வரதட்சிணை, கவனம்

வைத்துக்கொள்" என்றார், நான் வெட்கத்துடன் அரங்கையே பார்த்துக் கொண்டிருந்தேன்.) அந்தப் பாராட்டுச் சத்தங்கள் சமயங்களில் ஜமீலாவின் குரலைவிட உரத்தும் கேட்டன. நிகழ்ச்சிக்குப் பிறகு பின்னரங்கில் ஜமீலாவை புஷ்பவெள்ளத்தில் மூழ்கடித்துவிட்டார்கள். புதிய மணமிக்க கற்பூரத்தோட்டத்தில் மலர்ந்து கொண்டிருந்த தேசத்தின்பாடகியை நாங்கள் பார்க்க மக்கள் வெள்ளத்தில் நீந்திச் சென்றபோது அவள் ஏறத்தாழ மயக்கம் அடைந்த நிலையில் இருந்தாள் - களைப்பினால் அல்ல, அறையில் அவளைப் பாராட்டிய மிகச் சக்திவாய்ந்த பூக்களின் இனிய நறுமணத்தில் மூழ்கி. என் தலையும் சுற்றுவதுபோல உணர்ந்தேன். கடைசியாகப் பெரிய கூடைகளில் அந்தப் பூக்களை வாரி அங்கிள் பஃப்ஸ் "பூமழை சரிதான், ஆனா பாரு, தேசத்தினுடைய கதாநாயகிக்குக்கூட காத்து வேணுமில்லையா" என்று கத்திக்கொண்டே திறந்திருந்த ஜன்னலின் வழியாக வெளியே கொட்டினார். மிகப் பெரிய பாராட்டு.

அன்றுமாலை, பாடகி ஜமீலா ஜனாதிபதியின் மாளிகைக்கு, மிளகுச் சிமிழ்களின் படைத்தலைவருக்காகப் பாடுவதற்கு அழைக்கப்பட்டாள். அவள் குடும்பத்தினரும்தான். வெளிநாட்டுப் பத்திரிகைகளில் கள்ளப்பணம், ஸ்விஸ் வங்கிக் கணக்குகள் என்றெல்லாம் வந்த செய்திகளைப் புறக்கணித்துவிட்டு, நாங்கள் நன்றாகத் தேய்த்துக் குளித்துப் பிரகாசமானோம். பஃப்ஸ் அங்கிள் தனது தங்கப் பற்களுக்கு இன்னும் அதிகமாக பாலிஷ் போட்டார். ஒரு பெரிய கூடம். அதில் பாகிஸ்தானுக்கு அடித்தளம் அமைத்த கைத் - இ - ஆஜம் ஆன முகமது அலி ஜின்னா, அவருக்குப் பின் தொடர்ந்த, அவரால் கொலைசெய்யப்பட்ட நண்பரான லியாகத் அலி ஆகியோர் படங்கள் மாட்டப்பட்டிருந்தன. ஒரு ஓட்டையிட்ட விரிப்பு பிடிக்கப்பட்டது. ஜமீலா பாடினாள். கடைசியாகப் பாட்டு முடிந்தது. அவளுடைய தையல்வேலை விளிம்பிட்ட பாட்டைத் தொடர்ந்து பொன்னிறக் குமிழிலிருந்து குரல் ஒலித்தது. "ஜமீலா மகளே, உனது குரல், தூய்மைக்கு ஒரு வாளாக நிற்கும். இதைக் கொண்டு நாம் ஆடவரின் ஆன்மாக்களைச் சுத்தம் செய்வோம்" என்றது அது.

ஜனாதிபதி அயூப், அவருடைய சொல்படியே ஒரு சாதாரண சிப்பாய்தான். என் தங்கைக்குள் அவர் சிப்பாய்களின் நற்குணங்களான தலைவர்கள்மீது நம்பிக்கை, கடவுள்மீது நம்பிக்கை ஆகியவற்றைப் புகட்டினார். அவள் "ஜனாதிபதி அவர்களின் விருப்பமே என் இதயத்தின் குரல்" என்றாள். ஒரு ஓட்டையிட்ட விரிப்பின்

வழியாக பாடகி ஜமீலா தேசப்பற்றுக்குத் தன்னை அர்ப்பணித்துக் கொண்டாள். தனிப்பட்ட அரங்கான திவான் - இ - காஸ், பணிவான கைதட்டல்களால் நிறைந்தது. இப்போது பாம்பினோ கும்பலின் காட்டுத்தனமான வாஹ் வாஹ் இல்லை. ஆனால் வட்டங்களும் குமிழ்களும் இராணுவபூர்வமாகப் பாராட்டின. கண்ணீர்சிந்தும் பெற்றோர்களின் இதயம் கனிந்த கைதட்டலும் இருந்தது.

பஃபீப்ஸ் அங்கிள் சன்னமாகச் சொன்னார் - "மிகச் சிறப்பாக இருக்கிறது இல்லையா?"

நான் முகர்ந்தவற்றை ஜமீலா பாடினாள். உண்மை அழகு மகிழ்ச்சி வலி: ஒவ்வொன்றிற்கும் தனித்தனி நறுமணம் இருந்தது. அவற்றை என் மூக்கு வேறுபடுத்தி அறிந்தது. ஒவ்வொன்றும் ஜமீலாவின் குரலில் முழுமை அடைந்தன. என் மூக்கு, அவள் குரல்: ஒன்றிற்கொன்று ஈடுசெய்யக்கூடிய திறன்கள். ஆனால் தனித்தனிப் பாதைகளில் சென்றன. ஜமீலா தேசப்பற்றுப் பாடல்களைப் பாடியபோது, என் மூக்கு தன்மீது படையெடுத்த அழகற்ற நாற்றங்கள்மீது ஈடுபாடு செலுத்தியது. ஆலியா பெரியம்மாவின் கசப்புணர்வு, என் சக மாணவர்களின் மாற்றமற்ற குணம். மூடிய மனங்கள். ஆக ஜமீலா மேகங்களுக்குத் தாவிப் பறந்தபோது நான் சாக்கடையில் விழுந்தேன். பின்னோக்கிப் பார்க்கும்போது, நான் அவள்மீது காதல்கொண்டுவிட்டேன் என்று தெரிகிறது, எனக்கு அது சொல்லப்படுவதற்கு முன்பாகவே... சலீமின் வெளிப் படுத்தமுடியாத தங்கைக் காதலுக்கு நிரூபணம் உண்டா? இருக்கிறது.

மறைந்த பித்தளைக் குரங்கிற்கும் ஜமீலாவுக்கும் மாறாத விருப்பம் ஒன்று இருந்தது. அவளுக்கு ரொட்டி பிடிக்கும். சப்பாத்தி, பராத்தா, தந்தூரி நான்? ஆம். ஆனால்: யீஸ்டு பிடிக்குமா? ஆம். என்னதான் தேசபக்தி இருந்தாலும், என் தங்கைக்கு 'லெவன்டு பிரெட்' (யீஸ்டு இட்டுச் செய்த, துண்டுபடுத்திய மேற்கத்தியவகையான ரொட்டி) மீது கொள்ளை ஆசை. கராச்சியில், நல்ல யீஸ்டு இட்ட ரொட்டித்துண்டுகளுக்கு எங்கே போவது? ரொட்டிக்கடையில் கிடைக்காது. நகரத்திலேயே சிறந்த ரொட்டி, சாண்டா இக்னேசியா என்ற மறைவான கிறித்துவமதப்பிரிவைச் சேர்ந்த சகோதரிகளால் ஒவ்வொரு வியாழக்கிழமை காலையும் அவர்கள் இருப்பிடத்தின் மூடியசுவர்களில் ஒரு திட்டிவாயில் வழியாக அளிக்கப்பட்டது. ஒவ்வொரு வாரமும், நான் லாம்ப்ரெட்டா ஸ்கூட்டரில் சென்று என் தங்கைக்காக, கன்னிமார்களின் ரொட்டியைச் சுடச்சுட வாங்கி வந்தேன். மிகநீண்ட கியூ வரிசை நிற்கும். கன்னிமாடத்தைச் சுற்றிய சந்துகளில் கழிவுநாற்றம் நிறைந்திருக்கும். இவற்றையெல்லாம்

பொருட் படுத்தாமல், என் வேறு வேலைகளையும் தவிர்த்துவிட்டு, ரொட்டி வாங்கிவந்தேன். என் இதயம் இதைப் பிரச்சினையாக நினைக்கவே இல்லை. அவளுடைய பழங்காதலின் கடைசி எச்சமான கிறித்துவமதப் பொருள்மீதான இந்த ஆசை, இப்போது அவள் புதிதாக ஏற்றுக் கொண்ட “மதத்தின் வானம்பாடி” என்ற வேடத்திற்குப் பொருத்தமா என்று ஒருமுறை கூட நான் கேட்கவில்லை.

இயற்கைக்குமாறான காதலின் ஆதியைத் தேடமுடியுமா? சரித்திரத்தின் மையத்தில் தனக்கென ஓர் இடத்தை விரும்பிய சலீம், இப்போது தன் வாழ்க்கையின் நம்பிக்கையாகத் தன் தங்கையிடம்கண்ட பண்புகளால் ஈர்க்கப்பட்டானா? உடலில் பல சிதைவுகள் கொண்ட, ஆனால் இப்போது சளிமூக்கனாக இல்லாத, நள்ளிரவின் குழந்தைகள் கூட்டத்தின் (கத்தியினால் சிதைக்கப்பட்ட பிச்சைக்காரப் பெண் சுந்தரியைப் போல) விலகிய உறுப்பினனான சலீம், தன் சகோதரியின் புதிய முழுமையைக் கண்டு காதல் கொண்டானா? என் தங்கையிடம் நான் ஒருகாலத்தில் கண்ட ‘முபாரக்’ - ஆசீர்வதிக்கப்பட்ட ஒன்று, என் அந்தரங்கக் கனவுகளின் முழுநிறைவு என்று கருதினேனா?... இதெல்லாம் எனக்குத் தெரியாது. ஆனால் என் பதினாறு வயதுத் தொடைகளின் இடையே ஒரு ஸ்கூட்டர் இருக்க, நான் வேசிகளின் தடங்களைப் பின்தொடர்ந்து சென்றேன். ஆலியா உள்ளுக்குள் குமுறிக்கொண்டிருந்தாள், ஆமினா பிராண்டு டவல்களின் தொடக்க காலம் அது. பாடகி ஜமீலாவை தெய்வமாக்கியதற்கு இடையே, ஒரு தொப்புள் கொடியின் ஆணையால் ஒரு புதிய இருதள வீடு முழுமையடைவதற்குப் பல நாட்கள் முன்னால், என் பெற்றோர்க்கிடையே பிறந்த புதிய காதலின் சமயத்தில், தூய நாட்டின் ஏதோ ஒருவகையான மலட்டு உறுதிப்பாடுகள் சூழப்பட்ட சலீம், ஒரு விதமாகத் தன்னை அறிந்துகொண்டான்.

அவன் வருத்தப்பட்டான் என்று என்னால் சொல்ல இயலாது. என் கடந்த காலத்தைத் தணிக்கை செய்யாமலே சொல்வேன்: அவன் வழக்கம் போலக் கடுகடுப்பானவனாகவும், அவ்வளவாக ஒத்துழைக்காதவனாகவும், தன் வயதுப் பிள்ளைகள் பலரையும் போலவே தவறுகள் நிறைந்தவனாகவும் இருந்தான் என்று ஒப்புக் கொள்கிறேன். அவன் கனவுகளில் இப்போது நள்ளிரவின் சிறார்களுக்கு இடமில்லாததால் பழைய ஞாபகங்கள் திரும்ப வந்து குமட்டின. அவன் உணர்வுகள்மீது நிகழ்ந்தவை பற்றிய வருத்தத்தின் வாசனை போர்வையாக, அடிக்கடி இரவுகளில் விழித்தெழுந்தான்.

இடையிடையே நள்ளிரவின் குழந்தைகள் இருவர் மூவராகப் பிரிந்துசெல்வது, ஒரு ஜோடி வலிமையான முட்டிகளின் மரண இறுக்கம் ஆகியவை பற்றிய கொடுங்கனவுகள்... ஆனால் இப்போது ஒரு புதிய பரிசு - லாம்ப்ரெட்டா ஸ்கூட்டர், பிறகு பணிவான, கீழ்ப்படிந்த (இன்னும் மனத்தின் அடியாழத்திலிருந்து வெளித்தெரியவராத) தங்கைமீதான காதல்... கதைசொல்லும் என்னுடைய கண்களை இதுவரை வருணித்த கடந்த காலத்திலிருந்து விலக்கி, நான் வலியுறுத்துகிறேன்... இன்று போலவே அன்றும், இன்னும் நான் விவரிக்காத எதிர்காலத்தின்மீது தன் கவனத்தைச் செலுத்தினான். என் பெரியம்மாவின் காரமான பொறாமைப் புகை, வாழ்க்கையைச் சகிக்க முடியாமல் ஆக்கிக்கொண்டிருந்த வீட்டிலிருந்தும், சமமான அளவில் வெறுக்கத்தக்க நாற்றங்களை வெளிவிட்டுக் கொண்டிருந்த கல்லூரியிலிருந்தும், சாத்தியப்படும் போதெல்லாம் நான் என் மோட்டார்க்குதிரை மீதேறிப் புதிய நகரத்தின் தெருக்களை ஆராயத் தொடங்கினேன். காஷ்மீரில் எங்கள் தாத்தாவின் மரணம் பற்றிக் கேள்விப்பட்ட பிறகு, கடந்த காலத்தை இன்றைய வாழ்க்கையின் வெப்பக் குமிழியிடும் வதக்கலில் மூழ்கடித்துவிட வேண்டும் என்று நான் உறுதியாக இருந்தேன். வகைமைப்படுத்தல்களுக்கு முன்பிருந்த அந்த ஆரம்ப மயக்க நாட்களைப் பற்றி என்ன சொல்வது! உருவமின்றி, நான் அவற்றை வடிவமைக்க முயன்றபோது, நறு மணங்கள் எனக்குள் நிறைந்தன. ஃபிரையர் சாலை மியூசியத்தின் தோட்டத்தில் மிருகங்களின் சாணங்கள் மட்கும் நாற்றம், சாதர் மாலைப்போதுகளில் கைகளை இணைத்துக் கொண்டு பேசுகின்ற, தளர்வான பைஜாமா அணிந்த, முகப்பருகொண்ட இளைஞர்களின் உடல் நாற்றம், எல்ஃபின்ஸ்டன் சாலைக்கும் விக்டோரியா சாலைக்கும் இடையிலுள்ள சந்துகளில் 'ராக்கெட் பான்' (ஒருவகை பீடா) விற்பவனைச் சுற்றிச் சூழ்ந்திருக்கும் பாக்கு, வெற்றிலை, கஞ்சா இவற்றின் ஒருங்கிணைந்த கூர்மையான வாசனை. கார் நாற்றங்கள், ஒட்டக நாற்றங்கள், ஈக்களின் ஒலி போன்ற மோட்டார் ரிக்ஷாப் புகைகளின் நாற்றம், அயல்நாட்டுக் கடத்தப்பட்ட சிகரெட்டுகள், கருப்புப் பணம் ஆகியவற்றின் நாற்றம், போட்டியிடும் நகரப்பேருந்துகளின் ஓட்டுநர்கள் வெளியிடும் நாற்றம், மீன்கள் போல் பஸ்களில் அடைந்திருக்கும் பிரயாணிகளின் எளிய நாற்றம்.

(அந்தச் சமயத்தில், ஒரு பஸ் டிரைவர். இன்னொரு கம்பெனியில் டிரைவராக இருந்த தன் போட்டியாளன் தன்னை 'ஓவர்டேக்' செய்து சென்றுவிட்டதால் அவனுக்குள் சுரப்பிகளிலிருந்து குமட்டுகின்ற

வெறுப்பின் புகை வெளிவந்தது. பழிவாங்கும் உணர்ச்சி கொண்ட என் பெரியம்மாவின் நாற்றம்போல நாற்றமடித்த அந்தப் புகையினால் அவன், இரவில் தன் பஸ்ஸைப் போட்டியாளன் வீட்டுக்கு எதிரில் கொண்டு சென்று விடாமல் ஆரன் அடிக்க, அவன் பாவம் தூக்கக் கலக்கத்தில் எழுந்து வந்தவன்மீது பஸ்ஸை ஏற்றிக் கொன்றான்.) மசூதிகள் என்மீது விசுவாசத்தின் புகையை ஊற்றின. கொடியசைந்து சென்ற இராணுவ வாகனங்களிலிருந்து வீசிய பகட்டார வாரமான புகைகளையும் என்னால் முகரமுடிந்தது. சினிமா கும்பல்களில் இறக்குமதி செய்யப்பட்ட மேற்கத்திய ஸ்பாகெட்டியின் அற்பமான மலிவான வாசனை. மிகவும் வன்முறைகொண்ட போர்க்கலைப் படங்களின் மணம். பலவித வாசனைகளின் சிக்கலான தன்மைகளால் தலை சுற்ற, நான் ஒரு சில நாட்களுக்கு போதை மருந்தேற்றப் பட்டவனைப் போல ஆனேன். ஆனால் வடிவத்தின் மீதான ஆசை என்னைக் கட்டுப்படுத்தியதால், நான் பிழைத்துக் கொண்டேன்.

இந்திய பாகிஸ்தான் உறவுகள் சீரழிந்தன. எல்லைகள் மூடப்பட்டன. ஆகவே தாத்தாவின் துக்கத்தை அனுசரிக்க எங்களால் ஆக்ராவுக்குச் செல்லமுடியவில்லை. புனிதத்தாய் பாகிஸ்தானுக்கு இடம் பெயர்வதும் காலதாமதம் ஆயிற்று. இதற்கிடையில் சலீம் முதர்தல் பற்றிய பொதுக் கொள்கையை உருவாக்க முயற்சி செய்து கொண்டிருந்தான். வகைப்படுத்தும் முயற்சிகள் தொடங்கின. இந்த அறிவியல்நோக்கை என் தாத்தாவுக்கு மரியாதை செய்கின்ற சொந்த முயற்சியாக நோக்கினேன்... முதலில் வேறுபடுத்தும் திறனை முழுமையாக்கிக் கொண்டேன். கடைசியாக, என்னால் பாக்கின் எல்லையற்ற வாசனைகளையும் குளிர்பானங்களின் பன்னிரண்டு வகை வாசனைகளையும் கண்ணை மூடிக்கொண்டே வித்தியாசப்படுத்தி அறியமுடிந்தது. (அமெரிக்கப் பத்திரிகை உரையாளர் ஹெர்பர்ட் ஃபெல்ட்மேன் கராச்சிக்கு வந்து டஜன் கணக்கான பானங்கள் விற்கும் முகவர்கள் உள்ள ஒரு நகரத்தில் பாட்டில் பால் விற்க மூன்றே மூன்று வழங்குநர்கள் மட்டுமே இருக்கும் நிலையைப் பார்த்து வருத்தத்தைத் தெரிவிப்பதற்கு நீண்டகாலம் முன்னாலேயே நான் பாகோலாவுக்கும் ஹாஃப்மன் மிஷனுக்கும், சிட்ரா கோலாவுக்கும் ஃபேண்டாவுக்கும் கண்ணைமூடி உட்கார்ந்து வித்தியாசம் தெரிவிக்க முடிந்தது. ஃபெல்ட்மேன் இந்த பானங்களையெல்லாம் முதலாளித்துவப் பன்னாட்டு ஆதிக்கத்தின் விளைவாக நோக்கினார். நானோ, கானடா டிரை எது, 7 - அப் எது என்று முகர்ந்தேன், பெப்சியைக் கோக்கிலிருந்து தவறாமல்

வேறுபடுத்த முடிந்தது, இவற்றின் முகர்புலன் சோதனையில் வெற்றிபெற்றேன். எது டபிள்கோலா, கோலாகோலா, பெரிகோலா, பப்பிள் அப் என்று பார்க்காமலே என்னால் தவறின்றிச் சொல்லமுடியும்.) பௌதிக மணங்களை முழுமையாக வேறுபடுத்தி அறிந்தபின்னால்தான் நான் எனக்கே உரிய பிற மணங்களுக்குச் சென்றேன். உணர்ச்சிகளின் வாசனைகள், நம்மை மனிதராக்குகின்ற ஆயிரத்தொரு வகை உந்துசக்திகளின் மணங்கள் - அன்பு, மரணம், பேராசை, பணிவடக்கம்... உள்ளவர்களும் இல்லாதவர்களும் மிக எளிதாக வேறுபடுத்தப்பட்டு என் மனத்தில் தனித்தனி அறைகளில் இருந்தார்கள். பிறகு மணங்களை நிறத்தை வைத்து வகைப்படுத்த முயற்சி செய்தேன். உள்ளாடைகளைக் கொதிக்கவைப்பதும், அச்சிடுபவர்களுடைய மையும் ஒரே நீல நிறத்தில் இருந்தன. பழைய தேக்கு மணமும், புதிதாகவிட்ட குசுவும் கரும் பழுப்பு நிறமாக இருந்தன. கார்கள், கல்லறைகளின் மணம் சாம்பல்நிறமாக இருந்தது... எடைமூலமான வேறுபடுத்தலுக்கும் முயற்சி செய்தேன். இலகுஎடை வாசனைகள் (தாள் போன்றவை), பாண்ட்டாம் எடை வகை (சோப்பால் கழுவிய பொருள்கள், புல்) வெல்ட்டர்எடை (வியர்வை, சில பூக்கள்), ஷாஹிகுருமாவும், சைக்கிள் எண்ணெயும் லைட் - ஹெவி - வெயிட் வகை. கோபம், பச்சிலை, ஏமாற்றுதல், சாணம் போன்றவை அதிக எடைகொண்ட நாற்றங்கள். எனக்கு ஒரு ஜியோமிதி முறையும் இருந்தது. களிப்பு வட்டமானது, பேராவல் கோணவடிவம். நீள்வட்ட வடிவ, முட்டைவடிவ, சதுர வடிவ மணங்களும் இருந்தன. மூக்கு அகராதிக்காரன் என்ற முறையில் புந்தர் சாலை, பி.எ.சி.எச்.எஸ் ஆகியவற்றுக்குச் சென்றேன். வண்ணத்துப்பூச்சிகளைப் பிடிப்பவன் என்ற முறையில், என் மூக்கு மயிர்களில் அவற்றின் மணங்களைச் சிறைப்படுத்தினேன். தத்துவம் பிறப்பதற்குமுன் நிகழ்ந்த ஆச்சரியகரமான பயணங்கள்...! இம்மாதிரி என் வேலைகளுக்கு எவ்வித கௌரவமும் கிடைக்கவேண்டுமானால் அதற்கு ஒரு அறவியல் பரிமாணம் இருக்கவேண்டும் என்பதை உணர்ந்தேன். நன்மை - தீமை இவற்றின் மிக நுட்பமான வகைகள் எல்லையற்றவை. அவற்றின் மணங்களை வேறுபடுத்துவது தான் முக்கியம். ஒழுக்கத்தின் நெருக்கடியான இயல்பை அறிந்ததனாலும், மணங்கள் புனிதமாகவும் இழிந்ததாகவும் இருக்கும் என்பதை முகர்ந்து அறிந்ததனாலும், என் ஸ்கூட்டர் பயணத் தனிமைகளில் நுகர்வுஒழுக்கவியல் ஒன்றை உருவாக்கினேன்.

புனிதமானவை - பர்தாத் திரை, ஹலால் இறைச்சி, மோதினாரின் கோபுரம், பிரார்த்தனை விரிப்புகள். இழிவானவை -

மேற்கத்திய இசைப்பதிவுகள், பன்றி இறைச்சி, மது. (புனிதமான) முல்லாக்கள் ஏன் விமானங்களில் (இழிவானவை) இத் - உல் - பித்ர்க்கு முன்இரவில் ஏற மறுத்தார்கள்; அமாவாசையைக் கண்டறிவதற்கும், சில வாகனங்களில் (கடவுளுக்கு மாறான இரகசிய மணங்களைக் கொண்டவையாக அவை இருந்தன) ஏற மறுத்தார்கள் என்பதும் புரிந்தது. இஸ்லாமுக்கும் சமதர்மத்துக்கும் உள்ள நாற்ற வேறுபாட்டினை நான் கண்டறிந்தேன். நன்கு மழித்துக் கொண்டுவரும் சிந்து கிளப் உறுப்பினர்களுக்கும், தெருவில் உறங்கும் பிச்சைக்காரர்களுக்குமான தவிர்க்கவியலாத நாற்ற வேறுபாட்டையும் கண்டறிந்தேன்... புனிதமான, அல்லது நல்ல மணங்கள் (என் தங்கை பாடும்போது அவளைச் சுற்றிக் கமழ்பவையாக இருந்தாலும்) எனக்கு ஆர்வத்தை அளிக்கவில்லை, ஆனால் சாக்கடை முடை நாற்றம், தவிர்க்கமுடியாத கவர்ச்சியை எனக்கு அளித்தது - என்ற அருவருப்பான உண்மையையும் நான் புரிந்து கொண்டேன்.

மேலும், எனக்குப் பதினாறு வயதுதான். என் இடுப்புக்குக்கீழே, கால்சட்டைக்குள்ளாக சில எழுச்சிகள் நடந்துகொண்டிருந்தன. பெண்களைப் பூட்டிவைக்கும் எந்த நகரத்திலும் வேசிகளுக்குக் குறைவே இருக்காது. ஜமீலா புனிதத்தையும், தேசப்பற்றையும் பாடியபோது, நான் தூய்மையற்றவற்றையும், காமத்தையும் ஆராய்ச்சிசெய்தேன். (செலவிட எனக்குப் பணம் இருந்தது. என் தந்தை தாராளமனமுடையவராகவும், பாசமானவராகவும் மாறிவிட்டார்). நிரந்தரமாகக் கட்டி முடிக்கப்பெறாத ஜின்னா மாசோலியத்தில் (கல்லறை இடம்) நான் தெருப் பெண்களைப் பொறுக்கினேன். மற்ற சில இளைஞர்கள் இங்கே அமெரிக்கப் பெண்களை மயக்குவதற்கு வந்தார்கள். அவர்களை விடுதி அறைகளுக்கோ நீச்சல்குளங்களுக்கோ அழைத்துச் சென்றார்கள். நான் என் தனித்தன்மையையும் செலவையும் தக்கவைத்துக்கொண்டேன்.

கடைசியாக, வேசிகளுக்கெல்லாம் வேசி ஒருத்தியைக் கண்டேன். அவளுடைய திறன்கள் என் திறன்களின் பிரதிபலிப்பாக இருந்தன. அவள் பெயர் டாய் பீவி. தனக்கு வயது ஐநூற்றிப் பன்னிரண்டு என்றாள். ஆனால் அவளுடைய மணம்! சலீம் முகர்ந்தவற்றில் மிகவும் சிறப்பு வாய்ந்தது. அதில் ஏதோ ஒன்று வசியத்தன்மை கொண்டதாக இருந்தது. வரலாற்று கம்பீரத்தின் அடையாளம்... பல்லற்ற அந்தக் கிழவி யிடம் சலீம் சொன்னான்: “உன் வயது முக்கியமில்லை, வாசனைதான் விஷயம்.”

("அட கடவுளே" என்கிறாள் பத்மா. "இப்படி ஒருத்தன் செய்வானா? நீ எப்படி?") தனக்கும் காஷ்மீரிப் படகோட்டி ஒருவனுக்கும் எந்தத் தொடர்பும் இருப்பதாக அவள் சொல்லவில்லை. ஆனால் அவள் பெயர் மிக வலிமையான வசியமாக இருந்தது. தனக்கு வயது ஐநூற்றிப் பன்னிரண்டு என்று அவள் சொன்னது சலீமை வேடிக்கை செய்வதற்காக என்றாலும், அவனது வரலாற்று உணர்வு தூண்டப்பட்டது. என்ன வேண்டுமானாலும் நினைத்துக் கொள்ளுங்கள் - வெப்பமான, ஈரப்பதமான மாலை நேரம் ஒன்றை ஒரு வேசிக்குடியிருப்பில், தெள்ளுப்பூச்சிகள் நிறைந்த படுக்கையில், ஒரு நிர்வாண பல்புடனும், உலகின் மிக வயதான வேசியுடனும் நான் கழித்தேன்.

டாய் பீவியைத் தவிர்க்க இயலாதவளாக்கியது எது? பிற வேசிகளையெல்லாம் கீழ்ப்படுத்தும் விதமாக அவளிடம் என்ன கட்டுப்பாட்டுத் திறன் இருந்தது? புதிதாக முகரும்உணர்வுபெற்ற நம் சலீமைப் பைத்தியக்காரனாக்கியது எது? பத்மா, அந்தப் பழைய வேசிக்குத் தன் சுரப்பிகள்மீது முழுக் கட்டுப்பாடு இருந்தது. உலகிலுள்ள எவனுக்கும் தகுந்த மாதிரியாகத் தன் உடல் வாசனையை மாற்றிக்கொள்ளும் திறன் அவளிடம் இருந்தது. அவளுடைய பழமையான விருப்புறுதிக்கேற்ப எக்ரீன்களும் அபோக்ரீன்களும் நடந்துகொண்டன. "என்னால் நின்றுகொண்டு அதைச் செய்ய முடியாது, அதற்குப் போதிய பணத்தை உன்னால் தரமுடியாது" என்று அவள் சொன்னாலும், அவளுடைய வாசனைத்திறமை அவன் தாங்க இயலாத அளவுக்கு இருந்தது. ("சீச்சீ" என்று காதைப் பொத்திக் கொள்கிறாள் பத்மா, "இவ்வளவு மோசமான கெட்ட மனுஷனைப் பாத்ததில்லை"...)

ஆக இந்த விசித்திரமான அருவருப்பான பையன் - ஒரு சூனியக்காரியுடன். அவள் தனக்குக் கால் ஆணி, எழுந்து நிற்க முடியாது என்றாள். கால் ஆணி என்பது அவனை ஈர்க்கிறது என்று புரிந்தவுடன், தனது வாசனையைக் கட்டுப்படுத்தும் திறன் பற்றி அவனுக்குச் சொன்னாள், பிறகு, வேறு யாருடைய நறுமணத்தையேனும் நான் போலிசெய்து காட்டட்டுமா என்றாள். அவன் அதை வருணித்தால்போதும், தான் முயற்சி செய்கிறேன் என்றாள். இப்படியே தொடர்ந்து செய்து பார்க்கலாம்...முதலில் அதற்கு அவன் உடன்படாமல் விலகினான். கசங்கிய தாள்போன்ற தன் குரலால் அவள் அவனை இணங்கச் செய்தாள். ஏனென்றால் இவன் தனியாக இருந்தான் - உலகத்தைவிட்டு வெளியே, காலத்தை விட்டு வெளியே, இந்தச் சாகசமான, புராணிக, வம்புக்கிழவியுடன்.

சல்மான் ருஷ்தீ

ஆகவே தன் கூரிய புத்தியினால், அதிசயமான மூக்கினால் உணர்ந்த வண்ணம் மணங்களை வருணிக்க வருணிக்க, டாய் பீவி அவற்றைக் கொண்டுவந்து காட்டினாள். மாற்றிமாற்றிச் செய்து அவன் வருணனைக்கேற்ப அவன் தாய், தாயின் சகோதரிகள் ஆகியவர்களின் வாசனைகளைக் காட்டினாள். "ஓஹோ சின்ன சாகிப், இதைத்தான் விரும்புகிறாயா, நன்றாக மூச்சை இழுத்து சுவாசித்துக் கொள், நீ ஒரு வேடிக்கையான ஆள்தான்..." திடீரென்று - நான் அவளை இந்த வாசனையை உருவாக்கச் சொல்லவில்லை - உலகிலேயே மிகவும் சொல்லமுடியாத நறுமணம் அந்தப் பழைய சுருங்கிய வெடித்த உடம்பிலிருந்து வீசுகிறது - இப்போது அவள் பார்ப்பதை அவனால் மறைக்க முடியாது, "ஓஹோ சின்ன சாகிப்ஜாதா, நான் இப்போது தருகின்ற வாசனை யாருடையது என்று நீ சொல்லவே தேவையில்லை, உன் ஆள் இவள்தான்..." "வாயை மூடு வாயை மூடு" என்கிறான் சலீம். ஆனால் அவள் சற்றும் தளராமல், தன் பழமையினால் வலியுறுத்துகிறாள், "ஆமாம், நிச்சயம், உன் காதலி, யார் - ? உன் சித்தப்பா பெரியப்பா பெண்களா, உன் சகோதரியா?" சலீமின் கை முட்டியாக இறுகுகிறது. ஒரு விரல் இல்லை என்றாலும் வலதுகை வன்முறைக்குத் தயாராகிறது...இப்போது டாய் பீவி, "அட கடவுளே, ஆமாம், உன் சகோதரிதான்...என்னை அடி, ஆனால் உன் நடுமண்டையில் உட்கார்ந்திருப்பதை உன்னால் மறைக்க முடியாது." சலீம் தன் உடைகளை எடுத்துக்கொண்டு, கால்சட்டைக்குள் சிரமத்தோடு "வாயை மூடு, சூனியக்காரி" அவள் "போ போ, ஆனால் எனக்கு காசு தராவிட்டால் நான் என்ன செய்வேன் என்று தெரியாது." இப்போது இந்த ஐநூற்றிப் பன்னிரண்டு வயது வேசியைச் சுற்றிப் பண நோட்டுகள் பறக்கின்றன. "எடுத்துக்கோ, எடுத்துக்கோ, ஆனா உன் விகாரமான மூஞ்சிய மூடிக்கோ." அவள், "ஜாக்கிரதை இளவரசனே, நீ ஒண்ணும் அழகுல சிறந்தவன் இல்ல..." உடையணிந்து கொண்டு அந்தக் குடியிருப்பை விட்டு வெளியே ஓடிவருகிறான். லாம்ப்ரெட்டா ஸ்கூட்டர் காத்திருக்கிறது...ஆனால் அதன் மேல் பையன்கள் மூத்திரம்போய் வைத்திருக்கிறார்கள். மிக மிக வேகத்தில் போகிறான். உண்மையும் அவனுடன் செல்கிறது. இப்போது டாய் பீவி ஒரு ஜன்னலிலிருந்து எட்டிப்பார்த்து, "ஏய் பஹன்சூத் (சகோதரியைப் புணர்பவனே), எங்கே போற? உண்மையை மறைக்கமுடியாது, உண்மைதான்..."

நியாயமாக நீங்கள் கேட்கலாம் - இப்படித்தானா உண்மையில்...? அவளுக்கு ஐநூற்றிப் பன்னிரண்டு...? இருக்க முடியுமா? ஆனால் நான்தான் எதையும் ஒளிப்பதில்லை

என்று சொல்லிவிட்டேனே... ஆனால் ஜமீலாமீது எனக்குள்ள சொல்லமுடியாத இரகசியக் காதலை ஒரு தனித்தன்மை கொண்ட வேசியின் வாயினாலும், சுரப்பிகளாலும் அறிந்தேன்... பத்மா என்னைத் திட்டுகிறாள். "ஆம்பளைங்க மண்டையில அழுக்கைத் தவிர வேற ஒண்ணுமே கிடையாதுன்னு நம்ம பிரகான்சாம்மா சொல்றது சரிதான்" என்கிறாள். நான் அவளைப் புறக்கணிக்கிறேன். திருமதி பிரகான்சா, அவளுடைய சகோதரி திருமதி பெர்னாண்டஸ் இவர்களிடம் கொஞ்சம் கழித்து வருவோம். இப்போதைக்குப் பின்னவள் தொழிற்சாலைக் கணக்கைப் பார்க்கிறாள், முன்னவள் என் பையனை கவனித்துக் கொள்கிறாள் - அவ்வளவுதான். சண்டைபோடுகின்ற என் பத்மா பீவியைச் சமாதானப்படுத்தி அவள் கவனத்தை ஈர்க்க இப்போது நான் ஒரு தேவதைக் கதைக்குப் போகிறேன்.

ஒரு காலத்தில், வடக்கிலே இருக்கின்ற கிஃப் என்ற நாட்டில், ஒரு நவாப் இருந்தான், அவனுக்கு இரண்டு பெண்கள். அதேபோல அழகான ஒரு பையன். அப்புறம் ஒரு புதிய ரோல்ஸ் ராய்ஸ் கார், நல்ல அரசியல் தொடர்புகள். அந்த நவாபுக்கு முன்னேற்றத்தில் ஆர்வம் அதிகம், அதனால் தன் மூத்தமகளை ரொம்ப வளமான, புகழ்பெற்ற ஜெனரல் ஜுல்பிகருடைய மகனுக்குக் கல்யாணம் செய்ய ஏற்பாடு செய்தான். இரண்டாவது பெண்ணுக்கு இன்னும் வாய்ப்பு அதிகம் - அவளை ஜனாதிபதியின் பையனுக்கே மணமுடிப்பதாக இருந்தது. அவன் கார், அந்த மலைநாட்டுப் பகுதியிலேயே இதுவரை காணப்படாதது, அதைத் தன் பிள்ளைகளைப் போல நேசித்தான். அவனுடைய குடிமக்கள், சாலைகளையெல்லாம் சமூகப்போக்குவரத்துக்கும் 'எச்சில்கலத்தைத் தாக்கு' விளையாட்டுக்கும் பயன்படுத்துகிறார்களே, தன் காருக்கு அவர்கள் வழிவிடுவதில்லையே என்று நவாபுக்கு மன வருத்தம். ஆகவே, "கார் என்பது எதிர்காலத்தின் அடையாளம், அதற்கு வழிவிடவேண்டும்" என்று ஒரு அறிக்கை வெளியிட்டான். இந்த அறிக்கை, எல்லாக் கடைகள் முன்னாலும், சுவர்களிலும், பசுக்களின் வயிறுகளிலும்கூட ஒட்டப்பட்டதாம். ஆனால் மக்கள் அந்த அறிக்கையைப் புறக்கணித்தார்கள்.

இரண்டாவது இன்னொரு அறிக்கை. அது அதிகாரபூர்வமாக, "குடிமக்கள், காரின் ஹார்ன் ஒலியைக் கேட்டதும் சாலையை விட்டு விலகவேண்டும்" என்று கட்டளையிட்டது. ஆனால் குடிமக்கள் சாலையில் புகைப்பதும், துப்புவதும், விவாதம் செய்வதுமாகவே இருந்தார்கள். மூன்றாவது அறிக்கை ஒரு

சல்மான் ருஷ்தீ | 529

கோரமான படத்தோடு வெளியானது. காரின் ஹார்ன் ஒலியை மதிக்காத எவர்மீதும் விடப்படும் என்று அறிவித்தது. குடிமக்கள், நோட்டீசில் போடப்பட்டிருந்த படத்தோடு இன்னும் ஏறுமாறான படங்களைச் சேர்த்தார்கள். கடைசியாக நவாப் - நல்லவன்தான், இருந்தாலும் எல்லையற்ற பொறுமை அவனுக்கு இல்லையே - தான் சொன்னபடியே செய்தான். தன் சித்திபிள்ளையின் நிச்சயதார்த்தச்சடங்கில் பாடுவதற்காகப் புகழ்பெற்ற பாடகி ஜமீலா தன்குடும்பத்துடனும் நிகழ்ச்சி ஏற்பாட்டாளருடனும் வந்தபோது, கார் எல்லையிலிருந்து அரசமாளிகைவரை தொல்லையில்லாமல் சென்றது. "இப்போது தொந்தரவில்லை, காருக்கு இப்போது மரியாதை கிடைக்கிறது, முன்னேற்றம் நிகழ்ந்துவிட்டது" என்றான் நவாப்.

நவாபின் மகன் முத்தாசிம், அயல்நாட்டுக்குப் போய்வந்தவன், அவன் தன் தலைமுடியை 'பீட்டில் கட்' என்று வெட்டிக் கொண்டிருந்தான். அவனைப் பற்றித் தந்தைக்குக் கவலை. ஏனென்றால் அவன் அழகாக இருந்தான். அவன் எங்கே சென்றாலும், வெள்ளி புல்லாக்கு அணிந்த பெண்கள் அவன் அழகின் வெப்பத்தில் மயங்கி விழுந்துகொண்டே இருந்தார்கள். ஆனால் தன் குதிரைகள், மேற்கத்திய விசித்திர சங்கீதங்களை வாசிக்கப் பயன்படும் கிட்டார் ஆகியவற்றைத் தவிர அவன் இந்த மாதிரி விஷயங்களில் ஆர்வம் காட்டவில்லை. மேற்கத்திய இசைக்குறிப்புகள், அயல் நாட்டுத் தெருஅடையாளங்கள் இவற்றின் மத்தியில் இளஞ்சிவப்புநிற அரைகுறை ஆடையணிந்த பெண்கள் படம் வரையப்பட்ட புஷ் - ஷர்ட்டுகளை அணிந்தான். பாடகி ஜமீலா, பொன்வேலைசெய்யப்பட்ட புர்க்காவில் மறைந்து, மாளிகைக்கு வந்தாள். அழகன் முத்தாசிம், தன் அயல்நாட்டுப் பயணங்களால், அவளுக்கு விபத்து ஏற்பட்டு உருச்சிதைந்த கதையைக் கேள்விப்படவில்லை - ஆகவே அவள் முகத்தைப் பார்ப்பதற்குத் தவித்தான். ஓட்டையிட்ட விரிப்பின் வழியாக அவளுடைய அமைதியான கண்களைப் பார்த்தபோது தலைகுப்புற விழுந்துவிட்டான்.

அந்தச்சமயத்தில் பாகிஸ்தான் ஜனாதிபதி தேர்தலை - அடிப்படைக் குடியரசு என்ற பெயரில் - ஏற்பாடு செய்திருந்தார். நிச்சயதார்த்த விழாவுக்கு மறுநாள் அது நடக்க இருந்தது. பாகிஸ்தானின் பத்துக்கோடிப் பேர் ஒருலட்சத்து இருபதாயிரம் பிரிவுகளாகப் பிரிக்கப்பட்டார்கள். ஒவ்வொரு பகுதியும் ஒரு அடிப்படை ஜனநாயகவாதியைத் தேர்ந்தெடுக்கவேண்டும். இந்த

ஒருலட்சத்து இருபதாயிரம் அடிப்படை ஜனநாயகவாதிகள், ஜனாதிபதியைத் தேர்ந்தெடுக்கவேண்டும்.

கிஃப்பில், 420 அடிப்படை ஜனநாயகவாதிகள் தேர்ந்தெடுக்கப்படவேண்டும். அவர்களில் முல்லாக்கள், தெருப்பெருக்குபவர்கள், நவாப்பின் எஸ்டேட்டில் கஞ்சா வளர்ப்பவர்கள், மற்றபிற விசுவாசமான குடிமக்கள் இருந்தார்கள். நவாப் தன் மகளின் நிச்சயதார்த்தத்திற்கு இவர்களையெல்லாம் அழைத்திருந்தான். இணைந்த எதிர்க்கட்சியின் தேர்தல் அதிகாரிகளான இரண்டு நிஜ பத்மாஷ்களையும் அவன் அழைக்க வேண்டியிருந்தது. இந்த பத்மாஷ்கள் (குண்டர்கள்) தங்களுக்குள் ஓயாமல் சண்டையிட்டுக் கொண்டிருந்தார்கள். ஆனால் நவாப் மரியாதையாக வரவேற்றான். இன்றிரவு நீங்களெல்லாம் என் கௌரவத்திற்குரிய நண்பர்கள் என்றான் அவர்களிடம் - ஆனால் நாளை வேறொரு நாள். உணவை இதற்குமுன் பார்க்காததுபோல அந்த பத்மாஷ்கள் சாப்பிட்டார்கள், குடித்தார்கள். ஆனால் எல்லோருக்கும் - நவாப்அளவுக்குப் பொறுமை இல்லாத முத்தாசிம் உள்பட - அவர்களை நன்றாக நடத்தவேண்டும் என்று உத்தரவிடப்பட்டது.

இணைந்த எதிர்க்கட்சி - வெறும் முதல்தர தடியர்களும் ரவுடிகளும் சேர்ந்த கும்பல் என்று கேள்விப்படுவதில் உங்களுக்கு ஆச்சரியம் இருக்காது - அவர்கள் இப்போதிருக்கும் ஜனாதிபதியை பதவிஇறக்கவேண்டும் என்ற நோக்கத்துக்காகவும் பொதுமக்கள் (இராணுவ வீரர்கள் அல்ல) அரசாங்கப் பணத்தைத் தங்கள் பாக்கெட்டில் போட்டுக்கொண்ட பழைய காலத்துக்குத் திரும்பவேண்டும் என்பதற்காகவும் ஒன்று சேர்ந்தவர்கள் - ஆனால் அவர்களுக்குச் சரியான தலைவர் ஒருவர் கிடைத்து விட்டார். அது திருமதி பாத்திமா ஜின்னா - தேசத் தலைவரின் சகோதரி. அவள் ஓர் உலர்ந்துபோன பழமையைச் சேர்ந்தவள் என்பதால், அவள் வெகுகாலத்துக்கு முன்பே இறந்துவிட்டாள், இறந்த அவள் உடலில் ஏதோஅடைத்து இப்போது உயிருடன் இருப்பதுபோலக் காட்டுகிறார்கள் என்று நவாப் சந்தேகப்பட்டான். இந்தக் கருத்தை அவன் மகனும் ஆதரித்தான். எல் சிட் என்ற திரைப்படத்தில் செத்துப்போன மனிதன் ஒருவன் ஒரு படையை நடத்திச் சென்றதை அவன் பார்த்திருந்தான்... ஆனால் எப்படியோ - ஜனாதிபதி, அவள் சகோதரர் ஜின்னாவின் கல்லறையை சலவைக்கற்கள் இட்டுக் கட்டாததால் தேர்தலுக்காகத் தூண்டப்பட்டவளாக அவள் போட்டிக்கு வந்து விட்டாள். அவள் பயங்கரமான எதிரியும் கூட. அவள்மீது பழிகளோ சந்தேகமோ

இல்லை. அவள் ஜனாதிபதியை எதிர்த்ததனால், ஜனாதிபதியின்மீது மக்கள் நம்பிக்கை குறைந்துவிட்டது என்றும் சொல்லப்பட்டது. ஜனாதிபதியும் குறைந்தவர் அல்ல - அவர் நேற்றைய பெருவீரர்களின் பரம்பரை அல்லவா? முகமது கோரி, இல்டுமிஷ், முகலாயர் பரம்பரை அல்லவா?

கிஃப்பில்கூட, தேர்தல் போஸ்டர்கள் விசித்திரமான இடங்களில் தென்பட்டன. நவாபின் ரோல்ஸ் காரில்கூட ஒன்றை ஒட்டும் தைரியம் எவனுக்கோ இருந்தது. "காலம் கெட்டுப்போச்சி" என்றான் நவாப் மகனிடம். முத்தாசிம் சொன்னான்: "தேர்தல்னா அப்படித்தான். கக்கூஸ் சுத்தம் செய்யறவங்களும் மலிவான தையல்காரங்களும் வாக்களிக்க வந்தால்?"

ஆனால் இன்று மகிழ்ச்சிக்கான நாள். ஜனானா அறைகளில் நவாபின் மகள் கைகள் கால்களில் மருதாணிக் குழம்புகொண்டு சித்திரங்கள் வரைந்துகொண்டிருந்தார்கள். விரைவில் ஜெனரல் ஜுல்பிகரும் அவன் மகன் ஜாபரும் வந்துவிடுவார்கள். கிஃப்பின் ஆட்சியாளர்கள் தேர்தலைத் தங்கள் தலையிலிருந்து தூக்கி எறிந்தார்கள். பாத்திமா ஜின்னாவின் பிம்பம் நொறுங்கிக் கொண்டிருந்தது - அவளுக்கு மதேர் - இ - மில்லத் அல்லது தேசத்தின் தாய் என்று பெயர் - தன் மக்கள் தன்னைத் தேர்ந்தெடுத்தது ஏன் என்றே குழப்புகின்ற அளவுக்குச் சுரணையின்றித் தேர்ந்தெடுக்கப்பட்டவள் அவள்.

ஜமீலாவின் பாட்டு நடக்குமிடத்திலும் மகிழ்ச்சி தாண்டவமாடியது. அவளுடைய தந்தை, தன் மனைவியின் மென்மையான கையைவிடாத ஒரு டவல் உற்பத்தியாளர் - கத்தினார்: "பார், யாருடைய மகள் இங்கே பாடுகிறாள்? ஹாரூன் பெண்ணா? வாலிகா பெண்மணியா? தாவூத் அல்லது சாய்கோல் பெண்ணா? பார்..." ஆனால் அவருடைய மகன் சலீம் - அவன் முகம் ஒரு கேலிச் சித்திரம்போல - ஒருவேளை மிகப்பெரிய வரலாற்று நிகழ்ச்சிகள் முன் இருக்கவேண்டிய கட்டாயத்தினாலோ என்னவோ, ஒரு நோயினால் பீடிக்கப்பட்டவன்போல இருந்தான். தன் தங்கையை அவன் பார்த்த போது அதில் அவமான உணர்ச்சிபோல ஏதோ ஒன்று தென்பட்டது.

அன்று மாலை, அழகன் முத்தாசிம், ஜமீலாவின் அண்ணன் சலீமை ஒருபக்கம் அழைத்துச் சென்று நண்பனாக்க முயன்றான். பிரிவினைக்கு முன்னால் ராஜஸ்தானிலிருந்து இறக்குமதி செய்யப்பட்ட மயில்கள், நவாப்பின் மாயமந்திரப் புத்தகங்கள் கொண்ட அரிய தொகுப்பு எல்லாவற்றையும் காட்டினான். அந்தப்

புத்தகங்களிலிருந்து நவாப் சில தாயத்துகளையும் மந்திரங்களையும் பெற்றிருந்தான். அவற்றின் உதவியால் விவேகத்தோடு ஆளமுடியும் என்று அவனுக்கு நம்பிக்கை. பிறகு முத்தாசிம் (அவன் அவ்வளவாகச் சிறந்த புத்திக்கூர்மை உள்ளவனோ எச்சரிக்கை உள்ளவனோ அல்ல) சலீமை போலோ மைதானத்தில் அழைத்துச் சென்றபோது, தானும் ஒரு வசிய மந்திரத்தைத் தாளில் எழுதி, அதைப் புகழ்பெற்ற பாடகி ஜமீலாவின் கைகளில் அழுத்தவேண்டும் என்றும், அப்போது அவள் காதல்வயப்படுவாள் என்றும் சொன்னான். இதனால் சலீம் ஒரு கோபமுற்ற நாய்போல அங்கிருந்து ஓட முற்பட்டான். ஆனால் முத்தாசிம் ஜமீலா பார்க்க எப்படியிருப்பாள் என்றே கேட்டுக்கொண்டிருந்தான்.

சலீம் மௌனமாக இருந்தான். காட்டுத்தனமான ஆசைவயப்பட்டிருந்த முத்தாசிம், "ஜமீலாவை என்னருகில் அழைத்துவா, நான் மந்திரக்காகிதத்தை அவள் கையில் அழுத்தவேண்டும்" என்றான். இப்போது சலீம் பார்த்த கள்ளப்பார்வை காதல்வயப்பட்ட முத்தாசிமுக்கு உறைக்கவில்லை - அந்தத் தாளைக்கொடு என்றான். முத்தாசிமுக்கு ஐரோப்பிய நகரங்களின் நிலவியல் தெரிந்தாலும், மந்திரங்களைப் பற்றித் தெரியாது - தன் மந்திரத்தை இன்னொருவன் பயன்படுத்தினாலும் தனக்காகவே அது வேலைசெய்யும் என்று எண்ணிக் கொடுத்துவிட்டான்.

மாலை நெருங்கியது. ஜெனரல் ஜுல்பிகர், அவன் மனைவி, அவர்கள் மகன் ஜாபர், நண்பர்கள் இவர்களை ஏற்றிவந்த கார்வரிசையும் நெருங்கியது. இப்போது காற்று மாறி, வடக்கிலிருந்து அடிக்கத் தொடங்கியது. குளிர்ந்த காற்று, மயக்கும் காற்றும்கூட. கிஃப்பின் வடக்கில் நாட்டின் மிகச்சிறந்த கஞ்சாத்தோட்டங்கள் இருந்தன. வருஷத்தின் இந்தச் சமயத்தில் பெண் தாவரங்கள் முதிர்ந்து பக்குவம்பெற்றவையாக இருந்தன. அந்தத் தாவரங்களின் காமத்தை உண்டாக்கும் நறுமணத்தால் காற்று நிரம்பியிருந்தது. சுவாசித்த அனைவரும் சற்றே மயக்கம் கொண்டார்கள். அத் தாவரங்களின் கருத்தற்ற அழகினால் கார்டிரைவர்களும் ஈர்க்கப்பட்டார்கள். அதனால் அந்தக் கார்களும் கருத்தற்று, தெருக்களிலிருந்த முடிஅலங்காரக் கடைகளையெல்லாம் தாக்கி, கடைசியாக ஒரு தேநீர்க்கடைமீது படையெடுத்து ஒருவழியாக நல்லபடியாக வந்து சேர்ந்தன. கிஃப் மக்களோ, சாலைகளைத் திருடிக்கொண்ட இந்தக் குதிரையற்ற வாகனங்கள், தங்கள் வீடுகளையும் திருடிக் கொள்ளுமோ என்று பயந்தார்கள்.

வடக்கின் காற்று, சலீமின் மிகக்கூர்மையான மூக்கில் புகாமல் இருக்குமா? ஜமீலாவின் அண்ணன், அதனால் மயக்கமுற்று தன் அறையிலேயே தூங்கிப் போனான். ஆகவே அன்றுமாலை நிகழ்ச்சிகளை அவன் தவறவிட்டான். ஆனால், பிறகு கேள்விப்பட்ட செய்தி இது - அந்த மயக்கும் காற்று நிச்சயதார்த்தச் சடங்கில், விருந்தாளிகளின் நடத்தைகளை முற்றிலும் மாற்றிவிட்டது, காரணமின்றிச் சிரித்தார்கள், கனத்த இமைகளினூடாக ஒருவரை ஒருவர் ஈர்க்கும்விதமாகப் பார்த்துக் கொண்டார்கள், பிரெய்டு அணிந்த ஜெனரல்கள் தட்டையான அலங்கரித்த நாற்காலிகளில் அமர்ந்து சுவர்க்கத்தைக் கனவுகண்டார்கள். உறக்கம்நிறைந்து மெஹந்திச் சடங்கு நடை பெற்றது. மாப்பிள்ளை மிகமுழுமையாகத் தளர்ச்சி அடைந்ததால், அவன் தன் கால்சட்டையை நனைத்துக் கொண்டதைக்கூட ஒருவரும் கவனிக்கவில்லை. சண்டையிடும் பத்மாஷ்கள்கூட கைகளை ஒன்றாகக் கோத்துக்கொண்டு ஒரு கிராமியப் பாடலைப் பாடினார்கள்.

அழகன் முத்தாசிம், கஞ்சாச் செடிகளின் போதையினால், பொன்னிறப் பூவேலைசெய்த விரிப்பின் பின்புறம் புகுந்து ஜமீலாவின் முகத்தைப் பார்க்க முயற்சி செய்தபோது, மேஜர் அலாவுதீன் லத்தீப் அவன் முகத்தில் குத்துவிடாமல் வேடிக்கையாகவே தடுத்துவிட்டார். விருந்தினர்கள் அனைவரும் தங்கள் மேஜைகளிலேயே உறங்கியபோது மாலை நிறைவுற்றது. தூக்கக் கலக்கத்தோடு, ஆனால் மகிழ்ச்சியோடிந்த லத்தீப் ஜமீலாவை அவள் அறைக்கு அழைத்துச் சென்றார்.

நள்ளிரவில், சலீம் விழித்தபோது முத்தாசிம் கொடுத்த மந்திரக் காகிதம் தன் வலக்கையிலேயே இருப்பதைக் கண்டான். இன்னும் வடக்கிலிருந்து வசியக் காற்று வீசிக்கொண்டே இருந்தது. அந்த அழகான அரண்மனை பழைய அழிகின்ற உலகம் சேர்த்துவைத்த குப்பைகளோடு இருந்தது. துருப்பிடித்த கேடயங்கள், நூற்றாண்டுகளாக மாளிகையின் பத்துலட்சம் அந்துப்பூச்சிகளுக்கு உணவளித்துவந்த கனத்த திரைச்சீலைகள், கண்ணாடித்தொட்டிகளில் நீந்திய இராட்சத மகாசியர் மீன், வேட்டைக்கான பல வெற்றிச் சின்னங்கள் - அவற்றில் தேக்குப்பீடம் ஒன்றின்மீது வைக்கப்பட்ட பச்சைநிறம் அடைந்த பொன் தீதார்ப் பறவை ஒன்று - முன்பிருந்த நவாப் ஒருவன் கர்சன் பிரபுவோடு சேர்ந்து மூன்று மூன்றாக தீதார்ப் பறவைகளை வேட்டையாடியதைக் குறித்த சின்னம். செத்தபறவைகளின் சிலைகள் கொண்ட இருண்ட வழிகளினூடே சலீம் பதுங்கி ஜனானா அறைகளுக்குள் செல்ல முடிவுசெய்தான்.

அங்குதான் மாளிகைப் பெண்கள் உறங்கிக் கொண்டிருந்தார்கள். ஒரு கதவின் கைப்பிடியைத் திறந்து உள்ளே சென்றான். ஒரு பிரம்மாண்டமான படுக்கை. பித்தமாக்கும் நள்ளிரவுச் சந்திரனின் ஒளியில் தென்பட்டது. அதைநோக்கிச் சென்ற சலீம், நின்றான். ஏனென்றால் ஜன்னலின் வழியாக ஒரு மனிதன் அறையின் உள்ளேவர முயன்றுகொண்டிருந்தான். கஞ்சா மணத்தினால் தன் வெட்கத்தை விட்டிருந்த அழகன் முத்தாசிம், என்ன நடந்தாலும் சரி, ஜமீலாவின் முகத்தைப் பார்த்துவிடவேண்டுமென்று வந்தவன்... அறையின் இருட்டில் மறைந்திருந்த சலீம், "கையைத் தூக்கு, இல்லையென்றால் சுட்டுவிடுவேன்" என்று கத்தினான். உண்மையில் அவனிடம் துப்பாக்கி இல்லை. ஆனால் இரண்டு கைகளிலும் ஜன்னல் விளிம்பைப் பிடித்துத் தொங்கிக்கொண்டிருந்த முத்தாசிம் சம்சயத்தில் விடப்பட்டான் - தொங்கிக்கொண்டே உயிரைவிடுவதா, அல்லது கைகளைவிட்டுக் கீழே விழுவதா? அதனால் வாதாட முயற்சி செய்தான் - "நீ யார் இங்கிருக்க? ஆமினா பேகத்திடம் சொல்லிவிடுவேன்." தன்னிடம் பேசுபவனின் குரலை முத்தாசிம் தெரிந்து கொண்டான். அவனுடைய வாதத்தின் பலமின்மையை சலீம் சுட்டிக்காட்டியபோது, "சரி சரி சுட்டு விடாதே" என்று மன்றாடிக்கொண்டே வந்தவழியே கீழே இறங்கிப் போய் விட்டான்.

அதற்குப் பிறகு, ஜமீலாவின் பெற்றோரிடம்பேசி திருமணத்திற்கு ஏற்பாடு செய்யுமாறு முத்தாசிம் தன் அப்பனைத் தூண்டினான். ஆனால் அன்பின்றியே பிறந்து வளர்க்கப்பட்டவளான ஜமீலா, தன்னைக் காதலிப்பவர்களை வெறுக்கின்ற சிந்தனையிலிருந்து மாறவில்லை. அவனை மறுத்துவிட்டாள். கிஃப்பைவிட்டு அவன் கராச்சிவந்தபோதும் அவள் மனம் மாறவில்லை. கடைசியாக அவன் இராணுவத்தில் சேர்ந்து, 1965 போரில் தியாகியானான்.

அழகன் முத்தாசிமினுடைய சோகக்கதை, நம் கதையில் ஒரு உபகதைதான். இப்போது அறையில் சலீமும் அவன் தங்கையும் மட்டுமே இருந்தார்கள். பேச்சுச் சத்தத்தினால் விழித்த ஜமீலா, "சலீம், என்ன நடக்கிறது?" என்றாள். சலீம் தங்கையின் படுக் கையை அடைந்தான். கையைக் கை நாடியது, மந்திரக்காகிதம் அவள் கையில் ஒட்டியது. இப்போது சலீம், நிலவினாலும், காமத்தைத் தூண்டும் காற்றினாலும், தூய்மை பற்றிய எண்ணங்களைக் கைவிட்டு, நாக்கு நீண்டு, வாய்பிளந்த தன் தங்கைமுன் தன் காதலை வெளியிட்டான்.

கொஞ்சம் மௌனம். பிறகு, "ஐயோ, இல்லை, நீ எப்படி...?" என்று கத்தினாள். ஆனால் அவள் காதல்வெறுப்புக்கு எதிராகக்

காகிதத்தின் மந்திரம் போரிட்டுக் கொண்டிருந்தது. அதனால் அவள் உடல் இறுகி, அதிர்ந்துகொண்டிருந்தாலும், சலீம் சொன்னதைக் கேட்டுக்கொண்டிருந்தாள். இதில் பாவம் ஒன்றும் இல்லை, எல்லாவற்றையும் அவன் கவனித்துவிட்டான், உண்மையிலேயே அவர்கள் ஒன்றும் அண்ணன் தங்கை இல்லையே, அவன் உடம்பில் ஓடும் இரத்தம், அவளுடைய இரத்தத்திலிருந்து வேறுபட்டதுதானே, என்றான். அந்த இரவின் பைத்தியக்காரக் காற்றில், மேரி பெரேராவின் ஒப்புதல்கூட அவிழ்க்காத பந்தங்களையெல்லாம் தானே அழித்துவிட முற்பட்டான். ஆனால் பேசும்போதே தன் குரல் உள்ளீடற்று ஒலிப்பதை அவனாலேயே புரிந்துகொள்ள முடிந்தது. நேர்விதமான உண்மையைத்தான் அவன் சொன்னாலும், வேறுபிற உண்மைகள் முக்கியமாகிவிட்டன, ஏனென்றால் காலத்தால் அவை புனிதப்படுத்தப்பட்டுவிட்டன. அவமானத்துக்கோ பயத்துக்கோ இடமில்லை என்றாலும் அவை இரண்டு உணர்ச்சிகளும் அவள் நெற்றியில் ஒட்டியிருப்பதையும், அவள் தோலிலிருந்து வீசுவதையும் கண்டான். இன்னும் மோசம், அந்த உணர்ச்சிகளைத் தன்மீதே அவனால் முகரமுடிந்தது. ஆக, கடைசியில், முத்தாசிமின் மந்திரக் காகிதம் கூட சலீம் சினாயையும் பாடகி ஜமீலாவையும் ஒன்றாக்க முடியவில்லை, அறையிலிருந்து தலைகுனிந்தவாறு வெளியேறினான், அவள் மான்நோக்கு அவனைப் பின் தொடர்ந்தது. கொஞ்சநேரத்தில் மந்திரத்தின்சக்தி முற்றிலும் மறைந்துபோக, அவனைப் பழிவாங்கவேண்டுமென்று பயங்கரமாக அவள் உறுதிசெய்துகொண்டாள்.

அவன் அறையைவிட்டுச் சென்றபோது, அரண்மனையின் கூடங்களில் புதிதாக மணஇசைவு குறித்த நவாப்மகளின் கீச்சிடல் ஒலித்தது. தன் திருமண இரவின் போது, திடீரென்று ஒரு மஞ் சள்நிற நாற்றமடித்த திரவத்தில் தன் படுக்கை நனைந்ததாக அவள் கனவு கண்டாளாம். பிறகு, அவள் இதைப்பற்றி விசாரித்து, தன் கனவில் கண்டது உண்மைதான் என்று தெரிந்துகொண்டதும், ஜாபர் உயிரோடு இருக்கும்வரை தான் பூப்படைவதில்லை என்று தீர்மானித்துக்கொண்டாள். அப்போதுதான் அவள் தன் அரண்மனையிலேயே இருக்கமுடியும், அவனுடைய பலவீனத்தினால் வெளிவரும் நாற்றமடித்த பயங்கரத்திலிருந்து தப்பமுடியும்.

மறுநாள் காலை, ஒருங்கிணைந்த எதிர்க்கட்சியின் இரண்டு குண்டர்களும் தங்கள் படுக்கையில் விழித்தெழுந்தார்கள். அவர்கள் உடையணிந்து வெளிக்கிளம்பக் கதவைத்திறந்தபோது, பாகிஸ்தானின் மிகவலுவான இரண்டு சிப்பாய்கள் குறுக்கே

பிடித்த துப்பாக்கிகளுடன் காவல்நிற்பதைக் கண்டார்கள். வெளியே செல்வதை அமைதியாகத் தடுத்தார்கள். இரண்டு பத்மாஷ்களும் கத்தினார்கள், நைச்சியமாகப் பேசினார்கள், ஆனால் வாக்குப்பதிவு முடியும்வரை சிப்பாய்கள் அசையவில்லை. பிறகு அமைதியாக மறைந்துவிட்டார்கள். குண்டர்கள், நவாபை அவனுடைய மிகச் சிறந்த ரோஜாத்தோட்டத்தில் தேடிப்போய், கைகளை ஆட்டிப் பேசினார்கள், குரலை உயர்த்தினார்கள். நீதிக்குப் புறம்பாக நடந்தது, தேர்தல் நீக்குப்போக்கு, தந்திரச் சொற்கள் எல்லாம் இடம்பெற்றன. ஆனால் தானே குறுக்குஇனப்பெருக்கம் செய்த பதின்மூன்று வகையான புதிய ரோஜா வகைகளை நவாப் அவர்களுக்குக் காட்டினான். அவர்களோ, ஜனநாயகத்தின் மரணம், சர்வாதிகாரக் கொடுமை ஆகியவற்றைப் பற்றிக் கத்தினார்கள். நவாப் மிருதுவாகச் சொன்னான்: "நண்பர்களே, நேற்று என் மகளை ஜாபர் ஜுல்பிகருக்கு நிச்சயம் செய்தேன். விரைவில் அடுத்த பெண்ணையும் நமது ஜனாதி பதியின் மகனுக்குக் கட்டிவைப்பேன். அப்புறம், சொல்லுங்கள், என் மேல் என்ன அவதூறு, அவமரியாதை யார் சொல்லமுடியும்! என் எதிர்கால சம்பந்திக்கு எதிராக கிஃஃப்பில் ஒரு வாக்கு போகுமா? எனக்கு கௌரவத்தின்மீதுதான் அக்கறை. அதனால் வீட்டில் இருங்கள், சாப்பிடுங்கள், மது அருந்துங்கள். நான் தரமுடியாததை மட்டும் கேட்காதீர்கள்."

அப்புறம், நாங்கள் எல்லாரும் சுகமாக வாழ்ந்தோம்... இது மரபான தேவதைக் கதை முடிவு வாக்கியம் என்றாலும், என் கதை உண்மையிலேயே கற்பனையில்தான் முடிகிறது. அடிப்படை ஜனநாயகவாதிகள் தங்கள் வேலைகளைச் செய்துமுடித்ததும், ஜங், டான், பாகிஸ்தான் டைம்ஸ் முதலிய செய்தித்தாள்கள் அனைத்தும் - ஜனாதிபதியின் முஸ்லீம் லீக் கட்சி, ஒருங்கிணைந்த எதிர்க்கட்சிகளின் மதேர் - இ - மில்லத்தைவிட மிக அதிக வாக்குகள் பெற்று நசுக்கும் வெற்றியைப் பெற்றது என்று தெரிவித்தன. நான் மெய்ம்மைகளோடு விளையாடும் எளியவன் என்பதை நிரூபிக்கவும் செய்தன. உண்மை என்பது கற்பிக்கப்படும் ஒரு நாட்டில், யதார்த்தம் என்பது நேர்ப்பொருளிலேயே இல்லாமல் போய்விடுகிறது. நமக்கு என்ன சொல்லப்படுகின்றதோ, அதைத் தவிர மற்றவை உண்மையல்ல. ஆக, என் இந்தியக் குழந்தைப்பருவத்திற்கும், பாகிஸ்தானிய விடலைப்பருவத்திற்கும் இதுவே வேறுபாடு. முதல் பருவத்தில், எல்லையற்ற மாறுபட்ட யதார்த்தங்களுக்குள் நான் இருந்தேன், இரண்டாவதில், அதற்குச் சமமான மாறுபட்ட

பொய்ம்மைகளுக்குள், யதார்த்தமின்மைகளுக்குள், பொய்களில் வாழ்ந்தேன்.

ஒரு சிறுபறவை என் காதில் முணுமுணுக்கிறது: "நியாயமாகப் பேசு. எந்த ஒரு நாட்டுக்கும் பொய் என்பது தனியுடைமை அல்ல." இந்த விமரிசனத்தை நான் ஏற்றுக் கொள்கிறேன். தெரியும், நன்றாகத் தெரியும். சில ஆண்டுகள் கழித்து, விதவைக்கும் தெரியும். ஜமீலாவுக்கோ (காலத்தினாலும், பழக்கத்தினாலும், பாட்டியின் சொற்களினாலும், கற்பனையின்மையாலும், தந்தையின் ஒப்புதலினாலும்) எது உண்மையாகப் புனிதப்படுத்தப்பட்டதோ அதுதான் அவள் நம்பிக்கைக்குரியது, தானே அறிந்ததை விடவும் மேலானது.

சலீம் எவ்விதம் தூய்மை அடைந்தான்

இன்னும் சொல்ல வேண்டிக் காத்திருப்பது: கடிகாரத்தின் மறுவருகை. இப்போது காலம் ஒரு முடிவைநோக்கி - பிறப்பை நோக்கியல்ல - செல்கிறது. மேலும் உடல்சோர்வையும் சொல்லவேண்டும். மிகப்பெருங் களைப்பு ஏற்பட்டிருக்கிறது - எனவே முடிவு வரும்போது அது ஒன்றுதான் தீர்வாக இருக்கும். தேசங்களையும் கற்பனைக் கதாபாத்திரங்களையும் போல, மனிதர்களும் போகப்போக சக்தியை இழந்து விடுகிறார்கள். அப்புறம், வேறென்ன செய்வது? முடிவுக்குக் கொண்டு செல்ல வேண்டியதுதான்.

நிலாவிலிருந்து எவ்விதம் ஒரு துண்டு விழுந்தது, சலீம் எவ்விதம் தூய்மை அடைந்தான்...கடிகாரம் இப்போது மெதுவாகச் செல்கிறது. கீழ்நோக்கிஎண்ணுகின்ற செய்கைக்கு ஒரு பூச்சியம் தேவைப்படுகிறது. ஆகவே நான் உங்களுக்குச் சொல்கிறேன் - முடிவு 1965 செப்டம்பர் 22ஆம்நாள் வந்தது; முடிவு நிகழ்ந்த நேரம், நள்ளிரவு மிகச்சரியாகப் பன்னிரண்டு மணி. பெரியம்மா ஆலியாவின் வீட்டிலிருக்கும் தாத்தாக் கடிகாரம் - மிகத் துல்லியமாகக் காலம் காட்டும், ஆனால் இரண்டு நிமிடம் தாமதமாக மணியடிக்கும், அன்று அதற்கு மணியடிக்க வாய்ப்பே கிடைக்கவில்லை.

என் பாட்டி நசீம் அசீஸ் பாகிஸ்தானுக்கு 1964 மத்தியில் வந்துசேர்ந்தாள். அவள் விட்டுவந்த இந்தியாவில் நேருவின் மரணம், ஆதிக்கத்துக்கான கசப்பான போட்டியை ஏற்படுத்தியிருந்தது. நேரு வம்சம் ஏற்படக்கூடாதென்று நிதியமைச்சர் மொரார்ஜி தேசாயும், தீண்டப்படாதவர்களின் மிகச் சக்திவாய்ந்த தலைவராகிய ஜகஜீ வன் ராமும் இணைந்து உறுதிகொண்டார்கள். எனவே இந்திரா காந்திக்குத் தலைமை கிடைக்கவில்லை. புதிய பிரதமர் லால் பகதூர் சாஸ்திரி. மரணமின்மையில் ஊறிய தலைவர்கள் தலைமுறையில்

சல்மான் ருஷ்தீ | 539

இன்னொருவர். ஆனால் சாஸ்திரியைப் பொறுத்தவரை இது மாயைதான். நேருவும் சாஸ்திரியும் தங்களுக்கு இறப்பு உண்டு என்பதை நிரூபித்துவிட்டார்கள். ஆனால் இன்னும் நிறையப்பேர் இருந்தார்கள் - தங்கள் இறந்து போன விரல்களால் காலத்தைப் பிடித்துக்கொண்டு அதை நகரவிடாமல்... ஆனால் பாகிஸ்தானில் கடிகாரங்கள் ஓடின, பிறகு நிலைத்து நின்றுவிட்டன.

புனிதத்தாய் என் தங்கை பாடகியாக இருப்பதற்கு மேலோட்டமாக ஒப்புதல் தரவில்லை. அவள் திரைப்பட நட்சத்திரமாக இருப்பதுபோலத் தோன்றியது. பியா மாமியிடம் அவள் பெருமூச்சு விட்டாள்: "என் குடும்பம் - அதும் பேரென்னா - பெட்ரோல் விலையைவிடக் கட்டுப்பாடில்லாமல் போவுது." உள்ளுக்குள் அவள் ஜமீலாவைப் பாராட்டியிருப்பாள், அவளுக்கு அதிகாரம், பதவிமீது விருப்பம். ஜமீலா இப்போது மிக உயர்ச்சி பெற்று நாட்டின் மிகச் சக்திவாய்ந்த, மிகச் சிறப்பான இல்லங்களில் வரவேற்கப்பட்டாள்... புனிதத்தாய் ராவல்பிண்டியில் தன்னை இருத்திக் கொண்டாள். ஆனால், ஒருவித தனித்த சுதந்திரப்போக்கு காரணமாக, அவள் ஜெனரல் ஜுல்பிகரின் வீட்டில் தங்கவில்லை. நகரத்தின் பழைய பகுதியில் ஒரு சுமாரான பங்களாவில் அவளும் பியாவும் வசிக்கலானார்கள். தங்கள் சேமிப்புகளை ஈடுபடுத்தி, சலுகை விலையில் தங்கள் நீண்டகாலக் கனவான பெட்ரோல் பம்ப் ஒன்றை வாங்கினார்கள்.

நசீம், ஆதம் அசீஸைப் பற்றிப் பிறகு பேசவேயில்லை, அவர் இறப்புக்கு துக்கத்திலும் ஈடுபடவில்லை. சண்டையிடுகின்ற ஒருவரிடமிருந்து ஏதோ தப்பித்துவந்தது போலத் தோன்றியது. அவர் தன் இளமைக்காலத்தில் பாகிஸ்தான் இயக்கத்தை வெறுத்தவர். தன் நண்பர் மியான் அப்துல்லாவின் இறப்புக்கு முஸ்லீம் லீக் மீதுதான் பெரும்பாலும் பழிபோட்டிருப்பார். ஆகவே தன் இறப்பினால், தூய்மையின் நாட்டுக்கு அவளை அவர் செல்ல அனுமதித்ததுபோல ஆயிற்று. கடந்த காலத்தை முற்றிலும் மறந்துவிட்டு, பெட்ரோலும் ஆயிலும் விற்பதில் புனிதத்தாய் முழு கவனத்தையும் செலுத்தலானாள். அந்தப் பெட்ரோல் பம்ப் ஒரு முக்கியமான இடத்தில் - ராவல் பிண்டி லாஹூர் நெடுஞ்சாலையில் - இருந்தது. எனவே நன்றாக நடந்தது. நிர்வாகியின் இடத்தில் பியாவும் நசீமும் மாறிமாறிப் பார்த்துக் கொண்டார்கள். பணியாளர்கள் கார்களுக்கும் இராணுவ லாரிகளுக்கும் நிரப்பினார்கள். மிகச் சாதுரியமான ஒரு ஜோடியாக அவர்கள் செயல்பட்டார்கள். பியாவிடமிருந்து மறைய மறுத்த அழகின் மேன்மையால் அவள் வாடிக்கையாளர்களைக்

கவர்ந்து இழுத்தாள். தன் இழப்பால் முற்றிலும் மாறிவிட்ட புனிதத்தாய், தன் வாழ்க்கையைவிடப் பிறர்மீது கரிசனம் காட்டலானாள். பம்ப்பின் வாடிக்கையாளர்களைத் தன் கண்ணாடி அறைக்குள் அழைத்து சிவப்புநிறக் காஷ்மீர்த் தேநீரை அவர்களுக்கு அளிக்கலானாள். அவர்கள் கொஞ்சம் பயத்துடனே அதை ஏற்றுக் கொண்டார்கள். ஆனால் அவள் தன் பழையகால ஞாபகங்களைச் சொல்லி 'போர்' அடிக்கப்போவதில்லை என்று தெரிந்தவுடன், அவர்கள் தளர்வடைந்து, காலர்களையும் நாக்குகளையும் தளர்த்திக்கொண்டார்கள். ஆக, புனிதத் தாய் மற்றவர்கள் வாழ்க்கையின் ஆசீர்வதிக்கப்பட்ட மறதியில் மூழ்கலானாள்.

அந்தப்பகுதியில் இவர்களின் பம்ப் மிக வேகமாகப் புகழ்பெற்றுவிட்டது. டிரை வர்கள் தாங்கள் போகும் வழியிலிருந்து விலகியும் இந்தப் பம்ப்புக்கு வரலானார்கள். தொடர்ந்து இரண்டு நாட்கள் - இரண்டுவித வாய்ப்புகள் அவர்களுக்கு. என் மாமியின் தெய்விக அழகை ஒருநாள் சுவைக்க முடிந்தது, இன்னொருநாள், மிகப் பொறுமையோடு கேட்கும் என் பாட்டியிடம் தங்கள் துன்பங்களைச் சொல்லமுடிந்தது. அவள் நீரை ஈர்த்துக்கொள்ளும் கடற்பஞ்சின் குணத்தைப் பெற்றுவிட்டாள். தன் விருந்தினர்கள் தங்கள் கதைகளை முழுமையாக முடிக்கும் வரை காத்திருந்து, பிறகு ஓரிரண்டு வார்த்தை எளிய, திடமான அறிவுரையாகச் சொல்வாள். கார்களில் கடைப்பணியாளர்கள் பெட்ரோல் போட்டு அவற்றைப் பாலிஷ் செய்தபோது, என் பாட்டி கார் ஓட்டுநர்களின் வாழ்க்கையைப் புதுப்பித்து பாலிஷ் செய்தாள். ஒப்புக்கொடுக்கும் கண்ணாடி அறைக்குள் அமர்ந்து உலகத்தின் பிரச்சினைகளைத் தீர்த்தாள். ஆனால் தன் சொந்தக் குடும்பத்தின்மீது அவள் அக்கறையை இழந்துவிட்டதுபோல் தோன்றியது.

மீசைமுளைத்த, தாய்த் தலைமைகொண்ட, பெருமிதமான நசீம் அசீஸ், தன் இழப்பை ஏற்றுக்கொள்ள ஒரு வழி கண்டுபிடித்துவிட்டாற்போலத் தோன்றியது. அதைக் கண்டுபிடித்ததில், இறுதியை மட்டுமே சாத்தியமான தீர்வாகத் (கடிகாரம் டிக், டாக் எனச் செல்கிறது) தருகின்ற ஒரு தனித்த பெருஞ்சோர்வுக்கு ஆட்பட்டு விட்டதுபோலவும் தோன்றியது.

ஆனால் வெளித்தோற்றத்தில், அவள் நேர்மையானவர்களுக்கென ஒதுக்கப்பட்ட கற்பூரத்தோட்டத்தில் தன் கணவனைப் பின்தொடரச் சற்றும் விரும்பாதவளாகவே காணப்பட்டாள். தான் கைவிட்டுவந்த இந்தியாவின் மெதுசலாத் தலைவர்களை அவள் மிகவும் ஒத்திருந்தாள். (பைபிள் கதையின்படி, மெதுசலா என்பவன்தான்

உலகிலேயே மிகவயதானவன் - மொ.பெ.) மிக வேகமாக அவள் அகல அகலமாகப் பெருத்துக்கொண்டே வந்தாள். கடைசியில் கட்டுநர்களைக் கூப்பிட்டுக் கண்ணாடி அறையை இன்னும் பெரிதாக்கக் கட்டளையிட வேண்டிவந்தது. "நல்லாப் பெரிசாக் கட்டுங்க" என்று ஹாஸ்யத்தோடு சொன்னாள். "ஒருவேளை இன்னும் - அதும்பேரென்னா, நூறுவருஷம் கழிச்சிக்கூட நான் இங்கே இருக்கலாம் - அப்புறம் எவ்வளோ பெரிசாயிடுவேன்னு அல்லாதான் சொல்லணும். பத்துவருஷத்துக்கு ஒருதரம் உங்களைக் கூப்பிட்டு அறையைப் பெரிசாக்கச் சொல்லமுடியாது" என்றாள்.

பியா அசீஸ், இந்தப் பம்பு கிம்பு வேலையில் திருப்தியடையவில்லை. பம்புக்கு வந்த கர்னல்கள், கிரிக்கெட்வீரர்கள், போலோ விளையாட்டுக்காரர்கள், அரசியல்வாதிகளோடு அவள் தொடர்பு வைத்துக் கொள்ளலானாள். புனிதத்தாய் புதியவர்கள்மீது மட்டுமே அக்கறைகாட்டிக் குடும்ப விஷயங்களில் தலையிடாததால், அவளிடமிருந்து இதை மறைப்பதில் சற்றும் சிரமம் இருக்கவில்லை. ஆனால் ஒரு சிறிய நகரத்தில் இதைவிட வேறு வம்புப்பேச்சு ஏது? எமரால்டு சித்தி அவளைக் கண்டித்தாள். ஆனால் பியா சொல்லிவிட்டாள்: "நான் எப்பவும் அழுதுகிட்டும் மயிரப் பிச்சிகிட்டும் தான் இருக்கணுமா? எனக்கு இளமை இருக்கு. இளமையானவங்க கொஞ்சம் அப்படி இப்படித்தான் இருப்பாங்க..." எமரால்டின் வாய் அடைத்துவிட்டது. "கொஞ்சம் மரியாதையோடு நடந்துக்கோ...குடும்பப் பேரு..." பியா மறுப்பாகத் தலையை ஆட்டினாள். "நீ மரியாதையைக் காப்பாத்திக்க சிஸ்டர்... நான் உயிரோடத்தான் இருப்பேன்."

ஆனால் பியா தன்னை நிறுவிக்கொண்டமுறை சற்றே உள்ளீடற்றதாகத் தான் எனக்குத் தோன்றியது. அவளும் தன் ஆளுமை காலப்போக்கில் கரைந்து செல்வதை அறிந்தே இருந்தாள். அவளுடைய வேகமிகுந்த காதல்களும்கூட, தான் தன் இயல்பில் இருப்பதாகக் காட்டிக்கொள்ளும் - அவளைப் போன்ற பெண்கள் எவ்விதம் நடந்து கொள்ளவேண்டும் என்பதன் மூர்க்கமான கடைசிமுயற்சிதான். அவள் இதயம் அவற்றில் இல்லை. தனக்குள் அவளும்கூட ஒரு இறுதியை நாடிக்கொண்டுதான் இருந்தாள்... என் குடும்பம் எப்போதுமே வானத்திலிருந்து விழும் விஷயங்களுக்கு ஆட்பட்டது. அகமது சினாய்மீது ஒருகாலத்தில் ஒரு கழுகு கையை எறிந்த நாளிலிருந்து அப்படித்தான். வானத்திலிருந்து இடி விழுவதற்கும் ஒரு ஆண்டுதான் இருந்தது.

என் தாத்தாவின் மரணச் செய்திக்கும் புனிதத்தாயின் பாகிஸ்தான் வருகைக்கும் பிறகு நான் காஷ்மீரைப் பற்றித் திரும்பத்திரும்பக் கனவுகாணத் தொடங்கினேன். நிஜத்தில் ஷாலிமார் பூங்கா செல்லும் வாய்ப்பு கிடைக்கவில்லை என்றாலும் தினசரிக் கனவில் நான் அதில் நடந்தேன். சிகாராக்களில் சென்றேன். சங்கராச்சாரியாரின் மலையில் என் தாத்தாவைப்போல ஏறினேன். தாமரைக் கிழங்குகளையும், கோபமுற்ற தாடைகளைப் போலிருந்த மலைகளையும் கண்டேன். இதுவும் எங்களைப் பீடிக்கவந்த ஒருவிதத் தனிமையின் அடையாளமாக இருக்கலாம் (ஜமீலாவைத் தவிர - அவளுக்குத் தான் கடவுளும் தேசமும் இருந்தனவே) - இந்தியா, பாகிஸ்தான் இருநாடுகளிலிருந்துமே என் குடும்பத்தின் தனிமையைக் குறிக்கும் அடையாளம். ராவல்பிண்டியில், என் பாட்டி, காஷ்மீரின் சிவப்புநிறத் தேநீரைப் பருகினாள். கராச்சியில், அவள் பேரன் தான் நேரில் காணாத ஏரியின் நீரில் நனைந்தான். பாகிஸ்தானின் மொத்த மக்கள் மனங்களிலும் காஷ்மீர்க்கனவு ஏற்பட இன்னும் கொஞ்சகாலம்தான்.

வரலாற்றுடன் தொடர்பு என்னை விட்டுச்செல்ல மறுக்கிறது. என் காஷ்மீர்க் கனவு, 1965இல் தேசத்தின் பொதுச் சொத்தானது. வரும் முடிவில் அது மிகமுக்கியக் காரணியும் ஆனது. அப்போது பலவிதமான பொருள்களும் வானத்திலிருந்து விழுந்தன, நானும் கடைசியாகத் தூய்மை அடைந்தேன்.

சலீம் இதற்குக் கீழே செல்லமுடியாது - என் தவறுகளின் கக்கூஸ் நாற்றத்தை நானே உணரமுடிந்தது. தூய்மைக்கான நாட்டுக்குள் நான் வந்தேன், ஆனால் வேசிகளின் தொடர்பை நாடினேன். எனக்கான புதிய நேர்மையான வாழ்க்கையை உருவாக்கிக் கொள்ளவேண்டிய நேரத்தில், நான் சொல்லமுடியாத (ஏற்றுக்கொள்ளவும் படாத) காதலுக்கு இடம் கொடுத்தேன். என்னை ஆட்கொள்ளப்போகின்ற பெரிய விதியின் சதியின் தொடக்கத்தில் மூழ்கி, என் லாம்ப்ரெட்டாவில் நகரத் தெருக்களைச் சுற்றினேன். எங்கள் வாழ்க்கையில் முதன்முதலாக, ஜமீலாவும் நானும் ஒருவார்த்தையும் பேச மனமின்றி, ஒருவருக்கொருவர் கண்ணில்படாமல் விலகினோம்.

தூய்மை! இலட்சியங்களில் மிக உயர்ந்தது! பாகிஸ்தான் பெயரிடப்பட்டதற்கான தெய்விகப் பண்பு! என் தங்கையின் பாடல்களின் ஒவ்வொரு ஸ்வரத்திலிருந்தும் வெளிப்பட்ட குணம்! எனக்கு மிகத் தொலைவில் இருப்பதாகத் தோன்றியது அது. வரலாறு எந்தப் பாவத்தையும் மன்னிக்கக்கூடியது. அது கீழ்எண்ணிக்கொண்டு

ஒரு முடிவை நோக்கி வந்துகொண்டிருந்தது - என்னைத் தலையிலிருந்து கால்வரை ஒரே அடியில் தூய்மை செய்வதற்கு! இடையில் வேறு சக்திகளும் செயல்பட்டன. ஆலியா அசீஸ் தன் வாழ்நாள் கன்னிமையின் பழிவாங்குதலைத் தொடங்கியிருந்தாள்.

குருமந்திர் நாட்கள்: பான் வாசனை, சமையல் வாசனை. மசூதிகோபுர நிழலின் - மசூதியின் நீண்ட சுட்டுவிரலின் - ஊக்கமற்ற வாசனை. தன்னைக் கைவிட்ட ஆள் மற்றும் அவனை மணந்துகொண்ட தன் தங்கைமீது கொண்ட வெறுப்பு, தொடக் கூடிய, உருவமுள்ள பொருளாகவே மாறியது. அவளுடைய வரவேற்பறையில் அது ஒரு பெரிய பல்லியைப் போல வாந்தி நாற்றத்துடன் உட்கார்ந்திருந்தது. ஆனால் அதன் நாற்றம் எனக்குமட்டும் தான் புலப்பட்டது. காரணம் ஆலியாவின் நடிப்புத் திறன். அவள் முகவாயின் ரோமத்தையும் அதை அவள் தினசரிமாலையில் வேரோடு களைய எடுத்துக்கொண்ட முயற்சியையும் போல நடிப்பும் வளர்ந்தது.

தேசங்களின் விதிக்கு என் பெரியம்மாவின் பங்களிப்பு. தன் பள்ளி, கல்லூரி ஆகிய இரு நிறுவனங்கள் வாயிலாக. இதைக் குறைத்துப்பார்க்க முடியாது. தனது கன்னிவாழ்க்கையின் மனவேதனைகளை அவள் கல்வித்திட்டத்திலும் நிறுவனங்களின் செங்கற்களிலும் ஊடுருவவிட்டாள். எனவே அங்குப் படித்த சிறுவர்களும் இளைஞர்களும் காரணமின்றியே தாங்கள் ஒரு பழங்கால வஞ்சினத்துக்கு ஆட்பட்டதுபோலத் தோன்றினார்கள். கன்னித்தாய்களின் எங்கும் நிறைந்த வெறுப்பு! அது அவள் வீட் டின் வண்ணத்திற்கும் வெறுப்பேற்றியது. வயதான கன்னித்தன்மையின் ஒடுக்குதல்கள் திரைச்சீலைத் தையல்களாக வெளிப்பட்டன. ஒருகாலத்தில் குழந்தைத் துணிகளாக வெளிப்பட்டதுபோல. பூமியின் பிளவுகளிலிருந்தும் அவள் கசப்பு வெளியாகியது.

பெரியம்மா ஆலியா மகிழ்ச்சியடைந்த ஒரே விஷயம் சமையல்தான். தனிமை ஆண்டுகளில் சமையலை ஒரு கலைவடிவமாகவே ஆக்கினாள். உணவுகளுக்கு உணர்ச் சிகளைச் சேர்த்தாள். ஆனால் அவள் இதில் இரண்டாம் தகுதிதான். இதில் என் பழைய ஆயா, மேரி பெரேராவைவிட வல்லுநர் கிடையாது. ஆனால் அந்த வயதான சமையல் கன்னிகள் இருவருமே என்னால் வெல்லப்பட்டார்கள் - சலீம் சினாய், பிரகான்சா ஊறுகாய்ப் பணியின் தலைமை ஊறுகாய்க்காரன்...

நாங்கள் அவளுடைய குருமந்திர் மாளிகையில் வசித்தபோது கருத்துமாறுபாட்டின் பிரியாணிகளையும், வெறுப்பின் நர்கீசி

கோப்தாக்களையும் எங்களுக்கு அளித்தாள். இதனால் கொஞ்சம்கொஞ்சமாக, என் பெற்றோரின் காலந்தாழ்த்திய காதல்கூட சரிப்படாமல் போயிற்று. ஆனால் அவளின் நல்ல விஷயத்தையும் சொல்ல வேண்டும். இராணுவ அரசாங்கத்தை வெளிப்படையாக வெறுத்துப் பேசினாள் அவள். அவளுடைய சகோதரி கணவன் ஒரு ஜெனரலாக இல்லாதிருந்தால், அவளுடைய பள்ளியும் கல்லூரியும் அவள்கையை விட்டு எப்போதோ போயிருக்கும்.

எனது தனிப்பட்ட மனத்தளர்ச்சியின் கருப்புக்கண்ணாடி வழியாகவே அவளைக் காட்டக்கூடாது. சோவியத் ஒன்றியத்திலும் அமெரிக்காவிலும் சொற்பொழிவுகள் நிகழ்த்தினாள். (உள்ளே இருந்த உணர்ச்சி எப்படியாயினும்) அவள் உணவும் மிக நன்றாகவே இருந்தது. ஆனால் மசூதிநிழலிட்ட அந்த வீட்டின் காற்றும் உணவும் தங்களுக்கான விலையைக் கேட்கவே செய்தன.

...தன்னுடைய மோசமான காதல், ஆலியாவின் உணவு ஆகிய இரு குழப்ப மூட்டும் செல்வாக்குகளினால், தங்கை தன் சிந்தனைகளில் வந்தபோதெல்லாம் சலீம் ஒரு பீட்ரூட் கிழங்கைப்போல வெட்கப்படலானான். மனத்தின் ஆழத்தில் புதிய காற்றுக்கு ஏங்கியதாலும், மோசமான உணர்ச்சிகளால் பாதிக்கப்பட்ட உணவை உண்டதாலும் ஜமீலா நாளுக்குநாள் அங்கே தங்குவதைக் குறைத்துக்கொண்டாள். தன் கச்சேரிகளுக்கென வடக்கிலும் தெற்கிலுமாகப் பிரயாணம் செய்தாள். (ஆனால் கிழக்குப் பிராந்தியத்திற்கு மட்டும் செல்லவில்லை.) மிகவும் அபூர்வமான சந்தர்ப்பங்களில் அண்ணனும் தங்கையும் ஒரே அறையில் இருக்க நேர்ந்தால், தங்கள் இடத்தைவிட்டு அவர்கள் அரையங்குலம் துள்ளிக்குதிப்பார்கள், பிறகு, அந்த இடம் ஏதோ அடுப்புப் போல சூடாகிவிட்டதாகக் கீழே பார்ப்பார்கள். மற்ற சந்தர்ப்பங்களிலும் அவர்கள் நடந்து கொண்ட முறை பிறர் மிக எளிதாகக் கண்டுபிடிக்கக் கூடியதாகவே இருந்தது. ஆனால் வீட்டிலுள்ள மற்றவர்களுக்கு அவரவர் வேலை மனத்தை ஆக்கிரமித்திருந்தது. உதாரணமாக, மிகக்கடுமையான வெப்பத்திலும், தன் பொன்னிற மற்றும் வெள்ளைப் பிரயாணத் திரையை ஜமீலா வீட்டிலும் அணியலானாள். அவள் அண்ணன் இல்லை என்றால் மட்டுமே அதை நீக்குவாள். ஆனால் சலீம் அடிமைத்தனமாக, சாண்டா இக்னேஷியா கன்னிமாடத்திலிருந்து ரொட்டியை வாங்கிவருவான். அதை அவள் கையில் தருவதில்லை. சமயங்களில் தன் விஷப் பெரியம்மாவை இடையாளாகப் பயன்படுத்தினான்.

ஆலியா வேடிக்கையாக அவனைப் பார்த்துக் கேட்டாள்: "உனக்கு என்ன ஆச்சு பையா? எதுவும் தொத்துநோய் உனக்கு இல்லையே?" ஒருவேளை தன் பெரியம்மா தான் வேசிகளிடம் சென்றுவருவதை அறிந்துகொண்டாளோ என்று சலீம் மிகவும் வெட்கத்துக்கு ஆட்பட்டான். ஒருவேளை அவளுக்குத் தெரிந்தும் இருக்கலாம், ஆனால் அவளுக்குத் தேவை பெரிய மீன்.

...மேலும் நீண்ட துயரார்ந்த மௌனங்களுக்கு ஆட்படும் வழக்கம் அவனுக்கு ஏற்பட்டது. அவற்றிலிருந்து "இல்லை..." என்றோ "ஆனால்..." என்றோ அல்லது இன்னும் பிறர் அறியமுடியாத "பேங்", "வாம்" போன்ற சொற்களையோ கொண்டு திடீரென்று விடுபட்டான். மேகமூடிய மௌனங்களின் ஊடே அர்த்தமற்ற சொற்கள். மிகவும் வலிமைவாய்ந்த உரையாடல்களை அவன் மனத்திற்குள் நிகழ்த்திக் கொண்டிருப்பது போலும், அவ்வப்போது அவற்றிலிருந்து சில துணுக்குகள் அல்லது வலி, கொதித்து அவன் உதடாகிய மேற்பரப்பில் வருவதுபோலவும் இருந்தது.

இந்த உட்பூசல் சந்தேகமின்றி நாங்கள் சாப்பிடவேண்டியிருந்த அமைதியற்ற உணவின்மூலமாக இன்னும் மோசமாயிற்று. கடைசியில் ஆமினா கண்ணுக்குப் புலப்படாத சலவைப்பெட்டிகளிடம் பேசலானாள். மிக மோசமாகத் தாக்கப்பட்ட அகமதுவின் வாயிலிருந்து சில கசிவுகளையும் இளிப்புகளையும் தவிர வேறொன்றும் வரவில்லை. நானோ மௌனமாக என் அந்தரங்க உலகத்திற்குள் புகுந்துகொண்டேன். சினாய் குடும்பத்தின்மீது தன் பழிவாங்கல் நன்றாக பலித்துவிட்டது என்று பெரியம்மா சந்தோஷப்பட்டிருக்க வேண்டும். அல்லது அவளாகவே நெடுங்காலமாக ஊட்டி வளர்த்து வந்த அவளுடைய பழிவாங்கும் ஆசை அற்றுப்போயிருக்கவேண்டும். அப்படியிருந்தால், அவளுக்கும் சாத்தியங்கள் குறைவுதான். தனது மனநலமற்ற புகலிடமான வீட்டில், தன் மோவாயில் மயிர்களைய ஒட்டிய பிளாஸ்டர்களோடு நடமாடிய போது அவளுடைய காலடிகள்கூட உள்ளீடற்று ஒலித்தன. அவளுடைய தங்கை - மகள் திடீரென வெப்ப பூமியில் குதிப்பதைப்போல குதித்தாள், அவளுடைய தங்கை - மகன் எங்கிருந்தோ திடீரென "யா" என்று கத்தினான், ஒருகாலத்தில் அவளை மணக்க இருந்த ஆள், தன் வாயிலிருந்து எச்சிலை வழியவிட்டார், ஆமினா திரும்ப எழுந்துவிட்ட தன் கடந்த காலத்தின் பிசாசுகளோடு பேசலானாள். "ஓ நீயா, வா. நல்லாருக்கியா, எதுவும் எப்பவும் போறதேயில்லை." (டிக் டாக்... காலம் செல்கிறது).

1965 ஜனவரியில் என் அம்மா ஆமினா சினாய் தான் மறுபடியும் கர்ப்பமாகி இருப்பதை அறிந்தாள். பதினேழு வருஷ இடைவெளிக்குப் பிறகு. உறுதியானதும் செய்தியைத் தன் அக்கா ஆலியாவிடம் தெரிவித்தாள். அதன்மூலம் ஆலியா தனது வஞ் சினத்தை முழுமைப்படுத்த வாய்ப்பும் கொடுத்தாள். ஆலியா அம்மாவிடம் என்ன சொன்னாள் என்று தெரியாது. அவள் தயாரித்த உணவில் எதைச் சேர்த்தாள் என்பது யூகத்துக்குரிய விஷயம். ஆனால் அவற்றின் விளைவுகள் அம்மாவிடம் பயங்கரமாக இருந்தன. தான் இராட்சசக் குழந்தையைப் பெறுவதாகவும், அதற்கு மூளைக்கு பதிலாக காலிஃப்ளவர் இருப்பதாகவும் கனவு கண்டாள். ராம்ராம் சேட்டின் உருவங்களும் கனவில் தோன்றின. இரண்டு தலையுடைய குழந்தை பிறக்கும் என அவன் சொன்னது மறுபடியும் அவளை வாட்டலாயிற்று.

என் தாய்க்கு நாற்பத்திரண்டு வயது. அவள் தன் கணவனை அன்புடன் கவனித்து மீட்டதால் உண்டான புகழ்பிம்பம் அந்த வயதில் குழந்தை பெறுவதால் உண்டான (இயற்கையான, மற்றும் ஆலியா உண்டாக்கிய) பயங்களால் கருத்துப் போயிற்று. பழிவாங்கும் உணர்ச்சியோடு பெரியம்மா செய்த குருமாக்கள் - தீயஅறிகுறிகளாலும் ஏலக்காய்களாலும் வாசனையிடப்பட்டவை - என் அம்மா மனத்தில் குழந்தை பற்றிய பயங்களை உண்டாக்கின. மாதம் செல்லச்செல்ல நாற்பத்திரண்டு வயதான தன்மை பயங்கர விளைவை ஏற்படுத்தியது. நான்கு தசாப்தங்களின் எடை வயதின்கீழ் அவளை மிதித்து, தினந்தோறும் வளர்ந்தது, இரண்டாம் மாதத்தில் அவள் தலை முற்றிலும் நரைத்துப்போயிற்று. மூன்றாம் மாதத்தில் அவள் முகம் அழுகிய மாம்பழம் போல திரைத்துப் போயிற்று. நான்காம் மாதத்தில் அவள் ஏற்கெனவே வயதான கிழவி போலானாள். தோலில் கோடுகளும் தடிப்புகளும். கால் கரணைவேறு வாட்டலாயிற்று. முகமெங்கும் மயிர் முளைக்கலாயிற்று. மீண்டும் அவமானத்தின் மூட்டத்திற் குள் சூழப்பட்டாள். அவள் வயதில் குழந்தை பெறுவது ஏதோ அவதூறு போல ஆயிற்று. அந்தக்குழப்பமான நாட்களினூடே குழந்தை வளர்ந்தபோது, அதன் இளமைக்கும் அவளுடைய முதுமைக்குமான முரண்பாடு அதிகமாயிற்று. இந்தச் சமயத்தில் அவள் ஒரு பிரம்பு நாற்காலியில் வலிமையிழந்து வீழ்ந்து தன் கடந்த காலத்தின் பேய்களைச் சந்திக்கலானாள். என் தாயின் நொறுங்குதல், மிக விரைந்து நேரிட்டதால் திகைப்பூட்டுவதாக இருந்தது. ஒன்றும் செய்யவியலாமல் பார்த்துக் கொண்டிருந்த அகமது சினாய், திடீரென

நரம்புதளர்ந்து, வழிதவறி, ஆண்மையிழந்து போனதுபோல உணர்ந்தார்.

சாத்தியங்கள் குலைந்துபோன அந்த இறுதிநாட்களைப் பற்றி எழுதுவது எனக்கு இப்போதும் கடினமாக இருக்கிறது. தன் கரங்களில் டவல் தொழிற்சாலை நொறுங்குவதை என் தந்தை கண்டார். ஆலியாவின் சமையல் சூனியம் (அவருடைய வயிற்றிலும், தன் மனைவியைப் பார்த்தபோது கண்களிலும் அதன் விளைவுகள் தெரிந்தன) அவருக்கு இப்போது புலப்படலாயிற்று. தொழிற்சாலை நிர்வாகத்தில் தளர்ந்தார், பணியாளர்களிடம் எரிச்சலோடு நடந்துகொண்டார்.

கடைசியாக ஆமினா பிராண்டு டவல்களின் நிர்மூலம். அகமது சினாய் தன் பணியாளர்களிடம் முன்பு பம்பாயில் தனது வேலைக்காரர்களை நடத்தியதுபோல சர்வாதிகாரமாக நடந்துகொண்டார். அதனால் தலைவன் - பணியாளன் தொடர்பின் பல்வேறு ரூபங்களை தலைமை நெசவாளர்கள், சிப்பம்கட்டும் வேலையாட்கள் ஆகியவர்களிடம் காட்டலானார். அதனால் அவரிடம் வேலைசெய்பவர்கள் கூட்டம்கூட்டமாக விட்டுச் சென்றனர். உதாரணமாக, "நான் உங்க கக்கூஸ் கழுவற ஆள் இல்லை சாகிப். தகுதிவாய்ந்த கிரேடு ஒன் நெசவுக்காரன்" என்பது போன்ற உரையாடல்கள். அவர்களை அவர் வேலைக்கு அமர்த்தியதற்கான நன்றிகூட இல்லாமல் போயிற்று.

பெரியம்மாவின் உணர்வு மழுங்கச் செய்யும் மதிய உணவுப்பாக்கெட்டுகளின் செல்வாக்கினால், அவர்களை அகமது போகவிட்டுவிட்டார். அதற்கு பதிலாக மோசமான வேலையாட்களை அமர்த்தினார். அவர்கள் பருத்திநெய்யும் ஸ்பூல்களையும் எந்திர பாகங்களையும் திருடினார்கள், ஆனால் அவரிடம் பணிவாக அடக்கமாக நடந்து கொள்வதுபோல பாவனை செய்தார்கள். மோசமாகத் தயாரிக்கப்பட்ட டவல்களின் எண்ணிக்கை அதிர்ச்சியூட்டும் விதத்தில் அதிகமாயிற்று. ஒப்பந்தங்கள் பூர்த்தியாகவில்லை, மறுபடியும் ஆர்டர்கள் வராமல் சுருங்கிப்போயின. புறக்கணிக்கப்பட்ட பயனற்ற டவல்களை மலைமலையாக அகமது சினாய் வீட்டுக்குக் கொண்டு வரலானார். அவருடைய தவறான நிர்வாகத்தால் குவிந்துபோன தரக்குறைவான டவல்களால் தொழிற்சாலை குடோன் நிறைந்துபோயிற்று, மறுபடியும் குடிக்கலானார்.

அந்த ஆண்டின் கோடைகாலத்தில் குருமந்திர் வீட்டில் வழக்கம்போல தன் ஜின்களுடன் அவர் போராடும் பழைய

ஆபாசங்கள் தொடரலாயின. அவரைப் பார்க்க நாங்கள் தாழ்வாரங்களிலும் கூடங்களிலும் குவிந்திருந்த மோசமாகத் தயாரிக்கப்பட்ட டெரி டவல்களின் எவரெஸ்டுகளையும் நங்கபர்வதங்களையும் தாண்டி ஓரமாகச் செல்ல வேண்டியிருந்தது. கடைசியாக நாங்கள் எங்கள் தடித்த பெரியம்மாவின் நீண்டகாலமாகக் கொதித்துவந்த கோபத்தின்மடியில் தஞ்சமடைய வேண்டியதாயிற்று. இதற்கு ஒற்றை விதிவிலக்கு ஜமீலா. நீண்ட காலமாக அவ்வப் போது பயணங்களில் சென்றுவிடுவதால் அவளுக்கு பாதிப்பு இல்லை. நாங்கள் எல்லாரும் பெரியம்மாவின் ஏற்பாட்டுக்கு ஏற்ப ஆடவேண்டிவந்தது.

அது ஒரு வேதனைமிக்க குழப்பமான நேரம். தங்கள் குழந்தையின் சுமையிலும் பெரியம்மாவின் காலம்காலமான வெறுப்பிலும் என் பெற்றோரின் அன்பு சிதைந்து போயிற்று. கொஞ்சம்கொஞ்சமாக வீட்டின் ஜன்னல்கள் வழியாக குழப்பமும் அழிவும் உட்கசிந்துவந்து, கடைசியாக தேசத்தின் இதயங்களையும் மனங்களையும் கைக்கொண் டது. கடைசியாகப் போர் வந்தபோது நாங்கள் வாழத்தொடங்கிய யதார்த்தமின்மையின் மூட்டத்திலேயே அதுவும் நிலைகுலைந்து மூடப்பட்டதாக இருந்தது. என் தந்தை தன் பக்கவாதத் தாக்குதலை நோக்கி மெதுவாகச் சென்றுகொண்டிருந்தார். ஆனால் அதற்குமுன்பே குண்டு அவர் மூளைக்குள் பாய்ந்தது. இன்னொரு கதை உருவானது: 1965 ஏப்ரலில், கட்ச் ராணில் நிகழ்ந்த அதிசயமான சம்பவங்கள் பற்றிக் கேள்விப் பட்டோம்.

நாங்கள் பெரியம்மாவின் வஞ்சின வலைக்குள் ஈக்களைப் போல துடித்துக் கொண்டிருந்தாலும், வரலாற்றின் எந்திரம் வழக்கம்போல இயங்கிக்கொண்டுதான் இருந்தது. ஜனாதிபதி அயூப்பின் கௌரவம் வீழ்ச்சிக்குள்ளாகியிருந்தது. 1964 தேர்தலில் நடந்த சட்டவிரோதச் செயல்கள் வதந்தியாக எழுந்து உலாவின. ஜனாதிபதியின் மகனைப் பற்றியும் செய்திகள். கௌஹர் அயூப்புக்குச் சொந்தமான காந்தாரப்பகுதித் தொழிற்சாலைகள் திடீரென அவனை பெரும்பெரும் கோடீசுவரனாக்கிவிட்டன. புகழ் வாய்ந்தவர்களின் நேர்மையற்ற மகன்களின் தொடர்! கௌஹரின் கொடுமைகளும் ஆரவாரங்களும்! பின்னர், இந்தியாவில் சஞ்சய் காந்தி, அவருடைய மாருதி கார் கம்பெனி, இளைஞர் காங்கிரஸ், எல்லாவற்றிற்கும் மேலாக சமீபத்தில் காமி லால் தேசாய்... உயர்ந்தவர்களின் மகன்கள் தங்கள் பெற்றோரின் பெருமையை இல்லாமற் செய்துவிடுகிறார்கள். எனக்கும் ஒரு மகன் இருக்கிறான். ஆதம் சினாய். முன்னவர்களின் முகத்தில் தாக்கி, இந்தப் போக்கை

மாற்றிவிடுவான். தந்தைமார்களைவிட மகன்கள் சிறப்பாகவும் இருக்கமுடியும், மோசமாகவும்தான்...

1965 ஏப்ரலில், காற்றில் எங்கும் பிள்ளைகளின் தவறுகளே வியாபித்திருந்தன. ஏப்ரல் முதல்தேதி யாருடைய மகன் ஜனாதிபதி மாளிகையின் சுவர்மீதேறியது? எந்த நாற்றம்பிடித்தவனின் பிள்ளை ஜனாதிபதியிடம் ஓடி அவர் வயிற்றில் துப்பாக்கியால் சுட்டது? சில தந்தைமார்கள் தயவோடு வரலாற்றில் சொல்லப்படாமல் போகிறார்கள். எவ்விதமாயினும் அந்தக் கொலைகாரன் தோற்றுப்போனான். அவன் துப்பாக்கி அதிசயமாக, அடைத்துக்கொண்டது. அந்த மகனைப் போலீஸ் பிடித்துச் சென்று பற்களை ஒவ்வொன்றாகப் பிடுங்கினார்கள். அவன் நகங்களைத் தீயில் வைத்தார்கள். சந்தேகமின்றி, அவன் குறியின் முனையில் எரியும் சிகரெட்டினால் சுட்டார்கள். அந்தப் பெயரற்ற, எதிர்காலக் கொலைகாரனுக்கு தான் வரலாற்றின் அலைகளில் (உயர்ந்தவர்களோ, தாழ்ந்தவர்களோ எவரின் மகனாயினும் அடிக்கடி மோசமாக நடந்துகொள்வதைப் பார்க்கிறோமே) சிக்குண்டு போனோம் என்பது பெரிய ஆறுதலாக இருந்திருக்காது. (நானும் விதிவிலக்கல்ல.)

செய்திக்கும் உண்மைக்குமான பிளவு: அயல்நாட்டுப் பொருளாதாரவாதிகளைச் செய்தித்தாள்கள் மேற்கோள் காட்டின: வளர்ச்சியுறும் நாடுகளுக்கு பாகிஸ்தான் சிறந்த முன்மாதிரி - விவசாயிகள், புகழ்பெற்ற பசுமைப் புரட்சியைச் சபித்தார்கள். புதிதாகத் தோண்டப்பட்ட கிணறுகள் பயனற்றவையாக, அல்லது நச்சு நிறைந்தவையாக, அல்லது தவறான இடங்களில் தோண்டப்பட்டவையாக இருந்தன. தலையங்கங்கள் தேசத் தலைமையின் நேர்மையைப் பாராட்டின. ஆனால் ஈக்கள் போல வதந்திகள் மொய்த்தன - ஸ்விஸ் வங்கிக் கணக்குகள் பற்றியும், ஜனாதிபதியின் மகனின் புதிய அமெரிக்கக் கார்களைப் பற்றியும். கராச்சியின் டான் பத்திரிகை இன்னொரு விடியலைப் பற்றிப் பேசியது - இந்திய பாகிஸ்தான் உறவுகள் விரைவில் சரியாகும். ஆனால் கட்ச் ராணில், இன்னொரு சரியில்லாத மகன் இன்னொரு வகையான கதையை உருவாக்கிக்கொண்டிருந்தான்.

நகரங்களில் கானல்நீர்களும் பொய்களும்; வடக்கில் உயர்ந்த மலைகளில், சீனர்கள் சாலையமைத்து அணு வெடிப்புகளுக்கு ஏற்பாடு செய்துகொண்டிருந்தார்கள். இப்போது பொதுத் தொனியிலிருந்து தனிப்பட்டதற்கு மாறியாக வேண்டும். சரியாகச் சொன்னால், ஜெனரலின் மகன், என் சித்தி மகன், ஒன்றுக்குப் போகின்ற ஜாபர் ஜுல்பிகர் பற்றி. ஏப்ரலுக்கும் ஜுலைக்கும்

இடையில், நாட்டில் ஏமாற்றத்தைத் தருகின்ற மகன்களுக்கு ஒரு முன்னுதாரணம் ஆனான். வரலாறு அவனுக்குள் இயங்கியது, தன் விரலை கௌஹரைப் பார்த்து நீட்டியது, எதிர்காலத்தில் சஞ்சயும் காந்திலாலும் வர இருந்தார்கள். பிறகு, இயல்பாகவே, என்மீதும்.

ஆக, சித்திமகன் ஜாபர். அவனுடன் எனக்குப் பொதுவான விஷயங்கள் அந்தச் சமயத்தில் நிறைய இருந்தன... என் இதயத்தில் விலக்கப்பட்ட காதல் நிறைந்திருந்தது. அவனுடைய கால்சட்டைகளிலோ, இதேபோல விலக்கப்பட்ட, ஆனால் உருவமான திரவம் அடிக்கடி நிரம்பியது. நான் புராணகாலக் காதலர்களை - வெற்றிபெற்ற, பெறாத - நபர்களைப் பற்றிச் சிந்தித்தேன். ஷா ஜஹான், மும்தாஜ் மஹல்; மாண்டேகு மற்றும் கேபுலட்; அவன் தனது கிஃப்நாட்டு இளவரசியைக் கனவுகண்டான். பதினாறு வயது நிறைந்தபிறகும் அவள் வயதுக்கு வராதது, அவன் சிந்தனையில், அடைய முடியாத எதிர்காலக் கனவாக இருந்தது. 1965 ஏப்ரலில் பாகிஸ்தான் கட்டுப்பாட்டிலிருந்த கட்ச் ராண் பகுதிக்கு ஜாபர் படைநடத்துவதற்கென அனுப்பப்பட்டான்.

சிறுநீர்ப்பை தளர்ந்தவனிடம் மோசமாக நடந்துகொண்ட உலகம்: ஜாபர் ஒரு லெப்டினன்ட். ஆனால் ஆபட்டாபாத் இராணுவ தளத்தின் நகைப்புக்கு ஆளானவன். ஒரு பலூன் போன்ற ரப்பர் உள்ளாடையை அவன் இடுப்பில் அணிந்து கொள்ள வேண்டும் என்று அறிவிக்கப்பட்டதாக ஒரு கதை உண்டு. இல்லைஎன்றால், பாகிஸ்தா னின் பெருமைமிக்க இராணுவச்சீருடை அசுத்தமாகிவிடுமே! சாதாரண ஜவான்கள் கூட அவன் கடந்துபோகும்போது பலூனை நிரப்புவதுபோலத் தங்கள் கன்னங்களை உப்பவைப்பார்கள். (இதெல்லாம் பின்னர் வெளியான செய்தி. அவனைக் கொலைக் குற்றத்துக்காக கைதுசெய்தபோது கண்ணீருக்கிடையே அவன் சொன்னவை.) அவனை ஆபட்டாபாத் சுடும்குழுவின் ஹாஸ்யத்திலிருந்து காப்பாற்ற விரும்பிய தந்திரசாலி யாரோதான் கட்ச் ராணுக்கு அவனை அனுப்பியிருக்கவேண்டும். தன்னடக்கமின்மை என்னைப்போலவே ஒரு குற்றத்தைச் செய்ய ஜாபரையும் தூண்டியது. நான் தங்கையை காதலித்தேன், ஆனால் அவன்... பொறுங்கள், கதையைச் சரிவர முதலிலிருந்து சொல்லவேண்டும்.

பிரிவினை முதலாகவே, ராண் பிரச்சினைக்குரிய பிராந்தியமாக இருந்தது. இத்தனைக்கும் எந்தத் தரப்பிலும் போராடுவதற்கான ஆர்வம் அதிகமாக இல்லை. 23ஆம் அட்சக்கோட்டில் உள்ள குன்றுகளில், அதிகாரபூர்வமற்ற எல்லையில், பாகிஸ்தான்

சல்மான் ருஷ்தீ | 551

அரசாங்கம் தொடர்ச்சியாகப் பல காவல்பங்க்குகளைக் கட்டியது. ஒவ்வொன்றிலும் ஆறுபேர் கொண்ட காவல்படையும், அடையாள விளக்கும் மட்டும். இந்தக் காவல் போஸ்டுகளில் பலவற்றை 1965 ஏப்ரல் 9 அன்று இந்தியப் படையினர் பிடித்துக் கொண்டார்கள். என்சித்திமகன் ஜாபர் உள்ளிட்ட பாகிஸ்தானியப் படைப்பிரிவு ஒன்று எல்லையில் எண்பத்திரண்டு நாட்களாகப் போரில் ஈடுபட்டுக் கொண்டிருந்தது. இந்த ராண் போர் ஜூலை முதல்தேதிவரை நீடித்தது. இதுவரை உண்மை. இனிமேல் வருவது அந்தக் காலத்தை பாதித்த யதார்த்தமின்மை, உண்மைபோலச் சொல்லப் பட்டவை ஆகியவற்றின் மூட்டத்திற்குள் மறைந்திருக்கின்றன. குறிப்பாக ராணின் பேய்த்தனமான இடங்களில் நடந்த சம்பவங்கள்... ஆகவே நான் சொல்லப்போகும் கதை, இதுவும் ஜாபர் சொன்னதுதான், மெய்யாகவும் இருக்கலாம் - அதாவது அதிகார பூர்வமாக எங்களுக்குச் சொல்லப்பட்டது தவிர.

ராணின் சதுப்புநிலப் பிரதேசத்தில் பாகிஸ்தானிய இளம் சிப்பாய்கள் புகுந்தது முதலாக, அவர்களின் நெற்றியில் ஈரமான பசைபோன்ற வியர்வை கசிந்தது. பச்சை நிற கடல்தள ஒளியினால் அவர்கள் பயந்துபோயினர். தங்களை மேலும் அச்சுறுத்துகின்ற விதமான கதைகளைப் பரிமாறிக்கொண்டனர். இந்த நிலமும் கடலுமற்ற இடத்தில் நிகழ்ந்த பயங்கரமான கதைகளைப் பற்றிய கதைகள். பளிச்சிடும் கண்களைக் கொண்ட பேய்த்தனமான கடல்பிராணிகள், கடல்கன்னிகள் - அவர்களின் மீன் தலைகள் நீருக்குள்ளாகவும், நிர்வாண மனித உடல் கரையிலுமாக இருந்தன, ஏமாறுபவர்களைப் பாலியல் செய்கைக்கு ஈர்த்து மரணத்தை விளைவித்தன... கடல் கன்னிகளோடு உறவுகொண்டவர்கள் எவரும் உயிரோடிருக்கமுடியாது என்பது கதை... ஆக எல்லைப் புறக் காவலிடங்களுக்குச் சென்றது ஒரு பயந்துபோன பதினேழுவயதுப் பையன்களின் கும்பல்தான். அவர்கள் முற்றிலுமாகவே அழிந்துபோயிருப்பார்கள், ஆனால் அவர்களை எதிர்த்த இந்தியப் படைகள் அவர்களைவிட அதிக நாட்களாக ராணின் பச்சை நிறக் காற்றுக்கு ஆட்பட்டிருந்தனர். ஆக இந்த மாய பூமியில் சண்டைநடந்தபோது இரண்டு தரப்பிலும், எதிர்த்தரப்புப் படையோடு பேய்களும் சேர்ந்து போரிடுவது போன்ற தோற்றங்கள் தென்பட்டன. கடைசியாக இந்தியப் படையினர் பின்வாங்கினர். அவர்களில் பலர் மயங்கிவிழுந்து கண்ணீர் வெள்ளத்தில் சென்றனர். நல்ல வேளை, எல்லாம் முடிந்தது. காவலிடங்களைச் சுற்றி அழுதுகொண்டே சுற்றிவந்த பெரிய பிராணிகள் பற்றியெல்லாம்

அவர்கள் பேசினர். மூழ்கி இறந்துபோன சிப்பாய்கள் கடல்பாசி மாலைகளோடும் தொப்புளில் கடல்சிப்பிகளோடும் காற்றில் ஆவிகளாகக் காட்சியளித்தனர் என்றார்களாம். போரில் பணிந்த இந்தியச் சிப்பாய்கள், "இந்தக் காவலிடங்கள் ஆளற்றுக்கிடந்தன, அதனால் நாங்கள் அவற்றினுள் வந்தோம்" என்று சொன்னதை ஜாபர் கேட்டான்.

கைவிட்ட எல்லைக்காவலிடங்களின் மாயத்தன்மை முதலில், இந்த இளம் பாகிஸ்தானியச் சிப்பாய்களுக்குக் கலக்கமளிக்கவில்லை. புதிய எல்லைக் காவல்படை வீரர்கள் வரும்வரை அவர்கள் அவற்றில் இருக்கவேண்டும். என் சித்திமகனும் லெப்டினன்டுமான ஜாபர், அந்தக் காவலிடங்களில் ஒன்றில் ஐந்து சிப்பாய்களோடு ஏழு இரவுகள் கழிக்கவேண்டியிருந்தது. அவனுடைய சிறுநீர்ப்பையும் குடல்களும் மிகவேக மாகத் தங்களை அச்சமயத்தில் காலிசெய்துகொண்டிருந்தன. சுற்றிலும் பேய்களின் சிரிப்பு. வழவழப்பான பெயரற்ற பிராணிகள் இருட்டில் அவர்களைச் சுற்றி. இந்த ஆறு இளைஞர்களும் மிகப் பரிதாபமான நிலையில் இருந்ததனால், இவனைக்கண்டு சிரிப்பதற்குக் கூட யாருமில்லை. மற்ற ஐந்துபேரும் தாங்களே அவ்வப்போது தங்கள் கால்சட்டைகளை நனைத்தவாறுதான் இருந்தார்கள். கடைசி இரவுக்கு முந்திய இரவில் ஒரு ஜவான், பயத்தில் நடுங்கியவாறு சொன்னான், "இங்கே என்னால் இருக்கமுடியாதப்பா, நானும் ஓடிப்போயிடுவேன்."

நத்தைமாதிரிக் கூழான பயநிலையில் அந்தச் சிப்பாய்கள் ராணில் வியர்வை வெள்ளத்தில் இருந்தார்கள். கடைசி இரவன்று அவர்களின் பயங்கள் நிஜமாயின. இருட்டிலிருந்து ஒரு பிசாசுப்படை அவர்களை நோக்கி வருவதைக் கண்டார்கள். கடல் எல்லைக்கு அருகிலிருந்த காவலிடத்தில் அவர்கள் இருந்தார்கள். பச்சைநிற நிலவொளியில், பேய்க் கப்பல்களையும் பிசாசுப்படகுகளையும் அவர்கள் பார்த்தார்கள். இந்த இளைஞர்களின் கூக்குரலையும் பொருட்படுத்தாமல் அந்தப் பிசாசுப்படை தயக்கம் இன்றி முன்னேறிவந்தது. பாசிபடிந்த பெரிய பெட்டிகள், இதுவரை பார்க்காத பொருள்கள் நிறைந்த பல மூடப்பட்ட சாக்குகள். கடைசியாக அந்தப்படை கதவின் வழியே புகுந்தபோது ஜாபர் அவர்கள் கால்களில் விழுந்து பயத்துடன் உளறலானான்.

காவலிடத்தில் புகுந்த முதல் பிசாசுக்கு நிறையப் பற்கள் இல்லை, அதன் இடைக்கச்சில் ஒரு குறுவாள் செருகியிருந்தது. அவன் இந்தச் சிப்பாய்களைப் பார்த்ததும் கோபத்தில் முகம்

குங்குமமாகச் சிவந்தது. "ஐயோ கடவுளே!" என்றான். "தாயோளிங்க நீங்க எல்லாம் எதுக்குடா இருக்கீங்க? உங்களுக்கெல்லாம் சரியாச் சம்பளம் தரலை?"

பிசாசுகள் அல்ல, கடத்தல்காரர்கள். ஆறு இளைஞர்களும் மிகக் கேவலமான பயத்தின் நிலைகளில் இருந்தார்கள். தங்களைச் சரிப்படுத்திக் கொள்ள முயன்ற போதும், அவர்களின் அவமானம் பூர்த்தியாகிவிட்டது... இப்போதுதான் அதற்கு வருகிறோம். யாருக்கு வேலைசெய்யும் கடத்தல்காரர்கள் அவர்கள்? என் சித்தி மகன் கண்கள் அதிர்ச்சியில் விரியுமாறு கடத்தல்தலைவனின் வாயிலிருந்து யார் பெயர் உதிர்ந்தது? 1947இல் நிலைகுலைந்து எல்லையிலிருந்து ஓடிய இந்துக்குடும்பங்களின் செல்வங்களைக் கொள்ளையடித்து யாருடைய செல்வம் சேர்க்கப்பட்டது? யாருக்காக இப்போது பாதுகாப்பற்ற ராணின் வழியாகக் கோடைக்காலங்களில் கடத்தல்காரர்கள் பாகிஸ்தானிய நகரங்களுக்குப் பொருள்களைக் கடத்திவந்தார்கள்? எந்தப் பஞ்ச் முகங்கொண்ட, கூர்மையான பிளேடுபோன்ற குரல்கொண்ட, ஜெனரல் இந்தப் பிசாசுப்படைகளைப் பயன்படுத்தியது?... நான் மெய்ம்மைகளுக்கு வருகிறேன்.

1965 ஜூலையில் சித்திமகன் ஜாபர் விடுமுறையில் தன் தந்தைவீட்டுக்கு ராவல்பிண்டிக்குத் திரும்பினான். ஒருநாள் காலை தன் தந்தையின் படுக்கையறை நோக்கி மெதுவாக நடக்கலானான். அவன் தோள்களில் எத்தனையோ சுமைகள். சிறுவனாக இருந்தபோது ஆயிரக்கணக்கில் பட்ட அவமானங்கள், அடி உதைகள். வாழ்நாள் முழுவதும் அவனை பாதித்த சிறுநீர்கழிக்கும் வியாதி மட்டுமல்ல, ராணில் நடந்தவற்றுக்கு - ஜாபர் தரையில் கிடந்து உளறுகின்ற நிலைக்கு ஆளானதற்கும் மூல காரணம் தன் தந்தை ஜுல்பிகர்தான் என்ற விஷயம். தன் தந்தை படுக்கையறைக்குப் பக்கத்திலிருந்த குளியல் தொட்டியில் இருப்பதைப் பார்த்தான். கடத்தல்காரனின் வளைந்த குறுவாளினால் ஜுல்பிகரின் கழுத்தை அறுத்துவிட்டான்.

செய்தித்தாள்கள், "கோழைத்தனமான இந்தியப்படைகளின் ஊடுருவலை நமது துணிவுள்ள இளைஞர்கள் தடுத்தனர்" என்று செய்தி வெளியிட்டன. அந்தமாதிரிச் செய்திகளுக்குப் பின்னால், ஜுல்பிகர் பற்றிய விஷயம், ஒரு பேய்த்தனமான, நிச்சயமற்ற பொருளாகிவிட்டது. ஜாபருடன் சென்ற எல்லைக்காவல் இளைஞர்கள் கொல்லப்பட்டுவிட்டனர், அவர்களின் கொலையை, "இந்தியப்படை தீங்கற்ற பாகிஸ்தான் சிப்பாய்களைக் கொன்றது" என்று செய்தித்தாள்கள் அறிவித்துவிட்டன. பிறகு என்

சித்தப்பனின் எங்கும் - ஊடுருவிய கடத்தல் நடவடிக்கைகளைப் பற்றிச் சொல்ல யார் இருக்கிறார்கள்? எந்த அரசியல்வாதியிடம், எந்த ஜெனரலிடம் என் சித்தப்பன் கடத்திக் கொண்டுவந்த, டிரான்சிஸ்டர் ரேடியோக்களும், ஏர்கண்டிஷனர்களும், அயல்நாட்டு கடிகாரங்களும் இல்லை? ஜெனரல் ஜுல்பிகர் செத்துப்போனான். மகன் ஜாபர் சிறைக்குப் போனான். அவனுடன் தன் திருமணத்தைத் தடுப்பதற்காகவே வேண்டுமென்றே பிடிவாதமாக ருதுவாகாமல் இருந்த ஒரு கிஃப் இளவரசி காப்பாற்றப்பட்டாள். கட்ச் ராணில் நடந்த விஷயங்கள் தீப்பொறி ஆயிற்று. அது ஆகஸ்டில் ஏற்பட்ட பெரிய நெருப்புக்குக் காரணமாகியது, அதில் இறுதியாகத் தன்னை அறியாமலே, சலீம், இதுவரை தன்னை ஏமாற்றிவந்த தூய்மைக்கு ஆட்படுத்தப்பட்டான்.

என் சித்தி எமரால்டு என்ன ஆனாள்? நாடுவிட்டுச் செல்ல அவளுக்கு அனுமதி கிடைத்தது. இங்கிலாந்தில் சஃபோக்குக்குச் செல்ல அவள் தயாரானாள். தன் கணவனின் பழைய கமாண்டிங் ஆபீசர் பிரிகேடியர் டாட்சனுடன் அவள் தங்குவதாக இருந்தது. தன் வயதான காலத்தில் அதேபோல வயதான இந்தியர்களுடன், இந்தியப் படங்களைப் பார்த்துக்கொண்டு தன் காலத்தைக் கழித்தான், டாட்சன். தில்லி தர்பார், கேட்வே ஆஃப் இந்தியாவில் ஐந்தாம் ஜார்ஜ் வருகை... பழைய ஞாபகங்களின் உள்ளீடற்ற வெறுமை, இங்கிலாந்தின் குளிர் ஆகியவற்றை எதிர்பார்த்து எமரால்டு காலத்தை ஓட்டினாள். அதற்குள் போர் வந்து எங்கள் பிரச்சினைகளை எல்லாம் தீர்த்தது.

ஒரு போலியான அமைதி இருநாடுகளுக்குமிடையில் - வெறும் முப்பத்தேழு நாட்கள் மட்டுமே அது நீடித்தது. அகமது சினாயைப் பக்கவாதம் தாக்கியது. அவருடைய இடதுபுறம் முழுவதும் பயனின்றிப் போயிற்று. குழந்தைப் பருவப் பிதற்றல்களில் அவர் ஈடுபட்டார். அவரும் பொருளற்ற சொற்களை உதிர்த்தார், அவற்றில் முக்கியமாக குழந்தைப்பருவத்தில் பிள்ளைகள் வெளிக்குப் போவதைக் குறிக்கச் சொல்லுகின்ற ஆய், சூ-சூ போன்ற சொற்களை இளிப்போடு சொல்லலானார். மாறிமாறி வந்த தன் வாழ்க்கையின் இறுதிக்கு அவர் வந்துவிட்டார். தன் பாதையையும், ஜின்களுடனான போரையும் கடைசியாக மறந்துபோனார். வாழ்நாளில் அவர் சிதைத்துப்போட்ட டவல்களின் மத்தியில் நிலைகுலைந்து, கொக்கரித்துக்கொண்டு உட்கார்ந்திருந்தார். என் தாய் தனது ராட்சஸக் குழந்தைப் பேற்றின் பளுவில் லீலா சாபர்மதியின் பியானோலா, செத்துப்போன ஹனீஃபின் பிசாசு, நடனமாடும் இரண்டு கைகள்,

விளக்கைச் சுற்றிய விட்டில்பூச்சிகள், எல்லாம் சுற்றிச் சுற்றி... இவற்றிற்கிடையில் தலைகுனிந்திருந்தாள். கமாண்டர் சாபர்மதி தன் விசித்திரமான தடியோடு அவளைப் பார்க்க வந்தார், நுஸ்ஸி வாத்து, என் தாயின் சுருங்கிய காதில் "ஆமினா சிஸ்டர், இறுதி, இதுதான் உலகத்தின் இறுதி" என்றாள். நான் என் பாகிஸ்தான் வாழ்க்கையின் நோய்பிடித்த யதார்த்தத்துடன் போராடி வந்தேன். நாங்கள் எங்கள் பம்பாய் வேரை அறுத்துக் கொண்டதற்கான மாயமான பழிவாங்கல் நடவடிக்கைகள் போன்று தோற்றமளித்த தொடர் சம்பவங்களை (பெரியம்மா ஆலியாவின் பழிவாங்குதல் போர்வையினூடாகத்தான்) ஏதோ ஒருவிதமாக அர்த்தப்படுத்த முயற்சி செய்தேன். இப்போது இறுதியைப் பற்றிச் சொல்லவேண்டிய கட்டத்துக்கு வந்துவிட்டேன்.

சந்தேகம் சிறிதுமின்றி இதைத் தெளிவாகச் சொல்லிவிடுகிறேன். 1965 இந்திய பாகிஸ்தானியப் போரின் உள்நோக்கம் இருண்டுபோன என் குடும்பத்தை பூமியிலிருந்து அடியோடு துடைத்தழிப்பதைத் தவிர, வேறொன்றுமில்லை. நமது காலத்தின் சமீப வரலாற்றைப் புரிந்துகொள்ள, அந்தப் போரின் குண்டுவீசும் பாணியை ஓர் ஆய்வுக்கண்ணோடு, முற்சார்பு இன்றிப் பார்க்கவேண்டும். முடிவுகளுக்கும் தொடக்கங்கள் இருக்கின்றன. எல்லாவற்றையும் வரிசைபடச் சொல்லியாகவேண்டும். (எனக்கு பத்மா இருக்கிறாள், வண்டிக்குப் பின் காளையைப் பூட்டும் தவற்றை என்னால் செய்ய முடியாது.) 1965 ஆகஸ்டு 8 வாக்கில் என் குடும்பம் மிகக் கேவலமான நிலையை அடைந்துவிட்டது. குண்டுபோடும் - பாணிகளிலிருந்து - சாதித்தது - என்ன என்ற ஆய்வு, ஒரு கருணைமிக்க முடிவை அதற்கு அளித்தது.

முக்கியமான சொல்லைப் பயன்படுத்துகிறேன். நாங்கள் தூய்மை அடைய வேண்டும் என்றால், தொடர்ந்து நான் விவரிக்கப்போகும் நிகழ்ச்சியைப் போன்ற ஒன்று தேவைதான். ஆலியா அசீஸ், தன் பயங்கரப் பழிவாங்கலின் களிப்பில் இருந்தாள்; என் சித்தி எமரால்டு, விதவையாகி, அயல்நாட்டுக்குச் செல்வதை எதிர்பார்த்திருந்தாள். மாமி பியாவின் வெற்றுக் காமவெறி; என் பாட்டி கண்ணாடிஅறைக்குள் ஒதுங்கிக்கொண்ட நிலை; கஸின் ஜாபர்: என்றென்றைக்குமான ருதுவாகாத பெண் மீது காதலும், ஜெயில் படுக்கைகளைச் சிறுநீரால் நனைத்தலும்; என் அப்பாவின் மறு குழந்தைத்தனம். கர்ப்பமுற்ற ஆமினா சினாயின் பேய்பிடித்த, மிக வேகமான வயது முதிர்ச்சி... இந்த பயங்கர விஷயங்கள் எல்லாம் தூய்மைப்படுத்தப்பட வேண்டும். அப்போதுதான்

காஷ்மீருக்குச் செல்லும் என் கனவை அரசாங்கம் ஒப்புக் கொள்ள முடியும்.

இடையில், என் காதலை மறுத்த என் தங்கையின் கூரிய கண்ணாடிமுனைச் செயல்கள், விதிக்கு ஆட்பட்டவன் நான் என்ற மனநிலையை உருவாக்கிவிட்டன. என் எதிர்காலத்தைப் பற்றிய புதிய அவநம்பிக்கையில், நான் அங்கிள் பஃப்ஸிடம், அவர் எனக்காக எந்த பஃபியாவைத் தேர்ந்தெடுத்தாலும் திருமணம் செய்துகொள்கிறேன் என்று சொன்னேன். (இவ்வாறு சொன்னதன்மூலம் அவர்கள் குடும்பத்தையும் நாசம் செய்துவிட்டேன், ஏனென்றால், எங்கள் குடும்பத்துடன் சம்பந்தம் செய்பவர்கள் எல்லாரும் எங்கள் விதியையே பகிர்ந்துகொள்ள வேண்டியதாகிறது.)

நீங்கள் குழப்பமடைவதற்குமுன் நிறுத்திவிடுகிறேன். நல்ல, திடமான மெய்ம்மை களின்மீது கவனம் கொள்வது நல்லது. ஆனால் எந்த மெய்ம்மைகள்? ஆகஸ்டு 8ஆம் தேதி, என் பதினெட்டாம் பிறந்த நாளுக்கு ஒருவாரம் முன்னால், பாகிஸ்தானியத் துருப்புகள் சாதாரண மக்கள் உடையில் போர்நிறுத்த எல்லையைக் கடந்து இந்தியாவிற்குள் சென்றார்களா இல்லையா? தில்லியில் பிரதமர் லால்பகதூர் சாஸ்திரி, அரசாங்கத்தையே கவிழ்க்கும் பயங்கர ஊடுருவல் சதி என்று அறிவித்தார்... ஆனால் இங்கே பாகிஸ்தானிய அயல்உறவு மந்திரி, ஜுல்பிகர் அலி புட்டோ "கொடுங்கோன் மைக்கு எதிராகக் காஷ்மீரின் சொந்த மக்கள் எழுச்சியுறுவதில் எங்கள் பங்கு உண்டு என்பதை நாங்கள் வன்மையாக மறுக்கிறோம்" என்று அறிவித்தார்.

இப்படியெல்லாம் நடக்கிறதே, அதற்கான உள்நோக்கங்கள் என்ன? சாத்தியமான விளக்கங்களின் தொகுப்பு: கட்ச் ராணில் தூண்டிவிடப்பட்ட தொடர்ந்த கோபம்; முன்பிருந்தே தொடர்ந்து வரும் காஷ்மீர்ப் பள்ளத்தாக்கு யாருக்கு உரியது என்ற பிரச்சினை; ... அல்லது செய்தித்தாள்களில் வராத ஒன்று - பாகிஸ்தானில் வளர்ந்து வந்த உள்நாட்டு அரசியல் தொந்தரவுகள்.

அயூப்பின் அரசாங்கம் தள்ளாடிக்கொண்டிருந்தது, இம்மாதிரிச் சமயங்களில் ஒரு போர் ஆச்சரியமான விளைவுகளை ஏற்படுத்துகிறது. காரணம் இதுவா அதுவா? விஷயங்களைச் சுலபமாக்க, என் காரணங்கள் இரண்டைச் சொல்கிறேன். ஒன்று, நமது ஆட்சியாளர்களின் மனங்களுக்குள் நான் காஷ்மீர் பற்றிய கனவை ஏற்படுத்தினேன், அதனால் போர் ஏற்பட்டது. இரண்டாவது, நான் தூய்மையற்றிருந்தேன். இந்தப்போர், என்னைத் தூய்மையாக்க வந்தது. ஜிஹாத், பத்மா, புனிதப் போர்! ஆனால் தாக்கியது யார்?

தற்காத்தது யார்? என் பதினெட்டாம் பிறந்த நாளன்று, உண்மை இன்னொரு பயங்கர அடி வாங்கியது. தில்லியின் செங்கோட்டை அரணிலிருந்து இந்தியப் பிரதமர், (நீண்டகாலத்துக்கு முன்னால் எனக்குக் கடிதம் எழுதிய பிரதமர் அல்ல) எனக்கு ஒரு பிறந்தநாள் வாழ்த்தை அனுப்பினார். "தாக்குதலை எதிர்த்தாக்குதலால் சந்திப்போம். எங்களை ஆக்கிரமிப்பதை வெற்றிபெற விடமாட்டோம் என்று உறுதிசொல்கிறேன்."

அதேசமயம் குருமந்திரில், ஜீப்புகளும், ஒலிபெருக்கிகளும் எனக்கு உறுதியளித் தன: "இந்திய ஆக்கிரமிப்பாளர்களை முற்றிலும் முறியடிப்போம்! நாம் போரிடும் இனம்! ஒரு பட்டாணியன், ஒரு பஞ்சாபி முஸ்லிம், பத்து இந்தியச் சிப்பாய்களுக்குச் சமம்!" பத்து ஜவான்களுக்குச் சமமான வீரர்களுக்குப் பாட்டுப்பாட ஜமீலாவை வடக்கில் அழைத்தார்கள்.

ஒரு வேலைக்காரன் ஜன்னல் கண்ணாடிக்குக் கருப்புப் பெயிண்டு அடிக்கிறான். இரவில், என் தந்தை தன் இரண்டாம் குழந்தைப்பருவ மடத்தனத்தில் ஜன்னல் கதவுகளைத் திறந்துவைத்து விளக்குப் போடுகிறார். செங்கற்களும் கற்களும் அதன் வழியாகப் பறந்துவருகின்றன, என் பதினெட்டாம் பிறந்தநாளுக்கான பரிசுகள். சம்பவங்கள் மேலும்மேலும் குழப்பமடைகின்றன.

ஆகஸ்டு 30 அன்று, இந்தியத் துருப்புகள் ஊரி அருகில் போர்நிறுத்த எல்லையைக் கடந்து பாகிஸ்தான் ஊடுருவல்காரர்களைத் துரத்தினவா, அல்லது தாங்களே தாக்குதலைத் தொடங்கினவா? செப்டம்பர் முதல்தேதியன்று 'பத்துமடங்கு உசத்தியான' எங்கள் வீரர்கள் சாம்ப் அருகில் எல்லையைக் கடந்து சென்றபோது, அவர்கள் ஆக்கிரமிப்பாளர்களா இல்லையா? சில உறுதிப்பாடுகள்: ஜமீலா பாடகியின் குரல் பாகிஸ்தானிய துருப்புகளைத் தங்கள் மரணத்திற்கு அனுப்பியது. மசூதி கோபு ரங்களிலிருந்து மோதினார்கள் - எங்கள் கிளேடன் சாலையிலும்கூட - "யாரெல்லாம் போரில் இறக்கிறார்களோ, அவர்கள் கற்பூரத்தோட்டச் சொர்க்கத்திற்கு நேராகச் செல்கிறார்கள்" என்று உறுதியளித்தார்கள்.

சையத் அகமது பரில்வியின் முஜாஹித் தத்துவம் ஆட்சி செய்தது. முன்பு எப்போதும் இல்லாத அளவில், எங்களைத் தியாகம்செய்ய அழைத்தார்கள்.

வானொலியில் என்ன பேரழிவுகள், வன்முறைகள்! போரின் முதல் ஐந்து நாட்களில், வாய்ஸ் ஆஃப் பாகிஸ்தான் இந்திய விமானங்கள் எல்லாவற்றையும் அழித்துவிட்டதாகக் கூறியது (அது சொன்ன எண்ணிக்கையில் ஒருகாலத்திலும் இந்தியாவின்

போர்விமானங்கள் இருந்ததில்லை). எட்டு நாட்களில், அகில இந்திய வானொலி, பாகிஸ்தானின் கடைசி இராணுவச் சிப்பாய் உட்பட அனைவரையும் அழித்துவிட்டதாகக் கூறியது. போர் மற்றும் என் வாழ்க்கையின் இரட்டைப் பைத்தியக்காரத்தனங்களில் ஆழ்ந்து, நான் வகையற்ற சிந்தனைகளில் இறங்கினேன்...

பெரிய அளவில் உயிர்த்தியாகங்கள். உதாரணமாக, லாகூர்ப் போரில்? செப்டம்பர் 6ஆம் தேதி, இந்தியத் துருப்புகள் வகா எல்லையைக் கடந்து, போர்முனையைப் பெரிதாக்கின. இப்போது போர் காஷ்மீர் அளவோடு நிற்கவில்லை. அதனால் நிறைய உயிர்ச் சேதம் ஏற்பட்டதா இல்லையா? பாக். தரைப்படையும் விமானப்படையும் காஷ்மீரிலேயே நிலைகொண்டிருந்ததால், லாகூர் நகரம் பாதுகாப்பற்றுக் கிடந்தது என்பது உண்மையா? வாய்ஸ் ஆஃப் பாகிஸ்தான் சொன்னது: "நினைவுகூரத்தக்க நாள். கால தாமதத்தின் மோசமான விளைவை விவாதமற்ற முறையில் விளக்கிய நாள் இது." நகரத்தைக் கைப்பற்றப்போகிறோம் என்ற நம்பிக்கையில், இந்தியர்கள் காலை உணவுக்கெனப் போர்நிறுத்தம் செய்தார்கள். அகில இந்திய வானொலி லாகூரின் வீழ்ச்சியை அறிவித்தது. இடையில் ஒரு தனிநபர் விமானம், காலை உணவிலிருந்த ஊடுரு வல்காரர்களைக் கண்டது. பி.பி.சி. அகில இந்திய வானொலியின் சொற்களைத் தானும் ஏற்றபோது, லாகூரின் இராணுவம் இயங்கத்தொடங்கியது. வாய்ஸ் ஆஃப் பாகிஸ்தானைக் கேளுங்கள்: "கிழவர்களும், சிறுவர்களும், கோபமுற்ற பாட்டிகளும் கூட இந்திய இராணுவத்துடன் போரிட்டார்கள்! பாலத்துக்குப் பாலம் எது கையில் கிடைக்கிறதோ அதைக்கொண்டு போரிட்டார்கள்! முடவர்கள் தங்கள் பாக்கெட்டுகளில் கிரனேட் குண்டுகளை வைத்திருந்து, அவற்றின் ஊக்குகளை அகற்றி, முன்னேறி வரும் இந்திய டாங்கிகளின் அடியில் எறிந்தார்கள்! பல்லற்ற கிழவிகள் முள்கரண்டிகளைக் கொண்டு இந்தியவீரர்களின் குடல்களைக் கிழித்தார்கள்! கடைசி ஆள், குழந்தை வரையிலும் போரிட்டார்கள், ஆனால் நகரத்தைக் காப்பாற்றிவிட்டார்கள்! விமானப்படை வரும்வரை, இந்தியச்சிப்பாய்களைத் தடுத்துநிறுத்தினார்கள். தியாகிகள்! பத்மா, வீரர்கள்! சுவர்க்கத்துக்குச் செல்லப்போகின்றவர்கள். அந்த சுவர்க்கத்தில் வீரன் ஒவ்வொருவனுக்கும் இதுவரை மனிதனோ ஜின்னோ அனுபவிக்காத நான்கு பெண்களைத் தருவார்கள்! அதேபோல ஒவ்வொரு பெண்ணுக்கும் நான்கு வீரியமிக்க ஆடவர்களைப் பரிசளிப்பார்கள்! கடவுளின் ஆசீர்வாதத்தை மறுக்கமுடியுமா? என்ன விதமான

புனிதப்போர் இது! ஒருவன் தன் தீமைகளை எல்லாம் ஒரே செயலின் மூலமாக அழித்துவிடமுடிகிறதே! லாகூர் காப்பாற்றப்பட்டதில் ஆச்சரியமில்லை, ஆனால் இந்தியர்களுக்கு என்ன கிடைக்கும்? மறு பிறவி. கரப்பான்பூச்சியாக, அல்லது தேளாக, அல்லது பச்சை மருந்துக்காரனாக, முஸ்லிம்களோடு ஒப்பிடவே முடியாது.

இப்படித்தான் போர் நடந்ததா, இல்லையா? அல்லது எவ்விதம் நடந்தது? அகில இந்திய வானொலி: "பெரும் டாங்கிப் போர், பாகிஸ்தானுக்குப் பெரும் இழப்பு, 450 டாங்கிகள் அழிக்கப்பட்டன," இது உண்மையா? எதுவுமே மெய்யில்லை. எதுவும் உறுதியில்லை.

அங்கிள் பஃப்ஸ் கிளேடன் சாலைவீட்டுக்கு வந்தார். அவர் வாயில் பற்களே இல்லை. (இந்திய சீனப்போரில், அப்போது எங்கள் விசுவாசம் வேறாக இருந்தது, என் தாய் பொன் வளையல்களையும், காது வளையங்களையும் 'ஆர்னமெண்ட்ஸ் ஃபார் ஆர்மமெண்ட்ஸ்' பிரச்சாரத்தின்போது அளித்தாள். அப்படியிருக்கும்போது வாய் நிறையஇருக்கும் பற்களை அளிப்பதில் என்ன இருக்கிறது?) பல்லற்ற தன் கொச்சைப் பேச்சில், "ஒரு தனிமனிதனின் ஆடம்பரத்தால், தேசத்திற்கு நிதி இல்லாமல் போகக் கூடாது" என்றார். ஆனால் அது உண்மையா? பற்கள் உண்மையிலேயே புனிதப் போருக்குச் சென்றனவா அல்லது வீட்டின் அலமாரியில் பத்திரமாக ஒளிந்திருந்தனவா?

"நான் சொன்ன சிறப்பான வரதட்சிணைக்குக் கொஞ்சம் காத்திருக்கவேண்டும் என்று நினைக்கிறேன்" என்று ஈறுகளில் பேசினார் என்னிடம். தேசியவாதமா, கஞ்சத்தனமா? தன் தங்கப் பற்களை விட்டுவந்தது, அவருடைய தேசப்பற்றின் அடையாளமா, அல்லது தன் பெண் ஒருத்தியின் பற்களைத் தங்கத்தால் நிரப்பாமலிருக்க ஒரு சாக்கா?

பிறகு, பாராசூட் வீரர்கள் இருந்தார்களா இல்லையா?...எல்லாப் பெரிய நகரங்களிலும் குண்டுகள் போடப்பட்டன என்று வாய்ஸ் ஆஃப் பாகிஸ்தான் அறிவித்தது. நல்ல உடல்கொண்ட எல்லாரும் ஆயுதங்களோடு இருக்கவேண்டும், இரவுநேர இருட்டடிப்பின்போது கண்டவுடனே சுடும் உத்தரவு. ஆனால் இந்தியச் செய்தி: "பாகிஸ்தான் விமானப்படைத் தாக்குதல்! இருப்பினும், நாம் அதற்கு எதிர்த்தாக்குதல் நிகழ்த்தவில்லை." யாரை நம்புவது? உண்மையில், இந்திய விமானப்படை வீரர்கள், உதவியற்றுத் தரையில் பதுங்கியிருந்தபோது அவர்களில் மூன்றிலொரு பங்கினை அழித்ததாகச் சொல்லும் பாகிஸ்தானின் விமானத் தாக்குதல் நடந்ததா இல்லையா? இரவில் வானத்தில் நிகழும் நடனங்கள் - அவை

பாகிஸ்தானி மிராஜ், மிஸ்டரி விமா னங்களா, அல்லது இந்தியாவின் அவ்வளவாகச் சிறப்பற்ற பெயர்கொண்ட மிக் விமானங்களா? உண்மையிலேயே இஸ்லாமியர்களின் மிராஜ்களும் மிஸ்டரிகளும் இந்துப் படையெடுப்பாளர்களோடு போரிட்டனவா, அல்லது அது வியப்புமிக்க ஒரு மாயையா? குண்டுகள் விழுந்தனவா? வெடிப்புகள் உண்மையா? ஒரு சாவையேனும் உதாரணம் காட்ட முடியுமா?

அப்புறம் சலீம், அவன் என்ன செய்துகொண்டிருந்தான் போரின்போது?

இதுதான்: படைக்குப் பொறுக்கப்படக் காத்திருக்கும் நிலையில், நட்பான, நினைவுகளை அழிக்கக்கூடிய, தூக்கத்தைத் தரக்கூடிய, சொர்க்கத்தைக் கொண்டு வரக்கூடிய குண்டுகளைத் தேடிச் சென்றேன்.

என்னைப் பிடித்திருந்த விதிவியாதி, அதிமோசமான வடிவத்தை எடுத்தது. எனது வீட்டின் சிதைவிலும், எனக்குச் சொந்தமான இரண்டு நாடுகளிலும், நல்ல மன நிலையில் யதார்த்தம் என்று சொல்லப்படும் எதிலும், அழுக்கான, மறுக்கப்பட்ட, என் காதலின் சோகத்திலும் மூழ்கி அவற்றை மறக்க முயற்சிசெய்தேன். ரொம்பவும் மேன்மையான சொற்களைப் பயன்படுத்துகிறேன். பெரியபெரிய தொடர்களைப் பயன்படுத்தக்கூடாது. நேராகச் சொன்னால்: சாவைத்தேடி நகரத்தெருக்களில் இரவில் சுற்றினேன்.

யார் இறந்தது புனிதப் போரில்? வெள்ளை குர்த்தாவும் பைஜாமாவும் அணிந்து லாம்ப்ரெட்டா ஸ்கூட்டரில் ஊரடங்கு இரவுகளில் சென்ற நான் எதை எதிர்பார்த்தேன்? அதைக் கண்டேனா? போரில் தியாகியாகி, கற்பூரத்தோட்ட சுவர்க்கத்துக்குச் சென்றவர் யார்? குண்டுவீசும் பாணியை ஆராய்ந்துபார்; ரைஃபிள் வெடிப்புகளின் இரகசியங்களைக் கற்றுக்கொள்.

செப்டம்பர் 22 இரவு. பாகிஸ்தான் நகரங்கள் எல்லாவற்றின்மீதும் குண்டுகள் வீசப்பட்டன. (ஆனால் அகில இந்திய வானொலி...)

மெய்யான அல்லது கற்பனையான விமானங்கள், நிஜமான அல்லது கற்பனையான குண்டுகளை வீசின. அதன்படி, மெய்யான விஷயமோ, அல்லது நோய்பிடித்த கற்பனையின் கட்டுக்கதையோ, ராவல்பிண்டியில் மூன்றே மூன்று குண்டுகள் வீசப்பட்டு வெடித்தன. என் பாட்டி நசீம் அசீஸும் பியா மாமியும் மேஜையின் கீழ்ப் பதுங்கிக்கொண்டிருந்த பங்களாவின்மீது ஒன்று விழுந்தது. இரண்டாவது குண்டு, நகரச் சிறையின் ஒருபகுதியை உடைத்தெறிந்து, என் சித்தி மகன் ஜாபரை ஆயுள் சிறையிலிருந்து

விடுவித்தது. மூன்றாவது குண்டு, நன்கு காவல் காக்கப்பட்ட இருட்டாக்கப்பட்ட ஒரு பங்களாவை அழித்தது. காவலர்கள் தங்கள்தங்கள் இடங்களில் இருந்தார்கள், ஆனால் அவர்களால் எமரால்டு ஜுல்பிகர் (சஃப்போக்குக்குப் போகாமல்) வேறு ஒரு தொலைவான இடத்திற்குச் செல்வதைத் தடுக்கமுடியவில்லை. அவளைப் பார்க்க அன்றிரவு கிஃப் நவாப்பும், அவனுடைய எருதுபோல ருதுவாகாத பெண்ணும் வேறு வந்திருந்தார்கள்.

கராச்சியிலும் மூன்றே மூன்று குண்டுகள் போதுமாயிருந்தன. இந்திய விமானங்கள், கீழே இறங்கிவர விருப்பமின்றி, மிக உயரத்திலிருந்தே குண்டுகளை வீசின. எனவே மிகப் பெரும்பாலான குண்டுகள் பயனின்றிக் கடலில் விழுந்தன. ஆனாலும் சரியாக விழுந்த ஒரு குண்டு, மேஜர் பஃப்ஸையும் அவரது ஏழு பஃபியாக்களையும் அழித்தது. அதனால் அவருக்குக் கொடுத்த வாக்குறுதியிலிருந்து என்னைக் காப்பாற்றி விட்டது.

இடையில், போர்முனையில், அழகன் முத்தாசிம் தனது கூடாரத்திலிருந்து கழிப்பறைக்குச் செல்ல வெளிவந்தான். ஏதோ கொசுப்போல விஸ் என்ற சத்தம் காதருகில். குறிபார்த்துச் சுடும்வீரன் ஒருவனின் புல்லட்டினால் அவன் சிறுநீர்கழிக்காமலே காலமானான்.

கடைசி இரண்டு குண்டுகளைப் பற்றி உங்களுக்குச் சொல்லவேண்டும். அதில் பிழைத்தவர்கள் யார்? குண்டுகள் கண்டுபிடிக்கமுடியாத இடத்திலிருந்தாள் ஜமீலா. இந்தியாவில் குடும்பத்தோடு இருந்தார் என் மாமா முஸ்தபா, அவரை குண்டுகள் எதுவும் செய்யமுடியாது. ஆனால் என் அப்பாவின் பழைய உறவினள் ஜோராவும் அவள் கணவனும் அமிர்தசரஸுக்கு இடம்பெயர்ந்திருந்தார்கள். அவர்களும் ஒரு குண்டினால் கொல்லப்பட்டார்கள்.

இன்னும் இரண்டு குண்டுகளைப் பற்றிச் சொல்லவேண்டும்.

...ஆனால், போருக்கும் எனக்குமுள்ள நெருங்கிய சம்பந்தத்தை அறியாதவனாக, முட்டாள்தனமாக குண்டுகளைத் தேடிச் சென்றேன். ஊரடங்கு நேரத்திற்குப் பின்னும். விழிப்பான தோட்டாக்கள்கூட என்னைத் தொடவில்லை...ஒரு ராவல்பிண்டி பங்களாவிலிருந்து தீநாக்குகள் எழுந்தன. ஓட்டையிட்ட சீலைகளின் மத்தியில் இருந்த கருமையான துளை, பெரிய வயதான பெருத்துக்கொண்டே இருந்த முகம்கொண்ட, பெரும் பருக்கள் கொண்ட பெண்மணியின் பிம்பமாக மாறியது. ஆக, வற்றிய, பயனற்ற என் குடும்ப உறுப்பினர்களை ஒருவர் பின் ஒருவராகப் போர் பூமியின் பரப்பிலிருந்து துடைத்தழித்தது.

இப்போது கீழ்நோக்கி எண்ணுதல் முடிவுக்கு வருகிறது.

கடைசியாக நான் லாம்ப்ரெட்டாவை வீடுநோக்கித் திருப்பினேன்.

நான் வந்தநேரம், விமானங்கள் - மிராஜ்களோ, மிஸ்டரிகளோ தெரியாது - வீட்டின்மீது பறந்தன. என் தந்தை அவரது பக்கவாதத்தின் மடத்தனத்தில் ஜன்னல்களைத் திறந்து விளக்குகளைப் போட்டுக்கொண்டிருந்தார். இத்தனைக்கும் சற்றுமுன்பு தான் ஒரு சிவில் பாதுகாப்பு அதிகாரி, வீட்டில் வந்து பார்த்து இருட்டடிப்பு சரியாக இருக்கிறதா என்று சோதித்துப் போயிருந்தான். பழைய வெள்ளை சலவைப்பெட்டி ஒன்றின் மாயத்தோற்றத்திடம் ஆமினா சினாய், "இப்ப போயிடு, நான் வேண்டியதெல்லாம் பாத்தாச்சு" என்று சொல்லிக் கொண்டிருந்தாள். சிவில் பாதுகாப்பு ஜீப்புகளைத் தாண்டி நான் வந்துகொண்டிருந்தபோது கோபமான முஷ்டிகள் என்னை நோக்கி உயர்ந்தன. செங்கற்களும் கற்களும் ஆலியா பெரியம்மாவின் வீட்டு விளக்குகளை அணைப்பதற்கு முன்னால் விய்யென்ற சத்தம். சாவைத்தேடி இவ்வளவுதூரம் நான் அலைந்திருக்க வேண்டியதில்லை. ஆனால் அந்தச் சத்தம்வந்தபோது நான் மசூதியின் நிழலிருட்டில் தெருவில்தான் இருந்தேன். என் தந்தை முட்டாள்தனமாகத் திறந்துவைத்திருந்த ஜன்னல்களை நோக்கி இறங்கியது அந்தச் சத்தம்.

தெருநாய்களைப் போல அழுதுகொண்டு, மேலிருந்துவிழும் கட்டடத் துண்டுகளாகவும் தீநாக்குகளாகவும் தன்னை உருமாற்றிக்கொண்டு, பெருத்த விசையோடு வந்தது சாவு. அந்த விசையில் என் லாம்ப்ரெட்டாவிலிருந்து நான் சுழற்றி எறியப்பட்டேன். கொஞ்சம் தொலைவிலேயே என் பெரியம்மாவின் கசப்பு வீட்டில் என் அப்பா, அம்மா, இன்னும் ஒருவாரத்தில் பிறக்க இருந்த தம்பியோ தங்கையோ எல்லாரும் எல்லாரும் சட்னியைப் போல அரைக்கப்பட்டார்கள். வீடு இடிந்து தோசைக்கல்லைப்போல அவர்கள் எல்லோர் தலையிலும் இறங்கியது. கோரங்கி சாலையில் கடைசி குண்டு விழுந்தது. அது எண்ணெய் சுத்திகரிப்பு நிலையத்தை நோக்கி வீசப்பட்ட ஒன்று. அதற்குபதிலாக, இரட்டைநிலை அமெரிக்கப் பாணி வீட்டின்மீது - அதன்கீழ் புதைக்கப்பட்ட தொப்புள்கொடி தன் வேலையை நிறைவேற்ற முடியவில்லை - விழுந்தது.

குருமந்திர் வீட்டில் பல கதைகள் முடிவுக்கு வந்துகொண்டிருந்தன. ஆமினாவும் அவள் பழங்கால கீழுலகக் கணவனும்; அவளுடைய இடைவிடா உழைப்பு; பொது அறிவிப்பு; அப்புறம் அவளுடைய

பிள்ளை அல்லாத பிள்ளை; அவளுடைய குதிரைப்பந்தய வெற்றி; கால்கரணைகள்; பயனியர் கஃபேயில் நடனமாடிய கைகள், கடைசியாக அவள் அக்கா அவளைத் தோற்கடித்தது. பிறகு அகமது - எப்போதும் வழியைத் தவறவிட்டவர்; வெளியே நீட்டியிருந்த கீழ் உதடு; பெருத்த மிருதுவான வயிறு; உறைந்து, ஒருகாலத்தில் வெள்ளையாகிப்போன உருவம்; அருவத்தோற்றங் களில் அவர் ஈடுபட்டது; நாய்களை நடுத்தெருவில் விட்டுக்கொன்றது; காலம் கடந்து அன்பில் ஈடுபட்டது; வானிலிருந்து விழும் பொருள்களுக்கு ஆட்படும் தன்மை - எல்லாம் இப்போது சட்னியைப்போல அரைபட்டது. அவர்களைச்சுற்றி வீடு இடிந்து விழுந்துகொண்டிருந்தது. எவ்வளவு வேகமான பேரழிவு! அதன் வேகத்தில் மறக்கப்பட்டுப் புதையுண்டுகிடந்த பொருள்கள் எல்லாம் வேகமாகத் தூக்கி எறியப்பட்டன.

அதேசமயம், மக்கள், ஞாபகங்கள் இடிபாட்டுக்குவியலில் விமோசனமேயின்றி புதைந்துபோயின. வெடிப்பின் விரல், கீழே கீழே சென்று, ஒரு அலமாரியிலிருந்த பச்சை டிரங்குப்பெட்டியைத் திறந்து அதிலிருந்த பொருள்களை வெளியே வீசியது. பல ஆண்டுகளாகக் கண்ணில் படாமலிருந்த ஒன்று இரவில் நிலாத்துண்டு போல வீசப்பட்டது. நிலவின் ஒளியைப் பெற்று அது விழுகிறது விழுகிறது... நான் வெடிப்புக்குப் பின்னர் மயக்கத்தோடு எழுந்த சமயத்தில் நிலவைப்போன்ற வெள்ளித் தனத்தோடு... மிகச் சாதுரியமாகச் செய்யப்பட்ட, நீலக்கற்கள் பதிக்கப்பட்ட, வெள்ளி எச்சிற் கலம்... முன்பு கழுகு கீழே எறிந்த கைபோல இப்போது என் தலையை நோக்கிச் சுழன்றுவந்தது... என்னைத் தூய்மையாக்கி விடுதலை தரவந்தது...மேலே பார்க்கும் நேரத்தில் என் பின்னந்தலையில் ஓர் அடி! அதற்குப்பின் மிகச் சிறிய ஆனால் எல்லையற்ற தெளிவு... நான் என் பெற்றோரின் சிதைத்தீயின்முன் கிடையாக விழுவதற்குமுன் ஒரு மிகச்சிறிய ஆனால் முடிவற்ற விவேகத்தின் கணம்... என் கடந்த இன்றைய அவமானமான, காதலின் ஞாபகத்தை இழப்பதற்கு முன்பு... விரைந்துசென்ற, ஆனால் காலமற்ற வெடிப்பு... அதில் என் தலையை வணங்குகிறேன்... இப்போது நான் வெறுமை, சுதந்திரமானவன், எல்லா சலீம்களும் என்னைவிட்டு வெளியே செல்கிறார்கள்... குழந்தைப்பருவப் படங்களாக செய்தித்தாள்களில் மிகப் பெரிய உருவமாக வந்த சலீம் முதலாக அழுக்கான மோசமான காதல்கொண்ட பதினெட்டுவயது இளைஞன் வரை - வெளியே விழுகிறார்கள் அவர்களுடன் அவமானமும் குற்றவுணர்வும் மகிழ்விக்க வேண்டும்

என்ற எண்ணமும் நேசிக்கப்படவேண்டும் என்ற உணர்வும் ஒரு வரலாற்றுப் பாத்திரத்தை ஏற்கவேண்டுமென்ற எண்ணமும் வேகமான வளர்ச்சியும் எல்லாம் வெளியே ஊற்றுகின்றன. இப்போது சளிமூக்கன் கறைமூஞ்சி வழுக்கையன் முகர்பவன் மேப்முகம் எதுவுமில்லை சலவைப்பெட்டிகள் எவீ பர்ன்ஸ் மொழி ஊர்வலங்கள் கோலினாஸ் சிறுவன் எல்லாவற்றிலிருந்தும் விடுதலை பியா மாமியின் மார்புகள் ஆல்ஃபா ஒமேகா பல கொலைகளிலிருந்து விடுதலை ஹோமி கேட்ராக் ஹனீஃப் ஆதம் அசீஸ் பிரதமர் ஜவஹர்லால் நேரு, ஐநூறு வருஷ வேசிகளை உதறி யாயிற்று நள்ளிரவில் காதல் ஒப்புதல்கள் இப்போது சுதந்திரமாக, எவரது காப்பும் இன்றி தார்ச்சாலைமீது நொறுங்கி நிலவின் ஒரு துண்டின் மோதலால் கபடற்ற நிலைக்கு மீட்பு நன்றாக எழுதும் பலகை போலத் துடைக்கப்பட்டு (தீர்க்கதரிசனம் என் அம்மாவுக்குச் சொன்னதுபோல) ஒரு எச்சில்கலத்தினால் அறிவுதரப்பட்டு...

செப்டம்பர் 23 காலை இந்தியாவுக்கும் பாகிஸ்தானுக்கும் இடையிலான போர் முடிவுக்கு வந்ததாக ஐ.நா. அறிவித்தது. இந்தியா ஏறத்தாழ 500 சதுரமைல் பாகிஸ்தான் இடத்தைப் பிடித்திருந்தது. பாகிஸ்தான் தன் காஷ்மீர்க் கனவின் 340 சதுரமைல் பரப்பைத்தான் ஆக்கிரமிக்க முடிந்தது. போர்நிறுத்தம் வந்ததற்குக் காரணம், இருதரப்பிலுமே ஒரேநேரத்தில் ஆயுதங்கள் தீர்ந்துபோனதுதான் என்று சொல்லப்பட்டது. ஆக, உள்நாட்டு அரசியல் தந்திரம், அரசியல் நோக்கத்தோடு ஆயுதங்களை அளித்தவர்கள் ஏற்பாடு ஆகியவை என் குடும்பத்தின் முழு அழிவைத் தடுத்தன. எங்களில் சிலர் எஞ்சினோம். ஏனென்றால் நம்மில் யாருமே நம் அழிவை முழுமை செய்வதற்காக என நமது எதிர்காலக் கொலைகாரர்களுக்கு குண்டுகள் தோட்டாக்கள் விமானங்கள் அளிப்பதில்லை. ஆனால், ஆறு ஆண்டுகள் கழித்து, இன்னொரு போர் நிகழ்ந்தது.

நள்ளிரவின் குழந்தைகள்

மூன்றாம் புத்தகம்

புத்தக் கிழவன்

1965இன் போர் துடைத்து அழிக்கமுடியாமல் போனவர்களில் நானும் ஒருவன் என நீங்கள் எண்ணிக்கொள்ளலாம். (இல்லையென்றால் இந்த 'மரணச்சுருளில்' நான் தொடர்ந்து இருப்பதற்கு ஓர் அதீதமான விளக்கத்தைத் தரவேண்டிஇருக்கும்.) எச்சில்கல மூளை சலீம், ஒரு பகுதிதான் அழிவுக்குள்ளானான். ஆனால் அவன் தூய்மையாக்கப்பட்டான்; அவ்வளவாக அதிர்ஷ்டம் இல்லாத மற்றவர்கள் முழுதுமாக அழிக்கப்பட்டார்கள். மசூதியின் நிழலில் மயக்கமடைந்து கிடந்த நான், நல்லவேளை யாக வெடிமருந்துக்குவியல்கள் தீர்ந்துபோனதால் காப்பாற்றப்பட்டேன்.

காஷ்மீர்க் குளிரில்தான் கண்ணீர் மணிகளாக உருப்பெறமுடியும். இங்கே, பத்மாவின் மார்புவளைவை ஞாபகப்படுத்தும் அவள் கன்னங்களில் அது வழிகிறது. "ஐயோ, மிஸ்டர், இந்தப் போர்நாடகம் நல்லவங்களை அழித்து அல்லாதவங்களை விட்டுடுதே!" ஒரு நத்தைப் படையே சமீபத்தில் அவளுடைய சிவந்த கண்களிலிருந்து தங்கள் பளபளப்பான சுவடுகளை முகத்தில் விட்டுவிட்டு ஊர்ந்தது போல குண்டு சாகடித்த என் குடும்பத்தினருக்காக வருந்துகிறாள்.

கண்ணீருடன் கலந்துவந்த பத்மாவின் பேச்சில் தன்னிச்சையாக உருவான புண் படுத்தும் குறிப்பைப் புறக்கணித்து, பெருமிதத்தோடு நான் வழக்கம் போலவே உலர்ந்த கண்களோடு இருக்கிறேன். "உயிரோடு இருப்பவர்களுக்காக துக்கப்படு" என்று மென்மையாக அவளைக் கண்டிக்கிறேன். "செத்துப்போனவர்களுக்கு சுவர்க்கம் இருக்கிறது. சலீமுக்காக துக்கப்படு!" தொடர்ந்து இதயம் துடித்ததால் சுவர்க்கத்தின் கற்பூரத்தோட்டத்தில் இடமற்றுப் போன அவன், ஓர் ஆஸ்பத்திரியின் ஈரமான உலோக வாசனையில் எழுந்தான். அவனுக்கு நிரந்தரத்தன்மையின் நம்பிக்கையை அளிப்பதற் கென மனிதர்களோ ஜின்களோ தொடாத கன்னிப்பெண்கள் யாரும்

இல்லை. அதிர்ஷ்டவசமாக எனக்குக் கிடைத்தவன், விருப்பமற்றுப் பணிபுரிகின்ற, மூத்திரக் குவளைகளை உருட்டுகின்ற வேலையைச் செய்யும் ஒரு தடித்த ஆண் நர்ஸ்தான். "போரோ இல்லையோ, இந்த டாக்டர் சாகிபுகளுக்கு மட்டும் ஞாயிற்றுக்கிழமைகளில் கடற்கரைக்குடில்கள் காத்திருக்கின்றன" என்று என் தலைக்குக் கட்டுப்போடும்போது முணுமுணுத்தான். வார்டில் பிறரிடம் சென்று மகிழ்ச்சியைப் பரப்பும் முன்னால், "நீ அடிபட்டு இன்னும் ஒருநாள் இருந்திருக்கலாம்" என்றான்.

சலீமுக்காகத் துக்கப்படு! - அநாதையாகி, தூய்மைப்படுத்தப்பட்டு, பலூன் போலப் பெருக்கின்ற வரலாற்றுக் கற்பனையை காற்றிழக்கச் செய்து கட்டுக்கடங்கும் விதமாக உருமாற்றும் வலிமை பெற்ற குடும்ப வாழ்க்கையின் தினசரிச் சிறுதொல்லைகள் நூற்றுக்கணக்கானவற்றை இழந்தவன் அவன். தன் வேர்களிலிருந்து கௌரவமின்றிப் பிடுங்கப்பட்டு காலத்தினூடாகத் தூக்கி எறியப்பட்டவன்! - தன் பழைய ஞாபகங் கள் எதுவும் இன்றி, தன் ஒவ்வொரு கூறும் மேலும் விகாரமாக வளர்ந்த முதிர் பருவத்தினுள் தள்ளப்பட்டவன்.

மீண்டும் பத்மாவின் கன்னங்களில் நத்தைச்சுவடுகள். ஏதோ ஒருவகையாகத் தன்னைத் தேற்றிக்கொள்ளும் முயற்சி. நான் என் நோக்கத்துக்குத் திரைப்பட டிரெயிலர்களைப் பயன்படுத்துகிறேன். (பழைய மெட்ரோ கப் கிளப்பில் எவ்வளவு நான் அவற்றை நேசித்தேன்! அசையாத நீல வெல்வெட் பின்னணியில் அடுத்த படம் என்று வரும்போது உதடுகளைச் சப்பிக்கொள்வோம். விரைவில் வருகிறது என்ற அறிவிப்பைப் பார்த்தவுடன் சப்புக்கொட்டல்கள். இன்றைய ஏமாற்றங்களுக்கு ஏற்ற சரியான மாற்றுமருந்து கற்பனையான எதிர்காலத்தின் நம்பிக்கைதான் என்று எனக்குத் தோன்றும்.)

"நிறுத்து, நிறுத்து" என்று எதிரில் உட்கார்ந்து அழுது கொண்டிருக்கும் வாசகியிடம் சொல்கிறான். "இன்னும் முடிக்கவில்லை! மின்சாரத்தால் தாக்குவது, பெரிய மழைக்காடு, தலைகளின் பிரமிடுக்குவியல், எலும்பு மஜ்ஜைகள் கசியும் ஒரு மைதானம்! திடீர்த் தப்பித்தல்கள், கூச்சலிட்ட மசூதிக் கோபுரம்! இன்னும் சொல்ல வேண்டியவை ஏராளம் இருக்கின்றன. மேலும் எனது சோதனைகள், கண்ணுக்குப் புலப்படாமல் கூடை, இன்னொரு மசூதியின் நிழலில்; ரேஷம் பீவியின் முன்னெச்சரிக்கைகள், சூனியக்காரி பார்வதியின் வெறுப்புக்குறி; தந்தைமையும் சதித்திட்டமும், அப்புறம் அந்தத் தவிர்க்கமுடியாத விதவை -

வற்றுதலின் மேற்கூறிய வரலாற்றில் கீழே வெறுமையாக்கும் அவமானத்தைச் செய்தவள்... சுருக்கமாக, அடுத்து வருபவை, விரைவில் வருபவைகளின் வரிசை காத்திருக்கிறது. ஒருவனின் பெற்றோர் இறந்தால், ஓர் அத்தியாயம் முடிகிறது. ஆனால் புதுவகையான ஓர் அத்தியாயம் தொடங்குகிறது."

இன்னும் புதிய கதைகள் இருக்கின்றன என்று நான் சொல்வதால் ஓரளவு சமாதானம் அடைந்து, என் பத்மா காற்றை உறிஞ்சுகிறாள். கண்ணீரைத் துடைக்கிறாள், கண்களை உலர்த்திக்கொள்கிறாள், ஆழமாக மூச்சுவிடுகிறாள்...பிறகு, நாம் கடைசியாக ஆஸ்பத்திரியில் சந்தித்த எச்சிற்கல மூளைப் பையனின் கதையில் என் சாணித்தாமரை மூச்சை வெளிவிடுவதற்குள் ஐந்து வருஷங்கள் பறந்துவிடுகின்றன.

(இப்போது பத்மா, தன்னை அமைதிப்படுத்திக்கொள்ள, மூச்சைப் பிடித்துக் கொள்கிறாள். பம்பாய்த் திரைப்படப் பாணி அண்மைக்காட்சி ஒன்றைக் காட்டுகிறேன்: காற்றில் தாள்கள் அலையும் ஒரு நாள்காட்டி. ஆண்டுகள் செல்வதைக் குறிக்கும் வகையில் அதன் தாள்கள் வேகமாகப் பறக்கின்றன. அதற்குமேல், தெருக் கலகங்களின் கொந்தளிப்புகளான வெகுதொலைவு ஷாட்டுகள், பஸ்கள் எரிவது, பிரிட்டிஷ் கவுன்சில், அமெரிக்கத் தகவல்மையம் ஆகியவற்றின் ஆங்கில நூலகங்கள் எரிவது பற்றிய மத்தியக் காட்சிகள் ஆகியவற்றை அந்த அண்மைக்காட்சிமீது படரச்செய்கிறேன். நாட்காட்டித்தாள்கள் பறக்கும் வேகத்தின் ஊடே நாம் அயூப் கானின் வீழ்ச்சி, ஜெனரல் யாஹ்யாவின் தலைமை ஏற்பு, தேர்தல்கள் வரும் என்ற வாக்குறுதிகள் போன்றவற்றைக் காண்கிறோம்...)

இப்போது பத்மாவின் உதடுகள் பிரிகின்றன, மிஸ்டர் இசட்.ஏ. புட்டோ, ஷேக் முஜிபுர் ரஹ்மான் ஆகியோரின் எதிரெதிரான கோபமுகங்களைக் காட்ட வழியில்லை. அவள் வாய் வழியாக மூச்சுக்காற்று வெளிப்படுகிறது. அதில் பாகிஸ்தான் மக்கள் கட்சி மற்றும் அவாமி லீக்கின் தலைவர்களின் முகங்கள் கலங்கி மறைகின்றன. அவள் நுரையீரல்களிலிருந்து வீசும் காற்றின்வீச்சு, முரண்நிலையில் காலண்டர் தாள்களைப் பறக்கவைத்த காற்றை எதிர்த்து நிறுத்துகிறது. அதனால் நாள்காட்டியின் தாள் 1970இன் பிற்பகுதியில் ஒரு நாளில் வந்து நிலைக்கிறது. அதற்குப் பின்னால்தான் மேற்குப் பகுதியும் கிழக்குப் பகுதியும் மோதிக்கொண்டன, பாகிஸ்தான் மக்கள் கட்சியும் அவாமி லீக்கும் எதிராக நின்றன, புட்டோவும் முஜிபும் மோதிக்கொண்டனர்...

1970 தேர்தலுக்கு முன்னால், பொது அரங்கிலிருந்து வெகுதொலைவில், மரீ குன்றுகளில் ஒரு இரகசியமான முகாமுக்கு மூன்று சிப்பாய்கள் வருகிறார்கள். பத்மா சுய கட்டுப்பாட்டுக்கு வந்துவிட்டாள். "சரி, சரி" என்று தன் கண்ணீரைப் புறக்கணிக்கும் விதமாக ஒரு கையை வீசுகிறாள், "எதுக்குக் காத்திருக்கறே? தொடங்கு" என்று உயர்தொனியில் எனக்கு ஆணையிடுகிறாள், "எல்லாத்தையும் முதல்லேருந்து சொல்."

அந்த முகாம் இருந்த இடத்தை எந்த மேப்பிலும் பார்க்கமுடியாது. மரீ சாலையிலிருந்து வெகுதூரத்தில் இருக்கிறது. அங்கிருந்து குரைக்கும் நாயின் ஓசை எந்தக் கூர்மையான காதுபடைத்த மோட்டார் வாகனஓட்டிக்கும் காதில் விழாது. அதைச் சுற்றியிருக்கின்ற முள்கம்பிவேலி நன்கு மறைக்கப்பட்டிருக்கிறது. வாயிலில் அதற்கு எந்த அடையாளமும், பெயரும் இல்லை. ஆனாலும் முகாம் இருக்கிறது. ஆனால் அதன் இருப்பு கண்டிப்பாக மறுக்கப்படும். உதாரணமாக, டாக்கா வீழ்ந்தபோது, தோல்வியடைந்த டைகர் நியாசியிடம், அவன் தோழரான இந்தியாவின் வெற்றிபெற்ற சாம் மானக் ஷா வினவியபோது, டைகர் ஏளனமாகப் பேசினான்: "தடம் காண்பதற்கும் உளவுபார்ப்பதற்கும் நாய்ப்படையா? உனக்குத் தப்பான தகவல் கொடுத்திருக்கிறார்கள் பழைய நண்பா. ரொம்ப கேலிக்கிடமான ஐடியான்னுதான் சொல்வேன்." ஆனால் நான் உறுதியளிக்கிறேன், அந்த மாதிரி முகாம் அங்கே இருந்தது...

"தயாராகு" என்று அயூபா பாலோக், பாரூக் ரஷீத், ஷஹீத் தர் என்ற புதிய சிப்பாய்களிடம் பிரிகேடியர் இஸ்கந்தர் கத்துகிறான். "நீங்கள் இப்போது நாய்ப்படையைச் சேர்ந்தவர்கள்!" தன் இராணுவக் கழியைத் தொடையில் தட்டியவாறு, அவர்கள் ஒரே சமயத்தில் மலைச்சூரியனால் வறுக்கப்பட்டும், மலைக்காற்றினால் உறைந்தும் மைதானத்தில் நிற்க, குதிகாலில் திரும்புகிறான். மார்பை முன்தள்ளி, தோள்களைப் பின்தள்ளி, கீழ்ப்படிதலில் உறுதியாக நிற்கும்போது பிரிகேடியரின் வேலையாள் லாலா மோயின் அவர்களைக் கிண்டல் செய்கிறான்: "நீங்கதான் அந்த மனுஷ நாயை ஓட்டப்போற பசங்களா?"

அவர்களுடைய சிற்றறைகளில் அன்றிரவு: "தடயம் காணுதலும் புலனறிதலும்" என்று அயூபா பாலோக் பெருமையோடு முணுமுணுக்கிறான்: "ஒற்றர்கள், மேன்! ஓஎஸ்எஸ் 117 வகை! நம்மை அந்த இந்துக்களிடம் விடட்டும்! நாம என்ன செய்யறோமின்னு காமிப்போம். டமால்! டுமீல்! அந்த இந்துக்கள் எவ்வளவு பலவீனமான பசங்க! காய்கறியைத் திங்கறனவனுங்க,

காய்கறிங்க! என்று புகைகிறான், "எப்பவும் மாமிசங்கிட்ட தோத்துப்போறவனுங்க." அவன் உடலமைப்பு ஒரு டாங்கி மாதிரி. அவனுடைய க்ரூகட் முடி புருவத்திற்கு மேல் தொடங்குகிறது.

பாரூக் "போர் வரும்னு எதிர்பார்க்கிறியா" என்று கேட்கிறான். அயூபா செறுமுகிறான்: "வேறென்ன? எப்படிப் போர் இல்ல? புட்டோ சாகிப் ஒவ்வொரு விவசாயிக்கும் ஒவ்வொரு ஏக்கர் நிலம் தர்றேன்னு சொல்லியிருக்காரில்ல? அது எங்கருந்து வரும்? அதுக்கு நாம பஞ்சாப்பையும் வங்காளத்தையும் கைப்பற்றணும். சும்மா பொறு. தேர்தல்ல, மக்கள் கட்சி வெற்றி பெற்றதுக்கு பின்னால பார்! அப்புறம் டமால் டுமீல் தான்."

பாரூக் குழப்பமடைகிறான். "அந்த இந்தியனுங்ககிட்ட சீக்கியர் படை இருக்கு மேன்! அவ்வளவு தலைமுடி, தாடி! உஷ்ணத்துல அப்படியே அரிக்கும். அதில அவனுங்க பைத்தியமாயிட்டு அடிப்பானுங்க பாரு..."

அயூபா வேடிக்கையாக கனைக்கிறான். "மரக்கறிப்பசங்க, அவனுங்க மாமிசம் சாப்பிடற நம்மையெல்லாம் எப்படி அடிப்பானுங்க?" ஆனால் பாரூக்கை வசப்படுத்த முடியவில்லை. ஷஹீத் தர் சொல்கிறான்: "மனுஷ நாய்ன்னானே, அது என்ன?..."

காலையில் கரும்பலகை கொண்ட ஒரு குடிலில் பிரிகேடியர் இஸ்கந்தர் கைவிரல்கணுக்களை மேலங்கியில் துடைத்தவாறு இருக்க, ஒரு சார்ஜண்ட் மேஜர் நஜ்முதீன் புதிய ஆட்களுக்குச் சுருக்கமாகச் சொல்கிறான். கேள்வி பதில் வடிவம். நஜ்முதீனே கேள்விகேட்டு பதிலைச் சொல்கிறான். வேறுயாரும் குறுக்கிடக்கூடாது. கரும்பலகைக்கு மேலிருந்து மாலையிட்ட ஜனாதிபதி யாஹ்யா, தியாகி முத்தாசிம் படங்கள் கீழ்நோக்கி முறைக்கின்றன. (மூடிய) ஜன்னல்களினூடே இடைவிடாத நாய்களின் குரைப்பு...நஜ்முதீனும் கேள்விபதில்களைக் குரைக்கிறான்.

எதற்காக இங்கே வந்திருக்கிறீர்கள்? பயிற்சி.

எந்தத் துறையில்? தேடுதலும் கைப்பற்றுதலும்.

எப்படிப் பணிசெய்வீர்கள்? மூன்று மனிதர்களும் ஒரு நாயும் கொண்ட அலகாக.

அசாதாரணத் தன்மைகள் என்ன? மேல்அதிகாரிகள் இல்லை, சொந்த முடிவுகள் எடுக்கின்ற அவசியம், உயர்ந்த சுயகட்டுப்பாட்டுணர்வும் பொறுப்புணர்வும் இணைந்து செயல்படுகின்ற தன்மை.

இந்த அலகுகளின் நோக்கம்? தேவையற்ற மனிதர்களைக் களைவது.

அவர்கள் எப்படி இருப்பார்கள்? கள்ளத்தனமாக, நன்றாக மறைந்துகொண்டு, யாராக வேண்டுமானாலும் இருக்கலாம்.

அவர்களின் உள்நோக்கம் என்ன? வெறுப்பு. குடும்ப வாழ்க்கையை அழிப்பது, கடவுளை அழிப்பது, நிலவுடைமையாளர்களிடமிருந்து நிலங்களைப் பறிப்பது, திரைப்படத் தணிக்கை இல்லாமல் செய்வது.

எதற்காக அது? அரசாங்கத்தை அழிப்பது, அராஜகம், அயல்நாட்டு ஆதிக்கம். எதற்காக இப்போது வேகம் காட்ட வேண்டும்? அடுத்து தேர்தல்கள் வருகின்றன. தொடர்ந்து மக்கள் ஆட்சி. (அரசியல் கைதிகளை விடுவித்துவிட்டார்கள், எல்லாவிதப் போக்கிரிகளும் வெளிவந்திருக்கிறார்கள்.)

இந்த அலகுகளின் கடமைகள்? கேள்வி கேட்காமல் கீழ்ப்படிவது. சோர்வில்லாமல் தேடுவது. இரக்கமின்றிக் கைதுசெய்வது.

செயல்படும் முறை என்ன? ஒளிந்து செயல்படுவது, திறமையாக, வேகமாக.

இப்படிப்பட்ட செயல்களின் சட்ட அடிப்படை? பாகிஸ்தான் விதிகளின் பாதுகாப்பு, தேவையற்றவர்களைப் பொறுக்கி எடுப்பது, அவர்களை ஆறுமாதம் வரை எவர் தொடர்புமின்றிச் சிறையில் வைத்திருக்கலாம். (அடிக்குறிப்பு: மேலும் ஆறுமாதங்களுக்கு அதை நீட்டிக்கலாம்.)

கேள்விகள் ஏதேனும் உண்டா? இல்லை.

நல்லது. நீங்கள் நாய்ப்படை அலகு 22. பெண்நாய் படமிட்ட அடையாள அட்டைகள் மேலங்கியில் தைக்கப்படும். இதற்குப் பெயர் க்யுடியா. அதற்கு அர்த்தம், பெண்நாய்.

அந்த மனுஷ நாய்?

சப்பணமிட்டு, நீலக்கண்களுடன், வானத்தை வெறித்தவாறு, அவன் மரத்தின்கீழ் உட்கார்ந்திருக்கிறான். இந்த உயரத்தில் போதிமரங்கள் வளர்வதில்லை. சினார் மரங்கள் போதும். அவன் மூக்கு? பெருத்து, வெள்ளரிக்காய் போல, நுனியில் பனியினால் நீலமாக இருக்கிறது. அவன் தலையில் நட்டநடுவில் மதகுருவினுடையது போல ஒரு வழுக்கை. அது ஜகாலோ ஒருகாலத்தில் செய்த கைவண்ணம். கையில் ஒரு விரல் இல்லை, கிளாண்டி கீத் கதவை அடித்துச்சாத்தியபோது அறுந்து மாஷா மியோவிக் கின் காலடியில் விழுந்தது. அப்புறம், முகத்தில் ஒரு நிலப்படம் போலக் கறைகள்... ஏஏக் - தூ (அவன் துப்புகிறான்).

அவன் பற்களில் கறை. வெற்றிலைச்சாறு அவன் ஈறுகளைச் சிவப்பாக்குகிறது. அவன் மென்ற வெற்றிலைச் சாறு மிகத் துல்லியமாக, அவன் முன்னாலிருக்கின்ற, அழகாகச் செய்யப்பட்ட ஒரு வெள்ளி எச்சிற்கலத்தைத் தாக்குகிறது. அயூபா ஷஹீத் பாரூக் வியந்துபோய்ப் பார்க்கிறார்கள். சார்ஜண்ட் மேஜர் நஜ்முதீன் எச்சிற்கலத்தைச் சுட்டிக்காட்டி "அதை அவனிடமிருந்து எடுக்காதீர்கள். அது அவனைக் காட்டுத்தனமாக்கிவிடுகிறது" என்கிறான். அயூபா "சார் சார் சார் நீங்க மூணு ஆளையும், ஒரு"... நஜ்முதீன் குரைக்கிறான், "கேள்வி கிடையாது கேள்வியில்லாம கீழ்ப்படியணும் இதான் உங்க மோப்பநாய். அவ்வளவுதான். டிஸ்மிஸ்."

இந்தச் சமயத்தில் அயூபாவுக்கும் பாரூக்குக்கும் பதினாறரை வயது. ஷஹீதுக்கு (அவன் தன்வயதைப் பற்றிப் பொய்சொன்னதால்) ஒருவேளை ஒருவருஷம் குறைவாக இருக்கலாம். வயது மிகக் குறைவு என்பதாலும், காதல் பஞ்சம் போன்ற யதார்த்தத் தின்மீது திட்டமான பிடிப்பு ஏற்படுத்தும் ஞாபகங்கள் இதுவரை இல்லாததாலும், இந்தச் சிப்பாய்ப்பையன்கள் வதந்திகள், கட்டுக்கதைகளை நம்பக்கூடியவர்களாக இருக்கிறார்கள்.

இருபத்துநாலு மணிநேரத்தில், பிற க்யூடியா அலகுகளுடன் நிகழ்ந்த உணவுச் சாலை உரையாடல்களில் மனுஷநாய் பெரிய கதையாக்கப்பட்டுவிட்டது.

"ரொம்பமுக்கியமான குடும்பத்தைச் சேந்தவன் மேன்! இந்த முட்டாள் பையனை இராணுவத்தில மனுஷனாக்கணும்னு சேத்துவிட்டாங்க!"

"65இல் ஒரு போர் விபத்து. ஆனா அதப்பத்தி ஒரு ஞாபகமும் இவனுக்கு இல்ல." "பாரு, இவன் ...இன்னாளுடைய அண்ணன்னு கேள்விப்பட்டேன்!"

"இல்ல, இல்ல அப்படிச் சொல்ல முடியாது. அவ நல்லவ, புனிதமானவ, அவ எப்படி அண்ணனைக் கைவிடுவா?

"நான் கேள்விப்பட்டேன், அவ இவன பயங்கரமா வெறுக்கறாளாம். அதனால தான்..."

"ஞாபகமே கிடையாது, ஜனங்கமேல அக்கறை இல்ல, நாய் மாதிரிதான் இருக்கறான். ஆனா துப்புக்காண்ற விஷயத்தில ஓகே!"

"அந்த மூக்கைப் பாத்தியா? ஆமாம் மேன், அவனால எந்தத் தடத்தையும் சரியா பின்பற்ற முடியும்! தண்ணியில கூட, ஆமாம் பாபா, பாறை மேல, அப்படிப்பட்ட மோப்பக்காரன எங்கயும் பாக்கமுடியாது."

"அவனுக்கு உணர்ச்சியே கிடையாது!"

"அது சரிதான்! மரத்துப்போனவன்னு நெனைக்கறேன். உச்சந்தலையிலருந்து உள்ளங் கால் வரைக்கும் மரத்துப்போச்சி! அவனைத் தொட்டா, ஒண்ணும் தெரியாது. மோப் பத்தினாலேதான் நீ இருக்கறதப் புரிஞ்சிப்பான்."

"போர் காயமா இருக்கணும்! ஆனா அந்த எச்சிக்கலம்?"

"யாருக்குத் தெரியும்! ஏதோ காதல் பரிசு மாதிரி தூக்கிட்டு அலையறான்."

"நீங்க மூணுபேர் இருக்கீங்கன்னு சந்தோஷம், ஆனா அவனைப் பாத்தா பயமா இருக்கு! அந்த நீலக்கலர் கண்கள்..."

"எப்படி அவன் மோப்ப சக்தியைக் கண்டுபிடிச்சாங்க தெரியுமா? அவன்பாட்டுக்கு கண்ணிவெடி புதைச்ச பகுதிக்குள்ள வந்துட்டான், கரெக்டா வெடி இல்லாத இடமா மோப்பம்புடிச்சு நடக்கறான்."

"இல்லப்பா, நீ சொல்றது தப்பு. அது பழைய கதை. முதல்ல நாய்ப்படை வறதுக்கே அதான் காரணம். அந்த போன்ஸோ நாய்ப்பா, எல்லாத்தையும் குழப்பாதே!"

"ஏய் அயூபா! கரெக்டா நடந்துக்க, அவன்மேல பெரிய ஆளுங்கள்ளாம் கண் வச்சிருக்காங்க! ஆமாம் நான் சொன்னமாதிரி! பாடகி ஜமீலா..."

"ஏய் வாயை மூடிக்க. உன் கட்டுக்கதைங்களை எல்லாம் நெறையக்கேட்டாச்சி!"

அயூபா, பாரூக், ஷஹீத் மூன்றுபேரும் இந்த விசித்திரமான, உணர்ச்சியற்ற மோப்பக்காரனோடுதான் இருந்தாகவேண்டும் என்ற தங்கள் விதிக்கு மனம் ஒப்பிய பிறகு, (இது கழிப்பறையில் நடந்த சம்பவத்திற்குப் பிறகு) அவனுக்கு புட்டா (கிழவன்) என்று பெயர்வைத்து விட்டார்கள். 65இல் இந்த மூன்றுபேரும் அரைக்கால் சட்டை யில் இருந்தவர்கள், அவன் ஏழு வயது மூத்தவன் என்பதனால் அல்ல, 65 போரில் அவன் பணிசெய்திருப்பான் என்பதாலும் அல்ல, அவனைச் சுற்றிப் பழமையின் வாடை சூழ்ந்திருந்தது. தன் காலத்துக்கு முன்னாலேயே முதிர்ந்துபோய்விட்டவன் இந்த புட்டா.

எழுத்துப்பெயர்ப்பின் விசித்திரம்தான் என்ன! உருதுவார்த்தை புட்டா என்பதற்கு வயதில் மூத்தவன், கிழவன் என்று அர்த்தம். ஆனால் ஆங்கிலத்தில் அதை எழுதும்போது ட் - க்குப் பதிலாக த் - என்றும் உச்சரிக்கலாம். அப்போது, அது 'புத்தா' (புத்தர், போதிமரத்தின் கீழ் ஞானம் பெற்றவர்) ஆகிவிடுகிறது...

ஒருகாலத்தில், ஓர் இளவரசன், உலகத்தின் துன்பங்களைப் பொறுக்க இயலாமல், இந்த உலகத்தில்வாழஇயலாதவனாகவும் அதேசமயம் வாழ்பவனாகவும் மாறிவிட்டான். உலகத்தில் அவன் இருந்தான், ஆனால் இல்லை. அவன் உடல் ஓரிடத்தில் இருந்தது, ஆனால் ஆன்மா வேறிடத்தில். பழங்கால இந்தியாவில், கௌதம புத்தன் கயை என்ற இடத்தில் ஒரு மரத்தின் அடியில் ஒளிபெற்று அமர்ந்திருந்தான். சாரநாத்தின் மான்கள் திரியும் வனத்தில் மற்றவர்களுக்கும் இந்த உலகத்தின் துன்பங்களிலிருந்து விடுபட்டு மனஅமைதிபெற்று வாழ வழிசொன்னான்.

பல நூற்றாண்டுகள் கழித்து இந்த சலீம் என்ற புத்தன் வேறொரு மரத்தின்கீழ், வலியை, துன்பத்தை உணரமுடியாமல், பனிக்கட்டி போல உணர்ச்சியற்றவனாக, ஒரு பலகைபோலச் சுத்தமாகத் துடைக்கப்பட்டவனாக... நம் கோரமான சினிமாக்காரர்கள் பயன்படுத்தும் மோசமான உத்தி மறதிநோய் (அம்னீஷியா) என்று கொஞ்சம் சங்கடத்தோடு ஒப்புக்கொள்கிறேன். சற்றே தலைவணங்கி, என் வாழ்க்கை மறுபடியும் ஒரு பம்பாய்த் திரைப்படம் போல ஆகிவிட்டது என்றும் ஒப்புக்கொள்கிறேன். ஆனால், மறுபிறவி என்கிற விவாதத்துக்குரிய கருத்தை ஒருபுறம் விலக்கிவிட்டுப்பார்த்தால், நிஜமாக மறுபிறவி எடுக்க எல்லையற்ற வழிகள் இருக்கின்றன. ஆகவே இந்த உணர்ச்சிவய நாடகத்துக்கு மன்னிப்புக் கேட்டுக்கொண்டு, நான்/அவன் மறுபடியும் பிறந்தாயிற்று என்று உறுதிகூற வேண்டும். பல ஆண்டுகள் தனக்கு முக்கியத்துவம் வேண்டும் என்று ஆசைப்பட்டு, அவன் (அல்லது நான்) அந்த விஷயத்தையே விட்டு விட்டாயிற்று. பாடகி ஜமீலா வஞ்சினத்தோடு என்னைக் கைவிட்ட பிறகு - அவள் தன் பார்வையிலிருந்து என்னை விலக்க, நினைவிழந்த நிலையில் என்னை இராணுவத்தில் தள்ளிவிட்டாள் - நான் (அல்லது அவன்) என் காதலுக்குப் பெற்ற பரிசாக அதை ஏற்றுக்கொண்டேன். எந்தப்புகாரும் இன்றி சினார் மரத்தடியில் உட்கார்ந்திருந்தேன். வரலாற்றை இழந்து, பணிவின் பாடத்தை 'புட்டா' கற்றுக் கொண்டான். தன்னை என்ன செய்யச் சொல்கிறார்களோ அதை மட்டும் செய்தான். சுருங்கச் சொன்னால் நான் பாகிஸ்தான் பிரஜை ஆகிவிட்டேன்.

பயிற்சி மாதங்களின்போது புட்டா அயூபா பாலோக்கைப் பின்பற்ற வேண்டும் என்பது தவிர்க்கஇயலாமல் போயிற்று. ஒருவேளை, மற்ற சிப்பாய்களிலிருந்து விலகி நாய்க்குடில்களின் கடைசியில் தனியாக இருந்த வைக்கோல்வேய்ந்த துறவுக்

சல்மான் ருஷ்தீ | 577

கொட்டிலில் அவன் வாழ்ந்தான் என்பதால் இருக்கலாம். அல்லது பெரும்பாலும் அவன் சப்பணமிட்டு கையில் ஒரு எச்சில்கலத்தைப் பிடித்தவாறு குறிப்பாக எதையும் நோக்காத கண்களுடன் உதட்டில் மடத்தனமான இளிப்போடு (தன் மூளையை இழந்து விட்டதற்காக சந்தோஷப்படுபவன்போல) உட்கார்ந்திருந்ததால் இருக்கலாம். மாமிசத் தலைவனான அயூபாவுக்கு இந்த மோப்பக்காரனின் வீரம் போதவில்லை. "ஒரு கத்திரிக்காய் மாதிரி இருக்கறான்... அசல் தாவரம்தான்."

(பரந்த நோக்கில் பார்த்தால், அந்த ஆண்டின் தொடக்கத்தில் எரிச்சல் எங்கும் பரவியிருந்தது. ஜெனரல் யாஹ்யாவுக்கும் மிஸ்டர் புட்டோவுக்கும், தன் கட்சி வெற்றி பெற்றதால், தான்தான் ஆட்சி அமைப்பேன் என்று தொடர்ந்து ஷேக் முஜிபுர் தன் உரிமையை வலியுறுத்தியதால் எரிச்சல் ஏற்படவில்லையா?) அந்தப் பாழாய்ப்போன வங்காளி அவாமி லீக் கட்சி 162 மொத்த இடங்களில் 160ஐக் கிழக்குப் பாகிஸ்தானில் வென்றுவிட்டது. மிஸ்டர் புட்டோவின் மக்கள் கட்சி வெறும் 81 இடங்களைத்தான் மேற்கு பாகிஸ்தானில் பெற்றது. ரொம்பவும் எரிச்சலூட்டும் தேர்தல்தான். மேற்கு பாகிஸ்தானைச் சேர்ந்த யாஹ்யாவுக்கும் புட்டோவுக்கும் எவ்வளவு கோபம் ஏற்பட்டிருக்கும் என்பதை உணரமுடியும்தான். இப்படிப் பெரியவர்களே சிடுசிடுப்புக்கு ஆளாகும்போது சின்ன மனிதர்களைப் பற்றிச் சொல்ல என்ன இருக்கிறது? ஆகவே அயூபா பாலோக்கின் எரிச்சல், அவனை மிகச் சிறந்த, உயர்ந்த மனிதர்களுடனான தளத்தில் வைத்தது.)

மோப்பம்பிடிக்கும் வேலையில், அயூபா ஷஹீத் பாரூக், புட்டாவுக்குப் பின்னால் சென்றபோது - அவன் மிக இலேசான நாற்றங்களையும் புதர்களில் பாறைகளில் ஓடைகளில் பின்தொடர்ந்தபோது - அவன் திறமையை ஒப்புக்கொள்ளவேண்டிய நிலை ஏற்பட்டது. ஆனால் அயூபா, டாங்கி மாதிரி, கேட்டுக்கொண்டே இருந்தான்: "*உனக்கு ஒண்ணுமே ஞாபகம் இல்லையா? நிஜமாவா? ஒண்ணுமே? அல்லா, இது கஷ்டமா இல்லையா? எங்கயாவது உனக்கு அப்பா அம்மா சகோதரி இருப்பாங்களே!*" ஆனால் புட்டா அவன் பேச்சில் மென்மையாகக் குறுக்கிட்டான் "*எனக்கு அந்த வரலாற்றை யெல்லாம் முயற்சி பண்ணித் திணிக்காதே! நான் நான்தான்! அவ்வளவுதான்!*"

அவன் பேச்சு மிகவும் சுத்தமான உச்சரிப்புடன் இருந்தது. நிஜமாகவே, "*வாஹ்! வாஹ்! லக்னோவில்பேசும் உயர்ந்த உருது*" என்று பாராட்டினான் பாரூக். ஒரு காட்டு மனிதன்போலக்

கொச்சையாகப் பேசிவந்த அயூபா அதனால் அமைதியாகிவிட்டான். அதனால் மேலும் மேலும் உத்வேகத்துடன் வதந்திகளை மூவரும் நம்பலானார்கள். வெள்ளரிப்பழம்போன்ற மூக்குடனும் தலையில் புறக்கணிக்கப்பட்ட ஞாபகங்கள் குடும்பங்கள் வரலாறுகளுடனும், வாசனைகளைத் தவிர வேறொன்றும் அறியாதவனாகவும் இருந்த இந்த மனிதன்மீது அவர்களுக்குத் தாங்கள் விரும்பாமலே ஒரு கவர்ச்சி ஏற்பட்டது. "யாரோ சப்பிஎடுத்துவிட்ட கூமுட்டைபோல" என்று அயூபா தன் தோழர்களிடம் சொன்னான். மறுபடியும் அவனுடைய வழக்கமானபாணிக்குத் திரும்பி, "அல்லா, அவன் மூக்குகூட ஒரு காய்கறிபோல இருக்குது" என்றான்.

அவர்களுடைய பதற்றம் நீடிக்கவே செய்தது. கிழவனுடைய மரத்துப்போன வெறுமையில், வெறுப்பின் ஒரு கீற்று இருப்பதை உணர்ந்தார்களா? அவர்களின் வேரறுப்பு என்ற செயலுக்கு எதிராக அல்லவா அவனுடைய புறக்கணிப்பு (கடந்த காலத்தையும் குடும்பத்தையும்...) இருந்தது? ஆனால் "சார் சார் எங்களுக்கு ஒரு நிஜ நாயையே கொடுங்க சார்" என்று அயூபா தன் மேலதிகாரிகளிடம் கேட்டபோதெல்லாம் அவர்கள் காதுகொடுக்கவில்லை. பாரூக், பிறவியிலேயே பின்பற்றும் குணம் கொண்டவன், ஏற்கெனவே அதனால் அயூபாவைத் தன் தலைவனாக ஏற்றுக் கொண்டுவிட்டான். "என்ன செய்றது, அந்த ஆளின் குடும்பத் தொடர்புங்களை வச்சி, யாராவது மேல இருக்கறவங்க பிரிகேடியர்கிட்ட அவனை வச்சிக்கச் சொல்லியிருக்கலாம்" என்றான்.

(இந்த மூன்றுபேருக்குமே இப்படிப்பட்ட சிந்தனையைச் சொல்ல இயலாது என்றாலும்,) அவர்கள் மனத்தின் அடியாழங்களில் பிளவுபட்ட ஆளுமை (ஸ்கிஸோஃப்ரீனியா) பற்றிய பயம் இருந்தது என்று நினைக்கிறேன். பிளவுபடுதல் பற்றிய பயம் தொப்புள்கொடிபோல ஒவ்வொரு பாகிஸ்தானிய மனத்திலும் இருக்கிறது. அக்காலத்தில், மேற்குப் பாகிஸ்தானுக்கும் கிழக்குப் பாகிஸ்தானுக்கும் இடையில் கடக்கமுடியாத ஒரு பள்ளம்போல இந்தியாவின் பெரும் நிலப்பரப்பு இருந்தது. இந்த இரு பகுதிகளையும் இணைத்தது, மதம். நாமெல்லாம் காலத்தில் ஒரே பிரகிருதியாக இருந்தாலும், நமது பிரக்ஞை கடந்த காலமும் நிகழ்காலமும் பிரிந்தும் சேர்ந்தும் இணைந்த ஒன்றாகத்தான் இருக்கிறது. மதமும் இதுபோலத்தான். (தத்துவம்பேசியது போதும்!)

இந்தக் கிழவன் காலத்திலிருந்து விடுபட்டு மிகமோசமான உதாரணமாக இருந்தான் - அவனை ஷேக் முஜீபே பின்பற்றினார், மேற்கு பாகிஸ்தானிலிருந்து விடுபட்டு, தனி சுதந்திர பங்காள

தேசம் என்று அறிவித்தார்! எனவே இந்த மூவருக்கும் கலக்கம் வரக் காரணம் இருந்தது. ஆனால் பொறுப்பிலிருந்து விடுபட்டதுபோல மேலோட்டமாகத் தோன்றினாலும் ஆழத்தில் நான் உருவக வகை இணைப்பில், 1971இன் போர்க்கால நிகழ்வுகளுக்குப் பொறுப்பானவனாகவே இருந்தேன்.

இப்போது என் தோழர்களிடம் செல்வோம். அப்போதுதான் கழிப்பறைச் சம்பவத்தைப் பற்றிச் சொல்லமுடியும். அயூபா, டாங்கிமாதிரி இந்த அலகை நடத்தினான், பாரூக் அவனைப் பின்பற்றுவதில் திருப்தி கொண்டான். ஆனால் மூன்றாவது ஆள் கொஞ்சம் மூட்டமான, தனித்த வகை. அதனால் எனக்குப் பிடித்தவனாக இருந்தான். தன் பதினைந்தாம் பிறந்த நாளன்று ஷஹீத் தர் தன் வயதை உயர்த்திச் சொல்லி இராணுவத்தில் சேர்ந்துவிட்டான். அன்றைக்கு அவனுடைய அப்பா - ஒரு பஞ்சாபி விவசாயி - "உன் பெயருக்கு உயிர்த்தியாகம் செய்பவன் என்று அர்த்தம், அதற்குத் தகுதியாக நடந்துகொள்வாய் என்று நம்புகிறேன்" என்றார். "ஒருவேளை கற்பூரத்தோட்டத்திற்கு (சுவர்க்கத்துக்கு) நம்குடும்பத்தில் முதன்முதலில் செல்லக்கூடியவன் நீயாகவே இருக்கலாம், ஆனால் இந்தத் தகுதியற்ற உலகத்தில் தன் கடன்களை அடைக்க முடியாத, தன் பத்தொன்பது குழந்தைகளுக்குச் சோறுபோடமுடியாத தந்தையை விட்டுவிட்டுச் செல்கிறாயே" என்று நிலத்திற்கு அவனை அழைத்துச் சென்று அவனது புதிய சீருடையைப் பார்த்து அழுதார்.

பெயரின் அர்த்தமும், தியாகம் தன்னை நெருங்குகிறது என்ற உணர்வும் ஷஹீதின் மனத்திற்குச் சோர்வை அளித்தன. தன் கனவுகளில் சாவை அவன் கண்டான். அது ஒரு மாதுளம்பழ வடிவம் எடுத்து, அவனுக்குப் பின்னால் நடுவானத்தில் எங்கும் அவனைப் பின்தொடர்ந்தது. ஏதோ ஒருவிதமான வீரமற்ற மாதுளம்பழ மரணம் கலக்கமளித்து ஷஹீதை ஒரு உள்நோக்கிய சிரிப்பற்ற மனிதனாக்கிவிட்டது. பலவேறு க்யூடியா அலகுகள் முகாமிலிருந்து அனுப்பப்படுவதை அவன் பார்த்தான். தன்நேரமும், மாதுளம்பழத்தின் நேரமும் நெருங்கிவிட்டது என்று முடிவுசெய்துகொண்டான். மறைக்கப்பட்ட ஜீப்புகளில் 'மூன்று மனிதர்கள் - ஒரு நாய்' என்று அனுப்பப்பட்ட அலகுகளால், ஏதோ ஒருவித அரசியல் நெருக்கடி ஏற்பட்டிருக்கிறது என்று புரிந்துகொண்டான். அது பிப்ரவரி மாதம். உயர்ந்த பதவியிலிருப்பவர்களின் எரிச்சல் மிகுதியாகிக்கொண்டே வந்தது.

டாங்கி அயூபா மட்டும் ஒரு வட்டாரப் பார்வையை வைத்திருந்தான். அவனுடைய எரிச்சலும் அதிகமாகிக் கொண்டேபோனது. ஆனால் அதன் இலக்கு புட்டா. அந்த முகாமிலிருந்த ஒரேபெண்மீது அவன் ஆசைகொண்டிருந்தான். அவள் மிக மெலிந்த ஒரு கக்கூஸ்காரி. அவளுக்கு பதினான்கு வயதுக்குமேல் இருக்காது, அவளுடைய முலைக்கண்கள் இப்போதுதான் அவளுடைய கிழிந்த சட்டையை எதிர்த்துக் கிளம்பியிருந்தன. கீழ்ஜாதிதான், ஆனால் அவள்தான் அங்கேயிருந்தவள். கக்கூஸ் கழுவுபவள் என்றாலும் அவளுக்கு அழகான பல்வரிசை, தோளுக்குமேல் திரும்பிப் பார்க்கும் துடுக்கான பார்வை. அயூபா அவளைப் பின்தொடரலானான். அப்படித்தான் அவள் புட்டாவின் வைக்கோல் குடிசைக்குள் போவதைப் பார்த்தான். அப்படித்தான் தன் சைக்கிளைக் குடிசையோரம் சாய்த்துவிட்டு அதன் சீட்மீது ஏறி வேவுபார்த்தான். அப்படித்தான் அதன்மேலிருந்து கீழே விழுந்தான். அவன் பார்த்ததை மனம் விரும்பவில்லை. பிறகு அவள் கையைப் பிடித்து "ஏன் அந்தப் பைத்தியத்தோட அதைச் செய்யறே? நான், அயூபா இல்லை...?" "எனக்கு அந்த மனுஷநாய் பிடிச்சிருக்கு. ரொம்பத் தமாஷான ஆள். எதுவுமே உறைக்காதுன்னு சொல்லறான். அவன் குழாயை எனக்குள்ள விடறான், ஆனா ஒண்ணுமே தெரியல. எனக்கு அது நல்லாருக்கு. என் வாசனை பிடிச்சிருக்குன்னு சொல்றான்" என்றாள். அந்தத் தெருப் பொறுக்கிப்பெண்ணின் வெளிப்படையான தன்மை, கக்கூஸ் கழுவுபவளின் நேர்மை, அவனுக்குப் பிடிக்கவில்லை. "அவளைப்பார்த்து, உனக்குப் பண்ணி விட்டைதான் மனசுக்குள்ள இருக்குது, நாக்கிலயும் பீதான்" என்றான். தன் பொறாமையினால் எலெக்டிரிக் ஒயர்களை எடுத்து மூத்திர அறையில் ஷாக் வைத்தான். அதுதான் சரியான தண்டனை என்று தோன்றியது அவனுக்கு. ஒரு கவிதை நீதி.

"உணர்ச்சியே தெரியாதில்ல?" என்று ஏளனமாக பாரூக்கிடமும் ஷஹீதிடமும் சொன்னான். "பொறுத்திருந்து பார். நிச்சயமா அவனை எகிறிக் குதிக்கவைக்கிறேன்."

பிப்ரவரி 10 அன்று (அன்று யாஹ்யா, புட்டோ, முஜீப் மூவரும் உயர்மட்டப் பேச்சில் கலந்துகொள்ள மறுத்தார்கள்) புட்டாவுக்கு ஒன்றுக்கு வந்தது. கொஞ்சம் கவலைகொண்ட ஷஹீதும், மகிழ்ச்சியான பாரூக்கும் கழிப்பறையருகே வளைய வந்தார்கள். அயூபா, ஒரு ஜீப்பின் பேட்டரியிலிருந்து வரும் ஒயர்களை சிறுநீர்க் கழிப்பிடக் காலடிஉலோகத்தட்டுகளோடு பொருத்தினான். ஜீப்பின் மோட்டாரை ஓட வைத்துவிட்டு

கழிப்பிடக்குடிசைக்கு அப்புறமாகப் போய்விட்டான். கண்கள் கஞ்சா அடிப்பவனுடையவை போல, நடை மேகத்தில் நடப்பதுபோல, கக்கூஸுக்குள் மிதந்து சென்றான் புட்டா. பாரூக் "அயூபா, வா" என்று கூப்பிட்டு சிரிக்கத்தொடங்கினான். அவன் ஒன்றுக்குப் போனால் மூத்திரத்தாரையின் வழியாக மின்சாரம் பாய்ந்து கத்துவான் என்று எதிர்பார்த்தார்கள் மூவரும். இழிவுபடுத்தப்பட்ட மனவேதனையின் வலியை அவனிடம் எதிர்நோக்கினார்கள்.

ஆனால் வேதனைக்குரல் எதுவும் வரவில்லை. பாரூக் குழப்பத்துடன் ஏமாற்றப்பட்டதுபோல் உணர்ந்து முகத்தைச் சுளித்தான். நேரம் சென்றபோது, ஷஹீத் பயமடைந்து அயூபா பாலோக்கிடம் "என்ன செய்யறே மேன்" என்று கத்தினான். "என்னடா, நான் மின்சாரத்தைத் திருப்பிவிட்டு அஞ்சிநிமிஷம் ஆச்சு" என்றான் அயூபா. ஷஹீத் கக்கூஸுக்குள் ஓடினான். முழுத்தாக்குதல்! புட்டா ஒரு உள்ளார்ந்த சந்தோஷத்தோடு ஒன்றுக்கு அடித்துக்கொண்டே இருந்தான். ஒரு பதினைந்து நாள் சிறு நீரைத் தேக்கிவைத்திருந்தான் போலும். அவன் குறிவழியாக உடலுக்குள் மின்சாரம் பாய்ந்துகொண்டுதான் இருந்தது. அதை அவன் கவனித்ததாகவே தெரியவில்லை, அவனுடைய பெரிய மூக்கின் முனையில் மட்டும் வெடிப்பொலியோடு நீலநிறமாகத் தெரிந்தது. ஒருவேளை தன் உடலுக்குள் மின்சாரத்தை இப்போது தேக்கிக் கொள்கிறானோ? தன் குறிவழியாகவே மின்சாரத்தை ஈர்த்துக்கொள்ளக்கூடிய இந்த அசாதாரண உயிரைத் தொட பயந்துபோய் "மின்சாரத்தை நிறுத்துமேன், இல்லன்னா அவன் ஒரு வெங்காயம் மாதிரி பொரிஞ்சு போயிடுவான்" என்றான். கக்கூஸிலிருந்து புட்டா எந்தக் கவலையுமற்றவனாக, வலதுகையில் பட்டனைப் போட்டுக்கொண்டு, இடது கையில் எச்சில்கலத்தைப் பிடித்துக்கொண்டு வெளியே வந்தான். இந்த மூன்று சிப்பாய்ப் பையன்களுக்கும் "அல்லா, இவன் பனிக்கட்டிபோல மரத்துப்போனவன், உணர்ச்சிகள் மட்டுமல்ல, ஞாபகங்களும் அவனுக்கு எதுவும் இல்லை" என்பது அப்போதுதான் உறைத்தது. இது நடந்து ஒருவார காலம் வரை, புட்டாவை மின்சார ஷாக் வாங்காமல் யாரும் தொடமுடியவில்லை. குடிசைக்குள் கக்கூஸ்காரிகூட வர முடியவில்லை.

வேடிக்கையான விஷயம், இந்த மின்சார ஒயர் வேலைக்குப் பிறகு, அயூப் பாலோக் கிழவனைப் பார்த்து வெறுப்படைவதை விட்டுவிட்டான். மரியாதையோடு அவனை நடத்தத் தொடங்கினான். அந்த நாய்ப்படை அலகு அன்றிலிருந்து ஒரு நிஜமான குழுவாக

மாறிவிட்டது. உலகத்தில் தீமைசெய்பவர்களை எதிர்த்துப்போகத் தயாராக இருந்தது. டாங்கி அயூபா கிழவனுக்கு ஷாக் கொடுப்பதில் தோல்வியுற்றான். ஆனால், சிறியவர்கள் தோற்குமிடங்களில் பெரியவர்கள் ஜெயிக்கிறார்கள். (யாஹ்யாவும் புட்டோவும் முஜீபைத் துள்ளிக்குதிக்க வைக்கவேண்டுமென்று முடிவுசெய்த போது மிகச்சரியாக அதைச் செய்தார்கள்.)

1971 மார்ச் 15 அன்று க்யூடியாவின் இருபது அலகுகள் கரும்பலகை கொண்ட குடிசையில் குழுமின. ஜனாதிபதியின் மாலையணிந்த முகம் 61 மனிதர்களையும் 19 நாய்களையும் பார்த்தது. யாஹ்யா கான் அப்போதுதான் முஜீப் தன்னுடனும் புட்டோ வுடனும் பேச்சுவார்த்தை நடத்தி எல்லாப் பிரச்சினைகளையும் தீர்த்துக் கொள்ளலாம் என்று ஆலிவ் கிளையை வழங்கியிருந்தார். ஆனால் அவர்முகபாவம், அவருடைய உண்மையான, அதிர்ச்சிதரக்கூடிய உள்நோக்கத்தைப் புலப்படுத்தவில்லை... பிரிகேடியர் இஸ்கந்தர் கைவிரல்கணுக்களைத் தன் உடையில் தேய்த்துக்கொண்டிருந்தபோது, "61 மனிதர்களும் 19 நாய்களும் தங்கள் சீருடைகளைக் கழற்றிவிடவேண்டும்" என்று சார்ஜண்ட் மேஜர் நஜ்முதீன் ஆணை பிறப்பித்தான். குடிசைக்குள் குழப்பமான ஒரு சலசலப்பு. கேள்விகேட்காமல் கீழ்ப்படிந்த பத்தொன்பது நாய்களுக்கு அடையாளக் கழுத்துப்பட்டைகள் கழற்றப்பட்டன. சிறப்பாகப் பயிற்சி பெற்றிருந்த அந்த நாய்கள், தங்கள் புருவங்களை உயர்த்தின ஆனால் குரல் கொடுக்கவில்லை. புட்டா, கடமை உணர்ச்சியோடு, உடைகளைக் கழற்றலானான். கூடவே ஐந்து டஜன் ஆட்களும் அவன் உதாரணத்தைப் பின்பற்றினார்கள். அவர்கள் உள்ளாடை ஒன்று மட்டும் அணிந்து குளிரில் நடுங்கியவாறு அட்டென்ஷனில் நின்றார்கள். அவர்களுக்குப் பக்கத்தில் அடுக்கிய குவியலாக இராணுவத் தொப்பிகள், பேண்ட்டுகள், ஷூக்கள், ஷர்ட்டுகள், முழங்கையில் தோல் பட்ட கொண்ட பச்சைக்கம்பளிச் சட்டைகள். அவர்களுக்கு இராணுவத்தினால் தரப்பட்ட மஃப்டி உடைகளைப் பணியாளன் லாலா மோயின் வழங்கினான். நஜ்முதீன் ஒரு உத்தரவைக் குரைக்கிறான். உடனே, அவர்களில் சிலர் லுங்கிகள், சட்டைகள் அணிந்து, சிலர் பட்டாணியத் தலைப்பாகைகள் அணிந்து. சில பேர் மலிவான ரேயான் பேண்ட்டுகளில். சிலர் கட்டம்போட்ட கிளார்க்குகளின் சட்டைகளில். கிழவன் வேட்டியும் சட்டையும் அணிந்து வசதியாக இருக்கிறான். ஆனால் அவனைச் சுற்றிச் சிப்பாய்கள் தங்கள் உடலுக்குப் பொருந்தாத சாதாரண உடைகளில் கஷ்டப்பட்டு நுழைகிறார்கள். இது ஒரு இராணுவ

சல்மான் ருஷ்தீ | 583

நடவடிக்கை. எந்தக் குரலும் - மனிதனுடையதோ, நாயினுடையதோ எதிர்த்து எழவில்லை.

மார்ச் 15 அன்று இந்த உடை வைபவத்திற்குக் கீழ்ப்படிந்து, இருபது க்யூடியா அலகுகள் இலங்கை வழியாக டாக்காவுக்குச் செல்கின்றன. அவர்களில் ஷஹீத் தர், பாரூக், அயூபா பாலோக் புட்டா இருக்கிறார்கள். இதே சுற்றுவழியில் அறுபதாயிரம் மேற்கு பாகிஸ்தானின் மிகக் கடினமான துருப்புகளும் கிழக்கு பாகிஸ்தானுக்குப் பறக்கின்றனர். அவர்களும் இந்த அறுபத்தியொருபேர் போலவே மஃப்டியில் இருக்கின்றனர். இவர்களின் கமாண்டிங் ஆபீசர் (மிகச்சீரான டபுள் பிரெஸ்ட் சூட்டில்) டிக்கா கான். டாக்காவுக்குப் பொறுப்பான அதிகாரி, அதை வசப்படுத்தி, சரணடையவைக்க அனுப்பப்பட்டவன், டைகர் நியாசி. அவன் நீலநிற புஷ் ஷர்ட்டும் ஸ்லாக் சட்டையும், தலையில் ஓர் உல்லாசமான தொப்பியும் அணிந்திருக்கிறான்.

அறுபதாயிரத்தி அறுநூற்றியொன்று கள்ளங்கபடமற்ற பிரயாணிகளாக இலங்கை வழியாக நாங்கள் பறந்தோம். இந்தியாவின் குறுக்கே பறக்கவில்லை. அதனால், இருபதாயிரம் அடி உயரத்திலிருந்து இந்திரா காந்தியின் புதிய காங்கிரஸ் கட்சி - அப்போதைய தேர்தலில் லோக்சபையின் 515 இடங்களில் 350ஐ வென்றிருந்தது - தன் வெற்றிக் கொண்டாட்டத்தை நிகழ்த்துவதைப் பார்க்கக் கொடுத்துவைக்கவில்லை. இந்திராவின் முழக்கமான 'கரீபி ஹடாவோ' - 'வறுமையை வெளியேற்று' - டயமண்ட் வடிவ இந்தியாவின் சுவர்களில் பளிச்சிட்டதைக் காணவும் கொடுத்துவைக்கவில்லை.

வசந்தகாலத் தொடக்கத்தில் நாங்கள் டாக்காவில் இறங்கினோம். தனியாக ஏற்பாடு செய்யப்பட்டிருந்த சாதாரணமக்களுக்கான பஸ்களில் ஒரு இராணுவ முகாமுக்குக் கொண்டுசெல்லப் பட்டோம். எங்கள் பயணத்தின் இந்தக் கடைசிப்பகுதியில், கொஞ்ச நேரத்திற்கேனும் எங்களால், ஏதோ கிராமபோன் தட்டிலிருந்து வெளிவந்த 'அமர் சோனார் பங்களா' (எங்கள் பொன்னான வங்காளம் - இயற்றியவர் ரவீந்திரநாத் தாகூர்) பாட்டைக் கேட்காமல் இருக்கமுடியவில்லை. அதன் ஒருபகுதி காதில் விழுந்தது - "வசந்த காலத்தில் உன் மாந்தோப்புகளிலிருந்து எழும் வாசம் மனத்தை மகிழ்ச்சியால் நிரப்புகிறது." எங்களில் யாருக்கும் வங்காளமொழி தெரியாது, அதனால் இந்தப் பாட்டின் நயவஞ்சகமான புரட்டிலிருந்து நாங்கள் பாதுகாக்கப்பட்டோம். ஆனால் எங்கள் கால்கள் தானாகவே அந்தப்பாட்டின் தாளத்துக்கேற்பத் தட்டின.

முதலில் அயூபா ஷஹீத் பாரூக் கிழவன் ஆகியோருக்கு எந்த நகரத்தில் அவர்கள் இருக்கிறார்கள் என்பது சொல்லப்படவில்லை. அயூபா, "இந்த மரக்கறிக்காரர்களை வெற்றிகொள்ளும் கனவை, நான் சொல்லவில்லை? இப்ப அவங்களுக்குக் காட்டுவோம். உளவுபார்ப்பது மேன், சாதாரண உடைகளில் எதிர்த்து நிற்போம்! நம்பர் 22 அலகு! டமால் டுமீல் டமால்!"

ஆனால் நாங்கள் இந்தியாவில் இல்லை. மரக்கறி சாப்பிடுபவர்களும் எங்கள் இலக்கு அல்ல. கொஞ்ச நாட்கள் குளிர்ச்சி பெற்ற பிறகு, எங்களுக்குச் சீருடைகள் மறுபடியும் வழங்கப்பட்டன. இந்த மாற்றம் மார்ச் 25 அன்று நடந்தது. மார்ச் 25 அன்றுதான் யாஹ்யாவும் புட்டோவும் முஜிபுடன் தங்கள் பேச்சுவார்த்தைகளை திடீரென முறித்துக்கொண்டு மேற்கு பாகிஸ்தான் சென்றனர்.

இரவு வந்தது. பிரிகேடியர் இஸ்கந்தர், க்யூடியா தளத்திற்குள் புகுந்தான். அவனைப் பின்தொடர்ந்து லாலா மோயின், 61 சீருடைகள், 19 நாய்க் கழுத்துப்பட்டைகள் ஆகியவற்றின் எடையால் தள்ளாடிக்கொண்டு. இப்போது நஜ்முதீன்: "சொன்னதைச் செய்யுங்கள். செயல்தான் தேவை, சொற்களில்லை. ஒன் - டூ - டபுள் குயிக் டைம்!"

விமானப் பயணிகள் சீருடைகள் அணிந்து ஆயுதங்களை எடுத்தனர். பிரிகேடியர் இஸ்கந்தர் பயணத்தின் நோக்கத்தை அறிவித்தான்: "அந்த முஜீப்...அவனுக்கு நாம் திருப்பிக் கொடுப்போம். நிச்சயமாக அவனைத் துள்ளிக் குதிக்க வைப்போம்!" (இது மார்ச் 15 அன்று. யாஹ்யா, புட்டோவுடனான பேச்சுவார்த்தைகள் முறிந்தபிறகு, ஷேக் முஜிபுர் ரஹ்மான் தனி வங்காள தேசத்தை அறிவித்த பிறகு.) க்யூடியா அலகுகள் தங்கள் அறைகளிலிருந்து வெளியே வந்தன. காத்திருந்த ஜீப்புகளில் ஏறின. அதேசமயம், இராணுவத் தளத்தின் ஒலிபெருக்கிகளில் பாடகி ஜமீலாவின் குரலில் தேசபக்திப்பாடல்கள் ஒலிபரப்பாயின. (அயூபா, புட்டாவின் விலாவில் குத்தியவாறு, "கேள் மேன்! இது உன் சொந்த அன்புத்.... இல்லையா? அல்லா, இந்தமாதிரி ஆள் மோப்பத்துக்குத் தவிர வேறு ஒண்ணுக்கும் லாயக்கில்ல!")

நள்ளிரவில் - வேறுவிதமான நேரம் இருக்கமுடியுமா? - அறுபதாயிரம் முட்டாள் தனமான துருப்புகளும் தங்கள் தளங்களைவிட்டுச் சென்றனர்.

சாதாரணமனிதர்களாகப் பறந்த பயணிகள் இப்போது டாங்கிகளை உயிர்ப்பிக்கும் பட்டன்களை அழுத்தினர். அயூபா

சல்மான் ருஷ்தீ | 585

ஷஹீத் பாரூக் மற்றும் புட்டா, அன்றிரவின் மிக முக்கியமான வீரச்செயலுக்கு ப்ரிகேடியர் இஸ்கந்தருடன் செல்லுமாறு தேர்ந்தெடுக்கப்பட்டனர். ஆமாம் பத்மா, முஜீப் கைதுசெய்யப்பட்டபோது அவரை மோப்பம் பிடித்துக்காட்டியவன் நான்தான். (அவருடைய பழைய சட்டை ஒன்றை எனக்குக் காட்டினார்கள். அந்த வாசனையை முகர்ந்த பிறகு கண்டுபிடிப்பது கஷ்டமில்லை.)

பத்மா மனவேதனையுடன் சொல்கிறாள் ஆனா மிஸ்டர், நீ எப்படி இந்தமாதிரிச் செய்யலாம்...? பத்மா, நான் செய்தேன். எல்லாவற்றையும் சொல்கிறேன் என்று உறுதி எடுத்திருக்கிறேன். உண்மையின் ஒரு துண்டைக்கூட மறைப்பதில்லை. (ஆனால் அவள் முகத்தில் மறுபடியும் நத்தைக்கோடுகள் தென்படுகின்றன, அதனால் ஒரு விளக்கம் தேவையாக இருக்கிறது.)

நம்பு, நம்பாமல் போ. இப்படித்தான் நான் இருந்தேன் ஒரு எச்சிற்கலம் என் மண்டையில் அடித்தபோது, எல்லாமே முடிந்தது, எல்லாமே மறுபடியும் தொடங்கியது, மறுபடியும் நான் வலியுறுத்திச் சொல்லியாக வேண்டும். உண்மையை, ஒரு தகுதியான நோக்கத்தை, மேதை மாதிரியான வேடம் ஒன்றை மூர்க்கமாகத் தேடிய சலீம், காணாமல் போனான்; ஒரு காட்டுப் பாம்பு... வரை திரும்பிவர மாட்டான். இந்தக் கணத்தில் இருப்பவன் புட்டா. பாடுகின்ற குரலைத் தன் சொந்தம் என்று சொல்லத் தெரியாதவன். தந்தையையோ தாயையோ அறியாதவன். நள்ளிரவு அவனுக்கு எந்தவித முக்கியத்துவத்தையும் உணர்த்தவில்லை. தூய்மைப்படுத்திய ஒரு விபத்துக்குக் கொஞ்ச நாட்கள் பிறகு, ஒரு இராணுவ ஆஸ்பத்திரிப் படுக்கையில் விழித்தெழுந்தான். இராணுவம் தான் தன் விதி என்று ஏற்றுக்கொண்டான். தான் காணும் வாழ்க்கைக்குப் பணிந்து போகிறான். தன் கடமையைச் செய்கிறான். ஆணைகளுக்குக் கீழ்ப்படிகிறான். இந்த உலகத்தில் வாழ்கிறான், வாழாமலும் இருக்கிறான். பணிவுடன் தலையைக் குனிகிறான். இவனால் மனிதர்களையோ பிராணிகளையோ தெருவிலோ நீரிலோ கண்டுபிடிக்க முடியும். யாருடைய ஆதரவில், யாருக்கு ஆதரவாக, யாருடைய பழிவாங்கும் தூண்டுதலின் பேரில் அவன் இராணுவச் சீருடையை அணிந்தான் என்பது பற்றி அவனுக்குத் தெரியாது, அதைப்பற்றி அவன் கவலைப்படவும் இல்லை. க்யூடியா அலகு 22இன் சிறப்புமிக்க மோப்பக்காரன் அவன் என்பதைத் தவிர கூடவோ குறை வாகவோ எதுவுமற்றவன். ஆனால் இந்த மறதிநோய் எவ்வளவு வசதியாக இருக்கிறது! எவ்வளவு விஷயங்களை மன்னித்துவிடுகிறது! ஆகவே என்னை நானே விமரிசனம்

செய்துகொள்கிறேன். பிறர் சொல்வதை ஏற்கும் தத்துவத்தை புட்டா கடைப்பிடித்ததனால், முன்பு அவன் தன்னை மையப்படுத்திக் கொள்ளும் நோக்கத்துடன் இயங்கிய போது நேரிட்டவற்றைவிட கூடவோ குறையவோ துரதிருஷ்டங்கள் ஏற்பட்டுவிடவில்லை. இப்போது, டாக்காவில், அந்த விளைவுகள் வெளிச்சத்துக்கு வந்தன.

இல்லையில்லை, அப்படியில்லை என்று அழுகிறாள் பத்மா. அன்றிரவு நடந்த பல சம்பவங்கள் பலவற்றுக்கு இதேமாதிரி மறுப்புகள்தான் சொல்லப்பட்டன.

1971 மார்ச் 25 நள்ளிரவு: குண்டுவீசப்பட்ட பல்கலைக் கழகக் கட்டிடத்தைக் கடந்து, புட்டா துருப்புகளை ஷேக் முஜிபின் இருப்பிடத்திற்கு அழைத்துச் சென்றான். மாணவர்களும் விரிவுரையாளர்களும் விடுதிகளிலிருந்து ஓடிவந்தார்கள். அவர்களைத் தோட்டாக்கள் வரவேற்றன. மெர்க்குரோ குரோம் புல்தரைகளைக் கறைப்படுத்தியது. ஷேக் முஜிபுர் கைதுசெய்யப்படவில்லை. கைவிலங்கிட்டு, மோசமாக அடித்துஉதைத்து, காத்திருந்த ஒரு ஜீப்புக்கு அயூபா பாலோக்கினால் கொண்டுசெல்லப்பட்டார். (முன் ஒருமுறை, மிளகுச் சிமிழ்களின் புரட்சிக்குப் பிறகு...ஆனால் முஜீப் நிர்வாணமாக இல்லை, பச்சையும் மஞ்சளும் பட்டைபோட்ட பைஜாமா சட்டை அணிந்திருந்தார்.) நாங்கள் நகரத் தெருக்களின் வழியாகச் சென்றபோது, ஷஹீத், பல விஷயங்களை ஜன்னல் வழியாகப் பார்த்தான். அவை உண்மையாக இருக்கக்கூடாது, இல்லை... சிப்பாய்கள் பெண்கள் விடுதிக்குள் அனுமதியின்றியே புகுந்தார்கள், பெண்கள் தெருக்களில் இழுத்துவரப்பட்டார்கள், எங்கும் புகுந்தனர் சிப்பாய்கள், யாரும் அனுமதி கேட்கவில்லை. பத்திரிகை அலுவலகங்கள் அழுக்கான மஞ்சள்கருப்புப் புகையில் எரிந்தன. தொழிற்சங்க அலுவலகங்கள் தரைமட்டமாயின. சாலையோரச் சாக்கடைகளில் மக்கள் கிடந்தனர். வெற்று மார்புகள். தோட்டாத் துளைகளின் பள்ளங்கள். அயூபா பாரூக் ஷஹீத் நகரும் ஜன்னல்களூடே.... எங்கள் சிப்பாய்கள், அல்லாவின் வீரர்கள், பத்துஇந்திய வீரர்களுக்குச் சமமானவர்கள், எரிகுண்டுகளையும், எந்திரத் துப்பாக்கிகளையும், கையெறி குண்டுகளையும் நகரச் சேரிகளின் மீது வீசி பாகிஸ்தானைப் பிளவுபடாமல் காப்பாற்றியதைப் பார்த்தனர்.

ஷேக் முஜீபை விமானநிலையத்திற்குக் கொண்டுவரும்போது, அயூபா அவர் புட்டத்தில் ஒரு பிஸ்டலை அழுத்தி, ஒரு விமானத்திற்குள் தள்ளினான். அது அவரை மேற்கு பாகிஸ்தான் சிறைக்குக் கொண்டுசென்றது. புட்டா தன் கண்ணை மூடிக்

கொண்டான். (டாங்கி அயூபாவிடம், "இந்த வரலாற்றை எல்லாம் எனக்குச் சொல்லாதே" என்றவன் அவன். "நான் நான்தான். அதற்குமேல் ஒன்றுமில்லை.")

ப்ரிகேடியர் இஸ்கந்தர், இப்போதும் தன் படையிடம்: "இன்னும் கீழ்ப்படியாத மக்கள் நிறைய இருக்கிறார்கள். அவர்களை வேரோடு அழிக்கவேண்டும்."

சிந்தனை வேதனைக்கு ஆளாகும்போது, செயல்தான் மிகச் சிறந்த மருந்து. நாய்ச் சிப்பாய்கள் தங்கள் கயிறுகளைக் கஷ்டப்பட்டுப் பிடிக்கிறார்கள். பிறகு இலக்கைக் கண்டதும், விட்டுவிட்டு, தங்கள் வேலையில் ஆர்வத்துடன் ஈடுபடுகிறார்கள். ஐயோ, வேண்டாதவர்களைத் துரத்தும் ஓநாய்த்தன வேட்டையே! பேராசிரியர்களையும் கவிஞர்களையும் ஏராளமாகப் பிடித்த தேடலே! அவாமி லீக் காரர்களோ, ஃபேஷன் தொடர்பாளர்களோ கைதுசெய்தபோது தடுத்தவர்களை எல்லாம் கொலைசெய்த துரதிருஷ்டமே! போர்நாய்களின் குரைப்பு, நகரமெங்கும் பாழ்படுத்துகிறது. தடம் காணும் நாய்கள் சோர்வற்றவை. சிப்பாய்கள் அப்படியல்ல. சேரிகளின் எரியும் முடைநாற்றம் தங்கள் வயிற்றைக் கலக்க பாரூக் ஷஹீத் அயூபா மாற்றி மாற்றி வாந்தி எடுக்கிறார்கள். அந்த நாற்றம், புட்டாவின் மூக்கில் வேக்காட்டின் பிம்பங்களைக் கொண்டுவருகிறது. அவன் தன் கடமையைச் செய்கிறான். "முகர்ந்து அவர்களைப் பிடி. மற்றவற்றைச் சிப்பாய்ப் பையன்களிடம் விட்டுவிடு." க்யூடியா அலகுகள் நகரத்தின் பாழ்பட்ட புகையினூடே கம்பீரமாக நடக்கின்றன. வேண்டாதவர்கள் யாருக்கும் இன்றிரவு பாதுகாப்பல்ல. எந்த மறைவிடமும் கண்டுபிடிக்கமுடியாததல்ல. தேசத்தின் ஒருமையை எதிர்ப்பவர்கள் ஓடி ஒளியும்போது மோப்பநாய்கள் பின் தொடர்ந்து கண்டுபிடிக்கின்றன. இரத்த வெறிபிடித்த நாய்களோ அவர்களுக்குள் தங்கள் பற்களைப் பாய்ச்சுகின்றன.

எத்தனை கைதுகள்? பத்தா, நானூற்றி இருபதா, ஆயிரத்தி ஒன்றா? எங்கள் சொந்த நம்பர் 22 அலகுதான் இவற்றுக்குக் காரணமா? டாக்காவின் எத்தனை புத்தி ஜீவிகள் கோழைத்தனமாகப் பெண்களின் சேலைக்குப் பின்னால் ஒளிந்துகொள்ள அவர்களைத் தெருவுக்கு இழுத்துவர வேண்டியிருந்தது? எத்தனைமுறை ப்ரிகேடியர் இஸ்கந்தர், "இதை முகர்ந்து பார், இதுதான் கீழ்ப்படியாதவன் நாற்றம்" என்று சொன்னான்? நாட்டு ஒற்றுமைக்காகப் பணிபுரிய நாய்களைக் கட்டவிழ்த்துவிட்டான்? மார்ச் 25 இரவில் நடந்த பல விஷயங்கள் ஒருவிதக் குழப்ப நிலைக்குள்ளேயே நிரந்தரமாகத்

தங்கிவிடநேரும். புள்ளிவிவரங்களின் பயனின்மை. 1971இல், கிழக்கு பாகிஸ்தான் ஆன வங்காள தேசத்தின் ஒருகோடி அகதிகள் இந்தியாவிற்குள் ஓடிவந்தனர். ஆனால் ஆயிரத்தி ஒன்றிற்கு மேற்பட்ட எல்லா எண்களையும்போலவே ஒருகோடி என்ற எண்ணையும் புரிந்து கொள்ளமுடியவில்லை. மனிதஇனத்தின் வரலாற்றில் மிகப் பெரிய இடப்பெயர்வு. யூதர்களின் வெளியேற்றம், இந்தியப் பிரிவினைக்கால கும்பல்க ளின் வெளியேற்றம், இவற்றை விடப் பெரியது...பலதலை மிருகம் இந்தியாவுக்குள் வெள்ளமாக வந்துகொண்டே இருந்தது. எல்லையில் இந்தியச் சிப்பாய்கள், முக்தி பாஹினி என்ற பெயர்கொண்ட கொரில்லாக்களுக்குப் பயிற்சி அளித்தார்கள். டாக்காவில் டைகர் நியாசி ஆதிக்கம் செலுத்தினான்.

அயூபா ஷஹீத் பாரூக்? எங்கள் பச்சைஉடைப் பையன்கள்? தங்களைப் போலவே மாமிசம் சாப்பிடுபவர்கள்மீது அவர்கள் எவ்விதம் போர் தொடுத்தார்கள்? கலகம் செய்தார்களா? இஸ்கந்தர் நஜ்முதீன் போன்ற அதிகாரிகளும் லாலா மோயினும் கூட, குமட்டுகின்ற தோட்டாக்களால் புதிர் ஆனார்களா? நிச்சயம் இல்லை. கள்ளங்கபடமற்ற நிலை மறைந்தது. ஆனால் கண்களைச் சுற்றிப் புதியதொரு கண்டிப்பு தோன்றினாலும், நிச்சயத்தன்மையின் மீண்டும் பெறமுடியாத இழப்பு நேர்ந்தாலும், அறவொழுக்க விதிகள் அரிக்கப்பட்டாலும், இந்த அலகு தன் பணியைச் செய்தவாறு சென்றது. தனக்குக் கட்டளையிட்டவாறு செய்தவன் புட்டா மட்டுமல்ல, இந்தப் போராட்டத்திற்கு அப்பாலிருந்த பாடகி ஜமீலாவின் குரல், தாகூரின் பாடல்களைப் பாடும் குரல்களோடு போரிட்டது. “உன் (வங்காள தேசத்தின்) நிலங்களிலிருந்து விளையும் அரிசி நிறைந்த நிழல்மிக்க கிராமத்து இல்லங்களில் என் வாழ்க்கை கழிகிறது... அவை என் இதயத்தைக் களிகொள்ள வைக்கின்றன.”

அவர்களுடைய இதயங்களில் பித்தம் பிடித்தது, மகிழ்ச்சியினால் அல்ல, அயூபா வும் தோழர்களும் கட்டளைகளைப் பின்பற்றினார்கள். புட்டா மோப்பத்தடங்களைக் காட்டினான். நகரத்தின் மத்தியில், மேற்கு பாகிஸ்தானிய சிப்பாய்கள் தங்கள் தீய செயல்கள மறுத்து எதிர்வினை புரிந்ததால் வன்முறை வெடித்து இரத்தக்களரியானது. கரும்புகைபடிந்த தெருக்களில் நம்பர் 22 அலகு செல்கிறது, புட்டா தரையில் கவனம் செலுத்துகிறான். குழப்பமாகக் கிடக்கும் குப்பைகள் - சிகரெட் பெட்டிகள், சாணம், விழுந்துகிடக்கும் சைக்கிள்கள், கைவிடப்பட்ட காலணிகள் ஆகியவற்றைப் புறக்கணித் துத் தடங்களை மோப்பம் பிடிக்கிறான். பிறகு மற்ற வேலைகள்.

நாட்டுப்புறத்தில் முழு கிராமங்கள் எரிகின்றன. முக்தி பாஹினிக்கு புகலிடம் கொடுத்தது அவை செய்த தவறு. புட்டாவும் தொடர்ந்த மூவரும் சிறுசிறு அவாமிலீக் கட்சியாளர்களையும் நன்கு தெரிந்த பொதுவுடைத் தலைவர்களையும் கண்டுபிடிக்கி றார்கள். தங்களைக் கடந்து தலையில் சுமையோடு செல்லும் இடம்பெயரும் கிராமத் தினரைப் புறக்கணிக்கிறார்கள். பிய்த்தெறியப்பட்ட தண்டவாளங்களையும், எரிந்து கரிந்த மரங்களையும் தாண்டி. ஏதோ கண்காணாத விசையொன்று அவர்களை இயக்குவதைப்போல அவர்கள் பித்த நிலையின் இருண்ட இதயத்துக்குள் செல்வதுபோல. அவர்கள் பணி அவர்களைத் தெற்கு தெற்கு தெற்கு நோக்கிக் கொண்டுசெல்கின்றது. கடலுக்கு சமீபத்தில், கங்கையும் கடலும் கலக்குமிடத்திற்கு.

கடைசியாக, யாரைப் பின்தொடர்கிறார்கள் அவர்கள்? இனிமேலும் பெயர்களுக்கு ஏதேனும் மதிப்புண்டா? அவர்களுக்குக் கொடுக்கப்பட்ட வேட்டைப்பொருள், புட்டாவின் திறமைக்கு மிகச் சரியாக எதிரானதாக இருந்திருக்கவேண்டும். இல்லை என்றால் அவனைப் பிடிப்பதில் இவ்வளவு காலம் எதற்கு? கடைசியாக, தங்கள் பயிற்சியிலிருந்து விடுபட முடியாமல், இடைவிடாமல் தேடுவது, இரக்கமின்றிக் கைது செய்வது என்பதற்கேற்ப, அவர்கள் ஒரு முடிவற்ற பணியின் மத்தியில் அகப்பட்டுக் கொண்டார்கள். அவர்களின் எதிரி இடைவிடாமல் ஆட்டம் காட்டுகிறான். ஆனால் அவர்கள் தங்கள் தளத்திற்கு வெறும்கையோடு செல்லமுடியாது. மேலும் செல்கிறார் கள் தெற்கு தெற்கு தெற்கு நோக்கி. தொடர்ந்து பின்வாங்கிச் செல்லும் மோப்பத் தடத்தை வைத்து. ஒருவேளை வேறு காரணமும் இருக்கலாம். ஏனென்றால் என் வாழ்க்கையில் விதி கைகொடுக்கத் தவறியதே இல்லை.

தடம் ஆற்றின்வழியே செல்கிறது என்று புட்டா கூறியதால். ஒரு படகை ஏற்பாடு செய்துகொண்டார்கள், கைவிடப்பட்ட நெல்வயல்கள் சூழ்ந்த உலகில் பசியோடு தூங்காமல் களைத்து தங்கள் கண்களால் பார்க்காத ஓர் இரையைத் தேடிச் செல் கிறார்கள். பேராற்றுடன் சேர்ந்து போகிறார்கள். கடைசியாகப் போர் என்பதே ஒரு ஞாபகமாகிவிட்டது. இருப்பினும் அவர்களின் தடம் அழைக்கிறது. இந்த ஆற்றுக்கு உள்ளூரில் ஒரு பரிச்சயமான பெயர் இருக்கிறது - ‘பத்மா’. ஆனால் உண்மையில் கங்கையின் பெயர்தான் அது. அவள்தான், தாய்நீர், சிவனின் தலைமுடியிலிருந்து உலகிற்கு இறங்கிவருபவள். புட்டா பலநாட்களாகப் பேசவில்லை. அவன் அதோ அங்கே என்று விரலைச் சுட்டிக் காட்டுகிறான்,

அவர்கள் செல்கிறார்கள். தெற்கு தெற்கு தெற்குநோக்கிக் கடலுக்குச் செல்கிறார்கள்.

பெயரற்ற ஒரு காலை. அயூபா ஷஹீத் பாரூக் தங்கள் அபத்தமான வேட்டையின் தேடலுக்கான படகில் விழித்தெழுகிறார்கள். இதுவரை கங்கையின் கரையோடு வந்தவர்கள், இப்போது புட்டா இல்லாததைப் பார்க்கிறார்கள். பாரூக் கத்துகிறான் "அல்லா! அல்லா! காதைப் பிடித்துக் கொண்டு கருணைக்காக கெஞ்சுங்கள். அவன் இந்த ஆற்று இடத்திற்கு நம்மைக் கொண்டுவந்துவிட்டு ஓடிவிட்டான். எல்லாம் உன் தவறுதான் அயூபா. அன்றைக்கு மின்சார ஒயரை வைத்து விளையாடினாய், அவன் இப்போது பழிவாங்கிவிட்டான்"... சூரியன் உயரச் செல்கிறது. வானத்தில் விசித்திர மான புதிய பறவைகள். வயிறுகளில் பசியும் பயமும் எலிகளைப்போல. ஒருவேளை முக்தி பாஹினி... பெற்றோர்களை வேண்டுகிறார்கள், ஷஹீதுக்கு அவனுடைய மாதுளம்பழக் கனவு.

படகை அலைகள் போல நம்பிக்கைஇழப்பு அலைக்கிறது. தொலைவில், அடி வானத்துக்கு அருகில், சாத்தியமற்ற எல்லையற்ற பசும்சுவர். பூமியின் வலப்புறமும் இடப்புறமும் நீண்டு செல்கிறது. சொல்லப்படாத பயம். இது என்ன? நாம் பார்ப்பது எவ்விதம் உண்மையாக இருக்கமுடியும்? யார் உலகின் குறுக்கே பாலம் கட்டினார்கள்?... பிறகு அயூபா, "பார்! பார்! அல்லா!" என்கிறான். நெல்வயல்களின் குறுக்கே மெதுவேகக் காட்சியாக புட்டா தன் வெள்ளரிப்பழ மூக்கோடு வருகிறான். அந்த மூக்கை ஒருமைல் தூரத்திலேயே கண்டுபிடிக்கமுடியுமே! அவன் பின்னால் சைகை காட்டிக்கொண்டு அரிவாளுடன் ஒரு விவசாயி. காலத்தந்தை கோபித்ததுபோல. மேட்டுக்கரைமீது ஓடி வரும்போது ஒரு பெண்ணின் சேலை அவள் கால்களுக்கிடை யில் சிக்கி, தலை மயிர் அவிழ்ந்து, குரல் கெஞ்சிக்கொண்டும், கீச்சிட்டும்... அரிவா ளுடன் பழிதீர்க்க வருபவன் தடுக்கிச் சேற்றில் விழுந்து தலைமுதல் கால்வரை சேறாகப் புரள்கிறான். அயூபா ஆறுதல் அடைகிறான். 'அந்தப் பழைய ஆடு உள்ளூர்ப் பெண்கள் மேல் கைவைக்காமல் இருக்காது!' "வா புட்டா, அவன் உன்னைப் பிடிக்க விடாதே. அவன் உன் இரண்டு வெள்ளரிப்பழங்களையும் நறுக்கிவிடுவான்." பாரூக், "அப்புறம் என்ன ஆகும்? புட்டாவை வெட்டிவிட்டால் பிறகு என்ன?" இப்போது டாங்கி அயூபா உறையிலிருந்து பிஸ்டலை எடுக்கிறான். ஆடாமல் இருக்க இரண்டு கைகளாலும் பிடித்துக் கொண்டு, சுடுகிறான். ஒரு அரிவாள் மேல்நோக்கிக் காற்றில் எழுகிறது. மெதுவாக மெதுவாக விவசாயியின் கைகள் குவிந்து

உயர்கின்றன. முழங்கால்கள் சேற்றில் மடிந்து புதைகின்றன. நெற்றி குனிந்து தரையை நோக்கிச் சென்று கும்பிடுவது போன்ற தோற்றத்தில். மேட்டில் ஒரு பெண் புலம்புகிறாள். அயூபா புட்டாவிடம், "அடுத்த முறை உன்னைச் சுட்டுவிடுவேன்" என்கிறான்.

டாங்கி அயூபா ஓர் இலையைப் போல நடுங்கிக் கொண்டிருக்கிறான். காலம் நெல்வயலில் செத்துக்கிடக்கிறது. ஆனால் இன்னும் அர்த்தமற்ற வேட்டை இருக்கிறது. கண்காணமுடியாத எதிரி. புட்டா 'அந்த வழியில்போ' என்கிறான். நான்கு பேரும் படகை ஓட்டுகிறார்கள். தெற்கு தெற்கு தெற்கு நோக்கி. அவர்கள் நேரத்தைக் கொலை செய்துவிட்டார்கள், தேதியை மறந்துவிட்டார்கள், விரட்டுகிறார்களா, விரட்டப்படுகிறார்களா என்பது தெரியவில்லை. ஆனால் அவர்களை இயக்குவது எதுவோ அது சாத்தியமற்ற அந்தப் பசுஞ்சுவர் அருகில் கொண்டு செல்கிறது. "அங்கேதான்" என்று புட்டா காட்டுகிறான், அவர்கள் அதற்குள் இருக்கிறார்கள், வரலாறு உட்புகுந்து செல்ல வழிகாணாத பெரிய காடு. சுந்தரவனங்கள். அவர்களை விழுங்குகிறது அது.

சுந்தரவனங்களில்

வழிதட்டுப்படாமல், தெற்கே தெற்கே தெற்கே எங்களை விரட்டுகின்ற வேட்டைப்பொருள் எதுவும் சுந்தரவனங்களில் இல்லை; அயூபா ஷாஹித் பாரூக் மூவருக்கும் துரத்துவதற்கும் துரத்தப்படுவதற்கும் வித்தியாசம் தெரியவில்லை; ஆனால் புட்டாவுக்குத் தான் என்ன செய்கிறோம் என்று நன்றாகத் தெரியும் என்பதை என்னுடைய வாசகர்கள் எல்லோருக்கும் நான் கடைசியாக மனந்திறந்து ஒப்புக்கொள் கிறேன். எதிர்கால உரையாளர்களுக்கும், விஷத்தோடு எழுதுகின்ற விமரிசகர்களுக்கும் சொல்கிறேன்: (ஏற்கெனவே நான் இருமுறை பாம்பு விஷத்துக்கு ஆட்பட்டிருக்கிறேன், இரண்டுமுறையுமே விஷ வேதிப்பொருள்களைவிட நான்தான் வலுவானவன் என்பதை நிரூபித்திருக்கிறேன்). குற்றத்தை ஒப்புக்கொள்ளுதல், அறக்குழப்பங்களை வெளிப் படுத்துதல், கோழைத்தனத்திற்கு நிரூபணம் அளித்தல் ஆகியவற்றைக்கொண்டு அவர்களுக்கு வேண்டுமென்ற ஆயுதங்களை நான் இப்போது அளிக்கிறேன்: புட்டா, தனது கடமையைச் செய்யவேண்டிய நிலையில் தொடர்ந்து இருக்கமுடியாததால், ஓடிப்போய் விட்டான். ஆன்மாவைத் தின்னக்கூடிய துயர்நோக்கு, பயனின்மை, அவமானம் ஆகிய மனப்போக்குகளால் அவன் இராணுவத்தை விட்டு வரலாறு அற்ற மழைக்காடுகளின் பெயரற்ற தன்மைக்குள் ஓடினான். தன்னோடு மூன்று சிறுவர்களையும் இழுத்துக் கொண்டு வந்துவிட்டான். ஊறுகாயாகட்டும், சொற்களாகட்டும், நான் அழியாத் தன்மை தர விரும்புகிறேன். ஒப்புக்கொள்வதின் விளைவுகள் மறுக்கப்படாதநிலையில், யதார்த்தத்தின் சற்றே மிகைப்பட்ட தன்மை கனவுகளின் பாதுகாப்புக்குள் ஓடிப் போகும் மிக மோசமான விருப்பத்தை உருவாக்குகிறது... ஆனால் அந்தக் காடு, எல்லாப்

புகலிடங்களையும் போலவே, முழுமையாக 'மற்றதாக'வே - அவன் எதிர்பார்ப்புக்குக் குறைவாகவும் அதிகமாகவும் இருந்தது.

"எனக்கு சந்தோஷம்தான்" என்கிறாள் பத்மா. "நீ ஓடிவந்தது சரிதான்." ஆனால் நான் வலியுறுத்துகிறேன் - நான் அல்ல, புட்டாதான் ஓடியவன். கடைசியில், பாம்பு... அது இருக்கட்டும், சலீம், ஓடினாலும், விடாப்பிடியாக ஒரு எச்சில் கலத்தைக் கையில் பிடித்திருந்தாலும், இன்னும் தனது கடந்த வரலாற்றிலிருந்து பிரிக்கப்பட்டவனாகத்தான் இருந்தான்.

காடு அவர்களை ஒரு கல்லறைபோல வளைத்துக்கொண்டது. மேலும் மேலும் களைப்போடு, ஆனால் வெறியோடு படகைச் செலுத்தினாலும், புரிந்துகொள்ள முடி யாத வளைவுநெளிவான, மரங்கள் விதானம் போலக் கவிந்த உப்புநீர்க் கழிகளில் அயூபா, ஷஹீத், பாரூக் தொலைந்துபோய்விட்டார்கள். புட்டாவை அடிக்கடி நோக்கினார்கள். அவன் அதோ அங்கே, அப்படித்தான் என்று வழிகாட்டினான். களைப்பைக் கண்டுகொள்ளாமல் மிகக் கடுமையாகப் படகைச் செலுத்தினாலும், இந்த இடத்தை விட்டுச் செல்வது என்பது கொள்ளிவாய்ப்பிசாசின் மாயத்தோற்றம்போலத் தோன்றியது. கடைசியாகத் தங்கள் மோப்பக்காரனை அவர்கள் சூழ்ந்துகொண்டார்கள். வழக்கமான அவனுடைய நீலநிறக் கண்களில் வெட்கம் அல்லது ஆறுதலின் சிறு கீற்று தென்படக் கண்டார்கள். காட்டின் பச்சை இடுகாட்டுச் சூழலில், "உனக்கு ஒண்ணுமே தெரியவில்லை, ஏதோ சொல்கிறாய்" என்றான் பாரூக். புட்டா மௌனமாக இருந்தான், அந்த மௌனத்தில் தங்கள் விதியை அவர்கள் கண்டார்கள்.

தவளை கொசுவை விழுங்குவதுபோலக் காடு தங்களை விழுங்கிவிட்டது, இனிமேல் சூரியனைப் பார்க்கவே வழியில்லை என்பதை உணர்ந்த அயூபா பாலோக், டாங்கி அயூபா, முற்றிலும் சிதைந்து, பருவமழை போல அழலானான். க்ரூ கட் கொண்ட ஒரு பெரிய உருவம், குழந்தைபோல அழுது முகம் வீங்குவதைப் பார்த்ததினால், பாரூக்கும் ஷஹீதும் தங்கள் நினைவுக்குத் திரும்பினார்கள். பாரூக் புட்டாவைத் தாக்கி, படகை ஏறத்தாழக் கவிழ்த்துவிட இருந்தான். புட்டா தன் மார்பு தோள் கைகள்மீது விழுந்த அடிகளை மென்மையாகத் தாங்கிக் கொண்டான். கடைசியாகப் படகின் பாதுகாப்புக்காக வேண்டி ஷஹீத் அவனை இழுத்துவிட்டான். அயூபா பாலோக் மூன்று மணிநேரமோ, மூன்று நாட்களோ, மூன்று வாரங்களோ தெரியாது, அழுதுகொண்டே இருந்தான். கடைசியாக மழை பெய்து அவன் கண்ணீருக்கு

வேலையில்லாமல் செய்தது. "அழுது அழுது, பார், உன்னால் மழை வந்துவிட்டது" என்றான் ஷஹீத் தர். அவர்கள் அந்தக் காட்டின் தர்க்கத்திற்கு வசப்பட்டுவிட்டார்கள் என்பது புரிந்தது. ஆனால் இது தொடக்கம்தான். மாலைப்போதின் மர்மத்தில் மரங்களின் யதார்த்தமின்மை பெருகியபோது, சுந்தர வனங்கள் மழையில் வளரத் தொடங்கின.

அவர்கள் படகிலிருந்த நீரை வெளியே ஊற்றிக்கொண்டிருந்ததால் முதலில் கவனிக்கவில்லை. நீர் அளவு பெருகிக்கொண்டே வந்தது அவர்களைக் குழம்பச் செய்திருக்கலாம். ஆனால் மாலைநேரக் கடைசி ஒளியில், வனங்கள் தங்கள் அளவிலும், ஆற்றலிலும், கொடூரத்திலும் பெருகிக்கொண்டே வந்தன என்பதில் சந்தேகமில்லை. அந்தி நேரத்தில் மிகப் பெரிய பழைய மாங்குரூவ் மரங்கள் தங்கள் வேர்களைப் பாம்புகள்போல நீரில் தாகத்தோடு நனையவிட்டன. மழையை உறிஞ்சி அவை யானைகளைப்போலப் பெருத்தன. மரங்களின் கிளைகளோ உயர்ந்துகொண்டே சென்றன. பின்னால் ஷஹீத் தர் "உச்சியிலிருக்கும் பறவைகள் நேராகக் கடவுளிடமே பாடும்" என்று வருணித்தான். நிபா மரங்களின் உயரத்திலிருந்த இலைகள் படர்ந்து பெரிய பச்சை நிறக் குவிந்த கைகள் போலத் தோன்றின. அந்த இரவுநேர மழையில் அவை வீங்கிச் சென்றன. அதனால் காடு முழுவதுமே கூரையிடப்பட்டது போலத் தோன்றியது. பிறகு நிபா பழங்கள் விழ ஆரம்பித்தன.

தேங்காய்களைவிடப் பெரியதாக இருந்த அவை, மிக உயரத்திலிருந்து விழுந்த தால் வேகம் பெற்று நீரில் வெடிப்பதுபோலத் தோன்றின. மழைநீர் படகில் நிரம்பிய வாறு இருந்தது. தாங்கள் அணிந்திருந்த பச்சைக் குல்லாய்களும் ஒரு பழைய நெய் டப்பாவும்தான் நீரை அள்ளிக் கொட்டுவதற்கு அவர்களிடம் இருந்தன. இரவு வளர்ந்து நிபா பழங்களும் அவர்கள்மீது குண்டுகள் போல விழுந்ததால், ஷஹீத் தர், "வேறு வழியில்லை! நாம் நிலத்துக்குப் போய்த்தான் ஆகவேண்டும்" என்றான். அவன் மனத்தில் மாதுளம்பழக் கனவு நிறைந்திருந்தாலும், இந்தப் பழங்கள் வேறுவிதமாக இருந்தாலும் இங்கேதான் அந்தக் கனவு பூர்த்தியாகப் போகிறது என்று அவனுக்குத் தோன்றியது.

அயூபா சிவந்த கண்கள் கொண்டு பேரச்சத்தில் உட்கார்ந்திருந்தான். பாரூக் தன் தலைவனின் சிதைவினால் தானும் அழிந்துபோனதுபோல் இருந்தது. புட்டா தலையைக் குனிந்தவாறு மௌனமாக இருந்தான். ஷஹீத் ஒருவன்தான் சிந்தனை செய்ய முடிந்தவன் போலத் தோன்றியது. அவனும் முழுதும் நனைந்து,

தளர்ந்திருந்தான், இரவுக்காடு அவனைச்சுற்றிக் கூக்குரலிட்டது என்றாலும் தன் மரண மாதுளம் பழத்தை நினைக்கும்போது அவன் மனம் தெளிவுபட்டது. ஆகவே அவன்தான் எங்களுக்குக் கரைக்குப் படகைச் செலுத்துமாறு ஆணையிட்டான். ஒரு நிபா பழம் படகிலிருந்து ஒன்றரை அங்குலம் தள்ளி விழுந்தது. அது ஏற்படுத்திய குழப்பத்தில் படகு கவிழ்ந்து இருளில் கரையைத்தேடி துப்பாக்கிகள், எண்ணெய்த்தாள்கள், நெய் - டின் ஆகியவற்றோடு அவர்கள் துழாவலானார்கள். தங்களுக்குப் பின் படகை இழுத்தார்கள். மேலிருந்து விழும் நிபா பழங்கள், பாம்புபோல் நீளும் மாங்குரூவ் வேர்கள் இவற்றைத் தாண்டி எப்படியோ படகினுள் விழுந்து தூங்கினார்கள். அவர்கள் எழுந்தபோது, மழை பெரும்தூறலாக மாறியிருந்தது, வெப்பத்தின் இடையிலும் நனைந்து நடுங்கினார்கள். அவர்கள் உடலை மூன்று அங்குல நீள அட்டைகள் சூழ்ந்திருந்தன. அவற்றின் உடல்கள் சூரியவெளிச்சமின்மையால் வெளுத்துக் காணப்பட்டன. இப்போது நான்கு மனித உடல்களிலிருந்து இரத்தத்தை உறிஞ்சி சிவப்பாயின. உடல் வெடிக்கும் அளவு பருத்தும் அவை கடிப்பதை நிறுத்தவில்லை. காட்டின் தரையில் கால்களின் வழியாக இரத்தம் சொட்டியது. காடு அதை உறிஞ்சியது.

நிபா பழங்கள் காட்டுத்தரையில் விழுந்து சிதைந்தபோது அவற்றிலிருந்தும் இரத்தம்போலவே ஒரு திரவம் வெளிவந்தது. ஒரு இரத்தநிறப் பால். உடனே அதை லட்சக்கணக்கான பூச்சிகள் - அவையும் அட்டைகள் போலவே நிறமற்றவையாக இருந்தன - மொய்த்துக்கொண்டன. பிறகு அவையும் இரத்தநிறமாயின... இரவுமுழுவதும் மாங்குரூவ் காடு வளர்வது போல் தோன்றியது. எல்லாவற்றிலும் உயரமானவை சுந்தரி மரங்கள். அவற்றிலிருந்துதான் அந்தக் காட்டுக்குப் பெயர் வந்தது. அவை உயரமாக வளர்ந்து சூரியனின் ஒரு கீற்றுக் கூட உள்ளே வராமல் செய்தன. கடினமான வெறும் தரையில் அவர்கள் கால் வைத்தபோது இளஞ்சிவப்புநிறத் தேள்கள், மண்நிற மண்புழுக்கள் சூழ்ந்தன. அப்போதுதான் அவர்களுக்குப் பசிதாகம் நினைவுக்கு வந்தது. இலைகளிலிருந்து அவர்களைச் சுற்றி நீர் விழுந்தவாறு இருந்தது. அவர்கள் தலையை மேல்நோக்கி உயர்த்தி அந்த நீரை அருந்தலானார்கள். சுந்தரி இலைகள் மாங்குரூவ் கிளைகள் நிபா ஓலைகள் வழியாக அந்த நீர் வந்ததால், அந்த நீரிலும் காட்டின் அர்த்தமற்ற தன்மை இருப்பதாகத் தோன்றியது. அதைக் குடித்து, காட்டின் கொடிய பசுமை உலகத்திற்கு அவர்கள் அடிமையானார்கள்.

அங்கு பறவைகளின் குரல்கள் மரக்கதவுகளின் கிறீச்சொலிபோல இருந்தன. பாம்புகள் குருடாக இருந்தன. காடு உண்டாக்கிய கலங்கலான, கேடு விளைவிக்கின்ற மனநிலையில், அவர்கள் தங்கள் முதல் உணவைத் தயாரித்தார்கள். நிபா பழங்களும் மண்புழுக்களும் கலந்த கலவை. அது அவர்களுக்கு கடும் பேதியை உண்டாக்கியது. தங்கள் குடலே வெளியே வந்துவிழுந்துவிட்டதுபோன்ற எண்ணம் அவர்களுக்கு ஏற் பட்டது. பாரூக், "நாம் இறக்கப்போகிறோம்" என்றான். ஆனால் ஷஹீதுக்கு உயிர்வாழ்வதில் கடும் ஆசை ஏற்பட்டிருந்தது. இரவின் சந்தேகங்கள் தீர்ந்துபோனதால், தான் இந்தவிதமாக இறக்கப்போவதில்லை என்பதில் தெளிவாக இருந்தான். மழைக்காட்டில் தொலைந்துபோய், பருவமழை குறைந்திருந்தது. மீண்டும் அது கடுமையாவதற்கான அறிகுறிதான் அது. அது எந்த நேரத்திலும் அவர்களின் போதாத பொருள்களை நனைத்துவிடும் என்பதால் வெளியேற வழி காண்பதன் பயனின்மையை உணர்ந்தான். அவன் அறிவுறுத்தலில், பனைஓலைகள், எண்ணெய்த்தாள்கள் ஆகியவற்றினால் ஒரு தற்காலிக இருப்பிடம் கட்டப்பட்டது. "நாம் பழங்களை மட்டுமே சாப்பிட்டால், உயிர் வாழலாம்" என்றான்.

தங்கள் பயணத்தின் நோக்கத்தை அவர்கள் எப்போதோ மறந்து போயிருந்தார்கள். நிஜஉலகத்தில் எப்போதோ அவர்கள் தொடங்கிய வேட்டை, சுந்தரவனத்தின் மாய ஒளியில் ஒரு அபத்தக் கனவாக மாறியிருந்தது. அவர்கள் அதை விட்டுவிட்டார்கள். நால்வரும் கனவுக்காட்டின் பயங்கரமான மாயத்தோற்றங்களுக்குத் தங்களை ஆட்படுத்திக் கொண்டார்கள். வந்துவிட்ட பெருமழையில் ஒருவருக்குள் ஒருவராகக் கரைந்தார்கள். குளிர் காய்ச்சல் பேதி இவற்றிற்கிடையிலும் சுந்தரிமரங்களின் அடிக்கிளைகளை நன்கு இழுத்து தங்கள் இருப்பிடத்தை மேம்படுத்திக்கொண்டார்கள். நிபா பழங்களின் சிவந்த பாலைக்குடித்தார்கள். பாம்புகளைக் கொல்லவும், கூர்மையான கழிகளை எறிந்து பறவைகளை வீழ்த்தவுமான உயிர்பிழைக்கும் திறன்களைக் கற்றுக் கொண்டார்கள்.

ஓரிரவு அயூபா இரவில் கண்விழித்தபோது ஒரு விவசாயியின் ஒளி ஊடுருவும் தோற்றம் தென்பட்டது. அவன் இதயத்தில் தோட்டாத் துளையுடனும் கையில் அரிவாளுடனும் அவனைப் பார்த்துக் கொண்டிருந்தான். அயூபா படகிலிருந்து இறங்க (அதை அவர்கள் தங்கள் பழங்குடிப் புகலிடத்திற்குள் இழுத்து விட்டிருந்தார்கள்) முற்பட்டான். விவசாயியின் உடலிலிருந்து ஒரு நிறமற்ற திரவம் கசிந்து அவன் இதயத் துளை யிலிருந்து

வெளிவந்து அயூபாவின் துப்பாக்கிக் கையை நனைத்தது. அடுத்த நாள் காலை அயூபாவின் வலதுகை இயங்க மறுத்தது. பிளாஸ்டர் போட்டுப் பக்கவாட்டில் ஒட்டவைத்ததுபோலத் தொங்கியது. பிற இருவரும் அவனுக்கு உதவி செய்தாலும் பயனில்லை. கண்ணுக்குப் புலப்படாத பேயின் திரவத்தால் அது இயங்காமல் போயிற்று.

இந்த முதல் பேய்த்தோற்றத்திற்குப் பிறகு, அவர்கள் அந்தக் காடு எதை வேண்டுமானாலும் செய்யவல்லது என்ற விசித்திர மனநிலை கொண்டார்கள். ஒவ்வோர் இரவும் அது அவர்களுக்குப் புதிய தண்டனைகளை அளித்தது. அவர்கள் இராணுவத்துக்குக் கண்டுபிடித்துக் கொடுத்த ஆடவர்தம் மனைவிகளின் குற்றம் சாட்டும் கண்கள், அவர்களின் வேலையால் தந்தையிழந்த பிள்ளைகளின் குரங்குக் கூச்சல்கள் அவர்களை வதைத்தன. உணர்ச்சியற்ற புட்டாகூட இரவில் கண்விழித்தபோது காடு தன்னை ஓர் இடுக்கிபோலச் சூழ்ந்து பிடித்துக்கொண்டதாக உணர்ந்தான், தன்னால் மூச்சுவிடமுடியவில்லை என்று மரக்குரலில் கூறினான்.

போதிய அளவு அவர்களை தண்டித்தபிறகு, அவர்கள் தங்கள் பழைய சுயங்களின் பேயுருக்களான பிறகு, காடு அவர்களுக்குப் பழைய நினைவுகளின் இரட்டைக் குழல் ஆடம்பரத்தை அளித்தது. அயூபா தன் குழந்தைப்பருவநிலை நோக்கி பிறரை விட வேகமாகப் பின்னோக்கிச் சென்றுகொண்டிருந்தான் - ஓர் இரவு தன் இயங்கும் கட்டைவிரலைச் சப்பத் தொடங்கினான். அப்போது அவன் தாய் அவனைப்பார்த்துப் பாசத்தோடு குனிந்து, அரிசியினால் செய்த இனிப்புப் பண்டங்களைத் தருவதாகக் கூறினாள். அவன் லட்டுக்காகக் கையை நீட்டிய போது, பெரிய சுந்தரி மரம் ஒன்றின் கிளையில் அமர்ந்து வாலில் கிளையைப் பற்றியவாறு அவள் ஊசலாடலானாள். இவ்வாறு தாயின் முகம் கொண்ட ஒரு குரங்கின் பேயுரு இரவுகளில் அவனுக்குத் தோன்றலாயிற்று. கொஞ்ச நாட்களுக்குப் பிறகு இனிப்புகளைவிட அவற்றை அளித்த தாயின் நினைவு அதிகமாக வரலாயிற்று.

அவளுக்குத் தன் சீதனப் பொருள்கள் மத்தியில் உட்கார்ந்திருப்பதில் அதிக ஆர்வம். அவளுடைய தந்தை அவள் கணவனுக்குத் தந்த பல சீதனப்பொருள்களின் இடையில் அவளும் ஒரு பொருள்போலவே தோன்றினாள். சுந்தரவனங்களின் இதயப் பகுதியில், தன் தாயை முதல்முறையாக அயூபா அறிந்துகொண்டான், தன் கையைச் சப்புவதை விட்டுவிட்டான். பாரூக் ரஷீதுக்கும் ஒரு காட்சி தென்பட்டது. ஒருநாள் மயங்கும் மாலையில் அவன் சகோதரன் அவனைநோக்கி ஓடிவருவதாகத்

தென்பட் டது. அவன் தந்தை இறந்துபோன செய்தியை அவன் கொண்டுவந்தான். ஒருநாள், அதுகூட மறந்து போயிற்று, உள்ளூர்ப் பண்ணையார் - அவன் 300 சதவீத வட்டிக்குப் பணம்கொடுப்பவன் - புதிய கடனுக்குப் பதிலாகத் தன் ஆன்மாவை வாங்கிக்கொள்ள ஒத்துக்கொண்டதாக அவன் தந்தை சொன்னான். தந்தை - ரஷீது, அவன் சகோதரனிடம், "நான் செத்துப்போகும்போது நீ வாயை அகலமாகத் திறக்கவேண்டும். அப்போது என் ஆன்மா அதற்குள் வந்துவிடும். பிறகு ஜமீன்தார் உன்னைத் துரத்துவான், நீ ஓடு, ஓடு அப்போதுதான் தப்பமுடியும்" என்றானாம்.

பாரூக்கும் வேகமாகக் காலத்தில் பின்னோக்கிச் செல்லலானான். அவன் தந்தையின் இறப்பும் சகோதரனின் ஓட்டமும் காடு அவனிடம் உருவாக்கியிருந்த பிள்ளைப் பருவ குணங்களை விட்டுவிடச் செய்தன. தனக்குப் பசிக்கும்போது அழுவ தையும் ஏன் ஏன் என்று கேள்வி கேட்பதையும் விட்டுவிட்டான்.

ஷஹீத்துக்கு அவன் முன்னோன் ஒருவன் குரங்கு வடிவில் தோன்றினான். ஆனால் அதைவிட, "உன் பெயருக்கேற்ப நடந்துகொள்" என்று அறிவுறுத்திய தந்தை யையே அதிகமும் கண்டான். வெறுமனே கட்டளைக்குக் கீழ்ப்படிந்து நடக்குமாறு போர் ஏற்படுத்திய மனநிலை அவனுக்குள் மாறி பொறுப்புணர்ச்சி ஏற்பட அது உதவிசெய்தது. ஆகவே அந்த மாயக்காடு, அவர்களின் தவறான செயல்களுக்காகச் சித்திர வதை செய்தபிறகு, அவர்களைப் புதியதொரு முதிர்பருவ வாழ்க்கைக்குக் கையைப் பிடித்து அழைத்துச் செல்வதுபோலத் தோன்றியது. இரவுக்காட்டினூடே அவர்களின் நம்பிக்கைப்பேய்கள் இயங்கின. ஆனால் அவற்றைத் தெளிவாக நோக்கவோ பற்றிக்கொள்ளவோ முடியவில்லை.

புட்டாவுக்குப் பழையஞாபகங்கள் ஏற்படவில்லை. அவன் ஒரு சுந்தரி மரத்தடியில் சப்பணமிட்டு உட்காருவதை வழக்கமாகக் கொண்டிருந்தான். அவன் கண்களும் மனமும் காலியாக இருந்தன. இரவுகளில் அவன் விழிப்பதும் இல்லை. கடைசியாகக் காடு அவனுக்குள் புகவும் வழிகண்டது. ஒருநாள் மாலை, மழைபொழிந்து அவர்களை நீராவிக்குள் வேகவைத்துக் கொண்டிருந்தபோது, அயூபா ஷஹீத் பாரூக் மூவரும் புட்டா தன் மரத்தடியில் உட்கார்ந்திருப்பதைப் பார்த்தார்கள். அப்போது ஒரு நிறமற்ற, குருட்டுப் பாம்பு அவனைக் குதிகாலில் கடித்து விஷத்தைச் செலுத்தியது. ஷஹீத் தர் ஒரு குச்சியால் அதை அடித்துக் கொன்றான். உச்சிமுதல் கால்வரை மரத்துப்போயிருந்த புட்டா அதைக்

கண்டுகொண்டதாகத் தெரியவில்லை. அவன் கண்கள் மூடியிருந்தன. அவன் உடனே இறந்துபோவான் என்று பிற மூவரும் நோக்கினர்.

ஆனால் நான் பாம்புவிஷத்தைவிட வலிமையானவன். இரண்டுநாட்கள் மரம் போலவே அவன் உட்கார்ந்திருந்தான். அவன் கண்கள் மாறுபார்வை கொண்டன. அதனால் உலகத்தை ஒரு கண்ணாடி பிம்பம்போல இடவலமாக மாற்றி அவன் கண்டான். கடைசியாக அவன் தளர்ந்து உலகநினைவுக்கு வந்தபோது முன்பிருந்த அருவ நிலை அவன் கண்களில் இல்லை. நான் கடந்தகாலத்துடன் இணைக்கப் பட்டேன். பாம்பு விஷத்தினால் ஒருமை பெற்றேன்.

அந்தக்கதை புட்டாவின் உதடுகள் வாயிலாக வெளிவரலாயிற்று. அவன் கண்கள் இயல்புநிலைக்குத் திரும்பிய உடனே, அவன் வாயிலிருந்து சொற்கள் வந்த வேகம் பருவமழை கொட்டுவதுபோலிருந்தது. அந்தக் கதைகளைச் சிறார்ச் சிப்பாய் கள் ஆடாமல் அசையாமல் கேட்டனர். நள்ளிரவில் பிறந்ததுமுதல், ஓரிடத்திலும் நில்லாமல்...ஏனென்றால் பழையவற்றை - எல்லாவற்றையும் - இழந்த வரலாறு முழுவதையும் - ஒரு மனிதனாவதற்குத் தேவையான பலவித சிக்கலான செயல்பாடுகள் எல்லாவற்றையும் அவன் புதுப்பித்துக்கொண்டிருந்தான். அங்கிருந்து நகரவும் இயலாமல், மேலே இலையிலிருந்து வந்த நீரைப்போல வாயைப் பிளந்தவாறு அவன் வாழ்க்கைக் கதையைக் குடித்தனர் சிறார்ச்சிப்பாய்கள். படுக்கையை நனைத்த சித்திமகன், புரட்சி செய்த மிளகுச் சிமிழ்கள், மிக இனிமையான குரல்கொண்ட தங்கை...

அயூபா ஷஹீத் பாரூக் முன்னால் என்றால் தாங்கள் கேட்ட வதந்திகள் உண்மை என்று அறிவதற்கு எதையும் கொடுத்திருப்பார்கள். ஆனால் இப்போது சுந்தர வனங்களில், அவர்களால் கத்தக்கூட முடியவில்லை. இன்னும் தொடர்ந்து... கடைசியாக வந்த காதல், ஒளிக்கீற்றில் படுக்கையில் ஜமீலா... ஷஹீத் தர் முணுமுணுத்தான் - "அதனால்தான் காதலைச் சொன்னபிறகு அவள் பக்கத்தில் நிற்பதற்குக் கூட..." ஆனால் புட்டா தொடர்கிறான்...அவன் ஏதோ ஒன்றை நினைவுக்குக் கொண்டுவர சிரமப்படு கிறான் என்று தெரிகிறது... ஆனால் அது வரமறுக்கிறது, பிடிவாதமாக வராமல் இருக்கிறது. ஆகவே அது இல்லாமலே கதைமுடிவுக்குச் செல்கிறான். ஆகக் கடை சியாக ஒரு புனிதப்போர், வானத்திலிருந்து விழுந்தது இவற்றைப் பற்றியெல்லாம் சொன்னபிறகும் திருப்தியின்றி, முறுக்கலாக உட்கார்ந்திருக்கிறான்.

பிறகு மௌனம். பிறகு பாரூக் ரஷீத் "ஒரு ஆளுக்குள் இவ்வளவு விஷயங்களா? இவ்வளவு கெட்டவை களா? அதனால்தான் அவன் வாயைத் திறக்காமல் உட்கார்ந்திருந்தான்" என்கிறார்கள். "பார் பத்மா, இந்தக் கதையை முன்னாலே சொல்லியிருக்கிறேன். ஆனால் நினைவுக்கு வராமல் போனது எது? ஒரு நிறமற்ற பாம்பின் விடுவிக்கும் விஷத்தினாலும்கூட வெளிவராமல்போன செய்தி எது?" (பத்மா: புட்டாவுக்கு அவன் பெயர் ஞாபகம் வரவில்லை - குறிப்பாக முதல் பெயர்.)

இன்னும் மழை பொழிந்தவாறே இருந்தது. நீர்ப்பரப்பு தினசரி உயர்ந்தது. ஆகவே அவர்கள் மேட்டு நிலத்தைத் தேடிக் காட்டுக்குள் இன்னும் ஊடுருவிச் சென்றாகவேண்டும் என்ற நிலை ஏற்பட்டது. மழை கனத்திருந்ததால் படகைப் பயன்படுத்த முடியவில்லை. ஷஹீதின் ஆணைப்படி பிற மூவரும் அதை ஆற்றங்கரையிலிருந்து நன்றாக உள்ளே இழுத்துவைத்தார்கள். ஒரு சுந்தரி மரத்தில் அதைக் கட்டினார்கள். அதை இலைகளால் நன்கு மூடினார்கள். பிறகு வேறு வழியில்லாமல், காட்டின் அடர்ந்த நிச்சயமின்மைக்குள் அவர்கள் புகுந்தார்கள்.

மறுபடியும் சுந்தரவனத்தின் இயல்பு மாறியது. பல நூற்றாண்டுகள் முன்னர் வேண்டாதவர்கள் என்று தாங்கள் விலக்கிப் பிரிந்துவந்த தங்கள் குடும்பங்களின் புலம்பல் ஓசைகள் காதில் கேட்கலாயின. அவர்களின் குற்றம்சாட்டும், வேதனை நிரம் ।பி।। குரல்களிலிருந்து விடுபட அவர்கள் காட்டின் நடுப்பகுதியைநோக்கி ஓடலாயினர். இரவில் பேய்உருவக் குரங்குகள் மரங்களில் கூடி "எங்கள் பொன்னான வங்காளம்" என்று பாடலாயின. ... "தாயே நான் ஏழை, ஆனால் இருப்பதை உன்காலடியில் சமர்ப்பிக்கிறேன், அதில் என் இதயம் களிப்படைகிறது." இடைவிடாத குரல்களின் சித்திர வதையிலிருந்து தப்பிக்கவும் முடியாமல், காடு தங்களுக்குக் கற்பித்த பொறுப்புணர்ச்சி யினால் மிகுதிப்பட்டுவிட்ட அவமானத்தின் சுமையை ஒரு கணம் அதிகமாகத் தாங்க வும் முடியாமல் ஏதேனும் செய்யவேண்டிய கட்டாயத்திற்கு இந்தச் சிறுவர்கள் தள்ளப்பட்டனர். மழைநீர் நிறைந்த காட்டு மண்ணை ஷஹீத் தர் எடுத்தான். மாயக் கூக்குரல் களின் வேதனை பொறுக்கமுடியாமல் அதைத் தன் காதுகளில் அடைத்துக்கொண் டான். அவனைப் பின்பற்றி அயூபா பாலோக்கும் பாரூக் ரஷீதும் அப்படியே செய்தனர். புட்டா மட்டுமே காட்டின் தண்டனையை ஏற்றுக் கொள்பவன் போலவும், தன் குற்றத்தின் தவிர்க்க இயலாமை

முன்பு தலைகுனிபவன் போலவும் தன் காதுகளை (ஒன்று நல்லது, ஒன்று கெட்டது) அடைக்காதவன்.

...கனவுக்காட்டின் அந்த மண் - காட்டுப் பூச்சிகளின் நிறமற்ற தன்மை, பறவைகளின் ஆரஞ்சுநிற எச்சங்களின் கெடுதல் ஆகியவை நிறைந்தது - அந்த மூன்று பேர்களின் காதுகளையும் பாதித்து அவர்களை முழுச்செவிடாக்கிவிட்டது. ஆகவே காட்டின் குற்றச்சாட்டுகளிலிருந்து அவர்கள் தப்பினாலும், இப்போது அவர்கள் சைகை மொழியில் பேசிக்கொள்ள வேண்டிய நிலைக்குத் தள்ளப்பட்டார்கள். ஆனால் சுந்தரிமர இலைகள் காதுகளில் உபதேசித்த விழுங்கமுடியாத இரகசியங்களைக் காட்டிலும் செவிடானதே மேல் என்று அவர்கள் நினைத்தார்கள்.

கடைசியாகக் காட்டின் முணுமுணுப்புகள் நின்றன. ஆனால் இப்போது அது புட்டாவுக்கு மட்டுமே தெரியும். சுற்றியலைந்த நால்வரும் கடைசியாகத் தங்கள் கலக்கத்தின் உச்சத்திற்கு வந்தபோது, காடு தன் மரத் தாடிகளால் ஆன திரையை விலக்கி மிக அற்புதமான காட்சி ஒன்றைக் காட்டியது. அவர்கள் தொண்டைக்குழி வாய்க்கு வந்துவிட்டதுபோலிருந்தது. புட்டாவும்கூடத் தன் கையிலிருந்த எச்சிற்கலத்தை கெட்டி யாகப் பிடித்துக்கொண்டான். நான்கு பேர்களுக்கு இப்போது ஒரேஒரு நல்ல காது.

ஒரு பசும்புல் படர்ந்த தரைப்பகுதி. பறவைகள் மிக இனிமையாகப் பாடின. அதன் மத்தியில் ஒரு பழங்கால இந்துக்கோயில் நின்றது. ஒற்றைப் பாறையில் மறக்கப் பட்ட பல நூற்றாண்டுகள் முன்பு செதுக்கப்பட்ட கோயில். அதன் சுவர்களில் ஆண் பெண் உருவங்கள் நேர்த்தியாகச் செதுக்கியிருந்தன. நல்ல உடல்வாகுகளில் ஆண் பெண் புணர்ச்சித்தோற்றங்கள். சிலசமயங்களில் அவை வேடிக்கையின் எல்லைக்கும் சென்றன. நம்பிக்கையற்ற காலடிகளை முன்வைத்து நால்வரும் இந்த அதிசயத்தை நோக்கிச் சென்றனர். எல்லையற்ற பருவ மழையின் ஊடே கோயிலின் உள்ளே அவர்கள் ஒரு கருத்த நடனமிடும் தேவதையின் உருவத்தைக் கண்டனர். மூவருக்கு அதன் பெயர் தெரியாது, ஆனால் புட்டாவுக்கு அது காளியின் உருவம் என்று தெரியும். இனப்பெருக்க வளமுள்ளவளாகவும் பயங்கரமாகவும் இருந்தது அவள் தோற்றம். இன்னும் அவளது சில பற்களில் பொன்னிற வண்ணம் ஒட்டியிருந்தது. நான்கு பயணிகளும் அவள் காலடியில் படுத்து மழையற்ற தூக்கத்தில் ஆழ்ந்தார்கள்.

நள்ளிரவில் ஒரேசமயத்தில் கண்விழித்தார்கள். நான்கு இளம் கன்னியர்கள் அவர்களை நோக்கிப் புன்னகை செய்வதைக்

கண்டார்கள். அவர்கள் அழகு வருண னைக்கு அப்பாற்பட்டதாக இருந்தது. ஷஹீதுக்கு சொர்க்கத்தில் காத்திருக்கும் தெய்வப் பெண்கள் அவர்கள்தான் என்று தோன்றியது. ஆனால் இவர்கள் நிஜப் பெண்கள். தங்கள் சேலைக்குக் கீழ் ஒன்றும் அணியவில்லை, அவையும் காட்டின் கறைபட்டுக் கிழிந்திருந்தன. இப்போது எட்டுக்கண்கள் எட்டுக்கண்களோடு கலந்தன. சேலைகள் அவிழ்க்கப்பட்டு தரையில் மடித்துவைக்கப்பட்டன. பிறகு ஒன்று போலிருந்த அந்த நிர்வாணப் பெண்கள் இவர்களிடம் வந்தார்கள். எட்டுக் கரங்கள் எட்டுக்கரங்களோடு இணைந்தன. எட்டுக்கால்கள் எட்டுக்கால்களோடு பின்னிக்கொண்டன. பதினாறு கைகள் கொண்ட காளியின் உருவத்தின்கீழ் தங்களுக்கு நிஜம்போலவே தோன்றிய, மிருது வாக ஆனால் மென்மையான வலியோடு அன்புத் தடவல்களுக்கும் முத்தங்களுக்கும் கடிகளுக்கும் நகக்கீறல்களுக்கும் அவர்கள் ஆட்பட்டார்கள். தங்களுக்குத் தேவைப் பட்டது இதுதான், தாங்கள் தங்களை அறியாமலே தேடியதும் இதைத்தான் என்பதை உணர்ந்தார்கள். இதுவரை அவர்கள் குழந்தைப்பருவத்திற்குப் பின்நோக்கிச் செல்லல்களுக்கும், காட்டின் ஆரம்பநாட்களில் குழந்தைகள் அனுபவிப்பவை போன்ற துன்பங்களுக்கும் ஆட்பட்டிருந்தனர். பிறகு ஞாபகங்களும் பொறுப்புணர்ச்சியும் அவர்களைத் தேடிவந்தன. அதற்குப்பின், புதுப்பித்த குற்றச்சாட்டுகளின் ஓசைகளையும் அனுபவித்த னர். இப்போது, தங்கள் குழந்தைப் பருவத்தை என்றென்றைக்குமாக அவர்கள் நீத்தார்கள். காரணங்களையும், செவிடுபட்ட காதுகளையும் பற்றிக் கவலைப்படாமல், எல்லாவற்றையும் மறந்து, மனத்தில் ஒரு சிந்தனையும் இன்றி ஒன்றுபோலவே தோன்றிய அந்த நான்கு அழகிகளிடம் தங்களை ஒப்புவித்துவிட்டார்கள்.

அந்த இரவுக்குப்பிறகு, உணவைத் தேடுவதற்குத் தவிரக் கோயிலைவிட்டுப் பிரிய அவர்களுக்கு மனம் வரவில்லை. ஆனால் ஒவ்வோர் இரவும் அவர்கள் மேன்மையாகக் கனவுகண்ட இந்த நான்கு பெண்களும் தங்கள் சேலைகளுடன் வரவே செய்தார்கள். தொலைந்துபோன நால்வருக்கும் இன்பத்தின் உச்சநிலையைக் காட்டி னார்கள். யாருக்கும் எவ்வளவு நாட்கள் இப்படிச் சென்றன என்பது தெரியாது. சுந்தரவனங்கள் எவரும் அறியாத விதிகளைப் பின்பற்றின. ஆனால் கடைசியாக ஒரு நாள் வந்தது. அப்போது அவர்கள் தாங்களும் ஒளிஊடுருவக்கூடியவர்களாக மாறிவிட்டதை உணர்ந்தார்கள். அவர்களின் உடலினூடே பார்க்கமுடிந்தது. முற்றிலும் ஊடுருவி நோக்குமாறு இல்லையானாலும் மாம்பழச்சாற்றினூடே

சல்மான் ருஷ்தீ | 603

பார்ப்பதுபோல. தங்கள் அதிர்ச்சியில், இதுதான் காட்டின் கடைசித் தந்திரம், மிகமோசமான தந்திரம் என்பதை உணர்ந்தார்கள். அவர்கள் வேண்டிய ஆசையைக் கொடுப்பதன்மூலம் தங்கள் கனவுகளைப் பயன்படுத்திக் கொள்ள இடம்தந்தது அந்தக்காடு. ஆகவே அவர்களின் கனவு வாழ்க்கை வெளியேறியதும் உள்ளீடற்றுக் கண்ணாடி போன்றவர்கள் ஆனார்கள்.

சூரியன்ஒளிபடாத காட்டின் பூச்சிகளும் அட்டைகளும் பாம்புகளும்கூட தங்கள் தங்கள் கற்பனைக்கேற்ப அவற்றின் உடல்கள் கொள்ளையடிக்கப்பட்டு ஒளிஊடுருவத் தக்கவையாக அவை ஆகியிருக்கவேண்டும் என்பதை இப்போது புட்டா உணர்ந்தான். ஒளிஊடுருவும் தன்மையின் அதிர்ச்சியிலிருந்து முதல் முறையாக விழித்தெழுந்து அவர்கள் இந்தக் கோயிலை ஒரு புதிய நோக்கில் பார்த்தார்கள். கோயிலில் பெரிய பெரிய வெடிப்புகள். பெரிய பெரிய பகுதிகள் பிளவுண்டு எப்போது வேண்டுமானாலும் விழக்கூடும், எந்த நேரமும் கோயில் இடிந்து தங்கள்மீது விழலாம் என்று புரிந்து கொண்டார்கள். கைவிடப்பட்ட அந்தக் கோயிலின் ஒருமூலையில், ஒருகாலத்தில் எரிந்துபோன தீயின் அடையாளங்கள் நான்கு இருந்தன. கற்களில் அந்தப் புகை படிந்திருந்தது. ஒருவேளை நான்குபேர் எரிந்த சிதைத்தீயாகவும் இருக்கலாம். ஒவ்வொரு தீயின் மத்தியிலும் சிறிய, கரிந்த, நெருப்பரித்த, சிதையாத எலும்புக்குவியல்.

சுந்தரவனங்களைவிட்டு புட்டா எவ்விதம் வெளியேறினான்? அவர்கள் தங்கள் படகைநோக்கி ஓடியபோது மாயக்காடு தன் மிக பயங்கரமான கடைசித் தந்திரத்தை அவர்கள்மீது ஏவியது. படகை அவர்கள் அடைந்தார்களோ இல்லையோ, காடே அவர்களை நோக்கி நகர்ந்துவந்தது. முதலில் மிகத் தொலைவிலிருந்து கேட்கும் முழக்க ஒலிபோலக் கேட்டது. பிறகு அருகில் ஒரு பெரிய இடியோசைபோல. மண்ணடைத்துச் செவிடாகிப்போன காதுகளில்கூட அது கேட்டிருக்கும். படகை அவர்கள் அவிழ்த்து அதில் பாய்ந்தார்கள். ஒரு பெரிய அலை வந்தது. இப்போது அவர்கள் நீரின் தயவில் இருந்தார்கள். அது அவர்களை சுந்தரி அல்லது மாங்குரூவ் அல்லது நிபா மரங்களில் அடித்து எளிதில் அழித்திருக்கமுடியும். மாறாக அந்தப்புயல் அலை அவர்களைக் கலங்கலான பழுப்புநிற வாய்க்காலுக்குள் அடித்துப்போயிற்று. அவர்களைச் சித்திரவதை செய்த காடு ஒரு மாயப்பசுஞ்சுவர்போல அவர்களைக் கடந்து மறைந்தது. தன் விளையாட்டுப் பொருள்களான

அவர்களிடம் சலித்துப்போய் காடு அவர்களைத் திடீரெனத் தன் எல்லையை விட்டு வீசி எறிவதைப்போலத் தோன்றியது.

கற்பனைக்கடங்காத அலைச்சக்தியினால் இப்போது அவர்கள் மேலும் மேலும் முன்னோக்கிச் செலுத்தப்பட்டார்கள். விழுந்த கிளைகள், பாம்புகளின் உரிந்த தோல்கள் இடையில் குலுங்கி அவதிப்பட்டனர். அந்தப் பருவக்காற்றலை ஒரு அடிமரத்தில் அவர்களை மோதியது. உயரத்தில் தூக்கிஎறியப்பட்ட அவர்கள் ஏதோ வயல் சேற்றில் இருப்பது போல இடுப்பளவுநீரில் உட்கார்ந்திருந்தார்கள்.

அந்தக் கனவுகளின் காட்டுக்குள் அமைதி கிடைக்குமென நான் தப்பிஓடினேன், கூடவும் குறையவும் கிடைத்தது. இப்போது புயல்அலை எங்களைத் தூக்கி மறுபடியும் இராணுவங்கள், தேதிகள் ஆகியவற்றின் நிஜஉலகில் எறிந்தது.

அவர்கள் காட்டைவிட்டு வெளியே வந்தது 1971 அக்டோபரில். ஆனால் அந்த மாதம், எந்தப் புயல் அலையும் அந்தப்பகுதியில் வானிலையில் பதிவாகவில்லை. ஆனால் ஒரு வருடத்துக்கு முன்னர் அந்தப்பகுதி வெள்ளத்தினால் மிகக் கடுமையாக பாதிக்கப்பட்டது. (என் கருத்தில், இது அந்தக் காட்டின் காலத்தை மாற்றும் மாயத் தன்மையைக் காட்டுவதாகவே படுகிறது.)

சுந்தரவனங்களை விட்டு வெளிவந்த பிறகு, என் பழைய வாழ்க்கை என்னை மீட்டுக்கொள்ளத் தயாராக இருந்தது. பழைய தொடர்புகளிலிருந்து என்றைக்கும் விடுதலை இல்லை. நீ என்னவாக இருந்தாயோ அப்படியே இருக்கப்போகிறாய்.

1971ஆம் வருடத்தில் மூன்று சிப்பாய்களும் அவர்களின் மோப்பக்காரனும் போர்முகப்பிலிருந்து ஏழுமாதங்கள் மறைந்துபோனார்கள். அக்டோபரில், மழை நின்றது. முக்தி பாஹினி கொரில்லாப் படைகள் பாகிஸ்தானி இராணுவ முகாம்களை பயங்கொள்ளுமாறு தாக்கின. அவர்கள் பாகிஸ்தானி சிப்பாய்களையும் அலுவலர்களையும் வேறுபாடின்றிப் பிடித்துச்சென்றபோது இந்த நால்வரும் மறைவிலிருந்து வெளிப்பட்டனர். வேறுவழியில்லாமல் புட்டா மேற்குபாகிஸ்தான் படையிலேயே சேர நேரிட்டது. பிறகு கேட்டபோது, காட்டில் தாங்கள் தொலைந்துபோனதாகவும், காடுக ளின் மரவேர்கள் பாம்புகளைப்போல தன்னைக் கவ்வி ஈர்த்துக்கொண்டதாகவும் கூறினான். நல்லவேளையாக அவன் முறைப்படியான விசாரணைக்கு உட்படவில்லை.

பிறமூவரும்கூட எந்த விசாரணைக்கும் உட்படுத்தப்படவில்லை. அதற்குக் காரணம்: விசாரணை செய்யப்படும் நாள்வரை அவர்கள் உயிரோடிருக்கவில்லை.

....முற்றிலும் கைவிடப்பட்ட ஒரு கிராமத்தில் சாணத்தால் மெழுகிய ஒரு குடிசைக்குள் அவர்கள் இருந்தனர். கோழிக்குஞ்சுகள்கூட அங்கு இல்லை. அங்கே மூவரும் தங்கள் விதியை நினைத்துக் கலங்கினர். இப்போது காட்டின் குற்றம்சாட்டும் புலம்பல் குரல்கள் இல்லாததால் தாங்கள் செவிடான விஷயம் பெரிதாகி, இவர்கள் புலம்பலானார்கள். ஒருவரை பேசுவதை ஒருவர் கேட்க இயலாமல், ஒரேசமயத்தில் மூவரும் பேசலானார்கள். ஆனால் எல்லோரும் பேசுவதை புட்டா கேட்க நேர்ந்தது.

அயூபா, தன் தலைமயிர் சிலந்திக்கூடுபோல ஆகியிருக்க, எதுவுமற்ற ஒரு அறை மூலையில் நின்றவாறு, "ஐயோ என் காது! என் காது! உள்ளே பூச்சிபறப்பதுபோல இருக்கிறது!" என்றான். பாரூக் எரிச்சலுடன், "யார் செய்த தப்பு? எந்தப் பொருளையும் மோப்பம் பிடிக்கின்ற மூக்கன்தானே 'அதோ அங்கே போ', 'அந்த வழி' என்று காட்டினான்? ஐயோ, யார்தான் நம்புவார்கள்? காடுகள்! கோயில்கள்! ஒளிஊடுருவக் கூடிய பாம்புகள்! அல்லா, என்ன கதையப்பா, புட்டா - உன்னை இங்கே இப்போதே சுட வேண்டும்!" என்றான். ஷஹீத் மெல்ல, "எனக்குப் பசிக்கிறது" என்றான். நிஜ உலகத்திற்கு வந்துவிட்டபடியால் காட்டின் பாடங்களை அவர்கள் மறக்கலானார்கள். என் கை, அல்லா, என் மரத்துப்போன கை திரவம் கசிந்த அந்தப் பேய்... என்றான் அயூபா. "ஓடிப்போனவர்கள்! வெறுங்கையோடு, எந்தக் கைதியும் நம்மிடம் இல்லாமல், எத்தனை மாதங்களுக்குப் பிறகு..." "அல்லா, ஒரு இராணுவ விசாரணை, என்ன நினைக்கிறாய் புட்டா?" என்றான் ஷஹீத். பாரூக், "தெவடியா மகனே, எந்த கதியில் எங்களைக் கொண்டுவந்து நிறுத்திவிட்டாய்! பார்! கடவுளே! எங்கள் யூனிபாரம்! பார் புட்டா, பிச்சைக்காரன் உடை போலக் கந்தல் கந்தலாகி... அந்த பிரிகேடியர்... அந்த நஜ் முதீன்...! என் அம்மா மேல சத்தியமா நான் கோழையில்ல, இல்ல..."

ஷஹீத் எறும்புகளை உள்ளங்கையில் நசுக்கி நக்கிக்கொண்டிருந்தான். "எப்படி மறுபடியும் போய்ப் படையில சேர்றது? அவங்க இருக்காங்களா இல்லையா யாருக்குத் தெரியும்? நாம முக்தி பாஹினி எப்படி... ஐயோ! அவங்க வளையிலருந்து சுடுவாங்க! எறும்புபோல செத்துப்போவ நீ!" கூடவே பாரூக்கும் பேசுகிறான் "யூனிபாரம் மட்டும் இல்ல மேன்! தலை...! இதுவா

இராணுவ முடிவெட்டு? நீளமா, பொம்பள மாதிரி காதில வந்து விழுதே, ஐயோ, அவங்க நம்மைக் கொண்ணுடுவாங்க! டமால் டுமீல்! பாரு கொல்லாமல் விடறாங்களா!" இப்போது டாங்கி அயூபா அமைதியடைகிறான். கையை முகத்தில் தாங்கியவாறு, தனக்குள், "நான் அந்த மரக்கறிக்கார இந்துக்களைக் கொல்லணும்னு வந்தேன், இங்க ரொம்ப வித்தியாசம், ரொம்பக் கெட்டது, ஐயோ, மேன்..."

இப்போது நவம்பரில் ஏதோ ஒருநாள். மெதுவாக அவர்கள் வடக்குநோக்கி வடக்குநோக்கி நகர்ந்துபோனார்கள். வழியில் சுழித்து எழுதப்பட்ட லிபியாலானா செய்தித்தாள்கள், காலியான நிலங்கள், கைவிடப்பட்ட குடியிருப்புகள்... எப்போதாவது ஒரு ஆள் சுமையைக் கழியில் கட்டித் தோளில் வைத்தவாறு கண்ணில் படுவான். அல்லது எட்டுவயதுச் சிறுவர்களின் கும்பல் பசித்த வயிற்றோடு கண்ணில் படும். புகையும் நிலங்களின் ஊடே முக்தி பாஹினி பிறர் கண்ணில்படாமல் எப்படி நகர்கிறது என்பதைக் கேட்டவாறு, தோட்டாக்கள் விஸ்விஸ் என்று எங்கிருந்தோ... தாங்க இயலாத எல்லையும் வந்தது... "நீ இல்லன்னா புட்டா, அல்லா, வெளிநாட்டவன் நீலக் கண் மாதிரி உனக்கு - ரொம்ப அட்டூழியம் - ஐயோ, எப்படி நாத்தமடிக்குது உன்மேல..."

ஆமாம், எல்லார்மீதும் நாற்றம்தான். கிழிந்துபோன தன் கால் பூட்டால் ஷஹீத் கைவிடப்பட்ட ஒரு வீட்டில் ஒரு தேளை மிதிக்கிறான். பாரூக், தன் தலைமுடியை வெட்டிக் கொள்ள எங்கேயாவது ஒரு கத்தி கிடைக்குமா என்று தேடுகிறான். அயூபா மூலையில் சாய்ந்துகொண்டிருக்கும்போது அவன் தலைமுடியில் சிலந்தி ஒன்று ஊர்கிறது... புட்டாவும், விண்ணைத் தொடும் நாற்றத்தோடு, கையில் எச்சிற்கலத்தைப் பிடித் திருக்கிறான், மற்றவர்கள் வைத்த விளையாட்டுப்பெயர்கள்தான் அவன் நினைவுக்கு வருகின்றன - சளிமூக்கன், கறைமூஞ்சி, வழுக்கைத்தலை, மோப்பக்காரன், நிலாத் துண்டு...தன் குழுவினர் பயத்தோடு புலம்பிக்கொண்டிருக்க அதன் மத்தியில் உட்கார்ந் திருக்கிறான். தன் பெயரை நினைவுக்குக் கொண்டுவர....ஆனால் அது வரவில்லை. கடைசியாக எரிச்சலுற்று எச்சிற் கலத்தைத் தூக்கி அடிக்கிறான்... "சரியில்லை, இது சரியில்லை" என்று செவிட்டுக்காதுகளிடம் சொல்கிறான்.

போரின் சந்தடிக்கிடையில் எது நல்லது - எது தீயது என்பதைத் தெரிந்து கொண்டேன். தீயது வெங்காயத்தைப் போல நாற்றமடித்தது. அதன் வாசனையின் கூர்மை எனக்குக் கண்ணீரை

வரவழைத்தது. அநீதியின் கசப்பான நாற்றத்தினூடே பற்றப்பட்டு, பாடகி ஜமீலா எவ்விதம் ஒரு ஆஸ்பத்திரிப் படுக்கையில் என்னை எட்டிப்பார்த்தாள் என்பதை நினைவுகூர்ந்தேன். யாருடையது? என்ன பெயர்? இராணுவக் குமிழ்களும் பட்டைகளும் அங்கே நிறைந்திருந்ததும் ஞாபகம் வந்தது. எப்படி என் தங்கை - ஐயோ அவள் என் தங்கையல்ல - அவள் சொன்னாள் - "அண்ணா, நான் நாட்டின் சேவைக்காகப் பாடப் போகவேண்டியிருக்கிறது. இராணுவம் உன்னை கவனித்துக் கொள்ளும் - எனக்காக உன்னை நன்றாக கவனித்துக்கொள்வார்கள்" என்றாள். வழக்கம்போலத் தன் பொன் - வெண்மைச் சீருடையில் அவள் மறைந்திருந்தாள். அந்த மென்மையான துணிக்கிடையில் என் புருவத்தின்மீது தன் பழிவாங்கும் முத்தத்தை இட்டாள். தன்மேல் நேசம் வைத்தவர்கள்மீதுதான் மிகக் கொடுமையாகப் பழிவாங்கும் திறன் கொண்ட அவள், என்னை இராணுவச் சீருடைகளின் கருணையில் விட்டுப்போய்விட்டாள்.

ஜமீலாவின் துரோகம், ரொம்ப நாட்களுக்கு முன்னால் எவீ பர்ன்ஸ் என்னைப் புறக்கணித்த செயலை நினைவுக்குக் கொண்டுவந்தது. வெளியேற்றங்கள்! பிக்னிக் தந்திரங்கள்! என் வாழ்க்கையைத் தொந்தரவில் ஆழ்த்திக் கொண்டிருக்கும் மலைபோலக் குவிந்த காரணமற்ற நிகழ்வுகள்! இப்போது என் வெள்ளரி மூக்கு, கறைமூஞ்சி, வளைந்த கால்கள், முன்னோக்கிய நெற்றிமேடுகள், துறவியின் வழுக்கை, கைவிரல் இழப்பு, ஒரு கெட்டுப்போன காது, சில்லிடவைக்கும் எச்சிற்கலம் எல்லாவற்றிற்காகவும் வருத்தப்பட்டேன். ஆனால் என் பெயர் ஞாபகத்துக்கு வரவில்லை. "ஐயோ, இது சரியில்லை, சரியில்லை" என்று கத்தினேன்.

வியப்பளிக்கும் விதமாக, டாங்கி அயூபா தன் மூலையிலிருந்து நகர்ந்தான். ஒரு வேளை சுந்தரவனங்களில் ஏற்பட்ட தன் மனமுறிவு நினைவுக்கு வந்தோ என்னவோ, என் முன்னால் சப்பணமிட்டு அமர்ந்து தன் ஒரு நல்ல கையை என் கழுத்தைச் சுற்றிச் செலுத்தினான். அவன் ஆறுதலை நான் ஏற்றுக்கொண்டேன். சட்டையில் முகம் புதைத்து அழுதேன். ஆனால் ஒரு தேனீ எங்களைநோக்கிப் பறந்து வந்தது - குடிசையின் திறந்திருந்த ஜன்னலை நோக்கி முதுகைக் காட்டியவாறு அயூபா. அதி வெப்ப மான காற்றினூடே ஏதோ விஸ்ஸென்ற சத்தம். "ஏ புட்டா! புட்டா! அழாதே" என்று சொல்லிக் கொண்டிருந்தபோது செவிடாக்கும் சத்தம் அவன் காதில். ஏதோ ஒன்று அவன் கழுத்தில் பாய்ந்தது.

அவன் ஒருவித சத்தத்தைத் தொண்டையில் எழுப்பியவாறு என்மேல் விழுந்தான். குறிபார்த்துச்சுடும் வீரன் எவனோ! அந்தத் தோட்டா அயூபா பாலோக் இல்லையானால் நேராக வந்து என் தலையில் பாய்ந்திருக்கும்.

அவன் செத்து நான் சாகாமல் காப்பாற்றினான். பழைய அவமானங்களை மறந்து, நல்லது - கெட்டதை ஒதுக்கிவைத்து, எதைச்சரிசெய்ய இயலாதோ அதைத் தாங்கியே தீரவேண்டும் என்ற நினைவோடு நான் அவன் கீழிருந்து வெளியே வந்தேன். பாரூக் "கடவுளே! கடவுளே!" என்று கத்தினான். ஷஹீத் "என் துப்பாக்கியைக் கூட... கடவுளே, கடவுளே, அந்தத் தெவடியா மகன் எங்கிருக்கிறான்னும் தெரியலையே!" எனக்கத்தினான். பிறகு திரைப்படத்தில் வரும் சிப்பாய்களைப்போல ஜன்னலுக் கருகிலிருந்த சுவரில் ஒடுங்கினான். நான் தரையில் கிடக்க, பாரூக் மூலையில் பதுங்க, ஷஹீத் சாணிதேய்த்த சுவரில் ஒடுங்க, நாங்கள் என்ன நடக்கப்போகிறது என்று காத்திருந்தோம்.

ஆனால் இரண்டாவது தோட்டா வரவில்லை. ஒருவேளை அந்த சிப்பாய், மண்குடிசைக்குள் எத்தனைபேர் பதுங்கியிருக்கிறார்கள் என்று தெரியாததால் சுட்டு விட்டு ஓடிப்போயிருக்கலாம். நாங்கள் மூவரும் ஒரு இரவு ஒரு பகல் முழுவதும் குடி சைக்குள் கிடந்தோம் - கடைசியாக அயூபா பாலோக்கின் உடல் நாற்றமடிக்க ஆரம்பித்தது. நல்லவேளையாக தோண்டுகருவிகள் கிடைத்தன, அவனைப் புதைத்தோம்...

கடைசியாக, இந்திய இராணுவம் வந்தபோது, மரக்கறி உணவைவிட எவ்விதம் மாமிசம் சிறந்தது என்ற கொள்கையை எடுத்துரைக்க அயூபா பாலோக் உயிரோடு இல்லை. டாங் டமீல் டுமீல் என்று சத்தமிட்டுக்கொண்டு போருக்குப் போக அவன் இல்லை. சரி, அவ்வளவுதான்.

டிசம்பர் மாதம் ஏதோ ஒரு நாளில், நாங்கள் மூவரும் திருடிய சைக்கிள்களில் ஏறி, அடிவானத்தில் டாக்கா நகரம் தெரியும் ஒரு நிலப்பகுதிக்கு வந்துசேர்ந்தோம். அதில் விளைந்த பயிர்கள் விசித்திரமானவை. குமட்டுகின்ற வாடை எங்கும். சைக்கிள் மீது அமர்ந்திருக்கமுடியாமல் கீழே இறங்கினோம், அந்த பயங்கர நிலத்தில் விழுந்தோம்.

கழிவுகளை அகற்றும் ஒரு விவசாயி இயங்கிக்கொண்டிருந்தான் - வேலையின் போதே விசிலடித்தவாறு. அவன் முதுகில் ஒரு சாக்குமூட்டை. அந்தச் சாக்கைப் பிடித் திருந்த சாம்பல் படிந்த விரல்கள் அவன் உறுதிப்பாட்டைக் காட்டின. அவனுடைய விசில்

சத்தம், இசையோடு ஆனால் காதைத் துளைப்பதாக இருந்தாலும் அவன் உற்சாகம் குறையாமலிருப்பதைக் காட்டியது. எங்கு பார்த்தாலும் விழுந்து கிடந்த தலைக்கவசங்கள், மண்படிந்த துப்பாக்கிகள், பூட்ஸுகள்,...இவற்றிடையே அவன் விசில் எதிரொலித்தது. இந்த விசித்திரமான பயிர்களிடையே வீசிய முடைநாற்றம் புட்டாவின் கண்களில் நீரை வருவித்தது. ஏதோ தெரியாத காரணங்களால் இந்தப் பயிர் செத்துப்போய்க் கிடந்தது... ஆனால் செத்துப்போனவர்களின் குவியலில் பெரும்பாலோர் - எல்லாருமல்ல - மேற்கு பாகிஸ்தானின் சீருடையை அணிந்திருந்தார்கள். விசில் சத்தம் தவிர அங்குக் கேட்ட ஒரே சத்தம், விவசாயியின் முதுகுக் கொள்ளை மூட்டையில் பொருள்கள் விழுந்துகொண்டிருந்த சத்தம்தான். தோல் பெல்ட்டுகள், கடிகாரங்கள், தங்கப் பற்கள், கண்ணாடி ஃப்ரேம்கள், டிபன் கேரியர்கள், தண்ணீர் ஃப்ளாஸ்குகள், பூட்ஸுகள்.

இவர்களைப் பார்த்ததும் முகஸ்துதி செய்யும் குரலில் வேகமாக ஏதோ கூறியவாறு அந்த விவசாயி இவர்களின் நல்லெண்ணத்தைப் பெறும் நோக்கத்தோடு ஓடி வந்தான். அதைக் கேட்பவன் புட்டா மட்டும்தான். பாரூக்கும் ஷஹீதும் நோக்கமற்று அந்த நிலத்தைப் பார்க்க, விவசாயி விளக்கம் கூறலானான்.

"*ரொம்ப சுட்டாங்க! ரொம்ப சுட்டாங்க! டும்! டும்!*"... வலக்கையை பிஸ்டல் போலக் காட்டினான். உடைந்த இந்தியில் பேசினான். "*ஓ சார், இந்தியா வந்திருச்சி சார், இந்தியா, ஆமாம் சார்!*"

நல்ல ஊட்டமிக்க எலும்பு மஜ்ஜையை நிலத்திற்கு அங்கிருந்த பயிர்கள் அளித் துக்கொண்டிருந்தன. ஆனால் அவன், "*என்னைச் சுடாதீங்க சார்! ஐயோ! இல்லை! என்னா நியூஸ்! இந்தியா வருது! ஜெஸ்ஸூர் விழுந்திருச்சி சார்! இன்னும் நாலுநாள்ல டாக்கா கூட. இல்லியா சார்?*" புட்டா கேட்டுக்கொண்டிருந்தான். அவன் கண்கள் விவசாயிக்கு அப்பால் நிலத்தை நோக்கின. "*என்னா நியூஸ் சார்! அங்க இந்தியாவில ஒரு பெரிய சோல்ஜராம் சார்! முட்டியிலேயே ஆறுபேரைச் சாகடிக்கிறானாம் சார்! அப்படியே கழுத்தை நெருக்கி க்ருக் க்ருக் க்ருக் ன்னு அவன் முட்டிக்கு மத்தியில... முட்டி சார்!... சரிதானே நான் சொல்றது?*" தன் முட்டியைத் தட்டிக் காட்டினான். "*சார்! இந்தக் கண்ணால சார்...அவன் துப்பாக்கியில சண்டை போடல சார், கத்தி இல்ல, முட்டி சார்... ஆறு கழுத்து, க்ர்ர்ர்க், க்ருக், க்ருக், க்ருக்...*"

"கடவுளே!" என்றவாறு ஷஹீத் வாந்தியெடுத்தான். பாரூக் ரஷீத் வெகு தொலைவுக்குச் சென்று அங்கே ஒரு மாந்தோப்பைப் பார்த்துக்கொண்டிருந்தான். "ஒண்ணு ரெண்டு வாரத்தில போர் முடிஞ்சிடும் சார்! எல்லாரும் திரும்பி வந்துரு வாங்க. எல்லாம் இப்ப போயிட்டாங்க சார்! ஆனா நான் போகல சார்! சிப்பாய்ங்க முக்தி பாகினின்னு தேடிக்கிட்டு வந்தாங்க! எல்லாரையும், என் மகனைக்கூடக் கொண்ணுட்டாங்க சார். ஆமாம் சார்"...புட்டாவின் கண்கள் மூட்டமாகி மங்கின. தூரத்தில் பீரங்கிப் படையின் சத்தம் இப்போதும் கேட்டது. நிறமற்ற டிசம்பர் வானத்தில் புகைத் தம்பங்கள் தோன்றின. இந்த விசித்திரமான பயிர்கள் காற்றில் அசைவின்றிக் கிடந்தன.

"நான் இங்கதான் இருக்கறன் சார்! இங்க பறவை செடி பேரெல்லாம் எனக்குத் தெரியும். என் பேர் தேஷ்முக் சார், எல்லாத்தையும் விக்கிறவன். நல்ல நல்ல பொருளுங்க சார். மலச்சிக்கலுக்கு மருந்து... ரொம்ப நல்ல மருந்து சார். வாச் வேணுமா சார், இருட்டில மின்னும். அப்புறம் புஸ்தகம் சார், ஜோக் புக். டாக்காவில நான் பேமஸ் சார். மெய்தான் சார். சுடாதீங்க சார்."

அந்த வியாபாரி அடுக்கிக்கொண்டே போனான், ஒவ்வொரு பொருளாகச் சொல்லி. "மேஜிக் பெல்ட்டு சார், போட்டுகிட்டா இந்தி பேசலாம் சார், நான் இப்ப போட்டுகிட்டிருக்கேன், நல்லா பேசறேன் இல்ல? நெறைய சோல்ஜர் வாங்கறாங்க சார்! அவங்க பல பாஷை பேசறாங்க சார், கடவுளே குடுத்தது சார், இந்த பெல்ட்டு." இடையில் புட்டா கையில் இருப்பதைப் பார்த்தான். "ஓ சார்! ரொம்ப அற்புதம் சார்! வெள்ளியா சார்! மாணிக்கமா? அதைக்குடுங்க. நான் ரேடியோ கேமரா எல்லாம் தறேன் சார். நல்லா வேலைசெய்ற கண்டிஷன். ரொம்ப நல்ல டீல் சார், ஒரு எச்சிக் கலத்துக்கு ரொம்ப நல்ல டீல் சார், ஓ எஸ்! ஓ எஸ்! வாழ்க்கையைத் தள்ளணும், வியாபாரம் நடக்கணும், இல்லியா?"

"எனக்கு அந்த முட்டி சோல்ஜரைப் பத்தி இன்னும் சொல்லு" என்றான் புட்டா. இப்போது மறுபடியும் விஸ்ஸென்ற தேனீச் சத்தம். நிலத்தின் தொலைவில், யாரோ விழுகிறான். யாருடைய நெற்றியோ வணங்குவதுபோல பூமியை நோக்கி குனிகிறது. நிலத்தின் பயிர்களில் ஒன்று சுடும் அளவுக்கு உயிரோடு இருந்திருக்கிறது. அதுவும் அசையாமல் நிலைக்கிறது. ஷஹீத் தர் "பாரூக்! பாரூக்! மேன்!" என்று கத்துகிறான்.

பாரூக் பதில்சொல்ல மறுக்கிறான்.

பிறகு போரைப்பற்றித் தன் மாமா முஸ்தபாவுக்குச் சொன்னபோது எப்படி விழுந்துகிடந்த தோழனை நோக்கி எலும்புமஜ்ஜை கசிந்துகொண்டிருக்கும் நிலத்தினூடே போனான் என்பதைச் சொன்னான் புட்டா. பாரூக் வணங்குபவன்போலக் கிடந்ததைக் கண்டுபிடிக்கும் முன்னால் அந்த நிலத்தின் மிகப் பெரிய இரகசியத்திற்கு முன்னால் நின்றான். நிலத்தின் மத்தியில் ஒரு சிறிய பிரமிடு. எறும்புகள் அதன் மேல் மொய்த்தன, ஆனால் அது எறும்புப் புற்று அல்ல. அந்தப் பிரமிடில் ஆறு கால்கள், மூன்று தலைகள். இடையில், சிதைந்த உடல் துண்டுகள், சீருடையின் கிழிசல்கள், குடல் துண்டுகள், நொறுங்கிய எலும்புகள். இந்தப் பிரமிடுக்கு உயிர் இருந்தது. மூன்று தலைகளில் ஒன்றுக்கு ஒரு கண் குருடு, சிறுவயதில் எதிர்த்துப்பேசியதின் அடையாளம்.

இன்னொரு தலை அடர்த்தியான ஹேராயில் போட்டு ஒட்டியதுபோல் இருந் தது. மூன்றாவது தலைதான் விசித்திரமானது. நெற்றிப்பொட்டுகள் இருக்கவேண்டிய இடங்களில் பள்ளங்கள் இருந்தன. அவை பிரசவ மருத்துவர் மிக வலுவாகத் தன் இடுக்கியை வைத்த பள்ளங்களாக இருக்கக்கூடும்... இந்த மூன்றாவது தலைதான் புட்டாவிடம் பேசியது. “ஹல்லோ மேன், எதுக்காக இங்க வந்திருக்கறே?”

ஷஹீத் தர், பகைநாட்டுச் சிப்பாய்கள் புட்டாவுடன் பேசுவதைக் கண்டான். ஒரு காரணமற்ற கோபத்தினால் தூண்டப்பட்டு என்மேல் பாய்ந்து தரையில் தள்ளி, “யார் நீ, ஒற்றனா, சதிகாரனா, என்ன!” என்றான். “அவர்கள் உன்னை ஏன் விசாரிக்கணும்?” வியாபாரி தேஷ்முக் பரிதாபமாக எங்களைச் சுற்றிவந்து, “ஓ சார், ஏற்கெனவே ரொம்ப சண்டை நடந்துட்டுது. சண்டையில்லாம இருங்க சார். கெஞ்சிக் கேட்டுக்கறேன், கடவுளே!” என்றான்.

ஷஹீத் என்னைக் கேட்கும் நிலையில் இருந்தால்கூட உண்மை என்று நான் நினைத்ததைச் சொல்லியிருக்க முடியாது. இந்தப் போரின் நிஜமான காரணம், என்னைப் பழைய வாழ்க்கையுடன் இணைப்பதுதான். என் பழைய நண்பர்களைச் சந்திக் கச் செய்வதுதான். சாம் மானக்ஷா தன் பழைய நண்பன் டைகர் நியாசியைச் சந்திக்க. டாக்காவினுள் வந்துகொண்டிருந்தார், இணைப்புத் தொடர்புகள் இன்னும் தொடர்ந்தன. எலும்பு மஜ்ஜை கசியும் நிலத்தில் நான் முட்டிகளின் வேலை பற்றிக் கேட்டேன், சாகும் தலைகளின் பிரமிடால் வரவேற்கப்பட்டேன், டாக்காவில் சூனியக்காரி பார்வதியைச் சந்தித்தேன்.

ஷஹீத் அமைதியடைந்து என்னைவிட்டுச் சென்றபோது, பிரமிடு அதற்குமேல் பேசுகின்ற நிலையில் இல்லை. மாலையில் எங்கள் பயணத்தைத் தொடர்ந்தபோது, வியாபாரி தேஷ்முக் எங்களை மகிழ்ச்சியோடு கூப்பிட்டான்: "ஓ சார், பாவம் சார் நீங்க, எப்ப ஒரு மனுஷன் சாவான்னு யாருக்கு சார் தெரியும்? ஏன்னு யாருக்காவது தெரியுமா?"

சாமும் டைகரும்

சிலசமயங்களில் பழைய தோழர்கள் மறுபடி ஒன்று சேரும் முன்பு, மலைகளே நகர்ந்தாக வேண்டும். 1971 டிசம்பர் 15 அன்று, புதிதாகச் சுதந்திரம் பெற்ற வங்காள தேசத்தின் தலைநகரத்தில், தனது பழைய தோழர் சாம் மானக்ஷாவிடம் டைகர் நியாசி அடிபணிந்தான்; நானும், என்னுடைய பங்குக்கு, சாஸரைப்போன்ற கண்களும், நீண்ட பளபளப்பான கருப்புக்கயிறு போன்ற குதிரைவால் கூந்தலும் கொண்ட ஒரு பெண்ணிடம் சரணடைந்தேன். அவளிடம் பின்னர் வழக்கமாகப்போகின்ற உதட்டுப் பிதுக்கல் அல்லது சுளிப்பு இச்சமயத்தில் காணப்படவில்லை. இந்த மறுசந்திப்புகள் அவ்வளவு எளிதானவை அல்ல; இதனைச் சாத்தியமாக்கிய எல்லாருக்கும் மரியாதை காட்டுகின்ற முறையில், என் ஏன்கள், எப்படிகளைத் தேடிச் செல்லும் முன்னர் கொஞ்சநேரம் இடைவெளி விடுகிறேன்.

வெளிப்படையாகவே சொல்கிறேன்: யாஹ்யாகானும், இஸட்.ஏ. புட்டோவும் மார்ச் 25 சதியில் இணையாமல் இருந்திருந்தால், நான் மஃப்டியில் டாக்காவுக்குப் பறந்து சென்றிருக்கமாட்டேன்; ஆகவே ஜெனரல் டைகர் நியாசியும் அந்த நகரத்தில் டிசம்பரின்போது இருந்திருக்கமாட்டான். சுருக்கமாக, வங்காளதேசப் பிரச்சினையில் பெரிய சக்திகள் ஒன்றையொன்று பாதித்ததன் விளைவுதான் இந்தியக் குறுக்கீடு.

ஒருகோடிப்பேர் அகதிகளாக இந்திய எல்லையின் ஊடாக வராமலிருந்தால், அந்த அகதி முகாம்களுக்காக தில்லி அரசாங்கம் மாதம் 20 கோடி டாலர் செலவு செய்யாமல் இருந்திருக்கும். (1965 போரின் உள்நோக்கம் என் குடும்பத்தை அழிப்பது. அதன் போர்ச் செலவு மொத்தமே 7 கோடி டாலர்தான்.) மானக் ஷா தலைமையில் இந்தியச் சிப்பாய்கள் வங்காளதேச எல்லைக்குள் வந்திருக்க மாட்டார்கள். ஆனால் இந்தியா வேறுகாரணங்களுக்காகவும்

வந்தது. தில்லி சர்க்கார், முஜீபின் அவாமி லீக் செல்வாக்கு குறைந்துகொண்டே வந்ததைப் பற்றியும், முக்தி பாஹினியின் செல்வாக்கு உயர்ந்துகொண்டே வந்ததைப் பற்றியும் கவலை கொண்டார்கள் என்று பின்னால் நான் தில்லி வெள்ளிக்கிழமை மசூதியின் நிழலில் வாழ்ந்த கம்யூனிஸ்டுகளிடமிருந்து தெரிந்துகொண்டேன். சாமும் டைகரும் டாக்காவில் சந்தித்த நோக்கம், பாஹினி அதிகாரத்துக்கு வராமல் தடுப்பதுதான். ஆகவே முக்தி பாஹினியைத் தடுக்கும் நோக்கம் இல்லையென்றால் சூனியக்காரி பார்வதி விடுதலைக்கான இந்தியத் துருப்புகளுடன் வந்திருக்கமாட்டாள்...ஆனால் இதுவும்கூட முழு விளக்கம் அல்ல. மூன்றாவது காரணம் என்னவெனில், வங்காளதேசத்தில் உருவான போராட்டங்கள் உடனே தடுக்கப்படாவிட்டால் மேற்கு வங்காளத்திற்குள்ளும் பரவும் என்பதும்தான். ஆகவே சாமும் டைகரும், பார்வதியும் நானும், சந்தித்ததற்கு மேற்கு வங்காள அரசியலில் ஏற்பட்ட குழப்பங்களும் காரணம். டைகரின் தோல்வி, கல்கத்தாவிலும் அதன் சுற்றுப் புறங்களிலும் இடதுசாரியின் தோல்வியின் தொடக்கமும்தான். எப்படியோ, இந்தியா வந்தது; இந்தியா வந்த வேகத்திற்கு - மூன்று வாரங்களில் பாகிஸ்தான் தன் பாதி கடற்படையை இழந்தது, மூன்றிலொரு பங்கு தரைப்படையை இழந்தது, கால் பங்கு விமானப்படையை இழந்தது, டைகர் சரணடைந்த பிறகு தன் மக்கள்தொகையில் பாதிக்கு மேல் இழந்தது - முக்தி பாஹினிக்கே நன்றி சொல்லவேண்டும்.

இந்தியப் போர், மேற்கு பாகிஸ்தானியத் துருப்புகளுக்கு எதிராக மட்டுமல்ல, தங்களுக்கும் எதிரான ஒன்றுதான் என்பதை அறியாமல், கபடம் இன்றி, பாஹினி மானக் ஷாவுக்கு பாகிஸ்தானியப் படைகளின் இயக்கங்களையும், டைகரின் பலம் - பலவீனங்களையும் தெரிவித்தது. சூ என் லாய்க்கும் நன்றி, காரணம் புட்டோ வேண்டிக் கேட்டும் அவர் பாகிஸ்தானுக்கு எவ்வித ஆயுத உதவியும் அளிக்க மறுத்துவிட்டார். சீன ஆயுதங்கள் கிடைக்காமல் பாகிஸ்தான் அமெரிக்கத் துப்பாக்கிகள், அமெரிக்க டாங்கிகள், அமெரிக்க விமானங்கள் கொண்டே போரிடவேண்டிவந்தது. உலக முழுவதிலும் அமெரிக்கா மட்டுமே தான் பாகிஸ்தான் பக்கம் சாய்வதாகக் காட்டிக்கொண்டது. ஹென்றி ஏ. கிசிங்கர் யாஹ்யா கானுக்காக வாதிட்டுக்கொண்டிருந்தபோது, அதே யாஹ்யா, இரகசியத்தில் தங்கள் ஜனாதிபதி சீனாவுக்குச் செல்ல ஏற்பாடு செய்து கொண்டிருந்தார். எனவே பார்வதியும் நானும், சாமும் டைகரும் சந்திப்பதை மிகப் பெரிய சக்திகள் தடுத்துக்

கொண்டிருந்தன. ஜனாதிபதி எதிர்ப்புறம் சாய்ந்தாலும், எல்லாம் மூன்று வாரங்களில் முடிந்துவிட்டது.

டிசம்பர் 14 இரவு, ஷஹீத் தரும், புட்டாவும் படைகள் நிரம்பிய டாக்காவின் ஓரங்களைச் சுற்றிவந்தார்கள். ஆனால் (மறந்திருக்க மாட்டீர்கள்) புட்டாவின் மூக்கு, மேலும் பல விஷயங்களை அறியக்கூடியது. பாதுகாப்பையும் அபாயத்தையும் முகரக் கூடிய மூக்கின் உதவியால், அவர்கள் இந்தியத் துருப்புகளினூடே ஒரு வழியைக் கண்டறிந்து, இரவின் போர்வையில் நகரத்திற்குள் புகுந்தார்கள். ஆங்காங்கு காணப் பட்ட சில பிச்சைக்காரர்களைத் தவிர வெறிச்சோடியிருந்த தெருக்களில் அவர்கள் சென்றபோது, டைகர் கடைசி சோல்ஜர் இருக்கும்வரை போராடப்போவதாகச் சொல் லிக் கொண்டிருந்தான். ஆனால் மறுநாள் சரணடைந்துவிட்டான். அந்தக் கடைசி சோல்ஜர், தான் உயிரோடிருப்பதற்கு நன்றிசொல்லவேண்டுமா அல்லது சொர்க்கத்திற்குச் செல்லும் வாய்ப்பை இழந்துவிட்டதற்காக வருத்தப்படவேண்டுமா? ஆகவே மறு இணைவுகளிற்கு முன்னதான கடைசி நேரத்தில் நான் டாக்காவுக்குத் திரும்பினேன். அங்கு நாங்கள் பார்த்த விஷயங்கள் பல உண்மையாக இருக்குமா - எங்கள் பாகிஸ் தான் வீரர்கள் அவ்வளவு மோசமாக நடந்துகொள்வார்களா என்பதுதான் பிரச்சினை. முட்டைபோன்ற தலைகொண்ட மனிதர்கள், தங்கள் மூக்குக் கண்ணாடிக ளோடு தெருப்புறங்களில் இறந்துகிடப்பதைக் கண்டோம். சிப்பாய்களால் நகரத்தின் புத்திஜீவிகள் கொல்லப்பட்டதைக் கண்டோம். ஆனால் டைகர் ஒரு டீசண்ட்டான ஆள், அப்படியெல்லாம் நடந்திருக்காது. மேலும் எங்கள் ஜவான் ஒவ்வொருவனும் பத்து இந்திய பாபுக்களுக்கு சமம் அல்லவா? எனவே நாங்கள் கடந்துசென்றதெல்லாம் கனவுக்காட்சிகள் என்றுதான் வைத்துக்கொள்ளவேண்டும். நெருப்புகள் பூக்கள் போல் தோன்றிய கதவுகளினூடே மறைந்து ஒளிந்து சென்றோம். பித்தளைக்குரங்கு தன்மீது கவனத்தை ஈர்ப்பதற்காக ஷூக்களுக்கு நெருப்புவைத்த சம்பவம் நினைவுக்கு வந்தது. அடையாளமற்ற கல்லறைகளில் கழுத்து அறுபட்டவர்கள் புதைக்கப்பட்டார்கள். ஷஹீத், அவன் புலம்பலைத் தொடங்கிவிட்டான் - ஐயோ புட்டா, என்ன இது, அல்லா, இது நிஜமா, என் கண்களுக்கு என்ன வந்துவிட்டது? என்று தொடங்கிவிட்டான். ஷஹீதினால் கேட்கமுடியாது என்பதைத் தெரிந்துகொண்டே கடைசியாக புட்டா ஒரு மனிதன் சமயங்களில் தான் எதைப் பார்க்க வேண்டும், எதைப் பார்க்கக்கூடாது என்பதைத் தேர்ந்தெடுத்துக்கொள்ளத்தான் வேண்டும், ஆகவே இதையெல்லாம்

பார்க்காதே என்றான். ஆனால் ஷஹீத் தர் ஒரு மைதானத்தைப் பார்த்துக்கொண்டிருந்தான். அங்கே பெண் டாக்டர்களைத் துப்பாக்கிக் கூர்முனையில் கற்பழிப்பதற்குமுன் பாகிஸ்தானிப் படையினர் கடத்திச் சென்றனர், சுடுவதற்குமுன் மறுபடியும் கற்பழித்தனர். அவர்களுக்கு மேலும் பின்னாலும் ஒரு மசூதியின் கோபுரம் அந்தக் காட்சியைக் குருட்டுத்தனமாகப் பார்த்தது. தனக்குள்ளே பேசிக் கொள்வதுபோல புட்டா நம்மைக் காப்பாற்றிக்கொள்ள வேண்டும் இப்போது, நாம் ஏன் திரும்பிவந்தோமென்று தெரியவில்லை என்றான். புட்டா யாருமற்ற ஒரு பெரிய வீட்டில் புகுந்தான். அது நொறுங்கும் நிலையில் இருந்தது. அதில் முன்பு ஒரு தேநீர்க் கடை, சைக்கிள் ரிப்பேர்க் கடை, ஒரு வேசிவீடு இருந்தன. சிறிய ஒதுக்குப் புறத்தில் ஒரு நோட்டரி உட்கார்ந்து எழுதிக் கொண்டிருக்கவேண்டும் - அவனுடைய தாழ்ந்த எழுது பலகையும் மூக்குக் கண்ணாடியும் இன்னும் முத்திரைகளும் ஸ்டாம்புகளும் அப்படியே இருந்தன. ஆக எது உண்மை எது உண்மையில்லை என்பதை நாங்களே தீர்மானிக்க வேண்டும்போல் இருந்தது. அங்கே நோட்டரி பப்ளிக் இல்லை, எனவே எது உண்மையாக நடந்தது என்று என்னால் விசாரிக்க முடியவில்லை. எனவே பிரமாணம் செய்து நடந்ததைக்கூற என்னால் முடியாது. ஆனால் நோட்டரியின் இருக்கைக்குப் பின்னால் தளர்த்தியான ஒரு முழு அங்கி (ஜெலாபா என்பார்கள்) இருந்தது. ஆகவே பெண்நாய் பொறித்த க்யூடியா பேட்ஜ் உள்பட என் சீருடையைக் கழற்றினேன். எனக்குத் தெரியாத மொழிபேசும் நகரம் ஒன்றில் சுற்றித்திரிபவன் ஆனேன்.

ஷஹீத் தர், தெருவிலேயே நின்றான். காலையின் முதல்கீற்றொளியில், சிப்பாய்கள் தங்கள் செய்யாத இரவுச் செயல்களிலிருந்து தப்பிப்பதுபோல விரைவதைக் கண்டான். அப்போதுதான் அந்தக் கையெறி குண்டு வந்தது. நான் அந்தக் காலிவீட்டிற்குள்ளேயே இருந்தேன். ஆனால் ஷஹீதுக்குச் சுவர்களின் பாதுகாப்பில்லை.

யார் எவ்விதம் என்று யார் சொல்ல முடியும்? ஆனால் ஒரு குண்டு நிச்சயமாக எறியப்பட்டது. இன்னும் தன் துண்டாகாத உடலோடு, ஷஹீத் மேல்நோக்கிப் பார்க்குமாறு உந்தப்பட்டான்... பிறகு மோதினாரின் சிறிய அறையில், அவன் புட்டாவிடம், அல்லா, ரொம்ப விசித்திரம்... மாதுளம்பழம்... அது என் தலையில்தான், கொஞ்சம் பெரிசாக, பிரகாசமாக... புட்டா, ஒரு எலெக்ட்ரிக் பல்பு மாதிரி, நான் என்ன செய்வேன், பாத்துட்டேன்... ஆமாம், அங்கேதான், அவன் தலைக்குமேலே அவன் கனவின் குண்டு -

விழுந்துகொண்டே, விழுந்துகொண்டே, கடைசியில் இடுப்பளவில் விழுந்து அவன் கால்களை நகரத்தின் வேறெந்தப்பகுதிக்கோ அடித்துச் சென்றது.

நான் அவனை அடைந்தபோது, அவன் பிரக்ஞையோடுதான் இருந்தான். உடல் துண்டாகி இருந்தாலும் மேலே காட்டினான், அங்கே எடுத்துக்கொண்டுபோ புட்டா, அங்கேதான் நான்... ஆக நான் இப்போது எடுத்துக்கொண்டுசென்றது, பாதி உடல் - எனவே எளிதாகவே இருந்தது - குறுகிய படிகளின் வழியே அந்தக் குளிர்ச்சியான வெள்ளை மசூதிக்கோபுரத்துக்கு எடுத்துச் சென்றேன். ஷஹீத் மின்சார பல்புகளைப் பற்றிப் பிதற்றினான். மேடும் பள்ளமுமாக சிமெண்ட் பூசப்பட்ட தரையில் சிவப் பெறும்புகளும் கருப்பெறும்புகளும் ஒரு செத்த கரப்பான் பூச்சிக்குப் போட்டியிட்டன. கீழே, கரிந்துபோன வீடுகளுக்கும் உடைந்த கண்ணாடிகளுக்கும் புகை மண்டலத்துக் கும் மத்தியில், எறும்புபோல மக்கள் அமைதிக்காக வெளிவந்தார்கள். ஆனால் அந்த எறும்புகள் எறும்புபோன்றவற்றைப் புறக்கணித்து, சண்டையிட்டன. புட்டா - வெள்ளையாகக் கீழேயும் சுற்றிலும் பார்த்து, பாதி ஷஹீதுக்கும் கண்ணறையின் ஒரே ஒரு தாழ்ந்த மேஜைக்கும் இடையில் செருகிக்கொண்டான். அதன்மேல் ஒரு ஒலிபெருக்கியு டன் பொருத்தப்பட்ட கிராமபோன் இருந்தது. இந்த எந்திர மோதினாரின் மாயை தெளிவிக்கும் காட்சிதெரியாமல் ஷஹீதை அமர்த்தினான். கீறல் விழுந்து ஒரேமாதிரியாகத் தெளிவின்றி தொழுகைக்கான அழைப்பு ஒலிக்கும். அவனுடைய உருவமற்ற உடையின் பாக்கெட்டிலிருந்து பளபளக்கும் ஒரு பொருளை - வெள்ளி எச்சிற்கலத்தை எடுத்துப் பார்வையைச் செலுத்தினான். கூக்குரல் ஒலிக்க ஆரம்பித்ததும் திடீர்அதிர்ச்சிக்கு ஆளானான். கைவிடப்பட்ட கரப்பான்பூச்சி தெரிந்தது. தரையின் பள்ளங்களில் இரத்தம் வந்துகொண்டிருந்தது. எறும்புகள், அந்த இருண்ட தடத்தைப் பின்பற்றி அது கசியும் இடத்திற்கு வந்துசேர்ந்தன. ஷஹீத், ஒன்றல்ல, இரண்டு போர்களின் பலியாளாகத் தான் மாறிவிட்ட கோபத்தைத் தெரிவித்தான்.

எறும்புகளை மிதித்தவாறு, புட்டா உதவிக்கு வந்தபோது, அவன் முழங்கை ஒரு ஸ்விச் மீது இடித்தது. ஒலிபெருக்கி அமைப்பு வேலைசெய்யலாயிற்று. பின்னாட்களில், ஒரு மசூதி எவ்விதம் போரின் துயரத்தைப் புலம்பலாக வெளியிட்டது என்பதை மக்கள் மறக்கவே மாட்டார்கள்.

கொஞ்சநேரம் கழித்து அமைதி. ஷஹீதின் தலை முன்னால் சாய்ந்தது. தன் னைக் கண்டுபிடித்துவிடக்கூடும் என்ற பயத்தினால் புட்டா தன் எச்சிற்கலத்தை வைத்துவிட்டு நகரத்திற்குள் இறங்கினான். இந்தியப்படை உட்புகுந்துகொண்டிருந்தது. எறும்புகளின் சமாதான விருந்தாகிவிட்ட ஷஹீதைப்பற்றி அவன் இப்போது கவலைப் படவில்லை. நான் அந்த அதிகாலைத் தெருக்களில் ஜெனரல் சாமை வரவேற்கச் சென்றேன்.

கோபுரத்தில் நான் வெள்ளையாக எச்சிற்கலத்தைப் பார்த்துக்கொண்டிருந்தேன். ஆனால் புட்டாவின் மனம் காலியாக இல்லை. அதில் மூன்று சொற்கள் இருந்தன. அவற்றைத்தான் ஷஹீதின் பாதி உடலும் எறும்புகள் தின்னும்வரை சொல்லிக் கொண்டே இருந்தது. ஒருசமயம் அயூபா பாலோக்கின் தோள்மீது சாய்ந்து நான் சொன்ன வெங்காயம் நாறும் மூன்று சொற்கள்தான் அவை - இது சரி அல்ல, இது சரி அல்ல மறுபடியும் மறுபடியும்.

ஷஹீத், தன் தந்தையின் விருப்பத்தை நிறைவேற்றி தன் பெயரை நிலைநிறுத் திக்கொண்டான். ஆனால் புட்டாவுக்குத் தன் பெயர் இன்னும் ஞாபகத்துக்கு வரவில்லை.

தன் பெயரை அவன் எப்படித் திரும்பப் பெற்றான்? முன்பு ஒருகாலத்தில் இன்னொரு சுதந்திரநாளின்போது, உலகமே சிவப்பும் பச்சையுமாகக் காட்சியளித்தது. இன்று காலை, அந்த வண்ணங்கள் பசுமை, சிவப்பு, பொன்னிறமாக இருந்தன. நகரங்களில் ஜெய் வங்காளம் என்ற குரல். தங்கள் இதயங்களை மகிழ்ச்சியில் நிரப்பிய பெண்கள் எங்கள் பொன்னான வங்காளம் என்று பாடினார்கள்... நகர மையத்தில், தன் தோல்வியின் மேடையில், ஜெனரல் டைகர் நியாசி, ஜெனரல் மானக்ஷாவின் வருகைக்காகக் காத்திருந்தான். (வாழ்க்கைக் குறிப்பு: சாம் ஒரு பார்சி. அவர் பம்பாயிலிருந்து வந்தவர். அன்றைக்கு பம்பாய்க்காரர்களுக்குக் கொண்டாட்டம்.) பசுமைக்கும் சிவப்புக்கும் பொன்னிறத்துக்கும் இடையே, தன் உருவமற்ற உடையில் புட்டா கூட்டத்தில் தள்ளப்பட்டான். பிறகு இந்தியா வந்தது. தன் தலையில் சாமோடு இந்தியா.

அது ஜெனரல் சாமின் எண்ணமா? அல்லது இந்திராவின் கருத்தா? இந்தப் பயனற்ற கேள்விகளை விட்டு, டாக்காவிற்குள் இந்தியாவின் நுழைவு ஒரு இராணுவ அணிவகுப்பு என்பதற்கும் மேலாக இருந்தது. ஒரு வெற்றிக்காட்சிக்கு ஏற்றவாறு அதன் புறங்களில் மாலைகள். ஓர் இந்திய விமானப் படைத்துருப்பு டாக்காவுக்குப் பறந்துவந்தது. அதில் இந்தியாவின் நூற்றியொரு மிகச்சிறந்த கேளிக்கைக் கலைஞர் களும் ஜாலக்காரர்களும் இருந்தனர்.

தில்லியின் புகழ்வாய்ந்த மந்திரவாதிகள் சேரியிலிருந்து அவர்கள் வந்தனர். அவர்களில் பலர், இந்தியப் படையின் சீருடைகளிலும் இருந்தனர். அதனால் டாக்காக்காரர்கள் பலர், இந்திய ஜவான்களே மந்திரவாதிகள், ஆகவே டாக்காவின் வெற்றி தவிர்க்கவியலாதது என்று நம்பினர். அந்த ஜாலக்காரர்களும் கலைஞர்களும் தங்கள் காட்சிகளை நடத்தியவாறு படை அணிவகுப்பின் அருகிலேயே வந்தனர். வெள்ளை எருதுகள் இழுத்துவந்த வண்டிகளின்மீது கழைக் கூத்தாடிகள் மனித பிரமிடுகளை உருவாக்கியவாறு வந்தனர். தங்கள் உடல்களை வில் போல் வளைக்கும் வனிதையர் கால்களை வாய்க்குள் செலுத்திக்காட்டினர். ஈர்ப்பு விசை சிறிதும் பாதிக்காத வித்தைக்காரர்கள், ஒரேசமயத்தில் நானூற்றிஇருபது பொம்மைக் குண்டுகளை வானில் போட்டுப் பந்தாடியபோது கூட்டம் ஓ ஆ என்று பாராட்டியது. சீட்டுவிளையாட்டில் தேர்ந்தவர்கள், பறவைகளின் ராணியை (ஸ்பேடுகளின் ராணியை)ப் பெண்களின் காதுகளிலிருந்து எடுத்தார்கள். அனார் கலி (மாதுளை மொட்டு) என்ற பெயர்கொண்ட நடனக்காரி சிறிய வண்டியின்மீது தாவிக்குதித்துச் சுற்றிச் சுழன்று ஆடியபோது அவள் மூக்கில் அணிந்திருந்த பெரிய வெள்ளி புல்லாக்குகளும் சுழன்றாடின. மாஸ்டர் விக்ரம் என்ற சிதார் வாசிப்பவரும் வந்தார். மக்களின் மிகச்சிறிய உணர்ச்சிகளைக்கூடத் தன் சிதாரில் அதிகமாக்கிக் காட்ட வல்லவர் அவர் என்று பெயர் பெற்றவர். ஒருகாலத்தில் மிக மோசமான மன நிலைகொண்ட பார்வையாளர் முன்னால் அவர் சிதார் வாசித்தாராம். அவருடைய சிதார் வாசிப்பு அவர்களின் உணர்ச்சிகளைப் பலமடங்கு பெருக்கிவிட, இரசிகர்கள் ஒருவரை ஒருவர் கத்தியால் குத்திக்கொள்ளும் எல்லைக்குச் செல்லும்போது நல்ல வேளையாக அவருடைய தபலாக்காரர் அவருடைய இராகத்தை நிறுத்தினாராம். இன்று மக்களின் நல்லெண்ணத்தை அவருடைய இசை பலமடங்கு பெருக்கிக் காட்டியது. மக்களின் இதயங்களைக் களிப்பில் பைத்தியமாக்கியது என்று சொல்வோமே! அப்புறம், பிக்சர் சிங். ஏழடி உயரமும் 240 பவுண்டு எடையும் கொண்ட இராட்சதன். உலகில் மிகச்சிறந்த பாம்பாட்டி என்று பெயர் பெற்றவர். வங்காளத்தின் மிகச் சிறந்த துப்ரி வாசிப்பவர்களும் இவருக்கு ஈடுகொடுக்கமுடியவில்லை. மகிழ்ச்சியோடு கூச்சலிடும் கும்பலின் மத்தியில் அவர் தலைமுதல் கால்வரை விஷப்பற்கள் பிடுங்கப்படாத நல்ல பாம்புகள், கட்டுவிரியன்கள், நச்சுவிரியன்கள் தவழக் காட்சிய ளித்தார். என் தந்தையாவதற்கு விரும்பிய மனிதர்களில் கடைசி மனிதர் அவர்...

உடன் அவர் பின்னால் வந்தவள் சூனியக்காரி பார்வதி. மூடியுள்ள ஒரு பெரிய மூங்கில்கூடையை வைத்து வித்தைகாட்டியவாறு வந்தாள். அதில் விருப்பப்பட்டவர்கள் நுழைந்தால், அவர்களை உருவமின்றிச் செய்துவிடுவாள். அவள் விருப்பப்படும் போதுதான் அவர்களுக்குத் தங்கள் உருவம் வரும். நள்ளிரவில் பிறந்து அசாதாரண வித்தைகள் கிடைக்கப் பெற்றிருந்த அவள், தன் வித்தைகளை இன்று மாயாஜாலக் காட்சிகளுக்கு முழுமையாகப் பயன்படுத்தினாள். பார்த்தவர்கள், எப்படிம்மா மாயமா மறைக்கறே என்றும், கமான் மிஸ், எப்படிச் செய்யறே, சொல்லேன் என்றும் கேட்டார்கள். பார்வதி சிரித்துக்கொண்டும், தன் மாயக்கூடையைச் சுழற்றிக்கொண்டும், விடுதலைப் படையோடு என்னை நோக்கி வந்தாள். இந்தியப் படை நகரத்திற்குள் வந்தது. அதன் வீரர்கள் மந்திரக்காரர்களின் பின்னால் வந்தனர். அவர்களுக்குள்தான், போரின் பேருருவம் - எலிமூஞ்சி கொண்ட நொறுக்கும் முட்டி கொண்ட மேஜர் வந்தான் என்றும் அறிந்துகொண்டேன். இன்னும் அதிகமான மாயாஜாலக்காரர்கள் இப்போது தென்பட்டார்கள். நகரத்தில் இருந்த உயிர்பிழைத்திருந்த ஜாலக்காரர்களும் இவர்களோடு சேர்ந்துகொண்டார்கள். ஓர் அதிசயமான போட்டி தொடங்கியது. வருகைதருகின்ற ஜாலக்காரர்கள் செய்கின்ற எதையும் விஞ்சுவதற்குத் தயாராக அவர்கள் வந்தார்கள். நகரத்தின் போர்த்துயரம் இந்த மிகப்பெரிய மகிழ்ச்சியான மேஜிக்கின் வெளிப்பாடுகளில் கரைந்து மங்கிப்போனது. அப்போதுதான் பார்வதி என்னைப் பார்த்தாள், என் பெயரைத் திரும்பக் கொடுத்தாள்.

சலீம் கடவுளே சலீம், நீ சலீம் சினாய்தானே, சலீம்? புட்டா பொம்மலாட்ட பொம்மை போலச் சிலிர்க்கிறான். கும்பலின் கண்கள் மொய்க்கின்றன. பார்வதி அவனை நோக்கி வருகிறாள். ஏய் நீதானேப்பா? அவன் முழங்கையைப் பிடிக்கிறாள். சாஸர் கண்கள், நீலக்கண்களில் தேடுகின்றன. கடவுளே, அந்த மூக்கு அதேதான் பார் நான் பார்வதி ஓ சலீம் முட்டாள்போல முழிக்காதே கமான் கமான் என்கிறாள். அதே தான் அதேதான் சலீம் அதான் என் பேர்

அரே பாப், சலீம், ஞாபகம் இல்லையா, நள்ளிரவின் குழந்தைகள்... ரொம்ப நல்லது. நான் உன்னை அணைச்சிக்கிடணும்போல இருக்கு, நீ என்ன ரொம்ப சீரியஸா இருக்கே? பல வருஷமா நான் உன்னை இதுக்குள்ளதான் பார்த்தேன் என்று தன் நெற்றியைத் தட்டிக் கொள்கிறாள். இங்கபாத்தா திடீல்னு ஒரு மீன்மாதிரி மூஞ்சியோட நிக்கறே? ஏய் சலீம் ஒரு ஹலோவாவாது சொல்லப்பா

சல்மான் ருஷ்தீ | 621

1971 டிசம்பர் 15 அன்று டைகர் நியாசி, சாம் மானக்ஷாவிடம் சரணடைந்தான். டைகரும் அவனோடு 93000 பாகிஸ்தானி துருப்புகளும் போர்க்கைதிகள் ஆயினர். இடையில், நான் முழுமனத்தோடு இந்திய ஜாலக்காரர்களின் கைதியானேன். பார்வதி என்னை ஊர்வலத்திற்குள் அழைத்துச் சென்றாள், உன்னை நான் கண்டுபிடித்தாயிற்று, இனிமேல உன்னை விடமாட்டேன் என்றாள்.

அன்றிரவு சாமும் டைகரும் சிற்றளவில் மது அருந்தியவாறு பிரிட்டிஷ் இராணுவத்தில் தங்கள் நாட்களைப் பற்றிப் பேசிக்கொண்டிருந்தார்கள். டைகர், நீ அடிபணிஞ்சது மூலமா ரொம்ப ஜாலியா நடந்துகிட்டே என்றார் சாம் மானக்ஷா. சாம் நீ பயங்கரமா சண்டைபோட்டுட்டே என்றான் டைகர். ஜெனரல் சாமின் முகத்தில் ஒரு சிறிய மேகம் படர்ந்து மறைகிறது. இதோ பார் பழைய நண்பா, இந்த மாதிரி பொய்யெல்லாம் அப்பப்ப சொல்றதுதான். படுகொலைகள், வெகுமக்கள் கல்லறைகள், க்யூடியாங்கற மாதிரி ஏதோ தனிப்படை அலகுகள் எதிர்ப்பை அடியோட சிதைக்கறதுக் கான ஏற்பாடுகள்... இதெல்லாம் உண்மையில்லையா? டைகர் சொல்கிறான் க்யூடியா? நாய்ப்படையா? கேள்விப்பட்டதேயில்லை. உனக்கு யாரோ தப்பாச் சொல்லிட்டாங்க ஓல்டுமேன். ரெண்டுபக்கமும் தப்பான தகவல்குடுக்கற ஆளுங்க. கேலிக்கூத்து, ரொம்ப கேலிக்கூத்து என்றான் டைகர். அப்படித்தான் நானும் நெனைச்சேன். உன்னப் பாத்ததில ரொம்ப சந்தோஷம் என்கிறார் மானக்ஷா. ஆமாம், ரொம்ப வருஷம் ஆயிடிச்சில்ல சாம், ரொம்ப நாள்...

இப்படிப் பழைய நண்பர்கள் ரொம்ப நாளாச்சி என்று ஆபீசர்ஸ் மெஸ்ஸில் பாடிக்கொண்டிருந்த நேரம், நான் வங்காள தேசத்திலிருந்தும் என் பாகிஸ்தான் நாட்களிலிருந்தும் தப்பிவந்தேன். என் விளக்கத்தைச் சொன்னபிறகு, பார்வதி நான் உன்னை கொண்டுபோறேன் என்றாள் நீ வர்றது இரகசியமா இருக்கணுமா? நான் தலையசைத்தேன், ஆமாம், இரகசியமேதான்.

நகரின் பிறபகுதிகளில், 93000 சிப்பாய்கள் போர்க்கைதிகளின் முகாம்களுக்குக் கொண்டு செல்லப்பட இருந்தார்கள். சூனியக்காரி பார்வதி, என்னை ஒரு கெட்டியான மூடியுள்ள பிரம்புக் கூடைக்குள் இறங்கச்சொன்னாள். சாம் மானக்ஷா தன் பழைய நண்பன் நியாசியை பாதுகாப்புக் கண்காணிப்பில் வைக்கவேண்டியிருந்தது. சூனியக்காரி பார்வதி உன்னை அவங்களால பிடிக்கவே முடியாது என்றாள்.

இராணுவத் தளங்களுக்குப் பின்னால் ஜாலவித்தை செய்பவர்கள் தில்லிக்குத் திரும்பிப்போக ஆயத்தமாகக் காத்திருந்தார்கள். உலகின் மிகக் கவர்ச்சியான மனிதரான பிக்சர் சிங் பாதுகாப்பாக நின்றிருந்தார். அன்று மாலை நான் பிறர் காண முடியாக்கூடைக்குள் பதுங்கிக்கொண்டேன். நாங்கள் எரியும் குப்பைத்தொட்டிகள் இடையில் சாதாரணமாக நடந்துபோனோம். சிப்பாய்கள் யாரும் கண்ணில் படாதவாறு காத்திருந்தோம். அப்போது பிக்சர் சிங் தன் பெயரைப் பற்றிச் சொன்னார். இருபது ஆண்டுகளுக்கு முன்னால் ஒரு ஈஸ்ட்மேன் கோடாக் நிழற்படக்காரன் பாம்புகளையும் சிரிப்பையும் மாலையாக அணிந்த இவரைப் போட்டோ எடுத்தான். அதற்குப் பிறகு கோடாக் விளம்பரங்கள், கடை வெளிப்புற விளம்பரங்கள் எல்லாவற்றிலும் இவர் நிழற்படம் வந்துவிட்டது. அதிலிருந்து தன் பெயரை இவர் பெற்றார். என்ன நினைக்கறே கேப்டன் என்று சந்தோஷமாக முழங்கினார். ஒரு நல்ல பேர் இல்ல? கேப்டன், நான் என்ன செய்யட்டும், அதுக்கு முன்னாலே எனக்கு என்ன பேர் இருந்தது - அதான் அப்பா அம்மா வச்ச பேரு - என்னஙக்றதுகூட மறந்துபோச்சு. ரொம்ப மடத்தனம் இல்ல கேப்டன்? ஆனால் பிக்சர் சிங் முட்டாளல்ல. அவரிடம் கவர்ச்சிக்கும் மேலாக விஷயங்கள் இருந்தன. திடீரென்று அவர்குரலில் இருந்த தூக்க மயமான, சாதாரணநல்ல தன்மை மாறியது. இப்ப ஏக் தம் டபிள் குய்க் டைம் என்றார். பார்வதி பிரம்புக்கூடையின் மூடியை அகற்றினாள். நான் தலைகீழாக அதில் விழுந்தேன். மூடி பழையபடி அமர்ந்து, அன்றைய சூரியனின் கடைசி ஒளிக்கீற்றையும் மறைத்துவிட்டது. ஓகே கேப்டன், வெரிகுட் என்றார். பார்வதி என்னை நோக்கிக் குனிந்து பேசினாள். அவள் உதடு கூடைக்கு வெளியே இருந்திருக்கவேண்டும். ஹே சலீம், சும்மா நெனைச்சிப்பார் நீயும் நானும், நள்ளிரவுக் குழந்தைகள் ரெண்டு பேரும், இது பெரிய விஷயமில்ல? சலீம் பிரம்புக்கூடை இருட்டில், பல ஆண்டுகளுக்கு முன்பு சின்னப்பருவத்தில் நோக்கம் அர்த்தம் பற்றியெல்லாம் சண்டைபோட்டதை நினைத்துக் கொண்டான். பழைய ஞாபகங்களில் அமிழ்ந்தேன், ஆனால் என்ன பெரிய விஷயம் என்று புரியவில்லை. பிறகு பார்வதி வேறு சில சொற்களை உதிர்த்தாள். நான் அந்தக் கூடைக்குள், எனது தளர்ந்த உடைக்குள் காற்றாக மாயமாக மறைந்தேன்.

மறைஞ்சியா? எப்படி மறைஞ்சே? எது மறைஞ்சிது என்று பத்மாவின் தலை உயர்கிறது. பத்மாவின் கண்கள் குழப்பத்தில் என்னை முறைக்கின்றன. நான் சுருங்கியவாறு திரும்பவும் அதையே

சொல்கிறேன். மறைஞ்சிட்டேன், சும்மா இப்படித்தான். சும்மா, எதுவும் இல்ல. ஒரு ஜின் மாதிரி. அப்ப, அவ நிஜமாவே உண்மையா ஒரு சூனியக்காரி தானா? நிஜமாவே உண்மை. நான் கூடையிலதான் இருந்தேன், ஆனால் இல்ல. பிக்சர் சிங் சும்மா ஒரு கையில அந்தக் கூடையப் பிடிச்சி இராணுவ டிரக்கின் பின்பக்கம் எறிந்தார். அவரும் பிற 99 பேரும் ஏறிக்கொண்டார்கள். இராணுவ விமான தளத்தில் காத்திருக்கும் விமானத்திற்குப் போனார்கள். நான் கூடையோடு உருண்டேன், உருளவும் இல்லை. பிறகு பிக்சர் சிங் சொன்னார், கேப்டன், உன் வெயிட் எனக்குத் தெரியவே இல்ல. எனக்கும் மோதல் உருளல் முட்டுதல் ஒன்றும் தெரியவில்லை. நூற்றிஒரு கலைஞர்கள் இந்திய விமானப்படை துருப்புகளுக்கான வாகனத்தில் வந்தார்கள். ஆனால் நூற்றி இரண்டுபேர் திரும்பினார்கள். அவர்களில் ஒருவன் அங்கு இருந்தும் இல்லை. ஆமாம், மாயத்தந்திரங்கள் சிலசமயங்களில் வெற்றி பெறத்தான் செய்கின்றன. தோல்வியும் அடைகின்றன: என் அப்பா அகமது சினாய், பெண்நாய் ஷெர்ரியைச் சபிப்பதில் வெற்றிபெறவே இல்லை. பாஸ்போர்ட்டோ பெர்மிட்டோ இல்லாமல் நான் கண்காணாமையின் உடையில் பிறந்த நாட்டுக்குத் திரும்பி வந்துவிட்டேன். நீ நம்பினாலும் சரி, நம்பாவிட்டாலும் சரி. ஆனால் நம்பிக்கையற்ற ஒருவன்கூட நான் இங்கிருப்பதற்கு வேறு ஏதாவது விதமான விளக்கம் அளித்தாகத் தானே வேண்டும்? (பழையகாலக் கதைகளில்) காலிபா ஹாரூன் அல் ரஷீத் கூடப் பெயரின்றி உருவமின்றி பாக்தாத் நகரவீதிகளில் சுற்றிவரவில்லையா? ஹாரூன் பாக்தாதில் சாதித்ததை, சூனியக்காரி பார்வதி எனக்குச் சாதித்தாள், நாங்கள் துணைக் கண்டத்தின் விமானவழிகளில் திரும்பினோம். அவள் செய்தாள். நான் மாயமாக மறைந்துபோனேன், அவ்வளவுதான். உருவமற்ற நினைவுகள் இன்னும் இருக்கின்றன. செத்துப்போனால் எப்படி இருக்கும் என்பதைத் தெரிந்துகொண்டேன். பிசாசுகளின் தன்மை எனக்கு வந்துவிட்டது இருந்தேன் ஆனால் பொருளாக அல்ல, நிஜமாக ஆனால் எடையே இல்லாமல் கூடையில் நான் பிசாசுகள் உலகை எப்படிப் பார்க்கின்றன என்று தெரிந்துகொண்டேன். தெளிவற்று, மூட்டமாக, வெளிறிய நிலையில்...அது என்னைச் சுற்றி இருந்தது, ஆனால் சும்மா. இன்மையின் பந்து ஒன்றிற்குள் நான் இருந்தேன். மங்கிய பிரதிபலிப்புகள் போல இருந்த அதன் விளிம்புகளில் பிரம்புக் கூடையின் வேலை தென்பட்டது. இறந்தவர்கள், இறந்தபின் சிலநாட்களில் மறக்கப் பட்டு விடுகிறார்கள். காலம் குணப்படுத்துகிறது, அவர்கள்

மங்கிமறைகிறார்கள். பார்வதியின் கூடையில், அதன் மறுதலையும் உண்மை என்பதைப் புரிந்துகொண்டேன். பிசாசுகளும் மறக்கத் தொடங்கிவிடுகின்றன. செத்துப்போனவர்கள் தங்கள் முன் வாழ்க்கையை மறந்துவிடுகிறார்கள். கடைசியாக தங்கள் பழைய வாழ்க்கையிலிருந்து முற்றிலும் விடுபட்டதும், மங்கி மறைகிறார்கள். அதாவது சாவு என்பது மரணத்திற்குப் பிறகு ரொம்ப நாள் தொடர்கிறது. பிறகு பார்வதி நான் உனக்குச் சொல்ல விரும்பல்ல, யாரையும் அவ்வளவுநேரம் உருத்தெரியாம மறைச்சி வைக்கக்கூடாது. ஆனா வேற வழியில்ல என்றாள்.

பார்வதியின் சூனிய வித்தையில், உலகின் மேலிருந்த பிடிப்பு நழுவுவதை உணர்ந்தேன். திரும்பாமலே இருப்பது எவ்வளவு எளியது, எவ்வளவு அமைதியானது ஏதுமற்ற ஒரு மேகமூட்டத்தில் அப்பால் அப்பால் அப்பால் மிதந்தவாறு, காற்றில் அடித்துச் செல்லப்படும் ஒரு இலவம் விதை போல, சுருக்கமாக நான் மரண அபாயத்தில் இருந்தேன்.

அந்தப் பேய்த்தனமான காலஇடத்திலும் நான் வெள்ளி எச்சிற்கலத்தை விடாமல் பற்றியிருந்தேன். அதுவும் பார்வதியின் வார்த்தைகளில் என்னைப்போலவே உருமாறிவிட்டது, இருந்தாலும் வெளியுலகத்தின் ஞாபகமாக அது இருந்தது...அந்தப் பெயரற்ற இருளிலும்கூடப் பளிச்சிட்ட மிகவேலைப்பாடமைந்த வெள்ளிக்கலத்தைப் பிடித்துக்கொண்டு, நான் பிழைத்திருந்தேன். தலை முதல் கால்வரை மரத்திருந்தாலும், ஒருவேளை என் விலைமதிப்பற்ற பொருளால் நான் காப்பாற்றப்பட்டேன்.

இல்லை, சாதாரண எச்சிற்கலமல்ல அது. இப்போது நன்கு தெரிந்ததுதான், நம் கதாநாயகன் மூடிய இடங்களில் மறைந்திருந்து மிகுதியான பாதிப்பை அடைந்திருக்கிறான். அடைபட்டஇருளில் பெரிய மாற்றங்கள் அவனுக்கு விளைகின்றன. ஒரு கருப் பையின் இரகசியத்தில் மறைந்திருந்து (அவன் தாயின் கருப்பை அல்ல) அவன் ஆகஸ்டு பதினைந்தின் புதிய தொன்மமாக அவதாரம் அடையவில்லையா? கடிகாரத்தின் குழந்தை. அவன் முபாரக் ஆக, ஆசீர்வதிக்கப்பட்டவனாக மலரவில்லையா? ஒரு இருண்ட கழுவுமறையில் பெயர்கள் மாறிப்போகவில்லையா? ஒரு சலவைப்பெட்டிக்குள், ஒரு நாடா மூக்கில் செல்ல, ஒரு கருப்புமாம்பழம் கண்ணில் பட, மிகவேகமாகத் தும்மியதால், தன்னையும் தன் மூக்கையும் ஒரு இயற்கைக்கு அப்பாற்பட்ட வானொலியாக மாற்றிக்கொள்ளவில்லையா? மருத்துவர்களால், நர்சுகளால், மயக்கமருந்து முக மூடிகளால் அடைத்துவைக்கப்பட்டு,

எண்களை எண்ணி, மேலே வற்றிப்போய், இரண்டாவது பருவத்தை அடையவில்லையா? ஒரு மூக்குத் தத்துவஞானியாக, பிறகு தடம் காணும் மோப்பக்காரனாகவில்லையா? ஒரு சிறிய கைவிடப்பட்ட குடிசையில், அயூபா பாலோக்கின் உடலின்கீழ் எது நல்லது எது கெட்டது என்பதை அறியவில்லையா? இப்போது, உருவத்தை மறைக்கும் கூடையில் புகுந்து நான் ஓர் எச்சிற்கலத்தின் பளபளப்பால் மட்டுமல்ல, இன்னொரு மாற்றத்தாலும் காப்பாற்றப்பட்டேன். அந்த வேதனையான உடலற்ற தனிமையின் நாற்றம், கல்லறைத்தோட்டத்தின் வாசமாக இருந்தது. அதில் நான் கோபத்தைக் கண்டறிந்தேன். சலீமுக்குள் ஏதோ ஒன்று மறைந்து ஏதோ ஒன்று பிறந்துகொண்டிருந்தது. மறைந்தது: குழந்தைப் பருவ நிழற் படங்களிலும், சட்டம்போட்ட நேருவின் கடிதத்திலும் பெருமை. தீர்க்கதரிசனமாக உரைக்கப்பட்ட ஒரு வரலாற்றுப் பணியில் விருப்பத்தோடு ஈடுபட்ட தன்மை. புரிந்து கொள்ளலில் ஒரு விருப்பம், பெற்றோரும் பிறரும் எப்படி நியாயமாகத் தனது விகாரத் தன்மைக்காக வெறுப்பார்கள் அல்லது வெளியேற்றுவார்கள் என்பதை. சிதைந்த விரல்களோ, துறவி மாதிரியான முடியிழப்புகளோ, அவன்/நான் இதுவரை நடத்தப்பட்ட முறைக்குச் சரியான காரணங்களாகத் தோன்றவில்லை.

என் கோபத்தின் விஷயம், நான் அதுவரை குருட்டுத்தனமாக ஒப்புக்கொண்ட எல்லாவற்றின் மீதும்தான். என் பெற்றோர், நான் பெரியவனாகி, அவர்களுடைய முதலீட்டைத் திருப்பித் தரவேண்டுமென்று எதிர்பார்த்தது; மறைவானதொரு மேதை; தொடர்பு முறைகளே எனக்குள் ஒரு குருட்டுத்தனமான பெருங்கோபத்தை உண்டாக்கின. ஏன் நான்? பிறப்பு தீர்க்கதரிசனம் முதலியவற்றால் நான் ஏன் மொழிக் கலகங்கள், நேருவுக்குப் பின் யார், மிளகுச் சிமிழ்ப் புரட்சிகள், என் குடும்பத்தை அழித்த குண்டுகள் இவற்றிற்கெல்லாம் பொறுப்பேற்க வேண்டும்? சலீம் சளிமூக்கன், மோப்பக்காரன், மேப் மூஞ்சி, நிலாத்துண்டு, டாக்காவில் பாகிஸ்தானித் துருப்புகள் செய்யாதவற்றிற்கு (அப்படிச் சொல்லப்பட்டது) பொறுப்பேற்க வேண்டும்?...ஐம்பது கோடிப் பேர்களில் தனித்து நான் ஒருவன் மட்டும் ஏன் வரலாற்றின் சுமையைச் சுமக்க வேண்டும்?

எனக்கு இழைக்கப்பட்ட நியாயமற்றவைகளைக் (அவற்றிற்கு வெங்காய வாசனை) கண்டறிவது தொடங்கியபோது, என் கண்காணாக் கோபம் முழுமையடைந்தது. மென்மையும் இனிமையும் கொண்ட அருவத்தன்மையின் பசப்பல்களிலிருந்து

என் கோபம் என்னைக் காப்பாற்றியது. மறைந்திருந்த நிலையிலிருந்து உருவத்திற்கு வெள்ளிக்கிழமை மசூதியின் நிழலில் விடுவிக்கப்பட்டபோது, அந்தக் கணத்திலிருந்து விதியினால் சுமத்தப்படாத எனக்கான எதிர்காலத்தை நானே தேர்ந்தெடுத்துக் கொள்வது என்று முடிவு செய்துகொண்டேன். அங்கே, கல்லறைத்தோட்ட மணம் கொண்ட தனிமையில், வெகுகாலத்திற்குமுன்பு கன்னி மேரி பெரேரா, பாடியதை - நீ என்ன ஆக விரும்புகிறோயோ அப்படியாகலாம். நீ விரும்பும் விதமே நீ ஆகலாம் என்பதை நினைத்துக்கொண்டேன். இன்றிரவு, நான் அந்தக் கோபத்தை நினைக்கும்போது, முழுமையான நிதானத்துடனே இருக்கிறேன். என்னிடமிருந்து எல்லாவற்றையும் வெளியேற்றியதுபோலவே, விதவை என் கோபத்தையும் வற்றச் செய்துவிட்டாள். தவிர்க்கவியலாமைக்கு எதிராக, கூடையில் பிறப்பெடுத்த என் புரட்சியை நினைத்து, ஒரு கோணலான, எல்லாமறிந்த சிரிப்பைக் கொள்ளவும் தோன்றுகிறது. ஆண்டுகளின் ஊடாக இருபத்துநான்கு வயது சலீமிடம் நான் முணுமுணுக்கிறேன் - பையன்கள் பையன்களாகத்தான் இருப்பார்கள்.

விதவையின் விடுதியில், மிகக் கடுமையாக, எப்போதைக்கும் ஒரே முறையாக, தப்பித்தல் இல்லை என்ற பாடம் எனக்குக் கற்பிக்கப்பட்டது. இப்போது கோணவடிவ விளக்கின் ஒளியில், தாளின்மேல் கவிந்திருக்கிறேன், நான் நானாக இருப்பதைத் தவிர வேறெதுவும் தேவையில்லை என்று. ஆனால் நான் என்ன யார்? என் விடை: எனக்கு முன் கடந்துசென்ற எல்லாவற்றின் ஒட்டுமொத்தமும்தான். எதையெல்லாம் பார்த்தேனோ, செய்தேனோ, எனக்கு என்னவெல்லாம் செய்யப்பட்டதோ முழுமையும். என்னால் உலகில் யாரெல்லாம் எதெல்லாம் பாதிக்கப்பட்டார்களோ, அவர்களெல்லாம் அதெல்லாம் நான்தான். நான் உலகில் வராமலிருந்தால் என்னவெல்லாம் நடந்திருக்காதோ, அவையெல்லாம் இப்போது நடந்துள்ளன, அவையெல்லாம் நான்தான். இது ஏதோ எனக்கு மட்டும் உரியதான நிலையல்ல, நாம் அறுபதுகோடிக்கு மேலான பேரும் (அப்போதைய இந்திய மக்கள்தொகை - மொ.பெ.) இதை ஒத்த பெருந்திரளை நமக்குள் கொண்டிருக்கிறோம். கடைசியாக நான் மறுபடியும் சொல்லுகிறேன், என்னைப் புரிந்துகொள்ள வேண்டுமானால், ஓர் உலகத்தையே விழுங்கியாக வேண்டும். ஆனால் இப்போது உங்கள்முன் எல்லாவற்றையும் வெளித்தள்ளிக்கொண்டிருக்கும் என் வேலை முடியப்போகிறது. எனக்குள் இப்போது விரிசல்கள்

சல்மான் ருஷ்தீ | 627

அகலமாகின்றன. அவற்றின் வெட்டு கிழிசல் நொறுங்குதலை என்னால் கேட்கமுடிகிறது. நான் மெலிந்து, அநேகமாக ஒளி ஊடுருபவன் ஆகிறேன். என்னில் அதிகம் மிச்சமில்லை, விரைவில் ஒன்றுமே இருக்காது. அறுபதுகோடித் துகள்கள், எல்லாம் கண்ணாடியைப் போலக் கண்ணுக்குப் புலப்படாதவையாக, ஒளி ஊடுருவுபவையாக...

ஆனால் அப்போது நான் கோபமாக இருந்தேன். இரண்டுபிடிகள் கொண்ட ஜாடிபோன்ற கூடையில் சுரப்பிகளின் மிதமிஞ்சிய வேலை. எக்ரீன், அபோக்ரீன் சுரப்பிகள் வியர்வையை வெளியேற்றி நாறவைத்தன, ஏதோ என் விதியை என் துளைகள் வழியே வெளியேற்ற முயற்சிப்பவன் போல. என் கோபத்தின் சார்பாக, ஒரு உடனடிச் சாதனையைச் சொல்லவேண்டும். நான் மசூதியின் நிழலுக்குள் அருவநிலையிலிருந்து வெளிவந்தவுடனே, மரத்துப்போனதின் அருவத்தன்மையிலிருந்து உடனே வெளியேறி விட்டேன். மந்திரவாதிகளின் சேரியின் அழுக்கில், கையில் எச்சிற்கலத்துடன் வெளிவந்து விழுந்தவுடனே எனக்கு உணர்ச்சி வந்துவிட்டது என்பதை மீண்டும் அறிந்தேன்.

குறைந்த பட்சம், சில வேதனைகளையேனும் வெற்றிகொள்ள இயலும்.

மகுதியின் நிழல்

சந்தேகத்தின் சாயை ஒருசிறிதும் இல்லை: வேகமுடுக்கம் ஒன்று நிகழ்ந்து கொண்டிருக்கிறது. பிளவுபடு நொறுங்கு வெடிப்புவிடு சாலை மேற்பரப்புகள் மிகுதி யான வெப்பத்தில் சிதையும்போது நானும் என் சிதைவைநோக்கி வேகமாகச் செலுத் தப்படுகிறேன். என் எலும்புகளை அரிக்கின்ற நோயை (அதைப்பற்றி என்னைச் சுற்றி யிருக்கின்ற பெண்களுக்கு அடிக்கடி சொல்லவேண்டிவருகிறது, அதை குணப்படுத்து வது இருக்கட்டும், மருத்துவத்துறை சார்ந்தவர்களுக்கு அதைக் கண்டுபிடிப்பதே இயலாமல் இருக்கிறது) வெகுநாட்களுக்குத் தள்ளிப்போட முடியாது. ஆனால் இன்னும் சொல்ல நிறைய விஷயங்கள் இருக்கின்றன: முஸ்தபா மாமா எனக்குள் தொந்தரவு கொடுத்துக்கொண்டே இருக்கிறார். சூனியக்காரி பார்வதியின் உதட்டுச் சுழிப்பைப் பற்றியும்கூட. நாயகனின் குறித்த மயிர்ச்சுருள் காத்திருக்கிறது. பதின்மூன்று நாட்கள் வேலையும்கூட. வரலாற்றைப் பிரதமரின் தலைமுடி அலங்காரத்துக்கு ஒப்பான பிரதியாகப் பார்க்க நேர்ந்திருக்கிறது. சதிச்செயல் இருக்கிறது. டிக்கெட் வாங்காமல் சென்றது; பிறகு இரும்பு வாணலியில் எதையோ பொரிக்கும் நாற்றம் (விதவைகளின் ஊளையுடன் காற்றில் மிதந்துவருகிறது) ...அதனால் நானும் எழுத்தை விரைவு படுத்த வேண்டிய கட்டாயத்தில் இருக்கிறேன். மறுசீரமைக்கமுடியாதவாறு என் ஞாபகம் நம்பிக்கையின்றிச் சிதைந்துபோவதற்கு முன்னால் கடைசிவரியை வேகமாக முடிக்க இயங்கவேண்டும், பதிவுசெய்து முடிக்கவேண்டும். (ஏற்கெனவே ஆங்காங்கு மறைவுகள், இடைவெளிகள் நேரிட்டிருக்கின்றன. தேவைக்கேற்ப சொந்தமாகச் சேர்க்கவேண்டியிருக்கிறது.)

இருபத்தாறு ஊறுகாய் ஜாடிகள் ஒரு அலமாரியில் திடமாக நிற்கின்றன. இருபத்தாறு சிறப்பான சுவைச்சேர்க்கைகள்,

அதனதன் லேபில் அதன்மீது ஒட்டப்பட்டுப் பெயர்களைத் தாங்கிநிற்கின்றன. உதாரணமாக, மிளகுச் சிமிழ்கள் நிகழ்த்திய இயக்கங்கள், ஆல்ஃபாவும் ஒமேகாவும், கமாண்டர் சாபர்மதியின் தடி என்பதுபோல முன்பே தெரிந்த சொற்கள்தான். பழுப்பும் மஞ்சளுமான உள்ளூர் இரயில்கள் வேகமாகச் செல்லும்போது அதற்கேற்ப ஜாடிகள் தாளம்போடுகின்றன. என் மேஜையில் ஐந்து காலிஜாடிகள் அவசரமாக கலகலக்கின்றன. செய்துமுடிக்கவேண்டிய பணியை அவை ஞாபகப்படுத்துவதுபோல இருக்கிறது. ஆனால் ஊறுகாய் ஜாடிகளைப் பற்றிப்பேசிக் கொண்டிருக்க நேரமில்லை. இரவு நேரம் எழுதுவதற்கு உகந்தது. பச்சைத் துவையல் அதற்கான நேரம்வரும்வரை காத்திருக்கத்தான் வேண்டும்.

பத்மா பேராவலுடன் சொல்கிறாள்: "ஓ மிஸ்டர், ஆகஸ்டில் காஷ்மீர் எவ்வளோ நல்லாருக்கும்! இங்க காரச் சட்னி மாதிரி வெப்பமாருக்கு!" நான் என் தடித்த, சதை வாய்ந்த தோழியைக் கண்டிக்கக் கடமைப்பட்டிருக்கிறேன். அவளுடைய கவனம் வேறெங்காவது இருந்திருக்கவேண்டும். என் பத்மா பீவி, ரொம்பநாளாக என்னைப் பற்றிக் கவலைப்பட்டு, பொறுத்திருந்து, ஆறுதல் சொல்லி, மிகச்சரியாக நம் பாரம்பரிய இந்திய மனைவிபோலவே ஆகிவிட்டாள். (நானும் ஒருவேளை, எனது தனிமைகள், மனத்திற்குள் மூழ்கிப்போவது இதையெல்லாம் வைத்து - ஒரு பாரம்பரியக் கணவன் போலாகிவிட்டேனா?) உடலில் பரவுகின்ற வெடிப்புகளால் எனக்கு விதி மீதுள்ள நம்பிக்கை உறுதிப்பட்டிருக்கும் நிலையில் இப்போதெல்லாம் பத்மாவின் மூச்சில் வேறொரு எதிர்காலக்கனவு தென்படுவதை (ஆனால் அது நடக்கஇயலாதது) மோப்பம் பிடிக்கிறேன். என் உள்வெடிப்புகளின் மாற்றமுடியாத இறுதியை நிராகரித்து, எங்கள் மயிரடர்ந்தமுன்னங்கைப் பணிப்பெண்களின் ஏளனஉதடுகளிலிருந்து வெளிப்பட்ட கூரம்புகளை இதுவரை சற்றும் பொருட்படுத்தாத என் சாணித்தாமரை, இப்போது திருமண நம்பிக்கை என்ற கசப்பும் இனிப்புமான வாசனையை வெளியிடுகிறாள். எவ்விதமான சமூகவிதிகளுக்கும் அப்பால் என்னோடு உறவு வைத்திருந்தவள். இப்போது அந்த உறவு முறையாக மலரவேண்டும் என்ற எண்ணத்திற்கு ஆளாகிவிட்டாள்...

இதுவரை இந்த விஷயத்தைப் பற்றி ஒரு வார்த்தையும் அவள் சொல்லவில்லை என்றாலும், தன்னை ஒரு முறையான மனைவியாக்கிக்கொள்ளும் எண்ணம் அவளிடம் இருக்கிறது. இப்போதும்கூட அவளுடைய கள்ளமற்ற, என்மீது அக்கறை

கொண்ட சொற்களில் அவளுடைய துயரார்ந்த நம்பிக்கை ஊடுருவியிருக்கிறது. "ஏ மிஸ்டர், உன் எழுத்தை முடித்துக்கொண்டு நீ ஏன் ஓய்வெடுக்கக்கூடாது? காஷ்மீருக்குப் போ, கொஞ்ச நாள் சும்மா உக்காந்திரு. கூட வேணுமானா உன் பத்மாவையும் இட்டுக்கொண்டு போ. அவ உன்னைப் பாத்துக்கமாட்டாளா...?" காஷ்மீரைப் பற்றி மலர்கின்ற இந்தக் கனவுக்குப்பின் இருப்பது ஓய்வு! (இந்தக்கனவுதான் முகலாயப் பேரரசனான ஜஹாங்கீர், பாவம் - மறக்கப்பட்டுவிட்ட இல்சே லூபின், ஒருவேளை கிறிஸ்துவுக்கும்கூட இருந்தது போலும்!) இதில் இன்னொரு கனவின் மணத்தையும் முகர்கிறேன், ஆனால் இதுவோ அதுவோ எதுவும் பூர்த்தியாகாது. ஏனென்றால் வெடிப்புகள், என் வெடிப்புகள். அவை என் எதிர்காலத்தைக் குறுக்கி ஒரே தப்பிக்க முடியாத முடிவை நோக்கிச் செலுத்துகின்றன. என் கதைகளை முடிக்கும்வரை பத்மா வுக்கும் இரண்டாமிடம்தான்.

இன்று செய்தித்தாள்கள், திருமதி இந்திரா காந்தியின் அரசியல் மறுபிறப்புப் பற்றிப் பேசுகின்றன. நான், ஒரு பிரம்புக்கூடைக்குள் ஒளிந்து இந்தியாவுக்குள் வந்த போது, அந்த அம்மாள் தன் முழுமையான புகழில் திளைத்துக்கொண்டிருந்தார். ஞாபகமறதியின் நயவஞ்சக மேகத்தில் விருப்பத்தோடு அமிழ்ந்து, நாம் ஏற்கெனவே பலவற்றை மறந்துவிட்டோம். ஆனால் எனக்கு ஞாபகம் இருக்கிறது, எவ்விதம் அவர் - எப்படி அது நடந்தது - இல்லை, அதை ஒழுங்கான வரிசைமுறைப்படிதான் சொல்ல வேண்டும் - வேறு வழியேயில்லை என்னும்போதுதான் - 1971 டிசம்பர் 16 அன்று நான் ஒரு கூடையிலிருந்து இந்தியாவுக்குள் குதித்தேன். அப்போது திருமதி இந்திராவின் புதிய காங்கிரஸ் கட்சி பாராளுமன்றத்தில் மூன்றிலிரண்டுக்கும் மேலான பெரும்பான்மையைக் கொண்டிருந்தது. கண்காணாக் கூடைக்குள் பிறர் நேர்மையற்று என்னிடம் நடந்துகொண்ட உணர்வு, கோபமாக மாறியிருந்தது; அதைத்தவிர பெருங்கோபத்தில் இன்னொன்றும் மாற்றமடைந்து, எனக்குள் இந்த நாட்டின்மீது ஒரு பரிவுணர்ச்சியும் மேலோங்கியிருந்தது.

என் நாடும் நானும் இரட்டைக்குழந்தைகளாகத்தானே (ஒரே நேரத்தில்) பிறந்தோம்! ஆகவே எங்களுக்கு (என் நாட்டுக்கும் எனக்கும்) என்ன நடந்தாலும், பொது வாகவே நடந்தது. சளிமூக்கன், கறை மூஞ்சி முதலிய பெயர்கள் கொண்ட எனக்குக் கஷ்டங்கள் நேரிட்டன என்றால், இந்த நாட்டுக்கும்தான். அவள் (இந்தநாடு) எனது இரட்டைப்பிறப்பு அல்லவா? இப்போது, எனக்கு ஒரு நல்ல

எதிர்காலத்தைத் தேர்ந் தெடுக்க நான் முடிவுசெய்திருப்பதால், என் நாட்டுக்கும் அவ்விதமே நேரவேண்டியது தானே முறை? ஆகவே நான் புழுதியில், நிழலில், மகிழ்ச்சிகரமான வாழ்த்துகளிடையே குதித்தபோது, நாட்டைக் கண்டிப்பாகக் காப்பாற்றவேண்டும் என்ற முடிவுக்கு வந்துவிட்டேன்.

(ஆனால் வெடிப்புகளும் இடைவெளிகளும்...இதற்குள் பாடகி ஜமீலாவின்மீது நான் கொண்ட காதல் ஒருவிதத்தில் பிழையானது என்று நோக்கத் தொடங்கிவிட்டேனா? இப்போது நான் ஒரு நாட்டின்மீது உயர்கின்ற, எல்லாவற்றையும் தழுவுகின்ற பற்றுக்கொண்டிருப்பதை ஒருவேளை அவள் தோள்களுக்கு - வேறொரு நாட்டுக்கு மாற்றிவிட்டேனா? உண்மையில் நான் தகாத காதல் கொண்டிருப்பது, என் உடன் பிறப்புச் சகோதரியான இந்தியா மீதுதான், இரக்கமற்று பாம்பு தன் தோலை உரிப்பது போலக் கைவிட்டு, இராணுவ வாழ்க்கை என்னும் குப்பைக்கூடையில் தள்ளிவிட்ட ஜமீலா! பாட்டுகளைப் பாடி மற்றவர்களைக் கவர்கின்ற ஒரு இழிமகளான ஜமீலா! அவள்மீது காதல் அல்ல என்பதை நான் எப்போது புரிந்துகொண்டேன்? எப்போது எப்போது?...எனக்கு நிச்சயமாகத் தெரியவில்லை என்று தோல்வியை ஒப்புக் கொள் ளத்தான் வேண்டும்.)

சலீம் மசூதியின் நிழலில் புழுதியில் விழித்துக்கொண்டு உட்கார்ந்திருந்தான். அரக்க உருவம் ஒன்று அவன் அருகில் பெரிதாகச் சிரித்துக்கொண்டு, “என்னா கேப்டன், பிரயாணம் சுகமாக இருந்ததா?” என்று கேட்டவாறு நின்றது. பார்வதி, தன் பெரிய உணர்ச்சிமிக்க கண்களுடன், அவனுடைய வெடித்த உப்புக்கரித்த வாயில் ஒரு டம்ளரிலிருந்து தண்ணீரை ஊற்றினாள்... உணர்ச்சி! மண்பானைகளில் வைக்கப்பட்டி ருந்த குளிர்ந்த நீர் - உலர்ந்த வெடித்த உதடுகளின் புண்மாதிரியான உணர்வு - நீலக்கல் பதித்த வெள்ளி எச்சிற்கலம் ஒருகையில்!... “எனக்கு உணர்வு இருக்கிறது” என்று கள்ள மற்றவர்கள் கூடியிருந்த அந்தக் கூட்டத்தில் கத்தினான் சலீம்.

அந்திமாலைப் பொழுது. உயர்ந்த, சிவப்புக்கல், மார்பிள் கல்லால் கட்டப்பட்ட வெள்ளிக்கிழமை மசூதியின் நிழல் தன் காலடியில் கவிந்திருக்கிற சேரிக்குடிசைகளின் குறுக்காக விழுந்தது. அந்தச் சேரிக்குடிசைகளின் பாழடைந்த தகரக்கூரைகள் தாங்க முடியாத வெப்பத்தை கிரகித்து குடிசைகளுக்குள் விட்டதால் அவற்றினுள் இரவிலும் அந்திப்போதுகளிலும் தவிர ஒருவரும் இருக்கமுடியாது. இப்போது அங்கிருக்கிற ஒரே தண்ணீர்க்குழாய்

அருகே புதிதாக வந்திருக்கிறவனை வரவேற்பதற்கு ஜாலக்காரர்கள், செப்படி வித்தைக்காரர்கள், பந்தாடும் வித்தைக்காரர்கள், பக்கீர்கள் எல்லாரும் ஒன்றாகச் சேர்ந்து சூழ்ந்து நின்றார்கள். "எனக்கு உணர்வு இருக்கிறது" என்று நான் கத்தினேன், உடனே பிக்சர் சிங், "ஓகே, கேப்டன், எப்படி இருந்தது? பார்வதியின் கூடையிலிருந்து விழுந்தது மறுபடியும் புதிதாகப் பிறந்ததுபோல் இருந்ததா?" என்று கேட்டார்.

பிக்சர் சிங்கின் கண்களில் எல்லையற்ற ஆச்சரியத்தைக் கண்டேன். பார்வதியின் தந்திரத்தைப் பார்த்து அவரும் ஆச்சரியப்பட்டுப் போனார். ஆனால் ஒரு தொழில்முறை ஜாலக்காரர் என்ற முறையில் அவள் எப்படி இதைச் சாதித்தாள் என்பதை அவர் கேட்கமாட்டார். இப்படியாக என்னைத்தன் எல்லையற்ற சக்திகளால் பிறர் கண்டுபிடிக்கமுடியாமல் பார்வதி தில்லிக்குக் கொண்டுவந்து சேர்த்தாள். மேலும் மாயாஜாலம் செய்வது தங்கள் தொழிலாகவே இருக்கும் நிலையில், அந்தச் சேரியிலிருந்த மந்திரவாதிகள் யாருமே மெய்யாக இப்படி மந்திரம் செய்ய முடியும் என்பதை நம்பவில்லை. ஆகவே பிக்சர் சிங், ஆச்சரியத்துடன், "நான் சத்தியம் பண்றேன் கேப்டன்! அங்கே நீங்க ஒரு குழந்தை மாதிரி எடையில்லாம இருந்தீங்க, கேளுங்க பேபி சாகிப்! என்ன சொல்றீங்க பேபி கேப்டன்?" என்று கண்கலங்கினார். ஆனால் என் எடையற்ற நிலை ஒரு மாயாஜாலம் என்பதற்கு மேல் சிந்திக்க அவரால் முடியவில்லை. "என் தோள்மேல தூக்கிக்கட்டுமா உங்கள? குழந்தை மாதிரி ஏப்பம் விடுவீங்களே" என்றார்.

இப்போது பொறுமையாகப் பார்வதி, "அவர் சும்மா இப்படித்தான் ஜோக் கீக் அடிப்பார்" என்றாள். பார்க்கும் எல்லாரிடமும் பிரகாசமாகச் சிரித்தாள் அவள். ஆனால் மங்கலமற்ற ஒரு நிகழ்ச்சி உடனே நேரிட்டது. ஜாலக்காரர்களின் பின்பக்கமி ருந்து ஒரு குரல், "ஐயோ! ஐயோ!" என்று புலம்பலாயிற்று. ஒரு கிழவி கும்பலைப் பிளந்துகொண்டு நெருப்பில் சிவந்த ஒரு வாணலியைக் கையில் ஏந்தி நேராக என்மீது மோதுவதுபோல வந்தாள். நான் பயந்து ஒதுங்கினேன். பிக்சர் சிங் கலக்கமடைந்து, "என்ன கேப்டீனா, ஏன் இவ்வளவு சத்தம்!" என்று கேட்டார். கொதிக்கும் வாணலியை பிடிவாதமாக ஆட்டியவாறு அந்தக் கிழவி "ஐயோ! ஐயோ!" என்றே கத்தினாள்.

எரிச்சலோடு பார்வதி, "ரேஷம் பீவி, உன் மூளையில என்ன எறும்பு புகுந்திருச்சா!" என்று கேட்டாள். "நமக்கு ஒரு விருந்தாளி வந்திருக்கிறார், உன் கூச்சலைப் பாத்து என்ன நினைப்பார்?" என்றார்

சல்மான் ருஷ்தீ | 633

பிக்சர் சிங். "நம்ம பார்வதிக்கு அவர் சொந்தம். நல்லாத் தெரியும். அரே, சும்மாயிரு! அவர் முன்னாலே புலம்பிக்கிட்டு கிடக்காதே."

"ஐயோ, கெட்ட காலம் வந்திருச்சி! நீங்க வெளியூரெல்லாம் போயி அதை இங்க அழைச்சிக்கிட்டு வரீங்களே! ஐயோ!"

அதிர்ச்சியுற்ற ஜாலக்காரர்களின் முகங்கள் ரேஷம் பீவியையும் என்னையும் பார்த்தன. உலகிற்கு அப்பாற்பட்ட விஷயங்களில் நம்பிக்கையில்லை என்றாலும் அவர்கள் கலைஞர்கள். அவர்களுக்கு அதிர்ஷ்டத்தின்மீது உள்ளார்ந்த நம்பிக்கை இருந்தது.

நல்ல அதிர்ஷ்டம், கெட்ட அதிர்ஷ்டம், அதிர்ஷ்டம்...

"நீயே சொன்னே" என்று குற்றம் சாட்டுவதுபோல் என் பக்கம் திரும்பினாள். "இந்த ஆள் ரெண்டுதடவை பொறந்தவன், அதுவும் அம்மா வயித்திலருந்துகூட இல்ல! ...இப்ப நாசம், பீடை, சாவு எல்லாம் வந்தாச்சி! எனக்கு வயசாச்சி, அதனால தெரியும்!" என்றாள். பிறகு என்னை நோக்கி "அரே பாபா, எங்கமீது கருணை காட்டு, இப்ப போயிடு இந்த இடத்தை விட்டு! சீக்கிரம்! உடனே!" அங்கே சலசலப்பு. "ரேஷம் பீவிக்குப் பழைய கதையெல்லாம் தெரியும்." பிக்சர் சிங்குக்கு கோபம் வந்துவிட்டது. "இவர் என் மரியாதைப்பட்ட விருந்தாளி. என் குடிசையில அவர் எவ்வளவு காலம் வேணுமின்னாலும் இருப்பார். கொஞ்ச நாளோ ரொம்ப நாளோ. என்னா பேசறீங்க, நீங்க? இது கட்டுக்கதைக்கான இடமில்ல."

ஸலீம் சினாய் மந்திரவாதிகளின் சேரியில் கொஞ்சநாட்கள்தான் முதல்முறை தங்கினான். ஆனால் அந்தக் காலத்திற்குள்ளாகவே இந்த "ஐயோ ஐயோ" என்ற குரல் எழுப்பிய பயத்தைத் தணிக்கின்ற முறையில் பல விஷயங்கள் நடந்தன. பச்சையாகச் சொன்னால், அந்தக் காலப்பகுதியில், சேரியிலிருந்த ஜாலக்காரர்கள் தங்கள் சாதனை யின் உச்சத்தைத் தொட்டார்கள். பந்து விளையாடுபவர்கள் ஆயிரத்தொரு பந்துகளை வானில் மாற்றி மாற்றி ஆடினார்கள். பக்கீருடைய மாணவி ஒருத்தி - இன்னும் பயிற்சியே பெறாதவள், நிலக்கரித்தணல் படுக்கைமீது சர்வசாதாரணமாக நடந்தாள். தன் குருவின் திறமைகள் அவளுக்குத் தானாகவே வந்துவிட்டதுபோல் இருந்தது. கயிற்றில் நடக்கும் வித்தைகளும் சிறப்பாக நிகழ்ந்தன என்று எனக்குச் சொன்னார்கள். மேலும் அங்குள்ளவர் வாழ்நாளிலேயே நடக்காத ஒரு காரியம் - அந்த மாதம் போலீஸ் அந்தச் சேரியில் பணம் வாங்க ரெய்டு செய்யவில்லை... ஏதோ ரேஷம் பீவி என்னைத் தவறாகப் புரிந்துகொண்டுவிட்டாள் என்பதுபோல இருந்தது. மேலும் அந்தச் சேரிக்குத் தொடர்ந்து பல

வருகையாளர்கள். காலனியின் மந்திரஜாலக்காரர்களின் சேவை இந்த நிகழ்ச்சிக்குத் தேவை, அந்த நிகழ்ச்சிக்குத் தேவையென்று பணக்காரர்களின் வேலைக்காரர்கள் தேடிவந்தார்கள். சேரியில் நான் வேகமாகப் பிரபலமாகிவிட்டேன். எனக்கு அதிர்ஷ்டக்கார சலீம் என்றே பெயர் வைத்துவிட்டார்கள். என்னைச் சேரிக்கு அழைத்துவந்ததற்காகப் பார்வதிக்குப் பாராட்டுகள் கிடைத்தன. கடைசியாக ரேஷம் பீவியை மன்னிப்புக் கேட்டுக்கொள்ளச் சொல்லி பிக்சர் சிங் அழைத்துவந்தார்.

"மன்னிச்சுடு" என்று அந்தப் பல்லற்ற கிழவி சொல்லிவிட்டு ஓடிவிட்டாள். "வயசாயிட்டா கொஞ்சம் கஷ்டம்தான். அவங்க மூளை தலைகீழாப் புரள ஆரம்பிச் சிடுது! கேப்டன், எல்லாரும் நீங்க அதிர்ஷ்டசாலின்னு சொல்றாங்க. எங்கள விட்டுப் போயிடுவீங்களா?" என்றார் பிக்சர் சிங். பார்வதியின் மிகப் பெரிய கண்கள் "வேண்டாம் வேண்டாம்" என்று என்னை கெஞ்சின. ஆனால் உடன்பாடாக பதில் சொல்லும் நிர்ப்பந்தத்தில் நான் இருந்தேன்.

சலீம் நிச்சயமாக 'ஆம்' என்றுதான் சொன்னான் என்று இப்போதும் தெரியும். அதே நாள் காலையில், தன் உருவமற்ற உடையில், இன்னும் எச்சிற்கலத்தைக் கையில் ஏந்தியவாறு, அவன் அந்த இடத்தைவிட்டுச் சென்றான். அவன்மீது குற்றச்சாட்டுகள் தொனிக்கும் ஈரக்கண்களுடன் பின்தொடரும் பெண்ணை ஏறெடுத்தும் அவன் பார்க்கவில்லை. பயிற்சி செய்துகொண்டிருந்த பந்துஜாலக்காரர்கள், ரசகுல்லாவின் மணம் நாசியிலேறி மயக்கும் இனிப்பு விற்கும் கடைக்காரர்கள், பத்துப்பைசாவுக்கு சவரம் செய்யக் காத்திருக்கும் நாவிதர்கள், வேலையின்றி எதையாவது பிதற்றிக் கொண்டிருக்கும் கிழவிகள், ஒரு பஸ் நிறைய வந்திறங்கிய ஜப்பானியப் பயணிகளிடம் (இவர்கள் ஒரேவிதமான கருப்பு சூட்டுகளிலும்; பணிவாக இருப்பதுபோல் குறும்பு செய்யும் வழிகாட்டிகளால் தலையில் திணிக்கப்பட்ட சிவப்புத் தலைப்பாகைகளிலும் காட்சியளித்தார்கள்) அமெரிக்கஆங்கிலத்தில் பூனைக்கூச்சலிடும் ஷூவுக்குப் பாலிஷ் போடும் பையன்கள், எதையும் விற்கவல்ல வியாபாரிகள் எல்லாரையும், வெள்ளிக்கிழமை மசூதிக்கு ஏறும் உயரமான படிக்கட்டுகள், சர்பத் செய்யும் திரவங்கள், குதுப் மினாரின் பிளாஸ்டர் ஆஃப் பாரிஸ் பொம்மைகள், வண்ணமிட்ட பொம்மைக் குதிரைகள், இறக்கை அடித்துக்கொள்ளும் கொல்லப்படாத கோழிக்குஞ்சுகள், சேவல் சண்டைகளுக்கும் சீட்டாட்ட விளையாட்டுகளுக்கும் அழைப்புகள்,

சல்மான் ருஷ்தீ | 635

இவற்றையும் கடந்து ஜாலக்காரர்களின் சேரியிலிருந்து விடுபட்டு வந்தான்.

செங்கோட்டையின் சுவர்களுக்கு எதிராக நீண்டிருக்கும் ஃபைஸ் பஜாரில் இப்போது இருந்தான். செங்கோட்டையிலிருந்துதான் ஒருகாலத்தில் ஒரு பிரதமர் இந்தியாவின் விடுதலையை அறிவித்தார். அதன் நிழலில்தான் ஒருகாலத்தில் ஒரு பெண்ணைப் படம்காட்டும் ஆள் சந்தித்தான். அந்த தில்லி - தேக்கோ ஆள் அவளைக் குறுகலான சந்துகளின் வாயிலாக அழைத்துச் சென்று கீரிகள், கழுகுகள், விபத்துக் குள்ளான கட்டுப்போட்ட மனிதர்கள் இடையே தன் மகனின் எதிர்காலத்தைப் பற்றிக் கேட்கச்செய்தான். பிறகு தன் வலப்புறம் திரும்பி, பழைய நகரத்திலிருந்து இளஞ் சிவப்புநிற ஆதிக்கக்காரர்கள் இடைக்காலத்தில் கட்டிய அழகான அரண்மனைகள் இருக்கின்ற இடத்திற்குச் சென்றான். சுருக்கமாகச் சொன்னால், என்னைக் காப்பாற்றியவர்களை விட்டு, நான் புதுதில்லிக்குக் கால்நடையாகச் சென்றேன்.

ஏன்? சூனியக்காரி பார்வதியின் பழைய ஞாபகத் துயரையெல்லாம் நன்றியின்றி விட்டுவிட்டு பழையதிலிருந்து புதியஒன்றை நோக்கி ஏன் சென்றேன்? என் மனத்தில் நடத்திய கூட்டங்களில் பல ஆண்டுகளாக என் துணைவியாக இருந்த அவளை விட்டுவிட்டு ஒரு காலைநேரத்தில் இலேசாகப் புறப்படமுடிந்தது எப்படி? வெடிப்புகளினால் உருவாகிய இடைவெளிகள் தொல்லைக்கிடையே என்னால் இரண்டு காரணங்களை யோசிக்க முடிகிறது. ஆனால் இரண்டில் எது முக்கியமானது அல்லது மூன்றாவது ஒன்று இருக்குமா?...

முதலில், எவ்வாறாயினும் நான் என் எதிர்காலத்தைப் பற்றி யோசித்தேன். தன்முன் இருக்கும் சாத்தியங்களை வைத்துப் பார்க்கும்போது சலீமுக்கு அவை நல்லனவாகத் தோன்றவில்லை. எனக்கு பாஸ்போர்ட் இல்லை. சட்டத்திற்குப் புறம்பாக நாடுமாறி வந்தவன் நான். (ஒருகாலத்தில் சட்டப்படியே நாடுமாறிச் சென்றவன்). போர்க்கைதிகளின் முகாம்கள் எனக்காகக் காத்துக்கொண்டிருந்தன.

சரி, தோற்றுப்போய் ஓடிவந்த சிப்பாய் என்ற நிலையை விட்டுவிட்டு நோக்கினாலும், என் நிலை பரிதாபத்திற்குரியதாகவே இருந்தது. என்னிடம் பணமோ, மாற்று உடைகளோ இல்லை. கல்வித் தகுதிகளும் இல்லை. என் கல்வியை நான் முடிக்கவோ படித்தவரை அதில் சிறப்புப்பெறவோ இல்லை. தேசத்தைக் காப்பாற்ற வேண்டும் என்ற மிகவும் ஆதங்கமான திட்டத்தை நான்

எவ்விதம் தங்க ஒரு இடமும் இல்லாமல், ஒரு குடும்பம் என்னைப் பாதுகாக்கவோ உதவிசெய்யவோ இல்லாமல், செயல்படுத்த முடியும்?

...திடீரெனத்தான் எனக்கு நான் தவறானவழியில் செல்கிறேன் என்று தோன்றியது. இந்த நகரத்திலேயே எனக்கு உறவினர்கள் இருந்தார்கள் - வெறும் உறவினர்கள் அல்ல, மிகவும் செல்வாக்கு நிறைந்தவர்கள். என் மாமா முஸ்தபா அசீஸ், ஒரு இந்திய ஆட்சித்துறை அதிகாரி, முன்பு கேள்விப்பட்டபோதே தன் துறையில் இரண்டாம் இடத்தில் இருந்தவர். எனது தேசம்காக்கும் செயலுக்கு அவரைவிட உதவுபவர் வேறு யார் இருக்கமுடியும்? அவருடைய கூரைக்கீழ் எனக்கு உடைகள் மட்டுமல்ல, நல்ல தொடர்புகளும் கிடைக்கும். அவருடைய பாதுகாப்பில் எனக்கு நிர்வாகத்தில் வேலையும் கிடைக்கலாம். அரசாங்கத்தின் யதார்த்தங்களை ஆராய்ந்து தேசத்தைக் காப்பதற்கான திறவுகளைக் கண்டுபிடிக்கலாம். அமைச்சர்களின் செயல்பாடுகளை ஆராயலாம், பெரிய ஆட்களுடன் பழகி முதலிடத்தில் இருக்கலாம்... இந்தமிகப்பெரிய கனவின் பிடியில்தான் நான் சூனியக்காரி பார்வதியிடம் சொன்னேன்: "நான் போயாகவேண்டும், பெரிய விஷயங்கள் காத்திருக்கின்றன."

திடீரெனச் சிவந்த அவள் கன்னங்களில் புண்பட்ட தன்மையைக் கண்டு, அவளைத் தேற்றினேன். "நான் வந்து உன்னை அடிக்கடி அடிக்கடி பார்க்கிறேன்." ஆனால் அவள் ஆறுதல் அடையவில்லை...என்னைக் காப்பாற்றியவர்களைக் கைவிட்டுச் செல்வதற்குப் பெரியவற்றில் கொண்ட ஆசை ஒரு காரணம். ஆனால் இன்னும் இழிவான, கேவலமான, அந்தரங்கமான ஒன்றும் இருந்தது. பார்வதி என்னை இரகசியமாக ஒரு தகர - மரத் தடுப்பிற்கு அப்பால் அழைத்துச் சென்றாள். அங்கே கரப்பான் பூச்சிகள் இனப்பெருக்கம் செய்தன, எலிகள் காதல்செய்தன, தெரு நாய்களின் மலத்தின் மீது ஈக்கள் வாசம் செய்தன, அவள் என்னை மணிக்கட்டைப் பிடித்து, கண்களில் ஒளிபடரவும் வாக்கில் வார்த்தைகள் உஸ் எனக் குசுகுசுப்பாகவுமாக... சேரியின் முடைநாற்றம் வீசுகின்ற வயிற்றுப்பகுதியில், நள்ளிரவுக் குழந்தைகளில் நான் ஒருவன் மட்டுமே அவளுடைய வாழ்க்கையில் குறுக்கிட்டவன் அல்ல என்று சொன்னாள்.

இப்போது ஒரு கதை. டாக்கா நகர ஊர்வலம், மந்திரஜாலக்காரர்கள் சிப்பாய்களுடன் நடந்துவந்த தோரணை. பார்வதி ஒரு டாங்கியை மேல்நோக்கிப் பார்த்தாள். அங்கே அவள் கண்கள் இராட்சஸ, எதையும் பற்றிக்கொள்ளக் கூடிய பெரிய

முட்டி கள் இரண்டை நோக்கின... நன்கு கஞ்சியிட்டுத் தேய்த்த சீருடைக்குள் வீங்கித் தென்பட்ட முழங்கால்கள். "அட, நீ... ஓ... நீ" என்று பார்வதி கத்தினாள். பிறகு ஒரு சொல்லக்கூடாத பெயர் - என் குற்றத்தின் பெயர் - ஒரு ஆஸ்பத்திரியில் மாற்றிவைக்காதிருந்தால் என் இடத்தில் இருந்திருக்க வேண்டியவனுடைய பெயர். பார்வதியும் சிவாவும், சிவாவும் பார்வதியும், தங்கள் பெயர்களின் பொருத்தத்தினாலேயே சந்திக்க நிச்சயிக்கப்பட்டவர்கள், வெற்றியின் அந்தக் கணத்தில் இணைந்தார்கள். அந்தச் சேரித் தடுப்பிடத்தில், "அவன் ஒரு வீரன், மேன்" என்று பெருமிதத்தோடு சொன்னாள். அவனை ஒரு பெரிய அதிகாரியாக்கப் போகிறார்கள் என்றாள். அவளது கிழிந்த சீலையிலிருந்து வெளிவந்தது எது? ஒரு வீரனின் தலையில் ஒருகாலத்தில் இருந்து, இப்போது ஒரு சூனியக்காரியின் மார்பில் இருப்பது எது? அவன் தலைமயிர்ச் சுருள் ஒன்றை என்னிடம் காட்டி, "நான் கேட்டேன் அவன் தந்தான்" என்றாள்.

விதிதந்த அந்த மயிர்ச்சுருளிலிருந்து ஓடினேனா? நள்ளிரவு மன்றங்களில் ஒரு காலத்தில் வரக்கூடாது எனத் தடுத்த தன்எதிர்சுயத்துடன் சந்திப்பை விரும்பாத சலீம், ஒரு பெரும் போர்வீரன் குழந்தையாக இருந்தபோது வளரும் வாய்ப்புகள் மறுக்கப்பட்ட குடும்பத்தின் ஆதரவுக்குள் ஓடினேனா?

இது உயர்ந்த மனமா, குற்றவுணர்ச்சியா? என்னால் சொல்ல இயலாது. நான் இங்கே நடந்ததைப் பதிவு செய்கிறேன். "நேரம் கிடைக்கும்போது அவன் வருவான்" என்றாள் பார்வதி. "பிறகு நாம் மூவராவோம்" என்றாள். பிறகு வழக்கமான விஷயம். "நள்ளிரவின் குழந்தைகள் நாம், அது ஒரு பெரிய விஷயம் இல்லையா?" நான் என் மனத்தில் ஒதுக்க நினைத்த விஷயங்களைப் பார்வதி ஞாபகப்படுத்தினாள். நான் அவளிடமிருந்து விலகி, முஸ்தபா அசீஸின் வீட்டுக்குச் சென்றேன்.

குடும்ப வாழ்க்கையின் கொடூரமான நெருக்கத்துடன் சம்பந்தப்பட்டு நான் அடைந்த அனுபவங்களின் சில துணுக்குகள் மட்டுமே எஞ்சியிருக்கின்றன. அவற்றை எழுதி 'ஊறுகாய்போட்டு' வைக்கவேண்டும் என்பதால் சிலவற்றை எழுதுகிறேன். என் மாமா முஸ்தபா, லுட்யன்ஸின் நகரத்தின் (தில்லியின்) மையத்தில், ராஜ்பாத்துக்கு அருகில், ஆட்சித்துறை அதிகாரிகளுடைய குடியிருப்புகளில், ஒரு விசாலமான பெயரற்ற பங்களாவில் வசித்துவந்தார் என்பதை முதலில் தெரிவித்துக்கொள்கிறேன். அரசர்களின் பாதையாக ஒருகாலத்தில் இருந்த ஒன்றில் நடந்தேன். ஆட்டோ ரிக்ஷாக்களின் புகைக்கிடையே அரசாங்கக் கைவினைப்

பொருள்களின் வணிகமையங்களிலிருந்து வீசிய பலவித நறுமணங்களை சுவாசித்தவாறே சென்றேன். காலகாலமாகச் சென்ற பெரிய வைசிராய்கள், கையுறை அணிந்த அவர்களின் மனைவிமார்களின் பேய்த்தன வாசனைகளுக்கிடையே - அவற்றுடன் உரத்தஒலி எழுப்பும் ஆடம்பரமான பேகங்கள், நாடோடிகள் முதலியோரின் வாசனைக்கிடையே இன்றைய ஆலமரம், தேவதாரு மரங்களின் வாசங்களும் வீசின. இங்கேதான் முதல் அசுரத் தேர்தலின் கணிப்புகளைப் பதிவு செய்த பெரும்பலகைகளைச் (இந்திராவுக்கும் மொரார்ஜி தேசாய்க்கும் இடையேயான முதல் ஆதிக்கப்போட்டி) சுற்றி மக்கள்திரள் நெருக்கியடித்தபடி, "வெற்றிபெற்றது யார்? ஆணா பெண்ணா" என்று கேட்டது... மிகப்பழையதற்கும் நவீனத்துக்கும் இடையில், இந்தியா கேட்டிற்கும் செயலாளர் குடியிருப்பிற்கும் இடையில், நான் திடமாக, பிற எல்லாவற்றின் மணங்களையும் நுகர்ந்தவாறே நான் சென்றேன்.

என் மனம் மறைந்துபோன (முகலாய மற்றும் பிரிட்டிஷ்) பேரரசுகளை எண்ணியது. என் சொந்த வரலாறும் இதில் கலந்திருக்கிறது - இதுதான் அம்மாவின் பொது அறிவிப்பு நடந்த பெருநகரம், பலதலை மிருகங்களும் வானிலிருந்து விழுந்த ஒரு கையும் பாதித்த இடம். கடைசியாக இடப்புறம் டூப்ளே சாலையை நோக்கித் திரும்பி, ஒரு பெயரற்ற தோட்டத்திற்கு வந்து சேர்ந்தேன். அதைச் சுற்றி ஒரு தாழ்வான சுவரும், குத்துச்செடிகளின் வேலியும். அங்கே மூலையில் ஒரு அறிவிப்பு அட்டை - ஒருகாலத்தில் மெத்வோல்டு எஸ்டேட்டின் உள்ளே அறிவிப்பு அட்டைகள் காற்றில் அசைந்தாடியதுபோலக் காற்றில் ஆடிக்கொண்டிருந்தது. ஆனால் இது வேறுவித அறிவிப்பு - "விற்பனைக்கு அல்ல." என் மாமாவின் தோட்ட அட்டை, "மிஸ்டர் முஸ் தபா அசீஸ் மற்றும் ஃப்ளை" என்று அறிவித்தது. ஃப்ளை என்பது ஃபேமிலி என்பதற்கு - உணர்ச்சிமயமான குடும்பம் என்ற சொல்லுக்கு - என் மாமா தன் வழக்க மான உலர்ந்த பாணியில் கையாண்ட சுருக்கம். அசைந்தாடிய அறிவிப்பு அட்டையால் நான் குழப்பத்தில் ஆழ்ந்தேன். ஆனால் மிகக் குறுகிய காலத்துக்கு அவர் குடும்பத்தில் நான் தங்கியபோதே, அது மிகப் பொருத்தமான சொல்லாகத் தோன்றியது - அது ஒரு சிறிய பூச்சி - 'ஃப்ளை' போன்றதாகத்தான் இருந்தது.

ஒரு புதிய வாழ்க்கையைத் தொடங்கும் ஆசையுடன், கதவுமணியை அடித்தேன். என்னை அழைத்த வார்த்தைகள் எவை? எந்த முகம் கம்பிவலை பதிக்கப்பட்ட வெளிக் கதவினூடே கோபமும் ஆச்சரியமும் கலந்த பார்வையுடன் சிடுசிடுப்பாகப்

சல்மான் ருஷ்தீ | 639

பேசியது? பத்மா, என்னை வரவேற்றது முஸ்தபா மாமாவின் பித்துப் பிடித்த மனைவி சோனியா. "டுய், அல்லா, என்ன நாத்தம் இந்த ஜந்து மேலே" என்று வரவேற்றவள் அவள்தான்.

அவள் நல்லெண்ணத்தைப் பெறும் நோக்கத்தோடு நான் "ஹலோ சோனியா மாமி" என்று சற்று வெட்கச்சிரிப்பு சிரித்தேன். கம்பிவலையினூடே என் மாமியின் சுருங்கிக் கொண்டிருந்த ஈரானி அழகு தென்பட்டது. "ஓ! சலீம்! நீயா, ஞாபகம் இருக்குது! மோசமான முரட்டுப்பையனா இருந்தே, ஏதோ கடவுள் மாதிரி நெனைச் சிக்கிட்டே. ஏன் இங்க வந்தே? எவனாவது பிரதமருடைய பதினஞ்சாவது செக்ரடரி வரச்சொல்லி உனக்கு கடிதம் போட்டானா?" என்றாள். அந்த முதல் சந்திப்பிலேயே எனது எதிர்கால திட்டங்களின் நாசத்தை நான் அறிந்திருக்கவேண்டும். எனக்கென்று ஓர் இடத்தை உலகில் அடைவதை அழிப்பதில் என் பித்துப்பிடித்த மாமியின் ஆட்சித் துறைப் பொறாமையை முகர்ந்திருக்க வேண்டும். எனக்கு ஒரு கடிதம் அனுப்பப்பட்டது உண்மைதான், அவளுக்கு எதுவும் வரவில்லை. அது எங்களை வாழ்நாள் எதிரிகளாக்கிவிட்டது.

ஆனால் ஒரு கதவு திறந்தது. சுத்தமான உடைகளின் வாடையும், ஷவர் குளியல்களும் இருந்தன. நான் சிறிய தயவுகளுக்கு ஆட்பட்டு, என் மாமியின் கொடூரமான வாடையை முகர்ந்து ஆராயாமல் விட்டுவிட்டேன். மாமா முஸ்தபாவின் நிமிர்ந்து நின்ற மீசை மெத்வோல்டு எஸ்டேட்டின் முடக்கும் புழுதிப் புயலில் கீழ்நோக்கிச் சாய்ந்ததிலிருந்து மறுபடியும் மீளவே இல்லை. தன் துறையில் தலைமையைப் பெறுவதற்கான அவருடைய விண்ணப்பங்கள் நாற்பத்தேழு முறைகளுக்குக் குறையாமல் சென்றும் அவை நிராகரிக்கப்பட்டன. கடைசியில் வீட்டில் தன் பிள்ளைகளை அடிப்பதன் மூலமும் முரண்பாடான முறையில் இந்திய அரசாங்கத்துக்கு முழு விசுவாசத்தோடு இருந்தும் தான் எவ்விதம் முஸ்லிம் எதிர்ப்பு அரசியலின் காரணமாக பலியாடு ஆகிவிட்டார் என்பதைப்பற்றிப் புலம்புவதிலும் தன் திறமையின்மையை மறைத்து ஆறுதல் பெற்றார்.

அவருடைய ஒரே பொழுதுபோக்கு, தன் வமிசாவளியை ஆராய்வதுதான். இதில் அவருடைய ஈடுபாடு ஒருகாலத்தில் என் தந்தை அகமது சினாய்க்குத் தான் முகலாய வமிசத்தில் வந்தவன் என்று நிரூபிப்பதிலிருந்த ஈடுபாட்டை விட அதிகமாக இருந்தது. இவற்றில் முதலாவது ஆறுதல்களில் அவருடைய மனைவி - பாதி ஈரானி (குஸ்ரோவாணியாகப் பிறந்தவள்) - சோனியா விருப்பத்தோடு கலந்துகொண்டாள். முன்பெல்லாம் அவள் நம்பர்

மூன்று அதிகாரிகளின் மனைவிமார்களுடன் (மொத்தம் நாற்பத்தேழு பேர்) அவர்களை மிக உயர்ந்த ஸ்தானத்திலிருந்து கீழ்நோக்கிக் கருணை செய்வதாக எண்ணிப் பழகியவள். ஆனால் அவர்கள் எல்லாரும் இப்போது நம்பர் ஒன் அதிகாரிகளுடைய மனைவிமார்கள் ஆனபின் அவர்களுக்கு ஒரு 'சம்ச்சா'வாக (நேரான அர்த்தம் கரண்டி, உருவக அர்த்தம் இச்சகம் பேசுபவன்/ள்) ஆகவேண்டிய நிர்ப்பந்தம் ஏற்பட்டது. அது அவளைப் பித்துப்பிடித்த நிலைக்குத் தள்ளிவிட்டது.

என் மாமாவும் மாமியும் சேர்ந்து அடித்து நொறுக்கியதில் மாமாபிள்ளைகள் கூழாக மாறிவிட்டார்கள். அதனால் நான் அவர்களுடைய எண்ணிக்கை, பால், உடற் கட்டு, வடிவம் முதலிய எதையும் சொல்லமுடியாது. அவர்களுடைய ஆளுமைகளோ வெகுகாலத்திற்கு முன்பே இல்லாமற்போயின. மாமா முஸ்தபாவின் வீட்டில் அவரது இரவுப் புலம்பல்களை முழுவதும் நசுக்கப்பட்ட என் மாமாபிள்ளைகளோடு சேர்ந்து கேட்டவாறு உட்கார்ந்திருப்பேன். அவை தங்களுக்குள்ளாகவே மாறுபட்டிருக்கும். தனக்குப் பதவி உயர்வு கிடைக்காமையிலிருந்து, பிரதமரின் எல்லாச் செயல்களுக்கும் கண்ணை மூடிக்கொண்டு ஆமாம் போட்டது வரை எதுவாகவும் இருக்கும். இந்திரா காந்தி அவரைத் தற்கொலை செய்துகொள் என்று சொல்லியிருந்தால், அதை முஸ்லிம் எதிர்ப்பு மனப்பான்மைக்கு உதாரணம் காட்டிவிட்டு, ஆனால் அந்த வேண்டுகோளின் பெருமிதத்தைப் பாராட்டி, மறுப்புச்சொல்ல தைரியமில்லாமல் அல்லது விருப்பம்கூட இல்லாமல் தற்கொலை செய்துகொண்டிருப்பார்.

வமிசாவளியைப் பொறுத்தவரை - சிலந்திவலை போன்ற குடும்ப மரப்படங்களைக் கொண்ட பெரிய பெரிய குறிப்புப் புத்தகங்களை வைத்துக்கொண்டு, அவற்றில் ஆராய்ச்சி செய்து, நாட்டின் மிகப் பெரிய குடும்பங்களின் மரபுகளோடு தொடர்பு படுத்தியவாறு இருப்பார். நான் தங்கியிருந்தபோது ஒருமுறை, மாமி சோனியா, ஹரித்வாரிலிருந்து ஒரு ரிஷி வந்திருப்பதாகவும், அவருக்கு வயது 395 என்றும், நாட்டிலுள்ள ஒவ்வொரு பிராமணக்குடும்பத்தின் வமிசாவளியும் அவருக்குத் தெரியும் என்றும் கேள்விப்பட்டாள். "அதிலும்கூட நீங்கள் இரண்டாவதுதான்" என்றாள் அவள். ஹரித்வார் ரிஷியின் இருப்பு அவளை முழுப் பைத்தியமாக்கிவிட்டது. அதனால் பிள்ளைகள் மீது அவளுக்கிருந்த வெறுப்பு பன்மடங்கு பெருகி தினசரி நாங்கள் கொலை செய்யப்படுவோம் என்ற பயத்தில் வாழ்ந்துகொண்டிருந்தோம்.

கடைசியாக முஸ்தபா மாமா அவளை அடைத்துப் பூட்டிவைக்கும் நிலைக்குத் தள்ளப்பட்டார். அவளுடைய குறுக்கீடுகள் அவருடைய வேலைக்குப் பெரும் இடைஞ்சலாக இருந்தன. இதுதான் நான் வந்து சேர்ந்த குடும்பம். தில்லியில் அவர்களுடைய இருப்பு, என் கடந்த கால வாழ்க்கையின் மாசுபாடு என்று எனக்குத் தோன்ற ஆரம்பித்தது. இளம் அகமது, ஆமினாவின் பிசாசுகள் என்றென்றைக்குமாகத் தங்கியிருக்கும் ஓர் ஊரில், அந்தப் புனித மண்ணை இந்த 'ஃப்ளை' அசுத்தப்படுத்துவதாகத் தோன்றியது.

ஆனால் உறுதிப்பாட்டுடன் என்னால் நிரூபிக்க முடியாத செய்தி ஒன்று உண்டு. என் மாமாவின் வமிசாவளி ஈடுபாடு, ஆதிக்கம், ஜோசியம் என்ற இரண்டின் மயக்கத்திலும் சிக்கியிருந்த ஓர் ஆட்சியின் சேவைக்குப் பயன்பட்டது என்பதுதான். விதவைகள் விடுதியில் நடைபெற்ற விஷயங்கள் அவர் உதவியில்லாமல் நடைபெற்றி ருக்கவே முடியாது... ஆனால் நானும் ஒரு துரோகிதான். மறுக்கவில்லை - ஆனால் ஒரு முறை அவருடைய வமிசாவளிக் குறிப்பேடுகள் ஒன்றில், ஒரு கருப்புத் தோல் கோப்பு இருந்தது. அது 'உச்சபட்ச இரகசியம்' எனக் குறிப்பிடப்பட்டிருந்தது மட்டுமல்ல, அதன் தலைப்பு 'எம்.சி.சி. (நள்ளிரவுக் குழந்தைகள் கூட்டத்) திட்டம்' என்பதுதான்.

முடிவு நெருங்குகிறது, ரொம்ப நாளுக்குத் தப்பிக்க முடியாது. ஆனால் இந்திரா அரசாங்கமும் அவருடைய தந்தை நிர்வாகத்தைப் போலவே தினசரி ஜோசியக்காரர்களை நம்பியே நடந்தது. வாரணாசி ஜோசியர்கள் இந்தியாவின் தலைவிதியை எழுதுகிறார்கள். நான் அந்தரங்கமான, வலிக்கின்ற விவரங்களுக்குள் இறங்கியாக வேண்டும். முஸ்தபா மாமாவின் வீட்டில்தான் 1965 போரில் என் குடும்பம் இறந்தது பற்றி நிச்சயமாகத் தெரிந்துகொண்டேன். என் வருகைக்குச் சில நாட்கள் முன்புதான் புகழ்பெற்ற பாகிஸ்தான் பாடகி ஜமீலா காணாமற்போனது பற்றியும் அறிந்துகொண்டேன்.

...பைத்தியக்கார மாமி சோனியா, நான் போரில் தவறான பக்கத்திலிருந்து போரிட்டதைச் சொன்னதும் எனக்குச் சோறுபோட மறுத்துவிட்டாள். (நாங்கள் இரவு உணவில் இருந்தோம்) "கடவுளே, உனக்கு எவ்வளவு துணிச்சல்! உனக்கு சிந்திக்க மூளையே இல்லையா? அல்லா! - ஒரு போர்க்குற்றவாளி, நீ, உயர் சிவில் அதிகாரி வீட்டுக்கு வருகிறாய்! - உனக்கு உன் மாமாவின் வேலை போகவேண்டும் என்ற எண்ணமா? எங்களையெல்லாம் தெருவில் நிற்கவைக்கப் போகிறாயா? காதைப் பிடித்துக்கொண்டு ஓடிவிடு. எங்கேயாவது தொலை. இல்லாவிட்டால் நாங்கள் போலீசைக்

கூப்பிட நேரும். போர்க் கைதியே போ! எங்களுக்கு என்ன கவலை? செத்துப்போன நாத்தனாரின் உண்மையான மகன் கூட இல்லை நீ!..."

இடிமேல் இடி. சலீம் தன் பாதுகாப்பு குறித்து பயப்படுகிறான், அதேசமயம் தன் அம்மாவின் இறப்பு பற்றியும் தெரிந்துகொள்கிறான். அவனுடைய நிலை அவன் நினைத்ததைவிட மோசமாக இருப்பதும் தெரிகிறது. ஏனென்றால் இந்தக்குடும்பத்தில் அவனை இன்னும் ஏற்றுக்கொள்ளவில்லை. மேரி பெரேரா ஒப்புக்கொடுத்ததை வைத்து சோனியா என்ன வேண்டுமானாலும் செய்யக்கூடியவள்...

"எங்கம்மா செத்துப்போனாளா!" என்று பலவீனமாகக் கேட்கிறேன் நான். தன் மனைவி வெகுதூரம்போய்விட்டதை அறிந்து மாமா, வேண்டாவெறுப்பாகச் சொல்கிறார் - "பரவாயில்லை சலீம், வேறெங்க நீ போவ முடியும்! தங்கத்தான் வேணும். என்னாம்மா பண்ணுவான் அவன்! பாவம்!... பாவம், அவனுக்குத் தெரியக்கூடத் தெரியாது" ...என்கிறார். பிறகு நடந்தவற்றைச் சொன்னார்கள்.

(அந்தப் பைத்தியக்காரக் குடும்பத்தினிடையே) செத்துப்போனவர்களுக்குப் பல நாள் துக்கம் அனுசரிக்கவேண்டும் என்று எனக்குத்தோன்றியது. என் அம்மா, அப்பா, ஆலியா பெரியம்மா, சித்தி எமரால்டு, பியா மாமி, ஜாபர், அவனுடைய கிஃபி இளவரசி, புனிதத்தாய், என் தூரத்து உறவினளான ஜோரா, அவள் கணவன்... அடுத்த நானூறு நாட்கள் நான் துக்கத்திலிருப்பது என்று தீர்மானித்துவிட்டேன். அதுதான் சரி, முறையானது. பத்து துக்கங்கள். ஒரு துக்கத்துக்கு நாற்பது நாள். அப்புறம், அப்புறம், பாடகி ஜமீலாவின் விஷயம்...

வங்காள தேசப் போர்க் குழப்பத்தினிடையே நான் மறைந்துபோனதைப் பற்றி ஜமீலா கேள்விப்பட்டாள். எப்போதுமே தன் அன்பை மிகக் காலந்தாழ்த்தியே வெளிக் காட்டக்கூடிய அவள், அந்தச் செய்தியால் ஒருவேளை பித்துப்பிடித்துப் போயிருக்கலாம். பாகிஸ்தானின் குரல், மதத்தின் வானம்பாடி, ஜமீலா, வெட்டுப்பட்ட, பூச்சி அரித்த, போர்பிரித்த பாகிஸ்தானின் புதிய ஆட்சியாளருக்கு எதிராக இப்போது பேசினாள். ஐ.நா. பாதுகாப்புச் சபையில் மிஸ்டர் புட்டோ "நாங்கள் புதிய பாகிஸ் தானை உருவாக்குவோம்! சிறப்பான பாகிஸ்தானை! என் நாடு என்னை அழைக்கிறது!" என்று பேசியபோது, என் தங்கை பொதுக்கூட்டங்களில் அவரைத் திட்டினாள். தூய்மையிலும் தூய்மையான, தேசப்பற்றிலும் மிகச் சிறந்த அவள் என் மரணத்தைப் பற்றிக் கேள்விப்பட்டதும் கலகம் செய்பவளாகிவிட்டாள். (அப்படித்தான் நான் அதைப் பார்க்கிறேன்.

என் மாமாவிடமிருந்து நான் கேட்டவை வெறும் தகவல்கள். அவற்றை அரசியல் வாயில்கள்மூலம் கேட்டார் அவர். அவை உளவியல் கோட்பாடுகளுக்குச் செல்வதில்லை.)

போரை நிரந்தரப்படுத்தியவர்கள்மீது இரண்டு நாட்கள் தாக்குதல் தொடுத்த பிறகு அவள் பூமியின் மேற்பரப்பிலிருந்து மறைந்து விட்டாள். மாமா முஸ்தபா மென்மையாகப் பேச முயன்றார் - "அங்கே ரொம்ப மோசமான விஷயங்கள் நடக்கின்றன சலீம். மக்கள் எப்போதும் காணாமல் போகிறார்கள். நாம் மிக மோசமானதைத்தான் எதிர்பார்க்க முடியும்". இல்லை! இல்லை! இல்லை பத்மா! அவர் தவறாகச் சொன்னார். அரசாங்கத்தின் பிடிக்குள் ஜமீலா காணாமல் போகவில்லை. ஏனென்றால் நான் கனவில் கண்ட விஷயம் இது: அன்றிரவே, இருட்டின் மறைவில், ஒரு எளிய கருப்பு புர்க்காவில் (அங்கிள் பஃப்ஸ் கொடுத்த, எளிதில் அடையாளம் காணக்கூடிய பொன்வேலைப்பாடு செய்த புர்க்கா அல்ல) அவள் விமானத்தில் கராச்சிக்கு வந்து சேர்ந்தாள், விசாரணை இன்றி, கைது இன்றி, நகரத்தின் மையத்திற்குச் சென்றாள். நான் அவளுக்குப்பிடித்த 'லெவன்டு' ரொட்டி வாங்கித்தந்த கன்னிமடத்துக்குச்சென்று புகலிடம் கேட்டாள். ஆமாம், அங்கேதான் அவள் இருக்கிறாள், அவளைப் பெரிய சுவர்களும் தாளிட்ட கதவுகளும் மறைத்துவிட்டன. ஒருவிதமான கண்காணாமைக்குப் பதிலாக இன்னொன்று. இப்போது இன்னொரு புனிதத்தாய். ஒரு காலத்தில் பித்த ளைக் குரங்காக இருந்தபோது 'கிறித்துவ மதத்துக்கு மாறுகிறேன்' என்று சொன்னவள். இப்போது நிஜமாகவே சாண்டா இக்னேஷியாவின் மறைவான முறைமைக்குள் பாதுகாப்பு புகலிடம் அமைதி எல்லாவற்றுடனும் இருக்கிறாள்... ஆம் அங்கே! பாதுகாப் பாக! - மறையவில்லை, உதைத்து அடித்துப் பட்டினிபோட்டுக் கொல்லும் போலீசிடம் சிக்கவில்லை, ஆனால் அமைதியுடன் - ஏதோ பெயரற்ற ஒரு கல்லறையில் அல்ல, சிந்து நதிக்கு அருகில், உயிரோடு, ரொட்டி தயாரித்துக் கொண்டு, இரகசியக் கன்னிமார்களுக்கு இனிமையாகப் பாடிக்கொண்டிருக்கிறாள். எனக்குத் தெரியும், தெரியும், தெரியும். எப்படித் தெரியும்? ஒரு சகோதரனுக்குத் தெரியும், அவ்வளவுதான்.

பொறுப்பு மறுபடியும் என்னைத் தாக்குகிறது. அதிலிருந்து தப்ப வழி கிடையாது. ஜமீலாவின் வீழ்ச்சியும், வழக்கம்போலவே, என்னுடைய தவறுதான்.

நான் மிஸ்டர் முஸ்தபா அசீஸின் வீட்டில் நானூற்றிஇருபது நாள் தங்கினேன். காலஞ்சென்றவர்களுக்காகக் காலம் சென்று

சலீம் துக்கத்தில்இருந்தான். ஆனால் ஒரு கணமும் என் காதை மூடிவைத்திருக்கவில்லை. என்னைச் சுற்றி என்ன பேசப்படுகிறது என்பதை அறிந்துதான் இருந்தேன். மாமாவுக்கும் மாமிக்கும் இடையே தொடர்ந்து நடந்த சண்டைகள் (அதனால் அவர் அவளைப் பைத்தியக்கார விடுதியில் சேர்க்க முடிவுசெய்திருக்கலாம்): "அந்த இழிவான அழுக்கான பையன்... அந்த பங்கி! ...அவன் உன் சகோதரி மகன்கூட அல்ல... உனக்குள்ள என்ன புகுந்ததுன்னு தெரியல... அவனைக் காதைப்பிடித்து வெளியே தள்ளவேணும்!"

முஸ்தபா அமைதியாகச் சொல்கிறார்: "பாவம்! அவன் துக்கத்தில இருக்கறான், அதனால நாம் எப்படி? நீ போய்ப் பாக்கணும் அவன! அவனுக்கு புத்திகூட சரியாயில்ல! அவனுக்குப் பல கெட்ட விஷயம் நடந்திருக்கு, புத்திகூடச் சரியில்லை!" அவரிடமிருந்து வந்த அந்த வார்த்தை பயங்கரமானது - அவர் குடும்பத்தின் அருகில் கூச்சலிடும் ஒரு காட்டுமிராண்டி இனம்கூட அமைதியானதும் நாகரிகமானதுமாகத் தோன்றும்... எதற்காக இதைச் சகித்துக்கொண்டேன்? என் கனவுக்காக. ஆனால் நானூற்றிஇருபது நாட்களில் அந்தக் கனவு கொஞ்சமும் மெய்ப்படும் வழி தெரியவில்லை.

தளர்ந்த மீசையுடன், உயரமாக ஆனால் கூன்வளைந்து, நிரந்தர இரண்டாம் இடத்தில் இருக்கும் மாமா முஸ்தபா, என் மாமா ஹனீஃப் அல்ல. அவர்தான் இப்போது குடும்பத் தலைவர், 1965இல் அழிந்துபோன குடும்பம் ஒன்றில் எஞ்சியிருப்பவர். ஆனால் எனக்கு எவ்வித உதவியும் அவர் செய்யவில்லை... ஒரு கசப்பான மாலை நேரத்தில் வமிசாவளி ஆராய்ச்சி நிறைந்த அவர் அறைக்குள் சென்று, அமைதியாக, ஆனால் திடமான சைகைகளுடன், பணிவாக தேசத்தின் விதியைக் காப்பாற்றும் என் பணியை விளக்கினேன். ஆனால் அவர் ஆழ்ந்த பெருமூச்சு விட்டு, "கேள் சலீம், என்னை என்ன செய்யச் சொல்றே? என் வீட்டில உன்ன வச்சிருக்கேன். என் உப் பைச் சாப்பிட்டு நீ ஒரு வேலையும் செய்யறதில்லே, ஆனா அது போகட்டும். செத்துப் போன என் சகோதரி வீட்டிலருந்து வர்றே. அதனால நான் உன்னைப் பாத்துக் கணும். அதனால தங்கியிரு, ஓய்வெடு, உனக்குள்ள நல்லபடியா மாறு, அப்புறம் பார்க்கலாம். உனக்கு ஒரு கிளார்க் வேலைதானே வேணும், அது கிடைச்சுடும். ஆனா இந்த தேசக் கனவையெல்லாம் விட்டுடு. நம்ம நாடு இப்ப பாதுகாப்பான கைகள்ல இருக்கு. இந்திராஜி தீவிர சீர்திருத்தங்கள்ல ஈடுபட்டிருக்காங்க. நிலச் சீர்திருத்தம், வரிச் சீர்திருத்தம், கல்வி, குடும்பக் கட்டுப்பாடு - நாட்டுக்கவலையெல்லாம்

அவங்க கிட்டயும் அவங்க சர்க்கார் கிட்டயும் விட்டுடு" தடவிக் குடுக்கறார் பத்மா, நான் ஒரு சின்னக் குழந்தைபோல! ஐயோ, அவமானம்! முட்டாள்கள் கருணைகாட்டற அவமானம்! ஒவ்வொரு திருப்பத்திலேயும் நான் முடமாக்கப்படுகிறேன். மசலாமா போல, இபின் சினான் போல! பாலைவனத்தில் ஒரு தீர்க்கதரிசி எவ்வளவு முயற்சி செய்தாலும் என்ன பயன்? பாலைவனம்தான் என் கதி. ஓ மோசமான, உதவியற்ற, எச்சிலநக்கற மாமாக்களே! இரண்டாவது நிலையிலே இருந்து காக்காய் பிடிக்கும் உறவினர்களின் ஆசைக்கு விலங்கிடும் நிலையே! சலுகைக்கான என் வேண்டுகோள்களை என் மாமா புறக்கணித்ததற்கு ஒரு தீர்க்க விளைவு இருந்தது. இந்திராவை அவர் எவ்வளவுக்கு எவ்வளவு புகழ்ந்தாரோ அந்த அளவுக்கு நான் அம்மையாரை வெறுக்க ஆரம்பித்தேன். மீண்டும் ஜாலக்காரர்களின் சேரிக்கு... அப்புறம், அப்புறம், விதவையிடம் நான் திரும்புவதற்கு அவர் ஏற்பாடு செய்துகொண்டிருந்தார்.

காரணம்: பொறாமைதான். என் பைத்தியக்கார மாமி சோனியாவின் பொறாமை. என் மாமாவின் காதுகளில் அது விஷம்போல் சொட்டி, நான் தேர்ந்தெடுத்த பணியைத் தொடங்குவதற்கென ஒரு சிறிய விஷயத்தையும் அவர் செய்யவிடாமல் ஆக்கிவிட்டது. பெரியவர்கள் என்றென்றும் சிறியவர்கள் தயவில் வாழவேண்டியிருக்கிறது. மட்டுமல்ல, மிகச்சிறிய பைத்தியக்காரப் பெண்களின் தயவிலும்.

நான் வந்த நானூற்றிப் பதினெட்டாவது நாளில் அந்தப் பைத்தியக்கார வீட்டின் சூழலில் ஒரு மாற்றம் ஏற்பட்டது. யாரோ ஒருவர் விருந்துக்கு வந்தார். பெரிய வயிறு, சரிவான தலை, அதை மூடியிருக்கின்ற எண்ணெயிட்ட சுருட்டைமயிர், பெண் குறி உதடுகள்போலச் சதைப்பற்றுள்ள வாய். செய்தித்தாள் நிழற்படங்களிலிருந்து அவரை நான் தெரிந்து கொண்டாற்போலத் தோன்றியது. பக்கத்திலிருந்த பாலற்ற வயதற்ற முகமற்ற என் மாமா பிள்ளை ஒன்றைப் பார்த்து, ஒருவித ஆர்வத்துடன், "வந்திருப்பது சஞ்சய் காந்திதானே" என்று கேட்டேன். ஆனால் அந்த அரைபட்ட ஐந்து பதில் சொல்ல இயலாத அளவுக்கு அழிபட்டிருந்தது... அவர்தானா இல்லையா?

இப்போது நான் எழுதுபவற்றை அப்போது நான் அறிந்திருக்கவில்லை. அந்த அசாதாரணமான அரசாங்கத்தில் மிக உயரத்தில் இருந்த சிலர் (பிரதமர்களின் தேர்ந்தெடுக்கப்படாத மகன்கள் சிலரும்கூட) தங்களை இரண்டு மூன்றாகப் பலவாகப் பெருக்கிக் கொள்ளும் திறன் படைத்திருந்தனர்... சில ஆண்டுகள்

கழித்து இந்தியாவில் சஞ்சய் காந்திகளின் கூட்டமே இருந்தது! எனவே அந்த நம்பற்கியலாத வம்சம் மற்ற எங்கள் மீது குடும்பக்கட்டுப்பாட்டைத் திணிக்க முயன்றதில் ஆச்சரியமே இல்லை. ஆகவே அப்படியும் இருக்கலாம், இல்லாமலும் இருக்கலாம்! ஆனால் யாரோ ஒருவர் என் மாமாவின் தனியறைக்குள் சென்று மறைவதைப் பார்த்தேன். அன்றிரவு இரகசியமாக ஒரு பார்வையை விட்டபோது ஒரு மூடிய கருப்புத்தோல் கோப்பு 'உச்சபட்ச இரகசியம்' என்று குறிப்பிட்ட, 'எம்.சி.சி. திட்டம்' என்று தலைப்பிட்டது இருந்தது. மறு நாள் காலை என் மாமா என்னை வித்தியாசமாகப் பார்த்தார் - கண்களில் பெரும்பாலும் பயத்தோடு - அல்லது அரசாங்கத்தின் ஆதரவின்மைக்குள் இருப்பவர்களைப் பார்ப்பதற்கென்றே சிவில் அதிகாரிகள் ஒருவிதத் தனிப்பார்வை வைத்திருப்பார் களே - அந்தப்பார்வையில். அப்போதே எனக்கு என்ன நேரப்போகிறது என்பதை நான் அறிந்திருக்கவேண்டும். ஆனால் பின்புத்தியில் எல்லாம் எளிதாகவே தெரிகிறது. இப்போது காலம் கடந்தபிறகு பின்புத்தி வருகிறது. வரலாற்றின் விளிம்புக்கு நான் ஒப்படைக்கப்பட்ட பிறகு - இப்போது என் வாழ்க்கை, தேசத்தின் வாழ்க்கை எல்லாம் நல்லதற்கோ எதற்கோ முறிக்கப்பட்டபிறகு... விளக்கவியலாத அந்தப் பார்வையைத் தவிர்க்கவேண்டி நான் தோட்டத்திற்குச் சென்றேன். அங்கே சூனியக்காரி பார்வதியைப் பார்த்தேன்.

அவள் முன்புபயன்படுத்திய - என்னைக் காணாமற்போக்கிய கூடையைப் பக்கத்தில் வைத்தவாறு நடைபாதையில் குந்தி உட்கார்ந்திருந்தாள். என்னைப் பார்த்தவுடனே அவளுடைய கண்கள் கடிந்துகொள்ளும் விதத்தில் பிரகாசித்தன. "நீ வருவேன்னு சொன்னே, ஆனா வரலை! அதனால நான் வந்தேன்!" என்று தடுமாறினாள். தலையை குனிந்துகொண்டேன். "துக்கத்தில் இருந்தேன்" என்று நொண்டிச் சாக்குச் சொன்னேன். "ஆனாலும் நீ வந்திருக்கலாம்" என்றாள். "கடவுளே, சலீம், உனக்குத் தெரியாது, நம்ம காலனியில என் நிஜமான மேஜிக் பத்தி ஒண்ணுமே சொல்லலே, பிக்சர் சிங் - எனக்கு அப்பா போல - அவர்கிட்டயும் சொல்லமுடியல. அதை மூடி மூடியே வச்சிருக்கணும். அவங்க இதுமாதிரியெல்லாம் நம்பமாட்டாங்க. சரி, போவட்டும்! சலீம் வந்துட்டான், குறைஞ்சது ஒரு ஃப்ரெண்டாவது இருக்கான், பேச லாம், ஒண்ணா இருக்கலாம், தெரிஞ்சவங்க, அட! அத எப்படிச் சொல்றது... சலீம், உனக்கு கவலையில்ல, உனக்கு வேண்டியது கெடச்சவுடனே நீ பாட்டுக்கு போயிட்ட, நான் உனக்கு ஒண்ணுமேயில்ல, தெரியும்..."

அன்றிரவு என் பைத்தியக்கார மாமி சோனியா, (ஒற்றைத் தளர் அங்கியில் அவள் பைத்தியக்கார விடுதிக்குச் செல்லச் சில நாட்களே இருந்தது - அது பத்திரிகைகளில் உள்பக்கத்தில் ஒரு சிறிய பத்தியாக மட்டுமே வந்தது, என் மாமாவின் துறை அவஸ்தைப் பட்டிருக்கவேண்டும்) பைத்தியக்காரர்களுக்கு மட்டுமே ஆழமாகத் தோன்றக் கூடிய பயங்கர உள்ளுணர்வினால் என் படுக்கையறையில் புகுந்தாள். அதற்கு அரைமணிநேரம் முன்புதான் தரைத்தள ஜன்னல்வழியாகப் பெரிய கண்களை உடைய சூனியக்காரி பார்வதி வந்தாள். அவள் என்னோடு படுக்கையிலிருந்ததை சோனியா பார்த்தாள். அதற்குப் பிறகு மாமா முஸ்தபாவுக்கு எனக்கு இடம் தருவதில் அக்கறை யில்லாமல் போயிற்று. "நீ கேவலமானவர்களுக்குப் பிறந்தவன், வாழ்க்கை முழுவதும் மோசமான ஆளாகத்தான் உன்னால இருக்கமுடியும்" என்றார். வந்த நானூற்றி இருபதாவது நாளில் எல்லாக் குடும்ப உறவுகளையும் அறுத்துக்கொண்டு என் மாமா வீட்டைவிட்டு நான் வெளியேறினேன். மேரி பெரேராவின் குற்றத்தினால் எந்த நிலை எனக்குத் தவிர்க்கப்பட்டதோ, எந்த வறுமையான ஆதரவற்ற நிலையில் நான் இருந்திருக்க வேண்டுமோ உண்மையான அந்த நிலைக்கு நான் தள்ளப்பட்டேன்.

சூனியக்காரி பார்வதி நடைபாதையில் எனக்காகக் காத்திருந்தாள். ஒருவிதத்தில் அவளுடைய குறுக்கீட்டினால் நான் சந்தோஷப்படுகிறேன் என்று நான் அவளுக்குச் சொல்லவில்லை. ஏனென்றால், அந்த முன்னாள் நள்ளிரவில் இருட்டில் அவளை முத்தமிடச் சென்றபோது அவளுடைய முகம், முன்பொருமுறை நான் விரும்பிய தடுக்கப்பட்ட காதலியின் - ஜமீலாவின் - முகமாக மாறியதைப் பார்த்தேன். கராச்சி கன் னியர்மடத்தில் பாதுகாப்பாக மறைந்திருந்த (எனக்குத் தெரியும்) ஜமீலா இங்கேயும் இருந்தாள்! ஆனால் ஒரு இருண்ட மாற்றம், அவள் அழுகத் தொடங்கியிருந்தாள்! அனுமதிக்கப்பெறாத காதல் வெறுக்கத்தக்க புண்களும் கொப்புளங்களுமாக அவள் முகத்தில் பரவத்தொடங்கியிருந்தது. ஒருகாலத்தில் ஜோ டி கோஸ்டாவின் பேய் இரகசியக் குற்றவுணர்வின் தொழுநோயால் அரிக்கப்பட்டதைப்போல இப்போது முறையற்ற காதலின் நாற்றமடிக்கும் பூக்கள் என் தங்கையின் பேய் உடலில் மலரத் தொடங்கின. ஆகவே என்னால் அதைச் செய்யமுடியவில்லை, அந்தத் தாங்க இயலாத பேய் முகத்தை முத்தமிட தொட பார்க்க இயலாமல் செயலற்றுப் பழைய ஞாபகம் அவமானம் ஆகியவற்றினால் தாக்கப்பட்டு விலகியோட எத்தனித்த

நிலையில்தான் சோனியா அசீஸ் கையில் டார்ச் விளக்குடனும் அலறலுடனும் அங்கே புகுந்தாள்.

மாமா முஸ்தபாவைப் பொறுத்தவரை பார்வதியுடன் என் தொடர்பு, என்னை வீட்டிலிருந்து துரத்துவதற்கு ஒரு முகாந்திரம் - அவ்வளவுதான். ஆனால் அதுவும் சந்தேகமாக இருக்கிறது, காரணம், அந்த கருப்புக் கோப்பு பூட்டிவைக்கப்பட்டிருந்தது - நான் பார்க்க முடிந்ததெல்லாம் அவருடைய பயத்துடன் கலந்த பார்வை, மூன்று எழுத்துகள் கொண்ட தலைப்பு, பின்னால் எல்லாம் முடிந்தபிறகு, ஒரு வீழ்ச்சியுற்ற பெண் மணியும் அவளுடைய பெண்குறி உதடுகள் கொண்ட மகனும் மூடிய கதவுகளுக்குப் பின்னால் நிறையக் கோப்புகளை எரித்தவாறு இருந்தார்கள். அவற்றில் ஒன்று எம்சிசி என்று தலைப்பிட்டதாக இருந்திருக்கலாம்! அதை எப்படி அறிவது?

எப்படியோ, நான் சொல்ல விரும்பவில்லை. குடும்பம்: மிகைப்பட்ட ஒரு கற்பனை. நான் வருத்தத்துடன் இருந்ததாக நினைக்கவேண்டாம். எனக்குக் கதவு திறந்திருந்த கடைசித் தகுதியான வீட்டைவிட்டு வெளியேறியதற்காக என் தொண்டையில் துக்கத்தை விழுங்கினேன் என்று நினைக்கவேண்டாம். சென்றபோது நான் மிகவும் உற்சாக மனநிலையில் இருந்தேன். ஏதோ இயல்பல்லாத விஷயமாக இது தோன்றலாம் - என் உணர்ச்சி எதிர்வினைக்குறைபாடு என்று கருதலாம். ஆனால் என் சிந்தனைகள் உயர்ந்தவற்றை நோக்கியே சென்றன. அதனால் இந்த மீள்சக்தி. என்னை அடியுங்கள்: பந்துபோல மீண்டு எழுந்துவருவேன். (ஆனால் வெடிப்புகளுக்கு எதிராக எந்தத் தடுப்பும் இல்லை.)

சுருக்கமாக: பொதுப்பணிச் சேவைத்துறையில் எனக்கு ஒரு வேலைகிடைக்கலாம் என்ற மடத்தனமான நம்பிக்கையைக் கைவிட்டு, நான் ஜாலக்காரர்களுடைய சேரிக்கும் வெள்ளிக்கிழமை மசூதியின் நிழலுக்கும் திரும்பினேன். கௌதம புத்தரைப் போல, என் வசதியையும் வாழ்க்கையையும் கைவிட்டு உலகத்தில் ஒரு பிச்சைக்காரனைப்போலச் சென்றேன். சென்ற நாள் 1973 பிப்ரவரி 23. நிலக்கரிச் சுரங்கங்களும், கோதுமைச் சந்தையும் தேசியமாக்கப்பட்டன. எண்ணெயின் விலை உயர உயர உயரச் சென்றது. ஓராண்டில் நான்கு மடங்கு. இந்தியப் பொதுவுடைமைக் கட்சியில், டாங்கேயின் மாஸ்கோ குழுவுக்கும் நம்பூதிரிபாடின் சிபிஐ (எம்)க்குமான பிளவு இணைக்க முடியாத நிலையை அடைந்தது. இந்தியாவைப்போல, எனக்கும் - சலீம் சினாய்க்கும் வயது இருபத்து மூன்று ஆண்டு, ஆறுமாதம் எட்டு நாளாயிற்று.

மந்திரஜாலக்காரர்கள் எல்லோருமே பொதுவுடைமைக் கட்சி சார்ந்தவர்களாக இருந்தனர். ஆம்: சிவப்புகள்! கலகக்காரர்கள்! பொதுமக்களின் தொல்லைகள்! பூமியின் அழுக்குகள்! கடவுளின் இருப்பிடத்தின் நிழலிலேயே வசிக்கின்ற கடவுளற்ற தெய்வ நிந்தனையாளர்கள்! வெட்கமற்றவர்கள்! இன்னும் என்ன சொல்ல...? கள்ளமற்ற சிவப்புகள்! தங்கள் ஆன்மாக்களின்மீது இரத்தச் சிவப்புக் கறையோடு பிறந்தவர்கள்! இந்தியாவின் இரண்டாவது உண்மையான மதத்தில் - அதற்கு பிசினெஸ்இசம் என்றும் பெயர் வைக்கலாம் - வளர்க்கப்பட்ட எனக்கு - அந்த மதத்திலிருந்தவர்களால், அதைச் செயல்படுத்தியவர்களால் கைவிடப்பட்ட கைவிடப்பட்ட எனக்கு - இது தெரிய வந்தவுடனே வீட்டிலிருப்பது போன்ற ஆறுதலும் அமைதியும் உண்டாயிற்று. ஒரு பிசினஸ்வாத - துரோகியான நான், ஒருகாலத்தில் என் தந்தை வெள்ளை வெள்ளை யாக ஒரு காலத்தில் மாறியதுபோல சிவப்பு சிவப்பு இன்னும் சிவப்பாக மாறினேன். அதனால் நாட்டைக் காப்பாற்றும் என் பணியை வேறொருவித ஒளியில் காணமுடிந்த து. புரட்சிகர முறைகள் கண்முன் தோன்றின.

ஒத்துழைக்காத பணப்பெட்டி மாமாக்களும் அவர்களுடைய தலைவர்களும் ஒழிக! வெகுஜனங்களோடு நேரடித் தொடர்புகொள்ளும் எண்ணங்கள் தோன்ற, நான் மந்திரஜாலக்காரர்களின் சேரியில் குடிபுகுந்தேன். அயல்நாட்டு உள்நாட்டு சுற்றுலாப் பயணிகளுக்கு என் மூக்கின் கூர்மதியைக் கொண்டு வித்தைகாட்டி எளிய வருவாயைத் தேடிக் கொண்டேன். அவர்களுடைய எளிய சுற்றுலாத்தனமான இரகசியங்களை அறிவது எனக்கு ஒரு விஷயமல்ல. பிக்சர் சிங் தன் குடிசையில் தங்க எனக்கு இடம் கொடுத்தார். பாம்புகள் சீறும் கூடைகளுக்கிடையே சாக்குப்பைக் கந்தல்மீது உறங்கினேன். ஆனால் அதைப்பற்றி எனக்குக் கவலையேயில்லை. ஆரம்பத்தில் தில்லிக் குளிர்காலத்தின் கடும்குளிரையும், பிறகு பசி தாகம் கொசுவையும் ஏற்கக் கற்றுக்கொண்டேன். பிக்சர் சிங் - அவர்தான் பாம்புகளைக் கவரும் உலகத்தின் சிறந்த மனிதர் - அந்தச் சேரியின் மறுப்பற்ற தலைவரும்கூட. அவருடைய பெரிய, எங்கும்நிறைந்த கருப்புக் குடையின்கீழ் சண்டைகளும் பிரச்சினைகளும் தீர்க்கப்பட்டன. எனக்கு எழுதப்படிக்கத் தெரியும், என் மூக்கின் திறனையும் பயன்படுத்தமுடியும் என்பதால் இந்த மீமகா மனிதருக்கு ஓர் உதவியாளாக மாறினேன். அவர் தன் பாம்பு நிகழ்ச்சிக்குப் பிறகு சமதர்மக் கொள்கை பற்றிப் பேசுவதை வழக்கமாக வைத்திருந்தார். தன் பாம்பாட்டித் திறனைவிடப் பிற திறன்களுக்காக தில்லியின்

முக்கியத் தெருக்கள் சந்து பொந்துகள் எல்லாவற்றிலும் பிரபலமாகியிருந்தார். நான் சந்தித்த மனிதர்களிலேயே மாமனிதர் பிக்சர் சிங்தான் என்பதை மிக நிச்சயமாக என்னால் சொல்ல முடியும்.

ஒருநாள் மசூதிநிழலில், பெண்குறி உதடுள்ள - முன்பொருமுறை என் மாமாவின் வீட்டில் நான் பார்த்த மனிதரின் - இன்னொரு வடிவம் சேரிக்கு வந்தது. மசூதியின் படிகளில் நின்று அவர் ஒரு பதாகையை விரிக்க, அதை இரண்டு உதவியாளர்கள் பிடித்துக்கொண்டனர். "வறுமையை வெளியேற்று!" என்று அதில் எழுதியிருந்தது. இந்திரா காங்கிரஸின் பசு - கன்று சின்னமும் அதில் இருந்தது. அவர் முகமும் ஒரு கொழுத்த கன்றின் முகம்போலத்தான் இருந்தது. பேசும்போது ஒரு புயல்காற்றுப் போல எல்லையற்ற துர்நாற்றத்தை அவர் வெளியிட்டார். "சகோதர சகோதரிகளே! காங்கிரஸ் கட்சி என்ன சொல்கிறது? எல்லாரும் சமமாகப் பிறந்தவர்கள் என்று." கடும்வெயிலில் அவர் வாயிலிருந்து வெளிப்பட்ட சாணத்தின் நாற்றத்தில் கூட்டம் சுருங்கியது. பிக்சர் சிங் "ஐயோ கேப்டன், ரொம்ப நல்லாருக்கு சார்!" என்று சொல்லியவாறு பெருத்த சிரிப்பை வெளியிட்டார். பெண்குறிஉதட்டு மனிதர், "சகோதரரே! என்ன ஜோக் சொன்னீங்க? எங்களோடு பகிர்ந்துகொள்ளக்கூடாதா" என்றார். பிக்சர் சிங் தலையை ஆட்டி, கைகளைப் பக்கவாட்டில் வைத்தவாறு, "ஓ, உங்க பேச்சு அற்புதம் கேப்டன், ரொம்ப நல்ல பேச்சு" என்றார். அவர் குடையின்கீழிருந்து அவருடைய பெருத்த சிரிப்பு விரிந்து பரந்து கூட்டம் முழுவதையும் தொற்றிக்கொண்டது. எறும்புகள் நசுங்க, புழுதி படர எல்லாரும் விழுந்து விழுந்து மண்ணில் புரண்டு சிரிக்கலானோம்.

காங்கிரஸ் கன்றின் குரல் பீதியுடன் உயர்ந்தது - "என்ன இது? அந்த ஆள் நாம் எல்லாரும் சமம் என்று நினைக்கவில்லையா? என்ன கீழான எண்ணத்தை அவர் வைத்திருக்கவேண்டும்..." இப்போது பிக்சர் சிங், தன் குடையோடு குடிசையைநோக்கிச் சென்றுகொண்டிருந்தார். பெண்குறி உதடு, ஆசுவாசமாகி, தன் பேச்சைத் தொடர்ந்தது. ஆனால் சற்றுநேரம்தான். ஏனென்றால் பிக்சர் சிங் திரும்பிவந்தார். இடதுகையில் வட்டமான மூடி கொண்ட கூடை. வலது கக்கத்தில் ஒரு மகுடி. அந்த காங்கிரஸ் வாலாவின் காலடியில் கூடையை வைத்து மூடியை அகற்றினார், மகுடியை வாசிக்கத் தொடங்கினார். அதிலிருந்து நல்லபாம்பு தூக்கக் கலக்கத்தோடு வெளிப்பட்டபோது புதிய சிரிப்புக்கிடையில் அந்த காங்கிரஸ்வாலா பத்தொன்பது அங்குலம் துள்ளிக்

சல்மான் ருஷ்தீ | 651

குதித்தார். பெண் குறி உதடு, "என்னய்யா செய்யறே! என்னைச் சாகடிக்கப்போறியா?" என்றது. பிக்சர் சிங் அதைப் புறக்கணித்து, குடையை மடக்கிக்கொண்டு மேலும் மேலும் வேகமாக வாசிக்க, அவர் இசை சேரியின் மூலைமுடுக்குகள் எல்லாம் பரவி, மசூதியின் சுவர்கள்மீதும் ஏறமுயன்றது. அந்தப் பாம்பு இசையில் மயங்கி, கூடையை விட்டு ஒன்பதடி உயரம் எழுந்து தன் வாலில் ஆடியது...

பிக்சர் சிங் சற்றே நிறுத்தினார், நாகராஜன் சுருண்டுகொண்டான். உலகத்தின் பாம்புக்கவர்ச்சி மனிதர், காங்கிரஸ்வாலா இளைஞரிடம் மகுடியைக் கொடுத்து, "ஓகே கேப்டன், நீங்க முயற்சி பண்ணிப்பாருங்க!" என்றார். பெண்குறி உதடு சொல்கிறது "மேன், என்னால முடியாதுன்னு உனக்குத் தெரியும்!" உடனே பிக்சர் சிங் பாம்பைக் கழுத்தைப் பிடித்து உயர்த்துகிறார்; தன் வாயை அகலமாகத் திறக்கிறார்; பற்களும் ஈறுகளும் தாறுமாறாகச் சிதைந்த ஒரு பெரிய திறப்பு. அதற்குள் தன் நாக்கை நீட்டிக் கொண்டிருக்கும் பாம்பை விடுகிறார். ஒரு முழு நிமிடம் அதை வாய்க்குள் வைத்திருந்துவிட்டுக் கூடையில் விடுகிறார். மிக்க அன்புடன் அந்த இளைஞரிடம்: "பாருங்க கேப்டன், இதான் பிசினஸ்ல அடிப்படை உண்மை. சில பேர் சிறப்பாருக்காங்க, சிலரால முடியல. நீங்க வேறவிதமாச் சிந்தித்துப் பார்க்கறது நல்லது!"

'பிக்சர் சிங்குக்கும் மற்ற ஜாலக்காரர்களுக்கும் யதார்த்தத்தின் மீதுள்ள பிடிப்பு முழுமையானது, அதை அவர்கள் வலுவாகப் பிடிப்பதன்மூலம் தங்கள் கலைக்கு உதவும் வண்ணம் எப்படி வேண்டுமானாலும் அதை வளைக்கமுடியும்; ஆனால் அது நிஜத்தில் என்ன என்பதை ஒரு கணமும் மறப்பதில்லை' என்பதை இந்தக் காட்சியைப் பார்த்த சலீம் சினாய் தெரிந்துகொண்டான்.

ஜாலக்காரர்கள் சேரியின் பிரச்சினைகள்தான் இந்தியக் கம்யூனிஸ்டு இயக்கத்தின் பிரச்சினைகளும்கூட. நாட்டில் அந்தக் கட்சியை அலைத்த பல பிரிவுகள் பிளவுகள் ஆகியவற்றைச் சிறிய உருவத்தில் அந்தச் சேரியில் பார்க்கலாம். ஆனால் விரைவாக ஒன்றைச் சொல்லிவிடுகிறேன்; பிக்சர் சிங் இதற்கெல்லாம் அப்பாற்பட்டவர். சேரியின் தந்தை என்றமுறையில், அவருடைய குடையின்கீழ் சண்டையிடும் பிரிவுகள் எல்லாமே சமாதானம் பெற்றன. ஆனால் அவருடைய குடையின்கீழ்க் கொண்டு வரப்பட்ட பிரச்சினைகள் மேலும்மேலும் கசப்பாயின.

பந்துஜாலக்காரர்கள், தொப்பிக்குள்ளிருந்து முயல்களை எடுப்பவர்கள், மிஸ்டர் டாங்கேயின் அதிகாரபூர்வ மாஸ்கோ

கம்யூனிஸ்டுகட்சியில் அணிதிரண்டனர். அது இந்திரா காந்தியின் அவசர நிலைமைக்கு ஆதரவாக இருந்தது.

ஆனால் உடல்சாகசம் செய்பவர்கள், மேலும் இடதுசாரியாகி, சீனாவின் பக்கம் சாய்ந்த கம்யூனிஸ்டுகள் சார்பாக இருந்தனர்.

தீயையும் வாளையும் விழுங்கி வித்தைகாட்டுபவர்கள், நக்சலைட்டுகள் சார்பாக இருந்தனர்.

மனோவசியம் செய்பவர்களும் நெருப்புமேல் நடப்பவர்களும் நம்பூதிரிபாடின் அறிக்கையைப் பாராட்டினார்கள் (மாஸ்கோ பக்கமோ சீனா பக்கமோ சாயாமல்) நக்சலைட்டுகளின் வன்முறைக்காக வருத்தப்பட்டனர்.

சீட்டுவிளையாட்டுக்காரர்களிடம் டிராட்ஸ்கியிசப் போக்குகள் இருந்தன.

மிதவாத நம்பிக்கை உள்ளவர்களிடம் வாக்குப் பெட்டிமூலம் பொதுவுடைமை என்ற சிந்தனையும் இருந்தது.

மத, பிராந்தியப் பிடிவாதங்கள் முற்றிலும் இல்லாத சூழல் ஒன்றிற்குள், நமது தேசியத் திறமையான பல்கிப்பெருகுதல் புதிய வடிவங்களை எடுத்த சூழலில் நான் இருந்தேன்.

1971 பொதுத் தேர்தலின்போது நக்சலைட் தீவிழுங்குபவன் ஒருவனுக்கும் மாஸ்கோ வழியைச் சேர்ந்த ஜாலக்காரன் ஒருவனுக்குமிடையில் சண்டை ஏற்பட்டது. மாஸ்கோக்காரன் நக்சலைட்டின் கருத்துகளால் கோபமுற்று, தன் மாயத் தொப்பியிலிருந்து துப்பாக்கியை வருவிக்க முயற்சி செய்தான். ஆனால், துப்பாக்கி வெடிப்பதற்குள், ஹோ-சி-மின் ஆதரவாளன் தன் தீயால் எதிராளியைக் கருகச்செய்து ஒரு விபரீதக் கொலை ஏற்பட்டுவிட்டது என்று பிக்சர் சிங் வருத்தத்துடன் சொன்னார்.

தன் குடையின்கீழ் எவ்வித அயல்நாட்டுச் செல்வாக்கிற்கும் ஆட்படாத ஒரு சமதர்மக் கொள்கை பற்றி பிக்சர் சிங் பேசினார். சண்டைபோட்டுக் கொண்டிருந்த பிறகுரல்பேச்சாளிகள், பொம்மலாட்டக்காரர்களிடம், "கேப்டன்களே! கேளுங்கள், நீங்க உங்க கிராமங்களுக்குப்போய் ஸ்டாலின்களையும் மாவோக்களையும் பற்றிப் பேசமுடியுமா? பிஹார் மாநில, தமிழ்நாட்டு விவசாயிகள் டிராட்ஸ்கி கொலையைப் பற்றிக் கவலைப்படுவாங்கன்னு நெனைக்கிறீங்களா!" என்றார். அவருடைய மாயக்குடையின் நிழல் மிகமோசமான கோபம்கொண்ட ஜாலக்காரர்களையும் வசியப்படுத்தியது. விரைவில் பிக்சர் சிங், மியான் அப்துல்லாவின் வழியில் செல்வார் என்று எனக்கு உணர்த்தியது. அந்தப் பழைய பாடும்பறவை போல, அவர் சேரியைவிட்டுச் சென்று தன்

விருப்புறுதியினாலேயே எதிர்காலத்தை உருவமைக்கப் பாடுபடுவார் என்று தோன்றியது. என் தாத்தாவின் நாயகனைப் போலன்றி, இவர் தன் கொள்கை நிறைவேறும் வரை நிறுத்தமாட்டார் என்றும் தோன்றியது... ஆனால், ஆனால்! எப்போதும் ஒரு ஆனால்.

நடந்தது, நடந்துவிட்டது. நம் எல்லோருக்கும் அது தெரியும். என் சொந்த வாழ்க்கையைப் பற்றி நான் சொல்வதற்கு முன்னால் இது: பிக்சர் சிங்தான் நாட்டின் கருப்புப் பணப் பொருளாதாரம், அதிகாரபூர்வ வெள்ளைப் பொருளாதாரத்தின் அளவுக்குப் பெரிதாக வளர்ந்துவிட்டது என்பதை எனக்குத் தெளிவுபடுத்தினார். இந்திரா காந்தியின் படத்தைக் காட்டினார். நடுவகிடு எடுத்துப் பிரிக்கப்பட்ட முடியில் ஒருபுறம் வெள்ளையாகவும் மறுபுறம் கருப்பாகவும் இருந்தது. அது வெள்ளைக்கீரி போலவோ கருங்கீரிபோலவோ எந்தப் புறமிருந்து பார்க்கிறோம் என்பதைப் பொறுத்திருந்தது. இந்த நடுப்பிளவு வரலாற்றில் மீண்டும் மீண்டும் நிகழ்கிறது. பிரதமரின் தலைமுடி மாதிரிதான் பொருளாதாரமும் இருந்தது.

...இம்மாதிரி முக்கியப் பார்வைகள் எனக்கு உலகின் பாம்புக் கவர்ச்சி மனிதரிடமிருந்து தான் கிடைத்தன. இரயில்வே அமைச்சரான மிஸ்ராதான் லஞ்சம் ஊழலுக்குமான நியமிக்கப்பட்ட அமைச்சர் என்றும் அவர்மூலமாகத்தான் கருப்புப் பொருளாதார வியாபாரங்கள் நிகழ்ந்துவந்தன என்றும் பிக்சர் சிங் சொன்னார். சரியான வீதத்தில் அமைச்சர்களுக்கும் அதிகாரிகளுக்கும் பணத்தைக் கொடுக்க ஏற்பாடு செய்வதும் மிஸ்ராதான். பிக்சர் சிங் இன்றிக் காஷ்மீரில் நடைபெற்ற கள்ள ஓட்டுப் போடும் தேர்தல் விவகாரங்களைப் பற்றி நான் அறிந்திருக்கமாட்டேன். ஆனால் அவர் ஜனநாயகத்தை விரும்புபவரும் அல்ல. "இந்த தேர்தல் பிசினஸ் நாசமாகப் போகட்டும் கேப்டன்" என்றார் அவர். "அவங்க வரும்போதெல்லாம் ஏதாவது நாசம் நடக்கிறது. நம்ம நாட்டுக்காரங்களோ கோமாளிங்க மாதிரி நடந்துக்கறாங்க!" என்றார். புரட்சியின் ஆவலில் இருந்த எனக்கு அவரோடு சண்டையிடத் தோன்றவில்லை.

ஆனால் சேரியில் சில விதிவிலக்குகளும் இருந்தன. ஓரிரண்டு ஜாலக்காரர்கள், தங்கள் இந்துமதச் சார்பை அப்படியே வைத்திருந்தார்கள். அரசியலிலும் இந்துமதச் சார்பான ஜனசங்கக் கட்சி, அல்லது அவப்புகழ்பெற்ற ஆனந்த மார்க்க தீவிரவாதிகள் கட்சியை ஆதரித்தார்கள். பந்துஜாலக்காரர்கள் மத்தியில் ஸ்வதந்திராக் கட்சிக்கு வாக்களிப்பவர்களும் இருந்தார்கள்.

அரசியல்ரீதியாக அல்லாமல் நோக்கினால், கிழவி ரேஷம் பீவியைப்போல மூடநம்பிக்கையில் ஊறியவர்களும் இருந்தார்கள். ரேஷம் பீவி, மாமரத்தில் பெண்கள் ஏறக்கூடாது என்று நம்பினாள். ஏறினால், அது புளிப்புப் பழங்களாகப் பழுக்குமாம். சிஷ்டிகான் எனப்பட்ட விசித்திர ஃபக்கீர் ஒருவர் இருந்தார். அவர்முகம் மிகமிருதுவாக வழவழப்பாக இருக்கும். அதனால் அவர் பத்தொன்பது வயதா தொண்ணூறு வயதா என்று தெரியாத தோற்றத்தில் இருந்தார். அவருடைய குடிசையைச் சுற்றி மூங்கில்களாலும் வண்ணத் தாள்களாலும் அலங்கரித்து செங்கோட்டைபோலவே தோன்றுமாறு செய்திருந்தார். அரண்மனை வாயில்போலத் தோன்றும் வாசலைக் கடந்து உள்ளே சென்றால்தான் வெளி மூங்கில் மற்றும் தாள்களால் ஆன வடிவமைப்பு அரண்களுக்குப் பின்னால் மற்றவர்களுடையதைப் போன்ற தகர, அட்டைக்குடிசை உள்ளேஇருப்பது தெரியவரும். தனது மாயத் திறன்களுக்கு தன் வாழ்க்கையையே பலிகொடுக்கின்ற இறுதிப் பெரும்பிழையைச் செய்துவிட்டார் என்று தோன்றியது. சேரியில் அவர் பிரபலமாகவில்லை. மற்ற ஜாலக்காரர்கள், அவருடைய வியாதி தங்களுக்கும் பற்றிக் கொள்ளப்போகிறது என்று விலகியே இருந்தார்கள்.

சூனியக்காரி பார்வதி, உண்மையாகவே மிதமிஞ்சிய ஆற்றல் பெற்றவள், ஏன் தன் திறமைகளை வாழ்நாள் முழுவதும் இரகசியமாகவே வைத்திருந்தாள் என்பதன் காரணம் உங்களுக்குப் புரியும். நள்ளிரவில் பிறந்ததால் பெரும் திறன்களைப் பெற்ற அவளை இந்தச் சாத்தியங்களையே மறுத்த ஒரு சமுதாயம் ஏற்றுக்கொண்டிருக்காது.

வெள்ளிக்கிழமை மசூதியின் பின்புறம், ஜாலக்காரர்கள் வருவதில்லை. அங்கே குப்பை பொறுக்குபவர்கள், கூடை பொறுக்கிகள், தகரம் பொறுக்குபவர்கள் வரும் அபாயம் மட்டுமே உண்டு. அங்கேதான் ஆர்வத்துடன் தன்னால் என்னென்ன செய்ய முடியும் என்பதைப் பார்வதி செய்துகாட்டினாள். ஒரு டஜன் பழைய சல்வார் கமீஸ்களிலிருந்து புதிய ஒன்றைச் செய்து அணிந்திருந்த அந்த நள்ளிரவின் மாயக்காரி, ஒரு குழந்தையைப் போன்ற ஆர்வத்துடன் பலவித மாயங்களைச் செய்தாள். பெரிய கண்கள், கயிறுபோன்ற குதிரைவால், அழகான முழு சிவந்த உதடுகள்... அந்த முகம்மட்டும் நோய்பிடித்த... வதங்குகின்ற கண்களும் முகமுமாக மாறவில்லை என்றால் நான் அவளை வெகுநேரம் தவிர்த்திருக்கவே முடியாது. முதலில் பார்வதியின் வித்தைகளுக்கு எல்லையே கிடையாது என்று

தோன்றியது (ஆனால் எல்லை இருந்தது). பேய்கள் என்பவை கற்பனையா? மாயத்தால் உருவாகுபவையா? பறக்கும் பாய்களில் ஜின்கள் வந்து செல்வமும் வெளிநாட்டுப் பயண வாய்ப்பும் அளிக்கிறேன் என்று சொல் கின்றனவா? தவளைகள் இளவரசர்களாக மாறினவா? வெறும் கற்கள் மாணிக்கங்களாக மாறுமா? ஆன்மாவை விற்பது, செத்தவர்களை எழுப்புவது எல்லாம் நடக்குமா?

இவையெல்லாம் இல்லை. சூனியக்காரி பார்வதி எனக்குச் செய்து காட்டிய மாயங்கள் எல்லாம் தீங்கற்ற மந்திரஜால வகையைச் சேர்ந்தவை. பிராமணர்களுடைய அதர்வ வேதம் அவளுக்குத் தன் தந்திரங்களை எல்லாம் சொல்லி முடித்து விட்டது போல இருந்தது. அவளால் நோய்தீர்க்க முடியும், விஷமுறிப்புச் செய்யமுடியும், (இதற்காகப் பாம்புகளை ஏவித் தன்னைக் கடிக்கவிட்டு, பிறகு பாம்புக்கடவுளான தட்சனுக்கு ஒரு விசித்திரமான சடங்கைச் செய்தாள், பிறகு கிரிமுக மரத்தின் நீர், பழைய வேகவைத்த துணிகளின் நீர் இவற்றைக் குடித்து கருட மந்திரத்தை ஜெபித்தாள். கருடன் விஷத்தை முறித்தது போல முறித்தாள். நானும் ஒரு அம்பின் திசையை மாற்றுவதுபோல ஒன்றின் சக்தியை மாற்றினேன்). புண்களை ஆற்றவும், தாயத்து களைச் செய்யவும் அவளால் முடியும். ஸ்ராக்திய மந்திரத்தையும் மரத்தின் சடங்கையும் அறிந்தவள் அவள். இவை எல்லாவற்றையும், இரவில் மசூதியின் சுவருக்குக் கீழே அசாதாரணமான காட்சிகளாகச் செய்து காட்டியும் அவள் மகிழ்ச்சியடையவில்லை.

என்றும்போல, நான் பொறுப்பை ஏற்றுக்கொள்ளத் தயாராக இருக்கிறேன். பார்வதியைச் சுற்றியிருந்த வருத்தத்திரைக்குக் காரணம் நான்தான். அவளுக்கு இருபத்தைந்து வயதல்லவா? தன் பார்வையாளனாக இருப்பதைவிட அதிகம் என்னிடம் எதிர்பார்த்தாள். தன் படுக்கைக்கு வரவேண்டும் என்று எதிர்பார்த்தாள். அவளுடைய குடிசையில் அவளும் இன்னும் மூன்று கேரளப் பெண்களும் இருந்தார்கள். அவர்கள் உடல்வளைத்துப் பிழைக்கும் கழைக்கூத்தாடிகள். அவர்களும் இவளும் என்னைப் போலவேதான் - அநாதைகள். அங்கேயிருந்த இவளுடைய சாக்குப் பை தனிப்படுக்கையில் அவளோடு இன்பமாக இருக்கவேண்டும் என்பது அவள் எதிர்பார்ப்பு.

அவள் எனக்குச் செய்த தனிப்பட்ட வேடிக்கைகள்: ஜகாலோ பிடித்து இழுத்து வழுக்கையாகப்போன இடத்தில் முடி முளைக்குமாறு செய்தாள். பச்சிலை வைத்துக் கட்டி என் முகத்திலிருந்த கறைகள் மறையுமாறு செய்தாள். என் கால்களின்

வளைவு கூட அவளுடைய கவனிப்பில் குணமாகிவிடும் என்று தோன்றியது. (ஆனால் என் கெட்ட காதுக்கு அவளால் ஒன்றும் செய்யமுடியவில்லை. பெற்றோரால் பெற்ற கொடையை மாற்றுவதற்கு உலகில் எந்த மாயமும் இருப்பதாகத் தெரியவில்லை.) அவள் எனக்கு என்ன செய்தாலும் அவள் விரும்பியதைச் செய்ய என்னால் முடிய வில்லை. மசூதியின் பின்புறமுள்ள நடைபாதையில் நாங்கள் ஒன்றாகப் படுத்தாலும், நிலவொளி அவள் முகத்தை தொலைவிலுள்ள, மறைவாக இருக்கின்ற என் தங்கையின் முகமாகவே மாற்றிக்காட்டியது... இல்லை; என் தங்கையின் முகமாக அல்ல, அழுகிய, மிகமோசமாக மாற்றமடைந்த பாடகி ஜமீலாவின் முகமாக.

காமக்கிளர்ச்சி தரும் நறுமணத் தைலங்களைப் பார்வதி பூசிக்கொண்டாள். சிற்றின்ப ஆசையைத் தூண்டுகின்ற விதமான, மான்கொம்புகளால் செய்யப்பட்ட சீப்பினால் ஆயிரம் முறை தலைவாரிக் கொண்டாள், நான் இல்லாத சமயத்தில் காதல் வசியங்கள் அனைத்தையும் அவள் முயன்று பார்த்தாள் என்பதில் எனக்குச் சந்தேகமே இல்லை. ஆனால் நான் பழைய மாயம் ஒன்றின் பிடியில் இருந்தேன், அதிலிருந்து விடுபட முடியாதென்று எனக்குத் தோன்றியது. காதலிக்கும் பெண்களின் முகங்கள் எல்லாம்... ஆக மாறும் விதிக்குத் தள்ளப்பட்டவன் நான். யாருடைய நொறுங்கும் முகம் தன் புனிதமற்ற நாற்றத்தோடு தோன்றியது என் முன்னால் என்பது உனக்குத் தெரியும்.

“பாவம் அவள்!” என்று பெருமூச்சு விடுகிறாள் பத்மா. நான் ஒப்புக்கொள் கிறேன். ஆனால் விதவை என் கடந்த நிகழ் எதிர் காலங்களை உறிஞ்சுவதற்கு முன்னால்வரை நான் பித்தளைக் குரங்கின் ஆதிக்கத்தில் இருந்தேன்.

சூனியக்காரி பார்வதி தன் தோல்வியை ஒப்புக்கொண்டதும், அவள் முகத்தில் அன்றிரவே ஒரு அபாயகரமான, புடைத்த உதட்டுச்சுழிப்பு தோன்றியது. அவள் கூத்தாடிப் பெண்களோடு குடிசையில் தூங்கினாள், எழுந்தபோது அவள் முழு உதடுகள் சொல்ல முடியாத வேதனைதருகின்ற ஒரு வளைவு கொண்டதுபோல இருந்தது. கூத்தாடிப் பெண்கள் அவள் முகத்தில் என்ன நேர்ந்தது என்பதை விளக்கினார்கள். அவள் பழைய முகவடிவத்தை அடைவதற்கு முயற்சிசெய்து பார்த்தாள். ஆனால் அவள் முகச்சதைகளும் இடம்தரவில்லை. மாயமும் பயன்படவில்லை. பிறகு முயற்சிகளைப் பார்வதி கைவிட்டுவிட்டாள். தன்னிடம் கேட்டவர்களுக்கு ரேஷம் பீவி “அவள் முகத்தை ஒருமாதிரியாகச்

சுழித்திருக்கும்போது கடவுள் அப்படியே நிலைக்குமாறு ஊதிவிட்டார்" என்றாள். (தற்செயலாக - நகரத்திலிருந்த பணக்காரப் பெண்கள் எல்லாருமே காம விகாரங்களின்போது அந்தமாதிரிதான் முகத்தை வைத்திருந்தார்கள்). திமிர் கொண்ட விளம்பரப் பெண்கள் எலிகான்சா - 73 ஃபேஷன் காட்சியில் 'பூனைநடை' நடந்தபோதும் பார்வதி போலத்தான் முகத்தை வைத்திருந்தார்கள்.

மாயக்காரர்கள் அனைவரும் பார்வதி தன் பழைய சிரிப்பை அடையும் வண்ணமாக முயற்சிசெய்து பார்த்தார்கள். தங்களுடைய வேலைநேரம் முடிந்த பிறகு, வேகமான காற்றில் விழுந்துவிட்ட தங்கள் தகர - அட்டை குடிசைகளைச் சீரமைப்புச் செய்வதையும் விட்டு, எலிகளைக் கொல்வதையும் விட்டு அவளுடைய மகிழ்ச்சிக்காக மிகக்கடினமான வித்தைகள் எதையெதையோ செய்துபார்த்தார்கள். ஆனால் முக விகாரம் மாறவேயில்லை. ரேஷம் பீவி கற்பூரம் மணக்கும் பச்சைநிறமான ஒரு தேநீரைச் செய்து பார்வதியை விழுங்க வைத்தாள். அது பார்வதிக்குக் கடுமையான மலச்சிக்கலை ஏற்படுத்தி, ஒன்பது வாரங்கள் மலம் கழிக்கமுடியாமல் செய்துவிட்டது. இரண்டு இளம் ஜாலக்காரர்கள், அவள் இறந்துபோன தன் தந்தையை நினைத்து துக்கப்பட்டிருக்கலாம் என்றார்கள். ஒரு பழைய தார்ப்பாய்மீது அவள் தந்தையின் உருவத்தை வரைந்து, அவள் படுக்கின்ற இடத்தின் மேற்புறம் கூரையில் கண்ணில் படுமாறு வைத்தார்கள். கூத்தாடிப் பெண்கள் மூவரும் ஜோக்அடித்துப் பார்த்தார்கள். ஆனால் எதுவுமே பயனளிக்கவில்லை. பார்வதியின் ஏமாற்றப்பட்ட காதலின் நோய் அவளாலேயே குணப்படுத்தமுடியாமல் இருந்தது. பார்வதிக்கு ஏற்பட்ட விகாரத்தின் சக்தி, சேரியிலேயே ஒரு பெயரற்ற கலக்கத்தைத் தோற்றுவித்துவிட்டது. இனந்தெரியாத விஷயங்களால் கலக்கமடைகின்ற மந்திரக்காரர்கள், அதிலிருந்து மீளமுடியவில்லை.

ரேஷம்பீவிக்கு ஒரு சிந்தனை வந்தது. "நாம் எல்லாரும் முட்டாள்கள்!" என்று பிக்சர் சிங்கிடம் சொன்னாள். "நம் மூக்குக்குக் கீழே நடப்பதை நாம் கவனிப்பதில்லை. பாவம் அந்தப் பெண்ணுக்கு இருபத்தைந்து வயதாகிறது, பாபா, அவளுக்கு வயதாகியே விட்டது. அவளுக்குக் கணவன் வேணுமென்ற ஆசை ஏற்பட்டிருக்கிறது" என்றாள். பிக்சர் சிங்குக்கும் இதுதான் சரியென்று தோன்றியது. "ரேஷம் பீவி, உன் மூளை இன்னும் செத்துப்போகவில்லை" என்று பாராட்டினார் அவர்.

அதற்குப்பிறகு, பார்வதிக்கேற்ற பொருத்தமான இளம் ஆடவன் ஒருவனை அவர் தேடலானார். சேரியிலிருந்த பல

இளைஞர்களை நயந்தும், தொல்லைப்படுத்தியும், பயமுறுத்தியும் கேட்டாயிற்று. பலபேரை பார்வதி முன்னால் நிறுத்தியும் அவள் எல்லாரையும் புறக்கணித்துவிட்டாள். மிகச் சிறந்த நெருப்புவிழுங்கும் ஜாலக்காரனான பிஸ்மில்லா கானிடம், "உன் மிளகாய் மூச்சைக் கொண்டுபோய் வேறு எங்கேயாவது விடு" என்று அவள் சொன்னபோது, பிக்சர் சிங் மனமுடைந்தார். அன்றிரவு என்னிடம் "கேப்டன், அந்தப் பெண் எனக்கு ஒரு சவாலாகவும் தொல்லையாகவும் இருக்கிறாள். உனக்கு அவள் நல்ல தோழி ஆயிற்றே! ஏதாவது உனக்கு ஐடியா இருக்கிறதா" என்று கேட்டார். கடைசியாக அவருக்கே ஒரு எண்ணம் தோன்றியது. ஆனால் இன்னும் மோசமான தோல்வியை அவர் எதிர்கொள்ளும் வரை அதைச் சொல்லவில்லை. அவரும் வர்க்க வேறுபாடுகளை மனத்தில் வைத்திருந்தார். நான் அவளை விட உயர்குடியில் பிறந்தவன் ஆனதால் அவளுக்கு ஏற்றவன் அல்ல என்று தோன்றி விட்டது அவருக்கு. கடைசியாக, அந்த வயதான பொதுவுடைமையாளருக்கு, அவள் ஒருவேளை என்னையே... என்று தோன்றியது. ஒரு நாள் வெட்கத்தோடு, "சொல்லுங்க கேப்டன், உங்களுக்கு எப்பவாவது கல்யாணம் செஞ்சிக்க ஆசையா?" என்றார்.

சலீம் சினாய் தன்னுள் பீதி எழுவதை உணர்ந்தான். "ஹே, கேப்டன், அந்தப் பெண்ணை நீங்க விரும்பறீங்களா?" நான் அதை மறுக்கமுடியாமல், "மெய்தான்" என்றேன். இப்போது பிக்சர் சிங், பாம்புகள் கூடையில் சீற, தன் காதுமுதல் காது வரை சிரித்துக்கொண்டு, "ரொம்ப விரும்பறீங்களா, ரொம்ப? ரொம்ப?" ஆனால் நான் இரவில் ஜமீலாவின் முகத்தை நினைத்தவாறு இருந்தேன். ஒரு செயலற்ற முடிவை எடுத்தேன். "பிக்சர்ஜி, என்னால் அவளை மணக்க முடியாது" என்றேன். இப்போது அவர் முறுக்கிக்கொண்டு, 'ஏற்கெனவே உங்களுக்குத் திருமணம் ஆகிவிட்டதா கேப்டன், எங்கேயாவது மனைவி குழந்தைகள் காத்திருக்கிறார்களா உங்களுக்கு?" என்றார். "இல்லையில்லை". நான் அமைதியாக, அவமான முகத்தோடு சொன்னேன், "என்னால் யாரையும் மணக்க முடியாது பிக்சர்ஜி. எனக்குக் குழந்தைகள் பிறக்காது."

அந்த இரவில் குடிசையின் அமைதியைப் பாம்பின் சீறல்களும் தெருநாய்களின் குரைப்பும் கலைத்தன.

"மெய்யா கேப்டன்? மருத்துவ உண்மையா?"

"ஆமாம்."

"ஏன்னா இந்த மாதிரி விஷயங்களில ஒருத்தன் பொய்சொல்லக்கூடாது கேப்டன். ஒருத்தனுடைய ஆண்மையைப் பத்திப் பொய் சொல்றது கெட்டது, துரதிர்ஷ்டம். எது வேணுமானாலும் நடக்கலாம் கேப்டன்."

நாதிர்கானுடைய சாபம் அதுதான். என் மாமா ஹனீஃபின் சாபமும் அதே. உறைவுக்குப் பின்னர் என் தந்தை அகமது சினாய் இன்னும் கோபத்துடன் பொய் சொல்லலானார். சலீமும் கத்தினான், "மெய்தான், அவ்வளவுதான்."

"அப்படியானா, கேப்டன்", வருத்தத்தோடு சொன்னார், மணிக்கட்டை நெற்றியில் தேய்த்தவாறு, "அந்தப் பெண்ணை என்ன செய்யறதுன்னு கடவுளுக்குத்தான் தெரியும்."

ஒரு திருமணம்

1975 பிப்ரவரி 23ஆம் நாள் நான் சூனியக்காரி பார்வதியை மணந்தேன். வெளியேற்றப்பட்ட நான் மந்திரவாதிகளின் இருப்பிடத்திற்குத் திரும்பவந்து இரண்டாண்டு நிறைந்த நாள் அது.

பத்மா இறுக்கமடைகிறாள்: கொடிக்கம்பி போல இறுக்கமாகி, என் சாணித் தாமரை விசாரிக்கிறாள்: திருமணமா? ஆனால் நேற்று ராத்திரிதானே நீ திருமணமே செய்துகொள்ள மாட்டேன் என்று சொன்னாய்? இத்தனை நாட்களாக, வாரங்களாக, மாதங்களாக நீ ஏன் சொல்லவில்லை எனக்கு...? வருத்தத்துடன் அவளைப் பார்க்கிறேன். ஏற்கெனவே அவளுக்கு என் பார்வதியின் மரணத்தைப் பற்றிச் சொல்லியிருக்கிறேன் என்பதையும் அது ஒரு இயற்கையான மரணம் அல்ல என்பதையும் நினைவூட்டுகிறேன்... மெதுவாக பத்மா தளர்ச்சியடைகிறாள், நான் தொடர்கிறேன்: "பெண்கள் என்னை உருவாக்கியிருக்கிறார்கள், என்னை அழித்தும் இருக்கிறார்கள்."

புனிதத்தாய் முதல் விதவை வரை, அவர்களுக்கும் அப்பால், நான் எப்போதுமே மென்மைப்பாலாகிய (அப்படிச் சொல்வது தவறு, என் கருத்தில்!) பெண்களின் தயவில்தான் நான் இருந்திருக்கிறேன். இதுவும் ஒரு தொடர்பின் விஷயம்தான் - இந்தியத்தாய் - பாரதமாதாவை ஒரு பெண்ணாகத்தானே பொதுவாகக் கருதுகிறோம்? அவளிடமிருந்து தப்பிக்கவே இயலாது என்பது உங்களுக்குத் தெரியும். இந்தக் கதையில், முப்பத்திரண்டு ஆண்டுகள் நான் பிறக்காமல் இருந்தேன். (1947க்கு முன் நிகழ்ந்த கதை). பிறந்த பின்னர் விரைவில் முப்பத்தொரு ஆண்டுகளை முடித்து விடுவேன். நள்ளிரவின் முன்னரும் பின்னருமாக அறுபத்துமூன்றாண்டுகள் பெண்கள் அவர்களால் இயன்ற நல்லதைச் செய்திருக்கிறார்கள், கெட்டதையும் செய்திருக்கிறார் கள் என்பதைச் சொல்லியாகவேண்டும்.

காஷ்மீர் ஏரியின் கரையில் ஒரு குருட்டு நிலச்சுவான்தாரின் வீடு. நசீம் அசீஸ் துளையிட்ட படுதாக்களின் தவிர்க்கமுடியாத தயவில் என்னை விட்டுவிட்டாள். அதே ஏரியின் நீரில் இல்செ லூபின் வரலாற்றுக்குள் மூழ்கினாள். அவளுடைய மரணத்தறு வாய் ஆசையை நான் மறக்கவில்லை. நாதிர்கான் தன் கீழுலகில் ஒதுங்கும்முன்பு என் பாட்டி புனிதத் தாய் ஆகி, தங்கள் பெயர்களை மாற்றிக் கொண்ட பெண்களின் தொடரைத் தொடங்கிவைத்தாள். அது இன்றும் தொடர்கிறது. பெயர்மாற்றும் பண்பு நாதிருக்கும் கசிந்துபோய் அவன் காசிம் ஆகிவிட்டான். நடனமிடும் கைகளுடன் பயனியர் கஃபேயில் அமர்ந்திருந்தான். நாதிர் ஓடிய பிறகு என் தாய் மும்தாஜ் அசீஸ் ஆமினா சினாய் ஆனாள். பிறகு, கசப்புமிக்க பெரியம்மா ஆலியா, குழந்தையாக நான் இருந்தபோதே தன் முதிர்கன்னிக் கோபத்துடன்கூடிய உடைகளைக் கொண்டு வந்து கொடுத்தவள். எமரால்டு இட்ட உணவு மேஜையில்தான் நான் மிளகுச் சிமிழ்களை நடக்க வைத்தேன். பிறகு, குச்நஹீன் ராணி. அவளுடைய பணம், பாடும் பறவைக்கென ஒதுக்கப்பட்டது. அவர் ஒரு மகிழ்நோக்கு நோயை உருவாக்கிவிட்டார். அது முதல் அவ்வப்போது அந்நோய் வந்துசெல்கிறது. பழைய தில்லியில் முஸ்லிம்கள் வசிக்குமிடத்தில் ஒரு தூரத்து உறவினள் ஜோரா - அவள் என் தந்தையுடன் புரிந்த லீலைகள்தான் பிறகு அவருக்கு ஃபெர்னாண்டாக்கள், ஃப்ளோரிகள் மீதான பலவீனங்களுக்கு வழிவகுத்தது. பிறகு பம்பாய். அங்கே விங்கியின் வனிதா, வில்லியம் மெத்வோல்டின் நடுவகிட்டின்மீது ஆசைகொண்டாள். குழந்தைகளுக்கான பந்தயம் ஒன்றில் நுஸ்ஸி வாத்து தோற்றாள். ஆசையின் பெயரால் மேரி பெரேரா, வரலாற்றில் குழந்தைப் பெயரட்டைகளை மாற்றிவைத்து எனக்கு இரண்டாம் தாய் ஆனாள்.

பெண்கள், பெண்கள், பெண்கள். டாக்ஸி கேட்ராக் மெதுவாகத் திறந்த கதவின் வழியாகத்தான் பிறகு நள்ளிரவின் குழந்தைகள் உள்ளே வந்தார்கள். அவளுடைய செவிலி பை - அப்பாவின் பயங்கரம். ஆமினா, மேரி இவர்கள் அன்பின் போட்டி, பிறகு சலவைப்பெட்டிக்குள் மறைந்திருந்தபோது என் அம்மா எனக்குக் காட்டியது - ஆம், கருப்பு மாம்பழம், என்னைத் தும்மவைத்தது, பிறகு அதன் தொடர்ச்சியாகத் தலைமைத் தேவதைகள் இல்லாமற் போனது!... எவலின் லிலித் பர்ன்ஸ், ஒரு சைக்கிள் விபத்தை உண்டாக்கினாள் - இரண்டுமாடிக் குன்றிலிருந்து வரலாற்றின் மத்திக்குள் என்னைத் தள்ளிவிட்டாள்.

பிறகு குரங்கு: குரங்கை நான் மறக்கக்கூடாது. பிறகு, பிறகு... மாஷா மியோவிக், விரல் இழப்புக்குக் காரணமானவள், என் பியா மாமி, பழிவாங்கும் ஆசையை மனத்திற்குள் தூண்டியவள், லீலா சாபர்மதி - அவளுடைய தவறான செயல்கள் என்னைச் செய்தித்தாள்களிலிருந்து வெட்டி ஒட்டிய துண்டுகளால் ஒரு பழிவாங்கும் செயலைச் சாத்தியமாக்கியது. பிறகு திருமதி துபாஷ் - சூபர்மேன் காமிக் புத்தகத்தை அளித்தது அவளுடைய மகனை பிரபு குஸ்ரூ குஸ்ரோவாண்ட் ஆக்கியது, மேரி - ஒரு பேயைப் பார்த்தவள்.

பாகிஸ்தானில், கீழ்ப்படிதலின் நாட்டில், தூய்மையின் இல்லத்தில், குரங்கு பாடகியாக மாறுவதைக் கண்டேன். ரொட்டி வாங்கி வந்தேன், காதலில் ஈடுபட்டேன். டாய் பீவி என்ற பெண்மணிதான் என்னைப் பற்றிய உண்மையை எனக்கே தெளிவாக்கினாள். பிறகு உள்ளத்தின் இருட்டில், நான் பஃபியாக்கள்பால் திரும்பினேன், தங்கப்பல் கட்டிய மணமகள் திருமணத்திலிருந்து ஒருவிதமாகத் தப்பித்தேன்.

புட்டா ஆனபின்னர், கழிப்பறை சுத்தம் செய்பவளுடன் தொடர்பு. அதனால் மூத்திர அறையில் மின்சார இணைப்பு, பிறகு, அதன் விளைவாக, ஒரு விவசாயியின் மனைவி எனக்கு ஆசையை ஊட்டினாள். அதனால் காலம் கொலைசெய்யப்பட்டது. பிறகு சுந்தரவனக் கோயிலில் தேவதைப் பெண்கள். சரியான நேரத்தில் நாங்கள் தப்பினோம்.

மசூதியின் நிழலில், ரேஷம் பீவி எனக்கு எச்சரிக்கை அளித்தாள். பிறகு நான் சூனியக்காரி பார்வதியைக் கல்யாணம் செய்துகொண்டேன்.

“ஊஃப்! மிஸ்டர், நிறைய நிறைய பெண்கள்” என்கிறாள் பத்மா.

நான் மறுக்கவில்லை. ஏனென்றால் இன்னும் அவளைச் சேர்க்கக்கூட இல்லை. அவளுடைய கல்யாணக் கனவும் காஷ்மீர்க் கனவும் எனக்குள் தவிர்க்கவியலாமல் இறங்கிக் கொண்டிருக்கின்றன. அப்படி மட்டும் முடிந்தால், முடியுமானால்...என்னை வெடிப்புகளுக்கு ஒப்புக்கொடுத்துவிட்ட பிறகு, இப்போது அதிருப்தி, கோபம், பயம், வருத்தம் இவற்றின் வேதனைகளுக்கு ஆட்பட்டிருக்கிறேன்.

எல்லாவற்றிற்கும் மேலாக, விதவை.

“சத்தியமா!” என்று பத்மா தன் முழங்காலைத் தட்டிக்கொள்கிறாள், “ரொம்ப அதிகம், மிஸ்டர்! ரொம்ப அதிகம்.”

இந்த அதிகப்படியான பெண்கள் எண்ணிக்கையை எவ்விதம் புரிந்துகொள்வது? பாரதமாதாவின் பலமுகங்கள் என்றா? அல்லது இன்னும்... பெண் குறியாக உருவகிக்கப்படும் பிரபஞ்ச சக்தியான மாயையின் இயங்கும் கூறு என்று வைத்துக் கொள்வதா?

இயங்கும் மாயை சக்தி எனப்படுகிறது. ஆகவே இந்துக் கடவுளர் வரிசையில் ஒரு தெய்வத்தின் ஆற்றல் என்பது அதன் துணைவியிடம் இருக்கிறது என்பதில் ஆச்சரியமில்லை. மாயாசக்தி தாயாகிறது, ஆனால் தன் கனவுவலையில் பிரக்ஞையை மழுக் கவும் செய்கிறது.

நிறைய்யப் பெண்கள்: அவர்கள் எல்லாரும் தேவியின் அம்சங்களா? தேவி தான் சக்தி. அவள்தான் மகிஷாசுரனைக் கொன்றவள். அவள்தான் காளி, துர்க்கை, சண்டி, சாமுண்டி, உமா, பார்வதி... செயல்புரியும்போது சிவந்து காணப்படுபவள்? "*அதைப்பத்தி எனக்குத் தெரியாது! அவங்களெல்லாம் பெண்கள்! அவ்வளவுதான்!*" என்று என்னை இந்த உலகத்திற்கு இழுத்து வருகிறாள் பத்மா.

என் கற்பனையின் வீச்சிலிருந்து இறங்குகிறேன். பிளவு கிழிவு வெடிப்பு இவற்றின் ஏவலில் வேகமாகச் செயல்படவேண்டிய ஞாபகம் வருகிறது. வெற்றுச் சிந்தனையைக் கைவிடுகிறேன். தொடங்குகிறேன்.

இனிமேல் கதை: பார்வதி தன் விதியைத் தன்கைகளில் எடுத்துக் கொண்டாள். என் வாயிலிருந்து பிறந்த பொய், அவளை ஒரு கதியற்ற நிலைக்குத் தள்ளி, ஓர் இரவு, அவளுடைய அழுக்கு ஆடையிலிருந்து ஒரு வீரனின் மயிர்ச்சுருளை எடுத்தாள். சத்தம் மிக்க வார்த்தைகளில் மந்திரத்தைத் தொடங்கினாள்.

சலீமினால் வெறுக்கப்பட்டு, ஒருகாலத்தில் அவனுக்குக் கடும் எதிரியாக இருந்தவனைப் பார்வதி நினைத்தாள். ஏழு கணுக்கள் கொண்ட மூங்கில்கழி ஒன்றை எடுத்து ஒருமுனையில் உலோகத் துறட்டியை மாட்டினாள். அது இந்திரனின் தூண்டில். பிறகு தன் குடிசையில் உட்கார்ந்து மந்திரம் ஜெபிக்கத் தொடங்கினாள். வலக்கையில் இந்திரன் தூண்டிலுடனும், இடக்கையில் மயிர்ச்சுருளுடனும் சிவாவை அழைத்தாள். நம்புங்கள், நம்பாமல் விடுங்கள், ஆனால் சிவா வந்தான். ஆரம்பத்திலிருந்தே முட்டிகளும் மூக்கும், மூக்கும் முட்டிகளும். ஆனால் இந்தக்கதை முழுவதிலுமே அவனை - என் 'மற்றதை' - (முன்பொருமுறை, நள்ளிரவுக் குழந்தைகளின் கூட்டத்தில் தடுத்தது போலப்) பின்னணிக்குத்

தள்ளிக் கொண்டிருக்கிறேன். ஆனால் இனிமேலும் அவனை ஒதுக்கமுடியாது.

1974 மே மாதம் ஒரு நாள் காலை - என் உடைசல் ஞாபகமா, அல்லது சரியாகத் தான் நினைவு கொள்கிறேனா? - பதினெட்டாம் தேதி, அன்றுதான் ராஜஸ்தானில் இந்தியாவின் முதல் அணுவெடிப்புச் சோதனை நடந்தது. முன்னறிவிப்பின்றி இந்தியா அணுயுகத்தில் நுழைந்துவிட்டதுபோல, சிவா என் வாழ்க்கைக்குள் வெடித்து நுழைந்தானா? அவன் ஜாலக்காரர்களின் சேரிக்கு வந்தான். இராணுவச் சீருடையில், குமிழ்கள் பட்டைகளோடு, இப்போது அவன் ஒரு மேஜர் - இராணுவ மோட்டார் சைக்கிளிலிருந்து இறங்கினான். அளவான இராணுவச் சீருடையில் கூட அவனுடைய இரட்டை முழங்கால்கள் துருத்திக்கொண்டு வெளிப்புறம் தெரிந்தன... இந்தியாவின் பாராட்டுப் பெற்ற போர்நாயகன். ஆனால் ஒருகாலத்தில் பம்பாயின் சேரித்தெருக்களில் குண்டர்களைத் தலைமை வகுத்து நடத்தியவன், சட்டமுறைப்படியான போரின் வன்முறையைக் கண்டுபிடிக்கும் முன்பு, சாக்கடைகளில் வேசிகளைக் கழுத்தை நெறித்துக் கொன்றவன் (எனக்குத் தெரியும், தெரியும், ஆனால் நிரூபணம் இல்லை). இப்போது மேஜர் சிவா. வீ வில்லி விங்கியின் மகன். எப்போதோ மறக்கப்பட்டுவிட்ட "குட்நைட் லேடீஸ்..." பாட்டை நினைவு வைத்திருப்பவன். சமயங்களில் அவன் காதுகளில் அது மோதியது.

இங்கே சில முரண்கள் இருக்கின்றன, அவற்றை கவனிக்காமல் செல்லக் கூடாது. சலீம் வீழ்ச்சியடைந்தபோது சிவா உயர்ந்தான். இப்போது சேரியில் வசிப்பவன் யார்? ஆதிக்கத்தின் உயரத்தில் இருப்பவன் யார்? வாழ்க்கையை மறுகண்டுபிடிப்புச் செய்வதில் போரைப்போல ஒன்று கிடையாது.

...சரி, எவ்வாறாயினும், மே 18 இருக்கலாம், மேஜர் சிவா ஜாலக்காரர்களின் சேரியின் கொடுமையான சந்துகளில் விசித்திர முகபாவனையோடு வந்தான். அந்த பாவனையில் சமீபத்தில் உயரச்சென்றவன் ஏழ்மை மீது காட்டும் வெறுப்போடு இன்னொன்றும் இருந்தது. சூனியக்காரி பார்வதியின் மந்திரத்தினால் எங்கள் கீழான சேரிக்கு ஈர்க்கப்பட்டவன். ஆனால் அவனை ஈர்த்தது எது என்று அவனுக்குத் தெரிய முடியாது. பின்வரும் கதை, சமீப காலத்து மேஜர் சிவாவின் நடத்தை பற்றியது. இவை நான் பார்வதியிடமிருந்து அவளைத் திருமணம் செய்துகொண்டபிறகு கொஞ்சம் கொஞ்சமாகத் தெரிந்துகொண்டு ஒட்டவைத்தவை. என் கடும் எதிரி அவளிடம் தன் பிரதாபங்களை அளப்பதில் விருப்பம்

சல்மான் ருஷ்டீ

கொண்டிருந்தான் என்று தெரிகிறது. இப்படிப்பட்ட அளப்புகளின் மிகைத்தன்மைகளைக் கொஞ்சம் நீங்கள் அனுமதிக்கலாம். ஆனாலும் பார்வதியிடம் அவன் சொல்லி, அவள் என்னிடம் கூறிய அந்த அளப்புகள் உண்மைக்கு சற்று நெருக்கமாகவே இருந்திருக்கும் என்று தோன்றுகிறது.

கிழக்குப் போருக்குப் பிறகு, சிவாவின் பயங்கர வீரச்செயல்கள் நகரங்களில் சுற்றலாயின. செய்தித்தாள்களும் சஞ்சிகைகளும் அவற்றைப் பாராட்டின. செல்வந்தர்களின் வீடுகளிலும் அவை எட்டின. நாட்டின் 'வரவேற்பாளினி'களின் காதுகளிலும் மேகம்போல் சென்று மோதின. ஆகவே சிவாவுக்கு சமூக அந்தஸ்தும் இராணுவத் தகுதியும் ஒரேசமயத்தில் உயர்ந்தன. விருந்துகள், இசையரங்குகள், சீட்டுக் கச்சேரிகள், அரசியல் ஏற்பாட்டு அழைப்புகள், கட்சிஅரசியல் கூட்டங்கள், பெரிய மேளாக்கள், அதேசமயம் வட்டார விழாக்கள், பள்ளி விளையாட்டுநாட்கள், ஃபேஷன் நடனங்கள் இப்படியாக ஆயிரத்தொரு பார்ட்டிகளுக்கு அவன் அழைக்கப்பட்டான். நாட்டின் மிக உயர்ந்த மிகச் சிறந்தவர்கள் பாராட்டி ஏற்றனர். யார்யாருக்கெல்லாம் அவன் வீரச் செயல்கள் எட்டினவோ அவை அவர்கள் காதுகளில் ஒட்டிக்கொண்டன, அந்த இளைஞனை அவனது வீரக்கதைகளின் பனிமூட்டத்தின் வழியாக அவர்கள் கண்டனர். அந்தக் கதைகளின் வாயிலாகவே அவனைத் தொட்டனர். சாதாரண மனிதனிடம் போல அவனிடம் பேசுவதில்லை.

இந்திய இராணுவம், அச்சமயத்தில் தன் செலவைக் குறைக்க வேண்டுமென்ற அரசியல் தீர்மானத்துடன் போராடிக்கொண்டிருந்தது. இவ்வளவு கவர்ச்சியான ஒரு தூதுவனை அது விட்டுவிடத் தயாராக இல்லை. ஆகவே செல்வாக்குமிக்க மெச்சுபவர்கள் இடையே அவனைப் புழங்கவிட்டது. தன் புதிய வாழ்க்கையை சிவா விருப்பத்தோடு தழுவிக்கொண்டான். பெரியமீசையை வளர்த்துக்கொண்டான். அதற்கு அவனு டைய தனிப்பட்ட பணியாள், தினமும் மல்லியிட்ட ஆளிவிதை எண்ணெயைப் பூசினான். எப்போதும் வலிமை வாய்ந்தவர்களின் வரவேற்பறைகளில் இடம் கிடைத்ததால் அரசியல் பேச்சுகளிலும் ஈடுபடலானான். தன்னை இந்திரா காந்தி வழிச் செல்பவன் என்று அறிவித்துக் கொண்டான். அதற்குப் பல காரணங்கள் இருக்கலாம் - இந்திராவின் எதிரி மொரார்ஜி தேசாய் மிகவும் பழமைவாதி, தன் சிறுநீரைக் குடித்தவர், கையால் செய்த தாள்போலச் சுருங்கிய தோல் அவருக்கு. மேலும் பம்பாய் மாகாண முதலமைச்சராக இருந்தபோது, மதுவிலக்குச் செய்தவர், இளம் குண்டர்களை (அதாவது சிவா உள்பட...) தண்டிக்கக்

காரணமாயிருந்தவர். ஆனால் இம்மாதிரி சோம்பேறித்தன அரசியல் பேச்சுகளுக்கு அவன் மனத்தில் அதிக இடமில்லை. அவன் மனத்தை ஆக்கிரமித்தவர்கள் பெண்கள்தான். ஏராளமான பெரிய இடத்துப் பெண்களின் பழக்கத்தினால் மழுங்கிப்போனான் அவன். இராணுவ வெற்றிக்குப் பிறகுவந்த அந்த முனைப்பான நாட்களில், அவனுடைய அதிகாரபூர்வ, பொதுப் புகழுக்குச் சற்றும் குறைவின்றி ஒரு இரகசியப் பிரதாபமும் ஏற்பட்டுவிட்டது (அவன் பார்வதியிடம் தற்பெருமையுடன் சொல்லிக் கொண்டது) - வெளிப்படைப் புகழுக்கு ஏற்ற ஒரு கருப்புப் புகழ். பெண்களின் பார்ட்டிகளிலும் சீட்டுக்கச்சேரி மாலைகளிலும் இரகசியமாகப் பேசப்பட்ட விஷயம் எது? இரண்டு மூன்று கவர்ச்சிப் பெண்கள் கூடியபோதெல்லாம் சிரிப்புகளினூடே குசுகுசுக்கப்பட்ட விஷயம் என்ன? மேஜர் சிவா ஒரு பெண்மயக்கி, பெண்கள்பின்னால் செல்பவன், பணக்காரப் பெண்களுடன் விபசாரம் செய்பவன், சுருக்கமாகச் சொன்னால் ஒரு பொலிகாளை.

பார்வதியிடம் சொன்னான் - எங்கே சென்றாலும் எனக்குப் பெண்கள். அவன் கதையில் மயங்கி, அவர்களின் நகைகளின் காமத்தின்கீழ் மயங்கும் அவர்களுடைய நெளிவான பறவைமென்மை உடல்கள். அவனே விரும்பினாலும் அவர்களை மறுத்திருக்க முடியாது. அப்படி மறுக்கும் எண்ணமும் அவனுக்கு இல்லை. அவர்களுடைய சின்னச் சின்னத் துயரக்கதைகளை - ஆண்மையற்ற கணவர்கள், அடிகள், கவனிப்பின்மை - இப்படி என்னென்ன சாக்குகளை அந்தக் கவர்ச்சிகள் கூறினாலும் அதைப் பரிவுடன் கேட்டான்.

புனிதத்தாய் தன் பெட்ரோல் பங்கில் வாடிக்கையாளர்களின் சோகக் கதைகளைப் பரிவோடு கேட்டதைப் போல (ஆனால் கெடுநோக்குடன்) இவனும் தன்னிடம் சொல்லப்பட்ட கதைகளைப் பரிவுடன் கேட்டான். நடன அறைகளின் சாண்டலியர் விளக்குகளின்கீழ் மது அருந்தியவாறு அவர்கள் இமைகள் அடித்துக் கொள்வதையும் மார்புகள் உயர்ந்து எழுவதையும் முனகல்களையும் பார்த்தான். சந்திப்புகளின் கடைசியில், எப்போதுமே அவர்கள் கைப்பையைக் கீழே தவறவிட்டார்கள், மதுவைச் சிந்தினார்கள், அல்லது அவனுடைய பிரம்புக்கழியை அவன் கையிலிருந்து தட்டிவிட்டார்கள், ஆக விழுந்தவைகளை எடுக்க அவன் தரைக்கு குனிந்தால் அவர்கள் செருப்புகளில் வண்ணமிடப்பட்ட விரல்களில் செருகியிருந்த குறிப்புகளைக் காண முடிந்தது.

(அவன் சொன்னதை அப்படியே நம்பினால்) அந்தக் காலத்தில் இந்தியாவின் அழகான மானக்கேடான பேகங்கள் மிகமோசமாக அலங்கோலமாக நடந்துகொண்டார்கள். அவர்களின் செருப்புகள் இரவுக் கேளிக்கைகளைப் பேசின. அவர்கள் அறைகளின் ஜன்னல்களுக்கு வெளியே பொகேய்ன்வில்லா கொடிகள் பற்றுக்கழிகளுக்கு ஏங்கின. அவர்கள் கணவன்மார்கள் வசதியாக கப்பல்களை மிதக்கவிடவோ, தேயிலை ஏற்றுமதி செய்யவோ, ஸ்வீடனிலிருந்து பால்பேரிங் வாங்கவோ செல்லவேண்டி இருந்தது. இந்த துரதிருஷ்டக்காரர்கள் இல்லாத நேரங்களில் அவர்களுடைய சொந்தப் பரிசுகளைக் களவாட மேஜர்சிவா சென்றான். அவர்கள் அவன் கைகளில் விழுந்தார்கள். அவனுடைய உச்சகாலத்தில் (நான் அவன் சொன்ன எண்ணிக்கையைப் பாதியா கக் குறைத்திருக்கிறேன்) அவனிடம் காதல்கொண்ட பெண்கள் பத்தாயிரத்துக்கும் குறையாமல் இருந்தார்களாம்.

பிறகு, பிள்ளைகள் இல்லாமல் இருக்குமா? கள்ள இரவுகளின் சந்ததிகள். பணக்காரர்களின் தொட்டில்களில் அழகான துள்ளுகின்ற குழந்தைகள். போர்நாயகன் சென்ற வழியெல்லாம் இந்தியாவின் படத்தினூடே தெளிக்கப்பட்ட வேசிமகன்கள். ஆனால் (இதுவும் பார்வதியிடம் அவன் சொன்னதுதான்) எவ்வளவுதான் அழகாக, காமத்தைத் தூண்டும் வகையில், அன்பாக அவர்கள் இருந்தபோதிலும் கர்ப்பமான பெண்களிடம் அவன் ஈடுபாடு காட்டுவதில்லை. அவன் பிள்ளைகளை ஏற்ற பெண்களின் படுக்கையறைகளை விட்டுச் சென்றான். பிறகு சிவந்து வளையமிட்ட கண்களுடன் அந்த அழகான பெண்கள், தங்கள் கணவன்மார்களிடம் “ஆமாம், இது உங்கள் குழந்தைதான், என் உயிரே, உங்களைப் போலவே இவன் இல்லையா, நான் அழவில்லை, ஏன் அழவேண்டும், இவை ஆனந்தக் கண்ணீர்த்துளிகள்...”

அவனால் இப்படிக் கைவிடப்பட்ட தாய்களில் ஒருத்தி ரோஷனாரா. எஃகுத் தொழிலதிபர் எஸ்.பி. ஷெட்டியின் இளம் மனைவி. பம்பாயின் மகாலட்சுமி பந்தய மைதானத்தில் அவன் மகாபெருமித பலூனை உடைத்தாள். பந்தயமைதானத்தின் புல்வெளியில் சிவா சென்றபோது, சில கெஜங்களுக்கு ஒருமுறை தாங்களாகவே உயிர் பெற்றுத் தங்கள் சொந்தக்காரிகளின் கைகளிலிருந்து துள்ளிவிழுந்து கொண்டிருந்த சால்வைகளையும் குடைகளையும் குனிந்து எடுத்து ஒப்படைப்பதில் கண்ணாயிருந்தான். ரோஷனாரா ஷெட்டி இங்கே அவனை எதிர்கொண்டாள். தன் பதினேழு வயதுக் கண்களில் இளமையின் கொடூரமான காழ்ப்பு

மின்ன, நகராமல் அவன் பாதையின் குறுக்கே மறித்துநின்றாள். அவன் அமைதியாகத் தன் இராணுவத் தொப்பியைத் தொட்டு அவளுக்கு வந்தனம் செய்து, அவளைக் கடக்க முற்பட்டான். பனிக்கட்டியைப் போல அபாயமாக மாறினாள் அவள். தன் கூரிய நகங்களால் அவன் முன்னங்கையில் கீறியவாறு அவனுடன் சேர்ந்து நடக்கலானாள். தன் விஷத்தை அவன் காதில் ஊற்றினாள். முன்னாளில் அவனோடு தொடர்புகொண்டிருந்ததனால் உண்டான வெறுப்பும் கசப்பும் அவள் சொல்வதை அவன் நம்புவதற்குரிய திறமையை அவளுக்கு அளித்தன. "கடவுளே, இது ரொம்ப வேடிக்கையாருக்கு நீ பண்றது... உயர்ந்த வட்டங்களில ஏதோ சேவலைப்போலச் சுத்திச் சுத்தி வர்றே, ஆனா நல்லாப் பார், உன் பின்னால லேடீஸெல்லாம் சிரிக்கறாங்க. ஓ யெஸ், மேஜர் சாகிப்! உன்னை முட்டாள் ஆக்கிக்காதே. மேல்நிலையிலிருக்கற பொண்ணுங்க இப்படித்தான் விலங்குகளோட, விவசாயிங்களோட, நாய்களோடல்லாம் படுத்துக்குவாங்க. அப்படித்தான் நாங்க உன்ன நினைக்கறோம். உனக்கு மேனர்ஸ் இருக்கா? நீ சாப்பிடறமுறை, சாம்பார் உன் மோவாயில வழியறது, உனக்கு டீ கப்பைப் பிடிக்கத் தெரியுமா? உன் ஏப்பம் குசுவெல்லாம் எங்க காதில விழாமயா இருக்கு? எங்க வளர்ப்புக்குரங்கு மாதிரி நீ! ரொம்ப பிரயோஜனம்! ஆனா நீ ஒரு கோமாளிதான்!" என்று அவன் காதில் கொடூரமாகச் சொன்னாள்.

ரோஷனாரா ஷெட்டியின் தாக்குதலுக்குப் பிறகு நம் இளம்போர்வீரன் தன் உலகைப் பார்க்கும்விதமே வேறாகிப்போனது. தான் செல்லுமிடங்களில் எல்லாம் பெண்கள் தங்கள் விசிறிகளுக்குப்பின் சிரிப்பது போலத் தோன்றியது. மேல்வட்டத்திற்கான நடத்தையைச் சரிசெய்ய முனைந்தாலும், அது பயனளிக்கவில்லை. இன்னும் முட்டாள்தனத்திற்கே அவன் ஆளானான். கஷ்டப்பட்டு முயற்சி செய்தாலும் சாம்பார் உயர் ரகக் கம்பளங்களில் சிதறியது. ஒரு குகைப்பாதையிலிருந்து வெளிப்படும் ரயில் ஓசைபோல ஏப்பம் அவன் தொண்டையிலிருந்து வந்தது. சுழற்காற்றுபோலப் பின்புறம் காற்றை வெளிவிட்டான் அவன். இப்போது அவனுடைய பளபளப்பான வாழ்க்கை, தினசரி அவனை அவமானப்படுத்துவதுபோல் ஆனது. அழகான பெண்கள் கால்செருப்புகளில் குறிப்புகளோடு அவனிடம் வந்தபோது மிகக்கீழான முறையில் அவர்கள்முன் தன்னை குனியவைத்துப் பார்க்கிறார்கள் என்று நினைத்தான்... ஆண்மையின் எல்லாத் தரங்களிலும் ஒருவன் உயர்வாக இருந்தாலும் மேல்இடத்துப்

பெண்கள் ஸ்பூனைப் பிடிக்கத் தெரியாததற்காக அவனை இழிவாய்க் கருத முடியும் என்பதை உணர்ந்தான். அவனுடைய பழைய வன்முறை அவனுக்குள் மீண்டும் கிளர்ந்து எழுந்தது. மேலிடத்திலிருப்பவர்கள், அவர்கள் ஆதிக்கம் இவற்றின்மீது வெறுப்பு. அதனால்தான் - எனக்கு நன்றாகத் தெரியும் - அவசரநிலைக் காலத்தில் அவனுக்கே சற்று ஆதிக்கம் அளிக்கப்பட்டபோது அவன் மறுக்காமல் உடனே ஏற்றுக்கொண்டான்.

1974 மே 15 அன்று மேஜர் சிவா தில்லியில் தன் படைப்பிரிவுக்குத் திரும்பி வந்தான். மூன்று நாள் கழித்து, பார்வதியிடம் வந்தான். நள்ளிரவுக் குழந்தைகள் கூட்டத்தில் அவன் கண்ட பெரும் கண்கள் கொண்ட அழகியைக் காணவேண்டுமென திடீரெனப் பேராவல் அவனுக்குத் தோன்றியதாகச் சொன்னான். டாக்காவில் அவனைப் பார்த்து ஒற்றை மயிர்ச்சுருளை அவனிடம் கேட்ட மாயக்காரி. இந்திய உயர்வட்டங்களிலிருக்கும் வேசிப் பெண்களோடு தன் தொடர்பை முற்றிலுமாக முறித்துக் கொள்ளவே பார்வதியிடம் வந்ததாக அவன் கூறினான். அவன் முதல்முறை அவளைப் பார்த்தபோதே அவளுடைய உதட்டுச் சுழிப்பு அவனை ஈர்த்துவிட்டதாகச் சொன்னான். அதனால் அவளைத் தன்னுடன் வருமாறு அழைப்பதாகக் கூறினான்.

அவன்மீது மிகவும் கருணை காட்டி எனது தனிப்பட்ட வரலாற்று நோக்கில், அவனுக்கு மிக அதிகமான இடம் கொடுத்துவிட்டேன். எனவே முட்டிக்கால் மேஜர் சிவா என்ன நினைத்தாலும் சரி, அவன் மந்திரவாதிகளின் சேரிக்கு வந்ததற்கு நேரான எளிய காரணம், பார்வதி செய்த மந்திரச் சடங்குதான்.

மேஜர் சிவா தன் மோட்டார் சைக்கிளில் சேரிக்குள் வந்தபோது சலீம் அங்கு இல்லை. ராஜஸ்தானி பாழ்நிலத்தின் அடியில் அணுவெடிப்புகள் கண்காணாத தூரத்தில் நிகழ்ந்தபோது, என் பார்வைக்குப் படாமலே என் வாழ்க்கையை மாற்றிய வெடிப்பும் நிகழ்ந்துவிட்டது. சிவா பார்வதியின் கையைப் பிடித்துச் சென்றபோது, நான் பிக்சர் சிங்குடன் நகரத்தின் சிவப்புஅறைகளில் ஒன்றில் தேசிய இரயில்வே வேலைநிறுத்தத்தின் விளைவுகளைப் பற்றி ஆராய்ந்துகொண்டிருந்தேன். பார்வதி மறுப்பின்றி ஒரு வீரனின் மோட்டார் சைக்கிள் பின்சீட்டில் அமர்ந்தபோது, அரசு யூனியன் தலைவர்களைக் கைதுசெய்த விதத்தை நான் கண்டனம் செய்துகொண்டிருந்தேன். சுருக்கமாக, நான் தேசப்பாதுகாப்புத்தீர்வு பற்றிய கனவில் அரசியலில் ஈடுபட்டபோது, பார்வதியின்

மந்திரச்சடங்கின் ஆதிக்கம் மருதாணியிட்ட கைகள், பாடல்கள், ஒரு ஒப்பந்த ஏற்பு ஆகியவற்றின் திட்டத்தை நோக்கி இயக்கியது.

அவசியத்தை முன்னிட்டு, நான் மற்றவர்கள் சொன்னவற்றிற்கு விளக்கம் தரவேண்டி ஏற்படுகிறது. தனக்கு என்ன நேர்ந்தது என்று சிவாதான் சொல்லமுடியும். நான் திரும்பிவந்தபோது ரேஷம் பீவிதான் பார்வதி போனதைப் பற்றிச் சொன்னாள். "பாவம், அவ போவட்டும், ரொம்ப நாளா வருத்தமாவே இருந்தா, அதனால யார் மேல பழி?" என்றாள். தான் போயிருந்தபோது தனக்கு என்ன நிகழ்ந்தது என்பதைப் பார்வதிதான் சொல்லமுடியும்.

போரில் சாதனை படைத்தவன் என்ற முறையில், மேஜர் சிவா இராணுவ விதிமுறைகளிலிருந்து சில விலக்குகளைப் பெறமுடியும். ஆகவே திருமணமாகாத இளைஞர்கள் தங்கியிருக்குமிடத்தில் ஒரு பெண்ணை அழைத்துவந்ததற்காக அவனை யாரும் கண்டுகொள்ளவில்லை. தன் வாழ்க்கையில் இப்படிப்பட்ட மாற்றத்தை உருவாக்கியது எது என்று தெரியாமல்தான் அவனும், தன் பிரம்பு நாற்காலியில் உட்கார்ந்தான். அவள் அவன் பூட்ஸுகளைக் கழற்றினாள், அவன் காலைப் பிடித்துவிட்டாள், எலு மிச்சம் பழ வாசமுள்ள நீரைக் கொணர்ந்தாள், அவன் பணியாளைப் போகச்சொன்னாள். அவன் மீசைக்கு எண்ணெய் தடவிவிட்டாள், அவன் முழங்கால்களை நீவி விட்டாள். பிறகு மிகச் சுவையான பிரியாணி செய்து படைத்தாள். தனக்கு என்ன நிகழ்கிறது என்ற கவலையை விட்டு அவனும் இதையெல்லாம் மகிழ்ச்சியோடு இரசிக்கத் தொடங்கினான். சூனியக்காரி பார்வதி, அந்த இராணுவக் குடியிருப்பை சிவாவுக்கேற்ற ஒரு கைலாசமாகவே மாற்றினாள். அவளுடைய கண்களின் மாயாஜாலம், அவளுடைய உதடுகளின் காமச்சுழிப்பு இவற்றில் நீங்காத ஆசைகொண்டு அவனும் அவள்மீதே நான்குமாதங்கள் தன் கவனத்தைக் குவித்தான். மிகச் சரியாகச் சொன்னால், நூற்றுப்பதினேழு இரவுகள். செப்டம்பர் 12ஆம் நாள், நிலைமை மாறிவிட்டது. அந்த விஷயத்தில் அவன் கருத்து என்னவென்று தெரிந்தும், பார்வதி அவன் பிள்ளையை ஏந்தியிருப்பதாகச் சொன்னாள்.

சிவனுக்கும் பார்வதிக்குமான உறவு இப்போது புயல்போல் ஆயிற்று. அடிகளும் உடைந்த தட்டுகளும் நிறைந்தன. கைலாச மலையில் இருப்பதாகச் சொல்லும் கடவுளர்களின் திருமண வாழ்க்கைச் சண்டைகளின் நிலவுலக எதிரொலியாக இது மாறிற்று...இந்தச் சமயத்தில் மேஜர் சிவா குடிக்கலானான். வேசிகளிடமும் செல்லலானான். தில்லியில் இவன் வேசிகளை

நாடிச் சென்றதற்கும் சலீம் சினாய் தன் லாம்ப்ரெட்டா ஸ்கூட்டரில் கராச்சித் தெருக்களில் தேடிச்சென்றதற்கும் ஒப்புமை நிச்சயம் உண்டு. ரோஷனாரா ஷெட்டியின் பேச்சினால் பெரிய இடத்துப் பெண்களை நாடாமல் சிவா இப்போது நடைபாதைகளைத் தேடிச் சென்றான். அவனுடைய வளப்ப மிகுதியை என்ன என்று சொல்வது? (பார்வதியை அடித்தபோது இதையும் அவன் சொல்லியிருந்தான்) கொஞ்சம் ஏறுமாறான நடத்தை உள்ள பெண்கள் கிடைத்தபோது அவர்களுக்குக் குழந்தைகள் கொடுத்து அவர்களின் வாழ்க்கையைப் பாழாக்கிவிட்டதாக அவன் சொன்னான். முன்பு சாண்டலியர் விளக்குகளின்கீழ் பெரிய இடத்துப் படுக்கையறைகளில் அவன் உருவாக்கிவிட்ட ஏராளமான பிள்ளைகளின் எண்ணிக்கைக்கு இணையாக இப்போது தெருப்பொறுக்கும் சிறுவர்களை உருவாக்கிவிட்டான்.

அரசியல் வானத்திலும் இருள்மேகங்கள் சூழ்ந்தன. அடிமட்டத்திலிருந்து ஊழல் விலைவாசி உயர்வு பசி எழுத்தறிவின்மை நிலமின்மை நிலவிய பிஹார் மாநிலத்தில் ஜெயப்பிரகாஷ் நாராயணன் மாணவர்களையும் தொழிலாளர்களையும் ஒன்றுசேர்த்து ஆளும் இந்திரா காங்கிரஸுக்கு எதிராகப் போராட்டம் தொடங்கினார். குஜராத்தில் கலகங்கள் நிகழ்ந்தன, இரயில்கள் எரிக்கப்பட்டன, பஞ்சம் தலைவிரித்தாடிய அந்த மாநிலத்தில் சிமன்பாய் படேலின் தலைமையிலிருந்த ஊழல்பிடித்த காங்கிரஸ் அரசாங்கத்தை எதிர்த்து மொரார்ஜி தேசாய் சாகும்வரை உண்ணாவிரதம் அறிவித்தார். (சாகாமலே தான் நினைத்ததை அவர் சாதித்தார் என்பதைச் சொல்லத் தேவையில்லை). சுருக்கமாக, சிவாவின் மனத்தில் கோபம் கொதித்துக்கொண்டிருந்தபோது, நாடும் கோபத்தின் வசப்பட்டிருந்தது. பார்வதியின் வயிற்றில் ஒன்று பிறந்ததைப் போல நாட்டில் பிறந்தது என்ன? உங்களுக்கே விடை தெரியும். 1974 இறுதியில் ஜே.பி. நாராயணனும் மொரார்ஜி தேசாயும் சேர்ந்து ஜனதா மோர்ச்சா என்ற கட்சியை ஆரம்பித்தார்கள். வேசிகளிடம் சிவா தலைசுற்றி ஆடிக்கொண்டிருந்தபோது காங்கிரஸும் அவ்வாறே தலைசுற்றி மயங்கியது.

கடைசியாகப் பார்வதி தன் மந்திரத்திலிருந்து சிவாவை விடுவித்தாள். (வேறு எந்த விளக்கமும் ஒத்துவராது. அவன் அவள் வசப்பட்டிருக்காவிட்டால், அவள் கர்ப்பமாக இருப்பதாகச் சொன்னவுடனே அவளை ஏன் கைவிடவில்லை? அவள் மந்திரத்திலிருந்து விடுவிக்காவிட்டால், அவன் எப்படி இதையெல்லாம் செய்திருக்க முடியும்?) ஏதோ கனவிலிருந்து

விழித்தெழுந்தவன் போலத் தலையை ஆட்டியவாறு சிவா பார்த்தபோது, தான் ஒரு சேரிப்பெண்ணின் பெருத்த வயிற்றுக்கு எதிரில் இருப்பதை உணர்ந்தான். அவன் பயந்த எல்லாவற்றிற்குமான உருவமாக அவள் தோன்றினாள். தன் குழந்தைப்பருவச் சேரி வாழ்க்கையை அவன் வெறுத்தான், அதிலிருந்து ஓடினான். இப்போது அவள் தன் வெறுக்கத்தக்க குழந்தையோடு அவனை அங்கேயே மீண்டும் கீழே கீழே கீழே ஈர்க்க முயற்சி செய்வதாகத் தோன்றியது...

அவளை மயிரைப் பிடித்து இழுத்து பைக்கின் பின்னால் உட்காரவைத்துக் கொஞ்ச நேரத்தில் மந்திரவாதிகளின் சேரியின் விளிம்பில் அவளைத் தள்ளிவிட்டுச் சென்றான். கைவிடப்பட்ட நிலையில் அவள் தான் இருந்த இடத்திற்கே வந்தாள், ஆனால் முன்பில்லாத ஒன்று இப்போது அவளிடம். முன்பு ஒருவனைப் பிரம்புக் கூடையில் ஒளித்திருந்ததைப்போல இப்போது அவள் வயிற்றுக்குள் ஒன்று - அவள் திட்டமிட்டபடிதான், வளர்ந்து வளர்ந்து வந்தது.

இதை நான் ஏன் சொல்கிறேன்? விளைவு விளைவுதான். ஏனென்றால் இப்படித்தான் அது இருக்கவேண்டும். நான் குழந்தையைத் தரமுடியாது என்று சொன்னதால், என்னை மணந்துகொள்ள இருந்த தடையை முறியடிப்பதற்காக அவள் வேறொ ருவனிடத்தில் பிள்ளை வாங்கி வந்திருக்கவேண்டும். ஆனால் நான் சொல்லிவிடுகிறேன், ஆராய்ச்சியை எதிர்காலத்தினருக்கு விட்டுவிடுகிறேன்.

வெள்ளிக்கிழமை மசூதியின் உயர்ந்த கோபுரத்திலிருந்து மோதினார் ஓதிய வாசகம் உதட்டைத் தாண்டியவுடனே உறைந்து போய் நகரத்தின்மீது புனிதப்பனிமழை யாகப் பொழிந்த ஜனவரியின் ஒரு மிகுபனி நாளில், பார்வதி திரும்பினாள். அவளு டைய கர்ப்பம் எவ்விதச் சந்தேகமும் இல்லாமல் உறுதிப்படும்வரை அவள் சிவாவிடம் காத்திருந்தாள். சிவாவிடம் இப்போது இல்லாமற்போன காமத்தின் விளைவான அவள் உள்கூடை புதியஒன்றால் நிரம்பியிருந்தது. தன் வெற்றியின் நிச்சயத்தால் இப்போது அவள் உதட்டுச்சுழிப்பு மறைந்துபோயிற்று. வெள்ளிக்கிழமை மசூதியின் படிகளில் எத்தனை பேர் பார்க்கமுடியுமோ அத்தனைபேரும் தன் நிலையைப் பார்க்கட்டும் என்று நின்றாள். அவளுடைய மிக அகன்ற கண்களில் இப்போது திருப்தியின் ஒளி இருந்தது. நான் பிக்சர் சிங்குடன் திரும்பிவந்தபோது இப்படித்தான் அவளைக் கண்டேன். அவள் கைகளைத் தன் ஊதிய வயிற்றின்மீது

சல்மான் ருஷ்தீ | 673

வைத்தவாறு, பனிக்காற்றில் கயிற்றுமுடி அசைந்தாட அவள் நின்றவிதம் எனக்கு வாட்டத்தைத் தவிர வேறொன்றையும் தரவில்லை. குறிசொல்பவர்கள், படப்பெட்டிக்காரர்கள், போலிமருந்துக்காரர்கள் ஞாபகம் திரிகின்ற, ஜெனரல் போஸ்ட் ஆபீசுக்குப் பின்னால் இருக்கும் குறுகிய தெருக்களில் பிக்சர்ஜியும் நானும் சென்றிருந்தோம். அவருடைய செயல் நாளுக்கு நாள் வெளிப்படையான அரசியல்மிக்கதாக மாறிவந்தது. அவருடைய மிகப் பெரும் திறமை பெரிய கூட்டங்களை அவரிடம் ஈர்த்தது. தன் மகுடிஇசையின் மாயத்தினால் பாம்புகளை ஆடவைத்து அவற்றினூடே அரசியல் செய்திகளையும் வெளிப் படுத்தினார் அவர்.

தொழில்கற்றுக்கொள்பவன் என்ற முறையில் ஆவேசமாக எழுதிய உரை ஒன்றை நான் வாசிக்க அதற்கேற்பப் பாம்புகள் நடனமாடின. செல்வத்தின் அநியாயமான விநியோகத்தால், பகிர்வால் ஏற்பட்ட ஒட்டுமொத்தமான சமத்துவமின்மை பற்றிப் பேசினேன், இரண்டு பாம்புகள் ஓர் ஊமை நாடகமாக, ஒரு பணக்காரன் ஏழைக்குப் பிச்சை தரமறுப்பதை நடித்துக்காட்டின. போலீஸ் துன்புறுத்தல், பசி, நோய், எழுத்தறிவின்மை ஆகியவை பற்றி என் பேச்சு அமைந்தபோது அதைப் பற்றியும் பாம்புகள் நடனமாடிக் காட்டின. பிறகு பிக்சர் சிங், தன் வேடிக்கைக் காட்சியை முடிவுக்குக் கொண்டுவந்து, செம்புரட்சியின் இயல்பைப் பற்றிப் பேசினார். காற்றில் வாக்குறுதிகள் மிதந்தன. ஆக, போலீஸ்காரர்கள் அஞ்சல் அலுவலகத்தின் பின்கதவு வழியாக வந்து தடியடி, கண்ணீர்ப்புகை இவற்றால் கூட்டத்தைக் கலைக்கும் முன்பே, எங்கள் பார்வையாளர்களில் சில குறும்புக்காரர்கள் உலகத்தின் மிகக் கவர்ச்சியான மனிதரைக் கேள்விகள் போட்டுத் துளைக்கத் தொடங்கினார்கள். ஒருவேளை, பாம்புகளின் ஆட்டத்தைச் சரிவரப் புரிந்துகொள்ளாமலோ என்னவோ - அவற்றின் நாடகத்தன்மை கொஞ்சம் புரியாத்தன்மையுடன்தான் இருந்தது - ஒரு இளைஞன் கத்தினான்: “ஓஹோ, பிக்சர்ஜி, நீங்க கவர்மெண்டில இருக்கணும். இந்திரா மாதா கூட உங்க அளவுக்கு வாக்குறுதிங்க தரல்லே.”

பிறகு கண்ணீர்ப்புகை வந்தது. நாங்கள் இருமிக்கொண்டு பேசிக்கொண்டு குருட்டாம்போக்கில் கலகப் போலீஸ்காரர்களிடமிருந்து குற்றவாளிகள்போல, போலியாகக் கத்திக்கொண்டு ஓடினோம். (முன்பொருமுறை ஜாலியன்வாலா பாக்கில் நடந்ததைப்போல, ஆனால் நல்லவேளை, இப்போது துப்பாக்கித் தோட்டாக்கள் இல்லை). எங்களுக்கு வந்தது

கண்ணீர்ப்புகையின் கண்ணீர்தான் என்றாலும், பிக்சர் சிங், அந்த ஏளனக்காரனின் சொற்களால் பெரிதும் பாதிக்கப்பட்டிருந்தார். அவருடைய மிகக் குறைந்தபட்சப் பெருமையான யதார்த்தத்தின் பிடிப்பைக் கேள்விகேட்டன அவை. புகைக்கும் தடிக்கும் பின்னர், என் வயிற்றிலும் ஓர் சங்கடம் உருவானது. பிக்சர் சிங் பணக்காரர்களின் தாளமுடியாத கொடுமையைப் பற்றிப் பாம்பு நடனத்தின் வாயிலாகச் சொன்ன முறை எனக்கும் பிடிக்காமல்தான் இருந்தது. எங்கேயும் நல்லதும் கெட்டதும் சேர்ந்தே இருக்கின்றன. "அவர்கள் என்னை வளர்த்தார்கள், கவனித்துக் கொண்டார்கள் பிக்சர்ஜி!"

அதற்குப் பிறகு மேரி பெரேராவின் குற்றம் என்னை ஒன்றல்ல, இரண்டு உலகங்களிலிருந்து துண்டித்துவிட்டது என்பதை உணர்ந்தேன். என் மாமா வீட்டிலிருந்து விரட்டப்பட்ட பிறகு என்னால் பிக்சர் சிங் வருணித்த உலகிற்குள் முழுதுமாக இடம்பெற முடியவில்லை. உண்மையில், நாட்டைக் காக்கின்ற என் கனவெல்லாம், வெறும் கண்ணாடியும் புகையும்தான் - அர்த்தமற்றவை, வெறும் பிதற்றல்கள்.

பிறகு பார்வதி, குளிர்நாட்களின் தெளிவான காட்சியில், தன் மாறிய உருவத்தோடு இருக்கவே செய்தாள்.

சரியாகச் சொல்கிறேனா அல்லது வேறொரு நாளா? வேகமாகச் சொல்ல வேண்டும். இல்லாவிட்டால் விஷயங்கள் என் நினைவிலிருந்து நழுவி விடுகின்றன. ஒரு பயங்கர நாள். தான் டால்டா வனஸ்பதி அட்டைகளால் கட்டிய வீட்டில் ரேஷம் பீவி குளிரால் இறந்து கிடப்பதை நாங்கள் பார்த்தோம். அவள் நீலநிறமாக மாறி விட்டிருந்தாள் - சில சமயங்களில் கண்களுக்குள் கசிகிறதே அந்த நீலம் - பளிச்சென்ற நீலம், கிருஷ்ணனின் நீலம், இயேசுவின் நீலம், காஷ்மீர் வானத்தின் நீலம். யமுனை நதிக்கரையில் சேற்றுக்கும் எருமைகளுக்கும் இடையில் அவளை எரித்தோம். அவள் என் திருமணத்தைக் காண்பதற்கு இல்லை, வருத்தமாக இருக்கிறது. காரணம், எல்லாக் கிழவிகளையும்போலவே அவளும் திருமணங்களை நேசித்தாள், முன்பு நிகழ்ந்த திருமண ஏற்பாடுகளிலும் - அவற்றில் மருதாணியால் கோலமிடும் சடங்குகளும், பெண்ணின் தோழிகள் மாப்பிள்ளையை கேலிசெய்யும் பாடல்களும் அடக்கம் - உற்சாகத்துடன் கலந்துகொண்டு அவள்தான் முக்கியமாகப் பாடினாள். ஒருசமயம், அவளுடைய கேலி மிகவும் கூர்மையாகவும் மிகச் சரியாகத் தாக்குவதாகவும் இருந்ததால், மாப்பிள்ளை கோபித்துக் கொண்டு திருமணத்தையே ரத்து

செய்யும் நிலைக்குப் போய்விட்டான். ஆனால் ரேஷம் பீவியை அடக்கமுடியவில்லை - இந்தக்கால இளைஞர்கள் அவ்வளவுதூரம் இதயத்தில் பலவீனமானவர்களாகவும், நிலையற்றவர்களாகவும் இருந்தால் தான் என்ன செய்யமுடியும் என்று சொல்லிவிட்டாள்.

பார்வதி சென்றபோது நான் இல்லை. அவள் திரும்பிவந்தபோதும் நான் இருக்கவில்லை. மேலும் ஒரு விசித்திரமான விஷயம்... நான் மறந்துபோய்விட்டேனா, அது இன்னொரு நாளா? எவ்வாறாயினும், பார்வதி திரும்பிவந்த அன்று, இந்தியப் பாராளுமன்ற அமைச்சர் ஒருவர் சமஸ்திபூரில் இரயிலில் பயணம் செய்துகொண்டிருந்த போது ஏற்பட்ட ஒரு வெடிவிபத்து அவரை வரலாற்றுப் புத்தகங்களில் சேர்த்துவிட்டது. அணுச் சோதனை வெடிப்புகளின் இடையில் பார்வதி திரும்பிவந்தாள், திரு. எல்.என். மிஸ்ரா, இரயில்வேக்கும் லஞ்சத்திற்குமான அமைச்சர், நல்லதற்கென, இந்த உலகத்தைவிட்டுச் சென்றார். சகுனங்கள், மேலும் சகுனங்கள்...

பம்பாயில் வவ்வால்மீன்கள் இறந்து வயிறுமேலாக மிதந்தனவாம். எல்லா ஜாலக்காரர்களுக்கும் குடியரசு நாளான ஜனவரி 26 மிகவும் நல்லநாள். தலைநகரில் யானைகளையும் வாணவேடிக்கைகளையும் பார்க்கக் கூட்டம் கூடுகின்ற அந்த நாளில் இவர்கள் வெளியே சென்று பிழைப்பைத் தேடிவருவார்கள். எனக்கு அந்த நாள் வேறொரு விதமாக ஆனது. அன்றுதான் என் திருமண வாழ்க்கை விதி முடிவு செய்யப்பட்டது.

பார்வதி திரும்பிவந்த பிறகு, சேரியின் மூத்த பெண்கள் அவளைக் கடந்து செல்லும்போதெல்லாம், அவமானத்தினால் காதைப் பிடித்துக்கொண்டு செல்வது வழக்கம். அவளோ எவ்விதக் குற்ற உணர்ச்சியுமின்றி தன் கள்ளக்குழந்தையை ஏந்திய வாறு புன்னகைத்துக்கொண்டு செல்வாள். ஆனால் குடியரசு நாளன்று, அவள் விழித்தெழுந்தபோது, அவள் வீட்டின் கதவுக்கு வெளியே செருப்புகள் தொங்கவிடப் பட்டிருந்தன. இது ஒருவருக்கு இழைக்கின்ற மிகப்பெரிய அவமரியாதை. அதனால் அவள் நிலைகுலைந்து ஆறுதல் இன்றி அழலானாள். பிக்சர் சிங்கும் நானும் பாம்புக் கூடைகள் நிறைந்த எங்கள் குடிசையைவிட்டு, அவளிடம் வந்தோம். பிக்சர் சிங்கின் தாடை ஒரு தீர்மானத்தில் இறுகியிருந்தது. “குடிசைக்கு வாங்க, கேப்டன்! நாம பேசணும்” என்றார் அவர். குடிசையில், “மன்னிச்சுடுங்க கேப்டன், நான் பேசியாவணும். ஒரு ஆண் வாழ்க்கையில குழந்தையில்லாம இருக்கறது ரொம்ப மோசமான விஷயம். இல்லையா நான் சொல்றது? உங்களுக்கும்

அது வருத்தம் தானே?" என்றார். ஆண்மையற்றவன் என்று பொய் சொல்லியிருந்ததால், நான் பேசாமல் இருந்தேன். பார்வதியை நான் திருமணம் செய்துகொள்ளவேண்டும் என்றார் பிக்சர் சிங். அதனால் அவளுடைய மானப்பிரச்சினையும் தீரும், எனக்கும் குழந்தையின்மைப் பிரச்சினைதீரும். பாடகி ஜமீலாவின் முகம் பார்வதியின் முகத்தின்மேல் சுமத்தப்படும் வேதனை என் எண்ணங்களைச் சிதறடித்தாலும் எனக்கு மறுக்க வழிதோன்றவில்லை.

பார்வதியின் திட்டப்படியே இது நடந்ததனால், உடனே என்னை ஏற்றுக்கொண்டாள். முன்பெல்லாம் எவ்வளவு எளிதாக மறுப்பாளோ அவ்வளவு எளிதாக இதற்கு உடன்பட்டுவிட்டாள். ஆகவே அதற்குப்பின், குடியரசுநாளின் கொண்டாட்டங்கள் எங்களுக்காக ஏற்பட்டவை போலாயின. ஆனால் விதி, தவிர்க்கவியலாமை, தேர்ந் தெடுப்பது நிகழாமை என் வாழ்க்கையில் எப்போதும் ஆட்சி செய்தது - இப்போதும் அப்படித்தான் என்றுஎனக்குத் தோன்றியது. பிறக்கப்போகும் ஒரு குழந்தைக்குத் தந்தையாகப் போகிற நான் அதற்கு உண்மைத் தந்தையில்லை, ஆனால் ஒரு பயங்கரமான முரண்! என் பெற்றோரின் உண்மையான பேரன் அவன்தான். இம்மாதிரித் தடுமாறும் வமிசாவளிகளின் இடையில், எது தொடங்குகிறது, எது முடிகிறது? ஒருவேளை இன்னொரு இரகசியக் கீழ்நோக்கி எண்ணுதல் நடந்துகொண்டி ருக்கிறதோ? என் குழந்தையுடன் சேர்ந்து என்ன பிறக்கப்போகிறது என்ற தவிப்புகள் எனக்குள் தோன்றியிருக்கலாம்.

ரேஷம் பீவி இல்லாவிட்டாலும் திருமணம் நன்றாகவே நடந்தது. பார்வதி இஸ்லாமுக்கு மாறினாள் (அது பிக்சர் சிங்குக்குப் பிடிக்கவில்லை, ஆனால் நான் பழைய வாழ்க்கையின் நினைவில், அதை வலியுறுத்தினேன்). கடவுள் இருப்பை கேலி செய்கின்ற, மறுக்கின்ற பலபேரின் முன்னிலையில் தவித்துக் கொண்டிருந்த செந் நிறத் தாடிகொண்ட ஹாஜி ஒருவரால் மதமாற்றம் நிகழ்த்தப்பட்டது. பெரிய தாடி முளைத்த வெங்காயம் போலத் தோற்றமளித்த அவரின் அலையும் பார்வைக்கு முன்னால் பார்வதி 'கடவுளைத்' தவிரக் கடவுள் ஒருவரும் இல்லை, அந்தக் கடவுளின் தீர்க்கதரிசி முகமது ஒருவரே என்று நம்பிக்கை தெரிவித்தாள். (அல்லா என்றால் கடவுள் - மொ.பெ.) நான் என் கனவுகளின் குவியலிலிருந்து அவளுக்காகத் தேர்ந்தெடுத்த ஒரு பெயரைச் சூட்டிக்கொண்டாள் - லைலா(இரவு). ஆகவே திரும்பத்திரும்ப வரும் சம்பவங்களைக் கொண்ட என் வரலாற்றில் அவளும் பங்குகொள்ளலாயினாள். என் வாழ்க்கையில்

எத்தனையோ பேர் பெயர் மாறியிருக்கிறார்கள். அவர்களில் ஒருத்தியாக இவளும் ஆனாள். என் தாய் ஆமினா சினாயைப் போலவே, ஒரு குழந்தைக்காகப் பார்வதியும் புது ஆளானாள்.

மருதாணிச் சடங்கில், மந்திரஜாலக்காரர்களில் பாதிப்பேர் என்னைத் தங்கள் குடும்பத்தில் ஒருவனாக ஏற்று என் குடும்பத்தினருக்கான சடங்குகளைச் செய்தார்கள். இன்னொரு பாதிப்பேர், பார்வதியை மகளாக ஏற்று அவளுக்கான சடங்குகளைச் செய்தார்கள். மருதாணிக்கோலங்கள் அவள் கையிலும் கால்களிலும் உலர்வதற்குள், மாறிமாறி வசைப்பாடல்கள் பாடப்பட்டன. ரேஷம் பீவி அளவுக்குக் கூர்மையாக வசை பாடக்கூடியவர்கள் இல்லை என்றாலும் அதற்காக நாங்கள் வருத்தப்படவில்லை.

நிக்காவின்போது, ரேஷம்பீவியின் இடிந்த குடிசையிலிருந்த டால்டா பெட்டிகளால் உருவாக்கப்பட்ட அவசரமேடை ஒன்றின்மீது மணமக்கள் மகிழ்ச்சியோடு அமர வைக்கப்பட்டார்கள். மந்திரஜாலக்காரர்கள் எங்கள் மடியில் காசுகளைப் போட்டுக் கொண்டே கடந்துசென்றார்கள். புதிய லைலா சினாய் மயங்கிவிழுந்தபோது எல்லாரும் திருப்தியாகப் புன்னகைத்தார்கள் - ஒவ்வொரு நல்ல மணப்பெண்ணும் திருமணத்தின்போது மயங்கிவிழ வேண்டுமல்லவா? ஆனால் அவளுடைய மசக்கை காரணமாகவோ அவள் கூடைக்குள் குழந்தை உதைத்ததனாலோ மயங்கிவிழுந்திருக்கிறாள் என்ற சங்கடமான சாத்தியத்தை யாரும் வெளிச்சொல்லவில்லை. அன்று மாலை, மந்திர ஜாலக்காரர்கள் மிகச் சிறப்பான காட்சி ஒன்றை நடத்திக் காட்டினார்கள். அதைப் பற்றிய வதந்திகள் பழைய தில்லி முழுவதும் பரவி, நிறையக்கூட்டம் அதைக் காணக் கூடியது. முன்பொருமுறை பொது அறிவிப்பு நிகழ்த்தப்பட்ட முஹல்லாவின் முஸ்லிம் வியாபாரிகளும் வந்தார்கள், சாந்தினி சவுக்கின் வெள்ளிவேலைப்பாடுகள் செய்வோரும் மில்க்ஷேக் வியாபாரிகளும் வந்தார்கள். வதந்தியைக் கேள்விப்பட்டு ஜப்பானிய சுற்றுலாப் பயணிகள்கூட (அவர்கள் இந்தச் சமயத்தில் முகமூடிகள் அணிந்திருந்தார்கள் - பணிவினாலோ, அல்லது கிருமிகள் அவர்களைத் தாக்கிவிடக் கூடாது என்ற எண்ணத்தாலோ) பார்க்கவந்தார்கள். இளஞ்சிவப்புநிற ஐரோப்பியர்கள் ஜப்பானியர்களோடு கேமிரா லென்ஸுகளைப் பற்றி விவாதிக்க, எங்கு பார்த்தாலும் காமிராக்கள் கிளிக் செய்யப்படுவதும் ஃப்ளாஷ் பல்புகள் மின்னுவதுமாக கேளிக்கைதான்.

ஒரு சுற்றுலாப் பயணி, “மிகவும் குறிப்பிடத்தக்க பாரம்பரியச் சடங்குகள் கொண்ட இந்தியா ஒரு பிரமாதமான நாடுதான்!

ஆனால் தொடர்ந்து இந்திய உணவைச் சாப்பிடுவதுதான் கஷ்டமாக இருக்கிறது" என்றார். வாலிமாவின்போது (முதலிரவுச் சடங்கு - நல்லவேளையாக இதில் இரத்தக்கறை படிந்த விரிப்புகள் - துளையுடனோ துளையின்றியோ - உயர்த்திப் பிடிக்கப்படவில்லை) நான் கண்களை இறுக மூடிக்கொண்டு, இருட்டின் குழப்பத்தில் ஜமீலாவின் முகம் தோன்றிவிடுமோ என்ற பயத்தினால் மனைவியிடமிருந்து விலகியே படுத்துக்கொண்டேன். திருமணத்தைவிட இந்தச்சடங்கினை மிகச்சிறப்பாக ஜாலக்காரர்கள் ஏற்பாடுசெய்திருந்தார்கள். ஆனால் எல்லாக் கொண்டாட்டமும் தேய்ந்து மறைந்ததும், தவிர்க்கவியலாத எதிர்கால சத்தம் - டிக் டாக் என்ற கடிகார சத்தம் - என் ஒரு நல்லகாதிலும் ஒரு கெட்ட காதிலுமாக - உரக்க உரக்க ஒலிப்பதைக் கேட்டேன். ஜூன் 25ஆம் இரவின் நிகழ்ச்சிகளில் ஒரு பிரதிபலிப்பு - குழந்தையின் தகப்பன் சலீம் சினாய் பிறக்கும்வரை நிகழ்ந்தவற்றின் பிரதிபலிப்பு மறுபடி நேர்வதைக் கண்டேன். கண்ணுக்குத் தெரியாத இரகசியக் கொலையாளிகள் அரசாங்க அதிகாரிகளைக் கொன்றனர். திருமதி காந்தி தன் விருப்பப்படி தேர்ந்தெடுத்த தலைமை நீதிபதி ஏ.என். ராய் மிகத் தற்செயலாகக் கொலையாவதிலிருந்து தப்பினார். ஜாலக்காரர்களின் சேரியோ, பார்வதியின் வயிறு பெருப்பதில் அக்கறை காட்டியது.

ஜனதா மோர்ச்சா விதவிதமான விசித்திர திசைகளில் வளர்ந்தது. கடைசியாக மாவோயிஸ்டுப் பொதுவுடைமையாளர்கள், மிகதீவிர வலதுசாரி ஆனந்தமார்க்க உறுப்பினர்கள், இடதுசாரி சமதர்மவாதிகள், பழமைவாத சுதந்திரா உறுப்பினர்கள் எல்லாரும் அதில் சேர்ந்தனர். (எங்களுடைய உடல்வளைப்புக் கூத்தாடி உறுப்பினர்களைப் போல). பார்வதியுடன் இதற்குமுன்பு மூன்று கழைக்கூத்தாடிப் பெண்கள் இருந்தனர் என்று சொன்னேன் அல்லவா? இப்போது திருமணத்திற்குப் பின்னர் எங்களுடைய சொந்த குடிசைக்கு நாங்கள் சென்றோம். ரேஷம் பீவியின் குடிசை இருந்த இடத்தில் எங்களுக்காகக் கட்டப்பட்டு அது திருமணப் பரிசாக அளிக்கப்பட்டது... இப்படியாக மக்கள் முன்னணி தன்னிச்சையாக விரிந்துசென்றபோது, நான் என் மனைவியின் வயிற்றில் என்ன வளர்கிறது என்ற இடைவிடா மயக்கத்தில் ஆழ்ந்திருந்தேன். பொது மக்களின் அதிருப்தி இந்திரா காங்கிரஸ் ஆட்சியை ஒரு ஈயைப்போல நசுக்கிவிடும் என்ற அளவுக்கு வளர்ந்தது என்றால், புதிய லைலா சினாய் - அவளுடைய கண்கள் எப்போதையும்விட இப்போது அகலமாகியிருந்தன -

சல்மான் ருஷ்தீ | 679

அவளுடைய குழந்தை அதிக எடையோடு வளர்ந்து அவளின் எலும்புகளை நொறுக்கிவிடும் போலிருந்ததால் அவள் அசையாமல் உட்கார்ந்திருந்தாள். முன்பொருமுறை நான் கர்ப்பத்திலிருக்கும் போது அந்தக்காலத்தில் யாரோ கூறியதன் எதிரொலியாக பிக்சர் சிங், "ஹே கேப்டன், நிச்சயமாக இது மிகப்பெரிய ஒரு குழந்தையாக இருக்கப்போகிறது" என்றார்.

ஜுன் பன்னிரண்டு.

வரலாற்றுப் புத்தகங்களும், செய்தித்தாள்களும், வானொலி நிகழ்ச்சிகளும் ஜுன் 12 பிற்பகல் இரண்டுமணிக்கு அலகாபாத் உயர்நீதிமன்ற நீதிபதி ஜகன் மோஹன்லால் சின்ஹா இந்திரா காந்தியைக் குற்றவாளி என அறிவித்ததாகக் கூறின. 1971 தேர்தலின்போது இந்திரா காந்தி கள்ளச்செயல்களில் ஈடுபட்டதாகக் குற்றச்சாட்டு. இது அறிவிக்கப்பட்ட செய்தி என்றால், அறிவிக்கப்படாத செய்தி, அதே சமயத்தில் சூனியக்காரி பார்வதி (இப்போது லைலா சினாய்) தனக்குப் பிரசவ வலி நேரிட்டதாகக் கூறினாள். அவளுடைய பிரசவ வலி பதின்மூன்றுநாள் நீடித்தது.

இந்திரா காந்தி இன்னும் ஆறு ஆண்டுகளுக்கு அரசியலில் ஈடுபடக்கூடாது என்று தடைவிதிக்கப்பட்ட போதிலும் தான் பதவியை விட்டு விலகப்போவதில்லை என்று இந்திரா அறிவித்தார். அது போலவே, கழுதை உதைகள் போல வலிமை வாய்ந்த துடிப்புகள் வயிற்றில் ஏற்பட்டாலும் பார்வதியின் கருப்பை வாய் திறக்க மறுத்துவிட்டது. சலீம் சினாயும் பிக்சர் சிங்கும் பார்வதி வேதனை அனுபவித்த குடிசைக்குள் புகக்கூடாது என்று தடுக்கப்பட்டனர். அவளோடிருந்த மூன்று பெண்களும் இப்போது மருத்துவச்சிகள் பணியை ஏற்றனர், அவளுடைய பயனற்ற கூக்குரல்களைக் கேட்கும் நிலைக்கு ஆளாயினர். கடைசியாக வரிசையாக நெருப்பு விழுங்குவோரும் சீட்டுவிளையாட்டுக்காரர்களும் நெருப்பில் நடப்போரும் வந்து அவர்கள் முதுகில் தட்டி, அசிங்கமான ஜோக்குகளை உதிர்த்தனர்.

என் காதில் மட்டுமே கடிகார ஒலி கேட்டது... அது எதற்கான கீழ்நோக்கி எண்ணல் என்பது கடவுளுக்குத்தான வெளிச்சம்... நான் மிகவும் பயந்துபோய் பிக்சர் சிங்கிடம், "அவள் வயிற்றிலிருந்து என்ன வரப்போகிறது என்று தெரியவில்லை, ஆனால் அது நல்லதாக இருக்காது" என்றேன். ஆனால் பிக்சர்ஜி, சமாதானப் படுத்தும்விதமாக, "கவலைப்படாதீங்க கேப்டன்! எல்லாம் சரியாயிடும்! ஒரு மிகப் பெரிய குழந்தைதான், நான் நிச்சயமாச் சொல்றேன்!" என்றார். பார்வதி கூக்குரலிட்டுக்கொண்டே

இருந்தாள். இரவு காலையானது, இரண்டாவது நாள். குஜராத்தில் ஜனதா மோர்ச்சாக்காரர்கள் இந்திரா காந்தியின் வேட்பாளர்களைத் தோற்கடித்த நாள். என் பார்வதியின் வலி மிகவும் மோசமாகப் போய் அவளை எஃகுபோல இறுக்கமாக்கியது. குழந்தை பிறக்கும்வரை அல்லது வேறு ஏதாவது நிகழும்வரை நான் சாப்பிடுவதில்லை என்று முடிவுசெய்தேன். திருமணத்திற்குப் பிறகு இத்தனை மாதங்களாக நாங்கள் காதல் செய்யவில்லை என்றாலும், அவள் வேதனைக்குடிசையின் வெளியே வெப்பத்தில் பயத்தில் நடுங்கியவாறு, அவள் சாகக்கூடாது சாகக்கூடாது என்று பிரார்த்தித்துக் கொண்டு, ஜமீலாவின் பேயின் பயம் ஒருபுறம் இருந்தாலும், சப்பணமிட்டு உட்கார்ந்திருந்தேன். பிக்சர் சிங் "பாவம்! சாப்பிடுங்கள்!" என்று வேண்டினாலும் மறுத்தேன்; பிரார்த்தித்தேன், விரதமிருந்தேன்.

ஒன்பதாம் நாள் சேரியே கடும் அமைதியில் ஆழ்ந்திருந்தது. மோதினார்களின் கூக்குரல்கூட உட்புகாத கடுமையான அமைதி. ராஷ்டிரபதி பவனுக்கு வெளியே ஜனதா மோர்ச்சாக்காரர்கள் ஊர்வலம் எழுப்பிய கலகக்குரல்கள்கூடக் கேட்காத அமைதி. ஒருகாலத்தில் ஆக்ராவில், என் தாத்தாபாட்டி வீட்டில் ஏற்பட்ட கடும் மௌனத்தைப் போன்றதொரு அமைதி. ஒன்பதாம் நாளில், மொரார்ஜி தேசாய், அவமானத்துக்காளான பிரதமரை நீக்கச் சொல்லி ஜனாதிபதி அகமதைக் கேட்டது கூட எங்கள் காதில் விழவில்லை. முழு உலகத்திலும் எங்களுக்குக் கேட்ட ஒலி, பார் வதி வைலாவின் தேய்ந்த சிணுங்கல் ஒலிகள்தான். துடிப்புகள் அவள்மீது மலைகள் போல ஏறியமர்ந்து நெருக்கி அவளுடைய குரலை குகைக்குள்ளிருந்து வரும் இலேசான ஒலிகளாகிவிட்டன. அவளுடைய தேம்பலும் என் மண்டையின் டிக் டாக் கும் சேர்ந்து செயலற்றவனாக்க நான் சப்பணமிட்டு உட்கார்ந்திருந்தேன். குடிசைக்குள் பெண்கள் மூவரும் பார்வதியின் வலியினால் வெள்ளமாக வெளிப்பட்ட வியர் வையினால் நீர் குறைந்துபோகாதவாறு அவள் உடல்மீது நீரை ஊற்றியவாறு இருந்தார்கள். நாக்கைக் கடித்துக்கொள்ளாமல் இருக்க வாயின் குறுக்கே ஒரு குச்சியைக் கொடுத்தார்கள். அவளுடைய கண்கள் பிதுங்கியதைப் பார்த்து மூன்று பெண்களும் அது குடிசைக்குள் வந்து விழுந்துவிடப்போகிறது என்று பயந்தார்கள்.

பன்னிரண்டாம் நாள். பட்டினியால் பாதி செத்துப்போயிருந்தேன். நகரத்தின் உச்சநீதி மன்றம், தன் மேல்முறையீடு வரை இந்திரா காந்தி ராஜிநாமா செய்ய வேண் டாமென்று தீர்ப்பளித்தது. ஆனால் அதுவரை அவர் வாக்களிக்கவோ, தன் பணிக்காக ஊதியம்பெறவோ

கூடாது என்றும் கூறியது. இந்தப் பாதி வெற்றியிலேயே அக மகிழ்ந்த பிரதமர், தன் எதிரிகளை வசைபாடலானார். அந்த வசையினால், ஒரு கோலி மீனவப்பெண்கூடப் பெருமிதம் கொண்டிருப்பாள். பார்வதியின் பிரசவவேதனையும் ஒரு எல்லையை அடைந்தது. அவளுடைய பெரும் களைப்பிலும் மிக இழிந்த வசை களைத் தன் வெளுத்த உதடுகளின் வழியே உதிர்ப்பதற்கு வேண்டிய சக்தி அவளிடம் இருந்தது. அவளுடைய கழிப்பறைத்தொட்டி வசைகளின் நாற்றத்தில் நாங்கள் மூக் கைப் பிடித்தவாறு இருக்க, அவள் உடல் மிக மெலிந்து ஊடுருவிப் பார்க்கக்கூடிய தாக நிறமற்று இருக்கிறது என்று சொல்லியவாறு மூன்று கழைக்கூத்தாடிப் பெண்க ளும் குடிசையிலிருந்து ஓடிப்போனார்கள். என் காதுகளில் டிக் டாக், வேகமாக அடிக்கும் டிக் டாக் கடைசியில் இதோ விரைவில் இதோ இதோ என்றது.

மறுபடியும் அந்த மூன்று பெண்களும் பதின்மூன்றாவது நாள் மாலையில் பார்வதியிடம் திரும்பியபோது ஆம் ஆம் இதோ தள்ளத் தொடங்கிவிட்டாள் வா பார்வதி தள்ளு தள்ளு என்று தூண்ட, பார்வதி தள்ளிக் கொண்டிருந்தபோது, ஜே.பி. நாராயணனும் மொரார்ஜி தேசாயும் இந்திரா காந்தியைத் தூண்டிக் கொண்டிருந்தார்கள். மூன்று பெண்களும் தள்ளு தள்ளு என்று கத்திக் கொண்டிருந்தபோது, ஜனதா மோர்ச்சாவின் தலைவர்கள் தகுதியற்றுவிட்ட பிரதமரின் ஆணைகளைப் போலீஸும் இராணுவமும் நிறைவேற்றக்கூடாது என்று கூச்சலிட்டார்கள், ஆகவே ஒருவிதத்தில் அவர்களும் இந்திரா காந்தியைத் தள்ளச் சொல்லித்தான் நெருக்கினார்கள். இருள் பரவி நள்ளிரவைத் தொடும் நேரம், மற்ற எந்த நேரத்திலும் எதுவும் நடப்பதில்லை, மூன்று பெண்களும் இதோ வருகிறது வருகிறது என்று கூச்சலிட்டார்கள். வேறிடத்தில் பிரதமரும் வேறு ஏதோ ஒன்றிற்குப் பிறப்பளித்துக் கொண்டிருந்தார்...சேரியில் அவளுடைய குடிசைக்கு வெளியே சப்பணமிட்டுப் பட்டினியின் நெருக்கடியில் நான் இருந்தபோது, என் மகன் வந்து வந்து வந்துகொண்டிருந்தான், தலை வெளியே வந்துவிட்டது என்று கூச்சலிட்டார்கள் பெண்கள்.

அந்தச் சமயத்தில் மத்திய ரிசர்வ் போலீஸ் மிக மூத்த பழைய தலைவர்களான மொரார்ஜி தேசாய் ஜே.பி. நாராயண் உள்ளிட்ட ஜனதா மோர்ச்சா தலைவர்களை கைது செய்தது. தள்ளு தள்ளு தள்ளு, கடைசியாக அந்த பயங்கர நள்ளிரவில், மிகப் பெரிய உருவமுள்ள குழந்தைதான், ஆனால் மிக எளிதாக வெளியே வந்துவிட்டான், கடைசியில் எதற்காக இவ்வளவு அவதி என்று தெரியவராமலே போயிற்று. பார்வதி கடைசியாக

ஒரு சிறிய பரிதாபகரமான ஓசையை எழுப்ப, அவன் எளிதாக வெளிவந்துவிழுந்தான். இந்தியா முழுவதும் போலீஸ் மக்களைக் கைதுசெய்தவாறு இருந்தது. மாஸ்கோ சார்பான கம்யூனிஸ்டுகளைத் தவிர மற்ற எதிர்க்கட்சியாளர்கள் அனைவரையும் - அவர்கள் மட்டுமல்ல, பள்ளி ஆசிரியர்கள், வழக்கறிஞர்கள், கவிஞர்கள், செய்தியாளர்கள், தொழிற்சங்கக்காரரர்கள் எல்லாரையும் - மேடம் பேசியபோது தும்மியவர்களையும்கூட விடாமல் கைதுசெய்தாயிற்று. மூன்று பெண்களும் குழந்தையைக் கழுவி ஒரு பழைய சேலையில் சுற்றி வெளியே தந்தை பார்க்குமாறு கொண்டுவந்த அதேசமயத்தில் நெருக்கடிநிலைப் பிரகடனம் என்று வெளியே முதன்முதலாகக் கேட்டது. சிவில் உரிமைகள் தவிர்ப்பு, பத்திரிகைகளின் தணிக்கை, சிறப்பு அவசர நிலையில் ஆயுதமேந்திய படைகள் எங்கும், எதிர்ப்பவர்களைக் கைதுசெய்வது...ஏதோ ஒன்று முடிந்து ஏதோ ஒன்று புதிதாகப் பிறந்தது. புதிய இந்தியாவின் தொடக்கம், இரண்டு ஆண்டுகளுக்குத் தொடர்ந்துநீடித்த நள்ளிரவு பிறந்த அதேநேரத்தில், புதிய டிக்டாக்கின் மகன், என் பிள்ளை பிறந்தான்.

இன்னும் இருக்கிறது - எல்லையற்று நீண்ட அந்த நள்ளிரவின் அரைஒளியில் சலீம் சினாய் தன் மகனை முதன்முதலாகப் பார்த்தபோது, செயலற்ற நிலையில் சிரிக்கலானான். அவன் மூளை பசியினால் இருண்டிருந்ததால் மட்டுமல்ல, ஆனால் தவிர்க்கவியலாத விதி தன் ஏளனமான ஹாஸ்யம் ஒன்றை இன்னொருமுறையும் தனக்குச் செய்திருக்கிறது என்பதனாலும்தான். பலவீனத்தால் என் சிரிப்பு ஒரு பள்ளிப்பெண்ணின் சிரிப்பு போல ஒலித்தது. பிக்சர் சிங் என் சிரிப்பினால் பாதிக்கப் பட்டு, திரும்பத் திரும்பக் கத்தினார், “வாங்க கேப்டன், இப்ப பைத்தியம் மாதிரி நடந்துக்காதீங்க. மகன்தானே கேப்டன்! சந்தோஷமா இருங்க!” சலீம் சினாய் விதியைப் பார்த்துச் சிரிப்பதன்மூலம் அதை ஏற்றுக்கொள்ளவே செய்தான். அந்தப் பையன், குழந்தை, என் பையன் ஆதம், ஆதம் சினாய், மிக நன்றாகவே இருந்தான். ஆனால் அவன் காதுகள்! படகுப் பாய்கள் மாதிரி முகத்தின் இருபக்கமும் மிகப்பெரிதாக இருந்த காதுகள். யானைக்காதுகள்போலப் பெரியவை. பிரசவம் பார்த்த மூன்று பெண்களும், முதலில் அவன் தலை வெளியே வந்தபோது ஏதோ குட்டியானை பிறக்கப்போகிறது என்று நினைத்துவிட்டதாகப் பின்னர் சொன்னார்கள்.

“கேப்டன், சலீம் கேப்டன்!” என்று பிக்சர் சிங் சொல்லிக்கொண்டிருந்தார், “இப்ப சந்தோஷமா இருங்க. காதைப் பாத்து ஒண்ணும் பயப்படத் தேவையில்லை!”

அவன் பழைய தில்லியில் பிறந்தான்...ஒரு காலத்தில். இல்லை, இது சரியில்லை. தேதியிலிருந்து விடுபட முடியாது. ஆதம் சினாய் இருளடைந்த ஒரு சேரியில் 1975 ஜூன் 25 அன்று பிறந்தான். நேரம்? அதுவும் முக்கியம்தான். நான் சொன்ன மாதிரி: இரவில். இல்லை, இன்னும் துல்லியமாக... சரியாக நள்ளிரவில். இரவு பன்னிரண்டு மணிக்கு.

கடிகார முட்கள் ஒன்றுசேர்ந்து வணங்கின. அட சொல்லிவிடப்பா, சொல்லிவிடு. மிகச் சரியாக இந்தியாவில் நெருக்கடி நிலை பிரகடனப்படுத்தப்பட்ட சமயத்தில் அவன் பிறந்தான். மூச்சுத் திணறல்கள். நாட்டின் ஊடாக, மௌனங்களும் பயங்களும். அந்த இரவார்ந்த நேரத்தின் மறைவான கொடுமைகளின் காரணமாக, அவன் இரகசியமான முறையில் வரலாற்றுடன் பிணைக்கப்பட்டவன் ஆனான். எந்த முன்னறிவிப்பும் இல்லாமல், எந்தப் பாராட்டுகளும் இன்றி அவன் பிறந்தான். எந்தப் பிரதமரும் அவனுக்குக் கடிதம் எழுதவில்லை. ஆனால் என் காலம் முடியப்போகிற வேளையில் அவன் காலம் தொடங்கியது. அதில் அவனுக்கு ஒரு பங்கும் இல்லை. அந்தச் சமயத்தில் தன் மூக்கைத் துடைக்கும் திறன்கூட அவனுக்கு இல்லை.

அவன் தகப்பனல்லாத தகப்பனின் பிள்ளை. யதார்த்தத்தை மிக மோசமாகச் சிதைத்துவிட்டதால், பிறகு சீர்படுத்தவே முடியாமல் போன ஒரு காலத்தின் குழந்தை. தன் பெரிய பாட்டனாரின் பெரிய பேரக்குழந்தை அவன். ஆனால் யானை நோய் அவனை வழக்கமாக மூக்கில் தாக்குவதுபோல் தாக்காமல் காதில் தாக்கிவிட்டது. அவன் சிவா - பார்வதியின் உண்மையான மகனும்கூட. யானைத் தலைகொண்ட கணேசன் அவன்தான். மிக அகலமாக விரிந்து அடித்துக்கொண்ட காதுகளால் அவன் பிஹாரில் நடந்த துப்பாக்கிச் சூடுகளையும் பம்பாயில் துறைமுகப் பணியாளர்கள்மீது நடந்த தடியடியையும் கேட்டிருக்கவேண்டும். காதினால் மிக அதிகமாகக் கேட்ட குழந்தை, அதனால் பேசாமலே இருந்தான். அதிகமான சத்தத்தால் மௌனமாகிப் போனவன். ஆகவே அப்போதைக்கும் இப்போதைக்கும் இடையில், சேரிக்கும் ஊறு காய்த் தொழிற்சாலைக்கும் இடையே அவன் ஒரு சொல்லும் பேசி நான் கேட்ட தில்லை. அவன் தொப்புள் உள்ளடங்கி இல்லாமல் வெளியே தடிப்பாகத் துருத்திக் கொண்டிருந்தது. ஆகவே பிக்சர் சிங், அதிர்ந்து, “கேப்டன், பாருங்க அவன் தொப்புள், அவன் தொப்புளைப் பாருங்க!” என்றார். ஆகவே முதல்நாட்களிலிருந்தே எங்கள் அதிர்ச்சியைப் பெறுபவனாக அவன் இருந்தான். கொஞ்

சமும் அழவோ சிணுங்கவோ செய்யாத அவனுடைய நல்லகுணம், அவனை ஏற்றுக்கொண்ட தந்தையின் நல்லெண்ணத்தை உடனே பெற்றுவிட்டது. எனவே அவன் சிரிப்பதை விட்டுவிட்டுக் கையிலேந்தி ஆட்டலானான், ஒரு அவமானச்செயல்செய்த ஆயாவின் வரலாற்றுப் பாடலை அவள் உச்சரிப்பிலே பாடலானான், "நீ என்னவாக விரும்புகிறாயோ அப்படியே ஆகலாம். விரும்பும் வண்ணமே நீ ஆகலாம்."

இப்போது பெருங்காதுமடல் கொண்ட மௌனமான பையனுக்கு நான் தந்தை ஆகிவிட்டதால், அதேநேரத்தில் பிறந்த இன்னொரு விஷயத்தைப் பற்றிய கேள்விகளுக் குச் செல்லவேண்டும். விழுங்கமுடியாத, அசிங்கமான கேள்விகள். நாட்டைக் காப்பாற்றப்போவது பற்றிய சலீமின் கனவுகள், வரலாற்றின் ஊடுருவும் திசுக்களுக்கிடையில் புகுந்து, பிரதமரின் சிந்தனைகளுக்கே போய்ச்சேர்ந்துவிட்டதா? அரசுக்கும் எனக்குமான காலங்காலமான எனது ஒப்பீடு, 'மேடத்'தின் மனத்திற்குள் புகுந்து உருமாறி "இந்தியா தான் இந்திரா இந்திராதான் இந்தியா" என்ற கோஷமாகிவிட்டதா? நாங்கள் இருவருமே மையத்திற்கான போட்டியாளர்களா? என்னைப்போலவே அர்த்தத்தைத் தேடித் தான் அவரும் அலைந்தாரா? அதனால்தான், அதனால்தான்...?

வரலாற்றில் தலைமுடி அலங்காரத்தின் பங்கு. இதுவும் ஒரு நுட்பமான வேலை. வில்லியம் மெத்வோல்டு நடுவகிடு எடுத்துக்கொள்ளவில்லை என்றால், இப்போது இங்கே நான் இருந்திருக்கமாட்டேன். தேசத்தின் அன்னையும் ஒரேசீரான வண்ணத்தைப் பயன்படுத்தியிருந்தால், அவர் பிறப்பித்த நெருக்கடி நிலைக்கு ஒரு இருண்ட பகுதி இருந்திருக்காது. ஆனால் அவர் முடியின் ஒருபாதி வெள்ளை, ஒரு பாதி கருப்பு. நெருக்கடி நிலைக்கும் ஒரு வெள்ளைப் பகுதி இருந்தது. மக்களுக்குத் தெரிந்த, காணக் கூடிய, ஆவணப்படுத்திய, வரலாற்றுக்காரர்களுக்கான விஷயமாக. ஆனால் கருப்புப்பகுதி, இரகசியமானது, சாவு பற்றியது, சொல்லப்படாதது, அதுதான் நம் கவலை.

திருமதி இந்திரா காந்தி 1917இல் கமலாவுக்கும் ஜவஹர்லால் நேருவுக்கும் பிறந்தவர். அவருடைய நடுப்பெயர் பிரியதர்சினி. அவருக்கும் மகாத்மா காந்திக்கும் எவ்விதத் தொடர்பும் இல்லை. அவருடைய இறுதிப்பெயரான காந்தி என்பது, 1952இல் அவர் பெரோஸ் காந்தி என்பவரை மணந்ததால் கிடைத்தது. பெரோஸ் தேசத்தின் மருமகன் ஆனார். அவர்களுக்கு இரண்டு மகன்கள். ராஜீவ், சஞ்சய். 1949இல் அவர் தன் தந்தை வீட்டுக்கே

வந்துவிட்டார். நேருவினுடைய அதிகாரபூர்வ வரவேற்பாளினி ஆனார். பெரோஸும் ஒருமுறை அங்கே வந்து வாழ முயற்சி செய்தார், ஆனால் அது வெற்றிபெறவில்லை.

நேரு அரசாங்கத்தைக் கடுமையாக விமரிசனம் செய்பவரானார் பெரோஸ். முந்த்ரா ஊழல் என்பதை வெளிப்படுத்தி, அக்காலத்தில் நிதியமைச்சராக இருந்த, டிடிகே எனப்பட்ட டி.டி. கிருஷ்ணமாச்சாரி பதவி விலகக் காரணமானார். 1960இல் இதயத் தாக்குதலினால் திரு. பெரோஸ் காந்தி நாற்பத்தேழு வயதில் இறந்துபோனார். நெருக்கடி நிலையின்போது சஞ்சய் காந்தியும் அவருடைய மனைவி மேனகாவும் (இவர் முன்னாள் மாடல் அழகி) மிகவும் முதன்மை பெற்றிருந்தனர். சஞ்சய் இளைஞர் இயக்கம், கர்ப்பத்தடையை முன்னெடுத்துச் செல்வதில் மிகவும் திறன்வாய்ந்ததாக இருந்தது.

இந்த எளிய சுருக்கத்தை இங்கு அளிப்பதன் காரணம், இந்தியாவின் பிரதமர் 1975இல் பதினைந்து ஆண்டுகள் கைம்பெண்ணாக இருந்தவர் என்பதை ஒருவேளை நீங்கள் கவனிக்காமல் இருக்கலாம் என்பதற்காக. கைம்பெண் என்பதைவிட நான் முன்பே பயன்படுத்திய சொல்: விதவை. ஆமாம் பத்மா! அன்னை இந்திராதான் உண்மையில் என்னை பாதித்தவர்!

நள்ளிரவு

இல்லை, சொல்லியாக வேண்டும்.

நான் சொல்ல விரும்பவில்லை ஆனால் எல்லாவற்றையும் சொல்வதாக உறுதி சொல்லியிருக்கிறேன்: இல்லை, விட்டுவிடுகிறேன், சிலவற்றை விட்டுவிடுவது நல்லதில்லையா? இல்லை, அது நடக்காது. சரிப்படுத்த இயலாததைச் சகித்துக்கொள்ள வேண்டும். ஆனால், எதை விடுவது? முணுமுணுக்கும் சுவர்கள், சதி, வெட்டு,வெட்டு, காயம்பட்ட மார்புகளோடு பெண்கள்: இவற்றையா? ஆனால் எப்படிச் சொல்வது? என்னைப் பாருங்கள், நான் என்னையே கிழித்துக்கொள்கிறேன், என்னுடன்கூட என்னால் உடன்பட முடியவில்லை, காட்டுத்தனமாகப் பேசிக்கொண்டும் வாதம் செய்துகொண்டும்! வெடித்துக்கொண்டு, ஞாபகம் இழந்துகொண்டு: ஆம், ஞாபகம் பெரும்பிளவுகளில் மூழ்குகிறது, இருட்டில் அமிழ்ந்துபோகிறது, வெறும் துணுக்குகள் தான் இருக்கின்றன, அதில் ஏதொன்றுக்கும் எவ்வித அர்த்தமும் இனிமேல் இல்லை. ஆனால் நான் தீர்ப்புச் சொல்லக்கூடாது. தொடரவேண்டும் (தொடங்கிவிட்டதை) இறுதிவரை. அர்த்தமும் அனர்த்தமும்: இனி (ஒருவேளை எப்போதுமே) நான் மதிப்பிடும் நிலையில் இல்லை - ஆனால் அதன் பயங்கரம்! என்னால் முடியாது! மாட்டேன், கூடாது, சொல்லமாட்டேன், வேண்டாம் - நிறுத்து இதை. தொடங்கு, இல்லை, சரி.

அப்படியானால் கனவைப் பற்றி? அதை ஒரு கனவென்ற வகையில் சொல்ல முடியும். ஒரு கொடுங்கனவு. பச்சையும் கருப்பும் விதவையின் தலைமுடியும் பற்று கின்ற கையும்: குழந்தைகள் சிறிய உருண்டைகள் ஒருவர் ஒருவராக பாதியாகக் கிழிந்து: சிறிய உருண்டைகள் பறந்து பறந்து போகின்றன; பச்சையும் கருப்பும்! அவளுடைய கை பச்சையாக இருக்கிறது, நகங்கள் கருப்பைவிடக்

சல்மான் ருஷ்தீ | 687

கருப்பு. கனவு இல்லை. நேரமும் இல்லை, இது இடமும் இல்லை. ஞாபகத்திற்கு வந்த மெய்ம்மைகள். இயன்றவரை. அதை அப்படியே சொல். தொடங்கு. வேறுவழி இல்லையா? இல்லை. எப்போதுதான் இருந்தது?

செய்யவேண்டியவை, தர்க்கரீதியான விளைவுகள், தவிர்க்க இயலாதவை, திரும்ப நிகழ்பவை எல்லாம் உண்டு. செய்யப்பட்ட விஷயங்கள், விபத்துகள், விதியின் அடிகள். எப்போதுதான் வேறுவழி இருந்தது? எப்போது தேர்வுகள் இருந்தன? இதுவாகவோ அதுவாகவோ எதுவாகவோ ஒரு முடிவு எப்போது சுதந்திரமாகச் செய்யப்பட்டது? வேறு வழியில்லை. தொடங்கு. ஆம்.

கவனமாகக் கேளுங்கள். முடிவற்ற இரவு, நாட்கள் வாரங்கள் மாதங்கள் சூரியனின்றி. (துல்லியமாகச் சொல்வது அவசியம் என்றால்) சூரியன் ஓடையில் கழுவிய தட்டுப்போல குளிர்ச்சியாக இருந்தது. பைத்தியக்காரத்தனமான நள்ளிரவு ஒளியில் குளிப்பாட்டும் சூரியன். நான் 1975 - 76 குளிர்காலத்தைப் பற்றிப் பேசுகிறேன். குளிர்காலம், இருட்டு. பிறகு காசநோய். ஒருகாலத்தில் கடலைப் பார்த்தவாறு இருந்த அறையில், ஒரு மீனவனின் சுட்டுவிரலின் கீழே, நான் டைபாய்டினால் பாதிக்கப்பட்டுப் பாம்பு விஷத்தால் குணப்படுத்தப்பட்டேன். இப்போது, அவனை என் மகன் என்று ஏற்றதால், திரும்பநிகழ்தல்களின் வம்ச வலைகளில் சிக்குண்டு எங்கள் ஆதம் சினாயும் தனது ஆரம்ப மாதங்களை ஒரு நோயின் பாம்புப்பிடியில் சிக்கிக் கழிக்கிறான். காசநோயின் பாம்புகள் அவன் கழுத்தைச் சுற்றிக்கொண்டன, அவனை மூச்சுத் திணற வைத்தன... ஆனால் அவன் காதுகளின், மௌனத்தின் குழந்தை. அவன் பேசமுயன்றபோது ஒலிகள் எழவில்லை. அவன் சளியுடன் மூச்சு விட்டபோது தொண்டையில் கரகரப்பொலி இல்லை.

சுருங்கச் சொன்னால், என் மகன் நோய்வசப்பட்டான். அவன் தாய் பார்வதி அல்லது லைலா, தன் மந்திரசக்திக்கு எட்டிய பச்சிலைகளைத் தேடிச் சென்றாள். நன்கு நீரில் கொதிக்கவைத்த பச்சிலை மருந்துகள் அடிக்கடி தரப்பட்ட போதும், காசநோயின் பேய்க்கரங்கள் அவனைவிட்டு நீங்கவில்லை. நான் இந்த நோய்க்கு உருவகத்தன்மை உண்டு என்று நினைக்கிறேன். வரலாற்றுடன் தொடர்புபட்ட எனது காலங்கள் அவனுடனும் சேர்ந்து இணைந்தபோது, எங்கள் தனிப்பட்ட நெருக்கடிக்கும் நாட்டின் நெருக்கடிக்கும் தொடர்பு உண்டு என்று நினைத்தேன். அந்த நெருக்கடியால்தான் சூரியன் என் மகனைப்போல வெளிறி நோய் பிடித்திருந்தான். அப்போதைய பார்வதி (இப்போதைய

பத்மாவைப்போல) இந்த மாதிரியான அருவச் சிந்தனைகளை ஏற்றுக்கொள்ளவில்லை. எனக்கு ஒளிமீது வளர்ந்து வந்த அதிநேசத்தால் - என் மகனின் நோயின்போது நடுப்பகலிலேயே நான் குடிசைமுழுவதும் அகல்விளக்குகளும் மெழுகுவத்திகளும் ஏற்றிவைத்தேன் - இது முட்டாள்தனமாகத் தோன்றுகிறது என்றாள். ஆனால் நான் வலியுறுத்திச் சொல்கிறேன், நோயைத் துல்லியமாக என்னால் அறிய முடிகிறது: நெருக்கடி நிலை நிலவும் வரை, இவனுடைய நோய் போகாது.

அழவே அழாத தீவிரமான குழந்தையை குணப்படுத்த முடியாமல் போனதால், பார்வதி - லைலா என் துயர்நோக்குக் கொள்கைகளை நம்ப மறுத்துவிட்டாள். ஆனால் மற்ற மூடத்தனங்களுக்கு இடம் கொடுத்தாள். ரேஷம் பீவி இருந்தால் சொல்லக்கூடிய ஒரு மருந்தை இன்னொருத்தி சொன்னாள் - குழந்தை ஊமையாக இருக்கும்வரை நோய் வெளியேறாது என்றாள். பார்வதி அதை நம்பினாள். நோய் என்பது உடலின் வேதனை என்று விரிவுரை செய்தாள். அதைக் கண்ணீராலோ குரலாலோ வெளிப் படுத்த வேண்டும் என்றாள். அன்றிரவு அவள் செய்தித்தாளில் மடித்து இளஞ்சிவப்பு நிற நூலால் கட்டிய பச்சைநிறப் பொடி ஒன்றைக் கொண்டு வந்தாள். "இது ஒரு வேகமான மருந்து, ஒரு கல்லைக்கூடக் கூச்சலிட வைத்துவிடும்" என்றாள். அவள் மருந்தைக் கொடுத்தவுடன் குழந்தையின் கன்னம், வாயில் ஏதோ உணவு இருப்பது போல உப்பிப்பெருக்கலாயிற்று. குழந்தைமையின் ஒலிகள் அவன் வாய் வழியாக வரத் துடிப்பதுபோலத் தோன்றியது. ஆனால் அவன் கடுஞ்சீற்றத்துடன் வாயைக் கெட்டியாக மூடிக்கொண்டான். அந்தப் பச்சைநிறப்பொடி தூண்டிவிட்ட புயல் போன்ற ஒலிகள் அனைத்தையும் அவன் திரும்ப விழுங்க முயற்சிசெய்கிறான், அதனால் அவனுக்கு மூச்சடைக்கிறது என்று நன்றாகவே தெரிந்தது. இந்தச் சமயத் தில்தான் நாங்கள் பூமியிலே மிக அசைக்கமுடியாத விருப்புறுதி கொண்ட ஒருவன் முன் இருப்பதைத் தெரிந்துகொண்டோம். ஒருமணி நேரத்தில் என் மகன் முதலில் சிவப்பாக மாறினான், பிறகு சிவப்பும் பச்சையுமாக, பிறகு புல்லின் நிறமாக, என்னால் அதைத் தாங்கமுடியாமல் கத்தினேன். "பெண்ணே, இந்தப் பையன், தான் அமைதியாக இருக்க விரும்பினால் அதற்காக நாம் அவனைக் கொன்றுவிடக்கூடாது." நான் அவனைக் கையில் எடுத்து ஆட்ட முற்பட்டபோது அவன் உடல் இறுக்கமடைவதையும், வெளிப்படுத்தாத ஓசைகளால் அவன் கால்முட்டி - முழங்கை மூட்டுகள் முதல் கழுத்துவரை

குழப்பத்திற்கு ஆட்படுவதையும் பார்த்தேன். கடைசியாகப் பார்வதி விட்டுக்கொடுத்தாள். மாற்று மருந்தாக, இரண்டு வேர்களை ஒரு தகரக்குவளையில் அரைத்து ஏதோ மந்திரங்கள் சொன்னாள். அதற்குப் பிறகு, ஆதம் சினாயை அவன் விரும்பாத காரியத்தைச் செய்யுமாறு எவருமே தூண்டியது கிடையாது. நாங்கள் அவன் காச நோயுடன் போராடுவதைப் பார்த்தோம். ஆனால் எஃகுபோன்ற விருப் புறுதி கொண்ட அவன் எந்த நோயாலும் எளிதில் தோல்வியுற மாட்டான் என்ற எண்ணத்தில் ஆறுதல் அடைந்தோம்.

அந்தக் கடைசிநாட்களில் என் மனைவி லைலா அல்லது பார்வதியும் உள்ளரித்த ஒரு நோயினால் பாதிக்கப்பட்டாள். நாங்கள் தனிமையில் உறங்கும் போது அவள் ஆறுதலுக்காகவோ வெப்பத்துக்காகவோ என்னைத்தேடி அணுகிய போதெல்லாம், அவள் முகத்தின்மீது பாடகி ஜமீலாவின் அரித்த முகக்கூறுகள் வந்து பொருந்துவதை என்னால் காணமுடிந்தது. அந்தப் பேயுருவின் இரகசியத்தைப் பார்வதிக்கு நான் தெரிவித்திருந்தேன். "அது நாளுக்கு நாள் தேய்ந்து வருகிறது, இதேபோலச் சென்றால், கொஞ்ச காலத்தில் முழுதுமாக அது அரித்துப் போய்விடும்" என்று நான் ஆறுதல் சொன்னாலும், எச்சிற்கலங்களும் போரும் என் மூளையை மென்மைப்படுத்தி விட்டன என்று துக்கத்தோடு சொன்னாள். இதே போக்கில் போனால் தனது திருமணம் ஒருபோதும் நிறைவுறவே போவதில்லை என்று வருத்தப்பட்டாள். அவள் உதடுகளில் மறுபடியும் மெதுவாக மெதுவாக வருத்தத்தின் சுழிப்பு தோன்றலாயிற்று ...ஆனால் நான் என்ன செய்ய இயலும்? நான் எவ்வித ஆறுதலை அவளுக்கு அளிக்க முடியும்? நான் - சலீம் சளிமூக்கன் - என் குடும்பத்தின் பாதுகாப்பிலிருந்து விலகியதால் ஏழ்மைக்குத் தள்ளப்பட்டவன், என் மூக்கின் திறனால் வாழ முடிவு செய்தவன் (அப்படி ஒரு தேர்வு இருந்தால்), ஒவ்வொரு நாளும் அதற்கு முன்னாள் இரவு மக்கள் என்ன சாப்பிட்டார்கள் என்பதையும் அவர்களில் யார் காதல்வயப்பட்டார் என்பதையும் முகர்ந்து சொல்லிச் சில பைசாக்கள் சம்பாதித்து வருபவன். நீடிக்கும் நள்ளிரவின் குளிர்ந்த கைகளின்பிடியில் ஏற்கெனவே சிக்கிவிட்ட நான், காற்றில் என் இறுதியை முகர முடிந்த நான், அவளுக்கு என்ன ஆறுதலைத் தரமுடியும்?

சலீமின் மூக்கு சாணத்தின் நாற்றத்தைத்தான் என்றல்ல, விசித்திரமான மணங்களையும் முகரமுடியும் என்பதை நீங்கள் மறந்திருக்க இயலாது. உணர்ச்சிகளின், சிந்தனைகளின் நறுமணங்கள், முன்பு எப்படி நடப்புகள் இருந்தன என்பதன்

மணங்கள், எல்லாவற்றையும் மிகஎளிதாக என்னால் கண்டுபிடிக்க முடியும். பிரதமருக்கு ஏறத்தாழ முழுஆதிக்கத்தையும் தரும் அளவுக்கு அரசியலமைப்புச்சட்டம் மாற்றப்பட்ட போது, நான் காற்றில் பழங்காலப் பேரரசுகளின் பேயுருக்களை முகர்ந்தேன்... அந்த நகரில் ஏற்கெனவே அடிமை வம்ச அரசர்கள், முகலாயர்கள், ஈவிரக்கமற்ற ஔரங்கசீப், கடைசியாக வெள்ளை ஆதிக்கக்காரர்கள் ஆகியவர்களின்மீது வீசியதுபோன்ற சர்வாதிகாரத்தின் கூரிய நாற்றத்தை நான் முகர்ந்தேன். எண்ணெய் கசிந்த கந்தைகளை எரிப்பதுபோன்ற நாற்றம் அது. ஆனால் 1975 - 76இன் குளிர்காலத்தில் தலைநக ரில் ஏதோ அழுகிவிட்டது என்ற நாற்றத்தை மூக்குத்திறன் அற்றவர்கள்கூட உணர்ந் திருக்கமுடியும். இன்னும் வேறுவிதமான, புதியதான ஒரு நாற்றம் என்னை அதிர்ச்சிக் குள்ளாக்கியது. தனிப்பட்ட அபாயத்தின் அறிகுறி. அதில் ஒரு ஜோடி சதிகார, தண்டிக்கின்ற முழங்கால்களின் இருப்பினை உணர்ந்தேன்... ஒரு பழைய போராட்டம், அது காதல்வசப்பட்ட ஒரு கன்னிப்பெண் பெயர்அட்டைகளை மாற்றியதால் ஏற்பட்டது - விரைவில் சதியும் அறுவைகளும் அடங்கிய வெறியில் முடிவடையப் போகிறது என்ற முதல்தகவல் எனக்குக் கிட்டியது.

என் மூக்கினால் இத்தகையதொரு எச்சரிக்கை கிடைத்திருக்கும்போது நான் வேறு எங்கேனும் ஓடிவிட்டிருக்கலாம். ஆனால் நடைமுறைத் தடைகள் இருந்தன. எங்கே போகமுடியும்? மனைவியும் குழந்தையும் இருக்கும்போது எவ்வளவு வேகமாகச் செல்லமுடியும்? அதுமட்டுமல்ல, முன்பு ஒருமுறை ஓடவும் செய்தேன், அது எப்படி முடிந்தது பாருங்கள்! சுந்தரவனங்களில், பேயுருக்களின் காட்டில். பிறகு தண்டனை. அதிலிருந்து மயிரிழையில் தப்பித்தேன்... எப்படிஆயினும் நான் ஓடவில்லை.

வசப்படுத்த முடியாத சதிகாரன் சிவா - பிறப்பிலிருந்து என் எதிரி - கடைசியாக என்னை வந்தடைவான் என்பதில் பயம் ஒன்றுமில்லை. முகர்ந்து விஷயங்களைக் கண்டுபிடிப்பதில் ஒரு மூக்குக்குச் சிறந்த ஆற்றல் இருந்தாலும், செயலென்று வரும் போது நன்கு பற்றக்கூடிய, மூச்சுத்திணறச் செய்யக்கூடிய முட்டிகளின் ஆற்றல்தான் பயன்படுகிறது. இந்த விஷயத்தில் ஒரு முரண்பட்ட கூற்றைச் சொல்ல விரும்புகிறேன். புலம்புகின்ற விதவைகளின் இருப்பிடத்தில்தான் நான் வாழ்க்கை முழுவதும் என்னைத் துளைத்தெடுத்த நோக்கம் பற்றிய கேள்விக்கு விடைகண்டுகொண்டேன் என்று நான் நம்புகிறேன். இது உண்மையானால், அந்த அழிவுகளின் மாளிகைக்குச் செல்லாமல்

என்னைக் காப்பாற்றிக் கொண்டிருந்தால், மிகச் சிறந்த கண்டுபிடிப்புகளை நான் அடையமுடியாமலே போயிருக்கும். இதைக் கொஞ்சம் தத்துவப்படுத்திச் சொன்னால், எந்தக் கருமேகத்திற்கும் ஒளிவிளிம்பு உண்டு, எந்தத் தீமையிலும் ஒரு நன்மை உண்டு.

சலீமும் சிவாவும்: மூக்கும் முட்டிகளும்... எங்களுக்குள் பொதுவாக மூன்று விஷயங்கள் இருந்தன... நாங்கள் பிறந்த நேரம் (அதன் விளைவுகளும் சேர்ந்து), துரோகத்தின் குற்றவுணர்ச்சி, எங்கள் மகன் ஆதம் - எங்களை ஒருங்கிணைத்தவன். சிரிக் காமல், தீவிரமாக, எல்லாவற்றையும் கேட்கும் காதுகளுடன். ஆதம் சினாய், பல விஷயங்களில் சலீமின் நேரெதிர் துருவமாக இருந்தான். நான் தொடக்கத்தில் மிக வேகமாக வளர்ந்தேன். ஆதம், நோயின் பாம்புகளுடன் போராடியவாறு, வளரவே இல்லை. சலீம் தொடக்கத்திலிருந்தே பிறர் ஆதரவை நாடிய ஒரு புன்சிரிப்பைப் பெற்றிருந்தான். ஆதம் கௌரவமாக, தன் சிரிப்பைத் தனக்குள்ளேயே வைத்துக் கொண்டான். சலீம் தன் விருப்பங்களைக் குடும்பம் - விதி என்ற இரண்டு கொடுமைகளுக்கு விட்டுக்கொடுத்தான். ஆதம் கடுமையாகச் சண்டையிட்டான். பச்சைப்பொடியின் பலவந்தத்திற்கும் கட்டுப்படவில்லை. கொஞ்ச காலம் கண்ணே இமைக்காமல், தான் உணரமுடியாத பிரபஞ்சத்தை விழுங்குவதில் சலீம் ஆர்வம் காட்டினான் என்றால், ஆதம் தன் கண்ணை மூடியே வைத்திருப்பதில் ஆர்வமாக இருந்தான்... அவ்வப் போது அவன் தன் கண்ணைத் திறந்துதானே ஆகவேண்டும்? அப்போது அவற்றின் நிறத்தை நான் கண்டேன் - நீலம். பனிக்கட்டி நீலம். திரும்ப நிகழ்தல்களின் நீலம். காஷ்மீர் வானத்தின் விதிசார்ந்த நீலம். இதை இதற்குமேல் விளக்கவேண்டிய அவசியம் இல்லை.

சுதந்திரத்தின் பிள்ளைகளாகிய நாங்கள், தாறுமாறாக, வேகமாக எங்கள் எதிர் காலத்திற்குள் ஓடினோம். அவன், நெருக்கடிநிலையில் பிறந்தவன். ஏற்கெனவே எச்சரிக்கையாக இருந்தான், இனிமேலும் இருப்பான். காலத்துக்கெனக் காத்திருப்பான். ஆனால் அவன் செயல்படும்போது அவனைத் தடுக்க முடியாது. அவன் என்னைவிட வலுவானவன், கடினமானவன், மனத்திடம் கொண்டவன். அவன் தூங்கும்போது அவன் கண்ணிமைக்குள் விழிகள் அசைவதில்லை.

ஆதம் சினாய், முட்டிகளின், மூக்கின் குழந்தை. அவன் கனவுகளுக்கு (எனக்குத் தெரிந்தவரை) வசப்படுவதில்லை. அசைகின்ற அவன் காதுகளில் எவ்வளவு செய்திகள் விழுந்தனவோ?

தங்கள் அறிவின் வெப்பத்தால் தகித்தனவோ? அவன் பேசியிருந்தால் ஒருவேளை என்னை சதி, புல்டோசர்கள் பற்றி எச்சரித்திருப்பானா? சத்தங்களும் நாற்றங்களும் என இரண்டும் எங்கும் நிறைந்த நம் நாட்டில் நாங்கள் ஒரு இணையற்ற ஒருவரை ஒருவர் ஈடுசெய்யும் ஜோடியாக இருந்திருப்போம். ஆனால் என் குழந்தை பேச்சை ஒதுக்கிவிட்டான், நான் என் மூக்கின் கட்டளைகளைப் பொருட் படுத்தத் தவறிவிட்டேன்.

"அடேங்கப்பா" என்று கத்துகிறாள் பத்மா, "நடந்ததைச் சொல்லு மிஸ்டர்! ஒரு குழந்தை பேசலேன்னா பெரிசா என்ன ஆச்சரியம் அதில?" மீண்டும் எனக்குள் பிளவுகள். சொல்லமுடியாது. சொல்லத்தான் வேண்டும். சரி.

1976 ஏப்ரலிலும் நான் மந்திரஜாலக்காரர்களின் சேரியில்தான் வசித்துவந்தேன். என் மகன் ஆதம், எந்தச் சிகிச்சைக்கும் கட்டுப்படாமல் மெதுவாக அரிக்கின்ற காச நோயின் பிடியில் இருந்தான். எனக்குள் ஏராளமான முன்னறிகுறிகள் (தப்பிப்பதின் சிந்தனைகள்). ஆனால் அந்தச் சேரியில் நான் நீடித்ததற்கு ஒரே ஒருவர் காரணம் என்றால் அது பிக்சர் சிங்தான்.

பத்மா! சலீம் தில்லியின் மந்திரக்காரர்களுடன் வாழ்ந்ததற்கு ஒரு காரணம், தகுதியுணர்ச்சி; காலம்கடந்து தான் ஏழ்மைக்குள் புகுந்த நேர்மையின் சுயகண்டிப்பு; நேர்மையால் விளைந்த நம்பிக்கை. (என் மாமா வீட்டிலிருந்து நான் இரண்டு வெள்ளைச் சட்டைகள், இரண்டு கால்சட்டைகள் - அவையும் வெள்ளை, இளஞ்சிவப்புநிற கிட்டார்கள் வரைந்த ஒரு டீஷர்ட், ஒரு ஜோடி கருப்பு ஷூக்கள் தவிர வேறொன்றையும் எடுத்துவரவில்லை.) ஒரு விதத்தில், நான் விசுவாசத்தின் காரணமாக, என்னைக் காப்பாற்றியவளான சூனியக்காரி பார்வதி மீதான நன்றி காரணமாக வந்தேன். ஆனால் எழுதப்படிக்கத் தெரிந்தவன் என்ற முறையில் நான் ஒரு வங்கிக் கிளார்க் ஆகவோ, எழுதப்படிக்கச் சொல்லித்தரும் இரவுப்பள்ளிக்கூட ஆசிரியர் ஆகவோ ஆகியிருக்கலாம், ஆனால் நான் சேரியில் தங்கினேன், காரணம் என் வாழ்க்கை முழு வதும் நான் தந்தைமார்களைத் தேடியவன். அகமது சினாய், ஹனீஃப் அசீஸ், ஷாப் ஸ்டெகர் சாகிப், ஜெனரல் ஜுல்பிகர் எல்லாரும் வில்லியம் மெத்வோல்டின் ஸ்தானத்துக்கு வந்தனர். இந்த மேலான வரிசையில் கடைசியாகச் சேர்ந்தவர் பிக்சர் சிங்.

தந்தைகளைத் தேடுவது, நாட்டைக் காப்பாற்றுவது என்ற என் இரண்டு ஆசைகளில், நான் ஒருவேளை பிக்சர் சிங்கைப் பற்றி மிகையாகச் சொல்லியிருக்கலாம். என் கற்பனையின் கனவு

உருவமாக அவரை நான் திரித்திருக்கக்கூடும் என்ற அச்ச மூட்டும் சாத்தியம் இருக்கிறது (இந்தப் பக்கங்களில் மறுபடியும் அவரை உருத்திரிபு செய்திருக்கிறேன்... நான் அவரை "நீங்கள் எப்போது எங்களுக்குத் தலைவராகப் போகிறீர்கள் பிக்சர்ஜி, அந்த நாள் என்று வரும்?" என்று கேட்டபோதெல்லாம் அவர் சங்கடத்துடன் உடலைக்குலுக்கிக்கொண்டு, "உங்கள் தலையிலிருந்து இந்த மாதிரி எண்ணங்களை நீக்கிவிடுங்கள் கேப்டன்! நான் ராஜஸ்தானிலிருந்து வந்த ஒரு ஏழை. பாம்புகளைக் கவரும் மிகக் கவர்ச்சியான மனிதன்தான். அதைத் தவிர வேறு ஒன்றாக ஆக்காதீர் கள்!" என்பார். "உங்களுக்கு முன்மாதிரி ஒருவர் இருக்கிறார், மியான் அப்துல்லா. பாடும் பறவை..." என்று அவரைத் தூண்டுவேன். அதற்கு, "கேப்டன், உங்களிடம் பைத்தியக்காரச் சிந்தனை கொஞ்சம் இருக்கிறது" என்பார்.

நெருக்கடிநிலையின் தொடக்க மாதங்களில், பிக்சர் சிங் ஓர் இருளார்ந்த மௌனத்தின் பிடியில் இருந்தார். அது புனிதத்தாயின் எல்லையற்ற தன்மையை நினைவூட்டியது (என் மகனுக்கும் அது வந்திருக்கிறது) கடந்தகாலத்தில் போல, பழைய, புதிய தில்லியில் அவர் நெடுஞ்சாலைகளிலும் சந்துகளிலும் தன் உரைகளை நிகழ்த்து வதில்லை. "இது மௌனத்திற்கான நேரம் கேப்டன்!" என்றார் அவர். ஆனால், நள்ளிரவின் இறுதியில், ஒரு பொன்னான விடியலில், ஏதுமற்றவர்களின் ஊர்வலத் தில், ஒருவேளை தன் மகுடியை வாசித்தவாறு பாம்புகளை அணிந்து கொண்டு அவர்தான் எங்களை ஒளியை நோக்கி வழிநடத்தப்போகிறவர் என்ற நிச்சயத்தில் நான் இருந்தேன்... ஆனால் ஒருவேளை அவர் ஒரு பாம்பாட்டி என்பதற்கு மேல் எதுவுமில்லையோ என்னவோ? அந்தச் சாத்தியத்தை நான் மறுக்கவில்லை. ஆனால் என் கடைசித்தந்தையான அவர், உயரமாக, மெலிந்த தாடியோடு, தலைமுடி கழுத்திற்குப் பின்னால் முடிச்சிட்டிருக்க, மியான் அப்துல்லாவின் அவதாரமாகவே எனக்குத் தோன்றினார். ஆனால் இதுவும் என் கனவாக இருக்கலாம். என் விருப்பத்தின் முயற்சியால் என் வரலாற்றின் துணுக்குகளில் அவரைக் கட்டுப்படுத்தும் மாயையாக இருக்கலாம். என் வாழ்க்கையில் மருட்சிகளுக்கு இடமுண்டு. எனக்குத் தெரியா தென்று நினைக்கவேண்டாம். ஆனால் மருட்சிகளுக்கு அப்பாற்பட்ட ஒரு நேரத்திற்கு வருகிறோம். வேறுவழியில்லாததால், கருப்பு வெள்ளையில் மாலைநேரம் முழுவதும் எழுதாமல் தவிர்த்த உச்சகட்டத்திற்கு நான் வந்தாகவேண்டும்.

துண்டுதுண்டான ஞாபகம்: இப்படி ஒரு உச்சகட்டத்தை எழுதக்கூடாதுதான். ஓர் உச்சகட்டம் அதன் மலைபோன்ற உச்சியை நாடிச் செல்லவேண்டும்; ஆனால் நான் கந்தல்களோடு விடப்பட்டிருக்கிறேன். அறுந்தநூலால் கட்டப்பட்ட பொம்மலாட்டப் பொம்மைபோல விட்டுவிட்டுத்தான் என் சிக்கலில் இயங்கவேண்டும். இப்படி எழுத வேண்டும் என்று நான் திட்டமிடவில்லை. ஆனால் நீங்கள் எழுதிமுடிக்கும் கதை பெரும்பாலும் நீங்கள் தொடங்கியதாக இருக்காது. (ஒருகாலத்தில், ஒரு நீலநிற அறையில், அகமது சினாய் தான் எப்போதோ மறந்துபோய்விட்ட தேவதைக் கதைகளின் முடிவுகளைத் தானே உருவாக்கினார். பித்தளைக் குரங்கும் நானும், சிந்துபாத் கதைக்கும் ஹாதிம் தாய் கதைக்கும் பலவேறு வடிவங்களை பல்லாண்டுகள் கேட்டிருக்கிறோம். நானும் இப்போது முதலிலிருந்து தொடங்கினால், வேறு ஒருவிதமாக முடிப்பேனோ என்னவோ?) அப்படியானால் சரி, நான் துண்டுதுணுக்குகளுடனும், கந்தல்கிழிசல்களுடனும் திருப்தி அடையவேண்டும். முன்பொருமுறை எழுதியதுபோல, கிடைக்கும் சில குறிப்புகளை வைத்து இடைவெளிகளை நிரப்புவதில்தான் தந்திரம் இருக்கிறது. நம் வாழ்க்கையில் முக்கியமானவை பெரும்பாலும் நாம் இல்லாதபோது தான் நடக்கின்றன. போலித் தலைப்பெழுத்துகளுடன் உருவாக்கப்பட்ட ஒரு கோப்பினை முன்பொருமுறை பார்த்த ஞாபகத்திலிருந்து இப்போது நான் எழுதவேண்டும். இன்னொன்று, கொள்ளையடிக்கப்பட்ட என் ஞாபகப்பேழையிலிருந்து கடற்கரையில் உடைந்த பாட்டில் சில்லுகள்போல கிடைப்பனவற்றைக் கொண்டு எழுதலாம். ஞாபகத் துண்டுகள். அல்லது அமைதியான நள்ளிரவுக்காற்றில் மந்திரஜாலக்காரர்களின் சேரியில் எறியப்படும் செய்தித்தாள் காகிதத் துண்டுகள்போல. அப்படி ஒரு செய்தித் தாள் துண்டுதான், பெயர்தெரியாத கொலைகாரர்களால் என் மாமா முஸ்தபா அசீஸ் கொலைசெய்யப்பட்டார் என்ற செய்தியை எனக்குத் தெரிவித்தது. நான் ஒரு சொட்டுக் கண்ணீரும் விடவில்லை. ஆனால் வேறு தகவல்கள் இருந்தன. இவற்றிலிருந்து நான் யதார்த்தத்தைக் கட்டமைக்க வேண்டும்.

ஒரு செய்தித்தாள் துண்டிலிருந்து (அது டர்னிப் வாசனை வீசியது) இந்தியா வின் பிரதமர் தன் அந்தரங்க ஜோசியர் இல்லாமல் எங்கும் செல்வதில்லை என்று படித்தேன். இந்தத் துண்டில் டர்னிப் வாடைக்குமேல் வேறொன்றும் இருந்தது. என் மூக்கு இதிலும் என் தனிப்பட்ட அபாயத்தை முன்னறிவித்தது. இந்த எச்சரிக்கை

மணத்திலிருந்து நான் முடிவெடுத்தது - குறிசொல்பவர்கள் எனக்கு வரப்போகும் செய்திகளை அறிவிப்பார்கள் - ஆனால் அவர்கள் எல்லாரும் இறுதியில் என்னைக் கைவிட்டுவிடவில்லையா? நட்சத்திரங்களின் பலன்களை ஜோசியர்களிடமிருந்து ஆராய்ச்சி செய்து அறிந்துகொள்ளும் விதவை, பலநாட்கள் முன்பு நள்ளிரவில் பிறந்த எந்தக் குழந்தைக்கும் எவ்வித சக்தி இருக்கிறதென்று அறியாமலா இருப்பாள்? அதற்காகத்தான் ஒரு சிவில் அதிகாரியை, வமிசாவளிகளில் மிகத் திறனுள்ளவரைத் தேடிப் பயன்படுத்தி... அவர் ஏன் காலையில் என்னை விசித்திரமாக நோக்கவேண்டும்? பார், துண்டுகள் ஒழுங்காகப் பொருந்தத் தொடங்குகின்றன, பத்மா! இன்னும் உனக்குத் தெளிவாகவில்லையா? இந்திராதான் இந்தியா, இந்தியாதான் இந்திரா. ஆனால் அவர் தன் தந்தை ஒரு நள்ளிரவுக் குழந்தைக்கு எழுதிய கடிதத்தைப் படித்திருக்க மாட்டாரா? அதில் அவருடைய மைய இருப்பு மறுக்கப்பட்டது, மாறாக, தேசத்தின் கண்ணாடியாக இருக்கும் பொறுப்பு எனக்கு அளிக்கப்பட்டிருந்தது... பார்த்தாயா? பார்த்தாயா?... இன்னும் இருக்கிறது, இன்னும் தெளிவான நிரூபணம். இதோ டைம்ஸ் ஆஃப் இந்தியாவிலிருந்து ஒரு குறிப்பு. அதில் விதவையின் சொந்தச் செய்திநிறுவனமான சமாச்சாரின் குறிப்பு: அவர் ஆழமாகவும் எங்கும் பரவியும் இருக்கின்ற வளர்கின்ற சதிச்செயலை முறியடிக்கத் தீர்மானம் செய்ததாக வெளியாகி இருக்கிறது. நான் சொல்கிறேன் - அவர் ஜனதா மோர்ச்சாவை சதிச்செயல் என்ற சொல்லால் குறிக்கவில்லை.

நெருக்கடி நிலைக்கு ஒரு கருப்புப் பகுதியும் உண்டு, வெள்ளைப் பகுதியும் உண்டு. அந்த மூச்சுத்திணறிய நாட்களின் முகமூடிக்குக்கீழ் நீண்டநாட்களாக மறைந் திருந்த இரகசியம் இதோ. நெருக்கடிநிலையை அறிவித்ததன் பின்னால் இருந்த மிக ஆழமான நோக்கம் நள்ளிரவின் குழந்தைகளை அடித்துநொறுக்கித் தூளாக்கி மீண்டெழ முடியாதவாறு நசுக்குவதுதான். (அவர்களின் கூட்டம் பல ஆண்டுகள் முன்னாலேயே கலைக்கப்பட்டுவிட்டது. ஆனால் நாங்கள் மறுபடியும் இணைவோம் என்ற சாத்தியமே அபாய எச்சரிக்கையைத் தரவல்லது.) ஜோசியர்கள் ஏற்கெனவே இந்த எச்சரிக்கைகளைக் கொடுத்திருப்பார்கள் என்பதில் எனக்குச் சந்தேகமில்லை. இருக்கும் பதிவேடுகளிலிருந்து, எம்.சி.சி. என்று தலைப்பிட்ட ஒரு கருப்புக் கோப்பிலிருந்து பெயர்களை உருவி எடுத்தாயிற்று. அதில் வேறு விஷயங்களும் இருந்தன. காட்டிக் கொடுத்தல்களும் ஒப்புக் கொடுத்தல்களும் இருந்தன. முட்டிகளும் ஒரு மூக்கும் - மூக்கும் முட்டிகளும் இருந்தன.

துண்டுகள், கிழிசல்கள், உடைசல்கள். அபாயத்தின் நாற்றம் மூக்கில் அரிக்க நான் விழித்தெழுவதற்குமுன்புதான், நான் தூங்குவதாகக் கனவுகண்டேன். என்னை மிகவும் நடுங்கச் செய்த அந்தக் கனவில் என் குடிசையில் ஒரு புதியவன் இருக்கக் கண்டேன். கவிஞன் மாதிரித் தோற்றமளித்த ஓர் ஆள். அவன் நீண்ட தலைமுடி காதுகள் மீது புரண்டது. (ஆனால் உச்சந்தலையில் அதிகமாக முடி இல்லை.) ஆமாம், நான் விவரிக்கப்போகும் நிகழ்ச்சிகள் நடப்பதற்கு முன்னால் தூங்கிய கடைசித் தூக்கத்தில், நாதிர்கானின் உருவம் தோன்றியது. நீலக்கல் பதித்த வெள்ளி எச்சிற்கலத்தை குழப்பத்தோடு நோக்கியது. "நீ இதைத் திருடினாயா? இல்லையென்றால், சாத்தியமா அது? நீதான் என் மும்தாஜின் சின்னப்பையனாக இருக்கவேண்டும்" என்றது. நான் "ஆம்" என்றவுடன் "நான் வேறுயாருமல்ல, நான்தான்...!" நாதிர் - காசிமின் கனவுருவம் எனக்கு எச்சரிக்கை செய்தது - "ஒளிந்துகொள், நேரமில்லை. இப்போது உன்னால் முடியும், ஒளிந்து கொள்."

என் தாத்தாவின் கம்பளத்தின்கீழ் ஒளிந்திருந்த நாதிர், அதுபோலவே என்னை யும் செய்யச்சொன்னான். ஆனால் தாமதம், அதிக காலதாமதம். அப்போது நான் நன்றாக விழித்துக் கொண்டேன். அபாயத்தின் நாற்றம் என் மூக்கை எக்காள ஒலி போல் துளைக்கக் கண்டேன்... ஏனென்று தெரியாமல் பயந்து, எழுந்துநின்றேன். அது என் கற்பனையா? ஆதம் சினாய் தன் நீலக்கண்களைத் திறந்து என் கண்ணில் நோக்கிக் கொண்டிருந்தான். ஒரு மூக்கு முன்னறிந்ததையே பெரிய காதுகள் கேட்டறிந்தனவா? இதெல்லாம் தொடங்குவதற்கு முன்பே தந்தையும் மகனும் பேச்சின்றித் தொடர்பு கொண்டனரா? கேள்விகளுக்கு விடையளிக்க என்னால் இயலாது. ஆனால் இது நிச்சயம். பார்வதி, என் லைலா சினாய், அவளும் விழித்தெழுந்து "என்ன ஆச்சு மிஸ்டர்? ஏன் இந்த திடீர் விழிப்பு!" என்றாள். காரணம் முற்றிலும் அறியாமலே நான்: "ஒளிந்துகொள், இங்கேயே இரு. வெளியில் வராதே."

பிறகு நான் வெளியே சென்றேன்.

அது காலைநேரமாக இருக்கவேண்டும், ஆனால் முடிவற்ற நள்ளிரவின் இருள் சேரியை மூடுபனிபோல் மூடியிருந்தது... நெருக்கடியின் இருள்நிரம்பிய ஒளியில் நான் பிள்ளைகள் சில்லுவிளையாடுவதைக் கண்டேன். பிக்சர் சிங், குடையை மடித்து இடது கக்கத்தில் வைத்தபடி வெள்ளிக்கிழமை மசூதியின் பின்புறச் சுவரில் ஒன்றுக்கு அடித்துக் கொண்டிருந்தார். ஒரு சிறிய வழுக்கைத்தலை மாயக்காரன், தன் பத்துவயதுப் பயிற்சியாளன்

கழுத்தில் கத்திகளை எறிந்து பயிற்சியில் ஈடுபட்டிருந்தான். இன்னொரு மாயாஜாலக்காரனுக்கு அந்த வேளையிலேயே கூட்டம் கிடைத்து, புதிய ஆட்களின் கக்கங்களிலிருந்து நூல்கண்டுகளை விழச்செய்துகொண்டிருந்தான். சேரியின் இன்னொரு மூலையில், இசைக் கலைஞன் சாந்த் சாகிப் ஊதுகுழல் பயிற்சியில் ஈடுபட்டிருந்தான். ஓர் உடைந்த ஊதுகுழலின் வாய்ப்பகுதியைக் கழுத்தில் வைத்து, தொண்டைச் சதைகள் வாயிலாகவே அதை ஒலியெழுப்பச் செய்தான்... அதோ அந்த மூலையில் அந்த மூன்று கழைக்கூத்தாடிப் பெண்கள். காலனியின் ஒற்றைக் குழாயிலிருந்து நீர் பிடித்துப் பானைகளில் ஊற்றி, அவற்றைத் தலைகள்மீது வைத்து சமநிலை தவறாமல் தங்கள் குடிசைக்கு வந்தனர். சுருக்கமாகச் சொன்னால், எல்லாமே சரியாக இருப்பதுபோல் தான் இருந்தது. என் கனவுக்காகவும் மூக்கு எச்சரிக்கைக்காகவும் என்னையே நான் கடிந்துகொண்டேன். அப்போதுதான் அது தொடங்கியது.

வேன்களும் புல்டோசர்களும் முக்கியச்சாலையில் உறுமியவாறு முதலில் வந்தன. மந்திரஜாலக்காரர்களின் சேரிக்கு எதிரில் நின்றன. ஓர் ஒலிபெருக்கி கத்தத் தொடங்கியது. “பொதுநல அழகுபடுத்தல் திட்டம்... சஞ்சய் இளைஞர் மையக் குழுவின் அதிகாரபூர்வச் செயல்பாடு... உடனே எல்லாரும் காலிசெய்து புதிய இடத்திற்குப் போகவேண்டும்... இந்தச் சேரி பார்ப்பவர்களுக்கு திருஷ்டிச் சின்னம்போல உள்ளது. இனிமேலும் இதை சகித்துக்கொள்ள முடியாது... மறுப்பின்றி எல்லாரும் உடனே கட்டளைக்கு இணங்கவேண்டும்.” ஒலிபெருக்கி கத்தியபோதே, வேன்களிலிருந்து ஆட்கள் இறங்கினர். ஒரு பிரகாசவண்ணமுடைய கூடாரம் உடனே உருவாக்கப்பட்டது. முகாம் படுக்கைகளும் அறுவைச் சிகிச்சைக்கான கருவிகளும்... ஒரு வேனிலிருந்து சிறந்த உடையுடுத்த, அயல்நாட்டுக் கல்விகற்ற உயர்குடிப்பெண்கள் வரிசையாக வந்தனர். இன்னொன்றிலிருந்து அதேபோன்ற இளைஞர்கள். தொண்டர்கள்! சஞ்சய் இளைஞர் அமைப்பின் தொண்டர்கள். சமூகத்துக்குத் தங்களால் இயன்றதைச் செய்பவர்கள்... பிறகு நான் தெரிந்துகொண்டேன் - தொண்டர்கள் அல்ல அவர்கள், எல்லா ஆட்களுக்கும் ஒன்றுபோலச் சுருட்டைமுடியும் பெண்குறி உதடுகளும் இருந்தன. அந்த அழகான பெண்களும் ஒன்றுபோலவே இருந்தனர், அவர்கள் எல்லாரின் தோற்றங்களும் செய்தித்தாள்கள் மெலிந்த அழகி என்று வருணித்த சஞ்சயின் மேனகாவைப் போலவே இருந்தன. அவர் ஒருகாலத்தில் ஒரு மெத்தைக் கம்பெனி தயாரித்த இரவு உடைகளுக்காக மாடல் செய்தவர்... சேரிஒழிப்புத் திட்டத்தின்

மத்தியில் குழப்பத்தில் நின்றவாறு, இந்தியாவை ஆட்சிசெய்யும் வம்சம் எப்படித் தன்னைப் பலவாகப் பெருக்கிக் கொள்ளும் வித்தையைக் கற்றுக்கொண்டது என்பதை நான் புரிந்துகொண்டேன். ஆனால் இப்போது யோசிக்க நேரமில்லை. எண்ணற்ற பெண்குறி உதடுகளும் மெலிந்த அழகிகளும் மாயாஜாலக்காரர்களையும் கிழட்டுப் பிச்சைக்காரர்களையும் பிடித்தனர், ஆட்கள் வேன்களை நோக்கி இழுத்துச் செல்லப்பட்டனர். இப்போது சேரியில் ஒரு குரல் கேட்டது: "அவர்கள் கருத்தடை அறுவை செய்கிறார்கள்!" இன்னொரு குரல் கத்தியது: "உங்கள் பெண்களையும் குழந்தைகளையும் பாதுகாத்துக்கொள்ளுங்கள்!"

ஒரு கலகம் தொடங்குகிறது, விளையாடிக் கொண்டிருந்த சிறுவர்கள் படை யெடுப்பு அழகர்கள்அழகிகள் மீது கல்லெடுத்து வீசுகிறார்கள், இதோ பிக்சர் சிங் கோபமாகக் குடையை ஆட்டியவாறு மந்திரக்காரர்களைத் தன் பின் அணிவகுக்கச் செய்கிறார். அந்தக் குடை ஒருகாலத்தில் ஒருங்கிசைவை உண்டாக்கும் பொருளாக இருந்தது; இப்போது ஓர் ஆயுதமாக மாறிவிட்டது. மடித்த அதன்முனை ஒரு ஈட்டி போல் ஆனது. மாயாஜாலக்காரர்கள் அனைவரும் தங்களைப் பாதுகாத்துக் கொள்ளும் சேனையாகின்றனர். மாலடோவ் காக்டெயில்கள் உருவாகி வீசி எறியப்படுகின்றன. ஜாலக்காரர்களின் பைகளிலிருந்து செங்கற்கள் எடுக்கப்படுகின்றன. எங்கும் கூக்குரல்களும் வீசப்படும் பொருள்களும். அழகான பெண்குறி உதடுகளும் மெலிந்த அழகிகளும் மாயாஜாலக்காரர்களின் கோபத்தின் முன்னால் பின்வாங்குகிறார்கள். அதோ பிக்சர் சிங். கருத்தடைக் கூடாரத்தை நோக்கித் தாக்குதலை நடத்தியவாறு. பார்வதி லைலா, என் கட்டளையை மீறி, என் பக்கத்தில் வந்து நிற்கிறாள், "கடவுளே, என்ன செய்யறாங்க இவங்க..." இந்தச் சமயத்தில் மேலும் புதிய தடுக்க இயலாத ஒரு சேனை சேரிமீது ஏவிவிடப்படுகிறது. மாயாஜாலக்காரர்கள், பெண்கள், குழந்தைக ளுக்கு எதிராக இராணுவம் ஏவிவிடப்படுகிறது.

ஒருகாலத்தில், ஜாலக்காரர்களும் சீட்டுத்தந்திரம் செய்பவர்களும் பொம்மலாட்டக்காரர்களும் வசியம் செய்பவர்களும் ஓர் எதிரியைக் கைப்பற்றிய இராணுவத்தின் பக்கத்தில் பெருமிதத்தோடு நடந்துவந்தார்கள். அதெல்லாம் இப்போது மறக்கப்பட்டு விட்டது. மாறாக, ரஷ்யத் துப்பாக்கிகள் சேரி மக்கள்மீது பிரயோகித்துப் பார்க்கப்படுகின்றன. சோஷலிஸ்டு துப்பாக்கிகளுக்கு எதிராக உயிர்பிழைக்க கம்யூனிஸ்டு மந்திரவாதிகளுக்கு என்ன வாய்ப்பிருக்கிறது? அவர்கள், அதாவது நாங்கள், இப்போது

கிடைத்த வழிகளில் எல்லாம் ஓடிக் கொண்டிருக்கிறோம். சிப்பாய்கள் தாக்குதலில் பார்வதியும் நானும் பிரிந்துவிட்டோம். பிக்சர் சிங்கைக் காணவில்லை. துப்பாக்கிகளின் பின்பக்கங்களால் அடித்துநொறுக்குகிறார்கள். அவற்றின் கோபத்தில் கழைக்கூத்தாடிப் பெண்களில் ஒருத்தி அடிபட்டுக் கீழேவிழுவதைப் பார்க்கிறேன். வாய்பிளந்து காத்திருக்கும் வேன்களுக்கு மயிரைப்பிடித்து இழுத்துச் செல்லப்படுகிறார்கள் மக்கள்.

காலதாமதமாகத்தான் டால்டா டப்பாக்கள், காலி அட்டைப்பெட்டிகள், பயந்து போன ஜாலக்காரர்களின் மூட்டைமுடிச்சுகள் மீது தடுக்கிவிழுந்து நானும் ஓடிக் கொண்டிருக்கிறேன். தோளின் பின்புறம் புகைமண்டலத்தில் நெருக்கடிநிலையின் மங்கல் ஒளியில் திரும்பிப்பார்க்கும்போது, இதெல்லாம் சின்னப்பிரச்சினைதான், உண்மையான பிரச்சினை வேறு என்பது தெரிகிறது. கலகத்தின் குழப்பத்தினிடையே தடதடவென்று வந்துகொண்டிருக்கிறான் ஒரு தொன்மக்கதாநாயகன் - விதியின் அழிவின் அவதாரமான மேஜர் சிவா. அமளியினூடே என்னை மட்டுமே தேடுகிறான். என் அழிவின், நசுக்கும் முட்டிகள் என் பின்னால் வருகின்றன...

ஒரு குடிசை! இப்போது ஞாபகத்துக்கு வருகிறது: என் மகன்! என் மகன் மட்டுமல்ல, நீலக்கல் பதித்த ஒரு எச்சிற்கலம். சேரியின் குழப்பத்திற்குள் எங்கோ ஒரு குழந்தை தனித்து விடப்பட்டு... எங்கோ ஒரு மந்திரப்பொருள், இதுவரை பத்திரமாகக் காப்பாற்றியது, கைவிடப்பட்டுவிட்டது. நான் குனிந்து வாத்து ஓட்டமாக சரிகின்ற குடிசைகளுக்கிடையில் ஓடுவதை வெள்ளிக்கிழமை மசூதி செயலற்றுப் பார்க்கிறது. என் கால்கள் என் அகலக்காது மகனையும் எச்சிற்கலத்தையும் நோக்கி ஓடுகின்றன. ஓடும்போதே போர்நாயகனின் கால்கள் என்னை நெருங்கி நெருங்கி வருகின்றன. அவற்றிலிருந்து தப்பிக்க என்ன வாய்ப்பிருக்கிறது? என் தலையெழுத்தின் முட்டிகள்! இடிபோலப் பாய்ந்து வருகின்றன. அவன் என்மீது பாய்கிறான். என் கழுத்தைச்சுற்றி அவன் முட்டிகள் இறுக்குகின்றன. என் தொண்டையிலிருந்து மூச்சு நின்றுவிடும்போல் இருக்கிறது. நான் நெளிந்து விழுகிறேன், ஆனால் முட்டிகள் நெருக்கிப் பிடிக்கின்றன.

இப்போது ஒரு குரல் - சதிகாரக் காட்டிக்கொடுக்கும் வெறுப்புக்குரல் - "அட, பணக்காரச் சின்னப்பையா, நாம் இப்போது மறுபடியும் சந்திக்கிறோம்! சலாம்!" நான் திணறினேன், சிவா சிரித்தான். ஒரு சதிகாரனின் சீருடையிலிருக்கும்

பளபளப்பான பொத்தான்களே! வெள்ளிபோலப் பளபளத்துக் கண்ணடித்துக்கொண்டு!... ஏன் அப்படிச் செய்தான்? ஒருகாலத்தில் அராஜகக் குண்டர்களை பம்பாயின் சேரிகளில் தலைமை தாங்கி நடத்தியவன், ஏன் போர்க்கொடுமையின் தலைவன் ஆனான்? ஒரு நள்ளிரவின் குழந்தை ஏன் இன்னொரு நள்ளிரவின் குழந்தையைக் காட்டிக்கொடுத்து, என் விதியைநோக்கி இழுத்துச்செல்லவேண்டும்? வன்முறைமீதான காதலா?அதை நியாயப்படுத்தும் பொத்தான்களின் பளபளப்பு, சீருடைகள் மீதான ஆசையா? அல்லது கடந்த காலத்திலிருந்து என்மீது தொடரும் வெறுப்பா? அல்லது - இதுதான் பொருத்தமாக இருக்குமென்று தோன்றுகிறது - எங்களையெல்லாம் காட்டிக்கொடுத்து அதனால் தனக்குக் கிடைக்கும் பாதுகாப்பு! - ஆம் அப்படித்தான் இருக்கவேண்டும்! பிறப்புரிமையை மறுக்கும் போர்நாயகனே! அரசியல் குழப்பங்கள் சதுரங்கங்கள் ஊழலில் இறக்கிவிட்ட எதிரியே...!

இல்லை, இதையெல்லாம் நிறுத்தி, கதையை எவ்வளவு எளிமையாகச் சொல்ல முடியுமோ அப்படிச்சொல்லவேண்டும்... சேரியிலிருந்து இராணுவத்தினர் துரத்தி கைது செய்து மந்திரஜாலக்காரர்களை இழுத்துச்சென்றபோது, மேஜர் சிவா என்மீது மட்டுமே கவனம் செலுத்தினான். நானும் ஒரு வேனைநோக்கித் தரதரவென இழுத்துச் செல்லப்பட்டேன். புல்டோசர்கள் சேரியை நோக்கிச் சென்றபோது ஒரு கதவு தடாலென மூடப்பட்டது... இருளில் "என் மகன்! பார்வதி! எங்கே இருக்கிறாள் அவள்! என் லைலா! பிக்சர் சிங்! காப்பாற்றுங்கள், பிக்சர் சிங்!" என்று கத்தினேன். ஆனால் இப் போது புல்டோசர்கள் இயங்கத்தொடங்கிவிட்டன, யாரும் என் சத்தத்தைக் கேட்க வில்லை. என்னைத் திருமணம் செய்துகொண்டதால், சூனியக்காரி பார்வதியும் என் சொந்தக்காரர்கள் அனைவர்மீதும் விதிக்கப்பட்ட வன்முறை மரணத்திற்கு உள்ளா னாள்... என்னை ஒரு மூடுபோட்ட இருட்டுவண்டியில் அடைத்த சிவா, அவளைத் தேடிச் சென்றானோ என்னவோ தெரியவில்லை...

இப்போது அழிவு எந்திரங்கள் தங்கள் வேலையைச் செய்துகொண்டிருந்தன. அந்தச் சேரியின் ஏழைக்குடிசைகள் அட்டைக் குடியிருப்புகள் நழுவி நசுங்கி தடுக்க முடியாத இரும்புப் பிராணிகளின் சக்தியின்கீழே சரிந்தன. வீடுகள் குச்சிகள்போல ஒடிந்தன. பொம்மலாட்டக்காரர்களின் அட்டைப் பெட்டிகளும் ஜாலக்காரர்களின் மாயக்கூடைகளும் கூழாயின. ஒரு சில சாவுகள் நேர்ந்தால்தான் என்ன? சாஸர் போல அகலமான கண்கள், துக்கத்தின் உதட்டுச்சுழிப்பு கொண்ட பெண் போன்றவர்கள்

முன்னேறும் ஒடுக்கும் சக்திகளின்கீழ் விழுந்தால் என்ன? நகரம் அழகுபட்டுக் கொண்டிருந்தது. பார்க்க அழகற்றிருந்த ஓர் இடம் - பழமைவாய்ந்த தலைநகரத்தின் திருஷ்டிப்பொட்டு அகற்றப்படுகிறது - அவ்வளவுதான்...!

பிறகு ஒரு வதந்தி. மந்திரஜாலக்காரர்களின் சேரியின் மரண ஓலங்களுக்கு இடையில், பாம்புகளை உடலில் சுற்றிய, தாடிவைத்த பெரிய உருவம் ஒன்று ஓடியது - (இது ஒரு மிகைப்படுத்தலாகவும் இருக்கலாம்) - முழுச் சாய்வுக் காட்சி! - முன்னேறி வரும் புல்டோசர்களுக்கு முன்பாக சிதைந்துபோன ஒரு குடையின் கைப்பிடியை இறுக்கிக் கையில் பிடித்துக்கொண்டு தேடித் தேடி... ஏதோ அதன் உயிரே அந்தத் தேடலில் இருப்பதுபோல... ஓடியது. நாள் முடிவதற்குள் வெள்ளிக்கிழமை மசூதியைச் சுற்றி எழுந்திருந்த சேரி ஒன்று பூமியிலிருந்து காணாமல் போயிற்று. ஆனால் எல்லா மந்திர ஜாலக்காரர்களும் பிடிக்கப்படவில்லை, எல்லாருமே கிச்சடிபூர் என்ற பெயரில் யமுனை ஆற்றின் அக்கரையில் தொலைவில் எழுந்த ஒரு அவசரக் குடியிருப்புக்குக் கொண்டு செல்லப்படவில்லை. பிக்சர் சிங்கை அவர்கள் பிடிக்கவில்லை.

மந்திரஜாலக்காரர்களின் சேரி ஒழிப்புக்குப் பிறகு புதுதில்லி இரயில்வே நிலை யத்துக்கு அருகில், நகரத்தின் இதயப்பகுதியில் ஒரு புதிய சேரி உருவானது என்று கேள்வி. அந்தக் குடிசைப்பகுதி இருக்குமிடத்திற்கு புல்டோசர்கள் வேகமாகச்சென்றன. ஆனால் அங்கே ஒன்றுமே இல்லை. அதற்குப் பிறகு மந்திரஜாலக்காரர்களின் நகரும் சேரி என்பது நகர மக்கள் யாவருக்கும் தெரிந்த செய்தியாகிவிட்டது. ஆனால் அழிப்பாளர்கள் கண்ணில் மட்டும் படவில்லை. மெஹ்ராலியில் சேரி உருவானதாகச் சொல்லப்பட்டது. ஆனால் கருத்தடைக்காரர்களும் இராணுவமும் அங்கு சென்றபோது குதுப்மினார் வறுமையின் சின்னங்களால் அழுக்காக்கப்படாமல் அப்படியேதான் இருந்தது... தகவலாளிகள், ஜெய்சிங்கின் முகலாய வானியல் நோக்கியைக் கொண்ட ஜந்தர் மந்தரின் தோட்டங்களில் சேரி உருவாகிவிட்டது என்றார்கள். ஆனால் அழிவு எந்திரங்கள் அங்கே சென்றபோது வெறும் கிளிகளையும் சூரிய கடிகாரங்களையும் தான் பார்த்தார்கள். இந்த இயங்கும் சேரி, நெருக்கடி நிலைக்குப் பிறகுதான் ஓரிடத்தில் நிலையாக நின்றது. ஆனால் அந்தக் கதை பிறகு. அதைப் பற்றிப் பேச நேரம் இருக்கிறது. இப்போது கட்டுப்பாட்டை இழக்காமல், வாரணாசியில் விதவையின் விடுதியில் என் சிறைப்பிடிப்பைப் பற்றிப் பேசுகிறேன்.

ஒருசமயம் ரேஷம் பீவி ஐயையோ என்று புலம்பினாள். அவள் சொன்னது சரிதான். என்னைக் காப்பாற்றியவர்களின் சேரிமீது நான் அழிவைக் கொண்டுவந்தேன். மேஜர் சிவா, சந்தேகமின்றி, விதவையின் வெளிப்படையான கட்டளைக்குப் பிறகுதான் அந்தக் காலனிக்கு என்னைப் பிடிப்பதற்கு வந்தான். அதிலிருந்து திசை திருப்பும் விதமாக விதவையின் மகன் நகரத்தை அழகுபடுத்தும், கருத்தடை செய்யும் திட்டங்களை ஏற்பாடு செய்தான். அப்படித்தான் திட்டம் செய்யப்பட்டது. (எனது கருத்தில்) மிகத் திறமையாகவும் நிகழ்த்தப்பட்டது. மந்திரவாதிகளின் சேரிஅழிப்பில் செய்த சாதனைதான் என்ன? நள்ளிரவின் குழந்தைகள் ஒவ்வொருவரின் இருப்பிடம் பற்றியும் தகவலை மனத்தில் வைத்திருக்கிற ஒரு நபரைப் பிறர் எவரும் அறியாமல் கைதுசெய்தாயிற்று. ஒவ்வொரு இரவிலும் அவர்கள் ஒவ்வொருவரையும் நான் சந்திப்புக்கு அழைக்கவில்லையா? எல்லா நேரங்களிலும் அவர்களுடைய பெயர்கள் முகவரிகள் முகங்கள் என் மனத்தில் இல்லையா? கேள்விக்கு விடை இதுதான். இருந்தது. அதனால் நான் சிறைப்பிடிக்கப்பட்டேன்.

ஆம், அப்படித்தான் திட்டமிடப்பட்டது. சூனியக்காரி பார்வதி என் எதிரியைப் பற்றி எல்லாவற்றையும் எனக்குச் சொன்னாள். என்னைப் பற்றி அவனுக்குச் சொல்லாமல் இருந்திருப்பாளா? ஆகவே நமது போர்நாயகனுக்குத் தன் எஜமானர்கள் தேடும் ஒரு குறிப்பிட்ட ஆள் நகரத்தில் எங்கே இருக்கிறான் என்பது தெரிந்துவிட்டது. (என் மாமா முஸ்தபாவுக்குக்கூட அவரை விட்டபின் நான் எங்கே சென்றேன் என்பது தெரியாது, ஆனால் சிவாவுக்குத் தெரியும்) பிறகு சதிகாரன் ஆனவுடனே, லஞ்சம் பெற்றவுடனே, அதாவது, பதவி முன்னேற்றத்திலிருந்து தனிப்பட்ட பாதுகாப்பு வரை எல்லாவற்றுக்கும் அவனுக்கு உத்திரவாதம் அளிக்கப்பட்டவுடனே, என்னைப் பிடித்து அவன் தலைவி, எஜமானியின், பாதிப்பாதிநிறத் தலைமுடிகொண்ட விதவையின் கைகளில் ஒப்படைப்பது அவனுக்கு எளிதாகப் போயிற்று.

சிவாவும் சலீமும், வெற்றியாளும் பலியாடும். எங்கள் விரோதத்தைப் புரிந்து கொள்! நீ வாழும் காலத்தையே உன்னால் புரிந்துகொள்ளமுடியும். (இந்தக் கூற்றின் மறுதலையும் உண்மை.)

என் சுதந்திரத்தைத் தவிர, இன்னொன்றையும் அன்று இழந்தேன். என் வெள்ளி எச்சிற்கலத்தை புல்டோசர்கள் விழுங்கிவிட்டன. வரலாற்றில் என்னை இணைக்கக்கூடிய, வரலாற்றில் வைத்துச் சரி பார்க்கக்கூடிய, உருவதிடப்பொருள் இல்லாமல், நான் என்

அந்தரங்க, நள்ளிரவு தந்த வாழ்க்கையின் விளைவுகளை எதிர்கொள்ள வாரணாசிக்குக் கொண்டுசெல்லப்பட்டேன்.

ஆம்! அங்கேதான் அது நிகழ்ந்தது: உலகின் மிகப்பழைய நகரத்தில்! கங்கையின் கரையில்! விதவைகளின் மாளிகையில். புத்தர் இளைஞராக இருந்தபோதும் பழைய மூத்த நகரமாக இருந்த காசி வாரணாசி பெனாரஸ்! தெய்விக ஒளியின் நகரம்! தீர்க்கதரிசன நூலின் இருப்பிடம், ஜாதகங்களின் ஜாதகம், அதில் கடந்த, நிகழ், எதிர் காலத்தின் நிகழ்வுகள் எல்லாம் பதிவுசெய்யப்பட்டிருக்கின்றன... கங்கை சிவனின் தலை முடியின் வழியாக பூமிக்கு இறங்கிவந்தாள். வாரணாசி சிவபெருமானின் நகரம். அங்கே நம் நாயகன் சிவாவின் தயவால் என் விதியைச் சந்திக்கக் கொண்டுசெல்லப் பட்டேன். ஜாதகங்களின் நகரத்தில், ஒரு மாடி உச்சிஅறையில் ராம்ராம் சேட் சொன்ன தீர்க்கதரிசனம் - சிப்பாய்கள் அவனை விசாரணை செய்வார்கள்... கொடுங்கோலர்கள் அவனை வறுப்பார்கள் என்று மந்திரம்போல் சொன்னான் அந்தக் குறி சொல்பவன். முறையான விசாரணை ஒன்றுமில்லை, சிவா என்கழுத்தில் முட்டியால் நெருக்கினான், அவ்வளவுதான்... ஆனால் ஒரு குளிர் நாளில் ஓர் இரும்பு வாணலியில் ஏதோ பொரிக்கப்படும் வாடையை நான் முகர்ந்தேன்...

கங்கை ஆற்றோடு சென்றால், இளம் உடற்பயிற்சியாளர்கள் ஒற்றைக்கையில் ஊன்றித் தலைகீழாக நிற்கும் சிந்தியா காட். அதைத் தாண்டி, இறந்தவர்கள் எரிக்கப்படும் மணிகர்ணிகா காட் - அங்கே எரிப்பதற்குப் புனிதத் தீயை வைத்திருப்பவர்களிடமிருந்து அதைக் காசுக்கு வாங்கிக்கொள்ளலாம் - அதற்குப்பிறகு, நாய்கள், பசுக்களின் இறந்த உடல்கள் மிதப்பதையும் தாண்டி, புனிதத் தீயை வாங்காதவர்களின் உறவினர் பிணங்களைக் கடந்து, தசஸ்வமேத காட். வேய்ந்த குடைகளின்கீழ் காவியுடையில் தர்ப்பணங்களைச் செய்கின்ற பிராமணர்கள். அதையும் கடந்து,... இப்போது கேளுங்கள், ஒரு விசித்திரமான சத்தம் - தொலைவில் நாய்கள் குரைப்பதைப் போன்ற ஓசை... அதைத் தொடர்ந்து தொடர்ந்து தொடர்ந்து செல்லுங்கள்... அது உருவம் பெறுகிறது, ஒரு மிகப்பெரிய, முடிவற்ற புலம்பல் - மூடுதிரையிட்ட ஜன்னல்களைக் கொண்ட ஆற்றங்கரை மாளிகை ஒன்றிலிருந்து வருகிறது - விதவைகளின் விடுதி! ஒருகாலத்தில் அது ஒரு மகாராஜாவின் அரண்மனையாக இருந்தது. ஆனால் இந்தியா இன்று நவீன நாடு, ஆகவே இப்படிப்பட்ட இடங்கள் அரசுக்குச் சொந்தமாகிவிட்டன.

இந்த அரண்மனை இப்போது கணவனை இழந்த பெண்களின் இருப்பிடம். தங்கள் உண்மையான வாழ்க்கை தங்கள் கணவர்களின் இறப்போடு மறைந்துவிட்டது என்பதைப் புரிந்துகொண்டு, ஆனால் உடன்கட்டை ஏற அனுமதிக்கப்படாமல், தங்கள் பயனற்ற நாட்களை இந்த நகரத்தில் ஊளையிட்டுக்கொண்டே கழிப்பதற்கு வருகிறார் கள். மார்புகள் அடித்து அடித்துக் காயப்பட்டுப்போன, இழுத்து இழுத்துத் தலைமுடி பிய்ந்துபோன, புலம்பிப் புலம்பிக் குரல் நைந்துபோன பெண்கள் கூட்டமொன்று அங்கு வசிக்கிறது.

அது மிகப்பெரியதொரு கட்டடம். சிறுசிறு அறைகள் மேல்மாடியில், கீழே இறங்கிவந்தால் புலம்பல்களுக்கான பெரிய கூடம். ஆமாம், அங்கேதான் அது நடந்தது. விதவை தன் பயங்கரப் பேரரசின் இரகசிய இதயத்தில் உறிஞ்சிக்கொண்டாள். நான் மேல்தளச் சிறிய அறைஒன்றில் வைத்துப் பூட்டப்பட்டேன், கைம்பெண் ஒருத்தி எனக்கு சிறைஉணவைக் கொண்டுவந்தாள். ஆனால் வேறு விருந்தாளிகளும் தேடி வந்தார்கள். நம் போர்நாயகன், தன் இரண்டு துணைவர்களோடு என்னோடு உரையாட வந்தான். நான் பேசுமாறு தூண்டப்பட்டேன். அவன் துணைவர்கள் - ஒருவன் தடித்தவன், இன்னொருவன் மெலிந்தவன், ஆபட் - கேஸ்டெலோ என்று பெயர் வைக்கலாம், அவர்கள் என்னைச் சிரிக்கவைப்பதில் வெற்றிபெறவில்லை. இங்கே என் ஞாபகத்தின் வெற்றிடம், நன்றி அதற்கு - அவர்கள் சம்பாஷணையின் எந்த உத்தியும் என்னை அந்த நகைச்சுவையற்ற, சீருடைகொண்ட இரட்டையரிடம் பேசத் தூண்டவில்லை. கடந்த நாட்களை நான் பூட்டிவைத்திருந்த கதவைத் திறக்கவல்ல துவையல், ஊறுகாய் எதுவும் இல்லை.

ஆனால் எப்படி என்னைப் பேசவைத்தார்கள் என்பதை என்னால் சொல்ல முடியாது சொல்லமாட்டேன். ஆனால் அந்த விஷயத்தின் அவமானப்பகுதியிலிருந்து தப்பிக்கமுடியாது - நகைச்சுவையற்ற, பரிவற்ற என் இரண்டுதலை விசாரிப்பாளர் களின் விசாரணைமுறை ஒருபக்கம் இருந்தாலும் நான் பேசத்தான் செய்தேன். பேசுவது மட்டுமல்ல - அவர்களுடைய பெயரற்ற... மறந்துபோன... அழுத்தங்களின் பாதிப்பில், மிகதீவிர சொற்பொழிவாளனாக மாறிவிட்டேன்.

என் வாயிலிருந்து கதறலாக வெளிவந்தது (இப்போது வெளிவர மறுக்கிறது அது) - பெயர்கள், முகவரிகள், உடல் அடையாள வருணனைகள் - ஆம் நான் அவர்களிடம் சொல்லிவிட்டேன், ஐநூற்றி எழுபத்தெட்டு பேர் பற்றிய விவரங்கள் - (ஐநூற்றி எண்பத்தொரு பேரில், பார்வதி இறந்துவிட்டாள் என்று

மரியாதையோடு அவர்கள் தெரிவித்தார்கள், சிவா எதிரிகளுடன் சேர்ந்துவிட்டான், நான் பேசிக்கொண்டிருக்கிறேன் - மீதி ஐநூற்றி எழுபத்தெட்டுதானே?) இன்னொரு துரோகியால் நான் துரோகச் செயலில் ஈடுபடுத்தப்பட்டேன். நள்ளிரவின் குழந்தைகளைக் காட்டிக்கொடுத்தேன். அந்தக் கூட்டத்தின் நிறுவனரான நான், அதன் முடிவுக்கும் தலைமை ஏற்றேன். ஆபட் மற்றும் கேஸ்டெலோ சிரிக்காமல் அவ்வப்போது வியப்புக்கூற்றுகளை வெளியிட்டார்கள் - "ஆஹா, ரொம்ப பிரமாதம், அவளைப் பத்தித் தெரியாதே" அல்லது "நீங்க ரொம்ப எங்களோட ஒத்துழைக்கிறீங்க! இந்த ஆள் எங்களுக்குப் புதுசு" என்கிற மாதிரியாக.

இந்த மாதிரிதான் நடந்தது. புள்ளிவிவரம் என் சிறைவைப்பை மறைத்து விடலாம். நெருக்கடி நிலையின்போது சிறைசெய்யப்பட்ட அரசியல் கைதிகள் எத்தனை என்ற எண்ணிக்கையில் கருத்துமாறுபாடு இருக்கிறது என்றாலும் முப்பதாயிரமோ இருபத்தைந்து லட்சமோ எதுவாயினும் தங்கள் சுதந்திரத்தை அவர்கள் இழந்தார்கள். "அது இந்தியாவின் ஜனத்தொகையில் மிகவும் சிறிய அளவுதான்" என்று விதவை சொன்னார். நெருக்கடிநிலையின்போது என்ன வேண்டுமானாலும் நடக்கலாம். இரயில்கள் நேரப்படி ஓடும்; கருப்புப்பணக்காரர்களை பயமுறுத்தி வரி கட்டவைக்கலாம்; காலநிலையைக் கூடக் கட்டுப்படுத்தலாம்; நிறைந்த (பம்பர்) அறுவடைகளை நிகழ்த்தலாம்! ஏற்கெனவே நான் சொன்னதுபோல ஒரு வெளிச்சப்பகுதியும் இருட்டுப்பகுதியும் நெருக்கடிநிலையில் இருக்கின்றன.

கருப்புப் பகுதியில் நான் இரும்புக்கழிகள் வளையங்களுக்குள் சிறைப்பட்டிருக்கிறேன். வைக்கோல் மெத்தை ஒன்றுதான் எனக்கு அனுமதிக்கப்பட்ட பொருள். என் தினசரிச்சோற்றைக் கரப்பான்பூச்சிகள் எறும்புகளுடன் பகிர்ந்துகொள்ள வேண்டியிருந்தது. நள்ளிரவின் குழந்தைகள் - அந்த பயங்கர சதிகாரர்கள் - எவ்விதமேனும் முறியடிக்கப்பட அல்லவா வேண்டும்? - ஜோசியக்காரர்களிடம் முழுநம்பிக்கைவைத்த பிரதமரே அந்தக் கழுத்தை அறுக்கும் தீயவர்களைப் பார்த்து பயந்து நடுங்கினார் அல்லவா - சுதந்திரத்தின் சிதைவுற்ற விபரீத கோர உருவங்களல்லவா அவர்கள்? - எப்படி ஒரு நவீன தேசிய அரசு அவர்களுக்கெனக் காலத்தையோ கருணையையோ ஒதுக்க முடியும்? இப்போது இருபத்தொன்பது வயது - ஓரிரு மாதங்கள் கூடக்குறைய என்றே வைத்துக்கொள்ளுங்கள் - அவர்கள் எல்லோரும் விதவைகளின் விடுதிக்குக் கொண்டு வரப்பட்டார்கள். ஏப்ரல் முதல் டிசம்பருக்குள்

அவர்களை வளைத்துப் பிடித்தாயிற்று. அவர்களின் பேச்சுகள் கூடத்தை நிறைக்க ஆரம்பித்தன.

என் சிறை அறையின் சுவர்கள் மிகமெலிந்தவை, பிளாஸ்டர் உரிந்து வெறுமையானவை - ஒரு நல்லகாதிலும் ஒரு கெட்டகாதிலும், என் அவமானகர ஒப்புதல்களின் விளைவுகளைப் பற்றி முணுமுணுக்க ஆரம்பித்தன. இரும்புக் கழிகளும் வளையங் களும் மாலையாகப் போட்டிருக்கின்ற ஒரு வெள்ளரிமூக்குக் கைதி. இந்த மாலை - நடப்பது, அறைக் கக்கூஸ் பானையைப் பயன்படுத்துவது, சப்பணமிட்டு உட்காருவது, தூங்குவது போன்ற மிக இயற்கையான பல செயல்களைக் கடினமாக ஆக்கியது - உரிந்த பிளாஸ்டர்களுக்கிடையில் சுவரில் ஒலித்த ஓலத்தைக் கேட்டுக் கொண்டு ஒரு மூலையில் சுருண்டுகிடந்தான் சலீம். அதுதான் முடிவு. சலீமும் துயரத்தினால் புலம்பலானான்.

என் வாழ்க்கை முழுவதும், இந்த நினைவுக்குறிப்புகளின் பெரும்பகுதியிலும் என் துயரங்கள் தங்கள் உப்பான அருவருப்பான திரவத்தன்மையால் என் சொற்களைக் கெடுத்துவிடும் என்று அவற்றைப் பூட்டியே வைத்திருந்தேன். இனிமேல் அப்ப டிச்செய்ய இயலாது. என்னைச் சிறையிட்டதற்குக் காரணம் எதுவும் சொல்லப்படவில்லை (விதவையின் கை...). ஆனால் முப்பதாயிரமோ, இருபத்தைந்து லட்சமோ, யாருக்குத்தான் காரணம் சொல்லப்பட்டது? யாருக்குத் தேவை காரணம்? சுவர்களில் நள்ளிரவின் குழந்தைகளின் அமுக்கப்பட்ட குரல்களைக் கேட்டேன். எதுவும் அடிக் குறிப்பு தேவையில்லை என்பதால் உரிந்த பிளாஸ்டரின்மீது அழுது வீங்கினேன்.

சலீம் 1976 ஏப்ரலுக்கும் டிசம்பருக்கும் இடையில் சுவரில் என்ன செய்தியைச் சொன்னான்: *...அன்பான பிள்ளைகளே! நான் எப்படி இதைச் சொல்லமுடியும்? என்ன இருக்கிறது சொல்ல? என் குற்றம், என் அவமானம். சாக்குப்போக்குகள் சொல்ல முடியும். சிவாவையும் குற்றம் சொல்லவில்லை. எல்லாவித மக்களும் சிறையில் அடைக்கப்படுகிறார்கள். நாம் ஏன் இருக்கக்கூடாது? குற்றம் என்பது சிக்கலான விஷயம். நம் எல்லாருக்குமே, ஒவ்வொருவருக்கும் தனித்தனியாக இதில் எதுவும் பொறுப்பில்லையா? நமக்கேற்ற தலைவர்கள்தான் நமக்குக் கிடைக்கிறார்கள். ஆனால் இப்படிப்பட்ட சாக்குகள் எதையும் நான் சொல்லவில்லை. நான் செய்தேன். நான் தான். அன்பார்ந்த பிள்ளைகளே! என் பார்வதி இறந்துவிட்டாள். என் ஜமீலா மறைந்துபோய் விட்டாள். எல்லாரும். மறைந்துபோவது என்பது என் வரலாற்றில் திரும்பத்திரும்ப நிகழும் இன்னொரு*

கூறுபோலத் தோன்றுகிறது. நாதிர்கான் ஒரு குறிப்பெழுதி வைத்துவிட்டுக் கீழ் உலகத்திலிருந்து மறைந்து போனான். என் பாட்டி விழித்தெழுந்து வாத்துகளுக்குத் தீனிபோடும் முன்னர் ஆதம் அசீஸும் மறைந்து போனார். மேரி பெரேரா எங்கே?

நானும் ஒரு கூடைக்குள் மறைந்தேன். ஆனால் எவ்வித மந்திரங்களும் இன்றியே லைலாவோ பார்வதியோ டக்கென்று மறைந்துபோனாள். இப்போது நாமெல்லாம் பூமியின் முகத்திலிருந்து மறைந்து இங்கே இருக்கிறோம். அன்பான பிள்ளைகளே! மறைந்துபோவதின் சாபம் உங்களுக்கும் தொற்றிக்கொண்டுவிட்டது. குற்றத்தைப் பொறுத்தவரை, நான் பரந்தபார்வையை ஏற்றுக்கொள்ள மறுக்கிறேன். நடக்கும் விஷயங்களுக்கு நாம் எல்லாரும் மிக அருகில் இருக்கிறோம். பார்வைக்கோணம் சாத்தியமில்லை. பின்னால் ஆராய்ச்சியாளர்கள் ஒருவேளை ஏன் எப்படி என்றெல் லாம் சொல்வார்கள், இதற்குக் கீழுள்ள பொருளாதாரப் போக்குகளையும் அரசியல் மாற்றங்களையும் சான்றாகக் காட்டுவார்கள். ஆனால் இப்போது நாம் எல்லாருமே சினிமாத்திரைக்கு மிக அருகில் இருக்கிறோம். படம் புள்ளிபுள்ளியாகச் சிதைகிறது. ஆகவே அகவயத் தீர்ப்புகள்தான் சாத்தியம். அகவயமாக, தன்னளவிலாக, நான் அவமானத்தில் தலைகுனிகிறேன்.

அன்பான பிள்ளைகளே: மன்னியுங்கள். இல்லை. நீங்கள் மன்னிப்பீர்கள் என்று நான் எதிர்பார்க்கவில்லை. அரசியல்: பிள்ளைகளே, நல்ல சமயத்திலேயே அது ஒரு கெட்ட சாக்கடை வேலை. அதை நாம் தவிர்த்திருக்கவேண்டும். நான் நோக்கத்தைப் பற்றிக் கனவுகண்டிருக்கவே கூடாது. இந்தப் பெரிய பிரபஞ்சத்தைத் தழுவிய செயல்களை விட தனிப்பட்ட மனிதவாழ்க்கை, சிறிய தனிப்பட்ட மனிதர்களின் செயல்கள், சிறந்தது என்ற முடிவுக்கு வருகிறேன். ஆனால் தாமதம் ஆகிவிட்டது. தவிர்க்க முடியாது. சரிப்படுத்த இயலாததைத் தாங்கிக்கொள்ளத்தான் வேண்டும்.

நல்ல கேள்வி! பிள்ளைகளே, எதைத் தாங்கிக் கொள்வது? ஒருவர் ஒருவராக நாம் ஏன் இங்கே குவிக்கப்பட்டுக் கொண்டிருக்கிறோம்? எதற்காக நம் கழுத்துகளில் கழிகளும் வளையங்களும் தொங்குகின்றன? இன்னும் விசித்திரமான சிறைப்பாடுகள் (சுவர் முணுமுணுப்புகளை நம்பமுடியும் என்றால்). அந்தரத்தில் மிதக்கக்கூடிய ஆற்றல் பெற்றவனைக் கணுக்கால்களில் வளையங்கள் இட்டு அவற்றைத் தரையில் புதைத்தாயிற்று. ஓநாயாக மாறுபவனுக்கு வாய்மூடி இட்டாயிற்று. கண்ணாடிகளின் ஊடே புகுந்து செல்லக்கூடியவன் நீரின் பிரதிபலிக்கும் பரப்பினூமே

மறைந்துவிடலாம் என்பதால் மூடியிட்ட பாத்திரத்திலிருந்து ஒரு துளைவழியாகத்தான் நீர் பருகவேண்டும், கொல்லக்கூடிய பார்வை படைத்தவளின் முகத்தைச் சாக்குப்பையில் மூடிமறைத்திருக்கிறது. பாட் சகோதரிகளின் முகங்களும் அவ்வாறே. நம்மில் ஒருவன் உலோகங்க ளையே உண்ணக்கூடியவன், அவன் தலையையே ஒரு இடுக்கியில் பற்றிவைத்திருக்கிறார்கள். அந்த இடுக்கி உணவுண்ணும்போது மட்டுமே திறக்கப்படும்...

நமக்கு என்ன விதி காத்திருக்கிறது? ஏதோ கெட்டதுதான், மக்களே. அது என்ன வென்று எனக்குத் தெரியவில்லை, ஆனால் வரப்போகிறது. பிள்ளைகளே! நாமும் தயாராக வேண்டும். இதை எல்லாருக்கும் சொல்லுங்கள்: நம்மில் சிலர் தப்பிவிட்டார்கள். சுவர்களினூடே அவர்கள் இல்லாததை முகர்ந்து அறிகிறேன். நல்ல செய்தி மக்களே! அவர்களால் நம் எல்லாரையும் வெளிக்கொண்டுபோக முடியாது. சௌமித்ரா - காலப் பயணி - அவன் சொன்னதை நாம் யாருமே அப்போது நம்பவில்லை, இளமையின் முட்டாள்தனம்! அவன் இங்கு இல்லை. ஒருவேளை தேடும் குழுக்களிலிருந்து தப்பி, அவன் வாழ்நாளின் மகிழ்ச்சியான தருணங்களுக்குச் சென்றுவிட்டான் போலிருக்கிறது. அவனைப்பார்த்துப் பொறாமைப்படாதீர்கள். நானும் சமயங்களில் பின்னோக்கிச் சென்று குழந்தைப்பருவம் எய்தி மெத்வோல்டு எஸ்டேட்டின் மாளிகைகளில் எல்லாம் சுற்றிவந்த காலங்களுக்கு... அதிக சாத்தியம்கொண்ட காலங்களுக்குத் திரும்புதலின் நயவஞ்சகத்தன்மையே! வரலாற்றுக்கு முன்பு, தில்லியின் ஜெனரல் போஸ்ட் ஆபீஸுக்குப் பின்னாலுள்ள தெருப்போலக் குறுகி இந்த இறுதி முழுப் புள்ளிக்கு வந்திருக்கிறது. ஆனால் நாம் எல்லாம் இப்போது இங்கிருக்கிறோம். இப்படிப் பின்னோக்கிப் பார்ப்பது நம் ஆன்மாவை உறிஞ்சிவிடும். நம்மில் சிலர் சுதந்திரமாக இருக்கிறார்கள் என்று எளிய மகிழ்ச்சியோடு இருங்கள். நம்மில் சிலர் இறந்தும் விட்டார்கள். அவர்கள் என் பார்வதியைப் பற்றி எனக்குச் சொன்னார்கள். கடைசிவரை அவள் முகத்தில் நொறுங்கும் பேய்முகம்... இல்லை, நாம் இப்போது ஐநூற்றி எண்பத்தொருபேர் இல்லை. டிசம்பர் குளிரில் நடுங்கியவாறு, நம்மில் எத்தனைபேர் சிறைப்பட்டுக் காத்திருக்கிறோம்? நான் என் மூக்கைக் கேட்கிறேன், அது நானூற்றி இருபதென்று சொல்கிறது - தந்திரத்தின், ஏமாற்றுதலின் எண். நானூற்றியிருபது பேர் சிறைப்பட்டிருக்க, ஒருவன் மட்டும் பூட்ஸ் அணிந்து விடுதியைச் சுற்றி வந்துகொண்டிருக்கிறான். சதிச்செயலின் காலடி! மேஜர் சிவா,

போர்நாயகன். முட்டிகளின் சிவா, நம் சிறைப்பட்ட நிலையை மேற்பார்வை செய்கிறான். நானூற்றி இருபது பேர்களுடன் அவர்கள் விட்டுவிடுவார்களா? மக்களே, அவர்கள் எவ்வளவு நாள் காத்திருப்பார்கள் என்று தெரியாது.

...நீங்கள் என்னை கேலி செய்கிறீர்கள், நிறுத்துங்கள், ஜோக் அடிக்காதீர்கள். சுவர் மூலம் கடத்தப்பட்ட முணுமுணுப்புகளில் எப்போதிருந்து இந்த நல்ல பண்பு, நன்மை? நீங்கள் என்னைத் திட்டவேண்டும். கண்டமாதிரியாக எந்த முறையீடும் இன்றி வசை பாடவேண்டும். ஒவ்வொருவராக நீங்கள் சிறைப்படுகின்ற வேளையில் எனக்கு மகிழ்ச்சியோடு வந்தனம் கூறுவது சரியல்ல. சலாம்களுக்கும் நமஸ்காரங்களுக்கும் எப்படி இருக்கிறாய்களுக்கும் இது என்ன நேரம், என்ன இடம்? பிள்ளைகளே, உங்களுக்குப் புரியவில்லையா, அவர்கள் நம்மை எதுவேண்டுமானாலும் செய்வார்கள். எது வேண்டுமானாலும். என்ன செய்யமுடியும் என்று கேட்காதீர்கள். இரும்புக்கழிகள் கணுக்கால்களில் மாட்டப்படும்போது எவ்வளவு வலிக்கின்றன? துப்பாக்கிமட்டை அடிகள் நெற்றியில் காயங்களை உண்டாக்கின. என்ன செய்வார்கள்? உங்கள் ஆசனவாய்களில் மின்சாரக் கம்பிகளைச் செருகுவார்கள். அதுமட்டுமல்ல, எத்தனையோ சாத்தியங்கள். தலைகீழாகத் தொங்கவிடுவார்கள், பிறகு மெழுகுவத்தி ஒளி - எவ்வளவு இனிமையான ஒளி - ஆனால் கொளுத்திய மெழுகுவத்தியைத் தோலில் சுடும்போது? நிறுத்துங்கள் இப்போது! நட்பை எல்லாம் விடுங்கள்! உங்களுக்கு பயமாக இல்லையா? என்னை உதைத்து மிதித்து உலைக்களத்தில் போடவேண்டுமென்று தோன்றவில்லையா? தொடர்ந்து இந்தப் பழைய ஞாபகங்களுக்கு என்ன வேலை? பழைய சண்டைகள் பற்றிய ஞாபகங்கள்: சிந்தனைகளுக்கும் பொருள்களுக்கும் சண்டையிட்டோமே. உங்கள் அமைதியால், இயல்பாக இருக்கும் தன்மையால், சிக்கல்களுக்குமேல் உயரும் தன்மையால் என்னை ஏன் ஏளனம் செய்கிறீர்கள்? வெள்ளையாகச் சொன்னால், என்னால் புரிந்துகொள்ள முடியவில்லை. இருபத்தொன்பது வயதான உங்களால் சிறை அறைகளில் உட்கார்ந்து எப்படி அரட்டை அடித்துக்கொண்டிருக்க முடிகிறது?

கடவுளே, இது நமது குழுவின் மறுசேர்க்கையா? மக்களே, பிள்ளைகளே! நான் வருத்தப்படுகிறேன். இப்போதெல்லாம் நான் நானாக இல்லை என்பதை மனம் திறந்து ஒப்புக்கொள்கிறேன். நான் ஒரு புட்டா(கிழவன்)வாக இருந்தேன், கூடையில் பேயாக இருந்தேன், தேசத்தைக் காப்பாற்றுபவனாகவும் கற்பனை

செய்துகொண்டேன். சலீம் முட்டுச்சந்துகளில் ஓடியிருக்கிறான், யதார்த்தத்துடன் நிறையப் பிரச்சினைகள் அவனுக்கு, அந்த எச்சிற்கலம் ஒரு நிலவின் துண்டுபோல... பரிதாபப்படுங்கள். என் எச்சிற்கலத்தைக்கூடத் தொலைத்துவிட்டேன். மறுபடியும் தவறாகச் செல்கிறேன் - நான் பரிதாபத்தை வேண்டவில்லை, ஒருவேளை நான் - நீங்களல்ல - என்ன நடக்கிறது என்பதைப் புரிந்துகொள்ளவில்லை என்று சொல்லவந்தேன். நம்பமுடியாத விஷயம் மக்களே! ஐந்து நிமிஷங்கள் ஒத்துச் செல்லமுடியாத நாம் - சிறார்களாக இருந்தபோது சண்டைபோட்டு அடிதடிசெய்து பிரிந்து அவநம்பிக்கைகொண்டு பிரிந்த நாம் இப்போது ஒன்றுபோலச் சேர்ந்திருக்கிறோம்! ஐயோ ஆச்சரியமான முரண்பாடே! விதவை நம்மையெல்லாம் இங்கே கொண்டுவந்து பிரிக்க நினைத்து உண்மையில் நம்மை ஒன்று சேர்த்திருக்கிறாள்! சுயதிருப்திக்குள் மகிழும் கொடுங்கோலர்களின் பய நோயே...!

நம்மை அவர்கள் ஏதேனும் செய்யக்கூடும் என்பதால் நாம் எல்லாரும் ஒரே பக்கத்தில் இருக்கிறோம், மொழிச் சண்டைகள் இல்லை, மதப்போட்டிகள் இல்லை, நமக்கெல்லாம் இருபத்தொன்பது வயதாகிறது, நான் உங்களைப் பிள்ளைகளே என்று கூட நியாயமாக அழைக்கக்கூடாது... இதோ மகிழ்நோக்கு, ஒரு நோய்போல: ஒருநாள் அவள் நம்மையெல்லாம் வெளியே விடத்தானே வேண்டும்! காத்திருந்து பாருங்கள்: அப்போது நாம் ஒருவேளை - எனக்குத் தெரியவில்லை - ஒரு புதிய அரசியல் கட்சி ஆரம்பிப்போம். ஆம்! நள்ளிரவுக் கட்சி. மீன்களைப் பெருக்கவும் எளிய உலோகங்களைத் தங்கமாக மாற்றவும் தெரிந்தவர்கள் முன்னால் யார் நிற்கமுடியும்? பிள்ளைகளே! இங்கே ஏதோ ஒன்று புதிய உதயம் பெறுகிறது: நமது சிறைப்பாட்டின் இருண்ட நேரத்தில். விதவைகள்... அவர்களால் முடிந்ததைச் செய்துகொள்ளட்டும்; ஒற்றுமை வெல்ல இயலாதது மக்களே! நாம் வென்றுவிட்டோம்: மிகவும் வலிக்கிறது: சாணிக்குவியலில் மலரும் ரோஜா போல மகிழ்நோக்கு வளர்கிறது. அதை மீண்டும் நினைவுக்குக் கொண்டுவருவது எனக்கு வலிக்கிறது! போதும்; நான் மற்றதை மறந்துவிட்டேன்: இல்லை இல்லை நன்றாகவே ஞாபகம் இருக்கிறது... இரும்புக்கழிகள் கழி விலங்குகள் தோலில் சுடும் மெழுகுவத்திகள் இவற்றைவிட எது கொடியதாக இருக்கப்போகிறது? நகத்தை நசுக்குவதையும் பட்டினியையும் விடக் கொடியது எது? விதவையின் மிகச் சிறந்த மிக மென்மையான ஜோக்கைச் சொல்கிறேன்: நம்மைச் சித்திரவதைக்கு

உட்படுத்துவதற்கு பதிலாக நமக்கு நம்பிக்கை அளித்துவிட்டாள். அதனால் ஏதோ ஒன்றை - இல்லை, ஏதோ ஒன்று என்பதற்கும் மேலானது - இல்லை, எல்லாவற்றிலும் சிறந்ததை எடுத்துக் கொண்டாள். இப்போது கொஞ்ச நேரத்தில் அவள் எப்படி அதை வெட்டினாள் என்பதைச் சொல்கிறேன்.

எக்டமி (கிரேக்க மூலத்திலிருந்து வரும் சொல் என்று நினைக்கிறேன்) என்றால் வெட்டுவது. அதற்கு மருத்துவ அறிவியல் பல முன்னொட்டுகளைச் சேர்க்கிறது. அப்பெண்டெக்டமி டான்சிலெக்டமி மாஸ்டெக்டமி ட்யூபெக்டமி வாசெக்டமி டெஸ்டெக்டமி ஹிஸ்டரெக்டமி. இவற்றுடன் சலீம் இன்னொரு சொல்லையும் இலவசமாக அளிக்க முன்வருகிறான். மருத்துவ அறிவியல் சம்பந்தப்பட்டாலும், அது முறையாக வரலாற்றுத் துறையைச் சேர வேண்டிய சொல். ஸ்பெரெக்டமி - நம்பிக்கையை வற்றச் செய்வது.

புத்தாண்டு தினமன்று எனக்கு ஒரு வருகையாளர். கதவின் கிறீச்சொலி. விலையுயர்ந்த ஷிபான் சலசலப்பு. அதன் பாணி - பச்சையும் கருப்பும். அவள் கண்ணாடி பச்சை. அவள் ஷூக்கள் அட்டைக் கருப்பு. செய்தித்தாள் கட்டுரைகளில் இவள் பெரிய சுழலும் இடைகொண்ட ஒரு அபரிமிதமான பெண் என்று வருணிக்கப்பட்டிருக்கிறாள்... சமூக சேவையில் ஈடுபடுவதற்கு முன் அவள் ஒரு சிறிய நகைக் கடை நடத்தியிருக்கிறாள்... நெருக்கடி நிலையின்போது அவள் பாதி அதிகாரபூர்வப் பொறுப்பு - கருத்தடை செய்வதற்கு - ஏற்றிருக்கிறாள். நான் அவளுக்கு ஒரு பெயர் வைத்திருக்கிறேன் - விதவையின் கை.

ஒவ்வொன்றாக, சிறார்கள் திரண்டு கிழிந்து கிழிந்து சிறு பந்துகள் செல்கின்றன... பச்சையாக, கருப்பாக, அவள் என் சிறைக்குள் மிதந்துவந்தாள். பிள்ளைகளே! அது தொடங்குகிறது: தயாராகுங்கள் பிள்ளைகளே! நாம் ஒன்றிணைந்து நிற்கிறோம். விதவையின் கை விதவையின் வேலையைச் செய்யட்டும். பிறகு பிறகு... பிறகைப் பற்றி சிந்தியுங்கள். இப்போது எதையும் சிந்திக்க வேண்டாம்... அவள் இனிமையாக, அறிவுபூர்வமாகப் பேச ஆரம்பித்தாள். "அடிப்படையில், இது கடவுள் பற்றிய கேள்வி." (கேட்டுக் கொண்டிருக்கிறீர்களா பிள்ளைகளே! சொல்லுங்கள் யாவருக்கும்) "இந்திய மக்கள், நம் எஜமானியைக் கடவுள் போல வழிபடுகிறார்கள்" என்றாள் விதவையின் கை. "இந்தியர்கள் ஒரு கடவுளை மட்டுமே வழிபடமுடியும்."

“நான் பம்பாயில் வளர்ந்தவன். அங்கே சிவன், விஷ்ணு, விநாயகர், ஆசுர் மாஜ்தா, அல்லா இன்னும் எண்ணற்ற கடவுளர்கள், தங்களைச் சேர்ந்தவர்களையும் கொண்டிருந்தார்கள். இந்தப் பலதெய்வங்களைப் பற்றி என்ன நினைக்கிறீர்கள்” என்று நான் வாதிட்டேன். “இந்துமதத்தில் மட்டும் முப்பத்து முக்கோடி தேவர்கள். பிறகு இஸ்லாம், போதிசத்துவர்கள்...” இப்போது விடை: “கடவுளே, லட்சக்கணக்கான கடவுள்கள்தான், நீங்கள் சொல்வது சரி! ஆனால் எல்லாமே ஓம் என்பதன் பல உருவங்கள்தான். நீங்கள் முஸ்லிம். உங்களுக்கு ஓம் என்றால் தெரியுமா? நல்லது. நம் மக்களுக்கு நம் எஜமானி ஓம் என்பதன் உருவம்.”

நாம் நானூற்றி இருபது பேர் இருக்கிறோம். இந்தியாவின் அறுபதுகோடி மக்களில் வெறும் 0.00007 சதவீதம்தான். புள்ளிவிவரப்படி எவ்வித முக்கியத்துவமும் அற்ற தொகை. கைதுசெய்யப்பட்ட முப்பதாயிரம் (அல்லது இருபத்தைந்து லட்சம்) பேரில் பார்த்தால்கூட வெறும் 1.4 (அல்லது 0.168) சதவீதம்தான். விதவையின் கையிடமிருந்து நான் தெரிந்துகொண்ட செய்தி என்னவென்றால், “கடவுளாக இருப்பவர்கள், கடவுளாகக்கூடிய பிறரைப்பார்த்து பயப்படுகிறார்கள்.” இந்தியாவின் பிரதமராக மட்டுமல்ல, தேவியாக, கடவுளர்களின் பயங்கர சக்தியாக, அழிக்கும் தாய்த் தெய்வமாக, மகிஷாசுர மர்த்தினியாக ஆசைப்பட்ட விதவை... அவரது நடுவகிடு - பிளவுபட்ட ஆளுமையைக் காட்டும் பாதியில் பிரிந்த தலைவகிடு - கடவுளாகக்கூடிய சக்தி படைத்த நாம் மட்டுமே - நள்ளிரவின் மாயாஜாலப் பிள்ளைகள் - விதவையால் வெறுக்க, பயப்பட, அழிக்கப்படுகிறோம். அடிபட்ட மார்புகொண்ட விதவைகளின் நொறுங்கும் மாளிகை அறையில் இப்படித்தான் நான் என் அர்த்தத்தைக் கற்றுக் கொண்டேன்.

நான் யார்? நாம் யார்? நாம் யாவரும் நீங்கள் இதுவரை அறியாத கடவுளாவோம். அது மட்டுமல்ல, இதைவிளக்க நான் கடினமான பகுதியைக் கடைசியில் சொல்ல வேண்டும்.

வேகமாகச் சொல் - இல்லாவிட்டால் அது வெளியே வராது - 1977 புத்தாண்டு நாளின் போது ஒரு சுழலும் இடைகொண்ட அபரிமிதமான பெண், அவர்கள் நானூற்றி இருபது பேரோடு திருப்தி அடைந்து விட்டார்கள் என்று சொன்னாள். நூற்று முப்பத்தொன்பது பேர் இறந்துவிட்டார்கள், சிலபேர்தான் தப்பியிருப்பார்கள், ஆகவே இப்போது வெட்டு வெட்டு வெட்டு மயக்கமருந்து பத்துவரை எண்ணுதல் எண்கள் ஒன்று இரண்டு மூன்று என்று வரிசையாக நடக்கின்றன நான் சுவரை நோக்கி செய்யட்டும் செய்யட்டும் நாம்

உயிரோடிருக்கும் வரை ஒன்றாக இருக்கும் வரை யார் நமக்கு எதிராக நிற்க முடியும்? யார் எங்களை பாதாள அறைக்கு ஒவ்வொருவராக நடத்திச் சென்றது? நாங்கள் எல்லாம் காட்டுமிராண்டிகள் அல்ல சார், அதனால் குளிர்பதன அமைப்புகள் வைக்கப்பட்டிருக்கின்றன, தொங்கும் விளக்கோடு கூடிய மேஜை, டாக்டர்கள், நர்சுகள், பச்சையும் கருப்புமாக... அவர்கள் உடைகள் பச்சை, கண்கள் கருப்பு... பெருத்த முட்டிகளோடு யார் என்னை அழிப்பதற்கு அழைத்துச் சென்றது? உங்களுக்குத் தெரியும், உங்களால் ஊகிக்கமுடியும், இந்தக் கதையில் ஒரேஒரு போர்நாயகன்தான் இருக்கிறான், அவனுடைய முட்டிகளின் விஷத்தோடு விவாதம் செய்யமுடியாமல் நான் அவன் கட்டளையிட்ட இடத்திற்கெல்லாம் நடந்தேன். அப்புறம் அங்கிருந்தேன், ஒரு சுழலும் இடைகொண்ட அபரிமிதமான பெண் சொன்னாள் நீங்கள் புகார்செய்ய ஏதுமில்லை, ஒருமுறை நீங்கள் தீர்க்கதரிசி என்று சொல்லிக்கொண்டீர்கள் அல்லவா? அவர்களுக்கு எல்லாம் தெரியும். பத்மா, எல்லாம் எல்லாமே. அவர்கள் என்னை மேஜைமீது படுக்கவைக்கிறார்கள் முகமூடி கீழே வருகிறது முகத்தின்மீது பத்துவரை எண்ணுகிறார்கள் எண்கள் மோதுகின்றன ஏழு எட்டு ஒன்பது... பத்து. கடவுளே, இன்னும் இவனுக்கு பிரக்ஞை இருக்கிறது. நல்ல பையனா இரு, இருபதுவரைக்கும் போ... பதினெட்டு பத்தொன்பது இரு... அவர்கள் நல்ல மருத்துவர்கள். எதையும் வாய்ப்புக்கு விட்டுவைக்கவில்லை. சாதாரண ஜனங்களுக்குச் செய்யக் கூடிய வாசெக்டமியோ ட்யூபெக்டமியோ அல்ல. ஏனென்றால் இந்த மாதிரி சிகிச்சைகள் ஒருவேளை எதிர்காலத்தில் மாற்றுசிகிச்சைமூலம் நேராக்கப்பட வாய்ப்பு இருக்கிறது... இவை மாற்று இல்லாமலிருக்க வேண்டிச் செய்யப்பட்டவை, விதைகள் பைகளிலிருந்து நீக்கப்பட்டன, கருப்பைகள் முற்றிலுமாக நீக்கப்பட்டுவிட்டன.

விதைகளும் கருப்பைகளும் முற்றிலும் நீக்கப்பட்டதால், நள்ளிரவின் குழந்தைகளுக்கு எதிர்காலச் சந்ததி என்பது அறவே மறுக்கப்பட்டுவிட்டது... ஆனால் இது ஒரு சிறிய விஷயம்தான். பக்கவிளைவுதான். இவர்கள் உண்மையிலேயே அசாதாரணமான மருத்துவர்கள். இதைவிட அதிக இழப்பு எங்களுக்கு ஏற்பட்டது. நம்பிக்கையும் முற்றிலும் களையப்பட்டுவிட்டது, எப்படி அதைச் செய்தார்கள் என்று எனக்குத் தெரியவில்லை. ஒவ்வொருவராக வந்துபோனார்கள், எண்ணுவதை விட்டுவிட்டேன், பதினெட்டு நாட்கள் முடிந்தன. ஒரு நாளுக்கு சராசரியாக 23.33 பேருக்கு வீதம் இந்தத் திகைப்பூட்டும் ஆபரேஷன்கள் செய்யப்பட்டன.

எங்களிடமிருந்த சிறிய விதைகளும் உள்பைகளும் மட்டும் நீக்கப்படவில்லை, வேறு சிலவும் நீக்கப்பட்டன. இந்த விஷயத்தில் நான் மற்ற பலரையும்விடப் பரவாயில்லை. ஏற்கெனவே முன்புசெய்த வறளச் செய்யும் அறுவை நள்ளிரவு தந்த தொலைத்தொடர்புச் சக்தியை நீக்கிவிட்டிருந்தது. எனவே எனக்கு இழக்க ஒன்றுமில்லை, மூக்கின் சக்தியை நீக்கமுடியாது... ஆனால் மற்றவர்கள் - அவர்கள் தங்கள் நள்ளிரவின் சக்திகள் குலையாமல் இந்தப் புலம்பல் மாளிகைக்கு வந்தவர்கள் - மயக்கத்திலிருந்து தெளிந்தது கொடுமையாகவே இருந்தது. சுவர்வழியாக வந்த முணுமுணுப்புகளில் அவர்கள் தங்கள் மாயச்சக்திகளை இழந்து விட்ட பிள்ளைகளின் சித்திரவதைக்காளான குரல்கள். அவள் அதைச் செய்துவிட்டாள். சுழலும் இடைகொண்ட அபரிமிதமான பெண் எங்களை அழிப்பதற்கான அறுவையைக் கண்டுபிடித்தவள். இப்போது நாங்கள் நள்ளிரவின் மந்திரச் சக்திகள் படைத்தவர்கள் அல்ல... நாங்கள் யார், வெறும் 0.00007 சதவீதம், இப்போது மீன்களைப் பெருக்க முடியாது, சாதாரண உலோகங்களைத் தங்கமாக மாற்ற முடியாது, வானில் பறக்க முடியாது, ஓநாய்போல மாறமுடியாது. ஆயிரத்தொரு பிள்ளைகளுக்கு நள்ளிரவு அளித்த கொடைகள் கிடையாது.

கீழே வறளச் செய்தாயிற்று. அது மாற்ற இயலாத அறுவை சிகிச்சை. இப்போது நாங்கள் யார்? சிதைந்த நம்பிக்கைகள். சிதைவதற்காகவே அளிக்கப்பட்டவை. இப்போது நான் முகர்தலைப் பற்றியும் சொல்லியாகவேண்டும். ஆம், உங்களுக்கு எல்லாவற்றையும். எவ்வளவுதான் மிகையாக நீங்கள் நினைத்தாலும், பம்பாய் சினிமா மாதிரி உணர்ச்சிவயப்பட்டதாக இருந்தாலும், நீங்கள் அதில் அமிழவேண்டும், பார்க்க வேண்டும். 1977 ஜனவரி 18 மாலை சலீம் முகர்ந்தது: இரும்பு வாணலியில் வறுக்கப்பட்டவை பற்றி. பெயர்சொல்லமுடியாத, மிருதுவான சில. மஞ்சள், மல்லி, சீரகம், வெந்தயம் இட்டு... அறுவைசிகிச்சையில் வெட்டி எடுத்தவற்றை இப்போது சமைத்தார்கள். நானூற்றி இருபதுபேர் - எக்டெமிகளுக்கு ஆளானபோது, பழிவாங்கும் தேவதை, அறுக்கப்பட்ட பகுதிகளை வெங்காயம் பச்சைமிளகாய் சேர்த்துச் சமைத்து வாரணாசியின் தெருநாய்களுக்குப் போடச் சொல்லிவிட்டாள். (நானூற்றி இருபத்தொரு எக்டமிகள் செய்யப்பட்டன. எங்களில் ஒருவனை(ளை) நாரதர் அல்லது மார்க்கண்டேயர் என்று அழைத்தோம். அவனு(ளு)க்குப்

பெண்ணாகவோ ஆணாகவோ மாறும் சக்தி இருந்தது. இரண்டுமுறை அவனு(ளு)க்கு ஆபரேஷன் செய்யவேண்டியதாயிற்று.)

இல்லை, இவற்றை என்னால் நிரூபிக்க முடியாது. எதையுமே. சாட்சியங்கள் புகையாக மாறிவிட்டன. மார்ச் 20ஆம் நாளன்று பாதிப்பாதி தலைமுடிநிறம் கொண்ட தாயும் அவள் அன்பான மகனும் கோப்புகளை எரித்துவிட்டார்கள்.

பத்மாவுக்கு நான் என்ன செய்ய இயலாது என்பது தெரியும். தன் கோபத்தில் ஒருமுறை அவள், "உன்னால் என்ன பிரயோஜனம், கடவுளே, ஒரு ஆம்பளையாக" என்று கத்தினாள். எனவே அந்தப்பகுதியையேனும் நீங்கள் சரிபார்த்துக்கொள்ள முடியும். பிக்சர் சிங்கின் குடிசையில், நான் எனக்கு நானே ஆண்மையின்மை என்ற சாபத்தை விதித்துக் கொண்டேன். எனக்கு எச்சரிக்கை தரப்படவில்லை என்று சொல்ல முடியாது. "எது வேண்டுமானாலும் நடக்கலாம் கேப்டன்" என்று அப்போதே அவர் சொன்னார்.

சிலசமயங்களில் எனக்கு ஆயிரம் வயதானது போல் இருக்கிறது (இப்போதும் என்னால் வடிவத்தை, ஒழுங்கைக் கைவிட முடியவில்லை) துல்லியமாக, ஆயிரத்தொரு வருஷம் வாழ்ந்ததுபோல இருக்கிறது.

விதவையின் கைக்குச் சுழலும் இடுப்பு இருந்தது, அவள் ஒருகாலத்தில் சிறிய அழகுநகைக்கடை வைத்திருந்தாள். நான் நகைகளிலிருந்துதான் தொடங்கினேன். 1915இல் காஷ்மீரில் பவழங்களும் இரத்தினங்களும் இருந்தன என்றேன். என் கொள்ளுத் தாத்தா - பாட்டி நகைக்கற்கள் கடைதான் வைத்திருந்தார்கள். மறுபடியும் வடிவம். திரும்ப நிகழ்தல். ஒழுங்கு. அதிலிருந்து தப்ப முடியாது.

சுவர்களில் நிலைகுலைந்த நானூற்றிப் பத்தொன்பது பேரின் அவலக் குரல்கள். நானூற்றி இருபதாவது ஆள் புலம்பிக் கொண்டிருக்கிறான். ஒரு தடவை. ஒரு கணம் ஆர்ப்பாட்டம் செய்வதில் தவறில்லை. எரிச்சலூட்டும் கேள்வியைக் கேட்கிறேன், உச்சமான குரலில் கத்துகிறேன்: "அவன் என்ன ஆனான்? மேஜர் சிவா, அயோக்கியன்? அவனைப் பற்றி உங்களுக்குக் கவலையில்லையா?" சுழலும் இடை அபரிமிதம் பதிலளிக்கிறது: "மேஜர் தன்னிச்சையாகவே வாசெக்டமி செய்துகொண்டார்."

இப்போது தன் இருட்டறையில் சலீம் நிறுத்தாமல் இதயபூர்வமாகச் சிரிக்கத் தொடங்குகிறான். சிவாவைப் பார்த்து வெறுப்போடு சிரிக்கவில்லை, தன்னிச்சையாக என்பதை வேறொரு வார்த்தையாக எரிச்சலுடன் மாற்றவும் இல்லை. பார்வதி அல்லது

லைலா அவனைப் பற்றிச் சொன்ன கதைகள் நினைவுக்கு வருகிறது. அவனுடைய எல்லையற்ற காதல் களியாட்டங்கள். பெரிய இடத்துப் பெண்கள் வேசிகள் எல்லோருடைய - எக்டெமிக்கு ஆட்படாத வயிறுகளில் வளர்ந்த அப்பன் பெயரற்ற அவன் பிள்ளைகள். நள்ளிரவின் குழந்தைகளை அழித்த சிவா, தன் பெயரிலிருக்கும் இன்னொரு பணியையும் செவ்வனே செய்துவிட்டான். சிவ(ா) - லிங்கம் எல்லாவற்றையும் உற்பத்தி செய்யும் சிவன். ஆகவே இந்தக் கணத்திலும் தேசத்தின் மாளிகைகளிலும் குடிசைகளிலும் நள்ளிரவின் இருண்ட மகன் ஒருவன் உருவாக்கிய எல்லையற்ற பிள்ளைகள் கொண்ட சந்ததி எதிர்காலத்தைக்காண வளர்க்கப்படுகிறது. ஒவ்வொரு விதவையும் முக்கியமான ஒன்றை மறந்துவிடுகிறாள்.

1977 மார்ச்சில் எதிர்பாராத விதமாக நான் ஓலமிடும் விதவைகளின் மாளிகையிலிருந்து விடுவிக்கப்பட்டேன். என்ன எது எப்படி என்று புரியாமல் வெளிச்சத்தில் ஆந்தைபோல விழித்துக்கொண்டு நின்றேன். கேள்விகேட்கத் தெரிந்த பிறகு பின்னால் நான் அறிந்த விஷயம் - ஜனவரி 18 அன்று எல்லாரும் வியப்படையுமாறு பிரதமர் பொதுத் தேர்தலை அறிவித்தார். (அன்றுதான் அறுவைகள் முடிவுக்கு வந்தன, வாணலியில் வறுப்பதும் நின்றது, மற்ற யாரையும்விட எங்கள் நானூற்றி இருபதுபேரைப் பற்றித்தான் விதவை பயப்பட்டாள் என்பதற்கு இதைவிட வேறு என்ன சான்று வேண்டும்? ஆனால் இப்போது எங்கள் எல்லார் நிலையையும் நீங்கள் தெரிந்து கொண்டதால், அவளுடைய மிகையான நம்பிக்கையை நீங்கள் புரிந்துகொள்ளலாம்.) ஆனால் அந்த நாளன்று, அவருடைய பயங்கரத் தோல்வியையும் கோப்புகள் எரிப்பையும் பற்றி எனக்கு ஒன்றும் தெரியாது.

பின்னால்தான் தேசத்தின் நைந்துபோன நம்பிக்கைகளை வயதில் தளர்ந்த ஒருவர் கையில் - அவர் பிஸ்தாக்களையும் முந்திரிப்பருப்புகளையும் சாப்பிட்டு வந்தவர், தன் சொந்த நீரை தினசரி ஒருமுறை குடித்தவர் - வைத்துவிட்டார்கள் என்று தெரிந்தது. சிறுநீர் அருந்துபவர் பதவிக்கு வந்தார். தன் தலைவர்களில் ஒருவர் சிறுநீரக எந்திரத்தில் மாட்டிக்கொண்ட பிறகு, ஜனதா கட்சி, (நான் கேள்விப் பட்டபோது) ஒரு புதிய விடியலை அளிக்கவல்லதாகத் தோன்றவில்லை. ஆனால் ஒரு வகையாக என் மகிழ்நோக்கு வைரஸ் முற்றிலும் அழிந்தது. ஒருவேளை மற்றவர்கள் - அந்த வைரஸைத் தங்கள் இரத்தத்தில் கொண்டிருந்தவர்கள் - வேறுவிதமாக நினைத்திருக்கலாம். எப்படியோ, அன்றைக்கு, அந்த மார்ச் நாளன்று -

சல்மான் ருஷ்தீ | 717

போதும், போதும் என்ற அளவுக்கு அரசியலை அனுபவித்தாயிற்று - அதிலிருந்து விடுபட்டேன்.

நானூற்றி இருபதுபேர் வாரணாசியின் சந்துகளில் வெளிச்சத்திலும் சந்தடியிலும் விழித்துக்கொண்டு நின்றார்கள். ஒருவர் கண்ணில் மற்றவர் எனத் தாங்கள் காயடிக்கப்பட்டதன் ஞாபகங்களைத்தான் கண்டார்கள். பிறகு பார்வைகளைத் தாள முடியாமல், ஒவ்வொருவராக, கடைசியாக, பிரியாவிடைகளைப் பரிமாறிக்கொண்டு கும்பலின் அநாமதேயத் தனிமைக்குள் கலைந்துபோனார்கள்.

சிவா என்ன ஆனான்? மேஜர் சிவா, புதிய ஆட்சியில் இராணுவத் தடுப்புக் காவலில் வைக்கப்பட்டான். ஆனால் அங்கே அவன் நீண்ட நாள் இல்லை, காரணம் அவனைத் தேடி ஒருத்தி வந்தாள். ரோஷனாரா ஷெட்டி, லஞ்சம் கொடுத்து பசப்பி மயக்கி எப்படியோ அவன் அறைக்குள் வந்தாள். அவன் காதில் மகாலட்சுமி குதிரைப் பந்தய மைதானத்தில் விஷத்தை ஊற்றிய அதே ரோஷனாராதான். அவளுக்குப் பிறந்த (அவள் கணவனுக்குப் பிறக்காத) மகன் பேசவில்லை, தான் செய்ய விரும்பாத எதையும் செய்வதுமில்லை. அதனால் வெறிபிடித்துப்போனாள் அவள். அந்த எஃகுத் தொழிலதிபரின் மனைவி தன் கைப்பையிலிருந்து தன் கணவனுக்குச் சொந்தமான பெரிய ஜெர்மன் பிஸ்டலை எடுத்தாள், போர்நாயகனை இதயத்தில் நேராகச் சுட்டாள். சுட்டகணத்திலேயே மரணம் நிகழ்ந்தது என்றார்கள். ஒரு காலத்தில் ஒரு சிவப்பு - பச்சைநிற மருத்துவமனையில், மறக்கமுடியாத ஒரு தொன்மத்தன்மையும் குழப்பமும் வாய்ந்த நள்ளிரவில், ஒரு சிறிய மனம்பேதலித்த பெண் குழந்தைப்பெயர் அட்டைகளை மாற்றிவிட்டதால், அவன் பிறப்புரிமையை (அதாவது பணம் கூடு கட்டிய இரண்டுமாடிக் குன்றுவீட்டில் வசிக்கின்ற, கஞ்சிபோட்ட வெள்ளை உடைகள், பொருள்கள் பொருள்களின் உரிமை) அதை அவன் மிகவும் விரும்பியிருப்பான் - அதை இல்லாமல் செய்துவிட்டாள் என்பதை அறியாமலே செத்துப்போனான்.

பிறகு, சலீம்? வரலாற்றுடன் தொடர்பறுந்த அவன், மேலும் கீழும் வறளச் செய்யப்பட்ட அவன், அல்ல, நான், ஒருகாலத்தில் ஒரு நள்ளிரவின்போது பிறந்த ஒரு யுகம், ஒருவிதமான முடிவுக்கு வந்துவிட்டது என்ற உணர்வோடு தில்லிக்குத் திரும்பிச் சென்றேன். எப்படிப் பயணம் செய்தேன்: வாரணாசி இரயில் நிலையத்தில் ஒரு பிளாட்பாரம் டிக்கெட் தவிர வேறொன்றுமின்றி நின்றேன். ஒரு முதல்வகுப்புப் பெட்டியின் படிகளில் தொற்றி ஏறினேன். உயிரைப்

பிடித்தவாறு பயணம் செய்வது எப்படியிருக்கும் என்பதைக் கடைசியாகத் தெரிந்துகொண்டேன். கரும்புகையின் துகள்கள் கண்களில் விழுந்து அரிக்க, கதவை அடித்து அடித்து "ஓ மகாராஜ், தயவு செய்து திறங்க! கொஞ்சம் உள்ளே விடுங்க சார்! பெரிய மனசுபண்ணி மகாராஜ்!" உள்ளேயிருந்து பரிச்சயமான மறுப்புச் சொற்கள் வந்தன: "டிக்கட் வாங்காம ஏமாத்தற கும்பல்தான் எல்லாம்." ஒருவரும் திறப்பதாக இல்லை.

தில்லி: சலீம் வழிகேட்கிறான். எங்கேயாவது பாத்தீங்களா? ஜாலவித்தைக்காரங்களைப் பத்தித் தெரியுமா? பிக்சர் சிங் தெரியுமா? பாம்பாட்டிகள் நினைவுகள் கண்ணில் மின்னும் ஒரு தபால்காரன் வடக்குநோக்கிக் காட்டுகிறான். பிறகு வாய் கருத்த ஒரு பான்வாலா என்னைத் திருப்பி வந்தவழியே அனுப்புகிறான். கடைசியாகத் தடம் எப்படியோ தெரிகிறது. தெருவில் வித்தை காட்டுபவர்கள் எனக்கு வாடையை அளிக்கிறார்கள். 'பார் - பார்' படப்பெட்டி வைத்திருக்கும் ஒரு தில்லி - தேக்கோ ஆள், குழந்தை செய்யும் காகிதக் கப்பல்போலத் தொப்பி அணிந்திருக்கும் கீரி - பாம்பு வித்தைக்காரன், சினிமாவின் டிக்கட் கொடுக்குமிடத்தில், ஒருகாலத்தில் தான் ஜாலக்காரர் ஒருவரிடம் பயிற்சியாளாக இருந்ததை மறக்காத ஒரு பெண் - என் பழைய அறை மீனவனைப் போல இவர்கள் விரலால் சுட்டிக்காட்டுகிறார்கள். மேற்கு மேற்கு மேற்கு. கடைசியாக சலீம் நகரத்தின் மேற்கு எல்லையிலிருக்கும் ஷாதிபூர் பேருந்துப் பணிமனைக்கு வந்து சேர்கிறான். பசி தாகம் மெலிவு நோய் பாதிக்க பணிமனையின் பஸ்கள் உள்ளும் வெளியும் போகும் கர்ஜனைக்குத் தப்பி (பிரகாசமாக வண்ணம் தீட்டப்பட்ட பஸ்கள் - முன்புறத்தில் "கடவுள் நினைத்தால்" என்றும் பிற வாசகங்களும் பின்புறம் "கடவுளுக்கு நன்றி" என்றும் எழுதப்பட்டிருக்கிறது) கான்கிரீட் இரயில்வே பாலம் ஒன்றின் கீழ் கிழிந்த கூடாரங்களின் கும்பலை அடைகிறான். கான்கிரீட்டின் நிழலில் பாம்பை வசியப்படுத்தும் ஒரு பெரிய உருவம். நசிந்த பற்கள் கொண்ட அகன்ற வாயைத் திறந்து பெரிதாகச் சிரிக்கிறது. அவர் கையில்: சுமார் இருபத்தொரு மாதம் வயதான, யானைபோலப் பெரிய காதுகள் கொண்ட, கண்கள் சாஸர்போல அகலமான, முகம் கல்லறைபோல தீவிரமாக இருக்கின்ற சின்னப்பையன்.

மந்திரச் சொல்

உண்மையைச் சொன்னால், நான் சிவாவின் மரணத்தைப் பற்றிப் பொய் சொன்னேன். என் முதல் முற்றுமுழுதான பொய். ஒருவேளை நெருக்கடிநிலைக் காலத்தை அறுநூற்றுமுப்பத்தைந்து நாள் நள்ளிரவு என்று வருணித்தது அதீதமான புனைவாக இருக்கலாம். வானிலை ஆராய்ச்சிப் புள்ளிவிவரம் இதை ஒத்துக் கொள்ளாது. அது எப்படியிருப்பினும், சலீமுக்கு எளிதில் பொய்சொல்ல வருவதில்லை. ஒப்புக்கொள்கையில் அவமானத்தில் நான் தலைகுனிகிறேன்... எதற்கு இப்படிப்பட்ட நேரான பொய்? (உண்மையில், என் மாற்றுப்பிறப்பான எதிரி, விதவைகளின் விடுதிக்குப்பின் எங்கே சென்றான் என்று எனக்குத் தெரியவில்லை. அவன் நரகத்தில் இருந்தாலும் எதிரிலுள்ள சாவைக்கோடியிலுள்ள வேசிவீட்டில் இருந்தாலும் எனக்கு வேறுபாடு தெரியாது.) பத்மா, புரிந்துகொள்ள முயற்சி செய் - எனக்கு இன்னும் அவனைப் பார்க்க பயம்.

எங்களுக்குள் இன்னும் ஒரு முடியாத தாவா இருக்கிறது. அந்தப் போர்நாயகன் எப்படியாவது தன் பிறப்பு இரகசியத்தைக் கண்டுபிடித்துவிடுவானோ என்ற சிந்தனையில் நடுங்கியவாறு நான் நாட்களைக் கழிக்கிறேன். அந்த முக்கியமான மூன்று தலைப் பெழுத்துகள் கொண்ட கோப்பினை ஒருவேளை எப்போதாவது அவன் பார்த்திருக்கக்கூடுமா? அதனால் தன் கடந்தகாலத்தின் மீட்கமுடியாத இழப்பில் கோபம் கொண்டு அவன் கடைசியாகப் பழிவாங்குவதற்கு என்னைத் தேடிவரலாம்... ஒரு ஜோடி மீமனித, இரக்கமற்ற முட்டிகளால் நெருக்குண்டு, இப்படித்தான் என் வாழ்க்கை முடியப்போகிறதா? அதனால்தான் பொய்சொன்னேன். கடந்த காலம் என்பது ஒருவனின் நினைவில் மட்டுமே வாழ்வதால், அதனை வளைத்துப்பிடிக்க வார்த்தைகள் வீணான முயற்சியில்

ஈடுபடுவதால், சில நிகழ்ச்சிகளை நடந்தது என்று சொல்லியே அவை உண்மையாக நிகழ்ந்தவை என்று நம்பச் செய்துவிடலாம் என்று ஒவ்வொரு தன்வரலாற்றாளனுக்கும் ஒரு நம்பிக்கை உண்டு. அந்த மாயைக்கு நானும் ஒருமுறை பலியாகிவிட்டேன். என் இப்போதைய பயம் ரோஷனாரா ஷெட்டியின் கையில் ஒரு துப்பாக்கியைக் கொடுத்தது, கமாண்டர் சாபர்மதியின் பேய் என் தோளில் எட்டிப் பார்க்க, அவள் பசப்பி லஞ்சம் தந்து அவன் சிறையறைக்கு வந்துவிட்டதாகக் கூறிவிட்டேன்... சுருங்கச் சொன்னால், முன்னாளில் நடந்த ஒரு குற்றத்தின் ஞாபகம், இந்தக் குற்றத்தைப் புனைகின்ற சூழ்நிலையை உருவாக்கிவிட்டது.

ஒப்புக்கொடுத்தது போதும்: என் ஞாபகங்களின் முடிவைநோக்கி அபாயகரமாக நெருங்கும் நேரம் இது. இப்போது இரவு; பத்மா தன் இடத்தில் இருக்கிறாள். என் தலைக்குமேல், சுவரில் இப்போதுதான் ஒரு பல்லி ஓர் ஈயை விழுங்கியது; ஆகஸ்டுமாதத்தின் புண்ணாக்குகின்ற வெப்பம் - அதுவே ஒருவனின் மூளையை ஊறுகாய் போடப் போதுமானது - என் காதுகளுக்கிடையே மகிழ்ச்சியோடு குமிழியிடுகிறது; ஐந்து நிமிடத்திற்கு முன்புதான் மஞ்சள் - பழுப்புநிறக் கடைசி லோக்கல் இரயில் தெற்குநோக்கி சர்ச்கேட் நிலையத்திற்குச் சென்றது. அதனால், தன் எண்ணெய்போன்ற மனஉறுதிக்குள் மறைத்த வெட்கத்துடன் பத்மா என்ன சொன்னாள் என்பது எனக்குக் கேட்கவில்லை. திரும்பச்சொல் என்று அவளைக் கேட்டேன். அவளுடைய கெண்டைக் காலின் சதை நம்பிக்கையின்மையில் துடிக்கத் தொடங்குகிறது. என் சாணித்தாமரை, திருமணச் செய்தியை முன்மொழிந்துவிட்டாள் என்பதை இப்போதே உங்களுக்குச் சொல்லியாகவேண்டும். "உலகத்தின் கண்களில் அவமானப்படாமல் நான் உன்னைப் பார்த்துக்கொள்ளமுடியும்" என்றாள். நான் பயந்தமாதிரிதான் ஆயிற்று! ஆனால் வெளிப்படையாகச் சொல்லியாயிற்று, பத்மா முடியாது என்ற விடையை ஒப்புக்கொள்ளக் கூடியவள் அல்ல. வெட்கங்கொண்ட கன்னிப்பெண்போல மறுப்புக் குரல் எழுப்புகிறேன் நான். "எதிர்பாராமல் நடந்த சம்பவங்கள்! எக்டமி பற்றி, தெரு நாய்களுக்குப் போடப்பட்டதைப் பற்றி உனக்குக் கவலையில்லையா? அப்புறம், பத்மா, என் எலும்பை அரித்துத் தின்னுகின்ற நோய் - நீ விதவையாகிவிடுவாய்! ஒரு கணம் நினைத்துப் பார், என் குடும்பத்தில், வன்முறைக்கு ஆளாகி இறக்கும் சாபம் வேறு இருக்கிறது - பார்வதியைப் பற்றி நினைத்துப்பார் - ஆக நிச்சயமாகத்தான் உறுதியாகத் தான் சொல்கிறாயா?"

ஒரு கம்பீரமான அசைக்கமுடியாத உறுதிப்பாட்டில் இறுகிய தாடையோடு பதிலளிக்கிறாள்: "நான் சொல்றதைக் கேளு மிஸ்டர் - இந்த ஆனால் கீனால் எதுவும் வேணாம். உன் கட்டுக்கதைகளைப் பத்திக் கவலையில்லை."

எதிர்காலத்தைப் பற்றிச் சிந்தித்தாக வேண்டும். தேன்நிலவு காஷ்மீரில். பத்மாவின் உறுதிப்பாட்டின் சுடுவெப்பத்தில் இது நடக்கக்கூடும், தன் அசையாத விருப்புறுதியின் சக்தியினால் ஒருவேளை அவள் இந்தக் கதையின் முடிவை மாற்றக்கூடும், வெடிப்புகள் - ஏன் மரணமேகூட அவளுடைய தணியாத அக்கறைக்குத் தலைவணங்க லாம் என்ற பைத்தியக்கார எண்ணத்தில் நான் அலைக்கழிக்கப்படுகிறேன். எதிர் காலத்தைப் பற்றிச் சிந்தித்தாக வேண்டும் என்று எச்சரித்தாள் அவள். ஒரு வேளை (இந்தக் கதையைத் தொடங்கியதன்பின் முதன்முதலாக இப்படிச் சிந்திக்கிறேன்) எதிர்காலம் ஒன்று இருக்கலாம்! புதுவகையான முடிவுகள் பல வெப்பப் பூச்சிகளைப் போல என் மனத்தில் சுற்றி வருகின்றன... "நாம் கல்யாணம் செய்ஞ்சிக்கலாம் மிஸ்டர்" என்று அவள் முன் மொழிந்தாள். ஏதோ அவள் ஒரு யூத மந்திரத்தைச் சொன்னதால், அல்லது அச்சமூட்டும் ஆப்ரகடாப்ராவைச் சொன்னதால் என் விதியிலிருந்து என்னை விடுவித்துவிட்டதுபோல, என் நெஞ்சில் கிளர்ச்சியின் வண்டுகள் பறந்தன. (ஆப்ரகடாப்ரா என்பது பழங்காலத்தில் மேற்கில் நோய்களையெல்லாம் குணமாக்கும் சக்தி வாய்ந்ததாக நம்பப்பட்ட ஒரு மந்திரச் சொல். இப்போது அந்தப் பொருளை இழந்து அது போலி மந்திரம், பிதற்றல் என்ற வகைகளில் பொருள்படுமாறு ஆளப்படுகிறது - மொ.பெ.) ஆனால் யதார்த்தம் எனக்குத் தொல்லை கொடுக்கிறது. கிழிவு பிளவு வெடிப்பு - வெறும் சடங்கு ஒன்றினால் நீக்கக்கூடியவையல்ல இவை. மகிழ்நோக்கு என்பது ஒரு நோய்.

"உன் பிறந்த நாள் அன்னைக்கு வச்சிக்கலாம், என்ன சொல்றே?" என்று ஆலோசனை சொல்கிறாள். "முப்பத்தொரு வயசில, ஒருத்தன் முழு ஆம்பளை. அவனுக்கு கண்டிப்பா ஒரு பொண்டாட்டி இருக்கணும்."

நான் எப்படி அவளுக்குச் சொல்வது? அன்றைக்கு வேறு வேலைகள் இருக்கின்றன, எப்போதுமே வடிவ முனைப்புள்ள ஒரு விதியால் நான் ஆளப்படுகிறேன், முக்கியமான (இயற்கைக்கு அப்பாற்பட்ட சக்தியுடைய) நாட்களில் பாழாக்குகிறது அது என்று எப்படிச் சொல்வது?... சுருக்கமாக, என் மரணத்தைப் பற்றி அவளிடம் எப்படிச் சொல்வது? முடியவில்லை, அதனால் பணிவோடும்,

நன்றியோடும் அவள் முன் மொழிந்ததை நான் ஏற்றுக்கொள்கிறேன். இன்று மாலை நான் புதிதாகத் திருமண ஏற்பாட்டுக்கு ஆளானவன். எனக்கும் எனக்கு நிச்சயம் செய்யப்பட்ட தாமரைக்கும் இடையில் இந்தக் கடைசி, வீணான, பயனற்ற இன்பத்தை அனுமதிப்பதற்கு என்னை யாரும் தவறாக நினைக்கவேண்டாம்.

திருமணத்திற்கு முன்மொழிந்ததால், பத்மா, இதுவரை என் கடந்த காலத்தைப் பற்றி நான் சொல்லிய எல்லாவற்றையும் வெறும் கட்டுக்கதை என்று ஒதுக்கும் விருப்பத்தை வெளிப்படுத்திவிட்டாள். ஒரு இரயில்வே பாலத்தின் அடியில் மகிழ்ச்சியோடு சிரிக்கும் பிக்சர் சிங்கை நான் பார்த்தபோது, மந்திரஜாலக்காரர்களும் தங்கள் ஞாபகங்களை இழந்துகொண்டிருந்தார்கள் என்பது தெரிந்தது. இங்குமங்குமாக சுற்றி யலைந்து வந்த அந்தச் சேரியில் எங்கோ ஓர் இடத்தில் அவர்கள் தங்கள் ஞாபக சக்தியைத் தவறி வைத்துவிட்டார்கள். இப்போது அவர்களால் தீர்ப்புச் சொல்ல முடிய வில்லை, தங்களுக்கு நிகழ்ந்தவற்றை ஒப்பிட்டுச் சொல்லக்கூடிய எல்லாவற்றையும் அவர்கள் இழந்துவிட்டார்கள். நெருக்கடிநிலை கூட இப்போது கடந்தகாலத்தின் மறப்புநிலைக்கு ஒதுக்கப்பட்டுவிட்டது. நத்தைகளின் அன்றைக்கான வாழ்க்கை வெறியைப் போன்ற ஒன்றை அவர்கள் பற்றிக்கொண்டு நிகழ்காலத்தை மட்டுமே அவர்கள் நோக்கினார்கள். தாங்கள் மாறிவிட்டதும் அவர்களுக்குத் தெரியவில்லை. வேறுவிதமாகத் தாங்கள் இருந்ததையும் மறந்துவிட்டார்கள். அவர்களிடமிருந்து பொதுவுடைமைக் கருத்துகள் வெளியேறி, தாகமான வேகமான பூமியால் ஈர்த்துக் கொள்ளப்பட்டு விட்டது. இன்றைக்கான (என்றைக்கும் போலவே) பசி, நோய், தாகம், போலீஸ் அலைக்கழிப்பு ஆகியவற்றில் மூழ்கித் தங்கள் திறமைகளைக்கூட மறந்துபோனார்கள். எனக்கோ, என் பழைய தோழர்களின் இந்த மாற்றம் அருவருப்பூட்டுவதாக இருந்தது. சலீம் மறதிநோயினூடாகச் சென்றுவந்து அதன் ஒழுக்கமின்மையின் எல்லையைப் புரிந்துகொண்டவன். அவன் மனத்தில், தினந்தோறும் கடந்தகாலம் உயிருள்ளதாக முன்வந்து நின்றது, நிகழ்காலமோ (கத்திகள் அதை என்றென்றைக்குமாக வெட்டித் தள்ளிவிட்டன) நிறமற்று, குழப்பமாக, பயனற்றதாகத் தென்பட்டது. ஜெயிலர்கள், மருத்துவர்களின் ஒவ்வொரு தலைமுடியும் என் நினைவில் இருந்தது. ஆனால் மந்திர ஜாலக்காரர்கள் திரும்பிப் பார்ப்பதையே விரும்பவில்லை என்பது அதிர்ச்சியைக் கொடுத்தது. “ஜனங்களெல்லாம் பூனைமாதிரி” என்று என் பையனுக்குச் சொன்னேன், “அவர்களுக்கு எதுவுமே கற்பிக்க

முடியாது.'' அவன் தீவிரமாகச் சிந்திப்பதுபோலத் தோன்றியது, ஆனால் வாய்மூடிதான் இருந்தான்.

மந்திரஜாலக்காரர்களின் இடமாறும் சேரியைக் கண்டுபிடித்தபோது, என் மகன் ஆதம் சினாய் கடந்தகாலத்தில் தன்னை மிகவும் பாதித்திருந்த காசநோயிலிருந்து முற்றிலும் விடுபட்டிருந்தான். விதவையின் வீழ்ச்சியோடு அந்த நோயும் மறைந்து விட்டது என்று உறுதியாகப்பட்டது. ஆனால் பிக்சர் சிங், நோய் குணமானதற்குக் காரணம் ஒரு ஏகாலிப் பெண் என்றார். அவள்தான் பையன் நோயுற்றிருந்த காலத்தில் முலைப் பால் கொடுத்தவள், பெயர் துர்க்கா, தன் வற்றாத பெரிய மார்பின் பலனை தினசரி என் மகனுக்கு அளித்தவள். அந்தப் பழைய பாம்பாட்டி, "அந்த துர்க்கா, கேப்டன்!'' என்று ஆரம்பித்தபோது அவர் குரல், அந்த வண்ணாத்தியின் பாம்புக் கவர்ச்சிக்கு அந்த வயதில் ஆட்பட்டிருந்தார் என்பதைக் காட்டிக் கொடுத்தது. "என்ன பெண் அவள்!'' சதைகள் முறுக்கேறிய கைகள், அசாதாரணமான அவள் மார்புகளிலிருந்து வந்த பால் வெள்ளம் ஒரு படைப்பிரிவுக்கே ஊட்டமளிக்கும். அவளுக்கு இரண்டு கருப்பைகள் இருப்பதாக வதந்தி (இந்த வதந்தியை அவளே தொடங்கியிருப்பாள் என்று எனக்கு எண்ணம்). வற்றாத பால் அவளிடம் இருந்ததுபோல வற்றாத ஊர்க் கதைகளும் வம்புகளும் அவளிடம் இருந்தன. அவளுடைய உதடுகளிலிருந்து தினமும் ஒரு டஜன் புதிய கதைகளேனும் வெளிப்படும். தன் தொழிலைச் செய்பவர்களுக்கே உரிய எல்லையற்ற சக்தி அவளிடம் இருந்தது. சட்டைகளையும் சேலைகளையும் தன் கல்லில் அடித்துத் துவைக்கும்போது துவைக்கும் துணிகளிலிருந்து அவள் சக்தியை உறிஞ்சிக்கொணடு பலமடங்காகப் பெருகுவதாகத் தோன்றியது. ஆனால் துணிகள்தான் அடித்து நொறுக்கப்பட்டு பொத்தான்கள் இழந்து கிழிந்து செத்துப்போயின. ஒவ்வொரு நாளும் மறைந்த அந்தக் கணமே அதை முற்றிலும் மறந்துபோகும் அரக்கி அவள். விருப்பமின்றித்தான் நான் அவளை அறிமுகம் செய்துகொண்டேன், இந்தப் பக்கங்களிலும் அவளுக்கு இடம் கொடுத்தேன். அவளைச் சந்திக்கும் முன்பே, அவள் பெயரே புதியனவற்றின் வாடையைக் கொண்டிருந்தது. புதுமை, தொடக்கங்கள், புதிய கதைகள் நிகழ்வுகள் சிக்கல்களின் பிறப்பு ஆகியவற்றை அவள் உணர்த்தினாள். இவை எதிலும் எனக்கு ஆர்வம் இல்லை. ஆனால் பிக்சர்ஜி அவளை மணம் செய்து கொள்ள விருப்பம் தெரிவித்ததால் எனக்கு வேறு வழியில்லை. எவ்வளவு துல்லிய மாகக் குறைவாகச் சொல்லமுடியுமோ சொல்லிவிடுகிறேன். சுருக்கமாக: அவள் ஒரு

மோகினிப்பேய்! மனிதவடிவத்தில் ஒரு இரத்தம் உறிஞ்சும் பல்லி. கல்லில் அடித்துத் துவைத்த அவள் துணிகளின் நிலையோடுதான் பிக்சர் சிங்கின் நிலையை ஒப்பிட முடியும். ஒருவார்த்தையில் சொன்னால், அவரை அவள் வீழ்த்திவிட்டாள். அவளைச் சந்தித்த பிறகுதான் பிக்சர் சிங் ஏன் தளர்ந்தும் இரங்கத்தக்க நிலையிலும் காணப்படு கிறார் என்பதை அறிந்தேன். ஒருங்கிசைவின் குடைக்கீழ் அவர் ஆண் பெண்களுக்கு ஆதரவும் அறிவுரையும் அளித்தது மாறி, தினசரி அவர் சுருங்கிக் கொண்டிருந்தார். இரண்டாவது பாடும் பறவையாக அவர் மாறுகின்ற சாத்தியம் என் கண் முன்னால் அழிந்துகொண்டிருந்தது. ஆனால் துர்க்கா பெருத்தாள். அவளுடைய பேச்சின் மலத் தன்மை கூடிக்கொண்டே போயிற்று. அவள் குரல் உரத்தும் கரகரப்பாகவும் ஆனது. கடைசி நாட்களில் புனிதத்தாய் இருந்த நிலையை - புனிதத்தாய் பெருத்தபோது என் தாத்தா நலிந்தார் - அதை அவள் நினைவூட்டினாள். அந்த ஆண்மைமிக்க சலவைப் பெண்ணின் ஆளுமையில் எனக்கு ஆர்வம் தந்தது இந்தக்கூறு ஒன்றுதான்.

ஆனால் அவள் முலைப்பால் சுரப்பிகளின் வளத்துக்கு எல்லையே இல்லை. இருபத்தொரு மாதம் ஆனபோதும் ஆதம் அவள் முலைக்கண்களைத் திருப்தியாகச் சப்பிக்கொண்டிருந்தான். பால் மறக்கடிக்கலாம் என்று சொல்ல நினைத்தேன். ஆனால் தான் விரும்பியதைத்தான் அவன் செய்வான் என்பதால் அதை வலியுறுத்தாமல் விட்டுவிட்டேன். (பிறகு செய்தி தெரிந்ததுபோல, அப்படிச் செய்யாமல் விட்டது நல்லதாயிற்று.) அவளுடைய இரட்டைக் கருப்பையைப் பொறுத்தவரை, எனக்கு அதைப் பற்றி விசாரிக்கவோ உண்மையறியவோ விருப்பமில்லை.

துர்க்காவைப் பற்றி முக்கியமாகச் சொல்லக் காரணம், ஒரு மாலைநேரத்தில் இருபத்தேழுவகைச் சோறுகள் ஒன்றாகச் சமைக்கப்பட்ட ஒரு உணவை நாங்கள் சாப் பிட்டுக் கொண்டிருந்தபோது, அவள்தான் என் சாவைப்பற்றி முன்னறிவித்தாள். அவளுடைய தொடர்ந்த செய்தி - கதை வெள்ளத்தில் அகப்பட்டுத் திணறி, நான் "துர்க்கா பீவி, உன் கதைகளை யாரும் கேட்கவில்லை" என்று கத்தினேன். அவள் சலிக்காமல், "சலீம் பாபா, பிக்சர்ஜி நீங்க சிறையிலிருந்து வந்தபின்னால துண்டு துண்டா ஒடஞ்சி போயிருப்பீங்கன்னு சொன்னதாலதான் நல்லபடியா உங்ககிட்ட நடந்துக்கறேன். ஆனா நீங்க சும்மா உக்காந்திருக்கறதத் தவிர வேறொண்ணும் செய்யறதில்ல. ஒரு ஆளுக்குப் புது விஷயங்களில ஆர்வம் இல்லாமப் போச்சுன்னா

அவன் பின்வாசல்ல எமன் காத்திருக்கான்னு அர்த்தம்" என்றாள். பிக்சர் சிங், "கேப்டனம்மா, வா, அவர்கிட்ட கடுமையா பேசாதே" என்று சொன்ன போதும், வண்ணாத்தி துர்க்காவின் அம்பு குறிதவறாமல் என்மீது பாய்ந்தது. வற்றித் திரும்பிய என் பெருஞ்சோர்வில், நாட்களின் வெறுமை தன் மெழுகுச்சீலையால் என்னை மூடுவதைப்போன்ற தோற்றம் எனக்கு ஏற்பட்டிருந்தது. அடுத்த நாள் காலை, ஒரு வேளை தன் கடுமையான சொற்களுக்கு நிஜமாகவே வருத்தப்பட்டோ என்னவோ, அவள், என் மகன் அவள் வலது மார்பில் பால்குடிக்கும்போது இடது மார்பில் எனக்குப் பால்தருவதாகச் சொன்னாள். "அப்புறம் பார், உனக்கு நினைப்பு நேராகப் போகும்" என்றாள். இறப்பைப் பற்றிய அறிவிப்புகள் என் எண்ணங்களின் பெரும் பகுதியை ஆக்கிரமித்தன. ஷாதிபூர் பேருந்துப் பணியகத்தில் பணிவுதரும் கண்ணாடி யைப் பிறகுதான் நான் பார்த்தேன். விரைவில் வரஇருக்கும் என் இறப்பைச் சந்தேக மின்றித் தெரிந்துகொண்டேன்.

பேருந்துகளைப் பழுது பார்க்க நிறுத்துமிடத்தின் வாசலுக்குமேலே சாய்வாக வைக்கப்பட்ட ஒரு கண்ணாடி அது. நான் இலக்கின்றி பணிமனையின் முற்றத்தில் திரிந்துகொண்டிருந்தபோது அதில் சூரியவெளிச்சம் கண்ணாமூச்சி ஆடுவதில் கவனம் சென்றது. என்னைக் கண்ணாடியில் பார்த்துக்கொண்டு பல மாதங்கள் - ஒருவேளை பல வருஷங்கள் ஆயின என்பது ஞாபகம் வந்ததும், வாசலுக்கு எதிரேபோய் நின்றேன். தலையை உயர்த்திக் கண்ணாடியைப் பார்த்தபோது, நான் பெரிய தலை கொண்ட ஒரு குள்ளனாக மாறிவிட்டதைக் கண்டேன். குறுக்கிய என் தோற்றத்தில், தலைமுடி மேகம்போலச் சாம்பல்நிறமாக மாறியிருப்பதையும் கண்டேன். கண்ணாடியில் காணப்பட்ட குள்ளன், கோடுகள்கொண்ட முகத்தோடும் சாம்பிய கண்ணோடும் இருந்தான். தாத்தா ஆதம் அசீஸ் தான் கடவுளைக் கண்டதாகச் சொன்ன அன்று இருந்த தோற்றத்தை என் தோற்றம் நினைவுபடுத்தியது. (வற்றச் செய்யப்பட்டதன் விளைவாகவோ என்னவோ) அந்தச் சமயத்தில், சூனியக்காரி பார்வதி குணப்படுத்திய அத்தனை தோஷங்களும் என்னிடம் திரும்பிவந்துவிட்டன. ஒன்பது விரல், மேடிட்ட நெற்றிப்பொட்டுகள், உச்சந்தலையில் மயிரற்ற நிலை, கறை மூஞ்சி, வளைந்த கால், வெள்ளரிப்பழ மூக்கு...இவற்றுடன் காயடிக்கப்பட்டு, இப்போது வயதுக்கு முன்னாலே மூப்படைந்து, பணிவுதரும் கண்ணாடியில் நான் பார்த்தது, இனிமேல் வரலாறு ஒன்றுமே செய்யமுடியாத ஒரு ஆள். முன்பே விதிக்கப்பட்ட

விதியினால் அரை உணர்வுக்கு அடித்துத் துவைக்கப்பட்ட நிலையில் விடுவிக்கப்பட்ட ஒரு விசித்திரப் பிராணி. ஒரு நல்ல காதிலும் ஒரு கெட்ட காதிலும் நான் கருப்பான சாவுத்தேவனின் மென்மையான அடிவைப்புகளைக் கேட்டேன்.

கண்ணாடியில் காணப்பட்ட முதிய இளைஞனின் முகத்தில் ஆழமான மனஆறுதலின் வெளிப்பாடு தெரிந்தது. சரி, எழுத்து சோர்வை நோக்கிச் செல்கிறது. விஷயத்தை மாற்றுவோம்: ஒரு பான்வாலாவின் இகழ்ச்சிப்பேச்சு பிக்சர் சிங்கை பம்பாய்க்குச் செல்லத் தூண்டியது. என்மகன் ஆதம் சினாய் நாங்களும் அவரோடு செல்லவேண்டு மென்ற முடிவுக்குத் தூண்டினான். திடீரென ஓர் இரவு, எந்த முன்னறிவிப்பும் இன்றி, அவனுடைய சலவைக்கார மாற்றுத்தாய் பயப்படுமாறு, பெருங்காது படைத்த ஆதம் முலைப்பால் உண்பதை நிறுத்திவிட்டான். அவளுடைய மார்பை மறுத்து (வார்த்தைகள் இன்றியே) திட உணவு வேண்டுமென்று கேட்டான். அவள் அவனுக்காக வைத்திருந்த மார்புப்பாலை ஐந்துலிட்டர் டால்டா டின்களில் வடித்தாள். ஆதம் கூழாக்கிய சோறு, அதிகமாக வேகவைத்த பருப்புகள், பிஸ்கட்டுகளைச் சாப்பிட்டான். என் அந்தரங்கமான, இப்போது மிக அருகிலிருக்கின்ற முடிவுக்கோட்டுக்கு எனக்கு அவன் அனுமதி அளிக்க முடிவுசெய்ததுபோல் இருந்தது. இரண்டு வயதுக்கும் குறை வான குழந்தையின் மௌனச் சர்வாதிகாரம். பசி, தூக்கம் தேவை என்பதை எங்களுக்கு அவன் சொல்வதில்லை, இயற்கைச் செயல்களை நிகழ்த்துவதில் ஆர்வம் காட்டுவதும் இல்லை. எங்களுக்கு அவை தானாகவே தெரியவேண்டுமென்று எதிர்பார்த்தான். மற்ற எல்லாக் குறிப்புகளும் எதிர்மாறாகச் செயல்பட்டாலும், அவனுக்கு நான் செலுத்தவேண்டியிருந்த தனிப்பட்ட கவனம்தான் என்னை உயிரோ டிருக்கத் தூண்டியது.

சிறையிலிருந்து திரும்பிவந்த பிறகு வேறெதுவும் என்னால் செய்ய இயலாத தால், நான் என் மகனை கவனிப்பதிலேயே சிரத்தை காட்டினேன். "நல்லவேளை நீங்க வந்தீங்க கேப்டன், இல்லாவிட்டா இந்தப் பையன் எங்க எல்லாரையுமே ஆயாவா மாத்தியிருப்பான்" என்று ஜோக் அடித்தார் பிக்சர் சிங். ஆதம் இரண்டாம் தலைமுறையின் மந்திரக்குழந்தை. இவனைப்போன்றவர்கள் முதல் தலைமுறையினரான எங்களைவிட மிகவும் கடினமாக இருப்பார்கள். தங்கள் விதியை தீர்க்கதரிசனத்திலோ நட்சத்திரங்களிலோ தேடமாட்டார்கள். தங்கள் விருப்புறுதிகளைக் கொண்டு அதைக் கட்டுவார்கள். என் மகனாகவும் இல்லாமல்,

சல்மான் ருஷ்தீ | 727

அதேசமயம் என் சதை உருவாக்கக்கூடிய எந்த வாரிசையும் விட மிகவும் உற்றவனாகவும் இருந்த அவனது கண்களைப் பார்த்தேன். காலியான, தெளிவான அவனது விழிகளில் பணிவுதரும் கண்ணாடி ஒன்றை இரண்டாம் முறையாகக் கண்டேன். குடும்பத்திற்கு மிகையாகிப்போன எந்த வயசாளியையும் போல நானும் இனிமேல் விளிம்பில் இருக்கவேண்டியவன் என்பதை அது சுட்டிக்காட்டியது. எனக்கு ஒரே மரபான வேலை, ஞாபகங்களைச் சொல்பவன், கதை சொல்பவன் என்பதுதான்... நாடுமுழுவதும் சிவா உண்டாக்கிவிட்ட அப்பன்தெரியாத பிள்ளைகள் இப்படித்தான் அதிர்ஷ்டமற்ற தங்கள் தந்தைமார்மீது இதேபோன்ற கொடுங்கோன்மைகளைச் செலுத்துவார்களா என்று நினைத்தேன். பயங்கர ஆற்றலுள்ள அந்தச் சிறுவர்கள் வளர்வார்கள், காத்திருப்பார்கள், கேட்பார்கள், உலகம் தங்கள் விளையாட்டுப்பொருளாகும்போது என்ன செய்யவேண்டும் என்று ஒத்திகை பார்ப்பார்கள் என்று இரண்டாவது முறையாகக் கற்பனை செய்தேன். (இந்தச் சிறுவர்களை எதிர்காலத்தில் எப்படிக் கண்டுபிடிப்பது? அவர்களின் தொப்புள்கள் உள்ளடங்கி இருப்பதற்கு பதிலாக வெளியே துருத்திக்கொண்டிருக்கும்.)

மேலே எழுதவேண்டும், நேரமாகிவிட்டது. ஒரு இழிப்புரை, ஒரு கடைசி இரயில் தெற்கே தெற்கே தெற்கே போகிறது... ஒரு கடைசிச் சண்டை. ஆதம் தாய்ப்பாலை நிறுத்திய மறுநாள், பிக்சர் சிங்குக்குப் பாம்பாட்டுவதில் உதவிசெய்ய, அவருடன் கனாட் பிளேஸுக்கு சலீம் போனான். வண்ணாத்தி துர்கா சலவைத்துறைக்கு என் மகனை அழைத்துக்கொண்டு செல்ல அன்று ஒப்புக்கொண்டாள். செல்வந்தர்களின் துணிகளிலிருந்து ஆதிக்கம் எப்படி துவைத்து எடுக்கப்படுகிறது, அது மோகினிப் பேயால் எப்படி உறிஞ்சப்படுகிறது என்பதை நாள்முழுவதும் ஆதம் கவனித்தான். விதி வசமான அந்த நாளில், தேனீக்கூட்டம் போல வெப்பம் நகருக்குத் திரும்பி வந்து கொண்டிருந்த போது, நான் புல்டோசரால் அழிந்துபோன என் வெள்ளி எச்சிற்கல ஞாபகத்தில் இருந்தேன். அதற்கு மாற்றாக ஒரு டால்டா டப்பாவை பிக்சர் சிங் கொடுத்திருந்தார். என் மகனுக்கு எச்சிற்கலத்தில் துப்புதலில் எனக்கிருந்த திறமையைக் காட்ட ஜாலக்காரர்கள் சேரியின் அழுக்கான காற்றினூடே அந்த டால்டா டப்பாவை நோக்கி வெற்றிலைச் சாற்றைத் துப்பிக்காட்டினேன். இருந்தாலும் எனக்குத் திருப்தி ஏற்படவில்லை. ஒரு கேள்வி: வெற்றிலைச் சாற்றை ஏற்கும் ஒரு பொருளின்மீது இவ்வளவு துயரம் ஏன்? நீங்கள் எச்சிற்கலம் என்று தாழ்வாக நினைக்கக்கூடாது என்பதுதான் என்பதில். குச் நஹீன்

ராணியினுடைய வரவேற்பறையில் அது அலங்காரமாக இருந்தது. அங்கே அறிவுஜீவிகள், சாதாரண மக்களுடைய கலைவடிவங்களைப் பயிற்சி செய்துபார்க்க அது உதவியது. பளபளத்துக்கொண்டு, அது நாதிர்கானுடைய கீழுலகத்தை இரண்டாவது தாஜ் மஹால் ஆக்க உதவியது. ஒரு பச்சைப் பெட்டிக்குள் அடங்கியிருந்போதும் அது என் வரலாறு முழுவதும் கூடவே இருந்தது. சலவைப்பெட்டிச் சம்பவங்கள், பேய்க் காட்சிகள், உறைவு - உறைவுநீக்கம், வற்றுதல், வெளியேற்றங்கள் ஆகியவற்றை மறைவாகத் தனக்குள் ஒருங்கிணைத்துக் கொண்டி ருந்தது. ஒரு நிலாத்துண்டு போல வானத்திலிருந்து விழுந்து, ஒரு நிலையான மாற்றத்தை எனக்கு ஏற்படுத்திவிட்டது. மந்திர ஆற்றல் பெற்ற எச்சிற்கலமே! ஞாபகங் களை மட்டுமின்றி, எச்சிலையும் வைத்திருந்த இழந்துபோன அழகான பொருளே! அதை இழந்ததனால் எனக்கு ஏற்பட்ட பழைய ஞாபக வலிக்கு எந்த நுண்ணுணர்வு கொண்ட மனிதர்தான் பரிவுகாட்டமாட்டார்?

மனிதர்கள் நிரம்பிப் பெருத்த ஒரு பஸ்ஸின் பின்புற இருக்கையில் என் பக்கத்தில் பிக்சர் சிங் பாம்புகள் அமைதியாகச் சுருண்டிருக்கின்ற கூடைகளைத் தன் மடியில் வைத்தவாறு உட்கார்ந்திருந்தார். பழைய, தொன்மக்கால தில்லியின் மீண்டு எழுந்துவந்த பேய்கள் நிரம்பிய அந்த நகரத்தினூடாக தடதடவென்று ஆடிக்கொண்டு நாங்கள் சென்றோம். உலகத்தின் மிகக் கவர்ச்சியான மனிதர், தொலைவில் ஒரு இருட்டறையில் ஏற்கெனவே ஒரு சண்டையிட்டு முடித்தமாதிரியான ஒருவித மங்கிய சோர்வில் ஆழ்ந்திருந்தார்... தனக்கு வயதாகிவிட்டது தன் ஆற்றல்கள் மங்கிவருகின்றன, தான் புரிந்துகொள்ள முடியாத ஓர் உலகில் இன்னும் சிலகாலத்தில் தகுதியற்றவராகத் துரும்புபோல் அலைய நேரிடும் என்ற பிக்சர்ஜியின் நிஜமான, ஆனால் சொல்லப்படாத பயத்தை நான் திரும்பிவரும்வரை யாரும் புரிந்துகொள்ளவில்லை. என்னைப் போலவே, பிக்சர் சிங்கும் ஏதோ இருண்ட குகைப்பாதையில் ஒரு வெளிச்சக்கீற்று ஆதம் என்பது போல என் மகனையே சார்ந்திருந்தார். "ரொம்ப நல்ல பையன் கேப்டன், கௌரவத்துக்கு உரியவன். அவன் காதைப்பற்றிக் கவலைப்பட வேண்டாம்."

அன்றைக்குத்தான் என் மகன் எங்களுடன் இல்லையே. கன்னாட் பிளேஸின் புதுதில்லி வாடைகள் என்னைத் துன்புறுத்தின. ஜே.பி. மங்காராம் விளம்பரத்தின் பிஸ்கட் வாசனை, நொறுங்கும் பிளாஸ்டர்களின் துக்ககரமான சுண்ணாம்பு வாடை, ஆட்டோ

ரிக்ஷா ஓட்டுநர்களின் துன்பகரமான வாடை - உயரும் பெட்ரோல் விலையால் அது மெலிந்து விதிவயக்கொள்கைக்கு ஆட்பட்டது - சுற்றிச் செல்லும் போக்கு வரத்தின் மத்தியில் உள்ள பூங்காவிலிருந்து எழும் பச்சைப் புல் வாடை. நிழலான வளைவுகள் கொண்ட பாதையில், கருப்பு மார்க்கெட்டில் அயல்நாட்டவர்களின் பணங்களை மாற்றித்தருவதாகப் பசப்புகின்ற ஏமாற்று மனிதர்களின் வாடையோடு அது கலந்திருந்தது. இந்தியா காப்பி ஹவுசின் கூடங்களில் ஊர்வம்புப் பேச்சுகளின் முடிவற்ற உளறல்கள். புதிய கதைகள் தொடங்கப்போவதன் சரியில்லாத மணம். சதியாலோசனைகள், திருமணங்கள், சண்டைகள் இவற்றின் மணங்களெல்லாம் தேநீர் மற்றும் மிளகாய்ப் பக்கோடாக்களின் மணத்தோடு கலந்து வந்தன. ஒரு காலத்தில் மிகவும் அழகாக இருந்த சுந்தரி என்ற பெண் வடுக்கள் நிறைந்த முகத்தோடு அருகில் எங்கேயோ பிச்சையெடுக்கும் மணமும் கன்னாட் பிளேஸில் வந்தது. பிறகு ஞாபக இழப்பு, எதிர் காலத்தை நோக்கித் திரும்புவது, ஆனால் எதுவுமே உண்மையில் மாறுவதில்லை... இந்த முகர்வு அறிவிப்புகளைத் தவிர்த்து, நான் எங்கும் நிறைந்திருக்கின்ற எளிய நாற்றங்களான மனித மூத்திரம், பிராணிகளின் சாணம் இவற்றில் கவனத்தைக் குவித்தேன்.

கன்னாட் பிளேஸின் எஃப் பிளாக்கின் தூண்கள் நிரம்பிய கூடத்தில், ஒரு நடைபாதைப் புத்தகக் கடைக்குப் பக்கத்தில், ஒரு பான்வாலாவின் சிறிய கடை. அவன் ஒரு பச்சைக்கண்ணாடி கவுண்ட்டருக்குப் பின்னால் சப்பணமிட்டு அந்த இடத்தின் சிறு தெய்வம் ஒன்றுபோல அமர்ந்திருந்தான். இந்தக் கடைசிப் பக்கங்களில் அவனைச் சேர்ப்பதற்குக் காரணம், ஏழ்மையின் வாடை அவனிடமிருந்து வெளிப்பட்டாலும் சாதாரண ஆள் அல்ல. அவனுக்கு ஒரு லிங்கன் காண்டினென்டல் கார் இருந்தது. அதை கன்னாட் சர்க்கஸின் வெளிப்புறம் நிறுத்தினான். போலியான வெளிநாட்டு சிகரெட்டுகள், டிரான்சிஸ்டர் ரேடியோக்கள் போன்றவற்றை விற்பனை செய்து அதில் கிடைத்த பணத்தினால் அந்தக் காரை வாங்கிவிட்டான். ஒவ்வொரு வருஷமும் இரண்டு வாரங்கள் விடுமுறையாக ஜெயிலுக்குப் போய்வந்தான். மற்ற நாட்களில் போலீஸ்காரர்களுக்கு நல்லதொரு சம்பளத்தைக் கொடுத்தான். ஜெயிலில் ஒரு ராஜா போன்ற உபசரிப்பு அவனுக்குக் கிடைத்தது, ஆனால் கடையின் பச்சைக் கண்ணாடிக்குப் பின்னால் யாருக்கும் எதுவும்செய்யாத சாதாரண மனிதன் போல இருப்பான். எல்லாவற்றையும் பற்றி எல்லாவற்றையும் அறிந்த

மனிதன் இவன், முடிவற்ற தொடர்புகளின் வலைப்பின்னலினால் இரகசிய அறிவின் சேமிப்பிடம் இவன் என்பதைச் சாதாரணமாக (சலீமின் நுண்ணுணர்வுள்ள மூக்கு போன்ற உதவி இல்லாதவர்கள்) அறிந்துகொள்ள முடியாது... கராச்சியில் என் லாம்ப்ரெட்டா பயணங்களில் நான் அறிந்த ஒருவனைப்போல இருந்தான் - ஆனால் மனத்துக்கொவ்வாத மனிதனாகவும் இல்லை. பழைய ஞாபகங்களின் பரிச்சயமான மணங்களில் நான் கவனம் செலுத்தியிருந்ததால், அவன் பேசியபோது ஆச்சரியப்பட்டுப்போனேன்.

நாங்கள் எங்கள் நிகழ்ச்சியை அவனுடைய கடைக்கு அருகில் ஏற்பாடு செய்திருந்தோம். பிக்சர்ஜி தன் மகுடிகளை பாலிஷ் செய்து, தன் தலைக்கு ஒரு பெரிய சிவப்புநிற தலைப்பாகையைக் கட்டிக் கொண்டிருந்தபோது நான் விளம்பரக்காரனாக வேலைசெய்தேன். "வாருங்கள்! பாருங்கள்! வாழ்க்கையிலே ஒரு முறை மட்டுமே கிடைக்கக்கூடிய அரிய வாய்ப்பு! பெண்மணிகளே கண்மணிகளே வாருங்கள்! வந்து பாருங்கள்! பாருங்கள்! இங்கே இருப்பவர் யார்? சாதாரண மாயக்காரர் அல்ல, திண் ணைத்தூங்கி ஏமாற்றுக்காரர் அல்ல, உலகத்தின் மிகக் கவர்ச்சியான மனிதர் மேன்மக்களே! பெண்களே! வாருங்கள்! வந்து பாருங்கள்! அவருடைய நிழற்படத்தை ஈஸ்ட்மன் கோடாக் நிறுவனம் எடுத்துச் சென்றிருக்கிறது! நெருங்கி வாருங்கள்! பயப்படாமல் வாருங்கள்! பிக்சர் சிங் இதோ இருக்கிறார்..." இதுபோன்று ஏதோ இன்னும் சொன்னேன்; அப்போது அந்தப் பான்வாலா சொன்னான்: "இதைவிடச் சிறந்த காட்சி உண்டு. இவர் நம்பர் ஒன் இல்லை. நிச்சயமாக இல்லை. பம்பாயில் இவரைவிடச் சிறந்த ஆள் ஒருவர் இருக்கிறார்."

இப்படித்தான் பிக்சர் சிங் தனது போட்டியாளனைப் பற்றி அறிய நேர்ந்தது. நிகழ்ச்சியை உடனே ரத்து செய்துவிட்டு, அவர் சாதுவாகச் சிரித்துக் கொண்டிருந்த அந்த பான்வாலாவிடம் போனார். தனது பழைய ஆணையிடும் குரலில், "நீங்கள் சொல்கிற அந்தப் போலியைப் பற்றிய தகவலை எனக்குச் சொல்லவேண்டும் கேப்டன், இல்லாவிட்டால் உங்கள் பற்களை வயிற்றுக்குள் போய்க் கடிக்கும்படியாக அனுப்பிவிடுவேன்!" என்றார். பான்வாலா பயப்படவில்லை. அவனிடம் சம்பளம் வாங்குகின்ற மூன்று போலீஸ்காரர்கள் பாதுகாப்புக்கு அங்கே சுற்றிக் கொண்டிருப்பது அவனுக்குத் தெரியும். தன் சர்வஞானத்தின் இரகசியத்தை எங்களுக்குச் சொல்லி, யார் எப்போது எங்கே என்ற விவரங்களைச் சொன்னான். தன் பயத்தை மறைக் கின்ற கம்பீரமான குரலில் பிக்சர் சிங் "நான் பம்பாய்போய் அந்த ஆளுக்கு யார் மிகச் சிறந்தவர்

என்பதைக் காட்டுகிறேன். ஓர் உலகத்தில், கேப்டன்களே, இரண்டு மிகக் கவர்ச்சியான மனிதர்கள் இருக்கமுடியாது" என்றார்.

பீடாக்களை விற்கும் அந்த மனிதன் மென்மையாகத் தோள்களைக் குலுக்கிக் கொண்டு, எங்கள் காலடியில் துப்பினான். ஒரு மந்திரச் சொல் போல, பான்வாலாவின் வசவுகள் சலீமுக்குத் தான் பிறந்த ஊருக்குத் திரும்புவதற்கான கதவைத் திறந்து விட்டன. ஆம்! அது ஒரு 'கதவைத்திற சீசேம்'தான். நாங்கள் இரயில்வே பாலத்துக்குக் கீழிருந்த எங்கள் கூடாரங்களுக்குத் திரும்பியபோது பிக்சர் சிங் மண்ணைத் தோண்டி முடிச்சிட்ட ஒரு கைக்குட்டையில் தன் அந்திம காலத்துக்கென்று புதைத்துவைத்திருந்த பணத்தை எடுத்தார். சலவைக்காரி துர்க்கா "என்ன பிக்சர்ஜி, நான் என்ன கோடீஸ்வரியா, விடுமுறையெல்லாம் எடுத்துக்கொண்டு வேலையைவிட்டு வர?" என்று கூறி உடன் வரமறுத்துவிட்டாள். அவர் பணிவுடன் வேண்டுபவர் போன்ற கண்களுடன் நோக்கி, என்னை உடன்வருமாறு கோரினார். தன் மிகமோசமான சண்டையை, அவருடைய மூத்தவயதின் சோதனையை, ஒரு தோழன் இல்லாமல் சந்திக்க அவர் பிரியப்படவில்லை. ஆதமும் அதைக்கேட்டான். மந்திரஜாலத்தின் இசையைத் தன் அகலக்காதுகளால். நான் ஒப்புக்கொண்டபோது மகிழ்ச்சி அவன் கண்களில் பிரகாசித்தது. பிறகு நாங்கள் ஒரு மூன்றாம் வகுப்புப் பெட்டியில் தெற்கே தெற்கே தெற்கே செல்லும் இரயிலில் இருந்தோம். சக்கரங்களின் நான்கசை கொண்ட சத்தத்தில் நான் அந்த இரகசிய வார்த்தையை - மந்திரச் சொல்லைக் கேட்டேன் - அந்தச் சக்கரங்கள் ஆப் ரக டாப் ரா ஆப்ரகடாப்ரா ஆப் ரக டாப் ரா என்று எங்களை பம்பாய்க்குக் கொண்டுசெல்லும் போது இசைத்தன.

ஆம், மந்திரஜாலக்காரர்களின் சேரியைவிட்டு என்றென்றைக்குமாக நான் பிரிந்து விட்டேன். என் பழைய ஞாபகங்களின் இதயப்பகுதிக்கு ஆப்ரகடாப்ரா ஆப்ர கடாப்ரா ஆப்ரகடாப்ரா என்று சென்றேன். அது என்னை இந்தப் பக்கங்களை எழுதும் வரை உயிருடன் வைத்திருக்கும்; அதே எண்ணிக்கையுள்ள ஊறுகாய்களையும் உருவாக்கும். ஆதமும் சலீமும் பிக்சர் சிங்கும் ஒரு மூன்றாம் வகுப்புப் பெட்டியில் நசுங்கி ஏறினார்கள், எங்களுடன் கயிற்றால் கட்டிய பல கூடைகள். அதிலிருந்து வரும் சீறல் ஒலி, அந்தப் பெட்டியில் அடைந்திருந்த மக்களை பயப்படவைத்தது. ஆகவே கூட்டம் பாம்புகளை நினைத்து பயந்து பின்னால் பின்னால் பின்னால் சென்றது. கொஞ்சம் ஆறுதலாக இருக்க எங்களுக்கு

வசதியும் இடமும் கிடைத்தது. ஆதமின் அகன்ற காதுகளில் சக்கரங்கள் ஆப்ரகடாப்ராக்களைப் பாடின.

பம்பாயை நோக்கி நாங்கள் சென்றபோது பிக்சர் சிங்கின் துயர்நோக்கு விரிவடைந்து அவரைப்போன்ற உருவமாகவே மாறிவிட்டது. மதுராவில் கொப்புளம் கொண்ட மோவாயும், முட்டைபோல மழித்திருந்த தலையும் கொண்ட அமெரிக்கன் ஒருவன் மண்ணால்செய்த விலங்குகள், சாலூ சாய் என்று விற்பவர்களின் கூக்குரலுக்கு மத்தியில் எங்கள் பெட்டியில் ஏறினான். ஒரு மயிலிறகு விசிறியால் தன்னை விசிறியவாறு வந்தான். மயிலிறகு துரதிருஷ்டத்தை உண்டாக்கும் என்ற நம்பிக்கை வேறு பிக்சர் சிங்கைக் கற்பனைக் கெட்டாத அளவுக்குச் சோர்வடையச் செய்தது. கங்கைச் சமவெளியின் எல்லையற்ற தட்டைப்பரப்பு ஜன்னலுக்கு வெளியே விரிந்தது. அது மாலைநேர வெப்பத்தின் பித்துப்பிடித்த காற்றை எங்களை வதைக்க அனுப்பியது. மொட்டை அமெரிக்கன் இந்துமதத்தின் புரியாத கோட்பாடுகளையும் மந்திரங்க ளையும் கூட்டத்திற்கு எடுத்துச் சொல்லிக் கற்பித்தவாறு ஒரு திருவோட்டையும் நீட்டினான். இந்தக் குறிப்பிடத்தக்க காட்சியோ சக்கரங்களின் ஆப்ரகடாப்ராவோ பிக்சர் சிங்கிடம் பாதிப்பை ஏற்படுத்தவில்லை. “இது சரியில்லை கேப்டன்!” என்று பரிதாபமாகச் சொன்னார், “அந்த பம்பாய்வாலா இளமையுடனும் வலுவுடனும் இருப்பான். நான் இதற்குமேல் உலகத்தில் இரண்டாவது சிறந்த பாம்புக் கவர்ச்சி மனிதனாகத் தான் காலந்தள்ள வேண்டும்!” என்றார். இரயில் கோட்டா நிலையத்தை அடைவதற்குள், மயிலிறகு வெளிவிட்ட துரதிருஷ்டத்தின் வாடை பிக்சர்ஜியை முற்றிலும் தன்வயப்படுத்தி, அவரை மிக மோசமாக வதைத்துவிட்டது. எல்லாரும் பிளாட்பாரத்தின் கோடியில் இரயிலின் பக்கத்தில் ஒன்றுக்கிருக்க இறங்கினாலும் அவர் இறங்கும் ஆவலை வெளிப்படுத்தவில்லை. ரட்லம் சந்திப்பு வந்தபோது, என் கிளர்ச்சி அதிகரித்துக் கொண்டேவர, அவர் ஒரு மயக்க நிலையை அடைந்திருந்தார். அது தூக்கமல்ல, அவநம்பிக்கை நோக்கிலிருந்து எழுந்த பக்கவாதம். இந்த நிலையில் தன் எதிரிக்குச் சவால்விடக்கூட இவரால் முடியாது என்று நினைத்தேன். பரோடா தாண்டியது, அவர்நிலையில் மாற்றம் இல்லை. சூரத்தில் பழைய ஜான் கம்பெனி டிப்போ. அங்கே விரைவில் செய்யவேண்டியது ஏதோ இருக்கிறது என்ற உணர்வு. சக்கரங்களின் ஆப்ரகடாப்ரா பம்பாய் செண்ட்ரல் நிலையத்தை நிமிடத்துக்கு நிமிடம் சமீபித்தது. கடைசியாக பிக்சர் சிங்கின் மகுடியை எடுத்து மிகமோசமாக வாசித்தேன். பாம்புகள்

எல்லாம் அந்தக்கடூர ஒலியின் வேதனை தாங்காமல் துடித்தன, அமெரிக்க இளைஞனை அமைதியாக வருமாறு அந்த இசை செயலிழக்கச் செய்தது. அந்த நரக வேதனை தரும் சத்தத்தில் யாருமே பஸீன் ரோடு, குர்லா, மாஹிம் கடந்ததை கவனிக்கவில்லை. மயிலிறகின் நச்சாவியை நான் வெற்றிகொண்டேன். கடைசியில் பிக்சர் சிங் தனது சோர்விலிருந்து வெளிப்பட்டு, ஒரு மங்கலான புன்சிரிப்போடு, "கொஞ்சம் நிறுத்துங்க கேப்டன், நான் அதை வாசிக்கிறேன். இல்லேன்னா சிலபேர் துடிச்சி செத்துப்போறது நிச்சயம்" என்றார். பாம்புகள் கூடைகளுக்குள் அடங்கின, சக்கரங்களும் தங்கள் பாட்டை நிறுத்தின, இதோ பம்பாயில் நாங்கள் இருந்தோம்! நான் ஆதமை அழுத்தித் தழுவிக்கொண்டேன். பழைய கூப்பாடு ஒன்றை என்னால் தவிர்க்கமுடியவில்லை! மறுபடியும் பம்பாய்க்கு! மறுபடியும் பம்பாய்க்கு! (பேக் - டு - பாம், பேக் - டு - பாம்) என நான் கத்தியதைக் கேட்டு அந்த அமெரிக்க இளைஞன் மிரண்டு போனான், இந்த மந்திரத்தை அவன் இதுவரை கேட்டதில்லை.

பெலாசிஸ் சாலை வழியாக, தார்தேவ் வளைவை நோக்கிச் சென்றோம். கண்கள் ஒடுங்கிய பார்சிக்களை, சைக்கிள் ரிப்பேர் கடைகளை, ஈரானி கஃபேக்களைக் கடந்தோம். இப்போது ஹார்ன்பை வெல்லார்டு எங்கள் வலப்புறம். அங்குதான் எங்கள் பெண்நாய் ஷெரி ஓடிவந்தஇளைப்பில் விழுந்து சிதறி செத்தது. இப்போதும் வல்லபாய் படேல் விளையாட்டரங்கின் வெளிப்புறம் மல்யுத்தம் செய்பவர்களின் அட்டைக் கட்அவுட் வடிவங்கள் இருந்தன. சூரியக்குடைகளின்கீழ் நின்ற போக்குவரத்துப் போலீஸ்காரர்கள், மகாலட்சுமி கோயில் - இவற்றைக் கடந்து, வார்டன் சாலை! ப்ரீச்கேண்டி நீச்சல்குளம்! பரிச்சயமான கடைகள்: அவற்றின் பெயர்கள் மாறியிருந்தன. சூபர்மேன் காமிக்குகள் நிறைந்திருந்த ரீடர்ஸ் பேரடைஸ் எங்கே? பேண்ட் பாக்ஸ் சலவையகம் எங்கே? ஒரு கெஜ நீள சாக்கலேட் வைத்திருந்த பாம்பெல்லி'ஸ் எங்கே? கடவுளே, இரண்டுமாடிக்குன்றில் ஒருகாலத்தில் மெத்வோல்டு எஸ்டேட்டின் மாளிகை கள் பொகேய்ன்வில்லாக்களின் இடையில் நின்று பெருமிதத்துடன் கடலைநோக்கிய இடத்தில்... இப்போது ஒரு பெரிய இளஞ் சிவப்புநிறக்கட்டடத்தின் அரக்க உருவம். அழகற்ற நாற்சதுர வடிவச் சிவப்புநிறக் கட்டடம். நர்லீகர் பெண்களின் கனவு, இளம் பருவத்தின் நாடக அரங்கு வளைய ஞாபகத்தை மறைத்தது... ஆம், அது என்னுடைய பம்பாய், ஆனால் என்னுடையதும் அல்ல.

கெம்ப்ஸ் மூலையை அடைந்தோம். அங்கே இப்போது ஏர்இந்தியாவின் சிறிய மகாராஜா கோலினாஸ் சிறுவன் விளம்பர போர்டு இல்லை. நல்லதற்குத்தான், ஆனால் தாமஸ் கெம்ப் அண் கோ கடையே மாயமாக மறைந்து விட்டிருந்தது. ஒருகாலத்தில் மருந்துகள் விற்கப்பட்ட, படம் ஒன்று தலையில் குளோரோபில் குல்லாயுடன் மக்கள் நெரிசலை குனிந்து நோக்கிய இடத்தில் இப்போது குறுக்கும் நெடுக்குமாகப் பெரியபெரிய ஃப்ளைஓவர் பாலங்கள். கையற்ற நிலையில் நான், "கீப் டீத் க்ளீன் அண் கீப் டீத் ப்ரைட் கீப் டீத் கோலினாஸ் சூபர் ஒயிட்" என்று மனத்திற்குள் முணுமுணுத்தேன். ஆனால் இந்த மந்திர வாசகங்களால் பழங்காலம் திரும்பிவந்துவிடவில்லை. கிப்ஸ் சாலை வழியாகச் சென்று சவுபாத்திக் கடற்கரை அருகே இறங்கினோம். குறைந்த பட்சம் சவுபாத்திக் கடற்கரையாவது பெருமளவு மாறாமல் இருந்தது. பிக்பாக்கெட்டுகள், நடையாளர்கள், சூடான சன்னா சன்னா, சூடாக பேல்பூரி, குல்ஃபி போன்றவற்றை விற்பவர்கள் குரல்கள். மெரீன் டிரைவுக்கு அப்பால் நாலுகாலிகள் என்ன சாதித்தன என்பதைக் கண்டேன். நர்லீகர் கன்ஸார்ட்டியம் கடலிலிருந்து மீட்ட பகுதியில் பெரும் அசுரக் கட்டிடங்கள் எழுந்திருந்தன. புதிய அந்நியப் பெயர்கள். தூரத்திலிருந்து ஓபிராய் - ஷெராடன் கீச்சிட்டது. அந்தப் பழைய நியான் ஜீப் பலகை எங்கே?... "வாங்க பிக்சர்ஜி" என்று ஆதமை மார்போடு தழுவியவாறு அழைத்தேன். "எங்கே போகணுமோ அங்கே போய் காரியத்தை முடிச்சிடலாம். நகரமே மாறிப்போச்சு."

மிட்நைட் கான்ஃபிடென்ஷியல் கிளப் எங்கே? அதன் இருப்பிடம் எங்கோ கீழே, இரகசியமாக (ஆனால் எல்லாமறிந்த பான் வாலாக்களுக்கு அது தெரியும்) அதன் கதவு அடையாளமற்று இருக்கும். அதன் வாடிக்கையாளர்கள், பம்பாய் சமூகத் தின் மேன்மக்கள். அப்புறம்? அதை நிர்வகித்தவர் யாரோ ஒரு ஆனந்த் 'ஆண்டி' ஷ்ராஃப். ஒரு பிஸினஸ்மேன் 'ப்ளேபாய்'. அவரைப் பெரும்பாலான நாட்களில் ஜுஹு பீச்சிலிருக்கும் சன் அண் சேண்ட் ஹோட்டலில் சினிமா நட்சத்திரங்களுக்கும் குடியுரிமை மறுக்கப்பட்ட இளவரசிகளுக்கும் இடையில் சூரியக்குளியலில் பார்க்கலாம். நான் கேட்கிறேன், ஓர் இந்தியனுக்கு எதற்கு சூரியக் குளியல்? ஆனால் அந்த உலகத்தில் இது இயற்கைதான். ப்ளேபாய்உலகின் சர்வதேச விதிகளை எழுத்துகூட மாற்றாமல் அப்படியே பின்பற்றவேண்டும் - தினசரி இம்மாதிரி சூரியனை வழிபடுவதைக்கூட.

எவ்வளவு கள்ளமற்றவன் நான்! (இடுக்கிகள் முகத்தில் காயப்படுத்தி வடுக்கள் ஏற்படுத்திய சன்னி, இன்னும் எளியவன் என்று அடிக்கடி நினைப்பேன்) மிட்நைட் கான்ஃபிடென்ஷியல் போன்ற இடங்கள் இருந்தன என்பதுகூட எனக்குத் தெரியாது. ஆனால் இருந்தன; நாங்கள் மூவரும் மகுடிகளையும் பாம்புக்கூடைகளையும் ஏந்திய வாறு அதன் கதவுகளைத் தட்டினோம்.

சிறிய, பார்வை மட்டத்திலிருந்த கிராதி ஒன்றின் வழியாக நடமாட்டம் தெரிந்தது. ஒரு மென்மையான இனிய பெண்குரல் "எதற்காக வந்திருக்கிறீர்கள்" என்று கேட்டது. "நான் உலகத்தின் சிறந்த கவர்ச்சி மனிதன். இங்கே இன்னொரு பாம்புக் கவர்ச்சி மனிதனை நீங்கள் காபரேக்காகப் பணியில் நியமித்திருக்கிறீர்கள். நான் அவருக்குச் சவால்விட்டு என் முதன்மையை நிரூபிக்க வேண்டும். இதற்கு எனக்கு நீங்கள் காசு எதுவும் தரத் தேவையில்லை. கேப்டனம்மா, இது கவுரவப் பிரச்சினை" என்று அறிவித்தார் பிக்சர் சிங்.

அது மாலைநேரம். நல்லவேளையாக, திரு. ஆனந்த் ஆண்டி ஷ்ராஃப் சம்பவ இடத்தில் இருந்தார். வெகுநீளமான கதையைச் சுருக்கிச் சொல்கிறேன், பிக்சர் சிங்கின் சவால் ஏற்றுக்கொள்ளப்பட்டது. அந்த இடத்தின் பெயரே என்னை ஓரளவு நரம்பு குலையச் செய்திருந்தது, காரணம், இந்த இடத்தின் பெயரில் இருந்த மிட்நைட் (நள்ளிரவு) என்பது ஒன்று, அதன் குறுக்கம் எம்.சி.சி. என்பதாகவும் இருந்தது. அது இளம்வயதில் மெட்ரோ கப் கிளப் - ஐக் குறித்தது, பிறகு நள்ளிரவுச் சிறார்களின் சந்திப்பையும் குறித்தது. இப்போது இந்த இரகசிய இரவுச் சந்திப்புகளின் இடம் அந்தக்குறுக்கத்தை எடுத்துக்கொண்டது, அதற்குள் புகுந்தோம். ஒருவார்த்தையில்: என்மீது யாரோ படையெடுத்தது போன்றிய உணர்ச்சி.

செயற்கைப்பண்பாடும் உலகநாகரிகத்தழுவலும் கொண்ட நகர இளைஞர்களுக்கு இரண்டு பிரச்சினைகள். ஒன்று பிறருக்குத் தெரியாமல் மது அருந்தவேண்டும், இன்னொன்று மிகச்சிறந்த மேற்கத்திய மரபுப்படி பெண்களுடன் காதல்புரிய வேண்டும். அவர்களை வெளியே அழைத்துச் சென்று நகரத்தையே சிவப்பாக்கலாம், ஆனால் விஷயம் முழுவதும் இரகசியமாகவும் இருக்கவேண்டும், இல்லையென்றால் கீழ்நாட்டு அவதூறினால் அவமானம் ஏற்படும். நகரத்தின் மேல்தட்டு இளைஞர்களின் வலிக்கும் முக்கியப் பிரச்சினைகளுக்கு திரு. ஷ்ராஃப்பின் தீர்வு இந்த மிட்நைட் கான்ஃபிடென்ஷியல். எல்லைகடந்த

உரிமையுள்ள அந்த கீழுலகத்தில், அவர் ஒரு நரக இருட்டை உருவாக்கியிருந்தார். நள்ளிரவின் இருட்டில், நகரத்தின் காதலர்கள் சந்தித்தார்கள், இறக்குமதி செய்யப்பட்ட மதுவை அருந்தினார்கள், காதல் புரிந்தார்கள். செயற்கையான தனிமைப்படுத்துகின்ற அந்த இருட்டில், தனித்தனிக்கூடுகளாக, எந்த விளைவுகளுமின்றிக் காதல்புரிந்தார்கள். மற்றவர்களின் பகற்கனவுகள் நரகம்தான். ஒவ்வொரு தலைமுறைக்கும் குறைந்தது ஒரு முறை நரகத்திற்குள் இறங்குவது தேவைப்படுகிறது. நான் என் குழந்தையைக் கையில் ஏந்தியவாறு பிக்சர் சிங்கைத் தொடர்ந்து அந்த கிளப்பின் மையிருட்டுக்குள் நுழைந்தேன்.

ஓர் ஆடம்பரக் கருப்புக் கம்பளத்தின்மீது நாங்கள் அழைத்துச் செல்லப்பட்டோம். நள்ளிரவின் கருப்பு, பொய்களின் கருப்பு, காகத்தின் கருப்பு, கோபத்தின் கருப்பு, 'ஐயோ கருப்பன்' என்று கத்துகிறார்களே, அந்தக் கருப்பு. கருப்புவிரிப்பின்மீது மிக அதிகமான பாலியல் கவர்ச்சிகள் கொண்ட ஒரு பெண் எங்களை அழைத்துச் சென்றாள். சேலையை மிகவும் கீழே காமத்தைத் தூண்டும் விதமாகக் கட்டியிருந்தாள். தொப்புளில் ஒரு மல்லிகைப்பூ. இருட்டில் நாங்கள் இறங்கியபோது அவள் எங்களைநோக்கி ஆறுதலளிக்கும்விதமான புன்னகையுடன் திரும்பினாள். அவள் கண்கள் மூடியிருந்தன, இமைகளின்மீது விசித்திரமான செயற்கைக் கண்கள் தீட்டப்பட்டிருந்தன என்பதைக் கண்டேன். ஏன் என்று கேட்காமல் இருக்கமுடியவில்லை. "நான் பார்வையற்றவள், மேலும் இங்கே வருகின்ற யாரும் பார்க்கப்பட விரும்புவதில்லை. நீங்கள் ஒரு முகமற்ற பெயரற்ற உலகில் இருக்கிறீர்கள். இங்கே வருபவர்களுக்கு ஞாபகங்களோ, குடும்பங்களோ, கடந்தகாலமோ கிடையாது; இந்த இடம் இப்பொழுதுக்காக, இப்பொழுதுக்கு மட்டுமே" என்றாள்.

இருட்டு எங்களை வளைத்துக் கொண்டது. அந்தக் கொடுங்கனவுக் கீழுலகில் அவள் வழிகாட்டி அழைத்துச்சென்றாள். விளக்குகள் அந்தக் காலத்துக்குப் புறம்பான இடத்தில், வரலாற்றை மறுத்த இடத்தில் சிறைவைக்கப்பட்டிருந்தன... "இங்கே உட்காருங்கள், அந்த மற்றப் பாம்புமனிதர் விரைவில் வருவார். சரியான நேரத்தில் உங்கள் மீது ஒளி தவழும். அப்போது உங்கள் போட்டியைத் தொடங்கலாம்."

அங்கே எவ்வளவு நேரம், நிமிடங்களா, மணிகளா, வாரங்களா உட்கார்ந்திருந்தோம் என்று தெரியாது. கண்காணா வருகையாளர்களை அழைத்துவரும் அந்தப் பார்வையற்ற

பெண்ணின் பளிச்சிடும் கண்கள். கொஞ்சம் கொஞ்சமாக, இருட்டில், நான் மிருதுவான, மோக முணுமுணுப்புகளால் - வெல்வெட் சிற்றெலிகள் கூடுவதைப் போல - சூழப்படுவதை உணர்ந்தேன். தழுவிய கைகளில் கண்ணாடி டம்ளர்களின் ஒலி, உதடுகள் மென்மையாக மோதும் ஒலி இவற்றையெல்லாம் ஒரு நல்ல காது ஒரு கெட்டகாது இவற்றில் கேட்டேன். கள்ளத்தனமான காதலுறவு நள்ளிரவின் காற்றில் பரவுவதைக் கேட்டேன்... எனக்கு என்ன நடக்கிறது என்பதை அறிவதில் ஆசையில்லை. அந்த கிளப்பின் குசுகுசுப்பு ஓசைகொண்ட மௌனத்தில் என்னால் எல்லாவிதப் புதிய கதைகளின் தொடக்கங்கள், அயற்பண்புள்ள, தடுக்கப்பட்ட காதல்கள், தகாத சங்கடமான சம்பவங்கள், யார் அத்துமீறிச் செல்வது, எல்லாவகையான ரசமான துணுக்குகள் ஆகியவற்றை முகரமுடிந்தது. என் மகன் ஆதம், அருகில் ஈடுபாடு எரிக்கும் காதுகளுடன் உட்கார்ந்திருந்தான். அவன் கேட்டபோது அவன் கண்கள் இருட்டில் பளபளத்தன. அவற்றை நினைவில் கொண்டான், கற்றுக்கொண்டான்... இப்போது ஒளி.

மிட்நைட் கான்ஃபிடென்ஷியல் கிளப்பின் தரைமீது ஒரே ஒரு ஒளிக்கற்றையின் வெள்ளம் படிந்தது. ஒளிபடர்ந்த இடத்தின் விளிம்புக்கு அருகில் பிக்சர் சிங் இறுக்கமாக, சப்பணமிட்டு ஒரு பிரில்கிரீம் தடவிய இளைஞனுக்கு அருகில் அமர்ந்திருந்ததைக் கண்டேன். அவர்கள் இருவரையும் சுற்றி இசைக்கருவிகள். அவர்களுடைய திறமையை வெளிக்காட்டும் கூடைகள். உலகத்தில் மிகக்கவர்ச்சியாகப் பாம்புகளை வசப்படுத்தக்கூடியவர் என்ற கௌரவத்திற்கான போட்டி என்று ஒலிபெருக்கி அறிவித்தது. ஆனால் யார் கேட்டார்கள்? யாராவது கவனம் செலுத்தினார்களா, அல்லது தங்கள் உதடுகள் நாக்குகள் கைகளின் வேலையைப் பார்த்துக் கொண்டிருந்தார்களா?

பிக்சர் சிங்ஜியின் போட்டியாளர் பெயர் குச் நஹீன் மகாராஜா. (தெரியவில்லை, ஒரு பெயரை ஏற்பது எளிது. ஆனால் உண்மையிலேயே அவர் அந்தப் பழைய குச் நஹீன் ராணியின் (டாக்டர் அசீஸின் நண்பர்) பேரனாக இருக்கலாம், பாடும் பறவையின் ஆதரவாளர் என்பதால் அந்த ராணியின் வாரிசு கீழ்நிலைக்குத் தள்ளப்பட்டிருக்கலாம், ஆனால் அவர், ஆச்சரியகரமாக, இரண்டாவது மியான் அப்துல்லாவாக மாறியிருக்கக்கூடியவரோடு போட்டியிடுகிறார். இவை சாத்திய நிகழ்வுகளே. மகாராஜாக்களின் மானியத்தை விதவை பறித்ததிலிருந்து அவர்களில் பலர் ஏழையாகி விட்டார்கள்.)

அந்த சூரியனற்ற இருண்ட குகையில் எவ்வளவு நேரம் போட்டியிட்டார்கள்? மாதங்கள், ஆண்டுகள், நூற்றாண்டுகளா? சொல்லமுடியவில்லை. நான் பார்த்தேன், வசியநிலையில் இருந்தேன், அவர்கள் ஒருவரை ஒருவர் மிஞ்ச முயற்சிசெய்தார்கள். எந்தவகைப் பாம்பானாலும் அதை வசியப்படுத்தினார்கள். பம்பாய் பாம்புப்பண்ணையிலிருந்து (ஒருகாலத்தில் டாக்டர் ஷாப்ஸ்டெகரின்...) அரியவகைப் பாம்புகளை வருவிக்கச் சொன்னார்கள். ஒவ்வொரு பாம்பையும் பிக்சர் சிங்குக்கு இணையாக அந்த இளைஞரும் வசியம் செய்தார். பெரிய மலைப்பாம்புகளைக்கூட. இவற்றை முன்னால் பிக்சர்ஜி ஒருவர்தான் வசப்படுத்த முடிந்திருந்தது. அந்த கிளப்பின் உரிமையாளருக்கு கருப்பு நிறத்தின்மீது மோகம் (அதனால்தான் சன் அண் சேண்ட் ஹோட்டலில் சூரியக் குளியலில் தினசரி ஈடுபட்டார் போலும்) அந்த மோகத்தின் இன்னொரு பக்கம்தான் இருண்ட இந்த கிளப். இங்கே இந்த இரு திறமையாளர்களும் பாம்புகளைச் சாத்திய மற்ற பணிகளில் எல்லாம் தூண்டினார்கள், அவை முடிச்சுப்போட்டுக்கொண்டன, வில்போல் வளைந்தன, ஒயின் கிளாஸ்களிலிருந்து நீர் அருந்தின, தீ வளையங்களின் வழியாகத் தாவின... களைப்பு, பசி, வயது இவற்றைப் பொருட்படுத்தாமல் தன் உயிர்க் காட்சியை நடத்திக் கொண்டிருந்தார் பிக்சர் சிங். (ஆனால் யாராவது, ஒருவராவது கவனித்தார்களா?) கடைசியாக, இளைஞர்தான் முதலில் களைப்படைவது தெரிந்தது. அவருடைய மகுடிக்கேற்ப பாம்புகள் ஆடவில்லை, இறுதியில் ஒரு கையசைப்பில், அது மிக வேகமாக இருந்ததால் நான் பார்க்கமுடியவில்லை, பிக்சர் சிங் ஒரு ராஜ நாகத்தை மகாராஜாவினுடைய கழுத்தில் முடிச்சிட்டுவிட்டார். "உங்களால் முடிந்தால் விடுவியுங்கள் கேப்டன், இல்லையானால் அதைக் கடிக்கச் சொல்லுவேன்" என்றார். அதுதான் போட்டியின் முடிவு. அவமானத்திற்குள்ளான ராஜஇளைஞர் கிளப்பை விட்டு வெளியேறினார், பிறகு டாக்சியில் தன்னைத்தானே சுட்டுக்கொண்டார் என்று தெரியவந்தது. தன் கடைசிச் சண்டையின் களத்தில் பிக்சர் சிங் ஆலமரம் சாய்வது போலச்சாய்ந்தார்... குருட்டு ஏவலர்கள் (அவர்களில் ஒருவரிடம் நான் ஆதமை ஒப்ப டைத்தேன்) எனக்கு அவரைத் தூக்கிச் செல்வதற்கு உதவினார்கள்.

மிட்நைட் கான்ஃபிடென்ஷியல் ஒவ்வொரு இரவும் ஒரு தந்திரம் புரிந்தது. சுவையைக் கூட்டுவதற்காக இரவுக்கு ஒருமுறை ஒரு ஸ்பாட்லைட் நகர்ந்து யாரோ ஒரு ஜோடி கள்ளக்காதலர்கள் மீது விழும். அவர்களை உடனிருப்போருக்கு வெளிப் படுத்தும் (ஒருவித

ரஷ்ய ரூலெட் விளையாட்டுப்போல). இது நகர இளைஞர்களுக்கு வாழ்க்கையை இன்னும் சிலிர்ப்பு உண்டாக்குவதாக இருந்தது... அன்றிரவு பலியாடு ஆக்கப்பட்டவர் யார்? மேடிட்ட நெற்றிப்பொட்டுகள், கறைமூஞ்சி, வெள்ளரிப்பழ மூக்கு உடைய நான்தான் அந்த ஒளிக்கு உட்பட்டேன். அந்த விளக்கு வெள்ளத்தில் பிக்சர் சிங்கைப் பிடிக்க உதவிய பெண்களைப் போலவே குருடாகி நானும் பிரக்ஞையற்ற நண்பரின் காலை ஏறத்தாழ விட்டுவிட்டேன். சலீம் நகரத்துக்குத் திரும்பிவந்து ஒரு கீழறையில் ஒளிவெள்ளத்தில் நிற்க, பம்பாய்க்காரர்கள் அவனைப்பார்த்துச் சிரித்தார்கள்.

வேகமாக இப்போது: நாம் சம்பவங்களின் இறுதிக்கு வந்துவிட்டோம். நடந்தவை பற்றிய பதிவு: ஒரு கருப்பான அறையில் - அங்கு மட்டும் வெளிச்சம் அனுமதிக் கப்பட்டிருந்தது - பிக்சர் சிங் தன் மயக்கத்திலிருந்து எழுந்தார். ஆதம் நன்கு உறங்கிக் கொண்டிருந்தான். குருட்டுப் பணிப்பெண் ஒருத்தி, பாராட்டுக்குரிய, உயிர்ப்புத் தருகின்ற உணவைக் கொண்டுவந்தாள். வெற்றியின் உணவுத்தட்டு. அதில் சமூசாக்கள், பகோடாக்கள், சோறு, பருப்பு, பூரிகள், பச்சைத் துவையல். கடவுளே, வெட்டுக்கிளி நிறத் துவையல்... கொஞ்சநேரத்தில் ஒரு பூரி என் கையில் இருந்தது, அதன்மேல் துவையல். நான் அதை ருசித்துப் பார்த்தவுடனே பிக்சர் சிங்குக்கு வந்ததுபோன்ற மயக்கம் ஏறத்தாழ எனக்கு வந்துவிட்டது. ஏனென்றால் அது என்னைக் கடந்த காலத்தில் ஒருநாளுக்குக் கொண்டு சென்றது. நான் ஆஸ்பத்திரியிலிருந்து ஒன்பது விரலோடு வெளிவந்து ஹனீஃப் அசீஸின் வீட்டுக்கு வெளியேற்றப்பட்ட அன்று உலகில் மிகச் சிறந்த துவையல் எனக்குக் கிடைத்தது... இந்தச் சட்னியின் ருசி வெகுகாலத்துக்கு முன்பு நான் சுவைத்த அதே சுவைக்கு இணையாக இருந்தது. அதே சுவை, அதே ருசிதான். கடந்த காலம் அருகில்தான் இருக்கிறது என்பதுபோல அதை உடனே கொண்டு வரக்கூடிய சுவை. கிளர்ச்சியின் வெறியில், நான் குருட்டுப் பணிப்பெண்ணின் கையைப் பிடித்தேன். என்னைக் கட்டுப்படுத்திக்கொள்ள இயலாமல், "இந்தத் துவையல்! இதை யார் செய்தது" என்று உளறினேன். மிக உரக்கக் கத்தியிருக்கவேண்டும். "அமைதி கேப்டன், பையன் விழித்துக்கொள்ளப்போகிறான்!" என்றார் பிக்சர் சிங். "என்ன விஷயம்? உங்கள் எதிரியின் பேயைப் பார்த்ததுபோல" ...அந்தக் குருட்டுப் பணிப்பெண் கொஞ்சம் வெறுப்பாக, "உங்களுக்கு இந்தத் துவையல் பிடிக்கவில்லையா" என்றாள். ஒரு பெரிய குரலை மறுபடியும் கட்டுப்படுத்திக்கொண்டு, "பிடிக்கிறது" என்று எஃகுத் தண்டுக்குரலில் கூறினேன்.

"பிடிக்கிறது, கொஞ்சம் எங்கேயிருந்து இது தயாராகிறது என்று சொல்லமுடியுமா?" என்றேன். அவள் பயந்து, வெளியேறினால் போதுமென்ற நிலையில், "இது பிரகான்ஸா ஊறுகாய். பம்பாயில் சிறந்தது, எல்லாருக்கும் தெரியும்." அவளை ஜாடியைக் கொண்டுவரச் சொன்னேன். அதன்மீதிருந்த லேபிலில், முகவரி இருந்தது. ஒரு கட்டடம், வாயில்மீது சிவப்பும் பச்சையுமான நியான் தேவதை ஒளிவிட, மும்பாதேவி கண்காணித்த ஒரு தொழிற் சாலை, அங்கே லோக்கல் இரயில்கள் மஞ்சளும் பழுப்புமாகச் சென்றன. நகரத்தின் வளர்ந்துவந்த பகுதியில், பிரகான்ஸா பிக்கிள்ஸ் (பிரைவேட்) லிமிடெட்.

மறுபடியும் ஒரு ஆப்ரகடாப்ரா. கதவைத்திற சீசேம். ஒரு துவையல் ஜாடியின் மீது அச்சிடப்பட்ட வார்த்தைகள். என் வாழ்க்கையின் கடைசிக்கதவைத் திறந்தன... நினைவில் நிலைத்துவிட்ட அந்தத் துவையலைச் செய்தவரைப் பார்த்தாக வேண்டும் என்ற உறுதிப்பாட்டில், "பிக்சர்ஜி, நான் போகவேண்டும்..."

பிக்சர்ஜியின் கதை முடிவு எனக்குத் தெரியாது. என் தேட்டத்தில் பங்கேற்க அவர் மறுத்துவிட்டார். போராட்டத்தின் முயற்சி அவருக்குள்ளிருந்த ஏதோ ஒன்றை நொறுக்கிவிட்டதை அவர் கண்கள் வெளிப்படுத்தின. அவருடைய வெற்றி உண்மையிலேயே ஒரு தோல்விதான். ஆனால் அவர் பம்பாயிலேயே இருக்கிறாரா (ஒருவேளை ஷ்ராஃப்புக்காகப் பணிசெய்துகொண்டு), அல்லது சலவைக்காரப் பெண்ணிடம் போய்விட்டாரா, இன்னும் உயிரோடு இருக்கிறாரா, இல்லையா, என்னால் சொல்லமுடிய வில்லை. "நான் எப்படி உங்களைவிட்டுப் போக முடியும்?" செயலற்ற நிலையில் நான் கேட்டேன், "முட்டாளாகாதீர்கள் கேப்டன், நீங்கள் செய்யவேண்டிய ஏதோ ஒன்று இருக்கிறது, அதைச் செய்வதைத் தவிர வேறு வழியில்லை. போங்கள்! போங்கள்! என்னிடம் உங்களுக்கு என்ன வேலை? ரேஷம் கிழவி சொன்னமாதிரி, போங்கள், போங்கள், உடனே போங்கள்!"

ஆதத்தை எடுத்துக்கொண்டு நான் சென்றேன்.

பயணத்தின் முடிவு: குருட்டுப் பணிப்பெண்களின் கீழுலகிலிருந்து நான் வடக்கே வடக்கே வடக்கே சென்றேன், கையில் என் குழந்தையுடன். கடைசியாக, பல்லிகள் ஈக்களை விழுங்குகின்ற, பானைகள் கொதிக்கின்ற, வலுத்த கைகொண்ட பெண்கள் இழிவான ஜோக்குகள் அடிக்கின்ற, கூர்மையான நாக்கும் கூம்பு மார்புகளும் கொண்ட பணிப்பெண்கள் மேற்பார்வை

சல்மான் ருஷ்தீ

செய்கின்ற, ஜாடிசெய்யுமிடத்திலிருந்து ஊறுகாய் ஜாடிகள் தடதடக்கின்ற ஒலி எங்கும் ஊடுருவியிருக்கின்ற, இந்த உலகத்திற்கு வந்து சேர்ந்தேன்... என் பாதையின் இறுதியில், கைகளை இடுப்பில் வைத்தவாறு, தலைமுடி பளபளக்க, முன்னங்கைகளில் வியர்வை வழிய குறுக்கே வந்து மறித்து நின்றவள் யார்? எப்போதும்போல, நேராகவே, "ஏ மிஸ்டர், என்ன வேண்டும் உனக்கு?" என்று கேட்டவள் யார்?

"நான்" என்று கூச்சலிடுகிறாள் பத்மா, அந்த ஞாபகத்தின் கிளர்ச்சியும், கொஞ்சம் சங்கடமும் ஒன்றுசேர. "வேறு யார், நான்தான், நான், நான், நான்!"

"மாலை வணக்கம் மேடம்" என்றேன். ("ஓ, நீ எப்பவும் ரொம்பப் பணிவான ஆசாமிதான்!" என்று பத்மா குறுக்கிடுகிறாள்.) "மாலை வணக்கம்; நான் மேலாளரைப் பார்க்கமுடியுமா?"

ஐயோ, கடுமையான, தற்காப்பான, பிடிவாதமான பத்மாவே! "முடியாது: மேலாளர் பேகம் வேலையாக இருக்கிறாங்க. நீங்க முன்னாலேயே அனுமதி வாங்கணும். பிற்பாடு வாங்க. இப்ப உடனே போயிடுங்க!"

கேளுங்கள்: நான் அங்கேயே நின்றிருப்பேன், இணங்கவைத்திருப்பேன், தொந்தரவு கொடுத்திருப்பேன், இன்னும் கேட்டால் பலவந்தமாக பத்மாவைத் தாண்டிக் கூட போயிருப்பேன். ஆனால் நடையிலிருந்து ஒரு சத்தம் - அலுவலகத்துக்கு வெளியே இருக்கும் நடை, பத்மா! இதுவரை நான் பெயர் சொல்ல விரும்பாத ஒருவர் அங்கிருந்து பார்த்தார் - பெரிய ஊறுகாய்ப் பானைகளுக்கும் கொதிக்கும் துவையல்களுக்கும் அப்பால் - தடதடக்கும் உலோகப்படிகளில் இறங்கி அவர் ஓடிவந்தார் - தன் உச்சக் குரலில் கத்திக்கொண்டு, "கடவுளே, கடவுளே, இயேசுவே இயேசுவே! பாபா, என் பையா, யார் வந்திருக்கறது பாருங்க, அரே பாபா, என்னை நீ பாக்கலியா! எவ்வளோ மெலிஞ்சிபோயிட்டே, வா, வா, முத்தம் குடுக்கறேன், கேக் சாப்பிடு!"

நான் யூகித்த மாதிரியே பிரகான்ஸா ஊறுகாய்கள் (பிரைவேட்) லிமிடெட் - இன் மேலாளர், இப்போது தன்னை பிரகான்ஸா என்று கூறிக்கொண்டவள், என் பழைய ஆயா, நள்ளிரவின் குற்றவாளி, மிஸ் மேரி பெரேராதான், உலகத்தில் எனக்கு இருந்த ஒரே தாய்.

நள்ளிரவோ என்னமோ. ஒரு ஆள் ஒரு கருப்புக் குடையை மடக்கிக் கக்கத்தில் வைத்துக் கொண்டு இரயில்வே தண்டவாளப்பக்கத்திலிருந்து என்னைநோக்கி வருகிறான், நிற்கிறான், குந்துகிறான், வெளிக்குப் போகிறான். ஒளியில்

என் கோட்டுருவத்தைப் பார்க்கிறான். நான் அவனைப் பார்ப்பதைப்பற்றிக் கவலைப்படாமல், இதோ பார் என்று நீளமாக வெளிக்குப் போகிறான். "பதினஞ்சு அங்குல நீளம்" என்கிறான். "நீ எத்தனை நீளம் வெளிக்குப் போக முடியும்?" ஒரு காலத்தில் இருந்ததுபோல் சக்தியோடு நான் இருந்தால் அவன் கதையைச் சொல்லுமாறு கேட்டிருப்பேன். அந்த நேரம், அவனிடம் குடை இருந்த தன்மை, அந்தத் தொடர்புகள் போதும்: அவரை என் கதைக்குள் கொண்டுவந்து சேர்க்க. என் வாழ்க்கையையும் அதன் இருளடைந்த பகுதிகளையும் புரிந்துகொள்ள விரும்பும் எவருக்கும் அவருடைய இன்றியமையாமையை நிரூபித்துக் கதையை முடித்திருப்பேன். ஆனால் இப்போது நான் தொடர்பற்று இருக்கிறேன், சக்தியின்றி, கல்லறை வாசகங்கள் மட்டுமே எனக்கு பாக்கி. ஆகவே அந்த மலம்கழிக்கும் சேம்பியனுக்கு என இடத்திலிருந்தே "நல்லபடியாக இருந்தால் ஏழு அங்குலம்" என்று சொல்லிவிட்டு அவரை மறந்துவிடுகிறேன்.

நாளை. அல்லது அடுத்த நாள். வெடிப்புகள் ஆகஸ்டு பதினைந்துக்காகக் காத்திருக்கும். இன்னும் கொஞ்ச நேரம் இருக்கிறது. நாளைக்கு முடித்துவிடுவேன்.

இன்றைக்கு விடுமுறை எடுத்துக்கொண்டு மேரியிடம் சென்றேன். ஒரு நீண்ட வெப்பமான பஸ் பயணம். தெருக்களினூடாக வருகின்ற சுதந்திரதினத்திற்கான எதிர் பார்ப்புகள் குமிழியிடுகின்றன. ஆனால் கறைபடிந்த வேறு வாடைகளையும் என்னால் முகரமுடிகிறது. மயக்கத்திலிருந்து தெளிவு, கூலிக்கு மாரடித்தல், வெறுப்பு மனப்பான்மை... முப்பத்தொரு வருடத் தொன்மமான சுதந்திரம் என்பது முன்னைப்போல் இப்போது இல்லை. புதிய தொன்மங்கள் தேவை. ஆனால் அது என் வேலை அல்ல.

மேரி பெரேரா, இப்போது தன்னை திருமதி பிரகான்ஸா என்று அழைத்துக் கொள்கிறாள். தன் தங்கை ஆலிஸுடன் வசிக்கிறாள். ஆலிஸ் இப்போது திருமதி ஃபெர்னாண்டஸ். வசிக்குமிடம் இரண்டுமாடிக் குன்றில் நர்லீகர் பெண்களின் இளஞ் சிவப்புநிற கனச்செவ்வக மாடிக் கட்டடத்தில் ஒரு குடியிருப்பு. இந்த இரண்டுமாடிக் குன்றில் பழைய காலத்தில் ஒரு இடிந்த மாளிகையில் வேலைக்காரியாகப் பாயில் படுத்து உறங்கியிருக்கிறாள் மேரி. இப்போது அவள் படுக்கையறை, ஒருகாலத்தில் ஒரு சிறு பையனின் பார்வையைச் சுட்டுவிரலினால் அடிவானத்துக்குச் செலுத்திய மீனவ னின் படம் இருந்த அதே அறையளவு இருக்கிறது. தேக்குமர ஆடும் நாற்காலி ஒன்றில், மேரி என் மகனை ஆட்டுகிறாள். "ரெட் செயில்ஸ்

இன் தி சன்செட், ரெட் தோசெய்ல்ஸ் ஸ்ப்ரெட் அகெய்ன்ஸ்ட் தி டிஸ்டண்ட் ஸ்கை" என்று பாடுகிறாள்.

ஒரு சாதாரண இனிமையான நாள். பழைய நாட்களை நினைவுகூர்கிறோம். நர்லீகர் பெண்களின் புரட்சியிலிருந்து தப்பி ஒரு குத்துச்செடிப்படுகை இருக்கிறது என்று நான் கேள்விப்பட்டதும் இரும்புப் பொருள்களிலிருந்து ஒரு மண்வெட்டியைக் கடன்வாங்கிக் கொத்தி, நீண்டகாலத்துக்கு முன்பு புதைத்த பொருளைத் தேடுகிறேன். ஒரு தகர உலகஉருண்டை; மஞ்சளாகிப்போன கறையான் அரித்த பெரிய அளவு குழந்தையின் படம் ஒன்று, அதை எடுத்தவர் காளிதாஸ் குப்தா, பிறகு ஒரு பிரதமரின் கடிதம். அதற்கும் முந்திய நாட்கள் பற்றி. பத்துத் தடவையாவது மேரி பெரேராவின் வசதியில் ஏற்பட்ட மாற்றங்கள் பற்றிப் பேசியிருப்போம். அவளுக்கு இதையெல்லாம் அளித்தவள் ஆலிஸ். அவளுடைய திரு. பெர்னாண்டஸ் நிறக்குருடினால் இறந்து போனார். அவருடைய பழைய ஃபோர்டு ப்ரிஃபெக்ட் காரில்போகும்போது அப்போது நகரத்தில் குறைவாகவே இருந்த போக்குவரத்து சிக்னல் ஒன்றில் நிறங்களை மாற்றிப் புரிந்துகொண்டதன் விளைவு.

பிறகு ஆலிஸ் கோவாவுக்கு வந்தாள். பயங்கரமான, வியாபார தந்திரம் கொண்ட நர்லீகர் பெண்கள், அவர்களுடைய நாலுகாலிப் பணத்தில் கொஞ்சத்தை ஊறுகாய்த் தயாரிப்பில் முதலிட ஒப்புக்கொண்டிருந்தார்கள். "எங்க மேரியைப் போல யாருமே ஊறுகாய், துவையல் செய்ய முடியாது என்று சொன்னேன்" என்றாள். மிகத் துல்லியமாகவே. "ஏன்னா அவ தன் உணர்ச்சிகளையும் கலந்து ஊறுகாய் பண்ணறா." ஆக, கடைசியில் ஆலிஸ் நல்ல பெண்ணாகிவிட்டாள். "பாபா, உலகம் முழுசும் என் ஊறுகாயச் சாப்பிட விரும்புதுன்னு நான் நெனைக்கறேன். இங்கிலாந்துல கூட இதைச் சாப்பிடறாங்க. உன் பழைய வீடு இருந்த இடத்துல நான் உக்காந்திருக்கேன், உனக்கு என்னல்லாம் நேர்ந்ததுன்னு கடவுளுக்குத்தான் தெரியும். ஒரு பிச்சைக்காரன் மாதிரி இத்தனை நாள் வாழ்க்கை நடத்தியிருக்கறே, பாப்புரே!" பிறகு கசப்பான இனிய கண்ணீர்கள். "பாவம் உன் அப்பா அம்மா; அந்த நல்ல மேடம், செத்துட்டாங்களா! அந்த ஆளுக்குப் பாவம் யார் தன்னை நேசிக்கறாங்க தான் யாரை நேசிக்கறதுன்னுகூடத் தெரியாது; அப்புறம் குரங்கு..." நான் குறுக்கிடுகிறேன், "குரங்கு சாகவில்லை, உண்மையில்லை, அவள் சாகவில்லை, ஒரு கன்னிமடத்தில் ரொட்டி சாப்பிட்டுக் கொண்டிருக்கிறாள்."

பம்பாய்த் தீவுகளை பிரிட்டிஷ் வியாபாரிகளுக்கு அளித்த கேதரின் ராணி பெயரைத் தனக்கு வைத்துக்கொண்ட மேரி, ஊறுகாய் தயாரிக்கும் முறைகளை எனக்குக் கற்பித்தாள். (பழைய காலத்தில் அவள் தன் குற்றவுணர்ச்சியையும் கலந்து பச்சைத் துவையல் செய்தபோது இதே இடத்தில் அவள் தொடங்கிய பாடம் இது.) இப்போது தலைநரைத்த மூப்பில் ஓய்வாக அவள் வீட்டில் அமர்ந்திருக்கிறாள், இப்போதும் வளர்க்க ஒரு குழந்தை கிடைத்ததில் அவளுக்கு சந்தோஷம்தான். "உன் எழுத்து கிழுத்தெல்லாம் முடிச்சபிறகு பாபா, உன் மகனை கவனிக்க கொஞ்சம் அதிக நேரம் செலுத்து."

ஆனால் மேரி, இந்த எழுத்தே அவனுக்காகத்தான். அவள் பேச்சை மாற்றுகிறாள். அவள் மனம் இப்போது ஈயைப்போல இடம் மாறிக்கொண்டே இருக்கிறது. "ஓ, பாபா, பாபா, உன்னைப் பார், இப்பவே எவ்வளவு வயசாகித் தெரியற நீ!"

பணக்கார மேரி. தான் பணக்காரி ஆவோம் என்று கனவுகூடக் காணாத மேரி. இப்போதுகூட அவளால் படுக்கைமீது தூங்கமுடியவில்லை. ஆனால் தினசரி பதினாறு கொக்கோ கோலாக்கள் குடிக்கிறாள், பற்களைப் பற்றிக் கவலைப்படாமல். அவைதான் முன்னாலேயே விழுந்துவிட்டனவே. ஒரு பாய்ச்சல். "ஏன் திடீர்னு கல்யாணம் பண்ணிக்கறே?"

"பத்மா விரும்புகிறாள். அவளுக்கு ஒண்ணும் பிரச்சினை இல்லை. என் நிலையில அவளுக்கு எப்படி பிரச்சினை வரும்?"

"ஓகே பாபா, சும்மா கேட்டேன்."

அன்றைய நாள் அமைதியாகவே முடிந்திருக்கும். அந்தி மாலைநேரம். கடைசியில் மூன்று வருஷம் ஒருமாதம் இரண்டு நாளில் ஆதம் சினாய் ஏதோ ஒலி எழுப்புகிறான்.

"அப்" "அரே, கடவுளே, கேளு பாபா, இந்தப் பையன் ஏதோ சொல்றான்." ஆதம், மிக கவனமாக, "அப்பா..." தந்தை. என்னை அப்பா என்று கூப்பிடுகிறானா? இல்லை. இன்னும் அவன் முடிக்கவில்லை. அவன் முகத்தில் சுளிப்பு இருக்கிறது. நான் விட்டுச் செல்கின்ற உலகத்தில் ஒரு மந்திரவாதியாக அவன் வாழவேண்டும் என்பதால் கடைசியாக என் மகன் தன் முதல் வார்த்தையை முடிக்கிறான், "கடாப்பா."

"அப்ரகடாப்ரா!" ஆனால் எதுவும் நடக்கவில்லை. நாங்கள் தவளைகளாக மாறவில்லை, ஜன்னலின் வழியாக தேவதைகள் பறந்துவரவில்லை. பையன் தன் சதைகளுக்கு வேலை கொடுத்துக்கொண்டிருக்கிறான். அவன் செய்யும் அற்புதங்களை

நான் காண இருக்கமாட்டேன்... ஆதமின் சாதனையை மேரி கொண்டாடுவதற்கு இடையே நான் பத்மாவிடம், தொழிற்சாலைக்குச் செல்கிறேன். மொழிக்குள் முதலில் நுழைகின்ற என் மகனின் மந்திரச்சொல் என் மூக்கில் ஒரு கவலைக்கான நாற்றத்தை அளிக்கிறது.

ஆப்ரகடாப்ரா! இந்திய வார்த்தை அல்லவே அல்ல; ஒரு காபலிச வாய்பாட்டுச் சொல். பசிலிடான் (பழங்கால கிரேக்கத்தின் ஒருபகுதி) ஞானிகளிடமிருந்து வருவிக்கப்பட்டது. ஆண்டின் நாட்களான, மேலுலகின் எண்ணான, ஆப்ராக்சஸ் கடவுளிடமிருந்து பிறந்த தேவர்களின் எண்ணிக்கையான, முந்நூற்று அறுபத்தைந்தைத் தன்னுள் கொண்டது. முதல்முறையாக அல்ல, "இந்தப் பையன் தன்னை யார் என்று நினைத்துக் கொண்டிருக்கிறான்" என்று ஆச்சரியப்படுகிறேன்.

என் சிறப்பான தயாரிப்புகள். அவற்றைப் பாதுகாத்து வைத்திருக்கிறேன். ஊறுகாய் போடுவதின் குறியீட்டு மதிப்பு: இந்தியாவின் ஜனத்தொகையை உருவாக்கிய அறுபதுகோடி முட்டைகளையும் ஒரு ஊறுகாய் ஜாடிக்குள் அடைத்துவிடலாம். அறுபதுகோடி விந்தணுக்களையும் ஒரு ஸ்பூனில் அடக்கிவிடலாம். ஒவ்வொரு ஊறுகாய் ஜாடியும் (சற்றே பகட்டாகப் பேசினால் மன்னியுங்கள்) அதனால் மிக உயர்ந்த சாத்தியங்களைத் தன்னுள் கொண்டிருக்கிறது. வரலாற்றைத் துவையல் செய்தலின் சாத்தியம் இது. காலத்தை ஊறுகாய் போடமுடியும் என்ற மகத்தான நம்பிக்கை. ஆனால் நான் அத்தியாயங்களைத்தான் ஊறுகாய் செய்திருக்கிறேன். இன்றிரவு, "ஸ்பெஷல் ஃபார்முலா 30, ஆப்ரகடாப்ரா (மந்திரச்சொல்)" என்று லேபிலில் எழுதி ஒட்டிய ஜாடியை இறுக மூடும்போது சலிப்பூட்டும் அளவுக்கு நீண்டுவிட்ட என் தன்வரலாற்றின் முடிவை அடைகிறேன். சொற்களிலும் ஊறுகாய்களிலும் என் ஞாபகங்களை வாழ வைத்திருக்கிறேன். இரண்டு முறைகளிலுமே உருச்சிதைவு சாத்தியம்தான். நாம், முழுமையின்மையின் நிழலில்தான் வாழவேண்டும் என்று நினைக்கிறேன்.

இப்போதெல்லாம், மேரியின் சார்பாக தொழிற்சாலையை நான்தான் நிர்வகிக்கிறேன். ஆலிஸ் - திருமதி பெர்னாண்டஸ், நிதிநிலையைக் கவனித்துக்கொள்கிறாள். எங்கள் வேலையின் படைப்பாற்றல் பகுதி என்னுடையது. (நான் மேரியின் குற்றத்தை மன்னித்துவிட்டேன். எனக்குத் தாய்களும் வேண்டும், தந்தைகளும் வேண்டும். ஒரு தாய், பழிக்கு அப்பாற்பட்டவள்.) பிரகான்ஸா

ஊறுகாய்த் தொழிற்சாலையில் பணிபுரிவோர் எல்லோரும் பெண்கள். நியான் மும்பாதேவியின் சிவப்பு - பச்சை விளக்கின் கீழ், மாங்காய் தக்காளி எலுமிச்சையைத் தங்கள் தலைமீது கூடைகளில் தூக்கிக் கொண்டுவருகின்ற பெண்களிடமிருந்து நான் தேர்வு செய்துவாங்குகிறேன்.

பழங்காலத்திலிருந்தே மேரிக்கு ஆண்கள்மீது இருந்துவருகின்ற வெறுப்பினால் அவள் ஆண்களை அனுமதிப்பதில்லை. அவளுடைய புதிய வசதியான பிரபஞ்சத்தில் எனக்கும் என் மகனுக்கும் மட்டுமே அனுமதி. ஆலிஸ் இன்னும் சின்னச்சின்ன உறவுகளை வைத்திருக்கிறாள் என்று எனக்குச் சந்தேகம். பத்மா, தான் அடக்கிவைத்திருக்கின்ற பெரிய கவலைகளின் தேக்கத்தை வெளியிட நான்தான் சரியான ஆள் என்று முதலிலேயே என்னைத் தேர்ந்தெடுத்துவிட்டாள். மற்ற பெண்கள் பற்றி எனக்குத் தெரியாது. ஆனால் நர்லீகர் பெண்களின் வல்லமைமிக்க திறமை, இந்தத் தொழிற்சாலைத் தளத்தில் வலுவான கைகளுடன் பானைகளைக் கிளறுவோரின் அர்ப்பணிப்பிலிருந்து தெரிகிறது.

ஊறுகாய் செய்ய என்ன வேண்டும்? முதன்மைப் பொருள்கள் எல்லாருக்கும் தெரியும், காய்கள், பழங்கள், மீன், வினிகர், வாசனைப் பொருள்கள். தொடைகளுக்குள் சேலையை இழுத்துக்கட்டிய கோலிப் பெண்கள் தினமும் வருகிறார்கள். வெள்ளரி கத்திரிக்காய் புதினா. இவற்றுடன், கண்கள் - பனிக்கட்டிபோல நீலநிறம் கொண்ட கண்கள் - பழங்களை மென்மையாகப் பதப்படுத்தி வைத்திருப்பதைக் கண்டு ஏமாறாத கண்கள், எலுமிச்சைத் தோலின்கீழ் கெட்டிருப்பதைக் காணக்கூடிய கண்கள், பச்சைத் தக்காளிகளின் மாறுகின்ற இதயங்களின் இரகசியங்களைக் கண்டுபிடிக்கக்கூடிய மென்மையான தொடுவுணர்ச்சி. இவை எல்லாவற்றிற்கும் மேலாக, எதையெல்லாம் ஊறுகாய் போடுவது, அதன் செய்திகளின், உணர்ச்சிகளின் மறைவான மொழிகளைக் கண்டறியும் மூக்கு... பிரகான்ஸா ஊறுகாய்ச் சாலையில், மேரியின் பிரசித்திபெற்ற ஊறுகாய்களை நான் மேற்பார்வை பார்க்கிறேன். ஆனால் நானே தயாரிக்கும் சிறப்பு வகைகள் உண்டு. எனது வற்றியமூக்கின் திறன்களுக்கு நன்றி, என் ஞாபகங்கள், கனவுகள், சிந்தனைகள் ஆகியவற்றை நான் ஊறுகாய்களில் சேர்க்கிறேன். அவை பெருமளவில் உற்பத்தியாகி மக்களிடம் செல்லும்போது அதைச் சாப்பிடுபவர் யாவரும் மிளகுச் சிமிழ்கள் பாகிஸ்தானில் என்ன சாதித்தன, சுந்தர வனங் களில் வாழ்வது எப்படியிருந்தது என்பதையெல்லாம் தெரிந்துகொள்வார்கள்... நம்பினாலும்

நம்பாவிட்டாலும் உண்மை இதுதான்! மறதிநோய்பிடித்த தேசத்திற்குச் சிலநாட்கள் பின்னர் கட்டவிழ்த்துவிடுவதற்காக முப்பது ஜாடிகள் தனியாக ஒரு அலமாரியில் நிற்கின்றன.

(அவற்றின் அருகில் ஒரு ஜாடி காலியாக நிற்கிறது.)

செம்மைப்படுத்தும் வேலையைத் தொடர்ந்தும் முடிவற்றும் செய்யவேண்டும். நான் செய்ததில் திருப்தி அடைந்துவிட்டேன் என்று நினைக்கவேண்டாம். என் வருத்தங்களில்: என் தந்தையின் ஞாபகங்களைக் கொண்ட ஜாடிகளில், மிகக் காரமான சுவை. ஸ்பெஷல் ஃபார்முலா 22இல் உள்ள 'பாடகி ஜமீலா' பற்றிய காதல் சிந்தனைகளின் வாசனையில் ஓர் ஈரடித்தன்மை. கூருணர்வற்றவர்கள் சிலர், நான் எனது தங்கைமீதுகொண்ட தகாத காதலை நியாயப்படுத்துவதற்காகக் குழந்தையை மாற்றி வைத்த கட்டுக்கதையைக் கண்டுபிடித்தேன் என்று சொல்லக்கூடும். 'சலவைப்பெட்டியில் விபத்து' என்ற ஜாடியில், தெளிவற்ற சாத்தியமின்மைகள் சில உள்ளன. ஊறுகாய்கள் சில கேள்விகளை எழுப்புகின்றன, அவற்றிற்கு விடை சரிவரத் தரப்படவில்லை, உதாரணமாக, தன் சக்திகளை அடைய சலீமுக்கு ஒரு விபத்து ஏன் நிகழ வேண்டும்? மற்ற நள்ளிரவின் குழந்தைகளுக்கு இப்படி இல்லையே... 'அகில இந்திய வானொலி' மற்றும் பிற அத்தியாயங்களில், ஒருங்கிசைந்த சுவைகளினூடே ஓர் இணையாத ஸ்வரம் - உண்மையான தொலைவுணர்வு கொண்ட சலீமுக்கு மேரியின் ஒப்புக்கொடுத்தல் எப்படி ஒரு அதிர்ச்சியாக இருந்திருக்கும்? சிலசமயங்களில், இந்த ஊறுகாய்களின் வரலாற்றுக் கோணத்தில், சலீமுக்குத் தெரிந்தது சிலசமயங்களில் மிகக் குறைவு, சிலசமயங்களில் மிகவும் அதிகம்... மறுபடியும் மறுபடியும் சரிபார்க்க வேண்டும், மேம்படுத்த வேண்டும், ஆனால் அதற்கான காலமோ சக்தியோ என்னிடம் இல்லை. இந்த நெகிழ்வற்ற வாக்கியத்தைத்தான் நான் பதிலாகத் தரவேண்டும்: "அப்படி நடந்ததென்றால், காரணம் அப்படித்தான் அது நடந்தது."

அடிப்படை நறுமணப்பொருள் சேர்க்கையைப் பற்றிச் சொல்லவேண்டும். மஞ்சள், சீரகம் இவற்றின் புரியாத்தன்மை, வெந்தயத்தின் நுணுக்கம், எப்போது பெரிய (அல்லது சிறிய) ஏலக்காய்களைப் பயன்படுத்துவது என்ற விஷயம், பூண்டின் எல்லையற்ற சாத்தியப்பாடுகள், கரம் மசாலா, லவங்கப்பட்டை, மல்லி, இஞ்சி... எப்போதாவது இவற்றுடன் சேரும் தூசி தருகின்ற தனிருசி. (சலீம் இப்போதெல்லாம் தூய்மையைப் பற்றி நினைப்பதில்லை.) நறுமணப்பொருள் சேர்ப்பதில்,

ஊறுகாய்த் தயாரிப்பின் தவிர்க்கவியலாத பிறழ்ச்சிகளைப் பொருட்படுத்துவதில்லை. ஊறுகாய் போடுவது என்பது நிரந்தரத் தன்மையைத் தருவது, மீன், காய்கள், பழங்கள் போன்றவை மணப்பொருள்களும் வினிகரும் சேர்ந்து, 'மம்மி' போலப் பாதுகாக்கப் படுகின்றன, அதில் கொஞ்சம் மாற்றம், கொஞ்சம் சுவையை மேம்படுத்துவது, இவை யெல்லாம் சின்ன விஷயங்களா? தரத்தில் மேம்படுவதுதான் முக்கியம், வகையில் அல்ல. எல்லாவற்றிற்கும் மேலாக, (என் முப்பது ஜாடிகள், ஒரு ஜாடி தனியாக) வடிவம், உருவம் தருவது முக்கியம். அதாவது அர்த்தத்தைத் தருவது. (ஏற்கெனவே அபத்தம் - அதாவது உருவமற்றது - பற்றிய என் பயத்தை சொல்லியிருக்கிறேன்.)

ஒருநாள், இந்த உலகம் இந்த வரலாற்று ஊறுகாய்களைச் சாப்பிடக்கூடும். இவை சில நாக்குகளுக்குக் காரமாக இருக்கலாம், சிலவற்றின் வாசனைகள் அதிகமாக சக்தியோடு இருக்கலாம், கண்களில் நீர் வரலாம். இருந்தாலும் அவை அதிகாரபூர்வ உண்மையின் சுவையைப் பெற்றிருக்கின்றன என்பதை நான் சொல்லமுடியும் என நினைக்கிறேன்... எல்லாமே, எது எப்படியிருப்பினும் அன்பின் வெளிப்பாடுகள்.

காலிஜாடியொன்று... எப்படி முடிப்பது? சுபமாக? சமையல் குறிப்புகளுக்கும் அதிகாரத் தலைப்புகளைப் பெயர்களாகக் கொண்ட முப்பது ஜாடிகளுக்கும் இடையில் தன் தேக்குமர ஆடும்நாற்காலியில் ஆடுகின்ற மேரி, இப்போதுதான் பேசத் தொடங்கியிருக்கிற மகன் என்றா? அல்லது துயரமுடிவா? ஜமீலாவின், பார்வதியின், இன்னும் எவீ பர்ன்ஸின் நினைவுகளில் ஆழ்ந்து என்றா? அல்லது நள்ளிரவின் குழந்தைகளுடனா... ஆனால் சிலபேர் தப்பித்துவிட்டார்கள் என்பதற்காக மகிழ்ச்சியடைவதா, அல்லது வற்றச்செய்தலின் பிளவுண்டாக்கும் விளைவுகளின் சோகத்திலா?

(வற்றச்செய்ததில்தான் என் பிளவுகளின் தொடக்கம் இருக்கிறது: என் அதிர்ஷ்டமற்ற, தூளாக்கப்பட்ட உடல், மேற்புறத்திலும் கீழ்ப்புறத்திலும் வற்றச் செய்யப்பட்டு, உலர்ந்துபோனதால் வெடிக்கத் தொடங்கிவிட்டது. கருகிப்போய், வாழ்க்கையின் அடிகளின் விளைவுகளுக்குக் கடைசியாக இடமளித்துவிட்டது. இப்போது அறுப்பு கிழிப்பு நொறுக்குதல் மட்டுமே இருக்கின்றன, பிளவுகளினூடே ஒரு துர்நாற்றம் கிளம்புகிறது, அதுதான் மரணத்தின் நாற்றமாக இருக்கவேண்டும். அடங்கு: நான் கூடியவரை கட்டுப்பாட்டிற்கு உட்படவேண்டும்.)

அல்லது கேள்விகளுடன் முடிப்பதா? மெய்யாகச் சொல்கிறேன், இப்போது புறங்கைகளிலும், வகிட்டிலும் கால்விரல்களுக்கிடையிலும் என்னால் வெடிப்புகளைக் காணமுடிகிறது. ஆனால் இரத்தம் ஏன் வரவில்லை? நான் ஏற்கெனவே காலியாகி, உப்பிட்டு உலரவைக்கப்பட்டுவிட்டேனா? ஏற்கெனவே நான் என் சடலமா?

அல்லது கனவுகளில் முடிப்பதா? நேற்றிரவு புனிதத்தாயின் பேய் என் கனவில் தோன்றியது. ஒரு மேகத்தின் ஓட்டையினூடாக, முறைத்துநோக்கியது. என் மரணத்துக்காகக் காத்திருந்தது போலும். அப்போது அவள் அழுகைக்கண்ணீர் ஒருவேளை நாற்பது நாள் பருவமழையாகப் பொழியக்கூடும்... நான் என் உடலுக்கு வெளியே மிதந்தவாறு; குறுக்கப்பட்ட என்சுயத்தின் குறுகிய உருவத்தைப் பார்த்தவாறு; ஆனால் முன்பே ஒரு கண்ணாடியில் பாதிநரைத்த குள்ளன் - 'ஆறுதலோடு இருந்த என்னைப் பார்த்தவாறு...'

இல்லை, இது எதுவும் சரியாகாது. நான் கடந்த காலத்தை எழுதியது போல எதிர்காலத்தையும் எழுத வேண்டும், ஒரு தீர்க்கதரிசியின் முழு நிச்சயத்துடன் அதை முன்வைக்க வேண்டும். ஆனால் எதிர்காலத்தை ஒரு ஜாடியில் அடைக்க முடியாதே; ஒரு ஜாடி மட்டும் காலியாக விடப்பட வேண்டும்... இது ஊறுகாயினால் நிரப்ப முடியாதது, ஏனென்றால் அது இன்னும் நடக்கவில்லை, நான் என் பிறந்தநாள்வரை இருப்பேன், முப்பத்தொரு வயது இன்று, சந்தேகமின்றி ஒரு கல்யாணம் நிச்சயம் நடக்கும், பத்மாவுக்கு அவள் கைகளிலும் கால்களில் செம்பஞ்சுக்குழம்புக் கோலங்கள் இடுவார்கள், அவளுக்கு ஒரு புதுப்பெயரும் கிடைக்கும், என்னைப் பார்த்துக்கொண்டிருக்கும் புனிதத்தாயின் பேயின் ஞாபகமாக அது ஒருவேளை நசீம் என்று இருக்கலாம், ஜன்னல்களுக்கு வெளியே பட்டாசுகளும் கும்பல்களும். அது சுதந்திரதினம் என்பதால் சாலைகளில் பலதலைக் கும்பல்கள், காஷ்மீர் எனக்காகக் காத்திருக்கும். என் சட்டைப்பையில் இரயில்பயணச் சீட்டுகள். பயனியர் கஃபேயில் ஒருகாலத்தில் திரைப்பட நட்சத்திரமாவதாகக் கனவுகண்ட பையன் ஓட்டும் டாக்ஸியில் அமர்வோம். நாங்கள் தெற்கே தெற்கே தெற்கே நெருக்கித் தள்ளும் கும்பலின் மையத்திற்கு... ஏதோ ஹோலிப் பண்டிகை கொண்டாடுவதுபோல அவர்கள் ஒருவர்மீது ஒருவர் சாயங்களை வீசுவார்கள், டாக்ஸியின் மூடிய ஜன்னல்கள் மீதும் வீசுவார்கள். ஒரு நாய் இறக்குமாறு விடப்பட்ட ஹார்ன்பை வெல்லார்டின் எதிரில் கும்பல், அடர்ந்த கும்பல், எல்லையற்ற கும்பல், அது உலகத்தையே நிரப்புமாறு

அதிகரிக்கிறது... அது முன்னேற்ற மென்பதை இல்லாமல் ஆக்குகிறது. நாங்கள் டாக்ஸியையும் அதன் கனவுகாணும் ஓட்டுநரையும் விட்டு இறங்குகிறோம். நெருக்கும் கும்பலுக்குள் காலைவைக்கிறோம். ஆம், என் சாணித்தாமரை பத்மாவைவிட்டுப் பிரிந்து விடுகிறேன், அவள் அந்தக் கொந்தளிக்கும் கடலுக்குள்ளிருந்து என்னை நோக்கிக் கைகளை நீட்டுகிறாள், கடைசியாக கும்பலுக்குள் அமிழ்ந்து போகிறாள், நான் எண்களின் எல்லையற்ற பரப்புக்குள் தனியாக இருக்கிறேன், எண்கள் ஒன்று இரண்டு மூன்று என்று வரிசையாக நடந்துவருகின்றன, நான் இடத்திலும் வலத்திலுமாக அடிபடுகிறேன், அறுப்பு, கிழிவு, நொறுங்கல் எல்லாம் உச்சநிலையை அடைகின்றன, என் உடல் கூக்குரலிடுகிறது, அது இத்தகைய வதையை இனிமேலும் தாங்காது, ஆனால் இப்போது கும்பலில் பரிச்சயமான முகங்கள் தென்படுகின்றன, எல்லாருமே இங்கிருக்கிறார்கள், என் தாத்தா ஆதம், அவர் மனைவி நசீம், ஆலியா, முஸ்தபா, ஹனீஃப், எமரால்டு, அப்புறம் மும்தாஜாக இருந்த ஆமினா, காசிமாக மாறிய நாதிர், பியா, படுக்கையை நனைத்த ஜாபர், அடுத்து ஜெனரல் ஜுல்பிகர், அவர்கள் என்னை மிகவும் நெருக்கித் தள்ளி நசுக்குகிறார்கள், இப்போது பிளவுகள் அகலமாகின்றன, என் உடல்துண்டுகள் விழுகின்றன, இந்தக் கடைசி நாளில் இருக்கவேண்டுமென்று கன்னியர்மடத்தைவிட்டு ஜமீலா வந்திருக்கிறாள், இரவு வருகிறது வந்துவிட்டது; நள்ளிரவைநோக்கி கடிகாரம் கீழ்நோக்கி எண்ணுகிறது, வாண வேடிக்கைகள், நட்சத்திரங்கள், மல்யுத்தக்காரர்களின் கட்அவுட்டுகள், என்னால் காஷ்மீரை அடையவே முடியாதென்று தெரிகிறது, முகலாயப் பேரரசர் ஜஹாங்கீரைப் போலக் காஷ்மீர் காஷ்மீர் என்று உச்சரித்துக்கொண்டே இறப்பேன், மக்கள் சந்தோஷமாக இருக்கவோ தங்கள் வாழ்க்கையை முடித்துக்கொள்ளவோ இரண்டிற்குமே செல்லும் மகிழ்ச்சிப் பள்ளத்தாக்கு காஷ்மீர். இப்போது கும்பலில் பிற உருவங்களைப் பார்க்கிறேன், மரணம் விளைவிக்கும் முட்டிகளைக் கொண்ட, பயமுறுத்துகின்ற போர்நாயகன் - அவனை நான் ஏமாற்றிவிட்டேன் என்பதைத் தெரிந்துகொண்டான் அவன் - இப்போது பரிச்சயமான முகங்களை மட்டுமே கொண்ட கும்பலை விலக்கியவாறு என்னைநோக்கி வருகிறான், குச் நஹீன் ராணியின் கையோடு கைகோத்து ரிக்ஷாப் பையன் ரஷீத், அயூபா ஷஹீத் பாரூக் அழகன் முத்தாசிம்முடன், இன்னொரு திசையில் ஹாஜி அலியின் கல்லறைத் தீவுப்பக்கம், நான் ஒரு தொன்மத் தேவதை - கருப்புத் தேவதை என்னை நோக்கி வருவதைக் காண்கிறேன்,

அது என்னை நெருங்கும்போது அதன் முகம் பச்சை அதன் கண்கள் கருப்பு அதன் தலைமுடி நடுவகிடு, இடப்புறம் பச்சையாகவும் வலப்புறம் கருப்பாகவும், அதன் கண்கள் விதவைகளின் கண்களைப் போல! சிவாவும் தேவதையும் நெருங்கி நெருங்கி வருகிறார்கள், இரவில் பொய்கள் பேசப்படுவதைக் கேட்கிறேன், "விரும்பியவாறே நீ ஆகலாம்!" எல்லாவற்றிலும் மிகப்பெரிய பொய், இப்போது சலீமின் பிளவுகள் நொறுங்கிவிட்டன, பம்பாயின் வெடிகுண்டு நான்தான், நான் வெடிப்பதைப் பாருங்கள், அச்சம்தருகின்ற கும்பலின் அழுத்தத்தில் எலும்புகள் பிளந்து, உடைந்து, நொறுங்கி, எலும்புகளின் பையான உடல் விழுகிறது கீழே கீழே கீழே ஒரு காலத்தில் ஜாலியன்வாலா பாக்கில் நடந்ததுபோல, ஆனால் இப்போது ஜெனரல் டையர் இருப்பதாகத் தோன்றவில்லை, மெர்க்குரோகுரோமும் இல்லை, உடைந்த பிராணி ஒன்று தன் எலும்புகளைத் தெருக்களில் தெளித்தவாறு சாகிறது, நான் பல பேராக, மிகநிறையப் பேராக இருந்தவன், வாக்கியம் போலன்றி வாழ்க்கை மூன்றுக்குப் பிறகும் ஒன்றை அனுமதிக்கிறது, எங்கேயோ இப்போது கடிகாரத்தில் பன்னிரண்டு மணி அடிக்கின்ற நேரத்தில், விடுதலை.

ஆம், அவர்கள் என்னைக் காலில் மிதிப்பார்கள், ஒன்று இரண்டு மூன்று என எண்கள் இராணுவநடை நடந்து பத்து இருபது முப்பது நாற்பது ஐம்பது அறுபது கோடிப்பேராகி என்னைக் குரலற்ற புழுதியின் துகள்களாக்குவார்கள். பிறகு நாட்கள் சென்றபின், ஒரு நல்ல நாளில் என் மகனல்லாத மகனையும் மிதித்துத் துவைப்பார்கள், பிறகு அவனுடைய மகனல்லாத மகனையும், அதன்பின் அவனுடைய மகனல்லாத மகனையும்... இப்படி ஆயிரத்தொரு சந்ததிகள் வரை, ஆயிரத்தொரு நள்ளிரவுகள் தங்கள் பயங்கரத் திறமைகளையெல்லாம் பரிசளித்து, பிறகு ஆயிரத்தொரு சிறார்கள் இறக்கும் வரை... ஏனென்றால் தங்கள் காலத்தின் எஜமானர்களாகவும் பலியாட்களாகவும் இருப்பதும், அந்தரங்கம் என்பதின்றி, அழிக்கும் கும்பல்களின் சுழற்காற்றுகளில் உறிஞ்சப்படுவதும், அமைதியாக வாழவோ சாகவோ இயலாமல் போவதும் நள்ளிரவின் குழந்தைகளின் சிறப்புரிமையும் சாபமும் அல்லவா?